ஷோபாசக்தி கதைகள்
1997-2024

ஷோபாசக்தி கதைகள்
1997-2024

ஷோபாசக்தி கதைகள்
1997 - 2024

முதற்பதிப்பு: டிசம்பர் 2024
வெளியீடு: கருப்புப் பிரதிகள்
பி 55, பப்பு மஸ்தான் தர்கா, லாயிட்ஸ் சாலை
சென்னை 600 005
பேசு: 94442 72500
மின்னஞ்சல்: karuppupradhigal@gmail.com

முகப்பு, உள்வடிவமைப்பு: ஜீவமணி
அலுவலக உதவி: அறிவொளி
அச்சாக்கம்: ஜோதி எண்டர்பிரைசஸ், சென்னை 600 005

விலை: ரூ. 1100

SHOBASAKTHI KATHAIGAL
1997-2024

© Shobasakthi Antonythasan Jesuthasan

First Edition: December 2024
by Karuppu Pradhigal
B55, Pappu Masthan Darga, Lloyds Road,
Chennai 600 005, Tamil Nadu, South India
Mobile: 94442 72500
Email: karuppupradhigal@gmail.com

Cover, Layout: Jeevamani
Printed by: Jothy Enterprises, Chennai 600 005

Price: ₹ 1100

ISBN: 978-93-95256-89-6

துயரங்களைப் பகடிகளாக்கிய கலைஞன்
சார்லி சப்ளினுக்கு

இந்த உலகை மாற்றுவதற்கு
நீங்கள் கதைகளை மாற்றியாக வேண்டும்

- Naomi Klein

நன்றி

ஓசை மனோ, சுகன், தியோ ரூபன், தர்மினி, தர்மு பிரசாத், நெற்கொழுதாசன், ஃபர்ஹான் வஹாப், அனுஷியா சிவநாராயணன், *காலம்* செல்வம், கே.கே. ராஜா, ராகவன், ரஷ்மி, தெய்வீகன், ரேணுகா துரைசிங்கம், விஜயசாந்தன்.

கதைகளை வெளியிட்ட இதழ்கள் – மலர்கள் – இணையத்தளங்கள்.

REMERCIEMENTS

Edition Zulma, Leticia Ibanez, Faustine Imbert-Vier, Marie Drath.

புனைகோடு

1. எலி வேட்டை 11
2. காய்தல் 19
3. மைசூர் ராசா 27
4. தேவதை சொன்ன கதை 40
5. கடவுளும் காஞ்சனாவும் 50
6. V9674D2687430743 V D58483675 68
7. பைலாப்பாட்டு 85
8. தனது மற்றது நான்காம் பிரசை 95
9. பத்துக் கட்டளைகள் 110
10. ரவுடி ரதி 120
11. தேசத்துரோகி 129
12. பகுத்தறிவு பெற்ற நாள் 141
13. சூக்குமம் 150
14. குரு வணக்கம் 162
15. விலங்குப் பண்ணை 171
16. தமிழ் 179
17. திரு. முடுலிங்க 195
18. பரபாஸ் 211
19. வெள்ளிக்கிழமை 225
20. ரம்ழான் 236
21. CROSS FIRE 251
22. குண்டு டயானா 261
23. எம்.ஜி.ஆர். கொலை வழக்கு 277
24. F இயக்கம் 292
25. லைலா 306

#	Title	Page
26.	ரூபம்	322
27.	கப்டன்	333
28.	காணமற்போனவர்	356
29.	கச்சாமி	374
30.	தங்கரேகை	386
31.	எழுச்சி	404
32.	கண்டி வீரன்	425
33.	மாதா	440
34.	வாழ்க	456
35.	மிக உள்ளக விசாரணை	465
36.	காயா	481
37.	அந்திக் கிறிஸ்து	494
38.	பிரபஞ்ச நூல்	516
39.	யாப்பாணச் சாமி	539
40.	மூமின்	557
41.	யானைக் கதை	578
42.	அம்மணப் பூங்கா	594
43.	அரம்பை	607
44.	ராணி மஹால்	625
45.	பல்லிராஜா	641
46.	மெய்யெழுத்து	662
47.	வர்ணகலா	681
48.	ONE WAY	695
49.	கருங்குயில்	714
50.	ஆறாங்குழி	727
51.	சித்திரப்பேழை	745
52.	மரச் சிற்பம்	769

எலி வேட்டை

தேவன் கடையைச் சுத்தம் செய்து மஞ்சள் தண்ணீர் தெளித்தான். பின்பு, முதலாளியின் அழுக்குத் துணிகளைத் துவைத்துப் போட்டான். சாயங்காலமும் விடியற்காலமும் ஆகி முதலாம் நாள் ஆயிற்று.

பின்பு, தேவன் முதலாளிக்கு ஒடியல் கூழ் குடிக்க ஆர்வம் உண்டான காரணத்தால் சந்தைக்குச் சென்று கலவாய் மீன் வாங்கிக் கூழ் காய்ச்சினான். சாயங்காலமும் விடியற்காலமுமாகி இரண்டாம் நாளாயிற்று.

பின்பு, தேவன் மலையாகக் கிடந்த புகையிலைக் குவியலுக்குள் புகுந்து அடசல், சச்சு, தரவளி பிரித்தான். சாயங்காலமும் விடியற்காலமுமாகி மூன்றாம் நாளாயிற்று.

பின்பு, தேவன் பொலிஸ் நிலையப் பொறுப்பதிகாரிக்கு முதலாளி விருந்துவைத்த காரணத்தால் மாட்டிறைச்சியும் ஈரப்பலாக்காயும் சாராயமும் படைத்து, பொறுப்பதிகாரியின் வாந்தியை அள்ளிப் போட்டான். சாயங்காலமும் விடியற்காலமுமாகி நாலாம் நாளாயிற்று.

பின்பு, தேவன் நாட்டாமைகள் மூட்டைகள் இறக்க 'குச்சி பிடித்து' கணக்குப் பண்ணினான். சாயங்காலமும் விடியற்காலமுமாகி அய்ந்தாம் நாளாயிற்று.

பின்பு, தேவன் 'பஜாருக்கு' நிலுவைக்குப் போய் வந்தான். சாயங்காலமும் விடியற்காலமுமாகி ஆறாம் நாளாயிற்று.

ஏழாம் நாள் காலையிலும் தேவன் எழுந்து கடையின் முன்புறம் மேசைகட்டி இரத்தச் சிவப்பு 'றம்புட்டான்' பழங்களை அடுக்கிவைத்து அடிவயிற்றால் குரல் எடுத்துக் கத்தினான்...

"லாபாய் லாபாய் மல்வான லாபாய், கிலோ ருப்பியல் பாலுவாய், லாபாய் லாபாய் மல்வான லாபாய்..."

இவன் கடுமையா யோசிச்சான். இவன் பிரான்ஸிலயிருந்து சிலோனுக்கு வந்த ஒரு கிழமையா பார்த்துக்கொண்டுதான் இருக்கிறான். தேவன்ர பொழுது இந்த மாதிரித்தான் 'ரண்' பண்ணுது. இந்தப் பொடியன் எப்ப படுக்கிறான், எப்ப எழும்பிறான் எண்டு இவனால கண்டுபிடிக்க

ஏலாமக் கிடந்தது. இவ்வளத்துக்கும் இவன்ர கட்டிலுக்குக் கீழதான் படுத்து எழும்பிறான் எண்டு கேள்வி. என்ன மிஞ்சி மிஞ்சிப் போனாலும் பொடியனுக்குப் பன்ரெண்டு, பதின்மூண்டு வயசுதான் இருக்கும்.

இந்த வயசிலதான் இவனும் 'மலிபன்' விசுக்கோத்துப் பெட்டிக்குள்ள உடுப்புகளை அடுக்கிக்கட்டி இடக்கையாலும் தேப்பன்காரன்ர கையை வலக்கையாலும் பிடிச்சுக்கொண்டு 'யாழ்தேவி' ஏறி ஒரு செக்கல் பொழுதில அஞ்சிலாம்படிச் சந்தியில இறங்கினான். இப்ப தேவன் ஒரு கிலோ பதினைஞ்சு ரூபாய் எண்டு விக்கிற றம்புட்டான் பழத்தை, ஒரு கிலோ மூண்டு ரூபாய் எண்டு கத்தி வித்தான். தீபாவளிக்கு அம்மாவுக்குச் சீலையும் அய்யாவுக்கு எட்டு முழவேட்டியும் தங்கச்சிமாருக்குச் சட்டைத் துணியும் வாங்கிக்கொண்டு யாழ்தேவியைப் பிடிச்சு ஊருக்குப் போவான்.

இவன் ஊருக்கு வந்திற்றான் எண்டு கேள்விப்பட்ட கையோட இவனைத் தேடிச் சகாயராசன் வந்திருவான். கொழும்புக் கதைகளைக் கிண்டிக் கேப்பான். இவன் பஜார் நிலவரங்களையும் வெள்ளைத் துண்டு வியாபாரங்களையும் சொல்லச் சொல்லக் கண்ரெண்டையும் நெத்திக்குள்ள சொருகிக்கொண்டு கவனமாக் கேப்பான். பப்பாவிட்ட சொல்லி சின்னக் கடைக்குள்ள இருக்கிற 'சகாயம் ஸ்டோரை' கொழும்புப் பக்கம் தூக்கிக்கொண்டு போகவேணும் எண்டும் தான் யாவாரத்தை 'டெவலப்' செய்வன் எண்டும் சொல்லுவான்.

யாழ்தேவியும் ஓடாமல் போன ஒருநாள் கொழும்பு பத்தி எரிஞ்சுது. இவன் தப்பின பிழைச்சன் எண்டு கட்டின சாறத்தோட ஊருக்குப் போனான். காணியைப் பூமிய வித்துச் சுட்டு, ஈபிள் ரவுருக்குக் கீழே போய்க் குந்தினான்.

சகாயராசன் சாதிச்சுப் போட்டான். கொழும்பிலயிருந்து ஒரு அய்ம்பது கிலோமீற்றர் தூரத்தில கடற்கரையை அண்டின ஒரு சின்ன ரவுனில 'சகாயம் அண்ட் கோ' நிமிர்ந்து நிக்குது. நாட்டுப்பக்கத்து யாவாரிகள் வந்து மூட்டை மூட்டையாய் அரிசியும் கிழங்கும் அள்ளிக்கொண்டு போயினம். சில்லறை யாவாரமும் அமலியாய் நடக்குது. கடைக்குப் பின்னுக்கு சகாயராசனும் அவன்ர எடுபிடி தேவனும் தங்கிற வடிவான ஒரு வீடு. ராச சீவியம். வாற ஆவணியில ஆரோ எஸ்.பி-யின்ர மகளச் செய்யப்போறானாம்.

"லாபாய், லாபாய்... மல்வான கிலோ ருப்பியல் பாலுவாய்..." தேவன் 'தம்' கட்டிக் கத்திக் கொண்டிருந்தான். இவன் மெள்ள நடந்து போய் தேவனுக்குப் பக்கத்தில நிண்டான். தேவன் இவனை அண்ணாந்து பார்த்துச் சிரிச்சுப் போட்டுக் கேட்டான் "அண்ணை எப்ப

பிரான்ஸுக்குத் திரும்பிப் பயணம் போறியள்?" இவன் பரிதாபமாய் சிரிச்சுக்கொண்டு கடைக்கு கொஞ்சம் தள்ளிக் கடற்கரை 'சைற்றா' தகரங்களாலயும் காட்போட் பெட்டிகளாலயும் இணக்கின கொட்டில்கள சும்மா பிராக்குப் பார்த்துக்கொண்டிருந்தான்.

அப்பதான் அவள் வந்தாள். முழங்கால் முட்டப் பாவாடையும் மேலுக்கு ரீ சேட்டும் போட்டிருந்தாள். வயது பத்துப் பதினொண்டுதான் இருக்கும். தேவனுக்குக் கிட்ட வந்து கண் ரெண்டையும் சுருக்கிச் சிரிச்சாள்.

"தேவன் எனக்கு ஒரு ரம்புட்டான் பழம் தருமா?" தேவன் இவன நிமிர்ந்து பார்த்தான். இவன் ரெண்டு பழம் பிடுங்கி அவளின்ர சின்னக் கையில குடுத்தான். ஒரு செக்கன் யோசிச்சவள் வேண்டிக்கொண்டு திரும்பவும் கண் ரெண்டையும் சுருக்கிச் சிரிச்சாள். "தேவன்... இந்தப் புதிய ஆளு யாரு?"

"ஏய் சுவர்ணமாலி... இவர் பிரான்ஸில் இருக்கிறவர், முதலாளியின் கூட்டாளி."

சுவர்ணமாலி இரண்டு செக்கன் யோசிச்சுப் போட்டு சொன்னாள்... "பித்தான் சலோப்"

இவன் ஏங்கி விறைச்சுப் போனான். மடுமாதாவே! நம்மள திருப்பி அனுப்பேக்க கூட வலு மரியாதையா 'மிஸியூ... நீங்கள் வந்து உங்கட அகதி விண்ணப்பம் ஜெனிவா சட்டத்தின் கீழ் இன்ன இன்ன காரணங்களால நிராகரிக்கப்பட்ட பிறகும், நாங்கள் உங்களை நாட்டை விட்டு வெளிக்கிடச் சொன்ன பிறகும், இதுகள ஒரு சொட்டும் கணக்கில எடுக்காம அடாத்தா பதின்மூண்டு வரியம் பிரான்ஸில இருந்திருக்கிறியள். ஆனபடியால், இன்ன இன்ன சட்டங்களுக்குக் கீழ நாங்கள் உங்களை நாடு கடத்துறம்' எண்டு சொல்லி 'ரெஸ்பெக்டா' கூட்டிக்கொண்டு வந்து பிளேனில ஏத்தி விட்டவங்கள். இத்தின தூரம் கடந்து வந்தால், வந்த இடத்தில இவள் பாவி படுதூசணத்தால கேளாக் கேள்வி கேட்கிறாள். இவளுக்கு எப்படி பிரெஞ்சு தெரியும்? எப்படித் தெரியும்? விசாரிப்பம் எண்டால், அவள் சொன்ன வேகத்திலேயே ஓடிப்போய் ஒரு தகரக் கொட்டிலுக்கு உள்ளிட்டிட்டாள்.

கடைக்குள்ள இருந்து வெளிய வந்த சகாயராசன் இவன்ர தோளில கையைப் போட்டான். "மச்சி உள்ளுக்க வா தேத்தண்ணி குடிப்பம்" எண்டு உள்ளுக்குள்ள கூட்டிப் போனான். கவியர் எழும்பி நிக்க சகாயராசன் அதில இருந்தான். இவன் சகாயராசனுக்கு முன்னுக்கு ஒரு ஸ்ரூலை இழுத்துப் போட்டிட்டு இருந்தான். "அப்ப மச்சி எப்ப பயணம்?" இவன் ஓடி முழிசினான். 'இனித் திரும்பி பிரான்ஸுக்குப்

போக ஏலாது' எண்டு சொல்ல யோசிச்சான். ஆனால், இவனுக்கு உண்மையா வெக்கமாக் கிடந்தது. "இல்ல மச்சி... உழைச்சுக் களைச்சுப் போனன். இஞ்சயே எதாவது தொழில் செய்யலாம் எண்டு யோசிக்கிறன்."

"ஹொந்தாய்... எவ்வளவு வைச்சிருக்கிறாய்?"

மசிர்தான் கிடக்குது எண்டு இவன் மனசுக்குள்ள நொந்து போனான். உண்மையைச் சொல்லுவம். இனிப் பிரான்ஸுக்குப் போக விருப்பமில்லை எண்டு சொல்லுவம். குளிரும் பனியும் வெறுத்துப் போச்சு எண்டு சொல்லுவம். அலாமும் மெற்றோவும் அலுத்துப் போச்சு எண்டு சொல்லுவம். ஜவல் பட்டு உடம்பெல்லாம் பத்தி எரியுதெண்டு சொல்லுவம். எனக்கொரு வேலை தா! கஞ்சியோ கூழோ குடிச்சுக் கொண்டு வன்னியில இருக்கிற அம்மாவுக்கு மாசம் அறுநூறோ எழுநூறோ அனுப்பிக்கொள்ளுறன் எண்டு சொல்லுவம்...

"முதலாளி எப்படிச் சுகம்?"

இவன் மெள்ள நிமிர்ந்து பார்த்தான். சுவர்ணமாலியும் ஒரு மனிசியும் நிக்கினம். சகாயராசன் உற்சாகப்பட்டான். "ஏய் என்ன பேபிநோனா இப்ப எங்களை எல்லாம் மறந்து போனாயா?"

"இல்லை முதலாளி... பத்து நாளாய் சுகமில்லை. அது தான் இந்தப் பக்கம் வரவில்லை."

"சரி சரி இப்ப என்ன?"

பேபிநோனா சாடையாக வெட்கப்பட்டாள்.

"முதலாளி எனக்கு நூறு ரூபாய்க்குக் கொஞ்சச் சாமான்கள் கடன் தருவீர்களா?"

"பேபிநோனாவுக்கு இல்லையென்று சொல்வேனா?" எண்டு சகாயராசன் கண்ணைச் சிமிட்டினான்.

"ஏன் நோனா, மகன் காசு அனுப்புவதில்லையா?"

பேபிநோனா முகம் இறுகிப் போய் இரகசியம் பேசினாள்.

"காமினி இராணுவப் பயிற்சி முகாமிலிருந்து தப்பி ஓடிவிட்டானாம்."

"ஏன்?"

"தெரியவில்லை. ஆனால், அவன் இன்னும் இங்கு வரவில்லை..."

சகாயராசன் கடவாயில் சிரிச்சுக் கொண்டு கேட்டான் "சுவர்ணமாலி சம்பாதிக்கிறாள் தானே?"

"இல்லை முதலாளி, அவள் இப்போது கெஸ்ட் ஹவுஸுக்குப் போவதில்லை. அவளின் அண்ணனுக்கு விருப்பமில்லை. எனக்கும் விருப்பமில்லை. நேற்றுக்கூட முதியான்சே புரோக்கர் வந்து 'அமெரிக்கா சல்லிப் பார்ட்டி ஒன்று இருக்கிறது, காலையில் வந்து விடுவாள்' என்றான். நான் சுவர்ணமாலியை அனுப்பவில்லை."

"பிறகு... பிறகு?" சகாயராசன் றென்சன் ஆனான்.

"அன்னலட்சுமியின் மகளைக் கூட்டிப் போனான்."

இவனுக்கு எல்லாம் மெல்ல மெல்ல விளங்குது. இந்தப் பிஞ்சு பிரெஞ்சு சொல்லுற காரணம் விளங்குது. இந்தப் பிஞ்சு தூசணம் பேசுற காரியம் விளங்குது. அய்யோ உத்தரிய மாதாவே எண்டு கத்திக் குழறலாம் போல கிடந்தது. மத்தியானம் சாப்பிட்டுக் கொண்டிருக்கேக்க சகாயராசனிட்ட உண்மையைச் சொல்லுவமா எண்டு இவன் யோசிச்சான். சகாயராசன் ரசிச்சு சாப்பிட்டு முடியக் கதைப்பம் எண்டு இவன் யோசிச்சான். திடிரெண்டு சாப்பாட்டுக் கோப்பை தேவன்ர மூஞ்சிக்குப் பறந்தது.

"நாய்வீட்டு நாயே... எத்தின நாள் சொல்லிப் போட்டன் சொத்துக்க மயிர் விழாமல் சமையெண்டு பரதேசி நாயே!"

எட்டித் தேவனைப் பிடிச்ச சகாயராசன் சளார் பளார் எண்டு முகத்துக்கு அடிச்சான். சுவரோட சாத்தி வைச்சு முழுங்காலால தேவன்ர நெஞ்சில குத்தினான். விறுவிறு எண்டு வெளியில போனான். தேவன் அப்படியே சுவரோட சரிஞ்சு நெஞ்சைப் பொத்திக்கொண்டு விழுந்தான். கண் ரெண்டாலையும் ஓடுது. பல்லைக் கடிச்சுக் கொண்டு "என்ர எம்மா... என்ர அம்மா" எண்டு அனுங்கினான். இவனுக்கு சகாயராசனைப் பிடிச்சுக் கொல்லவேணும் போல கிடக்கு. இந்தப் பச்சைப் பாலகனைப் போட்டு இப்பிடி வதைக்கிறான். இவன் போய்த் தேவனைத் தூக்கி இருக்க வைச்சான். தேவன் விக்கி விக்கி அழுகிறான்.

என்ன செய்ய, என்ன சொல்ல...? எப்படி இவனைத் தேத்துறது எண்டு இவன் யோசிச்சான். மெள்ள தேவன்ர கையைப் பிடிச்சு "அழாதையப்பு... வேலையெண்டா இப்பிடித்தான்" எண்டான். தேவன் அழுகையை நிப்பாட்டி இவனை உத்து பார்த்தான். "பிரான்ஸிலயும் இப்பிடி கன்னம் கன்னமா அடிப்பாங்களா...?"

"இல்ல, இன்னும் அந்தளவுக்கு வரயில்ல..."

"வந்து மூண்டு வரியமாகுது. சம்பளம் எண்டு ஒரு சதமும் தாறாரில்ல. கேட்டா ஊருக்கு போகேக்க தாறன் எண்டுறார். அய்டென்றி காட்டும் எடுத்துத் தாறாரில்ல. அய்டென்றிகாட் இல்லாம எப்பிடி ஊருக்குப் போறது? என்ர அம்மா, என்ர அம்மா"

எண்டு அழுதவன் திடீரெண்டு இவனைக் கேட்டான் "என்னையும் பிரான்ஸுக்கு கூட்டிட்டுப் போறியளா?"

இவன் சும்மா தலையைத் தலையை ஆட்டினான். அது ஓமெண்ட மாதிரியும் கிடக்குது, இல்லையெண்ட மாதிரியும் இருக்குது.

பின்னேரக் கைக்கு தேவனுக்குக் காய்ச்சல் பிடிச்சிற்று. கொஞ்சம் வேளைக்கு வீட்டுக்கு வந்திற்றான். கட்டிலில படுத்துக் கிடந்து குழம்பிக் கொண்டிருந்த இவனைப் பார்த்து இசக்கமில்லாமல் சிரிச்சுப் போட்டுப் பாயை எடுத்துப் போட்டுப் படுத்திட்டான்.

"தேவன் நித்திரையா...?"

"இல்லை அண்ணன்..."

"உன்ர அப்பா அம்மா எங்க?"

"போன வரியம் கொடிகாமத்தில இருந்தவையளாம். இப்ப எங்கையெண்டு தெரியாது."

கதவு தட்டிக் கேட்குது. தேவன் போய்த் திறந்தான். சகாயராசன் நிண்டான். "என்ன மச்சி படுத்திற்றியா? சரி சரி படு. நானும் படுக்கப் போறன். விடிய வேளைக்கு எழும்ப வேணும்" எண்டு சொல்லிப் போட்டு தேவனைப் பார்த்தான். தேவன் கையை நெஞ்சுக்குக் குறுக்கால கட்டி காய்ச்சலில நடுங்கிக்கொண்டிருந்தான். சகாயராசன் ஒரு சிரிப்புச் சிரிச்சான். "சிவாஜி கணேசன் தோத்தான்" எண்டு சொல்லிப் போட்டு தன்ர ஊழுக்குப் போய்ற்றான். தேவன் லைற்றை நூத்துப் போட்டுப் போய்ப் படுத்தான். இவனுக்கு நித்திரை வரயில்ல. சகாயம் சரியா மாறிப் போனான் எண்டு யோசிச்சுக் கொண்டு மெல்லக் கண்ணயர்ந்த நேரத்தில வெளிப்பக்கத்துக் கதவு தட்டிக் கேட்குது.

ஆர் அது?

ஆராயிருக்கும், பொலிஸோ? அடையாள அட்டை கூட இல்லை. டிப்போர்ட் பண்ணேக்க தந்த துண்டுதான் கிடக்குது. அதை வைச்சு நாக்கு வழிக்கிறதே! இவனுக்கு மிளகாய்ச் சாக்கு, நக்கண் ஊசி, ரயர் எல்லாம் மண்டைக்குள்ள பிளாக் அண்ட் வைற்றில ஓடுது. சீ! இருக்காது. சகாயத்துக்குத்தான் பொலிஸில பயங்கரச் செல்வாக்கு இருக்குதாமே. இவன் தேவனைத் தட்டி எழுப்பினான். ரெண்டு பேரும் விறாந்தைக்கு வர, சகாயராசனும் கொட்டாவி விட்டுக்கொண்டு வந்தான். தேவனைக் கதவைத் திறக்கச் சொன்னான்.

வெளியில பேபிநோனாவும் சுவர்ணமாலியும் இன்னொரு ஆளும் நிக்கினம். அந்த ஆள் அரிசிச் சாக்கால தலையைப் போர்த்திருந்தான்.

"ஏய் பேபிநோனா சனியனே... என்ன இந்த நேரத்தில?" சகாயராசன் எரிஞ்சு விழுந்தான்.

"முதலாளி தயவுசெய்து சத்தம் போடாதீர்கள். உள்ளே வரவா?" பேபிநோனா கெஞ்ச, சகாயராசன் தலையில அடிச்சுக்கொண்டு போய்க் கதிரையில இருந்து ஒரு சிகரெட்டை மூட்டினான். இவனும் சகாயராசனிட்ட ஒரு சிகரெட் கேட்டு வாங்கி மூட்டினான். இதுக்குள்ள அதுகள் மூண்டுபேரும் வீட்டுக்குள்ள உள்ளிட்டுப் போட்டுதுகள். அந்த ஆள் முகத்தில மூடியிருந்த சாக்கை கழட்டினான். "ஓ... காமினி! நீ எப்போது இங்கு வந்தாய்?" சகாயராசன் மூஞ்சியைத் தூக்கி வைச்சுக் கொண்டு கேட்டான்.

"முதலாளி மன்னிக்க வேண்டும்... மகன் இங்கு வந்து அய்ந்து நாட்களாகிவிட்டன. வீட்டில்தான் ஒளிந்திருந்தான். பக்கத்து ரவுணில் 'எலிவேட்டை' நடக்கிறதாம். அவர்கள் என் மகனைத் தேடி இன்றிரவு இங்கும் வரலாம். முதலாளி தயவுசெய்து இவனை இன்றிரவு மட்டும் உங்கள் கடைக்குள் ஒளித்து வையுங்கள். ஆர்மியோடு பொலிஸும் வருகிறார்களாம். அவர்கள் உங்களை ஒருபோதும் தொந்தரவு செய்ய மாட்டார்கள். தயவு செய்யுங்கள் முதலாளி."

"முடியாது. எனக்கு இது வீண் பிரச்சினை."

"முதலாளி அப்படிச் சொல்லக் கூடாது. சேகுவேரா குழப்பம் நடந்தபோது என்ன நடந்தது தெரியும் தானே? கையில் அகப்பட்ட மனிதர்களையெல்லாம் அடித்து விசாரிப்பார்கள். தோட்டம் முழுவதும் தேடக்கூடும். தோட்டத்தில் யார் வீட்டிலும் ஒளித்து வைக்க முடியாது. பொலிஸ் உங்களின் கூட்டாளிகள்தானே. இங்கு வரமாட்டார்கள்."

பேபிநோனா கைகளை விரிச்சுக் கெஞ்சுறாள். தூரத்தில வாகனங்கள் உறுமிக்கொண்டு போகும் சத்தமும் ஒத்த வெடியும் கேட்குது. சகாயராசன் கண்ணை மூடிக் கொண்டு யோசிச்சான். கண் திறந்து காமினியைப் பார்த்தான். அந்த பதினெட்டு வயசு முழு ஆம்பிளை அழுதுகொண்டிருந்தான். பேபிநோனாவைப் பார்த்தான். மேலே தேவமாதா சுருவத்துக்குப் போட்டிருந்த நீலக் கலர் லைட் சரிஞ்சு போய் சுவர்ணமாலியின்ர முகத்தில 'ஸ்பொட்' பண்ணுது. சுவர்ணமாலியையே உத்துப் பார்த்துக்கொண்டு சகாயராசன் சொன்னான் "சரி... இந்த இரவு மட்டும் காமினி இங்கு ஒளிந்திருக்கட்டும். காலையில் கடை திறக்க முன்பே போய்விடவேண்டும்." சகாயராசன் இப்ப தமிழுக்கு மாறினான்.

"தேவன்... காமினியைக் கொண்டுபோய் ஸ்டோர் ரூமுக்குள்ள வைச்சுப் பூட்டிப்போட்டு வா. மச்சி நீயும் ஒருக்கா கூடப் போய்ற்று வா."

இவன் சரியெண்டு தலையை ஆட்டினான். காமினி திரும்பவும் சாக்குக்குள்ள தலையை விட்டான். தேவனும் இவனும் அக்கம் பக்கம் பார்த்து காமினியைக் கூட்டிக்கொண்டு இருட்டுக்க இறங்கிச்சினம். வீட்டிலிருந்து கடை ஒரு இருவது முப்பது கவுதான். இவன் மெல்ல காமினியிட்ட 'ரோக்' போட்டான். "காமினி ஏன் ஆர்மிக்குப் போனது?"

"எனக்கு ஒரு கட்டுமரம் சொந்தத்தில் தேவைப்பட்டது" காமினி மூக்கை உறுஞ்சி அழுற சத்தம் கேக்குது. இவன் அதுக்குப் பிறகு ஒண்டும் கேக்கயில்ல. ஆளைக் கொண்டுபோய் ஸ்டோர் ரூமுக்குள்ள பூட்டி வைச்சிட்டு இவனும் தேவனும் திரும்பி வந்திச்சினம். வீட்டை நெருங்க உள்ளுக்கு பேபிநோனா அழுது கேக்குது. இவன் உள்ள போகயில்ல. வாசல்படியில இருந்து இருட்டையே முறைச்சுப் பார்த்துக்கொண்டு இருந்தான். தேவனும் இவனுக்குப் பக்கத்தில குந்தினான்.

இப்ப வாசல்கதவைத் திறந்துகொண்டு பேபிநோனா வெளியில ஒத்தையா வந்தாள். இவையோட ஒண்டும் பறையாம மெதுவா நடந்தவள் திடீரெண்டு வாசல் முத்தத்தில குந்தியிருந்து மெள்ள விசும்பினாள். அப்பிடியே நிலத்தில குப்புற விழுந்து கிடந்து அழுகிறாள். இவன் நடுங்குற கையால மெள்ள கதவை நீக்கி உள்ளுக்குப் பார்த்தான்.

சகாயராசனுக்குள்ள சுவர்ணமாலி நசிஞ்சு போய்க் கிடக்க, அப்பிடியே அவள் சுவரோட சேர்த்து நசிச்சுக் கொண்டு 'ரூம்' கதவைத் திறந்து அவள் இழுத்துக்கொண்டு போறான்.

இவனுக்கு ரெண்டு பக்கத்து நெஞ்சிலேயும் நெருப்புப் பத்தி உசரத்துக்கு எழும்பி எரியுது. கை காலெல்லாம் விறைச்சுப் போகுது. எழுத்துக் கூட்டி மெள்ளச் சொன்னான் "நான் எப்பிடியாவது பிரான்ஸுக்குப் போயிட வேணும்."

"போய் என்னையும் கூப்பிடுவீங்களா?"

"ஓம்... கட்டாயம்"

தேவன் இருட்டுக்க ரெண்டு கண்ணும் மின்னச் சொன்னான் "நான் வந்து உழைச்சு சுவர்ணமாலியைக் கூப்பிடுவன்."

□ அம்மா – 1997

காய்தல்

எனக்கும் அங்கிளுக்கும் நல்லவெறி. அங்கிள் ரோட்டு நீட்டுக்கு ஆடி ஆடிப் பாட்டு படிச்சுக்கொண்டு வந்தார். ஆனால், நான் 'ஸ்ரெடி'. நேரம் இப்ப இரவு பன்ரெண்டு மணியிருக்கும். என்ர ரூமுக்குப் போக இன்னும் பத்து நிமிசம் நடக்க வேணும்.

இப்ப எங்களுக்குக் குறுக்கால இரண்டு வெள்ளைக்காரப் பொம்பிளப்பிள்ளையள் வந்திச்சினம். வந்து எங்களட்ட சிகரெட் கேட்டிச்சினம். அங்கிள் ரெண்டு சிகரெட் குடுத்தேர். அவையள் நாலுதரம் 'மெர்சி' சொல்லிச்சினம். அதில ஒரு பிள்ள ரெண்டு கையையும் நெஞ்சில வைச்சு நிமிந்து நிண்டு கும்பிட்டு 'மெர்சி' சொல்லிச்சு. அங்கிள் இன்னும் ரெண்டு சிகரெட் குடுத்தேர்.

வெறி எண்டு இல்ல... அதுகள் கும்பிட்டுப் போட்டுதுகள் எண்டு இல்ல... அதுகள் பொம்பிளப் பிள்ளையள் எண்டு இல்ல... அங்கிளின்ர குணமே இதுதான். ஆருக்கும் ஒரு பிரச்சினையெண்டா அங்கிள் துடிச்சுப் போயிடுவேர். உயிரைக் குடுத்து உதவி செய்யக் கூடிய மனுசன்.

நான் முன்னம் முன்னம் ரெஸ்ரோரண்டுக்கு வேலைக்குப் போறன். அங்க அங்கிளோட சேர்த்து எல்லாமா நாலு தமிழ் ஆக்கள் வேலை செய்யினம். குசினிக்குள்ள பெரியவனும் ஒரு தமிழ்ப் பொடியன்தான். வெறும் விசரன்... தேவையில்லாம எங்களை எல்லாம் தூசணத்தால ஏசுவான். போன அண்டு பின்னேரமே எனக்கு ஏச்சு விழுந்தது.

எனக்குக் கைகால் எல்லாம் நடுங்குது. கண்ணெல்லாம் கலங்கிப் போச்சு. வேலையை விட்டிட்டுப் போவமோ எண்டு கூட யோசிச்சன். எனக்குப் பக்கத்தில நிண்டு கிழங்கு சீவிக்கொண்டிருந்த அங்கிள் முன்னுக்குக் கூட்டிக் கொண்டு போய் ஒரு கம்பே அடிச்சுத் தந்தேர். அப்பதான் நான் அவரை வடிவாக் கவனிச்சன். நாப்பத்தைஞ்சு, அம்பது வயசிருக்கும். வலு ஸ்மார்ட்டான ஆள்.

"கோப்பியக் குடியும்" எண்டு சொல்லிப் போட்டு, என்னைக் கடகடவெண்டு இன்ரர்வியூ செய்ய வெளிக்கிட்டார்.

"தம்பி சிலோனில எவ்விடம்?"

"மண்டைதீவு" எண்டு சொன்னன். எனக்குத் தெரியும் அடுத்த கேள்வியா அப்ப மண்டைதீவெண்டா சபாரத்தினம் போஸ்ட் மாஸ்டரையோ இல்லாட்டி பொன்ராசா சம்மாட்டியையோ இல்லாட்டி பாம்புப் பரியாரியையோ இப்பிடி இன்ன இன்ன ஆக்களைக் கேப்பினம். ஆனால், இவர் வேற கேள்வி கேட்டார்.

"அம்மா, அப்பா எல்லாம் எங்க?"

"இப்ப பூநகரியில இருக்கினம்"

"இஞ்ச வந்து கன காலமோ?"

"நாலு வரியம்"

"முந்தி எங்க வேலை செய்தனீர்?"

"முந்தி பேப்பர் போடுற வேலை செய்தனான். பிறகு கனகாலம் வேலையில்லாம இருந்து இப்பதான் வேலை கிடைச்சிருக்கு"

எனக்குக் குரல் எல்லாம் நடுங்குது. 'நெர்வஸ்' ஆயிற்றன். ஏனெண்டா இந்த வேலையிலயும் கன நாளைக்கு நிண்டு பிடிக்க ஏலாது போல கிடந்தது. அவர் என்ர கையைப் பிடிச்சு அனுசரணையாச் சிரிச்சேர். "தம்பி இஞ்ச கொஞ்ச நாளைக்கு வேலை கஷ்டமாத்தானிருக்கும். பல்லைக் கடிச்சுக் கொண்டு நில்லும். பிறகு பழகிப்போயிரும்" எண்டேர். அண்டைக்கு வேலை முடிய நானும் அவரும்தான் ரெயின் பிடிக்க நடந்து வந்தனங்கள். வாற வழியில ஒரு அரைப் போத்தல் விஸ்கி வேண்டினேர். ரோட்டிலையே பச்சையா குடிக்கத் தொடங்கிற்றேர். என்னையும் "குடிக்கிறீரோ" எண்டு கேட்டேர். "நான் குடிக்கிறது இல்ல" எண்டு பொய் சொல்லிப்போட்டன். நானும் நல்லாக் குடிப்பன். மொஸ்கோவில நிக்கேக்க பழகினது. ஆனால், வயசுக்கு மூத்த ஆளோட குடிக்கிறது மரியாதை இல்லையெண்டு வேணாம் எண்டிட்டன்.

இது நடந்து இப்ப ரெண்டு மாசமாகுது. இப்ப ரெண்டு பேரும் சேர்ந்து தண்ணியடிக்கிற அளவுக்கு நெருங்கிற்றம். என்னை அவருக்கு எந்தளவுக்குப் பிடிச்சிருக்கோ தெரியாது. ஆனால், எனக்கு அங்கிள்ள நல்ல விருப்பம். போன மாசம் அய்யா வவுனியாவில வந்து நிண்டுகொண்டு ரெலிபோன் எடுத்து "உடன ஒரு லெச்சம் ரூபா அனுப்பு, இல்லாட்டி கொம்மாவையும் குமரையும் பிடிச்சுக் கிணத்துக்குள்ள தள்ளிப்போட்டு நானும் சாவன்" எண்டு பிளாக்மெயில் பண்ணுறேர். எனக்கெண்டால் என்ன செய்யிறதெண்டு தெரியேல்ல. அங்கிளிட்ட விசயத்தைச் சொன்னன். உடன அங்கிள் அங்கமாறி இஞ்சமாறி அய்யாயிரம் பிராங் தந்தேர். நேற்று சம்பளமெடுத்து அப்பிடியே கடன் காசைக் குடுத்திற்று, மிஞ்சின இருநூறு பிராங்கிலதான் இப்ப போத்தல் வேண்டி அடிச்சிற்று வாறம்.

அங்கிளுக்கு நல்லா ஏறிற்றுது. "சக்தி... உமக்கு தெரியுமா? எனர மகள்தான் வகுப்பிலேயே முதலாம் பிள்ளையாம் எண்டு மனிசி கடிதம் போட்டிருக்கிறா" எண்டு ஒருக்கால் சொல்லுவேர். பிறகு அப்பிடியே 'ரூட்' மாறி "ஒருநாளைக்கு 'செப்'புக்கு மீன் வெட்டுற கத்தியால ஏத்தி இழுக்கிறனோ இல்லையோ பாரும்" எண்டு பல்லை நெறிப்பார். அப்படியே 'ரக்' மாறி "அர்த்தமுள்ள இந்து மதத்தில கண்ணதாசன் சொன்னது ஹன்றட் பெர்சன்ட் கரெக்ட்" எண்டு சிரிப்பேர்.

அங்கிள இப்பிடியே அவர் தங்கியிருக்கிற ரூமுக்கு அனுப்ப ஏலாது. ஒரு 'பமிலி'காரர் வீட்டிலதான் தங்கியிருக்கிறேர். அவையள் அங்கிளின்ர சொந்தக்காரர்தானாம். ஆனால், அவையளுக்கும் ஒருநாளைக்கு அடியிருக்கெண்டு கொஞ்சத்துக்கு முந்தியும் சொன்னவர். இந்தக் கொண்டிசனில அங்க போனேர் எண்டால் பரிசு கெட்டுப் போயிரும். அதுதான் எனர ரூமுக்கு இண்டைக்கு கூட்டிக்கொண்டு போறன். இன்னும் ஒரு மூண்டு நிமிசம் நடந்தால் எனர ரூமும் வந்திடும். அங்கிள் உரக்கப் பாட்டுப் படிச்சுக்கொண்டு வாறார்.

விறுக்கெண்டு ஒரு கார் வந்து எங்கிட காலுக்குள்ள 'சடன்பிரேக்' போட்டு நிண்டுது. நாலு பக்கக் கதவையும் திறந்துகொண்டு இங்கிலிஷ் படங்கள் கணக்கா நாலு உருவங்கள் பொத்துப் பொத்தெண்டு குதிச்சுதுகள். கண்ணை ஒருக்கா வெட்டி முழிச்சுப் பார்த்தன். ஏறக்குறைய எனக்கு வெறி முறிஞ்சு போச்சு. பொலிஸ்.

அவையள் எங்கள மறிச்சுப் பிடிச்சுக்கொண்டு, எங்கிட 'விசா'வைக் கேட்டிச்சினம். நான் உடன எனர 'விசா'வை எடுத்துக் குடுத்திற்றன். அங்கிள் அவையளைப் பார்த்துச் சிரிச்சுக்கொண்டு நிக்கிறார். நான் அங்கிளிட்ட 'விசா'வைக் குடுக்கச் சொல்லிச் சொன்னன். அங்கிள் என்னைப் பார்த்துக் கண்ணடிச்சு சிரிச்சேர். அம்மாளாச்சி இதென்ன வெள்ளிடி எண்டுபோட்டு நான் அங்கிளின்ர 'ஜக்கட்' பொக்கற்றுக்குள்ள கையைவிட்டு 'விசா'வை எடுக்கப் போனன். அங்கிள் பொக்கற்றை பொத்திப் பிடிச்சுக்கொண்டு சிரிக்கிறேர். படாரெண்டு ஒரு பொலிஸ்காரன் பாய்ஞ்சு அங்கிளைப் பிடிக்க, இன்னொருத்தன் ஆளை கொம்பிளீட்டா செக் பண்ணி 'விசா'வை எடுத்துப் போட்டான்.

இவ்வளவு அமளிக்கு இடையிலும் நான் பத்துப் பதினைஞ்சு தரம் அவையளிட்ட 'எக்ஸ்கியூஸே நூ, எக்ஸ்கியூஸே நூ...' எண்டு மன்னிப்புக் கேட்டுப் போட்டன். அதுக்கு மேல ஒண்டும் கதைக்க வருகுதில்ல. ஆனால், சும்மா நிண்ட என்னையும் ஒருக்கா கொம்பிளீட்டா செக்கப் செய்திச்சினம். ஒரு பொலிஸ்காரன் எங்கிட 'விசா'வைப் பார்த்துப் பார்த்து வோக்கிடோக்கியில எங்கையோ கதைக்கிறான்.

அங்கிள் அந்தப் பொலிஸ்காரனைப் பார்த்து முழியப் பிரட்டி பல்ல நெறுமினேர். "எனக்குப் பத்து வரியம் 'விசா' இருக்குது. ஏழு வரியம் முடிஞ்சுது... இன்னும் மூண்டு வரியம் இந்த நாட்டில இருக்க எனக்கு உரிமை இருக்குது" எண்டு மல்லுக்கு நிக்கிறேர். அவன் எங்களைப் பார்த்துச் சிரிச்சுக்கொண்டே வோக்கியில கதைச்சு முடிச்சான். பிறகு சொன்னான் "உண்மைதான்! உங்களுக்கு இன்னும் மூண்டு வரியம் இஞ்ச இருக்க உரிமை இருக்குது. மூண்டு வரியம் முடிய நீங்கள் உடுப்புச் சாமான்களைக் கட்டி வையுங்கோ நாங்கள் ஸ்ரீலங்காவுக்குப் பெரிய கப்பல் 'ரெடி' பண்ணி வைக்கிறம்." அவ்வளவுதான். 'டக்பக்' எண்டு அவையள் காரில் ஏறிப் போயிற்றினம்.

பெரிய மழை பெஞ்சு நிண்ட மாதிரிக் கிடந்தது. விறுவிறெண்டு அங்கிளையும் இழுத்துக் கொண்டு என்ர ரூமுக்கு வந்திற்றன். அங்கிள் இவ்வளவு கூத்து காட்டினாப் பிறகும் எனக்கு அங்கிளில கோபம் வரயில்ல. அவ்வளவு அன்பாய் பழகிப்போட்டம். ஒரு தேப்பன் மாதிரி எனக்கு எவ்வளவு 'ஹெல்ப்' செய்திருக்கிறேர். அங்கிள் என்ர ரூமுக்கு இண்டைக்குத்தான் முன்னம் முன்னம் வாறேர். என்ர ரூமை வடிவாய் பார்க்கிறேர். ரூம் எந்த நிமிசமும் இடிஞ்சு விழுகிற நிலையிலதான் கிடக்கு. சரியான குப்பையாயும் கிடந்தது.

நான் சாப்பாட்டை அடுப்பில வைச்சு சூடு காட்டினன். அங்கிள் கட்டிலில ஏறி சம்மணம் கட்டி இருந்து கொண்டு "எனக்கு வேணாம்... என்னால சாப்பிட ஏலாது... நீர் சாப்பிடும், வெறும் வயித்தில படுக்காதையும்" எண்டு திரும்பத் திரும்பச் சொல்லிக்கொண்டிருந்தவர் அப்பிடியே சரிஞ்சு நித்திரையாப் போனேர். எனக்கும் சாடையா சத்தி வாற மாதிரிக் கிடந்தது. சாப்பாட்டை மூடி வைச்சுப் போட்டு, அங்கிளின்ர சப்பாத்தைக் கழட்டிவிட்டன். பெட்சீட்டை எடுத்து நிலத்தில விரிச்சுப் போட்டு அதில படுத்திற்றன்.

நேரம் ரெண்டு மணியாய் போச்சுது. எனக்கு நித்திரை வருகுதில்ல. சாடையான காய்ச்சல் குணமா இருக்குது. தேகமெல்லாம் குத்தி முறியுது. சரியான வெக்கையாக் கிடக்கு. அப்பிடியே மெள்ள மெள்ள நித்திரையாப் போனன்.

திடீரெண்டு என்ர முகத்துக்குக் குளிர் காத்து அடிக்குது. உடம்பெல்லாம் காத்தில பறக்கிற மாதிரிக் கிடக்கு. கைகாலுக்க உள்ள நரம்புகள் எல்லாம் தங்கட பாட்டுக்கு வயலின் வாசிக்கினம். நித்திரை குழம்பிப் போக கண்ண உன்னித் திறந்து பார்த்தன். அங்கிள் எனக்குப் பக்கத்தில படுத்துக் கிடக்கிறேர். ஒரு கையால என்னைத் தன்ர நெஞ்சோட சேர்த்துக் கட்டிப் பிடிச்சுக்கொண்டு அடுத்த கையால என்ர உடம்பு

முழுவதும் தடவுறேர். என்ர கால் ரெண்டும் அவற்ர காலுக்குள்ள சிக்குப்பட்டுக் கிடக்க என்ர முகத்தில கொஞ்சுறேர்.

ஒரு 'செக்கன்' ஏங்கிப் போனன்.

"அங்கிள் விடுங்கோ" எண்டன். அவர் இன்னும் பிடியை இறுக்கினார். ரெண்டு உள்ளங்கையையும் அவற்ர நெஞ்சில குடுத்துத் தள்ளினன். கொஞ்சம் பிடி இளகிச்சுது. அப்படியே பாய்ஞ்சு எழும்பி ஓடிப்போய் பாத்ரூமுக்குள்ள உள்ளிட்டுக் கதவைச் சாத்திப்போட்டு நிண்டிட்டன்.

இந்த மனிசன் இப்பிடிப்பட்ட காவாலி நாயா! அய்யோ அம்மாளாச்சி எனக்கு ஏன் இப்பிடியொரு கிலிசு கெட்ட சிநேகிதத்தை தந்தாய்? நான் இந்தக் கிழடோட சினேகிதம் கொண்டாடேக்க ரெஸ்ரோராண்டில வேலை செய்யிற மற்றப் பொடியள் நக்கலாச் சிரிக்கிறவங்கள். அவங்களோடும் சேட்டை விட்டிருக்குமோ? அவங்கள் என்னையும் பிழையான ஆள் எண்டு கணக்குப் பண்ணியிருப்பாங்களோ?

இப்படியே யோசிச்சுக் கொண்டு அரை மணித்தியாலமா பாத்ரூமுக்குள்ளையே நிண்டன். கதவைத் திறந்துகொண்டு ரூமுக்குப் போகப் பயமாக் கிடந்தது. என்னத்துக்குப் பயப்பட வேணும்? மசிர்... இனி ஏதும் சேட்டை விட்டேரெண்டா அடிச்சு மூஞ்சி கீஞ்சி எல்லாம் உடைச்சுத்தான் அனுப்புவன்.

'அவக்'கெண்டு கதவைத் திறந்துகொண்டு ரூமுக்குள்ள வந்தன். பெரிய ஜென்டில்மென் கணக்கா கட்டில்ல இழுத்துப் போர்த்துக்கொண்டு படுத்துக் கிடக்கிறேர். இண்டையோட இவற்ர சிநேகிதம் 'கட்' எண்டு முடிவெடுத்துக்கொண்டு, பெட்சீட்டை ஒருக்கா உதறிப்போட்டு நிலத்தில விரிச்சுப் படுத்தன்.

காலம்பிற ஏழு மணிக்கு 'அலாம்' அடிச்சுது. அவர் எனக்கு முதலே எழும்பி தேத்தண்ணி போட்டுக்கொண்டு நிக்கிறேர். நான் முகம் கழுவிற்று வர எனக்கு தேத்தண்ணி தந்தேர். நான் 'வேணாம்' எண்டு சொல்லிப்போட்டன். காய்ச்சல் சாடையா காயுது.

ரெயினில வேலைக்குப் போய்க்கொண்டிருக்கிறம். ரெண்டு மூண்டு தரம் என்னோட கதைக்க 'ட்றை' பண்ணினேர். நான் கேட்ட கேள்விக்கு மட்டும் மறுமொழி சொல்லிப்போட்டு என்பாட்டுக்கு இருந்திற்றன். ராத்திரி நடந்ததை நினைக்க ரத்தம் கொதிக்குது. இவரோட எனக்கென்ன கதை.

பகல் பன்ரெண்டு மணியிருக்கும்... வேலை செய்துகொண்டு நிக்கிறன். தலையெல்லாம் சுத்துது. நிலத்தில நிக்க ஏலாமக் கிடந்தது. ஓடிப்போய்

சத்தி எடுத்தன். பத்துரோனிட்ட போய் "எனக்குச் சுகமில்லாமக் கிடக்குது, வீட்டை போறன்" எண்டன். சனம் வாற நேரமாக் கிடக்கு நிண்டு வேலையை செய்து போட்டு பின்னேரமா போகச் சொன்னான். இல்ல நான் போகத்தான் வேணும் எண்டு விடாப்பிடியா நிண்டன். என்னால கதைக்கக் கூட ஏலாமக் கிடந்தது. பத்துரோனுக்கு முகம் சரியில்ல "சரி சரி... போ" எண்டு சொன்னான். குசினிக்குள்ள ஒருத்தருக்கும் சொல்லயில்ல. வெளிக்கிட்டு வந்திற்றன். எப்பிடித்தான் ரெயின் பிடிச்சு மாடிப்படியேறி என்ர கட்டிலில வந்து படுத்தேனோ தெரியாது.

உடம்பெல்லாம் வேர்த்துக் கொட்டுது. இந்தா உள்ளங்கால் கூட வேர்க்குது. முகம் முழுக்க எரியுது. தண்ணி தண்ணியா விடாய்க்குது. தொண்டை, நெஞ்சு எல்லாம் அடைச்சுப் போச்சு! ஆயிரம் பேர் என்ர தலையில ஏறிநிண்டு 'டான்ஸ்' பண்ணுற மாதிரி நோகுது. தேகம் குத்தி முறியுது. எனக்குத் திரும்பியும் காய்ச்சல் வந்திற்று. நாலு வரியத்துக்குப் பிறகு காயுது.

எனக்கு என்ர பத்து வயசில முன்னம் முன்னம் இந்தக் காய்ச்சல் பிடிச்சுது. அண்டைக்கு நடுச்சாமம் இருக்கும். அம்மா வந்து என்னை எழுப்பினா. "சக்தி, பெரியம்மா வீட்ட போயிட்டு வருவம் வா" எண்டா. ஏன் இந்தச் சாமத்தில பெரியம்மா வீட்ட போகவேணும் எண்டு எனக்கு விளங்கேயில்ல. அதோட பெரியப்பா செத்து இன்னும் ஆறுமாசம் முடியேல்ல. எப்படியும் வீட்டச் சுத்திப் பேயாய் திரிவேர் எண்டும் சாடையாப் பயந்தன். எண்டாலும் அம்மா கூட வாரா, அய்யாவும் வருவேர் பயப்பிடத் தேவையில்ல எண்டு போட்டு உசாரா சாறத்த தூக்கிச் சண்டிக்கட்டுக் கட்டிக்கொண்டு, விறாந்தைக்கு வந்து அய்யாவைத் தேடினேன். அய்யாவைக் காணயில்ல. "எணை அய்யா எங்கேயணை?" எண்டு அம்மாவிட்டக் கேட்டன். அம்மா ஒண்டும் பறையாம என்ர கையைப் பிடிச்சுக்கொண்டு, மற்றக் கையில தங்கச்சியைத் தூக்கிக்கொண்டு ஒழுங்கையில இறங்கினா. தங்கச்சி அப்ப கைக்குழந்த.

பெரியம்மா வீட்டுக்குக் கிட்ட வந்ததும், அவ்விடத்திலேயே நிண்டம். உள்ளுக்க போகயில்ல. அம்மா "சக்தி, அய்யாவைக் கூப்பிடு" எண்டா. எனக்கு ஒண்டும் விளங்கேயில்ல. எண்டாலும் அம்மா சொல்லுறா எண்டு போட்டு "அய்யா... அய்யா..." எண்டு கத்திக் கூப்பிட்டன். ஒரு அசுமாத்தமும் இல்ல. நானும் விடயில்ல. படலையில ஏறி நிண்டு "அய்யா... அய்யா..." எண்டு கூப்பிட்டன்.

திடீரெண்டு அய்யா பெரியம்மா வீட்டுக்கயிருந்து ஓடிவந்தார். பெரியம்மா வீட்டுக்குள்ள இருந்து எங்கட அய்யா ஏன் வாறார் எண்டு

அந்த 'ரைமில' எனக்கு விளங்கயில்ல. ஓடிவந்த வீச்சுக்குக் கையாலும் காலாலும் அம்மாவுக்கு அடிச்சார். அம்மாவின்ர தலைமயிரச் சுருட்டிக் கையில பிடிச்சுக்கொண்டு வயித்தைப் பொத்தி உதைஞ்சார்.

"வேச, வீட்டை போடி... வேச, வீட்டை போடி..." எண்டு சொல்லிச் சொல்லி அடிச்சார். அம்மா மரம் மாதிரி நிக்கிறா. ஒரு சத்தம் போடயும் இல்ல, ஒரு சொல்லுப் பறையவும் இல்ல. நான் "என்ர அய்யா... அம்மாவுக்கு அடிக்காதையுங்கோ அடிக்காதையுங்கோ" எண்டு குழறினன். அடுத்தாள் விடிய எனக்குக் காய்ச்சல் பிடிச்சிற்று. கடுமையாக் காய்ஞ்சுது. சாகிற கட்டம்.

நான் பத்தாம் வகுப்புப் படிக்கேக்க எனக்கு ரெண்டாம் தரம் இந்தக் காய்ச்சல் வந்தது. மேரி ஜஸ்மின் அப்ப இளவாலை கொன்மென்டில தங்கியிருந்து படிச்சுக் கொண்டிருந்தவ. லீவிலதான் ஊருக்கு வருவா. அந்த முறை அவ லீவுக்கு வந்து நிக்கேக்க வாசிகசாலைக்காரர் விளையாட்டுப் போட்டி நடத்திச்சினம். அவவும் 'நூறு மீற்றர்' ஓடினவ. நான்தான் 'பினிஷிங்'கில கயிறு பிடிச்சுக்கொண்டு நிக்கிறன். மேரி ஜஸ்மின்தான் முதலாவதா வந்தவ. அது மட்டும் அவவ நான் பெரிசா 'நோட்' பண்ணயில்ல. அவ கயிறு முட்டி அறுத்த அந்த செக்கனும், அவவின்ர ஹிப்பிச் தலை காத்தில பறந்த 'பிளானும்' சாடையா 'லெவலடிக்கிற' அவவின்ர சிரிப்பும் என்ர மைன்டில பதிஞ்சிற்று.

இரவு பகலா அவவின்ர நினைப்புத்தான். அவ தனிய ரோட்டால சைக்கிளில போகேக்க ரெண்டு தரம் பின்னாலேயே நானும் போய்க் கதைக்க ட்றை பண்ணிப் பார்த்தன். அவவின்ர சைக்கிளை நான் 'ஓவர்டேக்' பண்ணேக்க வாய் திறக்காமல் சிரிப்பா. நானும் சிரிப்பன். அவ்வளவுதான். ஆனால், மூண்டாம் தரம் துணிஞ்சிற்றன். அவவ 'சைற்' எடுக்கிற நேரத்தில, இன்ன இன்ன மாதிரி நான் உங்கள 'லவ்' பண்ணுறன் எனக்கொரு முடிவு சொல்லுங்கோ எண்டன்.

அவ்வளவுதான்... மேரி ஜஸ்மின் சைக்கிள 'பிரேக்' அடிச்சு நிப்பாட்டிப் போட்டு "பொறும்... கடாபி அண்ணாவிட்ட சொல்லுறன்" எண்டா. நான் சைக்கிளை உழக்கிக்கொண்டு பறந்திற்றன். கடாபி எண்டவர் அப்ப ஏதோ ஒரு இயக்கத்தில, ஏதோ ஒரு பொறுப்பாளர். அய்யோ காம்பில கொண்டுபோய்ப் போட்டு, பெட்டையோட சேட்டை விட்டனான் எண்டு சொல்லி உழக்கப் போயினமே எண்டு நினைச்சு நினைச்சு அழுதன். காய்ச்சல் பிடிச்சிற்று... சாகிற கட்டம். இதுக்குப் பிறகு நான் ஊரில நிக்கு மட்டும் எனக்கு அடிக்கடி காய்ச்சல் வந்திச்சு. ஆனால், பிரான்சுக்கு வந்தாப் பிறகு ஒருக்காலும் காய்ச்சல் வரயில்ல. இனி வராதெண்டுதான் நினைச்சன். ஆனால், வந்திற்றுது.

வேலைக்குப் போகாம விட்டு இண்டையோட மூண்டு நாள் முடியுது. காய்ச்சலும் வரவரக் கூடுது. பாண்டான் சாப்பாடு. அதைக் கூடச் சாப்பிட மனமில்லாமல் கிடக்கு. இப்ப ஒரு தேத்தண்ணி வைச்சுக் குடிச்சாக் கொஞ்சம் உசாராயிருக்கும். ஆனால், என்னால எழும்பி அடுப்படிக்குப் போய் தண்ணிவைக்க ஏலாது. நடக்கவே தஞ்சக்கேடா இருக்கு.

நேற்று முரளிக்கு ரெலிபோன் அடிச்சு "சரியான வருத்தமாக் கிடக்கு... ஒருக்கா வந்து டொக்டரிட்ட கூட்டிக்கொண்டு போ" எண்டு கேட்டன். தனக்கு நேரமில்லையெண்டு சொல்லிப் போட்டான்.

இப்பிடியே இந்த ரூமுக்குள்ள கிடந்து செத்துப் போயிருவன் போல கிடக்கு. இந்த முறை தப்ப மாட்டன். ரெண்டு மூண்டு நாளாலதான் பிரேதம் மணக்கத் துவங்கும். அதுக்குப் பிறகுதான் பக்கத்து ரூம் ஆப்கானிஸ்தான்காரி பொலிஸுக்கு ரெலிபோன் அடிப்பா. அதுக்குப் பிறகு பொலிஸ் வந்து கதவை உடைச்சுத்தான் பிரேதத்த எடுக்க வேண்டிவரும். அம்மா, அய்யாவுக்கு அறிவிப்பாங்களா?

கதவு தட்டிக் கேக்குது. ஆராயிருக்கும்? முரளியா இல்லை ஆப்கானிஸ்தான்காரியா? எழும்ப ஏலாமக் கிடந்தது. 'தம்' கட்டி எழும்பினன். சுவரைப் பிடிச்சுக்கொண்டு மெள்ள மெள்ள நடந்து போய்க் கதவைத் திறந்தன். அங்கிள் நிக்கிறார்.

நான் ஒண்டும் பறையாமல் மெள்ள நடந்துவந்து கட்டிலில ஏறிப் படுத்திற்றன். அவர் வந்து கதிரையில இருந்து தலையைக் குனிஞ்சுகொண்டு இருந்தார். பிறகு மெள்ள எழும்பி எனக்குக் கிட்ட வந்தார். என்னை நிமிர்ந்து பார்க்கிறார் இல்ல.

எனக்கு முகமெல்லாம் பத்தி எரியுது. தேகம் குத்தி முறியுது. தாங்க ஏலாமக் கிடக்கு. அங்கிள் மெள்ள என்னை நிமிர்ந்து பார்த்து "சக்தி என்னப்பு செய்யுது... தேத்தண்ணி போட்டுத் தரவா?" எண்டு கேட்டார். எனக்கு எப்பிடித்தான் அழுகை வந்துதோ தெரியாது. அழுதுகொண்டே எழும்பி அங்கிள இறுக்கி என்ர ரெண்டு கையாலும் கட்டிப்பிடிச்சு, அவற்ற முகத்தில கொஞ்சினன்.

□ அம்மா – 1997

மைசூர் ராசா

எச்சரிக்கை:
கண்டிப்பாக இருதய நோயாளிகளும் கர்ப்பிணிப் பெண்களும்
இந்தக் கதையைப் படிக்கக் கூடாது.

மைசூர் ராசாவுக்குத் தாய், தந்தையர் இட்ட பெயர் பற்குணராசா என்பதாகும். பற்குணராசா என்ற பெயர் மைசூர் ராசாவாக மருவியதற்குப் பின்னால் திட்டவட்டமான பொருளாதார, சமூக, அரசியல் காரணிகள் உள்ளன.

அக்காலத்தில் ஈழத் திருநாட்டில் ஸ்ரீமாவோ அம்மாவின் ஆட்சியும் அதிகாரமும் சிங்கக் கொடி கட்டிப் பறந்துகொண்டிருந்தது. குடிமக்கள் அரிசிக்கும் பருப்புக்கும் 'ஆத்துப்' பறந்து கொண்டிருந்தார்கள். மேற்படி சூழ்நிலையில் பண்டிதர் வீரசிங்கம்... பண்டிதர் வீரசிங்கம் என்ற ஒருவர் அக்காலத்தில் வாழ்ந்த கணிசமான பண்டிதர்களைப் போலவே 'லங்கா சமசமாஜக் கட்சி'யின் பிரிக்க முடியாத ஓர் அங்கமாகத் திகழ்ந்துகொண்டிருந்தார். சமசமாஜக் கட்சி அம்மேயின் பிரிக்க முடியாத அங்கமாகத் திகழ்ந்துகொண்டிருந்தது.

ஒரு மயக்கும் மாலைப்பொழுதில், கூப்பன் கடையின் பின்புறக் கதவால் மைசூர் பருப்பு அறாவிலைக்குக் களவாக விற்கப்படுகிறது என்ற இரகசியத் தகவல் பண்டிதருக்கு எட்டியது. பண்டிதர் கொதித்துப் போய்விட்டார். இந்த இடத்தில், அப்போது அங்கு கூப்பன் கடை மனேச்சராய் இருந்த விநாயகமூர்த்தியைப் பற்றிக் கொஞ்சம் சொல்ல என்னை அனுமதியுங்கள்.

விநாயகமூர்த்தியும் லங்கா சமசமாஜக் கட்சியின் தீவிர உறுப்பினரே. அறுபதுகளின் இறுதிவரை தமிழரசுக் கட்சி 'பொடியளிடம்' சந்திக்குச் சந்தி அடி வாங்கிய விநாயகமூர்த்தி எழுபதுகளில் நிமிர்ந்துவிட்டார். என்.எம். பெரேராவின் நேரடிச் சிபாரிசின் மூலமே இவருக்குக் கூப்பன் கடையில் வேலை கிடைத்தது என்று ஒரு பரவலான வதந்தியும் அப்போது கட்சி வட்டாரங்களுக்குள் உலாவியது. இதில் மிக முக்கியமான புள்ளி எதுவெனில் பண்டிதரே இவரை அரசியல்ரீதியாக வளர்த்தெடுத்து, இப்போது 'சான்றோன்' எனக் கேட்டுப் பெருமைப்பட்டுக் கொண்டிருக்கிறார்.

இரகசியத் தகவல் கிடைத்த சில மணித் துளிகளுக்குள் பண்டிதர் கூப்பன் கடையில் காணப்பட்டார். சிலர் அழுத விழிகளில் ஆனந்தக் கண்ணீரும், அடிமடியில் மைசூர் பருப்புமாகப் போய்க்கொண்டிருந்தார்கள். அதுவரை, இப்படி மைசூர் பருப்பைத் திருட்டுத்தனமாக விற்று தேசியப் பொருளாதாரத்திற்கு விநாயகமூர்த்தி துரோகமிழைத்து எதிர்ப்புரட்சிவாதியாக மாறுவானோ என்று பண்டிதர் சந்தேகப்பட்டது இந்த விநாடியில் உறுதியாக ஊர்ஜிதமானது. சனம் குறைய, மெல்ல விநாயகமூர்த்தியை நெருங்கிய பண்டிதர் ஒரு மைம்மல் சிரிப்புச் சிரித்து "ஒரு அரை ராத்தல் பருப்பு எடுக்கேலுமே?" என்று பம்மினார். விநாயகமூர்த்தியோ பண்டிதர் தனது அரசியல் ஆசான் என்பதையோ உயிருக்கு உயிரான தோழர் என்பதையோ மறந்து போனவனாய் "மாஸ்டர்... உங்களுக்கு ஆர் இப்பிடியொரு கதை சொன்னது? தேசிய பொருளாதாரத்தைக் கட்டி நிமித்திற முயற்சியில் ஈடுபட்டிருக்கிற முன்னணிப் படையான எங்கிட பார்ட்டியைச் சேர்ந்த நீங்களே இப்பிடியொரு கேள்வி கேட்கலாமா?" என்று தீட்டிய மரத்திலேயே கூர் பார்த்துக்கொண்டிருந்தான்.

"ஒரு கால் ராத்தல் எண்டாலும்..."

"கார்ல் மார்க்ஸ் அறிய ஒரு அவுண்ஸ் கூட இங்கையில்லை."

அவ்வளவுதான். பண்டிதருக்கு அடிமுடி எல்லாம் பற்றிவிட்டது. 'எளிய வங்கோலை! ஊர் முழுதும் களவாய் பருப்பு விக்கிறான். ஆயிரத்து தொளாயிரத்து அறுபத்தி நாலுக்கு முதல் நிரந்தரப் புரட்சித் தத்துவமும் பாட்டாளி வர்க்க அய்க்கியமும், ஆயிரத்து தொளாயிரத்து அறுபத்து நாலுக்குப் பிறகு நான்கு வர்க்கக் கூட்டும் முதலாளித்துவத்துக்குள்ளால நடந்துபோய் சோசலிச்த அடையிற வித்தையும் சொல்லிக் குடுத்த எனக்கு இல்லையெண்டுறான். அரை ராத்தல் பருப்புக்கும் என்னை மதியாத இந்தக் கட்சியோட என்ன கூட்டு வேண்டியிருக்கிறது' என்றவாறாக விசாரப்பட்டு லங்கா சமசமாஜக் கட்சியிலிருந்து தத்துவார்த்தரீதியாகவும் அமைப்புரீதியாகவும் உடைத்துக் கொள்வது என்ற தடாலடி முடிவுக்கு வந்தார்.

இப்போது பண்டிதருக்குள் உறங்கிக் கிடந்த கலகக்கார கலைஞன் எழுந்து கொண்டான். வலு வேகமாக ஒரு தீவிர அரசியல் உருவக நாடகமொன்று பண்டிதரின் மூளைக்குள் கருக்கட்டியது. இந்த நாடகத்தின் மூலம் விநாயகமூர்த்தியையும் கட்சியையும் கூட்டரசாங்கத்தையும் மக்கள் மத்தியில் அம்பலப்படுத்தத் தீர்மானித்தார். சமகாலப் பிரச்சினையும் பண்டிதரின் சொந்தப் பிரச்சினையும் முன்னிட்டு நாடகத்திற்கு 'பருப்பா? பாசமா?' என்று பெயர் வைத்தார். இந்த நாடகத்தின்

மூலம் விநாயகமூர்த்தி தொட்டு ஏர்ணஸ்ட் மண்டேல் வரை எச்சரிக்கை செய்யச் சபதம் போட்டார்.

சபதம் போட்டாகிவிட்டது. இனி நாடகம் போட்டாக வேண்டும். இங்குதான் நடைமுறைச் சிக்கலுக்குப் பண்டிதர் முகம் கொடுக்க நேரிட்டது. இதுவரை காலங்களும் இவரின் நாடகங்களில் நடித்து வந்த கட்சித் தோழர்களை நடிக்கக் கூப்பிட முடியாது. பண்டிதர் எங்கே போவார்? அவருக்கு யாரைத் தெரியும்? ஆழமாகச் சிந்தித்தவாறே சித்திரை வெயில் மண்டையப் பிளக்க பண்டிதர் ஒழுங்கையால் நடந்து வந்தார். அப்போதுதான் அந்த அசரீரி ஓங்கிய பனைகளில் பட்டு எதிரொலித்தது.

"பருப்பு... அம்மா... பருப்பு... ஆ... பருப்பு..."

'யார் பராசக்தியா பேசுவது?' என்று பண்டிதர் ஒருகணம் சலனப்பட்டாலும், தீவிர 'பொருள்' முதல்வாதியான அவர் குரல் வந்த புறச் சூழ்நிலையை ஆய்வுக்கண் கொண்டு நோக்கினார்.

நடந்தது இதுதான். அப்போது எட்டு வயதுப் பராயமே நிரம்பியிருந்த பற்குணராசாவின் வாழ்க்கையில் அன்று திருப்புமுனையான சம்பவம் ஒன்று நடந்தேறியது. அன்று காலை பள்ளிக்கூடத்திற்கு வந்ததிலிருந்தே பற்குணராசாவின் கூட்டாளி சற்குணராசா தான் நேற்று இரவு மைசூர் பருப்பு சாப்பிட்டதாகவும் மைசூர் பருப்பு என்பது எள்ளுருண்டை, இறுங்குப் பொரி என்பவற்றை விட ருசியானது என்றும் பருப்புத் தேவாரம் பாடிக்கொண்டிருந்தான். திறந்தவாய் மூடாமல் கேட்டுக் கொண்டிருந்த பற்குணராசா "அது பாணைவிட அபூர்வமானதா...?" என்று மெதுவாகக் கேட்டான். கண்களை இறுகமுடிக் கடுமையாக யோசித்த சற்குணராசா "ஓம்... எப்படிப் பார்த்தாலும் பருப்பு ஒரு இஞ்சி உயரத்தான் இருக்கு" என்று தீர்ப்புச் சொன்னான். அந்த ஆவேசத்தில் வீட்டுக்கு வந்த பற்குணராசா உடனடியாகத் தனக்கு மைசூர் பருப்பு ஆக்கிப்போட வேண்டும் என்று அழிச்சாட்டியம் செய்து அம்மாவை உலுக்கி எடுத்தான். அம்மா என்ன செய்வார்? ஸ்ரீமாவோவைத் திட்டி ஒரு சாத்து, கொம்யூனிஸ்ட் கட்சியைத் திட்டி ஒரு சாத்து என்று ஆளைப் பிடித்து வைத்து எக்கச்சக்கமாகச் சாத்தினார். யாராவது பற்குணராசாவுக்கு விழுந்த அடிகளை ஒன்று, இரண்டு என வரிசைப்படுத்தி எண்ணியிருந்தால், கூட்டரசாங்கத்தில் எத்தனை கட்சிகள் அங்கம் வகித்துக்கொண்டிருக்கின்றன என்பதைச் சரியாகச் சொல்லியிருக்கலாம்.

ஆனால், அடக்குமுறை அதிகரிக்க அதிகரிக்க உரிமைக் கோரிக்கையும் ஆர்ப்பரித்து எழும் வழமையையொட்டிப் பற்குணராசா வீட்டு முற்றத்தில் புரண்டு புரண்டு அவலக்குரல் கொடுத்துக் கொண்டிருந்தான்.

"பருப்பு... அம்மா... பருப்பு... ஆ... பருப்பு..."

இப்போது பண்டிதரின் பார்வையில் பற்குணராசா பட்டுவிட்டான். பையனின் கலகக் குரலைக் கேட்டுப் பண்டிதரே ஒரு கணம் வெருண்டு விட்டார். இவ்வளவு உணர்வுபூர்வமாகப் பருப்புக்குக் குரல் கொடுக்கும் இவனால்தான் அனுபவத்தினூடாகச் செவ்வனே தனது நாடகக் கதாநாயகன் பாத்திரத்தைச் சிறப்பிக்க முடியும் என விளங்கிக்கொண்டு, புரண்டுகொண்டிருந்த பற்குணராசாவுடன் சேர்ந்து ஓடியவாறே "தம்பி நாடகத்தில நடிக்க வாறியோ?" என்று கேட்டார். புரண்டுகொண்டிருந்த பற்குணராசா ஒரு விநாடி புரள்வதை நிறுத்திவிட்டு "நடிக்க வந்தால் பருப்பு தருவீங்களா?" என்று கேட்டுவிட்டுத் திரும்பவும் உருளத் தொடங்கினான். பருப்பு கிடைக்கும் வரை உருள்வதை நிறுத்துவதாய் அவனுக்கு அபிப்பிராயமில்லை.

அடுத்து வந்த நாட்களில், செருப்புக்கு அளவாகக் காலை வெட்டுவது போல, சிறுவனுக்கு அளவாக நாடகத்தைச் செதுக்கிக்கொண்டு பண்டிதர் ஒத்திகை தொடங்கிவிட்டார். நாடக அரங்கேற்றத்திற்குப் பொலிஸார் தடை விதித்திருந்தும் நடப்பு நிலவரங்களுக்குள் பண்டிதர் நெருப்பாற்றை நீந்திக் கடக்கத் துணிந்து நாடகத்தை அரங்கேற்றினார். அனலைதீவு, எழுவைதீவு பக்கத்தில் இருந்தெல்லாம் சனங்கள் நாடகம் பார்க்க வந்தார்கள்.

நாடகத்தில் பற்குணராசா இளவரசனாக நடித்தான். நாட்டு மக்கள் இளவரசனிடம் வந்து 'அய்யோ ராசா பஞ்சம் பொறுக்க முடியவில்லை' என்று முறையிடுவார்கள். அப்போது இளவரசனுக்கு ஓர் அற்புத விளக்கு கிடைக்கும். அந்த அற்புத விளக்கு உதயசூரியன் வடிவில் நுட்பமாக வடிவமைக்கப்பட்டிருந்தது. இளவரசன் அந்த அற்புத உதயசூரியன் விளக்கைத் தேய்க்க மைசூர் பருப்பு மழையாகப் பொழியும். சனங்கள் புல்லரித்துப் போய்க் கை தட்டுவார்கள்.

நாடகம் நாட்டையே ஒரு கலக்குக் கலக்கியது. பண்டிதரின் தோலை உரித்து வேட்டியாகக் கட்டுவேன் என்று ஒரு பாராளுமன்ற உறுப்பினரும் பண்டிதரின் குடலை உருவிப் பொருட்காட்சியில் வைப்பேன் என்று இன்னொரு பாராளுமன்ற உறுப்பினரும் பாராளுமன்றத்தில் பேசி பாராளுமன்றத்தை இறைச்சிக்கடை 'லெவலுக்கு' இறக்கினார்கள். இதற்கிடையில் பற்குணராசாவை 'மைசூர் பருப்பு பற்குணராசா'

என்று காரணப் பெயர் கொண்டு ஊருக்குள் அழைத்தார்கள். அது மருவி மைசூர் ராசாவானது.

இந்தத் தொடர் சம்பவங்களையொட்டி மைசூர் ராசாவுக்கும் மைசூர் பருப்புக்கும் இடையில் ஏற்கெனவே இருந்த ஒருவித ஈர்ப்பு நிலை இப்போது எந்தச் சக்தியாலும் பிரிக்க முடியாத அய்க்கியம் என்ற நிலையை எட்டியது. மைசூர் ராசா இளந்தாரியாக வளர்ந்துகொண்டிருந்தான். அவனைவிட வேகமாக நாட்டில் பிரச்சினைகளும் கலவரங்களும் வளர்ந்துவந்தன.

அங்கொன்றும் இங்கொன்றுமாகப் பொலிஸ்காரர்கள் இனந்தெரியாத நபர்களால் சுடப்படுவதாகப் பத்திரிகைகளில் செய்திகள் வரத்தொடங்கின. பள்ளிக்கூடத்திற்குப் போன மைசூர் ராசாவுக்கு 'கொம்பாஸ் பெட்டி' இல்லாமல் வரக்கூடாது என்று கணித வாத்தியார் 'அடித்து'ச் சொல்லி வகுப்புக்கு வெளியே வெயிலில் முட்டுக்காலில் நிறுத்திவிட்டார். மைசூர் ராசா வீட்டுக்குப் போய் 'கொம்பாஸ் பெட்டி' கேட்டபோது 'மேசன்' வேலைக் கருவிகள் அடங்கிய பெட்டியைக் கையில் கொடுத்து மேசன் வேலையில் சேர்த்துவிட்டார்கள். கூட்டாளி சற்குணராசா வெள்ளைச் சட்டை போட்டுப் பள்ளிக்கூடத்திற்கு வராத காரணத்தால் ஏற்கனவே தலைமை வாத்தியாரால் பள்ளியைவிட்டு அடித்துக் கலைக்கப்பட்டிருந்தான். அவனும் இவனோடு மேசன் வேலைக்குப் போய் வருகிறான். இருவரும் இரவு நேரங்களில் சந்தித்து, யாழ்ப்பாணத் தமிழ் மக்களின் உயர்கல்வி 'தரப்படுத்தல்' மூலம் பறிக்கப்பட்டுவிட்டதை நினைத்து நினைத்துக் கொதித்துப் போவார்கள்.

இந்தக் கட்டத்தில்தான் 'பேச்சுவார்த்தைகளையும் ஒப்பந்தங்களையும் நம்பித் தமிழர் ஏமாந்த கதை போதும், சிங்களப் பேரினவாத ஏகாதிபத்திய அரசுடன் இனித் துப்பாக்கிக் குழல்கள் ஊடாக மட்டுமே பேசுவோம்' என்று இயக்கங்கள் பிரகடனம் செய்தன. இந்த 'டயலாக்' மைசூர் ராசாவுக்கு மிகவும் பிடித்துப் போகவே இயக்கத்தில் சேர்ந்து துப்பாக்கிக் குழல்கள் ஊடாகக் கதை சொல்ல மைசூர் ராசா உறுதி பூண்டான்.

ஆனால் 'விதி' வலியது. அந்த அனாதைத் தீவுகளுக்கு பஸ், ஆஸ்பத்திரி, மின்சாரம் எல்லாமே கட்டக் கடைசியாக வருவது போலவே துப்பாக்கிக் குழல்கள் ஊடாகப் பேச முடிவு செய்தவர்களும் வந்து சேரும்போது, திம்புவில் பேச்சுவார்த்தையே தொடங்கிவிட்டது. வெறுத்துப்போன மைசூர் ராசா தானுண்டு, தன் வேலையுண்டு என்று இருக்க முயற்சித்தான். ஊரில் நான்கு 'மேசன் குறுப்'புகள் இருந்தன. இவன் துரைசாமி குறுப்பில் வேலை செய்தான்.

உழைக்கிற 'பத்தா பத்தினி' காசில் அம்மாவுக்கும் அப்பாவுக்கும் சம்பளும் சோறும்தான் கொடுக்கக் கூடியதாக இருந்தது. பெற்றவர்களுக்கு வயிறாரப் பருப்பும் சோறும் உண்ணக் கொடுக்க அருள் செய்யுமாறு விநாயகக் கடவுளை வேண்டினான். கொடுக்கிற தெய்வம் கூரையைப் பிய்த்துக்கொண்டு கொடுத்தது. ஒருநாள் மாலையில் அய்ந்து கிலோ பருப்புப் பொதி கூரையைப் பொத்துக்கொண்டு வந்து மைசூர் ராசாவின் வீட்டுக்குள் விழுந்தது. பிள்ளையாரின் திருவிளையாடலை எண்ணி மைசூர் ராசா புல்லரித்துப் போனாலும், வெளியே வானத்தில் ராட்சத விமானங்கள் உறுமிச் சென்றன. அன்றிரவு 'ஆகாசவாணி'யில் 'இந்திய விமானங்கள் ஆபரேசன் ஆப் பூமாலை என்ற பெயரில் இலங்கையின் தமிழ்ப் பிரதேசங்களுக்குள் உணவுப் பொதிகளை எறிந்து வெற்றிகரமாக மீண்டன' என்ற செய்தி கேட்டு, இனி யாவருக்கும் மைசூர் பருப்பு மழையாகப் பொழியுமென எண்ணி இன்னொருமுறை புல்லரித்துப் போனான்.

ஒரு மூன்று மாதம் போனது. பருப்பு போட்ட விமானங்கள் எல்லாம் இப்போது நெருப்பு போட்டன. தன் புத்தியைச் செருப்பாலே அடிக்க மைசூர் ராசா முயற்சித்துக்கொண்டிருந்தபோது, அவர்கள் கிராமத்தைச் சுற்றி வளைத்து இளைஞர்களைப் பிடித்துச் சப்பாத்துக் கால்களால் பின்னி எடுத்தார்கள். ஒரு கட்டப்பொம்மன் மீசைக்காரன் மைசூர் ராசாவின் தலைமுடியைப் பற்றி முகத்தைத் தெருவில் அறைந்து "தாயளி நீ எவன் குறூப்புடா?" என்று கேட்டான். மைசூர் ராசா நடுங்கியபடியே "துரைசாமி குறூப்" என்று சொன்னான். அதற்குப் பிறகு மைசூர் ராசாவுக்கு விழுந்த அடியின் வேகத்தைத் திருக்குறள் மட்டத்திற்குச் சுருக்கிச் சொல்வதென்றால், ஒரு அடி அவனைக் கொழும்பில் கொண்டு போய் விழுத்தியது; அடுத்த அடி ஆளை பிரான்ஸில் கொண்டுவந்து விழுத்தியது.

மைசூர் ராசா பிரான்ஸுக்கு வந்த நேரம் சரியில்லையா இல்லை பிரான்ஸே சரியில்லையா என்று மைசூர் ராசாவுக்குத் தெளிவாகத் தெரியவில்லை. பாரிஸிலிருந்து நூறு கிலோமீற்றருக்கு அப்பாலிருக்கும் அகதிகள் விடுதியில் ஒட்டிக்கொண்டான். மணியடித்தால் பாண், சலாட் கொடுக்கிறார்கள். வந்த இடத்தில் மைசூர் பருப்பை எதிர்பார்க்க முடியுமா? ஆனால், தினந்தோறும் கனவுகளில் மைசூர் பருப்பு வந்து மைசூர் ராசாவை விரகதாபப் பார்வை பார்த்து ஒப்பாரி பாடிவிட்டுப் போனது.

பிரான்ஸில் ஆட்சி மாற்றம் ஏற்பட்டது. 'சமூக சனநாயகம்' அகதிகள் விடுதிவரை விஸ்தரிக்கப்பட்டு, அங்கிருந்த சமையல் கூடத்தில் அகதிகள் விரும்பியதைச் சமைத்துக்கொள்ள அனுமதிக்கப்பட்டார்கள்.

அடுத்த நாள் அதுவரை இயங்கிக் கொண்டிருந்த உணவு விடுதி மூடப்பட்டதும் தொடர்ந்து விளையாட்டு மண்டபம், நூலகம் ஆகியவை இழுத்து மூடப்பட்டதும், மூடிக்கட்டும் வேலைகள் தொடர்ந்த வண்ணம் இருப்பதும் மைசூர் ராசாவுக்குக் கவலையைக் கொடுத்தாலும், மைசூர் பருப்பு சுதந்திரமாகச் சமைத்துச் சாப்பிடப் போவதை எண்ணி இன்புற்றான். இவனைப் போலவே இன்புற்ற ஆபிரிக்க, அரபுத் தோழர்களோடு சேர்ந்து மட்டரக வைன் வாங்கிக் குடித்துச் சந்தோஷம் கொண்டாடினான். அன்றிரவு மைசூர் பருப்பு மைசூர் ராசாவுடன் கைகோர்த்து நடனம் ஆடியது. காதல் மொழி பேசியது. பிரிந்தவர் கூடினால் பேசவும் வேண்டுமோ!

மறுநாள் காலையில் உடனடியாக மைசூர் பருப்பைக் கொள்முதல் செய்யும் முயற்சியில் இறங்கிய மைசூர் ராசா ரயிலைப் பிடித்துத் தமிழ்க் கடைகளை நாடி பாரிஸ் மாநகருக்கு வந்து சேர்ந்தான். நகரத்தின் இதயப் பகுதியில் கொஞ்ச இடத்தைப் பிடித்துத் தமிழர்களின் பலசரக்குக் கடைகள் இழுத்துப் பறித்து இயங்கிக்கொண்டிருந்தன. இந்தப் பலசரக்குக் கலாசாரத்திற்குள்ளும் மைசூர் பருப்பின் நறுமணத்தை மிகத் துல்லியமான முறையில் கிரகித்துக் கொண்டே மைசூர் ராசா அந்தக் கடைக்குள் நுழைந்த பின்புதான், குறுகிய கால இடைவெளிக்குள்ளேயே மைசூர் ராசாவுக்கும் மைசூர் பருப்புக்கும் இடையே அந்தஸ்துரீதியாகப் பாரிய இடைவெளி ஏற்பட்டிருப்பதை அறிந்து கொண்டான்.

மைசூர் பருப்பின் விலை கணிசமாக உயர்த்தப்பட்டிருப்பதாகத் தெரிந்தது. உண்மையில் எல்லாப் பொருட்களுமே இவனின் கையிலிருந்து திமிறிக் கொண்டு ஆகாசத்தில் போய் ஒட்டிக் கொண்டிருந்தன. ஆனால், அருச்சுனராசாவுக்கு அம்பின் முனையும் குருவியின் கழுத்தும் மட்டுமே தெரிந்த மாதிரியே மைசூர் ராசாவுக்கும் மைசூர் பருப்பு ஆகாசத்தில் ஒட்டிக் கொண்டிருப்பது மட்டுமே தெரிந்தது. தொடர்ந்து இந்த விலை எகிறல் விஷயத்தை முதலாளியோடு பேசியபோது, அவர் ஆடம் ஸ்மித்தின் பொருளாதாரக் கோட்பாட்டிலிருந்து அண்மைய புதிய உலக ஒழுங்கமைப்புத் தத்துவம் வரை அமைதியாக விளக்கி, இன்னும் இன்னும் மைசூர் பருப்பு உயரப் பறக்குமே தவிர எவராலும் இறக்கிவிட முடியாது என்று அடம் பிடித்தார்.

அறாவிலைக்கு மைசூர் பருப்பு வாங்கிக்கொண்ட மைசூர் ராசா வெளியே வந்து அந்த நடுச்சந்தியில் நின்று ஆகாசத்தைப் பார்த்துப் பெருமூச்சு விட்டான். 'ஆகாசத்தைப் பூமிக்கு இறக்கினால் எவ்வளவு நல்லாயிருக்கும்' என எண்ணிக்கொண்டான். வெண் நிலாவையோ விண்மீனையோ பிடிக்கும் ஆசை கிடையாது. ஒன்லி பருப்பு.

அப்போதுதான் தமிழரசன் அந்த ஏரியாவுக்குள் பிரவேசித்தார். அவர் மைசூர் ராசாவுக்குத் தாய்மாமன் முறையானவர். ஆளோடு போய்க் கதைக்க வேண்டும் போல் இருந்தாலும் 'வானத்தில போற பிசாசை ஏணி வைச்சு இறக்கிற வேலை எனக்குத் தேவையா' என்று எண்ணியபடியே பின்வாங்கிக் கொண்டிருந்த மைசூர் ராசாவை தமிழரசன் கண்டே விட்டார். ஓடோடி வந்து தமிழரசன் மைசூர் ராசாவின் கையை இறுகப் பிடித்துக் குலுக்கினார். மைசூர் ராசா வலக் கையைக் குலுக்கக் கொடுத்துவிட்டு, இடக்கையால் பிடரியைத் தடவிப் பார்த்தான். பிடரியில் விளாங்காய் கணியத்தில் ஒரு வீக்கம் இருந்தது. சுமார் பன்னிரண்டு வருடங்களுக்கு முன்பு தமிழரசன் இவன் தலையில் கொட்டிய வடு.

அது 'இலங்கை சனநாயக சோசலிசக் குடியரசு' யாழ்ப்பாணத்திற்கு எரிபொருள் தடை விதிக்கத் தொடங்கிய காலம். அரிசி, மா, சீனி எல்லாம் பவுண் விலை விற்றன. சனங்கள் பேரீச்சம்பழத்தை நக்கிக்கொண்டே தேநீர் குடித்தார்கள். இந்தப் பொருளாதாரத் தடை மைசூர் ராசாவை நேருக்கு நேர் தாக்கியது. மைசூர் பருப்பைக் கண்ணால் கண்டு பல மாதங்களாகிவிட்டன. கொடுமை தாங்க முடியாமல் மைசூர் ராசா துடித்துக்கொண்டிருந்தான். அப்போதுதான் கபாலத்தைப் பிளந்து, உள்ளத்தை உருக்கி, மைசூர் ராசாவைப் பொறுத்தவரை அண்டசராசரங்களையும் உலுக்கக்கூடிய அந்தக் கவிதை மைசூர் ராசாவின் கையில் எத்துப்பட்டது. யாரோ தமிழ்நாட்டுக்காரர் அந்தக் கவிதையை எழுதியிருந்தார். அந்த யாரோதான் மைசூர் பருப்புச் சிக்கல் உலகம் முழுவதும் ஒரே மாதிரியாகவே உள்ளது என்பதை இவனுக்கு உணர்த்தினார். இந்தக் கவிதையை விநாயகக் கடவுளின் சமூகத்தில் பொறிப்பது காலத்தின் கட்டாயம் என்பதை உணர்ந்த மைசூர் ராசா அன்றிரவு இரண்டாம் சாமத்தில், அந்தக் கவிதையைப் பிள்ளையார் கோயில் வடக்கு மதிலில் கரித்துண்டால் பொறித்துவிட்டான்.

பாலும் தெளிதேனும் பாகும் பருப்புமிவை நாலும் தா
கோலம் செய் துங்க கரிமுகத்து தூமணியே
நானுனக்குச் சங்கத் தமிழைத் திருப்பித்தாறன்

இவன் எழுதி முடிக்கையில், கோயிலின் கிழக்கு மதிலில் வர்ண மைகளால் கொட்டை எழுத்துகளில்,

பட்டினி கிடந்து பசியால் மெலிந்து
பாழ்பட நேர்ந்தாலும் - மன்னர்
தொட்டு வளர்த்த தமிழ் மகளின்
துயர் துடைக்க மறப்பேனா

என்று உணர்ச்சிக் கவிதையை எழுதிவிட்டு வந்துகொண்டிருந்த தமிழரசன் குழுவினரிடம் மாட்டிக் கொண்டான். தமிழரசன் மைசூர் ராசாவின் மண்டையைப் பொத்தி தமிழின் பெயரால் ஒரு கொட்டும், தாய்மாமன் பெயரால் ஒரு கொட்டும் கொட்டினார். மைசூர் ராசாவின் மண்டைக்குள் அது இப்போதும் விட்டுவிட்டு வலித்துக்கொண்டிருக்கிறது. தமிழரசன் மைசூர் ராசாவின் கைகளைப் பற்றியவாறே "என்ன பரிஸ் பக்கம் வந்திருக்கிறாய்?" என்று வாஞ்சையுடன் கேட்டார். "இல்லை... கொஞ்சம் மைசூர் பருப்பு வாங்க வேணும், அதுதான் வந்தனான்." தமிழரசன் சடாரென்று மைசூர் ராசாவின் கைகளை உதறி எறிந்தார். இவனை ஆழமாக உற்றுப் பார்த்தார். திடீரென்று "உம்மைப் போல ஆக்களாலதான் எங்கிட சொந்த பொருண்மியத்தை மேம்படுத்த ஏலாமக் கிடக்கு. ஏன் உமக்கு குரக்கனோ, சாமையோ சாப்பிட்டா செமியாதோ?" என்று மைசூர் ராசாவின் முகத்திற்குச் சுட்டுவிரல் நீட்டிக் குற்றம் சாட்டினார். மைசூர் ராசா எதிர்பாராமல் தன்மீது சுமத்தப்பட்ட குற்றச்சாட்டைக் கண்டு கதிகலங்கிப் போனான்.

தமிழரசன் இடக்கையை வலக்கையால் குத்தி உணர்ச்சி வசப்பட்டவாறே "சரி, இதுக்கு பதிலைச் சொல்லும்! நீர் மைசூர் பருப்பு வேண்டிற காசு எங்க போகுது?" என்று கேள்வியைப் போட்டார். மைசூர் ராசா தன்னுடைய குறைந்தபட்ச புவியியல் அறிவின் துணைகொண்டு "மைசூர் பருப்பு மைசூரில விளையிற சாமானத்தான் இருக்க வேணும். மைசூர் இந்தியாவில இருக்கு. அதால இந்தக் காசு இந்தியாவுக்குப் போகுது" என்று மெல்லச் சொன்னான். "சரியான பதில்! இப்ப சொல்லும் இந்தியா எங்கிட நட்பு நாடா? எதிரி நாடா?" இந்த வரலாற்றுச் சிக்கல் மிக்க கேள்வியைக் கண்டு மைசூர் ராசா மிரண்டு போனான். அவனுக்குத் திட்டவட்டமாகச் சொல்லத் தெரியாமலிருந்தது. தற்செயலாகப் பிழையான பதிலைச் சொன்னால் தமிழரசன் மண்டையைப் பொத்திக் கொட்டக் கூடியவர்.

மெதுவாக இடக்கையால் மண்டையைப் பொத்தியவாறும் வலக்கையால் தீவிரமாகச் சொறிந்தவாறும் தமிழரசனைக் கடைக்கண்ணால் பார்த்தான். அவர் முகத்திலே ஒரு மர்மப் புன்னகையைத் தவழவிட்டவாறே இவனின் பதிலுக்காகக் காத்திருந்தார். மைசூர் ராசா கடந்தகால பத்திரிகைச் செய்திகளை ஞாபகப்படுத்தி இந்தியா நட்புநாடா? இல்லை எதிரி நாடா? என்று கண்டுபிடிக்க முயன்றுகொண்டிருந்தான்.

'அன்னை இந்திராகாந்தி உயிரோடு இருக்கும்போது நட்பு நாடு, திம்புப் பேச்சுவார்த்தை நடக்கும்போது தொப்புள் கொடி உறவுநாடு, ஒப்பந்த நேரத்தில் எங்கள் பாதுகாவலன் நாடு, பின்பு மூன்று மாதம் கழித்து எதிரி நாடு, வி.பி. சிங் ஆட்சிக்கு வரும்போது நட்பு நாடு, நரசிம்மராவ்

காலத்தில் எதிரி நாடு, குஜ்ரால் ஆட்சிக்கு வரும்போது நட்பு நாடு. ஆனால், இப்ப என்ன நாசங்கட்டு எண்டு விளங்குதில்லை' என்று இவன் மண்டையைப் பிய்த்துக் கொண்டிருக்கும்போது, இவனோடு மேலும் நின்று சிக்கெடுக்கத் தமிழரசனுக்கு நேரமில்லாததாலும் மதிய பூசைக்கு நேரமாகி விட்டதாலும் தமிழரசன் விறுவிறென்று கோயிலை நோக்கி நேராக நடந்தார்.

தலைக்கு வந்த ஆபத்து தற்காலிகமாகக் கடந்து போனதால் ஒரு நிம்மதிப் பெருமூச்சுவிட்ட மைசூர் ராசா கொஞ்சம் கைகளைத் தூக்கிப் பயத்தின் நிமித்தமாக நெற்றியில் கரைபுரண்டு ஓடிக் கொண்டிருக்கும் வியர்வையைத் துடைக்க முற்படுகையில், ஒருவர் ஓடிவந்து மைசூர் ராசாவின் கைகளை உயரவிடாமல் இறுகப் பிடித்துக்கொண்டார். திடுக்கிட்டுப்போன மைசூர் ராசா ஊரில் இவனின் வீட்டுக்கு முன் வீட்டுக்காரரான நடனம் மாஸ்டரின் மகன் அறிவரசன் மாஸ்டரே தன் கைகளை அமுக்கிய நபர் என்பதைச் சரியான முறையில் இனம் கண்டுகொண்டான்.

"மைசூர் ராசா சவா...?" என்று அன்பாக அறிவரசன் நலம் விசாரித்தார். "ஓம் மாஸ்டர் சவா" என்று மைசூர் ராசா நலம் அறிவித்தான். "மைசூர் ராசா இப்பயும் நாடகம் நடிக்கிறதோ?" என்று அறிவரசன் கேட்டார்.

"இல்ல மாஸ்டர்... நாடகத்தைப் போட்டு என்னத்தக் கண்டோம். வானத்தில இருந்து பருப்பு வருமெண்டு நாடகம் போட்டம். ஆனால், வானத்திலிருந்து வெறும் நெருப்பும் புகையும்தான் வருகுது."

அறிவரசன் ஆளைக் கொல்லும் ஒரு சிரிப்புச் சிரித்துப் பரிவோடு பேசினார். "மைசூர் ராசா! நீர் பிழையா விளங்கிக்கொண்டிருக்கிறீர். நாடகம் எண்டுறது 'ஜஸ்ட்' ஒரு அனுபவம் மட்டுமே எண்டு ஒரு ஆங்கிலேய இலக்கியவாதி சொல்லியிருக்கிறார். 'பருப்பா? பாசமா' நாடகத்தை நாங்கள் மறுபார்வை பார்க்க வேண்டியிருக்கு. அந்த நாடகத்தை நானொரு இருப்பியல்வாதியின் குரலாக உள்வாங்கிக் கொண்டனான். இளவரசன் எண்டுற பாத்திரப் படைப்பில விடுதலை இறையியல கூட சிலபேர் விளங்கிக் கொண்டிருக்கலாம்."

'அட பாவியே! நீங்கள் ஆளுக்கொரு விளக்கம் வைச்சுக்கொண்டு நாங்கள் வில்லங்கமா விளங்கிக் கொள்ளேக்க என்ன மசிரா புடுங்கிக்கொண்டு இருந்தீங்கள்' என்று மைசூர் ராசா மனதிற்குள் முறுகிக்கொண்டாலும், அறிவரசனோடு சளாப்பித் தன்னால் வெல்ல முடியாது என்பதைத் தெளிவாகத் தெரிந்துகொண்ட மைசூர் ராசா கதையை மாற்றும் முகமாக, இயல்பாகவே அப்பாவியான தனது

முகத்தை மேலும் அப்பாவியாக்கிக்கொண்டே "பருப்புச் சரியா விலையேறிப் போச்சு" என்று முனகினான்.

அறிவரசன் ஒருமுறை செருமிக்கொண்டார். "நான் உம்மிட கூற்றின்ர பின்பாதியோட உடன்படுறன், முன்பாதியோட முற்று முழுதா முரண்படுறன்" என்ற அறிவரசன் மைசூர் ராசாவின் வசனத்தை அவசரமாகக் குறுக்காக வெட்டிவிட்டுத் தொடர்ந்தார். "நீர் மைசூர் பருப்போட உம்மை அடையாளப்படுத்துறதால மரபுகளை மீறத் தயங்கிற மனிதனாய் நான் உம்மை அடையாளம் காணுறன். நீர் பட்டினி கிடந்து சாகிறெண்டாலும் உம்மிட சுயத்த அடையாளப்படுத்திப்போட்டு மண்டையைப் போட்டீர் எண்டால் எனக்குள்ள இருக்கிற ஆத்மா சந்தோஷப்படும்" என்றவாறாக அறிவரசன் மைசூர் பருப்பு விலையேறிப்போன விஷயத்தைத் தவிர்த்து மற்ற எல்லா விஷயங்களையும் இடித்துரைத்தார்.

மைசூர் ராசா தன்னை வாழ்க்கையின் ஓரத்துக்கே ஓட்டிச் சென்ற அந்த சுயாதீனக் குரலைக் கேட்டு ஒரு அய்ந்து நிமிடம் அய்ந்தும் கெட்டு அறிவும் கெட்டு விறைத்துப் போய் நின்றிருந்தான். மைசூர் ராசா விழித்தபோது, அறிவரசன் சொல்லாமல் கொள்ளாமலேயே வந்த வேகத்திலேயே சந்தி முனையில் மறைந்துகொண்டிருந்தார்.

ஓர் இசகுபிசகான 'சிற்றிவேசனுக்குள்' மாட்டுப்பட்டிருந்த மைசூர் ராசா அடுத்த கட்டமாக அந்த ஏரியாவை விட்டே ஓடிப்போய்விட நினைக்கையில் அவர் வந்தார். அவர் என்றால் பூவரசன். மைசூர் ராசாவைப் பொறுத்தவரை பூவரசன் நல்ல மனிதர். முன்பு இவன் மேசன் வேலை முடித்துப் பண்ணைப் பாலத்தால் பொடிநடையில் வருகையில், பல்கலைக்கழகத்தில் படித்துவிட்டு சைக்கிளில் வரும் பூவரசன் இவனை வலியக் கூப்பிட்டு சைக்கிளில் ஏற்றிக்கொள்வார். மைசூர் ராசாவின் சீமெந்து எரித்துக் காய்ந்துபோன கைகளைப் பார்த்துத் தான் மிகவும் வேதனைப்படுவதாகக் கூறுவார். ஒருநாள் பூவரசன் மிகவும் உணர்ச்சிவசப்பட்டுக் கைகளை உயரத் தூக்கி 'வரலாறு எங்களை விடுதலை செய்யும்' என்று கருத்துச் சொல்ல சைக்கிள் பாலத்தை விட்டுக் கடலுக்குள் பாய்ந்தது. இவரை நம்பி சைக்கிளில் ஏறிய மைசூர் ராசாவும் கூடவே கவிழ்ந்து போனான்.

பூவரசன் அன்று கண்டமாதிரியே இன்றும் இருந்தார். தாடியைத் தவிர வேறெதுவுமே வளர்ந்திருக்கவில்லை. மைசூர் ராசாவும் பூவரசனும் பலமாகக் கைகளைக் குலுக்கிக்கொண்டார்கள். உடனடியாக மைசூர் ராசா நம்பிக்கையோடு பஞ்சப்பாட்டு பாட ஆரம்பித்தான். "மைசூர் பருப்பு சரியா விலை கூடிப் போச்சுது அண்ணா. உங்களுக்குத் தெரியும்தானே! எனக்கு அந்தக் காலம் தொட்டு மைசூர் பருப்பெண்டால்

உசிர். ஆனால், வேண்டக் கூடிய விலையே விக்கிறாங்கள்..." என்று மைசூர் ராசா பூவரசனிடம் 'என்றி' போட்டான்.

பூவரசனின் கண்கள் சிவந்துபோக பற்களை இறுகக் கடித்ததால் வார்த்தைகளும் கடிக்கப்பட்டே துப்பப்பட்டன. "மைசூர் ராசா நீர் ஒரு பிழைப்பு வாதி. குறுந்தேசியவாதக் குட்டிப் பூர்சுவா கோரிக்கையான பருப்பு கோரிக்கையை மட்டுமே வைக்கிற நீர் ஏன் எங்களுடைய சகோதரங்களின் அடிப்படை கோரிக்கைகளுக்காகக் குரல் எழுப்பவில்லை? முனியாண்டியின் ரொட்டிக்கோ..." என்று பூவரசன் தடக்குப்பட்டுக் கொண்டிருக்க, தான் ஏதோ பிழையாகக் கதைத்துவிட்டதாகப் பயந்துபோன மைசூர் ராசா பூவரசன் விட்ட இடத்திலிருந்து எடுத்துக் கொடுத்து "பொடி மெனிக்காவின் பாணுக்கோ?" என்று உரக்கச் சொன்னான்.

பூவரசன் இடைவெட்டி மறித்தார். "அது உமக்குத் தேவையில்லாத கோரிக்கை. அவர்கள் எங்களை நோக்கிக் கைகளை நீட்டினால் மட்டுமே எங்களின் கைகளை நீட்டுவதைப் பற்றி நாங்கள் யோசனை செய்வோம். இதுவரை அவர்களின் கைகள் எங்களை நோக்கி நீளாததால் நாங்கள் எங்களின் கைகளை இறுகக் கட்டிக்கொண்டுள்ளோம். நமது இந்த நிலைப்பாட்டையொட்டி விமர்சனம் வைக்க அவர்களுக்கு உள்ள ஜனநாயக உரிமையைத் தூக்கிப் பிடிக்கிறோம். சுயவிமர்சனமும் ஏற்போம். ஆனால், எங்களை விமர்சிக்கத் துணிபவர்கள் கேடித்தனமான பொறுக்கிகளே என்பதிலும் தெளிவாக உள்ளோம்" என்று வேலைத் திட்டம் சொன்ன பூவரசன் மைசூர் ராசாவின் விரல்களைப் பிடுங்கும் வேகத்தில் கைகளைக் குலுக்கிவிட்டுப் போனார்.

இந்தமுறை மைசூர் ராசா வெருளவில்லை. 'தலைக்கு மேலே வெள்ளம் போனது. இதில் சாண் போனாலென்ன, முழம் போனாலென்ன?' என்ற பரி பக்குவ நிலையை எட்டிவிட்ட மைசூர் ராசாவை நெருங்கிய அவர் வணக்கம் சொன்னார். அவரை மைசூர் ராசாவுக்கு முன்பின் தெரியாததால் ஒரு அரை வணக்கம் போட்டான். அவர் திடீரென்று "இப்ப உலகத்தில் நடக்கிற பிரச்சினைகளைப் பற்றி என்ன நினைக்கிறீர்?" என்று கேட்டார். இந்தக் கேள்வியை அவர் கேட்ட லாவகமும் ராகமும் அறுபது, எழுபது வருசமாகவே அவர் இப்படியான கேள்விகளைக் கேட்டுக் கேட்டே கேள்வி கேட்பதில் அதிகபட்ச 'எக்ஸ்பீரியன்ஸ்' உடையவராகிவிட்டார் என்பதை நிரூபித்தன. மைசூர் ராசாவுக்கும் பிரச்சினைகளைப் பற்றிப் பேசுவதில் சராசரி 'எக்ஸ்பீரியன்ஸ்' வந்துவிட்டதால், பருப்பு ஆகாசத்தில் போய் ஒட்டிக் கொண்ட பிரச்சினையை அக்குவேறு ஆணிவேறாகக் கழற்றி அவரிடம் கொடுத்தான்.

"ஓகே... பருப்பு விலை கூடிப்போச்சுது எண்டது உண்மை. அப்ப பருப்பின்ர விலையை எப்படிக் குறைக்க முடியும் எண்டு நினைக்கிறீர்?" என்று அவர் இரண்டாவது கேள்வியைப் போட்டார். மைசூர் ராசாவுக்குப் பற்றிக்கொண்டு வந்தது. பொறுமை கடலிலும் பெரிது என்பதைத் தெரிந்திருந்த காரணத்தால் தற்காலிகமாக அமைதி காத்தான். அவர் மைசூர் ராசாவின் முகத்தைப் பார்க்காமல் அண்டவெளியையே உற்றுப் பார்த்துக்கொண்டு உரையாற்றினார்:

"தேசியவாத முட்டுச் சந்துக்குள்ளேயோ அழுகி நாற்றமெடுத்துப் போன கொம்பிரதேர் அரசுகளுக்குள்ளேயோ தொழிற்சங்கவாத அலுகோசு தலைமைகளுக்குக் கீழேயோ நீர் உமக்கான பருப்பை வென்றெடுத்துவிட முடியாது. சோவியத் யூனியன், பல்கன் உடைவுகளைப் பற்றிய பாடங்களைக் கவனமாக உள்ளீர்த்துக் கொண்டு உம்முடைய வர்க்கத் தோழர்களோடு சர்வதேச அளவில் அய்க்கியம் கொண்டால் மட்டுமே; ஏகாதிபத்தியத்தாலும் மல்ரிநஷனல் கொம்பனிகளாலும் குட்டி முதலாளித்துவ ரடிகல்களாலும் ஆகாயத்திற்கு அனுப்பப்பட்ட பருப்பைக் கீழே இறக்கிற வரலாற்றுக் கடமையை நீர் பூர்த்தி செய்ய முடியும்."

ஒரு நூறு வருச வரலாற்றைப் படித்துச் சொந்தமாக ஒரு கட்சியும் கட்டினால்தான் அவர் மைசூர் பருப்பைக் கண்ணிலேயே காட்டுவார் போலப்பட்டால் சலித்துப் போன மைசூர் ராசா "இப்ப உடன் பருப்பின்ர விலையைக் குறைக்க ஒரு அய்டியா சொல்லுங்கோ" என்று கேட்டான். அவர் "எங்களுக்கு மஜிக் தெரியாது" என்று சொல்லி ஒரே அடியில் மைசூர் ராசாவை 'நொக்கவுட்' பண்ணிவிட்டு, வீதியால் வந்த இன்னொரு இளைஞனைக் கலைத்து மறித்துப் பிடித்து அவனைத் தன் முகத்தைப் பார்க்க விட்டுவிட்டு இவர் அண்டவெளியைப் பார்த்துக்கொண்டு பேசத் தொடங்கினார்.

இப்ப என்ன பிரச்சினை என்றால், மைசூர் ராசா இன்னும் நடுச்சந்தியில் நின்று ஆகாசத்தில் போய் ஒட்டிக் கொண்டிருக்கும் மைசூர் பருப்பை வெறித்துப் பார்த்துக்கொண்டேயிருக்கிறான். ஏன் நீங்களும் கூட விடாமல் ஆகாசத்தை வெறித்துப் பார்ப்பவர்களாக இருக்கக்கூடும். நடுச்சந்தியில் நின்று ஏசநாதர் படாத பாடுகளை மைசூர் ராசா பட்டுக்கொண்டிருப்பதை நீங்களும் கண்டிருக்கிறீர்கள். உங்களுக்கும் இப்போது ஏதாவது 'அய்டியா' தோன்றியிருக்கக்கூடும். வந்து மைசூர் ராசாவுடன் சேர்ந்து ஒருகை பிடியுங்களேன். ஆகாசத்தைப் பூமிக்கு இறக்கிவிடலாம்.

□ அம்மா – 1997

தேவதை சொன்ன கதை

'**நா**ங்கள் தேவதைகளின் நகருக்குள் இறங்கிக் கொண்டிருக்கிறோம். இதோ தேவதைகளின் நகரம் பாங்கொக் உங்களை வரவேற்கிறது.'

இவன் பிரான்ஸில் ஏறி பாங்கொக்கில் வந்து இறங்கும்போது, விமானத்தில் பாங்கொக்கை இப்படித்தான் அறிமுகப்படுத்தி வைத்தார்கள். ஆனால், இந்தத் தேவதைகளைத் தேடி, தான் பாங்கொக் நகர வீதிகளிலே திரிவேன் என்று அப்போது இவன் கொஞ்சமும் நினைத்திருக்கவில்லை.

இவன் கல்யாணம் முடிக்கத்தான் பாங்கொக் வந்தான். ஆனால், கல்யாணம் குழம்பிப்போனது. உடனே திரும்பி பிரான்ஸுக்குப் போக இவனுக்கு விருப்பமில்லை. அங்கே அறிந்தவர்கள் தெரிந்தவர்களிடமிருந்து ஆயிரம் கேள்விகள் வரும். ஆயிரம் கேள்விகளும் ஆயிரம் நாக்கிளிப் புழுக்களுக்குச் சமனாயிருக்கும். இவனைப் போகவிட்டு முதுகுக்குப் பின்னால் சிரிப்பார்கள். ஒருமுறை தாய்லாந்தைச் சுற்றி வந்தான்.

தாய்லாந்தின் புராதனத் தலைநகரம் 'அயோத்தியா'வுக்குப் போனான். மலைகளின் ராணி 'உடப்போ' னுக்குப் போனான். தங்கக் கடற்கரை 'பத்தயா'வுக்குப் போனான். ஆனால், அலைகளிலும் மலைகளிலும் இரசிப்பதற்கு எதுவும் இருப்பதாக இவனுக்குத் தெரியவில்லை. வழிகளில் சில தேவதைகள் இடறத்தான் செய்தார்கள். அவர்களை வேடிக்கை பார்த்தான். சாடையாகப் பரிதாபப்பட்டான். அவ்வளவுதான்.

நாளைக்கு பிரான்ஸுக்குத் திரும்பிப்போக வேண்டும். ஆனால், காலை தொடங்கி மனதில் ஒரு சின்னக் குழப்பம். ஒரு தேவதையைத் தொட்டுப் பார்த்தால் என்ன என்று யோசித்தான். 'முப்பது வயசாப் போச்சுது வாழ்க்கையில என்னத்தை கண்டன்' என்று பத்து நிமிடங்களுக்கு ஒருமுறை சொல்லிக்கொண்டான். 'இல்ல... இது ஒரு மனச்சாட்சி இல்லாத வேல' என்றும் ஒருமணி நேரத்திற்கு ஒரு தடவை மெதுவாகச் சொல்லிக்கொண்டான். இரவு எட்டு மணிக்கு, தங்கியிருந்த அறையை விட்டு வெளியே வந்து வீதியில் இறங்கினான். 'எங்கே போகிறேன்?' என்று கேட்டுக்கொண்டான். 'சும்மா இப்படியே காலாற நடந்து வரப் போகிறேனோக்கும்' என்று வாய்க்குள் முணுமுணுத்தான். ஏதோ இவனின் மூளை கட்டளையிடாமலேயே கால்கள் தாமாகவே 'சுத்திஸான்'

வீதிக்குள் நுழைவதாகவும் இது ஒரு மனோதத்துவப் பிரச்சினை என்றும் இதற்குத் தான் கொஞ்சமும் பொறுப்பாளி ஆக முடியாதென்றும் நம்ப முயன்றான்.

பகல் முழுவதும் தூங்கும் 'சுத்திஸான்' வீதி இருட்டிவிட்டால் முகம் கழுவி எழுந்துவிடும். வீதியின் இரு புறங்களிலும் நூற்றுக்கணக்கான விடுதிகளும் ஆயிரக்கணக்கான தேவதைகளும். விடுதிகளுக்குள் கண்ணாடிகளால் சூழப்பட்ட காட்சியறைக்குள் தேவதைகள் கூட்டங் கூட்டமாக இருப்பார்கள். தேவதைகளின் இதழ்கள் முப்பது விநாடிகளுக்கு ஒருமுறை தானியங்கி முறையில் புன்னகைக்காக விரிந்து மூடும். தேவதைகளின் மார்புகளில் அவர்களது அடையாள இலக்கங்கள் குறிக்கப்பட்டிருக்கும்.

இவன் விடுதிக்குள் உள்ளிட்டு ஒரு மூலையாக நின்றுகொண்டான். தேகம் ஒருமுறை நடுங்கி நின்றது. விடுதி ஏற்கனவே விழாக்கோலம் கொண்டிருந்தது. நீலவிழிகள், பச்சை விழிகள், பூனை விழிகள், கருமை விழிகள் கண்ணாடிக் காட்சியறையைத் துளைத்துக்கொண்டிருந்தன. சில தேவதைகள் கைகளை உயர்த்தி அசைத்து 'என்னைக் கூப்பிடுங்கள்... என்னைக் கூப்பிடுங்கள்' என்று சைகை செய்தார்கள். இவன் மெதுவாக விழிகளை உயர்த்தித் தேவதைகளை நோட்டம் விட்டான். இலக்கம் 80... இலக்கம் 81... இலக்கம் 82... இலக்கம் 83-ல் கொஞ்சம் நிதானித்தான். அந்தத் தேவதை கண்களை இடமாகவும் வலமாகவும் வெட்டியபடியே கைகளை மார்புக்குக் குறுக்காகக் கட்டியவாறு உட்கார்ந்திருந்தாள். அவள் அணிந்திருந்த ஆடைகள் அவளுக்குப் பொருத்தமில்லாமல் இருந்தன. இவள் மற்றைய தேவதைகளைப் போல் பவுண் நிறமில்லை. நிறம் கொஞ்சம் குறைவாக இருந்தாள். கிட்டத்தட்ட ஓர் இந்தியச் சாயல் அவளிலிருந்தது. அந்த 'லுக்' இவனுக்குப் பிடித்திருந்தது. இவன் ஒரு முடிவுக்கு வந்துவிட்டான் என்பதை விடுதித் தலைவி ஊகித்திருக்க வேண்டும். இவனை நெருங்கி வந்தாள். இவன் கடைசியாகக் கொஞ்சம் யோசித்துவிட்டு 'நம்பர் எயிற்றி திறீ' என்று மெதுவாகச் சொன்னான். விடுதித் தலைவி "பற்சிப் சாம்... பற்சிப் சாம்..." என்று அந்தத் தேவதையின் இலக்கத்தை ஒலிவாங்கியில் அழைத்தாள். தேவதை திடுக்குற்றவளாய் எழுந்து நின்றாள். கண்ணாடிக் கதவைத் திறந்து கொண்டு 'டக்... டக்...' என்று குதிக்கால் செருப்புகள் ஒலியெழுப்ப இவனுக்குப் பக்கத்தில் வந்து நின்றாள். "சேர்... காலையில் எட்டு மணிக்கு இவளை விட்டு விடுங்கள்" என்று சொல்லிச் சிரித்த விடுதித் தலைவி இவனிடம் ஆயிரம் பாத்துகள் எண்ணி வாங்கிக்கொண்டாள்.

இவனும் தேவதையும் அந்த அறைக்குள் நுழைந்தார்கள். அறைக்குள் எந்தப் பக்கம் திரும்பினாலும் நிலைக்கண்ணாடிகளாகவே இருந்தன.

தேவதை நிலைக்கண்ணாடிகளில் தெறித்து நூறாகத் தெரிந்தாள். அறையின் நடுவே பெரிய கட்டிலிருந்தது. கட்டிலின் மேலே கூரையிலும் ஒரு பெரிய கண்ணாடி தொங்கிக்கொண்டு கட்டிலைப் பிரதி எடுத்தது. தேவதை ஒன்றும் பேசாமல், குளியலறைக்குள் நுழைந்து குளிக்கத் தொடங்கினாள்.

இவன் ஒரு சிகரெட்டைப் பற்ற வைத்தான். 'இவள் கொஞ்சம் நல்ல ரைப் பெட்டையா தெரியிறாள்' என்று யோசித்தான். ஆனால், இவன் தேவதைகளைப் பற்றிக் கதை கதையாகக் கேள்விப்பட்டிருந்தான். வரும்போது பூனை மாதிரி வருவார்கள் என்றும் பின்பு தொடப் போகும்போது, இன்னும் பணம் கேட்டுத் தொடவிடாமலேயே அழிச்சாட்டியம் செய்வார்கள் என்றும் கேள்விப்பட்டிருந்தான். பாங்கொக்குக்குப் புதியவர்கள் என்று தெரிந்துகொண்டால் இடுப்பிலுள்ள அரைஞாண் கொடியையும் உருவிக்கொண்டுதான் விடுவார்கள் என்றுகூடக் கேள்விப்பட்டிருந்தான். எனவே, தான் ஒன்றும் பாங்கொக்குக்குப் புதியவன் இல்லையென்று அவளுக்குக் காட்டிக்கொள்ள விரும்பினான். தேவதை குளியலை முடித்துக்கொண்டு பாதங்கள் தரையில் படாமல் விரல்களால் நடந்து வந்து கட்டிலின் ஓரத்தில் உட்கார்ந்துகொண்டாள். ஒரு சின்ன வெள்ளைத் துண்டை மட்டும் உடம்புக்குக் குறுக்காகச் சுற்றியிருந்தாள். இவன் 'சேர்ட்'டைக் கழற்ற, தேவதை அதை வாங்கி மடித்து வைத்தாள். இவன் "கப் குன் மா கப்" என்று தாய்லாந்து மொழியில் நன்றி சொல்லி, தான் தாய்லாந்துக்குப் புதியவனல்ல என்று நிரூபிக்க இவனுக்குக் கிடைத்த முதலாவது சந்தர்ப்பத்தைப் பயன்படுத்திக்கொண்டான்.

இப்போது, தேவதை இவனுக்கு மிக நெருக்கமாக வந்து உட்கார்ந்து கொண்டாள். இவன் தேவதையைப் பார்த்து மெதுவாகச் சிரித்தான். தேவதையின் முகத்தில் உணர்ச்சி ரேகைகளே இல்லை. இவன் குரலுக்குக் கொஞ்சம் கம்பீரத்தைக் கொண்டு வந்து கேட்டான்:

"குன் சீ அலாய் கப்?" (உன் பெயர் என்ன)

"தொங் ஸீயூ."

"ஆயூ தொளாய் கப்?" (வயது என்ன)

"சிப் பற்." (பதினெட்டு)

இவன் இன்னும் சில தாய்லாந்து மொழிச் சொற்களை ஞாபகப்படுத்திப் பேச முயற்சிக்கையில், தேவதை இவனின் கையைப் பிடித்து "எனக்கு இந்த நாட்டுப் பாஷை தெரியாது; ஆங்கிலத்தில் பேசுங்கள்" என்றாள்.

இவன் கொஞ்சம் குழம்பிப் போனான். இவள் ஏதோ புது 'ரூட்'டில் ஏமாற்ற முயற்சிக்கிறாளோ? என்று யோசித்தான். தேவதை அப்படியே கட்டிலில் சரிந்து ஆடாமல் அசையாமல் படுத்துக்கொண்டாள். மூச்சுக் காற்றை அடிவயிற்றுக்குள் நிறுத்தி வைத்துக்கொண்டவள் போல் பற்களை வேதனையுடன் கடித்து முகத்தை இறுக்கிக்கொண்டாள். தேவதையின் கண்கள் மூடிக் கொண்டன. உதடுகளைச் சுழித்து "கமோன் சேர்" என்றாள். இவன் போய்விட்டான்.

நடுச்சாமத்தில் இவனுக்கு நித்திரை முறிந்தது. அப்படியே கண்களை மூடிக்கொண்டு படுத்திருந்தான். பற்களைக் கடித்துக்கொண்டு, மூச்சுவிடச் சிரமப்படுபவன் போல மூசினான். கையைப் பொத்திப் பிடித்து மெதுவாகக் கட்டிலில் குத்தினான். இவன் இப்படியான சேட்டைகள் செய்தால், ஆள் எதையோ நினைத்து வருத்தப்படுகிறான் என்று அர்த்தம். அரைக் கண்ணை விழித்துத் தேவதையைத் தேடினான்.

தேவதை அறையின் மூலையிலே, அந்த வெள்ளைத் துண்டை இடுப்புக்கு மட்டும் கட்டிக்கொண்டு நிலத்தில் குந்தியிருந்தாள். இவன் விழித்ததை அவள் கண்டுகொண்டதாகத் தெரியவில்லை. மேலே கூரையில் தொங்கிய சரவிளக்கையே உற்றுப் பார்த்துக்கொண்டு சிகரெட் புகைத்துக்கொண்டிருந்தாள். இவனுக்கு இப்போது தேவதையைப் பார்க்க உண்மையிலேயே பெரிய பாவமாயிருந்தது. நெஞ்சிலே சின்னதாக வலி கிளம்பியது.

பாரிஸில் தானுண்டு, தன் வேலையுண்டு, தங்கையின் இலண்டன் மாப்பிள்ளைக்குக் கொடுத்த சீதனத்துக்குப் பட்ட கடனுக்கு வட்டியுண்டு என்று எட்டடிக்குப் பத்தடி அறையில் வாழ்ந்து கொண்டிருந்தவனுக்கு இலண்டன் தங்கைதான் முதல் வெடி வைத்தாள்.

"பரிஸ் அண்ணைக்கும் முப்பது வயசாப் போச்சுது. நான் லண்டனில, பெரியண்ணை ஜேர்மனில, தம்பி சுவிஸில... பரிஸ் அண்ணை தனியாளா கிடந்து கஷ்டப்படுறேர். தனிய இருக்கிற இளந்தாரியளுக்குக் கெட்டுப் போறதுக்கான 'சாண்ஸ்' வெளிநாடுகளில கூடுதலா இருக்கு. அதால பரிஸ் அண்ணைக்கு கெதியா ஒரு கலியாணம் செய்து வைக்க வேணும்" என்று தங்கை தொலைபேசியில் ஜேர்மனிக்கு வெடிக்க, ஜேர்மனி ஊடாக சுவிஸ், சுவிஸ் ஊடாகக் கொழும்பு என்று இவனது திருமணப் பிரச்சினை சர்வதேச அளவில் வெடித்தது.

இவன் முதலில் கல்யாணம் வேண்டாம் என்றான். உழைக்கிற சம்பளத்தில் ஒரு தனி மனிதனே அறை வாடகை, வட்டி வரி, திறை, கிஸ்தி கட்டி மாத முடிவில் கையறுநிலையில் ரயிலுக்கு ரிக்கட் எடுக்கச் சில்லறை ஃபிராங்குகள் கூட இல்லாமல் ரயில் நிலையத்

தடைக் கம்பிகளுக்கு மேலால் உயரம் பாய்ந்துகொண்டிருக்கிறாள். வரப்போகும் மனைவியையும் உயரம் பாயச் சொல்ல முடியுமா? எனவே "எனக்கு இப்போதைக்கு கலியாணம் வேண்டாம்" என்றான்.

இவனுக்கு மீண்டும் சர்வதேச மட்டத்தில் எதிர்ப்புக் கிளம்பியது. அம்மா 'இவன் மூலம் பேரன் பேத்திகளைக் காண்பதே, தான் இந்தப் பூலோகத்தில் அவதரித்ததன் நோக்கம்' என்று தொலைப்பேசி வழியே உள்ளத்தை உருக்கினார். 'காய்ச்சல், துன்பம் வரும் நேரங்களில் மனைவியென்று ஒருத்தி இருந்தால் தேநீர் வைத்துத் தருவாள்' என்று ஒரே வரியில் தாம்பத்திய தத்துவத்தையே ஜெர்மனி அண்ணன் சுருக்கிக் கூறினார். 'இந்தக் கிழவன் கல்யாணம் செய்தால்தானே நான் கல்யாணம் செய்யலாம்' என்று சுவிஸ் தம்பி லண்டன் அக்காக்காரியோடு புலம்பினான்.

இவன் அசைந்து கொடுக்கவில்லை. அந்த எட்டடிக்குப் பத்தடி அறைக்குள் பெண்சாதி, கட்டில், பிள்ளை, தொட்டிலைக் கற்பனை பண்ணிப் பார்த்தான். 'சும்மா' ஒரு வரவு செலவுத் திட்டம் எழுதிப் பார்த்தான். அரிசி, கறி, புளி, பால்மா, இனி எப்படியும் மனைவிக்கு இரண்டு மாதத்திற்கு ஒரு உடுப்பாவது வாங்கிக் கொடுப்பதுதானே ஆண்பிள்ளையாகப் பிறந்தவனுக்கு அழகு. இப்படியே நீட்டுக்கு எழுதிக் கணக்கைக் கூட்டிப் பார்த்தவன் தலையை ஒருமுறை சிலுப்பிக்கொண்டு சிரித்தான். சித்தார்த்தன் புத்தனாக மாறும்போது, ஏறக்குறைய இப்படித்தான் ஒரு சிரிப்புச் சிரித்திருப்பான்.

ஆனால், கலைவாணியைத்தான் இவனுக்குப் பேசி முற்றாக்கி வைத்திருக்கிறார்கள் என்று அறிந்தபோது, இவன் கொஞ்சம் ஆடித்தான் போனான்.

கலைவாணி அடக்கம் என்றால் அடக்கம் அப்படியொரு அடக்கம். வெள்ளிக்கிழமைகளின் மாலைகளில் 'இட்ட அடி நோக எடுத்த அடி கொப்பளிக்க' தலையைக் குனிந்துகொண்டே 'இனிச்ச புளியடி முருகன்' கோயிலுக்கு வருவாள். அய்யன் 'தேவாரமொழி பாடுக' என்று சொல்லி வாயை மூட முன்பே 'காதலாகிக் கசிந்து கண்ணீர் மல்கி' என்று உண்மையாகவே கண்களில் நீர் வழிந்தோடக் கலைவாணி கொஞ்சிக் கெஞ்சிப் பாடுவாள். கோயிலும் கூடவே அழும். இவனுக்கும் அழுகை வரும்.

காலையில் பள்ளிக்கூடத்திற்குப் போகும்போதும், மாலையில் வரும்போதும் அல்லது வெள்ளிக் கிழமைகளின் மாலைகளில் மட்டுமே கலைவாணியை ஊரவர்கள் காணலாம். ஆனால், இவனுக்கு

அப்படியல்ல. இவனின் வீட்டுக்கும் கலைவாணி வீட்டுக்கும் இடையில் உக்கிப்போன பனையோலை வேலி ஒன்று மட்டும்தான் இருந்தது.

கலைவாணியின் வீட்டில் ஆடு குட்டி போட்டால் இளங்கொடி எடுத்து ஆலமரத்தில் கட்ட அல்லது கிணற்றுக்குள் தண்ணீர் அள்ளும் வாளி விழுந்தால் சுழியோடி எடுக்க கலைவாணியின் அம்மா இவனைத்தான் கூப்பிடுவார். கலைவாணியின் வீடே ஒரு குட்டிக் கோயில் போலத்தான் இருக்கும். வீடு முழுவதும் சுவாமி படங்களாகவேயிருக்கும். கலைவாணி இவனுக்குச் சில நேரங்களில் தேநீர் கொடுத்திருக்கிறாள். ஆனால், அவள் 'பெரிய பிள்ளை' ஆன நாளிலிருந்து இவனோடு ஒரு வார்த்தையாவது பேசியதாக இவனுக்கு ஞாபகமில்லை.

அந்தக் கலைவாணியைக் கல்யாணம் செய்துகொண்டு வந்து இந்த எட்டிக்குப் பத்தடி அறைக்குள் குடிவைத்தால், அவளின் குனிந்த தலை நிமிராத குணத்திற்கும் தெய்வப்பக்திக்கும் கூடவே மகாலஷ்மியும் இந்த அறைக்குள் குடிவருவாள் என்று இவன் உறுதியாக நம்பினான்.

அவ்வளவுதான். அடுத்த மாதமே கலைவாணியும் அவளின் அய்யாவும் கொழும்புக்கு வந்து, ஏற்கனவே கொழும்பில் முகாமிட்டிருந்த இவனின் அய்யா, அம்மாவோடு சேர்ந்துகொண்டனர். கலைவாணி பாங்கொக் வருவதாகவும் இவனும் பாங்கொக் போய் கல்யாணத்தை எழுதுவதாகவும் இரகசியத் திட்டம் தீட்டப்பட்டது.

இவன் பாங்கொக் வந்து 'சீலோம்' வீதியில் அறை எடுத்துத் தங்கினான். ஹோட்டலில் பெயர் பதியும்போது 'மிஸ்டர் அன்ட் மிஸிஸ்' என்று சொல்லித்தான் பதிந்தான். ஹோட்டல்காரன் கேட்காமலேயே "மிஸிஸ் நாளைக்கு வருவா" என்று இவன் சொல்லி வைத்தான். அறைக்குள் போய் படுத்துக்கொண்டு 'மிஸிஸ் நாளைக்கு வருவா' என்று தனக்குள்ளேயே சொல்லிப்பார்த்தான். சரியான சந்தோசமாக இருந்தது.

காலையில் எழுந்து கொழும்புக்குத் தொடர்பு கொள்ள முயன்றான். இணைப்புக் கிடைக்கவில்லை. தாய்லாந்து தொலைத் தொடர்புத் துறையை ஒரு பாட்டம் திட்டிவிட்டு, விமான நிலையத்திற்குப் போனான். 'ஏயார் லங்கா' இறங்கிக்கொண்டிருப்பதாக அறிவித்தார்கள். இவனுக்குள் இரத்தம் ஏறி இறங்கிக்கொண்டிருந்தது. ஒரு சிகரெட் பற்றவைத்தால் பதற்றம் குறையும் என்று நினைத்தான். இவனை சிகரெட்டும் கையுமாகக் கண்டால் கலைவாணி என்ன நினைப்பாளோ தெரியவில்லை. எனவே, இரண்டு கைகளையும் இறுக்கக் கட்டிக்கொண்டு அற்றேன்ஸில் நின்று கலைவாணியை வரவேற்கத் தயாரானான். ஆனால், கலைவாணி வரவில்லை.

இவன் துடித்துப் போனான். ஓடிப்போய்க் கொழும்புக்குத் தொடர்பு கொண்டான். இவனின் சின்னத் தங்கைதான் தொலைபேசியை எடுத்தாள். இவனின் குரலைக் கேட்டவுடனே அவள் அழத் தொடங்கி விட்டாள்.

"அய்யோ சின்னண்ணை... கலைவாணியெல்லோ உங்க வரமாட்டன் எண்டு சொல்லிப் போட்டா. இரவு முழுக்க இஞ்சை ஒரே சண்டை."

"ஏனடி என்ன நடந்தது?"

"கலைவாணியை உன்னட்ட அனுப்ப முன்னம் சீதனக் காசு ரெண்டு லச்சம் ரூபாயையும் வைக்க வேணும் எண்டு எங்கிட அய்யா கலைவாணியின்ர அய்யாவோட சண்டை பிடிச்சவர்..."

"சீதனமோ? எடி நான் உங்களை சீதனம் வேண்டச் சொன்னனானோ?"

"அது எனக்குத் தெரியாது சின்னண்ணை. கலைவாணியின்ர அண்ணா கனடாவில இருந்து காசு அனுப்புவராம். ஆனால், சொன்ன தேற்றுக்கு காசு வரயில்ல எண்டு அய்யா கெம்பத் துவங்கிற்றார்..."

"மெயார்து... எளிய மூதேசியள் எல்லாம் உங்கிட எண்ணத்துக்குச் செய்யிறது. நானொரு விசரன் வேலை மினக்கெட்டு பாங்கொக்கில வந்து நிக்கிறன்... நீ கலைவாணியைக் கூப்பிடு. நான் கதைக்கிறன்."

"அவையள் காலம்பிறயே வவுனியாவுக்கு வெளிக்கிட்டுப் போயிற்றினம். பாவம், கலைவாணி என்னோட சொல்லிச் சரியாக் கவலைப்பட்டவ. அவுக்கு இந்தச் சீதனப் பிரச்சினையே ராத்திரித்தான் தெரியுமாம்... இப்பிடிச் சீதனம் குடுத்துத்தான் கல்யாணம் கட்டுறது எண்டு முன்னமே தெரிஞ்சிருந்தா தான் கொழும்புக்கே வந்திருக்க மாட்டாவாம். சின்னண்ணை, உன்னை எண்டு இல்ல ஆரை எண்டாலும் அவ சீதனம் குடுத்துச் செய்ய மாட்டாவாம். இஞ்ச எல்லாம் மாறிப்போச்சு... ஆனா அய்யாவுக்கு விளங்குதில்ல. நான் எங்களுக்கு ஏன் பிறத்தியாற்ற காசு எண்டு கேட்டு அய்யாவோட சண்டை பிடிச்சனான். ஒருநாளும் எனக்கு அடிக்காத அய்யா ராத்திரி எனக்கும் அடிச்சுப் போட்டேர்."

இவன் தொலைபேசியை அடித்து வைத்தான்.

மனுநீதிச் சோழன் செய்ததுபோல, இவன் தனது மனதிற்குள் ஒரு தேர் செய்தான். அதன் உச்சியிலே கலைவாணியைக் கொண்டுபோய் வைத்தான். அய்யாவை நடுச்சந்தியில் படுக்கவைத்து, அய்யாவின் குரல்வளையை இரண்டு நெரி நெரித்தான்.

கலைவாணி வராமல் போனதும் நல்லதுக்குத்தான். கலைவாணி போனால் இன்னொரு நடவாணியோ அல்லது ஒரு நாட்டியவாணியோ நமக்குக் கிடைக்காமலா போய்விடுவாள். கலைவாணி ஒரு சீதனப் பழியிலிருந்து என்னைக் காப்பாற்றிவிட்டாள் என்று தன்னைத் தானே தேற்றிக்கொண்டான்.

ஆனால், இதோ பார் நிலம் நோகாமல் நடந்த கலைவாணியை! கண்கள் இருப்பது பூமியைப் பார்ப்பதற்கே, கைகள் இருப்பது தேநீர் செய்வதற்கே, உதடுகள் இருப்பது முருகனைப் பாடவே என்று வாழ்ந்தவள் இன்று எங்களின் முகங்களில் அறைந்துவிட்டாளே... சின்னத் தங்கை சொன்னது மண்டையில் அறைந்தது. 'இஞ்ச எல்லாம் மாறிப்போச்சு'. மெய்தான். அங்கே ஒவ்வொரு குண்டும் இவ்விரண்டு விலங்குகளாக உடைத்துக்கொண்டிருக்கிறது. நுகத்திலே கொழுவியிருந்த கலைவாணிகள் ஆயிரம் கைகளும் சூலமும் வேலுமாகத் தேர்களில் ஏறிவிட்டார்கள். தேர்களின் சக்கரங்கள் அய்யாக்களின் தலைகளை சுக்குநூறாய் உடைக்கின்றன.

ஆனால், இங்கே ஒரு பெண் தேவதையாக்கப்பட்டு, அரை நிர்வாணியாக விறைத்துப் போயிருக்கிறாள். ஆண்குறிகளும் மாத்திரைகளும் தின்னும் இவளின் இருட்டு நிமிடங்களில் ஒரு சின்ன 'கிரேனட்' வெடித்துப் பற்றாதா? தேவதையும் ஆயிரம் கைகளும் சூலமும் வேலுமாகத் தேர்களில் ஏறாளோ? நல்ல உவமான உவமேயங்களோடுதான் யோசிக்கிறேன்... ஆனால், செய்வது முழுக்க கிலிசுகெட்ட வேலை என்று நினைத்தவாறே கையைப் பொத்திப் பிடித்து மறுபடியும் கட்டிலில் குத்தினான். இந்தமுறை பலமான குத்து.

தேவதை திடுக்கிட்டவளாய் இவனை நிமிர்ந்து பார்த்தாள். வெள்ளைத் துண்டை மார்புவரை ஏற்றிக் கட்டிக்கொண்டே வந்து இவனுக்கு அருகில் படுத்தாள். இவன் தேவதையின் தலைமுடியை மெதுவாக வருடிவிட்டான். அப்பாடா... தேவதை முதல் முறையாக மெதுவாகச் சிரித்தாள். இவன் தனது 'உடைந்த' ஆங்கிலத்தில் கேட்டான் "நீ தாய்லாந்துக்காரி இல்லையா?"

அவள் தனது 'பொறுக்கி' ஆங்கிலத்தில் சொன்னாள் "இல்லை சேர்."

"எவ்வளவு நாட்களாக இங்கிருக்கிறாய்?"

இருக்கும் நாட்களை எப்போதும் எண்ணிக்கொண்டே இருப்பவளைப் போலப் படாரென்று சொன்னாள் "இருபத்தியொரு நாட்கள்."

"இதற்கு முன்பு எங்கிருந்தாய்?"

தேவதை கொஞ்ச நேரம் கண்களை மூடிக்கொண்டாள். தேவதையின் முகம் கோணிப்போக மார்புகள் ஏறி இறங்கின. இரண்டு சொட்டுக் கண்ணீர் தலையணையில் விழுந்தது. இவள் பொய் சொல்லிக்கொண்டிருக்கிறாளோ என்று இவன் கொஞ்சம் சந்தேகப்பட்டுக் கொண்டுதானிருந்தான். ஆனால், அவள் சொல்லிக்கொண்டிருப்பது பொய்யாக இருக்க முடியாது என்று இப்போது முடிவு செய்தான். தேவதை எழுந்து கட்டிலில் சம்மணம் கட்டி உட்கார்ந்தாள்.

"இதற்கு முன்பு நான் எனது கிராமத்தில் இருந்தேன். அதுவொரு ஆண்மையில்லாத கிராமம். கிராமத்தின் முக்கால்வாசி நிலமும் டெங் கிழவனிடம் வந்துவிட்டது. உங்களுக்குத் தெரியுமா சேர்... எனது பதினான்கு வயதில் நான் பாடசாலையிலிருந்து தூக்கிச் செல்லப்பட்டு டெங் கிழவனால் நாசமாக்கப்பட்டேன். கிராமத்தில் எல்லோரிடமும் சொல்லிப் புலம்பினேன். அதுதான் கோழைகளின் கிராமம் ஆயிற்றே.

பொலிஸ், கிராம நீதிமன்றத்தினர், சாதுக்கள் எல்லோருமே அவனின் கால்களை நக்கிக் கிடந்தார்கள். இரண்டு பசுமாடுகளை எனது அம்மாவுக்கு கொடுத்து என்னை டெங் கிழவன் வாங்கிவிட முயன்றான். அம்மா என்ன செய்வாள் பாவம்... என்னைக் கொண்டு போய் டெங் கிழவனின் தோட்டத்து வீட்டில் விட்டாள். மூன்று வருடங்கள், 'சேர்' முழுதாக மூன்று வருடங்கள் நான் அந்தத் தோட்டத்து வீட்டுக்குள்ளேயே செத்துக்கொண்டிருந்தேன். கடவுள் கூட என்னுடன் இருக்கவில்லை. ஒரிரவில் தப்பிவிட்டேன். முதல் நாளே டெங் கிழவனிடமிருந்து கொஞ்சப் பணம் திருடியிருந்தேன்.

தப்பியோடி லாவோஸுக்கு வந்துவிட்டேன். தாய்லாந்தின் உயரக் கோபுரங்களும் கட்டடங்களும் தெரிந்தன. இடையில் 'மீகொங்' ஆறு மட்டுமே ஓடிக்கொண்டிருந்தது. ஒரிரவு அதையும் தாண்டி விட்டேன். ஆனால், இந்த எந்த உயர்ந்த கட்டடங்களும் கோபுரங்களும் எனக்கு ஒரு வேலை போட்டுத் தரவில்லை. உங்களுக்குத் தெரியுமா 'சேர்'... லும்பினி பூங்காவில் ஒரு கிழமை பிச்சைகூட எடுத்தேன். பிறகுதான் 'சுத்திஸான்' வீதிக்கு வந்தேன்."

இவனுக்கு 'உச்சு' கொட்ட வேண்டும் போலிருந்தது. ஆனால், இந்த 'உச்சு' தேவதைக்கு என்னத்தைச் செய்துவிடும் என்று யோசித்தான்.

"உனது கிராமம் எது?"

"ட்ராங்பாங் கிராமம். அது தென் வியட்நாமில் உள்ளது."

இவனுக்குத் தனது தேர்க் கணக்கு எங்கேயோ சறுக்குவதாகப்பட்டது.

"உனது அம்மா ஒரு கேடு கெட்டவள். இரண்டு பசு மாடுகளுக்காகவா உன்னை விற்றாள்?"

"சேர்... அம்மாவை ஏசாதீர்கள். அவள் பாவம். எங்கள் கிராமத்தில் எல்லா அம்மாக்களும் என் அம்மா போலவே ஆக்கப்பட்டிருக்கிறார்கள். எதுவும் எதிர்த்துப் பேச முடியாது. தவிர அவளுக்கு முழங்கைகளுக்குக் கீழே இரண்டு கைகளும் கிடையாது."

"நான் மிகவும் வருந்துகிறேன். அது எப்படி நடந்தது?"

"யுத்த காலத்தில் ட்ராங்பாங் கிராம எல்லையில் ஓர் அமெரிக்க இராணுவ வண்டித்தொடர் எங்கள் கெரில்லாக்களால் தாக்கி அழிக்கப்பட்டதாம். முதலில் வந்த வண்டிக்குள் இரண்டு கைகளிலும் வெடிகுண்டுகளோடு அம்மாதான் பாய்ந்தாளாம்."

□ இனியும் சூல் கொள் – 1997

கடவுளும் காஞ்சனாவும்

பரிஸ் சிற்றி ஆயிரம் புதுமைகளைக் கண்ட சிற்றி. ஆனால், இப்படியொரு புதுமையை அது காணயில்ல. ஆரோ ஒரு பொட்டை நொய்ஸி லீ கிராண்ட் போயரில கடவுள காணப்போறன் எண்டு சொல்லிக்கொண்டு தின்னாமல் குடியாமல் நாலுநாளாய் தவம் செய்யிறாளாம். ஸ்ரீலங்கன் பொட்டை, அதுவும் குமர்ப்பொட்டை.

டெனிம் ஜீன்சும் டெனிம் சேர்ட்டும் போட்டுக்கொண்டு, சம்மணம் கட்டி இருந்துகொண்டு ரெண்டு கையையும் உயர்த்திப் பிடிச்சுக்கொண்டு விடாமல் கடவுளே, கடவுளே எண்டு கூப்பிட்டுக் கொண்டிருக்கிறாளாம். கடந்த எண்பத்தி மூண்டு மணித்தியாலமா உயர்த்தின கையை இறக்கயில்லையாம். பொட்டையின்ர பிடரிப் பக்கமா ரவுண்டா பச்சை, சிவப்பு, மஞ்சளெண்டு மாறி மாறி ஒரு லைற் ஒடிக்கொண்டிருக்கிறதையும் சில சனம் கண்டதாம்.

சார்சலில இருக்கிற ஒரு பொடியன் போய்ப் பார்த்து, எட்ட நிண்டு கும்பிட்டுப்போட்டுத் திரும்பி வார வழியில ஒரு கோப்பி குடிக்கவெண்டு ஒரு Tabac-க்குப் போனவன் பிரக்காய் ஒரு லொத்தர் எடுத்துச் சுரண்டியிருக்கிறான். அடிச்சான் பிறைஸ் அம்பதாயிரம் ஃபிராங்.

வேலை, விஸா, வீட்டு வாடகை எண்டு ஆயிரம் பிரச்சினையளுக்குள்ள சிக்குப்பட்டு ஆன்மீகத்தில கொஞ்சம் வீக்காய் இருந்த சனங்களெல்லாம் லொத்தர் நியூஸைக் கேள்விப்பட்ட கையோட சன்னதம் கொண்டிட்டுதுகள். லைன் கட்டி நிண்டு பொட்டையைக் கும்புடுறதும், ஒடியோடி லொத்தர் சுரண்டுறதுமாய் அல்லோலகல்லோலப்பட்டுதுகள்.

பிரெஞ்சு பேப்பர்காரங்களும் கமெராவத் தூக்கிக்கொண்டு வந்திற்றாங்கள். பொட்டையைச் சுத்திச் சுத்திப் படம் பிடிச்சாங்கள். ஆயிரம் பிளாஷ் அடிக்குது. பொட்டையெண்டால் மூடின கண் திறக்கவுமில்ல, உயர்த்தின கை இறக்கவுமில்ல. வந்துபோனது நியூஸ் பேப்பர்காரர்கள் இல்ல... பிரேமானந்தா மாஸ்றரின்ர எடுபிடி திவ்யாவா இருக்குமோ எண்ட டவுட்டில இன்றர்போல்காரங்கள் தான் வந்து போறாங்கள் எண்டும் ஒரு பகுதி பறைஞ்சுது. கோயிலை எல்லாம் இழுத்து மூடிப்போட்டு, அய்யர்மாரும் தமிழ் வேதக்காற சுவாமிமாரும்

ரெஸ்றோறண்டுகளில 'சிமிக்' சம்பளத்துக்கு வேலை செய்யிற ஒரு சிற்றிவேசன் உருவானாலும் உருவாகுமெண்ட மாதிரி பொட்டையின்ர விலாசம் யூரோப் முழுக்கப் பரவ...

கடவுள் கடுமையா குழம்பிப் போனேர். கண்ணுக்கு எண்ணெ விட்டுக் கொண்டு உலகத்தையே ஒவ்வோர் அணுவா அசைச்சுக்கொண்டிருந்தவருக்கு இந்தப் பொட்டையின்ர எடுப்புச் சாய்ப்புகள் பெரிய புதினமாய் கிடந்தது. மணிமேகலை, மரியமதலேனாள், ஆண்டாள் எண்டு ஆயிரம் கேசுகளை கான்டில் பண்ணியிருந்த கடவுளுக்கு இந்தப் பொட்டையின்ரை கோலமும் குறியும் பிடிபடமாட்டான் எண்டுது. இனியும் சுணங்க ஏலாது எண்டுபோட்டு, ஒரு போர்க்கால அவசரத்தில பொட்டையின்ர பிறப்பு, வளர்ப்பு, சிரிப்பு, சீர்கேடு, பறப்பு, பரிசுகேடு எண்டு கவனமா ஆராய்ஞ்சார்.

ஆயிரத்தித் தொளாயிரத்து எழுபத்தியோராம் ஆண்டு, அய்ப்பசி மாதம், பதினெட்டாம் திகதி அரிக்கன் லாம்பு வெளிச்சத்தில மண்டைதீவு ஆஸ்பத்திரியில அவள் ஐஸ்பழுத்துக்கும் ராசாத்திக்கும் பிறந்தாள். ஐஸ்பழம் அவளுக்கு நாகம்மா எண்டு பேர் வைக்கத்தான் யோசிச்சான். இந்தப் பேர் கொஞ்சம் பழைய பேர் எண்டாலும், பேருக்குப் பின்னால ஒரு லவ் ஸ்டோரியே கிடக்கு. மூண்டு முடியம்மன் கோயில் முதலாளியின்ர மேல் நாகம்மாவத்தான் ஐஸ்பழம் முதல் காதலிச்சவன். இரவிரவா மரவள்ளித் தோட்டம், போயிலத் தோட்டம் எண்டு படுத்தெழும்பிக் காதலிச்ச முடிய, திடீரெண்டு ஒருநாள் நாகம்மா கண்ண கசக்கிக் கொண்டு "லோகிளாஸ் பொடியனை நீ முடிச்சியெண்டால் நான் அம்மன் கோயில் மணியடிக்கிற கயிறிலதான் தூங்குவன் எண்டு அய்யா என்ர காலைப் புடிச்சு அழுறார். என்ர ராசா உன்னைக் கும்பிட்டுக் கேக்கிறன்... உனக்குப் பிறக்கப் போற பிள்ளைக்கு என்ர பேரை வை" எண்டுபோட்டு, நிற்றம்புவில கடை வைச்சிருந்த வெறிக்குட்டி பொன்னுத்துரையின்ர மகன முடிச்சுக் கொண்டு நாகம்மா நிற்றம்புவுக்குப் போய்ற்றாள்.

அடுத்த வரியம், ஐஸ்பழம் தன்ர தாய் சுண்ணாம்புக்கார மணிக்கும் தெரியாமல் கொய்யாத்தோட்டத்து ராசாத்தியக் கூட்டிக்கொண்டு வந்திற்றான். ராசாத்தி படிச்சுக்கொண்டிருந்த இங்கிலீஸ் மடத்துக்கு முன்னால ஐஸ்பழம் வித்துக் கொண்டிருந்தவனோட ராசாத்திக்கு லவ்வாகி, போட்ட சட்டையோட ஐஸ்பழத்தின்ர சைக்கிளில ஏறிவர, சுண்ணாம்புக்கார மணி குத்தி முறிஞ்சு குழறியழுது சோறு குடுப்பிச்சு சடங்கை முடிச்சாள். நாகம்மாவோட ஐஸ்பழம் பறைஞ்சு திரிஞ்சதை சாடைமாடையா அறிஞ்ச சனம் 'என்னயிருந்தாலும் ஐஸ்பழம்

விண்ணன்தான். கொய்யாத்தோட்டத்து வெள்ளாடிச்சியையல்லோ கிளப்பிக் கொண்டிருக்கிறான். அதுவும் முதலாம் செம்பு வெள்ளாடிச்சிய' எண்டு சொல்லிச் சொல்லி மாஞ்சுதுகள். நாகம்மா பகுதி மூண்டாம் செம்புதானாம்.

நாகம்மா ஊர் உலகத்து நடப்புகள் தெரியாமல், தன்ர பேரை பிள்ளைக்கு வைக்கச் சொல்லிற்றுப் போய்த்றாள். ஆனால், பிறப்புச் சேர்த்திபிகள் பதியிற அந்தோனிப்பிள்ளயன் "எளியன் சாதிக்கெல்லாம் வாலில அம்மாவெண்டு பேர் பதிய ஏலாது. வேணுமெண்டால் அம்மாவை வெட்டிப் போட்டு நாகம் எண்டு பேரை வைச்சுக்கொள்" எண்டு சொல்லிப் போட்டான். இதுவே கொஞ்ச காலத்துக்கு முந்தியெண்டால், இப்பிடி அம்மாவெண்டு பேர் வைக்கக் கேட்டுக்கே ஐஸ்பழத்திண்ர சாறத்தை உரிஞ்சு போட்டுக் கோவணத்தோட ஐஸ்பழத்தைக் கலப்பையில பூட்டி வயல் உழுதிருப்பான். இப்ப காலம் முன்னமாதிரி இல்லையெண்டபடியால் வாய்ப்பேச்சோட நிப்பாட்டிற்றான்.

நிச்சாமம் சுட்டிங் கேசுகளுக்குப் பிறகு விதானைமாரும் டாக்குத்தர்மாரும் கொஞ்சம் மடக்கம். ஐஸ்பழம் குடும்பமும் ஒத்த குடும்பமாவல்லோ இந்த ஊருக்குள்ள வந்து மாட்டுப்பட்டுப் போச்சுதுகள். சிப்பி வேண்டுறதுக்கும், சுண்ணாம்பு எரிக்கிறதுக்கும் தோதான இடமெண்டு வெட்ட வெளிக்க கிடந்த தன்ர ரெண்டு பரப்பு உப்புத் தண்ணிக் காணிய மாட்டு விதானைதான் பொல்லால அடிச்ச காசுக்கு சுண்ணாம்புக்கார மணிக்குத் தட்டிவிட்டவன். கடையர கொணந்து குடியேத்திப் போட்டானெண்டு மாட்டு விதானைக்குக் கனசனம் சமூகத்துரோகிப் பட்டம் குடுத்தவை. காஞ்சனா எண்டு ஐஸ்பழம் பிள்ளைக்கு பேர் வைச்சான். காஞ்சனா எண்டது ஏனெண்டால் 'காதலிக்க நேரமில்லை' யில என்றியாகி, பிற்காலத்தில சிவாஜியோட 'சிவந்தமண்' வாத்தியாரோட 'ஊருக்கு உழைப்பவன்' எண்டெல்லாம் நடிச்சாவே காஞ்சனா, அவவும் நாகம்மாவும் ஒரே முகச்சாங்கம். ஆக்கள் மாத்தி எடுக்கலாம். ஐஸ்பழம் நாகம்மாவுக்கு காஞ்சனா எண்டுதான் நிக்நேம் வைச்சிருந்தவன். அதையே பிள்ளைக்கும் வைச்சிற்றான்.

பொத்திப் பொத்தி வளர்த்ததுகள். ஐஸ்பழம் யாவாரம் முடிஞ்ச கையோடு வீட்டை வந்து காஞ்சனாவைத் தூக்கினான் எண்டால் சாமத்திலதான் பிள்ளையை நெஞ்சிலயிருந்து இறக்கிவிடுவான். சுண்ணாம்புக்கார மணிக்கு பெரியகடை பழைய மாக்கற்றுக்குள்ளதான் சுண்ணாம்பு யாவாரம். பின்னேரம் ஏழு மணிக்குச் சாக்கு போட்டுக் கடையைக் கட்டினாள் எண்டால், கையோட வைரவர் கோயில் ஒழுங்கைக்குள்ள உள்ளிட்டு ஒரு 'அரைக்கால்' அடிச்சுப்போட்டு சாடையான கிறிலதான் தட்டிவானைப் பிடிச்சு வீட்டை வருவா. உமலைத்

திறந்து "இந்தா மோனை பாலப்பழத்தை தின், இந்தா மோன நாவல் பழம் தின்" எண்டு பேத்தியோடை ஒரே செல்லம்தான். பிள்ளைக்கு ஆச்சிக்காரியக் கண்டாப் பயம். 'மம்மி' யெண்டு கத்திக்கொண்டு தாயிற்ற ஓடிப்போயிடும். "மம்மியோ? பட்டணத்தாள் எனர பேத்திய கெடுத்துப்போட்டாள்" எண்டு சும்மா மருமகளுக்கு ஒரு வெட்டு வெட்டினாலும் மணிக்குச் சரியான சந்தோசம்.

ஊரில சாதிக்கொரு கோயிலா நாலு வேதக்கோயிலும் நாலு சைவக்கோயிலும் இருக்கு. பத்தாததுக்கு கொஞ்சம் தள்ளிப் போனா வெள்ளக்கடக்கரையில ரெண்டு பள்ளிவாசலும் கிடக்கு. ஆனால், ஆன பள்ளிக்கூடம் ஒண்டு இல்ல. அஞ்சாம் வகுப்புக்கு மேல படிக்கிறெண்டால் யாழ்ப்பாணத்துக்கோ இல்லாட்டி வேலணைக்கோதான் போய்ப் படிக்கவேணும். ஆரும் ரீச்சர்மார், வாத்திமாரின்ர பொடி பொட்டையள்தான் அங்கினேக்க படிக்கப் போகுங்கள். மிச்சச் சனம் மண் ஏத்தவோ, அட்டை குளிக்கவோ, ஓலை வெட்டவோ, மிளகாய் ஆய்வோ போக வேண்டியதுதான்.

ஆனால், காஞ்சனாவ யாழ்ப்பாண கொன்மென்டில சேர்க்க வேணுமெண்டு ராசாத்தி விடாப்பிடியா நிண்டுகொண்டாள். மணிக்குத் துப்புரவா மனமில்ல. சேர்க்கிறதுக்கே ஊருப்பட்ட காசு வேணும். எண்டாலும் ஐஸ்பழம் அவர இவரப் பிடிச்சுக் கெஞ்சி மண்டாடி காஞ்சனாவை கொன்மென்டில சேர்த்துப் போட்டான். வாயைக்கட்டி வயித்தைக் கட்டிப் பிள்ளையைப் படிபிச்சுதுகள். காஞ்சனாவும் படிப்பில வலு கெட்டிக்காரி. பின்ன? இவ்வளவு வளர்ந்த பிறகும் பிள்ளைக்குத் தாய்க்காரி சாப்பாடு தீத்தித்தான் விடுறவள். தீத்த தீத்த இங்கிலீஸ் எண்டும் தமிழ் எண்டும் கணக்கெண்டும் சொல்லிக் கொடுத்துததானே சோறு தீத்துறவள்.

இதுக்கிடையில, சுண்ணாம்புக்கார மணிக்கும் மகனுக்கும் நடுவில கொழுவல் ஒண்டு விழுந்துட்டுது. பழைய மாக்கற்ரை பொலிசுக்காரன் எரிச்சதோட மணியின்ர சுண்ணாம்பு யாவாரம் முடிஞ்சுது. புதுசா இணக்கின மாக்கற்றில செல்வாக்கை பொறுத்துத்தான் முனிசிபல்டியில இடம் குடுத்திச்சினம். மணி முனிசிபல்டிக்காரனோட இடம் கேட்டுப் புடிச்ச சண்டையில அவன் பொலிசைக் கூப்பிடுற அளவுக்குப் போய்ற்றான். பிறந்ததில இருந்து உழைச்சுச் சீவிச்ச பிறப்பு என்ன செய்யும்? மகன் வீட்டுக்குப் பக்கத்தில ஒரு கொட்டிலப் போட்டுக்கொண்டு சீல் சாராயம் விக்க வெளிக்கிட்டுட்டுது. மகனும் மருமகளும் ஆனமட்டும் சொல்லிப் பாத்தினம். "இந்தக் கிலிசுகெட்ட யாவாரம் வேணாம்" எண்டு ஐஸ்பழம் தாய்க்காரிக்கு அடிக்கக் கூடப் போய்ற்றான். "அய்யோ பட்டினத்தாள் எனர மோன கெடுத்துப்

போட்டாள்" எண்டு சொல்லி மணி அழுது புலம்ப "ஆத்தை நோவெண்டு அழக் குத்தியன் மொண்ணிக்கு அழுகுற காலமடி இது" எண்டு சாராயங் குடிக்க வந்திருந்த மாதா கோயில் சங்கிலித்தாம் மணியைத் தேத்தினான்.

காஞ்சனா ஆறாம் வகுப்பை கொன்மென்டிலேயே ஹயஸ்ற் மார்க்ஸ் எடுத்து பாஸ் பண்ணினாள். பிள்ளையின்ர நிப்போட்டுக்குக் கீழ 'வலு கடவுள் பக்தியும் ஒழுக்கமும் உள்ள திறமான பிள்ளை'யெண்டு எழுதிக் கொன்மென்ட் மதர் சைன் பண்ணியிருக்க, மம்மிகாரி சும்மா காத்தில பறந்தாள்.

ஏழாம் வகுப்புக்கு முதல்நாள் போகப்போறாள். ஐஸ்பழம் மகள சைக்கிள் பாரில வைச்சுக்கொண்டான். பின்னுக்கு ஐஸ்பழப் பொட்டி. மகளைக் கொண்டுபோய் கொன்மென்டில விட்டிட்டு, முதலாளி வீட்ட போய் பழம் எடுத்துக்கொண்டு யாவாரத்துக்கும் போகவேணும். பண்ணைப் பாலத்து எதிர் காத்தில மகளோட செல்லம் பொழிஞ்சுகொண்டே சைக்கிள நெஞ்சு நோக உழக்கிறான். கோழிக்கடையைத் தாண்டி பொன்னம்மா மில்லடியில மிதிக்க, சனமெல்லாம் அலக்க மலக்க ஓடுதுகள்.

பொலிசுக்காரரும் ஆர்மிக்காரரும் கண்டபடி சுடுறாங்களாம். ஐஸ்பழத்துக்கு என்ன செய்யிறதெண்டு தெரியேல்ல. சைக்கிளத் திருப்பி மிதிக்க, முத்தவெளிக்குள்ளால ஒரு பொலிஸ் கூட்டம் ஓடிவந்தது. சுழட்டிச் சுழட்டிச் சுட்டாங்கள்.

ஐஸ்பழத்துக்கு விலாவுக்குள்ள வெடி கொழுவிற்று. ரோட்டில சைக்கிளோட விழுந்து செத்துப் போனான். காஞ்சனாவின்ர பிடரி, முதுகு முழுக்க தேப்பன்ர பச்சை ரத்தம். நடுரோட்டில நிண்டு விக்கியழுதாள்.

செத்த வீட்டில ராசாத்தி நாலுதரம் மயங்கி விழுந்தாள். இந்தப் பதின்மூண்டு வரியமா தேப்பனையும் சகோதரங்களையும் விட்டுப்போட்டுப் புரியனுக்காகவே சீவிச்சவள். அரைப்பட்டினி குறைப்பட்டினி எண்டாலும் சந்தோசமாச் சீவிச்சவள். என்ன செய்வாள்? "அய்யோ இது என்ன ஆக்கினயப்பா என்னையும் உங்களோட கொண்டுபோங்கோ" எண்டு தலை தலையாய் அடிச்சுக் குழறினாள். பிரேதப் பெட்டியைத் தூக்க விடமாட்டன் எண்டிட்டாள். "என்ர சிறீ... என்ர சிறீ... நானும் உங்களோட வாறன்" எண்டு அழுதாள். பார்த்துக்கொண்டிருந்த சனம் "வேணுமெண்டா பாருங்கோ இவளும் கிணத்துக்க துரவுக்க விழுந்து செத்துப் போவாள்" எண்டு பறஞ்சுதுகள். ஆனால், ராசாத்தி சாகயில்லை.

"காஞ்சனாவைப் பள்ளிக்கூடத்தால நிப்பாட்டுவம்" எண்டு மணி சொல்ல "இல்ல! எப்பாடு பட்டாவது என்ர பிள்ளையைப் படிப்பிச்சு ஆளாக்குவன்" எண்டு ராசாத்தி நிண்டுகொண்டாள். ரெண்டு மூண்டு இடத்தில மிளகாய் ஆயவெண்டும், அரிவுவெட்ட எண்டும் கூலி வேலைக்குப் போனாள்.

அதெங்க? முழுச்சனமும் ஹீற்றில திரியுது. பத்து ரூவா சம்பளத்தைக் குடுத்துப்போட்டு 'ராவைக்குப் படுக்க வரட்டா' எண்டுதான் கேக்கிறாங்கள். சுவக்கீன் மாஸ்டரின்ர வயலில வேலை செய்த அண்டு "இப்ப கையில காசில்ல... பிறகு வீட்டுப்பக்கமா வந்து தாறன்" எண்டு போட்டு, செக்கலுக்குள்ள அம்பது ரூவாயைக் கொண்டுவந்து அத ராசாத்தியின்ர நெஞ்சுச் சட்டைக்குள்ளதான் சொருகிவிடுவன் எண்டு வாத்தி அழிச்சாட்டியம் செய்ய ராசாத்தி "அய்யோ என்ர மாமி" எண்டு வீறிட்டுக் கத்த, அதைக் கண்டு பயந்து காஞ்சனாவும் தாய்க்கு சப்போட்டா அழ சுண்ணாம்புக்கார மணி ஓடி வந்திற்றாள்.

"ஆமோ அப்பிடியோ அஞ்சு பவுண் காசுக்காய் உன்ர மனுசியை விடுவியோ?" எண்டு புழுத்தபாடாய் மணி ஏச, சுவக்கீன் வாத்தி ஆள் மாறிற்றான். அதுக்குப் பிறகு மணி வந்து மருமகளோடயே இருந்திற்றாள். அந்தச் சின்னக் கொட்டில் வீட்டுக்குள்ள தட்டி வைச்சுக் கட்டியிருந்த சின்ன அறைக்குள்ள ராசாத்தி மகளுக்குப் பாடம் சொல்லிக் குடுக்க, வெளி விறாந்தையில மணி சாராயம் வித்தாள். மணிக்குக் காய்ச்சல், இருமல் எண்டுவந்து படுத்தால், இப்ப ராசாத்திதான் யாவாரத்தைப் பார்க்கிறது. அந்த வருச மாரிக்குள்ள சுண்ணாம்புக்கார மணியும் செத்துப்போனாள்.

ராசாத்திக்கு என்ன செய்யிறதெண்டு தெரியேல்ல. பப்பாவிட்ட ஒருக்கா போயிற்று வருவமோ எண்டும் யோசிச்சாள். இந்தப் பதினாலு வரியமாய் செத்தனா, இருக்கிறனா எண்டு எட்டிப் பார்க்காத சனம் எனக்குத் தேவையில்ல, என்ர மகள் மட்டுமே எனக்குக் காணும் எண்டு முற்றெடுத்தாள். மகள் பள்ளிக்குப் போன பிறகு நெடுகத் தனிய இருந்து யோசிச்சு விசராக்கப் பார்த்துது. ஏதோ ஓட்டமெற்றிக்கா நடக்கிறமாதிரி அவள் 'சீல்கார' ராசாத்தியா மாறிப்போனாள்.

ஆனால், சுவக்கீன் வாத்தி தான் படிச்சவன் எண்டதைக் காட்டிப் போட்டான். ராசாத்தி சாராயம் வித்து ஊர் மரியாதையையும் கௌரவத்தையும் குறைக்கிறாள் எண்டு சொல்லி வழுநீற்றாய் ஒரு பெட்டிசம் எழுதி ஊராத்துறை பொலிசில குடுத்தான். சிவப்பிரகாசம் இன்ஸ்பெக்டர் ஒரு ஜீப்பையும் எடுத்துக் கொண்டு ராவோட ராவா ராசாத்தியத் தேடி வந்திற்றான். ஜீப்பைக் கண்ட உடன், சாராயம் குடிச்சுக்கொண்டிருந்த ரெண்டு வாடிக்கைக்காரரும் வேலியால

பாஞ்சு ஓடிற்றாங்கள். அவங்கள வேணுமெண்டுதான் இன்ஸ்பெக்டர் ஓடவிட்டவன். வீட்டுக்குள்ள உள்ளிட்ட கையோட ராசாத்திக்குக் கன்னத்தைப் பொத்தி அடிச்சான். கொறகொறவெண்டு உள் அறைக்குள்ள கொண்டு போனான். காஞ்சனா நித்திரையால எழும்பி விறாந்தையில இருந்து அழுதுகொண்டிருந்தாள்.

பிறகு என்ன நடந்துதோ தெரியாது. 'இஞ்சுப்பெற்றருக்கும் ராசாத்திக்கும் தொடுப்பு' எண்டு ஊர் முழுக்கக் கூடி நிண்டு பறைஞ்சது.

ஞாயிற்றுக்கிழமை காலம்பிற வெள்ளணையோட ஊருக்கு ஜீப் வரும். நேரா ராத்தலடிக்குப் போய் வைபோசாய் விள, பாரை, திருக்கை எண்டு எடுத்துக்கொண்டு பிறகு ராசாத்தி வீட்ட ஜீப் வரும். பொழுதுபடத்தான் திரும்பிப் போகும். முந்தி, தீபாவளி நந்தார் எண்டால் ஐஸ்பழத்தோட கொம்பனியா ராசாத்தி கொஞ்சம் பாவிக்கிறதுதான். இப்ப ஓவராய் குடிக்கிறாள். டப்பெண்டு ஆளின்ர கோலமெல்லாம் மாறிப்போச்சு. சாடையான சண்டித்தன பிளானிலதான் ஊருக்குள்ள திரியிறாள்.

ஞாயிற்றுக்கிழமை காலம்பிற ஜீப்பைக் கண்ட கையோட காஞ்சனா வெளிக்கிட்டு வேளாங்கண்ணிமாதா கோயிலுக்குப் போயிருவாள். பகல் முழுக்க அவளும் மாதாவும்தான் யாரி. பொட்டைக்கு சுவிஷேசம் கிட்டத்தட்ட மனப்பாடம். செபமாலை தலைகீழ் பாடம். மம்மி ராவில எழும்பியிருந்து வெறியில புசத்துறத பற்றியும், தனக்கு இப்ப பாடம் சொல்லித் தராமல் சாராயம் குடிக்க வாற ஆக்களோட கத்திப் பறஞ்சு சண்டை பிடிச்சுத் தன்ர படிப்பை டிஸ்றொப் பண்ணிறதப் பற்றியும், இன்ஸ்பெக்டர் வந்த கையோட தன்னைக் கோயிலுக்கோ இல்ல மாட்டு விதானை வீட்டையோ போகச் சொல்லிக் கலைக்கிறதப் பற்றியும், நல்ல வெறியில எழும்பு நொறுங்கிப் போறமாதிரி தன்னை மம்மி கட்டிப்பிடிச்சுக் கொஞ்சுறதப் பற்றியும் மாதாவோட ஒரே முறைப்பாடு.

அவளுக்கு மம்மியில பிடிச்சு தின்னுற கோவமாயும் வருகுது. மடத்தில போயிருந்து சிஸ்ரருக்குப் படிப்பமோ எண்டும் யோசிச்சுக்கொண்டிருந்தாள். சிலவுக்குத் தேவையெண்டால் மம்மிக்காரியக் கேக்காமலயே றங்குப் பெட்டியைத் திறந்து காசு எடுப்பாள். ஏன் எடுத்தனி? எவ்வளவு எடுத்தனி? எண்டு ராசாத்தி கேக்கமாட்டாள். ரெண்டு பேருக்கையும் பேச்சுப் பறைச்சலும் அவ்வளவா இல்ல. வெறி ஏறிப்போச்செண்டால் மகளின்ர கால் மாட்டில வந்திருந்து மம்மிக்காரி காலைத் தூக்கி மடியில வைச்சுத் தடவிக்கொண்டிருப்பாள். காஞ்சனாவுக்குக் காலில சுடுகஞ்சி ஊத்திண்ட மாதிரி எரியும்.

ஒருநாள் இரவு, நாலு பொடியள் வந்து சாராயப் போத்திலை எல்லாம் அடிச்சு உடைச்சுப் போட்டு ஏதோ 'அலன்' தம்பதியைக் கடத்திற மாதிரிப் படம் காட்டி, ராசாத்தியின்ர கண்ணையும் கட்டிப்போட்டு இழுத்துக்கொண்டு போய்ற்றாங்கள். காஞ்சனா அழுதுகொண்டே மாட்டு விதானை வீட்டை ஓடிப்போனாள். மாட்டு விதானையின்ர மனுசிதான் சாப்பாட்டைக் குடுத்துப் பொட்டையைத் தன்னோட படுக்க வைச்சாள்.

காஞ்சனா விடியப்புறமா வீட்ட வந்து பாக்கிறாள். மம்மி ஆடாமல் அசையாமல் ஒரு பாப்பிள்ளை மாதிரி மூலைக்குள்ள இருந்தாள். வெட்டாத வடலி மாதிரிச் சடைச்சுக் கிடந்த அவளின்ர தலை கிளீனா வழிபட்டு மொட்டையாய் கிடந்தது. 'இஞ்சுபெற்றரோட தொடுப்பு வைச்சுக்கொண்டு சாராயத்தையும் வித்தால் பொடியள் விடுவாங்களோ? வேணுமெண்டா பாருங்கோ எக்கணம் ராசாத்தி கிணத்துக்க துரவுக்க விழுந்து சாகப்போறாள்' எண்டு சனம் கதைச்சுது. ஆனால், ராசாத்தி சாகயில்லை. பிறகுதான் தெரியவந்தது, மொட்டையடிச்சது இயக்கப் பொடியளில்ல, ஊரைத் திருத்தப் போறம் எண்டு வெளிக்கிட்ட கொஞ்சம் வெள்ளாம் பொடியளின்ர செற்றிங்தானமது.

இதுக்குப் பிறகு, காஞ்சனா பள்ளிக்குப் போகமாட்டன் எண்டுட்டாள். மாட்டு விதானை வீட்டதான் பகல் முழுதும் நிப்பாள். அவையளுக்கு ஒரே ஒரு மகன்தான். அவனும் 'நாட்டுக்காகப் போகிறேன், வீட்டுக்காரர் தேடவேண்டாம்' எண்டு கடிதம் எழுதி வைச்சிற்று இந்தியாவுக்கு றெயினிங் எடுக்கப் போயிற்றான். 'அவன் நல்ல கெட்டிக்காரப் பொடியன்... எப்பிடியும் இயக்கத்தில் பெரிய பொஸிசனிலதான் இருப்பான்' எண்டும் மாட்டு விதானை இடைக்கிட கதைக்கிறவன். பிறக்கில்லாத அவயளுக்குக் காஞ்சனா இப்ப பிறக்காய் போனாள். காஞ்சனாவுக்கு குழந்தை யேசுவும் மாதாவும்தான் பிறக்கு.

இதுக்கு ரெண்டு மாசம் கழிச்சு ஒரிஜினல் இயக்கமே ஊருக்குள்ள வந்தது. மாட்டு விதானையின்ர உதவியோட மாட்டு விதானையின்ர வீட்டுக்கு பக்கத்தில இருந்த பழைய வீடொண்டில காம்ப் போட்டுது. மாட்டு விதானையின்ர பொடியனும் இந்த இயக்கத்திலதான் இருக்கிறான் எண்டபடியால் மாட்டு விதானைக்கு இயக்கத்தோட ஒரு வாரப்பாடு.

ஓடிக்கொண்டிருந்த ஒரு வாய்க்காலைத் திடீரெண்டு ஆரோ இழுத்துப் புடிச்சு நிப்பாட்டின மாதிரி இல்லாட்டி சிலோமோஷனில ஓடவிட்ட மாதிரி ஊர் ஒரு கொன்றோலுக்க வந்தது. சின்னச் சின்னச் சண்டியன்மாருக்கெல்லாம் கையைக் காலை முறிச்சாச்சு. ஆரும் சாதிக் கதை பேசினால் பச்சை மட்டை அடிதான். சீல் சாராயம், செருக்கன் பனஞ்சாராயம், வெட்டிரும்பு வித்த எல்லாரையும் இயக்கம் பிடிச்சு

வெளுவெளுவெண்டு வெளுத்துப் போட்டுக் கலைச்சுவிட்டுது. இண்டைக்கோ நாளைக்கோ ராசாத்தி வீட்டுக்கயும் இயக்கம் பூந்து அட்டாக் பண்ணலாம்.

சாவச்சேரி பொலிஸ் ஸ்ரேசனை கடைசியா பொடியள் அடிச்ச மூட்டம், ஊறாத்துறை பொலிஸ் ரேசனையும் இழுத்து மூடிப்போட்டு பொலிஸ்காரர் ஓடிற்றாங்கள்தானே! அதில சிவப்பிரகாசம் புத்தியா பென்சனை வாங்கிக்கொண்டு வீட்டை இருந்திட்டான். ஆனால், ஒருநாள் ஆளைப் பிடிச்சுக் கொணந்து ராசாத்தி வீட்டுக்கு முன்னுக்குக் கிடந்த தரவைக் காணிக்குள்ள வைச்சு விசாரிச்சுப் போட்டு இயக்கம் நெத்தியில பொட்டு வைச்சுது. விடிஞ்சு போய்ப் பார்த்தால் காலையும் கையையும் விசிறிக் கொண்டு ஒரு எருமைமாடு மாதிரி சிவப்பிரகாசம் செத்துக் கிடந்தான். சனமெல்லாம் கூவா குளங்கரயா எண்டு ஓடிப்போய் பார்த்ததுகள். ராசாத்தியும் போய்ப் பார்த்திற்று வந்தாள்.

வந்த கையோட, வீட்டில கிடந்த சாராயக் கலன், புனல், கிளாஸ், மயிர்மட்டை எல்லாத்தையும் எடுத்து ரசிச்சு ரசிச்சு எரிச்சாள். பின்னேரமாக் கூலி வேலை கேட்டுத் தோட்டக் காணிக்குள்ள திரிஞ்சாள். ஆளின்ர நடையைப் பார்க்க வேணும். ஞானசவுந்தரி கூத்தில 'செத்தையில் கிடந்த சிறுக்கி உன்னைக் கட்டிலேறச் சொன்னதாரடி' எண்டு லேனாள் ஒரு வெட்டு வெட்டி நடப்பாளே, அதே மிதப்பான நடை. ஏதோ தானே இன்ஸ்பெக்டரைச் சுட்ட மாதிரி. ராசாத்தி இப்ப ஓவராய்க் குடிக்கிறதுமில்லை.

காஞ்சனாவாலேயே மம்மியை நம்ப ஏலாமல் கிடந்தது. அந்தப் பீரியட்டில இப்பிடி நம்ப ஏலாத கனவிசயம் நடந்தது. ஈச்சாப்பி பூரணத்தா இயக்கத்துக்குப் பத்து பவுண் தாலிக்கொடிய கழட்டிக் குடுத்தா. இயக்கத்துப் பொடியள் மண்ணில படுத்து எழும்புறாங்கள் எண்டு போட்டு, மரியம் விக்கிறதுக்கு இழைச்சு வைச்சிருந்த சாயப் பாயகளைக் கொண்டே இயக்கத்துக்குக் குடுத்துப் போட்டு புரியனிட்ட தும்புத் தடியால அடி வாங்கினா.

ராசாத்தியின்ர வீட்டுக்கு முன்னால இருந்த சடைச்ச புங்க மரங்களுக்குக் கீழ ராவில நாலு பொடியள் வந்து 'சென்ரி'க்கு இருப்பாங்கள். அதிலயிருந்தால் வடிவா வடக்கு மெயின் ரோட்டையும் வாகனங்களின்ர நடமாட்டத்தையும் கவனிக்கலாம். விடியப்புறம் பாக்கவேணும்... அந்தக் குளிருக்கையும் கூதலுக்கையும் பொடியள் நடுங்கிக்கொண்டிருப்பாங்கள். மம்மிக்காரி ஆட்டுப்பால் தேத்தண்ணி போட்டு மகளட்டக் குடுத்து விட, காஞ்சனா பொடியளுக்குக் கொண்டுபோய்க் குடுப்பாள். தங்கச்சி... தங்கச்சியெண்டு பொடியளும் காஞ்சனாவோட சரியான பட்சம். அதில குணா எண்டு ஒரு பொடியன் ஆரோ சில்லாலை

பிரின்ஸிபலின்ர மகனாம். வலு டீசன்ட் ரைப். அவனும் அந்தக் காம்பில ஒரு பெரியவன்தான்.

ஒருநாள் விடியப்புறம் எல்லாப் பொடியளும் நித்திரையாய் கிடக்கிறாங்கள். குணா மட்டும் முழிச்சுக்கொண்டிருக்க, காஞ்சனா வந்து "அண்ணே வீட்ட சீனியில்லையாம், அதால தேத்தண்ணி போடல்லயாம். முட்டை குடிக்கச் சொல்லி மம்மி சொன்னவ" எண்டு நாலு கோழி முட்டையை நீட்டினாள். குணா தலையைக் குனிஞ்சுகொண்டிருந்தான். காஞ்சனாவுக்குப் பார்க்க அவன் அழுகிறான் போல கிடக்கு. அவேயின்ர மம்மியை நினைச்சுப் போட்டேராக்கும் எண்டு நினைச்சுக்கொண்டாள்.

அண்டைக்கு இரவு, மாட்டு விதானையின்ர மனுசிக்குப் பாம்பு கடிச்சுப் போட்டுது. நாகரத்தினத்தான் வந்து வேப்பங்குழையால நாலு விசிறு விசிறிப் போட்டு, திருநீறும் தீத்திபோட்டுப் போனான். இரவு முழுக்க முழிச்சிருக்க வேணுமாம். இல்லாட்டி விஷம் ஏறுமாம்.

ராசாத்தி, உதவிக்குக் காஞ்சனவ மாட்டு விதானை வீட்ட அனுப்பிவிட்டாள். இப்ப கொஞ்ச நாளா காஞ்சனா மம்மியோடதான் எப்பயும் இருக்கிறது. ரெண்டு பேருமா தாயம் விளையாடுறதும், ராவில செபமாலை சொல்லுறதுமாய் ஒரே கொண்டாட்டம்தான்.

மாட்டு விதானையின்ர மனுசி காஞ்சனாக்கு ஒரு காரியம் சொன்னாள். இயக்கக்கார குணா தன்னட்ட வந்து, தான் காஞ்சனாவை லவ் பண்ணுறதாயும் அதைக் காஞ்சனாட்டைச் சொல்லச் சொல்லியும் தமிழீழம் கிடைச்ச கையோட அவளைக் கட்டிறெண்டும் சொன்னவெண்டு சொல்லச் சொல்ல... பதினைஞ்சு வயசுக் காஞ்சனாவுக்குக் குறளி வித்தை பார்க்கிற மாதிரிக் கிடந்தது.

'அய்யோ... என்னட்ட வந்து ஒப்பினா ஐ லவ் யூ எண்டு குணா அண்ணே சொன்னால் நான் என்ன செய்வன், என்ன சொல்லுறது?' எண்டு யோசிச்சுப் பகலிச்சுப் போனாள். யோசிக்க யோசிக்க அவளின்ர கண் முழுக்கையும் நெஞ்சு முழுக்கையும் குணாதான் வந்து நிண்டான். உள்ளங்கால் எல்லாம் கூசுற மாதிரியும் நெஞ்சுக்க தண்ணி இல்லாத மாதிரியும் இருந்தது.

விடியப்புறமா விதானையின்ர மனுசி நல்ல நித்திரை. குணா விறாந்தையில வந்திருந்து மாட்டு விதானையோட பொலிற்றிக்ஸ் கதைச்சுக்கொண்டிருந்தான். காஞ்சனா தேத்தண்ணி போட்டுக் கொண்டந்து விதானைக்குக் குடுத்துப் போட்டு, குணாவுக்குக் குடுக்கப்போக கையெல்லாம் நடுங்குது. பிடரிக்குள்ள வேர்க்குது.

இந்த நேரம் பார்த்து, ராசாத்தி விதானையின்ர படலையடியில வந்து நிண்டுகொண்டு படலையைப் பிடிச்சு உலுப்பினாள். றெசிங்கவுனுக்கு மேலால சுத்தியிருந்த சீலை நேர்சீர் இல்லாமலுக்குக் கிடந்தது. ரெண்டு கண்ணும் சிவந்துபோய் கிடக்கப் பல்ல நெறுமினாள். அவளுக்குப் பயங்கர வெறி. நேரா நிக்க ஏலாமல் படலையைப் பிடிச்சுக்கொண்டு நிண்டாள். "பிள்ள... வா வீட்ட போவம்" எண்டு கத்தினாள்.

காஞ்சனாவுக்குக் கை கால் எல்லாம் உலாஞ்சுது. மம்மிக்கு என்ன நடந்தது? எனக்கு ஏனிந்தக் கல்வாரி உத்தரிப்பு? எண்டு யோசிக்கக் கண் ரெண்டாலையும் ஓடுது.

அயலட்டம் வேலியள், பொட்டுகளுக்குள்ளால விடுப்புப் பார்க்க மாட்டு விதானை "நீ இரு மோன" எண்டு காஞ்சனாவுக்குச் சொல்லிப்போட்டு முத்தத்துக்கு இறங்கி "ராசாத்தி உள்ளுக்கு வா" எண்டான். "என்ர மகள விடுங்கோ" எண்டு ராசாத்தி கத்த, குணாவும் முத்தத்துக்கு இறங்கி வந்தான். குணாவைக் கண்டதும் ராசாத்தி படலையைத் திறந்துகொண்டு உள்ளுக்க வந்தாள். குனிஞ்சு மண் அள்ளி அவன்ர மூஞ்சிக்கு எறிஞ்சு திட்டினாள். குணா சாடையாப் பயந்து போனான். மாட்டு விதானைக்கு ஏறிற்று. "ஏன் இப்ப வெறிக்கூத்து ஆடுறாய்?" எண்டு கேக்க, ராசாத்தி "இவரைக் கேளுங்கோ ஏன் ஆடுறன் எண்டு. ஆடித்திரிஞ்சவள் எண்டு போட்டுத்தானே உவரும் ராத்திரி என்னட்ட ஆட வந்தவர்" எண்டு குணாவைப் பார்த்து உறுமினாள். குணா ஏங்கி விறைச்சுப் போய் அழுவார்போல நிக்கிறான். காஞ்சனா அப்பிடியே சுவரப் பிடிச்சுக்கொண்டு சக்கப்பணிய இருந்திற்றாள். 'இந்தப் பட்ட வேசைக்கு மகளாப் பிறக்கவிட்டு என்னைக் கண்ணீரும் சோறும் தின்ன விட்டீர் ஆண்டவரே' எண்டு நினைச்சு நினைச்சு தலையைச் சுவர் சுவரா அடிச்சாள். "நீ பெரிய திறமானவள்தாண்டி... போடி தூமச்சீலை வெளியால" எண்டு சொல்லிக்கொண்டே மாட்டு விதானை ஓடிப்போய் ராசாத்தின்ர தலை மயிரை ஒத்திப் பிடிச்சுச் செத்த நாயை இழுக்கிறதுபோல அப்பிடியே நிலத்தில அரைய அரைய இழுத்துக்கொண்டு போனான். ராசாத்தியெண்டால் வேலிக் கிளுவையைப் பிடிச்சுக்கொண்டு தம் கட்டி 'பிள்ள' எண்டு கத்திக் கூப்பிட்டாள்.

காஞ்சனா கண்ணை மூடிக்கொண்டே வீட்டுக்குள்ள ஓடிப்போயிற்றாள். 'சேமாலை மாதாவே, சேமாலை மாதாவே' எண்டு ரெண்டு தரம் தலையில அடிச்சுக்கொண்டே ராசாத்தி கத்தினாள். பிறகு மெள்ள எழும்பி ஆடி ஆடித் தன்ர வீட்டப் பார்த்துப் போனாள்.

அடுத்தநாள் காலம்பிற, ராசாத்தியின்ர பிரேதம் மாதாங்கோயில் கிணத்துக்க மிதந்தது. இயக்கப் பொடியள்தான் தூக்கி வெளியில

எடுத்தவங்கள். சீலையைச் செட்டிக் கொடுக்கு மாதிரி வரிஞ்சு கட்டி, கெண்டக்காலில சீலையை இளக்கியிதாஉ வரிஞ்சு கட்டி, நெஞ்சைச் சுத்தியும் ஒரு கட்டுக் கட்டிக்கொண்டு கிணத்துக்க விழுந்திருக்கிறாள். சாமம் மூண்டு மணிக்கு ஒரு பொம்பிள உருவம் மூடி மொட்டாக்குப் போட்டுக் கொண்டு கிணத்துப் பக்கமா போனதைக் கோயில் விறாந்தையில படுத்துக் கிடந்த சங்கிலித்தாம் கண்டிருக்கிறான். 'மாதாதான் தண்ணி விடாயில தண்ணி குடிக்கப் போறாவாக்கும்' எண்டு யோசிச்சுக்கொண்டு பயத்தில குப்புறப்படுத்து நித்திரையாப் போனானாம். மாட்டு விதானை கொய்யாத் தோட்டத்துக்குச் சொல்லி அனுப்பினான். ராசாத்தியின்ர பப்பாக் கிழவனும் தங்கச்சிக்காரி யுஸ்ரினாவும் பிரேதப் பெட்டியோட வந்து சேர்ந்தினம். தற்கொலை செய்த சீவன்களுக்குக் கோயிலில கடைசிப் பூசையும் வைக்க திருச்சபை லோவில இடமில்ல எண்டபடியால், பூசையும் வைக்காமலுக்கு ராசாத்தியைத் தாட்டிச்சினம். தங்கச்சிக்காரி யுஸ்ரினா மட்டும் சாடையா அழுதாள்.

உண்மையா காஞ்சனா அழவுமில்ல, ஒரு சொட்டுக் கண்ணீர் விடவுமில்ல. விசராக்கினவள் மாதிரிப் பேசாமல் பலறயாமல் இருந்தாள். யுஸ்ரினா தன்னோட வரச் சொல்லிக் கேக்க காஞ்சனா மாட்டன் எண்டு போட்டாள். மாட்டு விதானையின்ர மனுசி காஞ்சனாவைக் கட்டிப் பிடிச்சுக்கொண்டு "நீங்க போங்கோ… நான் பிள்ளைய ஆறுதலா கூட்டிக் கொண்டுவந்து விடுறன்" எண்டு சொல்லி அவயள அனுப்பிப் போட்டாள்.

காஞ்சனா விதானை வீட்டுச் சாமியறைக்குள்ளயே கிடந்து மூச்சுக்கு முந்நூறு 'பிதாசுதன்' போட்டுக் கொண்டிருந்தாள். குணா வந்து "நீர் உம்மிட மம்மி சொன்னத நம்புறீரோ?" எண்டு கேட்டான். காஞ்சனா எட்டி அவன்ரை கையைப் புடிச்சுக் கொஞ்சினாள். பிறகு அழுதாள். குணா "என்ர அப்பன் அழாதயும்" எண்டு சொல்லி அவளின்ர காதாவடியில கொஞ்சினான்.

பொடியனும் தொட்டையும் ஒரு பெற்றனா கதைக்கிறதையும் பார்க்கிறதையும் கவனிச்ச விதானை 'குரக்கன் இடிக்கப் போய் எல்லைக்கு வழக்கு பேசின கதையா நம்மிட தலையில ஏதும் பொறிஞ்சாலும் பொறியும்' எண்டு யோசிச்சுப் போட்டு, பொட்டையைக் கொண்டுபோய் கொய்யாத்தோட்டத்தில விட்டுப் போட்டு வந்தான். காஞ்சனாவுக்கு எண்டால் அங்க போக விருப்பமில்லை. ஆனால், எங்க போறது?

நடக்கிறதும் நடக்கப் போறதும் எதுவெண்டாலும் தன்ர கையில இல்லையெண்ட விசயம் காஞ்சனாவுக்கு கிளியரா விளங்கிற்றுது. குணா

எங்கையெண்டும் இல்ல. இந்தியாவுக்கு ஒரு காரியமாப் போனவனாம். ஆர்மி சுட்டுதோ? நேவி சுட்டுதோ? மற்ற இயக்கக்காரங்கள் சுட்டாங்களோ? இல்லாட்டி அவங்கட இயக்கமே ஆளைச் சுட்டுதோ ஒண்டும் தெரியாது. காஞ்சனாவுக்கு நெஞ்சு முழுக்க நிண்ட குணா மெள்ள மெள்ள ஒரு புள்ளியாய்ப் போனான். ஆனால், பதினைஞ்சு வயசில சின்னப் பிள்ளத்தனமா செய்த கண்கெட்ட லவ் அது எண்டு காஞ்சனா ஒருக்காலும் நினைக்கயில்ல. அந்த நாளுகளுக்கு எப்பயும் ஒரு பெறுமதி இருக்கெண்டு நினைச்சுக்கொண்டாள்.

ஆனால், கடவுளின்ர அற்புதங்களுக்கும் ரெட்சிப்புகளுக்கும் ஒரு எல்லையுண்டோ? இல்லாட்டி நாம தான் கடல் தண்ணிய புணல, போணிய வைச்சு அளக்கலாமோ? ஏழு வரியத்துக்குப் பிறகு காஞ்சனா குணாவை அக்ஸிடென்டா கொழும்பில சந்திச்சாள். இவளால அவன மட்டுக்கட்டேலாமப் போச்சு. ஆனால், அவன் டக்கெண்டு காஞ்சனாவை மட்டுக்கட்டிற்றான். எப்பிடியெண்டு காஞ்சனா கேட்டுதுக்கு "எப்பயும் உம்மையே நினைச்சுக்கொண்டிருக்கிறதால" எண்டான். பொடி பொட்டயள் எங்கதான் இந்த வசனங்கள் வாலாயங்களைப் பழகுதுகளோ தெரியாது. உந்தப் பெரிய கொழும்பில இவையள் எப்பிடிச் சந்திச்சவையள்? அதென்ன அப்பிடியொரு அக்ஸிடென்ட்? எண்டு கேக்கக்கூடாது. புதுசா கொழும்புக்கு வாற சனத்துக்கு 'ஐலன்ட்' லொட்ஜ் தவிர வேறொண்டும் தெரியாததும் கிடைக்காததும் முதலாவது அக்ஸிடென்ட். தெறிச்சுத் திரியிற பொடியள் செக்கட்டிட் தெரு சந்தியில நிண்டு பஜார் அடிக்கிறது ரெண்டாவது அக்ஸிடென்ட்.

ஆனால், குணா ஒண்டும் பஜார் அடிச்ச மாதிரித் தெரியேல்ல. அது பாவம், ஏஜென்ஸிட்ட காசைக் கட்டி ஏமாந்துபோட்டு நிக்கிறனாம். இயக்கத்தோட ஒரு கொன்றாக்கும் இல்லையாம். இந்த ஏழு வரியமா என்ன நடந்தது? மரி பண்ணீற்றீரோ? ஆரையும் புரோப்போஸ் பண்ணியோ பிரான்ஸுக்குப் போறீர்? எண்ட மாதிரியான எந்தக் கேள்வியும் கேக்காமல் "நானும் பிரான்ஸுக்குத் தான் வரப்போறன், ஹூட்ஸிலதான் எங்கட கலியாணம்" எண்டு குழந்தைப்பிள்ளை மாதிரிச் சொன்னான்.

அவன் வலு சிம்பிளா பெரிய பிரச்சினையைக் கதைச்சுக் கொண்டிருக்கிறான். காஞ்சனாவுக்கெண்டால் என்ன செய்யிறதெண்டு தெரியேல்ல. என்ன செய்தாெண்டால் அவனையும் கூட்டிக் கொண்டு மேல ரூமுக்குப் போயிற்றாள். அவனைத் தன்ர பப்பாக் கிழவனிட்ட "இவர் எங்கிட வீட்டுக்குப் பக்கத்தில இருந்தவர்" எண்டு அறிமுகப்படுத்தி வைக்க; குணா, தான் காஞ்சனாவை லவ் பண்ணிறதாக் கிழவனிட்டச் சொன்னான். கிழிஞ்சுது போ! கிழவன் ரென்சன்

ஆகப்போகுதெண்டுதான் காஞ்சனா யோசிச்சாள். ஆனால், கிழவன் அப்பு, ராசாவெண்டு ரெக்னிக்கா கயிதைக் குடுத்துது. குணாவும் அரைச் செக்கனுக்கொருக்கா அய்யா, பையா போட்டுக் கதைக்க, கிழவனுக்கு குணாவை சரியாப் பிடிச்சுக்கொண்டுது. ஆளும் சொல்லப்பட்ட சாதிமான் எண்டதையும் கிழவன் விளங்கிக்கொண்டுதாம். இந்தச் சாதி சமயமெல்லாம் குணாவா சொல்லயில்ல. அவன்ர ஊரையும் கோயிலையும் படிச்ச பள்ளிக்கூடத்தையும் வைச்சுக் கிழவனா றேஸ் பண்ணிப் பிடிச்ச விசயங்கள்.

காதலெண்டால், அங்க இஞ்ச போகவரத் தன்னை அவன் கூப்பிடுவானோ எண்டு காஞ்சனா யோசிச்சாள். அவளுக்கும் அவனோட தனியாத் திரிய, கதைக்க, கொஞ்ச, குடுக்க விருப்பமாய் இருந்தது. ஆனால், அவன் ஜென்டில்மென் ஸ்ரைல்ல காதலிச்சான். கிழவன் இருந்தாத்தான் அறைக்குள்ளயே வருவான். இல்லாட்டி அவளைக் கூப்பிட்டு வெளியில வைச்சுக் கதைப்பான்.

காஞ்சனா திருப்பித் திருப்பி யோசிச்சுப் பாத்தாள். 'இப்ப இவனைக் காணாட்டி இப்பிடியே வெளிநாட்டுக்குப் போய், விதியிருந்தால் ஆரையாவது செய்வன், பிறகு ஹஸ்பென்டில காதல் வருமாக்கும். ஆனால், குணாவெண்டால் என்ர நினைப்பாயே திரியுது. நான் அத சின்சியரா லவ் பண்ணாட்டியும் இல்லாட்டிப் பண்ணத் தெரியாட்டியும் அது உசிரக் குடுத்து என்னைக் காதலிக்குது. ஆயிரம் சிக்கலுகள் வந்தாலும் நான் மனசில்லாமல் நடக்கக் கூடாது' எண்டு யோசிச்சாள்.

கிழவனும் காஞ்சனாவும் 'பிளைட்' ஏற வரேக்க, குணாதான் 'எயர்போர்ட்' மட்டும் வந்து ஏத்திவிட்டான். பிரான்சில வந்து இறங்கின கையோட 'குணா திறமான பொடியன்' எண்டு கிழவன் சேர்ட்டிபிகற் குடுக்க, யுஸ்ரினாவுக்கும் பிடிச்சுப் போய், அவன் வந்த உடன காஞ்சனாவை அவனுக்குக் கட்டிக் குடுக்கிறதா பிளான்.

ரெண்டு வரியமா அந்தா வாறன் இந்தா வாறன் எண்டு குணா சொன்னானே தவிர வந்து சேரேல்ல. சிங்கப்பூரில நிக்கிறன் எண்டு ஒருக்கா போன் வரும். கென்யாவில நிக்கிறன் எண்டு ஒருக்கா போன் வரும். பிறகு ஒரு போன் வரும்... "ஏஜென்ஸி ஏமாத்திப் போட்டான், கொழும்பில நிக்கிறன்" எண்டு.

அன்றிக்காரிக்கு இந்த கேம் சரிவாற மாதிரித் தெரியேல்ல. காஞ்சனாவுக்கு வேலை வெட்டியும் இல்ல. பிரான்சில எல்லாருக்கும் கஸ்றம்தான். சென்றிம் சென்றிமா எண்ணிச் செலவழிக்க வேண்டிக் கிடக்கு. அன்றியின்ர புரியனும் சாடையாக் குழம்பத் தொடங்கிட்டான். அவனொரு செத்த பாம்பு அடிக்கிற சண்டியன். காஞ்சனா தலை மயிர நுணுக்கு நுணுக்கி

வெட்டுறதும் சில நேரங்களில சொண்டுக்குச் சிவப்படிக்கிறதும் அவனுக்கு நல்லதுக்கா தெரியேல்ல. 'பாவக் கொட்டை போட்டா பாவக் கொட்டைதான் முளைக்கும்' எண்ட லொஜிக்கில அவனுக்கு அசைக்க முடியாத நம்பிக்கை.

காஞ்சனாவுக்கு வேறொரு மாப்பிளை பார்க்க முடிவெடுத்திச்சினம். காஞ்சனா கையெடுத்துக் கும்பிட்டு வேண்டாமெண்டாள். பிரச்சினை இப்பிடியே முத்தி முறுகி வெடிச்சு, கடைசியா "நாங்கள் சொல்லுறதக் கேக்காட்டி, உன்னைக் கூப்பிட்ட காசு அம்பதினாயிரம் ஃபிராங்கையும் வைச்சுப்போட்டு மற்ற அலுவலைப் பார்" எண்ட லைன்ல அவையள் கதைச்சினம். காஞ்சனா இரவிரவா கதிரைமாதா, பற்றிமாமாதா, உத்தரியமாதா, சிந்தாத்திரைமாதா, சேமலைமாதா, சின்னமடுமாதா, சாட்மாதா, லூர்ஸ் மாதா, கேவலார் மாதா எல்லாரோடையும் சொல்லி அழுதுபோட்டு விடிய பிரெஞ்ச் கிளாசுக்குப் போக, படிப்பிக்கிற வெள்ளக்கார டீச்சர் ஏன் அழுகிறாயெண்டு கேக்க, இவள் ஏதோ ஒரு விசரில தன்ர முழு ஸ்டோரியையும் டீச்சரிட்ட சொன்னாள். டீச்சர்தான் போயருக்குப் போயிருக்கிற அய்டியாவைக் குடுத்தாள்.

பரிசில வீடு, வாசல், இனம், சனம் இல்லாத ஆக்கள் ஆரும் சோசல் மெடத்தைப் பிடிச்சு போயிரிலதான் போயிருக்கிறது. கன ஸ்ரீலங்கன் பொடியனும் போயரில இருக்கிறாங்கள். ஆனால், ஸ்ரீலங்கன் பொட்டையள் இருக்கிற சிலமனில்ல. சில போயருகள் கொஞ்சம் ஒழுக்கக்கேடான இடமெண்டதும் சனத்தின்ர அபிப்பிராயம்.

இவள் போயருக்குப் போய் இருக்கப் போறனெண்டதும் 'ஆத்தையின்ர ஆட்டக்காரப் புத்தி அவளிட்ட அப்பிடியே இருக்கு' எண்ட முடிவுக்கு வந்த செத்த பாம்பு அடிக்கிற சண்டியன் பொஞ்சாதிக்காரிக்கும் தேவையில்லாமல் புறங்கையால ரெண்டு விளாசு விளாசிப்போட்டு, காஞ்சனாவின்ர பிசகை வெட்டிவிட்டான்.

இவள் போயருக்கு வந்த ரெண்டாம் நாள் ஒரு தமிழ்ப் பொடியனைச் சந்திச்சாள். இவளின்ர ரூம் வரைக்கும் வந்திற்றான். "ஏன் போயரில தனிய வந்திருக்கிறியள்?" எண்டு அவன் கேக்க, இவள் விடுபேச்சி தனக்குச் சொந்தக்காரங்களோட கொஞ்சம் பிரச்சினையெண்டும் தனக்கொரு 'போய் பிரெண்ட்' கொழும்பில இருக்கிறானெண்டும் உள்ளத ஒளியாமல் சொல்ல, அவன் ஒரு குழப்பமும் இல்லாமலுக்கு வலு தெளிவா "எனக்கு வாழ்க்கையை இழந்த பொம்பிளைக்கு வாழ்வு குடுக்கத்தான் விருப்பம்" எண்டு நீட்டி முழுக்க 'தான் எப்ப வாழ்க்கையை இழந்தது, இவன் இப்ப திருப்பிப் தாறதுக்கு' எண்ட விசயம் காஞ்சனாவுக்குப் பிடிபடயில்ல. அவனையொரு

ஹிஸ்டீரியா பார்வை பார்த்தாள். அவன் ஒரு கே.ஆர். விசயா சிரிப்புச் சிரிச்சுக்கொண்டு போனான். சனியன் பிறகு அந்தப் பக்கமும் இல்ல.

இவளால கொஞ்சநாளா குணாவைத் தேடிப் பிடிக்க ஏலாமல் கிடந்தது. அவன் தந்த கொழும்பு போன் நம்பரில அவன் இல்ல. இவள் தன்ர போன் நம்பரை குணாவிட்டக் குடுக்கச் சொல்லிக் கொழும்புக்காருக்கு சொன்னாள். ஒருநாள், இந்தியாவில இருந்து போன் வந்தது. குணாதான் கதைச்சான். இவள் எல்லாப் பிரச்சினையையும் சொல்லி அழுதாள். "அழாதயும் என்ர குஞ்சு... இன்னும் ஒரு கிழமையில அங்க வந்திருவன். உமக்கு தாலிகட்டுக்கு என்ன கலர் கூறை சீலை வேணும்? ரிசப்சனுக்கு என்ன கலரில வேணும்" எண்டு அவன் கேக்க இவள் சிரிச்சாள். மனமாச் சிரிச்சாள்.

சிரிச்சுக்கொண்டு போயர் விறாந்தையால வாறாள். இவளின்ர ரூமுக்குப் பக்கத்து ரூம்களில இருக்கிற கானா நாட்டுப் பொடியள் அவ்விடத்தில் நிண்டுகொண்டு "ஏய் சிஸ்டர்... என்ன இப்பிடிச் சிரிச்சுக் கொண்டு வாறாய்? உங்கட நாட்டில சண்டை முடிஞ்சுதா?" எண்டு கேட்டாங்கள். இவளுக்கெண்டால் விட்டால் டான்ஸ் ஆடுவாள் போல ஒரே சந்தோசம். சிரிச்சுக்கொண்டே நிண்டாள். "அய்யோ இப்பிடிச் சிரிச்சு என்னைக் கொல்லாத, வேணுமெண்டால் இதால சுடு" எண்டு ஒருத்தன் சேர்ட்டை கிளப்பிக் காட்ட மடிக்குள்ள ஒரு பிஸ்டல் சொருகியிருந்தது. அவன் கெக்கட்டம் விட்டுச் சிரிச்சான். இவள் பதறிப் போய் "இதையேன் வைச்சிருக்கிறாய்?" எண்டு கேக்க "பயப்பிடாதே சிஸ்டர் உன்னைச் சுடுறதுக்கில்ல, பொலிசை சுடுறதுக்கு" எண்டான். "ஏய் குளப்படிகாரா... நீ ஒருத்தரையும் சுடவேண்டாம். இதைக் கொண்டுபோய் குப்பையில எறி" எண்டு காஞ்சனா பதகளிச்சாள். பின்ன? தேப்பன் தன்ர கண்ணுக்கு முன்னால வெடிபட்டுச் சாகக் குடுத்த சீவனது. "அடி போடி... ரெண்டாயிரம் ஃபிராங்குக்கு பெல்ஜியத்தில் வேண்டினம். மூவாயிரம் ஃபிராங் தா குப்பையில போடுறம்" எண்டு சிரிச்சுப்போட்டு 'குட்நைட்' சொல்லிற்றுப் போயிற்றாங்கள். அது உண்மையாவே ஒரு குட் நைட்தான்.

ஆனால், இந்த முறையும் சொன்ன டேற்றுக்கு குணா வரயில்ல. இவள் கொழும்புக்கு போன் அடிச்சுக்கேக்க "அவர் இன்னும் இந்தியாவிலதான் நிக்கிறார்" எண்டிச்சினம். காஞ்சனா "அவர் எப்ப பிரான்ஸுக்கு வருவார்?" எண்டு கேக்க "பிரான்ஸுக்கோ? குணா யாழ்ப்பாண எலெக்சனுக்கு போஸ்டர் அடிக்கவல்லோ இந்தியாவுக்குப் போனவர்" எண்டு சொல்லிப்போட்டு கொழும்புக்காரர் போனை வச்சிற்றினம்.

காஞ்சனா அப்பிடியே சுவரில சாஞ்சு நிண்டுகொண்டாள். 'குணா எனக்கு இம்மட்டுநாளா பொய்யே சொல்லிக்கொண்டிருந்தது? அதுதானே

வலிய வந்து என்னைக் கேட்டது. அதுதானே ஊர் முழுக்கச் சொன்னது. இப்ப எண்ணெண்டு என்னை ஏமாத்த ஏலும்! அய்யோ அதுகள் பெத்து விட்டுதுகள், நானா வளர்ந்தன். ஊர் முழுக்கப் பிச்சையெடுத்தல்லோ சீவிச்சன். எல்லாம் தெரிஞ்சுகொண்டும் எனக்குப் பொய் சொல்ல அதுக்கெண்ணெண்டு மனம் வந்தது? கொழும்புக்காரங்கள்தான் பொய் சொல்லுறாங்களோ?' எண்டு காஞ்சனா மண்டை பிரேக்காகி நிண்ட நேரம் பார்த்து... இந்தியாவில இருந்து ரெலிபோன் வந்தது.

எடுத்தோணை இவள் முதல் கேள்வி கேட்டாள் "நோட்டீஸ் அடிச்சு முடிஞ்சுதே?"

ஒரு செக்கன் ஆன்ஸரில்லை. பிறகு சவுண்ட் வந்தது "உமக்கு ஆர் சொன்னது?"

"உண்மையோ? பொய்யோ? எப்ப இஞ்ச வாறியள் எனக்கு மெண்டல் ஆக்கப் போகுது"

"இப்ப வரேலாது. எலெக்சன் முடியட்டுக்கும்"

காஞ்சனாவுக்கு வாயில தூசணம்தான் வந்தது. "என்னை ஐவல் குடிக்க வைக்கப் போறீங்கள். ஓம், சொல்லிப் போட்டன். எனர பிரேதத்தையும் காண மாட்டியள். ஒண்டும் வேணாம் நான் ஸ்ரீலங்காவுக்கு வாறன்."

"என்ன காஞ்சி, இப்பிடிக் கதைக்கிறீர் எலெக்சன் முடியக் கட்டாயம் வாறன்."

"எலெக்சனில தோத்தாத்தானே வருவியள். எனக்கு இப்பிடிப் பொய் சொல்ல உங்களுக்கு என்ணெண்டு மனம் வருது. நீங்கள் உருட்டும் புரட்டும், நான் இஞ்ச சிரட்டயும் கையுமாத் திரியிறன்."

"ஹலோ, நீர் திரியிறது விளங்குது. நான் வர மட்டுக்கும் பொறுக்கேலாமலுக்கு சதி எழும்பித் திரியிறீர் எண்டால் அங்கினெக்க ஆரும் காப்புலியப் பிடிச்சுப் படும்..."

காஞ்சனா ரெலிபோன மெல்ல வைச்சாள். அவளின்ர மைன்ற் வேறமாதிரிப் போச்சுது. மம்மி கை, கால், துடை, வயிறு, நெஞ்சு, தலை எல்லாத்துக்குள்ளாயும் பிச்சுக்கொண்டு வந்தாள். காஞ்சனா படாரெண்டு உள்ளங்கையில எச்சிலைத் துப்பி தன்ர முகத்தில தேய்ச்சாள். பள்ளிக்கூடம் போகேக்க காஞ்சனாவின்ர முகத்தில பொறுக்கு வெடிச்சிருந்தா, மம்மி தன்ர எச்சிலைத் தொட்டு பிள்ளயின்ர முகத்தில தேய்ச்சு விடுவா. அது ஒரு மாதிரியா மணக்கும். மம்மியே கூட பள்ளிக்கூடத்துக்கு வாற மாதிரியிருக்கும். இப்ப மம்மி பக்கத்தில இருக்கிற மாதிரி இருக்கு.

காஞ்சனாவுக்கு நல்ல ஞாபகமாயிருக்கு. கொன்மென்டால 'அன்னை வேளாங்கண்ணி' படத்துக்குக் கூட்டிக்கொண்டு போறதெண்டு மதர் காசு கொண்டரச் சொல்ல, மம்மி, அய்யாயிரத்துக்கில்ல, பத்தாயிரத்துக்கில்ல ஆசைக்கு அறுவது ரூவாய்க்கு வேண்டின சீலையை வித்துப்போட்டுக் காஞ்சனாவுக்கு காசு குடுத்து விட்டவள். 'மம்மி சாக முன்னுக்கு கூட என்னைத்தானே கூப்பிட்டவ, பிறகு கடவுளக் கூப்பிட்டவ. நானும் கடவுளும் சேர்ந்துதானே மம்மியைக் கொலை செய்திருக்கிறம்' எண்டு வாய்க்குள்ள சொல்லிக்கொண்டு படியிறங்கி ஓடிப்போனாள். போயருக்குக் கீழ இருக்கிற ரெஸ்ரோறன்றில போய் நிண்டுகொண்டாள்.

ஒரு மணித்தியாலத்தால, மேல தன்ர ரூமுக்கு ஒவ்வொரு படியா மெதுமெதுவா ஏறி வந்தாள். குறுக்கு மறுக்கா வந்த கே.ஆர். விசயா சிரிப்புக்காரன் "என்ன காணாதது மாதிரிப் போறியள்?" எண்டு கேக்க "எனக்கு மனுசர காணப் பயமாக் கிடக்கு" எண்டு சொல்லிப்போட்டுப் போய் ரூமை ஓவெண்டு திறந்துவிட்டிட்டு, சம்மணம் கட்டி இருந்துகொண்டு, கையை மேல தூக்கி 'கடவுளே' எண்டு கூப்பிட்டாள். அப்பிடியே நாலுநாளா தின்னாமல் குடியாமல் கூப்பிட்டுக் கொண்டேயிருந்தாள்.

கடவுள் காஞ்சனாவின்ர கடும் தவத்தால ஆனந்தப்பட்டேர், மனம் கனிஞ்சேர். காஞ்சனாவுக்குப் பாவமன்னிப்பு குடுத்துப்போட்டு அவள தன்ர நிரந்தர ஊழியக்காரியாக்க முடிவெடுத்தேர். நடுச்சாமத்தில பிரான்ஸுக்குள்ள பிரவேசிச்சு காஞ்சனாவின்ர கண்ணுக்கு முன்னால கடவுள் நிக்க... காஞ்சனா கண்ணைத் திறந்து பார்த்தாள்.

கடவுள்! ஒரிஜினல் கடவுள்! வேசிப்பிள்ளையள் என்ர ஏரியாவுக்குள்ள வரக்கூடாது, வேசிப்பிள்ளையின்ர பத்தாம் ஜெனரேசனும் என்ர ஏரியாவுக்குள்ள வரக் கூடாது எண்டு மோயிசனுக்குச் சட்டம் போட்ட அதே கடவுள் காஞ்சனாவைப் பார்த்து ஒரு மார்க்கமாய் சிரிச்சுக் கொண்டு நிக்க...

காஞ்சனா இடுப்பில சொருகியிருந்த பிஸ்டலைத் தூக்கினாள். முதலாவது வெடி கடவுளின்ரை கண்ணைப் பொத்தி விழுந்தது.

☐ அம்மா - 1998

V9674D2687430743 V D58483675

எல்லாம் முடிந்தது. இக்கணத்தில் நகரத்தின் ஒரு புள்ளியில் செக்கல் கிழித்துப் பொறி பறந்திருக்கும். அது முளாசும். ஈஃபில் கோபுரம் தழலாய் உருகி உருகியோட, அய்ம்பது - நூறு அர்த்தங்களில் சிரிக்கும் மோனலிஸாவும் அவுட். வெண்ணிற மாதாகோயிலுக்கு அய்யோ கேடு. லாச்சப்பல் பிள்ளையாரும் வயிறு வெடித்துச் சாவார். உரிந்து போட்டுத் திரியும் எல்லோருமே எரிவீர்... கூய்... கூய்...

"சனியனே கத்தாம இருடா" என்றவாறு பல்லைக் கடித்துக்கொண்டு, கையை ஓங்கியபடியே சித்தப்பன் எனக்கு அடிக்க ஓடி வந்தான். கைகளால் முகத்தை மூடிக்கொண்டே, முழங்கால்களுக்குள் பத்திரப்படுத்துவதற்காகக் கதிரைக்குள் குறண்டினேன். கண்கள் தாமாகவே இறுக மூடிக்கொண்டன. மூடிய கண்களுக்குள் சிணிப் பிடித்த இலக்கங்கள் உன்னிக்கொண்டு மில்லியன் முறைகள் மோதி வெடித்தன. அதிர்வுகள் என் பிடரியையும் பொத்துப் போடலாம். இனியும் கண்களை மூடியிருக்க முடியாது. அடி விழுந்தால் காரியமில்லை. மெல்லக் கண்களைத் திறந்து பார்த்தேன். சித்தப்பன் ஓங்கிய கை ஓங்கியபடியே எனக்கு ஓரடி முன்னால் ஒரு சடன் பிரேக் அடித்த கோலத்தில் மூசிக்கொண்டு நிர்வாணமாக நின்றான்.

"சரியாய் குளிருது... ஒரு சிகரெட் தாறியோ" என்று சித்தப்பனிடம் கேட்டேன்.

"இண்டைக்கு கனத்த நாளெல்லோ, அதுதான் அட்டகாசம் கூடிப்போச்சு" என்று சித்தி சொன்னாள்.

"எடியே உடுப்பில்லாமல் நிக்காதே எரிந்து போவாய்" என்று சொன்னேன்.

"செருப்பால அடிப்பன் நாயே" என்றவாறே சித்தி செருப்பு எடுக்க ஓடினாள். சித்தப்பன் கண்ணெல்லாம் கலங்கிப் போய், என் தலைமுடியைப் பிடித்து என்னை உலுக்கியெடுத்தான். செருப்புத் தோதாகக் கிடைக்காததால் சித்தி எட்ட நின்று காறித் துப்பினாள். வலது கை சுட்டு விரலைச் சித்தியின் மூஞ்சிக்கு நேராகப் பிடித்து, இடது கையைப் பொத்தி முழங்கையோடு மடக்கி நரம்புகளை இறுக்கிப்

D52423.12.1994 17.01.1981 23.0

பிடித்து எழுந்து நின்று அடி வயிற்றிலிருந்து ஒரு கூவடித்தேன். சித்தி காதுகளைப் பொத்திக்கொண்டு ஓடிப் போனாள்.

சித்தி உள்ளே போகமட்டுக்கும் பார்த்துக்கொண்டிருந்த அந்தக் குத்தியன் சித்தப்பனிடம் நெருங்கி "பொடியனுக்கு இந்திரியம் உச்சந்தலைக்கேறி அடிச்சுப் போச்சு... அதுதான் இப்படிப் போட்டு பூமரத்த உலைக்குது" என்று அடிக்குரலில் சொன்னான். இந்தக் குத்தியன்தான் இன்று பின்னேரம் என்னைப் பிடித்து இங்கே வைபோசாக இழுத்து வந்தவன். சித்தப்பனோடு ஒட்டு.

இவர்கள் நாளைக் காலையில் என்னை ஆஸ்பத்திரிக்குக் கூட்டிப்போகத் திட்டமிடுகிறார்கள். பாவம் இவர்கள். உரிஞ்சாங்குண்டிகளுக்கு நாளை என்பதே இருக்கப் போவதில்லை.

ஆஸ்பத்திரி எனக்கு எப்போதுமே சலிப்பூட்டுவது. கடைசியாகச் சென்ற கோடை காலத்தில் சித்தப்பன் என்னை ஆஸ்பத்திரிக்குக் கூட்டிப் போயிருந்தான். டொக்டரும் நானும் எதிரெதிராக அமர்ந்திருந்தோம். "நீ ஏன் கூவுகிறாய்? நீ ஏன் குதிக்கிறாய்?" என்று என் கண்களை உற்றுப் பார்த்தவாறே டொக்டர் கேட்டான். எனக்கு அலுப்புத் தட்டியது. நான் எப்போதும் உண்மையையே பேசி வந்தாலும், கேட்டுக் கொண்டிருப்பவர்கள் முடிவாகக் கல்யாணம் செய்து வைக்கவோ சாத்தானை விரட்டவோ பொலிஸில் பிடித்துக் கொடுக்கவோ அல்லது ஆஸ்பத்திரியில் மறிக்கவோதான் முற்றெடுக்கிறார்கள். நான் இந்தமுறை பேசப் போவதில்லை.

ஆனால், இந்த டொக்டர் சிங்கனாய் இருந்தான். விடாமல் என் கண்களையே உற்றுப் பார்த்துக்கொண்டிருந்தவன் திடீரென்று உச்சிக்கொண்டு என் கண்களுக்குள் பாய்ந்தான். 'டக்'கென்று கண்களை மூடிக் கொண்டேன். இலக்கங்கள் உன்னிக்கொண்டு மோதிப் பறக்க இம்முறை அதிர்வுகள் நாளங்களை அரித்துக்கொண்டு உள்ளங்கால்களில் இறங்கின. எனது கண்களுக்குள்ளால் புகை கிளம்பியது. "டொக்டர் என்னை விட்டுவிடு. எனக்குள் இலக்கங்கள் மின்னித் தெறிக்கின்றன. என்னை எரிய விடாதே" என்று துடித்துப் பதைத்தேன்.

டொக்டர் குறுக்குமறுக்காகத் தலையை ஆட்டிக்கொண்டான். "பிசாசே நீ என்னை நம்பவில்லையா? எனது கண்களுக்குள்ளால் புகை கிளம்புவது உன் பொட்டைக் கண்களுக்குத் தெரியாமல் போனதோ?"

டொக்டர் எனது தோள்களில் தனது கைகளை மெதுவாக வைத்து என்னைப் படுக்கையில் சாய்த்தான். "அது உண்மைதான் நண்பனே"

K469 21.07.1983 23.07.1983 27.07

என்று எனது காதுக்குள் சொன்னான். டொக்டரின் குரல் இன்னும் இன்னும் மெதுவாக என்னை வருடிற்று. "நீ நிம்மதியாகத் தூங்கு நண்பனே, உன்னைத் தின்னும் இலக்கங்களோடு நான் இப்போது பேசுவேன், நண்பனே நீ தூங்கிவிடு." நான் வாய் கிழிந்து கொட்டாவி விட்டேன்.

687430743 V பேசுகிறது

பிள்ளைபிடிகாரர்களின் ஆட்சியில் கிராமம் இருந்தது. ஒழுங்கைகள் நெடுகிலும் கறுப்பு முண்டாசு கட்டிய, தலைப்பாகை அணிந்த, புல்லுத் தொப்பி போட்டவர்கள் பனைகளையும் வேலிகளையும் குரோட்டன் செடிகளையும் வெட்டிப் போட்டார்கள். அவர்கள் என்னை, ஒரு புத்தகம் படித்துக்கொண்டிருக்கும் போது, மேகலை மச்சாள் தந்த கடிதத்தை வாசித்துக் கொண்டிருக்கும் போது, இல்லை அய்யாவும் நானும் கண்டப்பட்டை அவித்து வலையைச் சாயமிடும் போதோ சுற்றி வளைத்தார்கள்.

அக்காலத்தில் நான் நிறைய மீன் குஞ்சுகள் வளர்த்தேன். அவர்கள் ஒருபோதும் கண்களை விரித்து என் மீன் குஞ்சுகள் குறித்துக் கேட்டதில்லை. அந்தக் காலத்தில் நான் பெனம்பெரிய சிப்பிகள் சேகரித்து ஓவியங்கள் வரைந்து வைத்திருந்தேன். அவர்கள் ஒருபோதும் ஒரு ஓவியம் கேட்டதில்லை. அவர்கள் எப்போதும் எனது அடையாள அட்டையையே கேட்டார்கள்.

அடையாள அட்டையைப் புரட்டிப் புரட்டிப் பார்த்தவர்கள் எனது பெயரைக் கேட்டார்கள். சொன்னேன். அவர்களுக்குத் தமிழோ சிங்களமோ படிக்கத் தெரிந்திருக்கவில்லை. அவர்கள் அடையாள அட்டையைத் தமது உள்ளங்கைகளுக்குள் பொத்தியவாறே அதன் இலக்கத்தைக் கேட்டார்கள். நான் அதை ஞாபகத்தில் வைத்திருக்கவில்லை. சந்தேகத்துடன் என் கன்னத்தில் இடித்தார்கள். சப்பாத்துக் கால்களை முத்தமிட்ட அம்மாவை ஏறி மிதித்தார்கள்.

அந்தோனியார் கோயில் சுவாமி ஆடி அசைந்து வந்து, நான் சோலிசுறட்டுக்குப் போகாதவன் என்று அவர்களிடம் சொன்னான். சுவாமி அவர்களின் நம்பிக்கைக்கு உரியவனாக இருந்திருக்க வேண்டும். அவர்கள் என்னை விட்டுவிட்டார்கள். நான் மீன் குஞ்சுகளைச் சாகக் கொடுத்தேன். உட்கார்ந்திருந்து ஓவியங்களை அழித்தேன். மேகலை மச்சாளுக்கும் பதில் கொடுக்கவில்லை. எனக்குரிய எல்லாவற்றையும்

5236 29.07.1987 10.10.1990 D 596

விட்டு அடையாள அட்டையின் இலக்கத்தை மட்டுமே பிடித்துக் கொண்டேன். தளர்பாடம் செய்தேன்.

பிள்ளைபிடிகாரர்கள் உக்கிரம் கொண்டார்கள். பள்ளிக்கூடத்திற்குள் புகுந்து கரும்பலகைகளில் 'டார்கெட்' எழுதிச் சுட்டுப் பழகினார்களாம். ஒருநாள் மேகலை மச்சாளையும் பிள்ளைபிடிகாரர் தூக்கிச் சென்றார்கள். ஆனால், மேகலை மச்சாள் அடையாள அட்டையைக் கரைந்த பாடம் பண்ணியிருந்ததாக மாமி குழறினாள்.

D 584 பேசுகிறது

மேகலை மச்சாளின் செத்த வீட்டுக்கு அடுத்தநாள், நான் பலாலியில் ஏறி இரத்மலானையில் இறங்கினேன். சுளுக்குப் போனபோது, திருக்கை அடித்துப் படுத்த படுக்கையாகக் கிடந்த அய்யாவுக்கு அராலி பரவைக் கடலையும் சின்னக் களங்கண்ணிக் கூட்டத்தையும் தவிர வேறெதுவுமே தெரிந்திருக்கவில்லை. அம்மா கொஞ்சம் வாயாடி கையாடியாக இருந்தாள். என்னை விமானத்தில் ஏற்றிவிட்டு, கொழும்புக்கு ரயிலைப் பிடித்தாள்.

விமானத்தில் இருந்தவர்கள் எல்லோருமே பிள்ளைபிடிகாரருக்குத் தப்பி வருபவர்கள். நாங்கள் இரத்மலானையில் இறங்கியபோது எட்டுத் திக்குகளிலுமிருந்து 'ஆய்போவன்' ஓதப்பட்டது. எங்கள் உச்சிகள் முகரப்பட்டன. அம்மா நிமிடத்திற்கு நூற்றுப் பத்து ரூபாய் கொடுத்து சித்தப்பனைக் கெஞ்சி மன்றாடினாள். மனுசிக்கு மன்றாடுவதைத் தவிர வேறு மொழியில் பேசப் பழகப்பட்டிருக்கவில்லை. அம்மா எனக்குத் தோல் ஐக்கெட் வாங்கித் தந்தாள். குளிரேறாத சப்பாத்துகள் வாங்கித் தந்தாள். வறுத்த மிளகாய்த்தூளும், மிக்ஸர் பக்கெட்டுகளும் வைத்து ஒரு பொதி தயார் செய்தாள்.

ஒரு சாமத்தில் எல்லாம் தலைகீழாகப் போகக் கதவை உடைத்துச் சனியன் பிடித்தது. இந்த நாட்டில் என்ன இழவு நடக்கிறது... யார் சொல்லி விழுகிறது என்ற சூத்திரம் எனக்குப் பிடிபடாமல் போனது. அவர்கள் என்னை ஜீப்பில் கூட்டிச் சென்றபோது, போனமாதம் முழுதும் விகாரைகளில் மினுக்கிய வெசாக் கூடகள் அவிந்துபோய்க் கிடந்தன. ஜீப்பிலிருந்து இறக்கிய கையோடு என்னை உருட்டி உருட்டி உதைத்தார்கள். நூறு படிகளும் மூன்று திருப்பங்களும் கடந்து வீழ்ந்தேன்.

M6187 430743 V D584 L836753

"உண்மையைச் சொல்லிவிடு புலியே, ஜனாதிபதியைக் கொல்லத்தானே இங்கு வந்திருக்கிறாய்? ஜனாதிபதி மாளிகையைப் படம் பிடித்து விட்டாயா? எப்படி வெடிப்பதாகத் திட்டம்?"

"அய்யாமாரே என்னில் இரக்கம் செய்வீர். நான் தொலைவுக்கு ஓடிவிட என் அம்மா ஐக்கட்டும் சப்பாத்தும் வாங்கி வைத்திருக்கிறாள்."

"சும்மா அணங் மணங் கதைவிடாதே! மகனே, நீ நினைப்பது போல் இங்கு எதுவும் சுலபமாகச் செய்துவிட முடியாது. சரி மாளிகையைப் பற்றி ஏதாவது சொல்லேன்."

"அம்மா ஏங்கிப் போய் இருப்பாள். என்னில் கருணை காட்டுங்கள். நீங்கள் சொல்லும் மாளிகை எங்கேயுள்ளது என்பதைக் கூட அறியமாட்டேன்."

"நமக்கு மிகவும் அருகில்தான் உள்ளது. நான் உனக்கு இப்போது காட்டுகிறேன் பார்" என்றவன் சரக்கென்று தனது கஞ்சானை அவிழ்த்து என் முகத்தில் மூத்திரம் பெய்தான். உடைந்து போயிருந்த முகம் பற்றிக் கொண்டெழும்ப, கைகளையும் கால்களையும் அசைக்கவிடாமல் சிலர் கால்களுக்குள் மிதித்து வைத்திருக்க "அய்யோ" என்று உயிர் போகக் கத்தினேன். பிரேமதாஸாவுக்குக் கேட்டிருக்குமோ தெரியாது.

என்னோடு அவர்கள் மூன்று நாட்களாக மண் நிரப்பிய எஸ்-லோன் பைப்புகள், ஊசிகள், பனிக்கட்டிகள், நாம்பன் மாட்டின் சாமான் சகிதம் மினக்கெட்டுக் களைத்தபொழுதில், நான் வெறும் சோத்துமாடு என்று அவர்கள் முடிவெடுத்திருக்க வேண்டும். என்னைக் கூட்டி அள்ளிக்கொண்டு போய் மருதானை பொலிஸ் கூட்டுக்குள் கொட்டினார்கள். அந்த ஒரு சவப்பெட்டி X சவப்பெட்டி அளவுள்ள கூண்டுக்குள் ஏற்கனவே இருபத்தியொருவர்¹ வீழ்ந்து கிடந்தார்கள். நான் இருபத்தியிரண்டாவது.

எங்களில் சிவலைக்கு மட்டும்தான் சிங்களம் பேசத் தெரிந்திருந்தது. நாள் முழுவதும் கம்பிகளைப் பிடித்தவாறே நின்று தண்ணீர் கேட்டுக் கத்துவான். கம்பிகளுக்கு இடையால் பெற்றன் பொல்லு இடிகளும் எப்போதாவது தண்ணீரும் பெற்றுக் கொள்வான். இருபத்திரண்டு மிடறுகளுக்குத் தண்ணீர் போதுமானதாக இருப்பதில்லை. அவன் மீண்டும் மீண்டும் கத்துவான். அவன் ஓர்மமும் பெண்ணின் சாயலும் கொண்ட மனிதன். எனது புண்களில் ஈக்கள் மொய்க்கும்போது ஊதிக்

---

1 அச்சுப்பிழை என்று எண்ண வேண்டாம். அது 21 மனிதர்கள்தான்.

04.06.1990 08.09.1979 02.0 D596

கலைப்பான். ஒரிரவு நான் குலைப்பனில் கிடந்தபோது, தனது சாறத்தை அவிழ்த்து எனக்குப் போர்த்திவிட்டு, ஜட்டியோடு இரவு முழுவதும் குந்திக்கொண்டிருந்தான். ஒருமுறை எங்களுக்கு ஒரு பக்கட் பற்பொடி கிடைத்தது. சிவலை எனக்குப் பல் துலக்கிவிட்டான்.

ஏழாவது நாளில், என்னால் கம்பிகளைப் பிடித்தவாறு மெல்ல எழுந்து நிற்கக் கூடியதாக இருந்தது. சிவலை சந்தோசப்பட்டுச் சீட்டியடித்தான். "ஹட்டனுக்கு இப்போது சேதி போயிருக்கும். எனது அக்காச்சி வந்து என்னை மீட்டுப் போவாள். நான் உன்னையும் வெளியில் கொண்டுபோவேன்" என்று நம்பிக்கையோடு பேசினான்.

சிவலையின் பெயர் பிரபாகரன் என்று தெரிந்துகொண்டேன். டவர் மண்டபத்திற்கு முன்னாலுள்ள சைவக் கடையில் ரீயடித்து சீவித்த சிவலை கூண்டுக்குள் வீழ்த்தப்பட்டதற்கு அவனுடைய பெயர் மட்டுமே காரணமாக இருந்ததாம்.

எட்டாவது நாளில், நாங்கள் ஒரு மூடிய வாகனத்தில் ஏற்றப்பட்டோம். வாகனம் களனி ஆற்றை நோக்கித்தான் ஓடிக்கொண்டிருப்பதாக சிவலை ஊகித்துச் சொன்னான். வழியில் கொஞ்ச நேரம் வாகனம் எங்கேயோ நின்றபோது "டயர் வாங்கி அடுக்குப் பண்ணுகிறார்களாக்கும்" என்று ஒரு குரல் இரகசியமாக அழுதது. இல்லை... இரண்டு மணித்தியாலங்களுக்குப் பின்பு, நாங்கள் 'மாற' சிறைச்சாலையில் ஒப்புக்கொடுக்கப்பட்டோம். அம்மாவிடமிருந்து முன்னர் என்னைப் பறித்தவர்கள் இப்போது எனது கையில் கிடந்த ஏழாலையம்மன் கட்டிவிட்ட கறுப்பு நூல், அடையாள அட்டை ஆகியவற்றைப் பறித்துக்கொண்டு எனக்கு இலக்கம் D 584-ஐ மட்டுமே வழங்கினார்கள். அலுமினியக் கோப்பை அடுத்தநாள் வழங்கப்பட்டது.

D என்பது பயங்கரவாதத் தடுப்புச் சட்டத்தின் கீழ் அடைத்து வைக்கப்பட்டிருப்போரை மற்றைய கைதிகளிடமிருந்து பிரிப்பதற்கான சிறப்பெழுத்தாம். ஆக, நான் பயங்கரவாதி 584 ஆகியிருந்தேன். சிவலை பயங்கரவாதி 590 ஆகியிருந்தான்.

காலை அய்ந்து மணிக்கு, இலக்கங்களை ஏறுவரிசை கட்டி நிற்கவைத்து எண்ணிப் பார்ப்பார்கள். எந்தவொரு இலக்கமும் தப்பியோடவில்லை, தற்கொலை செய்யவில்லை, கொலை செய்யப்படவில்லை என்று உறுதியான பின்பாக, இலக்கங்களுக்குப் பாண் துண்டு வழங்கப்பட்டது. பன்னிரண்டு மணிக்குச் சோறு போடப்படும். இலக்கங்கள் நெடுநேரம்

04A 29.07.1987 10.10.1990 D 590

சோற்றுக்குள் கல் பொறுக்கி உசும்பின. இலக்கங்களுக்கு இருந்த ஒரே பொழுதுபோக்கு இதுதான்.

நான் புகைவிடப் பழகிக்கொண்டேன். சிகரெட், பீடி கிடைக்காது. மரத்தூளைக் கொண்டு 'லோக்கல்' என்று ஒன்று சிறைக்குள் இரகசியமாகத் தயாரிக்கிறார்கள். சிவலை விரைவாகவே இந்த வித்தையைக் கற்றுக்கொண்டான். உண்மையாகவே 'லோக்கல்' இன்பமானதுதான்.

ஒரு திங்கட்கிழமை, சிவலையின் அக்காச்சி சிறைச்சாலைக்கு வந்து சிவலையைச் சந்தித்தாள். சிவலை என்னைப் பற்றித்தான் அதிகம் பேசினானாம். அவள் வெள்ளிக்கிழமை வரும்போது, என் அம்மாவையும் கூட்டி வந்தாள். அம்மா தைரியமாகப் பேசியது எனக்குப் புதினமாகக் கிடந்தது. தானும் சிவலையின் அக்காச்சியுமாக செல்லச்சாமி அய்யாவைக் கொண்டு அலுவல் பார்ப்பதாகவும் எங்களை விரைவாக வெளியிலே எடுக்கலாமென்றும் சொன்னாள்.

அன்றிரவு முழுவதும் நானும் சிவலையும் நித்திரை கொள்ளவில்லை. "அவர் மலைகளின் மைந்தன்... எங்களை ஒருபோதும் கைவிடார்" என்று சிவலை முணுமுணுத்தான். சென்ற வருட மேதினக் கூட்டத்தில் அவர் பேசியதைச் சிவலை கேட்டிருந்தானாம். எஸ்.பி. பாலசுப்பிரமணியம் பாடி முடியப் பேச எழுந்தவர் தேயிலைச் செடிகளில் நட்சத்திரங்களைப் பூக்கச் செய்வதைப் பற்றிப் பேசினாராம். கூட்டம் முடிய, காலிமுகத் திடலிலிருந்து மருதானைவரை இவன் பறந்தே வந்தானாம். "மினிஸ்டர் இல்லாவிட்டால், இவர்கள் எங்களைக் கடல்களுக்கும் அப்பால் விரட்டிக் கஞ்சிக்குச் சிங்கியடிக்கவிட்டிருப்பார்கள். போக மறுத்தவர்களும் பச்சைக் கூப்பன்களாகவே செத்திருப்பார்கள்" என்று கண்கலங்கிச் சொன்னான்.

செவ்வாய்க் கிழமை, என்னை அவசர அவசரமாகச் சிறைச்சாலை அலுவலகத்திற்கு அழைத்துச்சென்றார்கள். சிவலையிடம் சொல்லிவிட்டுக் கூடப் போக முடியவில்லை. அவன் எந்த 'செல்'லுக்குள்ளாவது யாரும் வருத்தக்காரருக்கு ஒத்தடம் பிடித்துக்கொண்டிருப்பான். அழைத்துச் செல்ல வந்த காக்கிச் சட்டை 'சுடுகுது மடியைப் பிடி' என்று நின்றான்.

என்னை ஒரு ஜீப் வண்டியில் ஏற்றிப் பின்புறமாய் விலங்கிட்டார்கள். ஜீப் வண்டி 'கடவத்த' சந்தியில் போய்க்கொண்டிருப்பதை விளம்பரப் பலகைகளிலிருந்த ஆங்கில எழுத்துகளை வாசித்துப் புரிந்துகொண்டேன்.

DQM 21.07.1983 23.07.1983 27.0

ஜீப் களனிப் பாலம் ஏறி, பஞ்சிகாவத்தைக்குள்ளால் விரைந்து மாளிகாகந்தை நீதிமன்றத்தில் என்னை நிறுத்தியது.

நீதவான் அசுவாரசியமாக என்னைப் பார்த்தான். மிகவும் சோர்வாகக் காணப்பட்டான். கே. பாலாஜிக்குக் கிட்டவும் நெருங்கான். "நான் உன்னை விடுதலை செய்கிறேன்" என்றான். எழுந்து போய்விட்டான். என்னைக் கைது செய்த காரணத்தையும் ஏன் விடுதலை செய்த காரணத்தையும் கூட எனக்குச் சொல்வது தனது பொன்னான நேரத்தை மண்ணாக்கும் வேலையென அவன் நினைத்திருக்கலாம்.

நீதிமன்றத்திலிருந்து நேராக 'கொள்ளுப்பிட்டி'க்கு அம்மா ஓட்டோ ரிக்ஷோ பிடித்தாள். போய்க்கொண்டிருக்கும்போது சிவலையின் அக்காச்சியைப் பற்றி விடுத்து விடுத்துக் கேட்டேன். "அவள் யாரோடு எப்படிப் பேசுவது என்பதைத் தெரிந்திராத மரியாதை தெரியாத தோட்டக்காட்டாள்" என்று மட்டுமே அம்மா சொன்னாள்.

கொள்ளுப்பிட்டி சென். மைக்கல் வீதியில் உயர்ந்திருந்த கட்டடத்திற்குள் சுவர் முழுதும் செல்லச்சாமி ஒரு கள்ளப்பூனைச் சிரிப்புடன் கும்பிட்டுக்கொண்டிருந்தான். கும்பிட்டவனுக்குக் கீழே மேசை போட்டு அமர்ந்திருந்தவனை அம்மா எனக்கு அறிமுகப்படுத்தினாள். "இவர்தான் கோவிந்தராஜன், செல்லச்சாமி மினிஸ்டருக்கு இடதும் வலதும் எமக்குத் தெய்வமுமானவர். இவர்தான் உன்னை வெளியில் எடுத்துவிட்டு இரட்சித்தவர்."

கோவிந்தராஜன் "ஆ... இவர்தானா உங்களின் மகன்?" என்று அமர்த்தலாகக் கேட்க, அம்மா ஒரு பல்லி மாதிரிச் சிரித்தாள். கோவிந்தராஜன் அலுவலகத்தைவிட்டு வெளியேறி அருகிலிருந்த தேநீர்க் கடைக்குள் போய் அமர்ந்துகொண்டான். அம்மா என்னை இழுத்துக்கொண்டு பின்னாலேயே ஓடினாள். அவள் நெஞ்சுச் சட்டைக்குள்ளிருந்து ஒரு என்வலப்பை எடுத்து இரண்டு கைகளாலும் நீட்டினாள்.

ஏதோ தும்புமுட்டாசு வாங்குவது போல அலட்சியமாக வாங்கிக்கொண்ட கோவிந்தராஜன் "எவ்வளவு?" என்று கேட்க "அய்யாயிரம் இருக்கிறது" என்று அம்மா இளித்தாள். "அவ்வளவுதானா?" என்று கேட்டுக்கொண்டே கோவிந்தராஜன் சிகரெட் மூட்டினான்.

"எங்களுக்கு வெளியிலிருந்து காசு வர வேண்டியுள்ளது. வந்தவுடன் இன்னும் தருவேன்."

KK 429.07.1987 10.10.1990 D 590

"சரி... சரி... இது மினிஸ்டருக்கு மட்டுமே போதுமானது. என்னைப் பிறகு நீங்கள் கவனிக்க வேண்டும்."

எனக்குக் கொஞ்சம் குழப்பமாக இருந்தது. "அய்யா... நீங்கள் தயவுசெய்து சிவலையையும் மீட்க வேண்டும்" என்று அழுவாரைப் போல் கேட்டேன். கோவிந்தராஜனின் கண்கள் வேட்டை நாயின் கண்களாக மின்னின. "யாரது சிவலை?" என்று கேட்டான்.

அம்மா என்னை இரகசியமாகக் கிள்ளிவிட்டு "அன்று உங்களோடு சண்டை போட்டுவிட்டுப் போனாளே... அவளின் தம்பியைச் சொல்கிறாள்" என்று பொச்சடித்தாள்.

"ஓ அவளா... எங்களுக்குத்தான் வோட்டுப் போட்டாகவும் காதுக்குச்சியை விற்று ரயிலுக்குக் கொடுத்தவளை சல்லி கேட்பது நியாயமில்லை என்று சட்டம் பேசிவிட்டும் போனாளே அவளா? சரி மன்னித்துவிடுவோம். பத்தாயிரம் ரூபாய் தாருங்கள் சிவலையை வென்று தருகிறேன்."

நான் கண்களை இறுக மூடிக்கொண்டேன். D 590-க்குள் சிவலை சுருண்டு போய்க் கிடக்க, D 590 உன்னி உன்னிச் சூன்யத்தில் சுழன்றடிக்கச் சிவலை குழறியழுதாள். D 590 போட்ட ஆட்டத்தில் குலுங்கிப்போய்க் கண்களைத் திறந்தேன். கோவிந்தராஜன் வேட்டியை உரிந்துபோட்டு நிர்வாணியாக நின்றான். எனது முகத்தைப் பொத்திப் பிடித்துக்கொண்டே அடிவயிற்றால் கூவென்று குரலெடுத்தேன்.

L 836753 பேசுகிறது

ஒரு வருத்தமும் இல்லாத என்னை ஒரு மாதமாக 'பம்பலப்பிட்டி' ஆஸ்பத்திரியில் கட்டாயப்படுத்தி வைத்திருந்தார்கள். அம்மா விடாமல் 'இந்தா கதிரேசன் கோயில் விபூதி', 'இந்தா பொன்னம்பல வாணேசுவரர் விபூதி' என்று கம்மாரிசு அடிக்கும் சாங்கத்தில் என் நெற்றியில் விபூதியும் குங்குமமும் அடித்துக்கொண்டேயிருந்தாள்.

ஒருநாள், கொச்சிக்கடை அந்தோனியாருக்குப் பாணும், செக்கட்டித் தெரு முருகப் பெருமானுக்கும் கொட்டாஞ்சேனை மாரியம்மனுக்கும் தலா ஆயிரம் ரூபாய் பணமும் கொடுத்து, என்னைச் சுகப்படுத்தியதன் நிமித்தமாக நேர்த்திக் கடன் முடித்துவிட்டதாகச் சொல்லிவிட்டு, என்னைச் சிங்கப்பூருக்கு ஏற்றிவிட்டாள்.

சிங்கப்பூரில் எனக்காகச் சித்தப்பன் காத்திருந்தான். என்னை பிரான்சுக்கு அனுப்புவதற்காக ஒவ்வொரு ஏஜெண்டாக அணுகிக்கொண்டேயிருந்தான்.

412C 687430743 V D584 L83657

அந்தக் காலத்தில் இலங்கை, இந்தியா, சிங்கப்பூர், மலேசியா ஆகிய நாடுகளில் கோபால் பற்பொடிக்கு இணையாகப் புகழ்பெற்றிருந்த சிகாமணி, ஹொங்கொங் பாலா, இத்தாலி பாலா, கைதடி பாலா, மியாமி மோகன், பரிஸ் மோகன், பிலிப்பைன்ஸ் மோகன், கச்சாய் மோகன், மட்டக்களப்பு வரதன், மாளிகாவத்தை வரதன், கனடா பரம், மொட்டை சக்தி, டென்மார்க் விக்கி, கனகநாயகம், அற்புதசிங்கம், சிங்கப்பூர் கோபால் போன்ற எந்தச் சுழியனாலும் என்னைப் பிரான்ஸுக்கு ஏற்றிவிட முடியாமல் போனது.

அவர்கள் பக்காவாக எனக்கொரு பாஸ்போர்ட் தயாரித்து, பெயர்களையும் இலக்கங்களையும் எனக்கு எவ்வளவு தீட்டி அனுப்பினாலும், சிங்கப்பூர் விமான நிலைய அதிகாரிகளைக் கண்டதுமே நான் நடுங்கிப் போவேன். அவர்கள் நான் கொண்டு போகும் பாஸ்போர்ட்டைப் பற்றிய கேள்வியில் தொடங்கி, என்னை அனுப்ப முயலும் ஏஜெண்டுகளைப் பற்றிய விவரங்கள் வரை ஒட்டக் கறந்துகொண்டு, என்னை விமான நிலையத்திற்கு வெளியே கலைத்துவிடுவார்கள்.

ஏஜெண்டுகளின் சரித்திரத்திலேயே இல்லாத ஒன்று நடந்தது. அதாவது 'பிச்சை வேண்டாம் நாயைப் பிடி' என்று சித்தப்பனிடம் வந்து அழுதார்கள். இவ்வளவு அமளிக்குள்ளும் நன்றாக அனுபவப்பட்டு, ஏகலைவன் பாணியில் சுயமாக ஏஜெண்டாகிவிட்ட சித்தப்பன் L 836753-ஐ எனக்காகத் தயார் செய்தான். பெயர்களையும் இலக்கங்களையும் மண்டை காயப் பாடம் செய்தேன். எனது பெயர், மொழி, பிறப்பு, ஓவியங்கள், அய்யா, கடற்கரை, கிராமம் எல்லாம் பொய்யாகிப் போக, L 836753-ல் தொங்கினேன். வியட்நாம் ரூட்டால் சித்தப்பன் 'போடிங்' உடைத்தான். பின்பு கொடிகட்டிப் பறந்த வியட்நாம் ரூட்டை முதன்முதலாகக் கண்டுபிடித்த பெருமை சித்தப்பனுக்கே. விஷயம் வெற்றி!

04.06.1990, 08.09.1979... மற்றும் பல பேசுகின்றன

பனியிலே முதற்காலை வைத்தவன், அடுத்த காலை கேஸ்கார திருநாவுக்கரசு வீட்டில் வைத்தேன். மேகலை மச்சாள் செத்துப் போனதையிட்டு திருநாவுக்கரசு சரியாக சந்தோசப்பட்டான். அந்தப் பிரேதத்தை வைத்தே வழக்கை வென்று தருவதாகச் சொன்னான். மேகலை மச்சாளை, தான் சுதந்திரப் பறவைகளில் சேர்த்து விடுவதாகச் சொன்னான். அய்யாவைப் பிடித்துக்கொண்டு போய் கச்சேரி சத்தியாக்கிரகத்தில் இருத்தி எழுப்பி எண்பத்து மூன்று வன்செயலுக்குள் கா.பொ. இரத்தினத்தின் விசுவாசியாகச் சாகக் கொடுத்தான். அம்மாவை

83675 4.06.1990 08.09.1979 02.0

அன்னையர் முன்னணியில் சேர்த்துவிடுவதில் உறுதியாக நின்றான். நான் 'மாற' சிறையில் இருந்ததற்கான ஆதாரப் பத்திரங்கள் இல்லாத காரணத்தால், அது அகதி வழக்குக்குப் பொருத்தமில்லாத புள்ளி என்றான். அவனிடம் 'வெலிக்கட' சிறைச்சாலை சம்பந்தமான ஆதாரங்களே வெற்றுத் தாள்களில் கிடந்தன. என்னைக் கேட்டுக் கேள்வியின்றி 'வெலிக்கட' சிறைச்சாலைக்கு மாற்றம் செய்தான்.

முடிவாக, அகதிச் சட்டத்தின் ஓட்டை ஒழுங்கைகளில் புகுந்து புறப்பட்டவன் இரண்டாயிரம் ஃபிராங்குகளை வாங்கிக்கொண்டு என் கழுத்துக்கு மேலே என் பாதங்களைப் பொருத்தி அவற்றில் ஆயிரக்கணக்கான இலக்கங்களை நாளாக, மாதமாக, வருடமாக, வாகனங்களின் அடையாளமாகக் கட்டிச் சுமத்திவிட்டான். விழுந்தேன்.

விழுந்து விழுந்து ஆறு மாதமாக இலக்கங்களைப் பாடம் செய்தேன். ஏதாவது பிழைவிட்டேனோ வாழ்க்கை முடிந்ததாம். நிறையப் பேர் சரியாகப் பாடம் பண்ணாததால் ஜெர்மனிக்கும் ஹொலாண்டுக்கும் ஓடிப்போனார்களாம். சித்தப்பன் வழக்கு விசாரணையின்போது எப்படி மாய்மாலம் செய்வதென்று சொன்னான். கடல், கம்பு, வலை, ஓவியம், மேகலை மச்சாள் இனிமையாகப் பாடுவது, 'மாற' மறியல் வீடு எல்லாவற்றையும் மறந்து போகுமாறு சித்தி சொன்னாள். இல்லாவிட்டால் அகதி மட்டை கிடைக்காதாம்.

எனது அகதி வழக்கைப் பரிசீலிப்பதற்காக நேர்முக விசாரணைக்குக் கூப்பிட்டிருந்தார்கள். இலக்கங்களைப் பொறுக்கி மூட்டையாக்கித் தலையில் காவிக்கொண்டு போனேன்.

ஓர் அழுகல் உருளைக்கிழங்கு போல் அதிகாரி கதிரைக்குள் நசிந்து போய்க் கிடந்தான். மொழிபெயர்ப்பாளன் நெட்டி முறித்துக்கொண்டிருந்தான். கேட்கும் கேள்விகளுக்கு மட்டுமே பதில் சொல்ல வேண்டுமென்று அதிகாரி எனது தொண்டைக்குழிக்குள் கத்தரிக்கோலைச் சொருகிய நேரத்தில் மூட்டை அவிழ்ந்து போய் இலக்கங்கள் குதியாட்டம் போட்டுக் காட்டி ஓடிப்போயின.

"சொல்லு! நீ யாரைச் சாகக் கொடுத்தாய்?"

"நான் எனது மீன் குஞ்சுகளைச் சாகக் கொடுத்தேன்." அதிகாரி என்னைக் கூர்ந்து கவனித்தான்.

"உனது கிராமத்தில் குண்டுகள் வீசப்பட்டதோ?"

"ஆம், அது ஏழு கடலும் ஒன்பது மாடுகளும் இரண்டு சிட்டுக் குருவிகளும் உயிரோடு எரிந்த கதை."

21.07.1983 D525 23.07.1983 27.07

"அது ஊரோடு ஒத்ததுதானே. நீ மட்டும்தானே இங்கு வந்திருக்கிறாய். மற்றவர்கள் அங்கு இன்னும் வாழ்கிறார்கள்."

"நீ எனது கிராமத்திற்கு ஒரு கப்பல் விட்டுப்பார்."

அதிகாரி கோப்புகளை அடித்து மூடினான். வழக்கு ஃபெயில். ஆனால், பிரண்டு போவான் என்னை ஆஸ்பத்திரியில் சேர்ப்பதற்குச் சிபாரிசு செய்தான். இந்தப் புள்ளியை வைத்தே கொமிசனில் வெல்லலாம் என்று திருநாவுக்கரசு மகிழ்ந்து போனானாம்.

எதுவித வருத்தமும் இல்லாத என்னை, எண்ணி மாளாத நாட்கள் ஆஸ்பத்திரியில் வைத்திருந்து கொடுமை செய்தார்கள். இந்தக் காலத்தில் எனக்குப் பிரெஞ்சு மொழி பிடிபட்டுப் போனது. டொக்டரின் கையைப் பிடித்துக்கொண்டு, எனக்கு அகதி மட்டை கிடைப்பதற்காக லூர்ஸ் மாதாவிடம் போய் நேர்த்தி வைக்கப் போகிறேன் என்றேன். எனக்கு நல்ல சுகமாகிவிட்டது என்று கூறிய டொக்டர் என்னை வீட்டுக்கு அனுப்பிவைத்தான். கொஞ்சநாள் கழித்து நிர்வாணிகள் திரும்பவும் ஆடத் தொடங்கினார்கள். ஆஸ்பத்திரிக்குத் திரும்பத் திரும்பக் கூட்டிக்கொண்டு வந்து கொடுமை செய்கிறார்கள்.

நான் தூங்கி எழுந்திருந்தபோது, டொக்டர் ஏதோ எழுதிக்கொண்டிருந்தான். என்னை நிமிர்ந்து பார்த்து "நண்பனே நிம்மதியாகத் தூங்கினாயா?" என்று கேட்டான். நான் அமைதியாகத் தலையாட்டினேன். "சரி நண்பனே, ஒவ்வொரு புதன்கிழமையும் தயவுசெய்து என்னை வந்து சந்தித்துப் போ" என்றவன் எனது கையைப் பற்றிக் குலுக்கினான். நான் கையை ஒத்திப் பறித்துக்கொண்டேன்.

கோடை செத்துக் குளிர் கிளம்பியது. திருநாவுக்கரசு சித்தப்பனிடம் மூவாயிரம் ஃபிராங்குகள் பெற்றுக்கொண்டு, என்னை மறுவிசாரணைக்காகத் தயார் செய்ய முயற்சித்தான். இந்த முறை இலக்கங்களைக் கட்டிக் கொண்டு மாரடிக்க நான் மறுத்துவிட்டேன். "நீங்கள் இலக்கங்களில் தொங்குவதானால் தொங்கிக் கொள்ளுங்கள். கடலும் ஓவியமும் மேகலை மச்சாளும் உயிர் கொண்டு உசும்புவன. நான் கடல், நான் ஓவியம், நான் மேகலை மச்சாள்..." என்று சொல்லிவிட்டேன்.

"இந்த ஹாசை இஞ்ச கூப்பிட்ட என்னை செருப்பால அடிக்கவேணும்" என்று சித்தப்பன் கத்தினான். அடிக்கடி என்னை வெளியே இறங்கிக் குளிரில் தள்ளி வீட்டுக் கதவை அடித்துச் சாத்தினான். எனக்குப் படுக்க ஒரு இடம் தேவை, கொஞ்சக் காசு தேவை, ஒரு வேலை தேவை.

412 29.07.1987 10.10.1990 D 590

உணவு விடுதி முதலாளிகள் நான் சரளமாகப் பிரெஞ்சு பேசுவதைக் கேட்டு ஆச்சரியப்பட்டார்கள். ஆனால், வேலை தர மறுத்துவிட்டார்கள். முதலாளிகளாலும் குளிராலும் விரட்டப்பட்டு வீட்டுக்கு ஓடிவந்து கதவைத் தட்டினேன். உள்ளே விளக்கும் அணைக்கப்பட்டது.

கதவை உடைப்பது போல் தட்டிக்கொண்டிருந்தேன். கைகள் சோர்ந்து போக, கண்களை மூடி அழுதேன். மண்டைக்குள் இலக்கங்கள் உன்னிக்கொண்டு பறக்க, வீதி முழுவதும் கூவடித்து நடந்தேன். சில நிர்வாணிகள் தங்களுடையதைப் பொத்திப் பிடிப்பதை விட்டுவிட்டு, என்னை வேடிக்கை பார்த்தார்கள். நான் ரயில் நிலையத்திற்குள் நெடுநேரமாக உட்கார்ந்திருந்தேன். எனக்குச் சோறோ தண்ணியோ தேவைப்படவில்லை. ஆனால், ஒரு புகை தேவைப்பட்டது. கொழுத்துத் திரிந்தவர்களிடம் கேட்டுப் பார்த்தேன். யாருமே ஒரு புகை தரவில்லை.

உரத்துப் பாடிக்கொண்டே அவள் வந்து எனக்கு அருகில் இருந்தாள். கையிலிருந்த பையைத் திறந்து தரையிலே கொட்டினாள். ஒரு வைன் போத்தல், ஒரு சோடிக் கம்பளிக் கையுறைகள், கொஞ்சம் வர்ண நூல் பந்துகள், ஒரு கத்தி, நீண்ட ஊசிகள் ஆகியவை நிலத்தில் சிதறின. நூல் பந்தையும் ஊசியையும் எடுத்துக்கொண்டு, சிதைந்து கிடந்த ஒரு நூல் சிக்கலை நாக்கை துருத்திக்கொண்டே சீர்படுத்திப் பின்னிட ஆரம்பித்தாள். நிலத்தில் போட்ட பொருட்கள் போட்டபடியே கிடக்க, அவள் ஒரு குஞ்சுக் குழந்தைக்கே அளவான கம்பளிச் சட்டை பின்னிக்கொண்டிருந்தாள். அவளின் வயிறு ஊதிக் கிடந்தது.

"மன்மசல்" என்று மெதுவாகக் கூப்பிட்டேன் — மன்மசலுக்கு தமிழ் என்ன செல்வியா? சீலம்பாய்... நீங்கள் சாமத்தியச் சடங்கு அழைப்பிதழ்களில் மட்டும்தானே அதை உபயோகிக்கிறீர்கள் — மன்மசல் கடும் யோசனையில் இருந்திருக்க வேண்டும். திடுக்கிட்டு என்னை நிமிர்ந்து பார்த்தாள். "உன்னிடம் ஒரு சிகரெட் இருக்குமா?" என்று கேட்டேன். அவள் உதட்டைப் பிதுக்கித் தோள்களைக் குலுக்கினாள். அவள் ஊதிய வயிற்றைத் தடவியவாறே ஏதோ யோசித்தாள். திடீரென "கமராத்" என்று என்னைக் கூப்பிட்டாள் — கமராத்திற்கு தமிழ் என்ன தோழனா? மண்ணாங்கட்டி... நீங்கள் மாப்பிள்ளை அழைப்புகளில் மட்டும்தானே அதை உபயோகிக்கிறீர்கள் — "வேண்டுமானால் கொஞ்சம் வைன் குடியேன்" என்று வைன் போத்தலை எடுத்து நீட்டினாள். "நன்றி, எனக்குத் தாகமில்லை" என்றேன். மன்மசல் தலையை ஆட்டிக்கொண்டு சிரித்தாள். திடீரென்று எழுந்து, குறுக்காலே வந்த கோட்சூட்காரனை மறித்துப் பிடித்து சிகரெட் கேட்டாள். மன்மசலின் திடீர்ப் பாய்ச்சலால் கொஞ்சம் கெலித்துப்போன கோட்சூட்காரன் ஒரு

07. 02. 1963 743 V D 584 L836753

சிகரெட்டை எடுத்து மன்மஸலின் கைகளில் முட்டுவதைக் கவனமாகத் தவிர்த்துக்கொண்டே கொடுத்தான்.

மன்மஸல் சிகரெட்டைக் கொண்டுவந்து என்னிடம் கொடுத்தாள். "மன்மஸல்... உனக்குத் தேவையில்லையா?" என்று கேட்டேன். வயிற்றைத் தடவிக் காட்டி "இதற்குக் கூடாது" என்று சொன்னாள்.

நானும் அவளும் மிகவும் அருகுகாய் இருந்தோம். அவள் ஒரு போத்தல் வைனையும் குடித்து முடித்தாள். ஒவ்வொரு வாய் குடிக்கும்போதும், என்னையும் குடிக்கச் சொல்லிக் கேட்டாள்.

மன்மஸலின் கண்கள் சொக்கிப்போக பிரெஞ்சில் மூச்சுவிடாமல் பேசிக்கொண்டிருந்தாள். "இவ்வளவு வேகமாகப் பிரெஞ்சு பேசினால் எனக்குப் புரியாது" என்றேன். "மன்னித்துக் கொள் கமறாத்தே" என்று எனது கையை அழுத்தி மன்னிப்புக் கேட்டாள்.

நேரமாக, இன்னும் சில சொக்கிப்போன மனிதர்கள் எங்களோடு வந்து அமர்ந்துகொண்டார்கள். அவள் தனது புதிய தோழனை சொக்கிப்போனவர்களுக்கு அறிமுகப்படுத்தினாள். நான் அவளின் வயிற்றைத் தொட்டுக்காட்டி "இரவாகிப் போனதே... நீ இந்தக் குஞ்சின் அப்பாவிடம் போகவில்லையா?" என்று கேட்டேன். "அவன் எங்கேயாவது ஒரு ரயிலை ஓட்டிக்கொண்டிருக்கலாம் அல்லது ஒரு கடையை உடைத்துத் திருடிக்கொண்டிருக்கலாம் அல்லது பொலிஸ் நிலையத்தில் யாருடைய மண்டையையாவது பிளந்துகொண்டிருக்கலாம்" என்று தெளிவாகப் பேசினாள்.

சற்றுக் கழித்து, ரயில் நிலைய அதிகாரி ஒருவன் ரயில் நிலையத்தை மூடிக்கொண்டிருந்தான். ரயில்களே ஓடாத அந்த நேரத்தில், நானும் மன்மஸலும் இன்னும் சில சொக்கிப்போன மனிதர்களுமே அமர்ந்திருந்தோம். அதிகாரி எங்களை ரயில் நிலையத்திற்கு வெளியே விரட்டியடிக்க முயன்றான்.

சொக்கிப்போனவர்களின் பிரதிநிதியாகத் தாடிக் கிழவன் பேசினான். "மதிப்புக்குரிய அதிகாரியே, எங்களைக் கொல்லவா போகிறீர்? வெளியில் போனால் நாங்கள் பனி குத்திச் சாவோம். நாங்கள் குழப்படி செய்யாமல் படுத்துவிட்டுக் காலையில் போய்விடுகிறோம். நீர் நம்பலாம். எங்களோடு நின்று மினக்கெடாதேயும். ஆண்டவர் உம்மை ஆசீர்வதிப்பார். உமது மனைவி உமக்காகக் காத்துக்கொண்டிருப்பாள். உமக்கு நல்ல இரவாகட்டும்!"

04.06.1990 K13C 08.09.1979 02.0

அதிகாரி ஒவ்வோர் இரவும் இவர்களோடு இந்த விளையாட்டு விளையாடிச் சலித்துப் போனவனாய் இருக்க வேண்டும்.

"சரி... சரி... நீர் முதலில் நடையைக் கட்டும். யாரது? ஒரு புதிய கடலைக்காரனும் உங்களோடு சேர்ந்திருக்கிறானே, இன்னும் கொஞ்சநாள் பொறுத்துக் கொள்ளுங்கள், உங்கள் எல்லோருக்கும் நாங்கள் நல்ல பாடம் கற்பிக்கிறோம்."

அதிகாரி முடிக்கவில்லை, மன்மசலின் கையிலிருந்த வைன் போத்தல் அதிகாரியை நோக்கிப் பறந்தது "அவனே இவனே அம்மாவோடு படுப்பவனே, உன்னால் முடிந்ததைப் பார்த்துக்கொள். எங்களுக்கு நீங்கள் பாடம் கற்பிக்க முன்பே நாங்கள் உங்களைக் கொன்று போடுவோம். கடலைக்காரன் கதை பேசினாயோ உன் அழுக்குப் பிடித்த தொண்டையைக் குதறிப் போடுவேன். உன் பாட்டன் இருட்டுக்குள் யாரை ஊம்பப் போனான்?"

எறியப்பட்ட போத்தல் அதிகாரியின் தலைக்கு ஒரு சாண் உயரத்தில் சுவரில் மோதிப் பறந்திருந்தது. அதிகாரி ஓட்டமாய் ஓடினான்.

தாடிக்காரக் கிழவன் கெக்கட்டமிட்டுச் சிரித்தான். "அவனுக்கு நல்லாய்க் கொடுத்தாய் மகளே. பாரேன்... அவன் இப்போது பொலிஸைக் கூட்டிக்கொண்டு வருவான்."

மன்மசல் என் கைகளைப் பிடித்துக் கொண்டு "ஒன்றுக்கும் அஞ்சாதே கமறாத். நாங்கள் உன்னை எங்களது உள்ளங்கைகளில் தாங்குவோம்" என்றவள் எனது நெற்றியில் முத்தமிட்டாள்.

"இல்லை மன்மசல், எனக்குப் பயமாக இருக்கிறது. பொலிஸார் எங்களிடமிருந்து எல்லாவற்றையும் ஒத்திக்கொண்டு, இலக்கங்களை எங்கள் நெற்றியில் எழுதுவார்கள். வா... ஓடிவிடுவோம்" என்று கெஞ்சினேன்.

மன்மசல் என்ன நினைத்தாளோ "கமறாத், குளிர் அவ்வளவு கொடுமையானதல்ல" என்று மெதுவாகச் சொன்னாள். நானும் மன்மசலும் ரயில் நிலையத்தைவிட்டு வெளியே வந்தோம். ஒரு தொலைபேசிக் கூண்டுக்குள் போய் அமர்ந்துகொண்டோம். குளிர், கண்ணாடி துளைத்துக் குத்த மன்மசலுக்குள் ஒடுங்கிப்போனேன். மன்மசல் "நீ எனது மூத்தது, இது இரண்டாவது" என்று சொல்லி வயிற்றைத் தடவிக்காட்டிப் புன்னகைத்தாள்.

29.07.1987 10.10.1990 D 590 412

மூன்று நாட்களாக மன்மஸலோடும் சொக்கிப்போனவர்களோடும் சீவித்திருந்தேன். இலக்கங்களைச் சுத்தமாக மறந்திருந்தேன். இலக்கங்கள் மட்டுமல்ல, பெயர்கள் கூட எங்களுக்கு இல்லை. 'கமறாத்' வார்த்தைக்கு மறுவார்த்தை கிடையாது. நான் இலக்கமில்லை. நான் கமறாத்.

நேற்று முழுதும் எங்களுக்குச் சாப்பிட எதுவும் கிடைக்கவில்லை. கிளிமூக்கன் கொஞ்சம் வைன் போத்தல்களை எங்கிருந்தோ திருடிக்கொண்டு வந்திருந்தான். வைன் மட்டுமே குடித்துக் கிடந்தோம்.

காலையிலிருந்து மன்மஸல் வீதியோரமாக மயங்கிக் கிடந்தாள். "பிள்ளைத்தாச்சி பசியால் சாகப் போகிறாளே... மூச்சுக்கு மூச்சு இது எங்களின் நாடு, எங்களின் நாடு என்கிறாயே, அவசரத்திற்கு உதவாத சொத்து இருந்தென்ன விட்டென்ன, இந்தத் தொலைபேசிக் கூண்டை யாருக்காவது தீர்த்து விற்றுவிட்டு அவளைக் காப்பாற்றுவோமா?" என்று தாடிக்காரக் கிழவனைக் கேட்டேன்.

தாடிக்காரக் கிழவன் சோகமாகத் தலையாட்டினான். "அது முடியாது தோழரே... அதை ஏற்கனவே அரசாங்கம் விற்றுவிட்டது."

மன்மஸல் எழுந்து சுவரோடு சாய்ந்திருந்தாள். வாயால் எச்சில் வடிந்தது. "சாப்பிட ஏதாவது உள்ளதா?" என்று கேட்டாள். நாங்கள் எதுவும் பேசாமல் இருந்தோம். தாடிக்காரக் கிழவன் காலை தொடக்கம் பிச்சையெடுத்து இரண்டு ஃபிராங்குகள் மட்டுமே சேர்த்திருந்தான். மன்மஸல் திடீரென வயிற்றைத் தொட்டுக்காட்டி "இதைக் கொல்லவா போகிறீர்கள்" என்று கத்தினாள். பின்பு மெதுவாக "ஒரு சனியன் பிடித்த ஆணுறை உள்ளதா?" என்று கேட்டாள். ஒருவரும் ஒன்றும் பேசவில்லை. மன்மஸல் நாரியைப் பிடித்துக்கொண்டே எழுந்து நின்றாள். நான் ஏங்கிப் போய் மன்மஸலையே பார்த்துக்கொண்டிருந்தேன். "பொறுத்துக்கொள் கமறாத், இழவெடுத்த காசைக் கொண்டு வருகிறேன்" என்று சொல்லிவிட்டு, சுவரைப் பிடித்துக்கொண்டே நடந்தாள்.

"நானும் உன்னோடு வருகிறேன்" என்றேன்.

"இல்லை, நீ இங்கேயே இருந்துகொள். இருள்வதற்கு முன் வந்துவிடுவேன்."

"இல்லை, நீ இல்லாவிட்டால் என்னை இலக்கங்களுக்குத் தின்னத் தருவார்கள்."

"பயப்படாதே கமறாத்! உன்னில் யாராவது உரசினால் இந்த நகரத்தையே எரித்துப் போடுவேன்" என்றவள் என் நெற்றியில் முத்தமிட்டுப்

21.07.1983 412CC 35 23.07.1983 27.0

போனாள். தாடிக்காரக் கிழவனும் சொக்கிப்போனவர்களும் ரயில் நிலையத்திற்குள் சோர்வாகப் போனார்கள்.

என்னோடு மன்மசல் பேசிக்கொண்டிருந்த போது, இந்தக் குத்தியன் இரண்டு - மூன்று தடவை எங்களுக்குக் குறுக்குமறுக்காகப் போய்வந்து கொண்டிருந்தான். மன்மசல் தெருமுனையில் மறையும்வரை பார்த்துக்கொண்டிருந்தவன் ஓடிவந்து என் கையை இறுகப் பிடித்துக் கொண்டான். "நீ ராசலிங்கன்ர சிறிய மோன்தானே" என்று உறுக்கிக் கேட்டான். "இல்ல! நான் கமராத்" என்றேன். "தமிழன்ர மானத்த வாங்கிறத்துக்கு எண்டே பிளோனைப் புடிச்சு பரீசுக்கு வந்திருக்கிறியள்" என்றவாறே என் கன்னத்தைப் பொத்தி அறைந்தான். கிறுகிறுத்துப் போனேன். குத்தியனுக்குக் கராட்டியோடு சம்பந்தமிருக்கிறது.

என்னைக் குத்தியன் காருக்குள் தள்ளியது ஞாபகமிருக்கிறது. பிறகு பார்த்தால், சித்தப்பனின் வீட்டில் இருக்கிறேன். இவர்கள் என்னை நாளைக் காலையில் ஆஸ்பத்திரிக்குக் கூட்டிச் செல்லப் போகிறார்களாம்.

"என்னை விடுங்கள், நான் மன்மசலைச் சந்திக்க வேண்டும். இருட்டும்போது அவள் எனக்காகக் காத்திருப்பாள். நான் அவளைக் காணவில்லையெனில் நீங்கள் சாகவே சாவீர்கள்...கூய்...கூய்"

குத்தியன், சித்தப்பனைப் பார்த்துக் கண் சிமிட்டிவிட்டு எனக்கு அருகாக வந்திருந்தான். "தம்பி அவள் ஊத்த வேசை. உமக்கு ஒரு நல்ல குடும்பத்துப் பொட்டையா பார்த்து வைச்சிருக்கிறன். வெள்ளக்காரியளோட சீவிக்க ஏலுமே, நீர் ஒண்டுக்கும் கவலைப்படாதேயும். குழப்படி செய்யாமல் இரும், நானெல்லோ உமக்குச் சோக்கான பொம்புளையா செய்து வைக்கிறது."

"ஏய்! நீ ஏன் உன்னுடையதை வெட்கமில்லாமல் காட்டிக்கொண்டு நிலத்தில் தேய்க்கிறாய்?" என்று கத்திக்கொண்டு, விடாமல் உயிர் போனாலும் விடாமல் கூவடித்தேன். சித்தப்பன் ஓடிவந்து என் முகத்தைப் பொத்தி அறைந்தான்.

எல்லாம் முடிந்தது.

□ இருள்வெளி – 1998

பைலாப்பாட்டு

(நூற்றாண்டுகளின் தொடர்ச்சி...)

...றுவாய் கெட்ட அதுவும் சாடையாக அரளுகையில் யுகக் கணக்காகக் கறள் கட்டிய ஓர் அலாரமும் பிடரி மயிர் பற்றி உலுப்பி என் கனவுகளைச் சிப்பிலியாட்டிக் கலைக்க, பற்களைக் கடித்துக்கொண்டே நனவிலி மனுசரோடு தர்க்கிப்பதிலும் சுகிப்பதிலுமாகப் பொழுதுகள் தொலைய, பரிசு கெட்ட நேற்றைய இரவும் முந்தைய காலங்களாக ஒரு சைகையோ நாவினால் ஒரு முத்தமோ ஒரு திமிறலோ ஒரு மூச்சோ செய்யாது நான் விறைத்துக் கிடந்த — சவமும் வெப்பிசாரமும் சின்னப் பொறியுமில்லா — கணத்தில், அதனால் மீண்டும் ஒருமுறை அடித்துக் கொல்லப்பட்டேன். அடித்தும் உடைத்தும் தீட்டானவை என் நனவிலி மனுசரைத் தேடித் திமிற 'நல்ல குடும்பத்துப் பொம்புளையாக' இருப்பதற்கான எத்தனங்களுக்காகவே, நிச்சயமாக அதற்காக மட்டுமே நான் விறைத்திருப்பதற்காய் அதன் முன் முழந்தாளிட்டுச் சம்மதித்தேன். வேறொரு தூமைச் சீலைக் காரணமும் கிடையாதுதானே.

கைகளை எறிந்தும் நொந்தும் பாரேன், இரயிலைப் பிடிக்கப் பிந்திப் போனேன். சொட்டுப் பிந்தினாலும் இறுக்கமாய் அடைத்திருக்கும் வெண்ணிற வகுப்பறைக் கதவுகள் எனக்கு ஒழுக்கம் காட்டி இளிக்கின்றனவே. பொல்லாத ஒழுங்கு. ஒழுக்கங்களின் கால்களுக்குள் பச்சை மண்ணாகத் தோற்றுப் போனேன். பந்தயங்களின் புறப்பாடுகளிலேயே அடிபட்டு இரத்தம் கக்கியே அறிவையை, தெரிவையை, பேதையை, பெதும்பையைச் சீவிப்பேன்.

இன்று ஒழுங்கு சாதுவாக நைந்து கிடந்தது. மொழி அடசும் மறியல் வீடு மொட்டாக்குப் போட்டிருக்க மொழியிழந்த மனிதர்கள் — அவர்கள் இப்போது ஊமைகளாகக் கொள்ளப்படுபவர்கள் — தெருத்தெருவாய் கலந்தும் பிய்ந்தும் பேசித் திரிந்தார்கள். அதாவது தேவபாஷை சொல்லிவிடும்

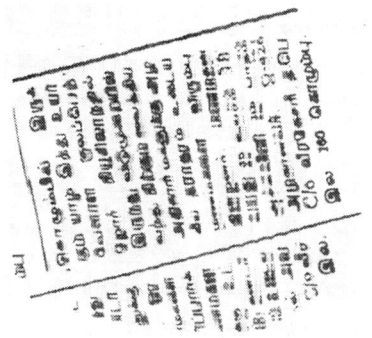

ஆசான்களுக்கான அடுத்த நேரப் பாண் துண்டங்களுக்கும் கஞ்சல் புகையிலைக்குமான போராட்டமாம். நமது ஆசான்களின் தொண்டைக் குழல்களுக்கும் 'மிசு ஜக் சிராக்'கின் காதுகளுக்குமிடையில் கணக்கிடப்பட முடியாத ஒளியாண்டுத் தூரங்கள் இருக்கலாமெனச் சிவப்பாய் கல்வெட்டாய் எழுதப்பட்டிருந்தது. கிழிந்து போ... இன்றைய நாளின் எனது எட்டு மணிநேர இல்லிப்போல சுவாசமும் திருடப்பட்டாயிற்று. அது நாட்கள் நெடுகவும் திருடப்படலாம். இனி எட்டு மாடி திரும்புவதென்பது கொல்லக்கொண்டு போவதுபோல.

என்னை எங்கே கேட்டன கால்கள்? அவை சுயமாகவும் சுவாசியமாகவும் தெருவிலேயே வேர் விட்டன. மனமற்று உன்னிப் பிடுங்கிக்கொண்டிருக்கையில், கையில் சாட்டுக்கு இரண்டு புத்தகங்களோடு பிரிஸிடா ஓடி வந்து கொண்டிருந்தாள். "மெதுவாக வரலாம் பெண்ணே... பிரயோசனமில்லை, திரும்புவோம்" என்றேன். பிரிஸிடா மூச்சிரைக்க, மூடப்பட்டிருந்த கதவுகளைத் திருப்தியோடு ஒருமுறை பார்த்தாள். "ஆக அது அப்படியா... நல்லதாகப் போனதே" என்று கண்களைச் சிமிட்டினாள். அவளின் பூனைக் கண்களைப் பாருங்களேன், அவை மின்னி மின்னித் தெறிக்கின்றன. அவள் சொண்டுகளுக்குள் காற்றுப் பிடித்து வலு உற்சாகமாக 'டப்பு டப் டப்பு... டப்பு டப் டப்பு' என்று சப்தம் எழுப்பினாள். நீங்கள் எப்போதாவது ட்ரம் அடிக்கும் ஒரு பெண்ணைக் கண்டிருக்கிறீர்களா?

பூவும் பொட்டும்

புலம் பெயர்ந்து வாழும் தமிழீழ பூவையர்களுக்காகவே இந்தப் பூவும் பொட்டும் பகுதி எமது பத்திரிகை ஆசிரியர் திரு. என்.கே. அருந்தவராசா அவர்களின் நல்லெண்ணத்தால் ஒதுக்கப்பட்டுள்ளது. இத்துடன் 25வது வெள்ளி விழா வாரத்தைப் பூர்த்தி செய்யும் இந்தப் பெண்கள் பகுதிக்கு மதிப்பிற்குரிய ஆசிரியர் தனது பரிபூரண ஆசிகளைத் தெரிவித்துள்ளார்.

சென்றவாரம் வெண்டிக்காய் மட்டத்தில் விரல்களை எப்படிப் பராமரிப்பது என்பதை ஆய்வு செய்து தெளிவுபடுத்தியிருந்தோம். இந்தவாரம் அதிகாலையில் எழுந்து வேலைக்குச் செல்லும் சகோதரிகளுக்காக குடும்பப் பராமரிப்புப் பற்றிய 'ஸ்பெஷல்' குறிப்புகளைத் தருவதில் மகிழ்ச்சியடைகிறோம்.

1. அதிகாலையில் ஒலிக்குமாறு மறக்காமல் அலாரம் வைக்கவும்.

பிரிஸிடா பிசாசுத்தனமாக ட்ரம் அடிக்கக் கூடியவள். அவள் முளைத்த பொழுதுகளில், ட்ரம்மையும் மலைச்சாரல்களில் துப்பாக்கிகளையும் தவிர வேறெதுவும் அங்கு இருந்திருக்கவில்லை என்று எனக்கொருமுறை சொல்லியிருக்கிறாள். நாங்கள் சைகைகள் ஓரளவு தவிர்த்துப் பேசும் வகுப்பிலிருக்கிறோம். ஒருமுறை ஆசானொருவர் "பிரெஞ்சு காதலைப் பேசுவதற்கான முதல் மொழி" என்று பஷ் அடிக்கையில் "ஆனால், பிரிஸிடாவின் ட்ரம்மைவிட அல்ல" என்று பிரிஸிடா எனது கன்னத்தில் கிசுகிசுத்தாள்.

வகுப்பின் ஓர் உயிர்த்த மாலையில், பிரிஸிடா தனது ட்ரம்மைக் கால்களினால் கட்டிக்கொண்டு விரல்களினால் உறுமினாள். யப்பா! அது உண்மையாகவே ஒரு வனமாக இருக்க வேண்டும். என் அய்யோவே! இரத்தம் துளிர்க்கும் முலைகளையும் அறைகள் நன்னப்பட்ட இருதயங்களையும் இம்மட்டுநாளாக நாளுக்கொன்றாய் புசித்தவை அஞ்ச, எப்பன் எப்பனாய் எழுந்த ஒலி பின் உறுமி முகில்களில் உரசிய சுவாலையில் சொரிக் கர்ச்சனைகள் தேய, பிடரி மசிர்கள் பொத்தென விழ அவை குண்டிகாட்டி ஓடித் தோற்றன. சிலர் ஆடாமலும் விறைப்பாகவும் இருந்தனர்.

ஆசான் 'இல்லை... அது அப்படியல்ல' என்று தலையை வேகமாக அசைத்தார். நான் படபடவென்று கைகளைத் தட்டினேன். ஓமோம், இப்போது சனங்கள் ஆவேசக் கூச்சலிடுகிறார்கள். கறுப்பும் வெள்ளையும் மஞ்சளுமானவர்கள்.

2. தேனீர் கலந்தவுடன் ஒரு சிட்டிகை மிளகுத்தூள் போட்டு நன்றாகக் கலந்து சுடு தண்ணீர்க் குடுவையில் ஊற்றி வைக்கவும் பின் துயில் எழும் கணவரோ பிள்ளைகளோ குடிப்பதற்கு வசதியாக இருக்கும். மிளகுத்தூள் நீண்ட நேரம் தேனீரின் இயல்பு கெடமால் வைத்திருக்கும் அதி விசேட சக்தி வாய்ந்ததால் இந்த ரெக்கினிக்கைக் கையாண்டு நீங்களும் கணவரிடம் ஒரு சபாஷ் வாங்கலாம்.

3. காய்கறிகளை நறுக்கிக் குளிர் சாதனப் பெட்டிக்குள் வைத்து விட்டுப் போனால் வேலையால் திரும்பி வந்தவுடனேயே சமையலை ஆரம்பிக்கலாம். முன்னைய நாள் இரவே மற்றைய நாள் என்ன காய்கறிகள் சமையல் செய்வது என்ற விடயத்தில் கணவரின் அபிப்பிராயத்தைத் தெரிந்து வைத்துக் கொள்வதன் மூலம் உங்கள் கணவருடன் பரஸ்பரம் புரிந்துணர்வை வளர்த்துக் கொள்ளலாம்.

4. உடுப்புக்கள் கழுவும்போது நிலத்தில் அடித்துத் துவைத்தால் கணவரின் நித்திரை கலையும் சாத்தியமிருப்பதால் துணிகளை சவர்க்காரத் தண்ணியில் ஊறவைத்து பின் உங்களின் முதுகிலேயே அடித்துத்துவைக்கவும்.

'அவர்களின் தலைகளில் ஆண்குறி முளைத்திருக்கிறது' வெறியோடும் அடக்க முடியாத ஆணவத்துடனும் கால்களிலும் புஜங்களிலும் திமிர் கிளம்ப, ஒரு பந்தை ஆகாசத்துக்கு உதைக்க முயலுகையில், எங்களின் மார்புத் துணிகளை களைந்து அவர்களது மூஞ்சியில் அடித்து மைதானத்தை நாங்கள் ஆக்கிரமித்துக் கொண்டாடினோம். பிரிஸிடா அன்றைய உயிர்த்த மாலையில் நிறைந்தும் களைத்தும் போனாள். அவள் மலைகளையும் ஏற்றிக்கொண்டு வானமேறினாள்.

நடுவீதியில் என்னோடு நின்று 'டப்பு டப்பு' என்று சொண்டடித்தவளை செவிகளும் உணர்வுகளுமறுந்த சனங்கள் விநோதமாகப் பார்க்க எனக்குப் பதற்றமானது. "இப்போது டப்படித்தது போதும், பிரிஸிடா வாருங்களேன் இரயில் பிடித்துப் பிரிவோம்" என்று முகத்தை இறுக்கிக்கொண்டே நடக்கத் தொடங்கினேன்.

பிரிஸிடா தனது பூனைக் கண்களைச் சுருக்கிக்கொண்டே "ஏன் யோகராணி உங்களுக்குத் தாளங்கள் பிடிப்பதில்லையா?" என்று பரிதாபமாகக் கேட்டாள்.

"அய்யய்யோ... எனக்கு உங்களின் ட்ரம் உயிராவு பிடிக்குமே. நானும் நீங்களும் வனங்களையும் மைதானங்களையும் பிடித்து மறக்கக் கூடியதா என்ன? நான் நீண்ட நாட்களாய் உங்களிடம் கேட்பதற்கென்று இருந்தேன்... எனக்காக ஓர் ஒலிப்பதிவு நாடாவில் எங்களின் வனங்களையும் புல்வெளிகளையும் பதித்துத் தருவீர்களா?"

பிரிஸிடா என்னைப் பார்த்தவாறே, உதட்டை மடித்துப் பற்களால் கடித்து மெல்லச் சிரித்தவாறும் இடுகாலால் நிலத்தை உதைத்துக்கொண்டும் பூனைக் கண்களை மயக்கமாய் விழித்தும் நின்றாள்.

"நல்லது யோகராணி, இன்று மாலையே உங்களின் எட்டு மாடி வருவேன் பதித்துவிடலாம்" என்றாள். "வேண்டாம், இன்னொரு முறை பார்க்கலாம்" என்று மெதுவாகச் சொன்னேன்.

"அட கடவுளே! அது எப்படித் தாளங்கள் மனிதர்களைத் தொந்தரவு செய்யக் கூடும்" என்று முணுமுணுத்தவள் "ஆனால், அது நடக்கக் கூடியதுதான். ட்ரம்முகளும் இனிய பறவைகள் கொடுத்த சொல்லப்பட்ட சிறகுகளும் நிலா உதிக்கும் காலத்துப் பாட்டுகளும் மெக்ஸிக்கோவின் நகரங்களையும் சதுக்கங்களையும் குழப்பிவிடுவதாகத்தானே அவர்களும் அறிவித்தார்கள். ஆனால், அதை ஒருபோதும் என்னால் நம்ப முடியாது" என்று பூனைக் கண்களை மூடிக்கொண்டே தலையை மறுப்பாக அசைத்தாள். எனக்கு நடுவீதியில் சீலை உரிந்து விழுந்தது.

"இப்படிச் செய்யலாமே... இப்போதே என்னோடு வாருங்களேன். எனது அறையில் பதிவு செய்யலாம்" என்று கேட்டாள். அது எனக்கு உவப்பானதாயிருந்தது. நான் எட்டு மாடியில் முறிவதும் விறைப்பதும் சாவதும் கொஞ்ச நேரத்திற்கு ஒத்திவைக்கப்படும்.

அது இரண்டு அறைகள் கொண்ட சிறிய வீடு. முதலாவது அறையில் நானும் பிரிஸிடாவுமிருந்தோம். "யோகராணி, நான் உங்களுக்கு சிலோன் ரீ கொடுக்கவா?" என்று கேட்டு, உடனே தயாரித்துத் தந்தாள். உட்கார்ந்து முழங்கால்களுக்குள் ட்ரம்மைக் கட்டிக்கொண்டு பூனைக் கண்களை விழித்து என்னைப் பார்த்தாள். நான் புள்ளி புள்ளியாக நகரத் தொடங்கினேன். இடது கால் தரையிலும், வலது காலைத் தூக்கிப் பிடித்துக் கைகளால் கட்டிக் கொண்டும் மில்லியன் முறைகள் சுழன்று வந்தேன். பற்கள் நெறுமியும் கிட்டியும் கிடக்க, இந்தத் தேகம் கரைந்தாலும் கரையுமோ என்ற அய்மிச்சத்தில் கண்கள் எரிகின்றன. ஒவ்வொரு உரோமக் காலையும் பத்தாயிரம் செடிகள் பூக்களால் வருடிவிட, உதடுகளில் ஈரம் பிறந்து பதற்றப்பட்டுக் கொண்டும் அளவிட முடியா ஆனந்தத்துடனும் நின்றேன். அறையின் மூலையாகக் குந்தினேன். எழுந்து அடிமேல் அடிவைத்து நடந்தேன். இது சவால் செய்து சொல்லக் கூடியது. வேறு எந்த ஒரு கொம்பனின் பாடலும் என் மயிர்க்காலைக்கூட அசைத்திருக்க முடியாது.

அய்ரோப்பாவில் ஈழத் தமிழர்களிடையே நடைபெறும் அரசியல் கொலைகள் தொடர்பாகக் கவலைப்பட்டிருந்தீர்கள். இன்னும் சில புலம்பெயர் இதழ்களும் கட்சிகளும் அமைப்புகளும் ஏற்கனவே தமது கண்டனங்களை தெரிவித்திருந்தன. சபாலிங்கம், ரொபின், அவரின் மனைவி (பெயர் தெரியவில்லை மன்னிக்கவும். அறிய முயற்சித்துக் கொண்டிருக்கிறேன். தெரிந்தவுடன் அறியத் தருவேன்) கஜன், நாதன் ஆகியோரின் கொலைகள் அடுத்த கேள்விக்கு இடமின்றி கண்டிக்கப்பட வேண்டியவையே என்பதை முன் நிபந்தனையாக வைத்துக்கொண்டு தொடர்வேன்.

அய்ரோப்பாவில் சிலாவி வாழும் ஈழத் தமிழர்களிடையே ஒரு சிகரெட் புகைத்துவிட்டு எறிவதைப் போன்ற மில்லிகிராம் நிகொட்டின் அதிர்வுகளை மட்டுமே உண்டாக்கிய, இதுவரை ஆவணப்படுத்தப்படாத, எந்தப் பெண்கள் அமைப்புகளாலோ மரபார்ந்த இடதுசாரிகளாலோ இன்னபிற அரசியலாளர்களாலோ எதிர்த்துக் குறைந்தபட்சம் ஒரு தும்மலோ அல்லது ஒரு துண்டுப் பிரசுரமோ தன்னும் போட முடியாமல் போன, அதிகாரத்திற்காக நிகழ்த்தப்பட்ட கொலைகள் கொஞ்சமிருக்கின்றன.

இதுவரை இருபதுக்கும் மேற்பட்ட தமிழ்ப் பெண்கள் அவர்களின் புருஷன்மாரால்

பிரிஸ்டா ஒலிப்பதிவு நாடாவை ஒருமுறை பரிசீலித்துவிட்டு, என் உள்ளங்கையைப் பிடித்து அதை வைத்தாள். "மிக்க நன்றி நண்பியே" என்று மெதுவாகச் சொன்னேன். "அதை விடுங்கள் என் பெண்ணே" என்றவள் ஒரு சாடி நிறைய எனக்குத் தண்ணீர் கொடுத்துவிட்டு அடுத்த அறைக்குச் சென்று உடைமாற்றி வந்தாள்.

சாறம் மாதிரி ஒரு சீத்தைத் துண்டும் ஒரு தொளதொளா சட்டையும் போட்டிருந்தாள். "யோகராணி... உங்களுக்கு ஆட்சேபணை இல்லையென்றால் வாருங்களேன் அந்த அறையில் பேசிக்கொண்டிருப்போம்" என்றவள் ஜன்னல்களை மூடித் திரைகளால் மறைத்தாள். "அம்மா வேலைக்குப் போயிருக்கிறாள், இருளில்தான் வருவாள்" என்று மெதுவாக ஆனால், எனக்குக் கேட்குமாறு சொன்னாள். பின்பு கொஞ்சம் குரலுயர்த்தி "என்னையும் அம்மாவையும் மட்டும்தான் அவர்கள் விட்டுவைத்தார்கள்" என்று சொல்லிக் கைப்பாய்ச் சிரித்தாள்.

பிரிஸ்டாவும் நானும் அந்த அறைக்குள் போனோம். அறைக்குள் ஒரு மெத்தை மட்டுமே தரையில் போடப்பட்டிருந்தது. அந்த ஊத்தை பிடித்த மெத்தை அவசர அவசரமாகத் துணிகள் விரித்துத் தயார்படுத்தப்பட்டிருக்க வேண்டும். ஒழுங்கற்றுக் கிடந்தது. சுவரின் மூலைக்குள் ஒரு 'ஸ்ரூல்' இருந்தது. இனி ஒரு பொம்மைக் கார் வைக்கவும் அறைக்குள் இடம் கிடையாது.

கொலை செய்யப்பட்டுள்ளனர். உண்மையில் குடும்ப அமைப்புக்குள் சிக்கிய அனைத்துப் பெண்களுமே அவர்களது புருஷன்மாரால்தான் கொலை செய்யப்படுகின்றனர். (விபத்து மரணங்கள் விதிவிலக்காகலாம்) எனினும், வெள்ளை ஆணாதிக்க முதலாளித்துவச் சட்ட திட்டங்கள் கொலை என வெட்டு, கொத்து, தூக்கிலிடல், எரிதல் விஷயங்களையே கருதுகின்றன. அந்த வகையில் புருஷன்மார்களின் அதிகாரத்தை மெதுவாகக் கேள்வி கேட்ட குற்றத்திற்காக, பண்பாட்டு விதிகளை மீற முயன்றதற்காக அல்லது மீற முயன்றதாகச் சந்தேகத்துக்கு இடம் கொடுத்தால் இருபது உயிர்கள் இருபது புருஷன்மாரால் எடுக்கப்பட்டுள்ளன.

ஜெர்மனியில் 19 தடவைகள் கத்தியால் புருஷனால் குத்தப்பட்ட படுகொலையிலிருந்து, சுவிஸில் பெற்றோல் ஊற்றி எரித்ததும், பிரான்ஸில் வியத்தகு முறையில் காஸ் சிலிண்டர்கள் வெடித்ததுவரை ஓர் அஞ்சலி நோட்டிஸுடன் தொடங்கி அந்தியேட்டிக் கிரியைகளுடன் இனிதே நிறைவுபெற்றன (அல்லது ஒரு திருப்பலிப் பூசையுடன்). பெண்ணைக் கொன்றுவிட்டு சங்கிலிய ராசாவின் பாரம்பரியத்துடனும் கற்புநெறிக் கோட்பாட்டைக் காபந்து செய்த கர்வத்துடனும் பட்டாக்கத்தியுடனும்

"நான் மிகவும் களைத்துப் போயிருக்கிறேன்" என்று மெத்தையின் ஓரத்தில் விழுந்து படுத்துக்கொண்டவள், இன்னொரு தலையணையை என் பக்கமாக நகர்த்திவிட்டாள். நான் அவசர அவசரமாக ஸ்ரூலில் உட்கார்ந்துகொண்டேன். பிரிஸிடா குப்புரப் படுத்துக் கிடந்து என் கால்களையே பார்த்துக்கொண்டிருந்தவள் மெல்ல நிமிர்ந்து என் முகத்தைப் பார்த்து "யோகராணி கூச்சப்படாதீர்கள், இது உங்கள் வீடு. தயவுசெய்து இயல்பாக உணருங்கள். எனக்கு எனது ட்ரம்மிலும் அதிகமாக — அது உண்மையாகவே இருக்கட்டும் — உங்களைப் பிடிக்கிறது. உங்கள் சந்தோஷத்திற்காக நான் என்ன செய்யவும் தயாராகவிருக்கிறேன்" என்றாள்.

அவள் மெத்தையிலும், நான் ஸ்ரூலிலும் இருந்தவாறே அடையாளம் தெரியாத விநாடிகளில் முகத்தை முகத்தைப் பார்ப்பதும், பிறிதொரு விநாடியில் வெட்டுவதுமாய் இருபது நிமிடங்களாகப் பேசிக்கொண்டிருந்தோம். பேசியது எதுவுமே என் ஞாபகத்திலில்லை. பிரிஸிடாவுக்கும் இருந்திருக்க முடியாது என்றுதான் நினைக்கிறேன்.

என்னயிது? மூடிய அறைக்குள் காற்று நரகத்து முள்ளாய் என்னை கிழிக்கிறதே. இந்த விநாடியில் இறந்த விநாடிகளும் வரும் விநாடிகளும் எனக்கு மசிருக்குச் சமனமாயிருக்க, இந்த விநாடி எப்படியானது என்று இருதயத்தைப் பிசைந்துகொண்டேன். என்னை நோக்கி அவளின் விரல்கள் வளருமோ? நான் அவளின் செந்நிற பொலிஸில் சரணடைந்த மகா புருஷர்களும் உண்டு.

தனிச்சொத்துடமை பெற்றுத்தள்ளிய ஆணாதிக்கச் சமூகக் கட்டமைப்பில் நிலவும் முதலாளித்துவக் குடும்ப அமைப்புமுறையே ஓர் அதிகார நிறுவனம் என்பதை ஒரு சொட்டும் கணக்கில் எடுக்காமல் கண்டறியாத புனிதக் குடும்பம் நடத்தும் சாதாப் புரட்சியாளர்/ ஸ்பெஷல் புரட்சியாளர்/ மசாலா புரட்சியாளர்/ வெங்காயப் புரட்சியாளர் கோஷ்டிகளையோ ஒருத்திக்கு ஒருவன் என்று உளறியும் பொய்யும் சொல்லிக் கொண்டு ஒருத்தி — ஒருவன் ஒரே நேரத்தில் பலரைச் சிலரைக் காதலிப்பதற்கான — படுத்து எழும்புவதற்கான சாத்தியங்களை நிராகரிக்கும் நன்னெறிக்கோட்பாட்டு விசுக்கோத்துகளையோ இருப்புகளையும் எதிர்ப்புகளையும் விஞ்ஞானபூர்வமாக அணுக — பிரதிபலிக்கப் பஞ்சிப்பட்டுக்கொண்டு வெறும் உணர்ச்சிக் கவிதைகளைப் பிரதிகளாகக் கட்டமைத்துத் தள்ளும் /கல்கத்தா திரேசா ஸ்டைலில் தன்னார்வக் குழுக்களின் முன் நீர்த்துப் போகும் அறியப்பட்ட பெண்நிலைவாதிகளையோ இனியும் நம்புவதற்கு நாங்கள் தயாரில்லை. இவர்களால் இதற்குமேல் புடுங்கி விடவும்...

முடி கலைத்தும் கோர்த்தும் கெக்களமிடுவேனோ? அல்லது திரும்பியும் பாராது சுவர்களின் ஓரத்தில் ஓடிக்கொண்டிருப்பேனா? யோசிக்கக்கூடப் பயமாக இருக்கிறதப்பா! என்ன செய்ய? சில நேரங்களில் யோசிக்கும்போது, உடனேயே விடை கிடைத்து விடுகிறதே.

உதடுகளை இறுக்கியவாறே பிரிஸிடா எழுந்தாள். "சரி யோகராணி, நான் கொஞ்சம் வெளியே போக வேண்டியிருக்கிறது. ஒரு விஷயம்... போவதற்கு முன்பாக ஒருமுறை உங்களை முத்தமிட நான் ஆசைப்படலாமா?" பிரிஸிடா மெல்லிய புன்னகையுடன் தலையை மேலும் கீழும் அசைத்துக் கொண்டிருக்க...

எதுவுமில்லை. நான் நடுங்கவில்லை, சொண்டுகள் பதறவில்லை, இரத்தம் உறையுமாமே அதுகூட இல்லை. மிக்க நிதானத்துடன் – அது என் அனுமானங்கள் கனியும் ஆங்காரத்தாலும் இருக்கலாம் – அவளின் கண்களைப் பார்த்துக்கொண்டே "நிச்சயமாக" என்றேன்.

ஒரு கொல்லல் முத்தம். சிதைந்தும் செத்தும் கிடந்த என் உதடுகள் பிளந்து நிபந்தனைகள் அற்ற ஒரு முத்தம். ஏய்! எனக்கு இன்றைக்குரிய முத்தத்தை அளிக்கப் பண்ணிய பரமண்டலங்களின் பிதாவுக்கு நன்றி. ஆயிரம் 'மன்னா'க்களை விட நிபந்தனையற்ற ஒரு முத்தம் – அதைக் கொடுப்பது ஒரு மயில் குஞ்சோ, ஒரு பைன் மரமோ, ஏன் ஒரு சைத்தானாகக் கூட இருக்கட்டுமே – மகத்தானது என்பது மெய்யிலும் மெய்யாம்.

முத்தம் கொடுத்ததும் பிரிஸிடா செருப்புகளை அணிந்துகொண்டாள். யாருடைய வீதிகளிலோ நாங்கள் நடந்துகொண்டிருந்தோம். பிரிஸிடா சொண்டுகளுக்குள் காற்றுப் பிடித்து அண்ணாந்து வெறுமனே சூனியம் பார்த்து ஊதினாள்.

என்னால் தாங்க முடியாமல் போக, தயங்கித் தயங்கிக் கேட்டேன் "பிரிஸிடா, நான் உங்களை ஏதும் ஏமாற்றத்துக்குள்ளாக்கி விட்டேனா?"

"இல்லையே யோகராணி... நான் உங்களுக்கு ஏதாவது ஏமாற்றத்தைக் கொடுத்துவிட்டேனா?"

நான் எதுவும் பேசவில்லை. பின்பு தயங்கித் தயங்கி "நிபந்தனைகள் அற்ற நட்புக் கிடைக்கையில் நான் உணர்ச்சிவசப்பட்டு விடுகிறேன்" என்றேன்.

"அய்யய்யோ... நல்லவேளை நான் தப்பித்தேன்" என்றாள் பிரிஸிடா. ஆண்டவரே உமக்குப் பொதுவாய் அவள் சொல்வது பொய்யாக இருக்கக் கடவது.

ஓடும் இரயிலின் ஜன்னலுக்குள்ளால் அந்த மாதிரிக் காற்று மூஞ்சியில் வந்து மோதிக் கிளர்ந்தது டப்பு டப்பென, எட்டு மாடியும் கால்கள் பின்னிப் பின்னி ஏற உச்சிக்குள்ளால் ஒரு மூச்சும் வெடித்தது டப்பு டப்பென

(கணங்களாய் கணங்களாய்...
உடைய X தொடர...)

☐ அம்மா - 1998

தனது மற்றது நான்காம் பிரசை

"**கள்ளர்** பரம்பரையினரான அல்ஜீரியர், காட்டுமிராண்டிகளான ஊத்தை ஆபிரிக்கர், மெத்ரோவுக்குள் பிச்சை கேட்டுப் பாட்டுப்பாடி ஆக்கினை செய்யும் ருமேனியர், நசுக்கிவிடாமல் அலுவலைக் கொடுத்துப் பிரெஞ்சுக் குடியரசின் திரவியங்களைக் கொள்ளைகொண்டு போகும் ஊமைப் பிசாசுகளான தமிழர்… அத்தனை பேரையும் 'ஒக்கம' பிரான்ஸை விட்டு அடித்துக் கலைக்க வேண்டும்" என்று 'லா பென்' பிரகடனம் செய்த ஒன்பதாவது நிமிடத்தில்

- "ஈழத் தமிழர்கள் இலங்கையின் வந்தேறு குடிகள்" என்று சந்திரிகா பண்டாரநாயக்க தென்னாபிரிக்காவில் சொன்ன ஏழாவது நிமிடத்தில்

- ஸ்ரீலங்கா அரசுக்கு 801 மில்லியன் ஃபிராங்குகள் உதவி வழங்கத் தீர்மானித்திருப்பதாக ஜாக் சிராக் அறிவித்த ஐந்தாவது நிமிடத்தில்

- கச்சதீவிலிருந்து சரியாக 3.3 கடல் மைல்கள் தொலைவில் வைத்து நிஹால் ஆரியப்பெருமாவால் சுடப்பட்ட நான்கு வயதுச் சிறுமியான சிவதர்சினியின் பிரேதம் நிர்வாணமாகத் தங்கச்சிமடத்தில் ஒதுங்கிய இரண்டாவது நிமிடத்தில்

- பிரான்ஸின் வேலையில்லாத் திண்டாட்டம் குறித்துத் தலை தலையாக அடித்துக்கொண்டே, குடியேற்றத் தொழிலாளர்களைத் தூக்கிக் கொண்டுபோய் விசேட விமானத்தில் அடைத்துத் திருப்பி அனுப்ப லியோனெல் ஜோஸ்பென் தீர்மானம் நிறைவேற்றியதற்கு அடுத்த நிமிடத்தில்

சார்ள் து கோல் சர்வதேச விமான நிலையத்தில் வந்திறங்கி, அரசியல் தஞ்சம் கோரிய நாற்பத்து மூன்று பேரில் மொறின் அருள்மாலாவும் ஒருத்தி.

ஜகார்த்தா விமான நிலையத்தில் விமானம் ஏற்றி விடும்போதே, பிரான்ஸ் விமான நிலையத்தில் இறங்கியதும் குறைந்தது எட்டு மணித்தியாலங்களுக்காவது பொலிஸ்காரர்களிடம் பிடிபடாமல் சுற்றிக்கொண்டிருக்குமாறு ஏஜென்ஸிக்காரன் சொல்லி அனுப்பியிருந்தான். ஆனால், சுற்றத் தொடங்கிய மொறினை இருபதாவது நிமிடமே

ஒரு பொலிஸ்காரன் 'லெக்' வைத்துப் பிடித்து ஓர் அறைக்குள் தள்ளிக்கொண்டு போனான்.

"உனக்கு நல்ல நாளாகட்டும் இளம் பெண்ணே! என்ன விஷயமாக வந்திருக்கிறாய்?" என்று பொலிஸ்காரன் கேட்க, இவள் "ஊரில் படுபயங்கரமான 'ஷெல்' அடி. எனக்கென்றிருந்த மூன்று சகோதரர்களும் காணாமல் போய்விட்டார்கள். நான் மாணவியாக இருந்தபோது விடுதலைப் புலிகளின் அரசியல் வகுப்பில் கலந்துகொண்ட காரணத்தால், ஆர்மிக்காரர்கள் என்னைத் தேடுகிறார்கள். துரதிர்ஷ்டவசமாக அந்த வகுப்பை நடத்தியவர் மாத்தையா என்ற காரணத்தால் புலிகளும் இப்போது என்னைத் தேடுகிறார்கள். மேற்கூறிய இரு காரணங்களாலும் ஈ.பி.டி.பி-யும் என்னைத் தேடுகிறார்கள். தயவுசெய்து இந்த அனாதைக்கு உயிர்ப் பிச்சை தாருங்கள்" என்றாள்.

இதற்கிடையில் நான்கைந்து பொலிஸ்காரன்களும் பொலிஸ்காரிகளும் அங்கே கூடிவிட்டார்கள். "சரி... சரி அதெல்லாம் நாங்கள் பின்பு ஆறுதலாகப் பேசிக்கொள்ளலாம் அழகிய பெண்ணே, இப்போது உனது பாஸ்போர்ட்டைக் கொடு" என்று ஒருவன் கையை நீட்ட, மொறின் இரண்டு கைகளையும் அகல விரித்துக் கண்களைப் புரட்டித் தலையை ஆட்டிவிட்டு, ஒரு கம்மாகோ சிக்காகோ பொஸிஸனில் நின்றாள்.

"அட கடவுளே அதுவும் அப்படியா?" என்று உதடுகளை இறுக்கிக் கொண்ட ஒரு பொலிஸ்காரன் "ஆ... எந்த விமானத்தில் வந்ததாகச் சொன்னாய்?" என்று கேட்க, மொறின் "எனக்குத் தெரியாது. ஆனால், அதுவொரு பச்சைக் கோடு போட்ட விமானம்" என்றாள்.

ஏஜன்ஸிக்காரன் முறையாக எல்லாம் சொல்லிக் கொடுத்துத்தான் அனுப்பியிருந்தான்.

"பரவாயில்லாமல் ஆங்கிலம் பேசுகிறாயே, உண்மையாகவே உனக்கு விமானத்தின் பெயர் தெரியாதா?" என்று குள்ளமாக இருந்த சிவப்பு மூஞ்சிப் பொலிஸ்காரன் கேட்க "அதுதான் சொன்னேனே எனக்குத் தெரியாதென்று..." சொன்ன மொறின் சொன்ன வாய் மூடமுன்பாக சிவப்பு மூஞ்சிப் பொலிஸ்காரன் சடாரென்று மொறினின் அலகைப் பொத்தி அடித்தான். மொறின் ஏங்கிப் போனாள். வெளிநாட்டுப் பொலிஸ்காரர்கள் அடிப்பார்களென்று மொறின் யோசித்திருக்கவில்லை.

"ஏய் கறுப்புப் பெட்டையே... எங்களுக்கு 'டைட்டானிக்' காட்ட முயற்சிக்க வேண்டாம். எந்த விமானத்தில் வந்தாய்? உண்மையைச் சொல்லிவிடு. சொன்னால் வேலை சுலபம், நீ சொல்லாவிட்டாலும் விமானத்தைக் கண்டுபிடித்து உன்னைத் திருப்பி அனுப்பத்தான் போகிறோம்."

இந்தமுறை பொலிஸ்காரன் சொன்ன வாய் மூட முன்பாக, மொறின் விக்கி விக்கி அழத் தொடங்கினாள்.

"இஞ்சேருங்கோ சேர், மேடம்... மேடம்... என்னைத் திருப்பி அனுப்பாதீர்கள். நான் கொழும்புக்குப் போனால் விமான நிலையத்தில் வைத்தே என்னைச் சுடுவார்கள். தயவுசெய்து எனக்கு உதவி செய்யுங்கள்."

இதையே திருப்பித் திருப்பிச் சொல்லிக்கொண்டிருந்தவள் திடீரென்று மேல் சட்டையைத் தூக்கித் தனது இடுப்பை அவர்களுக்குக் காண்பித்தாள். விழுந்த ஒரு 'ஷெல்'லில் அன்று இருபத்துமூன்று பேர் இறந்திருந்தார்கள். ஒரு பெரிய 'ஷெல்' துண்டு இவளின் இடுப்பைச் சிராய்த்துப் பறந்தது. ஒரு 'இஞ்சி' விலகியிருந்தால் அன்றைக்கு இவளும் முடிந்திருப்பாள்.

காயத்தை ஒரு விநாடி பார்த்த சிவப்பு மூஞ்சிப் பொலிஸ்காரன் கண்ணைச் சிமிட்டிவிட்டு, மொறினின் வயிற்றில் கையை வைத்து அவளைச் சுவரோடு ஓங்கித் தள்ள, ஒரு கோழிக்குஞ்சு மாதிரி மொறின் மூலைக்குள் போய் விழுந்து நடுங்கிக்கொண்டிருந்தாள். ஒரு பேப்பரைக் காட்டி "போடடி இதில் கையெழுத்தை" என்றொரு பொலிஸ்காரன் மிரட்ட, மொறின் இரண்டு கைகளையும் இறுகப் பொத்திக்கொண்டு தலையைச் சாய்த்து அழுதுகொண்டிருந்தாளே தவிர கையெழுத்துப் போடவில்லை. எல்லாப் பொலிஸ்காரரும் மொறினோடு மல்லுக்கட்டிக் கொண்டிருக்க, இன்னும் மூன்று பொலிஸ்காரர்கள் ஒரு ஆபிரிக்கப் பெண்ணைப் பிடித்து அறைக்கு இழுத்து வந்தார்கள். இப்போது எல்லாப் பொலிஸ்காரரின் கவனமும் அவளில் திரும்பியது. அவளின் முதுகில் கிடந்த மூட்டையினுள் பிஞ்சுக் குழந்தை கிடந்து வீறிட்டது.

அவள் ஒடிசலான தேகமும் மணிக்குரலும் கொண்ட கறுப்புப் பெண். பெரிதாகக் குரலெடுத்துப் பொலிஸ்காரர்களோடு வாதாடினாள். அடிக்கடி நிலத்தைத் தொம் தொம்மென உதைந்துகொண்டாள். ஒரு கட்டத்தில், ஒரு பொலிஸ்காரி அவளுக்கு விலங்கு போட முயற்சிக்கையில், ஓடி பின்வாங்கிய கறுப்புப் பெண் தனது நெஞ்சு சட்டைக்குள் கையைவிட்டு ஒரு பிளேடை எடுத்துக் கடகடவென்று தனது கையிலும் முகத்திலும் பிளேடால் கீறினாள். இரத்தம் கோடாகத் துளிர்க்க, முதுகில் கிடந்த குழந்தையையும் அவள் ஒத்தி எடுத்துக் குழந்தையையும் கீற முயற்சிக்க, பொலிஸ்காரர் கூட்டமாகப் பாய்ந்து அவளை அமுக்கிக்கொண்டனர். மொறின் 'அஞ்சுங்கெட்டு அறிவும் கெட்டு' விறைத்துப் போனாள்.

விமான நிலையம் கலவரப்பட்டது. ஆபிரிக்கப் பெண்ணை அம்புலன்ஸில் ஏற்றுவதற்காகக் கூட்டிப் போகும்போது, அவள் தனது மொழியில்

பெருங்குரலெடுத்துச் சொல்லி அழுதாள். விமான நிலையத்தின் ஒரு மூலையில், பார்ப்பதற்குப் பள்ளிக்கூடப் பொடி பொட்டையள் மாதிரி இருந்த கொஞ்சப்பேர் பொலிஸ்காரரையும் ஆபிரிக்கப் பெண்ணையும் சூழ்ந்துகொண்டு "ஆமோ, அப்படியோ, இதுவுமொரு நீதியோ? நீங்களுமொரு பொலிஸோ?" என்று கேட்டுச் சண்டை போட்டுக் கொண்டிருக்க, இரண்டு பொலிஸ்காரிகள் மொறினைப் பலாத்காரமாக வண்டியில் ஏற்றி இந்த ஹொட்டலுக்குக் கொண்டு வந்தார்கள்.

இதை ஹொட்டல் என்று சொல்லக்கூடாது. இதுவொரு றெஸ்பெக்டான மறியல் வீடு. நிறையத் தமிழ்ச் சனங்கள் இங்கிருந்தார்கள். இந்த ஹொட்டல்தான் விசாரணை நடக்கும் இடமென்றும் விசாரணை முடிவில் 'லக்' இருந்தால் வெளியே விடுவார்களென்றும் 'லக்' இல்லாவிட்டால் கையைக் கட்டி, நாயைப் போல விமானத்தில் அடைத்துக் கொழும்புக்குத் திருப்பி அனுப்புவார்களென்றும் அவர்கள் மொறினுக்குச் சொன்னார்கள்.

அங்கு தொலைபேசி பேச வசதியிருந்தது. மொறின் 'பிராங்ஃபோர்ட்' பெரியண்ணனுக்கு றெலிபோன் எடுத்து வியளம் சொன்னாள். 'பெர்லின்' சின்னண்ணனுக்கும் 'பிறீமன்' ஆசையண்ணனுக்கும், தான் 'டக்'கென்று றெலிபோன் அடிப்பதாகச் சொன்ன பெரியண்ணன் "ஏன் பிரான்ஸுக்கு வந்தனி?" என்று விசர் கேள்வி கேட்டான். வாறதும் போறதும் மொறினின் கையிலா கிடக்கிறது? ஏஜென்ஸி ஏற்றிவிட்டால் வந்திறங்கிற சனத்துக்கு இடம் தெரியுமா? வலம் தெரியுமா?

"இல்ல அண்ண... பிரான்ஸுக்குள்ளால உங்களிட்ட வரலாம் எண்டுதான் ஏஜென்ஸி சொன்னவர்" என்று மொறின் சொல்ல "நான் படிச்சுப் படிச்சுச் சொன்னான் இப்ப யூரோப்புக்கு வாறதில பிரயோசனம் இல்லையெண்டு... இல்லையெண்டு விடாப்பிடியா நிண்டு வந்திருக்கிறாய், இனிப் பட்டு உத்தரிச்சுப்பாரன்" என்று பெரியண்ணன் சினந்தான்.

பெரியண்ணை சரியாக அப்பரை மாதிரி ஓர் அரியண்டம் பிடித்தவன் என்று மொறின் நினைத்துக்கொண்டாள். சிலோனில் இருக்கும்போது அப்பரின் ஆக்கினை அவ்வளவாகத் தெரியவில்லை. ஆனால், இந்த இரண்டு வருடங்களும் இந்தியாவில் அப்பரோடு சீவித்த சீவியத்தை நினைத்தால் மொறினுக்கு 'சீ'யென்று போகும்.

போடுகிற பஞ்சாபியிலிருந்து வைக்கிற பொட்டு வரை எல்லாமே அப்பரின் செலக்சன்தான். இவள் எப்பன் எதிர்த்து ஒரு மூச்சுவிட்டால் "அய்யோ எனர பிள்ளையள் பனியிலும் குளிரிலும் கிடந்து அனுப்புற

காசை அழிக்கிறாளே இந்த அல்லேலுயாப் பசாசு" என்று விடிய விடியக் கிழியல் நடக்கும். தாய்க்காரி பாவம். மனுசனுக்குச் சரியான பயம்.

"நெட்டையோ குட்டையோ... இவளக் கெதியாப் புடிச்சு ஒருத்தனிட்ட தள்ளிவிட வேணும்" என்று மனுசன் புசத்திக்கொண்டே திரியும். அண்ணன்மாரின் அநேக வேண்டுகோளுக்கிணங்க, மொறின் போசூர் போட்டோ ஸ்ருடியோவில் விதவிதமாக வண்ணப் படம் எடுத்து ஐரோப்பாவுக்கு அனுப்பிக்கொண்டிருந்தாள். ஆனால், அவர்கள் சதைப் பிடிப்பாகவும் சிவப்பாகவும் இன்னும் இன்னும் அழகான கவர்ச்சிகரமான போட்டோக்கள் தேவையென்று அறிவிக்க, மொறின் றென்சனாகி "குறுக்குக்கட்டோட ஒரு போட்டோ எடுத்து அனுப்பட்டோ?" என்று ஆசையண்ணனிடம் கேட்க, அவன் "ஏன் தங்கச்சி இப்பிடிக் கதைக்கிறாய், உன்ர காலத்துக்கு ஒண்டும் சரிவருவதில்ல... சரி நான் ஏஜென்சியால உன்னை இஞ்ச கூப்பிடுறன். நீ வந்தாப் பிறகு மிச்சத்தைப் பார்ப்பம். ஆனால், இப்ப இஞ்ச 'காட்' கிடைக்கிறதும் சரியான கஸ்ரம்" என்று சொல்ல "காட் கிடைக்கிறதைப் பிறகு பார்ப்பம். முதலில அப்பரிட்ட இருந்து தப்பவேணும்" என்று மொறின் சொல்ல, ஆசையண்ணன் தகப்பனையும் தொலைபேசியில் கூப்பிட்டு "தங்கச்சி சரியாக் கவலைப்படுறாள். அவளைப் படத்துக்கு எங்கேயும் கூட்டிக்கொண்டு போய் சந்தோசமா வைச்சிருங்கோ" என்றான். படமும் அப்பரின் செலக்சன்தான். 'என் ஆசை ராசாவே' பார்க்கப் போய் மொறின் தியேட்டருக்குள் நித்திரையாகிப் போனாள்.

'என்னை இப்ப இவங்கள் வெளியால விட்டாங்களெண்டால் என்ர எண்ணத்துக்கு இங்கிலிஷ் படம் கூடப் பார்க்கலாம்' என்று யோசித்த மொறின், இரண்டாவது நாள் நடந்த விசாரணையில் இடுப்புக் காயத்தை அதிகாரிகளுக்குக் காட்டி "ஷெல் துண்டு ஒரு இஞ்சி தள்ளி ஏறியிருந்தால் செத்துப் போயிருப்பேன்" என்று சொன்னாள். அடுத்த நாள், மொறினுக்கு எட்டுநாள் விசா கொடுத்து வெளியே விட்டார்கள். மொறின் ஒரு அரை மணித்தியாலம் ஒன்றும் செய்யாமல் தன்னாரவாரம் சிரித்துக்கொண்டேயிருந்தாள். பின்புதான், பெரியண்ணன் கொடுத்திருந்த பாரிஸ் இலக்கத்துக்கு ரெலிபோன் செய்ய அவர்கள் வந்து கூட்டிக்கொண்டு போனார்கள்.

அந்தத் தூரத்துச் சொந்தக்காரர்கள் வீட்டுக்கு மொறின் வந்து சேர்ந்த மறுநாளே, சின்னண்ணன் தொலைபேசியில் பேசினான். பெர்லினிலிருந்து 'போடர்காய்கள்' புறப்பட்டுவிட்டதாகவும் காலையில் பாரிசுக்கு வந்து விடுவார்களென்றும் இரவோடு இரவாகப் பாரிஸிலிருந்து புறப்பட்டால் மறுநாளே மொறின் தனு சின்னண்ணனையும் சின்னண்ணியையும்

சின்ன மருமகனையும் பார்க்கலாமென்றும் சின்னண்ணன் செல்லம் கொஞ்சினான்.

"உனக்குத் தெரியுமா... சூட்டிதான் கார் கொண்டு வாறான்" என்று சின்னண்ணன் சொல்ல, எந்தச் சூட்டியென்று மொறின் கேட்க "அதுதான் தங்கச்சி, கோயிலடி ராக்கியேலக்கான்ர மகன்" என்றான் சின்னண்ணன். மொறினுக்குச் சூட்டியை ஞாபகம் வந்தது. பள்ளியில் இவளுக்கு மூன்றோ அல்லது நான்கோ வகுப்புகள் முன்னதாகப் படித்தவன். அவன் வெளிநாட்டுக்கு வந்து பத்து வருடங்கள் இருந்தாலும் இருக்கும் என்று மொறின் நினைத்துக் கொண்டாள்.

விடியற்புறமாகவே அய்ந்து பொடியள் வீட்டுக்கு வந்து 'பெல்' அடித்தார்கள். அவர்களில் யார் சூட்டியென்று மொறினுக்கு விளங்கவில்லை. அய்ந்து பேரும் மொறினோடு கைகுலுக்கிக் கொண்டார்கள். இவளுக்குக் கொஞ்சம் அந்தரமாகப் போனது. பிறந்து வளர்ந்த இந்த இருபத்து நான்கு வருடங்களில் முதல் முறையாக இப்போதுதான் ஆண்களோடு மொறின் கை குலுக்குகிறாள். அவள் இப்போது சூட்டியை அடையாளம் பிடித்துக்கொண்டாள். சூட்டி தோள்வரை தொங்கிய தலைமுடியுடன், முரட்டுச் சப்பாத்தும் போட்டுப் படு உசரியாக இருந்தான். கழுத்தில் கறுப்பாய், வெள்ளையாய், சிவப்பாய் அதுவோர் ஆயிரம் மாலை கிடக்கும்.

வீட்டுக்காரர் புரியனும் பெண்சாதியுமாக வேலைக்கு இறங்கிப் போய்விட மொறின்தான் பொடியளுக்கு 'ரீ போட்டுக் கொடுத்தாள்.

"நான் போடுற ரீயங்களுக்குப் பிடிக்குமோ தெரியாது... நல்லாயிருக்குதா?" என்று மொறின் கேட்க, ஒரு பொடியன் "தூக்கியிற்றீங்க அக்கா" என்றான்.

நேற்று பெர்லினிலிருந்து புறப்பட்டு இரண்டு கேசுகளைக் கொண்டுவந்து பாரிஸில் இறக்கினார்களாம். இரவு திரும்பவும் புறப்பட வேண்டியிருப்பதால் படுத்துக்கொள்கிறோம் என்று சொல்லிவிட்டு நான்கு பொடியளும் படுத்துக்கொள்ள, சூட்டி மட்டும் இவளோடு பேசிக் கொண்டிருந்தான்.

"எங்கிட அம்மாவக் கண்டனீங்களோ?"

"இல்ல சூட்டியண்ணா, நாங்கள் யாழ்ப்பாணத்த ஆர்மி பிடிக்கேக்கையே இடம் பெயர்ந்து வந்திற்றம். அன்றி ஊரிலதான் இருந்தவ."

"ரெண்டு பிள்ளையள பெத்து வளர்த்து விட்டுட்டுத் தனியக் கிடக்கிறா"

"ஏன் உங்கட அக்கா எங்கேயண்ணா?"

"அவ இஞ்ச வந்து கல்யாணமும் செய்து போட்டா. சுவிஸில இருக்கிறா. நீங்களும் பேசித்தான் இஞ்ச வந்ததோ?"

"சீச்சி... அப்பிடி ஒண்டுமில்ல"

சூட்டி கொஞ்ச நேரம் யோசித்துக்கொண்டிருந்து விட்டு, தோள்களைக் குலுக்கி "வேற என்ன ஊர்ப் புதினங்கள்?" என்று கேட்க, மொறின் "இல்ல சூட்டியண்ணா எனக்கும் ஒண்டும் பெரிசா தெரியாது. ஆனால், என்ர ஃப்ரெண்டிட்ட இருந்து எனக்கு இந்தியாவுக்குக் கடிதம் வந்தது. ஊரில வீடுகள் எல்லாம் தரைமட்டமாம்" என்றவள் கொஞ்சம் குரலைத் தாழ்த்தி "எங்கட பக்கமெல்லாம் ஈ.பி.டி.பி.க்காரங்கதான் நிக்கிறாங்களாம். ரவுனுக்குள்ள போய்ஸ் போய் வர ஏலாது. ஜென்ஸ்தான் பொம்பிளப் பிள்ளையளையும் செக் பண்ணுகினமாம். செக் எண்டால்... பொடி - செக்கிங்காம்."

இப்படியே கதைத்துக்கொண்டு மொறின் சமையலுக்கு அடுக்குப் பண்ண 'வேணாம், வேணாம்' என்று சொல்ல சூட்டி உதவி செய்தான். பிறகு கேட்டான் "ஃபிரெண்ட் கடிதம் போட்ட தெண்டால் போய் ஃபிரெண்டோ?"

"சீ அப்பிடி எனக்கு ஒருத்தரும் இல்ல, அது என்னோட படிச்ச கேர்ள் ஒண்டு"

"என்ன தலைவி, நல்ல சோசலிசமாய் மூவ் பண்ணிக் கதைக்கிறியள். ஒருத்தனையும் மடக்காமல் விட்டுட்டீங்களே?"

"பேசாமல் நீர் கரட்ட சீவும் அய்ஸே" என்று மொறின் ஒரு உறுக்கு உறுக்கினாள்.

பெர்லின் அண்ணனுக்கு, பாரிஸில் இருந்து புறப்படுவதாகத் தொலைபேசியில் கூறிவிட்டு இரவுப் பயணம் தொடங்கியது. முன்னுக்குப் போன காரில் நான்கு பொடியளும் போக, மற்றக் காரில் சூட்டியும் மொறினும். பின்னால் ஏற்போனவளை "முன்னுக்கு வந்திருந்து கதைச்சுக் கொண்டிருங்க தலைவி. அப்பதான் நித்திரை தூங்காமல் கார் ஓடலாம்" என்று முன் கதவைத் திறந்துவிட்டான் சூட்டி. கார் வேகம் பிடித்து ஓடியது.

"அப்ப நாட்டுப் பிரச்சினை இப்படியேதான் இருக்குமோ?" என்று சூட்டி கேட்க, நீண்ட காலமாக நாட்டைப் பிரிந்து நாட்டு நடப்பு நிலவரங்கள் தெரியாமலிருக்கும் இவனுக்கு நாட்டிலிருந்து அண்மையில்தான் கிளம்பியவள் என்ற முறையில் பொறுப்பான ஒரு

அரசியல் விளக்கத்தைக் கொடுப்பது தனது கடமை என்று நினைத்த மொறின் சீற்றில் தாளம் போட்டு யோசித்துவிட்டுச் சொன்னாள்:

"முந்தி இயக்கத்தின்ர கட்டுப்பாட்டில யாழ்ப்பாணம் இருக்கேக்க எங்கிட கலை, கலாச்சாரங்கள், பண்பாடுகள் எல்லாம் நல்லா வளர்ந்தது. கடைகளின்ர பெயரெல்லாம் நல்ல தமிழில மாத்தி... ஒவ்வொரு நாளும் பட்டிமன்றம், நாடகம் எண்டுதான் நடந்துகொண்டிருக்கும். இப்ப ஆர்மி பிடிச்சாப் பிறகு, ஆறு மணிக்குப் பிறகு வெளியில திரியேலாதாம். கிருசாந்தியின்ர பிரச்சினை எல்லாம் கேள்விப்பட்டிருப்பியள்தானே. என்னயிருந்தாலும் எங்களுக்கு எண்டொரு நாடு அமைய மட்டும் விசர் வாழ்க்கைதான்."

சூட்டி வீதியை உற்றுப் பார்த்தவாறே தலையாட்டியவன் "இஞ்ச நாங்கள் எவ்வளவு வசதியாய் இருந்தாலும் எப்ப நாசி அடிப்பானோ எரிப்பானோ எண்டு பயந்து பயந்துதானே இருக்கிறம். நாங்கள் இங்க மூண்டாம் பிரஜைதானே... ம்..." என்றிழுத்தான்.

"எனக்கு 'ஷெல்' பட்டது உங்களுக்குச் சொன்னனாமோ? இஞ்ச... இவ்விடத்தில பட்டது. ஒரு 'இஞ்சி' தள்ளிப் பாய்ஞ்சிருந்தா நான் அண்டைக்கே அவுட். ஒரு கிழமை ஹொஸ்பிட்டலில அட்மிற் ஆகியிருந்தனான்."

சூட்டி காரை வேகம் குறைத்து இரண்டு - மூன்று தரம் இவளைத் திரும்பித் திரும்பிப் பார்த்தான். பிறகு கேட்டான் "எந்த ஏஜென்ஸியால வந்தனிங்கள்?"

"இந்தோனேசியா சிவம் எண்டு... சரியான வஞ்சகம் பிடிச்சவன். என்னை முதலே அனுப்பியிருந்தானெண்டால் முதல் வந்த ஆக்கள் மாதிரி நானும் ஜெர்மனியிலேயே இறங்கியிருக்கலாம். அவனுக்குச் சாராயம் ஊத்திக் குடுக்கிற, இறைச்சி பொரிச்சுக் குடுக்கிற ஆக்களைத்தான் முதல் அனுப்புவான். வறுவாஸ்... நரகத்துக்குத்தான் போவான். இஞ்சயெல்லாம் வந்து போறவனாம். உங்களுக்குத் தெரிஞ்சிருக்கும்... ஒரு தேர்ட்டி பைவ், தேர்ட்டி ஸிக்ஸ் வயசிருக்கும். மொத்தமான ஆள்."

"மொத்தமோ இல்லாட்டி பாரமோ?"

மொறினுக்குச் சூட்டியின் கேள்வி உடனே விளங்கவில்லை. பிறகுதான் ஓடி வெளிக்கப் படாரெண்டு சிரிப்பு வர அதை விழுங்கிவிட்டு, முகத்தைச் சுழித்துக்கொண்டு "அவற்ற கதையைப் பாரு" என்று சொல்லிவிட்டு இரண்டு - மூன்று தரம் தன் தலையில் விரல்களால் அடித்துக்கொண்டாள். "பகிடி... கோவிக்கக்கூடாது" என்றான் சூட்டி. இப்படியே நல்லா நீட்டுக்குக் கதைத்துக்கொண்டு

போய்க்கொண்டிருக்கையில் ஒரு சிறுநகரம் எதிர்ப்பட, முன்னுக்குப் போன கார்க்காரப் பொடியளும் இறங்கிவர, எல்லோருமாகக் கோப்பி குடித்தார்கள். முன் கார்க்காரப் பொடியள் தாங்கள் இந்த இடத்தில் பிரிந்துகொள்வதாகச் சொல்லிவிட்டு, மொறினின் கையைப் பற்றிக் குலுக்கிவிட்டுப் போனார்கள். "தாங்ஸ்" சொன்னாள்.

மீண்டும் கார் ஓடத் தொடங்க, மொறின் சாடையாக அயர்ந்து போனாள். திடுக்கிட்டு விழித்தபோது, கார் ஆள், அரவம், வீடு, வாசல் இல்லாத ஒரு காடு மாதிரியான இடத்தை ஊடுறுத்துப் போய்க்கொண்டிருந்தது. "எத்தின மணிக்குச் சின்னண்ணன் வீட்ட போய்ச் சேரலாம்?" என்று மொறின் கேட்க "யா, கெதியாய் போயிரலாம்" என்ற சூட்டி கடுமையாக யோசித்துக்கொண்டே காரை மெதுவாக ஓட்டிக்கொண்டிருந்தான்.

"என்ன கடுமையாய் யோசிக்கிறியள்?" என்று மொறின் கேட்க, சூட்டி காரின் வேகத்தை இன்னும் குறைத்து வீதியை உற்றுப் பார்த்தவாறே "மொறின் நீங்கள் என்னைக் கலியாணம் செய்யுறீங்களா?" என்று கேட்டான். மொறின் ஒன்றும் பேசவில்லை. தன் பக்கவாட்டு ஜன்னலுக்குள்ளால் வெளியே பார்த்துக்கொண்டிருந்தாள்.

"என்ன... நான் கேட்டதுக்கு ஒண்டுமே சொல்லயில்ல?" என்று மீண்டும் சூட்டி கேட்க "என்ன தேவையில்லாத கதை கதைக்கிறீங்கள். என்னைக் கெதியா அண்ணன் வீட்ட கொண்டே விடுங்கோ" என்றாள் மொறின். கண்களில் தானாகக் கண்ணீர் வந்துவிட்டது.

"ஏன் என்னை உங்களுக்குப் பிடிக்கேல்லையா?" என்று கேட்ட சூட்டிக்கும் கண்ணெல்லாம் கலங்கிக் கண்ணீர் வர 'றெடி'யாக இருந்தது.

"அய்யோ... அந்தோனியாரே! எனக்கு ஒருத்தரையும் இப்ப கலியாணம் செய்யிற அய்டியா இல்ல... பிளீஸ் என்னோட கதைக்க வேண்டாம்."

கார் கொஞ்சம் வேகம் பிடிக்க சூட்டி சொன்னான் "உங்கட அண்ணன்மார் என்னைப் பற்றிக் கூடாமத்தான் சொல்லுவினம். குடிகாரன், சண்டித்தனக்காரன் எண்டுதான் அவையள் சொல்லுவினம். எனக்கு நேற்று உங்களைப் பார்த்ததில இருந்து உண்மையா... வாறீங்களா என்ர அக்கா வீட்டுக்குப் போவம்?"

"அய்யோ என்ன சூட்டியண்ணா நீங்கள்... இடம் வலம் தெரியாத நடுரோட்டில் என்னைக் கொணர்ந்து வைச்சுக் கொண்டு இப்பிடிச் செய்யிறியள். உங்கள நம்பியல்லோ வந்தனான்..." சடாரென்று சூட்டி காரை ஓரமாய் நிறுத்திவிட்டு, குனிந்து மொறினின் பாதங்களைப் பிடித்துக் கொஞ்சினான். செருப்புகளையும் முத்தமிட்டான்.

"என்ர அய்யோ விடுங்கோ சூட்டியண்ணா விடுங்கோ..." என்று கெஞ்சிய மொறின் கைகளால் சூட்டியின் முகத்தை விலக்க, அவன் மொறினின் கைகளைத் தள்ளிவிட, மொறினின் ஒருகை காரின் கதவோடு மோதி தகரத்தோடோ கொழுவியிலோ குத்திக் கிழிய இரத்தம் கொப்பளித்தது. பதறிப்போன சூட்டி "கடவுளே... என்ன நடந்தது?" என்று முணுமுணுத்துக்கொண்டே கழுத்தில் கிடந்த மப்ளரைக் கழற்றி அவளின் கையில் காயத்துக்குக் கட்டிவிட்டு வேகமாகக் காரைக் கிளப்பினான். படுவேகம். மொறின் குனிந்திருந்து அழுதுகொண்டிருந்தாள்.

கார் ஒரு கட்டடத் தொகுதிக்குள் நுழைந்து நின்றது. "இது உங்கிட அண்ணன்ர வீடில்ல. நீங்கள் என்னோட சுவிஸுக்கு வந்திற்றீங்கள் எண்டு உங்கட அண்ணனுக்கு என்ர சிநேகிதப் பொடியள் ரெலிபோன் அடிச்சுச் சொல்லியிருப்பாங்கள். இது என்ர அக்காவின்ர வீடு, இறங்குங்கோ" என்று சூட்டி சொல்ல, மொறின் காற்றில் நடப்பதுபோல நடந்து வீட்டுக்குள் போனாள். நித்திரை முறியாமல் வந்த சூட்டியின் அக்கா "இருங்கோ" என்று சொல்ல, மொறின் பேயடித்தவள் போல் கதிரையில் இருந்தாள். சூட்டி அக்காவைக் கூப்பிட்டு உள்ளுக்குள் வைத்துக் கதைத்தவன் வெளியே வந்து "இருங்கோ... இஞ்ச வந்து சேந்திற்றமெண்டு நீங்கள் நிண்ட பரிஸ் வீட்டுக்காரருக்கு போன் பண்ணிற்று வாறன்" என்று சொல்லிவிட்டுத் தலையைக் குனிந்தவாறே வியர்த்து விறுவிறுத்து வெளியே போனான். சூட்டியின் அக்கா கொஞ்சம் பயந்து போனவள் மாதிரித் தெரிந்தாள். அவள் வந்து மொறினுக்குப் பக்கத்தில் இருந்துகொண்டு "உம்மிட கையில காயமோ? எங்க காட்டும் பார்ப்பம்..." என்று கேட்க, மொறின் கையை முதுகுக்குப் பின்னால் மறைத்துக்கொண்டே, சூட்டியின் அக்காவை உற்றுப் பார்த்துக்கொண்டு "எனக்கொரு பிள்ளை பிறந்தால், உங்கிட அப்பன் என்னைக் கடத்திக்கொண்டு வரேயிக்க வந்த காயமிது எண்டு காட்டுவன்" என்றாள்.

சுபம்

....

மொறினின் கதை கட்டற்ற விபச்சாரத்தைக் கோருவதே ஒழிய, ஆணாதிக்கத்தைக் கடந்து பாட்டாளி வர்க்கப் புரட்சியை நோக்கியதல்ல

கதை எழுதுவதாகச் சொல்லிக்கொண்டு கதைவிடும் ஷோபாசக்தியின் மோசடியைக் கொஞ்சம் ஆராய்வோம். எமது தாயகத்தில் நடக்கும் இன அழிப்பு, அரசியலற்ற இராணுவவாத யுத்தத்தால் பாதிக்கப்பட்ட மொறின் என்ற பெண் அரசியல் தஞ்சம் கோரி பிரான்சுக்கு வருகிறாள். நாங்கள் இரண்டு

பலாப்பழங்களை உதாரணத்துக்கு எடுத்துக் கொண்டால், ஒரு பலாப்பழம் சுண்ணாகம் சந்தையிலும் மற்றையது சாவகச்சேரிச் சந்தையிலும் வாங்கியதாக இருக்கும். ஆனால், சாராம்சத்தில் இரண்டும் பலாப்பழங்களே. அதுபோலவே பிரான்ஸ் அய்ரோப்பாவிலும் இலங்கை ஆசியாவிலும் இருந்தாலும் சாராம்சத்தில் இரண்டும் நாடுகளே. ஸ்ராலினின் தேசம் பற்றிய வரையறையான பொதுமொழி, பொதுக்கலாச்சாரம், தொடர்ச்சியான நிலப்பரப்பு போன்ற குணாம்சங்கள் இரண்டுக்கும் பொருந்துவதால் இரண்டும் நாடுகளே. ஒரு நாட்டில் இருந்து இன்னொரு நாட்டுக்குத் தப்பி வருவது எப்படிப் பிரச்சினைக்குத் தீர்வாக முடியும்? மாறாக அப்பெண் பிரான்ஸுக்கு வருவதை விடுத்து நாட்டில் இருந்தே அடக்குமுறைக்கெதிராகப் போராட வேண்டும். சுரண்டல் ஏகாதிபத்தியமான பிரான்ஸுக்கு இனிவரும் அகதிகள் பிரஜாவுரிமை பெற்றுக்கொள்ள முடியாது என்று திட்டவட்டமாகத் தெரிந்த பின்பும் பிரான்ஸுக்கு வருவது அப்பட்டமான எதிர்ப்புரட்சிகரமான வாதமாகும். இல்லை என்று சொல்ல முடியுமா? ஏகாதிபத்திய எலும்பை நக்கும் ஷோபாசக்தியே முடியுமா? முடியாதே.

அடுத்ததாகப் புலிகளின் கட்டுப்பாட்டில் மக்கள் பாதுகாப்பாய் இருந்தார்கள் என்பது விமர்சனத்தோடு ஆதரவளிக்கப்பட வேண்டியதொன்றாகும். மாறாக, பிரச்சினையைப் பற்றிக் கேட்ட சூட்டிக்குப் பிரச்சினைக்கான தீர்வாக திம்புக் கோரிக்கைகளில் இருந்து தொடங்கி அப்படியே சுழித்து முன்னேறி பாட்டாளி வர்க்கப் புரட்சிக் கட்சியைக் கட்டி அந்தக் கட்சி தேசிய விடுதலை இயக்கங்களுக்கு விமர்சனத்தோடு ஆதரவளிக்க வேண்டிய புரட்சிகர அரசியலை அவள் பேசியிருக்க வேண்டும். கதாசிரியரின் அரசியலற்ற, கோட்பாடுகளற்ற பூர்சுவாக் குணாம்சத்தை இது அம்பலப்படுத்துகிறது. இதை லெனினின் வார்த்தைகளில் பாப்போம். **'நிலையான கோட்பாடுகளோ திட்டவட்டமான குறிக்கோளோ இல்லை'** (லெனின் நூல் திரட்டு 2: பக்கம் 72, அழுத்தம் எமது).

இறுதியாக முடிய காருக்குள் ஆணாதிக்க வன்முறை நிகழ்ந்தபோது மொறின் உறுதியாக எதிர்த்துப் போராடாமல் சமரசம் செய்து கொண்டது போராட்டமே தேவையில்லையென்ற பின்நவீனத்துவ ஏகாதிபத்தியக் கோட்பாடாகும். கார் படுவேகமாக ஓடிக் கொண்டிருக்கிறது. கதவுக்குப் பக்கத்தில் மொறின் இருக்கிறாள் எனும் சூழ்நிலையில், கதையைப் புரட்சிகரமாகத் தீர்த்து வைக்கும் சாத்தியமிருந்தும் கதையை மேலும் இழுத்தடிப்பது

கதாசிரியரிடம் மார்க்ஸிய புரட்சிகர இயங்கியல் ஆய்வுமுறை இல்லாததையே காட்டுகிறது.

உத்தமபுத்திரன்
பிரான்ஸ்

சிறப்பு விமர்சனம்

போடாருக்கு மரியாதை, புலம்பெயர் இலக்கியம் அல்லது போஃடா ஸ்டீவின் 'ஜப்பானுக்கு அப்பால்'

கண்டதும் காதலை[1] பாசில் பேசுகிறார். காணாமல் காதலை[2] அகத்தியன் பேசுகிறார். தொலைபேசியில் காதலை[3] பாலு பேசுகிறார். போடரில் காதலை[4] சிறுகதை பேசுகிறது. தமிழகத்து வெகுஜன சினிமா சொல்லாடல்கள் புகலிடத்தில் இடம் பெயர்த்து வைக்கப்படுகின்றன. இந்தப் பிற்போக்குச் சூழலில்தான் நாம் மணிரத்தினத்தின் முக்கியத்துவம் குறித்து யோசிக்க வேண்டும் என்கிறேன். தண்டவாளத்தில் தபுவுக்கும் கலைஞருக்கும் மலரும் காதலை 'இருவர்[5] திரைப்படத்தில் நான்கே நான்கு காட்சிகளுக்குள் காட்சி ஊடகத்தை அற்புதமாகக் கையாளும் மணிரத்னம் ஆழமாகச் சொல்லுகிறார்.

மூன்றாம் உலக மனிதர்களின் எல்லைகள் மீறும் துயரை/ஆழ்மன விருப்புகளை 'ஜப்பானுக்கு அப்பால்' திரைப்படம் பேசுகிறது. பெண்ணின் மேல் செலுத்தப்படும் அதிகாரம்/வன்முறை குறித்து Simon de Beauvoir பேசுகிறார்[6]. பின் அமைப்பியலாளர்கள் மிதக்கும் குறிப்பான் (Floating signifier) என்ற கருத்தாக்கம் குறித்துப் பேசுகிறார்கள்[7]. பின்னவீனத்துவத்தின் பண்புகளாள சீர்குலைவு, வரம்பு மீறுதல் குறித்து எதிர்மறையாக காலின் மூர் பேசுகிறார்[8]. So called அறிவுஜீவிகள் தங்களை ஒரு Sect ஆக உருவாக்குவது குறித்து RACE AND CLASS ஆசிரியர் ஏ. சிவானந்தன் பேசுகிறார்[9]. கீழைத் தத்துவச் சூழலில் மாஜிக் ரியாலிஸம் குறித்து பி.சி. சர்க்கார்[10] பேசியிருக்கிறார்.

சிறுகதையில் வரும் மொழின், அரசியல்/ பண்பாடு /கலாச்சாரம்/ காரட் சீவுதல் குறித்துப் பேசுகிறார். தெரிதா ஒருமுறை டெர்ரி ஈகிள்டனைப் பார்த்துப் புன்னகை செய்திருக்கிறார். ஆனால், புலம் பெயர் சூழலில் பின்னவீனத்துவம்/ தலித்தியம்/ பெண்ணியம் பேசுகிறவர்கள் இடதுசாரி அறிவுஜீவிகளைப் பார்த்துக் காறித் துப்புகிறார்கள். இது நமக்குள் ஆழ்ந்த துக்கத்தை எழுப்புவதாகும். நிறையப் பொறுமை வேண்டும். முற்போக்கு போடர்கார

யார் - பிற்போக்கு போடர்காரர் யார் என்பதை நிதானமாகப் பொறுப்புணர்வோடு நிறுவ வேண்டும். புகலிட இலக்கியம் குறித்து ஒரு நுண்மான் நுழைபுல ஆரோக்கியமான விவாதத்தைத் தொடங்கும் முகமாகவே இந்த விரிவான விமர்சனத்தை வைக்கிறேன்.

கங்கா கஜேந்திரன்
லண்டன்

அடிக்குறிப்புகள்

1. காதலுக்கு மரியாதை - சங்கிலி முருகன் சினியார்ட்ஸ்
2. காதல் கோட்டை - சிவசக்தி மூவி மேக்கர்ஸ்
3. காலமெல்லாம் காதல் வாழ்க - அதே கம்பெனி
4. ஷோபாசக்தி சிறுகதை - எக்ஸில் 5
5. இதுவொரு மெட்ராஸ் டாக்கீஸ் வெளியீடு
6. சக்தி (நோர்வே 1993)
7. நிறப்பிரிகை (நவம்பர் 1997)
8. காலக்குறி (1998)
9. சிவானந்தன் நேர்முகம் - இன்னுமொரு காலடி, மொ.பெ. யமுனா ராஜேந்திரன்/ UK/ 1998/ TWAN
10. Ampulimama/ Chandamama Publication/ Vadapalani/ 1973

கதைவழி கலாச்சாரப் பணி

தந்தைக்கு விரோதமாய் தனயனும் சகோதரனுக்கு எதிராய் சகோதரனும் இனத்திற்கு எதிராய் இனமும் எழுவார்கள் என்ற புனித வேதாகமத்தின் வார்த்தை இப்படியாக நிறைவேறியதை இந்தச் சிறுகதையில் காண்கிறோம்.

என் அன்பான சகோதரர்களே, எகிப்தின் ராஜாவான பார்வோனின் கைகளுக்குத் தப்பி இஸ்ரவேலின் குமாரர்களும் குமாரத்திகளும் சீனாய் வனாந்திரத்தைக் கடந்துகொண்டிருந்த போது, அனுபவித்த உத்திரிப்புகளையும் துன்பங்களையும் நீங்கள் அறிவீர்கள். அதை விஞ்சுமளவுக்கு எமது நாட்டில் நடைபெறும் கொடிய யுத்தத்தால் ஏதிலிகளாக்கப்பட்ட யாழ்ப்பாணத் தமிழர்கள் அய்ரோப்பாவில் விமான நிலையங்களை, எல்லைப்புறங்களைக் கடக்க முயற்சிக்கையில் துன்பங்களை அனுபவித்துச் சிலர் மரித்தும் போகிறார்கள்.

இதைப் பதிவு செய்யும் இந்தச் சிறுகதையானது, இன்னொரு செய்தியையும் உறுதியாக வைக்கிறது. இன்றைய இளைஞர் சமுதாயம் மது, மாது, அரைகுறை ஆடையணிதல், இறை நம்பிக்கையின்மை ஆகியவற்றை நாகரிகமாகக் கருதிச்

செயற்படும்போது, அவர்களில் ஒருவனான சூட்டி எனும் பாவநோக்கம் கொண்ட இளைஞனை மன்னித்து ஏற்றுக்கொள்ளும் மொறின் தன்னைத் தாழ்த்திக்கொள்வதனால் உயர்த்தப்படுகிறாள்.

எமில் எம்டன் அடிகள்
யாழ்ப்பாணம் - லண்டன் - பாரிஸ் - சுவிஸ் - கனடா

- கட்டுரையை எழுதிய உத்தமபுத்திரன், இந்தக் கட்டுரையை ஒட்டி எழும் வாதப்பிரதிவாதங்களில் மையங்கொண்டு இன்னும் ஆறு மாதத்திற்காவது தனது அரசியல் சீவியத்தை உருட்டிக் கொண்டோட வியூகம் வகுத்துக் கொண்டிருந்த ஒன்பதாவது நிமிடத்தில்

- கங்கா கஜேந்திரன் மேலும் மேலும் அடிக்குறிப்புகள் பொறுக்குவது குறித்தும், பொறுக்கிய அடிக்குறிப்புகளிலிருந்தே விமர்சனத்தை மேலும் மேலும் 'டெவலப்' பண்ணி மேலும் மேலும் பயாஸ்கோப் காட்டுவதற்கான வழி வாய்க்கால்கள் குறித்து ஒரு கிரிமினல் அய்டியா போட்டுக் கொண்டிருந்த எட்டாவது நிமிடத்தில்

எமில் எம்டன் சாந்தியைத் தொடர்புகொள்ள, விடியற்காலையில்தான் அறைக்கு வந்து ஆழ்ந்து தூங்கிக்கொண்டிருந்த சாந்தியைத் தொலைபேசி மணி பிராண்டியது.

"ஹலோ"

"ஹலோ நான் ஃபாதர் எமில் எம்டன் கதைக்கிறன் ஆர் சாந்தியா?"

"ம்... சொல்லுங்கோ"

"எப்படி இருக்கிறீர்? போன கிழமை உம்மட ஹஸ்பெண்ட கண்டனான். இஞ்ச நான் 'நளாயினி' நவீன நாட்டுக் கூத்து செய்தனான். அவரும் பார்க்க வந்திருந்தவர். அவர் சொல்லித்தான் நீங்கள் ரெண்டு பேரும் பிரிஞ்சு வாழுறியள் எண்டதே எனக்குத் தெரியும். நீர் சின்னப்பிள்ளையில்ல, ஒரு குழந்தைக்குத் தாய். உமக்கெண்டு கடமைகள் இருக்குது. என்ன ஒண்டும் கதைக்கிறீர் இல்ல..."

"இப்பதான் நித்திரையால எழும்பினனான், கொட்டாவி விட்டுக்கொண்டிருக்கிறன்"

"சாந்தி கண்டதே காட்சி கொண்டதே கோலம் எண்டு திரியக் கூடாது. அதுவொரு சாவான பாவம். நான் கேள்விப்பட்டது உண்மையோ தெரியாது... வெள்ளைக்காரப் பொடியளோடும் காப்புலி பொடியளோடும் உம்மைக் கண்டதா எனக்குச் சிலபேர் சொல்லிச்சினம். இதுகள் கெட்ட கனவா நினைச்சு மறந்திற்று நீங்கள்

இரண்டுபேரும் சேர்ந்து வாழவேணும். உம்மிட குழந்தையின்ர எதிர்காலத்தை யோசிச்சுப் பாரும். தான் தனியக் கிடந்து குழந்தையோட கஸ்ரப்படுறதெண்டும் உங்கள் ரெண்டு பேரையும் சேர்த்து வைக்கச் சொல்லியும் உம்மிட ஹஸ்பெண்ட் எனட்ட மன்றாடுறார். அந்தப் பெரிய ஆம்பிள கண்ணீர் விட்டு அழுகிறதப் பார்க்க பெரிய பாவமாக் கிடக்கு. ஒருவருக்கொருவர் துணையாய் வாழத்தானே ஆண்டவர் ஆணையும் பெண்ணையும் படைச்சவர். விட்டுக் கொடுத்து வாழுறதுதான் வாழ்க்கை. இப்ப நீர் சொல்லும் நான் உம்மிட மனுசனுக்கு என்ன பதில் சொல்ல?"

"கையில அடிச்சிற்று கதிர்காமம் போகச் சொல்லுங்கோ"

- தொலைபேசியைத் தூக்கி அடித்து வைத்த எமில் எம்டன் ஓடிப்போய் முழந்தாள்படியிட்டு, இரண்டு கைகளையும் விரித்து "அன்பும் இரக்கமும் உள்ள பிதாவே, இவள் தான் செய்வது பாவமென்று அறிந்து செய்கிறாளோ? அறியாமல் செய்கிறாளோ அது எனக்குத் தெரியாது. ஆனால், இந்த அமர் எழும்பின தோற குறுக்காலதான் போவாள், தெறிச்சுப் போவாள். தெருவில போகேக்க கார் அடிச்சு சாவாள்" என்று முணுமுணுத்த மூன்றாவது நிமிடத்தில்

- சாந்தி தொலைபேசியை எடுத்து "மச்சான் நீ என்ன கதை எழுதுறாய்? இஞ்ச வந்து 'அசைல்' கேக்கிற சனமெல்லாம் பொய்யா சொல்லுதுகள்? முழுக் குடும்பத்தையும் சாகக் குடுத்திற்று வாற சனம் எல்லாம் உன்ர கண்ணுக்குத் தெரியாதோ? அதென்ன மொறின் கதைக்கேக்க அடிக்கடி இங்கிலிஷ் கலந்து கதைக்கிறாள்? பெண்களின்ர சொல்லாடல்களை வித்தியாசப்படுத்திக் காட்டுறியளோ? அடி செருப்பால... ஏன் மச்சான் உன்ர கதாநாயகியின்ர கதையை வேற மாதிரி முடிச்சிருந்தால் உங்கிட கலையின்ர ஒரிஜினாலிட்டி கெட்டுப் போயிருமோ? அது மச்சான் நெருப்பில கையை விட்டவளுக்குத்தான் எரிவு தெரியும். மிச்ச ஆக்களுக்கு நந்தலாலாதான் தெரியும். நீங்களும் உங்கிட ஒரிஜினாலிட்டியும்... மயிரப்புடுங்கின புலம் பெயர் இலக்கியமும்" என்று சாந்தி கேளாக் கேள்வி கேட்டதினால் அப்செற்றாய் போன ஷோபாசக்தி 'இப்ப என்ன நடந்துபோச்செண்டு இவள் பாவி இந்தக் கிழி கிழிக்கிறாள்? மொறின் எண்டால் ஆர்?' என்று மண்டையைப் போட்டுப் பிய்த்துக்கொண்டிருந்த நிமிடத்திற்கு முதல் நிமிடத்தில்

மொறின் அருள்மாலா 'பாய்ஞ்ச ஷெல் ஒரு இஞ்சி விலத்திப் பாய்ஞ்சிருக்கலாம்' என்று நினைத்துக்கொண்டிருந்தாள்.

□ எக்ஸில் - 1999

பத்துக் கட்டளைகள்

எடுப்பு

1. ஈழத்து நெருதாவின் மனைவியை இச்சிக்காதிருப்பாயாக!
2. சுந்தரலிங்கத்தின் மனைவியை இச்சிக்காதிருப்பாயாக!
3. டம்பா இவ்ரிச்சின் மனைவியை இச்சிக்காதிருப்பாயாக!
4. அன்ரன் அமல்ராஜின் மனைவியை இச்சிக்காதிருப்பாயாக!
5. இ.மா.ம. மாறனின் மனைவியை இச்சிக்காதிருப்பாயாக!
6. பேக்கரிக்காரனின் மனைவியை இச்சிக்காதிருப்பாயாக!
7. ஒலிவியே ஆந்ரேயின் மனைவியை இச்சிக்காதிருப்பாயாக!
8. ஆ▮▮▮▮ தணிக்கை ▮▮▮▮
9. அண்ணனின் மனைவியை இச்சிக்காதிருப்பாயாக!
10. நண்பனின் மனைவியை இச்சிக்காதிருப்பாயாக!

தொடுப்பு

- தொட்டம்மாவுக்கு ஊத்தை ஸ்ரீக்கும் தொடுப்பு இருந்தது.
- மகேசுக்கும் தரளம் ரீச்சருக்கும் தொடுப்பு இருந்தது.
- குஞ்சன்வளவுச் சித்திக்கும் பரியாரி சபாரத்தினத்திற்கும் தொடுப்பு இருந்தது.
- மடுத்தீனுக்கும் நீத்தம்மாவுக்கும் தொடுப்பு இருந்தது.
- கடையாச்சிக்கும் நீக்கிலாப்பிள்ளை சுவாமிக்கும் தொடுப்பு இருந்தது.
- பேபி அக்காவுக்கும் ஜெயக்கொடிக்கும் தொடுப்பு இருந்தது.
- காளைவாயனுக்கும் அக்கினேஸ் மாமிக்கும் தொடுப்பு இருந்தது.
- என் அம்மாவுக்கும் தந்திக்காரனுக்கும் தொடுப்பு இருந்தது.

  (தொட்டம்மாவுக்கும்...)

முடிப்பு

'இதுவரையான ஏடறிந்த மனித சமுதாயத்தின் வரலாறு என்பது பெண் குறிகளுக்கும் ஆண் குறிகளுக்கும் இடையே நடந்த இடையறாத போராட்டத்தின் வரலாறே ஆகும்' எனச் சொல்லிக்கொண்டிருந்த வெடி விழுந்த ரோமம் பின் அவளைப் பார்த்து, தான் சந்தேகங்களுக்கு விலக்கப்பட்டவன் எனக் கூறியதாம். ஓர் உடன்படிக்கையாலோ, தத்துவத்தாலோ, அவளின் பெயர்களை வீதிச் சுவர்களில் இரத்தத்தால் எழுதிவிடுவதாலோ தன்னை நிரூபித்துவிட முடியாதென்றும், தான் அவளைக் காதலிப்பதையும் மதிப்புச் செய்வதையும் ஒரு புணர்ச்சியில் மட்டுமே, மானா, இட்டனா, டுனா, மேயன்னா உறுதி செய்ய முடியுமென்றும் வெடிவிழுந்த ரோமம் முத்திரைத் தர்க்கம் செய்ததால் நெகிழ்ந்து போனவளோடு தான் பகல் முழுவதும் கலந்து கிடந்ததாகவும், மனிதர்கள் இயல்பிலேயே வன்செயல்களிலும் வென்சொற்களிலும் ஆர்வமுள்ளவர்களாக இருப்பதை அப்போது தான் அறிந்துகொண்டதாகவும் வெடிவிழுந்த ரோமம் நாடு முழுவதும் பிரகடனம் செய்து வருகையில், அவள் 'உண்மையாகவே அப்படி ஒரு சம்பவம் நிகழ்ந்ததோ?' எனக் கேட்டாள். 'அதை அவ்வளவு உறுதியாகச் சொல்லிவிட முடியாது' என வெடி விழுந்த ரோமம் சொல்லவும், அறிந்த சனங்களும் தெரிந்த சனங்களும் தன்னிடம் சோகரசங்களைக் கசிந்து விடுவதாகச் சொல்லிக்கொண்டவள் வெடி விழுந்த ரோமத்தின் பிரகடனத்தை எம்மிடம் தீர்மானகரமாக மறுத்தாள்.

இதைத் தொடர்ந்து நாடெங்கிலுமுள்ள மனைவிமார்கள், எப்போதுமே வெடி விழுந்த ரோமம் தம்மையும் 'வைபோஸ்' பண்ண முயற்சித்துக்கொண்டிருப்பதாகவும் தமது பூர்வ சென்ம புண்ணியங்களாலும் சாமர்த்தியமான தந்திரோபாய நகர்வுகளினாலுமேதான் எப்போதும் தப்பித்து வருவதாகவும் வெடி விழுந்த ரோமத்தின்மீது குற்றச்சாட்டுகளைச் சுமத்தினார்கள். இப்பெண்கள் தனது பெயரை ஒவ்வொரு தடவை உச்சரித்ததன் பின்பாகவும் ஒலிக்கும் மூச்சுகளை நாம் கோபம், பயம், அருவருப்பு எனும் பொய்ச் சமிக்ஞைகளில் பெற்றுக்கொண்டு தனக்குப் பெரும் அநீதி இழைப்பாக எம்மைத் தூஷித்த வெடி விழுந்த ரோமம், தேசத்தின் எல்லாக் குழந்தைகளையும் கடத்திக்கொண்டு போய்க் காடுகளில் விட்டுவிடுவதற்கான ஒரு திட்டத்தைத் தீட்டியது. ஊரில், வீட்டுப் பூனை போடும் எண்ணற்ற குட்டிகளில் கடுவன் சப்பியது போக எஞ்சியவற்றைக் கன்னாப் பற்றைகளிலும் பூவரசம் காடுகளுக்குள்ளும் கடத்திவிடுவது நமது

வாசகர்கள் அறிந்ததே. பூனைக் குட்டிகளோடு குழந்தைகளை ஒப்பீடு செய்வது மிக விகாரமான மனப்பிறழ்வே என்பதை நாம் தொடர்ச்சியாக வெடி விழுந்த ரோமத்திற்குச் சுட்டிக்காட்டி வந்தபோதும், அது ஒரு கோழைத்தனமான செய்கையென நாம் கூறியபோதும் 'உங்கள் வீட்டுப் பெண்களின் குறிகளில் இருக்கும் மசிர்களைவிட உங்கள் மூஞ்சியில் அதிகப்படியான மசிர்கள் இருப்பதாக நீங்கள் அதீத கற்பனைகளில் இருக்கிறீர்கள்' எனச் சொன்ன வெடி விழுந்த ரோமம் குழந்தைகளைக் கடத்தும் முயற்சியில் இறங்கி, நாம் எதிர்பார்த்தவாறே ஒவ்வொரு முறையும் குழந்தைகளிடம் அவமானகரமான முறையில் தோல்விகளைத் தழுவ வேண்டி நேரிட்டது. எல்லாக் குழந்தைகளும் விஷத்தைச் சுரக்கும் நாக்குகளோடு திரிவதாகவும், அவர்கள் ஆணித்தரமான வாதங்களோடு உரையாடல்களைக் கட்டக் கூடியவர்களாகவும் மாபெரும் பிரச்சாரப் பீரங்கிகளாகவும் திகழ்கிறார்கள் எனவும் வெடி விழுந்த ரோமம் புலம்பியது. பெரும் பிரயத்தனங்களோடு மதகுருவாகவும் கடவுளாகவும் கூடு பாய்ந்து சில குழந்தைகளைக் கடத்தும் முயற்சியில் வெடி விழுந்த ரோமம் வெற்றி பெறவிருந்த கடைசி நிமிடங்களில், அனைத்து வேலைகளையும் அப்படியப்படியே போட்டுவிட்டு இயங்குமாறு முடுக்கிவிடப்பட்ட காவல்துறையினர் கண்ணிமைக்கும் நொடிகளில் வெடி விழுந்த ரோமத்தின் எத்தனங்களை முறியடித்துவிடுவதை வெடி விழுந்த ரோமத்தால் புரிந்துகொள்ளவே முடியவில்லை. 'இவ்வாறாக வெடிலும், செடிலுமாய், முகம் முறித்தும் முகமஞ்சியும் சனங்கள் வாழும் காலத்தில் செயின் நதிகளின் மதவுகளை உடைக்கப்பண்ணி வீடுகளையும் வாசல்களையும் மிதந்தும் கவிழ்ந்தும் அள்ளுண்டும் போகச் செய்ய நாதியற்றுப் போனேனே நான்' என நினைந்து நினைந்து இரவும் பகலுமாய் துக்கம் கொண்டாடிக்கொண்டிருந்த வெடி விழுந்த ரோமத்திற்கு நாம் சொன்னதும், பண்டைய தமிழ்க்கதை கூறல் மரபில் சோசலிச யதார்த்தவாதக் கூறுகள் இருந்தன என்பதை உள்ளங்கை நெல்லிக்கனியாய் சொல்லி நிற்பதுமான கதை இதோ:

முன்னொரு காலத்திலே சித்திரபுரி எனும் தேசத்தை சித்திரசேனன் (இனி சிசே) எனும் மன்னன் ஆட்சி புரிந்துவந்தான். சித்திரபுரி பொன்னும் மணிகளும் கொழிக்கும் தேசமாதலால், நாட்டின் துறைமுகப் பட்டினங்களின் அங்காடிகளில் எப்போதும் அராபியரும் சீனரும் யவனரும் நிறைந்து காணப்பட்டனர். சிசேயும் அரச தரும நெறிகளையும் மூதாதையரின் தத்துவ சாத்திரங்களையும் கற்றுத் துறைபோனவனாகக் காணப்பட்டான்.

இவ்வாறான கியாதிகளோடு சிசே திகழ்ந்துவரினும் பட்டத்திற்கு ஒரு வாரிசு இல்லாக் குறை மன்னனை வாட்டி வருத்தியது. ஒருநாள், சக்தி வாய்ந்த முனிவரொருவர் அரசவைக்கு வருகை தந்தார். சிசேயும் எதிர்கொண்டோடி முனிவரை வணங்கி வரவேற்றுத் தன் பிள்ளையில்லாக் குறையை முனிவரிடம் முறையிட, முனிவரும் ஓர் அனிச்சங்கனியை மன்னனுக்கு வழங்கி அதைப் பட்டத்துராணிக்கு உண்ணும்படி கொடுக்குமாறு கூறினார். கரைபுரண்ட உற்சாகத்தோடும் அனிச்சங்கனியுடனும் அந்தப்புரம் ஏகிய சிசே, கனியின் கீர்த்திகளை ராணிக்கு விளக்கிக் கூறிக் கனியை அவளிடம் கொடுக்க, ராணியோ அனிச்சங்கனியை வீதியில் வீசியெறிந்துவிட்டு தானும் குதித்தோட முயற்சித்தாள். தேவியின் கரம் பற்றி அவளைத் தடுத்த மன்னனைத் தேவியும் ஆரத் தழுவிக் கலவிக்கு அழைத்ததோடு மட்டுமல்லாமல் 'அடுத்த இளவேனிற்காலம் வரை நாங்கள் முயங்கிக் கிடப்போமே' எனக் காதல் மொழி பேசுகையில், கொஞ்சங்கூட இலக்கியப் பரிச்சயம் இல்லாத சிசே, துர்தேவதைகளின் பிடிகளில் பட்டத்து ராணி சிக்கிக் கிடக்கிறாள் என்பதாக ராணியின் மொழிகளைப் பெயர்த்ததோடு நில்லாமல், நாடெங்கிலும் உள்ள பேய் பிசாசு ஓட்டுபவர்களையும் சூனியக்காரர்களையும் தண்டோரா போட்டு அரண்மனைக்கு அழைத்து ராணிக்குச் சிருஷிகள் செய்வித்தான். அத்தோடு நாடெங்கும் காலவரையறையற்ற ஊரடங்குச் சட்டத்தையும் பிறப்பித்தான்.

இப்படியாக இருக்கிற நேரத்திலே, வீதியிலே விட்டெறியப்பட்டிருந்த அனிச்சங்கனி வீங்கி வெடிக்கவும், அதனுள்ளிருந்து தேகமெங்கும் வர்ணப் புள்ளிகளுடன் ஒரு குழந்தை முகிழ்ந்தது. இதனால் அக்குழந்தை புள்ளி இளவரசன் எனும் நாமம் கொண்டது. ஆனந்தக் கடலில் தத்தளித்த சிசே நாடெங்கிலும் ஆடல்களையும் பாடல்களையும் நிகழ்த்துமாறு உத்தரவிட்டான். ஆடல்களும் பாடல்களும் நடந்த அச்சமத்தில் 'இனியும் பொறுத்தால் பிழைச்சுப் போயிடும்' என்ற முடிவுக்கு வந்த பட்டத்து ராணி, பேய் விரட்ட முயற்சிகள் செய்துவந்த ஒரு பாம்புப்பிடாரனோடு கூடிக்கொண்டு ஊரை விட்டு ஓடிப்போனாள்.

இதன்கண் அவமானமும் வேதனையும் வெப்பிசாரமும் தாளாத சிசே 'உன் முகத்தை ஒரு தடவை சரிவரப் பார்த்திருப்பின் அவள் ஓடிப் போயிருக்கவே மாட்டாள்' என அடித்துச் சொல்லி புள்ளி இளவரசனிடம் ஒரு மரண வாக்குமூலத்தைக் கொடுத்துவிட்டு, ஊரைக் கூட்டி நாண்புல்லில் தூக்குப் போட்டுப் பூவுடம்பை நீக்கிப் புகுமுடம்பு எய்தினான்.

அரசுக் கட்டிலையும் ஆட்சிப் பொறுப்பையும் பாரம் எடுத்துக்கொண்ட புள்ளி மன்னன் முன் ஆறு மாதங்கள் அம்மா... அம்மா... என அழுது

அரற்றிக் கொண்டும், பின் ஆறு மாதங்கள் அண்டை நாடுகளோடு மட்டுமல்லாது அகில நாடுகளுடனும் சமர் செய்தும் வெற்றிகளும் விருதுகளுமாகக் குவித்து வந்தான். அடிமைகொண்ட தேசங்களிலிருந்து பொன், வெள்ளி, தூபம் திரவியங்களுடன் கூட்டம் கூட்டமாக இளம் பெண்களையும் கொள்ளை கொண்டுவந்து தனது களஞ்சியங்களையும் சிறைக் கொட்டடிகளையும் நிரப்பிக்கொண்டான். வெற்றி விழாக்களின் நடுவே 'நானொரு தாயில்லாப் பிள்ளை' எனச் சொல்லி விக்கி விக்கிக் கண்ணீர் உகுத்தான்.

ஒரு கட்டத்தில், அடிமை மகளிருக்கான சிறைக் கொட்டடிகள் நிரம்பி விடவே, அவர்களிலிருந்து இலட்சத்து முப்பதினாயிரம் பெண்களை முதற் கட்டமாகத் தெரிவு செய்த புள்ளி இளவரசன் சித்ரா பவுர்ணமி தினத்தன்று அவர்களைத் திருமணம் செய்துகொள்ள முற்பெடுத்தான்.

சித்ரா பவுர்ணமியின் முன்னிரவில், இராசபாட்டைகள் தோறும் இலட்சத்து முப்பதினாயிரம் புள்ளடி வடிவிலான சிலுவைகள் நாட்டப்பட்டன. விறலிகளும் பாணர்களும் சிருங்கார ரசம் சொட்டும் பாடல்களை இசைத்துக்கொண்டிருக்க, வேத விற்பனர்களின் உச்சாடனங்கள் ஓங்கி ஒலித்துக் கொண்டிருக்க, அழைத்துவரப்பட்ட இலட்சத்து முப்பதினாயிரம் பெண்களும் ஆடைகள் முழுவதுமாகக் களையப்பட்டு, கைகளும் கால்களும் விரித்துக்கொண்ட நிலையில் நிர்வாணமாய் சிலுவைகளில் ஏற்றப்பட்டனர்.

முதலில், அப்பெண்களின் தலை, புருவ, யோனி ரோமங்கள் மழிக்கப்பட்டன. பெண்கள் ஆடவும் அசையவும் முடியாமல் விறைத்துக் கிடந்தனர். பவுர்ணமி உச்சிக்கு வந்தபொழுதில் புள்ளி மன்னன் எழுப்பிய சமிக்ஞைகளை தொடர்ந்து உடை வாள்களால் அப்பெண்களின் யோனிகளின் உணர்பீடங்கள் ■■■■ தணிக்கை ■■■■ கையறு நிலையில் இப்பெண்கள் எழுப்பிய கூக்குரலும் ஓலமும் உமிழ்ந்த தூஷணங்களும் பாடல்களிலும் உச்சாடனங்களிலும் மோதியுந்தன. ஒவ்வொருத்தியாகச் சிலுவையிலிருந்து இறக்கப்பட்டு முழந்தாள்களில் நிறுத்தப்பட, இரத்த யோனிகளைப் புள்ளி மன்னன் லயித்துப் புணர்ந்த ■■ தணிக்கை ■■■ ம் தரித்த இலட்சத்து முப்பதினாயிரம் பெண்களும் பாலம் பிளந்து நிணம் விசுறும் உடல்களினால் பெற்றெடுத்த குழந்தைகளை ■ தணிக்கை ■ வயல் வெளிகளையும் பயிர் நிலங்களையும் ஊடுறுத்து அலறிக்கொண்டே ஓடினார்கள். அவர்களிலிருந்து தெறித்த தசைகள் தேசமெங்கும் விழுந்தன. புள்ளி மன்னனுக்கு எதிரான முதலாவது போர்க் குரல் சுடுவிழியிடம் இருந்து கிளம்பியது.

சுடுவிழியின் பின்னே, புள்ளி மன்னனின் அட்டூழியங்களுக்கும் நிட்டூரங்களுக்கும் எதிராகக் கல்வியாளர்கள், இளைஞர்கள், கைவினைஞர்கள், பண்ணை அடிமைகள் எனப் பரந்துபட்ட மக்கள் திரளாயினர். உணர்ச்சிப் பிழம்புகளான அவ்வணி அரண்மனையை முற்றுகையிட்ட பொழுதில் அரசன் ஆடித்தான் போனான்.

மிகுந்த சங்கடத்துடனும் சங்கைகேடுடனும் தலை குனிந்து உப்பரிகையில் தோன்றிய மன்னனைக் கண்டதும் 'புள்ளி மன்னனைக் கொல்ல வேண்டும்' எனக் கோஷமிட்டு மக்கள் திரள் ஆர்ப்பரித்தது. மக்களைப் போராட்ட ஒழுங்குகளை அனுசரிக்குமாறு நெறிப்படுத்திய மக்கள் பிரதிநிதிகள் அறுவர் மன்னனை நோக்கிப் பேசலானார்கள். இதோ பார் வேந்தே! உங்கள் மேட்டுக்குடிக் காமக்களியாட்டங்களை அந்தப்புரத்து மஞ்சங்களுடன் நிறுத்திக் கொள்ளுங்கள். நாங்கள் சேற்றில் கை வைப்பதால் நீங்கள் சோற்றில் கை வைக்கிறீர்கள் என்பதை அறியாதவனா நீ? அது அறிந்தும் உன் புதுமணப் பெண்கள் இலட்சத்து முப்பதினாயிரம் பேரையும் பயிர் விளையும் பூமிகளால் ஓடப்பண்ணிப் பயிர்களைப் பாழ்படுத்தி உழைக்கும் மக்கள் வயிற்றில் நீ அடித்தென்ன? நியாயம் தீர் வேந்தே! நீதி சொல் வேந்தே!

மக்கள் பிரதிநிதிகளின் தருக்கபூர்வமான உரையால் கவரப்பட்ட புள்ளி மன்னன் மக்கள் திரளை நோக்கி, பாழ்பட்ட பயிர்களுக்கான நட்ட ஈட்டை அரசு வழங்குமென்றும் இன்றைய தினத்திலிருந்து வேளாண்மை வரி ஐம்பது விழுக்காடு இரத்துச் செய்யப்படும் என்றும் சிறைக் கொட்டடியில் எஞ்சியிருக்கும் பெண்களையும் இனித் திரையாகப் பெறப்போகும் பெண்களையும் பயிர் பச்சைகளுக்கு யாதொரு இடைஞ்சலும் இல்லாதவாறுக்கு, தான் கடல்களில் வைத்துத் திருமணம் செய்யப் போவதாகவும் **தணிக்கை** மக்கள் பிரதிநிதிகள் வெற்றிப் பேரணி நடத்தி, கூடியிருந்த மக்கள் திரளிடையே 'அடம்பன் கொடியும் திரண்டால் மிடுக்கு அல்லது ஒன்றுபட்டால் உண்டு வாழ்வு' எனும் தலைப்பில் தொடர்ச்சியாக ஆறாறு முப்பத்தியாறு மணித்தியாலங்கள் உரை நிகழ்த்திவிட்டு இனிதே வீடுகளுக்குத் திரும்புகையில், அவர்கள் பின்னே மக்கள் அணிவகுத்து வந்தார்கள்.

சுடுவிழி பாதையைப் பார்த்தார். அது தெளிவாக இருந்தது. திரும்பிப் பார்த்தார். கீழ்வானம் சிவந்து கிடந்தது. அப்ப 'சுங்கிங்' மன்சனுக்குப் பின்னேர ரைமாப் போனால் எப்பிடியும் ஒரு தமிழ்க் கிறவுட்டக் காணலாம். இந்த றுட் ஓடுது, அந்த எயார் லைன்ச சாட்டர் பண்ணுறாங்கள், புதுசா சிலோன் கவுண்மென் விட்டிருக்கிற கொம்பியுட்டர் பாஸ்போட்டுக்குத் தலை மாத்தவே ஏலாதாம், இன்ன

ஏஜென்ஸி இன்ன பொட்டையை வைச்சு புளுஞ்பிலிம் எடுத்தவன் எண்ட மாதிரியான கதையளைக் கேட்டுக்கொண்டு; நீ நாலு சென் மைக்கல் ரின் பியரும் வாங்கிக்கொண்டு உன்ர ரூமுக்கு வாறாய். ரூமில முப்பது வயது சொல்லக்கூடிய மனுசியும் ஒரு அஞ்சு வயசுப் பொம்பிளப்பிள்ளையும் இருக்கினம். உன்ர ரூம்மேட் ரவிக்குமார் முழியப் பிரட்டிக்கொண்டு நிக்கிறான். 'ஆருங்கோ நீங்க?' எண்டு நீ கேக்க, உன்ர ஏஜென்ஸிதான் சிங்கப்பூரில இருந்து தங்களை இஞ்ச அனுப்பினதெண்டும் ஹொங்கொங் எயார்போர்ட்டில கூட்டிக்கொண்டு போக ஆக்கள் வருவினமெண்டு ஏஜென்ஸி சொன்னதாயும் எயார்போர்ட்டுக்கு ஒருத்தரும் வராததால தானே ஒரு ரக்ஸியைப் பிடிச்சு ஏஜென்ஸி தந்த இந்த விலாசத்துக்கு வந்திருக்கிறதாயும் அந்த மனுசி சொன்னா. எளிய பரதேசி ஏஜென்ஸி ஒரு ரெலிபோன் அடிச்சுச் சொல்லியிருக்கலாம் எண்டு நீ உனக்குள்ள முறுகிக்கொண்டு லொட்ஜ் மனேச்சரிட்ட போய் 'மிஸ்டர் மனேச்சர், மிஸ்டர் ரத்தினலிங்கம்ஸ் நியூ பியூப்பிள் ரூடே கம்மிங். வண் ரூம் பிளீஸ்' எண்டு விளக்கம் சொல்லி நூற்று ஏழாம் நம்பர் ரூமை அந்த மனுசிக்குப் போட்டுக் குடுத்தாய்.

அப்பதான் ஏஜென்ஸி ரத்தினலிங்கம் போன் அடிச்சு 'ஒரு தாயும் பிள்ளையும் எயார்போர்ட்டில வந்து நிக்குதுகள். போய் ரிசீவ் பண்ணு. செலவுக்குத் தேவையெண்டால் ஒரு இருநூறு டொலரைப் பல்லுக் கழட்டு' எண்டான். பல்லுக் கழட்டிறது எண்டால் பஸஞ்சர்கள் கொண்டுவாற ரவலர்ஸ் செக்கை மாத்தியெடுக்கிறது. இது ஏஜென்ஸிமாருக்கும் உன்னை மாதிரி சாட்டர் கேசுகளுக்கும் மட்டுமே தெரிஞ்ச கோட் வேட்.

'அவையள் வந்திட்டினம், நூற்றி ஏழாம் நம்பர் போட்டுக் குடுத்திருக்கிறன். ஒருக்கா அவவுக்கும் அடிச்சுக் கதையுங்கோ' எண்டு நீ சொன்னாய். பிறகு நீ அவவின்ர ரூமுக்குப் போய் 'எல்லாம் சரியா அக்கா. ஏதும் தேவையெண்டால், நான் பக்கத்து ரூம்தான் கதவைத் தட்டுங்கோ' எண்டாய். 'அக்கா சிங்கப்பூரில இருந்து வாறியள்... தமிழ்ப் பேப்பர் ஒண்டும் இல்லையா?' எண்டு நீ கேக்க மனுசி ஒரு 'மலேசியா நேசன்' பேப்பர் தேடியெடுத்து உனக்குத் தந்தது.

நீ உன்ர ரூமுக்கு வந்திருந்து பியரையும் குடிச்சுப் பேப்பரையும் படிச்சால் அதில ஹெட் நியூசா 'இலங்கையிலிருந்து திரும்பிய இந்திய அமைதிப்படையை வரவேற்க கருணாநிதி மறுப்பு' எண்டு போட்டிருந்தது. என்ன இருந்தாலும் கருணாநிதி ஒரு விறைச்ச மண்டையன்தான் எண்டு நீ நினைச்சாய். பியரும் ஆத்தலாய் படப்ப 'வசந்தசேனை வட்டமிடும் கழுகு வாய் பிளக்கும் ஓநாய் என் தங்கையின் பேரோ கல்யாணி மங்களமான பெயர் ஆனால் கழுத்திலே

மாங்கலியம் இல்லை தட்டிய தோளும் கொட்டிய முரசும் வெட்டிய வாளும் வீரஜிவாஜி வீரஜிவாஜி என ஆர்ப்பரிக்க நான் என்ன அரசியல் அறியாதவனா' எண்டு நீ வசனம் பேசிக்கொண்டிருக்க, சின்னப் பொடியன் ரவிக்குமார் பயந்து போனான்.

அடுத்த நாள் அவவையும் பிள்ளையையும் நீயும் ரவிக்குமாரும் கூட்டிக்கொண்டு 'ரவலர்ஸ் செக்' மாத்தப் போனியள். லிஃப்டில போகேக்க 'என்ன நல்லா வசனம் எல்லாம் பேசுறீங்கள்' எண்டு அவ சொல்லிச் சிரிச்சா. ரெண்டு ரூமுக்கும் இடையில பலகைதானே அடிச்சிருக், கேட்டிருக்கும். இல்லாட்டி இந்தப் போசனப் பசாசு ரவிக்குமார் சொல்லியிருப்பானெண்டு நீ நினைச்சாய். 'ஹொங்கொங் வந்து கனகாலமோ?' எண்டு அவ கேட்டதுக்கு 'எட்டு மாசம்' எண்டாய். மனுசி கொஞ்சம் கலங்கிப்போனா. 'நான் யப்பானவில நல்ல சம்பளத்தில ரீச் பண்ணிக்கொண்டிருந்தனான். விட்டுப்போட்டு அவரிட்டப் போக வெளிக்கிட்டு, சிங்கப்பூரில ரெண்டு மாசம் நிண்டு பிள்ளையோட அலைஞ்சு இப்ப இஞ்ச வந்திருக்கிறன்.'

'எப்ப ரத்தினலிங்கம் இஞ்ச வந்து என்னை அனுப்புவார்?' எண்டு அவ கேட்டதுக்கு 'பொம்பிளையளை லேசா அனுப்பலாம் அக்கா, ஏஜென்சி ஒரு கிழமையால இஞ்ச வாறன் எண்டவர்' எண்டு நீ சொன்னாய். பிறகு நீ அவவை 'ரீச்சர்' எண்டுதான் கூப்பிடத் தொடங்கினாய். திரும்பி வரேயிக்க சும்மா ஆக்கள் ஒருக்கா லோஞ்சியில ஏத்தி கவுலோனுக்கும் சென்ரல் ஹொங்கொங்குக்கும் இடையில ஒரு ரவுண்ட் அடிச்சாய். பிள்ளைக்குச் சரியான சந்தோசம். அது ரவிக்குமாரோட நல்லா ஒட்டிற்றுது. பின்னேரமாய் தும் - தா - துஷி மாக்கெற்றுக்கு அவையளக் கூட்டிக்கொண்டு போய்க் காட்டினாய். ரீச்சர், ரவிக்குமாருக்கு வலோத்காரமாய் ஒரு ரீசேர்ட் வாங்கிக் குடுத்தா. நீ கடையில ஒரு ரின் பியர் வாங்கிக் குடிச்சதுக்கு 'என்ன இருவத்திரண்டு வயசு இளம்பிள்ளை ரோட்டு ரோட்டா ரின் சாராயம் வேண்டிக் குடிக்கிறீர், என்ன ஏதும் வொறிசோ?' எண்டு ரீச்சர் கேட்டா. இது இவவுக்குத் தேவையில்லாப் பிரச்சினை எண்டு நீ யோசிச்சாய். ரூமுக்க வந்தாப் பிறகு உனக்கு அவ்வளவாய் வெறியில்ல. எண்டாலும் வசனம் பேசிக்கொண்டிருந்தாய்.

அண்டைக்கு இரவு, ரீச்சரின்ர புருசன் பிரான்ஸில இருந்து ரீச்சருக்கு ரெலிபோன் எடுத்தார். ரீச்சருக்குத் தான் நிக்கிற இடம் வலம் பற்றி புருசனட்டச் சரியாச் சொல்லத் தெரியேல்ல. உன்னைத்தான் கூப்பிட்டுப் புருசனுக்கு நிலைமைய விளங்கப்படுத்தச் சொன்னா. நீயும் 'பெரிய ரீச்சர் எண்டுரா ஹொங்கொங்குக்கும் பாங்கொக்குக்கும் வித்தியாசம் தெரியுதில்ல' எண்டு யோசிச்சுக்கொண்டு, ரீச்சரின்ர

புருசனுக்கு 'அண்ணே இன்ன இன்ன மாதிரி இவ இஞ்ச நிக்கிறா, இன்ன இன்ன நேச்சர், ஏஜென்ஸி வாற கிழமை வருவார்' எண்டு விளங்கப்படுத்தினாய். பிறகு நீ உன்ர ரூமுக்கு வந்திருந்து பியரைக் குடிச்சுப் போட்டு வசனம் பேசிக் கொண்டிருந்தாய். அடுத்தநாள் விடிய, நீ கோப்பி வேண்டிக்கொண்டு ரீச்சரின்ர ரூமுக்குப் போக, ரீச்சர் பிள்ளைக்கு 'இஞ்ச பார் சிவாஜி கணேசன் அங்கிள் வந்திருக்கிறார்' எண்டு சொல்லிப்போட்டு விழுந்து விழுந்து சிரிச்சா.

அண்டைக்குப் பகல் முழுதும் நீ றோட்டு றோட்டா ஹொங்கொங் குளிருக்குள்ள திரிஞ்சாய். செக்கலுக்குள்ள ரூமுக்கு வந்திருக்கிறாய். ரீச்சரின்ர பொட்டை வந்து 'அம்மா கூப்பிடுறா' எண்டாள். நீ ரீச்சரின்ர ரூமுக்குப் போக, பொட்டை ரவிக்குமாரோட விளையாடிக்கொண்டு உன்ர ரூமிலேயே நிண்டுகொண்டுது. அங்க ரீச்சரின்ர புருசன் ரெலிபோன் லைன்ல இருக்கிறார். அந்த ஆள் அழுவார் போல 'தம்பி... அவ முட்டு வருத்தக்காரி, கவனமாய்ப் பார்த்துக்கொள்ளுங்க' எண்டார். ரெலிபோன் கதைச்சு முடிய, நீ யோசிச்சுக் கொண்டிருந்தாய். உனக்கு ரெண்டு இஞ்சி வித்தியாசத்திலதான் ரீச்சர் இருக்கிறா. உனக்கு ரீச்சரின்ர கையைப் பிடிக்க வேணும் எண்டு மனம் உன்னுது. உனக்கு முகமெல்லாம் விறைக்க, கால் ரெண்டும் நடுங்குது. ரீச்சரைக் கடைக்கண்ணால பார்த்தாய். ரீச்சர் 'என்ன?' எண்டு கேட்டா. 'சரியாய் குளிருது ரீச்சர்' எண்டு போட்டு நீ படாரெண்டு ரீச்சரின்ர கழுத்தைச் சுத்திக் கையைப் போட, ரீச்சர் ஒருக்கா சிரிச்சவா. பிறகு 'ஓமோம்... குளிரெண்டால் மனுசர் கட்டிப் பிடிக்கிறதுதானே' எண்டு சொன்னா.

இந்த மூண்டு நாளும் உனக்குப் போதுமெண்டு நீ நினைக்கிறாய். இல்ல, ரீச்சர் வந்த முதல் ரெண்டு நாளும் இதுக்க சேருது. இந்த அஞ்சு நாளும் உனக்குப் போதுமெண்டு நினைக்கிறாய். இரவு பகலாய் ரீச்சர்தான் உனக்குள்ள நிக்கிறா. இண்டைக்கு காலையில ஒரு சின்னப் பிரச்சினையில ரவிக்குமாருக்கு நீ காதாவடியைப் பொத்தி அடிச்சுப் போட்டாய்.

ரீச்சர் வந்து, அழுதுகொண்டிருந்த ரவிக்குமாரோட தானும் சேர்ந்து கண் கலங்கிப்போட்டு, உன்னைப் பார்த்து முகத்தை இறுக்கினா. பொட்டைய ரவிக்குமாரோட விட்டுப்போட்டு உன்னை ரூமுக்குக் கூட்டிக் கொண்டுபோய் 'சிவாஜி நாங்கள் மற்றவையள் அன்பு செய்யப் பிறந்தனாங்கள். ஏன் சின்னச் சின்ன விஷயத்துக்கெல்லாம் சண்டை பிடிக்கிறியள். இந்த இருபத்திரண்டு வயசில கிழவன் மாதிரி உங்களுக்குக் கை கால் எல்லாம் நடுங்குது. சும்மா சும்மா ரென்சன் ஆகக் கூடாது' எண்டு சொல்ல, ஒரு கதையுமில்லாமல் 'ஓம்' எண்டு சொல்லிப்போட்டு ரீச்சருக்குள்ள குறண்டிக்கொண்டு நீ படுக்க,

ரெலிபோன் மணியடிக்குது. ரீச்சர் உன்ர நெஞ்சுக்குக் குறுக்கால படுத்துக் கிடந்து ரெலிபோனை எடுத்துக் கதைச்சா. ரீச்சரின்ர புருசன்தான் கதைக்கிறார். அவர்தான் கனநேரம் கதைச்சேர். ரீச்சர் 'உம்... உம்' எண்டு சொல்லுறா. இடைக்கிடை சிரிக்கிறா. பிறகு 'அய்யோ அப்பா... இந்த பிரான்ஸ் எங்க கிடக்குதெண்டு வழி தெரிஞ்சா நான் என்ர பொட்டையையும் தூக்கிக்கொண்டு நடந்தாவது உங்களிட்ட வந்து சேர்ந்திடுவன்' எண்டு சொல்லிக் கண்கலங்கினா. அது சரி ஏஜென்ஸி எப்போது ஹொங்கொங் வந்தான்? ரவிக்குமார் என்ன ஆனான்? நீ பிரான்ஸில் ரீச்சரை மறுபடியும் சந்தித்ததுண்டா? இப்போதெல்லாம் நீ 'ஆணுறைகளை மனித சமுதாயம் கண்டுபிடிப்பதற்கு முன்பான வரலாற்றுக் காலகட்டம் கற்காலமாக இருந்தது, ஆணுறைகளைக் கண்டுபிடித்ததற்குப் பின்பான காலகட்டம் அநாகரிக காலகட்டமாக இருக்கிறது' என வசனம் பேசிக்கொண்டு திரிகிறாயாமே... யாராவது இரசிக்கிறார்களா?

□ எக்ஸில் – 1999

ரவுடி ரதி

முதலாவது பகுதி

பருத்தித்துறை ரியூட்டரி மாணவி கமலம் கொலை வழக்குப் பற்றின புதினங்கள் நியூஸ் பேப்பருகளில அமலியா வந்துகொண்டிருந்த ரைமில், எங்கிட அக்காச்சியை யாழ்ப்பாண ரவுணுக்கு ரியூசனுக்குப் போக வேண்டாம் எண்டு சொல்லி வீட்டில மறிச்சுப் போட்டினம்.

சாப்பிடமாட்டன், ஞாயிற்றுக்கிழமைப் பூசை காணப் போகமாட்டன் எண்டு அடாத்துப் பண்ணிக்கொண்டிருந்த அக்காச்சி ஒருநாள் கொஞ்சம் 'தெமறோன்' மருந்தைக் குடிச்சுப்போட்டு, தனக்கு மேலால ரெண்டு காவோலையையும் இழுத்துப்போட்டு மூடிக்கொண்டு தோட்டக் காணிக்குள்ள படுத்திற்றா. அக்காச்சியை இந்தக் கோலத்தில கண்ட நான் 'அர்ச்சிட்ட சிலுவை அடையாளத்தால எங்கள் சத்துருக்களிட்டயிருந்து...' எண்டு செபம் சொல்லிக்கொண்டே ஓடிப்போய் அம்மாவிட்டச் சொன்னன்.

கார் பிடிச்சு அக்காச்சியை பெரியாஸ்பத்திரிக்கு கொண்டு போனம். டொக்ரர் அக்காச்சிக்கு கன்னம் கன்னமாய் போட்டு அடிச்சான். வாய்க்குள்ள, மூக்குக்குள்ள ரப்பர் பைப்புகள விட்ட கங்காணி முழங்காலால அக்காச்சியின்ர நெஞ்சிலும் வயித்திலும் இடிச்சான். தற்கொலை செய்ய முயற்சித்ததுக்காக அய்நூறு ரூவாய் குற்றக் காசும் கட்டிப்போட்டு அக்காச்சியை வீட்ட கூட்டிக்கொண்டு வந்து விசாரிச்சால், அக்காச்சி அவவிலும் பதின்மூன்று வயசு மூப்பான ரியூட்டரி வாத்தியோட கதைக்கிறாவாம்.

பிறகு, அக்காச்சி அந்த வாத்தியாரையே கலியாணம் முடிச்சா. வாத்தி பிறகும் ரியூட்டரியில பெட்டையளோட சேட்டை விடுறதெண்டு சொல்லி வாத்தியாரை வேலையால நிப்பாட்டிப் போட்டினம். வாத்தி காலம்பிறக் கள்ளு, பின்னேரக் கள்ளு, காய்வெட்டிக் கள்ளு, நாலாங்கட்டைக் கள்ளு எண்டு குடிச்சுக் குடிச்ச றோட்டு றோட்டாய் விழுந்தெழும்பித் திரிய, அக்காச்சி சவூதிக்கு ஹவுஸ்மேட் வேலைக்குப் போனா.

அக்காச்சி சவூதிக்குப் போன நாள் தொட்டு, பின்னேரக் கையானால் வாத்தி நிறை தண்ணியில வந்து எங்கிட வீட்டுப் படலையை உலுக்கி உலுக்கி "நம்ம ஊரு சிங்காரி சிங்கப்பூரு போனாளாம்... மானங்கட்ட

குடும்பம், ரோசங்கெட்ட குடும்பம், விட்டு வாங்கிக் குடும்பம்" எண்டு குழறிக் கத்தி அட்டகாசம் செய்வார். அந்தத் துண்டுக்குள்ளதான் நான் முன்னம் முன்னம் பென்ரர் கட்டத் தொடங்கினது. பென்ரர் தெரியக்கூடியதாச் சாறத்தைத் தூக்கிச் சண்டிக்கட்டும் கட்டிக்கொண்டு, அக்காச்சி சவூதியிலையிருந்து அனுப்பியிருந்த ஜப்பான் உருளோசையும் வலு கவனமாய் கையில இருந்து கழட்டி "இதக் கொஞ்சம் பிடியண்" எண்டு அம்மாவிட்ட குடுத்துப்போட்டு, றோட்டுக்கு ஏறி வாத்தியின்ர நெஞ்சிலும் மூஞ்சியிலும் பாய்ஞ்சு பாய்ஞ்சு காலால உதைப்பன். ஒரு உதைக்கு வாத்தியார் மூண்டு கரணமடிச்சு விழுவார். ஒருநாள் நான் வாத்தியாரை றோட்டில விழுத்தி அவற்றை நெஞ்சில காலால ஒரு தட்டுமறிப்புப் பூட்டுப்போட்டன். அம்மா "அந்த வெறிகாரன விடு ராசா" எண்டு என்னைக் கும்பிட்டு மண்டாடிக் கேட்ட பிறகுதான் வாத்தியை விட்டன்.

இப்ப மகள் பெரிசாய் வளர்ந்துபோட்டாள் எண்டு சொல்லி அக்காச்சி சவூதிக்குப் போறதில்லையாம். ஆனால், வாத்தியாரின்ர அட்டகாசமும் கொஞ்சமும் குறையயில்லையாம். நாட்டுப் பிரச்சினை, அதைவிடப் பெரிய பிரச்சினையான வாத்தியாரின்ர பிரச்சினை எல்லாத்தையும் கணக்கில எடுத்துக்கொண்டு, அக்காச்சி பெட்டையையும் கூட்டிக்கொண்டு இந்தியாவுக்கு வள்ளத்தில போகப் போறதாக் கடிதம் போட்டா. அக்காச்சியின்ர பெட்டையை இந்தியாவில இருந்து நான் பிரான்சுக்குக் கூப்பிடுறதாய் அக்காச்சிக்கு மறுமொழி அனுப்பியிருந்தன். இதுக்குக் கொஞ்சநாள் செல்ல, வாத்தியாரிட்டயிருந்து எனக்கொரு லெற்றர் வந்தது.

அன்பும் பட்சமுமுள்ள மச்சானாருக்கு,

எல்லாச் சுகத்தையும் கொடுக்குமாறு உத்தரிய மாதா தாயை வேண்டிக்கொண்டு உமது அத்தார் கண்ணீரில் தொட்டு எழுதும் கடிதம். உமது அக்காவும் நானும் பதினேழு வருடங்களாக மேடையேற்றி வந்த நாடகத்தின் கடைசிக் காட்சி போன மாதம் மேடையேறியது. இந்த நாடகத்தை இயக்கிய புத்திசாலி டைரக்டர் யார் என்பதை எனக்கு அறியத்தரவும். உமது மருமகளையும் உமது அக்கா தாலி அபராஞ்சி தன்னைப் போலவே வேசையாடித் திரிய என்னிடமிருந்து பிரித்துக்கொண்டு ஓடிவிட்டாள். நான் மீண்டும் குடிக்கத் தொடங்கிவிட்டேன்.

அம்மாவுக்கு ஒரு பொட்டு
அப்பாவுக்கு ஒரு பொட்டு
அத்தானுக்கு ஒரு பொட்டு
அக்காவுக்கு ஒரு பொட்டு

ஆனால், மனைவிக்குப் பொட்டு இல்லை. நான் கூடிய சீக்கிரம் என் மனைவிக்குப் பொட்டம்மான் பொட்டு வைப்பேன்.

இப்படிக்கு
உமது அத்தானார்
மா. ஆரோக்கியராஜா
(முன்னாள் தமிழ் ஆசிரியர், விக்கினா கல்வி நிலையம்)

1983 ஆடிக் கலவரத்தில், தமிழற்ற வீடுகளையும் கடைகளையும் கொள்ளையடிச்சவங்கள் அண்ணர் வேலை செய்த, வி.என்.ஆர். புகையிலை கொமிசன் வியாபாரம் நடந்த செக்கட்டித் தெருவக் கொள்ளையடிக்கக் கொஞ்சம் கஸ்ரப்பட்டாங்களாம். முதலாளிமாரெல்லாம் போட்டது போட்டபடி ஓடிப்பறிஞ்சுவிட, பொடியள் தரவளியள் கொஞ்சம் நிண்டு பிளேன் சோடாப் போத்தல் எறிஞ்சு அடிபட்டாங்களாம். இந்த அலகுக்கு மலக்குக்க அண்ணர் காசுப் பட்டறையில கையை விட்டிருப்பேர் எண்டு நினைக்கிறன். அடிச்ச காசை ஏஜன்ஸிக்குக் கட்டி, அடுத்த கிழமையே அண்ணர் பிரான்ஸுக்கு பிளைட் ஏறியிற்றேர்.

எல்லாம் முடிய முதலாளி நாரந்தனை சூசைப்பிள்ளையன் அவன்ர கோளையாக்களோட எங்கட வீட்டுக்கு வந்து அண்ணரைத் தேடினான். அண்ணர் களவெடுத்துக்கொண்டு வந்த காசு எங்க எண்டு கேட்டு வெருட்டினான். அண்ணியையும் அப்ப ஒரு வயசுக் குழந்தையாய் இருந்த ரதியையும் மாஞ்சு போட்டு மறியல் வீட்டில அடைக்கப் போறதாய்ச் சொன்னான். இப்படியான காலத்திலதான் நான் இயக்கத்தில சேர்ந்தனான்.

நான் கொம்பனியில இருந்த காலத்தில அண்ணர் எனக்கொரு கடிதம் எழுதியிருந்தேர். 'இயக்கமெல்லாம் பொய்வேலை, நீ இயக்கத்துக்குத் துண்டு குடுத்துப்போட்டு பிரான்ஸுக்கு வா, நான் காசு அனுப்புறன்' எண்டு எழுதியிருந்தேர். நான் அண்ணியிட்ட "உங்கட புரியன் வெளிநாட்டுக்குக் கோப்பை கழுவப் போனால் கோப்பை கழுவுற அலுவலைப் பாக்கவேணும். அதை விட்டுப்போட்டு விடுதலைப் போராட்டத்தை விமர்சிக்கிற வேலையள வைச்சுக்கொள்ள வேண்டாமெண்டு உங்கட புரியனுக்கு மறுமொழி எழுதிப் போடுங்க" எண்டு சொன்னன். ரதிக்கு ஏழு வயசு இருக்கேக்க அண்ணியும் ரதியும் அண்ணரிட்ட பிரான்ஸுக்குப் போய், அண்ணி மட்டும் எனக்கு ஒரு பிறந்தநாள் கார்ட் போட்டா. அண்ணி அடுத்த கார்ட் போடுறதுக்கு முன்னம் நான் பிரான்ஸுக்கு வந்திற்றன்.

நான் பிரான்ஸுக்கு வந்து சேர்ந்த பிறகு கூட, அண்ணன் என்னட்ட முகம் குடுத்துப் பறையிறதில்ல. நான் பிரான்ஸில சீவிக்கிற இம்மட்டுக்

காலத்தில, மூண்டுதரம் மட்டும் அண்ணற்ற வீட்டுக்குப் போய் போன கையோட திரும்பி வந்திருக்கிறன்.

நான் இருக்கிற பரிஸ் சிற்றியில இருந்து ஒரு எழுவது எண்பது கிலோமீற்றருக்கு அங்கால அண்ணற்ற குடும்பம் இருந்தது. அந்த ஏரியாவில தமிழ் ஆக்கள் வலு குறைவு. கடைசியா நான் அண்ணர் வீட்ட போகயிக்க, பயணத்தில வாசிக்கிறதுக்கு ஒரு தமிழ்ப் பேப்பர் கொண்டு போனனான். அந்தப் பேப்பரின்ர முன்பக்கத்தில விஜயகாந்தின்ர படம் இருந்தது. அண்ணர் அந்தப் படத்தைப் பார்த்து "இது ஆர் பிரபாகரனோ?" எண்டு கேட்டார்.

ரதி இரவு பத்துக்கும் வீட்ட வாறாள், பண்ரெண்டுக்கும் வீட்ட வருவாள், விடியவும் வருவாள். என்னைக் கண்டால் 'பொன்யூர் செவ்' எண்டு கட்டிப்பிடிச்சுக் கொஞ்சுவாள். நல்லா சிகரெட் பத்தப் பழகியிற்றாள் எண்டு அவள் என்னைக் கொஞ்சயிக்க தெரியுது. தாய் தகப்பன் எங்க போறாய்? எங்க வாறாய்? எண்டு அவளக் கொன்றோல் பண்ணுமாப் போல தெரியேல்ல.

வாத்தி வோர்ணிங் லெற்றர் போட்டதப் பற்றி அண்ணருக்கு ரெலிபோன் அடிச்சுச் சொன்னன். "எங்கட குடும்பமே ஒரு சேர்க்கஸ் குடும்பமப்பு. ஒருத்தரும் சொல்வழி கேக்காயினம். எங்கையெண்டாலும் பட்டு உத்தரிக்கட்டும்" எண்டு அண்ணர் சளாப்பல கதை கதைச்சார். பிறகு அண்ணி என்னட்ட கனநேரம் கதைச்சா. ரதிக்கு வயித்தில பிள்ளை தங்கி அழிச்சதாம்.

ஆரோ அவளோட படிக்கிற வெள்ளைத் தோலோட தொடுப்பாகி பிள்ளைய வாங்கியிற்றாளாம். அவன்ர ஸ்கூட்டர வாங்கிக் கொண்டு ரெண்டு நாளா பள்ளம் புட்டியான இடங்களில ஸ்கூட்டர் ஓடித் திரிஞ்சும் அவளால பிள்ளையைக் கரைக்கேலாமல் போய், பிறகு கிளினிக்கில போய்ப் பிள்ளையை அழிச்சதெண்டு, எல்லாம் முடியத்தான் ரதி தாய்க்காரியிட்டச் சொல்லியிருக்கிறாள்.

"அந்தப் பொடியனக் கலியாணம் செய்யிறதெண்டால் செய்" எண்டு அண்ணரும் அண்ணியும் சொல்லியிருக்கினம். அதுக்கு ரதி "அவனொரு அலுப்புத் தட்டற சோம்பேறி" எண்டு சொல்லிப்போட்டாளாம். ஆனால், ரதியின்ர நெஞ்சில பிள்ளைய அழிச்சதால கொஞ்சம் கவலை இருக்குமாப் போல தெரியுதெண்டும் அண்ணி சொன்னா.

அடுத்த கிழமை ஒரு ஊத்தைச் சட்டை, ஒரு கிளிஞ்ச கலுசான், காலுக்குச் சில்லுப்பூட்டி ஓடுற சப்பாத்துகள் தோளில தொங்கக் கையைப் பொத்தி ஸ்ரைலாய் இருமிக்கொண்டே ரதி என்ர ரூமுக்குச் சொல்லாமல் கொள்ளாமல் வந்து நிண்டாள். கொஞ்சம் ஊதிப் போயிருந்தாள்.

"செவ் வீட்டில கொஞ்சம் சண்டை. ஒரு கிழமைக்கு உங்களோடதான் நிக்கப்போறன்" எண்டாள். இப்பிடித்தான் திடீரெண்டு வருவாள். 50 ஃப்ராங் காசு வேணுமெண்டுவாள். சிலநேரம் என்ர ரூமில தங்குவாள். அவள் போனாப் பிறகு ரூமில காசோ, மோதிரமோ, புது ஜீன்சோ ஏதாவதொண்டு காணாமல் போயிருக்கும். சரியான வறுவாஸ் கள்ளி.

ரதியோட ஒரு கடை கண்ணிக்கோ சபை சந்திக்கோ போய்வர ஏலாது. முதல் பிரச்சினை ரெயினில ரிக்கெட் எடுக்க மாட்டாள். நான் எடுத்துத் தாறனெண்டாலும் "செவ் நீங்கள் பெரிய றிச்சோ?" எண்டு நளினம் பண்ணுவாள். ரிக்கெட் செக்கரோட நாளும் பொழுதும் சண்டை. போன வரியம் தன்ர சிநேகிதப் பெட்டையோட காருகள், லொறியளில லிஃப்ட் கேட்டுக் கேட்டே ஜெர்மனிக்கு ஊர் போய் வந்தவளாம்.

இங்கத்தைய சுப்பர் மார்க்டுகளில எத்தின செக்குருட்டி! எத்தின எலெக்ரோனிக் மெஷின்! ஒண்டுக்கும் அஞ்சாள். என்னோட ஒண்டுந் தெரியாத பபா மாதிரி சுப்பர் மார்க்கட்டுக்கு வருவாள். வெளியில வந்து, எனக்கொரு கூலிங்கிளாஸோ சொக்லேட் பக்கட்டோ பிறசென்ற் பண்ணுவாள். எப்பிடித்தான் கடத்திக் கொண்டுவாறாளோ... பிடிபட்டால் நானும் சேர்ந்து பரிசு கெடுவன்.

றோட்டில நடக்கயிக்க சிவப்பு லைற்றும் பார்க்காளாம், பச்சை லைற்றும் பார்க்காளாம். குறுக்குமறுக்காய் ஓடினாள். அடிக்கிறமாரி வந்த றைவர்மாருக்கு விரலடிச்சுக் காட்டி 'ஒங்குலே' எண்டு கத்தினாள். ஒங்குலே எண்டால் பிரெஞ்சில படு தூசணம். பாவி கடைக்குப் போனாலும் ஒங்குலே, ரயிலில ரிக்கெட் செக்கரோடும் ஒங்குலே, ரி.வி. பார்த்துக்கொண்டிருந்தாலும் ஒங்குலே, சிலநேரம் தன்னாரவாரமும் ஒங்குலே. சரியான பொம்புள ரவுடி.

ரதி வந்த அண்டு இரவு, நான் வைன் குடிச்சுக்கொண்டிருந்தன். அவள் ஒரு அரைக் கிளாஸ் குடிச்சாள். "செவ் டான்ஸ் ஆடவம் வாறீங்களா?" எண்டு கேட்டாள். "எனக்கு டான்ஸ் ஆடத்தெரியாது" எண்டு சொல்லிப்போட்டன். என்னோட பலதும் பத்தும் பறைஞ்சு கொண்டிருந்தவள் ஒரு கட்டத்தில "செவ் நீங்கள் முந்தி இயக்கத்தில இருக்கேக்க நிறைய ஆர்மிக்காரரையா கொலை செய்தனீங்கள்?" எண்டு கேட்டாள்.

எனக்கு ஒரே கொன்பியூசன், என்னைப் பார்த்து நீ மாற்று இயக்கத்தைப் படுகொலை செய்தனியா? உங்கிட இயக்கத்துக்கேயே படுகொலை செய்தனியா? அப்பாவி மக்களைக் கொலை செய்தனியா? எண்டுதான் இதுவரை கேட்டிருக்கினம். இவள் புதுமாதிரியாக் கேக்கிறாள்.

யாழ்ப்பாண டச்சுக் கோட்டை ஆர்மிக் காம்பைச் சுத்தி எங்கிட சென்றி பொயின்றுகள் இருந்திச்சு. ஆர்மிக் காம்பில ஷெல் குத்துற சவுண்டைக் கேட்டாலே, அந்த சவுண்டை வைச்சே குத்தினது என்ரைப் ஷெல், எத்தின இஞ்சி எண்டு கல்குலேட் பண்ணிச் சொல்லுறளவுக்கு விண்ணன்களும் எங்களிட்ட இருந்தாங்கள்.

ஷெல் குத்தினால் அது காத்தில ஆத்துப்பறந்து இருபது இல்ல முப்பது செக்கனில விழுந்து வெடிக்கும். ஆனால், எங்க விழுந்து வெடிக்கும் எண்டு தெரியாது. எங்கிட சென்றி பொயின்றில கூட விழுந்து வெடிச்சாலும் வெடிக்கும். மண் மூட்டையளுக்குப் பின்னால காதைப் பொத்திக்கொண்டு, பல்லுக்கு நடுவில சீலத்துண்டைக் கடிச்சுக்கொண்டு, கண் ரெண்டிலும் சாதுவான பயமும் சாதுவான திரில்லும் ஒருமிக்க கலந்திருக்க ஷெல்லுக்காய் பார்த்துக்கொண்டிருப்பம். இப்ப என்ர மறுமொழிக்காய் பார்த்துக்கொண்டிருக்கிற ரதியின்ர கண் ரெண்டும் அப்பிடித்தான் இருக்கு.

காலம்பிற பத்து மணிக்கு, ஆரோ கோலிங் பெல் அடிச்சினம். கண்ணை முழிச்சுப் பாத்தன். ரதி ஒரு மூலைக்குள்ள ஓவெண்டு காலை விரிச்சுப் படுத்துக்கிடந்தாள். இப்பயும் அவளின்ர கடவாயில வீணி வடியுது. அவளை உலுக்கி எழுப்பினன். எழும்பிப் தலைவிரிகோலமாய் கண்ணைக் கண்ணைப் புலுந்திக்கொண்டிருந்தாள். கதவைத் திறக்க, கொம்யூனிஸ்ட் துரையர் நிக்கிறார். அவரும் கண்ணைச் செம்மிக்கொண்டுதான் நிக்கிறார்.

"என்ன நேற்று லாச்சப்பலில ஒரு மொரீசியஸ் பொட்டையோட போனியாமே?" எண்டு கேட்டுக்கொண்டு ரூமுக்குள்ள உள்ளிட்டவர், ரதியைக் கண்டவுடன் சைலண்டாகி ஒரு மூலையைப் பிடிச்சுச் சுவரில் சாய்ஞ்சு இருந்துகொண்டார்.

இண்டைக்கு உத்தரிப்புஸ்தலம்தான்.

ஊரில எங்கட வீடும் கொம்யூனிஸ்ட் துரையற வீடும் ஒரு வேலி. இந்த நாடுகளில பதினெட்டு வயசு வந்தவுடன பொடி பொட்டையள் தாய் தேப்பனை விட்டுப்போட்டு வெளியில போய் சீவிக்கிற மாதிரி, முந்தி எங்கிட ஊரில பன்ரெண்டு, பதின்மூணு வயசு வந்ததும் எல்லாப் பொடியளும் கொழும்புக்கோ இல்லாட்டி அளவை, நிற்றம்புவ, வியாங்கொட எண்டு சிங்கள நாட்டுப் பக்கத்துக்கோ கடையனில வேலைக்குப் போகவேணும். அப்பிடிப் போன துரையர் எப்பிடி கொம்யூனிஸ்ட் துரையர் எண்டு பட்டம் வாங்கினார் எண்ட காரியம் எனக்குச் சரியாத் தெரியாது.

ஆனால், செல்வநாயகமும் வி. பொன்னம்பலமும் காங்கேசன்துறை பார்லிமென்ற் தொகுதியில நேரடியா மோதேக்க, கொழும்பிலயிருந்து

ரெண்டு மாதம் லீவெடுத்துக்கொண்டு வந்து கொம்யூனிஸ்ட் துரையர், வி. பொன்னம்பலத்துக்கு எலெக்சன் வேலை செய்தது அப்ப ஸ்ற் பொடியனாய் இருந்த எனக்கும் சாடையாய் தெரியும்.

ஒருநாள் கொம்யூனிஸ்ட் துரையருக்குக் கூட்டணிப் பொடியள் சாறு பறக்க அடிச்சுப்போட்டாங்கள். ரெத்தம் ஒழுக ஒழுக ஆளை வீட்டுக்கு கொணந்து பாயில வாழையில விரிச்சுக் கிடத்தியிருந்தினம். இந்தா மூளை துடிக்குது, அழுதம் துடிக்குது, ஆள் முடியப் போகுது எண்டு பறைஞ்சுகொண்டே கார் பிடிச்சு ஆஸ்பத்திரிக்கு கொண்டு போனவையள். அது வலிய சீவன். நாலாம் நாளே ஆஸ்பத்திரியில துண்டை வெட்டிக்கொண்டு நேரா வி. பொன்னம்பலம் வீட்டான் போனேராம்.

ஆனால், அந்த எலெக்சனில வி. பொன்னம்பலம் தோத்துப் போனேர். அதுக்குப் பிறகு ஒரு கூட்டத்தில வி. பொன்னம்பலம் பேசேக்க "எனக்கு வாக்களித்த தொழிலாள வர்க்கமே... உங்களுக்கு நன்றி. ஆனால், நானோ எனது வாக்கைத் தந்தை செல்வாவுக்குத்தான் போட்டேன்" எண்டு சொன்னேராம்.

இந்த இடத்திலதான், அரசியல் பாதையைக் கை விட்டு ஆயுதப் பாதைக்குத் தான் திரும்பினாய் இண்டைக்கும் கொம்யூனிஸ்ட் துரையர் சொல்லிக் கொண்டிருக்கிறார். ஆனால், இவருக்கும் ஆயுதத்துக்கும் உள்ள ஒரே ஒரு சம்பந்தம் என்னவெண்டால், எழுபத்தேழு கலவரத்தில இவற்றை கையைச் சிங்களப் பொலிசுக்காரர் துவக்குச் சோங்கால அடிச்சு முறிச்சது மட்டும்தான்.

நெளிவு சுழிவு தெரியாத ஆத்துமம். அந்த இயக்கப் பொடியளை ஏன் சுட்டனீங்கள் எண்டு இந்த இயக்கத்திற்றயும் இந்த இயக்கப் பொடியளை ஏன் சுட்டனீங்கள் எண்டு அந்த இயக்கத்திற்றயும் நியாயம் தெண்டி ஊரில இருந்த எல்லா இயக்கத்திற்றயும் அடி வாங்கின ஆள். பிரான்ஸுக்கு வந்து கொஞ்சக் காலம்தான். ஆனால், ராப்பகலா வேலை செய்து மனுசி பிள்ளையளையும் எடுப்பிச்சுப் போட்டார். என்னோட கொம்யூனிஸ்ட் துரையர் வலுநேசம். ஆனால், ஆள் தண்ணி போட்டுதெண்டால் ஊத்தை... ஊத்தை... படுஊத்தை. ஆளுக்கு இண்டைக்குக் காலம்பிற வெள்ளனவே நல்ல டிம்.

ரதியோட, கொம்யூனிஸ்ட் துரையர் நடப்பு நாட்டு நிலவரங்களை டிஸ்கஸ் பண்ணிக்கொண்டிருந்தார். ரதியின்ர படிப்பு, வேலை வாய்ப்பு, தன்ர பிள்ளையளப் படிப்பிக்க வேண்டிய படிப்பு எண்டு கதைச்சுக்கொண்டிருந்தேர். ரதி கண் ரெண்டையும் விரிச்சுக்கொண்டு ஏதோ பரம்பரைப் பிரெஞ்சுக்காரி சாங்கத்தில துரையருக்கு விளங்கப் படுத்திக்கொண்டிருந்தாள்.

எனக்கு என்னெண்டு தெரியாத ஒரு எரிச்சல். "அண்ண... உங்கிட பொட்டையள் பெரிசான உடன அதுகளோட இந்தியாவுக்குப் போய் செற்றிலாகுங்கோ. இஞ்சயிருந்தால் பிள்ளையள் சீரழிஞ்சு போகுங்கள்" எண்டு துரையரிட்டச் சொன்னன். கடைக்கண்ணால ரதியக் கவனிச்சன். அவளின்ர முகத்தில ஒரு சேஞ்சுமில்ல.

"என்ன காரணங்களை அடிப்படையா வைச்சு நீ இந்தக் கருத்தைச் சொல்லுறாய்?" எண்டு நிமிர்ந்து ஒரு விவாதத்துக்கு ரெடியானார் துரையர். அவற்றை குரலில, பேச்சில ஒரு கொம்யூனிஸ்ட் ரியூன் ஓடத் தொடங்குது.

"அண்ணே எத்தின காலம் இந்த நாட்டில நாங்கள் சீவிச்சாலும் எங்கட தோல் கறுப்புத்தான்" எண்டன். இப்பயும் ரதிய கவனிச்சன். அவளில சேஞ்சில்ல.

கொம்யூனிஸ்ட் துரையருக்கு எனக்கு ஒரு பெரிய பதில் தரவேணுமெண்ட ஆசை இருக்கிறது தெரியுது. ஆனால், வெறிக் கொடுமையில அவரால நிதானமாக் கதைக்க ஏலாமல் கிடக்குது எண்டு நினைக்கிறன்.

"தம்பி டேய் இதக் கேள்... ஆரட்ட இல்ல நிறவெறி? எங்களட்ட இருக்கிற நிறவெறி உங்க ஆரிட்ட இருக்குது? என்ர மனுசி என்னெண்டு என்ர பிள்ளைக்குச் சோறு தீத்திறாள்? சாப்பிடு இல்லாட்டிக் கறுவலிட்ட பிடிச்சுக் குடுத்துப் போடுவனெண்டு சொல்லித் தீத்திறாள். எப்படி வீரகேசரியில மணமகள் தேவை அட்வடிஸ்மன் குடுக்கிறாங்கள்? சிவந்த அழகிய பெண் தேவை எண்டு விளம்பரம் செய்யிறாங்கள். இந்த இடத்திலதான் நிற வெறியே தொடங்குது" எண்டு கையிலிருந்த வைன் கிளாசை ஒருக்கா நிலத்தில மெதுவாகக் குத்தினார் துரையர்.

பிறகு கொஞ்சம் மெதுவா, பல்லைக் கடிச்சுக்கொண்டு சொன்னேர் "சிவத்தப் பொம்பிளையும் கறுத்தப் பொம்பிளையும்... காத்தியக் கடக்க... லைற்றை நூத்தா எல்லாம் ஒண்டுதான்."

எனக்குப் பத்திக்கொண்டு வந்தது. என்ன கதைக்கிறேர் இவர்? தன்ர பொம்பிளப் பிள்ளையளுக்கு முன்னால இப்பிடி விளக்கு நூக்கிற கதை கதைப்பாரோ? இந்த ரதிச் சனியன் இப்பிடி சரிக்குச் சரியாய் இருந்து வைனும் குடிச்சுக்கொண்டு இருக்கிறதால மரியாதையில்லாமல் இப்பிடித் தூசணம் சொல்லுறாரோ? துரையரை இழுத்துப்போட்டு மின்ன வேணும் போல கிடந்தது. என்ர இடக்கையில இருந்த வைன் கிளாசுக்கு வலக்கையைப் பொத்திப் பிடிச்சுக் குத்தினன். "கதையை நிப்பாட்டுங்கோ..." எண்டு நெறுமினன். கிளாஸ் மூண்டு துண்டாய்ப் போச்சு. ரதி திடுக்கிட்டு எழும்பி நிண்டாள். கொம்யூனிஸ்ட் துரையரும் சுவரைப் புடிச்சுக்கொண்டு மெல்ல எழும்பினேர்.

"ஏன் இப்ப கிளாஸை உடைச்சனி?"

"அண்ணே, உங்களுக்குக் கூடிப்போச்சு. நீங்க வீட்ட போங்கோ... நான் நாளைக்கு உங்களோட கதைக்கிறன்."

"டேய் நீ என்ன பெரிய சண்டித்தன மயிரோ? தெரியுமா கைவரிசை... தம்பி உன்னைத் தெருவில கலைச்சுக் கலைச்சுக் காரால அடிச்சுக் கொல்லுவன் தெரிஞ்சுகொள்."

"சரியண்ணே நீங்க போங்கோ! நாளைக்குக் கதைப்பம்" எண்டு ஆளைப் பிடிச்சு ரூம் கதவுக்குக் கொண்டுவந்தன். கொம்யூனிஸ்ட் துரையர் என்னை ரெண்டு கையாலையும் உன்னித் தள்ளினேர்.

"டேய் தள்ளி நில்லு! தேகத்தில முட்டாத... தொட்டியெண்டால் உறண்டல் நாயே கொலை செய்து போடுவன். நான் எத்தின கொலை செய்தனான் எண்டு தெரியுமாடா உனக்கு?" துரையருக்கு நேரா நிக்கேலாமல் கிடக்கு. அவர் கையைத் துவக்குச் சுடுகிற பொஸிசனில புடிச்சுக்கொண்டு கொலைக் கணக்குவழக்குக் கதைக்க எனக்குப் பயங்கரச் சிரிப்பு வந்தது. சிரிச்சுக்கொண்டே "ஓமண்ண... நீங்கள் கன கொலையள் செய்தனீங்கள்" எண்டு சொல்லிக்கொண்டே கதவைத் திறந்து அவர வெளியில விட்டன். கதவை அடிச்சுச் சாத்தினன்.

இப்ப, ரதியைப் பார்த்தால் விறைச்சுப் போய் நிக்கிறாள்.

"என்ன பிள்ளை?" எண்டு கேட்டன். ரதி பல்லைக் கடிச்சுக்கொண்டு நடுங்கிக்கொண்டிருக்கிறாள். அவளின்ர கன்னத்தில கண்ணீர் ஒடுது.

"செவ், நான் எங்கட வீட்ட போறன்."

"என்ன, ஒரு கிழமை என்னோட இருப்பன் எண்டாய்..."

"இல்ல செவ் நான் வீட்ட போறன்" எண்டு நடுங்கிக்கொண்டு சொன்னாள்.

இரண்டாவது பகுதி

அதுக்குப் பிறகு ரதி என்ர ரூமுக்கு வாறதில்லை. எனக்குப் போன் அடிக்கிறதும் இல்ல. கொஞ்ச நாளைக்குப் பிறகு அண்ணியோட கதைக்கேக்க "ரதி அண்டைக்கு ஏன் என்ர ரூமிலை இருந்து அழுதுகொண்டு போனவள்?" எண்டு கேட்டன். அதப்பத்தி ரதி அண்ணிக்குப் பயந்து கொண்டே சொல்லியிருக்கிறாள். "துரை அங்கிள் நான் எத்தின கொலை செய்தனான் தெரியுமோ எண்டு கேக்க, சித்தப்பா சிரிச்சுக்கொண்டு நிண்டவர்."

□ அம்மா – 2000

தேசத்துரோகி

அரசாங்கத்தாலும், அவனது பெறாமகனாலும், காசு சேர்க்க அறைக்கு வந்துபோகும் இயக்கக்காரராலும் பல தருணங்களில் 'தேசத்துரோகி' என விளிக்கப்பட்ட ஸ்டான்லி இராஜேந்திரா, தமிழீழ விடுதலைப் புலிகளுக்கும் அய்க்கிய தேசியக் கட்சி அரசுக்கும் 'பரஸ்பரப் புரிந்துணர்வு ஒப்பந்தம்' கைச்சாத்திடப்பட்டதைத் தொடர்ந்து, பத்து வருடங்களுக்குப் பிறகு பிரச்சார வேலைகளுக்காகப் புலிகளின் அணியொன்று இளம்பரிதியின் தலைமையில் அவனின் கிராமத்திற்குள் உள்ளிட்டதைக் குறித்த அந்தப் பத்திரிகைச் செய்தியைத் திரும்பத் திரும்ப விசர்கொண்டு வாசித்தான்.

இவன், இவனது சீவிய காலத்திலேயே இப்போதுதான் முதன்முதலாகத் தனது அநாதைக் கிராமத்தைக் குறிப்பிடும் முக்கிய செய்தியொன்றை அச்செழுத்துகளில் படிக்கிறான். இவனது கிராமத்தில் எந்தெந்த இடங்களில் அரச படையினர் நிலை கொண்டிருப்பார்கள் என்று யோசித்துப் பார்த்தான். இவனது கிராமத்தின் ஒவ்வொரு கோயிலிலும் தேவாலயத்திலும் பாடசாலையிலும் சங்கக் கடையிலும் மோர்க் கடையிலும் றாத்தலடியிலும் உடையார் வீட்டிலும் கடற்கரை முழுவதிலும் தெருக்களில் முழத்திற்கு முழமும் அவர்கள் இருக்கக்கூடும். புலிகள் எந்த வழியாகக் கிராமத்தினுள் நுழைந்திருப்பார்கள்? அவர்கள் எந்த இடத்தில் இராணுவத்தின் காவலரண்களைக் கடந்திருப்பார்கள்? தில்பனது உடலை மலர்ப் படுக்கையில் வளர்த்தி இவனது கிராமத்திற்கு அஞ்சலிக்காக எடுத்து வந்தபோது, கிராமத்தின் மெயின் ரோட்டில் நின்றிருந்த இந்திய ஆர்மிக்காரர் துவக்குகளை இறக்கி 'சல்யூட்' செய்தது இவன் ஞாபகத்தில் வந்தது. தில்பனின் உடலின் பின்னால் வந்த ஒலிபெருக்கி வாகனத்திற்குள்ளிருந்து 'தில்பன் அழைத்தது சாவையா? இந்தச் சின்ன வயசில் இது தேவையா...?' என்று காசி ஆனந்தன் பேசிக்கொண்டிருந்ததும் ஞாபகத்திற்கு வந்தது.

அந்த மெயின் ரோட்டால்தான் இப்போதும் புலிகள் பிரவேசித்திருப் பார்களா? அல்லது கடல் வழியாக நுழைந்திருப்பார்களா? இல்லை, குயிலப்புலம் வழியாகப் போயிருப்பார்களா? என்று கடுமையாக யோசனை செய்தான்.

கடைசியில், புலிகள் மெயின் றோட்டிலிருந்து இலந்தையடி ஊடாகத்தான் கிராமத்திற்குள் நுழைந்திருக்க கூடும் என்ற முடிவுக்கு வந்தான். இவனது கிராமத்தில் நடந்த இன்பம் - செல்வம் கொலையில் தொடங்கி, அயிட்டத்தின் சாவுவரை எத்தனையோ கோரமான, மகிழ்வான, துக்கமான, வீரமான, கோழைத்தனமான, விசுவாசமான, துரோகமான, வெற்றியான, தோல்வியான நிகழ்வுகள் அந்த இலந்தையடியில்தான் நிகழ்ந்திருக்கின்றன. எனவே, இந்தச் சமாதான முயற்சி கூட இலந்தையடியில்தான் ஆரம்பித்திருக்கும் என இவன் நம்பினான்.

ஸ்டான்லியின் கிராமத்தை அவர்கள் தமது உள்ளங்கால்களில் ஏற்றி விளையாடிய கரி நாளில் அவர்கள் ஸ்டான்லியை இந்த இலந்தை மரத்தோடுதான் பிணைந்திருந்தார்கள். இலந்தை மரத்தில் கட்டப்பட்டிருந்த போதுதான், ஸ்டான்லி ஆர்மிக்காரரின் 'நடந்து போ! சிதறிப் போ!' என்ற கட்டளைகளை நிலத்தைப் பார்த்தவாறே, சிங்களத்திலிருந்து மொழிபெயர்த்துத் தமிழில் அயிட்டத்திற்குச் சொல்லி முடித்தான்.

அயிட்டத்தின் ஞாபகம் இன்று இவனில் அங்கேயும் இங்கேயுமாக மின்னி மின்னி இப்பொழுதில் ஏனோ அயிட்டத்தின் நினைவுகளே இவனில் முழுதாகக் கவிந்திருக்கலாயிற்று.

இவனின் கிராமத்திலே அநேகமானோர் தமது பட்டப் பெயர்களால் மட்டுமே அறியப்பட்டிருந்தனர். காளைவாயர், ஆவடை, மொண்ணிக் குட்டர், பஞ்சமி, வெறிக்குட்டி, சாரைப்பாம்பு, சோட்டர், விசுக்கோத்து, சிணிப்பல்லன், கொதியர், வில்லங்கம், கே.ஆர். விசயா, பட்டினி என்று பலமாதிரியான பட்டங்கள். ஸ்டான்லிக்கு 'மக்கோனா' என்று பட்டம்.

"அந்த அயிட்டத்தைக் காட்டிலும் இந்த அயிட்டம் திறமான அயிட்டம்."

"கிளிநொச்சியிலயிருந்து ஒரு தொங்கல் அயிட்டம் கொண்டு வந்திருக்கிறன்."

"திருநாவுக்கரசரை அயிட்டத்தோட கட்டிக் கடலில போட்டாலும் அவர் மிதந்ததுதான் அயிட்டம்."

இப்படியாக வாயைத் திறந்தாலே வார்த்தைக்கு வார்த்தை 'அயிட்டம்' என்ற வார்த்தையைப் பிரயோகித்து வந்ததால் அயிட்டத்திற்கு அயிட்டம் என்று பட்டம்.

'உலகம் சுற்றும் வாலிபன்' யாழ்ப்பாணத்தில் சக்கைபோடு போட்ட காலத்தில் இவன் தவ்வல். மனோகரா தியேட்டரில் கலரி டிக்கட்

வரிசையில் அடித்துப் பிடித்து நின்றுகொண்டிருந்தான். இவன் நின்ற நெரிசலான க்யூ வரிசைக்கு மேலாக முகட்டுக் கம்பியைப் பிடித்துத் தொங்கியவாறே, வரிசையில் நிற்பவர்களில் ஒரு எப்பனும் தட்டாமல் முட்டாமலும் சட்டையில்லாமலும் வெறும் சண்டிக்கட்டுடனும் கால்களை அந்தரத்தில் துழாவி அயிட்டம் 'சர்' எனப் போய் டிக்கெட் கவுண்டருக்கு முன்னால் ஸ்பொட்டாகக் குதித்ததை இவன் கண்டான். அங்கிருந்து தனது கட்டைத் தொண்டையால் "இந்தப் படத்தில விஞ்ஞானி வாத்தியார் பாவிக்கிற அணுகுண்டு அயிட்டம் உண்மையிலேயே அந்தாளட்ட இருக்கு, ராமாவரம் தோட்டத்துக்குள்ள அயிட்டத்த தாட்டு வைச்சிருக்குது மனுசன்" என்று அயிட்டம் யாருக்கோ சொல்லிக்கொண்டிருந்ததையும் இவன் கேட்டான்.

ராமாவரம் தோட்டம், வள்ளுவர் கோட்டம் என்றெல்லாம் அயிட்டம் கதைப்பதற்கு, அவர் நகரத்தில் பெரும் சைவ உணவகத்தில் சமையல்காரராக வேலை செய்வதால் நகரத்து மனிதர்களோடு பேசிப் பழகுவதும், கிழமைக்கு ஆறு நாட்கள் அவர் நகரத்திலே தங்கியிருப்பதும் மட்டுமே காரணங்களாக இருக்க முடியும். மற்றப்படிக்கு, பொதுவாக ஸ்டான்லியின் கிராமத்துச் சனங்களை யாழ்ப்பாண ஜும்மா தெருவில் கொண்டுபோய் விட்டுத் தலையை ஒரு சுற்றுச் சுற்றிவிட்டால், திரும்ப வீட்டுக்கு வர வழி தெரியாமல் பதகளிப்பார்கள்.

ஸ்டான்லி, மக்கோனாவில் மூன்று வருடம் இருந்துவிட்டு, மீசை அரும்பிக் குரல் உடைந்த இளந்தாரிப் பருவத்திலே கிராமத்திற்குத் திரும்பி வந்தான். அந்தச் சின்னக் கிராமத்திலே சைவக்காரர் ஒரு பகுதியிலும், வேதக்காரர் இன்னொரு பகுதியிலுமாகச் சீவித்தார்கள். இரண்டு பகுதிக்கும் இடையில் அவ்வளவாகக் கொண்டாட்டமில்லை. அயிட்டத்தின் வீடு 'இனிச்ச புளியடி முருகன்' கோயிலுக்குப் பின்னாலிருந்தது. அயிட்டத்தின் மனைவி நெசவு டீச்சராக வேலை பார்த்தார். அவருக்கு 'நெசவக்கா' என்று பட்டம்.

ஒரு முன்னிலவுக் காலத்தில், இவனும் இவனொத்த பொடியளும் பீடி வலித்துக்கொண்டே ஒழுங்கைகளில் 'சும்மா' திரியும்போது, அயிட்டத்தின் வீடிருந்த ஒழுங்கையிலும் உள்ளிட்டார்கள். அயிட்டத்தின் கிடுகு மறைப்புக் கிணற்றடியில் தண்ணீர் அள்ளும் சத்தம். அப்படியே வேலியோடு வேலியாக நின்று நிலாவொளியில் கவனித்தார்கள்.

அயிட்டம் கிணற்றிலிருந்து உற்சாகமாகக் குதித்துக் குதித்துத் துலாக்காலால் தண்ணீர் அள்ளுகிறார். அவரின் குள்ளமான, பருமனான தேகத்துடன் அவர் குதிப்பது அச்சு அசலாய் ஒரு பெரிய பந்து குதிப்பது போலவேயுள்ளது. ஒவ்வொரு முறை தண்ணீருடன் வாளியை மேலே

இழுக்கும்போதும் தன் வாயால் 'கிறீங்... கிறீங்...' என்ற சத்தத்தைத் துள்ளலுடன் அயிட்டம் கிளப்பினார். அவரின் மனைவி அவரைவிட உயரம். எட்டி எட்டி நெசவக்காவின் தோளில் தண்ணீர் வார்த்தார் அயிட்டம்.

"கிறீங்... கிறீங்... உரஞ்சிக் குளியம்மா, உரஞ்சிக் குளி. நாளைக்குக் கடைக்கு போகவேணும். கிறீங்... கிறீங்... அடுத்த ஞாயிறு மட்டும் அம்மாவுக்கு ஆர் தண்ணி அள்ளித் தருவினம்... உரஞ்சிக் குளியம்மா, உரஞ்சிக் குளி கிறீங்... கிறீங்..."

அயிட்டத்தின் மகள் பாஸ்போர்ட்டுக்கு விண்ணப்பித்திருந்தபோது, அரசாங்கத்திடமிருந்து அவளுக்குத் தனிச் சிங்களத்தில் ஒரு கடிதம் வந்திருந்தது. அதை எடுத்துக்கொண்டு அயிட்டம் இவனிடம் வந்தார். இவன் அதைப் படித்துச் சொன்னான். மற்றப்படிக்கு அயிட்டத்தை எப்போதாவது ஸ்டான்லி வழிதெருவில் கண்டால் ஆளை ஆள் பார்த்துத் தலையசைத்துக் கொள்வார்கள்; அவ்வளவே.

ஒரு செக்கல் பொழுதில், ஆர்மிக்காரர் இவனின் கிராமத்தைச் சூழ்ந்து நெருக்குவதாக துப்பாக்கிச் சூடுகளும் எறிகணை வீச்சுகளும் கடலில் ஆங்காரமாக நின்று இவன் கிராமத்தையே நித்திய கண்காணிப்பில் வைத்திருக்கும் போர்க் கப்பலான 'சங்கமித்ரா'விலிருந்து கிளம்பிய பீரங்கி முழக்கங்களும் இந்தக் கிராமத்தின் வானில் மோதி ஒளியெறிந்த 'பரா' விளக்குகளும் சொல்லின. இப்படியான தருணங்களில், சனங்கள் சஞ்சுவானியார் தேவலாயத்திற்குள் போய்ச் சேர்ந்திருக்கப் பழகியிருந்தார்கள். இவனும் தனது அடையாள அட்டையை எடுத்துப் பத்திரப்படுத்திக்கொண்டு, தனது தாயாரைச் சைக்கிளில் வைத்து மிதித்துக்கொண்டு சஞ்சுவானியார் தேவாலயத்தை நோக்கிப் போய்க்கொண்டிருந்தான். வழியில் சனங்கள் அந்தரித்துக் குறுக்கு மறுக்காக ஓடிக்கொண்டிருப்பதைக் கண்டான்.

சஞ்சுவானியார் கோயில் வீதியில் ஸ்டான்லியின் சைக்கிள் மிதந்தபோது, தெருவில் நின்று அயிட்டமும் நெசவக்காவும் இழுபறிப்படுவதைக் கண்டான். நெசவக்காவின் கையில் ஒரு சூட்கேஸ். அவர் அயிட்டத்தையும் தேவாலயத்திற்குள் வந்திருக்குமாறு மன்றாடினார், கெஞ்சினார், திட்டியும் பார்த்தார். அயிட்டம் அசும்பவில்லை. நல்ல வெறியில் நின்று 'லெக்சர்' அடித்துக்கொண்டிருந்தார்.

"நீ போறதெண்டால் கோயிலுக்குள்ள போயிரு. ஆனால், நான் சிங்களவனுக்குப் பயந்தவனில்லக் கண்டியோ..."

இந்த நேரம் பார்த்து, கடலிலே பீரங்கி முழங்கிக் கேட்டது. அயிட்டம் கடலை முறைத்துக் கத்தினார். "டேய் லேடிஸ் அன் ஜென்டில்மென்ற்,

மெம்பர் ஓவ் பார்லிமென்ற் நான் உனக்குப் பயப்பிடவோ…" கைகள் இரண்டையும் விரித்து, விரல்களையும் அகல விரித்து ஒருமுறை 'உர்' என்று உறுமிவிட்டு "நான் பாயும் புலி பண்டாரவன்னியன். ஏஓுமெண்டால் வந்து பாருங்கோ. என்னட்டையும் வீட்டில ஒரு அயிட்டம் இருக்கு கேம் தாறன்." அயிட்டம் திரும்பவும் வீட்டுக்குப் போய்க்கொண்டிருந்தார். நெசவக்கா முணுமுணுத்துக் கொண்டே இவர்களோடு சேர்ந்து சஞ்சுவானியார் கோயிலுக்குள் போனார்.

இதற்கு முன்பாகவும் சில தடவை இவனின் கிராமத்தை ஆர்மிக்காரர் சூழ்ந்தபோதும், ஊர்மனைக்குள் ஆர்மிக்காரர் வந்ததில்லை. கடற்கரை ஓரமாக முன்னேறிப் போய்க்கொண்டேயிருப்பார்கள். இந்தத் தடவையும் அப்படியே நிகழும் என அயிட்டம் நம்பியிருக்கலாம். ஆனால், அது அப்படியல்ல. அடுத்தநாள் அதிகாலையில், ஆர்மிக்காரர் ஊர்மனைக்குள் புகுந்த செய்தியைச் சனங்களின் காதுகளில் தீர்ந்த வெடி சொன்னது. மேலே உறுமிப் பறந்த போர் விமானங்களுக்குக் கீழே கிராமமே ஒரு கோழிக் குஞ்சாகப் பதுங்கிக் கிடந்தது. கிராமத்திலிருந்த ஒரேயொரு மாடிக் கட்டடமான பள்ளிக்கூடத்தின் நெற்றியில் போர் விமானம் குண்டு குற்றியது. இரவு தேவாலயத்திற்கு வராமல் வீடுகளிலேயே தங்கியிருந்த ஒன்று பாதிச் சனங்களும் சஞ்சுவானியார் கோயிலுக்கு ஓடி வந்தனர். அயிட்டமும் தலையில் ஒரு பெட்டியும் கையில் ரேடியோப் பெட்டியுமாக வந்து சேர்ந்தார்.

கோயிலின் முகட்டு ஓடுகளைத் துப்பாக்கிக் குண்டுகள் ஒற்றிச் சென்றன. வெடி மணம் சாளரங்களால் கசிந்தது. சனங்கள் பயத்தால் உறைந்து போனார்கள். ஸ்டான்லி ஒரு குழந்தையைத் தூக்கிக் கையில் வைத்துக்கொண்டான். அது ஆர்மிக்காரரிடம் அனுதாபத்தைப் பெற்றுத் தரக்கூடும் என நம்பினான். ஆனால், அந்தத் தாய் இவனிடமிருந்து குழந்தையைப் பறித்தெடுத்தாள்.

ஸ்டான்லி கோயில் முன்மண்டபத்தில் நின்று பார்த்தபோது, கோயிலைச் சூழ நெருப்புகள் முளாசி எழுவதைக் கண்டான். அந்த இருள் பிரியாத வேளையில் நெருப்புகளைக் கொண்டு ஆர்மிக்காரர் ஓடி வருவதைக் கண்டான். "அய்யோ வாறாங்களே" என்று குழறிக்கொண்டே கோயிலுக்குள் ஓடினான். கோயிலினுள் பிரார்த்தனை எழுந்து விழுந்தது. எல்லா வேதக்காரச் சனங்களும் முழந்தாளிட்டுச் செபம் சொல்லிக்கொண்டிருக்க, அவர்களைப் பார்த்துச் சைவக்காரச் சனங்களும் முழந்தாளிட்டார்கள். ஆர்மிக்காரர்கள் கோயிலைச் சூழ்ந்துகொண்டார்கள். வாசல்களாலும் சாளரங்களாலும் துப்பாக்கிகள் நீண்டன.

"மே தேவாலயே கௌத லொக்கா? தமுனான்சலா ஒக்கோம இக்மனிங் எலியட்ட எவில்லா! போளிமக் ஹதண்ட! திரஸ்தவாதின்

திரஸ்தவாதிண்ட உதவ் கரப்பு கட்டிய எக்க பத்தட்ட எண்ட! மேஹே இந்தலா கவுறு ஹரி பெனலா யண்ட பலுவுத் அபி வெடி தியனவா. அனிவாரயங் வெடி தியனவா!"

ஆர்மிப் பெரியவன் ஒரு வெறிநாய் மாதிரித் தன் உருண்டையான சிவந்த கண்களைப் புரட்டிப் பேசினான். இப்போது செப ஒலிகளும் சடுதியில் நின்று சவ அமைதி. ஆர்மிப் பெரியவன் ஒற்றைக் கையால் உலுப்பித் தனது கைத்துப்பாக்கியை அடித்து 'லோட்' செய்ய, ஸ்டான்லி முழங்கால்களிலிருந்து எழுந்து சிங்களத்தில் 'தறோ'வாகப் பேசினான்.

"மாத்தையா, இந்தக் கோயிலுக்கு நிரந்தரமான சுவாமியார் கிடையாது. நகரத்திலிருந்து மாதத்தின் முதல் ஞாயிறு இங்கு வந்து பூசை வைத்துவிட்டுப் போவார். நேற்றும் வந்து போனார். இங்கு இருப்பவர்களில் எவரும் பயங்கரவாதியல்ல. நாங்களெல்லாம் ஏழைச் சனங்கள். எங்கள்மீது இரக்கம் செய்யுங்கள்."

"பன்றியே, உனக்கு எப்படிச் சிங்களம் பேசத் தெரிந்திருக்கிறது?"

"துரை, நான் மக்கோனாவில் சில வருடங்கள் இருந்திருக்கிறேன்."

தேவாலயத்திற்குள் சனங்களைச் சிறைவைத்து ஒரு கூட்டம் ஆர்மிக்காரர்கள் நிற்க, அந்தச் சனங்களுக்குள்ளிருந்து பதினெட்டுப் பேரைத் தெரிவு செய்து, அவர்களது சாறங்களை உரிந்து அவர்களின் கைகளைப் பின்புறமாக ஆர்மிக்காரர்கள் இறுகக் கட்டினார்கள். அவ்வளவுபேரும் ஓங்குதாங்கான இளந்தாரிகள். பத்தொன்பதாவதாக ஸ்டான்லியின் சாறத்தையும் உரிந்து, அவனின் கைகளையும் முறுக்கிக் கட்டினார்கள்.

அப்போது, தேவாலயத்தின் அறைவீட்டுக்குள்ளிருந்து பாதிரியின் வெண் அங்கி அணிந்திருந்த ஒருவரைச் சில ஆர்மிக்காரர்கள் மூஞ்சியில் காறித்துப்பி பெரும் இளிப்பு இளித்து இழுத்து வந்தார்கள். அப்படி இழுத்து வரப்பட்டவர் அயிட்டம். பாதிரியின் வெண் அங்கியை எடுத்து அணிந்துகொண்டால், பாதிரியார் என்று நினைத்துத் தன்னை ஆர்மிக்காரர்கள் விட்டுவிடலாம் என்று அயிட்டம் அப்பாவித்தனமாக நினைத்திருக்கலாம். அந்த நரகத்து முள் பொழுதில் கூட இவனுக்கு 'சங்கே முழங்கு' படத்தில் எம்.ஜி.ஆர். பாதிரி போல் வெண் அங்கியணிந்து, வேடமிட்டுத் தப்பிச் செல்வது ஒரு செக்கன் ஞாபகத்தில் மின்னிப் போனது. ஆனால், எம்.ஜி.ஆரிடமோ யாழ்ப்பாணத்துப் பாதிரிகளிடமோ உள்ள பளபளப்பான மினுக்கு மூஞ்சியும் மிதப்பான விழிகளும் இல்லாத அயிட்டத்திற்கு அந்த அங்கி பொருந்தவேயில்லை. குழறிக்கொண்டு ஓடிவந்த நெசவக்காவின் சேலையை உருவி அதன் தலைப்பால் அயிட்டத்தின் இடுப்பில் ஒரு சுற்று சுற்றிக் கட்டிய ஒரு

இளைய ஆர்மிக்காரன் சேலையின் மறு தலைப்பைத் தன் கையில் பிடித்துக்கொண்டான். இந்த இருபது பேரையும் ஆர்மிக்காரர்கள் ஒழுங்கைகளிலும் வீதிகளிலும் முன்னே ஓட்டி பின்னே நடந்தார்கள். மிதிவெடி, கண்ணிவெடி போன்ற பயக்கெடுதியிலேயே தங்களை முன்னே நடக்கவிட்டு, அவர்கள் பின்னே வருவதை ஸ்டான்லி உணர்ந்துகொண்டான். இப்படியான தேவைகளுக்கென்றே இந்தியன் ஆர்மிக்காரர் இந்தியாவிலிருந்து ஆடுகளை இறக்குமதி செய்து, தங்கள் படையணிக்கு முன்னே ஓட்டிச் சென்றதும் ஞாபகத்தில் வந்தது.

போகும் வழியில் பெரியப்பா, ஜோர்ஜ், இராசு, அன்னலெட்சுமி, ஐப்பான், கொக்கன் ஆகியோரின் வெடிபட்டும் சிதறியும் பாதி எரிந்தும் கிடந்த பிரேதங்களை வீதியில் இவன் கண்டான். ஊர்மனையைத் தாண்டி மெயின் ரோட்டில் ஏறி, இலந்தையடியை நோக்கி இவர்கள் விரட்டிச் செல்லப்பட்டார்கள். ஆர்மிக்காரருக்கு அயிட்டம் ஒரு விளையாட்டுப் பொருளாகிப் போனார். அயிட்டத்திற்குக் கிட்டே வருவதும், வலது கையை ஓங்குவதாகப் பாவனை செய்து இடது கையால் எதிர்பாராத இடத்தில் குத்துவதும், அயிட்டத்தின் காலைத் தட்டிக் கால்தடம் போடுவதும், அயிட்டத்தை உதைத்து ஓடச் சொல்லி அவர் ஓடும்போது அவரின் இடுப்பில் கட்டப்பட்டிருந்த சேலையை ஒற்றியிழுத்து விழப் பண்ணுவதுமாக விளையாடினார்கள்.

அப்போதெல்லாம் அயிட்டம் "அய்யோ அடிக்காதேயுங்கோ சேர், எனக்கு அம்பத்தி மூண்டு வயசு, ரெண்டு பொம்பிளப் பிள்ளையள்" என்று கதறுவார். அயிட்டத்தின் கைகள் எப்போதும் கும்பிட்டவாறேயிருந்தன.

அந்த இளைய ஆர்மிக்காரன் — அவனுக்கும் ஸ்டான்லியின் வயதுதானிருக்கும் — அவனது முதுகில் கனத்துக் கிடந்த இராணுவப் பையை அயிட்டத்தின் முதுகில் ஏற்றினான். இப்போது அவன் ஃப்ரியாக முன்னும் பின்னும் ஓடி ஓடி இவர்களை விரட்டிச் சென்றான். அவனின் கையில் சேலைத் தலைப்பு இருக்கிறது. சேலையின் மறுமுனையில் கட்டப்பட்டிருந்த அயிட்டமும் அவனோடு சேர்ந்து ஓடினார். முதுகுப் பார்த்தால் ஆள் அரைவாசியாக வளைந்தார்.

பொழுது உச்சியில் நிற்க, இவர்கள் இலந்தையடியை நெருங்கிக் கொண்டிருந்தார்கள். வெயிலிலும் பயத்திலும் ஸ்டான்லிக்கு நா வறண்டு கிடந்தது. தண்ணீர் கேட்டதற்கு முகத்தைப் பொத்தி அடிதான் கிடைத்தது. அயிட்டம் சற்றுப் பயம் குறைந்தவராகக் காணப்பட்டார். ஆர்மிக்காரனுக்குப் பின்னால் சேலைத் தலைப்பில் ஓடும்போது, தனது வாயால் 'ர்ர்ர்ர்...' என வாகனம் ஓடுவது மாதிரியான சத்தத்தை எழுப்பினார். கைகளை அரை வட்டமாகச் சுழற்றி வாகனம் ஓட்டுவதாக

அபிநயித்தார். இடையிடையே ஹோர்னும் அடித்தார். ஆர்மிக்காரர்களும் இதைப் பார்த்து இளித்தனர்.

இலந்தை மரத்தில் ஏற்கனவே நான்கு இளைஞர்கள் நிர்வாணமாகக் கட்டப்பட்டிருந்தார்கள். அவர்களின் தேகங்களில் இரத்தக் கோடுகள் இறங்கிய வண்ணமிருந்தன. அவர்களிடையே உணர்ச்சிகள் அற்ற இறுகிய முகத்தோடு ரேமன் கட்டப்பட்டிருப்பதை இவர்கள் கண்டார்கள். ரேமன் இயக்கத்துப் பொடியன்.

இந்த இருபது பேரையும் ஒரு நீள் கயிற்றில் இலந்தை மரத்தோடு ஆர்மிக்காரர்கள் பிணைத்தார்கள். ஏற்கனவே கட்டப்பட்டிருந்த நான்கு நிர்வாண இளைஞர்களிடையே யாராவது புலி இருந்தால் அடையாளம் காட்டித் தருமாறு இந்த இருபது பேரையும் ஆர்மிக்காரர் திரும்பவும் திரும்பவும் மிரட்டினார்கள். அயிட்டம்தான் இப்போது ஆர்மிக்காரரோடு நல்ல 'ஹொந்தாய்' ஆகிவிட்டாரே. அவர் தனது இரு கைகளையும் விரித்து ஆட்டி "இங்க ஒரு புலியும் இல்ல" என்று ஆர்மிக்காரர்களுக்குச் சொன்னார். அவருக்கு நிச்சயமாக ரேமனைத் தெரிந்துதானிருக்கும்.

இவர்களை நோக்கித் திடர் திடீரென ஆர்மிக்காரர்கள் கேள்விகளை வீசினர். ஒவ்வொருவரையும் குறுக்குமறுக்காக விசாரணை செய்தனர். ஸ்டான்லிதான் மொழிபெயர்த்தான். ரேமனை அவர்கள் விசாரித்தபோது, அவன் தன்னையொரு மீனவன் என்று கூறி, தூரத்தே கடலில் தெரிந்த களங்கண்ணி வலைக் கூட்டங்களைக் காட்டி அவை தன்னுடையவை என்றும் சொன்னான். அவன் குரலின் மிகை நடிப்பை ஸ்டான்லி தானே வெட்டி, யதார்த்தமாக மொழிபெயர்த்து ஆர்மிக்காரர்களுக்குச் சொன்னான். "அது அப்படியா?" என்று ஆர்மிக்காரர் அயிட்டத்தைக் கேட்டபோது, அயிட்டம் "ஆம், அது அப்படித்தான்" எனச் சாதித்தார்.

நகரத்திலிருந்து வெடி முழங்கும் ஒலி எழுந்தது. சலிப்போடு வெடி எழுந்த திசையைப் பார்த்த ஆர்மிப் பெரியவன் திரும்பி இவர்களைப் பார்த்து "புலிகளுக்கு நான் பாடம் கற்பித்துக் காட்டுவேன்" என்று சிங்களத்தில் உறுமினான். அவன் புலிகள் என உச்சரிக்கும்போது, தனது கை விரலாலே இவர்கள் இருபத்து நான்கு பேரையும் சுட்டி ஒரு வட்டம் போட்டான்.

இப்போது ஆர்மிக்காரர் பதற்றப்பட்டார்கள். அவர்கள் வீதி நீளத்திற்கு அணிவகுத்து விறைத்து நின்றார்கள். ஆயிரம் ஆர்மிக்காரருக்குக் குறையாது என இவன் எண்ணினான். மேற்கிலிருந்து மெயின் ரோட்டால் அலறிக்கொண்டு இராணுவ வாகனங்கள் இலந்தையடியை நோக்கி வந்தன. சடார் சடார் சல்யூட்டுகள். வாகனங்களிலிருந்து சிலர் இறங்கி இவர்களை நோக்கி நடந்து வந்தனர்.

அப்படியாக வந்தவர்களில் ஒருவர் வெள்ளை 'நஷனல்' போட்டிருந்தார். கீழே உருமறைப்பு முரட்டுத் துணியில் நீலக்காற்சட்டையும் ஆர்மிச் சப்பாத்தும் போட்டிருந்தார். அவரின் தலை முழுவதும் சிலும்பிய வெண்முடிகள் கடற்காற்றில் நட்டுக்கொண்டு நின்றன. அவரை ஸ்டான்லி பத்திரிகைகளிலும் தொலைக்காட்சியிலும் பார்த்திருக்கின்றான். அவர் ரஞ்சன் விஜேரத்ன. ஸ்ரீலங்காவின் பாதுகாப்பு அமைச்சர்.

ரஞ்சன் விஜேரத்ன இலந்தை மரத்தோடு பிணைக்கப்பட்டிருந்த இவர்களைப் பார்த்து "பயங்கரவாதி எல்லாத்துக்கும் நாங்க சொல்றது" என்று கொச்சைத் தமிழில் பேச ஆரம்பித்தார். ரஞ்சன் விஜேரத்னவின் உரையின் சாரம் 'நீங்கள் கொல்லப்பட வேண்டிய கலகக்காரத் தமிழர்கள்' என்றிருப்பதை இவன் உணர்ந்தான்.

இப்படியாக அவர் பேசும்போது, அவருகில் நின்றிருந்த கறுப்பு முழுக்காற்சட்டையும் சிவப்புச் சட்டையும் தலையில் ஓலைத் தொப்பியும் அணிந்திருந்த ஒருவரிடம் அடிக்கடி பேசிக்கொண்டார். அந்த ஓலைத் தொப்பிக்காரரையும் எங்கேயோ பத்திரிகைப் புகைப்படமொன்றில் தான் முன்பே பார்த்திருப்பதாக ஸ்டான்லிக்குப்பட்டது. இப்போது ஆள் யாரென்று ஞாபகத்தில் வரவில்லை. ஒருவேளை அவர் அந்தத் தொப்பியைக் கழற்றினால் யாரென்று ஞாபகம் வரலாம். அந்தத் தொப்பி அவரின் முன் மூஞ்சியில் பாதியை மறைத்துக்கொண்டிருந்தது. ஆனால், அந்த மனிதர் கடைசிவரை ஓலைத் தொப்பியைக் கழற்றவில்லை.

இலந்தையடியிலிருந்து முப்பது யார் தூரத்தில் கடல். கடலுக்கு அப்பால் டச்சுக் கடற்கோட்டை நிமிர்ந்து நின்றது. அந்தக் கோட்டையும் அதனுள் இருந்த இராணுவப் படையணிகளும் புலிகளின் முற்றுகைக்குள்ளிருந்தன. கடற்கரை முழுவதும் இயக்கம் மிதிவெடிகளைப் புதைத்து வைத்திருப்பதை இவர்கள் அறிந்திருந்தார்கள். அக்கடலோரத்தில் நடமாட ஊர்ச் சனங்களுக்கு இயக்கம் தடை விதித்திருந்தது. அங்கு மிதிவெடிகள் புதைக்கப்பட்டிருப்பது குறித்து ஆர்மிக்காரருக்கும் ஏதோ துப்புக் கிடைத்திருக்கிறது என்று இவன் நினைத்தான். நிகழ்வுகள் அப்படித்தான் அமையலாயின.

ஒரு ஆர்மிக்காரன் வந்து இலந்தை மரத்தோடு பிணைக்கப் பட்டிருந்தவர்களிலிருந்து அயிட்டத்தை அவிழ்த்தெடுத்தான். ஆர்மிப் பெரியவன் கடற்கரைக்கு நடந்து செல்லுமாறு அயிட்டத்திற்கு உத்தரவிட, இவன்தான் அக்கட்டளையை அயிட்டத்திற்கு மொழிபெயர்த்தான்.

இந்தக் கட்டளையைக் கேட்டவுடன், அயிட்டத்தின் தேகம் உதறிக் கால்கள் பின்னுவதை ஸ்டான்லி கண்டான். அயிட்டம் ஸ்டான்லியிடம் மெதுவாக "தம்பி கடற்கரையில பொடியள் அயிட்டம் தாட்டு

வைச்சிருக்கிறாங்கள்" என்றார். திரும்பிப் பார்த்தார்; அயிட்டத்தின் பிடிரிக்குப் பின்னால் துப்பாக்கிகளின் இலக்கு முட்கள். அயிட்டம் தலையில் கை வைத்தவாறே அங்குமிங்கும் பார்த்தார். வீதியோரத்தில் அறுந்த ஒற்றை ரப்பர் செருப்புக் கிடந்தது. அதை எடுத்து வலது காலில் போட்டு, விரல்களால் கௌவிப் பிடித்துக்கொண்டார். இடது கால் விரல்களால் பாதம் உயர்த்திப் பூமியைத் தொட்டார். "பிள்ளையாரே... பிள்ளையாரே..." என்று உச்சரித்துக்கொண்டே மெயின் ரோட்டிலிருந்து இறங்கிக் கடற்கரையை நோக்கி நடந்தார். ஸ்டான்லி, அயிட்டத்தின் காலடிகளை மனதிற்குள் எண்ண முயற்சித்தான். எண்பத்து நான்காவது அடியில் அயிட்டத்தின் கால்களுக்குக் கீழே பூமி சீறி வெடித்தது. அயிட்டத்தின் அலறல் கேட்டுக்கொண்டேயிருந்தது.

அரசுத் தலைவர்கள் பரபரப்பும் ஆவேசமும் உற்சாகமும் கொண்டார்கள். அந்த ஓலைத் தொப்பிக்காரர் "எல்லோரையும் மிதிவெடிக்குள் விரட்டுங்கள்" என்று வீரிட்டுக் கத்தி உத்தரவிட, இருபத்து மூன்று பேரையும் பிணைத்திருந்த நீள் கயிற்றோடு அவர்கள் மிதிவெடிப் பிரதேசத்திற்குள் விரட்டிவிட்டார்கள். ரஞ்சன் விஜேரத்னவும் அந்த ஓலைத் தொப்பிக்காரரும் போய் வாகனங்களில் ஏறிக்கொண்டார்கள். ஒரே வெடிச்சத்தமும் புகையும் கந்தக மணமும் ஓலமுமாகக் கடற்கரை சிதறிக் கருகலாயிற்று.

இப்போது, பிடிபட்டவர்கள் பாதியாகக் குறைந்திருந்தார்கள். எல்லாமாகப் பதின்மூன்று மனிதர்கள் அன்று மிதிவெடிகளில் சிக்கிக் கடலோரமாய் விழுந்து கிடந்து இழுத்து இழுத்து இரத்தமோடிச் செத்துப்போனார்கள்.

இவனும் இன்னும் எஞ்சியிருந்தான். எஞ்சியிருந்தவர்களை அருகிலிருந்த சிறிய அலுமினியத் தொழிற்சாலைக்குள் பூட்டிவைத்தார்கள். அன்றிரவே இராணுவம் கிராமத்திலிருந்து தற்காலிகமாக நகர்ந்தது. போகும்போது, அலுமினியம் தொழிற்சாலை ஜன்னலுக்குள்ளால் இரண்டு கைக்குண்டுகளை எறிந்துவிட்டுப் போனார்கள்.

ஸ்டான்லி இன்னும் எஞ்சியிருந்தான். அலுமினியம் தொழிற்சாலைக்குள் அடைபட்டிருந்தவர்களில், இவர்கள் மூன்று பேர் மட்டும் படுகாயங்களுடன் உயிர் தப்பியிருந்தார்கள்.

மருந்துத் தடை, மின்சாரத் தடை எல்லாவற்றுக்கும் அப்பால் டாக்குத்தர்மார் அறுத்துக் கொட்டித் தைத்து ஆளைச் சரிப் பண்ணியிருந்தார்கள். ஆஸ்பத்திரிப் படுக்கையில் திகிலோடு ஸ்டான்லி படுத்துக் கிடக்கையிலே, ஸ்டான்லியை விசாரிக்க இயக்கம் வந்தது.

விசாரிக்க வந்த பொடியன் ஒருமுறையில் ஸ்டான்லிக்குப் பெறாமகன் உறவு. மிகச் சின்ன வயதிலேயே இயக்கத்திற்குப் போனவன். சில வருடங்களுக்குப் பிறகு அவனை இப்போதுதான் ஸ்டான்லி காண்கிறான். பெறாமகனுக்கு அப்போதும் சரி, இப்போதும் சரி வாயைத் திறந்தாலே 'அஹ்... அஹ் ஹா ஹா... ஹா...' சிரிப்புத்தான்.

"ஆஹா... ஹ்... ஹஹ்... குஞ்சையா ஒரு மாதிரித் தப்பிற்றியள். ஹா... ஹா..."

ஸ்டான்லி பீதியோடு புன்னகைத்தான்.

"குஞ்சையா என்ன நடந்தது? எல்லாத்தையும் விவரமாய் சொல்லுங்கோ"

"என்ன நடந்ததோ? அது சரி... ஆர்மி வர முன்னமே நீங்கள் ஓடிப் போயிட்டியள்தானே"

"ஹஹ்... ஹா... என்ன குஞ்சையா தேசத்துரோகி மாதிரிக் கதைக்கிறியள். நாங்கள் என்ன செய்யும் உங்களுக்கு நன்றியில்ல. இப்ப இஞ்ச ஆஸ்பத்திரிக்கு உங்களக் கொண்டுவந்து சேர்த்ததும் நாங்கள்தான் ஹா..ஹா"

"சரி இப்ப நீ என்ன கேக்கிறாய்?"

"அது, நடந்தது, வந்தது, காட்டிக் குடுத்தது, ரேமனுக்கு நடந்தது, வாகனம், ஆயுதம், ஆள்க்கணக்கு எல்லாம் சொல்லுங்கோ"

"என்னைத் திரும்பவும் ஆர்மி பிடிச்சால், உங்களுக்கு ரிப்ஸ் தந்ததைக் கேள்விப்பட்டானோ என்னை உடன கொல்லுவான்"

"ஹாஹா... பேந்தும் பார் குஞ்சையாவ, ஒரு தேசத்துரோகி போல கதைக்கிறேர்"

பெறாமகன் இந்தத் 'தேசத்துரோகி' என்ற வாக்கியத்தைப் பிரயோகிப்பதில் அதீத ஆர்வம் காட்டினான். பகடி, வெற்றி எல்லாவற்றுக்கும் இப்பதத்தைப் பிரயோகித்துப் பேசினான்.

ஸ்டான்லி மிகுந்த பிரயாசையுடன், நிகழ்ந்த எல்லாவற்றையும் ஞாபக அடுக்குகளிலிருந்து உருவி இயக்கத்திடம் கொடுத்தான். ஆர்மிக்காரரின் எண்ணிக்கை, அவர்களின் ஆயுதங்கள், வாகன அமைப்புகள், அணிகள், ஆர்மிக்காரர்கள் தங்களுக்குள்ளே சிங்களத்தில் நடத்திய உரையாடல்கள் போன்ற எல்லாவற்றையுமே ஒன்றுவிடாமல் சொன்னான். அவை இயக்கக்காரருக்குப் பெரிதும் பயனளிக்கும் தகவல்களாக அமையக்கூடும் என நம்பினான். ரஞ்சன் விஜேரத்ன பற்றியும் ஓலைத் தொப்பிக்காரர் பற்றியும் சொன்னான்.

ஆனால், இவனுக்கு இப்போதுகூட ஓலைத் தொப்பிக்காரரை அடையாளம் பிடிக்க முடியவில்லை. பெறாமகனும் பெறாமகனோடு வந்தவர்களும் இதை விடுவதாயுமில்லை. மிகுந்த ஆர்வத்துடனும் கவனத்துடனும் ஓலைத் தொப்பிக்காரர் குறித்துக் கிண்டிக் கிண்டிக் கேட்டனர்.

அடுத்த நாள், சில புகைப்படங்களைக் கொண்டுவந்து காட்டி விசாரித்தனர். ஒரு புகைப்படத்தைப் பார்த்த ஸ்டான்லி "இவர் டக்ளஸ் தேவானந்தா, இவரை எனக்குத் தெரியும்" என்று முணுமுணுத்தான். "ஹா... இந்தத் தேசத்துரோகியும் இல்லையா" என்று சொல்லிப் பெறாமகன் அலுத்துக்கொண்டான்.

ஸ்டான்லி ஓலைத் தொப்பிக்காரரின் அங்க அடையாளங்களை விவரித்தான். ஓலைத் தொப்பிக்காரர் மிகுந்த கோபத்துடன் அகங்காரமும் விசமமும் தோய்ந்த குரலில் இவர்களை மிதிவெடிகளுக்குள் விரட்டிய 'ஸ்டைலை'ச் செய்யும் காட்டினான். இறுதியில் ஒரு தெந்தெட்டாக அவரின் மூஞ்சியைக் கோடுகளாலே கீறியும் காட்டினான். என்னதான் முயற்சிகள் செய்து பார்த்தபோதிலும், இவனாலோ இயக்கக்காரராலோ அந்த ஓலைத் தொப்பிக்காரரை அடையாளம் காண முடியாமலே போனது.

பின்பு, ஸ்டான்லி வெளிநாட்டுக்கு வருவதற்காகக் கொழும்புக்கு வந்தபோது 'பஞ்சிகாவத்த' தெருச்சுவரில் ஒட்டியிருந்த ஒரு தேர்தல் பிரச்சாரச் சுவரொட்டியில் ஓலைத் தொப்பிக்காரரின் புகைப்படத்தையும் பெயரையும் கண்டான். அவர் ரணில் விக்கிரமசிங்க.

அப்போதெல்லாம் ரணில் விக்கிரமசிங்க பெரிய பிரபலமில்லை. சர்வதேசப் பத்திரிகையாளர்கள் மாநாட்டில் அவரைக் குறித்து நம்பிக்கை தெரிவிப்பது போன்ற அயிட்டங்களும் நிகழ்ந்திருக்கவில்லை.

☐ கறுப்பு - 2002

பகுத்தறிவு பெற்ற நாள்

இலக்கம் 179, பிஹால் செக்ஸ் சூப்பர் மார்வே என்ற முகவரியில் வைத்துக் கடந்த ஆறு மாதங்களாக எனக்குத் தொழில் பழக்கிய எனது முதலாளி தனக்கு உரிமையான இன்னொரு முகவரியான இலக்கம் 50, சென். டெனி செக்ஸ் ஷொப்புக்கு என்னைப் பணிமாற்றம் செய்தார்.

நான் முன்பு வேலை செய்த இடத்துடன் ஒப்பிடுகையில் இந்த செக்ஸ் ஷொப் மிகவும் சிறியது. காலையில் கடையைத் திறந்து, நடாத்தி நள்ளிரவில் மூடும்வரை நான் தனி ஒருவனாகவே வேலை செய்ய வேண்டியிருந்தது. சரியாக நடுச்சாமம் பன்னிரண்டு மணிக்கு முதலாளி 'கலெக்சனுக்கு' வருவார்.

உள்ளே பலகைகளால் இணக்கப்பட்ட ஆறு கூடுகள் உள்ளன. ஒவ்வொரு கூட்டினுள்ளும் ஒரு தொலைக்காட்சி + ஒரு நாற்காலி + ஒரு ஆஷ் ட்ரே + ஒரு குப்பைக்கூடை. கூடுகளுக்கு வெளியே எனக்கொரு மேசை, மேசையில் ஒரு மட்டரகக் கணினி, என் காலுக்குக் கீழே ஆறு 'டெக்'குகள். என் தலைக்குப் பின்னாலுள்ள பெரிய கண்ணாடி அலமாரியில் ரப்பரால் வார்க்கப்பட்ட பல அளவுகளில் உள்ள ஆண் குறிகள் + பெண்குறிகள் + முலைகள் + உதடுகள் + சவுக்குகள் + கைவிலங்குகள் + ஆண்குறியில் மாட்டிவிடும் மென்மயிர் வளையங்கள் + பெண்குறியினுள் நுழைத்தெடுக்கும் நூலில் கோர்த்த குண்டுகள் + வீரியம் பெருகிட அருந்தும், நுகரும் மற்றும் தடவும் மருந்துகள், லேகியங்கள்.

மற்றைய மூன்று புறங்களிலும் உள்ள அலமாரிகளில் ஆண் சமப்பாலுறவு + பெண் சமப்பாலுறவு + இரு பாலுறவு + எதிர்ப் பாலுறவு + கூட்டுப் பாலுறவு + விலங்குப் பாலுறவு + இன்னும் பல வகையினங்களைச் சித்திரிக்கும் வீடியோ ஒளி நாடாக்கள் + குறுவட்டுகள். என் மார்பின் கீழுள்ள மேசையில் பரப்பப்பட்டிருக்கும் பிரெஞ்சு + ஆங்கிலம் + இத்தாலி + டொச்சு போன்ற மொழிகளில் வெளியிடப்பட்டுள்ள பாலுறவு குறித்த பத்திரிகைகள் + சஞ்சிகைகள் + சிறுகதைத் தொகுப்புகள் + கவிதைகள் + குறுநாவல்கள் + நாவல்கள்.

அநேகமாக இங்கு வருபவர்கள் புத்தகங்கள் வாங்குவதில்லை. அவற்றை ஒரு வியாபாரத் தோதுக்காகத்தான் வைத்திருக்கிறோம். இங்கு வரும்

பெரும்பாலான வாடிக்கையாளர்கள் வீடியோப் படங்கள் பார்க்கவே வருகிறார்கள். அலமாரியிலிருந்து ஏதாவது ஒரு படத்தைத் தெரிவு செய்து, கூட்டுக்குள் போய்க் கதவைத் தாழிட்டுக்கொண்டு அவர்கள் பார்க்கலாம். ஒரு படம் பார்க்கப் பதினைந்து ஈரோக்கள் என்று நாங்கள் கொள்ளையடித்து வந்த போதிலும், முதலாளி 'இணையத் தளங்கள் வந்த பின்பு இந்தத் தொழில் வீழ்ச்சியுற்றுவிட்டது' என்று மூக்காலே அழுகிறார்.

இந்த வீதியின் மறு அந்தலையில்தான் லா-சப்பல் உள்ளது. எனவே இந்த ஏரியாவில் ஈழத் தமிழர்களின் நடமாட்டம் அதிகம். எமது செக்ஸ் ஷொப் நுழைவாயிலில் ஒரு முரட்டு நீலத்திரை தொங்கவிடப்பட்டுள்ளது. அவ்வப்போது தயக்கத்துடன் இத்திரையை விலக்கியவண்ணம் ஒன்று பாதி ஈழத் தமிழர்கள் உள்ளே நுழைவதுண்டு. உள்ளேயும் ஒரு ஈழத் தமிழனைக் கண்டவுடன் அவர்களுக்கு மடம், பயிர்ப்பு முதலியவை ஏற்படுகின்றன. தமது வாய்களுக்குள் ஏதோ முணுமுணுத்துக்கொண்டே அவர்கள் பின்வாங்குவதுண்டு.

ஆனால், நான் இந்தக் கடையைப் பொறுப்பெடுத்துக்கொண்ட ஒரு கிழமையாகவே சரியாக மாலை ஆறு மணிக்கு ஒரு ஈழத் தமிழ் இளைஞன் இங்கு வருகிறான். ஒவ்வொரு நாளும் முப்பது ஈரோக்கள் செலுத்தி இரண்டு வீடியோப் படங்கள் பார்க்கிறான். ஆள் நல்ல கறுத்த, உயர்ந்த வடிவான ஆண்பிள்ளை. அவனுக்கும் என் வயதுதானிருக்கும் - முப்பதிலிருந்து முப்பத்தைந்துக்குள் இருக்கலாம் - கிளீன் சூட் + கழுத்துப்பட்டி + கையில் ஓர் அலுவலகப் பை + கண்களில் விலை உயர்ந்த கண்ணாடி. அருகேயுள்ள ஒரு நட்சத்திர ஹோட்டலில் வரவேற்பாளனாகப் பணிபுரிவதாகச் சொல்லி 'விஸிடிங் கார்ட்'டும் தந்தான். அவனை நான் முதன்முதலாய் செக்ஸ் ஷொப்பில் சந்திக்கையில் இலக்கண சுத்தமான பிரெஞ்சில் "மாலை வணக்கம், நீங்கள் ஒரு தமிழர் என்று நான் நினைப்பது சரியா?" என்று கேட்டான். நமக்கு அவ்வளவுச் சுத்தமாகப் பிரெஞ்சு பேச வராதாகையால் "ஓம்" என்று தமிழில் பதில் சொன்னேன்.

அவன் நாகரிகமான பொடியன். பிறகு எக்காரணம் கொண்டும் அவன் பிரெஞ்சில் பேசி எனக்கு இன்றுவரை துன்பம் தந்ததில்லை. தமிழிலேயே பேசினான்.

"அண்ணே, தமிழ்ப் பொட்டையள் நடிச்ச படம் உங்களட்டக் கிடக்கோ?"

"இல்ல"

"இல்ல, அண்ணே கனடாவில எங்கிட பொட்டையள் ஒரு புளூஃம்பிலிம் நடிச்சிருக்காம், உங்களுக்கு அந்தக் கொப்பி வரயில்லையோ?"

எனக்குக் கோபத்தில் அடிமுடியெல்லாம் பற்றிவிட்டது. 'அவற்ற ஷேஷ்ப்புக்கு தமிழ்ப் பொட்டையள் நடிச்ச கொப்பி பார்க்கத் திரியிறார்' என்று மனதிற்குள் கொதித்துப் போனேன். அடுத்த செக்கனே 'அட வெள்ளை, ஆபிரிக்கன், சீனா, ஜப்பான், ரஷ்யா, கியூபா, அமெரிக்கா எல்லாப் பொட்டை பொடியளின்ர படமும் வைச்சு விக்கிறன். தமிழ்ப் பொட்டையளைக் கேட்டா மட்டும் எனக்கு கோவம் வாறது சரியோ?' என்று என்னை நானே கேட்டு வெட்கப்பட்டேன்.

அவன் இப்போதெல்லாம் படங்கள் பார்த்து முடித்தவுடன் போய் விடுவதில்லை. என்னோடு பேசிக்கொண்டிருப்பான். பலதும் பத்தும் பேசுவோம். ஆனால், ஆள் கடும் அறிவாளி. ஒருமுறை கதையோடு கதையாக "நாட்டுப் பிரச்சினை என்ன மாதிரி முடியும்?" எனக் கேட்டுவிட்டு ஒரு சிகரெட் பற்ற வைத்தேன். எனக்கும் பொழுது போகத்தானே வேண்டும்.

அவன் சிகரெட் புகைப்பதில்லை. "அது பாருங்கோ அண்ண, செப்டம்பர் பதினொண்டுக்குப் பிறகு ஒரு பெரிய மாற்றம். அமெரிக்கன் ஆப்கனில செய்த சண்டை ஒரு விஷயமே இல்ல. ஆனால், அவன் உலகம் முழுவதும் ஒரு மீடியாப் போர் நடத்தியிருக்கிறான். தீவிரவாதம், பயங்கரவாதம் எண்டு உலக அளவில சனங்களப் பயப்பிடுத்தி வைச்சிருக்கிறான். இப்ப பாருங்கோ பிலிப்பைன்ஸில கொண்டுபோய் அமெரிக்கன் தன்ர ஆர்மியை இறக்கியிருக்கிறான். இலங்கையில பேச்சுவார்த்தை குழம்பிச்சுதோ உலக ஆதரவோட அங்கேயும் போவான். ரைக்ஸ் ஒரு லொக்குக்குள்ள மாட்டுப்பட்டிருக்கினம். பேச்சு வார்த்தைய ஆர் குழப்பினாலும் பழி புலிக்குத்தான் வரும். ஏனெண்டால் நோர்வே என்ன தீர்ப்புச் சொல்லுதோ அதுதான் உலகத்தின்ர கவனத்தில எடுபடும். நோர்வே எப்பயும் அரசாங்கத்துக்கு சப்போர்ட்டாய்தானே வேலை செய்யும். அதால புலிகள் சண்டையத் தொடக்க ஏலாது. குடுக்கிறத வாங்கத்தான் வேணும். ஆனால், பாருங்கோ இது ஒரு பொது அபிப்பிராயம். பொது அபிப்பிராயம், அரசியல் அவதானியளின்ர கருத்து, பேப்பருகளின்ர கருத்து எண்டு நாங்கள் எதை நினைக்கிறமோ அதுக்குத் தலைகீழா நடந்துதான் இதுவரை புலிகளுக்கும் பழக்கம்."

அவன் சொன்ன கடைசி வரி என் நெஞ்சைத் தொட்டுவிட்டது.

நாளாக நாளாக எனக்கு அவன் மேலான அக்கறை அதிகமாயிற்று. மனதிலோ, நடத்தையிலோ, பேச்சிலோ அவன் மாசு மறுவற்றவனாகவே

எனக்குத் தெரிந்தான். நீலப்படம் பார்ப்பதும் ஒரு சாவான பாவமில்லைத்தானே. ஆனால், இவன் தொடர்ந்து பார்க்கிறான். வாழ்வதே நீலப்படம் பார்க்கத்தான் என்ற தொனியில் பேசுகிறான். தொடர்ந்து ஆவேசமாக, அம்புலோதியாக நீலப்படங்கள் பார்ப்பது ஒரு மனநோய் என்று படித்திருக்கிறேன். எப்படியாவது இந்தத் தோழனை இந்த மனநோயிலிருந்து மீட்டுவிட வேண்டும் எனத் தீர்மானித்தேன். மெல்லப் பேசி அவனை இணங்கப் பண்ணி, ஒரு மனநோய் மருத்துவரிடம் அழைத்துச் செல்ல வேண்டும் என முற்பெடுத்தேன். அது குறித்தே எப்போதும் சிந்தித்தேன். பேச்சைத் தொடங்குவதற்கு ஒரு பொன் சந்தர்ப்பத்திற்காகக் காத்திருந்தேன். இப்போது புதிய நீலப்படங்கள் எமது கடைக்கு வருவதில்லை எனப் பொய் சொன்னேன். அந்த மனநோயின் பெயர் மட்டும் தொண்டைக்குள் இருக்கிறது வாயில் வரமாட்டேன் என்கிறது. அந்த நோயின் பெயரை ஞாபகம் கொள்ளச் சிரமப்படலானேன்.

ஆனால், அந்தப் பெயர் அவன் வாயில் சர்வ சாதாரணமாக வந்தது. அவனே ஒருநாள் என்னிடம் தனக்கு மனநோய் உள்ளதாக வலியக் கூறினான். பிள்ளைப் பருவத்தில் பாலியல் உறவுகளைக் காண நேர்ந்தால் அது வரும் என்றான். அந்த நோய்க்குப் பிரெஞ்சில் 'பிரிமீயர் ஸீன்' எனப் பெயர் என்றான். தனக்கு அந்த நோய் தாக்கிய பருவத்தை அவன் கீழ்கண்டவாறு விவரித்துச் சென்றான்.

2

"**யா**ழ்ப்பாண லைபிரரி எரிக்கயிக்க, நாங்கள் ரவுணிலதான் குடியிருந்தம். அப்பா படிப்பிச்ச பள்ளியிலதான் நானும் படிச்சுக்கொண்டிருந்தன். ரவுண் முழுக்க எரியுது. ஒருத்தரும் வெளியில நடமாட ஏலாது. ரோட்டு முழுக்கப் பொலிஸும் ஆர்மியும். பின்ன, நானும் அப்பாவும் வீட்டுக்குள்ளேயே கிடந்தம்.

அப்பா வலு ஸ்மார்ட்டான ஆம்பிளை. நான் பிறந்து ஆறு மாசத்திலேயே அம்மா மோசம் போயிட்டாவாம். அப்பவெல்லாம் நிமோனியாக் காய்ச்சல் எண்ட ஒரு வருத்தம் இருந்ததாம். இப்ப சயன்ஸ் அதைக் குறைச்சுப்போட்டுது.

ஆக்கள் நடமாட ஏலாத அந்த ராவுகளிலேயும் சில பொடியள் மதிலேறிப் பாய்ஞ்சு வந்து அப்பாவோட கதைச்சு டிஸ்கஸ் பண்ணிக்கொண்டிருப்பினம். அவையள் இயக்கப் பொடியள். அப்பா ஒரு கொம்யூனிஸ்ட் போக்கு. கடவுள் நம்பிக்கை ஒண்டும் கிடையாது. அவற்ற இளம் வயசில யாழ்ப்பாண அளவில பெரிய விளையாட்டு வீரன்; சம்பியன்.

அப்பிடி ஒருநாள் வந்த ஒரு இயக்கப் பொடியன் என்ர கையைப் பிடிச்சுக் கொண்டு 'கூட்டாளி எத்தினையாம் வகுப்புப் படிக்கிறீங்கள்?' எண்டு கேட்டார். நான் டபுள் புரமோஷனில அப்ப ஏழாம் வகுப்புப் படிச்சுக்கொண்டிருந்தனான். கேட்டுப் போட்டு அந்தப் பொடியன் 'பயப்பிடாதேயுங்கோ கூட்டாளி... ஓ.எல். சோதனை தமிழீழத்திலதான் எழுதுவீங்கள்' எண்டார்.

திடீரெண்டு அப்பாவுக்குத் தூர இடத்துக்கு ட்ரான்ஸ்பர் வந்தது. அப்பா கவலைப்படயில்ல. ஆனால், தன்ர அரசியல் போக்குப் பிடிக்காமல்தான் மாத்திப் போட்டினம் எண்டு இரவில வந்த இயக்கப் பொடியளுக்குச் சொல்லிக்கொண்டிருந்தார்.

அப்பாவும் நானும் பொட்டி, சாமான், புத்தகங்களைக் கட்டிக்கொண்டு வெளிக்கிட்டம். அந்தத் தீவுக்கு வள்ளத்திலதான் போக வேணும். தீவு முழுக்கப் பனையும் வெய்யிலும் புழுதியும். அங்க ஒரு வித்தியாலயம். அதில பத்தாம் வகுப்பு வரைதான் இருக்கு. பின்ன, பதினோராம் வகுப்புப் படிக்க நான் எங்க போறது எண்டு அப்பாவிட்டக் கேட்டன். அப்பா ஒண்டும் பறையாமல் முதுகில தட்டிப்போட்டுச் சிரிச்சார்.

ஏழாம் வகுப்பில என்னோட சேர்த்து ஏழு பேர். இப்பிடியே ஒரு இறங்குவரிசையில போய் பத்தாம் வகுப்பில மூண்டு பேர் மட்டும் படிச்சினம். அதில ஒருத்தி பொட்டை. அவவின்ர பெயர் சின்னக்கிளி. அதுக்குப் பிறகு வாறன்.

அந்தப் பள்ளிக்கூடம் கட்டின முப்பது வருசத்தில, அந்தப் பள்ளிக்கூடத்துக்கு வந்த முதல் இங்கிலிஷ் மாஸ்டர் அப்பாதானாம். இன்னுமொண்டு, அந்த முப்பது வருசத்திலும் ஒருத்தர்கூட பத்தாம் வகுப்புப் பப்ளிக் எக்ஸாமில பாஸ் பண்ணயில்லயாம். சின்னக்கிளி ஃபெயில் விட்டு, மூண்டாம் தரம் பத்தாம் வகுப்புப் படிக்கிறா. அதுக்குப் பிறகு வாறன்.

அந்தத் தீவில எண்ணி இருபது கல் வீடு. மற்றதெல்லாம் ஓலைக் கொட்டில்கள். அதுல ஒரு சின்னக் கல் வீட்டில நாங்கள் தங்கினம். ஒரு அறை, ஒரு விறாந்தை, ஒரு குசினி அவ்வளவும்தான் வீடு. முன்னுக்கு, பின்னுக்கு, அறைக்கு எதுக்கும் கதவு இல்ல, ஓர் ஓலைப் பாய் கட்டித் தொங்கும். வீடு பனங்காட்டுக்குள்ள தட்டத் தனியனா நிண்டுது. அயலட்டத்தில பெரிய சனப் புழக்கமும் இல்ல.

அப்பா போற எல்லாப் பள்ளிக்கூடத்திலயும் நடக்கிற மாதிரித்தான் இந்தப் பள்ளிக்கூடத்திலும், அப்பா வந்தவுடன் பள்ளிக்கூடம் ஒரு ஓடருக்கு வந்தது. தலைமை வாத்தியாரோட கதைச்சு அப்பா கனக்க

மாற்றங்களைச் செய்தேர். அப்பா ரவுணுக்குப் போய்த் தன்ர காசிலேயே பந்து சாமான்கள் வாங்கிக்கொண்டு வந்து பிள்ளையளுக்குக் குடுத்தேர்.

அப்பா ஸ்போர்ட்ஸிலும் கெட்டிக்காரர் எண்டு சொன்னனான். பின்னேரங்களில பிள்ளையளுக்கு விளையாட்டுப் பழக்கினேர். அந்த வருசம் தீவுப்பகுதிப் பாடசாலைகளுக்கான விளையாட்டுப் போட்டியள் நடந்தது. அப்பாதான் முன்னிண்டு நடத்தினார். சின்னக்கிளிதான் சம்பியன்.

சின்னக்கிளி நெடுநெடுவெண்டு வளர்ந்த பொட்டை. அவவின்ர கால் ரெண்டும் ஒரு குதிரையின்ர கால் மாதிரி. மெல்லிய பொட்டை. ஆனால், உரமான பொட்டை. அவ காத்தைக் கிழிச்சுக்கொண்டு விளையாட்டுப் போட்டியில ஓடினதப் பார்த்துக்கொண்டு நிண்ட ஒரு மாஸ்டர் 'பனங்கொட்டையைச் சூப்பிப்போட்டு இந்தப் பொட்டை என்ன உசாரா ஓடுது பார்' எண்டு வாயில கை வைச்சார். அப்பா அந்த மாஸ்டரை முறைச்சுப் பார்த்தேர்.

இதுக்குப் பிறகு, அப்பா சின்னக்கிளியில தனிக் கவனம் எடுத்தேர். அவவ 'ஓல் சிலோன்' அளவில பெரிய விளையாட்டுக்காரியா ஆக்கிக் காட்டுவன் எண்டார். காலம்பிற எழும்பின உடன நானும் அப்பாவும் கடற்கரைக்குப் போவம். அங்க அப்பா சின்னக்கிளிக்கு விளையாட்டுப் பயிற்சி குடுப்பார். ஒரு ஏழு மணியளவில பயிற்சி முடிஞ்சு நாங்கள் வீட்ட திரும்பி வரயிக்க, கடற்கரையில மீனும் வாங்கிக்கொண்டு வருவம். 'மாஸ்டருக்கு நல்லதாப் போடு' எண்டு சனங்கள் நான் நீ எண்டு அடிபட்டு அப்பாவுக்கு மீன் குடுப்பினம்.

பிறகு, பின்னேர நேரங்களில இங்கிலிஷ் படிக்கிறதுக்காக சின்னக்கிளி எங்கிட வீட்டை வரத் தொடங்கினா. ஆனால், எனக்குத் தெரிஞ்ச அளவு இங்கிலிஷ் கூட பத்தாம் வகுப்புப் படிக்கிற அவவுக்குத் தெரியேல்ல. என்னோட இருந்து படிக்கக் கஷ்டப்பட்டா. பிறகு அவ தனியாத்தான் அப்பாவிட்ட இங்கிலிஷ் படிச்சா.

அந்தச் சித்திரை லீவில, எனக்கு 'சின்னமுத்து' வருத்தம் வந்தது. கை, கால், முதுகு, வயிறு எல்லாம் பொக்களமும் எரிவும். தாங்க ஏலாத அரியண்டம். விறாந்தையில பாய் விரிச்சு வேப்பம் இலையில என்னைச் சின்னக்கிளி வளர்த்தினா. ஆஸ்பத்திரிக்கு என்னைக் கூட்டிக்கொண்டு போகலாம் எண்டு அப்பா சொன்னேர். சின்னக்கிளியோ இது 'அம்மாள்' வருத்தம், இதுக்கு வேற பத்தியம் எண்டா; அப்பாவும் ஒத்துக்கொண்டேர்.

மச்சமில்லாத சோறும் பனங்கட்டியும் பழங்களும்தான் எனக்குச் சாப்பாடு. சொறிஞ்சு கொண்டு பாயிலேயே கிடந்தன். இந்த

வருத்தத்துக்குத் தனிப் பனைக் கள்ளும் கொஞ்சம் குடிக்க வேணுமாம். காலம்பிற ஏழு மணிக்குக் கிட்டயா, கள்ளுச் சீவி முடிச்ச கையோட சின்னக்கிளியின்ர தேப்பன் அரைப் போத்தில் கள்ளு எங்கிட வீட்ட கொண்டு வந்து தந்தார். அப்பா காசு குடுத்தும் சின்னக்கிளியின்ர தேப்பன் அதை வாங்கயில்ல.

எனக்கு அம்மா இருந்தா எப்படியோ, அப்பிடித்தான் என்னைச் சின்னக்கிளி பராமரிச்சா. இப்ப இடக்கிடை அப்பாவுக்கும் சின்னக்கிளிக்கும் காரணமில்லாமல் சந்தோசமும் சண்டையும் சிரிப்பும் கனைப்பும் வந்து போறதைக் கவனிச்சன். ரெண்டு பேரும் வாத்தியார் - மாணவி மாதிரி இல்ல.

ஒரு பின்னேரத்தில, நான் நித்திரையால முழிச்சுப் பார்க்கயிக்க, உள் அறைக்குள்ள இரண்டு பேர் ரகசியமாய் கதைக்கிற மாதிரிக் கேட்டுது. உள் மனம் ஏதோ சொல்ல, நானும் மெள்ளமாய் நடந்து போய் அறைவாசலில தொங்கின ஓலைப் பாயை நீக்கிப் பார்த்தனான். உள்ள அப்பாவும் சின்னக்கிளியும் செக்ஸ் செய்துகொண்டிருக்கினம்.

பேசாமல் பறையாமல் திரும்பி வந்து பாயில படுத்திற்றன். காதைச் சுவருக்கு உத்துக் குடுத்தன். 'என்ர ராசாத்தி, என்ர குஞ்சு, என்ர அப்பன், என்ர தாயே, உன்னைப் பார்க்கயிக்க எனக்கு என்ன அந்தரிக்க விட்டிட்டுச் செத்துப் போனவின்ர ஞாபகம் தான் வருகுது மாதாவே' எண்டு ஒரே காதல் வசனம். ரெண்டு கையாலும் காதைப் பொத்திக்கொண்டன். மண்டை முழுதும் சின்னக்கிளியின்ர அகட்டித் தூக்கின குதிரைக் காலும், சாய்ஞ்சு போய்க் கண்ணை மூடிக் கிடக்கிற அவவின்ர செம்பட்டைத் தலையுமே வந்து நிண்டுது."

3

அத்தோடு அவன் கதையை முடித்து, விரல்களைக் கோர்த்து நெட்டி முறித்தான். எனக்கென்னவோ இந்த ஒரு காரணம் மட்டுமே அவனை மனநோயாளியாக்கியிருக்கப் போதுமானதாகப் படவில்லை. மிகுந்த தயக்கத்துடன் அவனைப் பார்த்து "நீங்கள் பிறகும் பிறகும் அவையள் செக்ஸ் செய்ததைக் கண்டனீங்களோ?" என்று கேட்டேன்.

"ஓம்... பிறகும் கண்டனான். பெரிய மானக்கேடு. அவையள் புருசன் பொஞ்சாதி மாதிரி லவ் வசனம் பேசுறதென்ன! கண்ணை மூக்கை வெட்டுறதென்ன! அவையள் ரெண்டு பேரும் என்னையொரு ஆக விவரம் விளங்காத குழந்தைப் பிள்ளையாத்தான் நினைச்சுக்கொண்டிருந்தினம் எண்டு நினைக்கிறன். ஒருநாள் அதுக்கும் ஒரு முடிவு வந்தது.

பள்ளிக்கூடத்திலேயே பொடியள் சின்னக்கிளி போக வரயிக்க அவவை எனக்குக் காட்டி உன்ர சித்தி எண்டாங்கள். எனக்கு அதையும் தாங்கக் கூடியதாய் இருந்தது. ஆனால், சின்னக்கிளி என்னோட வந்து செல்லம் பொழியிறதையும் என்னில கவனம் காட்டுற மாதிரி நடந்து கொள்ளுறதையும்தான் என்னால பொறுத்துக்கொள்ள ஏலாமலுக்குக் கிடந்தது.

ஒருநாள் பின்னேரம், வழமையா எங்கிட வீட்ட வாற நேரத்துக்குச் சின்னக்கிளி வரயில்ல. அப்பா அவதிப்பட்டு முத்தத்தில வந்து நிண்டு அங்கேயும் இங்கேயுமாய் பார்க்கிறேர். பிறகு கதிரையில வந்திருந்து இங்கிலிஷ் புத்தகம் படிக்கிறேர். அவரால ஒரு செக்கன் தன்னும் கதிரையில இருக்க ஏலாமல் கிடக்கு. திரும்பவும் வந்து நிண்டு பார்க்கிறேர். சின்னக்கிளி வரயில்ல. மெள்ள என்னட்ட வந்து 'அப்பு... உனக்குச் சின்னக்கிளியின்ர வீடு தெரியுமெல்லோ?' எண்டு கேட்டேர்.

'ஓம் தெரியும்; பனங்கட்டித் தொழிற்சாலைக்குப் பக்கத்தில' எண்டன்.

'அவவை இன்னும் காணயில்ல. ஒருக்காப் போய்ப் பார்த்துக்கொண்டு வாறியா நல்ல பிள்ளை?' எண்டு அப்பா கேட்டார்.

எனக்கு எப்பிடித்தான் அப்பிடியொரு ஆவேசம் வந்ததெண்டு இப்ப நினைச்சாலும் பெரிய அதிசயமாய் கிடக்கு. 'அவள் ஏன் இஞ்சை நெடுக வாறாள்?' எண்டு அப்பாவின்ர மூஞ்சியைப் பார்த்து நேருக்கு நேராய் கேட்டன்.

அப்பா திகைச்சுப் போனார். நான் 'அவள்' எண்டு உச்சரிக்கயிக்க என்ர மேல் வாய்ப் பல்லும் கீழ் வாய்ப் பல்லும் உரஞ்சி நெறுமிச்சுது.

அப்பா மெள்ளமாய் ஆனால், ஆத்திரமாய் என்னைப் பார்த்து 'சின்னக்கிளி இங்கிலிஷ் படிக்கத்தான் வாறவ' எண்டார்.

'ஏன் தமிழீழம் கிடைச்சால் இங்கிலிஷிலதான் கள்ளு விக்க வேணுமா?' எண்டு எங்கேயோ பார்த்துக்கொண்டு கேட்டன். அப்பா ஒண்டும் பறைய இல்ல. பேசாமல் அறைக்குள்ள போயிற்றார்.

ஒரு பத்து நிமிசம் செண்டிருக்கும். சின்னக்கிளி வந்தா. அப்பா அவவை வாசலிலேயே நிப்பாட்டி 'சின்னக்கிளி, என்ர பிள்ளைக்கும் நல்லது கெட்டது தெரியிற வயசு வந்திற்று. இனி, நீ இஞ்ச வரவேண்டாம்' எண்டார்."

4

நான் அவனைப் பார்த்து "சரி போதும் கதையை நிப்பாட்டும்" என்றேன். புதிய புதிய நீலப்படங்களைத் தருவித்து, முடியுமென்றால் அந்தக் கனடாப் பொட்டைகளின் படத்தையும் எடுத்து அவனுக்குப் போட்டுக் காட்டி, அவனை மீள முடியாத மனநோயில் தள்ளிவிடுவது என்று தீர்மானித்தேன். அது குறித்த ஆயத்தங்களில் ஈடுபட்டேன்.

□ கறுப்பு – 2002

சூக்குமம்

யூலியஸ் அன்றன் மனோரஞ்சன், வயது: 33, பிறந்த இடம்: அல்லைப்பிட்டி, தேசிய இனம்: இலங்கைத் தமிழ், தற்போதைய முகவரி: 25 BIS, RUE D'ENGHIEN, 75010 PARIS. பிரான்ஸுக்குள் நுழைந்த தேதி: 07.09.1991, உயரம்: 176 செ.மீ. கண்களின் நிறம்: கறுப்பு. இடது மார்பிலும் இடது தொடையிலும் துப்பாக்கிக் குண்டுகள் ஏறிய காயங்கள், மார்பிலிருந்து ஆண்குறி வரையிலான அறுவைச் சிகிச்சைப் பெருவடு, உடலில் ஆங்காங்கே போடப்பட்டிருக்கும் இழைகளின் மொத்த எண்ணிக்கை தொண்ணூற்றாறு எண்ட மாதிரியான பயோடேட்டாவைக் கொண்ட இவனுக்கு இன்னும் அகதிக் கார்ட் கிடைக்காமலுக்கு, வழக்கு அப்பீலுக்கு மேல் அப்பீலாக் கிடந்து இழுவுண்ணுது.

இதில முக்கிய புள்ளி என்னவெண்டால், பிரெஞ்சு தேசத்தில சீவிக்கிற அல்லைப்பிட்டி, மண்கும்பான், மண்டைதீவு ஆட்களில் அரைவாசிப் பேருக்கு அகதிக் கார்ட். பொதுவா இந்த ஏரியாச் சனங்களின்ர அகதி விண்ணப்பங்கள் 'எங்கிட தந்தையார் தமிழர் விடுதலைக் கூட்டணியின் அதிதீவிர ஆதரவாளராய் இருந்தார்' எண்டதில தொடங்கி 'நான் இயக்கத்துக்குச் சாப்பாடு குடுத்தனான், இயக்கத்துக்குச் சுவரொட்டி ஒட்டினான்' எண்டு விரிஞ்சு கிளைமாக்ஸில 'அப்போதைய எமது பகுதி இயக்கப் பொறுப்பாளர் ‹சூக்குமம்› என்பவரைத் தேடி வந்த இலங்கை அரச படையினர் மற்றும் தமிழ் ஆயுதக் குழுக்கள் என்னைக் கைது செய்து, தாங்கொணாச் சித்திரவதை செய்து விசாரித்து, பொறுப்பாளர் சூக்குமத்தைக் குறித்த துப்புக்களைத் துலக்கினார்கள்' எண்டதாக முடியும். அவையள் எல்லாருக்கும் வழக்கு வெற்றி.

இதில அதிமுக்கிய புள்ளி என்னவெண்டால், இவன்ர இயக்கப் பெயர்தான் சூக்குமம். இவனுக்கு இன்னும் கார்ட் இல்லை.

இவன் ஆள், அபிமன்யு போல கருவிலேயே திருவானவன் எண்டது சில இராணுவ, அரசியல் அவதானியின்ர கணிப்பு. பத்மவியூகம் எல்லாம் சிம்பிள். அது நாலு கிழவங்களும் நூறு முட்டாள்களும் செய்த செயல். இவன், ஊராத்துறையிலயிருந்து மண்டைதீவு ஈறாக டாங்கிகள், செயின் புளக்குகள் வளைக்க, ஆகாசத்தில ஹெலிகொப்டர்கள் பறக்க,

கடலிலயிருந்து 'வீரயா சூரயா' கப்பல் பொழிய அந்த வியூகத்தையே உடைச்சுக் கொண்டு உள்ளுக்க போய் நாலு பேரைச் சரிச்சுப் போட்டுத் திரும்பவும் சூக்குமமாய் வெளியில வந்த ஆள். ஆனால், ஆள் இப்ப பிரான்ஸில நல்ல லொக்.

இவன் சின்னப் பொடியனாய் இருந்த காலத்தில, தேப்பனுக்கு உதவியாய் கூலிக்குப் பனை தறிக்கப் போவான். இப்ப உதாரணமாய் ஒரு வீடு, ஒரு கிணறு, ஒரு போயிலைப் போறணை எண்ட ஒரு லொக்கேஸனில மூண்டுக்கும் நடுச்சென்டராய் ஒரு பனை நிக்குதெண்டு வைச்சுக் கொள்ளுவம். பனையைக் காயப்படுத்தாமலும், வீடு வாசல் ஒண்டையும் சேதப்படுத்தாமலும் பனையைத் தறிச்சு விழுத்த வேணும். பனையின்ர அடியில தறிவாய் வைக்கிற கோணத்திலதான் முழுச் சூக்குமமும் இருக்கு. இவன் வீட்டுக்கும் வேலிக்கும் கிணத்துக்கும் இடையால பனையை நோகாமல் விழுத்துவான்.

இவன் இயக்கத்தில சேர்ந்தாப் பிறகுதான், இவன்ர இந்தச் சூக்குமப் புத்திக்கு அள்ளுகொள்ளு வேலை. வெடிகுண்டு செய்யப் பாவிக்கிற ஜெலிநட்டிலும் பொஸ்பரஸ் எண்ட கெமிக்கல்தான் இருக்கு. வயலுக்குப் போடுற யூரியா உரத்திலும் பொஸ்பரஸோ, பொட்டாசியமோதான் இருக்கு. ரெண்டையும் ஒரு சூக்குமமான வீதத்தில கலந்தால் வெடியைப் பவராக்கலாம். செலவும் சகாயம். இதை இவன்தான் கண்டுபிடிச்சான். இதால பின்னடிக்கு வடக்கு, கிழக்குக்கு யூரியா வரத்தையே அரசாங்கம் தடை பண்ணிப் போட்டுது.

எண்பத்திநாலாம், எண்பத்தியஞ்சாம் ஆண்டுகளில பொடியளிட்ட ஆயுதத் தளவாடங்கள் ஒண்டும் பெரிசா இல்ல. உண்மையைப் பறைஞ்சால், புளொட்டைத் தவிர மிச்ச நாலு பெரிய இயக்கங்களுக்கும் இந்திய அரசாங்கம் குடுத்த ஆளுக்கு முன்னூறு முன்னூறு 'ஹங்கேரி ஏ.கே.எம்.எஸ்'தான் பொடியளட்ட இருந்தது. புளொட்டிட்ட அதுவும் இல்ல. 'சீ ப்ளேன்' எண்டொரு சாமான் தாழப் பறந்து உளவு பார்த்துத் திரிஞ்சுது. இவனொரு சூக்குமமான வேலை செய்தான்.

இரவோட இரவா, ஒரு பெற்றோல் செட்டியிலிருந்து கொஞ்சம் பெற்றோல் கடத்திக்கொண்டு வந்தான். அதை ஒரு உசிரிப் பனை வட்டில ஏத்தினான். ஒரு எள்ளுருண்டை சைசில கொஞ்சச் சக்கையை உருட்டி ஒரு பிளாஸ்டிக் 'ஹோர்லிக்ஸ்' போத்தலுக்குள்ள அடசி, ஒரு கெற்பைச் சொருகினான். அதைப் பனை வட்டுக்குள்ளயிருந்த பெற்றோல் பரலில ஒட்டினான். அதிலிருந்து வயரை நிலத்துக்குள்ளால இழுத்துக்கொண்டு வந்து கொஞ்சம் தள்ளியிருந்த மதகுக்குக் கீழ ரெண்டு நாளா உண்ணாமல் தின்னாமல் வளம் பார்த்துக்கொண்டிருந்தான்.

மூண்டாம் நாள் காலையில 'சீ ப்ளேன்' றெக்கி பார்க்க வந்தது. தாழப் பறந்து வந்தது. இவன்ர கண் பார்வையில 'சீ ப்ளேன்' பனை வட்டுக்கு நேரா மேல வரயுக்குள்ள 'அமர்த்தினான்'. அது ஒரு வெருட்டுற வெடிதான். திட்டமிட்ட பண்டார வெடிதான். ஆனால், அதுக்குப் பிறகு 'சீ ப்ளேன்' அந்த ஏரியாவுக்கே வாறதில்ல. பனை வட்டு எப்பிடிப் பத்தி எழும்பினது எண்ட சூக்குமம் இவனுக்கும் இவன்ர டீமுக்கும் மட்டும்தான் தெரியும். ஆனால், ஈழநாடு - வீரகேசரி பேப்பருகளில எழுதின இராணுவ ஆய்வாளர்மார் 'ஆகாயக் கண்ணிவெடி' எண்டொரு புதுச் சொல்லைப் பாவிக்கத் தலைப்பட்டினம். அதாவது தமிழீழ விடுதலைப் போராட்டம் இன்னொரு தளத்துக்கு நகருதாம்.

இவன் வெளிநாட்டுக்கு வாறதுக்காய் 'மாலி' எண்ட ஆபிரிக்கா நாட்டில வந்து நிக்கிறான். அந்த ரைமில தொழிலில ஏஜென்சிமாருக்குப் புதுப்புது வெளிச்சம் காட்டினான். நாளும் பொழுதும் ஒவ்வொரு புதுப்புதுக் கண்டுபிடிப்புகள். கனடா, பிரான்ஸ், ஜெர்மனி எண்டு எல்லா நாட்டு டிப்பாச்சர், அரைவல் சீலும் உருளைக்கிழங்கில செதுக்கிச் சூக்குமமாய்க் குத்திக் காட்டினான். இவன் ஆபிரிக்காவில கால் வைக்கிற வரைக்கும், ஆபிரிக்கத் தேசங்களில பரவிக்கிடந்த ஈழத் தமிழ் ஏஜென்ஸிமார் பாஸ்போர்ட்டில படம் மாத்துறதுக்கு அயன்பொக்ஸ்தான் பாவிச்சவையள். படத்துக்கு மேல இருக்கிற மின்னிப் பேப்பரின்ர ஓரத்தில முட்டையில மயிர் புடுங்கிற கணக்கில நுட்பமாய், வலு பக்குவமாய் அயன்பொக்ஸை தேய்ச்சு மின்னிப் பேப்பரைக் கழட்ட வேணும். அது கொஞ்சம் றிஸ்க். வாய்ச்சாலும் வாய்க்கும், தேய்ச்சாலும் தேய்க்கும். ரெண்டு பாஸ்போர்ட்டுக்குத் தேய்ச்சால் அநேகமாய் ஒண்டுதான் சரிவரும். மற்றது கருகும் இல்லைச் சுருளும்.

இவன், தலைக்கு ஈரம் காயப் பிடிக்கிற ஹீட்டரால அந்த வேலையைச் சூக்குமமாய்ச் செய்யலாம் எண்டு கண்டுபிடிச்சான். இப்ப நைசாய் மின்னியை உரிச்சாச்சு. பழைய படத்தை எடுத்துப் போட்டு, பஸஞ்சரின்ர படத்தை அவ்விடத்தில ஒட்ட வேணும். சில பாஸ்போர்ட்டுகள் பத்து வரியப் பழசாய் இருக்கும். பழைய பாஸ்போர்ட்டில இருக்கிற படங்கள் சாடையான மங்கலடிக்கும். ஆனால், பஸஞ்சரின்ர போட்டோ புதுசா, இப்பதான் ஆபிரிக்க ஸ்ரூடியோவில - ஏஜென்ஸி சொன்னபடி குளிர் ஜக்கெட் போட்டு - எடுத்தாய் இருக்கும். அந்தப் புதுப் போட்டோக்களை பத்து வரியப் பழைய போட்டோக்களாய் மாத்தவும் இவன்தான் ஒரு சூக்குமத்தைக் கண்டுபிடிச்சான். ஆறிப்போன தேத்தண்ணிக்குள்ள லைட்டா ஒருக்கா புதுப்படத்தை தோய்ச்செடுத்துக் காயவிட்டா, அது புதுப்படமெண்டு இன்டர்போலால கூடக் கண்டுபிடிக்க ஏலாது.

மீனைத் தூக்கிக் கரையில போட்ட கணக்காய், ஆளைத் தூக்கிக் கடலில போட்ட கணக்காய் இப்ப இவன் ஒண்டும் செய்யப் பாதையில்லாமலுக்கு, எதுவும் வெளிக்காம வித் அவுட் விசாவாய் விசர்க் கோலம் கொண்டு திரியுறான்.

பிசகு இப்பிடித்தான் தொடங்கிச்சுது. பிரான்ஸுக்கு வந்தவுடன அரசியல் தஞ்சம் கேட்டு அகதி மினிஸ்ட்ரிக்கு ரெண்டு போட்டோவோட ஒரு அப்ளிகேசன் எழுதிப் போட வேணும். அதில அரசியல் தஞ்சம் கோருறதுக்கான காரண காரியங்களைக் கிளியரா எழுத வேணும்.

பின்ன இவனும் வலு விளக்கமாய், தான் பதினேழு வயதிலேயே இயக்கத்துக்குச் சேர்ந்தது — ஆயுதப் பயிற்சி எடுத்தது — இன்ன இன்ன அற்றாக்குகளில ஆளும் பேருமாய் நிண்டு செய்து முடிச்சது — இத்தினை அம்புஸ் செய்தது — பிறகு இயக்கத்துக்குத் துண்டு குடுத்தது — இவன்ர ஊரை ஆர்மி பிடிச்சாப் பிறகு இவனைத் தேடி வந்த ஆர்மிக்காரர் இவனைப் பிடிக்க ஏலாத வெப்பிசாரத்தில இவன்ர அண்ணனைச் சுட்டுக் கொலை செய்தது — அண்ணனின்ர இறப்பு சேர்ட்டிபிகட் — அய்யாவுக்கு ஆர்மிக்காரர் அடிச்சுக் கையை முறிச்சது எண்டு எல்லாத்தையும் இருபத்தியொரு பக்கத்தில படம் போட்டுக் காட்டாத குறையாய் விளக்கி விளக்கி எழுதி முடிச்சான்.

தமிழில எழுதின இந்தக் கேஸை பிரெஞ்சில ட்ரான்ஸிலேஸன் பண்ணி அனுப்புறதுக்காக 'பாரிஸ் தமிழோவியம்' மொழிபெயர்ப்பு நிலையத்துக்குப் போனான். அங்கயிருந்த மொழிபெயர்ப்பாளர் இவன்ர கேஸை மேலோட்டமாய் ஒரு பார்வை பார்த்துப் போட்டு "தம்பி இது பச்சைப் பிழையான கேஸ்" எண்டு சொல்லி இவன்ர நெத்தியில இடிய இறக்கிப் போட்டுத் தன்ர நெத்தியக் கசக்கினார். இவன் விறைச்சுப் போய் என்ன பிழை, ஏது பிழை எண்டு கேட்டான். இந்தச் செக்கனிலதான் இவன்ர லைவ் பிசகத் தொடங்கினதா இவன் இப்பயும் நினைக்கிறான்.

அதாவது, அகில உலக அகதிப் பொதுச் சட்டத்தின்படி, ஆயுத நடவடிக்கைகளில் ஈடுபட்ட ஆக்கள் பயங்கரவாதிகளாய்த்தான் கணக்கெடுக்கப்படுவினமாம். அவையளுக்கு அகதி அந்தஸ்து வழங்கச் சட்டத்தில இடமில்லையாம். "இப்ப கிட்டடியில கிட்டு மாமாவை லண்டனிலயிருந்து வெளிய போகச் சொன்னதைப் பற்றிக் கேள்விப்பட்டிருப்பீர்தானே தம்பி..." எண்டு சொன்னவர் தொடர்ந்து மூச்சு விடாமலுக்கு ஒப்ரா, பிக்குவா, ரெபூஜி பொலித்திக், ரிஜே, அனுலே, Le பொலிஸ், La லாப்போஸ்ட், Les ப்ரொப்ளம் எண்டு அறம்புறமாய் கதைக்க வெளிக்கிட, அதுவெல்லாம் என்னவெண்டு இவன் கேக்க, தான் சூக்குமமான சட்ட நுணுக்கங்களைப் பற்றிப்

பேசுறதாய் அவர் சொல்ல, வெருண்டுபோன இவன் தனக்குச் சொல்லில் பிழையில்லாமலுக்கு கேஸ் எழுதித் தரக்கூடிய ஒரு கேஸ் மாஸ்டரைக் காட்டிவிடச் சொல்லி அவரிட்டக் கேட்டான். அவர், தானே ஒரு கேஸ் மாஸ்டர்தான் எண்டு சொல்லிப் புன்னகை பூத்தேர். அவர் காந்தி மாஸ்டர்.

காந்தி மாஸ்டர் பக்கத்துக்கு நூற்றியம்பது ஃப்ராங் எண்ட கணக்கில, இருவத்திரெண்டு பக்கத்தில இவனுக்கு ஒரு கேஸ் எழுதினார். அந்தக் கேஸ்படி இவனொரு அப்பாவி. படிக்கிற காலத்தில இவன் புலிகளின்ர கலை பண்பாட்டுக் கழகத்தில இருந்தான். நோட்டிஸ் குடுத்தான். புலிகளுக்காக நாடகம் நடிச்சான். இவனை ஆர்மியும் அவையளோடா சேர்ந்த தமிழ் ஆயுதக் குழுக்களும் தேடிப்பிடிச்சு வெட்டிச்சினம். அண்ணாவைச் சுட்டு எரிச்சினம். கடைசியாய், காந்தி மாஸ்டர் இவனுக்குப் பொம்பிளைச் சகோதரங்கள் இருக்கா எண்டு கேட்டார். பத்து வயசில ஒரு தங்கச்சி இருக்கிறதச் சொன்னான். கொஞ்சம் யோசிச்சுப் போட்டு "ஒரு விசயம் எழுதலாம்தான். ஆனால், எனக்கும் பொம்புளைப் புள்ளையள் இருக்கு. அதை எழுத மனம் ஏவுதில்லை" எண்டார். ஆனால், காந்தி மாஸ்டர் ஒரு காரியம் செய்தார். சும்மா கற்பனையில அஜந்தா எண்டவொரு சித்தியை இவனுக்கு உருவாக்கினார். அதாவது இவனைத் தேடி வந்த ஆர்மிக்காரர் இவன்ர சித்தி அஜந்தாவை 'ரேப்' பண்ணிப்போட்டாங்கள் எண்ட மாதிரிக் கேஸை முடிச்ச காந்தி மாஸ்டர் "தம்பி இந்தா புடியும் கேஸை உமக்குச் சுவறாக் காட்டான்" எண்டு சிரிச்சார்.

இவனுக்கு ஒரு சூக்குமம் மட்டும் பிடிபட மாட்டுதாம். ஆயுதம் தாங்கின இயக்கத்துக்கு சப்போர்ட் பண்ணியிருந்தால் கார்ட். ஆனால், ஆயுதம் தாங்கிச் சண்டை பிடிச்சிருந்தால் டிப்போர்ட். "இதென்ன லொஜிக்? றெண்டுக்கும் ஒரு அர்த்தம்தானே?" எண்டு காந்தி மாஸ்டரிட்டக் கேட்டான். உடன காந்தி மாஸ்டர் லா ஹுவா, ஜெனிவா லோ, பிரான்ஸ்வா மித்துரோன், லா பென், பஸ்குவாகிஸ்குவா எண்டு மறுக்காவும் தொடங்கியிற்றேர்.

என்னயிருந்தாலும் இந்தப் படிப்பு விசயங்கள யாழ்ப்பாணத்தான் அடிக்க வேர்ல்டிலேயே ஆள் கிடையாது எண்டு இவன் நினைச்சான். எங்கேயோ தாவடியில பிறந்து இஞ்ச பிரான்ஸுக்கு வந்து லா, ஹா, லே எண்டு சட்டம் பறையிற காந்தி மாஸ்டரின்ர கெட்டித்தனத்தை றெண்டு மாசமாய் நினைச்சு நினைச்சு ஆச்சரியப்பட்டான்.

றெண்டாம் மாச முடிவில, இவன நேரடி விசாரணைக்கு வரச் சொல்லி மினிஸ்ட்ரியில இருந்து கடிதம் வந்தது.

விசாரணையில இவன் தன்ர சேர்ட்டையும் காற்சட்டையையும் கழட்டிக் காயங்களைக் காட்டினான். நியாயத்த அடிச்சுக் கதைச்சான். இவன் ஆள் லேசில அழ மாட்டான். ஆனால், அண்டைக்கு இவனுக்குச் சரியான பதட்டம், உடுப்புகளக் கழட்டேக்க ஓர் ஆவேசம், திரும்பயும் உடுப்புகளைப் போடயிக்க ஒரு வேகம், தனி அறை, ஒரு சீலக்கடை 'ஷோகேஸ்' பொம்மை மாதிரி முகத்தில ஒரு உணர்ச்சியும் இல்லாமலுக்கு இவனையே பார்த்துக்கொண்டிருந்த விசாரிக்கிற வெள்ளைக்காரி எல்லாமாச் சேர்ந்து அண்ணனின்ர சாவைப் பற்றிச் சொல்லேக்க இவனைக் கண் கலங்கி சாடயா அழ வைச்சிற்றுது. அப்ப கூட சீலக்கடை ஷோகேஸ் பொம்மையின்ர வெளுத்த மூஞ்சியில சின்னச் சலனமில்ல.

பன்ரெண்டாம் நாள், இவனுக்கு மினிஸ்ட்ரியிலயிருந்து மறுமொழிக் கடிதம் வந்தது. இவன் தங்கியிருந்த றூம் பொடியளுக்கும் பிரெஞ்சு சரிவர வாசிக்கத் தெரியாது. ஆனால், அரசாங்கம் — சோஷல் காசு தாற இடம் — வேலை வாய்ப்பு எடுத்துத் தாற இடம் எல்லாத்திலயிருந்தும் வாற பற்பல கடிதங்களையும் படிச்சுப் படிச்ச 'ரிஜெக்ட்' எண்ட சொல்லு மட்டும் பொடியளுக்குத் தளர்பாடமாய் இருந்தது.

இவன் கடிதத்தையும் கொண்டு காந்தி மாஸ்டரிட்ட ஓடினான். இவன்ர நெர்வசை காந்தி மாஸ்டர் ரிஜெக்ட் பண்ணினார். கடிதத்தை ஒரு பதட்டமுமில்லாமலுக்கு வாசிச்சார். அவற்ற நிதானம் ஏனோ ஒரு நாடகபாணி நிதானம் மாதிரி இவனுக்குத் தெரிஞ்சுது. இவனுக்கு வாழ்க்கை, அவருக்குத் தொழில். இப்ப, காந்தி மாஸ்டர் தலையை ஆட்டி ஒரு மெல்லிய சிரிப்புச் சிரிச்சார். பிறகு வாயைத் திறந்து நாக்கால மேற்சொண்டையும் கீழ்ச்சொண்டையும் மாறி மாறித் தடவினார். பிறகு "தம்பி உம்மிட அண்ணனை ஆர்மி கொலை செய்தால் உமக்கு கார்ட் தரவேணும் எண்டு சட்டமில்லை" எண்டார். "அப்ப என்ன அண்ணனுக்கோ கார்ட் குடுப்பினம்" எண்டு இவன் அவக்கெண்டு கேட்டான். காந்தி மாஸ்டர் முகத்தைச் சுழிச்சார். "தம்பி சும்மா ஹூஸ் மாதிரிக் கதைக்கக் கூடாது. உம்மை அவையள் விளங்கேக்க நீர் உம்மிட அண்ணனைப் பற்றித்தான் கனக்கச் சொல்லியிருக்கீர். அது போதாது. அதுதான் உமக்கு ரிஜெக்ட் வந்திருக்கு."

"என்னைப் பற்றிச் சொன்னால், பயங்கரவாதி எண்டு ரிஜெக்ட் பண்ணுவாங்கள் எண்டு நீங்கள்தானே சொன்னனீங்கள்?"

"ஓம் அது மெய். உம்மிட அண்ணனைச் சுட்ட விசயம் ஒரு சப்போர்ட்டுக்குத்தான் எழுதுறது. நீர் உமக்கு அரசாங்கத்தால தனிப்பட்ட பிரச்சினைகள் இருக்கு எண்டது அவையளுக்குப் புருவ் பண்ணவேணும். ஆனால், இயக்கத்தில இருந்தெண்டும் சொல்லக்

கூடாது, சப்போர்ட்தான். தம்பி ஒண்டுக்கும் யோசிக்காதயும். நானெல்லோ உமக்கு அப்பீலில வெண்டு தாறது... அப்பீலுக்கு லோயர் வைக்க வேணும். ஒரு ஆறாயிரம் ஃபிராங் ரெடி பண்ணிக்கொண்டு வாரும். நீர் இயக்கத்தில இருந்த பிள்ளை எண்டபடியால்தான் இந்த ரேட். வேற ஆருக்குமெண்டால் எட்டாயிரம். என்ர ஒப்பிஸின்ர பேரைப் பார்த்தீரா... தமிழோவியம்."

இவன் தன்ர சேர்ட்டு பொக்கட், கால்சட்டையின்ர முன், பின், சைட் பொக்கட் எல்லாம் தடவி எடுத்தான். பதினொரு ஃபிராங்கும் இருவது சென்ரிமும் தேறிச்சுது. 'பாரிஸ் தமிழோவியம்' மொழிபெயர்ப்பு நிலையத்துக்கு நேர முன்னாய் இருந்த அரபுக் கடையில போய் மூண்டு 8.6 பியர் டின் வேண்டினான்.

இந்த 8.6 பியர் எண்டுறது நம்மிட ஊர் கசிப்புக்குச் சமானம். ஒண்டடிச்சால் கிறல், ரெண்டடிச்சால் டிம், மூண்டடிச்சால் கோமா, நாலடிச்சால் சூலை நோய். இவன் இப்ப டிம்மிலயிருந்து கோமா ஸ்டெப்பை நோக்கிப் போய்க்கொண்டிருக்கிறான்.

நிராகரிப்புக் கடிதம் வந்தது கூடப் பெரிய பிரச்சினையாய் இவனுக்கு இப்ப தெரியல்ல. 'தான் முழு லூஸ் வேலை பார்த்துப் போட்டு, என்னைப் பார்த்து லூஸ் மாதிரிக் கதைக்கக் கூடாது எண்டு காந்தி வாத்தி சொல்லிப் போட்டானே' எண்டு நினைச்சு நினைச்சு உருவேறினான். மூண்டாவது டின் பியரும் முடியேக்க நீதி, நியாயம், தருமம் ஒண்டும் இந்த நாட்டுக்குப் பொருந்தாது எண்டு தனக்குள்ள முடிவெடுத்து வெறும் பியர் டின்னை நிலத்தில ஓங்கி அடிக்கக் கையை விசுக்கினான். அதே நேரத்தில இடது சப்பாத்துக் காலால வலது முழங்காலுக்கு உதைஞ்சான். ரெண்டு காலும் விறைச்சுப் போன கணக்கில வெறி. அதே நேரத்தில 'தூ'வெண்டு ஓங்காளிச்சுக் காறினான்.

இப்ப மைம்மல் பொழுது. மழையும் சாடையாய்த் துமிக்கத் தொடங்குது. காந்தி மாஸ்டர் தன்ர ஒப்பிஸைப் பூட்டி, பூட்டின பூட்ட ஒண்டுக்கு நாலு தரம் உன்னி உன்னி இழுத்துச் செக் பண்ணினார். பிறகு ரோட்டில இறங்கினார். ரோட்டில சன நடமாட்டம் இல்ல. காந்தி மாஸ்டர் ரெயின் கோர்ட் போட்டிருக்கிறார். கையில ஒரு ஜேம்ஸ் பொண்ட் பெட்டி. நடையும் சீன் கொனரி மாதிரித்தான். சனரஞ்சக ஸ்டைல்.

இவன் ஓங்கின கை ஓங்கினபடியே, காந்தி மாஸ்டர் போறதைக் கவனிச்சான். 'அட நாலுதரம் பூட்டை இழுத்துப் பார்க்கிறாய், இந்தக் கவன மசிர்...' இவன்ர கையிலயிருந்த பியர் டின் இவனைக் கேட்காமலேயே காந்தி மாஸ்டரைப் பார்த்துப் பறந்தது. எறிஞ்சு போட்டு நாரிக்குக் கை குடுத்து நடுரோட்டில நிண்டு மூசினான்.

பியர் டின் லெக்காய் காந்தி மாஸ்டரின்ர காலுக்குள்ள போய் விழுந்துது. காந்தி மாஸ்டர் ஒருக்காத் திடுக்கிட்டுத் துள்ளிப் பாய்ஞ்சார். மெல்லத் திரும்பிப் பார்த்தார். இவன் தலையைக் கீழே போட்டுக்கொண்டு காந்தி மாஸ்டரைக் கடக்கண்ணால கவனிச்சான். காந்தி மாஸ்டர் ஒண்டும் பறையாமலுக்கு விறுவிறெண்டு தன்ர வழியில நடந்தார்.

'சித்தியை ரேப் பண்ணினியோ பொறுக்கி' எண்டு வாய்க்குள்ள முணுமுணுத்துக்கொண்டு, இவன் காந்தி மாஸ்டருக்குப் பின்னால தள்ளாடித் தள்ளாடி நடந்தான். காந்தி மாஸ்டர் திரும்பிப் பார்த்துப் போட்டு தன்ர நடையின்ர வேகத்தைக் கூட்டினார். இவன் தள்ளாடித் தாவிப் போய் காந்தி மாஸ்டரின்ர பிடரியில உள்ளங்கையைக் குவிச்சு ஓங்கிச் 'சளார்' எண்டு அடிச்சான். காந்தி மாஸ்டர் 'அய்' எண்டு பிரெஞ்சில குழறிக்கொண்டே, இவனைத் திரும்பிப் பார்த்து "என்ன? என்ன சேட்டை விடுறாய்... பொலிஸில பிடிச்சுக் குடுத்துப் போடுவன்" எண்டார். பொலிஸ் எண்டு காந்தி மாஸ்டர் சொன்னதும், இவன் திரும்பவும் தலையைக் கவிழப் போட்டு ரோட்டைப் பார்த்துக்கொண்டு நிண்டான். காந்தி மாஸ்டர் மறுக்காவும் விறுவிறெண்டு நடக்கத் துவங்கினார்.

இவன் காந்தி மாஸ்டரைக் கொஞ்சத் தூரம் போகவிட்டிட்டுப் பார்த்துக்கொண்டு நிண்டான். பிறகு பழையபடி கலைச்சுக்கொண்டு ஓடிப்போய் "சொற்பிழை, பொருட்பிழை... பெரிய ஏ.பி. நாகராசன்" எண்டு சொல்லிக்கொண்டே காந்தி மாஸ்டரின்ர முதுகில பாய்ஞ்சு தலையால இடிச்சான். காந்தி மாஸ்டர் நெளிஞ்சார். ஆனால், இந்த முறை திரும்பிப் பார்க்கயில்ல. வேகமாய் நடந்தார். குறுக்க வந்த ஒரு வெள்ளைக்காரனை அவர் மறிச்சுப் பிடிச்சு "மிசுயு, இந்தப் பொடியனுக்கு விசா இல்லை. இவன் என்னட்டக் களவெடுக்கப் பின்னால வாறான்" எண்டு முறையிட்டார்.

காந்தி மாஸ்டர் வெள்ளைக்காரனை மறிச்சுக் கதைக்கத் துவங்கின உடனேயே இவன் திரும்பி ஓடிப்போய் ஒரு குறுக்கு ஒழுங்கைக்குள்ள ஒளிச்சு நிண்டு தலையை மட்டும் நீட்டி ரோட்டில நடக்கிறதக் கவனிச்சான். வந்த வெள்ளைக்காரன் காந்தி மாஸ்டரை நெவர் மைண்ட் பண்ணியிற்றுப் போய்றான். இவன் திரும்பவும் புலம்பிக்கொண்டே ஓடிப்போய் காந்தி மாஸ்டரில தொத்தி விழுந்து, அவரோட கட்டிச் சேர்ந்து தெருவில புரண்டான். காந்தி மாஸ்டர் தெருவில புரளப் புரள "தம்பி இது தெருக்காவாலித்தனம், தெருக்காவாலித்தனம்" எண்டு திரும்பத் திரும்பச் சொன்னார். ஆனால், மனுசன் கடைசி மட்டும் தன்ர கையிலிருந்த ஜேம்ஸ் பொன்ட் பெட்டியில பிடிச்ச பிடியை இளக்கயில்ல. இவனும் ஏலுமட்டுக்கும் அந்தப் பெட்டியைப் பறிக்க

ட்ரை பண்ணினான். ஆனால், காந்தி மாஸ்டரின்ர பிடி சூக்குமமான பிடி.

அடுத்த கிழமை, இவன்ர தாய்மாமன் முறையான ஓரள் வவுனியாவுக்கு வந்து, இவனுக்கு ரெலிபோன் எடுத்து ஒரு துக்கச் செய்தியைச் சொன்னார். இவன்ர வீட்டுக்கு வந்து 'சூக்குமம், கொமாண்டர் சூக்குமம்' எண்டு சிங்களத்தில கத்தி, வெருட்டி விசாரிச்சவங்கள் இவன்ர பத்து வயசுத் தங்கச்சியைத் தூக்கிக் கொண்டு போனாங்களாம். மூண்டாம் நாள் நெஞ்சு, தொடை எண்டு உடம்பெல்லாம் பல்லுப் பதிஞ்ச காயங்களோட, அந்தப் பச்சப் பாலகியின்ர பிரேதம் சாட்டிச் சுடலைக்குள்ள கிடந்ததாம்.

இந்த முறை, அப்பீல இவனே எழுதினான். முதல் கேஸை காந்தி மாஸ்டர் எழுதிக் குழப்பினதால, இவனும் அதையொட்டியே அப்பீல எழுத வேண்டியிருந்துது. தங்கச்சியப் பற்றி எழுத வேணும் எண்டுதான் முதலில நினைச்சான். என்னை உண்மையில ஆர்மி தேடுது, எனக்கு உண்மையாவே உயிராபத்து, பிறகேன் தங்கச்சியை இதுக்குள்ள இழுப்பான் எண்டுதான் நினைச்சான். உண்மையில தங்கச்சியின்ர சாவை — இவன் ஒருக்காக் கண்ணால கூடக் காணாத அந்தப் பிரேதத்தை — வெள்ளைத் தாளில இவனால எழுத ஏலாமல் கிடந்துது. என்ன செய்ய? அகதிக் கார்ட் எண்டுற ஒரு விசயத்துக்கு முன்னால இவன்ர ஆத்திரம், துக்கம், வெக்கம் எல்லாம் ஒண்டுமே இல்லாமல் போனது. தங்கச்சியைப் பற்றியும் எழுதி அப்பீலுக்கு அனுப்பினான்.

வழக்குத் தொடங்கிச்சுது. இவனுக்காக மேடம் பிரான்ஸ்வாஸ் வழக்குப் பேசினா. மேடம் பிரான்ஸ்வாஸ் இலங்கை இனப் பிரச்சினையைப் பற்றி கோர்ட்டில நீதவானுக்கு முன்னால ஒரு சிங்கம் மாதிரிப் பேசினா. இவனுக்கு அவ கதைச்சது ஒண்டும் சரிவர விளங்காட்டியும் கூட, மனுசியின்ர பேச்சில இருந்த அக்ஸனையும் ஆவேசத்தையும் கவனிச்சுப் போட்டு, இவவுக்கு அடேல் பாலசிங்கத்தை விட இலங்கைப் பிரச்சினை பற்றிக் கூடத் தெரிஞ்சிருக்கும் எண்டு நினைச்சான்.

மேடம் பிரான்ஸ்வாஸ் பேசி முடிய, நீதவான் தொண்டையை ஒருக்காச் செருமிக்கொண்டு "ஸ்ரீலங்காவில் உயர்நீதிமன்றம், மாவட்ட நீதிமன்றம், கிராம நீதிமன்றம், தவிர மனித உரிமைகள் ஆணையம், சர்வதேசச் செஞ்சிலுவைச் சங்கம், சர்வதேச மன்னிப்புச் சபை, காணமற்போனோர் கண்காணிப்புக் குழு மற்றும் நாடு முழுவதும் மூவாயிரத்து எழுநூற்று ஏழு தன்னார்வத் தொண்டு நிறுவனங்களும் இருக்கத்தக்கதாக அந்தச் சிறுமியின் மரணம் குறித்து இங்கு வந்து நீங்கள் முறையிடுவதன் நோக்கம் என்ன?" என்று தலையை மேலும் கீழும் ஆட்டினார். அப்பீல் தள்ளப்பட்டது.

ஒண்டல்ல, ரெண்டல்ல எட்டு வரியம் இப்பிடியே வழக்கு இழுவுண்ணுது. எக்காரணம் கொண்டும் ஊருக்குத் திரும்பிவர வேணாம் எண்டு அம்மா, அய்யாவிட்டயிருந்து மாசத்துக்கு ரெண்டு கடிதம் வந்துகொண்டிருந்தது.

இவனுக்குச் 'சீ' எண்டு போச்சு. உடம்பு முழுக்க நோய். ஆமான வைத்தியம் செய்யிறதெண்டால் அதுக்கு அகதிக் கார்ட் வேணும். இப்ப இவன் களவிலதான் அடிமாட்டுச் சம்பளத்துக்கு ஒரு புல்லுப் புடுங்குற ஃபக்டரியில வேலை செய்யிறான். ஒரு நேர் சீரான வேலையைத் தேடுறதெண்டால் அதுக்கும் அகதிக் கார்ட் வேணும். கனக்க ஏன்? கல்யாணம் கட்டுறதெண்டால் கூட அகதிக் கார்ட் வேணும். 'சரி இனி இந்தப் பிரெஞ்சுக்காரனிட்ட ஊம்பிப் பிரயோசனமில்ல; கொஞ்ச நாளைக்கு ஜெர்மன்காரனிட்டப் போய் ஊம்பிப் பார்ப்பம்' எண்டு முற்றெடுத்தான்.

ஒரு பெட்டி, அதுக்குள்ள மூண்டு சேர்ட், ரெண்டு காற்சட்டை, ஒரு தமிழ் - பிரெஞ்சு - இங்கிலிஷ் டிக்ஸனரி, மாசா மாசம் இயக்கத்துக்குக் காசு குடுத்துக்கான ரிசீட்டுகள், பெட்டியின்ர உள்பக்கச் சுவரில இடது பக்கம் அண்ணனின்ர படம், வலது பக்கம் தங்கச்சியின்ர படம், ரெண்டுக்கும் நடுவில நயினாதீவு நாகபூசணி அம்மாளாச்சியின்ர படம். இவ்வளவும்தான் இவன்ர நடப்பு அசையாச் சொத்துகள். அசையும் சொத்து எட்டாயிரம் ஃபிராங் வைச்சிருக்கிறான். பெட்டியை மூடிக் கட்டினான். போடர் கடக்க ஆள் ரெடி.

இந்தத் தருணத்திலதான், இவன் ஒரு பகுதியால ரம் மாஸ்டரைப் பற்றிக் கேள்விப்பட்டான்.

நம்மிட ஊரில எல்லாப் பரியாரிமாராலேயும் கைவிடப்பட்டு, பெரியாஸ்பத்திரியாலேயும் துண்டு வெட்டிவிடப்பட்ட கடும் வருத்தக்காரருக்கு எண்டு அங்கயிங்க சில மர்மத் திறமையுள்ள பரியாரிமார் இருப்பினம்தானே! அவயிட வைத்திய முறையும் ஒரு வித சூக்குமமாய் இருக்கும். எந்தப் பெரிய ராச நாகம் கடிச்சு உடம்பெல்லாம் நீலம் பாரிச்சுப் பல்லுக் கிட்டினாப் பிறகும், வெறும் வேப்பமிலையைத் தின்னக் குடுத்தே விசத்தை இறக்கிற வேலாயுதம் பரியாரி மண்கும்பானில இருக்கிறார். எந்தச் சிக்கலான பிள்ளைப் பெறுவிலும், கத்தி போட்டால் கூட தாயையும் பிள்ளையையும் காப்பாற்ற ஏலாது எண்டு கைவிட்ட பிறகும், ஆடாதொடை, செருப்படி நாகம், மாவிலங்குப் பட்டை எல்லாம் போட்டு அரைச்சுத் தென்னஞ் சாராயத்தில குழைச்சுத் தடவி தாய்க்கோ பிள்ளைக்கோ பழுதில்லாமல் விஷயத்தை முடிக்கிற வியாளிச் செல்லி காரைதீவில இருக்கிறா. ஆட்டிறைச்சிக் கறிப் பத்தியம் குடுத்தே ஆளைச் சுகப்படுத்திற

ஆட்டிறைச்சிப் பரியாரி பண்டியன்தாழ்வில இருந்தவராம். இவையள் மாதிரித்தானாம் ரம் மாஸ்டரும். எந்தக் கைவிடப்பட்ட, சீரழிஞ்ச அகதி வழக்கிலும் ஒரு சூக்குமமான துரும்பை அடிப்பாராம். அதுக்குக் காசு கூட வாங்க மாட்டாராம். ஆனால், கேஸ் வெண்ட உடன தண்ணி வாங்கிக் குடுக்கலாமாம்.

சரி எதுக்கும் கடைசியா ஒரு ட்ரை போடுவம் எண்டு போட்டு, இவன் ரம் மாஸ்டரிட்டப் போனான். ரம் மாஸ்டருக்கு ஒப்பிஸ் ஒண்டும் இல்ல. எந்த நேரம் பார்த்தாலும் 'தாஜ்மஹால்' தேத்தண்ணீக் கடையில பின் வாங்கிலில நல்ல வெறியில இருந்து பிரெஞ்சுப் பேப்பர் படிச்சுக்கொண்டிருப்பார். ஆனால், ஆளை அணுகிறதில ஒரு சிக்கல். ஆளைப் பிடிச்சுக்கொண்டால்தான் அவர் கேஸ் எழுதிக் குடுப்பார்.

ரம் மாஸ்டருக்கு இவனைப் பிடிச்சுக்கொண்டுது. கேஸ் எழுதிக் குடுக்க ஓமெண்டார். இவன்ர பழைய கேஸுகளையும் வந்த நிராகரிப்புத் தீர்ப்புகளையும் கவனமாய்ப் படிச்சார். ஜக்கெட்டின்ர இடது பொக்கட்டுக்குள்ள கையைவிட்டு ரெண்டு ஊத்தைத் தாள் எடுத்தார். வலது பொக்கட்டுக்குள்ளயிருந்து பென்ஸில் எடுத்தார். பேப்பரின்ர உச்சியில 'உ சிவமயம்' எண்டு எழுதிப் போட்டு, இவனைச் சில கேள்விகள் கேட்டார். வேற சகோதரங்கள் இருக்கா எண்டு அவர் கேட்பார் எண்டுதான் இவன் எதிர்பார்த்தவன். ஆனால், அவர் அதைப் பற்றியே கேக்கயில்ல. இவன் இடையில ஒருக்கா "மோசம் போன தங்கச்சி இருந்திருந்தால் இப்ப அவளுக்குப் பத்தொம்பது வயசிருக்கும்" எண்டு சொல்லியும் பார்த்தான். ஆனால், ரம் மாஸ்டர் இவனைப் பார்த்து "உம்மிட வீட்டில நாய் நிண்டதோ?" எண்டு ஒரு கேள்வியைக் கேட்டார்.

கிராமங்களில நாயில்லாத வீடு இருக்கோ! இவன் "ஓம்" எண்டான். "நாய்க்கு என்ன பெயர்?" எண்டு ரம் மாஸ்டர் கேட்டார். உண்மையில, இவன் வீட்ட நிண்ட நாயின்ர பெயரை மறந்து போயிருந்தான். பொதுவா, ஊரில நிக்கிற எல்லா நாய்க்கும் வீமன் இல்லாட்டி டைகர் எண்டுதான் பேர். இவன் தலையைச் சொறிஞ்சான். ரம் மாஸ்டர் இவன் இயக்கத்துக்கு ஆதரவு எண்டு ஒரு பக்கம் எழுதினார். அடுத்த பக்கம் முழுவதும், கடைசியா இவனைத் தேடிவந்த ஆர்மி இவன்ர வீட்ட நிண்ட நாயைச் சுட்டுப் போட்டு 'இதுமாதிரி உன்ர மகனையும் சுடுவம்' எண்டு இவன்ர அம்மாவிட்டச் சொல்லிப்போட்டுப் போனதாய் எழுதினார். அவ்வளவுதான் கேஸ். மொத்தமாய் ரெண்டு பக்கம்தான்.

"சொல்லும்... நாய்க்கு என்ன பேர் வைப்பம்?" எண்டு ரம் மாஸ்டர் கேட்டார். இவன் கொஞ்சம் யோசிச்சுப் போட்டு "சந்திரிகா எண்டு வைப்பம். கேஸ் விசாரிக்கிறவன் நாயின்ர பேரைப் பார்த்துப் போட்டு

எங்கிட குடும்பமே தமிழீழ ஆதரவுக் குடும்பம் எண்டு நினைப்பான்" எண்டு சொன்னான். ரம் மாஸ்டர் பென்ஸிலால இடது பக்க மூக்கைத் தடவிக் கொண்டே "உமக்கு மூளை கூடிப் போச்சு. அதுதான் பிரச்சினை" எண்டார். பிறகு இவன்ர வீட்டு நாய்க்கு அவர் 'ஜிம்மி' எண்டு பேர் வைச்சார்.

ரம் மாஸ்டர் கேஸை நேரடியாகவே பிறெஞ்சிலதான் எழுதியிருந்தார். கேஸின்ர சுருக்கத்தை இவனுக்குச் சொன்னார். ரெண்டு பக்கத்தைச் சுருக்கினால் என்ன வரும்? ஆர்மிக்காரன் நாயைச் சுட்டெண்டு வந்தது.

சரியாய் பதினொராம் நாள், இவனை மினிஸ்ட்ரிக்கு வரச் சொல்லிக் கடிதம் வந்தது. இயக்கத்தின்ர முத்துமாரியம்மன் கோயிலில போய் ஒரு அர்ச்சனை செய்து போட்டு விசாரணைக்குப் போனான். விசாரணை கிட்டத்தட்ட நாற்பது நிமிசம். இந்த முறை இவன் உணர்ச்சிவசப்படயில்ல. ஆனால், விசாரிச்ச வெள்ளைக்காரன் உணர்ச்சிவசப்பட்டதாய் தெரிஞ்சுது. விசாரணை முடிஞ்ச இருபத்திமூண்டாம் நாள், இவன்ர தபால் பெட்டிக்குள்ள அந்த யூலியஸ் அன்ரன் மனோரஞ்சன் எண்ட, வெள்ளையான, 8 cm x 24 cm அளவுள்ள மின்னிப் பேப்பர் ஒட்டின அகதிக் கார்ட் வந்து விழுந்துது.

இவன் ரம் மாஸ்டரைத் தண்ணியில குளிப்பாட்டினான். அகதிக் கார்ட் கிடைச்சதை இன்னும் இவனுக்கு நம்ப ஏலாமல் கிடக்கு. எப்பிடிக் கிடைச்சது? அதென்ன சூக்குமம்? அப்பிடியென்ன துரும்பை அடிச்சனீங்கள்? எண்டு ரம் மாஸ்டரிட்ட விடுத்து விடுத்துக் கேட்டான். ரம் மாஸ்டரோ கடைசி மட்டும் வாயே திறக்கயில்ல. அப்பிடித் திறந்தாலும் விஸ்கியைத்தான் ஊத்தினார்.

□ அம்மா - 2003

குரு வணக்கம்

மீண்டும் ரெஸ்ரோரண்ட் பற்றிய ஒரு கதையா எனத் தயவுசெய்து நீங்கள் சலித்துக்கொள்ளக் கூடாது. அது அப்படித்தான். நமது கவியொருவன் பாரிஸ் நகரத்து ரெஸ்ரோரண்டுகளைக் கட்டாய உழைப்பு முகாம்கள் எனச் சொன்னான். என்னால் இந்தக் கட்டாய உழைப்பு முகாம்களிலிருந்து என் சீவிய காலத்தில் தப்பிக்க முடியுமெனத் தோன்றவில்லை. பாரிஸ் நகரத்திலிருந்து வெளியேறும் பதினெட்டு வாயில்களிலும் அவர்கள் தீ வளர்த்துள்ளார்கள். பிரதான வீதிகளிலும் குச்சு ஒழுங்கைகளிலும் பிசுங்கான் ஓடுகளையும் முட்களையும் விதைத்துள்ளார்கள். வெந்நீரால் அலையெழுந்து என்னைப் புரட்டி மீண்டும் மீண்டும் கட்டாய உழைப்பு முகாம்களினுள் உருட்டிச் சென்று ஒதுக்கும்.

எனது சின்ன பாரிஸ் சீவியத்தில் முப்பத்து நான்காவது தடவையாக நான் ஒரு புதிய கட்டாய உழைப்பு முகாமினுள் தள்ளப்படலானேன். அது வெறும் விழுதுமான முகாம்.

அதிகாலை ஒரு மணிக்கு அறைக்கு வந்து ஒரு கூட்டாஞ்சோறு சமைத்து அல்லது அரைப் போத்தலை 'ஆ'வென விழுங்கிவிட்டு, கட்டிலில் வீழ விடுதலை. மீண்டும் அதே காலையில் எழுந்து, வெறும் வயிற்றில் சிகரெட்டை எரித்து ரயில் பிடிக்க ஓடிப் பின் 'புடுங்க' ஆரம்பிக்க வேண்டியதுதான்.

சமையலறையினுள் நுழையும்போது, கழுவும் தொட்டிகள் இரண்டும் முந்தைய இரவு வீசப்பட்ட கோப்பைகளாலும் சட்டிகளாலும் நுரைத்து வழியும். கழுவும் பகுதிக்குள் காலை எடுத்து வைக்க முடியாதவாறு தரையெங்கும் பண்ட பாத்திரங்கள் பரப்பப்பட்டிருக்கும். ஒரு யுத்தகளத்தை ஒத்ததாகக் கத்திகளும் மீன் வெட்டும் வாள்களும் இலக்குகளற்று வீசப்பட்டிருக்கும். கழுவும் மேடையில் ஆகக் குறைந்தது இரண்டு கண்ணாடிக் கோப்பைகளாவது உடைந்து சிதறிக் கிடக்கும்.

ஒருவாறு தந்திரமாக முதற்காலடியைக் கழுவும் பகுதிக்குள் பெரிய ஆபத்துகள் ஏதும் நேரிடா வண்ணம் எடுத்துவைத்து, அடுத்த அடியைத் தூக்க முன்பே யாராவது ஒரு சக தொழிலாளி, அன்றைக்கு நான் ஆய்ந்து கழுவ வேண்டிய கீரை அல்லது சலாத் பெட்டிகளுடன் வந்து, அவற்றை வைப்பதற்குக் கழுவும் பகுதியில் இடமில்லாததால்

"வணக்கம் அந்தோனி, இவற்றை எங்கே வைப்பது?" என்று கேட்பான். நானும் சற்றே உடலை முன்னால் வளைத்துத் தலையைத் தாழ்த்தி "இங்கே என் தலையில் வை" என்று சொல்வதுடன் எனது இன்னொரு வேலை நாள் ஆரம்பிக்கும்.

இந்த ரெஸ்ரோரண்டுடன் இணைந்து ஒரு தங்கும் விடுதியும் உள்ளது. மொத்தம் நாற்பது அறைகள். இரண்டுக்கும் ஒரு முதலாளிதான். முதலாளி என்று சொல்கிறேனே தவிர இதுவரை நான் முதலாளியைக் கண்ணால் கண்டதும் கிடையாது. பல வருடங்களாக பிரான்ஸின் தெற்குக் கடற்கரைப் பகுதியில் ஓய்வெடுத்துக்கொண்டிருக்கிறானாம்.

உணவருந்தும் மண்டபத்திலும் மதுபானச்சாலையிலும் வேலை செய்பவர்கள் எல்லோருமே வெள்ளையர்கள். அவர்களுக்கு மாலை நேரத்தோடு ஷிப்ட் முடிந்துவிடும். குசினிக்குள் நிற்கும் நான்கு – என்னோடு சேர்த்து ஐந்து – கறுவல்களுக்கும்தான் வெள்ளிடி. இரண்டு ஷிப்ட். எல்லாக் கறுப்பும் அசல் யாழ்ப்பாணத்துக் கறுப்புத்தான். 'செவ்' கறுப்பு, தான் கொழும்பில் பிறந்து வளர்ந்த கறுப்பென்று எங்களை ஏமாற்றினாலும், அதன் பேச்சிலிருந்து – 'இதை விட்டுவிட்டுப் போறியோ? என்ர கதிர மாதாவே' – அது சில்லாலை அல்லது பண்டத்தரிப்பு, இளவாலைக் கறுப்புத்தான் என்று நான் கண்டுபிடித்துள்ளேன்.

செவ் ஆறடிக்கு மேல் உயரும், நாலு உருளைக் கிழங்கு மூட்டைகள் பாரமுமுள்ள வட்டுருப்பான மனிதன். மீசையில் ஒரிரு நரைமுடிகள் மின்னினாலும், அவன் நாற்பது வயதுக்கும் குறைந்தவனாகவே இருக்கக் கூடும். எனினும் நாய்க்குணம். 'அம்பிளி வயரை' விழுங்கியவன் மாதிரிப் பேரோசையிட்டுக் குரைக்கக் கூடியவன். ஒற்றைக் கையால் ஒரு மாவு மூட்டையைத் தூக்கி வீசுவான். தாயோளி என்னதான் இரும்பனாய் இருக்கட்டுமே, ஒருநாளைக்கு நினைத்த காரியம் முடிக்கவென்று நினைத்து மூன்று 'பெக்' அடித்தேனென்றால், அன்றைக்குத் தெரியும் செப்பனுக்கு அல்லைப்பிட்டியானின் விளையாட்டு. இரண்டு பேரில் ஓரால் ஆஸ்பத்திரியில், மற்ற ஆள் மறியல் வீட்டில். இது நடக்காமல் விடாது.

இந்த நினைத்த காரியம் நிறைவேறாமல் தள்ளிப் போய்க் கொண்டேயிருப்பதற்கு ஒரு குழப்பான காரணமுண்டு. வேலை நேரங்களில் வெடு சுடு என்று நிற்கும் செப்பன் வேலை முடிந்ததும், மிகவும் நகைச்சுவையாகவும் விளையாட்டாகவும் பேச ஆரம்பித்துவிடுவான். சில இரவுகளில் தனது காரில் என்னை ஏற்றிக்கொண்டு போய் எனது அறையில் இறக்கிவிடுவான். மிக்க

சிநேகிதமாக இருப்பான். எனக்கு 'தண்ணி' கூட வாங்கித் தந்திருக்கிறான். நக்குண்டார் நாவிழந்தார்.

குசினியில் வேலை செய்யும் மற்றைய மூன்று பொடியன்களும் செப்பனுக்கு மடக்கம். நான் மட்டும்தான் அவ்வப்போது திறில் விளையாட்டுகள் விடுவேன். 'குளிருட்டப்பட்ட அறையினுள் போய் ஒரு 'கபியோ' மீன் எடுத்து வா' என்பதை செப்பன் "தம்பி டேய் உடன ஒரு 'கபியோ' கொண்டு வாறாய்" என்று பொடியனுக்குக் கட்டளையிடுவான். பொடியன் என்ன செய்வான்... வலப்பக்கத்துக் கம்பியில் இறால் கருகும், இடப்பக்கத்து அடுப்பில் மட்டியும் சிப்பியும் பொங்கி வழியும், இடையில் சூடாக்கும் பொறி 'கிக்கீ கிக்கீ' என அழைக்கும். வலக்கையில் கரண்டியோடும் இடக்கையில் எண்ணெய்யோடும் வாயில் உணவு ஓர்டர் டிக்கெட்டோடும் சுழன்று விளையாடிக்கொண்டிருக்கும் அவன் ஒரு செக்கன் நின்று நிதானித்து, புதிய கட்டளையைக் கிரகித்துக் கொள்வதற்கு முன்னாலேயே செப்பன் "அட வம்பில பிறந்தவனே, வலது குறைந்தவனே, வேசைக்குப் பிறந்தவனே, வெள்ளி பார்த்தவனே, பஞ்சிக்குப் பிறந்தவனே, பரதேசி நாயே இன்னுமா மீன் கொண்டு வாறாய்? எனக்கென்று வந்து வாய்த்தாய்" என்று அறம்புறமாய் குரைப்பான்.

ஒருநாள், ஒரு பொடியனுக்கு — இவன் சலாத் தயாரிப்பவன் — பொடியனின் அக்கா தங்கச்சியை எல்லாம் இழுத்து செப்பன் ஏசப் பொடியனுக்கு ஆற்றாமல் போனது. "என் வேலை பிடிக்காவிட்டால், வேலையை விட்டு என்னை விலக்கி விடுங்கள். தேவையில்லாத பேச்சுகள் பேச வேண்டாம்" என்றான். அதைக் கேட்டதும் செப்பன் அடுப்படிக்கும் ஐஸ் பெட்டிக்குமாகக் குதிக்கத் தொடங்கிவிட்டான். "அதுவோ? அப்படியோ? உனக்கு மட்டுமில்லை... உன்னைக் கூட்டிக்கொண்டு வந்து, வேலைக்குச் சேர்க்குமாறு என்னை ஊம்பினானே ஒரு குரங்கன், இரண்டு பேருக்கும் சேர்த்து அடிப்பேன். ஒழுங்கு மரியாதையாக வேலையைப் பார்" என்று மிரட்டினான்.

எனக்கு நடப்பவை எல்லாம் விளங்குவது மாதிரியும் இருக்கிறது, விளங்காத மாதிரியும் இருக்கிறது. செப்பனின் எல்லாக் கூத்தையும் கழுவும் பகுதியில் நின்று பார்த்தவாறே இருப்பேன். செப்பனோடு அநாவசியச் சண்டைகளுக்கு நான் போவதில்லை. ஆனால், செப்பன் சொல்லும் வேலைகளையும் செய்வதில்லை. மிக்க நிதானமாக, என்னால் எவ்வளவு வேலை சராசரியாகச் செய்ய முடியுமோ அவ்வளவுதான் செய்வேன். வேலைக்கு எப்போதுமே குறித்த நேரத்தில் காலையில் வருவேன். இரவில் குறித்த நேரத்தில், போட்டது போட்டபடியே கிடக்கப் புறப்பட்டுவிடுவேன். செப்பன் ஏதாவது உரக்க 'சவுண்ட்'

கொடுத்தால், வாத்தியாரின் பாடல்களை அதனினும் சவுண்டாக எடுத்து விடுவேன். அநேகமாக அந்தப் பாடல் 'ஓராயிரம் ஆண்டுகள் ஆகட்டுமே, நம் பொறுமையின் பொருள் மட்டும் விளங்கட்டுமே, வரும் காலத்திலே நம் பரம்பரைகள் நாம் அடிமையில்லை என்று முழங்கட்டுமே' என்பதாகயிருக்கும்.

என் கம்மாகோ சிக்காகோ போக்கைப் பார்த்துக் குசினியில் வேலை செய்யும் பொடியனுக்குப் பேராச்சரியம். செப்பனுக்கோ என்னை என்ன செய்வதென்று தெரியவில்லை. நான் இவனைப் போல எத்தனை செவ்வைக் கண்டிருப்பேன். ஆனால், அநேகமாகச் செப்பன் என்னைப் போன்ற ஒரு கோப்பை கழுவுபவனை இப்போதுதான் கண்டிருப்பான்.

"உன்னை வேலையை விட்டு நிறுத்தி விடுவேன்" என்றான். "ஆஹா அதைத்தான் எதிர்பார்க்கிறேன். CGT என்றால் என்னவென்று உனக்குத் தெரியுமா? FO தெரியுமா? இல்லை CDGT தன்னும் தெரியுமா?" என்று செப்பனைக் கேட்டேன். இவையெல்லாம் பிரான்ஸின் பெரிய தொழிற்சங்கங்கள். ஆனால், இவற்றாலான ஆகப் பெரிய பலன் இந்தச் சங்கங்களைப் பற்றிச் சரிவரத் தெரியாதவர்களிடம் இந்தச் சங்கங்களின் பெயர்களை உச்சரித்து மிரட்டுவது மட்டுமே. மற்றப்படிக்கு, இவற்றைவிட எங்களூர் பலநோக்குக் கூட்டுறவுச் சங்கங்கள் ஒப்பீட்டளவில் சிறந்தவையே.

செப்பனுக்கும் இந்தச் சங்கங்கள் குறித்துச் சரிவரத் தெரியாது என்றே நினைக்கிறேன். இப்போது, வேலையைவிட்டு நிறுத்துவது குறித்து அவன் என்னுடன் பேசுவதில்லை.

இப்போது உங்களுக்கு ஒரு சந்தேகம் எழலாம். சில்லாலை செப்பனுக்கு இந்தச் சங்கங்கள் குறித்துச் சரிவரத் தெரியாமல் இருக்கலாம். ஆனால், நமது ரெஸ்ரோரண்ட் மனேஜரான வெள்ளைக்காரத் தடியனுக்கு இந்தச் சங்கங்கள் பற்றித் தெரிந்திருக்கலாம்தானே? அது உண்மை. இந்தத் தொழிற்சங்க உத்தியோகத்தர்களை ஒரு சில எலும்புத் துண்டுகள் போட்டே மடக்கி விடலாம் என்று அந்தத் தடியனுக்குத் தெரிந்திருக்கும். ஆனால், நமது செப்பன் சமையலறைக்குள் எழும் எல்லாப் பிரச்சினைகளையும் கூடுமானவரை தன்னோடு வைத்திருக்கவே விரும்புவான். பிரச்சினை பெரிய இடத்திற்குப் போனால், சமையலறையை செப்பன் சரிவர நிர்வாகம் பண்ணாததால்தான் பிரச்சினை எழுகிறது என்று பெரிய இடம் கருதும். அது செப்பனின் பதவி, கௌரவம், சம்பள உயர்வு எல்லாவற்றையும் பாதிக்கலாம்.

ரெஸ்ரோரண்டோடு இணைந்து ஒரு தங்கும் விடுதி உள்ளதாகச் சொன்னேன் அல்லவா. அங்கிருக்கும் நாற்பது அறைகளையும் துப்புரவு

செய்து, படுக்கை விரிப்புகளை மாற்றிப் போட இரண்டு பெண்கள் இங்கே வேலை செய்கிறார்கள். ஒருத்தி நாற்பது வயது மதிக்கத்தக்க ஆபிரிக்கப் பெண்மணி, மற்றவள் நம் தமிழ்ப் பெட்டை. அவளுக்கு இருபத்தைந்திலிருந்து முப்பது வயதுக்குள் இருக்கலாம். இந்த இரண்டு பெண்களோடும் செப்பன் செய்யும் சேட்டைகள் சொல்லி மாளாது.

மதியத்திற்குச் சற்று முன்னதாக வேலையாட்கள் எல்லோரும் ஒன்றாக அமர்ந்து உணவருந்துவோம். அந்த ஆபிரிக்கப் பெண்மணிக்கு இந்த வெள்ளைக்காரச் சமையல் முறை பிடிப்பதில்லை. தனக்குப் பச்சை சலாத்தும் பழங்களும் தருமாறு செப்பனை வேண்டுவாள். செப்பன் அதற்குத் தீர்மானகரமாக மறுத்து விடுவான். அத்தோடு "எக்காரணம் கொண்டும் கறுப்பியை குசினிக்குள் விடாதீர்கள், அவள் எதையாவது திருடி விடுவாள்" என்று செப்பன் எங்களுக்குக் கட்டளையிட்டிருந்தான். செப்பன் வேலை முடிந்து தனது வீட்டுக்குப் போகும்போது, ஒரு பெரிய பை நிறைய வைன் போத்தல்களும் இறைச்சியும் கொண்டு போவதையும் நான் கவனிக்காமலில்லை.

தமிழ்ப் பெட்டையோடு செப்பன் எப்போதும் வக்கிரமாகவே பேசினான். அந்தப் பிள்ளையோ மெல்லச் சிரித்தவாறே போய்விடும். ஒருமுறை, நாங்கள் எல்லோரும் மேசையைச் சுற்றிவர அமர்ந்திருந்து உணவருந்திக் கொண்டிருக்கும்போது, செப்பன் தன் தேநீர்க் கோப்பையை அந்தப் பிள்ளையின் மார்புகளுக்குக் கீழே பிடித்து "கொஞ்சம் பால் விடும்" என்றான். அதற்குக் கூட அந்தப் பிள்ளை ஒன்றும் பேசவில்லை. "ம்ம்" என்று ஒரு சத்தம் மட்டுமே கொடுத்தாள். அவள் இப்படியான பேச்சுகளை ரசிக்கிறாளோ என்றுகூட நான் சந்தேகப்பட்டேன்.

தனக்குக் கீழே வேலை செய்பவர்களோடு இப்படியாகக் குமுதம் குத்தும் செப்பன் ரெஸ்ரோரண்டின் மனேஜரான தடியனிடம் பேசும்போது நீங்கள் பார்க்க வேண்டுமே, நாடகமே உலகம்.

அது கூழைக்கும்பிடாகவும் இருக்காது, சரிக்குச் சரியான பேச்சாகவும் இருக்காது. இரண்டுக்கும் இடைப்பட்ட ஒரு பதத்தில் கண்களை மருட்டி, இதழ்க்கடையில் புன்னகையைத் தேக்கி, தோள்களை ஏற்ற இறக்கங்களோடு குலுக்கி, ரெஸ்ரோரண்டின் முழுப் பாரத்தையும் ஏற்றிருப்பதால் தனக்கு ஏற்பட்டிருக்கும் 'வலி'யை வார்த்தைகளில் தடவி, எது வந்தாலும் சமாளிப்பேன் என்று தன் வலிமையை உரைத்து, அதிகம் ஏன் வளர்ப்பான்? அது பின்னவீன கால அடிமை மொழி என்றறிக.

காலையிலேயே செப்பனுக்கும் எனக்கும் சண்டை ஆரம்பித்துவிட்டது. வெந்நீர் தடைப்பட்டு மூன்று நாட்களாகிவிட்டன. இன்னும்

திருத்தவில்லை. நாலாம் நாளும் குளிர் நீரில் கழுவ முடியாது என்றேன். "இல்லைக் கழுவுறாய்" என்றான். "கழுவுவேன் ஒருநாளைக்கு அய்ம்பது ஈரோப்படி சம்பளம் கூட்டித் தா" என்றேன். "சம்பளப் பிரச்சினையை என்னோடு பேசாதே, முதலாளியோடு பேசு" என்றான். நான் எந்தக் காலத்தில் என் முதலாளியைக் கண்டேன்! "அப்படியானால் முதலாளியையே வரச் சொல். இந்தப் பச்சைத் தண்ணீர், சுடு தண்ணீர்ப் பிரச்சினையை முடிப்போம்" என்றேன். "இப்போது தயவுசெய்து கழுவு. மாலைக்குள் வெந்நீர் வர வகை செய்கிறேன்" என்று செப்பன் என்னைக் கெஞ்சவே ஆரம்பித்துவிட்டான்.

அன்று மாலை மூன்று மணிக்கு வேலை முடிய, நான் லா சப்பல் புறப்பட்டேன். செப்பனும் என்னோடு லா சப்பல் வருவதாகச் சொன்னான். கனடாவிலிருக்கும் அவனின் மனைவி, பிள்ளைகளுக்கு உண்டியலில் காசு அனுப்ப வேண்டுமாம். அவனின் காரில் போனோம். லா சப்பலில் ஒரு தேநீர்க் கடையில் உளுந்து வடை தின்று, இஞ்சிப் பிளேன் டீயும் குடித்தோம். எனக்கு வடை வேண்டித் தந்த உரிமையைப் பாவித்து, செப்பன் எனக்கு அறிவுரைகள் கூற ஆரம்பித்தான்.

'நாங்கள் இங்கு உழைக்க வந்தவர்கள். உழைப்பதிலேயே கண்ணாக இருக்க வேண்டும். நாம் வெள்ளையர்கள் அல்ல. அக்கா, தங்கச்சி என்று பொறுப்புள்ளவர்கள் — எனக்கு மூன்று தங்கைகள் என்ற விவரம் செப்பனுக்கு எப்படியோ தெரிந்திருந்தது — ஊருக்கு ஒழுங்காகக் காசு அனுப்ப வேண்டும். வாயைக் கட்டி வயிற்றைக் கட்டி, சீட்டுக் கட்டி, தங்கச்சியைக் கட்டிக் கொடுக்க வேண்டும். இப்போது பிரான்ஸில் வேலை கிடைப்பது மிகக் கடினம். கிடைத்தாலும் என்னைப் போல் பாவத்திற்குப் பயந்த செப் அமைவது அதைவிடக் கடினம். எனவே கிடைத்த வேலையைக் குழப்பாமல் ஒழுங்காகச் செய்› என்பதாக அவன் அறிவுரைகள் அமைந்தன.

செப்பனும் நானும் தேநீர்க் கடையிலிருந்து வெளியே வந்தோம். "எனக்கு மொம்பரனாஸில் ஒரு அலுவல் இருக்கிறது. அதை முடித்துக் கொண்டுதான் மீண்டும் ஆறு மணிக்கு வேலைக்கு வரவேண்டும். நான் புறப்படுகிறேன்" என்று செப்பனுக்குச் சொன்னேன். "நில், ஒரு சிகரெட் புகைத்துவிட்டுப் போவோம். நான் காரினுள் சிகரெட் புகைப்பதில்லை" என்று செப்பன் சொன்னான். இருவருமாக லா சப்பல் நடைபாதைக் கம்பிகளில் சாய்ந்து நின்று புகைத்துக்கொண்டிருந்தோம்.

அந்த வீதி முழுவதும் நடைபாதைத் தடுப்புக் கம்பிகளில் ஈழத் தமிழர்கள் சாய்ந்து நின்றார்கள். வாகனங்களிலிருந்து முருங்கைக் காய்களும் கட்டுக்கட்டாக் கறிவேப்பிலையும் இறக்கப்படுகின்றன. முதன்முதலாகப் பாரிஸுக்கு வரும் ஒருவனை நேரே கொண்டு

வந்து லா சப்பலில் இறக்கினால், அவன் ஏஜென்ஸிக்காரன் தன்னை ஏமாற்றி மறுபடியும் வவுனியாவுக்கோ மன்னாருக்கோ கொண்டுவந்து விட்டிருப்பதாகத்தான் நினைப்பான்.

இப்போது, செப்பன் வாயால் மெதுவாக ஒரு ஒலியையை கிளப்பினான். ஊரில் வண்டி மாட்டை நிறுத்தும்போது 'ஓஓஓ' என்று அவரோகணத்தில் ஒலி எழுப்புவோமே... கிட்டத்தட்ட அதே குறிப்புகள்தான். ஒலியை கிளப்பிய செப்பன் சிகரெட்டை மெதுவாக முதுகுக்குப் பின்னால் கொண்டுவந்து, பின்பு மெதுவாகக் கீழே நழுவவிட்டு, அதைச் சப்பாத்துக் காலால் மிதித்து அணைத்தான். உதடுகளை நாவால் தடவிக்கொண்டான்.

எனக்குப் பெரும் ஆச்சரியம் கிளம்பியது. நமது செப்பன்தான் சாதாரணமாக யாருக்கும் மரியாதை கொடுக்காதவன் ஆயிற்றே. ஆக நம் செப்பனும் யாருக்கோ தனது சிகரெட்டைக் கீழே போட்டு மரியாதை செய்கிறான். செப்பனின் முகத்தில் ஒரு பணிவும் அவன் உடலசைவுகளில் ஒரு நெகிழ்வும் தொற்றுவதை நான் கவனித்தேன். அந்த மரியாதைக்குரியவர் வீதியில் நடந்துவந்தார். அவரது கையில் ஒரு குழந்தை. அவருக்குப் பின்னால் பதின்மூன்று, பதினான்கு வயது மதிக்கத்தக்க இரண்டு சிறுமிகள். ஆகக் கடைசியாக ஒரு நடுத்தர வயதுப் பெண். பட்டுச் சேலை உடுத்தி, அதன்மேல் அங்கி அணிந்திருந்த அப்பெண் உண்மையிலேயே ஒரு பேரழகி, மரியாதைக்குரியவரின் பின்னே ஓட்டமும் நடையுமாக வந்தார்.

மரியாதைக்குரியவர் செப்பனை நெருங்கியதும், செப்பன் என்னிடம் "எனது மாஸ்டர்..." என்று முணுமுணுத்துவிட்டு, மரியாதைக்குரியவர் முன்னால் தலைசாய்ந்து 'வணக்கம்' சொன்னான்.

நான் கூட இந்த முப்பத்தைந்து வயதிலும், எனக்கு வேலணை சென்ரல் ஸ்கூலில் படிப்புச் சொல்லித் தந்த ஒரு மாஸ்டரை லா சப்பல் தெருவில் காண நேர்கையில், வில்லாய் வளைந்து பணிவதுண்டு. அந்த மாஸ்டர் ஓங்குதங்காய் இருப்பார். எப்போதும் கோட் சூட் அணிந்துதான் காணப்படுவார். அவர் எனக்கு விஞ்ஞான ஆசிரியர். நமது ஊர் வாத்தியார்களின் கோலம் குறிகளை வைத்தே அவர் என்ன பாடம் நடத்தும் வாத்தியார் என்று ஒரளவு கண்டுபிடித்து விடலாம் என நம்புகிறேன்.

மரியாதைக்குரியவருக்கு ஏறக்குறைய அய்ம்பது வயதிருக்கும். வெள்ளைச் சட்டையும் தொளதொளத்த காற்சட்டையும் நெற்றியில் வீட்டுக்கு வெள்ளையடித்த கணக்காய் விபூதி தீற்றி அதிலொரு ஈரோ நாணயமளவுக்குச் சந்தனப் பொட்டுமாக இருந்தார். அவரின் மிக

மெதுவான ஆனால், ராகம் இழுக்கும் பேச்சைக் கவனித்த நான் அவர் செப்பனின் தமிழ் மாஸ்டராகத்தான் இருந்திருப்பார் என்ற முடிவுக்கு வந்தேன். என்ன தமிழ் படித்து என்ன பிரயோசனம்? செப்பனுக்குத் தமிழில் புண்டை, சுண்ணியைத் தவிர வேறு வார்த்தைகள் தெரியமாட்டேன் என்கிறதே!

செப்பனைக் கண்டதில் மாஸ்டர் மகிழ்வுற்றவராகத் தெரிந்தார். அப்பேரழகியை அழைத்து "இவரைத் தெரிகிறதா?" என்று செப்பனைக் காட்டிக் கேட்டார். செப்பன் இளித்துக்கொண்டு நிற்க, அப்பேரழகி "தெரிகிறது" என்று ஒற்றை வார்த்தை பேசினார். பின்பு மாஸ்டரும் செப்பனும் பாரிஸ் வழமையையொட்டி; எங்கே வேலை செய்கிறார்கள், வேலை பிரச்சினையில்லையா, சம்பளம் எப்படி, வேலை செய்யுமிடத்தில் வேறு தமிழர்களும் இருக்கிறார்களா என்பவை குறித்துப் பேசிக்கொண்டார்கள். "வேறு தமிழர்களும் கூடவே வேலை செய்தால் நிச்சயம் பிரச்சினைதான், முதலாளிக்குக் கோள் சொல்வார்கள்" என்று மாஸ்டர் ஒரு கருத்துச் சொன்னார். செப்பன் என்னைப் பார்த்தான். என்னயிருந்தாலும் கல்வியாளன் கல்வியாளன்தான் என்ற வியப்போடு நான் மாஸ்டரைப் பார்த்தேன்.

செப்பன், மாஸ்டருக்கு முன்னால் படு பயங்கரமாகப் பம்மினான். எனக்கென்னவோ மாஸ்டரைப் பார்த்தால் ஒரு இளிச்சவாயனாகத்தான் தெரிந்தார். இதனால் அவர் தமிழ் வாத்தியாரே என்ற கணிப்பு மேலும் உறுதிப்படலாயிற்று. ஆனால், மூஞ்சிதான் அப்படி. மாஸ்டரின் பேச்சுப் படு டெக்னிக்கலாக இருந்தது.

மாஸ்டர் தனது ஒரு மகளைச் செப்பனுக்குக் காண்பித்து, அவள் கடந்த ஆடி மாதத்தில் பெரிய பிள்ளையாக ஆகிவிட்டாள் என்றும் ஆனால், தனக்கும் மனைவிக்கும் ஒருசேர நீண்ட விடுமுறை கிடைக்காததால், விடுமுறை கிடைக்கும் இங்கிலிசுக்குப் பெப்ரவரியும் தமிழுக்குத் தையுமான மாதத்தில், முத்துமாரியம்மன் கோயில் மண்டபத்தில் சடங்கும் விழாவும் நடத்த இருப்பதாகவும் அவ்விழாவுக்குக் கட்டாயம் செப்பன் வந்துவிட வேண்டுமென்றும் திரும்பத் திரும்ப வேண்டுகோள் விடுத்தார். அந்தச் சிறுமியோ எங்களுக்கு முதுகைக் காண்பித்தவாறே வீதியைப் பராக்குப் பார்த்துக்கொண்டிருந்தாள். மாஸ்டர், செப்பனைப் பார்த்து "சின்னதாகச் சடங்கு செய்வோமென்றுதான் என் பெண்சாதி சொல்கிறாள். ஆனால், பாரிசில் மட்டும் கல்யாண வீடென்றும் பிறந்த நாள் கொண்டாட்டம் என்றும் நான் கொடுத்த காசே ஒரு இலட்சத்துக்கு மேல் வரவேண்டியிருக்கிறது" என்றார்.

"அது சரி. மூத்த பெண், சிறப்பாகத்தானே செய்ய வேண்டும்" என்ற செப்பன் "இப்போது எங்கே போய்விட்டு வருகிறீர்கள்?"

என்று மாஸ்டரைக் கேட்க, மாஸ்டர் மிகுந்த பதற்றத்துடன், தனது குடும்பத்திற்கே கொஞ்சக் காலமாகச் சனியன் பிடித்திருப்பதாகவும் அதனால் குடும்பத்துடன் போய் மாணிக்கப் பிள்ளையார் கோயிலில் சனியனுக்கு எள்ளெண்ணெய் எரித்துவிட்டு வருவதாகவும் கூறிவிட்டு, பெண்சாதி, பிள்ளைகளை இழுத்துக்கொண்டு புறப்பட்டார்.

மாஸ்டர் சற்றுத் தூரம் போகும்வரை பார்த்துக்கொண்டிருந்த செப்பன் என்னிடம் "எப்படியிருந்த மனிதன் இப்படி உடைந்து போனார்" என்றான். பின்பு "ஆனாலும் மனிதர் எரிக்கும் தொழிலை விடவில்லை. முன்பு பொடியள் தவறு செய்தால் எண்ணெய்யில் துணியைத் தோய்த்து, அதைத் தவறு செய்தவனின் விரலில் சுற்றி எரிப்பார். இப்போது எள்ளெண்ணெய்யால் சனியனை எரிக்கிறார்" என்றான்.

"விரலில் எண்ணெய்த் துணி சுற்றி எரிப்பதோ? இது என்ன விளையாட்டு? அது எந்தப் பள்ளிக்கூடம்?" என்று செப்பனிடம் கேட்டேன்.

செப்பன் ஒரு விநாடி நிதானித்தான். பின்பு உதடுகளை மடித்து மெல்லிய குரலில் "அவர் எனக்கு ஒரத்தநாடு பயிற்சி முகாமில் மாஸ்டராக இருந்தார்" என்றான்.

□ அம்மா – 2003

விலங்குப் பண்ணை

ஆயிரத்துத் தொள்ளாயிரத்து எண்பத்திரண்டாம் ஆண்டு, நான் ஏழாவது வகுப்பில் பாஸாகி எட்டாம் வகுப்புக்குச் சென்றேன். சென்ற ஆண்டிறுதிப் பரீட்சையில் சித்தியடையாத, பழைய எட்டாவது வகுப்பு மாணவன் ஒருவன் இப்போது எங்களுடன் மறுபடியும் எட்டாவது வகுப்பில் படித்தான். எங்கள் இருவருக்கும் சில ஒற்றுமைகள் இருந்தன. இருவரும் அதிக தலைமுடியுடன் காணப்பட்டோம். இருவரும் சீத்தைத் துணியில் தைக்கப்பட்ட பூப்போட்ட சட்டைகளும் 'புளுட்ரில்' துணியில் காற்சட்டைகளும் அணிந்திருந்தோம். இருவருமே வேதக்காரர்கள். அதாவது, A B C D எனப் பிரிக்கப்பட்டிருந்த எட்டாவது வகுப்பின் நான்கு பிரிவுகளிலும் நாங்கள் இருவர் மட்டுமே வேதக்காரர்கள். எல்லாவற்றையும் விட, எங்கள் இருவரது பெயர்களும் கூட ஒன்றாகவிருந்தன. நான் ஜெ. அன்றனி, அவன் ம. அன்றனி.

ம. அன்றனியை நான் முன்பே பாடசாலை வளவுக்குள்ளும் தெருவிலும் சந்தித்திருந்த போதிலும், அவனுடன் பேசியதில்லை. அவன் நெடுநெடுவென வளர்ந்தவன். ஆனால், மிகவும் ஒல்லியானவன். எப்போதுமே நோயாளி போலவே காணப்படுவான். அவன் இப்போது வகுப்பறையின் கடைசி வாங்கினை என்னுடன் பகிர்ந்துகொண்டான். நான் படிப்பிலே மத்திமமான மாணவன் என்ற போதிலும், உயரம் அதிகமாகையால் கடைசி வாங்கினில்தான் அனுமதிக்கப்பட்டிருந்தேன்.

வகுப்புகள் தொடங்கிய அன்று முதலாவது பாடம் சமயம். இந்து சமய ஆசிரியர் ஜெகசோதி வகுப்புக்குள் வந்துவிட்டார். வந்தவரத்தில் பாடத்தையும் ஆரம்பித்துவிட்டார். எங்களது வகுப்பிலே மிக இனிமையாகப் பாடக்கூடிய பெண்ணொருத்தி இருந்தாள். அவளுக்கு நாங்கள் 'கே.பி. சுந்தராம்பாள்' என்று பட்டம் கூட வைத்திருந்தோம். வாத்தியார் அவளை அழைத்து ஒரு தேவாரம் பாடச் சொன்னவுடன் அவள் பாட ஆரம்பித்தாள். ம. அன்றனியின் பெயரில் இருந்து அவனும் கிறிஸ்தவன்தான் என்பது எனக்குத் தெரியும். அவனைப் பார்த்தேன். அவன் கண்களை மூடிக்கொண்டிருந்தான். முன்னைய வருடங்களில், முதல்நாள் சமய பாட வகுப்பில் இந்து சமய வாத்தியார் "வகுப்பில் யாராவது வேதக்காரர்கள் இருக்கிறார்களா?" என்று கேட்பார். நான் எழுந்து நிற்பேன். "போய் அஸெம்பிளி ஹோலில் இரு. கிறிஸ்தவ

சமயத்தைக் கற்பிக்க ஆசிரியர் வருவார்" என்பார். நானும் மூன்று வருடங்களாகத் தட்டத் தனிய அஸெம்பிளி ஹோலில் காத்திருக்கிறேன். வேதக்கார வாத்தியார் வந்தபாடில்லை. இவ்வளவுக்கும், கிறிஸ்தவ சமயத்தைச் சேர்ந்த ஒரு வாத்தியார் எங்கள் பாடசாலையில் இருந்தார். அவர் சமூக கல்வியும் ஆங்கிலமும் கற்றுக் கொடுத்துவந்தார். மற்றைய நேரங்களில் புகைப்படம் பிடிப்பது, தபால் தலைகள் விற்பது போன்ற உப தொழில்களையும் செய்து வந்தார்.

நான் எழுந்து ஜெகசோதி வாத்தியாரிடம் "சேர்... நான் கிறிஸ்தவ சமயம்" என்று அறிவித்தேன். "வேறு யாராவது கிறிஸ்தவர்கள் வகுப்பில் இருக்கிறார்களா?" என்று வாத்தியார் கேட்டார். ம. அன்ரனியும் எழுந்து நின்றான். வாத்தியார் எங்கள் இருவரையும் அஸெம்பிளி ஹோலுக்கு அனுப்பினார்.

நாங்கள் இருவரும் அஸெம்பிளி ஹோலுக்குப் போய், ஒரு மூலையில் இருந்தோம். சற்றுநேரத்தில் அவ்வழியால் சென்ற அதிபர் "ஏன் இங்கு இருக்கிறீர்கள்?" எனக் கேட்டார். "கிறிஸ்தவ சமயப் பாடம்" என்றேன். "இருங்கள் மாஸ்டர் வருவார்" என்று கூறிவிட்டுச் சென்றார். நான் அந்தப் பள்ளிக்கூடத்தில் இருந்து விலகும் வரை கிறிஸ்தவ சமய ஆசிரியர் வரவேயில்லை.

ம. அன்ரனியிடம் நான் பேசிய முதல் வார்த்தை "என்ன உடம்பு சுகமில்லையா?" என்பதாயிருந்தது. அவன் எனக்குக் கூறிய முதல் மறுமொழி "பசிக்குது" என்பதாயிருந்தது. அதிர்ந்து போய்விட்டேன்.

பசியைப் பார்த்து நான் அதிர்ந்து போகவில்லை. எனக்கு நினைவு தெரிந்த நாளிலிருந்தே பசி மிகவும் பழக்கமானது. அது என் வயிற்றிலேயே குடியிருக்கும் மிருகம். அந்தக் கொடிய மிருகம் என் வயிற்றை எப்போதும் பிராண்டிக்கொண்டேயிருந்தது. பசி எனது கற்பனையில் தேவாங்குக்கும் நரிக்கும் நடுவிலான, உடலெல்லாம் புசுபுசுவென ரோமங்கள் கொண்ட ஒரு வெண்ணிற மிருகமாயிருந்தது. ஆனால், பசிக்கிறது என்பதை வீட்டைவிட்டு வெளியே வந்தால் மற்றவர்களிடம் சொல்ல முடியுமா...

ம. அன்ரனி என்னிடம் சொல்கிறான். அதுதான் என் அதிர்வுக்குக் காரணம்.

நான் முதலாம் வகுப்புப் படிக்கும்போது, புவனம் ரீச்சர் மாணவர்களிடம் "இன்று என்ன சாப்பிட்டீர்கள்?" என வகுப்பில் கேட்பார். அப்போதெல்லாம் இந்தக் கேள்வியளவுக்கு இன்னொரு கேள்வி என்னைப் பயமுறுத்தியதில்லை. அநேகமாகக் காலையில் வீட்டில் சாப்பாடு இருக்காது. சில நாட்களில் கிடைக்கும். அது

'திரிபோசா' மாவுருண்டையாக இருக்கும். எனினும் நான் "இன்று இடியப்பமும் சம்பலும் மீனும் சாப்பிட்டேன்" என்று வகுப்பில் பொய் சொல்வேன். அநேகமாக, இந்தச் சமூகத்தில் நான் சொன்ன முதல் பொய் அதுவாகத்தான் இருக்கக்கூடும்.

இப்போது, எனது மூத்த சகோதரன் ஊரில் ஒரு தேநீர்க் கடையில் வேலை செய்வதால், காலையில் ஒரு ராத்தல் பாண் பெறக் கூடியதாயிருந்தது. நாங்கள் நான்கு பிள்ளைகளும் பகிர்ந்து சாப்பிடுவோம். கடைசித் தம்பிக்கும் தங்கச்சிக்கும் அச்சுப் பாணில் இருக்கும் கருகிய ஓரப்பகுதி பிடிக்காது. அதை அம்மாவுக்குக் கொடுப்பார்கள்.

பண்டிகைகளுக்கு அடுத்த நாட்களைத் தவிர அல்லது பப்பா கொழும்பிலிருந்து வந்து ஊரில் நிற்கும் ஆரம்ப நாட்களைத் தவிர மற்றைய நாட்களில் பாடசாலைக்குக் கட்டிக்கொண்டு போக எனக்குச் சாப்பாடு கிடைக்காது. சில நாட்களில் ஒரு இருபத்தைந்து சதம் கிடைத்துவிடும். அதற்கு கார்த்திகேசு கடையில் ஒரு ஐஸ்பழம் வாங்கிச் சூப்பலாம். பசி அடங்கிய மாதிரித் தோன்றும். பகல் ஒரு மணிக்கு மீண்டும் வகுப்புகள் தொடங்கும்போது, காத்திருந்த மிருகம் வயிற்றுக்குள் கடித்துக் குதறத் தொடங்கும். எனினும், நான் எப்போதுமே என் பசியை வீட்டுக்கு வெளியே யாரிடமும் சொன்னதில்லை. எனது வகுப்புத் தோழர்களுக்கு எனது கொட்டில் வீட்டை கல் வீடு எனவும் எங்களிடம் வரதலிங்கம் மாஸ்டரிடம் உள்ளதைவிடத் திறமான வி.எஸ்.ஏ மோட்டர் சைக்கிள் இருக்கிறது எனவும் கொழும்பில் யாழ்தேவி புகையிரதத்தில் லேஞ்சி போட்டு சீட் பிடித்து அதை ஒரு ரூபாய்க்கும் இரண்டு ரூபாய்க்கும் விற்கும் என் பப்பாவை அரசாங்க அதிகாரி என்றும் புளுகி வந்தேன். இதில் பப்பாவின் உத்தியோகத்தை அடிக்கடி மாற்றிக் கூறிவந்ததற்கு எனது மறதி ஒரு காரணம். என் பப்பா கஸ்டம்ஸ், பொலிஸ், மாஸ்டர் என்று பல்வேறு பதவிகளை என் புண்ணியத்தில் வகித்துவந்தார்.

முக்கியமாக, நான் மதிய இடைவேளையில் பட்டினியாக இருப்பதை யாருக்கும் காட்டிக்கொள்வதில்லை. மதிய உணவு மணி அடித்ததும், வகுப்பறையிலிருந்து வெளியே வந்து மைதானத்திலோ வீதியிலோ சுற்றுவேன். என்னைத் தவிர என்னுடைய வகுப்பில் இருந்த மற்றவர்கள் எல்லோரும் மதியச் சாப்பாடு கட்டிக்கொண்டு வருபவர்களே. அதிலும் சிலருக்கு, பத்து மணிக்கு விடும் 'சோர்ட் இன்ரெவலில்' கூட கன்ரீனில் வடையும் வாய்ப்பனும் சாப்பிடுமளவுக்கு வசதியிருந்தது. வகுப்பில் பாடங்களைக் கவனிப்பதைவிட, என் வயிற்றில் வாழும் விலங்குடன் போராடுவதிலும் எனது 'பவரை'க் காட்டுவதற்கு என்னென்ன பொய் சொல்லலாம் என்று சிந்திப்பதிலுமே எனது பள்ளிக் காலம் கழிந்தது.

ம. அன்ரனியிடம் இந்தப் பேச்சுக்கே இடமில்லை. அவன் பசியைக் கண்டு ஒளியவில்லை. அதை நேருக்கு நேரே சந்தித்தான். தன் வறுமையைக் கண்டு அவன் வெட்கப்படவில்லை. அதை எனக்குத் தெட்டத் தெளிவாக அறிவித்தான். இப்போதெல்லாம், மதிய உணவு மணி அடித்ததும் நானும் ம. அன்ரனியும் தெருவுக்கு வருவோம். அவன் பசியைத் தணிப்பதற்குச் சில உத்திகள் வைத்திருந்தான். பாடசாலையிலிருந்து வங்களாவடிக்குப் போகும் வீதியின் இருமருங்கிலும் சீமைக்கிளுவை மரங்கள் நிறைந்திருக்கும். நாங்கள் கிளுவங்காய்களைப் பறித்துத் தின்போம். மயிலப்புலம், சோளாவத்தைப் பகுதிகளில் புல்லாந்திச் செடிகள் காணக்கிடைக்கும். அவற்றின் சின்னஞ் சிறிய பழங்களைப் பிடுங்கித் தின்போம். நாகதாளிச் செடிகளில் பழங்கள் பிடுங்கி, நட்சத்திர முள்ளைக் கவனமாக அகற்றி ம. அன்ரனி எனக்குச் சாப்பிடத் தருவான். புல்லாந்திப் பழத்தையும் கிளுவங்காயையும் சாப்பிட்டுவிட்டு எனத்தைப் படிப்பது? மனம் முழுவதும் சுவையான உணவுகளைப் பற்றிய கற்பனைகளே மிதந்துகொண்டிருக்கும். ஐந்தாம் வகுப்புப் படிக்கும்வரை பாடசாலையில் பிஸ்கட் தருவார்கள், இப்போது இந்தப் பெரிய பாடசாலைக்கு வந்த பின்பு அதுவுமில்லை. யோசித்துப் பார்க்கும்போது ஃபெயில் விட்டு ஃபெயில் விட்டு ஐந்தாம் வகுப்பிலேயே இருந்திருக்கலாம் என்றிருக்கும்.

எங்களுக்குக் கணிதம் படிப்பித்த வாத்தியாருக்கு இருபத்தைந்து வயதிருக்கலாம். அவருக்குப் பொடியள் 'எட்டு ஸ்ரீ' என்று பட்டம் வைத்திருந்தார்கள். அதாவது எங்கள் தொகுதிப் பாராளுமன்ற உறுப்பினருக்கு எட்டாயிரம் ரூபாய் லஞ்சம் கொடுத்து அவர் இந்த வாத்தியார் வேலையைப் பெற்றுக்கொண்டாராம். எங்கள் பாடசாலையில் மூன்று ஸ்ரீ-யிலிருந்து இருபது ஸ்ரீ-வரை பல ஆசிரியர்கள் இருந்தார்கள். எட்டு ஸ்ரீக்கு கணித மாஸ்டர் வேலையைவிட, கராட்டி மாஸ்டர் வேலைதான் மிகப் பொருத்தமாக இருந்திருக்கும். ஆள் நுள்ளான். ஆனால், எங்களுக்கு அடிக்கும்போது, எதிரிக்கு அடிப்பது போலத்தான் அடிப்பார். ஆனால், எங்கள் வகுப்பிலேயே மிகவும் அமைதியாகவும் சிவப்பு நிறமாகவும் காணப்படும் மணிமேகலைக்கு என்றுமே அவர் அடித்தில்லை. பத்தாவது படிக்கும்போது, எட்டு ஸ்ரீ மணிமேகலையைக் கூட்டிக்கொண்டு ஓடிவிட்டார். பொலிஸ்காரர்கள் பள்ளிக்கூடத்திற்கு வந்து போனார்கள்.

ஒருமுறை, பசி மயக்கத்தில் இருந்த ம. அன்ரனியை எட்டு ஸ்ரீ அடித்த அடியில் ம. அன்ரனி மயங்கி விழுந்துவிட்டான். இன்னொரு தடவை, விஞ்ஞான டீச்சர் மிஸிஸ் இராசையா அவனைப் பிடித்து உலுக்கி "ஏனடா நித்திரை கொள்ளவா இங்கே வருகிறாய்?" என்று கேட்டபோது ம. அன்ரனி மரமாய் நின்றிருந்தான். "போய் உங்கள் சாதித்

தொழிலைப் பார், உனக்கு எதற்கு சயன்ஸ்?" என்று மிஸிஸ் கந்தையா கேட்டார். வகுப்பில் இருந்த எல்லோருடைய சாதி விவரங்களையும் மிஸிஸ் கந்தையா விரல் நுனியில் வைத்திருந்தார். எப்படி இந்த சாதி விவரங்களைத் திரட்டினார் என்பது தெரியவில்லை. விஞ்ஞான டீச்சர்! அவருக்கு தெரியாத விதிகளா, பரிசோதனை முறைகளா? ஏதாவது ஆராய்ச்சி செய்து கண்டுபிடித்திருப்பார்.

வெள்ளிக்கிழமைகளில் மாணவர்கள் 'வைட் அண்ட் வைட்' போட்டுக்கொண்டு வரவேண்டும் என்றொரு அவசரச் சட்டம் பாடசாலையில் கொண்டுவரப்பட்டது. என்னுடைய முதற் சற்பிரசாத்திற்காகத் தைக்கப்பட்ட எனது வெள்ளைச் சட்டை இப்போது எனக்கு அளவாக இராது. அதை என் தம்பி போட்டிருக்கிறான். அவனிடம் கெஞ்சி மன்றாடி வாங்கி, வெள்ளிக்கிழமைகளில் அந்தச் சட்டையைப் போட்டுக்கொண்டேன். அந்த வெள்ளைச் சட்டை தொப்புள் வரைதான் வரும். அடிக்கடி கீழே இழுத்துவிட்டுச் சமாளிக்க வேண்டியிருந்தது. வெள்ளைக் காற்சட்டை கிடைக்கவில்லை. அதற்கு பப்பா கொழும்பிலிருந்து வரும்வரை பொறுத்திருக்க வேண்டும். வெள்ளிக்கிழமை காலைகளில் ஒரு வெறிநாயின் மூர்க்கத்துடன் அதிபர் பாடசாலையின் முன்வாசலில் நின்றிருப்பார். 'வைட் அண்ட் வைட்' போட்டு வராத மாணவர்களின் குண்டிகள் அவரின் பிரம்பால் பழுத்தன. நான் வெள்ளிக்கிழமைகளில் பாடசாலைக்கு மட்டம் போடத் தொடங்கினேன். என் வீட்டு நிலைமை தெரியாத மாணவர்கள் திங்கட்கிழமை காலையில் "பள்ளிக்குக் கள்ளம் பழஞ்சோத்துக்குக் காவல்" என்று பொருத்தமில்லாமல் என்னைப் பழிக்கத் தொடங்கினர். ஆனால், ம. அன்ரனி வெள்ளிக்கிழமைகளிலும் பாடசாலைக்குப் போனான். அவனிடமும் 'வைட் அண்ட் வைட்' கிடையாது. ஆனால், அவன் அதிபரின் அடியை ஏற்றுக்கொண்டான். அவனுக்கு எதையும் நேருக்கு நேர் சந்தித்துத்தான் பழக்கம். இப்படியான சில விறுமத்தடியன்களை அடித்தும் உதைத்தும் பார்த்துத் தோல்வி கண்ட அதிபர் இறுதியில் 'வைட் அண்ட் வைட்' போடும்வரை அவர்கள் வெள்ளிக்கிழமைகளில் பாடசாலைக்கு வரக்கூடாது எனத் தீர்ப்பிட்டார்.

ஒருமுறை 'பெரிய வியாழன்' அன்று நானும் ம. அன்ரனியும் சின்னமடு தேவாலயத்திற்கு ஒரு திட்டத்துடன் சென்றிருந்தோம். அவன் சின்னமடு ஆலயப்பங்கைச் சேர்ந்தவன். இயேசுக்கிறிஸ்து சீடர்களுடன் அருந்திய கடைசி இராப்போசன விருந்தைப் பெரிய வியாழன் அன்று கொண்டாடுவார்கள். அன்று பன்னிரண்டு சீடர்களின் கால்களையும் வாசனைத் திரவியங்களாலும் பன்னீராலும் இயேசு கழுவி அவர்களுக்கு விருந்தளித்தாராம். அதை நினைவு கூரும் முகமாக, பாதிரி பன்னிரண்டு சிறுவர்களது கால்களைப் பச்சைத் தண்ணீரால்

கழுவிவிட்டு, ஆளுக்கு ஒரு றாத்தல் பாண் கொடுப்பான். நாங்கள் இருவரும் சின்னமடு மாதாவுக்கு வைத்த நேர்த்தி வீண்போகவில்லை. அன்றிரவு, என் வயிற்றினுள் கிடந்த மிருகம் உறங்கிற்று.

சுகாதாரப் பாடத்தில் உணவு - சமிபாடு - பெருங்குடல் - சிறுகுடல் - குதம் என்று ஆசிரியர் படம் போட்டுக் காட்டி விளக்குகையில், நான் அந்தப் படத்தில் பசியைத் தேடிக்கொண்டிருந்தேன். நமது தொண்டையில் இருந்து குதம் வரையான ஒரு பௌதிகச் செயற்பாடு எப்படி மண்டை, காது, உள்ளங்கால்கள், விதைகள், ஆணுறுப்பு, பற்கள் என எல்லாவற்றையுமே சுண்டி இழுத்து வதைக்கிறது என்பது எனக்குப் புரியவேயில்லை.

நான், ம.அன்ரனி எல்லோருமே ஆண்டிறுதிப் பரீட்சையில் வெற்றி பெற்றோம் என அறிவிக்கப்பட்டது. நாங்கள் ஒன்பதாம் வகுப்புக்குச் சென்றோம். ஆனால், ம.அன்ரனி ஒன்பதாம் வகுப்புக்கு வரவில்லை. அவன் பாடசாலைக்கு வராமல் நின்றுகொண்டான். நான் சின்னமடுவுக்குச் சென்று அவனைத் தேடினேன். யாழ்ப்பாணத்தில் வேலை செய்யப் போய்விட்டான் என்ற தகவல் கிடைத்தது. சில மாதங்களுக்குப் பின்பு, நான் பனங்கிழங்குகளை விற்பதற்காக யாழ் நகரச் சந்தைக்குச் சென்றிருந்தேன். அம்மா நூறு பனங்கிழங்குகளை ஒரு உரப்பையில் போட்டுக் கட்டித் தந்திருந்தார். அப்போது நூறு பனங்கிழங்குகள் ஐந்து ரூபாய். எனக்கு அம்மாவிடமிருந்து அய்ம்பது சதம் 'கொமிசன்' என ஏற்பாடு. மணல் ஏற்றிப் போகும் ட்ரக்டரில் கிழங்குகளோடு ஏறிப் போய்விட்டேன். என் கொமிசன் அய்ம்பது சதத்தை எப்படியெல்லாம் செலவழிப்பது என்று வழியெல்லாம் திட்டம் போட்டுக்கொண்டே சென்றேன். கடைசியில், கொஞ்சம் திராட்சைப் பழங்கள் வாங்கிச் சாப்பிடலாமென முடிவு செய்தேன். யாழ் பஸ் நிலையத்தின் முன்பாக வரிசையாகத் தேனீர் கடைகள் இருந்தன. அவற்றில் குலைகுலையாகத் திராட்சைப் பழங்கள் தொங்கின. அய்ம்பது சதத்திற்குக் தருவார்களா என்பது தெரியவில்லை. கேட்கவும் பயமாயிருந்தது. கடைகளைப் பார்த்துக்கொண்டே தயங்கித் தயங்கி நடக்கும் போதுதான், ம. அன்ரனியைக் கண்டேன். ம. அன்ரனி 'ரஜினி கூல் பாரில்' மேசை துடைக்கும் வேலையில் இருந்தான். அழுக்கான சாறமும் பனியனும் அணிந்திருந்தான். அவன் இப்போது கொஞ்சம் உடம்பு தெளிந்திருந்தான். அப்போது எனக்கு ஒரு ஆசை எழுந்தது. நானும் அவனுடன் வேலையில் சேர்ந்துவிடுவதென முடிவெடுத்தேன். "எவ்வளவு சம்பளம் தருகிறார்கள்?" என்று ம. அன்ரனியிடம் கேட்டேன். சாப்பாடு மட்டும்தானாம். தீபாவளிக்கு ஒரு சோடி உடுப்புக் கொடுத்தார்களாம். மற்றப்படி, சம்பளம் ஏதும் இல்லையாம். அங்கு வேலை செய்தால் வடை, வாய்ப்பன் என்று

விதவிதமாகச் சாப்பிடலாம் என்று தோன்றியது. முதலாளியோடு எனது வேலை விஷயமாகப் பேசுவதாகவும் அடுத்த கிழமை வந்து தன்னைச் சந்திக்குமாறும் ம. அன்ரனி சொன்னான். அடுத்த கிழமை நான் போனபோது, அந்தக் கடை எரிந்து கிடந்தது. அந்தக் கடைத் தொடரையே இராணுவம் எரித்து நாசப்படுத்தியிருந்தது.

ஆயிரத்துத் தொள்ளாயிரத்து எண்பத்தைந்தாம் ஆண்டின் கடைசிப் பகுதி என நினைக்கிறேன். கோடம்பாக்கம் இரயில் நிலையத்திலிருந்து பழவந்தாங்கல் இரயில் நிலையத்திற்குச் சென்றேன். நிலையத்தில் இறங்கி, நண்பன் ஒருவனுக்காகக் காத்துக்கொண்டிருந்தேன். அந்த இடத்தில் நான் ம. அன்ரனியை எதிர்பார்க்கவில்லை. என்னைக் கண்டவுடன் ம. அன்ரனி என் கைகளைப் பிடித்துக்கொண்டான். "எப்படி இருக்கிறீர்கள் தோழர்?" என்று சுகம் கேட்டான். அவன் நின்றிருந்த பழவந்தாங்கல் ஏரியா, அவனின் இளந்தாடி, அவன் என்னைத் தோழர் என்று சிநேகிதமாக அழைத்த முறை இவற்றை வைத்து அவன் என்ன இயக்கத்திற்கு வேலை செய்கிறான் என்று கணக்குப் போட்டேன். கணக்குத் தப்பவில்லை. அவன் கள்ளங் கபடம் இல்லாமல் தன்னுடைய இயக்கம் பற்றிக் கூறினான். என்னைப் பற்றிக் கேட்டான். "வெளிநாடு செல்வதற்காக வந்துள்ளேன்" என்று பச்சைப் பொய் சொன்னேன். அவன் என்னை ஆச்சரியத்தோடு கண்கள் சுருங்கப் பார்த்தான். அவனின் கண்களின் ஓரத்திலிருந்தது ஏளனமா இல்லை ஏக்கமா என்று எனக்கு இன்றுவரை தெரியவில்லை. பணம் ஏதும் இருந்தால் கொடுக்கும்படியும் தானும் சில தோழர்களும் இரண்டு நாட்களாகப் பட்டினியாகக் கிடப்பதாகவும் ம. அன்ரனி சொன்னான். நான் அவனுடன் அதிகம் பேச விரும்பவில்லை. பணமும் கொடுக்கவில்லை.

ஆயிரத்துத் தொள்ளாயிரத்து எண்பத்தொன்பதாம் ஆண்டு, நான் கொழும்பு நகரத்தில் தங்குமிடமோ சாப்பாடோ இல்லாமல் அலைந்துகொண்டிருந்தேன். என் வயிற்றுக்குள் இருக்கும் அந்தக் கொடிய மிருகமும் என்னைப் போலவே வளர்ந்திருந்தது. அந்த விலங்கு என்னைத் தின்றுகொண்டிருந்த அந்தக் கணத்தில், நான் ம. அன்ரனி பற்றிய ஒரு செய்தியை அவனின் புகைப்படத்துடன் பத்திரிகையில் படித்தேன்.

வவுனியா காவலரணில் இருந்த ம. அன்ரனி மறைந்திருந்து சுடப்பட்ட 'சினைப்பர்' தாக்குதலில் கொல்லப்பட்டானாம். அவன் கொல்லப்பட்டபோது, அவன் திறந்த ஜீப்பினுள் அமர்ந்திருந்து சாப்பிட்டுக் கொண்டிருந்திருக்கிறான். அவனது இரத்தமயமான உடல் சோற்றுப் பருக்கைகளுக்கு நடுவே கிடந்ததாம். மறுபடியும் மறுபடியும்

பத்திரிகைச் செய்தியைப் படித்துப் பார்த்தேன். அவனில் வயிற்றில் குண்டு பாய்ந்திருப்பதாகவும் அவனுக்கு வயது இருபத்திரண்டு எனவும் சுடுபட்ட உடனேயே அவனது உயிர் பிரிந்துவிட்டது எனவும் எல்லாவற்றையும் விளக்கமாகப் பத்திரிகையில் எழுதியிருந்தார்கள். ஆனால், அவனின் வயிற்றினுள் இருந்த அந்தத் தேவாங்குக்கும் நரிக்கும் இடையேயான புசுபுசுவென வெண்மயிர்கள் கொண்ட மிருகத்தைப் பற்றிய செய்திகள், குறிப்புகள் எதுவும் பத்திரிகையில் பிரசுரிக்கப்பட்டிருக்கவில்லை.

□ பவளமல்லி – 2004

தமிழ்

வேசியின் விரிந்த கூந்தல் அவளின் முதுகின் கீழாகப் பரவிப் போய் அவளின் குண்டியைத் தொட்டது. அந்தக் கரிய கூந்தல் விரிப்பில் வேசி கால்களை விரித்து மல்லாந்து கிடந்தாள். அவளின் கண்கள் புருவங்களுக்குள் சொருகிக் கிடந்தன. அவளின் நெற்றியில் இலந்தைப் பழங்களை ஒட்டி வைத்தது போல இடப்புறத்தில் ஒன்றும் வலப்புறத்தில் ஒன்றுமாக இரண்டு துளைகள் இருந்தன. பின்னிரவில் பெய்த மழையில் அந்தச் சவம் செம்மையாய் நனைந்திருந்தது. சவத்தின் அசாதாரணமான நீண்ட கைகளையும் வயிற்றையும் பாதங்களையும் மழை தீரக் குளிப்பாட்டியிருந்தது. சடலம் உடுத்திருந்த சேலையின் ஓரத்தைக் கிழித்துத்தான் சடலத்தின் வாயைக் கட்டியிருக்கிறார்கள். சடலத்தின் மூஞ்சியைச் சுற்றி ஈக்கள் பறக்க, ஈக்களைச் சுற்றிப் பற்களை விளக்கிக்கொண்டே கிராம மக்கள் நின்றிருந்தனர்.

சவம் கிராமத்தின் சந்தைக் கட்டடத்தின் முன்பாகக் கிடந்தது. கிராம மக்கள் சடலத்தையே சுற்றிச் சுற்றி வந்தனர்.

அவர்கள் துப்பாக்கியால் சுட்டுக்கொல்லப்பட்ட ஒரு பிணத்தைத் தமது வாழ்நாளில் பார்த்ததேயில்லை. அவர்கள் பெருத்த ஆச்சரியத்துடனும் இரக்கத்துடனும் சத்தம் போட்டுக்கொண்டிருந்தார்கள்.

சவத்தின் மார்பில் ஒரு பெரிய வெள்ளை அட்டை கட்டப்பட்டிருந்தது. அந்த அட்டை மழையில் ஊறிப் பொருமி, அட்டையின் ஓரங்கள் சுருண்டு கிடந்தன. அட்டையில் சிவப்பு நிறப் பெயின்ட் ஊறிக் கிடந்தது. மழை அழித்துவிட்ட அட்டையிலிருந்த எழுத்துகளைக் கிராம மக்கள் படிக்க முயன்றனர். அவர்களில் எவராலும் அதை வாசிக்க முடியவில்லை. மழை அழித்திருந்த அந்த எழுத்துகளை நிச்சயமாக என்னால் வாசிக்க முடியும்.

சமூக விரோதிகளுக்கு எச்சரிக்கை!
பெயர்: இந்துமதி
விபச்சாரத்துக்காக மரண தண்டனை

நேற்றைய முன்னிரவில் — கடும் மழை பெய்வதற்கு முன்பாக — இந்தக் கடதாசி அட்டையில் சிவப்பு வண்ணத்தினால் நான்தான் இந்த

எழுத்துகளை எழுதியிருந்தேன். முன்னிரவில், அவர்கள் மூன்று பேர் எங்கள் வீட்டுக்கு வந்திருந்தார்கள். அப்போது, அய்யா நிறைவெறியில் தாழ்வாரத்தில் குப்புறக் கிடந்தார். எங்கள் கிராமத்தைச் சுற்றியுள்ள ஏழெட்டுக் கிராமங்களுக்கும் என் அய்யா தான் 'ஆர்ட்டிஸ்ட்' மணியம். அய்யா கடைகளுக்குப் பெயர்ப் பலகை எழுதுவார், கோயில்களுக்குத் தீந்தை பூசுவார். சைக்கிள்களுக்குப் பெயின்ட் அடிப்பார். வந்தவர்கள் தங்களுக்குக் கொஞ்சம் பெயின்ட் வேண்டுமென்று கேட்டனர். அவர்களிடம் அப்போது துப்பாக்கிகளை நான் காணவில்லை. இடுப்புகளில் ஒளித்து வைத்திருந்திருப்பார்கள். நான் அய்யாவை ஆன மட்டும் உலுக்கி, எழுப்பிவிட முயற்சித்தேன். நான் எழுப்பிவிட எழுப்பிவிட அய்யா வட்டமடித்து வட்டமடித்து முற்றத்து மணலில் சுருண்டு விழுந்தார்.

அது சுவரொட்டிகளின் காலம். யாழ்ப்பாண நகரம் முழுவதும் முந்தைய கிழமை ஒரே மாதிரியான சுவரொட்டிகள் ஒட்டப்பட்டிருந்தன. அந்தச் சுவரொட்டிகளில் எழுதப்பட்டிருந்த தமிழ் எழுத்துகள் அய்யாவை மாதிரி ஒரு தொழில் முறை ஓவியனால் அல்லது குறைந்தபட்சம் அய்யாவோடு சில வேளைகளில் உதவிக்குப் போய் வரும் என் போன்ற ஒருவனால்தான் எழுதப்பட்டிருக்க வேண்டும். எழுத்துகள் வட்டுறுப்பாக, ஒன்றன்மீது ஒன்றாக நகரத்தையே கவர்ந்திழுத்தன.

'ஆற்றல் மிகு கரங்களில் ஆயுதம் ஏந்துவோம் மாற்றுவழி நாமறியோம்' என்று எழுதப்பட்டிருந்த அந்தச் சுலோகம் எனக்கு மனப்பாடம். 'கசிப்பு வடிக்க வேண்டாம்' என்று சுவரொட்டி. 'கருத்தடை செய்ய வேண்டாம்' என்று சுவரொட்டி. 'ஹர்த்தால் - கடையடைப்பு' என்று சுவரொட்டி. நாங்கள் சுவரொட்டிகளுக்குக் கீழே வாழ்ந்து வந்தோம்.

அய்யா எழுந்திருப்பதாக இல்லை. இயக்கக்காரர்களுக்கு உதவும் ஒரு வாய்ப்பைத் தவறவிட நானும் தயாரில்லை. ஒருநாளும் இல்லாத புதுமையாக, பெயின்டைத் தொடும்போது என் உள்ளம் கிளர்ந்தெழுந்தது. இந்த வண்ணத்தால் எழுதப்படவிருக்கும் சுலோகம் எதுவாக இருக்குமெனக் கேட்டு மனம் அடித்துக்கொண்டது. நேற்றுக் காலையில், எங்களது பாடசாலையின் மதிற் சுவரில் — அப்போது நான் பத்தாம் வகுப்புப் படித்துக் கொண்டிருந்தேன் — புதிய சுவரொட்டிகள் ஒட்டப்பட்டிருந்தன. அந்தச் சுவரொட்டிகளில் 'ஈரானில் மாணவர்கள் புரட்சி - இங்கு ஏன் தோழா இன்னும் புத்தகப் பூச்சி' என்ற சுலோகம் எழுதப்பட்டிருந்தது. நாள் முழுவதும் அந்தச் சுலோகத்தைப் பற்றியே பாடசாலை முழுவதும் பேசிக்கொண்டிருந்தது. நான் சிவப்புப் பெயின்டை அவர்களிடம் கொடுத்துவிட்டு "இது போதுமா அண்ணே?" என்று கேட்டேன்.

"போதும்... ஒரு 'போர்ட்'தான் எழுத வேணும்."

அவர்கள் பெயின்டுடன் புறப்பட்டபோது, அவர்களது முதுகுக்குப் பின்னால் நான் தயங்கித் தயங்கிச் சொன்னேன் "என்னவும் எழுத வேணுமெண்டால் நான் எழுதித் தாறன்."

அவர்கள் நின்றார்கள். இருளுக்குள் தலைகளை ஆடாமல் அசையாமல் வைத்திருந்தார்கள். தலைவாசலுக்குள் மெழுகுதிரியைக் கொளுத்தி வைத்துக்கொண்டு, அவர்கள் சொல்லும் சுலோகத்தை எழுதத் தயாரானேன். 'ஈரானில் புரட்சி இங்கு புத்தகப்பூச்சி' போல இன்னொரு சுலோகம் சொல்வார்கள் என்றுதான் நினைத்திருந்தேன். ஆனால், அவர்கள் சொன்ன சுலோகம் நான் அதுவரை கேட்டிராத ஒன்றாகவிருந்தது. 'சமூகவிரோதி - இந்துமதி - மரண தண்டனை' என்று எழுவாய், பயனிலை இல்லாமல் சுலோகத்தைத் துண்டு துண்டாகச் சொன்னர்கள்.

நான் அட்டையில் அழகுமுகாக எழுத்துகளைச் சாய்த்து நிறுத்தினேன். நான் எழுதிக்கொண்டிருந்த போது, என் அம்மா அவர்கள் மூவருக்கும் தேநீர் கொண்டுவந்து கொடுத்தார். நான் எழுதி முடித்துவிட்டு, சற்றுத் தூரத்தே நின்று எழுத்துகளை மெழுகுதிரி வெளிச்சத்தில் பார்த்தேன். திருப்தியாக இருந்தது. நான் அவர்களிடம் "கறுப்புப் பெயின்டில் எழுத்துகளைச் சுத்தி போடர் கட்டவா?" என்று கேட்டுவிட்டு "அது ஒளிப்பாய் இருக்கும்" என்றேன்.

இது நடந்து நான்கு அல்லது அய்ந்து நாட்கள் இருக்கலாம். காலையில் நான் பாடசாலைக்குச் சென்றுகொண்டிருந்தேன். பாடசாலை நகரத்தின் தெற்குப் பகுதியிலிருந்தது. நகரத்தின் தெருக்களால் சனங்கள் ஒரு நாற்சந்தியை நோக்கி ஓடிக்கொண்டிருந்தார்கள். என்ன ஏதென்று விசாரித்தபோது, நாற்சந்தியில் ஒரு வேசி வேப்ப மரத்தில் கட்டப்பட்டிருக்கிறாள், அவளுடைய கழுத்தில் ஓர் அட்டை கட்டித் தொங்கவிடப்பட்டிருக்கிறது என்று அறிந்தேன். என்னுடைய சைக்கிள் நாற்சந்தியைப் பார்த்துத் திரும்பியது. வேசியின் கழுத்தில் கட்டப்பட்டிருக்கும் எழுத்துகளைப் படித்துவிடுவதற்கான ஆர்வம் என் கால்களை இயக்கியது. அது நகரத்தில் ஆர்மிக்காரர்கள் திரிந்த காலம். அவர்கள் எந்தத் தருணத்திலும் நாற்சந்திக்கு வரலாம். கழுத்தில் கட்டப்பட்டிருக்கும் எழுத்துகளைப் படித்துவிட்டு, உடனே ஓடிப் போய்விட வேண்டும் என்று நினைத்துக்கொண்டேன். அந்த விபச்சாரி சவமாய் இல்லை. அவள் உயிருடன் வேப்ப மரத்தோடு கட்டப்பட்டிருந்தாள். சனங்கள் வேப்ப மரத்தைச் சுற்றிச் சுற்றி வந்தார்கள். விபச்சாரியின் கைகள் அவளின் தலைக்கு மேலே உயர்த்தப்பட்டு ஒரு புள்ளடி போல வேப்ப மரத்தில் கட்டப்பட்டிருந்தன.

அவளுக்கு மிஞ்சி மிஞ்சிப் போனால் பதினேழு அல்லது பதினெட்டு வயதுதானிருக்கும். அவள் மெலிந்த உடலும் சிவந்த நிறமுமாய் நின்றாள். இடையில் ஒரு சாரமும் மேலுக்கு ஆண்களின் சட்டையும் உடுத்திருந்தாள். அவளின் தலைமுடி அலங்கோலமாகக் கத்திரிக்கப்பட்டிருந்தது. அவளின் கழுத்தில் தொங்கிய எழுத்துகள் ஊதா நிறத்தில் ஆடின. அந்தத் தமிழ் எழுத்துகள் பாய்களுக்கு நிறமூட்டப் பயன்படுத்தும் கோழிச் சாயத்தால் கோணல்மாணலாக எழுதப்பட்டிருந்தன.

விபச்சாரம் செய்ததற்காக 12 மணித்தியாலத் தண்டனை வழங்கப்பட்டுள்ளது. அந்த இளம் விபச்சாரியின் கால்களுக்குக் கீழே, ஒரு அழுக்கு மூட்டை போல வாடலான கிழவியொருத்தி குந்தியிருந்து, சனங்களைக் கண் வெட்டாமல் பார்த்துக்கொண்டிருந்தாள். விபச்சாரி கால் மாற்றிக் கால் மாற்றி ஒற்றைக் காலிலேயே நின்றாள். அவள் இடையிடையே கிழவியைப் பார்த்து "எண கால் உளையுதண், கால் உளையுதண்" என்று சொல்லிக்கொண்டிருந்தாள். அப்போதெல்லாம் அந்தக் கிழவி விபச்சாரியின் மூஞ்சியை நிமிர்ந்து பார்த்து "மூளி அலங்காரி... மூளி அலங்காரி" என்று சொன்னாள். திரும்பவும் சனங்களைக் கண் வெட்டாமல் பார்த்துக்கொண்டிருந்தாள்.

நான் வகுப்பில் இருந்தபோது, புங்குடுதீவில் ஒரு தாய் வேசியையும் மூன்று மகள் வேசிகளையும் இயக்கம் சுட்டுச் சவங்களை வரிசையாகக் கடற்கரையில் வளர்த்து வைத்திருக்கிறது என்ற செய்தியைக் கேள்விப்பட்டேன். செய்தியைக் கொண்டு வந்தவன் இறைமொழி என்ற புங்குடுதீவுப் பொடியன். இறைமொழி அதிகாலையிலேயே அந்த நான்கு பிரேதங்களையும் பார்த்து விட்டுத்தான் பஸ் பிடித்துப் பாடசாலைக்கு வந்திருந்தான். நான் இறைமொழியிடம் "அந்தச் சவங்களின்ர கழுத்தில என்ன எழுதி போர்ட் கட்டியிருக்கு?" என்று கேட்டேன்.

"இல்ல, பிரேதங்களின்ர கழுத்தில போர்ட் ஒண்டும் கட்டியிருக்கேல்ல" என்று இறைமொழி சொன்னான். என்னால் அதை நம்ப முடியவில்லை. குழப்பமாக இருந்தது. 'போர்ட்' இல்லாமல், எழுத்துகள் இல்லாமல் சுட்டிருக்கிறார்கள் என்றால் அந்த நான்கு பெண்களையும் இராணுவம்தான் சுட்டிருக்க வேண்டும் என்று நான் சந்தேகப்படலானேன். இடைவேளையின்போது, இறைமொழி என்னை இரகசியமாக மலசல கூடத்திற்குள் அழைத்துச் சென்றான். தன்னுடைய காற்சட்டைப் பையிலிருந்து ஒரு துண்டுப் பிரசுரத்தை எடுத்து "வாசிச்சுப் போட்டு திரும்பத் தரவேணும், கல்வி மேல சத்தியம்" என்று சொல்லிக்கொண்டே என்னிடம் துண்டுப் பிரசுரத்தை

நீட்டினான். அழகான கையெழுத்துகளில் எழுதப்பட்டிருந்த அந்தத் துண்டுப் பிரசுரம் றோனியோ இயந்திரத்தில் பிரதி எடுக்கப்பட்டிருந்தது. சவங்களைச் சுற்றித் துண்டுப் பிரசுரங்கள் கிடந்தனவாம்.

தாயின் பெயர்: கிருஷ்ணாம்பாள். மகள்களின் பெயர்கள்: சுபத்திரா தேவி, ஜெயதேவி, ஜெபதேவி. தாயும் பிள்ளைகளும் நயினாதீவுக் கடற்படையினருடன் விபச்சாரம் செய்து வந்ததால் மரண தண்டனை!

கொழும்பில் தங்கியிருந்த போதுதான், நான் முதன்முதலாக ஒரு வேசியிடம் போனேன். அப்போது எனக்குப் பத்தொன்பது வயது. எங்களை ஏஜென்ஸி கொழும்பின் புறநகர் ஒன்றில் தங்க வைத்திருந்தான். அந்த விடுதி வெளிநாட்டுக்குப் போகக் காத்திருக்கும் தமிழர்களாலும் ஏஜெண்டுகள், சப்-ஏஜெண்டுகளாலும் நிரம்பி வழிந்தது. கொழும்பு பஸ் வண்டிகளிலும் வீதிகளிலும் கடைகளிலும் சிங்களப் பொட்டைகள் என்னை நெருக்கித் தள்ளினார்கள். அவர்களின் பொட்டிடாத மூஞ்சியும் சாயம் பூசிய வாய்களும் என்னைக் கிளர்த்தின. சிங்கள மொழியின் தொனியில் ஏதும் இறுக்கம் தெரியவில்லை. மொழி உருகி ஓடுவதாகத் தோன்றியது.

விடுதியிலிருந்து 'காலி' வீதியைக் குறுக்காகக் கடந்தால், அந்தப் பக்கத்தில் சில கட்டடங்கள். அவற்றின் ஊடே நடந்தால், ரயில் தண்டவாளம் கடற்கரையை ஒட்டிச் செல்வதைப் பார்க்கலாம். ரயில் தண்டவாளம் செல்லும் பகுதியிலோ கடற்கரையிலோ மதிய வேளைகளில் ஆள் நடமாட்டமே இருக்காது. ஆனால், ஒவ்வொரு நாளும் மதிய நேரத்தில் ஒரு பெண்ணும் ஒரு மனிதனும் எங்கிருந்தோ தண்டவாளத்தில் நடந்து அந்தப் பகுதிக்கு வருகிறார்கள். அந்தப் பெண் தண்டவாளத்தில் நின்றிருப்பாள். அந்த மனிதன் சற்றுத் தள்ளிப்போய், கடற்கரையில் கடலைப் பார்த்தவாறு குந்திக்கொண்டிருப்பான். தொடர்ச்சியாக மூன்று மதியப் பொழுதுகளில் நான் அவர்களை அங்கே பார்த்தேன். அந்தப் பெண் தலையைத் திருப்பி என்னைப் பார்க்கும்போது, நான் திரும்பவும் 'காலி' வீதியை நோக்கி நடக்க ஆரம்பித்துவிடுவேன். மூன்றாவது நாளில், அந்தப் பெண் என்னை நோக்கி இரண்டொரு அடிகள் எடுத்து வைத்ததாகத் தோன்றியது. நான் திரும்பியும் பாராமல் வீதியை நோக்கி வேகமாக நடந்து வந்துவிட்டேன்.

நான் மிகவும் கவனமாகத் திட்டமிடலானேன். நாளை மதியம் நான் தண்டவாளத்தில் நேராக நடந்து செல்ல வேண்டும். எனக்குச் சரிவரச் சிங்களம் பேசத் தெரியாது என்பதை முடிந்தவரை காண்பித்துக்கொள்ளக் கூடாது. எனக்குத் தெரிந்த சில சிங்களச் சொற்களை வைத்து மனதிற்குள்

ஒரு ஒத்திகை பார்த்துக்கொண்டேன். முப்பது ரூபாய் மட்டுமே எடுத்துச் செல்ல வேண்டும். அதுவும் மூன்று பத்து ரூபாய் தாள்களாக இருக்க வேண்டும். முதலில் அவளிடம் இரண்டு பத்து ரூபாய் தாள்களைக் காட்ட வேண்டும். அதற்கு அவள் சம்மதிக்காவிட்டால் அடுத்த பத்து ரூபாயையும் நீட்ட வேண்டும். முப்பது ரூபாய்க்கும் அவள் சம்மதிக்காவிட்டால் திரும்பி வந்துவிட வேண்டும்.

அடுத்த நாள் மதியம் நான் மிகக் கவனமாக, எவரும் அறியாதவாறு விடுதியை விட்டு வெளியே வந்தேன். 'காலி' வீதியில் ஏறியதும் ஒரு தேநீர்க் கடையில் இரண்டு சிகரெட்டுகள் வாங்கி, ஒன்றைப் பற்ற வைத்துக்கொண்டே, விடுதியிலிருந்து எவரும் என்னைக் கவனிக்கிறார்களா என்று பார்த்தேன். சிகரெட் புகைத்து முடியும்வரை அங்கேயே நின்றேன். யாரும் என்னைக் கவனிக்கவில்லை என்பதை உறுதி செய்துகொண்டு, வீதியை ஓடிக் கடந்து கடற்கரையை நோக்கி நடந்தேன்.

அவள் தண்டவாளத்தில் நின்றிருந்தாள். சிவப்பு நிறத்தில் கவுன் போட்டிருந்தாள். நான் தண்டவாளத்தில் ஏறி அவளை நோக்கி நடந்தேன். நடக்கும்போது, என் சட்டையின் கைப்பகுதியை நன்றாக மேலே சுருட்டி விட்டேன். அடுத்த சிகரெட்டை எடுத்துப் புகைத்துக்கொண்டே நடந்தேன். முகத்தில் கடுகடுவென்ற பாவத்தை வரவழைத்துக்கொண்டேன். கால்களில் ஒரு சண்டித்தன நடையைக் கொண்டு வந்தேன். அவள் என்னை நோக்கிக் கைகளை அசைத்த மாதிரித் தெரிந்தது. ஒரு கருவாட்டுக்கு கவுனும் பவுடரும் போட்டுவிட்டால் எப்படியிருக்குமோ அந்த விபச்சாரி அப்படியிருந்தாள். அவள் தன் கண்களை விரித்து என்னை உற்றுப் பார்த்தாள். அவளது கண்கள் வெளிறிக் கிடந்தன. தனது தலையை இடதுபுறம் சரித்து, இடது கண்ணைச் சுருக்கிச் சிங்களத்தில் ஏதோ சொன்னாள்.

அவளின் வாயும் பற்களும் கறுப்பாக இருந்தன. அவளிலிருந்து ஏதோ ஒரு நாற்றம் கசிந்தது. அது புகையிலை நாற்றமாக இருக்கலாம். அவள் தலையால் சைகை செய்துவிட்டு, என் முன்னே தண்டவாளத்தில் நடக்கத் தொடங்கினாள். நான் அவளோடு வந்த மனிதனைத் திரும்பிப் பார்த்தேன். அவன் தூரத்தில் கடற்கரையில் குந்தியிருந்து, மணலில் ஏதோ எழுதிக்கொண்டிருந்தான்.

நான் விபச்சாரியின் பின்னால் நடக்கலானேன். விபச்சாரி இப்போது தண்டவாளத்திலிருந்து சரிவில் இறங்கினாள். தண்டவாளத்தின் கீழே நான்கு அடிகள் விட்டமுள்ள ஒரு சீமெந்துக் குழாய் தெரிந்தது. மழை நீரைத் தண்டவாளத்தின் கீழாகக் கடலுக்குள் கடத்துவதற்காக அங்கே குழாய் அமைக்கப்பட்டிருக்க வேண்டும். அந்த விபச்சாரி குழாயின்

முகத்திற்குள் போய்க் குனிந்து நின்று, என்னையும் குழாயினுள் வருமாறு கூப்பிட்டாள். குழாய் இருள் பொந்து போன்றிருந்தது. ஒரு வகையான பாசி படர்ந்து கிடந்தது. என் கணுக்கால்கள் வரை அழுக்கு நீர் தேங்கி நின்றது. விபச்சாரி தன் உடலைக் குழாயோடு குழாயாக வளைத்து, ஒரு குழாய் போலச் சுருண்டு நின்றாள்.

சரிவிலிருந்து மீண்டும் நான் தண்டவாளத்தில் ஏறியபோது, விபச்சாரியோடு வரும் அந்த மனிதன் எனக்கு எதிரே நின்றிருந்தான். அவன் தண்டவாளத்தின் சிலிப்பர் கட்டையைக் காலால் தேய்த்துக்கொண்டிருந்தான். நான் உடனேயே சரிவில் இறங்கிக் 'காலி' வீதியை நோக்கி நடந்தேன்.

நான் திரும்பி வந்தபோது, விடுதி அல்லோல கல்லோலமாயிருந்தது. என்னுடைய ஏஜென்ஸி ஒரு பெரிய தடியன். அவன் விடுதியின் அலுவலக அறைக்குள் போட்டு ஒரு பொடியனை அடித்து நொறுக்கிக் கொண்டிருந்தான். அந்தப் பொடியனுக்கு இருபது வயதிருக்கும். கனடாவுக்குப் போவதற்காக ஏஜென்ஸியிடம் நிற்கிறான். அந்த விடுதியில், லண்டனுக்குப் போவதற்காகக் காத்துக்கொண்டிருந்த அருள்மொழி என்ற பெண்ணுக்கு அவன் காதல் கடிதம் கொடுத்திருக்கிறான். பிரச்சினை இப்போது ஏஜென்ஸியிடம் விசாரணைக்கு வந்திருக்கிறது. நான் ஜன்னலில் கையை ஊன்றி அலுவலக அறையினுள் பார்த்தேன். ஏஜென்ஸியின் கை பொடியனின் தலைமுடியைப் பற்றியிருந்தது.

"எளிய வடுவா! தாய் தேப்பன் காணியப் பூமிய வித்து உங்கள வெளிநாட்டுக்கு அனுப்புவமெண்டால், உங்களுக்கு வேற எண்ணங்கள்... முதலில் போய் உழைச்சுக் குடும்பத்த முன்னேற்றுங்கோ! பிறகு உதுகளைப் பாக்கலாம். வெளிநாட்டில பொட்டையளுக்கு குறைவில்ல."

ஏஜென்ஸி இப்படி அறிவுரை சொல்லிக் கொண்டிருக்கும்போது, ஏஜென்ஸியின் கைகளுக்குள்ளால் அருள்மொழி புகுந்து போய் அந்தப் பொடியனின் முகத்தில் காறித் துப்பினாள். ஏஜென்ஸி அறிவுரை சொல்லும் வேகத்தில் பொடியனுக்கு அடிக்க மறந்த போதெல்லாம், அலுவலக அறையில் கண்ணீர் சிலும்ப நின்றிருந்த அருள்மொழி துள்ளிக் குதித்தாள். அவள் ஏஜென்ஸியைப் பார்த்து "அய்யோ அண்ணா, அடியுங்கோண்ணா இந்த நாயை, கொல்லுங்கோ இவனை, என்னை இவ்வளவு ஆக்களுக்கு முன்னுக்கு மானங்கெடுத்திப்போட்டான்" என்று அலறினாள்.

நான் விடுதிக்குப் பின்புறம் போய்க் குளிக்கத் தொடங்கினேன். அதுவரை எனது மூளையின் ஏதோ ஒரு மடிப்பில் சின்னதாக இருந்த ஒரு புள்ளி இப்போது என் மூளைக்குள் அலை அலையாகப் பரவத்

தொடங்கியது. எனக்கு அந்தச் சிங்கள விபச்சாரி நோய் ஏதாவது கொடுத்திருப்பாளா? கையிலிருந்த வாளியைத் தூக்கி நெற்றியில் அடித்துக்கொண்டேன்.

நான் லாவோஸ் நாட்டுக்குச் சென்றிருந்தபோது, எனக்குப் பால்வினை நோய் வந்தது. லாவோஸின் தலைநகரம் மேகொங் ஆற்றின் மடியில் கிடக்கிறது. 'வியன்டைன்' என்று பெயர். அது கிளிநொச்சியை விடவும் சிறிய நகரம். நகரம் காடு பற்றிப் போயிருந்தது. நகரத்தில் சதுரப்பட ஒரேயொரு வீதியுண்டு. அந்த வீதியில் சிறுவர்கள் பிச்சையெடுத்துக்கொண்டு திரிந்தார்கள். நகரத்தின் சதுக்கத்தில் பியர்ச் சாலைகள் உண்டு. அங்கே லிட்டர் கணக்கில் பெரிய பெரிய பாத்திரங்களில் பியர் தருகிறார்கள். ஒரு பியர்ச் சாலையின் பின்புறத்தில்தான் அந்த வேசியைச் சந்தித்தேன். அவள் இலக்கண சுத்தமாக ஆங்கிலம் பேசினாள். வியன்டைன் பல்கலைக்கழகத்தில் படித்துக்கொண்டிருக்கிறாளாம். சிறிய விழிகளும் மின்னும் கன்னங்களுமுடைய அவள் சாரம் மாதிரியான செயற்கைப் பட்டு உடையில் ஒரு பொம்மை மாதிரி இருந்தாள். வெறும் பத்து டொலருக்கும் ஒரு குவளை பியருக்கும் ஒரு இரவு முழுவதும் என்னுடன் தங்கச் சம்மதித்தாள்.

மறுநாள் காலையில், என் மேலுதட்டில் ஒரு கொப்புளம் காணப்பட்டது. மதியம், என் ஆண்குறியின் தலைப்பில் சில கொப்புளங்கள் தோன்றின. மாலையில், ஆண்குறியின் துவாரத்திலிருந்து நூல் போலச் சீழ் கொட்டத் தொடங்கியது. என் பிடரியிலும் முகத்திலும் மார்பிலும் வயிற்றிலும் பாதங்களிலும் தொடைகளிலும் ஊசி வலி கிளம்பி அலைந்து அது என் ஆண்குறியில் திரண்டது. நான் ஆண்குறியின் துவாரத்தை விரல்களால் அழுக்கிய போதெல்லாம், செம்மஞ்சள் நிறத்தில் சீழ் குமிழியிட்டு வந்தது. என் இருதயத்திலிருந்து அந்த வேசியின்மீது கொலைவெறி கிளம்பிற்று.

நான் அன்றிரவே பாங்கொக் திரும்பினேன். பாங்கொக் நகரின் மிகப்பெரிய வீதியான 'சீலோம்' வீதியின் ஒரு முனையில் மாரியம்மன் கோயில் இருக்கிறது. மறுமுனையில் லும்பினிப் பூங்கா விரிந்து கிடக்கிறது. இவை இரண்டுக்கும் நடுவாக வேசிகளின் பள்ளத்தாக்கு 'பற்பொங்' இருக்கிறது. பற்பொங் நிர்வாண நடன விடுதிகளாலும் விபச்சார விடுதிகளாலும் கட்டப்பட்டிருந்தது. நடன விடுதிகளில் 'கோ - கோ' என்ற ஒருவகையான நிர்வாண நடனங்கள் நடந்துகொண்டிருக்கும். ஒரே மேடையில் முப்பது - நாற்பது நிர்வாணிகள் நடனமாடுவது ஒரு நிர்வாண 'ஒப்பேரா' போலிருக்கும். விபச்சார விடுதிகளில் இருக்கும் வேசிகள் நிதானம் தவறாதவர்களாக இருந்தார்கள். ஒரு கோப்பை

பியரை மணிக்கணக்காக வைத்து, வைத்துக் குடித்தார்கள். அவர்களின் மூஞ்சிகள் ரப்பரால் செய்யப்பட்டவை போன்று எல்லாப் பக்கங்களும் வளைந்தன. பூச்சுக்களாலும் சாயங்களாலும் மையாலும் அவர்களின் இருதயங்கள் செய்யப்பட்டிருந்தன. நாங்கள் விபச்சாரம் செய்கிறோம் என்று அவர்கள் சொல்வதில்லை. 'நாங்கள் வேலை செய்கிறோம்' என்றே அந்த வேசிகள் சொல்லிக்கொண்டார்கள். சூது பற்பொங்கின் தர்மம். சூதும் வேடமும் காமமும் அந்த வேசிகளை வனைந்திருந்தன. தாய்லாந்தின் குருவிகள் மலைகளில் உள்ளன.

பாங்கொக்கிலிருந்து இருநூற்றுச் சொச்சக் கிலோமீற்றர் தொலைவில் நந்தாபுரி மலைத்தொடர் ஆரம்பிக்கிறது. மலை முழுவதும் உல்லாசப் பிரயாணிகள் மொய்த்துக் கிடந்தனர். அந்த மலைக் கிராமங்களில் குடும்பம் குடும்பமாக விபச்சாரம் செய்து வந்தார்கள். நான் 'சாம்ப்போய்ன்' குடும்பத்தின் கடைசிப் பெண்ணைத் தேர்ந்தெடுத்தேன். அந்த விபச்சாரி நான்கடி உயரம்தான் இருந்தாள். கொழுத்த உடல்வாகு. வட்டமான மூஞ்சியும் புருவங்களில்லாத கண்களும் ஒளிரும் கூந்தலும் மாசு மருவற்ற மஞ்சள் தோலுமாகப் பளபளவென்று ஒரு மாம்பழம் போலிருந்தாள். நான் சாம்போய்ன் குடும்பத்தில் பத்து நாட்கள் தங்கியிருந்தேன். மாம்பழம் ஒரு நிமிடம் கூட என்னை விட்டு அகன்றாளில்லை. என் நீண்ட தலை முடியை வாரி விடுவதிலும், என் காலணிகளின் நூலை முடிச்சுப் போடுவதிலும் அவளுக்குத் தீராத ஆனந்தம். நந்தாபுரி மலைத்தொடரின் ஒவ்வொரு இரகசிய மடிப்புக்குள்ளும் மாம்பழம் என்னை அழைத்துச் சென்றாள். நானும் மாம்பழமும் பகல் முழுவதும், ஆட்களில்லாத மலைச் சரிவுகளில் கிடந்தோம். மாம்பழம் ஒரு குரங்கு மாதிரி மரங்களில் தாவித் தாவி ஏறிச் செல்வாள். தன்னுடைய இடுப்பு முழுவதும் பழங்களை நிறைத்துக்கொண்டு இறங்குவாள். மாம்பழம் ஒருநாளைக்குக் குறைந்தது அய்ந்து தடவை குளித்தாள். அவள் பகலிலோ இரவிலோ தூங்கி நான் பார்த்ததில்லை.

மாலைவேளைகளில், நானும் மாம்பழத்தின் தகப்பனும் முற்றத்திலிருந்து 'பறவை' மது அருந்துவோம். அந்தக் கிழவன் துளசி இலைகளை மென்றபடியே மதுவைக் குடிப்பான். ஒரு விடிகாலையில், நான் வயிற்று வலியால் துடித்தபடி படுக்கையில் கிடந்தபோது, சாம்ப்போய்ன் குடும்பமே என்னைச் சுற்றிக் கவலையுடன் நின்றிருந்தது. மாம்பழத்தின் தாய் மலையிலிருந்து விதவிதமான பச்சிலைகளை எடுத்து வந்து, விழுதாய் அரைத்து என் அடி வயிற்றில் பூசினாள். மாம்பழம் கண்ணீர் விட்டு அழுதாள். அவளின் கண்ணீர் பொட்டுக்கள் என் நெற்றியில் சிந்தி உடைந்தன.

எனக்குத் தாய்லாந்து மொழியில் இருபது சொற்கள் தெரியும். மாம்பழத்துக்குப் பத்து ஆங்கிலச் சொற்கள் தெரியும். இந்த முப்பது சொற்களால் நாள் முழுவதும் நானும் அவளும் பேசிக்கொண்டிருப்போம். இன்னொரு அதிகாலையில், என்னைக் காதலிப்பதாக மாம்பழம் சொன்னாள். அவளுக்கு ஸ்ரீலங்கா எங்கே இருக்கிறது, சுவிஸ் எங்கே இருக்கிறது, அமெரிக்கா எங்கே இருக்கிறது என்று ஒரு மண்ணும் விளங்கியதாகத் தெரியவில்லை. தன்னை என்னோடு ஸ்ரீலங்காவுக்குக் கூட்டிப்போகச் சொன்னாள். சென்ற வருடம், அவளின் சிநேகிதி ஒருத்தியை ஒரு வெள்ளைக்காரன் சுவிற்ஸர்லாந்துக்குக் கூட்டிப் போனானாம். அய்யாயிரம் பாத் 'ரேட்' பேசி, பத்து நாட்கள் படுக்க வந்ததை ஒரு கலியாணத்தில் கொண்டு வந்து முடிக்க மாம்பழம் திட்டமிடுகிறாள். "இதோ பாங்கொக்குக்குப் போய்விட்டு இரண்டே நாளில் திரும்பி வருகிறேன்" என்று மாம்பழத்திடமும் சாம்ப்போய்ன் குடும்பத்திடமும் கூறிவிட்டு, நந்தாபுரி மலையிலிருந்து கிளம்பிய நான் அங்கிருந்து சிங்கப்பூருக்கு வந்தேன்.

சிங்கப்பூரில், சிரங்கூன் பள்ளிவாசலுக்கு முன்பாக வலதுபுறத்தில் கிளைக்கும் ஒரு குறுக்குப் பாதை டஸ்கா ரோட்டில் சென்று முடிகிறது. அந்தக் குறுக்குப் பாதையின் இரண்டு பக்கங்களிலும் சின்னஞ் சிறிய வீடுகள். அந்த வீடுகளின் முன் வாசற்கதவுகள் அகலத் திறந்து கிடந்தன. வீடுகளின் உள்ளே வீட்டுக்கு நான்கு பேர் அய்ந்து பேரென விபச்சாரிகள் நாற்காலிகளில் உட்கார்ந்திருந்தார்கள். அவர்கள் எல்லோரும் ஒன்று புத்தகம் படித்துக்கொண்டிருந்தார்கள் அல்லது வர்ண நூற்கண்டுகளை மடியில் வைத்துப் பின்னல் வேலை செய்துகொண்டிருந்தார்கள். திறந்த கதவுகளின் முன்னே மக்கள் கூடி, மணிக்கணக்காக அந்த வேசிகளைப் பார்த்துக்கொண்டே நின்றிருந்தார்கள்.

அங்கே நான் அந்த மலேசிய விபச்சாரியைச் சந்தித்தேன். அவள் ஓங்குதாங்கான உடலமைப்புக் கொண்டவள். அவளின் குரலில் ஆண்மை பிசிறியது. அவளின் கரிய சருமத்திலிருந்து நான் மதுவின் வாசனையை முகர்ந்தேன். அவளின் உடல்மொழி நிச்சயமாக ஒரு விபச்சாரிக்கு உரியதல்ல. அவள் ஒரு குத்துச்சண்டை வீராங்கனை மாதிரி அசைந்தாள். மயில் கழுத்து நிறத்தில் சேலை உடுத்திருந்தாள். தன்னுடைய பெயர் கவிதா என்றவள், என்னுடைய பெயரையும் நாட்டையும் விசாரித்தாள். "பெயர் ஜே.ஆர். ஜெயவர்தனா, ஸ்ரீலங்காச் சிங்களவன்" என்று கூறிவிட்டு வாயை மூடிக்கொண்டேன். பின்பு மெதுவாக "உனக்கு இருபது வெள்ளிகள் மிகவும் அதிகமானது" என்று சொன்னேன். அந்த வேசி என்னைப் பார்த்து, புண்ணான தனது உதடுகளைச் சுழித்துக் கொண்டே "அய்ந்து வெள்ளிக்கும் பத்து

வெள்ளிக்கும் தேக்கா மார்க்கெட்டில் உன் சிங்களத்திகள் நிற்பார்கள், அவர்களிடம் போய்க் கொள்" என்றாள்.

நான் தேக்கா மார்க்கெட் என்ற பெயரை மனதிற்குள் குறித்துக்கொண்டேன்.

மாலை நேரத்தில் தேக்கா மார்க்கெட் பெண்களால் நிறைந்திருந்தது. நான் மார்க்கெட்டுக்குள் நுழையும்போதே, அந்த விபச்சாரியைக் கண்டுபிடித்து விட்டேன். அவள் மார்க்கெட்டின் பிரதான நுழைவாயிலின் அருகே நின்றிருந்தாள்.

கறுப்பென்றும் சொல்ல முடியாத சிவப்பென்றும் சொல்ல முடியாத ஒரு சிங்களக் கலர். சுருள் சுருளான முடியையத் தூக்கிக் கட்டியிருந்தாள். வயது இருபத்தைந்துக்குள் இருக்கலாம். குதியுயர்ந்த செருப்புகளும், ஜீன்ஸும், டீ-சேர்ட்டும் அணிந்திருந்தாள். அவளின் மார்பில் இப்படி எழுதியிருந்தது: I LOVE SINGAPORE.

வேசி பொட்டு வைத்திராத தனது நெற்றியை நெரித்து என்னைப் பார்த்து இளித்தாள். நான் கொழும்பில் இருந்த காலத்தில் ஓரளவு சிங்களம் பேசப் பழகியிருந்தேன். அவளை நெருங்கி "லங்காத?" என்று கேட்டுக் கதையை ஆரம்பித்தேன். அவள் பத்து வெள்ளிகள் கேட்டாள். அவள் பணிப்பெண்ணகக் வேலை செய்யும் வீட்டுக்கு ஏழு மணிக்கு முன்பாகத் திரும்ப வேண்டும் என்பதால் தூர இடத்திற்கு வரமுடியாது என்றாள். விபச்சாரி கடகடவென வேகமாகப் பேசிக்கொண்டேயிருந்தாள். அவள் பேசியதில் அரைவாசிச் சிங்களம் எனக்கு விளங்கவில்லை. நான் தங்கியிருக்கும் அறை மிகவும் அருகில் இருப்பதாகச் சொன்னேன். "நீ நன்றாக நடந்து கொண்டாயானால் பேசியதற்கு மேலே ஐந்து வெள்ளிகள் தருவேன்" என்றேன்.

நான் ஆரம்பத்தில் இருந்தே கவனிக்கிறேன்... அந்த வேசியின் கண்கள் முழுவதும் சந்தேகம் பீடித்திருந்தது. நான் அறைக் கதவை மூடியவுடன், அவள் வெள்ளியைக் கேட்டுக் கையை நீட்டினாள். நான் பத்து வெள்ளித் தாளொன்றை அவளிடம் கொடுத்தேன். "ஐந்து வெள்ளிகள் கூடத் தருவதாகச் சொன்னீர்கள்" என்று தன் நாவை வெளியே நீட்டி மாய்மாலச் சிரிப்புச் சிரித்தாள். "நீ போகும்போது அதைத் தருவேன்" என்று கூறிவிட்டு, என் சப்பாத்துகளைக் கழற்றிக்கொண்டே "உம்ப கம கோயித?" என்று கேட்டேன். அந்தச் சிங்கள வார்த்தைகளுக்கு 'உன் ஊர் எது?' என்று கேட்பதாக அர்த்தம். வேசி வாயை ஒரு மீன் மாதிரித் திறந்ததை நான் நிச்சயம் கண்டேன். அவளின் நுனி நாக்கு அவளின் மேலண்ணத்தைத் தொட்டதைக் கண்டேன். அவளின் உதடுகள் மீண்டும் முட்டிக்கொண்டதையும் கண்டேன். தொடர்ந்து வேசியின் தொண்டையிலிருந்து ஒலியெழுந்ததையும் நான் கேட்டேன். எனினும்,

அந்த ஒலிச் சமிக்ஞைகளை என் செவிகளால் உணர முடியவில்லை. சில சுவைகளை நாவு நிராகரிப்பது போலவே சில ஒலிகளைக் காதும் நிராகரிக்கும். மறுபடியும் "உம்பே கம கோஹெத?" என்று கேட்டேன். அவள் மறுபடியும் வாயை மீன் போலத் திறந்து நுனி நாக்கால் மேலண்ணத்தை வருடி "யாப்பணய" என்றாள். யாப்பணய என்ற சிங்களச் சொல்லுக்குத் தமிழில் 'யாழ்ப்பாணம்' என்று அர்த்தம். நான் விடுத்து விடுத்துச் சிங்களத்தில் கதைகளைக் கேட்டேன்.

அவள் தன்னுடைய பெயர் நஜீமா என்று சொன்னாள். சிறிய வயதில் அவள் யாழ்ப்பாணத்தில் இருந்தாளாம். பிறகு நீர்கொழும்புக்கு அவளது குடும்பம் போய்விட்டதாம். அவள் என்னுடன் சிங்களத்தில்தான் பேசிக்கொண்டிருந்தாள். தான் சிங்கப்பூருக்குப் பணிப்பெண்ணாக வந்து ஆறு மாதங்களாகின்றன என்றாள். பின்பு அந்த ஐந்து வெள்ளிகளை மறுபடியும் எனக்கு ஞாபகமூட்டினாள். யாழ்ப்பாணத்தில், தான் படித்த முஸ்லிம் பெண்கள் பாடசாலையும் பொம்மைவெலி ஊரும் அங்கிருக்கும் சிறிய வீடுகளும் தன் கண்களுக்குள் நிற்பதாகச் சொன்னாள். பின்பு மறுபடியும் அந்த ஐந்து வெள்ளியை ஞாபகப்படுத்தினாள். நான் அவளிடம் "எப்போது யாழ்ப்பாணத்திலிருந்து நீர்கொழும்புக்குப் போனாய்?" என்று கேட்டேன். அவள் சடாரென "என்ன தெரியாதது மாதிரிக் கேட்கிறீர்கள்?" என்றாள். அவளின் கண்கள் ஆடாமல் அசையாமல் நின்றன.

ஆம்ஸ்டர்டாமில், என் கால்களுக்குக் கீழே ஆறுகள் பின்னிச் சென்றன. அங்கேதான் ஐரோப்பாவின் மிகப்பெரும் வேசிகளின் பூமி இருக்கிறது. ஆம்ஸ்டர்டாம் பிரதான ரயில் நிலையத்திலிருந்து இரண்டு நிமிட நடை தூரத்தில் ஆறுகளின் நடுவே அந்தப் பிரதேசம் இருக்கிறது. தெருவோரங்களில் கண்ணாடிக் கூண்டுகளுக்குள் அரை நிர்வாணமாக விபச்சாரிகள் நின்றிருந்தார்கள். தெருக்களில் மக்கள் பியர் அருந்தியவாறே அந்த விபச்சாரிகளைப் பார்த்துக்கொண்டிருந்தார்கள். ஒரு சிலர் ஓடிப்போய்க் கண்ணாடிக் கூண்டில் முத்தமிட்டார்கள். கண்ணாடிக் கூண்டுகளை வரிசையாகப் பார்த்தவாறே நான் நடக்கலானேன். வரிசையின் இறுதிக் கண்ணாடிக் கூண்டுக்குள் ஓர் இளம் பெண் ஏக்குறைய முழு நிர்வாணமாக உட்கார்ந்திருந்தாள்.

நான் கண்ணாடியுடன் ஒட்டி நின்றேன். அந்தப் பெண்ணுடன் இருந்த மற்றைய இரு விபச்சாரிகளும் என்னை உள்ளே அழைத்தனர். நான் உள்ளே போனவுடன், கண்ணாடியின் மீது திரை போடப்பட்டது. ஒரு விபச்சாரி உட்கார்ந்திருந்த அந்தப் பெண்ணைச் சுட்டிக்காட்டி "அவளா வேண்டும்?" என்று கேட்டாள். நான் யோசித்துக்கொண்டு நிற்பதைப் பார்த்த மற்ற விபச்சாரி "அவள் அருமையான பெண், நேரத்தை

வீணாக்காதே, ஒருமுறை இவளிடம் வருபவர்கள் மறுபடியும் இவள்தான் வேண்டுமென விரும்புகிறார்கள். இவளால் எங்கள் இருவரின் தொழிலும் கெட்டுப்போய்க் கிடக்கிறது" என்று சொல்லிவிட்டுப் பெருங்குரலெடுத்துச் சிரித்தாள். அந்த இளம் பெண் எழுந்து சுவரைத் தடவிக்கொண்டே என்னை நோக்கி வந்தாள். அவளுக்குப் பார்வை கிடையாது. அந்தக் குருட்டு விபச்சாரி கிழக்கு அய்ரோப்பாவிலிருந்து ஆம்ஸ்ரர்டாமுக்கு வந்திருக்கிறாள்.

உக்ரைனிய வேசி ஒருத்தியை நான் போர்த்துக்கல்லில் சந்தித்தேன். அவளின் பெயர் வால்யா. கீவ் நகரத்திலிருந்து வந்தவள். பழைய லிஸ்பொனின் 'பக்ஸயா' சதுக்கத்தில் அவள் நின்றிருந்தாள். அந்த வசந்த காலத்திலும் குளிரங்கியும் தொப்பியும் கையுறைகளும் பனிக் காலணிகளும் அணிந்திருந்தாள். அவள் எப்போதும் பதற்றத்துடனேயே பேசினாள். எனது அறையில் கூட அவள் குளிரங்கியையும் கையுறைகளையும் கழற்றவில்லை. இரவு முழுவதும் நாங்கள் 'போர்டோ' மது அருந்தினோம். போதை ஏற ஏற அவளில் பதற்றம் அதிகரித்துக்கொண்டே போனது. குளிரங்கிக்கு மேலாகப் போர்வையைப் போர்த்திக்கொண்டாள். அவளுக்கு உக்ரைனில் ஒரு சிறிய வீடு கட்ட நான்காயிரம் ஈரோக்கள் தேவையாம். அதைச் சம்பாதித்தவுடன் உக்ரைனுக்குத் திரும்பிப் போய்விடுவாளாம். உக்ரைனில் அவளுக்கு ஆறு வயதில் ஒரு பெண் குழந்தை இருக்கிறாள். போர்த்துக்கல்லில் உணவு விடுதியொன்றில் தான் வேலை செய்வதாக அவளது குடும்பத்தினருக்குச் சொல்லி வைத்திருக்கிறாளாம். எனக்கு அவளின் இடைவிடாத பேச்சில் சலிப்பு ஏற்பட்டது. "போதும் நிறுத்து" என்றேன். "நீ என் பேச்சைக் கேட்கத் தயாரில்லை என்றால் வெளியே போய் விடு" என்றவாறே அறைக் கதவைத் திறந்துவிட்டு, கையைப் பொத்திக் கதவில் குத்தினாள். நான் அசையாமல் நின்றிருந்தேன். அவள் என் சட்டையைப் பிடித்திழுத்து என்னை வெளியே தள்ளினாள். அவளின் வெறிக்கூச்சல் அதிகாலையைக் கிழித்துப் பறந்தது. நான் அவளை வெளியே தள்ள முயன்றேன். அவள் என் கன்னத்தில் ஓங்கி அறைந்தாள். நான் அவளின் மூஞ்சியில் காறி உமிழ்ந்தேன்.

பொலிஸ்காரர்கள் வந்து அவளைச் சோதனையிட்டபோது, அவளிடம் போர்த்துக்கல்லில் தங்குவதற்கான அனுமதிப் பத்திரம் இல்லாதது தெரியவந்தது. அவளின் கைப்பையை பொலிஸார் சோதனையிட்டபோது, உள்ளே ஆணுறைகளும் மாத்திரைகளும் சிகரெட்டுகளும் இருந்தன. கைப்பையின் இன்னொரு அறையில் ஒரு கூரிய கத்தியும் மின் அதிர்வை உற்பத்தி செய்யும் கருவியும் ஒரு கத்தரிக்கோலும் கண்டுபிடிக்கப்பட்டன.

ஒரு கையில் சவுக்கும் மறு கையில் கைவிலங்கும் வைத்திருக்கும் ஒரு கிழட்டு விபச்சாரி 'செண்டெனி' வீதியில் நின்றிருப்பாள். அந்த வீதி, விபச்சாரம் செய்வதற்குப் பிரெஞ்சு அரசாங்கத்தால் அனுமதிக்கப்பட்டுள்ள வீதி. அங்கே நிற்பவர்களில் அநேகமானோர் வெள்ளை வேசிகள். அறுபது எழுபது ஈரோவென அறாவிலை சொல்வார்கள். என் தரவளியை எல்லாம் அவர்கள் ஒரு நாய் மாதிரித்தான் பார்ப்பார்கள். ஊன் வழியும் வெள்ளைத் தோல்களைப் போர்த்திய அந்த வேசிகள் விபச்சாரம் செய்வதற்கு லைசன்ஸ் வைத்திருந்தார்கள். லைசன்ஸ் இல்லாத விபச்சாரிகள் 'ரீப்பளிக்' சதுக்கத்தில் நிற்பார்கள். நான் அங்கே பால்கோப்பி நிறத்தில் ஓர் ஆபிரிக்க வேசியைச் சந்தித்தேன். அவள் 'டோகோ' நாட்டைச் சேர்ந்தவள். 'ஏமா' என்று பெயர் சொன்னதாக ஞாபகம். அவள் முப்பது ஈரோக்கள் கேட்டாள். அவளின் அறை மிகத் தூய்மையாக இருந்தது. கட்டிலில் சுத்தமான துணிகள் விரிக்கப்பட்டிருந்தன. என்னைப் பார்த்து "ஒரு நிமிடம் பொறுத்துக் கொள்" என்ற வேசி தரையில் மண்டியிட்டாள். அவளின் கைகளில் ஒரு சிறிய மண்பாத்திரத்தில் நீர் இருந்தது. அவள் தனது இரு கைகளாலும் அந்த நீர் நிறைந்த மண்பாத்திரத்தைத் தனது பெண்குறியின் கீழ் வைத்துக்கொண்டே, கண்களை மூடியவாறு அடித்தொண்டையிலிருந்து மந்திரம் ஓதும் தொனியில் முணுமுணுத்தாள், அதன் பின்பு, அந்த நீரைத் தனது பெண்குறியின் மீது தெளித்துவிட்டாள். "அது எதற்கு?" என்று கேட்டேன். வேசி தனது மூதாதையர்களிடம் மன்னிப்புக் கேட்டுக்கொண்டாளாம். "தயவு செய்து நீயும் மண்டி போட்டு உட்கார்ந்துகொள்" என்று சொன்னாள். பின்பு மண் பாத்திரத்திலிருந்து மிகுதி நீரை என் ஆண்குறி மீது தெளித்துக்கொண்டே அடித்தொண்டைக்குள் முணுமுணுக்க ஆரம்பித்தாள். அப்போது அவளின் கண்கள் ஒரு துர்தேவதையின் கண்களைப் போல மேலும் கீழும் உருளலாயின. அந்த வேசி எந்த நேரத்தில் எனக்கு மந்திரம் போட்டாளோ தெரியவில்லை... விபச்சாரிகளின் நாற்றம் என்னைத் துரத்திக்கொண்டேயிருக்கிறது.

ஆயிரம் பெண்கள் கூடி நிற்கும்போது, அவர்களிடையே ஒரேயொரு வேசி இருந்தால் கூட நான் அவளைக் கண்டுபிடித்து விடுகிறேன். என் வாழ்நாளில் நான் சந்தித்த ஒவ்வொரு வேசியின் மூஞ்சியும் என் இருதயத்தில் அழியாமல் இருக்கிறது. அவர்களை மறுபடியும் மறுபடியும் ஞாபகப்படுத்திக்கொண்டே சீவிக்கிறேன். வேசிகளைக் குறித்த ஒவ்வொரு தனித்தனிப் படிமத்தையும் சிதறாமல் என் ஞாபகத்தில் சேமித்து வைத்திருக்க என்னால் முடிகிறது. வேசிகளின் ஆன்மா, உடல், வார்த்தை, தந்திரம், உறுதி, பயம், இரத்தம், அழுக்கு, கண்ணீர் என எல்லாமே என்னில் காமத்தைக் கிளர்த்துகின்றன. எனக்குத் தெரியும், என் காமம் என் பாதங்களில் தான் முகிழ்க்கிறது.

நான் இறுதியாகச் சந்தித்த வேசி 'கானா' நாட்டுக்காரி. நான் அவளைப் பாரிஸ் மெத்ரோ நிலையம் ஒன்றில் சந்தித்தேன். அவளுக்கு நாற்பது வயதிருக்கலாம். ஆறடிக்கு மேலே உயர்ந்த கறுப்பி. அவளின் தடித்த உதடுகளில் எச்சில் வடிந்துகொண்டேயிருந்தது. அவள் பேசிய போதெல்லாம் எச்சில் துமித்தது. அவளுக்குப் பிரெஞ்சு மொழி பேசத் தெரிந்திருக்கவில்லை. கொச்சையாக ஆங்கிலம் பேசினாள். என்னை "சகோதரனே" என்றுதான் அழைத்தாள். முழு இரவுக்குத் தனக்கு நூற்றிருபது ஈரோக்களும் தான் தங்கியிருக்கும் ஹொட்டலுக்கு முப்பது ஈரோக்களும் கொடுத்துவிட வேண்டும் என்றாள். அவள் தங்கியிருக்கும் ஹொட்டல் ஐந்து நிமிட நடை தூரத்தில் இருக்கிறது என்றாள்.

நானும் அந்த வேசியும் மெத்ரோ நிலையத்திலிருந்து வெளியே வந்து வீதியில் நடக்கலானோம். அந்தப் பகுதி வெளிநாட்டவர்கள் வாழும் பகுதி. கறுப்பர்களும் அராபியர்களும் ஈழத் தமிழர்களும் அந்தப் பகுதியில் அதிகம். நான் வேசியை முன்னே நடக்கச் சொல்லிவிட்டு, சற்று இடைவெளி விட்டு அவளைப் பின்தொடர்ந்தேன். அந்த நள்ளிரவிலும் ஈழத் தமிழர்களின் கடைகளும் உணவு விடுதிகளும் திறந்திருந்தன. கடைத்தெருவில் எனக்குத் தெரிந்த இரண்டு தமிழர்களைக் கண்டேன். "என்ன இந்த நேரத்திலே இந்தப் பக்கம்?" என்று என்னிடம் கேட்டார்கள். "ஹஸீஸ் வாங்க வந்தனான்" என்றேன். இந்தப் பதில் அவர்களை மிரள வைக்கும் என்று எனக்குத் தெரியும். அந்தப் பகுதியின் இருண்ட மூலைகளில் கஞ்சா, ஹஸீஸ் வியாபாரமும் நடக்கும்.

அந்த ஹொட்டல் வேசிகளுக்காகவே கட்டப்பட்டிருந்தது. ஹொட்டலின் மாடிப்படிகளில் கறுப்பு வேசிகள் உட்கார்ந்து பேசிக்கொண்டிருந்தார்கள். வேசியின் அறையில் மூச்சுவிட இடமில்லை. அறை முழுவதும் சட்டி பானை பெட்டிகளென்று குவித்து கிடந்தன. மாட்டுத் தொழுவத்தில் வீசும் நாற்றம் அறையின் சுவர்களில் இருந்தது. பாதி சாப்பிட்ட உணவும் பாத்திரங்களும் தரையில் கிடந்தன. கட்டில் விரிப்பில் இரத்தக் கறை படிந்திருந்தது.

நான் அதிகாலையிலேயே விழித்துவிட்டேன். வேசி வாயில் எச்சில் ஒழுகத் தூங்கிக்கொண்டிருந்தாள். நான் கட்டிலிலிருந்து இறங்கி என் ஆடைகளை அணிந்துகொண்டேன். தரையில் கிடந்த உணவுப் பாத்திரங்களுக்குள்ளால் தட்டுத் தடுமாறிக் கண்களைத் தேய்த்துக்கொண்டே நடந்து குளியலறைக்குள் போனேன். குழாயைத் திறந்து பச்சைத் தண்ணீரை என் முகத்தில் அடித்துக்கொண்டேன். கண்கள் சிவந்து போயிருப்பது குளியலறைக் கண்ணாடியில் தெரிந்தது. என் கண்களையே கண்ணாடியில் பார்த்துக்கொண்டு நின்றேன். அப்போது,

என் தலையின் பின்புறத்தில் சில எழுத்துகள் நெளிவதைக் கண்டேன். திரும்பிப் பார்த்தபோது, குளியலறைச் சுவரில் ஒரு வாக்கியம் பிரெஞ்சு மொழியில் தப்பும் தவறுமாக எழுதி ஒட்டப்பட்டிருந்தது. *NE JETEZ PAS MANIX DA LA COMADE.* நான் அந்த வாக்கியத்தைப் படித்து விட்டுத் திரும்பும்போது, குளியலறைக் கதவின் உட்புறத்தில் அதே வாக்கியம் தவறே இல்லாத வாக்கிய அமைப்பில் தமிழ் எழுத்துகளால் எழுதப்பட்டு அங்கே ஒட்டப்பட்டிருந்தைக் கண்டேன்.

‹தயவு செய்து ஆணுறைகளை மலக்குழியினுள் எறிய வேண்டாம்›

நான் அந்த எழுத்துகளையே பார்த்தவாறு நின்றிருந்தேன். அந்தக் கணத்தில் நான் அடைந்த பெரும் அச்சத்தைப் போலவே இன்னொரு அச்சத்தை என் வாழ்க்கையில் நான் முன்பும் அடைந்ததில்லை, பின்பும் அடைந்ததில்லை. அந்தத் தமிழ் எழுத்துகள் முத்து முத்தாக மையால் வெள்ளைத் தாளில் எழுதப்பட்டிருந்தன. எழுதிய கை மிக நேரான கோடுகளைக் கீறிப் பழகிய கையாக இருக்க வேண்டும். என் அய்யாவைப் போன்ற ஒரு தொழில்முறை ஓவியனால் அந்த எழுத்துகள் எழுதப்பட்டிருக்க வேண்டும். பெரும் சோர்வுடன் நான் நின்றிருந்தபோது, குளியலறையின் மாடத்தில் வேசியின் சிவப்பு உதட்டுச்சாயம் கிடப்பதைக் கண்டேன். நான் பதற்றத்துடன் வேசியின் சிவப்பு உதட்டுச்சாயத்தால் அந்தத் தமிழ் எழுத்துகளை அழிக்கத் தொடங்கினேன்.

□ அநிச்ச – 2005

திரு. முடுலிங்க

சென்ற புதன்கிழமை Le Monde பத்திரிகை 'ஆபிரிக்க இலக்கியச் சிறப்பிதழ்' ஒன்றை இணைப்பாக வெளியிட்டிருந்தது. அந்த இலக்கியச் சிறப்பிதழின் நடுப்பக்கத்தில் வெளியாகியிருந்த 'Monsieur Mudulinka' என்ற சிறுகதையை நைஜீரிய எழுத்தாளர் மம்முடு ஸாதி எழுதியிருந்தார். ஹெளஸ மொழியில் எழுதப்பட்ட இந்தக் கதையை ஹரூரன் வில்பன் பிரெஞ்சில் மொழிபெயர்த்திருக்கிறார். இந்தக் கதையின் தலைப்புப் பாத்திரமாக வருபவர் ஓர் இலங்கையர் என்பதைக் கதையின் போக்கில் நான் அறிந்துகொண்டதும் மிதமிஞ்சிய ஆர்வத்துடன் கதையைப் படித்து முடித்தேன். படித்து முடித்தவுடனேயே அந்தக் கதையைத் தமிழில் மொழிபெயர்க்கத் தொடங்கினேன். கதை எளிமையான பிரெஞ்சு மொழியில் இருந்ததால், தமிழில் மொழிபெயர்ப்பதில் பெரிய சிக்கல்கள் எதுவும் ஏற்படவில்லை. ஆனால், ஒரேயொரு பிரச்சினை இருக்கிறது. கதையின் ஒரு இடத்தில் Coco ville என்றொரு ஊர் குறிப்பிடப்படுகிறது. (கொக்கோ வில்லி என்று வாசிக்கக் கூடாது. பிரெஞ்சு மொழி இலக்கணப்படி இதைக் 'கொக்கோ வில்' என்றுதான் படிக்க வேண்டும்.) கதையின் போக்கில் அந்த ஊர் இலங்கையில் உள்ளதாக ஊகிக்க முடிகிறது. ஆனால், நான் ஒருநாள் முழுவதும் இலங்கை வரைபடத்தை விரித்துவைத்துத் தேடியும் 'கொக்கோ வில்' என்ற ஊரை என்னால் கண்டுபிடிக்க முடியவில்லை. எனவே, தமிழ் மொழிபெயர்ப்பிலும் அந்த ஊரை நான் 'கொக்கோ வில்' என்றே எழுத வேண்டியதாகிவிட்டது. எனினும், இந்தச் சிக்கல் கதையின் மொழிபெயர்ப்பை எதுவிதத்திலும் பாதிக்கப் போவதில்லை. நாற்பத்தொரு வயதாகும் மம்முடு ஸாதி இதுவரை மூன்று சிறுகதைத் தொகுப்புகளை வெளியிட்டிருக்கிறார். அவர் 'லாகோஸ்' நகரத்திலுள்ள அய்க்கிய நாடுகள் சபையின் கிராமப்புற வளர்ச்சித் திட்ட அலுவலகத்தில் ஒரு சிற்றூழியராகப் பணி செய்து வருகிறார்.

இனி மம்முடு ஸாதியின் கதை:

கொடிக் கம்பம் என் நெற்றியின் முன்னாக நிற்க, லாகோஸின் அனல் காற்றில் யூ.என்.ஓ-வின் கொடி என் தலைமீது சரிந்தாடியது. காலை

நேரமாகையால், மனுக்களுடனும் கோரிக்கைகளுடனும் நிறைய மக்கள் கூடியிருந்தார்கள். அவர்கள் நாட்டின் பல பாகங்களிலிருந்தும் வந்திருந்தார்கள். தொலைதூர வட மாவட்டமான சொக்கட்டோவில் இருந்து ஒரு விவசாயிகள் குழு வந்திருந்தது. அவர்கள் மதிற்சுவரின் ஓரத்திலே களைப்புடன் குந்தியிருந்தார்கள். நான் அவர்களிடம் சென்று, அவர்கள் கொண்டு வந்த மனுக்களைச் சேகரித்துக்கொண்டிருந்தேன். அப்போது, பிரதான வாசலால் கறுப்பு நிற மெர்ஸிடஸ் பென்ஸ் கார் உள்ளே நுழைந்தது. காரின் பின்புற இருக்கையில் பிரஸிடெண்ட் அன்ஸாரி அமர்ந்திருந்து என்னைப் பார்த்துத் தலையசைத்தார். நான் வலது கையைத் தூக்கி, பிரஸிடெண்டுக்கு ஒன்றுக்கு இரண்டு தடவை சலாம் செய்தேன். கடவுளுக்கு ஒரு விளக்கு ஏற்றினால் சாத்தானுக்கு இரண்டு விளக்குகள் ஏற்றி வைக்க வேண்டும் என்பார்கள்.

நான் இந்த அலுவலகத்தில் வேலைக்குச் சேர்ந்து மூன்று வருடங்கள் முடியப் போகின்றன. இந்த மூன்று வருடங்களில் ஒரு நாளாவது பிரஸிடெண்ட் அன்ஸாரி என்னை 'மம்முடு' என்று பெயர் சொல்லி அழைத்தது கிடையாது. அறிவிலி, கழுதை, முட்டாள் என்ற பெயர்களில்தான் என்னை அவர் கூப்பிடுவார். அதிசயமாக அவர் மகிழ்ச்சியாக இருக்கும் தருணங்களில் 'ஏய் சின்னவனே' என்று என்னைக் கூப்பிடுவார். என் வேலைக்கு 'அலுவலக உதவியாளன்' என்றுதான் பெயர். ஆனால், பரிசாரகன் - தேநீர் தயாரிப்பவன் - வாகனச் சாரதி என்று எல்லாவித வேலைகளையும் நான் செய்ய வேண்டியிருந்தது.

இந்த அலுவலகத்தில் திட்டமிடல் அதிகாரிகளாக இருக்கும் இரண்டு வெள்ளையர்கள் மட்டும்தான் தங்களது தனிப்பட்ட வேலைகளை என் தலையில் சுமத்துவது கிடையாது. இதன் மறுபுறத்தில் ஒரு நன்மையுமிருந்தது. அந்த இரண்டு வெள்ளையர்களைத் தவிர அலுவலகத்தின் மற்றைய அதிகாரிகளுடன் எனக்கு விரைவிலேயே நெருங்கிய பழக்கம் ஏற்பட்டது. இந்த அலுவலகத்து மேசைகளின் ஒவ்வொரு இழுப்பறையும் இலஞ்சப் பணத்தால் நிரம்பிக் கிடக்கிறது. விரைவிலேயே என் சட்டைப்பையிலும் 'நைரா' தாராளமாகப் புழங்கத் தொடங்கியது. ஆகாயத்திலிருந்து ஈச்சம்பழம் விழுந்தால் நீயும் வாயைத் திற என்பது எங்கள் பக்கத்துப் பழமொழி. இந்த அலுவலகத்தின் தலைமை அலுவலகம் தலைநகர் அபுஜாவில் இருக்கிறது. எனக்கு உத்தியோக உயர்வு தந்து அங்கு அனுப்பிவைப்பதாக பிரஸிடெண்ட் அன்ஸாரி எனக்கு வாக்குக் கொடுத்திருக்கிறார்.

அந்த வாக்குறுதியை அவர் நிறைவேற்றுவதற்கு என் தரப்பில் ஒரு சிக்கலிருந்தது. அபுஜா தலைமை அலுவலகத்தில் பணிபுரிபவர்களில்

முக்கால்வாசிப் பேர் வெள்ளையர்கள்தான். அங்கே நான் வேலை செய்வதற்கு எனது ஆங்கில அறிவு போதாமல் இருக்கிறது என்று பிரஸிடெண்ட் அன்ஸாரி அபிப்பிராயப்பட்டார். இவ்வளவுக்கும், எனது கிராமத்திலேயே அதிக ஆங்கில அறிவு உடையவன் நான்தான். அங்கே எனக்கு 'இங்கிலிஷ் மம்முடு' என்று ஒரு பட்டப்பெயரே வழக்கிலிருக்கிறது. ஆனால், இந்த அலுவலகத்திலிருக்கும் வெள்ளையர்கள் இருவரும் பேசும் ஆங்கிலம்தான் எனக்குப் பிடிபடாமலேயே இருக்கிறது. அவர்களில் ஒருவர் ஐரிஸ்காரர், மற்றவர் அவுஸ்ரேலியர். அவர்கள் இருவரும் பேசும் ஆங்கிலம் அவர்களது நாவிலிருந்து புறப்படும் அதே விநாடியிலேயே ஓக்ரா குழம்பில் நனைத்தெடுத்த வ்லூவ்வூ களி மாதிரி அவர்களின் தொண்டைக்குள் வந்த வேகத்திலேயே வழுக்கிப் போனது. நான் பேசும் ஆங்கிலத்தைப் புரிந்துகொள்ளாதது போல அந்த வெள்ளையர்கள் இருவரும் எப்போதுமே தமது உதடுகளை மடித்துத் தோள்களைக் குலுக்கினார்கள். நான் ஒரு வெறியோடு ஆங்கிலத்தைப் படிக்கத் தொடங்கினேன். காலைவேளைகளில் ஆங்கிலச் செய்தித் தாள்களை ஆர்வத்தோடு படித்தேன். மாலைவேளைகளில் என் பூட்டிய அறைக்குள்ளிருந்து விடாமல் ஆங்கில இலக்கணப் பயிற்சி நூல்களைக் கற்று வரலானேன். சோம்பலால் வளர்வது பேனும் நகமும் தவிர வேறில்லை.

மதிலோரத்தில் குந்தியிருந்த சொக்கட்டோ விவசாயிகள் குழு என்னிடம் தங்களது மனுவைத் தருவதற்கு முதலில் மறுத்தார்கள். அவர்கள் அந்த மனுவை உள்ளேயிருக்கும் வெள்ளையர்களிடம்தான் கொடுப்பார்களாம். "அந்த வெள்ளையர்கள் வெளியே வரவும் மாட்டார்கள், முன் அனுமதி பெற்றிராமல் நீங்கள் அலுவலகத்திற்கு உள்ளே போகவும் முடியாது" என்று நான் விவசாயிகளுக்கு விளக்கமாகச் சொன்னேன். அவர்கள் என்னை நம்ப மறுத்தார்கள். அந்த விவசாயிகள், அலுவலகத்தின் முன்னே தொங்கிக் கிடக்கும் யூ.என்.ஓ. கொடியையக் கூட இன்னமும் பிரிட்டிஷ் சாம்ராஜ்யத்தின் கொடியென்றே நம்பிக்கொண்டிருப்பவர்கள். "உங்கள் மனு மீது முடிவெடுக்கும் அதிகாரம் படைத்தவர் பிரஸிடெண்ட் அன்ஸாரி. நீங்கள் என்னிடம் மனுவைக் கொடுத்தால் அதை நான் அவரின் பார்வைக்கு எடுத்துச் செல்வேன்" என்று நான் விவசாயிகளிடம் சொன்னேன். நானும் அவர்களைப் போலவே ஃபுலானி இனக்குழுவைச் சேர்ந்தவன் என்று அறிந்த பின்புதான் அந்த விவசாயிகள் என்னை நம்பினார்கள். அவர்களின் விவசாய நிலங்களுக்கு நீர்ப்பாசன வசதி கோரி, அவர்கள் அந்த மனுவைத் தயாரித்திருக்கிறார்களாம். அந்த விவசாயிகள் குழுவின் தலைவர் என் கையில் மனுவைக் கொடுத்துவிட்டு, என் சட்டைப்பைக்குள் பெரிய 'நைறா' தாளொன்றைத் திணித்துவிட்டார்.

சென்ற மாதம்வரை, எவரும் அலுவலகத்திற்குள் வரலாம் போகலாம் என்று விதிகள் இருந்தன. ஆனால், இப்போது ஊழியர்களைத் தவிர வேறு யாருக்குமே அலுவலகக் கட்டடத்துள்ளே நுழைய அனுமதி கிடையாது. மனு, கோரிக்கை எதுவானாலும் முற்றத்தில் வைத்தே முடித்து அனுப்புமாறு பிரஸிடெண்ட் அன்ஸாரிக்குக் காவல்துறை ஆணையர் அறிவுறுத்தியுள்ளார். சென்ற மாதம் இந்த முற்றத்தில், இதே கொடிமரத்தின் கீழே இரண்டு இளைஞர்களைப் பொலிஸார் சுட்டு வீழ்த்தியிருந்தனர்.

சென்ற மாதத்தின் கடைசி நாளில், இளைஞர்களும் பெண்களுமாக ஒரு கூட்டம் அதிரடியாக எங்கள் அலுவலக முற்றத்தில் நுழைந்தது. அவர்கள் கைகளில் கொடிகளும் அட்டைகளும் வைத்திருந்தார்கள். உரத்த குரலில் கோஷங்களை எழுப்பினார்கள். அதற்கு முன் தினம்தான் ஒல்லாந்து, பிரெஞ்சு எண்ணெய் நிறுவனங்களுக்கு எதிராகப் போராடிய ஒன்பது நைஜீரியர்களுக்கு நீதிமன்றம் தூக்குத் தண்டனை வழங்கித் தீர்ப்பளித்திருந்தது. ஆர்ப்பாட்டக்காரர்கள் கொடிக் கம்பத்தில் ஏறி யூ.என்.ஓ. கொடியை அறுத்துத் தீ வைத்துக் கொளுத்தினார்கள். அவர்கள் கற்களால் அலுவலகத்தின் கண்ணாடி ஜன்னல்களைச் சிதறடித்தார்கள். நாங்கள் அலுவலகத்தின் கதவுகளை இறுக மூடிவிட்டு உள்ளேயே இருந்துகொண்டோம். பிரஸிடெண்ட் அன்ஸாரி தனது கொழுத்த உடம்பைத் தூக்கிக்கொண்டு அங்குமிங்கும் பதற்றத்தோடு ஓடித்திரிந்தார். உதவித் தலைவர் வில்பர் பிரான்ஸிஸ் 'இபோ' இனக்குழுவைச் சேர்ந்தவர். அவர் இபோ வழக்கப்படி, எந்த விஷயத்தைப் பேசினாலும் இழுத்து இழுத்து ரப்பராக விரித்து உவமான உவமேயங்கள், முதுமொழிகள், பொன்மொழிகள் எல்லாம் பொதித்துத்தான் எந்தவொரு வாக்கியத்தையும் முடிப்பார். அவர் அலுவலக ஊழியர்களிடம் 'பொலிஸார் வந்து ஆர்ப்பாட்டக்காரர்களைச் சுடப் போகிறார்கள்' என்பதை வளைத்து வளைத்துச் சொல்லிக்கொண்டிருக்கும்போது, வெளியே துப்பாக்கிகள் வெடிக்கும் சத்தங்கள் கேட்டன. வில்பர் பிரான்ஸிஸ் "புதிதாகப் பிறந்த கன்றுகள் புலிகளுக்கு அஞ்சுவதில்லை" என்று கூறிக் கண்களை மூடிக்கொண்டார்.

எங்களது அலுவலகத்திற்குப் புதிய 'திட்டமிடல் அதிகாரி' ஒருவர் வெளிநாட்டில் இருந்து வரப்போவதாகச் செய்திகள் அடிபட்டன. ஏற்கனவே அலுவலகத்தில் இருக்கும் இரண்டு வெள்ளையர்களும் அவர்களது மாயாஜால ஆங்கிலத்தால் என்னைத் தொல்லைப்படுத்துகிறார்கள். வரப் போகும் புதிய திட்டமிடல் அதிகாரி பேசப் போகும் ஆங்கிலமாவது எனக்குப் புரிய வேண்டும் என்று நான் இறைவனை இடைவிடாமல் தொழுதேன். இறைவன் ஒவ்வொரு நோய்க்கும் ஒரு பச்சிலையை அளித்திருக்கிறான்.

புதிதாக வந்த திட்டமிடல் அதிகாரி ஆங்கிலத்தைப் பத்து விதமாகப் பேசினார். அவர் பிரஸிடெண்ட் அன்ஸாரியோடு ஒருவித ஆங்கிலம் பேசினார். ஐரிஸ்காரரோடு இன்னொரு விதமான ஆங்கிலத்தில் பேசினார். அவுஸ்ரேலியாக்காரரோடு மற்றொரு விதமான ஆங்கிலம் பேசினார். எங்களது அலுவலகத்திற்குத் தோடம்பழங்கள் கொண்டுவரும் கூடைக்காரி மைமூனுடன் வினைச் சொற்களே இல்லாமல், வெறும் பெயர்ச் சொற்களை உபயோகித்தே நூதனமானவொரு ஆங்கிலத்தில் உரையாடினார். என்னோடு பேசுவதற்கு அவர் விசேடமானதொரு ஆங்கிலத்தை வைத்திருந்தார். தனது வாயை அகலத் திறந்து, சுட்ட சுயா இறைச்சித் துண்டங்களைக் கடித்துத் தின்பது போலவே தன் பற்களுக்கிடையே ஆங்கிலத்தைக் கடித்துச் சிறு சிறு துண்டுகளாக என்னிடம் அனுப்பினார். என் வாழ்க்கையில் முதற்தடவையாக, நைஜீரியர் அல்லாத ஒருவர் பேசும் ஆங்கிலத்தை முழுவதுமாக விளங்கிக்கொண்டேன். அல்லாஹ் கொடுக்கும்போது நீ யார் பிள்ளையென்று கேட்பதில்லை.

ஒரு தங்கத் திறவுகோல் எல்லாப் பூட்டுகளையும் திறக்கும் என்பார்கள். புதிய திட்டமிடல் அதிகாரி சொக்கத் தங்கமாக இருந்தார். அவரின் பெயர் திரு. முடுலிங்க. அவரை நான் முதலில் ஒரு 'பட்டேல்' என்றுதான் நினைத்திருந்தேன். ஆனால், திரு. முடுலிங்க சிலோன் நாட்டுக்காரர். திரு. முடுலிங்க எல்லாவற்றிலும் மிகத் துல்லியமாக இருந்தார். குறித்த நேரத்தில் அலுவலகத்திற்கு வந்து, குறித்த நேரத்தில் அலுவலகத்தை விட்டுப் புறப்படுவார். அவர் எப்போதும் மிகத் தூய்மையான, அழகிய உடைகளையே அணிவார். சுத்தமாகச் சவரம் செய்யப்பட்ட அவரது முகத்தில் எப்போதும் ஒரு புன்னகை தொற்றியிருக்கும். அவருக்கு அறுபது வயதிருக்கலாம். ஆண்டுகள் அழகுக்கு மரியாதை செலுத்துவதில்லை என்ற ஃபுலானிப் பழமொழி திரு. முடுலிங்கவைப் பொறுத்தவரையில் செல்லுபடியாகாது. அவர் எப்போதுமே தன் கையோடு எடுத்துவரும் சிறிய கணிப்பொறியைப் போன்ற ஆயிரம் கணிப்பொறிகளைத் தனது தலைக்குள் வைத்திருந்தார். பிரஸிடெண்ட் அன்ஸாரிக்குக் கொடுக்கும் அதேயளவு மரியாதையைத்தான் திரு. முடுலிங்க எனக்கும் கொடுத்தார். அதேயளவு மரியாதையைத்தான் தோடம்பழக் கூடைக்காரி மைமூனிடமும் காட்டினார். அவரின் கண்களில் அறிவும் கனிவும் சுடராய் எழுந்தன. நான் அவரின் அதீத கவனத்தைப் பெறுவதற்குப் பெரு முயற்சிகள் எதுவும் செய்ய வேண்டியிருக்கவில்லை. நைஜீரிய நாட்டு அரசியல் நிலைமைகள் விரைவிலேயே என்னைத் திரு. முடுலிங்கவின் அன்புக்கும் நம்பிக்கைக்கும் உரிய ஊழியக்காரனாக மாற்றிவிட்டிருந்தன.

அந்த ஒன்பது தூக்குத் தண்டனைகளுக்கும் எதிராக நைஜீரியா முழுவதும் கலவரங்கள் கிளம்பின. பயாஃப்ரா பிரிவினைப் போராட்டத்திற்குப் பிறகு நைஜீரியா கண்டிருக்கும் மிகப் பெரிய கலவரம் இதுதான் என்று 'Nigeria Times' எழுதியது. நைஜீரியாவின் தெற்குப் பகுதிகளில், எண்ணெய் வயல்களை அண்டிய பிரதேசங்களில் தொடங்கிய இந்தக் கலவரம் விரைவாக நகரங்களுக்குப் பரவி, இப்போது கிராமங்களுக்கும் பரவுகிறது. 'எட்டு மனிதர்கள் உள்ள கிராமத்திலும் ஒரு தேசபக்தன் இருப்பான்' என்பதே கலவரக்காரர்களின் பிரதான கோஷமாக இருந்தது. கலவரக்காரர்கள் வெளிநாட்டு நிறுவனங்களையும் அலுவலகங்களையும் குறிவைத்துத் தாக்கினார்கள். எங்களது அலுவலகத்தில் இருக்கும் வெளிநாட்டவர்களையும் கலவரக்காரர்கள் தாக்கக்கூடும் என்று பிரஸிடெண்ட் அன்ஸாரி அபிப்பிராயப்பட்டார். இரண்டு வெள்ளையர்களின் வீடுகளுக்கும் பொலிஸ் பாதுகாப்பு வழங்கப்பட்டது. திரு. முடுலிங்க தங்கியிருந்த வீடு எங்களது அலுவலகத்திலிருந்து பத்துக் கிலோமீற்றர் தொலைவிலுள்ளது. லாகோஸின் புறநகர்ப் பகுதியில், ஒபஸான்ஸோ வீதியில் அவரின் வீடிருந்தது.

அந்த வீதியின் பதினோராவது குறுக்குத் தெருவில்தான் நான் தங்கியிருந்த அறையுமிருந்தது. திரு. முடுலிங்க அலுவலகத்திற்கு வரும்போதும், போகும்போதும் அவருக்குத் துணையாக அவரோடு வந்து போகுமாறு பிரஸிடெண்ட் அன்ஸாரி எனக்குக் கட்டளையிட்டார். என்னுடைய பணி வரலாற்றிலேயே, பிரஸிடெண்ட் அன்ஸாரி போட்ட ஓர் உத்தரவை முதற்தடவையாக நான் முழு மகிழ்ச்சியோடு ஏற்றுக்கொண்டேன். இந்தப் புதிய ஏற்பாட்டால் எனக்கு உடனடியாக இரண்டு நன்மைகள் கிட்டின. முதலாவதாக, நான் திரு. முடுலிங்கவின் பரிவை விரைவிலேயே பெற்றுக்கொண்டேன். இரண்டாவதாக, அலுவலக நேரம் முடிந்த பின்பும் நான் வேலை செய்ய வேண்டிய கட்டாயம் இருக்கவில்லை. சரியாக மணி ஐந்தானதும் திரு. முடுலிங்க அலுவலகத்திலிருந்து புறப்படுவார். நானும் அவருடனேயே புறப்பட்டுவிடுவேன்.

திரு. முடுலிங்க தனது ஜீப் வண்டியைத் தானே ஓட்டினார். நைஜீரியச் சாரதிகளின் மிதமிஞ்சிய வேகமும் அவர்களது வீதிச் சாகசங்களும் தனக்கு ஒத்துவரவில்லை என்று அவர் சொல்வார். ஜீப் நகரத் தொடங்கியதும், திரு. முடுலிங்க ஜீப்பினுள் ஒரு சோம்பலான சங்கீதத்தை ஒலிக்கவிடுவார். அது இந்திய இசை வகையைச் சேர்ந்ததாம். அந்தச் சங்கீதம் 'நாநாநாநநநநா' என்று மிக மெதுவாகவே செல்லும். திரு. முடுலிங்க ஸ்ரேரிங்கில் தாளம் போட்டவாறு, அந்தச் சங்கீதத்தைக் காட்டிலும் மெதுவாகவே ஜீப் வண்டியைச் செலுத்துவார்.

திரு. முடுலிங்கவின் வீட்டில் சமையல்காரனாக - தோட்டக்காரனாக - காவலாளியாக மூன்று நைஜீரியர்கள் வேலை செய்தார்கள். மாளிகை போன்ற அந்த வீட்டிலே திரு. முடுலிங்க தனியாகவே தங்கியிருந்தார். திரு. முடுலிங்கவின் வீட்டுக்குப் போனால் அங்கிருந்து நான் உடனே கிளம்புவதில்லை. எவ்வளவு நேரத்தை அங்கு செலவழிக்கலாமோ அவ்வளவு நேரத்தை நான் அங்கு செலவழித்தேன். திரு. முடுலிங்கவோடு பேசக் கிடைக்கும் சின்னதொரு தருணத்தைக் கூட நான் நழுவ விட்டேனில்லை. அவருடன் பேசிப்பேசியே என்னுடைய ஆங்கிலப் பேச்சுத் திறனை வளர்த்துவிடுவது என்ற முடிவோடு நான் செயற்பட்டேன். திரு. முடுலிங்க எனது ஆங்கில உச்சரிப்புக் குறித்துச் சலித்துக்கொள்ளாமல் புன்னகையோடும் அக்கறையோடும் திருத்தங்களைச் சொல்வார். ஆங்கிலத்தைக் கற்றுக்கொள்வதில் எனக்கிருந்த வெறியையும் வேகத்தையும் பார்த்து உண்மையிலேயே திரு. முடுலிங்க மிரண்டு போனார். அவர் புன்னகையுடன் "அதிக அவசரம் கிழங்குக்குக் கேடு" என்றார்.

இந்தக் கிழங்குப் பழமொழி கென்யா நாட்டில் மிகப் பிரபலமான பழமொழி. திரு. முடுலிங்க கென்யா, சூடான், ஸியாரோலியோன், சோமாலியா, எத்தியோப்பியா, தான்சானியா, ஸாயிர் என்றெல்லாம் ஆபிரிக்காவை ஒரு சுற்றுச் சுற்றிவிட்டுத்தான் நைஜீரியாவுக்கு வந்திருக்கிறார். அவருக்கு ஆபிரிக்காவின் ஒவ்வொரு கலாசாரத்தைப் பற்றியும் தெரிந்திருந்தது. அவருக்கு ஆபிரிக்காவின் ஒவ்வொரு குடிவகை, உணவுவகை பற்றியும் தெரிந்திருந்தது. அவருக்கு ஆபிரிக்காவின் ஒவ்வொரு இனக்குழுவைப் பற்றியும் தெரிந்திருந்தது. அவருக்கு ஒவ்வொரு ஆபிரிக்கப் பழங்குடியினதும் பாடல்களைப் பற்றியும் தெரிந்திருந்தது. முக்கியமாக, வெவ்வேறு நாட்டு ஆபிரிக்கர்களுடன் விதவிதமான உச்சரிப்புகளில் எப்படி ஆங்கிலம் பேசுவது என்று அவருக்குத் தெரிந்திருந்தது.

எந்த ஊசியும் இருபுறமும் கூராயிராது என்பார்கள். ஆனால், திரு. முடுலிங்க எட்டுப் பக்கமும் கூர்மையாக இருந்தார். அவர் நைஜீரியாவுக்கு வந்த சில நாட்களிலேயே, நைஜீரியாவின் பல பழக்க வழக்கங்களைத் தெரிந்துகொண்டிருக்கிறார். ஒருநாள், அவர் தன் கையாலேயே நைஜீரியர்களின் சிற்றுண்டி வகையான ஹோஸையைத் தயாரித்தார். நான் எனது பாட்டியின் கையால் கூட அவ்வளவு சுவையான ஒரு ஹோஸையைச் சாப்பிட்டிருக்கவில்லை. திரு. முடுலிங்க எங்கேயும் எப்போதும் தன் கண்களையும் காதுகளையும் திறந்து வைத்திருந்தார். அவருடனான எனது தீவிரவாத ஆங்கிலப் பயிற்சியில் ஒரு இடைவெளி விழுந்தது. நான் எனது நிக்ஹாஹ்வுக்காக, நைஜீரியாவின் வடக்கு எல்லையிலிருக்கும் எனது ஊருக்கு ஒரு மாத விடுமுறையில் சென்றேன்.

பெண் எடுத்தல் பக்கத்திலும் களவாடுதல் தூரத்திலும் இருக்க வேண்டும் என்பார்கள். ஆனால், என்னுடைய பாட்டி எனது மனைவி ஆமினாவைத் தூரத்தில் இருந்துதான் தேர்ந்தெடுத்தார். ஆமீனா 'கடுனா' மாவட்டத்தைச் சேர்ந்தவள். அந்தப் பகுதியில் மந்தை வளர்ப்புத்தான் பிரதானத் தொழில். ஆனாலும், ஆமினா எழுத வாசிக்கக் கற்றிருந்தாள். ஆமினாவுக்குப் பதினேழு வயது. அவள் உயரமாக ஆனால், மிகவும் மெலிந்து நோஞ்சானாக இருந்தாள். அவள் எவ்வளவுதான் ஓடி ஓடி வீட்டு வேலைகளைச் செய்தாலும், எனது பாட்டி ஆமினாவைக் குற்றம் சொல்லிக்கொண்டேயிருந்தார். நான் பாட்டியைத் திட்டி அடக்க முயன்ற போதெல்லாம், அவர் "குருட்டுப் பூனை செத்த எலியைத்தான் பிடிக்கும்" என்று என்னைக் கிண்டல் செய்தார்.

ஆமினாவிடம் ஒரு விரும்பத்தகாத பழக்கமுமிருந்தது. அவள் எதற்கெடுத்தாலும் அளவுக்கு அதிகமாக வெட்கப்பட்டாள். சின்னச் சின்ன விஷயங்களுக்கெல்லாம் ஆமினா பயந்தாள். நான் அவளைத் தொடும்போது கூட அவளின் கண்கள் வெளிறிப்போய்க் கெஞ்சின. நான் அவளை அணைத்த போதெல்லாம் அவளின் தேகம் அச்சத்தால் நடுங்கியது. நான் அவளைப் பார்க்கும் போதெல்லாம் ஆமினா தனது முக்காட்டை நூறு தடவை சரி செய்தாள். என்னோடு பேசுவதற்குக் கூட அவள் தயங்கினாள். அவளின் நாவு வார்த்தைகளைக் குழறியது. ஆனால், எனக்கு நம்பிக்கையிருந்தது. நான் ஆமினாவை லாகோஸுக்கு அழைத்துச் சென்றதும் அவளை மெல்ல மெல்ல மாற்றுவேன். இந்தச் சின்ன மலைப்பூவின் இதழ்கள் காயப்படாமலேயே நான் அதை மலர வைப்பேன்.

நான் ஆமினாவுடன் லாகோஸுக்குத் திரும்பியபோது, நகரமும் இயல்பு நிலைக்குத் திரும்பியிருந்தது. கலவரக்காரர்களை இராணுவத்தினர் அடக்கியிருந்தனர். அடுத்து வந்த சனிக்கிழமையன்று, திரு. முதுலிங்க புதுமணத் தம்பதிகளான எங்களுக்குத் தனது வீட்டில் இரவு விருந்தொன்றை ஏற்பாடு செய்திருந்தார். அந்த விருந்துக்கு எங்களது அலுவலகத்தில் பணிபுரிந்த அந்த இரண்டு வெள்ளையர்களும் கூட அழைக்கப்பட்டிருந்தனர்.

மூன்று வெளிநாட்டவர்களைக் கண்டதுதான் தாமதம் ஆமினாவின் உடல் வெடவெடவென நடுங்கத் தொடங்கிவிட்டது. எங்கள் எல்லோருடனும் மேசையில் அமர்ந்து உணவருந்தும்போது, அவள் அளவுக்கு அதிகமான வெட்கத்தால் அலைக்கழிக்கப்படுவதை நான் கவனித்தேன். திரு. முதுலிங்க மிகுந்த கனிவோடு ஆமினாவை உபசரித்தார். ஆமினாவை இயல்பாக இருக்கச் செய்வதற்காகத் தனக்குத் தெரிந்த வித்தைகள் அனைத்தையும் கையாண்டு பார்த்தார். ஆமினாவின் இயல்பே

வெட்கப்படுவதும் பயப்படுவதும்தான் என்பதைத் திரு. முடுலிங்க அறியமாட்டார். ஃபுலானி இனப் பெண்கள் மற்றைய நைஜீரியப் பெண்களைப் போல் கறுப்பிகளில்லை. ஆமீனா ஓரளவு நிறமானவள். உரித்த 'யாம்' கிழங்கு போல இருப்பாள். அவள் அணிந்திருந்த ஆடைகளும் ஃபுலானி இனப் பெண்களுக்கே உரித்தானவை. அவளின் இரு கன்னங்களிலும் இனக்குழு அடையாளங்கள் கீறப்பட்டிருந்தன. இவை குறித்தெல்லாம் திரு. முடுலிங்கவுக்கு ஆயிரம் கேள்விகளும் விசாரணைகளும் இருந்தன. அவர் இவை குறித்து ஆமினாவிடம் கேட்ட கேள்விகளை அவள் மிகுந்த அச்சத்துடன் எதிர்கொண்டாள்.

ஒரு கடுமையான பள்ளி ஆசிரியருக்கு முன் நிற்கும் படுமொக்கான பள்ளிச் சிறுமிபோல, அவள் திணறித் திணறி திரு. முடுலிங்கவுக்குப் பதில் சொன்னாள். ஆமினா சொன்ன எல்லாப் பதில்களுமே திரு. முடுலிங்கவுக்குப் பெருத்த ஆச்சரியங்களை ஏற்படுத்தின. சிறு வயதில், மலையடிவாரத்தில் தான் ஆடுகளை மேய்த்துக்கொண்டிருந்த போது, நிகழ்ந்த சம்பவங்களை ஆமினா சொன்னபோது, திரு. முடுலிங்க பரவச நிலையின் உச்சத்திலிருந்தார். சின்னச் சின்ன விஷயங்களுக்கெல்லாம் பயப்படுவது ஆமினாவின் சிறப்பென்றால், சின்னச் சின்ன விஷயங்களுக்கெல்லாம் பரவசப்படுவது திரு. முடுலிங்கவின் சிறப்பாயிருந்தது. ஆமினா, ஹெளஸ மொழியில் பேசியதை நான் ஆங்கிலத்தில் மொழிபெயர்த்துத் திரு. முடுலிங்கவுக்கும் அந்த வெள்ளையர்களுக்கும் கூறினேன். இப்போது கூட இந்த வெள்ளையர்களுக்கு என் ஆங்கிலம் புரியவில்லை. எனவே, நான் ஆங்கிலத்தில் திரு. முடுலிங்கவுக்குக் கூறியதை, அவர் மறுபடியும் இன்னொரு ஆங்கிலத்திற்கு மொழிபெயர்த்து அந்த வெள்ளையர்களுக்குக் கூறினார்.

விருந்து முடிந்து புறப்படும்போது, ஆமினா மட்டுமல்லாமல் நானும் 'திடுக்கிடும்' படியான காரியம் ஒன்றை அந்த ஐரிஸ் வெள்ளைக்காரர் செய்ய முனைந்தார். விடைபெரும்போது, கை குலுக்குவதற்காக அந்த வெள்ளைக்காரர் ஆமினாவை நோக்கித் தனது கையை நீட்டினார். அப்போது, ஆமினா ஒரு மான்போல இரண்டடி பின்னே துள்ளிப் பாய்ந்தாள். நத்தை தன் தலையை ஓட்டுக்குள் இழுத்துக்கொள்வதைப் போல அவள் தனது தலை, கைகள், கால்களைத் தன் உடலுக்குள் அனிச்சையாக இழுத்துக்கொண்டாள். ஐரிஸ்காரரும் உடனடியாகவே சமாளித்துக் கொண்டு ஒரு தந்திரம் செய்தார். தனது நீட்டிய கையின் விரல்களைப் படபடவென அடித்து, விடைபெருவது போலச் சைகை செய்தார். அவர் தனது கையை நீட்டியபோது, தான் ஓரிரு துளி சிறுநீரை ஆடையிலேயே கழித்துவிட்டதாக ஆமினா பின்பு என்னிடம் தயங்கித் தயங்கிச் சொன்னாள். திரு. முடுலிங்க எங்களைத் தனது ஜீப்

வண்டியிலேயே எங்களது வீட்டு வாசல்வரை கொண்டுவந்து விட்டார். அவருக்கு நானும் ஆமினாவும் பல தடவை நன்றி தெரிவித்தோம். அப்போது, திரு. முடுலிங்க எங்களுக்குத் திருமணப் பரிசொன்றை அளித்தார். அந்தப் பரிசு அடுத்த நாள் மாலைநேரக் காட்சிக்கான இரண்டு 'பல்கனி' நுழைவுச் சீட்டுகளாக இருந்தன. பின்பு திரு. முடுலிங்க அந்த நுழைவுச் சீட்டுகளைக் குறித்து எனக்குச் சிறியதொரு விளக்கம் அளித்தார்.

அப்போது லாகோஸில் ஓடிக்கொண்டிருந்த ஓர் அமெரிக்கத் திரைப்படத்திற்கான நுழைவுச் சீட்டுகள் அவை. அந்தத் திரைப்படத்தின் கதை போர்த்துக்கேயர்கள் ஆபிரிக்காவுக்குள் நுழைந்து, ஆபிரிக்கர்களை அடிமைகளாகப் பிடித்துச் சென்றதைக் குறித்துப் பேசுகிறதாம். எனக்குத் திரைப்படம் பார்ப்பதில் எப்போதுமே ஆர்வம் இருந்ததில்லை. மாணவனாக இருந்த காலத்தில் ஒன்றிரண்டு ஹிந்தி சினிமாக்கள் பார்த்ததோடு சரி. அதன் பின்பு நான் சினிமாவே பார்த்ததில்லை.

திரு. முடுலிங்கவின் கூர்மையான கண்கள் என் முகத்தின் உற்சாகமற்ற தன்மையை உடனடியாகவே கண்டுபிடித்துவிட்டன. திரு. முடுலிங்க புன்னகையுடன் "மம்முடு நீ அடிக்கடி ஆங்கிலப் படங்களைப் பார்ப்பது உன் ஆங்கில உச்சரிப்பை நேர் செய்துகொள்ள உதவும்" என்றார். அப்போது என் மூளைக்குள் பளீரென்று ஒரு வெளிச்சம் அடித்தது. திரு. முடுலிங்க சொல்வது முற்றிலும் உண்மை. ஹிந்திப் படம் பார்த்துப் பார்த்தே ஹிந்தி மொழியைச் சரளமாகப் பேசும் பல நைஜீரியர்களை நானறிவேன். அவர்கள் படேல்களின் கடைகளில் ஹிந்தியிலேயே பேரம் பேசிப் பொருட்களை வாங்குவதையும் நான் கண்டிருக்கிறேன். நான் ஊருக்குப் போய்வந்த இந்த ஒரு மாதகாலத்துள் நானே எனது ஆங்கில மொழி விருத்தியைப் பற்றிக் கொஞ்சம் அசட்டையாக இருந்தபோதும், திரு. முடுலிங்க அதை ஒருபோதும் மறந்தாரில்லை. திரு. முடுலிங்க புறப்படும்போது, என்னைப் பார்த்துக் கண் சிமிட்டி "மம்முடு, திருமணமான புதுச் சோடிகள் படம் பார்க்கப் போவது சிலோன் நாட்டுச் சம்பிரதாயம் என்று உன் மனைவியிடம் கூறு" என்றார்.

ஞாயிற்றுக்கிழமை மாலையில், நானும் ஆமினாவும் திரைப்படத்திற்குக் கிளம்பினோம். நாங்கள் திரைப்படம் பார்க்கப் போகிறோம் என்ற செய்தியை அறிந்தவுடன் ஆமினா அதற்கும் பயப்பட்டாள். அவள் இதுவரை திரையரங்கில் படம் பார்த்ததே இல்லையாம். அவள் லாகோஸின் சன நெருக்கடி மிகுந்த வீதிகளை ஓரக் கண்களால் மிரளமிரள பார்த்தவாறு, குனிந்த தலை நிமிராமல் என் பின்னே

நடந்து வந்தாள். அய்ந்து நிமிடங்கள் நடப்பதற்குள் அவள் அய்ம்பது தடவை தன் முக்காட்டைச் சரி செய்தாள்.

'ரெக்ஸ்' திரையரங்கம் நகரத்தின் மிக முக்கிய பகுதியான விக்ரோறியா சதுக்கத்திலிருந்தது. இந்தப் பகுதியை 'வைற் லாகோஸ்' என்று சொல்வார்கள். வெள்ளையர்களின் குடியிருப்புப் பகுதிகள் இங்கேயே அமைந்துள்ளன. இங்கிருக்கும் பேரங்காடிகளும் கடைகளும் வெள்ளையர்களுக்கு என்றே சிறப்பாக அமைக்கப்பட்டவை. நைஜீரியா சுதந்திரமடைந்த பின்பும், இங்கிலாந்துக்குப் போகாமல் இங்கேயே தங்கிவிட்ட வெள்ளையர்களின் மையமாக விக்ரோறியா சதுக்கமிருந்தது. நான் ஆமினாவிடம் "லண்டன் மாநகரம் கிட்டத்தட்ட இப்படித்தானிருக்கும்" என்றேன். ஆமினா குனிந்த தலையை நிமிர்த்தாமலேயே 'ம்' கொட்டினாள்.

திரையரங்கம் முற்று முழுதாக ஆங்கிலேயப் பாணியிலேயே அமைந்திருந்தது. அனைத்து அறிவித்தல்களும் ஆங்கிலத்திலேயே எழுதப்பட்டிருந்தன. காட்சி அரங்கத்திற்குள் நுழையும் கதவுக்கு அருகே, சுத்தமான வெள்ளை ஆடையும் தலையில் வெள்ளைத் தொப்பியும் அணிந்திருந்த இளம் சீனாக்காரி பெரிய இயந்திரத்தில் சோள மணிகளைப் பொரித்துக்கொண்டிருந்தாள். நாங்கள் கிராமத்தில் சோளப்பொத்தியை நெருப்பில் சுட்டுத்தான் சாப்பிடுவோம். சீனாக்காரியின் பொரிக்கும் இயந்திரத்தின் அடிப்பகுதியில் வெள்ளை முத்துக்கள் போல் சோளப் பொரிகள் சொரிந்துகொண்டிருந்ததை ஆமினா ஆர்வத்தோடு பார்த்தாள். நான் சீனாக்காரியிடம் ஒரு சரை சோளப்பொரியும் ஒரு கொக்கோ கோலாப் போத்தலும் தருமாறு ஆங்கிலத்தில் கேட்டுப் பணத்தை நீட்டினேன். நான் பேசிய அந்த ஒற்றை வரி ஆங்கிலத்தைக்கூட அந்தச் சீனாக்காரி சிரமப்பட்டே புரிந்துகொண்டாள். அவள் பதிலுக்குப் பேசிய ஆங்கிலம் எனக்குச் சரிவரப் புரியவில்லை. சீனாக்காரி சிரித்தபடியே என்னிடம் "நீ என்ன மொழி பேசுவாய்... ஹௌஸவா? இபோவா? யொருபாவா?" என்று கேட்டாள். அந்தச் சிறிய சீனாக்காரி நான்கைந்து மொழிகள் பேசக் கூடியவளாக இருப்பாளாக்கும். முதல் பட்டத்திற்குப் படிப்பதுதான் கடினம், அடுத்த பட்டம் தானாகவே வரும் என்பார்கள். சோளப்பொரியையும் கொக்கோ கோலாப் போத்தலையும் சீனாக்காரியிடமிருந்து வாங்கி நான் ஆமினாவிடம் கொடுக்கும்போது, காட்சி அரங்கினுள்ளிருந்து சத்தம் வருவதைக் கேட்டுப் பதற்றமுற்றேன். எனது பதற்றத்தைக் கவனித்த சீனாக்காரி உன்ளே விளம்பரப் படங்கள்தான் காண்பிக்கப்படுகின்றன என்றும் பிரதான படம் தொடங்க இன்னும் பத்து நிமிடங்கள் இருக்கின்றன என்றும் ஹௌஸ மொழியில் சொன்னாள்.

நானும் ஆமினாவும் காட்சி அரங்கினுள் நுழைந்தபோது, உள்ளே விளக்குகள் முற்றாக அணைக்கப்பட்டிருக்கவில்லை. அரங்கு அரை இருளிலிருந்தது. நானும் ஆமினாவும் பல்கனி வகுப்பில் நடுக்கொள்ள அமர்ந்தோம். திரையில் விளம்பரப் படங்கள் ஓடிக்கொண்டிருந்தாலும் அவற்றை யாரும் கவனிப்பதாகத் தெரியவில்லை. பல்கனியில் ஏற்கனவே முப்பது பேரளவில் ஆண்களும் பெண்களுமாகப் பார்வையாளர்கள் இருந்தார்கள். அவர்களில் பாதிப்பேர் வெள்ளைக்காரர்கள். அவர்கள் சோடி சோடியாக அமர்ந்திருந்தார்கள். நான்கைந்து இந்தியர்கள், மிகுதி பேர் கறுப்பர்கள். அந்தக் கறுப்பர்களின் உடையலங்காரங்களே அவர்களை 'மேசைக்கார' கறுப்பர்கள் என்று காட்டின. சிலர் தங்களுக்குள் கிசுகிசுப்பான குரல்களில் பேசிக்கொண்டிருந்தார்கள். சிலர் அந்த அரை வெளிச்சத்தில் பத்திரிகை படித்துக்கொண்டிருந்தார்கள். நான் திரையிலோடும் விளம்பரப் படங்களை கவனிக்கலானேன். எல்லா விளம்பரங்களும் ஆங்கில மொழியிலேயே தயாரிக்கப்பட்டிருந்தன.

ஒன்று: திரையில், ஒரு வெள்ளைக்காரி நிர்வாணமாக அருவியில் குளிக்கிறாள். அப்போது ஒருவன் அங்கே வருகிறான். இருவரும் முத்தமிடுகிறார்கள். நான் இது சவர்க்காரத்திற்கான விளம்பரம் என்றுதான் நினைத்திருந்தேன். அவர்கள் இருவரும் ஒரு காரில் ஏறிப் போகும்போதுதான், அது 'ரெனோல்ட்' காருக்கான விளம்பரம் என்று தெரிந்துகொண்டேன். நான் ஆமினாவை ஓரக்கண்ணால் கவனித்தேன். சோளப்பொரியும் கொக்கோ கோலாப் போத்தலும் அவள் மடியில் கிடந்தன. அவள் மார்புக்குக் குறுக்காகத் தனது கைகளைக் கட்டியவாறே குறுகிப்போய் உட்கார்ந்திருந்தாள்.

இரண்டு: திரையில், ஒரு கறுப்புப் பெண் நிர்வாணமாகக் கண்களை மூடிக் கிடக்கிறாள். ஒரு வெள்ளையன் அவளின் கரிய தேகத்தில் கால்களில் தொடங்கி முத்தமிட ஆரம்பிக்கிறான். அவன் படிப்படியாக அவளின் முகம் வரைக்கும் முத்தமிட்டுக்கொண்டே முன்னேறுவதை அங்கங்கே வெட்டி வெட்டிக் காட்டினார்கள். இது நிச்சயமாகவே வாசச் சவர்க்காரத்திற்கான விளம்பரமாகத்தான் இருக்கும் என்று நான் நினைத்துக்கொண்டேன். விளம்பரத்தின் முடிவில்தான், அது கறுப்புக் கோப்பிக்கான விளம்பரம் என்று எழுத்துகள் மூலம் தெரியவந்தது. இவ்வளவுக்கும் விளம்பரத்தில் ஒரு துளி கோப்பித்தூளை கூடக் கண்ணில் காட்டினார்களில்லை.

மூன்று: திரையில், நீண்ட தலைமுடி வைத்திருந்த ஒரு வெள்ளைக்காரன் குதிரையில் வந்து குதித்தான். வழியால் வந்த ஓர் இளம்பெண் ஓடிப்போய் அவனின் மார்பிலும் கழுத்திலும் முத்தமிட்டாள். அவனின் கன்னத்தில் முத்தமிடும்போது, அங்கே ஒரு சிறுவன்

வருகிறான். உடனே இளம்பெண் ஓடிப்போய் அந்தச் சிறுவனை முத்தமிடுகிறாள். குதிரையில் வந்தவன் குதிரையின் அடிவயிற்றைத் தடவிக்கொண்டே அந்தச் சிறுவனை முறைக்கிறான். நான் இது குதிரைக்கான விளம்பரமா அல்லது அந்தச் சிறுவனுக்கான விளம்பரமா என்று என் மூளையைக் கசக்கிக்கொண்டிருந்த போது 'தவறாமல் எப்போதும் கிலெட்டின் பிளேடுகளையே உபயோகியுங்கள்' என்று திரையில் எழுத்துகள் மின்னின. எழுத்துகளின் பின்னணியில் அந்தப் பெண்ணின் இராட்சத உதடுகள் அசைந்தன. அப்போது திரையில் 'முத்தங்களை இழந்துவிடாதீர்கள்' என்று எழுத்துகள் வந்தன.

நான்கு: திரையில், கடும் மழையின் நடுவே ஒருவன் சட்டையில்லாமல் வெற்றுடம்புடன் நிற்கிறான். அவனின் உடல் குளிரில் வெடவெடக்கிறது. அழகிய இளம் பெண் அவனை நெருங்கி முத்தமிடத் தொடங்குகிறாள். அவள் முத்தமிட முத்தமிட அவன் மெல்ல மெல்ல ஒரு நெருப்புச் சிலையாக மாறிக்கொண்டிருக்கிறான். அவள் விடாமல் நெருப்புச் சொரூபத்தையும் முத்தமிட, நெருப்புச் சொரூபம் கடும் மழையோடு கலந்து உருகித் தீக்குழம்பாகத் திரையில் வழிகிறது. அது 'ஜக் டானியல்' விஸ்கிக்கான விளம்பரம். நான் ஆமினாவைக் கவனித்தேன். அவள் தலையைக் குனிந்திருந்தாள். நான் அவளின் விரல்களைப் பற்றினேன். அவை தீக்கங்குகளாய் சுட்டுக்கொண்டிருந்தன.

அய்ந்து: திரையில், ஒருத்தி தன் உதடுகளின் கீழே கையை விரித்து ஊதிப் பறக்கும் முத்தம் கொடுக்க, அவளின் உதடுகள் முகத்திலிருந்து கழன்று தோடம்பழச் சுளைகளாக மாறிக் காற்றில் பறந்து, நைஜீரியாவிலிருந்து கண்டம் விட்டுக் கண்டம் பாய்ந்து இரட்டைக் கோபுரங்களின் அருகே இறங்கி, அங்கே கோட் சூட் போட்டு அலுவலகத்தில் இருக்கும் ஓர் ஆடவனின் உதடுகளில் போய் ஒட்டிக்கொள்கின்றன. உடனே அவனது உதடுகள் இரத்தச் சிவப்பு நிறமாகின்றன. நான் அது லிப்ஸ்டிக்குக்கான விளம்பரம் என்று நினைத்திருந்தேன். ஆனால், அது 'நோக்கியா' கைத்தொலைபேசிக்கான விளம்பரம். விளம்பரம் முடியும்போது, அந்த ஆடவன் செல்லமாகத் தன் நாவால் திரை முழுவதையும் வருடினான்.

நான் அப்போது ஆமினாவை முத்தமிடத் தொடங்கினேன். ஆமீனா பதறிப்போனாள். நான் எனது கைகளால் ஆமினாவின் முகத்தை ஆடாமல் அசையாமல் பிடித்து வைத்துக்கொண்டு அவளது கண்கள், மூக்கு, நெற்றி, கன்னங்கள், உதடுகள் எல்லாவற்றையுமே என் உதடுகளால் உறிஞ்சினேன்.

பல்கனியில் இருந்தவர்கள் ஒருவர் இருவராகச் சாடைமாடையாக ஓரக்கண்களால் எங்களைக் கவனிக்கத் தொடங்கினார்கள். நான் நிறுத்தாமல் ஆவேசத்தோடு ஆமினாவை முத்தமிட்டேன். என் ஒவ்வொரு முத்தமும் ஒரு ஊசிப்பட்டாசு போன்று சத்தத்துடன் வெடித்தது. இப்போது பல்கனியில் இருந்த எல்லோருமே எங்களைக் கவனிக்கத் தொடங்கினார்கள். நான் உன்மத்தம் தலைக்கேறியவன் போல ஆமினாவை முத்தமிட்டுக்கொண்டேயிருந்தேன். ஆமினா சேவலிடம் அகப்பட்ட பெட்டைக்கோழி மாதிரித் தனது தோள்களைப் படபடவென அடித்துக்கொண்டாள். நான் ஆமினாவை விடாமல் முத்தமிட்டுக்கொண்டே சுற்றுப்புறத்தைக் கவனித்தேன். அங்கிருந்த முப்பது சோடி கண்களும் அரையிருட்டில் எங்களையே கவனித்துக் கொண்டிருந்தன. அப்போது, எனது இடது கையால் ஆமினாவை வளைத்து முத்தமிட்டவாறே, வலது கையால் ஆமினாவின் மடியிலிருந்த கொக்கோ கோலாப் போத்தலை எடுத்து, எங்களது தலைகளுக்கு மேலாகக் கொக்கோ கோலாவை உயர்த்திப் பிடித்தவாறே, அடித்தொண்டையால் 'Enjoy Coca Cola' என்று கூவினேன்.

மறுநாள் காலையில், திரு. முடுலிங்க அலுவலகத்தில் என்னைப் பார்த்தபோது, முதற்கேள்வியாக "திரைப்படம் எப்படியிருந்தது?" என்று கேட்டார். நான் திரைப்படத்தைப் பற்றிப் பேசாமல், திரைப்படம் ஆரம்பிப்பதற்கு முதல் நடந்த விளம்பரக் கூத்துகளையும் நான் ஆமினாவை முத்தமிட்டதையும் கொக்கோ கோலாப் போத்தலைத் தூக்கிக் காட்டியதையும் ஒன்றுவிடாமல் திரு. முடுலிங்கவுக்குச் சொன்னேன். அந்தக் கதையைக் கேட்டதும் திரு. முடுங்லிங்க விழுந்து விழுந்து சிரிக்கத் தொடங்கிவிட்டார். விடாமல் வெடித்துச் சிரித்ததில் அவர் கண்களில் கண்ணீரே வந்துவிட்டது.

பிற்பகல் இரண்டு மணியளவில், திரு. முடுலிங்க என்னைத் தனது அறைக்கு அழைத்தார். என்னை நாற்காலியில் உட்காரச் சொன்னார். பின்பு, நானும் ஆமினாவும் திரைப்படம் பார்க்கப் போனதைப் பற்றித் தான் ஒரு சிறுகதை எழுதியிருப்பதாக என்னிடம் சொன்னார். நான் மிகுந்த ஆச்சரியத்துடன் "மாஸர்... நீங்கள் கதைகளும் எழுதுவீர்களா?" என்று திரு. முடுலிங்கவிடம் கேட்டேன். அவர் தனது கணிப்பொறியில் தாளம் போட்டவாறே புன்னகைத்தார். அவர் இதுவரை அறுபத்தொரு சிறுகதைகள் எழுதியிருக்கிறாராம்.

பிரஸிடெண்ட் அன்ஸாரியைப் பற்றி அவர் கதை எழுதியிருக்கிறாராம். அந்த ஐரிஸ் வெள்ளையரைப் பற்றியும் ஒரு கதை எழுதியிருக்கிறாராம். அவர் வீட்டுத் தோட்டக்காரன் கமரா குறித்து ஒரு கதை எழுதியிருக்கிறாராம். எங்களது அலுவலகத்திற்கு அவ்வப்போது

தோடம்பழம் கொண்டுவரும் கூடைக்காரி மைமூன் குறித்தும் திரு. முடுலிங்க ஒரு கதை எழுதியிருக்கிறாராம். இப்போது என்னைப் பற்றியும் அவர் ஒரு கதை எழுதியிருக்கிறார். அவர் அந்தக் கதையை சிலோன் மொழியில் எழுதியிருந்தார். என்னை அவர் தனக்கெதிரே உட்கார வைத்து, என்னைப் பற்றி எழுதிய கதையை எனக்கு வரிக்கு வரி ஆங்கிலத்தில் மொழிபெயர்த்துச் சொல்லி முடித்தார்.

நானும் ஆமினாவும் அவரது வீட்டுக்கு விருந்துக்குப் போனது, அவர் எங்களுக்கு சினிமா நுழைவுச் சீட்டுகளைப் பரிசளித்தது, ஆமினா லாகோஸ் வீதிகளில் மிரண்டது, சோளப்பொரி விற்ற சீனாக்காரியின் ஆங்கிலம் புரியாமல் நான் முழித்தது, திரையில் காண்பிக்கப்பட்ட விளம்பர படங்கள் என நான் சொன்னதைச் சொன்னபடியே எழுதியிருந்த திரு. முடுலிங்க கதையின் முடிவில் மாத்திரம் ஒரு நுட்பமான மாற்றத்தைச் செய்திருந்தார். திரு. முடுலிங்கவின் கதையில், நான் ஆமினாவை முத்தமிடவில்லை. ஆனால், திரு. முடுலிங்க கதைக்கு 'முத்தம்' என்று தலைப்பிட்டிருந்தார். அங்கேதான் அவரின் படைப்புச் சூட்சுமம் ஒளிந்திருக்கிறது. திரு. முடுலிங்க என்னையும் ஆமினாவையும் குறித்து எழுதிய சிறுகதையின் முடிவு பின்வருமாறு:

'மம்முடு திரையில் ஓடும் விளம்பரங்களையே பார்த்தவாறு இருந்தான். அந்த விளம்பரப் படங்களில் வசனங்களே இல்லாமலிருந்தது அவனுக்குச் சற்று ஏமாற்றமாக இருந்தது. அவன் சற்றுச் சலிப்போடு ஆமினாவைப் பார்த்தபோது, அவளின் கண்கள் திரையைப் பார்ப்பதும் தரையைப் பார்ப்பதுமாகச் சாகஸங்கள் செய்தன. மம்முடு, ஆமினாவின் கையைத் தொட்டபோது அவளின் விரல்கள் தீக்கங்குகளாகத் தகித்தன. விளம்பரப் படங்கள் முடிந்தபோது, அரங்கு முழுவதும் இருளானது. அந்த இருளுக்குள் ஆமினா ஒரு காரியம் செய்தாள். அவளது சஹூதிப் பூசணிக்காய் போன்ற பிருஷ்டங்களைச் சற்றே அசைத்துவைத்து, தலையைச் சரியாகத் தொண்ணூறு பாகையில் சடாரென வெட்டித் திருப்பி, கனிந்த நாகதாளிப் பழங்களைச் சரிபாதியாகப் பிளந்து வைத்திருந்து போலிருந்த தனது அதரங்களால் காய்ந்த கடலட்டை போல் கிடந்த மம்முடுவின் தடித்த கீழ் உதட்டை மெதுவாகக் கௌவினாள். அந்த முத்தம் கல்யாணமான இந்த ஒரு மாதமாக மம்முடு ஏங்கிக் கிடந்த முத்தம். அவளாக வலிய வந்து கொடுக்கும் முதல் முத்தம். ஆனால், மம்முடு இப்போது அவளோடு சரசமாடும் நிலையிலில்லை.

அவன் திரையில் ஓடத் தொடங்கியிருந்த படத்தையே பார்த்துக்கொண்டிருந்தான். அவனின் காதுகள் வேட்டை நாயின்

காதுகளைப் போன்று கவனமாக விறைத்து நின்றன. திரையில், வெள்ளையர்களின் கப்பல் ஆபிரிக்கக் கரையை நோக்கி வருகிறது. வெள்ளையர்கள் தங்களுக்குள் உரையாடுகிறார்கள். அவர்களின் உரையாடலில் ஒரு சொல் கூட மம்முடுவுக்குப் புரியவில்லை. இப்போது, ஆமினா தனது ஈரமான உதடுகளால் மம்முடுவின் கன்னத்தை வருடிக்கொண்டிருந்தாள். மம்முடுவோ திரையில் பேசப்படும் வசனங்களையே உற்றுக் கேட்டுக்கொண்டிருந்தான். மார்க்கோனி முதன்முதலாகக் கண்டுபிடித்த வானொலி போல மம்முடுவால் ஒரு நேரத்தில் ஒரு அலைவரிசையில் மட்டும்தான் இயங்க முடியும். இப்போது, ஆமினா மம்முடுவின் கை விரல்களை நோகாமல் முத்தமிட்டுக்கொண்டிருந்தாள். படம் தொடங்கி அப்போது நான்கு நிமிடங்கள் ஆகிவிட்டன. ஆகக் குறைந்தது நூறு சொற்களாவது திரையில் பேசப்பட்டிருக்கும். அவற்றில் ஒரேயொரு சொல்லைக்கூட மம்முடுவால் புரிந்துகொள்ள முடியவில்லை. மம்முடு சோர்வடைந்துவிட்டான். தன்னைப் போன்று ஆபிரிக்கக் கிராமப்புறத்திலிருந்து வந்தவனுக்கு வெள்ளையர்கள் பேசும் ஆங்கிலம் ஒருபோதும் விளங்கப் போவதில்லை என்று அவன் தன்னைத் தானே சபித்துக்கொண்டான். பின் மெதுவாக "ஆதாமின் காலத்திலிருந்தே கழுதை சாம்பல் நிறமாகத்தான் இருக்கிறது" எனத் தன் வாய்க்குள் முணுமுணுத்துக்கொண்டான். சரியாக, படம் தொடங்கிய அய்ந்தாவது நிமிடத்தில் மம்முடு தன் இருக்கையில் இருந்து எழுந்து திரையரங்கைவிட்டு வெளியே வந்தான். அந்த நிமிடத்தில்தான் மம்முடு ஒரு மகா தவறைச் செய்தான். அந்த அமெரிக்கத் திரைப்படத்தில் முதல் அய்ந்து நிமிடங்கள் வரை கதாபாத்திரங்கள் போர்த்துகேய மொழியில் மட்டும்தான் உரையாடுவார்கள்.>

என்னுடைய கதைக்குத் திரு. முடுலிங்க எழுதிய முடிவுதான் சரியாக இருக்கும் என்று எனக்குப்பட்டது. ஏனெனில், திரு. முடுலிங்க எனது கதையை இப்படி ஆரம்பித்திருந்தார்:

‹மம்முடு பேசும் ஆங்கிலம் கொக்கோ வில் கல்லொழுங்கையால் மாட்டு வண்டி ஓடுவது போலிருக்கும்.›

□ அநிச்ச – 2006

பரபாஸ்

> பொந்தியோ பிலாத்து அவர்களை நோக்கி; எவனை நான் உங்களுக்கு விடுதலையாக்க வேண்டுமென்றிருக்கிறீர்கள்? பரபாஸையோ? கிறிஸ்து எனப்படுகிற இயேசுவையோ? என்று கேட்டான்
>
> - மத்தேயு 27:18

நீங்கள் சந்தியாப்புலத்திற்குப் போயிருக்கமாட்டீர்கள்! இப்போது சந்தியாப்புலத்தில் கடற்படையினர் மட்டுமே இருக்கிறார்கள். உருக்கெட்டுக் கிடக்கும் சந்தியோகுமையர் தேவாலய மண்டபத்தில்தான் படையினரின் தலைமையகம் இயங்குகிறது. சந்தியாப்புலத்தின் மணலில் மனிதர்களின் வெறுப் பாதங்கள் பதிந்து இருபத்தொரு வருடங்களாகின்றன. படையினரின் பூட்ஸ் தடயங்கள் மட்டுமே இப்போது அந்தக் கிராமத்தில் பதிந்திருக்கின்றன. கால்களால் நடந்து செல்லும் மிருகங்கள்கூட சந்தியாப்புலத்தில் கிடையாது. வயிற்றினால் ஊர்ந்து போகும் பாம்புகள், புழுக்களின் தடங்களே சந்தியாப்புலத்தின் மணலில் பதிந்து கிடக்கின்றன.

படையினர் சந்தியாப்புலத்தில் எந்தச் சண்டையையும் எதிர் கொண்டதில்லை. அவர்களுக்கே தாரைவார்த்துக் கொடுத்தது போல் சந்தியாப்புலம் அவர்களிடம் அடங்கியே கிடக்கிறது. இங்கிருக்கும் சிப்பாய்கள் அந்நிய மனிதர்களைப் பார்த்தே வெகுநாட்களாகின்றன. அவர்கள் போர் செய்வதையே கிட்டத்தட்ட மறந்துவிட்டார்கள். அவ்வப்போது மனநிலை பிறழும் ஒரு வீரன் தனது மேலதிகாரியையோ சகவீரனையோ போட்டுத் தள்ளுவதைத் தவிர வேறெந்த வெடிச் சத்தங்களும் சந்தியாப்புலத்தில் கேட்டதில்லை. இங்கே தற்கொலை செய்துகொள்ளும் எல்லா வீரர்களுமே ஒன்றில் பண்டிகை நாட்களுக்கு முதல்நாளில் தற்கொலை செய்கிறார்கள் அல்லது பண்டிகைக்கு அடுத்த நாளில் தற்கொலை செய்கிறார்கள். இங்கே படையினரின் அன்றாட நடைமுறைகள் எல்லாமே வழக்கொழிந்து போய்விட்டன. அவர்கள் காலையிலோ மாலையிலோ அணிவகுத்து நடப்பதில்லை. அவர்களின் தலைமுடிகள் கடல் நீரில் தொடர்ந்து குளித்ததால் நீளமாகச் செம்பட்டை பற்றிக் கிடந்தன. அவர்கள் சவரம் செய்து கொள்வதும் கிடையாது. சீருடைகள் அணிவதும் கிடையாது. அவர்கள்

வெறும் அரைக் கச்சைகளுடன் சந்தியாப்புலத்தில் சோர்வுடன் அலைந்துகொண்டிருந்தார்கள். ஆனால், முழங்கால்களைத் தொடும் கனமான இராணுவக் காலணிகளை மட்டும் அவர்கள் அணியத் தவறுவதேயில்லை. அவர்கள் தூங்கும்போது கூட, கால்களிலிருந்து காலணிகளை அகற்றினார்களில்லை.

மாதத்திற்கு ஒருதடவை, காரைநகர் கடற்படை முகாமிலிருந்து சந்தியாப்புலத்தின் கரைக்கு வரும் விசைப்படகு விஜிதாவை அங்கே இறக்கிவிட்டுப் போகும். விஜிதா கணுக்கால் தண்ணீரில் நடந்து கரைக்கு வரும்போது, அவள் அணிவதற்காக ஒருசோடி இராணுவக் காலணிகளைச் சிப்பாய்கள் கரையில் தயாராக வைத்திருப்பார்கள். அந்தக் காலணிகளை அணிந்து அவளால் சரிவர நடக்க முடியாது. அவள் காலணிகளுக்குள் தன் பருத்த கால்களை நுழைத்துக்கொண்டு, சேலையைத் தொடைகள்வரை தூக்கிப் பிடித்துக்கொண்டு கால்களை அகட்டி அகட்டி நடப்பாள். அவள் சிப்பாய்களுடன் முயங்கும்போது, நாட்கணக்கில் சந்தியாப்புலத்தின் சுடுநிலத்தில் முதுகு கருக நிர்வாணியாகக் கிடப்பாள். ஆனால், அப்போதும் அவளின் கால்களில் பூட்ஸ்கள் கிடக்கும்.

உங்களுக்கு 'காந்தியம்' டேவிட் அய்யாவையோ அல்லது தனிநாயகம் அடிகளாரையோ தெரிந்திருக்கும். இல்லாவிட்டால்தான் என்ன... உங்களுக்குக் கண்டிப்பாக ஏ.ஜே. கனகரட்னாவைத் தெரிந்துதானிருக்கும். இவர்கள் பிறந்த கரம்பொன் கிராமத்திலிருந்து வடக்கு நோக்கி நீங்கள் பற்றை வெளியூடாக நடந்து சென்றால், பதினைந்து நிமிட நடைதூரத்தில் பூமி கரையத் தொடங்குவதைக் காண்பீர்கள். கற்பூமி களிமண்ணாகித் தரவையாகிக் குறுமணலாகிச் சொரிமணலாகக் கிடக்கும் சிறிய நிலப்பரப்பை இப்போது நீங்கள் வந்தடைந்திருப்பீர்கள். தம்பாட்டிக் கடலோரத்தில் கிடக்கும் அந்தக் குறிச்சிக்குத்தான் சந்தியாப்புலம் என்று பெயர்.

முன்பு குறிச்சியின் நடுவே சந்தியோகுமையர் தேவாலயமிருந்தது. முன்பு குறிச்சியின் கிழக்குத் தெருவில் கூட்டுறவுச் சங்கத்தின் கடையிருந்தது. முன்பு தேவாலயத்தை ஒட்டி ரோமன் கத்தோலிக்கத் தமிழ்க் கலவன் பாடசாலையிருந்தது. முன்பு குறிச்சியின் கடலோரமாகக் கள்ளுத் தவறணையிருந்தது. முன்பு சந்தியாப்புலத்தின் மக்கள் கடும் இறைவிசுவாசிகளாகவும் சோம்பேறிகளாகவும் இருந்தனர்.

இந்தக் கிராமத்தில்தான், இருபத்தொரு வருடங்களுக்கு முன்பு வில்லியம் என்ற திருடன் இருந்தான்.

2

கள்ளக் கபிரியேல் சாகும்போது, அனாதையாகத்தான் இறந்தார். அப்போது சந்தியாப்புலமே ஆறாத சோகத்தில் மூழ்கிக் கிடந்தது. கிராம மக்கள் மிகுந்த அக்கறையுடன் கள்ளக் கபிரியேலின் இறுதிச் சடங்குகளைச் செய்தார்கள். சின்னமடுவிலிருந்து இரண்டு கூட்டம் மேளங்கள் வரவழைக்கப்பட்டன. பாடல்களைப் பாடுவதற்கு யாழ்ப்பாணத்திலிருந்து சுதிமரியான் கொண்டுவரப்பட்டார். சுதிமரியான் தனது எக்கோர்டியனை இசைத்தவாறே 'கெட்டுப் போனோம் பாவியானோம் கிருபைசெய் நாதனே' என்று கட்டைக் குரலெடுத்துப் பாடிக்கொண்டிருக்க, பிரேதத்திற்குக் கொடித்துணி அணிவித்து, அலங்கரிக்கப்பட்ட தோம்புவில் வைத்து, ஒரு கடவுளைப் போல் கபிரியேலை ஊர்வலமாகக் கிராம மக்கள் சவக்காலைக்கு எடுத்துச் சென்றனர்.

சந்தியாப்புலம் இரவு எட்டு மணிக்கெல்லாம் அடங்கிவிடும். வருடம் முழுவதுமே இரவு பகலாகத் தகிக்கும் வெம்மையால், ஆண்கள் வீட்டின் முற்றங்களில்தான் படுத்துக் கிடப்பார்கள். அமாவாசையை ஒட்டிய இரவுகளில், சந்தியாப்புலத்தின் தெருக்களில் திடீர் திடீரெனக் குதிரைக் குளம்பொலிகளின் சத்தம் கேட்கும். அந்தத் தருணங்களில் முற்றங்களில் படுத்திருப்பவர்கள் அமைதியாக எழுந்து சென்று வீடுகளுக்குள் முடங்கிவிடுவார்கள். அவர்களுக்குத் தெரியும், சந்தியோகுமையர் வெண்புரவியில் ஆரோகணித்துச் சந்தியாப்புலம் வீதிகளில் ரோந்து செல்கிறார். அறுபது வருடங்களுக்கு முன்பு, பிரப்பம்தாழ்வு என்றழைக்கப்பட்ட இந்தக் கிராமத்தில் பெத்லேம் பாதிரியாரால் சந்தியோகுமையர் தேவாலயம் அமைக்கப்பட்ட நாளிலிருந்து, மாதத்திற்கு ஓரிரு தடவை சந்தியோகுமையர் இவ்வாறாக நடுநிசியில் வீதிவலம் போய்க்கொண்டுதானிருக்கிறார்.

சந்தியோகுமையர் வீதிவலம் வந்தவொரு இரவில், விதானையின் தோட்டத்தில் பழுத்துக் கிடந்த மிளகாய்கள் களவாடப்பட்டிருந்தன. யார் திருடியிருப்பார்கள் என்பது விதானைக்கும் ஊர்ச் சனங்களுக்கும் நிரூபணமாகத் தெரியும். ஆனாலும், அவர்கள் வழமைபோலவே காலடி பார்க்கும் எப்பாஸ்தம்பிக்கு அதிகாலையிலேயே தகவல் அனுப்பினார்கள். கிராம மக்கள் விதானையின் தோட்டத்தில் எப்பாஸ்தம்பியை எதிர்பார்த்து அமைதியாகக் காத்திருந்தார்கள். அவர்கள் தோட்டத்து மணலில் பதிந்திருந்த திருடனின் காலடித் தடங்களைச் சுற்றி மணலில் விரல்களால் வட்டங்களை வரைந்துவிட்டு, எப்பாஸ்தம்பி வரும்வரைக்கும் அந்தக் காலடித் தடங்கள் கலைந்துவிடாதவாறு கண்ணும் கருத்துமாகப் பாதுகாத்தார்கள்.

எட்டு மணியளவில் எப்பாஸ்தம்பி தோட்டத்திற்கு வந்தார். அவர் காலடித் தடங்களைப் பரிசோதித்துவிட்டு என்ன சொல்லப் போகிறார் என்பதைச் சனங்கள் அறிந்தேயிருந்தார்கள். எனினும், அவர்கள் எப்பாஸ்தம்பியின் சொல்லுக்காக அமைதியாகக் காத்திருந்தார்கள். அவர்களில் பலரும் எப்பாஸ்தம்பி சொல்லப்போவது குறித்துத் தமக்கு எவ்வித முன்முடிவுகளுமில்லை என்ற தோரணையைத் தங்களது முகங்களில் கொண்டுவருவதற்காகப் பெரும் பிரயத்தனங்களைச் செய்துகொண்டிருந்தார்கள். திருடன் யாராக இருப்பான் என அவர்கள் ஒவ்வொருவரும் அறிந்திருந்தபோதிலும், அவர்களில் எவருமே தாங்கள் அறிந்திருந்த திருடனின் பெயரை ஊகமாகக் கூட உச்சரித்தார்களில்லை.

எப்பாஸ்தம்பி தோட்ட நிலத்தில் குந்தியிருந்து, திருடனின் முதலாவது காலடித் தடத்தை உற்றுப் பார்த்தார். அந்த ஒற்றைக் காலடியை ஆராய்வதற்கு மட்டும் அவர் பத்து நிமிடங்களைச் செலவிட்டார். பின்பு மெதுவாக எழுந்து திருடனின் தடத்தை அவர் பின்தொடர்ந்தார். சனங்கள் அவரின் பின்னாலேயே வந்தார்கள். தோட்டத்தின் எல்லைக்கு வந்ததும் எப்பாஸ்தம்பி மடியிலிருந்த புகையிலையை எடுத்து நுணுக்கமாகக் கிழித்துச் சுற்றிக்கொண்டே விதானையிடம் "எனக்கு ஆர் ஆளெண்டு விளங்குது" என்று சொல்லிவிட்டு, சுருட்டைப் பற்ற வைத்துக்கொண்டு, தனது வளைந்த கால்களை நிதானமாகத் தூக்கிவைத்து வடக்கு முன்னாக நடக்க ஆரம்பித்தார். வழமைபோலவே இம்முறையும் சனங்கள் தோட்டத்துடனேயே நின்றுவிட, களவு கொடுத்தவன் மட்டும் எப்பாஸ்தம்பியைப் பின்தொடர்ந்து சென்றுகொண்டிருந்தான்.

எப்பாஸ்தம்பி நேராகக் கள்ளுத் தவறணைக்குத்தான் வந்தார், அப்போதுதான் தவறணையைத் திறந்துகொண்டிருந்தார்கள். சீவல் தொழிலாளிகள் முட்டிகளில் பொங்கிக் கிடந்த கள்ளை அளந்து அளந்து தவறணையின் பீப்பாவில் நிரப்பிக்கொண்டிருந்தார்கள். தவறணையின் முன்னாலிருந்த கொட்டிலுக்குள் நுழைந்து, மணலைக் குவித்து இருக்கையாக்கி எப்பாஸ்தம்பி உட்கார்ந்துகொண்டார். விதானை ஒரு புளாவில் பவுத்திரமாகக் கள்ளை ஏந்திவந்து எப்பாஸ்தம்பியிடம் கொடுத்தான். புளாவில் வாயை வைத்து ஒரு இழுவை இழுத்த எப்பாஸ்தம்பி விதானையிடம் "உவன் கள்ளக் கபிரியேல்தான் செய்திருக்கிறான்" என்றார். இந்தத் துப்பை எதிர்பார்த்தேயிருக்காதவன் போல விதானை மூஞ்சியை விரித்தவாறே "இதென்ன சந்தியோம்மையாரே! உந்த அமாவாசை இருட்டுக்க என்னெண்டு அந்தக் கிழவன் ஒரு காய் விடாம ஆய்ஞ்சுகொண்டு போனவன்" என்று தன் வாயைக் கைகளால் பொத்திக்கொண்டான்.

கபிரியேலுக்கு எழுபது வயதிருக்கும். நல்ல வாட்டசாட்டமான உடலும் தீர்க்கமான கண்களும் கம்பீரமான நடையும் வெண்ணிறத் தாடியுமாக ஆள் பார்ப்பதற்குச் சுந்தர ராமசாமி போலவேயிருப்பார். ஆனால், கபிரியேல் கிழவர் நிறம் குறைவு. அவருக்குப் பெண்சாதி பிள்ளைகளும் கிடையாது. அவர் தொடர்ந்து அறுபது வருடங்களாகச் சந்தியாப்புலத்தில் திருடி வருகிறார். பழைய துணிகள், சட்டிபானைகள், கோழிகள், ஆடுகள், சைக்கிள்கள், மிளகாய்கள், தக்காளிகள் என மதிப்புள்ளவை, மதிப்பற்றவை என்ற பேதங்களில்லாது அவர் எல்லாவற்றிலும் கைவைப்பார். அவர் இதுவரை திருடியவற்றில் உச்ச மதிப்புள்ள பொருள் ஒரு நீர் இறைக்கும் இயந்திரம்தான்.

கபிரியேல் அதைப் பத்து வருடங்களுக்கு முன்பு சபினாரின் வீட்டிலிருந்து திருடிச் சென்றார். அப்போதும் எப்பாஸ்தம்பி, சபினாரின் வளவில் பதிந்திருந்த காலடிகளை ஆராய்ந்து, அத்தடங்கள் கபிரியேலுடையதே எனக் கண்டுபிடித்தார். சபினாரின் மகன் திருச்செல்வம் ஊரறிந்த முரடன். நான்கு நாட்கள் கழிந்து, திருச்செல்வம் பனை தறித்துவிட்டுத் தோளில் கோடரியுடன் வரும்போது, கபிரியேல் தெருவில் எதிர்ப்பட்டதும் திருச்செல்வம் கையில் கோடரியுடன் கபிரியேலைத் துரத்த ஆரம்பித்துவிட்டான். தெருவில் கபிரியேலும் திருச்செல்வமும் 'ரேஸ்' ஓடினார்கள். வாசகசாலை முன்றலில் வைத்துத் திருச்செல்வம் கிழவரை நெருங்கிவிட்டான். முன்றலில் கூடிநின்ற சனங்களின் மத்தியில் இருவரும் சண்டைக் கோழிகள் மாதிரி ஒருவரையொருவர் முறைத்துப் பார்த்தவாறே நின்றனர்.

கபிரியேலின் மடியிலிருந்த சிறிய கிறிஸ் கத்தி இப்போது அவரின் கையிலிருந்தது. அந்தக் கத்தியைக் கவனித்தவாறே திருச்செல்வம் நின்றிருந்தான். மோதலுக்கு கிழவர்தான் முன்கையெடுத்தார். கிழவர் தனது கையிலிருந்த கத்தியைத் திருச்செல்வத்தின் காலடியில் வீசியெறிந்துவிட்டு "செல்வம் நான் கிறிஸைப் போட்டுட்டன், நீயும் கோடாலியக் கீழ போட்டுட்டு என்னோட கையால அடிபட வாவன்" என்று கிழவர் சவால் விட்டார். அந்தக் கணமே திருச்செல்வம் தன்னுடைய கோடரியைத் தூக்கிக் கபிரியேலுக்கு முன்னால் வீசியெறிந்தான். அவ்வளவுதான். ஒரு பாய்ச்சலில் குனிந்து கோடரியைக் கையில் எடுத்த கிழவர் மறுபாய்ச்சலில் கோடரியால் திருச்செல்வத்தின் காலில் வெட்டினார். அன்று திருச்செல்வம் காலில் இரத்தம் ஒழுக ஒழுக ஓடித் தப்பினான்.

விதானையின் தோட்டத்தில் திருடியது கபிரியேல் கிழவர்தான் என்று எப்பாஸ்தம்பி உறுதிசெய்த அரைமணி நேரத்தில், கிராமத்தினர் கிழவரின் குடிசையைச் சுற்றி வளைத்தனர். கிழவர் கடும் போதையிலிருந்தார்.

அவரால் நடக்கவே முடியவில்லை. கிராமத்தினர் கிழவரின் கைகளைப் பற்றிச் சுடுமணலுக்குள்ளால் விதானையின் வீடுவரை கொற இழுவையில் கொண்டுபோயினர்.

விதானை தனது விசாரணையைத் தொடங்கினான். "அப்பு எனக்கு உண்மையைச் சொல்லிப்போட வேணும்! எங்க மிளகாய்ச் சாக்கை ஒளிச்சு வைச்சிருக்கிறியள்?" அரை மயக்கத்தில் கிடந்த கிழவர் தனது இடது கையைத் தூக்கி விரல்களை விரித்துத் தனது வலது கையால் இடது உள்ளங்கையில் ஒரு குத்துவிட்டு "எனக்கு வழியில்லாமலோ தூமைச்சீலை உன்னட்ட களவெடுக்க வந்தனான்" என்று உறுமினார். இளைஞர்கள் போகடி போக்காகத் தேடியதில், கிழவரின் குடிசையைச் சூழயிருந்த நொச்சிப் புதர்களிடையே மிளகாய்ச் சாக்குக் கண்டுபிடிக்கப்பட்டது.

விதானை ஆங்காரத்துடன் மிளகாய்ச் சாக்கைத் தூக்கிக் கிழவருக்கு முன்னால் வைத்துவிட்டு "எண அப்பு இதென்ன?" என்று கேட்டான். கிழவர் கண்களை மூடியவாறே "இது நான் விசுவமடுவிலயிருந்து கொண்டுவந்தது" என்றார். கிழவரைச் சுற்றி நின்றவர்கள் ஆளையாள் பார்த்து இளித்துக்கொண்டனர். கிழவர் மெல்ல எழுந்து நின்றார். அவரின் முகத்தில் சினம் பற்றியிருந்தது. அவர் சுற்றுமுற்றும் பார்த்துத் தலையை ஆட்டியவாறே சாறத்தைத் தூக்கிச் சண்டிக்கட்டாகக் கட்டிக்கொண்டு வெளியே நடக்கத் தொடங்கினார். அப்போது விதானையின் பெண்சாதி கிழவரைத் துரத்திக்கொண்டே ஓடிவந்து, ஒரு ஓலைப் பெட்டியைக் கிழவருக்கு முன் நீட்டினாள். அந்தப் பெட்டி நிறையப் பழுத்த மிளகாய்கள் கிடந்தன. ஏதோ காணிக்கை கொடுப்பதைப்போல அவள் கிழவரின் முன்னால் மிளகாய்களை ஏந்தியவாறே நின்றிருந்தாள். கிழவர் தனது நீண்ட கையை விசிறி அந்தப் பெட்டியைத் தட்டிவிட்டுத் தன்னாராவாரம் நடந்துபோனார்.

கிழவர் இறந்தபோது, இனிக் கிராமத்தில் திருட்டே நடக்காது என மக்கள் நினைத்துக்கொண்டனர். கிழவர் இறந்த நாளிலிருந்தே சந்தியோகுமையர் குதிரையில் வீதிவலம் வருவதும் நின்று போயிருந்தது. கிழவர் இறந்ததற்குப் பின்வந்த மூன்றாவது அமாவாசையில் ரீத்தம்மாக் கிழவியின் வீட்டில் உடுபுடவைகள் களவு போயின. அன்றைய இரவில், சந்தியாப்புலத்தின் தெருக்களில் குதிரையின் குளம்பொலிகளை மக்கள் மறுபடியும் கேட்கலாயினர்.

ரீத்தம்மாவின் வளவில் பதிந்திருந்த திருடனின் காலடிகளை எப்பாஸ்தம்பி நுணுக்கமாக ஆராய்ந்துகொண்டிருந்தார். மணலில் ஒரு பந்து துள்ளிச் சென்றதைப் போல அந்தக் காலடிகள் மங்கலாகவும் திருத்தமில்லாமலும் கிடந்தன. திருடனின் காலடிகளைச் சுற்றி நின்ற

மக்கள் திருடன் செருப்புகளை அணிந்துகொண்டு வந்திருப்பானோ என்று சந்தேகப்பட்டனர். ரீத்தம்மாவின் மகன் தயங்கித் தயங்கி அதை எப்பாஸ்தம்பியிடம் கேட்டே விட்டான். அப்போது, எப்பாஸ்தம்பி குந்தியிருந்து மணலைத் தனது கைகளில் அள்ளிக் கீழே துளித் துளியாக உதிர்த்துக்கொண்டேயிருந்தார். பின்பு அவர் எழுந்து நின்று ரீத்தம்மாவின் மகனிடம் "எனக்கு ஆளை விளங்குது" என்று சொல்லிவிட்டு, தனது வளைந்த கால்களை நிதானமாகத் தூக்கிவைத்து வடக்கு முன்னாக நடக்கத் தொடங்கினார். கள்ளுத் தவறணையில் வைத்து ரீத்தம்மாவின் மகனிடம் திருடனின் பெயரை வெளியிட்டார். சபினாரின் மகன் வில்லியம் திருடனாக இருந்தான்.

இதை அறிந்ததும் கிராமத்து மக்கள் தங்களின் மார்புகளில் கைகளால் சிலுவைக் குறிகளைப் போட்டுக்கொண்டனர். அவர்களின் முகங்களில் அடையாளமில்லாத ஒளி தொற்றிற்று. கடந்த மூன்று மாதங்களாக அவர்கள் எல்லோருமே தங்களின் வீடுகளிலும் தோட்டங்களிலும் முடங்கிக் கிடந்தார்கள். இன்று ஒரு திருடனின் பொருட்டு, அவர்கள் மீண்டும் ஒன்றாகக் கூடியிருக்கிறார்கள். கிராம மக்களிடம் சந்தியோகுமையர் ஆலயக் கொடியேற்ற காலங்களில் மட்டுமே இன்றுள்ளது போன்ற உற்சாகமும் சகோதரத்துவமும் காணக்கிடைக்கும்.

ஆலயப் பலிப்பூசையில் வில்லியம் விவிலியப் புத்தகத்தோடு ஒன்றிப்போய், குரலில் ஏற்ற இறக்கங்களுடன் 'நற்செய்தி' வாசிக்கும்போது, பெண்கள் கண்ணீர் உகுப்பார்கள். அந்தக் கிராமத்திலேயே 'சென் பற்றிக்ஸ்' பாடசாலையில் படித்தவன் வில்லியம் மட்டுமே. அந்தக் காலத்திலேயே ஒரு மாணவனுக்கு இடம் கொடுப்பதற்கு சென் பற்றிக்ஸில் அய்நூறு ரூபாய் அறவிட்டார்கள். வில்லியம் காலையிலும் மாலையிலும் ஒன்றரை மணிநேரம் பயணம் செய்து படித்து வந்தான். பத்தாவோடு அவன் படிப்பு நின்றுவிட்டது.

வில்லியம் தனது பத்தொன்பதாவது வயதில், எங்கிருந்தோ கறுப்பியை அழைத்துவந்தான். கறுப்பி பூநகரியாள் என்றும் நெடுந்தீவாள் என்றும் வெவ்வேறு தகவல்கள் உள்ளன. கறுப்பிக்கு அப்போது பதினேழு வயதிருக்கும். கடற்கரையில் ஈச்சம் பற்றைகளை வெட்டி அகற்றி, அங்கே ஒரு கொட்டிலை இணைக்கிக்கொண்டு வில்லியமும் கறுப்பியும் சேவித்தார்கள். அதிகாலையில், கடற்கரை ஓரமாக ஈச்சம் செடிகளில் கறுப்பி பழங்கள் சேகரிப்பதைச் சிலர் கண்டிருக்கிறார்கள். அதைத் தவிர்த்துக் கறுப்பி பகலில் அந்தக் கொட்டிலை விட்டு வெளியே வந்ததேயில்லை.

வில்லியமும் காலையிலேயே நகரத்திற்குப் போய்விடுவான். அந்தக் கிராமத்தில் பெரும்பாலானோருக்குச் செருப்புகள் அணியும் பழக்கம்

கிடையாது. அந்த மணற்பூமியில் செருப்புடன் நடப்பது நீரின் மேல் நடப்பதைப் போல் சிரமமானது. வில்லியம் தன் கைகளில் வெண்ணிறச் செருப்புகளைத் தூக்கிப்பிடித்தவாறே மணலில் நடந்து போவான். அவன் எப்போதுமே தூய்மையான வெள்ளைச் சாரமும் வெள்ளை முழுக்கைச் சட்டையும் அணிந்திருப்பான். அவனுக்குச் சிவந்த, மெல்லிய தேகம். கன்னங்களில் புரளும் சுருட்டை முடியுடனும் முட்டைக் கண்களுடனும் சிவந்த உதடுகளுடனும் அந்த வெள்ளுடையில் ஒரு சம்மனசைப் போலிருப்பான். அவன் நகரத்தில் என்ன செய்கிறான் என யாருக்கும் தெரியாது. அவன் காலையிலிருந்து மாலைவரை நகரத்து பஸ் நிலையத்திலேயே நின்றிருப்பதை அவதானித்திருப்பதாகச் சிலர் பேசிக்கொண்டார்கள்.

எப்பாஸ்தம்பி சொன்னதைக் கேட்ட கிராம மக்கள் 'சபினாருக்கு இப்படியாரு பிள்ளையா வாய்த்திருக்க வேண்டும்' என்று சாடையாகச் சலித்துக்கொண்டார்கள். கிராம மக்கள் முதலில் சபினாரிடம்தான் போனார்கள். "அவன் கள்ளனெண்டா அவனை நீங்க அடிச்சுக் கொல்லுங்கோ, எனக்கும் அவனுக்கும் தேப்பன் பிள்ளை உறவு முடிஞ்சு வரியம் ஒண்டாச்சு" என்று சபினார் படலையை அடித்துச் சாத்திவிட்டார். கிராமத்து இளைஞர்கள் வில்லியத்தைத் தேடி அவனது கொட்டிலுக்குப் போனபோது, வாசலில் கறுப்பி தனது கைக்குழந்தையுடன் விளையாடிக்கொண்டிருந்தாள். அவளிடம் இளைஞர்கள் வில்லியம் எங்கேயென்று கேட்டார்கள். அவள் ஒன்றும் பறையாமல் விறுக்கெனக் கொட்டிலுக்குள் போய்விட்டாள்.

செக்கல் நேரத்தில், வில்லியம் சந்தியாப்புலம் எல்லையில் தட்டி வானில் வந்து இறங்கியபோது, இளைஞர்கள் அவனைச் சுற்றி வளைத்துக்கொண்டார்கள். அவனின் கைகளைக் கயிற்றால் பிணைத்து, அவனை ரீத்தம்மாவின் வீட்டுக்கு இழுத்துச் சென்றார்கள். ரீத்தம்மாவின் வீட்டின் முன்னால் நின்ற ஒல்லி வேம்புடன் அவன் இறுகக் கட்டப்பட்டான். ரீத்தம்மாவின் மகன், வில்லியத்தின் நீளமான சுருள் முடிகளைப் பற்றி விட்ட முதல் அறையிலேயே வில்லியத்தின் உதடுகள் வெடித்தன. வில்லியம் ஒரு கண்ணாடிச் சிலை போலிருந்தான். எந்த இடத்தில் தட்டினாலும் அவனின் உடல் வெடித்து இரத்தம் கசியலாயிற்று. வில்லியத்தின் வெண்ணிற உடையில் இரத்தப் பொட்டுகள் தெறித்தன.

வில்லியம் முதல் அடியிலேயே திருடன் அவன்தான் என்பதை ஒத்துக்கொண்டான். திருடிய துணிகளை யாழ்ப்பாணத்தில் விற்றுவிட்டானாம். தனது சட்டைப்பையில் எழுபது ரூபாய் இருப்பதாகவும் அவற்றை எடுத்துக்கொண்டு தன்னை விட்டுவிடுமாறும்

வில்லியம் அவர்களிடம் மன்றாடினான். கிராமத்தினர் வில்லியத்தைச் சுற்றி முகங்களில் குழப்ப ரேகைகளுடன் நின்றிருந்தனர். அவர்களிடையே வில்லியத்தின் அண்ணன் திருச்செல்வமும் நின்றிருந்தான். அவனின் தோளில் அப்போதும் கோடரி தொங்கிக்கொண்டிருந்தது. விதானை இரண்டு இளைஞர்களைத் தனியாகக் கூப்பிட்டு, திருச்செல்வம் கோடரியால் வில்லியத்தைக் கொத்தக்கூடும் என்றும் எதற்கும் திருச்செல்வத்தின் அருகிலேயே இளைஞர்களை அவதானமாக நிற்குமாறும் சொன்னான். அன்று இரவு முழுவதும் ரீத்தம்மா வீட்டு வேப்பமரத்தில் வில்லியம் கட்டப்பட்டிருந்தான். நடுநிசியில், சந்தியோகுமையர் குதிரையில் வீதிவலம் வரும் சத்தத்தை வில்லியம் கேட்டான்.

கூட்டுறவுச் சங்கக் கடையின் ஓடுகள் பிரிக்கப்பட்டுப் பொருட்கள் திருடப்பட்டிருந்தன. எப்பாஸ்தம்பி காலடி பார்த்து, தடங்கள் வில்லியத்தினுடையவை என்று சொல்லிவிட்டார். சங்கக் கடை மனேச்சருக்கு வேறு வழியில்லை. கடையில் களவு போனதை ஊறாத்துறைத் தலைமைச் சங்கத்திற்குத் தெரிவித்தான்.

மதியத்தில், சந்தியாப்புலத்திற்குள் பொலிஸ் ஜீப் வந்தது. ஜீப்பைக் கண்டதும் கிராமத்தினர் செத்த நாயிலிருந்து உண்ணி கழன்றதுபோல மெதுவாகச் சங்கக் கடையிலிருந்து நழுவலாயினர். மெதுமெதுவாய் நடந்து சென்ற இளைஞர்கள் வீதியிலிருந்து இறங்கியதும் வேலிகளைப் பாய்ந்து தலைதெறிக்க ஓடலானார்கள். இந்தச் சந்தியாப்புலத்து மணலில் கபிரியேல் கிழவரோ அல்லது வில்லியமோ கூட இந்த அச்சத்துடனும் வேகத்துடனும் இதுவரை ஓடியதில்லை.

சங்கக் கடையின் முன்னால் வந்து நின்ற ஜீப்பிலிருந்து சார்ஜன் அரியநாயகமும் இன்னும் இரண்டு பொலிஸ்காரர்களும் இறங்கினார்கள். அரியநாயகம் இறங்கியபோது, அவனுக்கு முன்னால் சிறுவன் அன்றனி நின்றிருந்தான். அன்றனி அந்தப் பச்சைநிற ஜீப்பையே ஆச்சரியத்துடன் பார்த்துக்கொண்டு நின்றான். அன்றனியை எட்டிப்பிடித்த சார்ஜன் அரியநாயகம் "என்ன புண்டையா பாக்கிறாய்?" என்றவாறே அன்றனியின் தலையில் ஓங்கிக் கொட்டிவிட்டு, சங்கக் கடைக் கிணற்றிலிருந்து தண்ணீர் அள்ளிவந்து ஜீப்பைக் கழுவுமாறு அன்றனிக்குக் கட்டளையிட்டான். சிறுவன் தூக்க முடியாமல் தண்ணீர் வாளியைத் தூக்கிவந்து, வாயை மூடி விம்மியவாறே ஜீப்பைக் கழுவத் தொடங்கினான்.

சார்ஜன் விசாரணையைத் தொடங்கலானான். அவன் சந்தியாப் புலத்திலிருந்த ஒவ்வொருவரையும் திருடன் என்ற கோணத்திலேயே விசாரித்தான். இதற்குள் ஊருக்குள் சென்ற பொலிஸ்காரர்கள் இருவரும் ஊரிலிருந்த ஆண்கள் எல்லோரையும் சங்கக் கடைக்குச்

சாய்த்துக்கொண்டு வந்தார்கள். கிராமத்தினர் சார்ஜனின் முன்பு தலைகுனிந்து நின்றிருந்தார்கள். அன்றைய விசாரணையில், எப்பாஸ்தம்பி உட்பட நான்குபேர் சார்ஜனின் பூட்ஸ் கால்களால் உதைபட்டார்கள்.

மதியச் சாப்பாடும் சாராயமும் பொலிஸாருக்கு விதானையின் வீட்டில் ஏற்பாடாகியிருந்தது. சாப்பிட்டுவிட்டு, விதானையின் முற்றத்து மரநிழலில் போடப்பட்டிருந்த சாய்வுநாற்காலியில் சட்டையைக் கழற்றிவிட்டு சார்ஜன் தூங்கிக்கொண்டிருக்க, அந்த இடைவெளிக்குள் இரண்டு பொலிஸ்காரர்களும் குடிமனைகளுக்குள் புகுந்து மாம்பழங்கள், மிளகாய்கள், பனங்கிழங்குகள் போன்றவற்றை அள்ளி வந்து ஜீப்பை நிரப்பினார்கள். மாலையில், விதானை பவ்வியமாக சார்ஜனிடம் "ஐய்யா களவெடுத்தவன் வில்லியம்தான், அவனைத் தேடிப் பார்த்தாச்சு, ஆள் ஊரில இல்ல" என்று சொன்னான்.

வில்லியத்தின் தகப்பன் சபினாரையும் சகோதரன் திருச்செல்வத்தையும் ஏற்றிக்கொண்டு பொலிஸ் ஜீப் சந்தியாப்புலத்திலிருந்து புறப்பட்டது. சார்ஜனின் கைக்குள் சங்கக் கடை மனேச்சர் நூறு ரூபாயை வைத்தான். அப்போது சிறுவன் அன்ரனி ஜீப் வண்டியைப் பாதிதான் கழுவி முடித்திருந்தான்.

நீக்கிலாப்பிள்ளையின் பட்டியில் வெள்ளாடு களவு போனது. ஊராத்துறைப் படுகுத்துறையில் வில்லியம் ஆட்டுடன் பொலிஸாரிடம் அகப்பட்டான். இரண்டு பொலிஸ்காரர்கள் அவனையும் ஆட்டையும் 'லைன்'வானில் ஏற்றிச் சந்தியாப்புலத்திற்குக் கொண்டுவந்தார்கள். நீக்கிலாப்பிள்ளையின் ஆட்டுப்பட்டியில் கட்டிவைத்துப் பொலிஸ்காரர்கள் வில்லியத்தின் தோலையுரித்தார்கள். அவன் "சேர் ப்ளீஸ் அடிக்காதையுங்கோ, சேர் ப்ளீஸ் அடிக்காதையுங்கோ" என்று கையெடுத்துக் கும்பிட்டு அலறிக்கொண்டிருந்தான். கிராமத்தினர் துயரத்துடன் வில்லியத்தின் முகத்தைப் பார்த்துக்கொண்டிருந்தனர். இடையே ஒரு தடவை வில்லியம் "அய்யோ நான் சென் பற்றிக்ஸில படிச்சனான்" எனக் கூவியழுதான். பின்பு நீக்கிலாப்பிள்ளையைப் பார்த்து "மாமா நான் செய்தது பிழைதான்... மன்னிப்புத் தாங்க" என்று கேவினான்.

இந்தப் பத்து வருடங்களில், சந்தியாப்புலத்தில் வில்லியம் கைவைக்காத வீடுகளேயில்லை. மூன்று மூன்று மாதங்களாக இரண்டு தடவை மறியலுக்கும் போய் வந்துவிட்டான். அந்தக் கிராமத்திலிருந்து முதன்முதலில் மறியல் வீட்டுக்குப் போனவனும் வில்லியம்தான். அவன் முதன்முறை சிறையிலிருந்து விடுதலையாகி வரும்போது, அவனின் கையிலிருந்த பையில் அன்று காலை சிறையில் கொடுத்த அச்சுப்பாணும் சம்பலுமிருந்தன. அவன் அந்தப் பாணைப் பிய்த்துத்

துண்டுகளாக்கிக் கறுப்பிக்கும் இரண்டு குழந்தைகளுக்கும் கொடுத்தான். அப்போது கறுப்பிக்கு வயிற்றில் மூன்றாவது குழந்தையிருந்தது.

இப்போதெல்லாம் வில்லியம் சந்தியாப்புலத்திற்குள் பகலில் வருவதேயில்லை. பத்துத் தடவை திருடினால் அவன் பதினொரு தடவை பிடிபட்டான். அடிவாங்கி அடிவாங்கி அவனின் தேகம் மரத்துப் போய்விட்டது. முப்பது வயதிலேயே அவனுக்குத் தலைமுடி முற்றாக நரைத்துவிட்டது. முன்வாய்ப் பற்களில் மூன்றைப் பொலிஸ்காரர்கள் உடைத்துவிட்டார்கள். அவனின் தேகத்தில் அடிவிழும் முன்பே, அவனின் கண்களில் கண்ணீரும் வாயில் எச்சிலும் சுரக்கத் தொடங்கிவிடும்.

சந்தியாப்புலத்தின் றோமன் கத்தோலிக்கத் தமிழ்க் கலவன் பாடசாலையின் அலுவலக அறை ஓர் இரவில் உடைக்கப்பட்டபோது, எப்பாஸ்தம்பி காலடித் தடம் பார்த்து, அந்தத் தடங்கள் வில்லியத்தினுடையவை என்றார். சந்தியாப்புலம் ஐக்கிய வாலிபர் சங்கத்தினர் இதைக் கேட்டுத் தலையைப் பிய்த்துக்கொண்டனர். பாடசாலை அலுவலகத்தில் என்னயிருக்கிறது என்று வில்லியம் திருடப் போனான்? நான்கு நாட்கள் கழித்து, ஐக்கிய வாலிபர் சங்க இளைஞர்கள் யாழ்ப்பாண பஸ் நிலையத்தில் வில்லியத்தைத் தற்செயலாகக் கண்டபோது, அவர்கள் ஒரு வாடகைக் காரைப் பிடித்து அதில் வில்லியத்தை ஏற்றிச் சந்தியாப்புலத்திற்குக் கொண்டுவந்தனர். வண்டி ஓடும்போதே, வண்டிக்குள் வைத்து வில்லியத்தைத் துவைத்தெடுத்தனர். ஐக்கிய வாலிபர் சங்கக் கட்டடத்திற்குள் இரவு முழுவதும் வில்லியத்தை முழந்தாளில் நிறுத்திவைத்தார்கள். காலையில், இளைஞர்கள் வில்லியத்தை உட்காரவைத்து நீண்ட அறிவுரைகளை வழங்கினார்கள். அவனின் குழந்தைகள் வளர்ந்து வருவதாகவும் திருடனின் குழந்தைகள் என்ற அவப்பெயருடன் அவர்கள் வளர்க்கூடாது என்றும் வில்லியத்திற்குப் புத்திமதிகள் சொன்னார்கள். வில்லியம் சிந்தனை தோய்ந்த முகத்துடன் எல்லாவற்றையும் பொறுமையாகக் கேட்டுக்கொண்டிருந்தான். இடையிடையே "ஓ யேஸ், ஓ யேஸ்" என்று தலையாட்டினான். அவனை வீட்டுக்கு அனுப்பும்போது, இளைஞர்கள் அவனுக்கு ஐம்பது ரூபாயைக் கொடுத்து அனுப்பினார்கள்.

அடுத்தநாள் காலையில், சந்தியாப்புலத்தின் வீதிகளில் கறுப்பி கைக்குழந்தையை இடுப்பில் வைத்தவாறு நடந்து வருவதைக் கிராமத்தினர் கண்டனர். அவள் நேராக ஐக்கிய வாலிபர் சங்கக் கட்டடத்திற்குப் போய், அங்கிருந்த இளைஞர்களிடம் "அவர் உங்களிட்ட காசு வாங்கிக்கொண்டு வரச் சொன்னவர்" என்றாள்.

3

சந்தியாப்புலத்தையும் கரம்பொன் கிராமத்தையும் பிரித்துவைத்திருக்கும் பிரதான வீதியில், பஸ்ஸுக்காகக் காத்திருந்த கரம்பொன் பெண்ணொருத்தியின் கழுத்தில் கிடந்த சங்கிலியை வெள்ளை வேட்டியும் வெள்ளைச் சட்டையும் அணிந்திருந்த ஒருவன் ஒத்தி அறுத்துக்கொண்டு சந்தியாப்புலத்திற்குள் ஓடிவிட்டானாம், அவன் ஓடும்போது, அவனது செருப்புகளைக் கையில் எடுத்துக்கொண்டு ஓடினானாம் என்ற வழக்கு இயக்கத்திடம் வந்தபோது, இயக்கம் வெள்ளைவானில் சந்தியாப்புலத்திற்கு வந்தது. கிராம மக்கள் திருடனின் காலடித் தடங்களை முதலில் அடையாளம் காணவேண்டும் என இயக்கப் பொடியளிடம் வாதிட்டார்கள். இயக்கப் பொடியள் அதைக் கேட்டுச் சிரித்தார்கள். இயக்கப் பொடியளிடம் எல்லாத் தகவல்களும் இருந்தன. அவர்கள் வாகனத்தை வில்லியத்தின் வீட்டுக்குச் செலுத்தினார்கள். கறுப்பியையும் நான்கு குழந்தைகளையும் வெளியே வரச் சொல்லிவிட்டு குடிசைக்குள் புகுந்து தேடினார்கள். குடிசையிலிருந்த சட்டி பானைகளிலிருந்து பவுடர் பேணிவரை அவர்கள் தட்டிக்கொட்டிச் சங்கிலியைத் தேடினார்கள். அன்று முழுவதும் தேடியும் இயக்கத்திடம் சங்கிலியும் அகப்படவில்லை, வில்லியமும் அகப்படவில்லை. இரவு, சந்தியோகுமையர் குதிரையில் வீதிவலம் போனார்.

அடுத்தநாள் விடிந்தபோது, மறுபடியும் இயக்கப் பொடியள் வில்லியத்தின் குடிசைக்கு வந்தார்கள். குடிசைக்குள் அரவம் ஏதுமில்லாததால், ஒரு பொடியன் குடிசைக்குள் நுழைந்து பார்த்தான். அங்கே வில்லியமும் கறுப்பியும் நான்கு குழந்தைகளும் விரித்த பாய்களில் பேச்சுமூச்சில்லாமல் விறைத்துக் கிடந்தார்கள். அவர்களின் வாய்களில் வாந்தியும் இரத்தமும் உறைந்து கிடந்தன. "அய்யோ என்ர அம்மா" எனக் கூச்சலிட்டுக்கொண்டே இயக்கப்பொடியன் வெளியே ஓடிவந்தான். ஆறு உடல்களையும் தூக்கிக்கொண்டுபோய் வாகனத்தில் ஏற்றினார்கள். அந்த இயக்கப் பொடியன் இப்போது கண்கள் சிவக்க, உதடுகளை இறுக மடித்து வாகனத்தில் சாய்ந்து நின்றான். அவனின் உடல் நடுங்கிக்கொண்டிருந்தது.

மதியம், ஊராத்துறை ஆஸ்பத்திரியிலிருந்து கறுப்பியினதும் குழந்தைகளினதும் உடல்களை இயக்கம் திரும்பவும் சந்தியாப்புலத்திற்குக் கொண்டுவந்து சேர்த்தது. அவர்கள் அரளி விதைகளைத் தின்று செத்திருக்கிறார்கள். வில்லியத்தின் உடலில் உயிர் ஒட்டிக்கிடந்தது. வில்லியம் மயக்கமுற்றிருந்த நிலையிலேயே யாழ்ப்பாணப் பெரியாஸ்பத்திரிக்கு இயக்கத்தால் எடுத்துச் செல்லப்பட்டிருந்தான். வில்லியத்தின் குடிசையின் முன்னால் கிராம மக்கள் அமைத்திருந்த

தறப்பாள் பந்தலுக்குள் சடலங்கள் அடுக்கப்பட்டன. சவப்பெட்டிகளை வாங்குவதற்கு சபினார் பணம் கொடுத்தார். மற்றைய செலவுகளுக்காக இயக்கமும் ஆயிரம் ரூபாய் கொடுத்தது. செக்கலில் கறுப்பியினதும் குழந்தைகளினதும் உடல்கள் புதைக்கப்பட்டன.

மூன்று நாட்கள் கழித்து, கடற்கரையோரமாக நடந்து வில்லியம் சந்தியாப்புலத்திற்கு வந்து சேர்ந்தான். அவன் அப்போதும் தூய்மையான ஆடைகளைத்தான் அணிந்திருந்தான். அவனின் கையில் செருப்புகளிருந்தன. சபினார் அவனைக் கட்டிப் பிடித்து அழுதபோது, வில்லியம் நிலத்தைப் பார்த்தவாறே நின்றிருந்தான். கிராமத்தினர் அவனுக்கு ஆறுதல் சொன்னபோது, அவர்களைப் பார்த்து இதழ் பிரியப் புன்னகைத்தான்.

கிராமத்தினர் அங்கிருக்கும்போதே, வில்லியம் தனது குடிசையைப் பிரித்து அடுக்க ஆரம்பித்தான். அந்தக் குடிசையிலிருந்த தட்டுமுட்டுச் சாமான்களை ஓரிடத்தில் குவித்தான். குடிசைத் தடிகளையும் பலகைகளையும் தட்டுமுட்டுச் சாமான்களையும் யாராவது விலைக்கு வாங்கிக்கொள்கிறீர்களா என வில்லியம் தணிந்த குரலில் கிராமத்தினரிடம் கேட்டான். இவற்றை விற்றுவிட்டு நீ எங்கே போகப்போகிறாய்? எனக் கிராமத்தினர் கேட்டபோது, அவன் மவுனமாக இருந்தான். கடைசியில், ஐந்நூறு ரூபாய் கூடப் பெறாத அந்தப் பொருட்களை விதானை பாவப்பட்டு எழுநூறு ரூபாய் கொடுத்து வாங்கினான். அன்று மாலையே, கடற்கரையோரமாக நடந்து வில்லியம் என்ற அந்தத் திருடன் சந்தியாப்புலத்திலிருந்து வெளியேறினான். சந்தியாப்புலத்தில் இனிமேல் திருட்டே நடக்காது எனக் கிராமத்தினர் நம்பினார்கள்.

ஆனால், மறுநாள் காலை விடிந்தபோது, சந்தியோகுமையர் ஆலயத்தின் பிரமாண்டமான வாயில் கதவு இரண்டாகப் பிளந்து கிடந்தது. ஆலயத்திலிருந்த வெள்ளியாலான திருவிருந்துப் பேழையும் காணாமல் போயிருந்தது. கிராமத்தினர் திகைத்துப்போய் நின்றிருந்தனர். திருடனின் காலடித் தடங்கள் ஆலயத்திலிருந்து கடற்கரையை நோக்கிச் சென்றன. கிராமத்தினர் அந்தத் தடங்களைச் சுற்றி மணலில் வட்டங்களை வரைந்துவிட்டு, எப்பாஸ்தம்பியை அழைத்துவர ஆள் அனுப்பினார்கள். ஆனால், எப்பாஸ்தம்பி சினத்துடன் "நீங்க இயக்கத்திட்டயே போங்க... அவையள் வந்து கண்டுபிடிப்பினம்" என்று சொல்லி, அந்த ஆளை விரட்டிவிட்டார். இப்போது விதானை முதற்கொண்டு எல்லோரும் வந்து கெஞ்சியும் எப்பாஸ்தம்பி அவர்களுடன் போக மறுத்துவிட்டார்.

உச்சிவேளையில், எப்பாஸ்தம்பி தனது வளைந்த கால்களை நிதானமாகத் தூக்கிவைத்து நடந்து சந்தியோகுமையர் ஆலயத்திற்கு வந்தார். ஆலயத்தின் முன்றலில், வெள்ளைவான் உள்ளே இயக்கத்துப் பொடியளுடன்

விதானை பேசிக்கொண்டிருந்தான். கிராமத்தினர் இயக்கத்தினரின் வாகனத்தைச் சூழவர நின்றிருந்தனர். ஆலயத்திலிருந்து கடற்கரை வரை நீண்டிருந்த திருடனின் காலடித் தடங்களை எப்பாஸ்தம்பி தனியாகப் பின்தொடர்ந்தார். பூமியை உற்றுப் பார்த்தவாறே நடந்தவரின் கால்கள் பின்னத் தொடங்கின. கடற்கரைக்கு வந்தவர் மணலில் குந்தியிருந்து, அந்தத் தடங்களையே பார்த்துக்கொண்டிருந்தார். பின்பு மெல்ல எழுந்து, அந்தத் தடங்கள் கடலுக்குள் சென்று மறையும் இடம்வரை நடந்தார். அவரது கால்களை உப்புநீர் நனைத்துக்கொண்டிருக்க, வெகுநேரமாகக் கடலைப் பார்த்தவாறே நின்றிருந்தார். பின்பு மார்பில் சிலுவைக்குறி போட்டவாறே வேதனையுடன் முகத்தைச் சுழித்தார். அந்தத் தடங்கள் ஒரு குதிரையின் குளம்படிகள் என்பதை எப்பாஸ்தம்பி கண்டுபிடித்திருந்தார்.

□ காலம் – 2007

வெள்ளிக்கிழமை

'லுரெஸ்ரா' தியேட்டரில் நடக்கவிருக்கும் 'அன்னா கரீனினா' நாடகத்திற்குத் தோழர் சாம்ஸனுடன் சேர்ந்து போவதற்காக, நான் 'லா சப்பல்' மெத்ரோ நிலையத்திற்குள் தோழர் சாம்ஸனுக்காக நீண்ட நேரமாகக் காத்திருந்தேன். இப்போது நேரம் மாலை 4:40. இன்னும் இருபது நிமிடங்களில் நாடகம் தொடங்கிவிடும். இனி சாம்ஸன் வந்தாலும், இங்கிருந்து அடுத்த மெத்ரோ பிடித்து நாடக அரங்குக்குப் போவதற்கிடையில் நாடகம் தொடங்கிவிடும். நாடகம் தொடங்கியதற்குப் பின்பு உள்ளே அனுமதிக்கமாட்டார்கள். இந்த வெள்ளிக்கிழமையை விட்டால், இனி அடுத்த வெள்ளிக்கிழமைதான் மறுபடியும் 'அன்னா கரீனினா' நாடகம் நடக்கும். எனக்கு எரிச்சலாகக் கிடந்தது. தாமதமாக வந்ததற்கு நிச்சயமாக சாம்ஸன் ஐந்து சதத்திற்கும் பெறுமதியில்லாத ஒரு காரணம் வைத்திருப்பார். 'அன்னா கரீனினா' நாடகத்தைத் தவறவிட்டாலும், வரத் தாமதித்ததற்கான காரணத்தைச் சொல்லி சாம்ஸன் போடும் நாடகத்தை இன்று நான் பார்க்கலாம்.

'அவர் ஒரு பைத்தியம் என்றுதான் சொல்ல வேண்டும். சஞ்சல புத்தி உள்ளவர். கடவுள் நம்பிக்கையற்றவர். ஆரம்பத்திலிருந்தே மத மறுப்பு மற்றும் அவநம்பிக்கையால் பீடிக்கப்பட்டவர். முன்னொரு காலத்தில் மதம், சட்டம், அறநெறி ஆகியவற்றில் தோய்ந்து போராட்டங்களில் ஈடுபட்டார்கள். அதற்காக அடி வாங்கினார்கள். வேதனைகளை அனுபவித்தார்கள். இதன் மூலம் சிந்திப்பதற்கான சுதந்திரத்தைப் பெற்றார்கள். சுதந்திரச் சிந்தனையாளர்களாக வளர்ந்தார்கள். ஆனால், இப்பொழுது சுதந்திரச் சிந்தனையாளர்களில் புதிய ரகம் ஒன்று உருவாகியிருக்கிறது. அவர்களுக்கு மறுப்பு ஒன்றுதான் தெரியும். அவருக்குச் செவ்வியல், இலக்கியம், தத்துவம் ஆகியவற்றைப் பற்றி எதுவும் தெரியாது. அவர் வெறுமனே மறுப்பு இலக்கியங்களை மட்டுமே படித்திருக்கிறார்' என்று 'அன்னா கரினீனா' நாவலில் கொலெனிஸேஷே, ஓவியர் மிஹாய்லோவைப் பற்றிச் சொல்வார். இவ்வளவும் அப்படியே சாம்ஸனுக்கும் பொருந்தும். ஓவியர் மிஹாய்லோ என்பதற்குப் பதிலாக 'TELO' சாம்ஸன் என்று போட்டு எழுத வேண்டும்.

நேரம் 5:15 ஆகிவிட்டது. இந்நேரம் நாடகத்தில் ஆப்லான்ஸ்கிக்கும் அவனது மனைவி தார்யா அலக்ஸாண்டரோவ்னாவுக்கும் சண்டை

நடந்துகொண்டிருக்கும். சாம்ஸன் இன்னமும் வந்தபாடில்லை. கைத்தொலைபேசி வைத்திருக்கும் பழக்கமும் சாம்ஸனிடம் கிடையாது. அடுத்துவரும் மெத்ரோவைப் பார்த்துவிட்டு, அதிலும் சாம்ஸன் வராவிட்டால் அறைக்குத் திரும்பிப் போக வேண்டியதுதான். அடுத்த வெள்ளிக்கிழமை தனியாக நாடகத்திற்குப் போய்விட வேண்டியதுதான்.

மெத்ரோ நிலையத்திற்குள் ஓர் இளம்பெண் வயலின் இசைத்துக் கொண்டிருந்தாள். அவள் ருமேனியா அல்லது ஹங்கேரி நாட்டைச் சேர்ந்தவளாக இருக்கலாம். அவளின் முன்னால் தரையில் விரித்திருந்த துணியில் கணிசமான ஈரோ நாணயங்கள் கிடந்தன. அவளைக் கடந்து சென்ற பயணிகளில் சிலர் ஒரிரு நிமிடங்கள் நின்று அவளின் இசையைக் கவனித்துவிட்டு, அவளின் முன்னால் நாணயங்களை வீசிவிட்டுப் போனார்கள். அவளின் வயலின் வாசிப்பு ஒன்றும் சொல்லிக்கொள்ளும்படியாக இல்லை. நாணயங்களை வீசுபவர்களுக்கு நன்றி சொல்ல, அவள் தனது உடலை முன்னால் வளைத்த ஒவ்வொரு தருணத்திலும் வயலின் இசை அறுந்துகொண்டிருந்தது.

லா சப்பலுக்கு மேலாகச் செல்லும் பாலத்தில் மெத்ரோ நிலையம் அமைந்திருந்தது. நான் சலிப்புடன் கண்களை வெளியே எறிந்தபோது, கீழே நல்லூர் திருவிழாக் கூட்டமாய்த் தமிழர்களின் தலைகள் அலைந்து கொண்டிருப்பது தெரிந்தது. லா சப்பல் மெத்ரோ நிலையத்தையொட்டி இரண்டு கிலோமீற்றர் சுற்றளவில் தமிழர்களின் கடைத்தெரு விரிந்து கிடக்கிறது. மங்கை மளிகை, சரவணபவன் உணவகம், மாமா மீன்கடை, படையப்பா சலூன், மோகன் நகைமாடம், பராசக்தி சினிமா, செம்பருத்தி பூக்கடை, விஜய் கூல்பார், வேலும் மயிலும் ஸ்டோர், அறிவாலயம் புத்தகசாலை, அசின் அழகு நிலையம், குருஜி ஜோதிட மையம், தமிழருவி, சுவையருவி எனக் கடைத்தெரு களைகட்டிக் கிடந்தது.

ஒரு வீடியோக் கடையின் முன்புறத்தில், கார்த்திகைப் பூவும் கையுமாகப் பிரபாகரன் நின்றிருக்கும் போஸ்டர் ஒட்டப்பட்டிருந்தது. சாலையோரத் தடுப்புகளில் இளைஞர்கள் ஏறிக் குந்தியிருந்தார்கள். 'முதன்முதலாகப் பாரிஸுக்கு வரும் ஒருவனை நேரே கொண்டுவந்து லா சப்பலில் இறக்கினால், அவன் ஏஜென்ஸிக்காரன் தன்னை ஏமாற்றி மறுபடியும் வன்னியிலோ மன்னாரிலோ கொண்டுவந்து கைவிட்டிருப்பதாகத்தான் நினைப்பான்' என்று முன்பொரு சிறுகதையில் லா சப்பலைக் குறித்து நான் எழுதியிருப்பேன்.

இந்த மெத்ரோவிலும் தோழர் சாம்ஸன் வரவில்லை. நான் சோர்வோடு எழுந்திருந்தபோது, வந்து நின்றிருந்த மெத்ரோவுக்குள்ளிருந்து ஒரு அழுக்கு மனிதர் மெல்ல இறங்கினார். அவரின் கறுத்த நெற்றியில்

பட்டையாகப் பூசப்பட்டிருந்த விபூதியும் குங்குமமும் அவரின் இரு கைகளிலுமிருந்த இரண்டு பெரிய அழுக்குப் பயணப் பைகளும் அவரிடம் என் கவனத்தைக் குவித்தன. அவருக்கு நாற்பத்தைந்து அல்லது அய்ம்பது வயதிருக்கலாம். அந்த மனிதர் நான்கரை அடி உயரம்தானிருப்பார். பஞ்சத்தில் அடிபட்டவரைப்போல அவரின் உடல் நைந்திருந்தது. இந்தக் கோடைகாலத்திலும், முழங்கால்களைத் தொடும் ஒரு அழுக்குக் குளிரங்கியை அவர் அணிந்திருந்தார். அவர் நடைபழகும் ஒரு குழந்தையைப் போன்று தட்டுத் தடுமாறிக் காலடிகளை வைத்து நடந்துகொண்டிருந்தார். அவரின் கைகளிலிருந்த பைகளை மிகுந்த சிரமத்துடன் அவர் இழுத்துப் பறித்துத் தன்னோடு எடுத்துச் சென்றார். நான் எதற்கென்று தெரியாமலேயே அந்த மனிதரைப் பின்தொடரலானேன்.

அந்த மனிதர் வயலின் வாசிக்கும் பெண்ணைக் கடந்தபோது, அவரைப் பார்த்து அந்தப் பெண் புன்னகைத்தாள். நான் அந்தப் பெண்ணுக்கு 'அன்னா' என்று பெயரிட்டேன். அந்த மனிதர் மெத்ரோ நிலையத்தின் படிகளில் அடிமேல் அடிவைத்து இறங்கி, லா சப்பல் கடைத்தெருவுக்குள் நுழைந்தார். அவரின் பின்னாலேயே போய்க்கொண்டிருந்த நான் அந்த மனிதருக்கு 'வெள்ளிக்கிழமை' என்று பெயரிட்டேன்.

2

மெத்ரோவிலிருந்து இறங்கிக் கடைத்தெருவுக்குள் நுழையும் எவரும் ஷாலினி அங்காடியைக் கடந்துதான் போகவேண்டும். அந்தக் கடையின் முன்னால் வெள்ளிக்கிழமை போய் நின்றார். தனது கைகளிலிருந்த பைகளை ஓரமாக வைத்துவிட்டு, வெள்ளிக்கிழமை தெருவில் நின்று போவோர் வருவோரைக் கவனிக்கத் தொடங்கினார்.

முதலில், முப்பது வயது மதிக்கத்தக்க இளைஞன் ஒருவனைத் தேர்வு செய்து, வெள்ளிக்கிழமை அவனைக் கூப்பிட்டு வணக்கம் சொன்னார். அந்த இளைஞன் நின்றபோது, வெள்ளிக்கிழமை அவனிடம் மெல்லிய குரலில் "தம்பி சாப்பிடக் காசு ஏதாவது தருவீங்களோ, ரெண்டு நாளாய் சாப்பிடயில்ல" என்றவாறே தனது வழுக்கைத் தலையைத் தடவினார். அந்த இளைஞன் வெள்ளிக்கிழமையை உற்றுப் பார்த்தான். வெள்ளிக்கிழமையிலிருந்து துர்நாற்றம் வீசிக்கொண்டிருந்தது. வெள்ளிக்கிழமைக்கு வாயில் ஒன்றிரண்டு பற்கள்தான் எஞ்சியிருந்தன. அவரின் கைகள் நடுங்கிக்கொண்டிருந்தன. கண்கள் அரை மயக்கத்தில் கிடந்தன.

அந்த இளைஞன் புன்னகைத்துக்கொண்டே "எதுக்கு தண்ணியடிக்கவா காசு?" என்று கேட்டான்.

"இல்ல, நான் குடிக்கிறதில்ல. பசிக்குது... ஒரு ரெண்டு ஈரோ தாருங்கோ இடியப்பம் சாப்பிடலாம்"

"சரி என்னோட வாங்க, சாப்பாடு வாங்கித் தாறன்"

"இல்ல... நீங்க காசு தாங்கோ, நான் பிறகு சாப்பிடுவன்" என்று தலையைக் குனிந்தவாறே வெள்ளிக்கிழமை முணுமுணுத்தார். அந்த இளைஞன் புன்னகைத்தவாறே "நீங்கள் குடிக்கத்தான் காசு கேக்கிறியள்" என்று சொல்லிக்கொண்டே தனது காற்சட்டைப் பையைத் துழாவி, சில சில்லறை நாணயங்களை எடுத்து வெள்ளிக்கிழமையிடம் கொடுத்துவிட்டுப் போனான்.

இப்போது, வெள்ளிக்கிழமையின் முகம் ஒளிர்ந்தது. அவர் அந்தச் சில்லறை நாணயங்களை எண்ணியபோது, மூன்று ஈரோக்களும் முப்பது சென்றிமும் தேறின. வெள்ளிக்கிழமை அந்த நாணயங்களைக் கைகளுக்குள் போட்டுக் குலுக்கியவாறே ஷாலினி கடைக்குள் நுழைந்தார். வெள்ளிக்கிழமையை உற்றுப் பார்த்த கடைக்காரர் "வைன் போத்தல் அங்கேயிருக்கு" என்று ஒரு மூலையை நோக்கிக் கையைக் காட்டினார்.

கடைக்காரரின் குரலைக் கேட்டுச் சடாரெனத் திரும்பிய வெள்ளிக்கிழமை ஆங்காரத்துடன் தனது இடுப்பில் கைகளை வைத்துக்கொண்டு "உம்மிட்ட குத்துவிளக்கு இருக்கோ?" என்று கேட்டார். கடைக்காரர் வெள்ளிக்கிழமையை மேலும் கீழுமாகப் பார்த்துக்கொண்டே எழுந்து வந்து, ஒரு சிறிய குத்துவிளக்கைக் கையில் எடுத்துக் காட்டினார்.

"சே கொம்மியான்?" என்று வெள்ளிக்கிழமை கேட்டார்.

கடைக்காரர் ஒரு பெருமூச்சு விட்டுக்கொண்டே "பத்து ஈரோ" என்றார்.

"குறைக்கமாட்டியளோ?"

"இஞ்ச ஒரே விலைதான்"

"இந்தக் குத்துவிளக்க மார்கடேயில நாலு ஈரோவுக்கு விக்கினம்..."

"உம்மட்ட அய்ஞ்சு ஈரோப்படி வாங்குவன், நூறு குத்துவிளக்குக் கொண்டுவாரும்" என்று சொல்லிக்கொண்டே கடைக்காரர் குத்துவிளக்கை எடுத்த இடத்தில் வைத்தார்.

வெள்ளிக்கிழமை அந்தக் கடையில் கற்பூரமும் ஊதுபத்தியும் எண்ணெய்ப் போத்தலும் வாங்கிக்கொண்டு, எண்ணி மூன்று ஈரோ இருபது சென்றிமைக் கடைக்காரரிடம் கொடுத்துவிட்டு "குத்துவிளக்கை வைச்சிருங்கோ... கொஞ்சம் செல்ல வாறன்" என்று சொல்லிக்கொண்டே

வெளியே வந்தவர், திரும்பவும் உள்ளே ஓடிப்போய் "எத்தினை மணிக்குக் கடையைப் பூட்டுவிங்க?" என்று கேட்டார். கடைக்காரர் புன்னகைத்துக்கொண்டே "பத்து மணிக்குத்தான் பூட்டுவன், நீர் ஆறுதலாய் வாரும்" என்றார்.

வாங்கி வந்த பொருட்களைத் தெருவோரமாக இருந்த தனது பைக்குள் பத்திரமாக வைத்துவிட்டு, வெள்ளிக்கிழமை ஷாலினி கடையின் முன்னால் நின்று மீண்டும் தெருவில் போவோர் வருவோரைக் கவனிக்கத் தொடங்கினார். இப்போது, குத்துவிளக்கு வாங்குவதற்கு வெள்ளிக்கிழமைக்குப் பத்து ஈரோக்கள் தேவை. கையில் முருங்கைக்காயும் பையுமாக வந்த பச்சை சேர்ட் அணிந்திருந்த ஒரு நடுத்தர வயதானவரை நெருங்கிய வெள்ளிக்கிழமை "வணக்கம்" என்றார். திடுக்கிட்டுப்போன பச்சை சேர்ட் ஒரடி துள்ளிப் பாய்ந்து வெள்ளிக்கிழமையை விலக்கிப்போக, அவர் பின்னாலேயே போன வெள்ளிக்கிழமை "வணக்கம் பாருங்கோ" என்றார். பச்சை சேர்ட் நடையை வேகமாகப் போடப் பின்னாலேயே துரத்திக்கொண்டு போன வெள்ளிக்கிழமை "கூப்பிடுறது கேக்கலையே" என்று குரலை உயர்த்தவும் பச்சை சேர்ட் நடையின் வேகத்தைக் கொஞ்சம் குறைத்தார். அவரை நெருங்கிய வெள்ளிக்கிழமை "உடுப்புத் தோய்க்கக் காசில்ல, ஒரு அய்ஞ்சு ஈரோ வேணும்" என்றார். பச்சை சேர்ட் உணர்ச்சியே இல்லாத கண்களால் வெள்ளிக்கிழமையைப் பார்த்துவிட்டு மறுபடியும் வேகமாக நடக்கத் தொடங்கினார்.

இப்போது, வெள்ளிக்கிழமை தனக்குத்தானே பேசிக்கொண்டு வீதியில் நின்றார். ஒரு முதியவரிடமிருந்து ஒரு ஈரோவும் ஒரு கோட்சூட் மனிதரிடமிருந்து அய்ம்பது சென்ரிமும் வெள்ளிக்கிழமைக்கு கிடைத்தன. இருபது வயது மதிக்கத்தக்க ஒரு இளைஞனைக் கண்டபோது, வெள்ளிக்கிழமை அவனிடம் "தம்பி நான் சார்சலில இருக்கிறனான். போறதுக்கு ரெயின் ரிக்கெட் எடுக்கக் காசில்லை... நாலு ஈரோ உங்களிட்ட இருக்குமா?" என்று கேட்டார். அந்த இளைஞன் எடுத்த எடுப்பிலேயே "இந்தா! உங்கள மாதிரி ஆக்களாலதான் தமிழன்ர மரியாதை போகுது" என்று சொல்லிவிட்டு வெள்ளிக்கிழமையை முறைத்தான். அதைக் கேட்டதும் வெள்ளிக்கிழமைக்கு கோபம் உச்சியிலடித்தது. அவர் கண்களைத் தாழ்த்தியவாறே "காசு தர விருப்பமில்லாட்டி வாயைப் பொத்திக்கொண்டு போ! தேவையில்லாக் கதை வேண்டாம்" என்றார். இளைஞன் தனது உதட்டைக் கடித்துக்கொண்டே கையைத் தூக்கி வெள்ளிக்கிழமைக்கு அடிக்க வந்தபோது, வெள்ளிக்கிழமை இரண்டடி பின்வாங்கி த்து த்துவென்று அந்த இளைஞனை நோக்கி எச்சில் துப்பினார். அந்த எச்சில் துளிகள் இளைஞனின் சட்டையில் பட்டதும், அவன் ஆடாமல் அசையாமல் ஒரு

நிமிடம் அப்படியே நின்று, குனிந்து தனது சட்டையில் தெறித்திருந்த எச்சில் துளிகளைப் பார்த்துக் கொண்டிருந்துவிட்டு, பேசாமல் தன் வழியில் போனான்.

இதற்குப் பின்பு, பொடியளிடம் காசு கேட்பதை வெள்ளிக்கிழமை தவிர்த்துக்கொண்டார். கைவண்டியில் குழந்தையை வைத்துத் தள்ளிக்கொண்டு வந்த மனிதனைக் கண்ட வெள்ளிக்கிழமை அந்த மனிதனிடம், மருந்து வாங்க வேண்டும் என்று பணம் கேட்டார். அந்த மனிதன் நின்று வெள்ளிக்கிழமையை மேலும் கீழும் பார்த்துவிட்டு "நீர் சிலோனில எவ்விடம்?" என்று கேட்டான்.

"யாழ்ப்பாணம்"

"யாழ்ப்பாணமெண்டால்?"

"யாழ்ப்பாணம்தான்"

அந்த மனிதன் புன்னகைத்தவாறே இரண்டு ஈரோ நாணயத்தைத் தனது குழந்தையிடம் கொடுத்து, அதை வெள்ளிக்கிழமையிடம் கொடுக்கச் சொன்னான். குழந்தையிடமிருந்து நாணயத்தை வாங்கிய வெள்ளிக்கிழமை "அண்ணே எங்கயாவது வேலை வந்தாச் சொல்லுங்கோ" என்று கைகளைப் பிசைந்தவாறே அந்த மனிதனிடம் சொன்னார்.

வெள்ளிக்கிழமை அய்ந்து பேரிடம் காசு கேட்டால், அவர்களில் ஒருவராவது காசு கொடுத்தார். மாலை ஏழு மணியளவில், வெள்ளிக்கிழமையின் கைகளில் பத்து ஈரோக்கள் சேர்ந்துவிட்டன. வெள்ளிக்கிழமை ஷாலினி கடையினுள் நுழைந்து, கடைக்காரரின் மேசையில் சில்லறைகளைப் பரப்பிவிட்டு, கடைக்காரரை மிடுக்காகப் பார்த்து "பொருளை எடுங்கோ" என்றார். கடைக்காரர் மிக நிதானமாக வெள்ளிக்கிழமையின் சில்லறைகளை எண்ணிப் பார்த்துவிட்டு, குத்துவிளக்கை ஒரு பையில் போட்டு வெள்ளிக்கிழமையிடம் கொடுத்தார். வெளியே வந்த வெள்ளிக்கிழமை குத்துவிளக்கை எடுத்து உருட்டி உருட்டிச் சில நிமிடங்கள் பார்த்துக்கொண்டு நின்றுவிட்டு, அதைத் தனது பைக்குள் வைத்துக்கொண்டு நடக்கத் தொடங்கினார்.

இப்போது, வெள்ளிக்கிழமை லா சப்பல் மெத்ரோ நிலையத்திற்குக் கீழேயுள்ள சிறிய பூங்காவுக்குள் நுழைந்தார். அந்த மாலைநேரத்தில், ஒரு புறமாகச் சிறுவர்கள் விளையாடிக்கொண்டிருக்க, மறுபுறத்தில் சில தமிழர்கள் நடுவில் விஸ்கிப் போத்தலை வைத்துவிட்டுச் சுற்றிவரயிருந்து குடித்துக்கொண்டிருந்தார்கள். அவர்கள் சிலாபத்துறையை ஸ்ரீலங்கா இராணுவம் கைப்பற்றியுள்ளதாக வந்திருக்கும் செய்தியில் உண்மையிருக்கிறதா இல்லையா என்று

சத்தம்போட்டு விவாதித்துக்கொண்டிருந்தார்கள். வெள்ளிக்கிழமை நேராக அங்கிருந்த பூச்செடிகளிடம் போய், பூக்களைக் கொய்து தனது குளிரங்கியின் பைகளுக்குள் திணிக்கத் தொடங்கினார். அங்கே விளையாடிக்கொண்டிருந்த ஆபிரிக்கச் சிறுவன் ஒருவன் பந்தை உதைத்தபடியே வெள்ளிக்கிழமையிடம் ஓடிவந்து "பூக்களைப் பறிக்க வேண்டாம்" எனச் சொன்னான். அவன் சொன்னது வெள்ளிக்கிழமைக்குப் புரியவில்லை. அவர் கீழே கிடந்த ஒரு சுள்ளியை எடுத்து "அலே" என்று உறுக்கி அந்தச் சிறுவனை விரட்டினார். சிறுவன் கண்களில் வியப்பும் அச்சமும் மேலெழப் பந்தை உருட்டிக்கொண்டு திரும்பி ஓடிப்போனான்.

தனது குளிரங்கியின் பைகளை மலர்களால் நிரப்பியதும், வெள்ளிக்கிழமை தனது பயணப் பைகளைச் சுமக்க முடியாமல் சுமந்தபடியே மறுபடியும் மெத்ரோ நிலையத்திற்குள் நுழைந்தார். மெத்ரோ வரும் மேடைக்குப் போவதற்கு ரிக்கெட் தேவைப்படும். அந்த ரிக்கெட்டைக் கதவில் சொருகினால்தான் கதவு திறந்து உள்ளே செல்ல வழிவிடும். வெள்ளிக்கிழமை அந்தக் கதவின் முன்னால் நோட்டம் பார்த்துக்கொண்டு நின்றார். ஒரு பெண்மணி கதவில் ரிக்கெட்டைச் சொருகிக் கதவைத் திறக்கும்போது, அவளை உரசிக்கொண்டே வெள்ளிக்கிழமையும் கதவுக்குள் நுழைந்து கதவு மறுபடியும் மூடாதவாறு, கதவுக்குக் காலால் முட்டுக் கொடுத்தபடியே தனது பயணப் பைகளை லாவகமாக உள்ளே இழுத்துக்கொண்டார். பைகளைத் தூக்கியவாறே ஒவ்வொரு படியாக நின்று நிதானித்து ஏறி மெத்ரோ மேடைக்கு வந்தார். அன்னா வயலினில் 'ஹெய் சரா சரா' வாசித்துக்கொண்டிருந்தாள்.

அந்த மெத்ரோ மேடை நூறு மீற்றர் நீளமும் நான்கு மீற்றர் அகலமும் கொண்டது. இப்போது மேடையில் அதிக கூட்டமில்லை. மேடையில் நின்றுகொண்டிருந்த சிலரும் இரண்டு நிமிடங்களுக்கு ஒருமுறை வந்த மெத்ரோவில் ஏறிப் போனார்கள். வெள்ளிக்கிழமை மெத்ரோ மேடையின் ஒரு மூலையில் போய் நின்றார். அங்கே அவரைத் தவிர யாருமில்லை. மேடையின் நடுவில் அன்னா வயலின் இசைத்துக்கொண்டிருந்தாள்.

வெள்ளிக்கிழமை அந்த மூலையில் தனது பயணப் பைகளை வைத்துவிட்டு, அவற்றில் ஒரு பையைத் திறந்தார். உள்ளிருந்து ஒரு சட்டமிடப்பட்ட படத்தை எடுத்து, அந்த மூலையில் தரையில் நிறுத்திச் சுவரோடு சாய்த்து வைத்தார். தனது குளிரங்கியின் பைகளுக்குள் கைகளை நுழைத்து மலர்களை அள்ளியெடுத்து, அந்தப் படத்திற்கு முன்னால் வைத்தார். பயணப் பையிலிருந்து தேங்காயை எடுத்துக்கொண்டு

மெத்ரோ மேடையின் ஓரத்திற்குச் சென்று, மேடையின் விளிம்பில் தேங்காயை மோதி ஒரே அடியில் சரிபாதியாக உடைத்தார். உடைந்த தேங்காய்ப் பாதிகளை மூக்கில் வைத்து முகர்ந்து பார்த்துவிட்டு, தலையை ஆட்டியவாறே சுவற்றை அந்தப் படத்தின் முன்னால் வைத்தார். பின்பு அங்கிருந்த நீலநிற இருக்கையில் உட்கார்ந்தவாறே ஒரு அழுக்குத் துணியை எடுத்துக் கீலமாகக் கிழித்துத் தனது தொடையில் வைத்து உருட்டி, குத்துவிளக்குக்குத் திரி தயாரித்தார். அது தயாரானதும் குத்துவிளக்கை வெளியே எடுத்து, அந்தப் படத்திற்கு முன்பாக நிறுத்தி வைத்துவிட்டு, எண்ணெய் ஊற்றி, எண்ணெய்யில் திரியை இட்டார். குத்துவிளக்கைப் படத்திற்கு வலது புறத்தில் நகர்த்தி வைத்தவர், படத்திற்கு இடது புறத்தில் கற்பூரத்தை வைத்தார். தனது காற்சட்டைப் பையிலிருந்து ஒரு வாழைப்பழத்தை எடுத்தவர், பாதிப் பழத்தைத் தின்றுவிட்டு மற்றப் பாதியை படத்திற்கு முன்னால் வைத்து, அதன்மேல் ஊதுபத்திகளைச் சொருகி வைத்தார். சட்டைப் பையிலிருந்து ஒரு சரையை எடுத்துப் பிரித்து, அந்தப் படத்திற்குச் சந்தனத்தாலும் குங்குமத்தாலும் அலங்காரம் செய்தார். அந்த வேலைகள் முடிந்ததும், அடுத்த பையைத் திறந்த வெள்ளிக்கிழமை அதனுள்ளிருந்து ஒரு பெரிய ரேப்ரெக்கோடரை எடுத்து, அதில் எச்சிலை உமிழ்ந்து தனது அழுக்குக் குளிரங்கியின் ஓரத்தால் அதனைச் சரசரவென ஓசையெழத் துடைத்துவிட்டு, படத்திற்கு முன்னால் வைத்தார். இப்போது, அவர் ரேப்ரெக்கோடரைத் தட்டிவிட, சீர்காழி கோவிந்தராஜனின் குரலில் தேவாரப் பாடலொன்று அந்த மெத்ரோ மேடையில் ஒலிக்கலாயிற்று. மேடையின் நடுவே நின்றிருந்த அன்னாவுக்குத் தேவாரம் கேட்டிருக்க வேண்டும். அவள் வெள்ளிக்கிழமையைத் திரும்பிப் பார்த்துப் புன்னகைத்தாள்.

வெள்ளிக்கிழமை மெத்ரோ மேடையின் விளிம்புக்குச் சென்று நின்று, இடுப்பில் கைகளை ஊன்றியவாறே தலையைச் சாய்த்து, தனது ஏற்பாடுகளை ஒருமுறை சரிபார்த்துக்கொண்டார். திருப்தியுடன் தலையை அசைத்துக்கொண்டே, சட்டைப் பையிலிருந்து லைட்டரை எடுத்துக் குத்துவிளக்கை ஏற்றினார். ஊதுபத்திகளையும் கற்பூரத்தையும் கொளுத்திவிட்டு, கைகளைத் தலைமேல் குவித்து அந்தப் படத்தைப் பார்த்துக் கும்பிட்டார். மறு விநாடி, அப்போது நிலையத்திற்குள் நுழைந்துகொண்டிருந்த மெத்ரோவின் முன்னால் மேடையிலிருந்து குதித்தார். 'சக்' என்று வெள்ளிக்கிழமையில் மெத்ரோ மோதிய சத்தம் அன்னாவுக்குக் கேட்டது.

அடுத்த இரண்டு நிமிடங்களில், பொலிசார் வந்து அன்னாவை விசாரித்தபோது, மெத்ரோ மேடையில் குத்துவிளக்கு, தேங்காய், ஊதுபத்திகளுக்குப் பின்னாலிருந்த புகைப்படத்தில் காண்படும்

மனிதர்தான் மெத்ரோவின் முன்னால் குதித்தவர் என்று அன்னா சாட்சியம் சொன்னாள். சொல்லிவிட்டுத் தனது வாயை இருகைகளாலும் மூடிக்கொண்டிருந்தவள்; கைகளை விலக்கி அந்தப் புகைப்படத்தைச் சுட்டிக்காட்டி "இது பத்து அல்லது பதினைந்து வருடங்களுக்கு முன்பு எடுக்கப்பட்ட படமாக இருக்கலாம்" என்றாள்.

3

அந்த இரக்கத்துக்குரிய மனிதர் மெத்ரோவின் முன்னால் விழுந்து தற்கொலை செய்ததற்கு அடுத்த வெள்ளிக்கிழமை, லா சப்பல் மெத்ரோவில் நான் தோழர் சாம்ஸனைச் சந்தித்தேன். இன்று சாம்ஸன் நான்கு மணிக்கே வந்து மெத்ரோவில் உட்கார்ந்திருந்தார். 'அன்னா கரீனா' நாடகம் தொடங்குவதற்கு இன்னும் நிறைய நேரமிருந்தது. நானும் சாம்ஸனும் மெத்ரோ நிலையத்தில் உட்கார்ந்து பேசிக்கொண்டிருந்த போது, எனது கையில் வைத்திருந்த தாள்களை சாம்ஸனிடம் கொடுத்து "வாசிச்சுப் பாருங்கோ" என்றேன்.

ஆர்வத்துடன் தாள்களை வாங்கிய சாம்ஸனிடம் "அந்த மனுசன் மெத்ரோவுக்கு முன்னால குதிச்ச இரவு முழுக்க எனக்குத் துண்டற நித்திரையில்ல. இரவிரவா முழிச்சிருந்து இந்தக் கதைய எழுதினன்" என்றேன். அந்தக் கதையின் தலைப்பு 'வெள்ளிக்கிழமை'.

சாம்ஸன் கதையைப் படிக்கப் படிக்க, நான் அவரின் முகத்தையே பார்த்துக்கொண்டிருந்தேன். சாம்ஸனின் உதடுகளில் புன்னகை கீற, அவர் வேகமாகப் படித்துக்கொண்டிருந்தார். படித்து முடித்தபோது, அவரின் உதட்டிலிருந்த புன்னகை ஓர் எள்ளல் சிரிப்பாக மாறி என்னை வதைக்கத் தொடங்கியது.

சாம்ஸன் கையிலிருந்த தாள்களை என்னிடம் திருப்பிக் கொடுக்கவில்லை. அவற்றைச் சுருட்டித் தனது இடது கையில் பிடித்துத் தனது தலைக்கு மேலே உயர்த்தியவாறே எழுந்திருந்தார். நானும் அவருடன் கூட எழுந்து நின்றேன்.

சாம்ஸன் திடீரெனக் குரோதத்துடன் என்னைப் பார்த்தார். பின்பு "நீங்கள் எப்பிடி அந்த மனுசனைக் கொலை செய்ய ஏலும்?" என்று கேட்டார்.

சாம்ஸன் பேசுவது கணிதச் சூத்திரம் மாதிரியிருக்கும். ஒற்றை வார்த்தையைப் பேசிவிட்டு, அவரின் மனதில் இருப்பவற்றையெல்லாம் அந்த ஒற்றை வார்த்தையூடாக நாம் புரிந்துகொள்ள வேண்டுமென்று எதிர்பார்ப்பார். அவர் நினைத்ததை நாம் புரிந்துகொள்ளாவிட்டால், எம்மைக் கொலைக் குற்றவாளிகளைப் போலப் பார்ப்பார். நான்

மவுனமாக நின்று, அந்த மனிதர் தண்டவாளத்தில் விழுந்து இறந்த இடத்தையே பார்த்துக்கொண்டிருந்தேன்.

சாம்சன் என் முகத்தைப் பார்த்து "வழியில்லாதவன், பிச்சை எடுக்கிறவன், குடிகாரன் சாகத்தான் வேணுமா?" என்று கேட்டார்.

நான் மெதுவாக "செத்துத்தானே போனான், அதுவும் என்ர கண்ணுக்கு முன்னால" என்று சொல்லிவிட்டு, என் உள்ளங்கையால் என் நெற்றியில் படாரென அடித்தேன். நான் அந்த மனிதனுக்காக மிகவும் வருந்துகிறேன் என்பதை சாம்சனுக்கு உணர்த்தத்தான், நான் எனது நெற்றியில் ஓங்கி அடித்திருக்க வேண்டும்.

சாம்சன் இப்போது வாய்விட்டுச் சிரித்தார். சிரித்து ஓய்ந்ததும் மறுபடியும் "அந்த மனுசன மெத்ரோவுக்கு முன்னால நீங்கள் எப்பிடித் தள்ளலாம்?" என்று கேட்டார். அவரின் உயர்ந்திருந்த இடது கையில் நான் எழுதிய தாள்களிருந்தன.

இன்று முழுவதும் பேசினாலும், இந்த முட்டாள் சாம்சன் இதைத்தான் திருப்பித் திருப்பிச் சொல்லிக்கொண்டிருப்பார் என்பது தெரிந்தது. நான் மெதுவாக "நாடகத்துக்கு நேரமாயிற்றுது... போகலாம்" என்றேன். 'போகலாம்' என்பது மாதிரித் தலையசைத்த சாம்சன் உயர்த்திப் பிடித்த கையுடனேயே நடக்கத் தொடங்கினார். நான் அவரிடமிருந்து தாள்களை வாங்குவதற்காகக் கையை நீட்டியபோது, சாம்சன் என்னிடமிருந்து சற்று விலகி, எனது கண்களை உற்றுப் பார்த்துக்கொண்டே "அந்த மனுசனக் கொலை செய்ய உங்களுக்கு எப்பிடி மனம் வந்துது?" என்று கேட்டுவிட்டுத் தனது கையிலிருந்த தாள்களை மெத்ரோ நிலையத்திற்குள் விசிறியடித்தார்.

அப்போது, மெத்ரோ நிலையத்தினுள் சனக் கூட்டமிருந்தது. சனங்கள் எனது கதைத் தாள்களை மிதித்துக்கொண்டு நடக்கலானார்கள். நான் சனங்களிடையே புகுந்து எனது கதைத் தாள்களைப் பொறுக்கத் தொடங்கினேன். சனங்களிடையே நான் வேகமாக நகர்கையில், ஒரு மனிதரில் மடாரென மோதி நான் நிமிர்ந்தபோது, அங்கே வெள்ளிக்கிழமை அதே அழுக்குக் குளிரங்கியுடன் என் முன்னே நின்றிருந்தார். நான் அவரில் பலமாக மோதியிருக்க வேண்டும். வெள்ளிக்கிழமை தனது மார்பைப் பொத்திப் பிடித்திருந்தார். அவரின் முகத்தில் வலி தெரிந்தது. அவர் முகத்தைச் சுழித்துக்கொண்டே "மனுசரில இடிபடாமப் பார்த்துப் போகவேணும்" என்று சொல்லிவிட்டு, தனது பயணப் பைகளை இழுத்துக்கொண்டு நடந்தார். நான் தாள்களைப் பொறுக்குவதைக் கைவிட்டேன். நடந்துபோகும் வெள்ளிக்கிழமையையே அதிர்ச்சியுடன் பார்த்துக்கொண்டிருந்தேன்.

வெள்ளிக்கிழமை அன்னாவைக் கடந்தபோது, வயலினை உறைக்குள் வைத்துக்கொண்டிருந்த அன்னா வெள்ளிக்கிழமையைப் பார்த்துப் புன்னகைத்துவிட்டு, தன் முன்னே தரையில் விரித்திருந்த துணியில் கிடந்த சில்லறை நாணயங்களைப் பொறுக்கத் தொடங்கினாள்.

◻ இன்மை – 2008

ரம்ழான்

«பிரான்ஸ் தன்னிடமிருக்கும் கடைசி நாணயத்தையும் தான் கொலனிகளாக வைத்திருந்த நாடுகளுக்கு நட்டஈடாகச் செலுத்த வேண்டியிருக்கிறது. ஒட்டு மொத்தப் பிரெஞ்சு தேசமும் அல்ஜீரியாவின் ஏதோவொரு கடற்கரையில் புதைக்கப்பட்டிருக்கும் எனது மரியத்தின் புதைகுழிக்கு முன்னே மண்டியிட்டு மன்னிப்புக் கேட்க வேண்டும்! ஜெனரல் சார்ள் து கோல் மன்னிப்புக் கேட்க வேண்டும்! பாதிரி லூயி டொனார்த் மன்னிப்புக் கேட்க வேண்டும்! ஜோன் போல் சார்த்ருக்கும் விலக்குக் கிடையாது. அவரும் மரியத்திடம் மன்னிப்புக் கேட்கட்டும்! ஒரு பிராயச்சித்தம் நூறு சரிகளுக்குச் சமம்»

என்ற திரை எழுத்துகளுடன் முடிவுறும், பிரெஞ்சு இயக்குனர் எரிக் ஜக்மென்னின் 'ரம்ழான்' திரைப்படம் ஜோன் போல் சார்த்ரின் வீட்டில் ஆரம்பிக்கிறது.

ஜோன் போல் சார்த்ர் தனது பாரிஸ் வீட்டில், தடித்த புத்தகங்கள் ஒழுங்காக அடுக்கப்பட்டிருக்கும் கண்ணாடி அலமாரிகளுக்கு நடுவேயிருந்து, ஒரு பத்திரிகையாளருக்கு நேர்காணலை வழங்கிக்கொண்டிருக்கிறார். இப்போது 'கமெரா' புத்தக அலமாரியொன்றுக்கு மேலே தொங்கும் பெரிய சுவர்க் கடிகாரத்தை நோக்கித் திரும்புகிறது. அடுத்த அய்ந்து நிமிடங்களுக்கு அந்தச் சுவர்க் கடிகாரமும் அது எழுப்பும் துல்லியமான டிக் டிக் ஒலியும் மட்டுமே திரையில் வருகின்றன. திரைப்படத்தைப் பார்த்துக்கொண்டிருக்கும் நமக்குச் சலிப்புத் தட்டத் தொடங்குகிறது.

ஆறாவது நிமிடம், மீண்டும் 'கமெரா' பத்திரிகையாளரிடம் திரும்புகிறது. நம்மிடமிருந்த அதே சலிப்பு பத்திரிகையாளரின் முகத்திலும் தெரிகிறது. சார்த்ர் ஓயாமல் பேசிக்கொண்டேயிருக்கிறார். நேர்காணலின் நடுவே முதிய வேலைக்காரி ஒருவர் சார்த்ருக்கு முன்னே தேநீரையும் புகையிலைப் பொட்டலத்தையும் வைத்துவிட்டுப் போகிறார். சார்த்ர் அந்தப் பெண்ணிடம் "நன்றி அமதுல்லா" என்கிறார். அமதுல்லா என்ற பெயருக்கு 'அல்லாஹ்வின் வேலைக்காரி' என்று பொருள்.

நடந்துகொண்டிருக்கும் அல்ஜீரிய விடுதலைப் போர் குறித்துப் பத்திரிகையாளர் கேட்ட கேள்விக்குப் பதிலளித்துக்கொண்டிருந்த சார்த்ர் மறுபடியும் விட்ட இடத்திலிருந்து பதிலைத் தொடர்கிறார்:

"அல்ஜீரிய விடுதலைப் போராட்டத்தை ஒடுக்குவதற்காக, பிரெஞ்சு இராணுவத்தில் சேருமாறு அரசு இளைஞர்களுக்கு அழைப்பு விட்டிருந்தபோதிலும் அந்த அழைப்பைப் புறக்கணித்து, அல்ஜீரிய மக்களுக்கு எதிராக நாங்கள் ஆயுதம் ஏந்த மாட்டோம் எனப் பிரெஞ்சு இளைஞர்கள் மறுப்பதை நான் நியாயமானதெனக் கருதுகிறேன். பிரெஞ்சு மக்களின் பெயரால், பிரெஞ்சு அரசு இயந்திரத்தாலும் படையினராலும் ஒடுக்கப்பட்டுவரும் அல்ஜீரிய மக்களுக்கு உதவுவதும் பாதுகாப்பளிப்பதும் பிரெஞ்சு மக்களின் கடமையென வலியுறுத்துகிறேன். கொலனி ஆதிக்கத்திலிருந்து விடுதலை பெறப் போராடிவரும் அல்ஜீரிய மக்களுக்கு எனது நிபந்தனையற்ற ஆதரவைத் தெரிவிக்கிறேன்."

ஒலிப்பதிவுக் கருவியைச் சலிப்புடன் நிறுத்தும் பத்திரிகையாளர் "அய்யா, நூற்றிருபத்தொரு அறிஞர்கள் கூட்டாகச் சென்ற மாதம் வெளியிட்ட அறிக்கையை நீங்கள் மறுபடியும் என்னிடம் படித்துக் காட்டிக்கொண்டிருக்கிறீர்கள்" என்கிறார். தனு இருக்கையிலிருந்து எழுந்து நிற்கும் சார்த்ர் தலையை உலுக்கியவாறே "பிரெஞ்சுக் கம்யூனிஸ்ட் கட்சி உடனடியாக அல்ஜீரியத் தேசிய விடுதலை முன்னணிக்கு ஆதரவளிக்க வேண்டும். எனது இந்த நிலைப்பாட்டுக்காக அரசாங்கம் என்னைக் கைது செய்வதானாலும் செய்யட்டும்" என்றபோது, பத்திரிகையாளர் புன்னகையுடன் "சார்த்ர் ஒருபோதும் அரசாங்கத்தால் கைது செய்யப்படமாட்டார் என ஏற்கனவே ஜனாதிபதி அறிவித்திருக்கிறார்" என்கிறார்.

திரைப்படத்தின் அடுத்த காட்சி பாரிஸின் புறநகரிலிருக்கும் ஓர் அரபுச் சேரியில் ஆரம்பிக்கிறது. தனது கந்தல் படுக்கையில் உறங்கிக்கொண்டிருக்கும் மரியம் அதிகாலையில் ஒரு கனவு கண்டு விழித்துக்கொள்கிறாள். எதிர்வரும் ரம்ழான் பெருநாளை அவள் தனது தாயகமான அல்ஜீரியக் கிராமத்தில் கொண்டாடுவதாக அவள் கனவு கண்டாள். அவளுகில் உறங்கிக்கொண்டிருந்த தாயாரை எழுப்பி "நோன்பு நேற்றுத்தான் ஆரம்பித்திருக்கிறது... ரம்ழான் பெருநாளுக்கு நான் எப்படி அல்ஜீரியாவில் இருக்க முடியும்?" என்று மரியம் கேட்கிறாள். தாயார், மரியத்திடம் "இறைவன் விருப்பம் அதுவானால் அது நிறைவேறும்" என்கிறார்.

அதிகாலையில், மரியம் வேலைக்குப் புறப்படுகிறாள். அவள் இரண்டு நாட்களுக்கு முன்புதான் புதியதொரு வேலையில் சேர்ந்திருக்கிறாள்.

பிரெஞ்சுக் கப்பற்படை அதிகாரியொருவனின் வீட்டில் பணிப்பெண்ணாக அவள் வேலை செய்கிறாள். மரியம் வேலைக்குப் புறப்பட்டுச் சென்றதும், அவளது தாயார் மரியத்தின் தந்தையிடம் "மரியத்திற்கு வயதாகிக்கொண்டே போகிறது. நாங்கள் சீக்கிரமே அல்ஜீரியாவுக்குத் திரும்பிப்போய் அவளுக்கு நிக்காஹ் செய்து வைக்க வேண்டும்" என்கிறார். மரியத்தின் தகப்பன் "யுத்தம் சீக்கிரமே முடிந்து அல்ஜீரியா விடுவிக்கப்படும் என்று அஹமத் பென் பெல்லா சொல்லியிருக்கிறார். அடுத்த வருடம் ரம்ழானை நாங்கள் அல்ஜீரியாவிலே கொண்டாட முடியும்" என்று முணுமுணுக்கிறார்.

மரியம் வெகுளிப் பெண்ணாக இருக்கிறாள். அவள் உடல் வருத்தம் பாராமல் கடுமையாக உழைக்கக் கூடியவள். அவளுக்கு எழுத வாசிக்கத் தெரியாது. இந்தச் செய்திகளையெல்லாம் மரியமும் அவளது தோழிகளும் அதிகாலையில் வேலைக்காக அதிகாரிகளின் வில்லாக்களிருக்கும் பகுதிக்கு நடந்து போய்க்கொண்டிருக்கும் காட்சியிலேயே இயக்குனர் எரிக் ஐக்மென் குறிப்புகளால் சொல்லிவிடுகிறார். மரியத்தின் மூன்றாவது வேலைநாள் அந்தக் கப்பற்படை அதிகாரி நிக்கொலாவின் வீட்டில் ஆரம்பிக்கிறது.

முழுமையான கப்பற்படைச் சீருடையில் அதிகாரி நிக்கொலா பியானோ இசைத்துக்கொண்டிருக்கிறான். அவனின் முன்னே தேநீர்க் குவளை மற்றும் கோப்பைகளிருக்கும் தட்டுடன் மரியம் நின்றுகொண்டிருக்கிறாள். 'அதை அங்கே வைத்துவிட்டுப் போ' என்ற கட்டளையை எதிர்பார்த்து மரியம் அங்கே நின்றுகொண்டிருக்கலாம். நிக்கொலா எதுவும் சொல்லாமலேயே மரியத்தைப் பார்த்தவாறு அருமையான இசையை இசைத்துக்கொண்டிருக்கிறான். மரியம் தலையைத் தாழ்த்தியவாறு நின்றிருக்கிறாள்.

பியானோவிலிருந்து எழுந்துவரும் நிக்கொலா தேநீர்க் கோப்பையை வாங்காமல், மரியத்திடம் "மரியம் உனது முலைகள் அழகானவை" என்கிறான். இப்போது மரியத்தின் முகத்தில் எந்த உணர்ச்சியுமில்லை. அவளின் முகம் ஒரு சிலையின் முகத்தைப் போலிருக்கிறது. அவளின் கண்கள் ஆட அசையவில்லை. அதிகாரி மிக இயல்பாகவும் உரிமையுடனும் மரியத்தின் முலைகளில் கை வைக்கிறான். நாங்கள் மரியம் தேநீர்த் தட்டைக் கீழே போட்டுவிடுவாள் என்றுதான் நினைக்கிறோம். ஆனால், மரியத்தின் கைகள் தேநீர்த் தட்டை இறுகப் பிடிப்பது அண்மைக் காட்சியில் காட்டப்படுகிறது. அவள் சற்றுப் பின்னகர்ந்து சமையலறைக்குத் திரும்புகிறாள். நிக்கொலா, மரியம் போவதையே பார்த்துக்கொண்டிருந்து விட்டு மீண்டும் பியானோவின் முன்னால் உட்கார்ந்து பியானோவை இசைக்கத் தொடங்குகிறான்.

அவன் கால்களால் தாளமிட்டவாறே "புது மாடு உழுவு பழக மிரளுவது உழவனுக்கும் புதிதல்ல, வயலுக்கும் புதிதல்லவே" என்று பாடுகிறான்.

சமையலறைக்குச் சென்ற மரியம் தேநீர்த் தட்டை ஒழுங்காக அதனுடைய இடத்தில் வைக்கிறாள். தனது கண்களைத் தாழ்த்தி வெண்ணிற அங்கியால் போர்த்தப்பட்டிருக்கும் தனது மார்பகங்களைப் பார்க்கிறாள். இந்த 'ஷொட்'டில் மார்பகங்களை மிக அண்மைக் காட்சியில் காட்டுவதுதான் பிரெஞ்சு சினிமாவின் மரபு. ஆனால், எரிக் ஐக்மென் மரியத்தின் கவிழ்ந்த கண்களைத் திரை முழுவதும் காண்பிக்கிறார். கவிழ்ந்த கண்கள் மிக அண்மைக் காட்சியில் காட்டப்படுவதை 'குளேசப் ஷொட்' மன்னன் அகிரா குரோசவாவின் திரைப்படங்களில் கூட நான் பார்த்ததில்லை.

இப்போது, மரியம் சமையலறையிலிருந்த இறைச்சி வெட்டும் கூரிய கத்தியை எடுத்துக்கொண்டு, பியானோ வாசித்துக்கொண்டிக்கும் நிக்கொலாவின் முதுகுப்புறத்தால் நிக்கொலாவை நெருங்குகிறாள். பியானோ இசை நெருங்கிச் செல்லும் காலடிச் சத்தங்களை அழுக்கிவிடும் என்று மரியம் நினைத்திருப்பாள். மரியம் கத்தியை வீசும்போது பியானோவின் இசை அறுகிறது. நிக்கொலா சுழன்று திரும்புகிறான். மரியம் வீசிய கத்தி நிக்கொலாவின் முதுகில் பட்டும் படாமலும் சறுக்குகிறது.

நிக்கொலாவுக்கு மரியத்தின் கையிலிருக்கும் கத்தியைப் பிடுங்குவதற்கு ஒரு விநாடியே போதுமானதாயிருந்தது. அவன் தனது முழு இராணுவப் பயிற்சியையும் மரியத்திடம் பிரயோகித்தான். தனது வலிய கரங்களால் மரியத்தின் தலைமுடியைப் பற்றிப் பிடித்து, அவளின் முகத்தைப் பியானோவில் நிக்கொலா அறைந்தபோது பியானோ வீறிட்டது. "அரபுப் பெட்டை நாயே" என்று சொல்லிச் சொல்லி, மரியம் மயங்கும்வரை நிக்கொலா அவளின் தலையைப் பியானோவில் மோதினான். பியானோவின் சுரக் கட்டைகள் மீது மரியத்தின் இரத்தம் படர்கிறது. அவள் மயங்கித் தரையில் விழுந்ததும், நிக்கொலா தொலைபேசியில் பொலிசாரை அழைத்தான்.

கப்பற்படை அதிகாரி நிக்கொலாவைக் கொல்வதற்காக அல்ஜீரியத் தேசிய விடுதலை முன்னணியால் அனுப்பப்பட்ட உளவாளி என்று மரியத்தின்மீது பொலிசாரால் குற்றம் சுமத்தப்பட்டது. 'சாம்ஸ் எலிஸே'யில் இருந்த உளவுத்துறைப் பொலிஸ் தலைமையகத்தில் மரியம் விசாரணைக்கெனத் தடுத்து வைக்கப்படுகிறாள்.

அக்காலத்தில் — குறிப்பாக 1958 காலப்பகுதியில் — அல்ஜீரியத் தேசிய விடுதலை முன்னணி பிரான்சுக்குள் ஊடுருவி, பிரான்ஸ்

முழுவதும் பரவலாகத் தாக்குதல்களை நடத்திக்கொண்டிருந்தது. ஏராளமான இராணுவத் தளபதிகளும் பொலிஸ் அதிகாரிகளும் குறிவைத்துக் கொல்லப்பட்டார்கள். அல்ஜீரிய விடுதலைப் போராளிகள் பாரிஸிலிருந்த காவல் நிலையங்கள் மீதும் படையினரின் ரோந்து வாகனங்கள் மீதும் துப்பாக்கிச் சூடுகளை நடத்தினார்கள். பல வெடிமருந்துக் கிடங்குகளும் எண்ணெய்க் குதங்களும் போராளிகளால் வெடிவைத்துத் தகர்க்கப்பட்டன. ஒருநாளைக்கு ஆகக் குறைந்தது இரண்டு சம்பவங்களாவது இவ்வாறு நிகழ்ந்தன.

உளவுத்துறைப் பொலிஸாரின் விசாரணைக்கூடத்தில் நடக்கும் கொடுமைகள் அடுத்தடுத்த காட்சிகளில் துயரமாகச் சித்திரிக்கப்படுகின்றன. மரியத்திற்கு ஒரு நீண்ட சாம்பல்நிற அங்கி மட்டுமே அணிந்துகொள்ளக் கொடுக்கப்படுகிறது. மரியத்தின் உள்ளாடைகளை அவர்கள் பறித்து வீசிவிடுகிறார்கள். உள்ளாடைகள் அணிவதற்கு விசாரணைக் கைதிகள் அனுமதிக்கப்படுவதில்லை. உள்ளாடைகளால் கைதிகள் கழுத்தை இறுக்கித் தற்கொலை செய்துகொள்கிறார்களாம்.

உளவுத்துறைப் பொலிஸார் மரியத்தை அல்ஜீரியத் தேசிய விடுதலை முன்னணியின் உளவாளி என்று ஒத்துக்கொள்ள வைப்பதற்குப் பெரும் பிரயத்தனங்களைச் செய்தார்கள். பன்னிரண்டு மாடிகளைக் கொண்ட அந்தக் கட்டடத்தின் ஒவ்வொரு தளத்தின் மாடிப்படிகளின் அருகிலும் ஒரு பொலிஸ்காரன் நாற்காலியில் துப்பாக்கியோடு காவலிருப்பான். ஒருநாள், விசாரணை அதிகாரியொருவன் மரியத்திடமிருந்து 'உண்மையை' வரவழைப்பதற்கு ஒரு நூதனமான வழியைக் கையாண்டான்.

மரியம் கீழ்த்தளத்திலிருந்து பன்னிரண்டாம் மாடிவரை நிற்காமல் படிகளில் ஓடிக்கொண்டேயிருக்க வேண்டும். மறுபடியும் மேலிருந்து கீழ்த்தளம் வரைக்கும் படிகளில் இறங்கி ஓடிவர வேண்டும். அப்படி ஓடும்போது, ஒவ்வொரு தளத்திலும் காவலுக்கு அமர்ந்திருக்கும் ஒவ்வொரு பொலிஸ்காரனின் கையையும் அவள் தனது கையால் தொட்டுவிட்டுத் தொடர்ந்து ஓட வேண்டும்.

மரியம் நான்கு தடவை ஏறி இறங்குவதற்குள்ளேயே முற்றாகத் தளர்ந்துவிட்டாள். அவள் தளர்ந்து வேகத்தைக் குறைத்த போதெல்லாம் அவளின் பிடரியில் அறைகள் விழுந்தன. அவள் தனது வலது காலை, படியொன்றில் மோதிப் பெருவிரலில் காயப்பட்டாள். அந்த இரத்தக் காயத்திற்குப் பிறகும் கூட ஓடிக்கொண்டேயிருக்குமாறு அவள் கட்டாயப்படுத்தப்பட்டாள். மரியம் தனது காலை நொண்டி நொண்டி ஓடிக்கொண்டிருந்தாள். அவளின் முகத்தில் அச்சமும் பதற்றமும் வலியும் தொற்றிக்கிடந்தன. பன்னிரண்டாம் மாடியிலிருந்த

பொலிஸ்காரனை மரியம் இருபத்தோராவது தடவையாகத் தொடச் சென்றபோது, இடுங்கிய கண்களைக் கொண்ட அந்தப் பொலிஸ்காரன் "நீ ஓடிவரும்போது, உனது முலைகள் வசீகரமாகக் குலுங்குகின்றன" எனச் சொல்லிவிட்டு, மரியம் தொடுவதற்காகத் தனது கையை நீட்டினான்.

மரியம் சிறையிலும் நோன்பைக் கடைப்பிடிக்கிறாள். சிறையில் வழங்கப்படும் உணவை வேண்டாம் என்று கைதிகளால் மறுக்க முடியாது. அதுவும் சட்ட விரோதமாம். காலையிலும் மதியத்திலும் வழங்கப்படும் சிறையுணவை மரியம் கக்கூஸ் குழியில் கொட்டிவிடுவாள். இரவுணவை மட்டுமே அவள் சாப்பிட்டாள். பெற்றோரையும் தனது சின்னஞ்சிறு தங்கைகளையும் நினைத்து அவள் இரவு முழுவதும் அழுதுகொண்டிருந்தாலும், இன்னும் சில நாட்களில் ரம்ழான் பெருநாளைத் தான் அல்ஜீரியாவில் கொண்டாடப் போவதாக அவள் மனப்பூர்வமாக நம்பினாள். தனது நம்பிக்கையைச் சக கைதிகளிடம் அவள் பகிர்ந்துகொண்டபோது, அவர்கள் மரியத்தை 'பைத்தியக்காரி' எனத் திட்டினார்கள்.

பாரிஸில், பிரெஞ்சு ஆட்சியாளர்களுக்கு எதிரான அல்ஜீரியர்களின் தாக்குதல்களும் ஆர்ப்பாட்டங்களும் கட்டுக்கடங்காமல் பெருகிப் போகவே, பிரெஞ்சு அரசாங்கம் பிரான்சுக்கு வேண்டப்படாத அல்ஜீரியர்களை அல்ஜீரியாவுக்குக் கட்டாயமாகத் திருப்பி அனுப்ப முடிவெடுக்கிறது. பாரிஸ் நகரத்தில் உளவுத்துறையினரின் சந்தேகத்துக்குரிய அல்ஜீரியர்கள் குடும்பம் குடும்பமாகக் காவல்துறையினரால் பிடிக்கப்பட்டு 'வெலோத்ராம் து ஹிவர்' என்ற மிகப் பெரிய விளையாட்டரங்கில் தடுத்து வைக்கப்படுகிறார்கள்.

இந்த அரங்கு செயின் ஆற்றங்கரையில் அமைந்திருக்கிறது. 1942 இல் இந்த அரங்கில்தான் நாஸிப் படையினரால் பன்னிரண்டாயிரம் யூதர்கள் அடைக்கப்பட்டு, பின்பு சித்திரவதை முகாம்களுக்கு அனுப்பப்பட்டுக் கொல்லப்பட்டார்கள். பதினாறு வருடங்களுக்கு முன்பு, யூதர்களின் கண்ணீரால் கழுவப்பட்ட இந்த அரங்கு இப்போது அல்ஜீரியர்களின் இரத்தத்தால் கழுவப்படுகிறது. இந்தத் தடுப்பு முகாமுக்கு மரியமும் உளவுத்துறைப் பொலிஸாரால் அனுப்பப்படுகிறாள். மரியத்தின் கனவு நனவாக இன்னும் ஒருவாரம் மட்டுமே இருக்கிறது. அடுத்த வாரம் ரம்ழான் பெருநாள்.

அந்தத் தடுப்பு முகாமில் அடைக்கப்பட்டிருந்தவர்கள் ரம்ழான் பெருநாளுக்கு அய்ந்து நாட்களுக்கு முன்னதாகச் சிறப்பு ரயில் ஒன்றில் துறைமுக நகரமான மார்ஸேய்க்குக் கொண்டுசெல்லப்படுகிறார்கள். அன்றைய தினம், தொலைக்காட்சியில் உரை நிகழ்த்திய பிரெஞ்சு

ஜனாதிபதி ஜெனரல் சார்ள் து கோல் "அல்ஜீரியக் கிளர்ச்சிக்காரர்கள் விரைவில் பிரெஞ்சு பராசூட் சிறப்புப் படையினரால் அழிக்கப்படுவார்கள். அல்ஜீரியா என்பது பிரான்ஸ் நாட்டின் ஒரு பகுதி. அல்ஜீரியாவிலிருந்து பிரெஞ்சுப் படைகள் வெளியேறுவது என்ற பேச்சுக்கே இடமில்லை. எனது அரசாங்கம் அல்ஜீரியர்களைப் பிரெஞ்சுக் குடியரசின் பிரஜைகளாகக் கௌரவமாகவே நடத்திவருகிறது. அல்ஜீரியாவுக்குத் தமது சுயவிருப்பத்தின் பேரில் திரும்ப விரும்பிய அல்ஜீரியர்கள் இன்று கூட மார்ஸேய்யிலிருந்து புறப்படும் கப்பலில் தங்களது சொந்தக் கிராமங்களுக்கு அரசாங்கத்தால் அனுப்பிவைக்கப்படுகிறார்கள். அவர்கள் ரம்ழான் பெருநாளை அமைதியாகத் தமது கிராமங்களில் கொண்டாடுவார்கள். அவர்களுக்கு எனது ரம்ழான் வாழ்த்துகளைத் தெரிவித்துக்கொள்கிறேன்" என்றார்.

அந்தக் கப்பலில், சிறப்பு ரயிலில் கொண்டுவரப்பட்டவர்கள் மட்டுமல்லாமல், புறநகரங்களில் கைது செய்யப்பட்டு இராணுவ வாகனங்களுக்குள் அடைக்கப்பட்டுக் கொண்டுவரப்பட்ட அல்ஜீரியர்களும் ஏற்றப்படுகிறார்கள். மரியம் கப்பலில் ஏறியதும், கப்பலில் தனது பெற்றோரும் தங்கைகளுமிருக்கலாம் என்று அவர்களைத் தேடுகிறாள். அவர்கள் கப்பலில் இருப்பதாகத் தெரியவில்லை. ஆனால், அந்தக் கப்பலில் அவள் தனக்கு முன்னமே தெரிந்த ஒருவனைச் சந்திக்கிறாள். அவன் கப்பற்படை அதிகாரி நிக்கொலா. அவன்தான் அந்தக் கப்பலின் தலைமைப் பாதுகாப்பு அதிகாரி. அவன் மரியத்தை நெருங்கி வந்து, அவளது மார்பகங்களைக் கண்களால் சுட்டிக்காட்டி "நீ சிறையில் இருந்தபோதும் கூட உனது கொழுத்த முயல் குட்டிகள் இளைத்துவிடவில்லை" என்று சொல்லிவிட்டு இளித்தான். மரியம் வேகமாக அந்த இடத்திலிருந்து நகர்கிறாள்.

பின்பு, அவள் கப்பலுக்குள் அமதுல்லாவைக் காண்கிறாள். இந்த அமதுல்லாதான் திரைப்படத்தின் முதற் காட்சியில் சார்த்ருக்குத் தேநீர் பரிமாறிய முதிய வேலைக்காரி. அமதுல்லா தனது தலையில் ஒரு துணிமூட்டையை வைத்திருக்கிறார். அந்தத் துணிமூட்டையை யாராவது திருடிவிடக் கூடும் என்ற பதற்றத்திலிருக்கிறார். "நீ எனது துணிமூட்டையைத் திருட நினைக்காதே" என்று மரியத்தைத் திட்டுகிறார். ஒரிடத்தில் அமர்ந்தாலோ நின்றாலா தனது துணிமூட்டையை யாராவது திருடிவிடுவார்கள் என்ற அச்சத்தில், அவர் ஓடும் கப்பலுக்குள் ஓயாமல் நடந்துகொண்டேயிருக்கிறார்.

இரவு நேரம், கப்பல் நடுச் சமுத்திரத்தில் பயணித்துக்கொண்டிருக்கிறது. ஆண்கள் கப்பலின் கீழ்த்தளங்களில் அடைக்கப்பட்டிருக்கிறார்கள். கப்பலின் மேற்தளத்தில் பெண்களும் குழந்தைகளும்

தூங்கிக்கொண்டிருக்கிறார்கள். காவல் கடமையிலிருக்கும் படைவீரர்கள் எல்லோருமே கப்பலின் உணவுச்சாலையில் குடித்துக்கொண்டும் புகைத்துக் கொண்டுமிருக்கிறார்கள். கப்பலின் மேற்தளத்தில் விளக்குகள் ஏதுமில்லை. நட்சத்திரங்களின் கீழே தூங்கிக்கொண்டிருந்த போது, மரியம் ஒரு கனவு கண்டாள்.

கருமையிலிருந்து ஒளி தோன்றுகிறது. அந்த ஒளி மரியத்திடம் "அருள் நிறைந்த மரியமே வாழ்க! பெண்களுக்குள் ஆசீர்வதிக்கப்பட்டவள் நீயே! உன் திருவயிற்றின் கனியும் ஆசீர்வதிக்கப்பட்டதே! இந்த இரவில் நீ கர்ப்பம் தரிப்பாய்! உன் உதரத்தில் சுமந்து கடவுளின் குமாரனைப் பெற்றெடுப்பாய்" என்றது. பின்பு ஒளி தணிந்துவிடுகிறது. மரியம் வியர்த்துப் போய்த் திடுக்கிட்டு விழிக்கிறாள். அவள் குந்தியிருந்து, ஒரு நிமிடம் மட்டுமே தனது முழங்கால்களில் தனது தலையைக் கவிழ்த்து வைத்துக்கொண்டு யோசனை செய்தாள். அடுத்த நிமிடம் அவள் கப்பலிலிருந்து சமுத்திரத்திற்குள் குதித்தாள்.

அந்த விநாடியில், கப்பலின் மேற்தளத்திற்கு ஒரு வெளிச்சப் புள்ளி ஏறி வருகிறது. போதையில் தள்ளாடியபடியே படிகளில் ஏறிவரும் கப்பற்படை அதிகாரி நிக்கோலாவின் கையிலிருக்கும் விளக்கிலிருந்து ஒளி கசிகிறது. அவன் அந்த ஒளியை அலையவிட்டு, தூங்கிக்கொண்டிருக்கும் பெண்களிடையே பெருத்த முலைகளைக் கொண்ட பெண்ணொருத்தியைத் தேடிக்கொண்டிருக்கிறான்.

தொலைக்காட்சி உரையில் ஜனாதிபதி ஜெனரல் சார்ள் து கோல் சொன்னது அப்பட்டமான பொய். மார்ஸேய் துறைமுகத்திலிருந்து புறப்பட்ட இந்தக் கப்பல் அல்ஜீரியாவின் கிராமங்களை நோக்கிப் போகவில்லை. அல்ஜீரியப் பாலைவனத்தின் தெற்குப் பகுதியில் அமைக்கப்பட்டிருக்கும் சிறைமுகாம்களை நோக்கியே அந்தக் கப்பல் போய்க்கொண்டிருக்கிறது.

ரம்ழான் பெருநாளுக்கு முந்தியநாள் மாலையில், அல்ஜீரியக் கடற்கரையொன்றில் கிராமவாசிகள் பிறையைக் காண்பதற்காகக் கூடி நின்றபோது, கடலில் மிதந்துவந்த ஓர் உடலை அவர்கள் கண்டெடுத்தார்கள். அந்த நிர்வாண உடலைச் சுறாக்கள் குதறியிருந்தன. அந்த உடலில் முலைகள் இருந்ததற்கான தடயத்தைக் கூட மீன்கள் விட்டு வைத்திருக்கவில்லை.

"தேசத்துரோகி சார்ளை கைது செய்ய வேண்டும்" என்ற கூச்சலோடு பிரெஞ்சுக் கொடிகளை உயர்த்திப் பிடித்தபடி பாரிஸ் நகரின் தெருக்களில் ஊர்வலமாக ஒரு கூட்டம் போய்க்கொண்டிருக்க, அல்ஜீரியக் கடற்கரைக் கிராமமொன்றில், கிராமவாசிகள் மரியத்தின்

வெள்ளைத்துணி போர்த்திய உடலை ஊர்வலமாகப் புதைகுழிக்கு எடுத்துப் போவதுடன் திரையில் எழுத்துகள் மின்ன ரம்ழான் திரைப்படம் முடிகிறது.

திருவிதாங்கூர் சமஸ்தானத்தில் தாழ்த்தப்பட்ட சாதியைச் சேர்ந்த பெண்களின் முலைகளுக்கும் வரி விதிக்கப்பட்டிருந்தபோது, வரியைக் கட்ட மறுத்த பெண் ஒருத்தி தனது முலைகளை அறுத்து வாழையிலையில் பொதிந்து வரி வசூலிக்க வந்த அதிகாரிகளின் கையில் கொடுத்தாளாம். திரைப்பட அரங்கிலிருந்து வெளியே வரும்போது நான் அந்த மூதாதையை நினைத்துக்கொண்டேன். திரைப்பட அரங்கிலிருந்து வெளியே வந்த இன்னொருவர் 'ஜோன் போல் சார்த்ர் அலுப்பூட்டக் கூடிய விதத்தில் பேசக் கூடியவரா?' என்றுகூட யோசித்திருக்கலாம்.

மரியமாகப் பாத்திரமேற்று நடித்திருந்த ஜஸ்மின் சிறந்த நடிகைக்கான விருதை வெனிஸ் திரைப்பட விழாவில் மயிரிழையில் இழந்தார். சிறந்த நடிகைக்கான விருதை '1970 மூனிச்' திரைப்படத்திற்காக வனஸா ரெட்போர்ட் பெற்றுக்கொண்டார். ரம்ழான் திரைப்படத்தில் நடித்திருந்த ஜஸ்மினுக்கு அந்தப் படம்தான் முதலாவது கதைப் படம். ஜஸ்மின் நீலப்படங்கள் எனச் சொல்லப்படும் 'போர்னோ' படங்களில் நடிப்பவர். அவர் ரம்ழான் திரைப்படத்தில் நடித்துக்கொண்டிருக்கும்போது, பிரான்ஸின் பிரபல நாளிதழான '20 மினுற்' பத்திரிகை 'நீலப்பட நட்சத்திரத்தின் வாழ்க்கையை அறிந்துகொள்வதற்கு நீங்கள் நிச்சயமாக விரும்புவீர்கள்' என்ற அறிவிப்போடு, நடிகை ஜஸ்மினுக்கும் தனது வாசகர்களுக்குமான ஓர் இணைய உரையாடலைத் தனது இணையத்தளத்தில் ஏற்பாடு செய்திருந்தது. இனிவருவது அந்த உரையாடல்:

Anelka: ஜஸ்மின், நீங்கள் நீலப்படங்களில் நடிப்பதற்காக உங்களது உறுப்புகளில் எதையாவது திருத்தி அமைத்துக்கொண்டீர்களா?

▫ ஆம். எனது மார்பகங்களைப் பிளாஸ்டிக் சர்ஜரி மூலம் திருத்திக் கொண்டேன்.

Noway: உங்களுக்குக் கணவரோ அல்லது காதலரோ இருக்கிறாரா? இருந்தால் நீங்கள் அவருடன் கழிக்கும் பொழுதுகளில், நீலப் படங்களில் நடிப்பதனால் உங்களுக்கு ஏதாவது மன உளைச்சல்கள், தடுமாற்றங்கள் ஏற்படுவதுண்டா?

▫ இல்லை, இத்தகைய உளைச்சல்களோ குழப்பங்களோ எனக்கு இதுவரை ஏற்பட்டதில்லை. நான் எனது காதலனுடன் சேர்ந்து வாழ்கிறேன். நாங்கள் வாழ்க்கைத் துணைவர்கள்தான். ஆனாலும், நாங்கள் இருவருமே அவரவரின் தனிப்பட்ட

சுதந்திரத்தில் கருத்தானவர்கள். நாங்கள் இருவருமே பாலுறவுக் கட்டுப்பாடுகளிலிருந்து எங்களை விடுவித்துக்கொண்டவர்கள். இருவருமே சுயமான பாலியல் தேர்வுகளைக் கொண்டவர்கள். வாழ்க்கை ஒரு படப்பிடிப்பு போன்றதல்ல. அங்கே நடித்தால், நாம் நம்மையே ஏமாற்றுபவர்களாவோம்.

Reivax: இந்த ஆணாதிக்கச் சமூகத்தில் அரசியல், வேலை, கலை போன்ற பல துறைகளில் பெண்களுக்கான சம வாய்ப்புகளும் உரிமைகளும் ஆண்களால் மறுக்கப்படுகின்றன. பெண்களுக்கான சமூக அங்கீகாரம் மீண்டும் மீண்டும் மறுக்கப்படுகிறது. இந்த நிலையில் நீங்கள் வெறும் பாலியல் பண்டமாக மட்டுமே கவனப்படுத்தப்படுவது உங்களை எவ்வளவு பாதிக்கிறது? நீங்கள் இந்த நிலைக்குத் தள்ளப்பட்டதாக நினைக்கிறீர்களா?

□ நான் அப்படி நினைக்கவில்லை. நான் ஒரு தொழிலைச் செய்கிறேன். அதுவும் எனக்குப் பிடித்தமான நடிப்புத் தொழிலைச் செய்கிறேன். உடல்களின் மேன்மையையும் காமத்தையும் அழகியலாக்கப் போராடும் எனது இயக்குநர்களை நான் பிரதிபலிக்கிறேன் என்று நினைக்கும்போது, நான் கர்வமுறுகிறேன்.

Pierre: உங்களுடனான இந்த உரையாடலை '20 Minutes' பத்திரிகை ஏற்பாடு செய்ததன் நோக்கம் என்னவென்று நினைக்கிறீர்கள்? உங்களது அந்தரங்க வாழ்வை அவர்கள் அரட்டைப் பொருளாக்குகிறார்களா? அல்லது உங்கள்மீது கொண்ட கரிசனத்தால் இந்த உரையாடலை ஏற்பாடு செய்தார்களா?

□ இந்தக் கேள்வியை நான் அவர்களிடமே விட்டுவிடுகிறேன். என்னைப் பொறுத்தவரையில், வாசகர்களுடனும் எனது ரசிகர்களுடனும் உரையாடுவதில் நான் மகிழ்ச்சியடைகிறேன்.

Luimeme: நீலப்படங்களில் நடிப்பதற்கு உடல்ரீதியாகக் கடினமான உழைப்பைச் செலுத்த வேண்டியிருக்கும். பல மணிநேரமாக, நாட்கணக்கில் நீடிக்கும் படப்பிடிப்புகளால் ஒரு பெண்ணென்ற முறையில் என்னவிதமான சிரமங்களை எதிர்கொள்கிறீர்கள்?

□ அனைத்துமே ஒருநாளைக்கு எத்தனை காட்சிகளில் நடிக்கிறேன் என்பதைப் பொறுத்தே உள்ளது. படப்பிடிப்பு முடிந்ததும் எரிவு பொதுவாகவே இருக்கும். சிலவேளைகளில் இலேசான வலியும் ஏற்படுவதுண்டு. ஆனால், இப்போது இவற்றுக்கெனப் பிரத்தியேகமான ஜெல்களும் க்ரீம்களும் கிடைக்கின்றன என்பது நிம்மதியான விஷயம்.

Anto: பெர்லின் போர்னோ திரைப்பட விழாவில், நீங்கள் நடித்த *SEXTANT-2* படத்தைப் பார்த்தேன். வாழ்த்துகள். ஜஸ்மின், நீங்கள் நீலப்படத்தில் அல்லாமல் மரபான கதைப் படம் ஒன்றில் நடிக்கவிருப்பதாகச் செய்திகள் உள்ளன. அதைப்பற்றிக் கொஞ்சம் சொல்ல முடியுமா?

◻ உங்களுடைய வாழ்த்துகளுக்கு நன்றி. உண்மைதான், நான் எரிக் ஜக்மெனின் 'ரம்ழான்' என்ற திரைப்படத்தில் நடித்துக் கொண்டிருக்கிறேன். இந்தத் திரைப்படம் ஏப்ரல் 2008 இல் வெளியாகும். இந்தப் படத்தில் டானியல் ஒற்றேயும் நடிக்கிறார்.

Liouba: இரவு பகலாகத் தொடர்ந்து படப்பிடிப்பு நடக்கும்போதோ, ஒரே நேரத்தில் ஒன்றுக்கு மேற்பட்ட ஆண்களுடன் புணருவதாகக் காட்சிகள் அமைக்கப்படும் சந்தர்ப்பங்களிலோ நீங்கள் எப்போதாவது நடிக்க இயலாது என்று மறுத்துண்டா?

◻ பொதுவாக ஒருநாளைக்கு ஒரு காட்சியில் மட்டுமே நடிக்கிறேன். ஒன்று அல்லது இரண்டு ஆண்களுடன் அல்லது பெண்களுடன் இணைந்து நடிக்கிறேன். எனது தயாரிப்பு நிறுவனமான 'மார்க் டோர்ஸெ' நிறுவனத்தில் நான் இதுவரை எதற்கும் மறுப்புச் சொன்னதில்லை. ஏனெனில், அவர்கள் தயாரிக்கும் படங்கள் செக்ஸியையும் கிளாமரையும் பிரதிபலிக்கும் படங்கள். வக்கிரமான படங்களை அவர்கள் தயாரிப்பதில்லை.

Julien: ஆண்களின் கண்களுக்கு நீங்கள் இத்தனை கவர்ச்சியாக இருப்பதின் இரகசியம் என்ன?

◻ நான் எனது உடல் பராமரிப்பில் மிகவும் கவனம் எடுத்துக்கொள்கிறேன். எனது பதின்ம வயதுகளிலிருந்து எனது அதிகமான நேரங்களை அழகு நிலையங்களிலும் உடற்பயிற்சி மையங்களிலுமே செலவிடுகிறேன்.

Gillou: விரைவில் உங்களின் இருபத்தொன்பதாவது பிறந்த தினம் வரவிருக்கிறது என அறிந்தேன். உண்மைதானா?

◻ ஆம், உண்மைதான். ஜூன் 18 ஆம் தேதி என்னுடைய பிறந்தநாள் வருகிறது. எனக்குப் பிறந்தநாள் பரிசு அனுப்பிவையுங்கள்.

Noway: இந்த வாழ்க்கை எப்படியிருக்கிறது? நிம்மதியை உணர்கிறீர்களா? உங்கள் குடும்பத்தினரும் உறவினர்களும் உங்களுடைய இந்தத் தொழிலை எந்தளவுக்கு ஏற்றுக்கொண்டிருக்கிறார்கள்?

◻ படப்பிடிப்புகள், நடன விடுதிகளில் காட்சிகள் நிகழ்த்துவது, எனது காதலனுடன் வீட்டில் இருப்பதற்கான நேரத்தை ஒதுக்குவது

என எப்போதுமே பரபரப்பாக இயங்கிக்கொண்டிருந்தாலும், நான் வாழ்க்கையைத் திட்டமிட்டு வாழ்வதால் எனது வாழ்க்கை மகிழ்ச்சியாகவும் சீராகவும் போய்க்கொண்டிருக்கிறது. எனது குடும்பத்தினருடனோ உறவினர்களுடனோ எனக்கு இப்போது எந்தத் தொடர்பும் கிடையாது. எனது இந்தத் தொழிலை அவர்களால் ஏற்றுக்கொள்ள முடியாது.

Emre: நான் லியோன் நகரத்தில் வசிக்கும் இளைஞன். நீங்கள் நடித்த படங்களை மிகவும் விரும்பிப் பார்ப்பேன். நீலப்படங்களில் நடிப்பதற்கான வாய்ப்புகளை எப்படிப் பெறலாம் எனத் தெரிந்துகொள்ள விரும்புகிறேன். அது குறித்து எனக்குச் சில வழிகாட்டல்களைத் தருவீர்களா?

▢ நீலப்படங்களில் நடிக்க வாய்ப்புப் பெறுவதற்கு உங்களுடைய தளராத முயற்சியும் பயிற்சியும் முக்கியமானவை. உண்மையில், நீலப்படங்களில் நடிப்பதற்குத் தேர்வாவதும் நடிப்பதும் மிகவும் கடினமானவை. கமெராவின் முன்னாலும் படப்பிடிப்புக் குழுவினரின் முன்னாலும் நீங்கள் நிற்கும்போது, உங்களது ஆணுறுப்பு விறைப்பை இழந்துவிடக் கூடாது. இது பயிற்சியாலும் மனதை ஒருநிலைப்படுத்துவதாலுமே சாத்தியமாகும். நீங்கள் முதலில் சிறிய 'அமெச்சூர்' குழுக்கள் தயாரிக்கும் படங்களில் நடித்து அனுபவத்தையும் பெயரையும் பெற முயற்சிப்பதே சிறந்தது. இணையத்தளங்களிலும் போர்னோ பத்திரிகைகளிலும் 'நடிகர்கள் தேவை' என்று விளம்பரங்கள் அவ்வப்போது வெளியாவதுண்டு. அவர்களை அணுகிப் பாருங்கள்.

Ham: கமெராவுக்கு வெளியே ஒரு நீலப்பட நடிகையின் வாழ்வு எப்படியிருக்கிறது? நீங்கள் நீலப்பட நடிகையென்று தெரியவரும்போது, உங்களை இழிவு செய்கிறார்களா?

▢ கமெராவுக்கு வெளியே நான் அமைதியான ஒரு மனுஷி. நான் நீலப்பட நடிகையென்று தெரியவரும்போது, எதிரிலிருப்பவர்கள் ஆச்சரியமடைகிறார்களே தவிர என்னை அவர்கள் இழிவு செய்வதில்லை என்றே நினைக்கிறேன்.

Dimal: நீங்கள் அல்ஜீரியாவில் பிறந்தவர். இறுக்கமான கலாச்சாரப் பின்னணியைக் கொண்டவர். நீங்கள் ஒரு நீலப்பட நட்சத்திரமாக மாறியதை உங்களது பெற்றோர் எப்படி உணர்கிறார்கள்?

▢ நான் அல்ஜீரியாவில் பிறந்திருந்தாலும், எனது ஒன்பதாவது வயதிலேயே நாங்கள் குடும்பத்தோடு பிரான்சுக்குப் புலம்

பெயர்ந்துவிட்டோம். நான் ஏற்கனவே சொல்லியிருக்கிறேன்... எனது பெற்றோருடன் எனக்கு இப்போது எந்தத் தொடர்பும் கிடையாது.

Thomas: பணம் மட்டுமே வாழ்க்கையாகிவிடுமா? பணத்திற்காக ஒரு பெண் தனது கவுரவத்தை விட்டுக்கொடுப்பதை எப்படிப் புரிந்துகொள்வது? காசு கொடுத்தால் நீங்கள் விலங்குகளைப் புணரும் காட்சிகளிலும் நடிப்பீர்களா? அல்லது மிக வறிய நிலையிலிருக்கும் பெண்கள்தான் அப்படியான காட்சிகளில் மிருகங்களுடன் நடிக்கிறார்களா? நிர்வாணத்திலும் அவமானத்திலும் கூட ஏழைகள் - பணக்காரர்கள் போன்ற வித்தியாசங்களுண்டா?

□ நான் பணத்திற்காக நீலப்படங்களில் நடிக்கத் தொடங்கவில்லை. நான் என்னுடைய மகிழ்ச்சிக்காகவும் கொண்டாட்டத்திற்காகவும் மட்டுமே நீலப்படங்களில் நடிக்க வந்தேன். என்னுடைய விருப்பங்கள் எனக்கு முக்கியமானவை. அவற்றை வெறும் ஆழ்மன விருப்புகளாக மட்டுமே குறுக்கிக்கொண்டு என் உணர்வுகளுக்கு என்னால் துரோகம் செய்ய முடியாது. மிருகங்களுடன் நடிப்பது என் தொழில் இல்லை. தோமா! அந்தக் கேள்வி எனக்கானது அல்ல. நானும் உங்களைப் போன்ற ஒரு சாதாரண மானுடப் பிறவிதான்.

Jules: நீங்கள் உண்மையாகவே இந்தத் தொழிலை விரும்புகிறீர்களா?

□ ஆம். மனப்பூர்வமாக விரும்புகிறேன்.

Mr. K: ஜஸ்மின், உங்கள் வீட்டிலோ அல்லது நண்பர்கள் வீட்டிலோ இரவு விருந்துகள் நடைபெறும்போது, உங்கள் படங்களில் காண்பிக்கப்படுவதைப் போல நீங்கள் நடந்துகொள்வதுண்டா?

□ இல்லை. இந்த விருந்துகள் காதலாலும் நட்புகளாலும் மகிமைப் படுத்தப்படுபவை.

Reds: நீலப்படங்களில் நடிகர்கள் எப்படி நீண்ட நேரமாக விந்து வெளியேறாமல் உடலுறவை நீட்டிக்கிறார்கள்? இது எடிட்டிங் வித்தை என்றுதான் நான் நினைக்கிறேன். நடிகர்கள் படப்பிடிப்பின்போது, ஊக்க மருந்துகளை உட்கொள்கிறார்களா?

□ இதனால்தான், நீலப்பட நடிகர்களாக இருப்பது மிகவும் கடினமானது என்று சொன்னேன். அவர்கள் தங்களது ஆணுறுப்புகளை விறைப்பாகவே வைத்திருக்கும் அதே நேரத்தில் இயக்குநர் சொல்லும்வரை விந்தையும் கட்டுப்படுத்தி வைத்திருக்க வேண்டும். ஊக்க மருந்துகளையோ அல்லது நீண்ட நேரப் புணர்ச்சிக்கான சிறப்பு மருந்துகளையோ உபயோகிக்கும் நடிகர்களை நான்

பார்த்ததில்லை. அவர்கள் விறைப்பை இழந்துவிட்டால் மனதை ஒருநிலைப்படுத்துவதன் மூலமே மீண்டும் குறி எழுச்சியைப் பெற்றுக்கொள்கிறார்கள். இதனால்தான், சில வேளைகளில் படப்பிடிப்பு நீண்டு போகிறது. ஆனால், பொதுவாகத் தொழில்முறை நடிகர்களுக்கு இந்தச் சிக்கல்கள் ஏற்படுவதில்லை.

Spamyo: உங்களது தனிப்பட்ட வாழ்விலும், நீங்கள் படங்களில் நடிப்பது போலப் பெண்களுடன் உடலுறவில் ஈடுபடுகிறீர்களா?

☐ எனக்கு உயிருக்குயிரான சில தோழிகள் இருக்கிறார்கள். ஆனால், நான் லெஸ்பியன் கிடையாது. என்னால் ஒரு பெண்ணைக் காதலிக்க முடியாது. நான் ஆண்களையே காதலிக்க விரும்புகிறேன்.

Kery-Dina: ஜஸ்மின், நாங்கள் உங்களது தொழிலை மிகவும் விரும்புகிறோம், மதிக்கிறோம். அத்துடன் சில விஷயங்களைத் தெரிந்துகொள்ளவும் விரும்புகிறோம். இந்தத் தொழிலில் குறிப்பாக என்னென்ன சிரமங்களும் வலிகளும் உள்ளன என்று சொல்வீர்களா?

☐ நிச்சயமாக! படப்பிடிப்பின்போது, நீண்ட பொறுமையையும் சகிப்பையும் காட்ட வேண்டியிருக்கிறது. இந்தத் தொழிலுக்கு நேரகாலம் கிடையாது. பொதுவாகவே அதிகாலையில் எழுந்து, இரவில் மிகத் தாமதமாகத் தூங்க வேண்டியிருக்கிறது. நீண்ட தூரம் பயணங்கள் செய்து, வசதி குறைவான விடுதிகளில் தங்கி நடிக்க வேண்டியிருக்கிறது. முக்கியமாக, நடிகைகளுக்குள்ளே போட்டியும் பொறாமையும் நிலவுவதையும் சொல்ல வேண்டும். படப்பிடிப்பின்போது, சக்தி வாய்ந்த விளக்குகளின் வெப்பத்தைப் பொறுத்துக்கொள்ள வேண்டும். வெளிப்புறப் படப்பிடிப்புகளின்போது, கடுங்குளிரிலோ அல்லது கொதிக்கும் வெயிலிலோ ஆடைகளில்லாமல் நடிக்க வேண்டியிருக்கிறது. போர்னோ படத்துறை மரபான சினிமாத்துறை போன்றதல்ல. இங்கே தொட்டுக்கெல்லாம் உதவியாளர்களும் பணியாளர்களும் இருக்கமாட்டார்கள். மரபான சினிமாத்துறையுடன் ஒப்பிட்டுப் பார்க்கவே முடியாதளவுக்கு மிக மிகக் குறைவான சம்பளமே எங்களுக்கு வழங்கப்படுகிறது.

Silvy: ஜஸ்மின், எந்த நடிகையை உங்களது முன்மாதிரியாகக் கொண்டிருக்கிறீர்கள்?

☐ உண்மையிலேயே, நான் யாரையுமே முன்மாதிரியாகக் கொள்ளவில்லை. நான் நானாகவே இருக்க விரும்புகிறேன்.

T Man: நீங்கள் ரம்ழான் நோன்பிருக்கிறீர்களா? நோன்புக் காலத்தில் படப்பிடிப்புக்குப் போவீர்களா? போவீர்களானால் எந்த நேரத்தில் நடிக்கிறீர்கள்?

▫ இல்லை. நான் நோன்பிருப்பதுமில்லை, பெருநாளைக் கொண்டாடுவதுமில்லை. நான் ஒரு முஸ்லிமாகப் பிறந்திருந்தாலும், இப்போது நான் மார்க்கத்தைக் கடைப்பிடிப்பதில்லை. ஆனாலும், நான் இப்போதும் இறை நம்பிக்கையுடையவள்தான். நான் விரும்புவதை நான் செய்கிறேன். நான் விரும்பியவாறு நான் வாழ்கிறேன். நான் என்னையும் பிறரையும் எப்போதுமே மரியாதை செய்கிறேன். நான் வித்தியாசமான ஒரு தொழிலைச் செய்கிறேன் என்பது எனக்குத் தெரியும். ஆனால், நான் அந்தத் தொழிலைச் செய்வதில் மகிழ்ச்சியடைகிறேன். நான் தைரியமாக, வெளிப்படையாக இருக்கும் அதே தருணத்தில் அதன் விளைவுகளையும் நானறிவேன். என்னால் போலித்தனமாக இருக்க முடியாது. நான் எனது கன்னிமையை எனது இருபதாவது வயதில் என் காதலனிடம் கொடுத்தேன். நான் அந்தக் காதலனுடன்தான் இப்போதும் சேர்ந்து வாழ்கிறேன். என்னிடம் நீதி விசாரணை நடத்தவும் எனக்குத் தீர்ப்பளிக்கவும் இறைவன் ஒருவனைத் தவிர வேறு எவருக்கும் உரிமையில்லை. நீங்கள் நோன்பிருக்கிறீர்களா? இருந்தால் உங்களுக்கு எனது ரம்ழான் வாழ்த்துகள்.

▫ புதுவிசை – 2008

CROSS FIRE

01.01.2008 அன்று, பிராங்ஃபோர்ட் நகரத்தில் 'இனங்களின் அய்க்கியத்திற்கான இலங்கையர் ஒன்றியம்' நடத்திய கருத்தரங்கில் கலந்துகொண்டு 'இலங்கையில் மனித உரிமை மீறல்களும் அதன் பரிமாணங்களும்' என்ற தலைப்பில், இலங்கை ஊடகச் சுதந்திரப் பாதுகாப்பு அமைப்பின் செயலாளரும் பத்திரிகையாளருமான உபுல் கீர்த்தி (39) ஆற்றிய உரை:

தோழர்களே!

இன்றைக்கு ஒரு கொலையோடு புத்தாண்டு நமக்கு விடிந்திருக்கிறது. முன்னாள் 'இந்து கலாச்சார அலுவல்கள்' அமைச்சரும், தற்போதைய கொழும்பு நாடாளுமன்ற உறுப்பினருமான தியாகராஜா மகேஸ்வரன் இன்று காலையில் கொல்லப்பட்டுள்ளார். அமரர் மகேஸ்வரனை ஊடகவியலாளன் என்ற முறையில் நான் இரு தடவை சந்தித்திருக்கிறேன். அந்தச் சந்திப்புகளின் ஞாபகங்களை உங்களுடன் பகிர்ந்துகொள்ள என்னை அனுமதியுங்கள்.

நானொரு இடதுசாரிப் பத்திரிகையாளன் என்ற முறையில் எனக்கென்று சில கொள்கைகள் இருக்கின்றன. அந்தத் தளத்திலிருந்தே சில விஷயங்களை நான் பேச விழைகிறேன். எனினும், தமிழ்ச் சகோதரர்களே நிறைந்திருக்கும் இந்த அரங்கத்தில், பெரும்பான்மை இனத்தைச் சேர்ந்தவனான எனது உரையை நீங்கள் எவ்வாறு புரிந்துகொள்வீர்களோ என்ற நியாயமான அச்சமும் என்னுள் தோன்றுவதை நான் உங்களிடம் மறைக்க விரும்பவில்லை. இங்கே பேசிய தோழர் ரகுநாதன், முஸ்லிம் மக்களை ஒடுக்கிக்கொண்டிருக்கும் தமிழ்த் தேசிய இனத்தில் பிறந்ததற்காகத் தான் வெட்கப்படுவதாகச் சொன்னார். அவரை அடியொற்றிச் சொன்னால், பெரும்பான்மைச் சிங்கள இனத்தில் பிறந்ததற்காக நான் குற்றவுணர்வு கொள்கிறேன்.

தியாகராஜா மகேஸ்வரன் அமைச்சராக இருந்தபோது, ஒரு பத்திரிகை நேர்காணலுக்காக நான் அவரைச் சந்தித்தேன். அந்த முதல் சந்திப்பு அவரது அலுவலகத்தில் நிகழ்ந்தது. மகேஸ்வரனுடைய அரசியலில் எனக்கு எப்போதுமே கடும் விமர்சனங்கள் இருந்திருக்கின்றன. குறிப்பாக, அவர் சார்ந்திருந்த அய்க்கிய தேசியக் கட்சியை நான்

எப்போதும் கடுமையாக விமர்சித்தே வந்திருக்கிறேன். ஆனால், அந்த இனவாதக் கட்சிக்குள் யாழ்ப்பாணத் தமிழரான மகேஸ்வரனால் எப்படி ஒத்தோட முடிகிறது என்ற கேள்வி என்னிடமிருந்ததில்லை. ஏனெனில், இலங்கையின் முன்னணி வர்த்தகரும், சொந்தமாகக் கப்பல்களை வைத்திருந்து யாழ்ப்பாணத்து மக்களுக்கு மண்ணெண்ணெய் விற்றே மில்லியனராக மாறியவருமான மகேஸ்வரனின் வியாபார நலன்களுக்கும் அவரின் அரசியலுக்குமான தொடர்புகளை எல்லோரைப் போலவே நானும் அறிவேன். ஆனால், என்னிடம் வேறொரு கேள்வியிருந்தது. இந்த வியாபார நலன்களைத் தாண்டியும், ஒடுக்கப்படும் சிறுபான்மை இனத்தவர், ஒரு தமிழர் என்ற முறையில் மகேஸ்வரனின் அரசியலுக்கு ஏன் இன்னொரு பக்கம் இருக்கக் கூடாது என்று நான் யோசித்தேன். அந்த நேர்காணல் முழுவதும் அவரின் மறுபக்கத்தை — அப்படியொன்றிருந்தால் — வெளிக்கொணரவே நான் முயற்சித்தேன். ஆனால், அமைச்சர் மகேஸ்வரனிடம் மூன்றாவது பக்கமொன்றிருந்தது.

இலங்கையில் 'முதலீட்டுத்துறை அமைச்சர்' என்றொரு பதவியிருப்பது போல் 'முறையீட்டுத்துறை அமைச்சர்' என்றொரு பதவி உருவாக்கப் பட்டால், அதற்கு மகேஸ்வரனை விடச் சிறப்பானவராக ஒருவரைத் தேடியும் கண்டுபிடிக்க முடியாது. முழு நேர்காணலிலும் அமைச்சர் என்னிடம் முறையிட்டுக்கொண்டேயிருந்தார். ஜனாதிபதி, அரசாங்கம், புலிகள், இந்தியா, ஈ.பி.டி.பி, மனோ கணேசன், யுத்தநிறுத்தக் கண்காணிப்புக் குழு எனச் சகலரைக் குறித்தும் அவர் அந்த நேர்காணலில் முறையிட்டார். எதிர்ப்புக் குரலுக்கும் முறையீட்டுக் குரலுக்கும் இடையேயுள்ள வித்தியாசத்தை நீங்கள் விளங்கிக்கொள்வீர்கள் என்று நம்புகிறேன். அவருடைய குரல் உரிமை கோரிய குரலாக இல்லாமல், கருணை கோரிய குரலாக இருந்தது.

நேர்காணலில், அவரது வியாபாரத்தின் திடீர் வளர்ச்சி குறித்து நான் கேட்டபோது, அமைச்சர் "ஹித ஹொந்த அம்மட்ட ஹெமதாம படே" என்றார். இந்தப் பிரபலமான சிங்களப் பழமொழிக்கு 'நல்ல மனமுள்ள அம்மாவுக்கு வயிற்றில் எப்போதும் பிள்ளையிருக்கும்' என்று பொருள். மிகச் சிக்கலான கேள்விகளை என்னிடமிருந்து மகேஸ்வரன் எதிர்கொண்டபோது, குறிப்பாக அவரின் வியாபாரத்திற்கும் அவரின் அமைச்சர் பதவிக்குமான தொடர்புகளைக் குறித்து நான் கேட்டபோது, அவர் உரத்த குரலில் என்னைக் குறித்துக் கடவுளிடம் முறையிட்டார்.

மகேஸ்வரன் என்னோடு என்ன குரலிலும் தொனியிலும் பேசினாரோ, அதைப் போலவே கடவுளிடம் முறையிடும்போதும், மேலே பார்த்துக் கைகளை விரித்துக் கடவுளிடம் விலாவாரியாகப் பேசினார். அவரின் சொந்த ஊரான காரைநகர் சைவபூமி. அந்த ஊரை 'ஈழத்துச் சிதம்பரம்'

என அழைப்பார்கள் என்று நான் கேள்விப்பட்டிருக்கிறேன். எனவே, அமைச்சரின் இறைபக்தியில் எனக்குச் சந்தேகங்கள் ஏதுமில்லை. நெற்றியில் விபூதியும், காதில் சொருகிய பூவுமாகத்தான் அமைச்சர் நாடாளுமன்றத்திற்குப் போவார்.

இரண்டாவது தடவையாகவும் இறுதியாகவும் கடந்த நவம்பர் மாதம், இருபத்தைந்தாம் தேதி நான் மகேஸ்வரனைச் சந்தித்தேன். அப்போது அவர் அமைச்சர் பொறுப்பில் இல்லை. பூசா தடுப்பு முகாமிலும் களுத்துறைச் சிறையிலும் தடுத்துவைக்கப்பட்டிருக்கும் கைதிகளைப் பார்வையிடுவதற்காக, அன்று காலையில் கொழும்பிலிருந்து ஒரு குழு புறப்பட்டது. மகேஸ்வரன் எம்.பி., நீதியமைச்சர் அமரசிறி தொடங்கொட, பிரதி அமைச்சர்கள் பி. இராதாகிருஷ்ணன், கே.ஏ. பாயிஸ், ஐக்கிய நாடுகள் அவையின் சமூகப் பொருளாதாரக் கவுன்ஸில் உறுப்பினர் நிக் பீம்ஸ், செஞ்சிலுவைச் சங்கத்தின் பிரதிநிதி சாலா வேர்னர், ஒரு மொழிபெயர்ப்பாளர் இவர்களோடு பத்திரிகையாளர்களும் அந்தக் குழுவில் இடம்பெற்றிருந்தோம்.

நிக் பீம்ஸ் கனடா நாட்டவர். சாலா வேர்னர் ஒஸ்ரியா நாட்டவர். கனடாவுக்கும் ஒஸ்ரியாவுக்குமிடையே நிச்சயமாக ஏதாவது வரலாற்றுப் பகையிருக்க வேண்டும் என்றுதான் நினைக்கிறேன். ஏனெனில், சாலா வேர்னரால் ஒரு வார்த்தையைக் கூட நிக் பீம்ஸுடன் சுமுகமாகப் பேச முடியவில்லை. நிக் பீம்ஸ் ஒரு கதைக்கு "காலையிலேயே வெப்பம் அதிகமாக இருக்கிறது" என்று சொன்னால், சாலா வேர்னர் விறைத்துக்கொண்டு "மனித உரிமைப் பணிகளில் ஈடுபடுபவர்கள் வானிலை அறிவிப்பாளர்களைப் போலப் பேசுவது விரும்பத்தக்கதல்ல" என்றார். நிக் பீம்ஸ் தனது கழுத்துப்பட்டியைத் தளர்த்தி "இப்போது காற்று நன்றாக வீசிகிறது" என்று சொன்னால் "உங்களது பேச்சு உல்லாசப் பயணியின் பேச்சுப் போலவேயிருக்கிறது" என்றார் சாலா.

சாலாவின் சீண்டல் பேச்சுகள் நிக் பீம்ஸை எந்தவகையிலும் சலனப்படுத்தியதாக எனக்குத் தெரியவில்லை. நிக் பீம்ஸ் அழுகிறாரா சிரிக்கிறாரா எனக் கண்டுபிடிக்க முடியாதளவுக்கு உணர்ச்சி ரேகைகளேயற்ற ஒரு சிறப்பான முகவாகு அவருக்கு அமைந்திருக்கிறது. நிக் பீம்ஸ் தனது வேடிக்கைப் பேச்சுகளால் சாலா வேர்னரைக் கவரவே முயற்சி செய்தார். அவரது பகடிகளும் ஒன்றும் மோசமல்ல. ஆனாலும், சாலா வேர்னருக்கு இந்தப் பகடிப் பேச்சுகளில் ஆர்வமிருக்கவில்லை. அவர் இலங்கைப் பிரச்சினைகளைக் குறித்துப் பத்திரிகையாளர்களான எங்களின் கருத்துகளை அறிவதிலேயே படுதீவிரமாக இருந்தார். சாலா வேர்னர் யாழ்ப்பாணத்து நிலைமைகளைக் குறித்து என்னுடைய கருத்தைக் கேட்டபோது "அது குறித்து இங்கிருக்கும் எவரைவிடவும்,

அந்தப் பிரதேசத்தைச் சேர்ந்த மகேஸ்வரன் எம்.பி.க்கு அதிகமாகத் தெரிந்திருக்கும். நீங்கள் அவரிடம் கேளுங்களேன்..." என்றேன். சாலா வேர்னர் தனது கண்களைக் கோணலாக விரித்து "மிஸ்டர் மகேஸ்வரன் ஒரு தமிழரா?" என்று ஆச்சரியப்பட்டார். அன்றைக்கென்று பார்த்து மகேஸ்வரன் நெற்றியில் விபூதியும் காதில் பூவுமில்லாமல் வந்திருந்தார்.

பூசா இராணுவ முகாமிலிருந்து சிறிது தொலைவில் தடுப்பு முகாம் அமைந்திருக்கிறது. மதியத்திற்குச் சற்று முன்பாக எங்களது குழு தடுப்பு முகாமைச் சென்றடைந்தது. அங்கே 138 கைதிகள் தடுத்து வைக்கப்பட்டிருந்தார்கள். முன்னாள் விமானப்படை அதிகாரி கஜநாயக்கவுடன் சேர்ந்து கடத்தல், கப்பம் என்று குற்றச் செயல்கள் புரிந்ததாக நான்கு சிங்களவர்களும், விடுதலைப் புலிகளுடன் தொடர்புடையவர்கள் என்ற சந்தேகத்தின் பேரில் திருகோணமலை, பொலனறுவ மாவட்டங்களைச் சேர்ந்த 9 முஸ்லிம்களும் மற்றும் 125 தமிழர்களும் அங்கே தடுத்து வைக்கப்பட்டிருந்தனர். தமிழர்களில் ஏழுபேர் பெண்கள். பருத்தித்துறையைச் சேர்ந்த தமயந்தி என்ற இளம்பெண் தனது ஆறுவயதுப் பெண் குழந்தையுடன் அங்கே தடுத்து வைக்கப்பட்டிருக்கிறார்.

எந்தவித அடிப்படை வசதிகளுமில்லால் பூசா முகாம் சீரழிந்து கிடக்கிறது. அங்கு கைதிகளின் எந்த உரிமைகளும் மதிக்கப்படுவதில்லை. விசாரணை என்ற பெயரில் கைதிகள் மிருகத்தனமாகச் சித்திரவதை செய்யப்படுகிறார்கள். பெண்கள் மட்டுமல்லாமல், இளைஞர்களும் அதிகாரிகளால் பாலியல் தொந்தரவுகளுக்கு உள்ளாக்கப்படுகிறார்கள். அங்கே மாதக் கணக்காகத் தடுத்து வைக்கப்பட்டிருப்பவர்களில் நூற்றுக்கும் மேலானவர்கள் ஒருதடவை கூட நீதிமன்றத்திற்கு அழைத்துச்செல்லப்பட்டதில்லை. மறுநாள், நான் பத்திரிகையில் பூசா முகாமைக் குறித்து எழுதிய கட்டுரைக்கு விவிலிய வார்த்தையான 'உத்தரிப்பு ஸ்தலம்' என்ற வார்த்தையையே தலைப்பாகத் தேர்ந்தெடுத்தேன்.

அரசாங்கத்தின் அனைத்து மனித உரிமை மீறல்களும் 'அவசரகாலச் சட்டம்' என்ற நிழலிலேயே இரண்டு தசாப்தங்களுக்கும் மேலாக நியாயப்படுத்தப்படுகின்றன. நான் மகேஸ்வரன் எம்.பி.யிடம் பணிவாக "சேர்... நாடாளுமன்றத்தில் அவசரகாலச் சட்டத்திற்கு ஆதரவாகக் கையைத் தூக்கும் உறுப்பினர்கள்தான் நாட்டின் முதலாவது பயங்கரவாதிகள்" என்றேன். மகேஸ்வரன் என்னிடம் மெல்லிய குரலில் "நான் இப்போது கையைத் தூக்குவதில்லை என்பது உங்களுக்கும் தெரியும், கடவுளுக்கும் தெரியும்" என்றார்.

நீதியமைச்சர் தலைமையிலான குழுவினர் கைதிகளிடம் குறைகளைக் கேட்டறியத் தொடங்கினார்கள். பூசா கிடந்த கோலத்தைப் பார்த்து சாலா வேர்னர் அதிர்ந்து போயிருந்தது அவரின் முகத்தில் தெளிவாகத் தெரிந்தது. அவர் தனது கழுத்தில் தாறுமாறாகச் சுற்றிக்கிடந்த பாசிமணி மாலைகளை எடுத்துப் பற்களிடையே வைத்து நன்னியவாறே அமர்ந்திருந்தார். நிக் பீம்ஸிடம் பதற்றம் ஏதுமில்லை. அவர் இதைப்போல எத்தனை முகாம்களை எத்தனை நாடுகளில் கண்டிருப்பார்! மகேஸ்வரன் எம். பி. வழமைபோலவே முகட்டைப் பார்த்தவாறே அமர்ந்திருந்தார். கைதிகள் ஒரே குரலில், விசாரணையென்ற பெயரில் அதிகாரிகள் தங்களை அடித்துத் துவைப்பதாக முறையிட்டார்கள். நீதியமைச்சர் அமரசிறி தொடங்கட "கைதிகள் சொல்வது உண்மையா?" என்று பூசா தடுப்பு முகாமின் பொறுப்பதிகாரி ஜனக சந்திரஜித்திடம் கேட்டார். "விசாரணையின்போது முரணான பதில்களைச் சொன்னால் சில தருணங்களில் லேசாக அடிக்க வேண்டியிருக்கிறது" என்றார் பொறுப்பதிகாரி.

பருத்தித்துறை விதவையான தமயந்தி ஆறு மாதங்களுக்கு முன்பு அவரின் வீட்டில் வைத்துக் கைது செய்யப்பட்டதாகவும் அவரின் வீட்டிலிருந்து ஆயுதங்களைக் கைப்பற்றியதாகவும் அரசாங்கம் சொல்கிறது. ஆனால், தமயந்தியோ தனக்கு வீடேயில்லை என்றும் தன்னை அகதிகள் முகாமில் வைத்தே படையினர் கைது செய்தார்கள் என்றும் சொல்லியழுதார். கோப்பாயைச் சேர்ந்த இளைஞர் ஒருவர் புலிகளின் பிரச்சாரப் பாடல்களடங்கிய ஒலிநாடாவுடன் கொழும்பில் வைத்துக் கைது செய்யப்பட்டிருக்கிறார். அந்த ஒலிநாடாவைத் தனது அறையில் வைத்திருந்துதான் அந்த இளைஞர் செய்த குற்றம். இந்தக் குற்றத்திற்காக ஒன்றரை வருடங்களாக நீதி விசாரணையின்றி அவர் தடுத்து வைக்கப்பட்டிருக்கிறார். அந்த இளைஞரைக் கேட்டால் "சமாதான காலத்தில் ஏ-9 பாதையால் பயணித்த எல்லோருக்குமே அந்த ஒலிநாடாவைப் புலிகள் விற்றார்கள்" என்கிறார். சிங்களவர்களுக்குக் கூட அந்த ஒலிநாடாவைப் புலிகள் விற்றார்களாம்.

நெடுந்தீவைச் சேர்ந்த ஓய்வுபெற்ற ஆசிரியர் ஒருவரும் பூசாவில் தடுத்து வைக்கப்பட்டிருக்கிறார். நீரிழிவு நோயாளியான அவருக்குச் சிறையில் முறையான சிகிச்சையளிக்கப்படாததால் முற்றாகப் பார்வையிழந்துவிட்டார். அவர் ஏன் கைது செய்யப்பட்டார் என்பதை அந்த முதியவர் எங்களிடம் இப்படிச் சொன்னார்:

"என்னிடம் ஒரு ஸ்கூட்டர் இருந்தது. பொதுப் போக்குவரத்து வசதிகளில்லாத நெடுந்தீவில் நான் எனது ஸ்கூட்டரையே போக்குவரத்திற்கு நம்பியிருந்தேன். ஈ.பி.டி.பி. உறுப்பினர் ஒருவர்

என்னிடம் வந்து, தங்களது பொறுப்பாளர் எனது ஸ்கூட்டரை வாங்கிவரச் சொன்னதாகச் சொன்னார். நான் முடியாது என்று மறுத்துவிட்டேன். அந்த இளைஞர், அது தனது பொறுப்பாளரின் உத்தரவு என்றார். 'தம்பி, உமது பொறுப்பாளரை எனக்குத் தெரியாது. ஆனால், ஸ்கூட்டருக்கு நான்தான் பொறுப்பாளர். ஸ்கூட்டரைத் தர முடியாது' என்று நான் சொல்லிவிட்டேன். அன்றிரவே, புலிகளின் உளவாளி என்று நான் படையினரால் கைதுசெய்யப்பட்டேன். படையினரோடு அந்த ஈ.பி.டி.பி. உறுப்பினரும் என்னை அடையாளம் காட்ட வந்திருந்தார்."

குருநகரைச் சேர்ந்த டெய்ஸியம்மா என்ற பெண் கைதியின் கதை கொடுமையானது. புலிகள் இயக்கத்திலிருந்த அவரது தங்கையின் மகள், சமாதான காலத்தில் வன்னியிலிருந்து யாழ்ப்பாணத்திற்கு இயக்க வேலையாக வந்தபோது, வழியில் இரகசியமாக டெய்ஸியம்மாவின் வீட்டுக்கு வந்திருக்கிறாள். தனது கையால் ஒரு பிடி சோறுகூடச் சாப்பிட நேரமில்லாமல் அந்தப் பிள்ளை உடனேயே திரும்பிவிட்டதாக டெய்ஸியம்மா சொன்னார். ஆனால், இரகசியம் எப்படியோ வெளியே கசிந்திருக்கிறது. இது நடந்து ஆறு மாதங்களுக்குப் பின்பு, புலிகளுடன் தொடர்பு என்ற குற்றச்சாட்டில் டெய்ஸியம்மாவும் அவரது மூத்த மகளும் கைது செய்யப்பட்டார்கள். டெய்ஸியம்மாவோடு கைது செய்யப்பட்ட அவரது மூத்தமகள் இமெல்டா படையினரால் எங்கே தடுத்து வைக்கப்பட்டிருக்கிறார் என்பது டெய்ஸியம்மாவுக்குத் தெரியாது. டெய்ஸியம்மா நீண்ட காலமாகப் பூசாவில் தடுத்து வைக்கப்பட்டிருக்கிறார். எட்டு மாதங்களுக்கு முன்பு, முகமாலையில் ஏற்பட்ட மோதலில் டெய்ஸியம்மாவின் தங்கையின் மகள் இராணுவத்தினரால் கொல்லப்பட்டுவிட்டாள். இதைச் சொல்லிக் கொண்டிருக்கும்போதே, டெய்ஸியம்மா முழந்தாளிட்டு அப்படியே மடிந்து சாலா வேர்னரதும் நிக் பீம்ஸினும் கால்களில் விழுந்து கதறியழத் தொடங்கினார்.

தோழர்களே! அண்மையில் 'தினக்குரல்' பத்திரிகையில் கோகர்ணன் குறிப்பிட்ட ஒரு விஷயத்தை நான் உங்களுக்கு ஞாபகப்படுத்த விரும்புகிறேன். 1980-களில், காணாமற்போன தங்களது பிள்ளைகளைத் தேடித் தமிழ்த் தாய்மார்கள் போராட்ட முன்னணி அமைத்து, வீதியில் இறங்கிப் போராடி அரசாங்கத்திடம் நீதி கேட்டார்கள். அதே தாய்மார்கள் இப்போது கண்ணில் படும் வெள்ளையர்களின் காலிலெல்லாம் விழுந்து தங்களது குழந்தைகளுக்காக இறைஞ்சுகிறார்கள்.

பூசாவில் தடுத்து வைக்கப்பட்டிருக்கும் விவேகானந்தனின் வலது கை முழங்கைக்குக் கீழே முழுமையாகத் துண்டிக்கப்பட்டிருக்கிறது.

1989 இல் இந்திய அமைதிப் படையினரின் ஷெல் விழுந்தே தனது கை துண்டிக்கப்பட்டதாக விவேகானந்தன் சொல்கிறார். அவரின் உடலின் வேறுபாகங்களிலும் இருக்கும் தழும்புகளையும் வைத்துப் பார்க்கும்போது, அவர் சொல்வது உண்மையென்றே எனக்குப்படுகிறது. ஆனால், அரசாங்கமோ விவேகானந்தன் புலிகள் இயக்கத்திலிருந்து போரிட்டபோதே அவரின் கை துண்டிக்கப்பட்டிருக்கிறது என அழி வழக்காடுகின்றது. விவேகானந்தன் சரளமாகச் சிங்களம் பேசக் கூடியவர். அவர் நீதியமைச்சரிடம் மிகத் துணிச்சலாகப் பேசினார். "அய்யா, இங்கே மாட்டை அடிப்பதுபோல எங்களைப் போட்டு உரிக்கிறார்கள். எந்த இரவு இவர்கள் எங்களைச் சாறு பிழிய அடித்து நொறுக்குகிறார்களோ அன்று பகலில் புலிகள் ஏதாவது ஒரு தாக்குதலை எங்கோ வெற்றிகரமாக நடத்தியிருக்கிறார்கள் என்பதை நாங்கள் விளங்கிக்கொள்வோம். உண்மையில், இங்கேயிருக்கும் கைதிகளது இப்போதைய முழுநேரப் பிரார்த்தனை, கடவுளே... புலிகள் தோற்கவேண்டும் என்பதாகவே இருக்கிறது." சற்று நிறுத்திய விவேகானந்தன் தனது வலது முழங்கையில் இடதுகையைச் சேர்த்து, கும்பிடுவது போலப் பாவனை செய்து "புலிகள் தோற்கட்டும்" என்றார்.

பூசா முகாமில் இருவர் இருவராக நாற்பது கைதிகள் இருபது அறைகளில் தடுத்து வைக்கப்பட்டிருக்கிறார்கள். எஞ்சியவர்கள் குறுகிய மண்டபமொன்றில் மிருகங்களைப் போல அடைத்து வைக்கப்பட்டிருக்கிறார்கள். ஆறு வயதில் சிறையிலிருக்கும் பருத்தித்துறை தமயந்தியின் மகளை ஏழு வயதில் வெளியேவிட்டால், அவள் எட்டு வயதில் புலிப்படையில் சேருவாளா இல்லையா என்பதை நீங்கள் உங்களது நெஞ்சுகளில் கையை வைத்துச் சொல்ல வேண்டும். அப்போது, நாங்கள் 'குழந்தைப் போராளிகள்' என்று இன்னொரு கருத்தரங்கை பெர்லினிலோ லண்டனிலோ நடத்தி, அந்தக் குழந்தையைப் புலிகளிடமிருந்து மீட்பது குறித்துக் கலந்துரையாட வேண்டியிருக்கும். இதற்கு யார் பொறுப்பு? ஆறு வயதுக் குழந்தையை வேலைக்கே வைத்திருக்கக் கூடாது எனச் சட்டமுள்ள நாட்டில், எந்தச் சட்டத்தின் கீழ் குழந்தைகளைச் சிறையில் வைத்திருக்கிறார்கள்? *The law maker should not be a law breaker.*

கிரிதரன் - சசிதரன் என்ற இரு சகோதரர்கள் தடுப்பு முகாமின் ஓர் அறையில் கடந்த ஏழு மாதங்களாக அடைக்கப்பட்டிருக்கிறார்கள். இருவருக்குமே இருபது வயதுக்குள்தான் இருக்கும். அவர்களைச் சிறுவர்கள் என்றுகூடச் சொல்லலாம். சகோதரர்கள் படுவான்கரை கிராமம் ஒன்றைச் சேர்ந்தவர்கள். அந்தப் பகுதி முழுவதும் புலிகளும், கருணா குழுவினரும் மாறிமாறிப் படுகொலைகளைச் செய்துகொண்டிருக்கிறார்கள். விரும்பினால், கருணா குழுவென்ற

சொல்லுக்குப் பதிலாக இப்போது 'பிள்ளையான் குழு' என்று சொல்லிக்கொள்ளுங்கள். இளைஞர்களை வலுகட்டாயமாகத் தங்களது அமைப்புகளிலும் சேர்த்துக்கொள்கிறார்கள். இந்தக் கொலைச் சூழலிலிருந்து தப்பித்து, சிங்களப் பிரதேசமான மொனராகலவுக்கு இரு சகோதரர்களும் வந்து, அங்கே தங்கியிருந்து தச்சுத் தொழில் செய்தார்கள். இவர்களிடம் முறையான ஆவணங்களும், மொனராகல பொலிஸ் நிலையப் பதிவும் இருந்தும், ஒருநாள் இவர்கள் காரணமேயில்லாமல் கைது செய்யப்பட்டுப் பூசா தடுப்பு முகாமுக்கு அனுப்பப்பட்டார்கள். இவர்கள் சந்தேகத்திற்குரிய நபர்கள் என்கிறது அரசாங்கம். இலங்கையில் யார் மீதுதான் யாருக்குச் சந்தேகமில்லை. கடந்த ஜனாதிபதித் தேர்தலின்போது, கோடிகோடியாகப் புலிகளுக்கு பணம் கொடுத்தார் என்று மஹிந்த ராஜபக்ச மீது சந்தேகமிருக்கிறது. அந்தப் பணத்தை வாங்கினார் என்று பிரபாகரன் மீது சந்தேகமிருக்கிறது. இதற்குத் தரகு வேலை பார்த்தார் என்று மகேஸ்வரன் எம்.பி. மேல் கூடச் சிலர் சந்தேகப்படுகிறார்கள்.

அந்த இரு சகோதரர்களும் சிறையில் எவருடனும் பேசுவதில்லையாம். இருவரும் நாள் முழுவதும் அறைக்குள் முடங்கிக் கிடப்பார்களாம். அவர்களுக்கு அங்கு நடக்கும் எதைப் பற்றியும் அக்கறை கிடையாதாம். அவர்கள் விசாரணையின்போது வாயைத் திறப்பதில்லை என்றும் அவர்கள் சரியாக ஒத்துழைக்காததால்தான் அவர்கள் மீது எந்த முடிவும் எடுக்க முடியாதிருக்கிறது என்றும் முகாம் பொறுப்பதிகாரி ஜனக சந்திரஜித் சொன்னார். அந்த இரு சகோதரர்களது தேகங்களைப் பார்த்தால் அவர்கள் ஆறு மாதங்களாகச் சிறையிலிருப்பவர்கள் போல் தெரியவில்லை. இருவரும் மல்யுத்த வீரர்களைப்போல ஓங்குதாங்கான கட்டுடல்கள் வாய்க்கப் பெற்றிருந்தார்கள். அவர்கள் எங்களிடமும் பேச மறுத்தார்கள். அவர்களின் கண்களில் துக்கமோ சஞ்சலமோ இல்லை. அவர்களின் கண்கள் ஒளிர்ந்துகொண்டிருந்தன. சகோதரர்கள் இருவரும் ஒருவர் முகத்தை மற்றவர் விடாது பார்த்தவாறே நின்றுகொண்டிருந்தார்கள். அந்த இளைஞர்களின் மனநிலை சரிந்திருக்கிறதோ என்று நான் சந்தேகப்பட்டேன். அப்போது, நீதியமைச்சர் அந்தச் சகோதரர்களைப் பார்த்து "நீங்கள் உண்மையைச் சொன்னால் மட்டுமே இங்கிருந்து விடுதலையாக முடியும். பைத்தியங்களாக நடிப்பதால் உங்களுக்கு எந்த நன்மையும் கிட்டப்போவதில்லை" என்றார். சகோதரர்கள் அவர்களது அறைக்குத் திருப்பி அனுப்பப்பட்டார்கள்.

சற்று நேரத்தில், சாலா வேர்னர் அந்தச் சகோதரர்களின் அறையைப் பார்வையிடப் போனார். முகாம் பொறுப்பதிகாரியும் மொழிபெயர்ப்பாளரும் பத்திரிகையாளர்கள் இருவரும் அவருக்குப் பின்னால் போனோம். அந்தச் சகோதரர்களிடம் சாலா வேர்னர்

"உங்களை இங்கே யாராவது அடிக்கிறார்களா?" என்று கேட்டார். சகோதரர்கள் அப்போது தங்களது கண்களைப் பூமிக்குத் தாழ்த்தினார்கள். "நீங்கள் இங்கே எவருக்கும் பயப்பட வேண்டாம். நான் செஞ்சிலுவைச் சங்கத்திலிருந்து வந்திருக்கிறேன். நீங்கள் என்னுடன் ஒத்துழைத்தால் என்னால் உங்களுக்கு உதவ முடியும்" என்று சாலா வேர்னர் சொல்லியும் கூட அந்தச் சகோதரர்கள் மவுனமாகவே நின்றிருந்தார்கள். சாலா வேர்னர் முகாம் பொறுப்பதிகாரியைத் திரும்பிப் பார்த்தபோது, அவர் வேறு ஏதோ வேலையிருப்பது போலப் பாவனை செய்தவாறே அங்கிருந்து மெல்ல நழுவினார். சாலா வேர்னர் அந்தச் சகோதரர்களிடம் சட்டைகளைக் கழற்றிக் காட்டுமாறு கேட்டார். சகோதரர்களின் முகத்தில் சட்டென ஒரு மகிழ்வு தொற்றி ஓடியதை நான் கவனித்தேன். அவர்கள் சட்டைகளைக் கழற்றியபோது, சிவந்த உடல்களில் வரிவரியாகத் தடிப்புகளும் கோடுகளும் சிராய்ப்புகளும் இருப்பதை நாங்கள் கண்டோம். அந்தச் சகோதரர்களை அன்று காலையில் கூட யாரோ அடித்திருக்க வேண்டும். சாலா வேர்னரின் கண்கள் ஆத்திரத்தில் துடித்தன. "யார் உங்களை அடித்தார்கள்?" என்று சாலா வேர்னர் கேட்டபோது, சகோதரர்கள் சட்டைகளை மறுபடியும் அணிந்துகொண்டு அறையின் மூலையில் உட்கார்ந்துகொண்டார்கள். சாலா வேர்னர் மறுபடியும் அந்தக் கேள்வியைக் கேட்டபோது, சகோதரர்களில் ஒருவன் படாரென மற்றவனின் கன்னத்தில் அறைந்தான். சாலா வேர்னர் "ஓ கடவுளே" என்று முணுமுணுத்துவிட்டு, அங்கிருந்து வேகமாக நடக்கத் தொடங்கினார்.

சாலா வேர்னரின் பின்னாலேயே வந்த மொழிபெயர்ப்பாளர் "மேடம்... அவர்கள் இருவருமே முறைவைத்து ஒருவரையொருவர் அடித்துக்கொள்வார்கள் என்று பக்கத்து அறைகளில் இருப்பவர்கள் சொல்கிறார்கள்" என்றார். அப்போது எதிரே வந்த நிக் பீம்ஸிடம், சாலா வேர்னர் "இது காட்டுமிராண்டி அரசாங்கம். இந்த நாட்டில் எந்த நெறிகளும் கிடையாது. இந்த நாட்டின் அதிபரை யுத்தக் குற்றவாளி என்று சொல்லக்கூட நான் தயங்கப்போவதில்லை. இங்கேயிருக்கும் கைதிகளை இந்த அரசாங்கம் கொன்றுகொண்டிருக்கிறது" என்று வெடித்தார். நிக் பீம்ஸ் அமைதியாக "ஆனால், கைதிகளது பிரார்த்தனை புலிகள் தோற்க வேண்டும் என்பதாகத்தானே இருக்கிறது" என்றார்.

நான் மெதுவாக நடந்து மகேஸ்வரன் எம்.பி.க்கு அருகே சென்றேன். "என்ன உபுல் கீர்த்தி, வெள்ளைக்காரர்கள் என்ன சொல்கிறார்கள்?" என்று மகேஸ்வரன் எம்.பி. கேட்டார். சாலா வேர்னரும், நிக் பீம்ஸூம் பேசிக்கொண்டதை நான் அவருக்குச் சொன்னேன். மகேஸ்வரன் நீதியமைச்சரிடம் சென்று "நாங்கள் இப்போது புறப்பட்டால்தான்

களுத்துறைச் சிறையைப் பார்வையிட்டுக் குறைகேட்க நேரம் சரியாக இருக்கும்" என்றார்.

நேற்றிரவு, நண்பர் சிவபாலனின் வீட்டில் நான் தங்கியிருந்தேன். இரவு நீண்டநேரம் விழித்திருந்து, இந்தக் கருத்தரங்கில் உரையாற்றுவதற்காகக் குறிப்புகள் எடுத்துக்கொண்டிருந்தேன். விடியற்காலையில், கொழும்பிலுள்ள எனது பத்திரிகை அலுவலகத்திலிருந்து என்னைத் தொலைபேசியில் அழைத்து, மகேஸ்வரன் எம்.பி. கொல்லப்பட்ட செய்தியைச் சொன்னார்கள். நான் நண்பர் சிவபாலனிடம் அந்தச் செய்தியைச் சொன்னேன். அப்போது, சிவபாலன் "மகேஸ்வரன் எங்கே வைத்துக் கொல்லப்பட்டார்?" எனக் கேட்டார். கொழும்பு பொன்னம்பலவாணேஸ்வரர் கோயிலுக்கு வழிபாட்டுக்காகச் சென்றிருந்தபோது எம்.பி. சுடப்பட்டார் என்றேன்.

உடனே சிவபாலன் "அது மகேஸ்வரனுக்கு வைக்கப்பட்ட இலக்குத்தானா அல்லது வேறு யாருக்காவது வைக்கப்பட்ட இலக்கில் மகேஸ்வரன் தவறுதலாகச் சிக்கினரா?" எனக் கேட்டார். என்னிடம் இந்தக் கேள்விக்கு என்ன பதிலிருக்க முடியும்? நான் பத்திரிகையாளன் என்பதால் எனக்கு எல்லாம் தெரிந்திருக்கும் என்று சிவபாலன் நம்பியிருக்க வேண்டும். அவர் மீண்டும் என்னிடம் அந்தக் கேள்வியைக் கேட்டார். நானே சற்றும் எதிர்பாராத வகையில் அந்தக் கேள்விக்கான பதில் என் உள்ளத்தில் அப்போது தோன்றியது. நான் சிவபாலனிடம் "அது கடவுளுக்கு வைக்கப்பட்ட இலக்கு. கும்பிடப்போன மகேஸ்வரன் குறுக்கே மாட்டிக்கொண்டார்" என்றேன். சிவபாலன் புன்னகைத்தார். உபுல் கீர்த்தி பைத்தியம் போல நடிக்கிறானென்று அவர் நினைத்திருக்கக்கூடும்.

இப்போது பூசா முகாமில் எண்ணூறு மனிதர்கள் தடுத்து வைக்கப் பட்டிருக்கிறார்கள்.

□ காலம் – 2008

குண்டு டயானா

இறந்துபோன குழந்தையை
அந்தப் பாலைமரத்தடியில் விதைத்து வந்தேன்
இரவெல்லாம் பாலைமரம் தீனமாய் அழுகிறது
                                - தமிழ்நதி

ஈவ் தானியல் என்ற அந்தப் பிரெஞ்சு நீதிபதி, செல்வி. டயானாவின் மரணச் சான்றிதழை வரிவரியாகப் படித்து முடித்துவிட்டு, சான்றிதழின் தலையில் பொறித்திருந்த சிங்க இலச்சினையை விரல்களால் வருடிப் பார்த்தான். பின்பு அந்த மரணச் சான்றிதழைத் தூக்கிப் பிடித்து ஒரு 'லேசர்' பார்வை பார்த்தான். சான்றிதழோடு விளையாடிக்கொண்டிருக்கும் நீதிபதியின் முகத்தைச் சலனமேயில்லாமல் அகதி வழக்காளி தே. பிரதீபன் பார்த்துக்கொண்டிருந்தான். மரணச் சான்றிதழை ஓரமாக வைத்த நீதிபதி தனது கொழுத்த மூஞ்சியை விரல்களால் தேய்த்துவிட்டவாறே, பிரதீபனிடம் கீழ்வரும் கேள்விகளைக் கேட்கலானான்:

"டயானா மகேந்திரராஜாவுக்குக் குண்டு விழுந்தபோது நீர் எங்கிருந்தீர்?"

"குண்டு வீச்சு விமானங்களின் சத்தத்தைக் கேட்டதும், தூக்கத்திலிருந்து நாங்கள் விழித்துக்கொண்டோம். குண்டுகள் விழுந்து வெடிக்கும் சத்தம் கேட்டதுமே, முற்றத்தில் படுத்திருந்த நான் ஓடிப்போய்க் குடிசைக்குப் பின்னால் ஒரு பாலைமரத்தின் கீழே வெட்டப்பட்டிருந்த பதுங்கு குழிக்குள் இறங்கிவிட்டேன். குடிசைக்குள் தூங்கிக்கொண்டிருந்தவர்களும் ஒருவர் பின் ஒருவராகப் பதுங்கு குழிக்கு ஓடிவந்தார்கள். டயானா பதுங்கு குழிக்கு ஓடிவரும் வழியிலேயே அவள்மீது குண்டு விழுந்தது. அவளின் பிரேதம் கூட எங்களுக்குக் கிடைக்கவில்லை. குண்டு விழுந்த இடத்தில் ஏற்பட்ட அரைக்கிணறு ஆழமுள்ள குழிக்குள் டயானா உடுத்திருந்த உடைகள் தூசி போலச் சிதறிக் கிடந்தன."

இப்போது, நீதிபதியின் கண்கள் சலனமேயில்லாமல் பிரதீபனைப் பார்த்தன. பின்பு நீதிபதியின் சன்னமான குரல் ஒளியைப் போல்

அந்த இடத்தில் பரவிற்று. "குண்டு வீச்சில் இறந்துபோன டயானா உமக்கு என்ன உறவு?"

பிரதீபன் மொழிபெயர்ப்பாளரின் முகத்தைப் பார்த்தான். மொழி பெயர்ப்பாளர் கேள்வியைத் தமிழில் சொல்லத் தொடங்கும்போதே, பிரதீபனின் முகம் கறுக்கத் தொடங்கியது. அவனின் பார்வை இருளைப் போல் அந்த இடத்தை நிரப்பிற்று. அவனின் மார்பு ஏறி இறங்கி அவனிலிருந்து பிரிந்த பெருமூச்சு அந்த விசாரணை மன்றத்தில் அமர்ந்திருந்த ஒவ்வொருவருக்கும் கேட்டிருக்கக்கூடும். குரல் நடுங்கிக் கிடக்கப் பிரதீபன் நீதிபதிக்குப் பதில் சொன்னான்:

"டயானா என்னுடைய மச்சாள். அல்லைப்பிட்டிப் படுகொலைகளுக்குப் பிறகு எங்களது குடும்பம் தீவிலிருந்து இடம்பெயர்ந்து வன்னிக்குப் போனபோது 'நல்லான்குளம்' என்ற கிராமத்தில் வசித்துக்கொண்டிருந்த அவளின் குடும்பத்துடனேயே நாங்கள் தங்கியிருந்தோம்."

"அன்று எத்தனை குண்டுகள் வீசப்பட்டன?"

"மூன்று குண்டுகள் வீசப்பட்டன. முதலாவது குண்டு கிராமத்தின் பாடசாலை மீதும் இரண்டாவது குண்டு அங்கிருந்து அரைக் கிலோமீற்றர் தூரத்திலிருந்த ஒரு குடியிருப்புப் பகுதியிலும் மூன்றாவது குண்டு டயானா வீட்டின் மீதும் போடப்பட்டன."

"நல்லான் குளம் என்று இங்கே குறிப்பிடப்படும் கிராமத்திற்கும் கிளிநொச்சி நகரத்திற்கும் இடையே எவ்வளவு தூரமிருக்கும்?"

"அய்ந்து கிலோமீற்றர் தூரமிருக்கும்"

நீதிபதி கேள்விகள் கேட்பதை நிறுத்தி, குனிந்து எழுதிவிட்டு நிமிர்ந்தபோது, பிரதீபனின் வழக்கறிஞர் "பிரபு! 21.05.2007 அன்று அந்தக் கிராமத்தில், இலங்கை வான்படையினரால் குண்டுகள் வீசப்பட்டது பற்றிய தமிழ்ப் பத்திரிகையொன்றின் தலைப்புச் செய்தியும், அதன் பிரெஞ்சு மொழிபெயர்ப்பும் தங்களுக்குச் சமர்ப்பிக்கப்பட்டிருக்கின்றன" என்றார்.

நீதிபதி தலையை அசைத்தவாறே, அந்தப் பத்திரிகைச் செய்தியின் மொழிபெயர்ப்பையும் டயானாவின் மரணச் சான்றிதழையும் அருகருகே வைத்துப் பார்த்தான். மரணச் சான்றிதழின் முகப்பில் பொறிக்கப்பட்டிருந்த சிங்க இலச்சினையை அவனின் விரல்கள் வருடியவாறே இருந்தன. முரட்டுக் காகிதத்தில் ஒரு ரூபாய் நாணயமளவுக்குப் பொறிக்கப்பட்டிருந்த அந்தச் சிங்க இலச்சினையை விரல்களால் தடவிப் பார்க்கும்போது, நீதிபதியின் விரல்கள் இலச்சினையில் உராய்வை அறியாமல் வழுக்கிப்

போயின. இலச்சினையை வருடிப் பார்த்தே போலிச் சான்றிதழையும் அசல் சான்றிதழையும் கண்டறியக்கூடிய அனுபவசாலியான நீதிபதி ஈவ் தானியல் அதுவொரு உண்மையான மரணச் சான்றிதழ் என்பதைக் கண்டுகொண்டான்.

தூரத்தில் அந்த ரீங்காரத்தைக் கேட்டதும், பிரசவ விடுதியின் கட்டில்களில் படுத்துக் கிடந்த பெண்கள் அனிச்சையில் புரண்டு விழுந்து கட்டில்களின் கீழே பதுங்கிக்கொண்டார்கள். அந்த ரீங்காரம் இரைச்சலாய் அவர்கள்மீது கவிந்தபோது, அவர்கள் ஒலங்களை எழுப்பினார்கள். பிரசவ வலி பொறுக்காமல் அங்குமிங்கும் நடந்து திரிந்துகொண்டிருந்த இளம் பெண்ணொருத்தி அடி வயிற்றைக் கைகளால் ஏந்திப் பிடித்தவாறே ஓடிச்சென்று கழிப்பறைக்குள் ஒளிந்துகொண்டாள். தாயின் படுக்கையருகே நின்றிருந்து சிறுமி துஷ்யந்தி துள்ளிப் பாய்ந்து கட்டிலில் ஏறி, தாயாரை மூடியிருந்த கொசுவலைக்குள் தானும் நுழைந்து தனது கண்களை மூடிக்கொண்டாள். நூற்றைம்பது கிலோ எடையுள்ள குண்டுகளிலிருந்து, அந்தக் கொசுவலை தன்னைப் பாதுகாக்கும் எனத் துஷ்யந்தி நம்பியிருக்க வேண்டும்.

தென்திசை முகில்களுக்குள் மறைந்து வந்த விமானங்கள் இரண்டும் ஒரு கணத்தில் முகில்களில் சறுக்கிக் குத்திட்டு இறங்கி, அதே கணத்தில் கூவிக்கொண்டே மூளாய் பிரசவ ஆஸ்பத்திரியின் மீது நெருப்புக் குண்டுகளை இறக்கின. பேரோசையுடன் ஆஸ்பத்திரியின் அலுவலக அறையும் சமையற்கூடமும் சிதறிப்போயின. வெடியின் அதிர்வில் பிரசவ வார்ட்டின் ஓடுகள் காகிதங்களாகிப் பறக்க, பிரசவ வார்ட் கந்தகப் புகையால் நிரம்பிற்று. அப்போது, டயானா பிறந்து தொண்ணூறு நிமிடங்கள் மட்டுமே ஆகியிருந்தன. அம்மா இன்னமும் பிரசவ மயக்கம் தெளியாமல், வெள்ளத்தில் கரைந்த மண் சிலையாகப் படுக்கையிலேயே கிடந்தார்.

தாதியொருத்தி, தள்ளிச் செல்லக்கூடிய ஒரு தொட்டிலுக்குள் டயானாவையும் இன்னும் மூன்று சிசுக்களையும் தூக்கிக் கிடத்தி, தொட்டிலை இழுத்துக்கொண்டு ஆஸ்பத்திரியின் பின் ஒழுங்கைக்குச் சென்று, மொட்டைப் பூவரசம் மரத்தின் கீழே தொட்டிலை நிறுத்திவிட்டு ஆகாயத்தைப் பார்த்தபோது, ரீங்காரத்துடன் சுற்றிக்கொண்டிருந்த விமானங்கள் இரண்டும் முகில்களில் ஏறிப்போயின. தாதியின் முகத்தில் ஒரு மாசில்லாச் சிரிப்புத் தொற்றியது. டயானாவும் தன்னரவாரம் சிரித்தது.

டயானாவுக்கு மூன்று வயதானபோது, மழைக்கால இரவொன்றில் அவர்கள் ஊரிலிருந்து வெளியேற வேண்டியிருந்தது. முழு யாழ்ப்பாணமும் கைத்தடிப் பாலத்தால் நடந்துகொண்டிருந்தது. டயானா சாக்குப் பை ஒன்றினால் முக்காடிடப்பட்டு, அப்பாவின் தோளில் உட்கார்ந்திருந்தாள்.

அப்பாவுக்கு மகேந்திரராஜா என்று பெயர். அப்பாவை 'மென்டல்' மகேந்திரம் என்றுதான் ஊரில் கூப்பிட்டார்கள். அப்பா தனது குச்சிக் கால்களால் அடிமேல் அடிவைத்து நடந்துகொண்டிருந்தார். அம்மா தலையில் ஒரு மூட்டையும் கையிலொரு பையுமாக முன்னே நடந்தார். இருளைக் கிழித்துக்கொண்டு வானத்திலிருந்து வெளிச்சப் புள்ளிகள் விழலாயின. விமானத்திலிருந்து தேடுதல் விளக்குகள் சனங்களின் மீது போடப்பட்டன. சனங்கள் அந்த வெளிச்சத்தில் வன்னியை நோக்கி அங்குலம் அங்குலமாக நகர்ந்துகொண்டிருந்தார்கள். பாலத்தில் ஒரு பெண்ணுக்குப் பிரசவம் நடந்தபோதோ, ஒரு முதியவரோ ஒரு கைக்குழந்தையோ இறந்தபோதோ, அந்த அகதிகளின் வரிசை பாலத்தில் அசையாமல் நின்றது. முன்னாலிருந்தவர்களால் நகர முடியவில்லை. அப்பா தனது ஒரு காலின்மீது மற்றைய காலை ஊன்றி நிற்கவேண்டியிருந்தது. அம்மா பார்த்தபோது, அப்பாவின் தோளில் டயானா சிலையாக விறைத்துப்போயிருந்தாள். அப்பாவின் தலைமுடிகளைப் பற்றியிருந்த அவளின் கைகளிலிருந்து அப்பாவின் தலைமுடிகளை விடுவிக்க முடியவில்லை. குழந்தையைத் தோளிலிருந்து இறக்கவும் முடியவில்லை. டயானாவின் கண்கள் சொருகியிருந்தன. அப்பா தனது தோளிலிருந்த டயானாவோடு கீழே உட்கார முயற்சித்தபோது, பின்னாலே வந்த சனத்திரள் அப்பாவை எற்றி முன்னாலே தள்ளியது. அந்தப் பெருமழையின் துளிகளால் கூடப் பாலம் நனையவில்லை. அப்பாவின் கண்ணீரை மழைதான் கழுவிவிட்டது.

அந்த நிலைக்கு என்ன பெயர் என்று எவருக்கும் தெரியவில்லை. டயானா துருதுருவென ஓடிக்கொண்டிருப்பாள். ஓர் உரத்த சத்தத்தைக் கேட்கும்போதோ அல்லது அவளை யாராவது மிரட்டும்போதோ அவளுக்கு முதலில் காதுகள் அடைத்துக்கொள்ளும். பின்பு வாயைக் கிழித்து இரண்டு - மூன்று கொட்டாவிகள் விடுவாள். அப்படியே உடல் மரத்துப்போய் சிலையாக நின்றுவிடுவாள். உட்கார்ந்திருந்தால் உட்கார்ந்தபடியே சிலையாகிவிடுவாள். சாப்பிட்டுக்கொண்டிருந்தால் சோற்றுக் கோப்பைக்குள் கையை வைத்தவாறே அப்படியே மரத்திருப்பாள். அவளின் கண்கள் பாதி திறந்திருக்க, கருமணிகள் மேலே சொருகியிருக்கும். சிலவேளைகளில், நின்றவாக்கிலேயே உடல் மடங்காமல் சரிந்து அவள் நிலத்தில் விழுவதுண்டு. மூன்று நிமிடங்களிலோ நான்கு நிமிடங்களிலோ அவள் கண்களை மலங்க மலங்கப் புரட்டிக்கொண்டு மறுபடியும் தன்னுணர்வுக்கு வருவாள். கழிந்த அந்த நிமிடங்களில் நடந்தது எதுவும் அவளுக்குத் தெரியாதிருக்கும்.

வற்றாப்பளை அம்மன் கோயில் திருவிழாவுக்குச் சென்றிருந்த சனங்கள்மீது போர் விமானங்கள் சுற்றிச் சுற்றி வந்தபோது, சனங்கள் கலைந்து ஓடினார்கள். அப்பா பதறிப்போய் டயானாவின் கையைப்

பிடித்துக்கொண்டு ஓட முயன்றபோது, டயானா வாய் கிழிந்து கொட்டாவி விட்டாள். அப்பா அவளைத் தூக்கிக்கொண்டு கோயிலுக்குள் ஓடினார். குண்டுவீச்சு விமானம் கீழே பதிந்தபோது, டயானா கண்கள் சொருகப் பொத்தெனக் கோயிலுக்குள் விழுந்தாள். பின்பு சனங்கள் ஓடிவந்து பார்த்தபோது, இடிபாடுகளுக்கிடையே கண்டெடுக்கப்பட்ட ஒரு வெள்ளிச் சிலையாக டயானா அசையாமல் கிடந்தாள். அவள் கண் திறந்ததும், கண்களைப் புரட்டிப் பார்த்துவிட்டு முதலில் வெட்கத்துடன்தான் சிரித்தாள். வெட்கத்திற்கும் அச்சத்திற்கும் இடையே கோடுகள் ஏதுமில்லை. அச்சம் வெட்கமாயும் வெட்கம் அச்சமாயும் கணத்திலேயே மாறுகின்றன. இப்போது டயானா அச்சப்படலானாள். அச்சம் அவளைத் தொடர்ந்துகொண்டிருந்த போது, அவளால் வெட்கத்தை உணர முடியாமல் போயிற்று.

அச்சத்தால் நிரப்பப்பட்ட டயானாவின் உடல் ஊதிக்கொண்டே போயிற்று. பத்து வயதிலேயே அவள் பருவத்திற்கு வந்தாள். அவளது வெள்ளை வெளேரென்ற உடலில் கைகளும் தொடைகளும் கரண கரணையாகப் பழுத்திருந்தன. கன்னக் கதுப்புகளும் தாடையும் வீங்கிக் கிடந்தன. இப்படித்தான் அவளுக்கு 'குண்டச்சி' என்ற பெயர் கிராமத்திலும் 'குண்டு' டயானா என்ற பெயர் பள்ளிக்கூடத்திலும் வாய்த்தது.

கிளிநொச்சி நகரத்திலிருந்த பிரெஞ்சுத் தொண்டு நிறுவன மருத்துவர் டயானாவைப் பரிசோதித்துவிட்டு, அவளுக்கிருக்கும் விறைத்துப்போகும் நோயே அவளின் உடல் வீக்கத்திற்குக் காரணம் என்றார். இப்போது வன்னியில் மட்டும் இருபது குழந்தைகளுக்கு இந்த விறைத்துப்போகும் நோயிருப்பதாக மருத்துவர் அம்மாவிடம் சொன்னார். அப்பாவிடம் மாத்திரைகளைக் காட்டியவாறே அம்மா இந்தச் செய்தியைச் சொன்னபோது அப்பா படாரென்று "வன்னியில் இருபது குண்டன்களும் குண்டச்சிகளும் இருக்கிறார்கள்" என்றார். அம்மா பாவமாகச் சிரித்தார்.

டயானா பாடசாலையிலிருந்து திரும்பி வரும்போது, மெயின் ரோட்டின் ஓரமாக நின்றிருந்த பாலைமரத்தில் ஒரு மனிதனைக் கைகால்களைப் பிணைத்து இயக்கம் கட்டி வைத்திருந்தது. அந்த மனிதன் இராணுவத்தின் உளவாளியாம். இராணுவத்தினரால் வழங்கப்பட்ட குண்டொன்றை இயக்கம் அவனிடம் கண்டுபிடித்தாம். அந்தக் குண்டு அந்த மனிதனின் மார்பில் கட்டப்பட்டிருந்தது. டயானா கூட்டத்திலிருந்து விலகி வீட்டை நோக்கி ஓடத் தொடங்கினாள். பருத்த உடலைத் தூக்கிக்கொண்டு மூச்சிரைக்க அவள் ஓடிக்கொண்டிருந்த போது, அந்த மனிதனின் மார்பில் கட்டப்பட்டிருந்த குண்டு வெடிக்க வைக்கப்பட்டது. அந்த வெடிச்

சத்தம் டயானாவில் மோதியபோது, டயானா தெருவில் ஓடியவாறே கொட்டாவிகளைவிட்டாள். அவள் வாயிலிருந்து காற்றுப் பிரிந்தது. அந்தத் தெருவில், ஒரு கால் முன்னேயும் மறுகால் பின்னேயுமிருக்கக் கையில் இறுகப் பிடித்த புத்தகப் பையுடன் வெண்ணிறச் சீருடையில் டயானா சிலையாக நிற்கலானாள்.

டயானா எட்டாம் வகுப்புப் படித்துக்கொண்டிருக்கும்போது, ஒருநாள் காலையில், டயானாவின் பள்ளிக்கூடத்திற்கு இயக்கம் வந்தது. மாணவிகளைப் பள்ளி முற்றத்தில் நிறுத்திவைத்து, இயக்கம் போராட்டத்தின் அவசியம் குறித்துப் பேசலாயிற்று. வார விடுமுறை தினங்களில் இயக்கத்தால் நடத்தப்படவிருக்கும் முதலுதவிப் பயிற்சி முகாமில் பத்தாம் வகுப்புக்கு மேலே படிக்கும் மாணவிகள் கலந்துகொள்ள வேண்டும் என்று இயக்கம் கண்டிப்புடன் சொன்னது. பயிற்சி முகாமுக்கு வராதவர்களை ஆண்டிறுதிப் பரீட்சை எழுதத் தாங்கள் அனுமதிக்கப் போவதில்லை என்றும் இயக்கம் சொல்லியது. பயிற்சியில் கலந்துகொள்வதற்காக மாணவிகள் இயக்கத்திடம் தங்களது பெயர்களைக் கொடுத்துக்கொண்டிருந்த போது, எட்டாம் வகுப்பு வரிசையில் நின்றிருந்த டயானாவின்மீது இயக்கப் பொடியனொருவனின் பார்வை விழலாயிற்று. அவன் துப்பறியும் புலியாக இருக்கக்கூடும். டயானாவின் குண்டுத் தோற்றம் அவளை வயதுக்கு மீறியவளகத்தான் காட்டியது. பயிற்சிக்கு வருவதைத் தவிர்ப்பதற்காக அவள் எட்டாம் வகுப்பு வரிசைக்குள் மறைந்து நிற்கிறாள் என அந்தப் பொடியன் சந்தேகப்பட்டிருக்கலாம். அவன் தனது சுட்டுவிரலை மடக்கி அசைத்து, அவளை முன்னே வரும்படி அழைத்தபோது டயானா வரிசையிலிருந்து அசையவில்லை. அந்த இயக்கப் பொடியன் கண்களைச் சுருக்கி ஒரு புலனாய்வுப் பார்வையுடன் டயானாவை நெருங்கியபோது, அவள் வரிசையில் நின்ற நிலையிலேயே விறைத்திருந்தாள். அவன் மவுனமாகத் திரும்பியபோது, டயானா பிடரி அடிபட மல்லாக்கப் பறிய நிலத்திலே விழுந்தாள்.

அடுத்து வந்த வார விடுமுறையில், இயக்கத்தால் பயிற்சிக்காக அழைத்துச் செல்லப்பட்ட மாணவிகள் பயிற்சி மைதானத்தில் குழுமி நின்றபோது, அந்த மாணவிகள்மீது விமானங்கள் துல்லியமாகக் குண்டுகளை வீசின. அறுபத்து நான்கு மாணவிகள் அந்த மைதானத்திலே அன்று தசையும் நிணமுமாகச் சிதறிக் கிடந்தார்கள். சக மாணவிகளின் கூட்டு ஓலம் ஆகாயத்தை நோக்கிக் கிளம்பிற்று. அறுபத்து நான்கு உடல்களும் ஒரே வரிசையில் அஞ்சலிக்காக வைக்கப்பட்டிருந்தன. அஞ்சலி செலுத்த டயானாவும் தனது பள்ளி மாணவிகளுடன் போயிருந்தாள். அன்று முழுவதும் அவள் அழுதுகொண்டே இருந்தாள். துக்கமும் அச்சமும் தாள முடியாமல் எல்லை மீறியபோது, அவள் விறைத்துப்போக

விருப்பப்பட்டாள். அஞ்சலி நிகழ்ந்துகொண்டிருந்த மண்டபத்தின் ஒரு மூலையில் குந்தியிருந்து, கைகளை இறுகப் பொத்தியபடிக்கும் கண்களை மூடிக்கொண்டும் ஒரு மீன் போன்று வாயைத் திறந்து காற்றை வெளியேற்றியும் அவள் விறைத்துப்போக முயன்றாள்.

பின்வந்த நாட்களில், இயக்கம் வீட்டுக்கொருவர் — அது ஆணோ பெண்ணோ — இயக்கத்தில் சேர வேண்டும் என்றது. அதிகாலை வேளைகளில், படுக்கைகளில் கிடந்த சிறுவர்களையும் சிறுமிகளையும் இயக்கக்காரர்கள் தட்டியெழுப்பித் தங்களுடன் அழைத்துச் சென்றார்கள். பள்ளிக்கூடங்களிலும் வீதிகளிலும் சிறுவர்கள் இயக்கத்தால் பிடித்துச் செல்லப்பட்டார்கள். பிள்ளைகளைப் பெற்றவர்கள் இயக்க அலுவலகங்களின் வாசல்களில், தங்கள் பிள்ளைகளைத் தேடி அன்னம் தண்ணியில்லாமல் பழியாகக் கிடக்கலானார்கள்.

அவர்கள் தன்னையும் பிடித்துச் செல்லக்கூடுமென அஞ்சி அஞ்சி டயானா எந்நேரமும் செத்துக்கொண்டிருந்தாள். தனக்கு ஒரு தம்பியோ அண்ணனோ இருந்தால் இயக்கம் அவர்களைப் பிடித்துச் செல்ல, தான் தப்பித்துக்கொள்ளலாம் என்றுகூட அவள் நினைத்துக்கொண்டாள். இப்போது, டயானாவுக்கு எவரைப் பற்றியும் அக்கறை கிடையாது. ஒரு விமானக் குண்டு வீச்சு நிகழும்போதோ, ஒரு ஷெல் வீசப்படும்போதோ, இயக்கம் பிடிக்க வரும்போதோ எப்படித் தப்பித்துக்கொள்வது? முக்கியமாக, அந்தத் தருணத்தில் எப்படி விறைத்து விழாமலிருந்து தப்பிப்பது என்று மட்டுமே அவள் சிந்தித்தாள். அம்மாவிடம் "என்னை அவர்கள் பிடித்துப் போவதால் அவர்களுக்கு ஒரு பிரயோசனமுமில்லை... நான் விறைத்து விறைத்துத்தான் விழுவேன்" என்றாள். தாழ்வாரத்திலிருந்து கம்பு சீவிக்கொண்டிருந்த அப்பா "வீட்டுக்கு ஒருவரைத்தானே கேட்கிறார்கள், அவர்கள் இங்கே வந்தால் அவர்களுடன் நான் போகிறேன்" என்றார். டயானாவுக்குச் சிரிப்புத்தான் வந்தது.

அவர்களின் குடிசைக்குப் பக்கத்துக் குடிசையில் வசித்த பழனியின் மகனைப் பிடிப்பதற்காக, இயக்கம் பழனியின் குடிசையைச் சுற்றி வளைத்தபோது, பழனியின் மகன் ஓடிப்போய்க் குடிசையின் பின்னால் ஓங்கி வளர்ந்திருந்த பாலைமரத்தில் ஒரு குரங்கு போல் தொற்றியேறி உச்சிக்குப் போய்ப் பதுங்கிக்கொண்டான். இயக்கம் மரத்தைச் சுற்றி நின்று, அந்தச் சிறுவனைக் கீழே இறங்குமாறு மிரட்டிக்கொண்டிருந்தது.

பழனி தோட்டக்காட்டிலிருந்து வந்து வன்னியில் குடியேறிய மனிதர். இப்போதும் அவரின் பேச்சு, கலப்பில்லாத தோட்டக்காட்டுத் தமிழாகவே இருந்தது. அவர் காசுக்கு 'சல்லி' என்றும் கடவுளுக்கு 'பெருமாள்' என்றும் சொல்வதைக் கேட்டு டயானா விழுந்து விழுந்து

சிரிப்பாள். டயானாவை 'குண்டுப் பாப்பா' என்றுதான் அவர் கூப்பிடுவார். 'மெண்டல்' மகேந்திரத்தை 'அண்ணாச்சி' என்பார்.

பழனி இயக்கப் பொடியன்களிடம் சாமி சாமியென்று கெஞ்சிக் கூத்தாடினார். "நாங்கள் ஏழைப்பட்டவர்கள் சாமி... என் மகனை விட்டுவிடுங்கள்" என்று பழனி இயக்கப் பொடியன்களிடம் மன்றாடியபோது, ஒரு இயக்கப் பொடியன் "நாங்கள் ஏழைகளுக்கும் சேர்த்துத்தான் தமிழீழம் கேட்டுப் போராடுகிறோம்" என்று சொல்லிவிட்டு, ஒரு கல்லை எடுத்துப் பாலைமரத்தில் தொற்றியிருந்த சிறுவனை நோக்கி வீசினான். மரத்தில் தொற்றியிருந்த சிறுவன் இன்னொரு பாய்ச்சலில் மரத்தின் இன்னொரு கிளைக்குத் தாவினான்.

பாலைமரத்தின் கிளைகளைக் காட்டிலும் மரத்தின் கீழே கிடந்த கற்கள் அதிகமாக இருந்தன. ஒரு கல் சிறுவனைத் தாக்கியபோது, சிறுவன் "அய்யா" என்று கத்தினான். அந்த அலறலைக் கேட்ட பழனியின் கால்கள் குடிசைக்குள் பாய்ந்து திரும்பிய வேகத்தில் அவரின் கையிலே ஒரு கோடரி இருந்தது. இயக்கப் பொடியள் நிதானிப்பதற்கு முதலே ஒரு இயக்கப் பொடியனின் தோளிலே கோடரி வெட்டு விழுந்தது. உடனடியாகவே, இயக்க வாகனத்தில் காயப்பட்டவன் எடுத்துச் செல்லப்பட்டான். பத்து நிமிடங்கள் கழித்து, பழனியும் அவரின் மகனும் ஒருவரின் கையோடு மற்றவரின் கை கயிற்றால் பிணைக்கப்பட்டு, இயக்கத்தால் தெருவில் இழுத்துச் செல்லப்பட்டார்கள்.

பழனியின் குடிசைக்கு இயக்கம் வந்ததைக் கண்டவுடனேயே டயானா ஓடிப்போய் குசினிக்குள் இருந்த 'பக்கீஸ்' பெட்டிக்குள் ஒளிந்துகொண்டாள். சட்டி பானைகளும் அரிசி சாமான்களும் வைப்பதற்குப் பயன்படுத்தப்பட்ட அந்தப் பெட்டிக்குள் தனது பருத்த தேகத்துடன் அவள் கடும் சிரமப்பட்டுத்தான் புகுந்துகொண்டாள். இயக்கம் அங்கிருந்து போனதன் பின்பு, அப்பா ஓடிவந்து 'பக்கீஸ்' பெட்டியைத் திறந்து பார்த்தார். முழங்கைகளையும் முழங்கால்களையும் கீழே ஊன்றி ஒரு மாடுபோல மண்டியிட்டு டயானா அந்தப் பெட்டிக்குள் சிலையாக விறைத்திருந்தாள்.

ஆண்டுத் தொடக்கத்தில், டயானா ஒன்பதாம் வகுப்புக்குச் செல்வதற்கு முன்பாக உள்ளாடைகள், செருப்பு, சோப்பு, சீப்பென்று சில பொருட்கள் அவளுக்குத் தேவைப்பட்டன. டயானாவின் உடல் வீங்கிக்கொண்டே இருந்ததால், அந்தப் பஞ்சத்திலும் டயானாவுக்கு ஆறு மாதங்களுக்கு ஒரு தடவை புதிய உடுப்புகள் தேவைப்பட்டன. டயானாவும் அம்மாவும் அவற்றை வாங்குவதற்காகக் கிளிநொச்சி நகரத்திற்குப் புறப்பட்டுச் சென்றார்கள். நல்லான்குளத்திலிருந்து நகரத்திற்கு வந்த ட்ரக்டரில் ஏறிவந்த அவர்கள் பாதிவழியில் இருக்கும்போதே குண்டுகள்

வெடிக்கும் சத்தங்களைக் கேட்டார்கள். நகரத்தை நெருங்கும்போது, நகரத்திலிருந்து திரும்பிக்கொண்டிருந்தவர்கள் நகரத்திற்குள் 'கிபீர்' விமானங்கள் குண்டு வீசியதால் சனங்கள் செத்துப் போய்விட்டதாகச் சொன்னார்கள். டயானா பதற்றத்துடன் அம்மாவிடம் "நாங்கள் திரும்பிப் போய்விடுவோம்" என்றாள். அம்மா வாகனச் சாரதியிடம் கேட்டபோது, அவன் ஓங்காவித்துக் காறித் துப்பிவிட்டு "நாளைக்கும் குண்டு போடுவார்கள்" என்று சொல்லியவாறே வாகனத்தை நகரத்தின் மையப்பகுதியை நோக்கிச் செலுத்தினான்.

கடைகள் திறந்துதானிருந்தன. வியாபாரமும் ஒன்றுபாதி நடந்து கொண்டுதானிருந்தது. கடைவீதியின் ஓரத்தில் இரத்தமும் சதையுமாகக் கிடந்த உடல்களைச் சனங்கள் தூக்கி வாகனம் ஒன்றுக்குள் அடுக்கிக் கொண்டிருப்பதை டயானா பார்த்தாள். அவள் ட்ரக்டருக்குள் இருந்து வாயைக் கிழித்துக் கொட்டாவிகள் விட்டாள். அவளின் காதுகள் அடைத்துக்கொண்டன. கைகள் இரண்டையும் மார்புக்கு குறுக்கே இறுகக் கட்டியவாறே கால்கள் சப்பணமிட்டிருக்க டயானா ட்ரக்டருக்குள் விறைத்துப் போயிருந்தாள்.

விமானக் குண்டுவீச்சிலிருந்து தப்பிப்பதற்காக, குடிசைக்குப் பின்னே ஒரு பதுங்கு குழி வெட்ட வேண்டுமென்று டயானா அப்பாவிடம் சொன்னாள். அப்பா சிரித்துக்கொண்டே "இந்தக் காட்டுக்குள் வந்தெல்லாம் குண்டு போடமாட்டார்கள்" என்றார். அப்பா சொல்வதுபோல நல்லான்குளத்தைக் கிராமம் என்று சொல்வதைவிடக் காடு என்று சொல்வதுதான் சரியாக இருக்கும். அந்தச் சிறுகுளத்தைச் சுற்றிக் கொஞ்சக் குடிசைகளும் மூன்று சிறிய கல்வீடுகளுமிருந்தன. ஒரு கிராமத்திற்குரிய எந்தக் கட்டமைப்பும் அங்கே கிடையாது. பாடசாலைக்குப் போவதற்குக் கூட டயானா மூன்று கிலோமீற்றர் நடந்துபோக வேண்டியிருந்தது. பதுங்கு குழி வெட்ட வேண்டுமென்று டயானா அம்மாவிடம் சொன்னபோது, அம்மா "இதென்ன வெட்கக்கேடு" என்றார். நல்லான்குளத்தில் யாரும் அதுவரை பதுங்கு குழிகள் அமைத்துக்கொண்டதே கிடையாது.

டயானாவோ கோரிக்கையைக் கைவிடுவதாக இல்லை. அவள் இருபத்து நான்கு மணிநேரமும் குண்டுகளை நினைத்து அச்சப்பட்டுக் கொண்டேயிருந்தாள். வள்ளிபுனத்தில் வரிசையாக அடுக்கி வைக்கப்பட்டிந்த மாணவிகளின் உடலங்கள் அவள் கண்களுக்குள் உருண்டுகொண்டேயிருந்தன. அறுபத்து நான்கு டயானாக்கள் நிலத்தில் பிணங்களாக நீட்டுக்கு அடுக்கிவைக்கப்பட்டிருப்பதை அவள் பார்த்தாள். கிளிநொச்சி கடைத்தெருவில் டயானா வயிறு வெடித்துக் குடல் சரியப் பிணமாய் கிடந்தாள். அவள் இரவுப் பொழுதொன்றில் அப்பாவிடம்

"விமானங்கள் குண்டுபோட வரும்போது நீங்களும் அம்மாவும் ஓடிவிடுவீர்கள், நான் விறைத்துப் போய் விழுந்துவிடுவேன்" என்றாள். அப்பா தலையை மேலும் கீழுமாக அசைத்துக்கொண்டே "நீ குண்டச்சி... உன்னைத் தூக்கிக்கொண்டு ஓடவும் முடியாது" என்று சொல்லிவிட்டுச் சிரித்தார். அவரின் சிரிப்பு விக்கல் மாதிரியிருந்தது.

மறுநாள் காலையில், அப்பா 'முழியன்' செல்வத்தைக் கூட்டி வந்தார். செல்வத்தின் ஒருதோளில் மண்வெட்டியும் மறுதோளில் நீண்ட அலவாங்குமிருந்தன. அப்பா தனது தலையில் ஒரு கடத்தைக் கவிழ்த்தபடி வந்தார். குடிசையின் பின்னால் ஓங்கி வளர்ந்திருந்த பாலைமரத்தின் கீழே அப்பாவும் செல்வமும் பதுங்கு குழி தோண்டத் தொடங்கினார்கள். டயானா அன்று பாடசாலைக்குப் போகவில்லை. அவள் பதுங்கு குழி தோண்டுபவர்களுக்கு உற்சாகத்தோடு உதவிகள் செய்தாள். அப்பா தொடர்ச்சியாக வேலை செய்யுமளவுக்குத் தேக ஆரோக்கியம் உள்ளவரல்ல. அவர் இரண்டு நிமிடங்களுக்கு ஒருமுறை மண்வெட்டியைக் கீழே போட்டுவிட்டு "இங்கே வந்து யார் குண்டு போடப் போகிறார்கள்" என்று சொல்வார். ஒருமுறை செல்வம் அப்பாவின் சலிப்புக்குப் பதிலாக, தனது முழிக் கண்களால் சிரித்துக்கொண்டே "அண்ணே, பிள்ள ஆசைப்படுகிறதல்லவா" என்று சொல்லிவிட்டு, ஓர் இயந்திரம்போல வேலை செய்தான். அம்மா வந்து வாயில் கைவைத்துக்கொண்டே "இந்தக் கூத்தைப் பார்த்தால் அயலட்டம் சிரிக்கவல்லவா போகிறது" என்றார்.

'முழியன்' என்ற செல்வத்திற்கு இருபத்தைந்து அல்லது இருபத்தாறு வயதிருக்கும். மெலிந்து உயர்ந்த கறுவல் தேகம். பஞ்சத்தில் அடிபட்ட அவனது முகத்தில் இரண்டு கண்களும் கீழே தெறித்து விழப்போவது போல் துருத்திக்கொண்டிருந்தன. வெற்றிலைக் காவியேறிய பெரிய பெரிய பற்கள் உதடுகளுக்கு மேலாக நீண்டிருந்தன. அந்த உதடுகளில் இரத்தம் துளியாய் காய்ந்திருக்கும். பேசும்போது தலையை எப்போதும் சத்தாராகச் சாய்த்து வைத்திருப்பான். அவன் பேசும்போது வலது கையின் இரண்டு விரல்கள் வெற்றிலைக்குச் சுண்ணாம்பு கிள்ளுவது போல் குவிந்திருக்கும்.

அன்றைய வேலை முடிந்ததும், அப்பா கள்ளு வாங்கி வந்தார். குடிசையின் முற்றத்திலிருந்து அப்பாவும் செல்வமும் கள்ளுக் குடித்தார்கள். அப்பா நித்தமும் குடிப்பவரல்ல. ஆனால், எப்போதாவது குடிக்கும் வாய்ப்புக் கிடைத்தால், இராணுவ முகாமொன்றைத் தாக்குவதற்குத் தயாரானவர் போல் ஒரு சாகச மனோநிலையில் மிதப்பார். ஆனால், ஒரு சிரட்டைக் கள்ளுக் குடித்ததுமே நிலத்தில் சுருண்டு விடுவார். அன்று, அப்பா சுருண்டு விழுந்ததும், செல்வம் அப்பாவைக் கைகளில் தூக்கிக்

குடிசைக்குள் எடுத்துச்சென்று பாயில் கிடத்தினான். பின்பு அவன் முற்றத்திலிருந்து அம்மாவோடு பேசிக்கொண்டிருந்தான். செல்வம் மிக நிதானமாகப் பேசினான். பழமொழிகளும் விடுகதைகளும் காத்தவராயன் கூத்துப் பாடல்களின் வரிகளும் நொடிக்கொரு தரம் அவன் நாவிலிருந்து வழுக்கிக்கொண்டிருந்தன. பேசும் ஒவ்வொரு வாக்கியத்தின் முடிவிலும் செல்வம் 'சரியோ', 'சரியோ' என ராகத்துடன் இழுப்பதில் ஒரு கவர்ச்சியிருந்தது.

பதுங்கு குழி வெட்டும் வேலைகள் மூன்று நாட்களாக நடந்தன. பாடசாலையில் இருக்கும்போதும் டயானா பதுங்கு குழி பற்றியே யோசித்துக்கொண்டிருப்பாள். பாடசாலை விட்டதும், உருவாகிக்கொண்டிருக்கும் பதுங்கு குழியைப் பார்ப்பதற்காக அவள் ஓட்டமும் நடையுமாக வீட்டுக்குப் போவாள். வழி தெருவெல்லாம் அவளுக்குப் பதுங்கு குழி குறித்த சிந்தனையாகவேயிருக்கும். வீட்டுக்கு வந்ததும், உடை கூட மாற்றாமல் பதுங்கு குழியருகே போய் நின்றுகொள்வாள். செல்வம் கைகாரன்தான். 'டானா' வடிவத்தில் ஆறடி ஆழத்திற்கு வெட்டிய குழிக்குள் இறங்குவதற்கு, திருத்தமான படிக்கட்டுகளை மரக்கட்டைகளால் அமைத்திருந்தான். பதுங்கு குழியின் மேலாக மரக்குற்றிகளைக் காற்று போகவும் இடுக்கின்றி நெருக்கமாக அடுக்கி, அவற்றின் மேல் கற்களை அடுக்கி, கற்களின் மேலே மண்ணால் நிரவியிருந்தான். செல்வம் ஒரு கலைநயத்தோடு அந்தப் பதுங்கு குழியை வடிவமைத்திருந்தான். அந்தப் பதுங்கு குழி அவன் டயானாவுக்காகக் கட்டிய தாஜ்மஹால்.

செல்வத்திற்கு ஏற்கனவே கல்யாணமாகியிருந்தது. மச்சாள் முறையான மீராவைத்தான் செல்வம் கட்டியிருந்தான். மூன்று வயதில் ஒரு பெண் குழந்தையும் அவர்களுக்கிருந்தது. இரண்டு வருடங்களுக்கு முன்பாக, ஒரு தீபாவளி நாளில் செல்வம் மீராவை அடித்து அவளின் தாய் வீட்டுக்குக் குழந்தையுடன் துரத்திவிட்டான். இந்த இரண்டு வருடங்களாகவே மீராவின் குடும்பத்திற்கும் செல்வத்திற்கும் தீராத பகையாக இருக்கிறது. சென்ற வருடம் செல்வத்தின் தாயார் இறந்தபோது, இழவு வீட்டுக்கு வந்த மீராவைச் செல்வம் சனங்களுக்கு முன்னால் வைதே அறைந்தான். "குடும்பத்துக்கு ஒத்துவராத பெண்ணை வீட்டுக்கு மருமகளாகக் கொண்டுவந்ததை நினைத்துப் பொருமிப் பொருமித்தான் கிழவி செத்தாள்" எனச் சொல்லிச் சொல்லி செல்வம் மீராவை உதைத்தான். மீராவோ அவ்வளவு அடியுதைகளையும் தாங்கிக்கொண்டே பிரேதத்தின் கால்களில் முகத்தைப் புதைத்து "மாமி, மாமி" என்று அரற்றிக்கொண்டிருந்தாள். கடைசியில், செல்வம் கையில் உலக்கையைத் தூக்கவும் சனங்கள் மீராவை அங்கிருந்து அனுப்பிவைத்தார்கள். மீரா போகும்போது, ஒரு கையில் குழந்தையைத் தூக்கிக்கொண்டும்

மறுகையால் தனது வயிற்றில் அறைந்தவாறும் ஓலமிட்டுக்கொண்டே போனாள். அப்போது கூட அவள் வாயிலிருந்து ஒரு சாபம் வரவில்லை. அதற்குப் பின்பு, அவள் செல்வத்தின் முற்றத்தை மிதிக்கவேயில்லை. இதற்குச் சில நாட்கள் கழித்து, கணபதியரின் தோட்டத்தில் கிணறு வெட்டிவிட்டு வந்த செல்வத்தை மீராவின் தம்பிமார்கள் இருவரும் வழியில் மடக்கி அடித்து நொறுக்கிவிட்டார்கள். இரும்புக் கம்பியாலும் சைக்கிள் செயினாலும் அடிகள் விழுந்தன. வயிற்றிலும் மார்பிலும் மூன்று குத்தூசிக் குத்துகளும் விழுந்தன.

பதுங்கு குழி வெட்டும் வேலை முடிந்த பின்பும், செல்வம் டயானாவின் வீட்டுக்கு வந்து போய்க்கொண்டிருந்தான். வரும்போது கையில் மான் இறைச்சி, மரை வற்றல் என்றொரு காரணத்துடன்தான் வருவான். அவன் வரும் மாலை நேரங்களில், டயானா பதுங்கு குழியின் மேலே அமர்ந்திருந்து படித்துக்கொண்டிருப்பாள் அல்லது மேலே சடைத்திருக்கும் பாலைமரத்தை மணிக்கணக்காக வெறுமனே பார்த்துக்கொண்டிருப்பாள். மானோ மரையோ கறியாகி, செல்வம் சாப்பிட்ட பின்பே அங்கிருந்து போவான். "அவன் பாவம்... தனியாகச் சீவிக்கிறான், அவனுக்குச் சமைத்துப் போட யாருமில்லை" என்று அம்மாவுக்குப் பரிதாபம்.

இப்போது, டயானா பாடசாலைக்குப் போகும்போதும் வரும்போதும் செல்வம் அவளுக்குப் பின்னாலேயே சைக்கிளை உருட்டிக்கொண்டு நடக்கத் தொடங்கினான். செல்வம் சிரித்துக்கொண்டு கதை சொன்னால் கேட்பவர்களுக்கும் கண்டிப்பாகச் சிரிப்பு வரும். செல்வம் அழுதுகொண்டு கதை சொன்னால் கேட்பவர்களுக்கும் கண்ணீர் வரும். அப்படியொரு வாலாயம் அவனுக்கு. தனது மனைவி மீராவைப் பற்றிச் செல்வம் அழுதழுது டயானாவுக்குக் கதை சொன்னான். "எனது குழந்தையை அவள் என்னிடமிருந்து பறித்துக்கொண்டு போய்விட்டாள். போதாததுக்கு இயக்கத்திடமும் புகார் சொல்லி, இயக்கத்தைக் கொண்டு என்னை அடித்து முறித்துவிட்டாள்" என்று அவன் கண்கலங்கப் பேசினான்.

மே மாதம், இருபதாம் தேதி, இருள் பிரியாத அதிகாலையில், டயானா செல்வத்துடன் ஓடிப்போனாள். டயானாவின் வீட்டுக்குப் பின்னாலிருந்த பாலைமரத்தின் கீழ் செல்வம் கையில் புதுக் கவுன் ஒன்றுடன் நின்றிருந்தான். அவன் அதை டயானாவிடம் கொடுத்து, அவள் உடுத்திருந்த சட்டையைக் கழற்றி அங்கேயே வைத்துவிட்டுப் புதுக் கவுனை அணிந்துகொண்டு தன்னோடு வருமாறு சொன்னான். டயானாவின் வீட்டிலிருந்து ஒரு சட்டையைக் கூட டயானா தன்னோடு எடுத்து வரக்கூடாது என்பது செல்வத்தின் நிலைப்பாடு. டயானாவின்

வீட்டிலும் எடுத்து வருவதற்கு எதுவுமில்லை. அவர்கள் இருவரும் ஒருவரின் கையை ஒருவர் பற்றிக்கொண்டு செல்வத்தின் குடிசையை நோக்கி நடந்தார்கள். நடந்துகொண்டிருந்த டயானா திடீரென்று செவியைச் சாய்த்துக்கொண்டு வழியில் அப்படியே நின்றாள். அவளின் கால்கள் பதறத் தொடங்கின. விமானமொன்றின் மெல்லிய இரைச்சலை அவள் கேட்டாள். அவள் செல்வத்தின் கையை உதறியவாறே "குண்டு போட வருகிறார்கள்" என்று மெதுவாகச் சொன்னாள். செல்வம் அவளின் கையை மறுபடியும் பிடித்தவாறே "இது இயக்கத்தின் விமானம், இராணமடுவுக்குப் போகிறது" என்றான். டயானா செல்வத்தின் குடிசைக்கு வந்து சேர்ந்தபோது, நிலம் வெளுக்கத் தொடங்கியது.

அம்மாவுக்கும் அப்பாவுக்கும் டயானாவைக் காணவில்லை என்று தேடும் சிரமங்கள் எதையும் செல்வத்தின் மனைவி மீரா விட்டு வைக்கவில்லை. நித்திரைப் பாயிலிருந்து அம்மாவையும் அப்பாவையும் மீராவின் குரல்தான் உலுக்கி எழுப்பியது. டயானா செல்வத்தின் வீட்டிலிருப்பதை அவள் அவர்களுக்கு வசைகளால் அறிவித்தாள். "என் புருசனை என்னிடமிருந்து பிரிக்கவா நீங்கள் யாழ்ப்பாணத்திலிருந்து வன்னிக்கு வந்தீர்கள்" என்று அவள் கண்களில் நீரும் ஆத்திரமும் கொப்பளிக்கக் கூச்சலிட்டாள். அம்மா இடிந்துபோய் அப்படியே நிலத்தில் உட்கார்ந்துவிட்டார். முற்றத்தில் நின்று ஏசிக்கொண்டிருந்த மீராவை அப்பா வாயைத் திறந்து பார்த்தவாறே முன்னும் பின்னுமாக நடந்துகொண்டிருந்தார். "நீ பைத்தியம் போல நடிக்காதே" என்று மீரா சொல்லிவிட்டு, நிலத்தில் காறியுமிழ்ந்தாள். மீரா அங்கிருந்து போன பின்பும், அப்பா முற்றத்திலேயே கால்களைத் தேய்த்துக்கொண்டு அமைதியாக நடந்துகொண்டிருந்தார். அம்மா எழுந்து அப்பாவுக்குப் பக்கத்தில் வந்து அவரின் முகத்தைப் பார்த்தவாறே "குண்டச்சி அந்த முழியனோடு ஓடிவிட்டாள்" என்றார். அப்பா கண்கள் ஒளிர அம்மாவைப் பார்த்து மெல்லிய குரலில் "இனி இயக்கம் அவளைப் பிடித்துக்கொண்டு போகாது" என்றார். அம்மா பற்களை இறுகக் கடித்தார். மூடிய அவரின் வாய்க்குள் 'பைத்தியக்காரன்' என அவரின் நாவு துடித்தது.

டயானா, செல்வத்தின் குடிசைக்குள் குந்தியிருந்து வரிச்சு மட்டைகளுக்கு இடையால் பார்த்தபோது, அந்த மத்தியான வெயிலில் மீரா வெறுங்கால்களுடனும் கையில் குழந்தையுடனும் குடிசையை நோக்கி நடந்து வருவதைக் கண்டாள். குடிசையின் வாசலில் குந்தியிருந்த செல்வமும் வந்துகொண்டிருந்த மீராவைக் கண்களை உருட்டிப் பார்த்துக்கொண்டிருந்தான். அவள் அருகில் வந்ததும், ஒரு மாடு மாதிரிப் பாய்ந்து மீராவை முட்டித் தள்ளினான். சுடுமணலில் தடுமாறி விழுந்த மீராவிடமிருந்து குழந்தையைப் பறித்தெடுத்துத் தன் கைகளில்

வைத்துக்கொண்டான். குழந்தையை அவன் பறித்தெடுப்பான் என்று மீரா எதிர்பார்த்திருக்க மாட்டாள். அவளுக்கு இப்போது புருசனை மீட்பதைவிடக் குழந்தையை மீட்பதே முக்கியமாகியது. அவள் தவழ்ந்து வந்து செல்வத்தின் கால்களைப் பிடித்துக்கொண்டாள். குழந்தையைத் தருமாறு அவள் கெஞ்சியழுதாள். செல்வம் குழந்தையுடன் குடிசைக்குள் செல்ல முயற்சித்தான். மீராவோ அவனின் கால்களை விடுவதாயில்லை. செல்வம் குழந்தையை உயரே தூக்கிப் பிடித்தவாறே "டயானா... டயானா" என்று உரத்துக் கூப்பிட்டான். அப்போது டயானாவின் வாய் பிளந்து காற்று வெளியேறியது. அவளின் காதுகள் அடைத்துக்கொண்டன. செல்வம் என்ன நினைத்தானோ, மீராவை எற்றித் தள்ளிவிட்டுக் குழந்தையுடன் வீதியை நோக்கி நடந்தான். மீரா அவனுக்குப் பின்னால் குழறியவாறே வந்தாள். அவளின் அழுகுரலைக் கேட்டு வீதிக்கு வந்த அயலவர்கள் செல்வத்தைச் சமாதானப்படுத்தப் பார்த்தார்கள். சனங்களைக் கண்டதும் மீராவுக்குக் கொஞ்சம் தைரியம் வந்திருக்க வேண்டும். அவள் சனங்களிடம் "அந்தக் குண்டச்சியைக் கொண்டுவந்து வீட்டுக்குள் வைத்துக்கொண்டு என்னை அடித்து விரட்டுகிறாரே" என்று ஓலமிட்டாள். இதைக் கேட்டதும், செல்வம் தெருவில் கிடந்த ஒரு தடியைத் தூக்கி மீராவின் தலையில் அடித்தான். எவ்வளவு அடி வாங்கியும் மீரா அங்கிருந்து போவதாயில்லை. செல்வம் குழந்தையைக் கீழே இறக்கிவிட்ட பின்புதான் அவள் ஓய்ந்தாள். அவள் குழந்தையைக் கைகளில் வாரியெடுத்துக்கொண்டு, தனது தாய் வீட்டைப் பார்த்து நடந்தாள். அப்போது கூட அவளின் வாயிலிருந்து புலம்பலும் ஓலமும் வெளிப்பட்டனவே தவிர ஒரு சாபம் விழவில்லை.

செல்வம் குடிசைக்குத் திரும்பி வந்தபோது, குடிசைக்குள் டயானா வரிச்சு மட்டைகளைப் பற்றிப் பிடித்தவாறு குந்தியிருந்த நிலையிலேயே விறைத்திருந்தாள். அவள் விழித்ததும் செல்வம் அவளைப் பாயில் படுக்க வைத்துவிட்டு வெளியே போனான். திரும்பி வரும்போது, அவனது கைகளில் சாராயப் போத்தலும் ரொட்டியும் மாட்டுக்கறியும் இருந்தன. டயானாவைச் சாப்பிடுமாறு சொல்லிவிட்டு, செல்வம் முற்றத்தில் அமர்ந்து சாராயம் குடிக்கத் தொடங்கினான். டயானாவின் பெற்றோர் டயானாவை மீட்பதற்கோ, மீராவின் சகோதரர்கள் தன்னைத் தாக்குவதற்கோ வரக் கூடுமென அவன் எதிர்பார்த்திருக்கலாம். அவனின் வலது கை அருகே நிலத்தில் ஒரு நீண்ட வாள் இருந்தது. லொறி வில்லுத் தகடு கொடுத்து அய்யம்பிள்ளை ஆசாரியிடம் செய்வித்த வாள். போதை ஏற ஏற அவன் காறிக் காறித் துப்பிக்கொண்டான். நேரம் நள்ளிரவுக்கு மேலாகியும், அவன் கையில் வாளுடன் அய்யனார் சிலைபோல முற்றத்தில் ஆடாமல் அசையாமல் தன் எதிரிகளுக்காகக் காத்திருந்தான், அல்லது டயானாவுக்குக் காவலிருந்தான்.

ஆழ்ந்த தூக்கத்திலிருந்த டயானா அவளது கால்கள் முரட்டுத்தனமாக அழுத்தப்படுவதை உணர்ந்து திடுக்கிட்டுக் கண் விழித்தபோது, அவளை இருள் சூழ்ந்திருந்தது. அங்கே அழுகிய பழவாசனை வீசிற்று. அவள் எழுந்து தலைமாட்டிலிருந்த விளக்கைப் பற்ற வைத்தாள். அவள் படுத்திருந்த பாயின் வலது புறத்தில், ஒரு நீண்ட வாள் தரையில் குத்தென நிறுத்திவைக்கப்பட்டிருந்தது. இடது புறத்தில், முழிக் கண்கள் இரத்தமாய்ச் சிவந்திருக்கச் செல்வம் நிர்வாணமாகக் குந்திக்கொண்டிருந்தான். டயானா படாரென விளக்கை ஊதி அணைத்துவிட்டுப் பாயில் குப்புறப் படுத்துக்கொண்டாள். டயானாவைச் செல்வத்தின் வலிய கைகள் புரட்டிப்போட்டன. அவளின் மார்பில் அவனின் கை பதிந்தபோது, டயானா திகிலுடன் அவனது கையை மார்போடு சேர்த்து அணைத்துக்கொண்டாள். அந்த அழுகிய பழவாசனை அவளது உடல் முழுவதும் பரவிற்று. டயானாவுக்கு வாயில் எச்சில் சுரந்தது. டயானாவின் இடுப்புத் தானாகவே மேலே உன்னிற்று. அவளின் உடற்பாரம் முழுதும் அவளின் கெண்டைக் கால்களில் தங்கிற்று. டயானாவின் கொழுத்த காலொன்றைத் தூக்கிச் செல்வம் தன் முதுகில் போட்டபோது, டயானாவின் விழிகள் சொருகின. அவள் பதற்றத்துடன் "நான் விறைத்துப் போகப் போகிறேன்" என்று முணுமுணுத்தாள். அவளின் வாயில் செல்வத்தின் வியர்வைத் துளிகள் தெறித்தன. அவள் வாயை அகலப் பிளந்துகொண்டே "கொட்டாவி வருகிறது... நான் விறைக்கப் போகிறேன்" என்றாள். செல்வத்தின் வலிய கை அவளின் வாயை இறுக மூடிக் கொட்டாவியை அடக்கியது. அவனின் அடுத்த கை டயானாவின் முதுகுக்கு கீழாக நீண்டு அவளின் ஆசனவாயை மூடியது. அவளின் மனது நிர்மலமாய்க் கிடந்தது. செல்வம் வாளை உருவி எடுக்கும் ஓசை கேட்டது. அவன் டயானாவை ஒரு கையால் அணைத்தவாறே மறு கையில் வாளைப் பற்றிப் பாயில் கிடந்தான். டயானாவின் அடிவயிற்றில் சுருக்கென ஒரு வலி கிளம்பியது. டயானா கைகளால் தனது நிர்வாண வயிற்றைப் பொத்தியவாறு, தனக்குள் ஒரு குழந்தை சனிப்பதாக நினைத்துக்கொண்டாள். அப்போது, விமானங்களின் இரைச்சல் நல்லான்குளத்திற்குள் தாழக் கேட்டது.

டயானா பாயிலிருந்து துள்ளியெழுந்து நின்று காதுகளைக் குவித்துக் கேட்டாள். இப்போது, குடிசையின் கூரையைத் தட்டிச் செல்வது போல் பேரிரைச்சல் எழுந்தது. டயானா தட்டுத்தடுமாறிக் கவுனை எடுத்து அணிந்துகொண்டு, குடிசைக்கு வெளியே ஓடிவந்து பார்த்தாள். அவளது பிடரிக்குப் பின்னாலிருந்து கிளம்பிய பேரிரைச்சல் வடக்கு நோக்கிப் போய் மறுபடியும் திரும்பி நல்லான்குளத்திற்குள் பதிந்து வந்தது. டயானா பார்த்துக்கொண்டிருக்க, அவளது கண்களுக்கு முன்னால் ஒரு விமானம் சிவப்பு விளக்கு முணுக் முணுக்கென எரியப் பூமிக்குப் பாய்ந்து குத்திய வேகத்தில் ஆகாயத்திற்குத் தாவியது. பெருத்த

வெடியோசை அந்தக் கிராமத்தில் எழுந்தது. டயானா ஒரு செக்கன் கூட யோசிக்கவில்லை. அவள் அந்தக் கச இருளில் செல்வத்தின் குடிசை முற்றத்திலிருந்து ஓடத் தொடங்கினாள். தனது குடிசையின் பின்புறம் பாலைமரத்தின் கீழே அமைந்திருக்கும் பதுங்கு குழியை நோக்கி அவள் ஓடினாள். இப்போது நல்லாங்குளத்தின் தெற்குப் பக்கத்தில் வெடியோசையும் புகையும் எழுந்தன. ஓடிக்கொண்டிருந்த டயானாவுக்குக் காது அடைக்கத் தொடங்கிறது. அவள் விறைத்து விழப்போகிறாள் என்பது அவளுக்குத் தெரிந்தது. டயானாவால் கால்களை அசைக்க முடியவில்லை. கண்கள் சொருகத் தொடங்கின. வழியிலிருந்த ஒரு பாலைமரத்தின் கீழே டயானா முழங்கால்களை மடக்கிக் குந்திக்கொண்டாள். விமானங்களின் இரைச்சல் வரவரப் பெரிதாகிக்கொண்டேயிருந்தது. பாலைமரத்தின் கீழே குந்தியிருந்த டயானா தான் விறைத்து விழ கூடாது என்று நினைத்துக்கொண்டாள். எப்படியாவது சமாளித்துக்கொண்டு எழுந்து பதுங்கு குழிக்கு ஓடிவிட வேண்டும் என அவள் நினைத்தாள். டயானாவின் வாய் கிழிந்து கொட்டாவி எழ, அவள் சட்டென்று தனது இரு கைகளாலும் வாயை இறுக மூடிக் கொட்டாவியை அடக்கப் பார்த்தாள். பின்பு ஒரு கை வாயிலிருக்க அடுத்த கையை விலக்கி அந்த வெட்கம் கெட்ட டயானா அந்தக் கையால் தனது ஆசனவாயை மூடிக்கொண்டாள்.

அகதி வழக்கு விசாரணை முடிந்து வெளியே வந்த அகதி வழக்காளி தே. பிரதீபன் அவசரமாக ஒரு நண்பனைத் தொலைபேசியில் அழைத்தான். அந்த நண்பனிடம் விசாரணை பிரச்சினைகளின்றி முடிந்தது என்றும் கேட்ட கேள்விகளுக்குத் தான் சரியாகவும் தெளிவாகவும் பதிலளித்திருப்பதாகவும் சொன்ன பிரதீபன் "ஒரு சின்ன விஷயம்தான் நெருடலாக இருக்கிறது..." என்று நிறுத்தி, அந்த நண்பனிடம் "நல்லாங்குளத்திற்கும் கிளிநொச்சி நகரத்திற்குமிடையே எவ்வளவு தூரமிருக்கும்?" என்று கேட்டான். அந்த நண்பன் வன்னியிலிருந்து வந்தவன். அவன் தெளிவாகக் கூட்டிக் கழித்துப் பார்த்துவிட்டு "பதினைந்து கிலோமீற்றருக்குக் குறையாது" என்றான். பிரதீபனுக்கு நெஞ்சு கமாரிட்டது. அவன் விசாரணையில் நல்லாங்குளத்திற்கும் கிளிநொச்சி நகரத்திற்கும் இடையேயான தூரம் ஐந்து கிலோமீற்றர் என்றே சொல்லியிருந்தான். அவன் ஒரு கையால் தொலைபேசியைப் பிடித்தவாறே மறுகையால் தனது நெற்றியில் ஓங்கி அறைந்து "கெடுத்தாளே பாவி" என்று முணுமுணுத்தான். டயானாவின் மரணச் சான்றிதழை அவன் பிறப்புச் சான்றிதழ்கள், திருமணச் சான்றிதழ்கள், மரணச் சான்றிதழ்கள் விற்பவர் ஒருவரிடமிருந்து முப்பது ஈரோக்களுக்கு வாங்கியிருந்தான்.

□ தீராநதி - 2009

எம்.ஜி.ஆர். கொலை வழக்கு

கேளுங்கள் பௌசர்! இதுதான் கதை. இந்தக் கதையை நீங்கள் நம்பலாம் அல்லது நம்பாதிருக்கலாம். இந்தக் கதையை நீங்கள் உங்கள் பத்திரிகையில் பிரசுரிப்பதும் பிரசுரிக்காமல் விடுவதும் உங்கள் பிரச்சினை. இந்தக் கதை நடந்து அதிக நாட்களாகவில்லை. நீங்கள் 'தந்தை பெரியார் நினைவு விழா'வுக்குப் பாரிஸுக்கு வந்துவிட்டுப் போனீர்களே, அதற்கு இரண்டு நாட்கள் கழித்து எனக்கொரு தொலைபேசி அழைப்பு வந்தது.

அன்று கடுங்குளிர் நாள். மைனஸ் ஏழு என்றளவில் குளிர் வதைத்தது. நான் வெளியே எங்கேயும் போவதில்லை என்ற முடிவுடன் அறைக்குள்ளேயே முடங்கிக் கிடந்தேன். தொலைக்காட்சியில் ஒளிபரப்பாகிய மஹ்மூட் தர்வீஷ் பற்றிய விவரணப் படம் ஒன்றை நான் பார்த்துக்கொண்டிருந்த போது, எனது சொந்தக்காரப் பொடியன் நியூட்டன் என்னைத் தொலைபேசியில் அழைத்து "மாமா நாங்கள் டொனாஸைப் பிடிச்சு வைச்சிருக்கிறம். நீங்கள் ஒருக்கா என்ர வீட்ட வரவேணும்" என்றான்.

எனக்கு டொனாஸ் என்றால் யாரென்று தெரியவில்லை. "அது ஆர் டொனாஸ்?" என்று கேட்டேன்.

"அது மதிலேனம் அன்றியின்ர கடைசி மகன் மாமா, அவன் ஊரில இயக்கத்தில்யிருந்து கன சனத்தைக் கொலை செய்திருக்கிறான்" என்றான் நியூட்டன். எனக்கு இப்போது ஞாபகம் வந்தது. நான் தொலைக்காட்சியை அணைத்துவிட்டு, உடைகளை அணிந்துகொண்டு வெளியே கிளம்பினேன். நியூட்டனின் வீடு பாரிஸின் புறநகரான மூலோனில் இருந்தது. அந்த வீட்டில் எங்கள் ஊர்ப் பொடியங்கள் ஆறுபேர் சேர்ந்து வசிக்கிறார்கள். எல்லோருக்குமே இருபதிலிருந்து இருபத்தைந்து வயதுக்குள்தான் இருக்கும்.

நான் அவர்களின் வீட்டுக்குச் சென்றபோது, நேரம் இரவு ஏழாகியிருந்தது. அங்கிருந்த பொடியங்கள் ஒரு விறுவிறுப்புடன் என்னை வரவேற்றார்கள். வரவேற்பறையின் நடுவே இருந்த நாற்காலியில் டொனாஸ் என்ற அந்த அழகிய இளைஞன் கண்களில் மிரட்சியுடன் உட்கார்ந்திருந்தான். அவன் அசாதாரணமான அழகன். நெற்றியிலும் பிடரியிலும் புரளும்

அடர்த்தியான தலைமுடியும் உருளைக் கண்களும் ஓங்குதாங்கான உடலும் பவுண் நிறமுமாக அடிவாங்கிய ஒரு பந்தயக் குதிரைபோல அவன் நாற்காலியில் அமர்ந்திருந்தான். அவனின் உதுடுகள் வீங்கிக் கிடந்தன. இடப்புறக் கண் அடியால் சிவந்திருந்தது. அவன் என்னைக் கண்டவுடன் எழுந்திருக்க முயன்றான். அவனின் வாயில் ஒரு பரிதாபமான இளிப்பு வந்து போயிற்று. அவன் என்னிடம் "மாமா என்னைத் தெரியுதா?" என்று கேட்டுக் கேட்ட வாயை மூட முன்பே அவனின் கன்னத்தில் நியூட்டன் ஓங்கி அறைந்தான். டொனாஸ் என்னைப் பார்த்ததும் நான் தன்னைக் காப்பாற்றக்கூடும் என்று நம்பியிருக்கலாம். நியூட்டனின் அந்த அடியுடன் அவனின் நம்பிக்கை சிதறிப்போயிருக்கும்.

பதினைந்து வருடங்களுக்கு முன்பு, நான் வெளிநாட்டுக்கு வரும்போது டொனாஸுக்கு அய்ந்து அல்லது ஆறு வயதிருக்கும். வறுமையாலும் வெயிலாலும் வாடி வதங்கிக் கருவாடாகியிருந்த எங்கள் ஊர்ச் சிறுவர்களிடையே இவன் ஒரு தேவதையைப் போல் திரிந்துகொண்டிருந்தான். எல்லோருக்கும் அடித்த வெயில்தான் இவனுக்கும் அடித்தது. எல்லோர் வீட்டுக் குழந்தைகளைப் போலவே இவனும் வீசிக் கந்தோரில் கொடுக்கப்படும் திறிபோசா மாவைச் சாப்பிட்டுத்தான் வளர்ந்தான். ஆனாலும், இவன் பனங்குருத்துப் போல இருப்பான். மதிலேனம் மாமி நல்ல அழகி. அவரிலிருந்து அந்தச் சிவப்பும் பொலிவும் இவனுக்குத் தொற்றியிருக்கின்றன. நான் அவனைப் பார்க்கும் போதெல்லாம் கைகளில் தூக்கி முத்தமிடுவேன்.

நான் டொனாஸையே பார்த்துக்கொண்டிருந்தேன். மற்றைய பொடியள் மவுனமாக டொனாஸைச் சுற்றி நின்றிருந்தார்கள். திரைப்படங்களில் குற்றவாளியைப் பெரிய பொலிஸ் விசாரணை செய்யும்போது, சின்னப் பொலிஸ்காரர்கள் அடிப்பதற்குத் தயாராக் கைதியைச் சூழ நின்றிருப்பார்களே... அது போலிருந்தது அந்தக் காட்சி. நான் எழுந்து போய் டொனாஸின் முன்னால் நின்றேன். நானும் அவனுக்கு அடிக்கப் போவதாக அவன் நினைத்திருக்கலாம். அவனின் இமைகள் வெட்டித் தெறிக்க, அவனது தேகம் ஒருமுறை நடுங்கி நின்றதை நான் பார்த்தேன். அவன் கம்மிய குரலில் "மாமா நான் விரும்பி இயக்கத்துக்குப் போகயில்ல, என்னை வைபோசாய்தான் பிடிச்சு வைச்சிருந்தவங்கள்" என்றான். அவன் அடுத்த வார்த்தை பேசினால் அது அழுகையாகத்தான் இருக்கும் போலிருந்தது.

அவனுக்குப் பின்னால் நின்றிருந்த பொடியன் ஓங்கி அவனின் பிடரியில் குத்தினான். சாதாரணமாக அந்த அடிக்குப் பொறி கலங்கி டொனாஸ் முகங்குப்புற விழுந்திருக்க வேண்டும். ஆனால், ஒரு சிறிய அசைவுடன்

டொனாஸ் அடித்தவனைத் திரும்பிப் பார்த்தான். அடித்தவனுக்கு அவமானமாக இருந்திருக்கும். அடித்தவனிடம் டொனாஸ் "மச்சான் உங்கள் எல்லாரையும் நம்பித்தானே நான் பிரான்சுக்கு வந்தனான்" என்றான்.

அல்லைப்பிட்டியிலோ மண்கும்பானியிலோ ஒவ்வொரு அனர்த்தமும் கொலையும் கைதும் நடக்கும்போது, இயக்கத்தின் பெயர் செய்திகளில் அடிபடும். இயக்கத்திலிருந்த டொனாஸின் பெயரையும் இணைத்தே எங்கள் ஊர்ச் சனங்களிடமிருந்து எங்களுக்குச் செய்திகள் வரும். டொனாஸ் இலங்கையிலிருந்து சென்ற கிழமைதான் பிரான்சுக்கு வந்திருக்கிறான். இன்று காலையில், லா சப்பல் கடைத்தெருவில் நியூட்டன் இவனைக் கண்டிருக்கிறான். உடனேயே நியூட்டன் "மச்சான்... எப்ப வந்தனி?" என்று பாசத்தைப் பொழிந்து, தனது வீட்டுக்கு வருமாறு டொனாஸிடம் கேட்டிருக்கிறான். முதலில் டொனாஸ் தயங்கியிருக்கிறான். நியூட்டன் கொஞ்சம் தந்திரமாக டொனாஸுக்குத் தங்குவதற்கு நல்ல இடமும் நல்ல வேலையும் ஒழுங்குசெய்து தருவதாக நாடகமாடியிருக்கிறான். அதை நம்பி டொனாஸ் நியூட்டனோடு கிளம்பி வந்திருக்கிறான். வரும் வழியிலேயே, நியூட்டன் தொலைபேசியில் தன்னுடைய நண்பர்களிடம் தான் டொனாஸை அழைத்துவரும் செய்தியைச் சொல்லியிருக்கிறான். நியூட்டனின் வீட்டுக்குள் டொனாஸ் காலடி எடுத்து வைத்ததுமே, எல்லாப் பொடியன்களுமாகச் சேர்ந்து டொனாஸை அடித்துத் துவைத்திருக்கிறார்கள். அதற்குப் பின்பு அவனை என்ன செய்வது என்று அவர்களுக்குத் தெரியாததால் எனக்குப் போன் செய்திருக்கிறார்கள்.

நான் டொனாஸிடம் "ரத்தினத்தின்ர கடைக்குள்ள எட்டுப்பேரை நீதான் சுட்டனியாம்?" என்று கேட்டேன்.

"இல்ல மாமா, அது என்ன நடந்தெண்டால் வேவியற்ற மகள் ஒரு நேவிக்காரன கலியாணம் கட்டியிருக்கிறாள். அதுக்குப் பிறகு அல்லப்பிட்டியில வேவியும் அவற்ற மகளும் வச்சுதான் சட்டம். அவையளும் ஒரு கடை வைச்சிருந்தவை. பிஸினஸ் பிரச்சினையிலதான் வேவியற்ற மகள் நேவிக்காரங்கள வைச்சு ரத்தினத்தின்ர கடைக்குள்ள சுடப் பண்ணினவள்"

"நேவியோட நீங்களும் போனது எண்டுதானே சொல்லுறாங்கள்?"

"அது எனக்குத் தெரியாது மாமா, அது நடக்கயிக்க நான் நெடுந்தீவில இருந்தனான்"

"சில்வஸ்டர நீதானே சுட்டனி?"

"இல்ல மாமா, அவர் என்ர தொட்டையா. எனக்கு அவர்தான் தலை தொட்டவர். அவர நான் சுடுவனா? அவரைக் கொட்டிதான் சுட்டது" என்றான் தொனாஸ். பொடியன் புலிக்கு 'கொட்டி' என்று சொல்கிறான்.

எல்லாக் கேள்விகளுக்கும் தொனாஸ் இல்லை என்ற வார்த்தையுடனேயே பதிலைத் தொடங்கினான். பதிலை முடிக்கும்போது மாமன், மச்சான், சித்தப்பா என்று பதிலை முடித்தான். எங்கள் விசாரணைக் குழு சோர்ந்துவிட்டது. அப்போது, கதவு தட்டப்படும் சத்தம் கேட்டது. நியூட்டன் போய்க் கதவைப் பாதி திறக்கும்போதே, கதவைத் தள்ளிக்கொண்டு "எங்க அவன், எங்க அவன்?" என்று கேட்டுக்கொண்டே திரவியம் உள்ளே ஓடிவந்தார். திரவியத்திற்கு அய்ம்பது வயதுக்கு மேலேயிருக்கும். உயர்ந்த, ஒல்லியான, பலவீனமான மனிதர். இரண்டு வருடங்களுக்கு முன்பு, அவரின் பதினைந்து வயதான மகனைக் கடத்தி வைத்துக்கொண்டு, அய்ந்து இலட்சம் ரூபாய் பணயத் தொகை கேட்டிருக்கிறார்கள். அந்தத் தொகையைத் திரட்டுவதற்காக அந்த மனிதர் பாரிஸ் முழுவதும் ஓடித்திரிந்தார். நான்கூட ஆயிரம் ஈரோக்கள் கடனாகக் கொடுத்திருந்தேன். அவர் பணயத் தொகையை அனுப்புவதற்கு முன்பே அவரின் மகன் சடலமாக வேலணைக் கடற்கரையில் கிடந்தான். அந்த ஆயிரம் ஈரோக்களை என்னிடம் திருப்பித் தந்த நாளில் திரவியத்தின் முகத்தில் ஒட்டிக்கிடந்த துயரப் புன்னகை என்னைத் தலைகுனிய வைத்தது. திரவியத்தின் மகனைக் கடத்துவதற்கும், கடத்தினால் வெளிநாட்டிலிருந்து காசு வருமெனவும் தொனாஸ்தான் துப்புகள் கொடுத்ததாக அப்போதே திரவியம் என்னிடம் சொல்லியிருந்தார்.

ஓடிவந்த திரவியம் முதலில் தொனாஸின் முகத்தில் காறி உமிழ்ந்தார். பின்பு அவனின் தலைமுடியை பற்றிப் பிடித்து, அவனின் முகத்தில் கையால் அறைந்தார். திரவியம் ஆவேசமாக தொனாஸின் சட்டையைப் பற்றி இழுத்தபோது, அவன் நாற்காலியிலிருந்து தரையில் விழுந்தான். அவனை இழுத்து விழுத்துமளவுக்குத் திரவியம் பலசாலியல்ல. அவர் அடிப்பதற்கும் உதைப்பதற்கும் விழுவதற்கும் தோதாகத் தன்னுடைய தேகத்தை தொனாஸ் அப்போது வளைத்துக் கொடுத்துக் கொண்டிருப்பதாகவே எனக்குப்பட்டது. நான் திரவியத்தைத் தடுக்க முயற்சித்தபோது, திரவியம் அழத் தொடங்கினார். பின்பு தளர்நடையுடன் போய்க் கைகளைக் கழுவிவிட்டு வந்தார். அமைதியாக ஒரு நாற்காலியில் உட்கார்ந்துகொண்டார். அதற்குப் பின்பு, அவர் ஒரு வார்த்தை பேசவில்லை. அவர் அங்கே வரும்போதே, என்ன செய்ய வேண்டும் என ஒரு நிகழ்ச்சி நிரலைத் தயாரித்துக்கொண்டு

வந்து, அதன்படி நிகழ்ச்சிகளை நடத்தி முடித்ததும் திருப்தியாக அமர்ந்திருப்பது போல் தோன்றியது.

டொனாஸ் தரையில் மல்லாக்கக் கிடந்தான். அவனது ஆடைகள் தும்பு தும்பாகக் கிழிந்திருந்தன. உண்மையில், அவனை அடிக்கிறேன் என்ற பெயரில் திரவியம் அவனது ஆடைகளைத்தான் கிழித்திருந்தார். டொனாஸ் மெதுவாக எழுந்து, தலையைக் குனிந்தவாறே தரையில் சப்பணம் கட்டி அமர்ந்தான். நான் அவனிடம் "இப்ப நீ என்ன சொல்றாய்? உன்ர முகத்தைப் பார்த்தாலே ஆயிரம்பேரைக் கொலை செய்தவன்ர முகம் மாதிரி இருக்கு... நீ ஒருத்தரையும் கொலை செய்யல்லையோ?" என்று கேட்டேன்.

டொனாஸ் தலையை நிமிர்த்தி என்னைப் பார்த்தான். பின்பு கண்களைத் தாழ்த்திக்கொண்டு "மாமா நான் உண்மையச் சொல்லுறன்... அந்தோனியார் சத்தியமா நான் எம்.ஜி.ஆரை மட்டும்தான் கொலை செய்தனான், வேற எதிலும் எனக்குச் சம்மந்தமில்லை" என்றான்.

அங்கிருந்த எல்லோருமே அப்போது திடுக்கிட்டோம். ஏனென்றால், எம்.ஜி.ஆர். தற்கொலை செய்ததாகத்தான் எங்களுக்குச் செய்தி வந்திருந்தது. அவர் தலையில் தொப்பியுடனும் கண்களில் கறுப்புக் கண்ணாடியுடனும்தான் தூக்கில் தொங்கிக்கொண்டிருந்தாராம்.

2

பழைய கதை சொல்கிறேன் கேளுங்கள் பௌசர்! எங்கள் ஊருக்கு அல்லைப்பிட்டி என்று பெயர் வைத்ததற்குப் பதிலாக எம்.ஜி.ஆர். பட்டி என்று பெயர் வைத்திருக்கலாம். அப்போது, எங்கள் கிராமம் எம்.ஜி.ஆர். ரசிகர்களாலும் பக்தர்களாலும் நிரம்பியிருந்தது. ஒரு உதாரணம் சொல்கிறேன் கேளுங்கள்:

எனது அண்ணனுக்குப் பதினைந்து வயதிருக்கும்போது, வீட்டை விட்டு ஓடிப்போனான். அப்போது, எங்கள் கிராமத்துச் சிறுவர்களுக்கு இரண்டு பொழுதுபோக்குகள்தான் வழமையாக இருந்தன. ஒன்று, சூழ் கொளுத்தி நண்டு பிடிக்கப்போவது. இரண்டாவது, வீட்டைவிட்டு ஓடிப்போவது. சினிமா பார்ப்பது என்பது எங்களைப் பொறுத்தவரை பொழுதுபோக்கு என்ற வகைக்குள் அடங்காது. அது வாழ்க்கை முறைமை, கடமை, இலட்சியம்.

வீட்டைவிட்டு ஓடிப்போவதில் மூன்று முக்கியமான படிகள் இருந்தன. முதலாவதாக, வீட்டிலிருந்து கொஞ்சம் பணம் திருட வேண்டும். வீட்டில் எப்போது பணம் திருட வாய்ப்பிருக்கிறதோ அதுவே

ஓடிப்போவதற்கான நாளாக அமையும். இரண்டாவது படியாக, யாழ்ப்பாணம் போய் இரவு வரைக்கும் தொடர்ச்சியாகச் சினிமாப் படம் பார்க்க வேண்டும். மூன்றாவது படியாக, இரவு ரயிலைப் பிடித்துக் கொழும்புக்குப் போக வேண்டும். கொழும்பில் நான்காம் குறுக்குத் தெருவிலோ, அய்ந்தாம் குறுக்குத் தெருவிலோ அரிசிக் கடைகளில் வேலை கிடைக்கும்.

வீட்டைவிட்டு ஓடிப்போன எனது அண்ணன் இரண்டாவது படியை நிறைவேற்றுவதற்காக, எம்.ஜி.ஆரின் 'அன்னமிட்ட கை' படம் பார்க்கப் போயிருக்கிறான். படத்தைப் பார்த்ததும் அவனுக்குள் தாய்ப்பாசம் பொங்கிவிட்டது. அவன் கொழும்புக்குப் போகாமல், அம்மாவைத் தேடித் திரும்பவும் வீட்டுக்கே வந்துவிட்டான்.

ஒரு ஊரென்றால் அங்கே எம்.ஜி.ஆர். ரசிகர்களும் சிவாஜி கணேசன் ரசிகர்களும் ஜெய்சங்கர் ரசிகர்களும் கலந்திருப்பதுதானே வழமை. ஆனால், அந்த வழக்கமெல்லாம் எங்கள் கிராமத்தில் கிடையாது. சிவாஜி கிவாஜி என்று யாராவது முணுமுணுத்தால், நாங்கள் முளையிலேயே அந்தக் குரலைக் கிள்ளியெறிவதுதான் வழக்கம். எம்.ஜி.ஆரைத் தவிர வேறு எவருக்கும் எங்கள் ஊரில் ரசிகர்கள் இருக்கக் கூடாது என்பது எங்களது கொள்கை. ஏக பிரதிநிதித்துவக் கொள்கை. 1979 இல் யாழ்ப்பாணத்தில் தொலைக்காட்சியும் டெக்கும் அறிமுகமாகிக் கிராமங்கள் தோறும் திருவிழாவாக அது கொண்டாடப்பட்டபோது 'அண்ணன் ஒரு கோயில்' என்ற சிவாஜியின் படமே முதன்முதலாக எல்லா இடங்களிலும் காண்பிக்கப்பட்டது. அப்போது வேறு படப் பிரதிகள் புழக்கத்திலில்லை. நாங்கள் காத்திருந்து 'மீனவ நண்பன்' என்ற எம்.ஜி.ஆரின் படத்துடன்தான் மாதா கோயில் பெருநாளில் எங்கள் ஊரில் தொலைக்காட்சியை அறிமுகப்படுத்தினோம். அப்போது, காலையில் எழுந்ததும் உத்தரியமாதா, அந்தோனியார் இவர்களுடன் சேர்த்து எம்.ஜி.ஆரையும் வணங்கும் பழக்கம் எனக்கிருந்தது.

அப்போதெல்லாம், இந்தியாவில் படம் வெளியாகி நான்கு, அய்ந்து வருடங்களுக்குப் பிறகுதான் இலங்கையில் படம் வெளியாகும். அப்படியும் எம்.ஜி.ஆரின் 'சங்கே முழங்கு', 'பட்டிக்காட்டு பொன்னையா' என்ற இருபடங்களும் கடைசிவரை இலங்கையில் வெளியாகவேயில்லை. ஒரு படம் வெளியாகிறது என்றால், சில மாதங்களுக்கு முன்பே தியேட்டரில் படத்தின் சுவரொட்டியும் நான்கைந்து ஸ்டில்களும் ஒட்டப்படும். அந்தச் சுவரொட்டியையும் ஸ்டில்களையும் வைத்தே நான் எனக்குள் அந்தப் படத்தைக் கற்பனை செய்துகொள்வேன். அப்போது, படக்கதை சொல்வது என்றொரு அருமையான பழக்கமிருந்தது. வெறும் நான்கு ஸ்டில்களைப் பார்த்ததை

வைத்துக்கொண்டே, நான் என் பள்ளிக்கூடச் சிநேகிதர்களுக்கு முழுநீளப் படக்கதையையும் சொல்வேன். படம் வெளியாகும்போது பார்த்தால் நான் சொன்ன கதை கிட்டத்தட்டச் சரியாகவேயிருக்கும். 'ராமன் தேடிய சீதை' மட்டும்தான் கொஞ்சம் மிஸ்ஸாகிவிட்டது. சுவரொட்டியிலும் ஸ்டில்களிலும் எஸ்.ஏ. அசோகன் சக்கர நாற்காலியில் உட்கார்ந்திருந்ததால், அசோகனுடன் எம்.ஜி.ஆர். சண்டையிடும்போது எம்.ஜி.ஆரும் சக்கர நாற்காலியில் அமர்ந்துதான் சண்டையிடுவார் என நான் நினைத்திருந்தேன். இதற்கு ஒரு முன்னுதாரணமும் இருந்தது. 'அடிமைப் பெண்' படத்தில் ஒரு காலில்லாத அசோகனுடன் எம்.ஜி.ஆர் மோதும்போது, அவரும் ஒருகாலைக் கட்டிக்கொண்டுதான் சண்டையிடுவார். ஆனால், இந்தப் படத்தில் சக்கர நாற்காலியில் உட்கார்ந்திருந்த அசோகன் கடைசிக் கட்டத்தில் சக்கர நாற்காலியிலிருந்து துள்ளியெழுந்து, இருகால்களையும் தரையில் ஊன்றி நின்று சண்டை போடுவார் என நான் எதிர்பார்த்திருக்கவில்லை.

'ஒளிவிளக்கு' இரண்டாவது தடவையாக 'ராஜா' தியேட்டரில் வெளியாகி நூறு நாட்களைக் கடந்தபோது, நாங்கள் எங்களது கிராமத்தின் சார்பில் தியேட்டருக்கு முன்பு கஞ்சி காய்ச்சி ரசிகர்களுக்கு வழங்கினோம். ராணி தியேட்டரில் 'நாளை நமதே' தொடர்ந்து 140 காட்சிகள் ஹவுஸ் ஃபுல்லாகக் காண்பிக்கப்பட்டது. இது அகில இலங்கை வசூல் சாதனை. அப்போது, எம்.ஜி.ஆரின் படங்களுக்குக் காட்சி நேரம் நிர்ணயிக்கப்படுவதில்லை. கொழும்பிலிருந்து அதிகாலை ரயிலில் படப் பெட்டி வந்தவுடனேயே காட்சி தொடங்கிவிடும். இரவு முழுவதும் நாங்கள் தியேட்டருக்கு முன்புதான் படுத்துக்கிடப்போம். எம்.ஜி.ஆரின் புதிய பட விளம்பரங்களுக்குக் கீழே 'கொட்டகை நிறைந்ததும் காட்சிகள் ஆரம்பமாகும், பாஸ்கள் சலுகைகள் ரத்து' என்ற வரிகள் தவறாமல் இடம்பெறும்.

எம்.ஜி.ஆர். ரசிகர்களுக்குப் புகழ்பெற்றிருந்த குருநகரில் கூட வாசகசாலைக்கு 'அண்ணா சனசமூக நிலையம்' என்றே பெயர் வைத்திருந்தார்கள். ஆனால், எங்கள் ஊர் வாசகசாலைக்கு நாங்கள் 'மக்கள் திலகம் எம்.ஜி.ஆர். சனசமூக நிலையம்' என்று கட்டன் ரைட்டாகப் பெயர் வைத்திருந்தோம். மட்டக்களப்பில் புயலால் ஏற்பட்ட சேதத்திற்கு நிவாரணமாக எம்.ஜி.ஆர். பத்து இலட்சம் ரூபாய் வழங்கியதற்கு நன்றி தெரிவிப்பதற்காக 'மனோகரா' தியேட்டரில் பத்து நாட்களுக்கு எம்.ஜி.ஆரின் பத்துப் படங்களை அரை டிக்கெட்டுக்குக் காண்பித்தார்கள். எம்.ஜி.ஆர். மட்டக்களப்புக்கு நிதி வழங்கியதையொட்டி நாங்களும் எங்கள் வாசகசாலைக்கு 'பொன்மனச் செம்மல் மக்கள் திலகம் எம்.ஜி.ஆர். சனசமூக நிலையம்' எனப் பெயரை விரிவுபடுத்தினோம்.

அந்த வாசகசாலைக்கும் நாங்கள் நடத்திவந்த எம்.ஜி.ஆர். கலாமன்றத்திற்கும் பரிமளகாந்தன்தான் தலைவர்.

எம்.ஜி.ஆர். கலாமன்றத்திலிருந்த நாங்கள் எல்லோருமே விடலைகளாக இருந்தோம். பரிமளகாந்தன் மட்டுமே வயதில் மூத்தவர். பரிமளகாந்தனுக்கு அப்போதே முப்பது வயதுக்கு மேலேயிருக்கும். எங்கள் ஊர் கிராமசபைக் கட்டடத்தில் அவர் இரவு நேரக் காவலாளியாக வேலைபார்த்து வந்தார். எம்.ஜி.ஆர். போலவே பரிமளகாந்தனுக்கும் குழந்தைகள் கிடையாது. பரிமளகாந்தன் எம்.ஜி.ஆருக்கு ரசிகர் என்றால், பரிமளகாந்தனின் மனைவி பரிமளகாந்தனுக்கு ரசிகை. மாலைநேரங்களில், இரண்டுபெருமாகச் சோடிபோட்டுக்கொண்டு கையில் தேநீர்க் குடுவையுடன் கடற்கரைக்குப் போய் மணலில் உட்கார்ந்திருப்பார்கள். கடற்கரைக்குப் போய்க் காற்று வாங்கும் பழக்கமெல்லாம் எங்கள் ஊரில் அப்போதும் கிடையாது, இப்போதும் கிடையாது. இவர்கள் ஏன் கடற்கரையில் உட்கார்ந்திருக்கிறார்கள் என்று எங்கள் ஊர்ச் சனங்களுக்குக் கடைசிவரை விளங்கவேயில்லை. பரிமளகாந்தனின் வீட்டுச் சுவரில் எம்.ஜி.ஆரின் ஏராளமான படங்கள் மாட்டப்பட்டிருந்தன. எல்லாப் படங்களுக்கும் நடுவாக அறிஞர் அண்ணாவின் படமும் மாட்டப்பட்டிருந்தது. எம்.ஜி.ஆர். படங்களின் பாட்டுப் புத்தகங்கள் அழகாக பைண்ட் செய்யப்பட்டு அவரிடமிருந்தன.

எங்கள் எம்.ஜி.ஆர். கலாமன்றத்தால் 'காதலா கடமையா', 'விமலாவின் வாழ்வு', 'பெண்ணின் பெருமை', 'இரு துருவங்கள் இணைந்தபோது' என்றெல்லாம் நாடகங்கள் மேடையேற்றப்பட்டன. எல்லா நாடகங்களுக்கும் பரிமளகாந்தன்தான் கதை, வசனம், டைரக்சன். 'பெண்ணின் பெருமை' நாடகத்தில், நீதிதேவதை பாத்திரத்தில் பரிமளகாந்தன் தனது மனைவியை நடிக்க வைத்தார். எங்கள் கிராமத்திலெல்லாம் கல்யாணமான ஒரு பெண் மேடையில் ஏறி நடிப்பது நடவாத காரியம். ஆனால், பரிமளகாந்தனின் மனைவி நடித்தார்.

நாடக விழா கேள்விப்பட்டிருப்பீர்கள். நாடகம் போடுவதையே விழாவாகக் கொண்டாடுவதை நீங்கள் எங்கள் ஊரில்தான் பார்க்க முடியும். பரிமளகாந்தன் நாடகம் எழுதும்போதே, எங்கள் மன்றத்திலுள்ள எல்லோருக்கும் பாத்திரங்களை உருவாக்கித்தான் எழுதுவார். ஒத்திகை அவர் வீட்டில்தான் நடக்கும். அவரின் மனைவி கணவரின் முகத்தையே பூரிப்போடு பார்த்தவாறிருப்பார்.

அநேகமாக மாதா கோயில் பெருநாள் அல்லது அம்மன் கோயில் திருவிழாவில் நாடகம் மேடையேறும். நாடகத்தில் நடிப்பவர்களின் வீடுகளில் அன்று பெருவிழாவே நடக்கும். 'எங்கிட மகன் நாடகம்

நடிக்கிறான், நீங்கள் கட்டாயம் வரவேணும்' என்று அயலூர்களிலுள்ள உறவினர்களுக்கெல்லாம் அழைப்புப் போகும். நாடகத்தின் ஒரு பாத்திரம் மேடையில் தோன்றும்போது, அந்த நடிகனின் உறவினர்கள் பட்டாசு வெடிப்பார்கள். சரவெடி தூள் பறக்கும். மேடையில் மன்னாதி மன்னன் தோன்றும்போதும் வெடிதான், வில்லன் தோன்றும்போதும் வெடிதான், துறவி தோன்றும்போதும் வெடிதான். நாடகத்தின் கடைசிக் காட்சியில் தோன்றும் பொலிஸ் இன்ஸ்பெக்டராக நடிக்கத்தான் எங்கள் பொடியன்கள் பெரும்பாலும் ஆசைப்படுவார்கள். பொலிஸ் யூனிபோர்மும் சப்பாத்துகளும் அணிந்து மிடுக்காக நடிப்பதில் அவர்களுக்கு ஒரு விருப்பம். ஒத்திகை தொடங்குவதற்கு முன்பே அவர்கள் சீருடைகளைத் தயார் செய்துவிடுவார்கள். அநேகமாக, எங்கள் ஊர் தபால்காரரின் மற்றும் நுளம்புக்கு மருந்தடிப்பவரின் காக்கிக் காற்சட்டைகளையும் மேற்சட்டைகளையுமே அவர்கள் இரவல் வாங்குவார்கள். ஒத்திகைக்கு வரும்போதே காக்கிச் சீருடை தரித்து, கையில் பெற்றன் பொல்லுடன் மிடுக்காக வருவார்கள். நாடகம் மேடையேறும் நாள்வரை அவர்கள் அந்தச் சீருடையிலேயே ஊருக்குள் சுற்றிக்கொண்டிருப்பார்கள்.

ஒரு நாடகத்தில், நீதிக்காகப் போராடி பொலிசாரிடம் அடிவாங்கும் தியாகி பாத்திரம் எனக்கு வழங்கப்பட்டிருந்தது. ஆனால், எனது அப்பாவுக்கு நான் அந்தப் பாத்திரத்தில் நடித்தது பிடிக்கவில்லை. என்னை அடிக்கும் பொலிஸ் பாத்திரத்தில் நடித்தவன் ஐந்தாம் வகுப்போடு படிப்பை நிறுத்தியிருந்தான். நான் அப்போது ஒன்பதாம் வகுப்புப் படித்துக்கொண்டிருந்தேன். என் அப்பா "அவன் அஞ்சாம் வகுப்புப் படிச்சவன் அடிக்கிறான், நீ படிச்ச முட்டாள் அடிவாங்கிறாய், நீயெல்லோ பொலிசுக்கு நடிச்சிருக்க வேணும்... வேலணை சென்றல் ஸ்கூலில என்னதான் படிக்கிறியோ" என்று சலித்துக்கொண்டார்.

நாடகம் மேடையேறும் நாளன்று, அங்கே அமைக்கப்பட்டுக் கொண்டிருக்கும் மேடையாலும் கட்டப்பட்டுக் கொண்டிருக்கும் திரைச்சீலைகளாலும் இறுதி நேரத்தில் கவரப்படும் மன்றத்தில் இல்லாத பொடியன்கள் தங்களுக்கும் அன்றிரவு நாடகத்தில் நடிக்க வாய்ப்பு வேண்டுமெனப் பரிமளகாந்தனிடம் கேட்பதுண்டு. உடனேயே பரிமளகாந்தன் நாடகத்தில் அவர்களுக்கு ஒரு சிறிய பாத்திரமும் ஒன்றிரண்டு வசனங்களும் கொடுத்துக் கெட்டிக்காரத்தனமாக அவர்களையும் நாடகத்தில் நுழைத்துவிடுவார். அது அநேகமாக மேடையில் சிக்கலில்தான் முடியும். நாடகம் குழம்புகிறதே என நாங்கள் துடிப்போம். ஆனால், பரிமளகாந்தனுக்கு நாடகம் முக்கியமில்லை. அதில் நடிப்பவர்களின் மகிழ்ச்சியே அவருக்கு முக்கியம். அவருக்குக் கோபமே வராது.

ஆனால், பரிமளகாந்தனுக்கு ஒருமுறை கோபம் வந்தபோது, அது அடிதடியில்தான் முடிந்தது. அந்தச் சண்டை வாசகசாலையில்தான் நடந்தது. வாசகசாலைக்கு முன்னால் பரிமளகாந்தனுடன் நாங்கள் நின்றிருந்தபோது, மத்தியாஸ் சாடையான மப்பில் அந்தப் பக்கமாக வந்தான். அவன் கொஞ்சம் சண்டியன். அவனுக்கு என்ன கோபமோ... எங்களைப் பார்த்துக் காறித் துப்பிவிட்டு வாசகசாலைக்குள் போனவன் அங்கேயிருந்த வாங்கில் நீட்டி நிமிர்ந்து படுத்துவிட்டான். பரிமளகாந்தன் உள்ளே போய் அவனின் தோளில் தட்டி "இஞ்ச படுக்கக் கூடாது, வெளிய போ" என்றார். மத்தியாஸ் "ஏன் படுக்கக் கூடாது?" என்றான். அவனின் கேள்வி நியாயமான கேள்விதான். எங்கள் வாசகசாலையில் ஒரு எம்.ஜி.ஆர். படத்தையும் ஒரு மேசையையும் இரண்டு வாங்குகளையும் தவிர வேறெதுவுமில்லை. முன்னொரு காலத்தில் 'ஈழநாடு' பத்திரிகை மட்டும் வாசகசாலையில் போடப்பட்டது. மன்றத்தில் பணமில்லாததால் இப்போது அதுவும் நிறுத்தப்பட்டுவிட்டது. நாங்கள் எங்களது மன்றக் கூட்டங்களை நடத்தவும் மற்றும் ஒரு கௌரவத்திற்காகவும்தான் அந்த வாசகசாலையை நடத்திவந்தோம். வாசகசாலையின் கௌரவத்தை மிகக் கண்டிப்புடன் பரிமளகாந்தன் காப்பாற்றி வந்தார். வாசகசாலைக்குள் கடதாசி விளையாடக்கூட அவர் எங்களை அனுமதிப்பதில்லை.

வாசகசாலைக்குள்ளிருந்து புறுபுறுத்துக்கொண்டே வெளியே வந்த மத்தியாஸ் காலைத் தூக்கி வாசகசாலை வேலியை உதைத்தான். ஒரு உதையில் வேலி பாட்டில் பாதி விழுந்தது. பரிமளகாந்தன் அமைதியாகக் கைகளைக் கட்டியவாறே மத்தியாஸைப் பார்த்து, அங்கிருந்து போய்விடும்படி சொன்னார். மத்தியாஸ் அங்கிருந்து போவதாயில்லை. அவன் பரிமளகாந்தனை 'மலடன்' என்று ஏசினான். பரிமளகாந்தன் மேலும் அமைதியாகக் கைகளைக் கட்டிக்கொண்டு, நிதானமாக மத்தியாஸை நெருங்கி வந்து அவனுக்குப் புத்திமதி சொன்னார். "நீதிக்கு முன்பு அநீதி ஜெயிக்காது, அநீதிக்கு முன்பு நீதி தோற்காது, என் பொறுமை எரிமலையைப் போன்றது" என்று அவர் சொன்னதெல்லாம் எம்.ஜி.ஆர். பட வசனங்களாகவே இருந்தன. மத்தியாஸ் திடீரெனப் பரிமளகாந்தனின் கன்னத்தில் ஒரு அறைவிட்டான். மன்றப் பொடியன்கள் கொதித்துப்போய் மத்தியாஸை நோக்கிப் பாய்ந்தோம். பரிமளகாந்தன் தனது வலது கையால் அடிபட்ட கன்னத்தைத் தடவிக் கொடுத்தவாறே இடது கையால் எங்களைத் தடுத்து நிறுத்திவிட்டு "இது எனக்கும் அவனுக்குமான பிரச்சினை. நீங்கள் தலையிட வேண்டாம்" என்றார். இதுவும் எம்.ஜி.ஆர். பாணிதான். இதைக் கேட்டவுடன் மத்தியாஸ் துள்ளி இன்னொரு அறைவிட்டான். பரிமளகாந்தன் அடுத்த கன்னத்தைத் தடவிக் கொடுத்தார். அவரின் கண்களில் கோபம் கொப்பளித்தது. மூன்றாவது அடியையும் மத்தியாஸ் அடித்தபோது, பரிமளகாந்தன் பொறிகலங்கி மல்லாக்க மணலில்

விழுந்தார். அதற்குமேல் எங்களால் பொறுக்க முடியவில்லை. எல்லாப் பொடியன்களும் ஒருசேரப் பாய்ந்து மத்தியாஸைக் கும்மிவிட்டோம். அடிப்பதை நாங்கள் நிறுத்தினால் மத்தியாஸ் எங்களைத் திருப்பி அடிப்பான் என்ற பயத்திலேயே நாங்கள் நிறுத்தாமல் அடித்தோம். கடைசியில், தன்னை விட்டுவிடுமாறு மத்தியாஸ் கெஞ்சியபோதுதான் நாங்கள் அடிப்பதை நிறுத்தினோம். எங்கள் அடியின் வேகத்தில் மத்தியாஸ் ஒட்டகப்புலத்தாரிடம் போய்ப் புகை கட்டினான் என்று கேள்விப்பட்டோம். அவனின் மனைவி வாசகசாலைக்கு வந்து, நாங்களும் எங்கள் மன்றமும் தொலைய வேண்டுமென மண்ணள்ளி எறிந்து சாபமிட்டாள்.

அவளின் சாபம் பலிக்கத் தொடங்கியது. அப்போது, யாழ்ப்பாணத்தில் 'கிழக்கே போகும் ரயில்' படம் ஓடிக்கொண்டிருந்தது. எங்கள் ஊர் குமர்ப்பெண் ஒருத்தி தனது சிநேகிதிகளுடன் சேர்ந்து அந்தப் படத்திற்குப் போவதற்குத் தாயாரிடம் அனுமதி கேட்டபோது, தாயார் அனுமதி மறுத்துவிட்டார். அந்தப் பெண் உடனே பொலிடோல் குடித்துச் செத்துப்போனாள். அந்தப் படம் ஓடிய தியேட்டரில் 'இந்தப் படத்தைக் காண முடியாததால் நஞ்சு குடித்துக் காலமான அல்லைப்பிட்டி சூரியகலாவுக்கு இந்தப் படம் சமர்ப்பணம்' என்று ஸ்லைட் போட்டுவிட்டே காட்சியைத் தொடங்கினார்கள். மித்திரன் பேப்பரில் தலைப்புச் செய்தியாக அவளின் சாவு எழுதப்பட்டது. இதற்குப் பிறகு, ஊருக்குள் தொலைக்காட்சியில் படம் காண்பிக்கப்படுவதையோ நாங்கள் கலாமன்றம் நடத்துவதையோ சனங்கள் கொஞ்சம் கடுப்புடன்தான் பார்த்தார்கள். அடிமேல் விழுந்த அடியாகப் பரிமளகாந்தனின் மனைவியும் திடீரென மோசம் போனார். 'அம்மாள் வருத்தம்' என்று படுத்தவர் செங்கமாரி மங்கமாரியாக்கி இறந்துபோனார். பரிமளகாந்தன் தனித்துப்போனார். அவர் தனியாக வீட்டிலிருந்து எம்.ஜி.ஆரின் புகைப்படத்தோடு பேசிக்கொண்டிருப்பதைப் பொடியன்கள் பார்த்திருக்கிறார்கள்.

எங்கள் ஊரில் நடந்த முதலாவது இயக்கப் பொதுக் கூட்டம் எங்களது வாசகசாலையில்தான் நடந்தது. அப்போதெல்லாம் இயக்கத்தின் கூட்டங்கள் திடீரெனத்தான் ஏற்பாடு செய்யப்படும். கூட்டம் கேட்கப் பத்துப் பதினைந்து பேர்தான் வருவார்கள். அன்றைய கூட்டத்திற்கு இயக்கத்திலிருந்து இரண்டு இளைஞர்கள் வந்திருந்தார்கள். அவர்களில் ஒருவரின் கையில் ஒரு பையிருந்தது. அந்தப் பைக்குள்தான் துவக்கு இருக்கும் என நாங்கள் இரகசியமாகப் பேசிக்கொண்டோம். ஆனால், அந்தப் பையை அவர் திறந்தபோது, அதற்குள் பத்திரிகைகளும் தமிழீழப் படம் அச்சடிக்கப்பட்ட 1984 ஆம் ஆண்டுக்கான கலண்டர்களுமேயிருந்தன. கூட்டத்தில் அந்த இளைஞர்கள் பேசியதில்

முக்கால்வாசி எங்களுக்கு விளங்கவில்லை. ஆனால், அவர்கள் பேசி முடித்த பின்பு, அவர்களில் எங்களுக்கு மிகப்பெரிய மரியாதை வந்தது. கூட்டத்திற்குப் பரிமளகாந்தன் வரவில்லை. கூட்டம் முடிந்ததும், இயக்க இளைஞர்கள் 'பொன்மனச்செம்மல் மக்கள் திலகம் எம்.ஜி.ஆர். சனசமூக நிலையம்' என்றிருக்கும் வாசகசாலையின் பெயரை மாற்றியமைப்பது நல்லது என்றார்கள். எங்களின் மதிப்புக்குரிய அந்த இளைஞர்களுக்கு என்ன பதிலைச் சொல்வது எனத் தெரியாமல் நாங்கள் தடுமாறினோம். நாங்கள் அவர்களைச் சற்றுக் காத்திருக்குமாறு கூறிவிட்டு, பரிமளகாந்தனை அழைத்துவர ஆள் அனுப்பினோம்.

பரிமளகாந்தன் தூய வெள்ளை வேட்டியும் வெள்ளைச் சட்டையும் தோளில் சால்வையும் அணிந்து, வரும்போதே அந்த இளைஞர்களை நோக்கிக் கைகளைத் தனது முகத்திற்கு நேராகக் கூப்பிக் கும்பிட்டவாறே வந்தார். அந்த இளைஞர்கள் தமிழ்ப்பற்று, விடுதலை, புரட்சி இவற்றைக் குறிக்கும் வகையில் வாசகசாலையின் பெயரை மாற்றலாம் என்றார்கள். அந்தப் பண்புகள் ஒன்றாகக் குவிந்திருக்கும் முன்றெழுத்து மந்திரம்தான் எம்.ஜி.ஆர். என்றார் பரிமளகாந்தன். அந்த இளைஞர்கள் கொஞ்சம் யோசித்துவிட்டு, வாசகசாலையின் பெயரை 'புதியபூமி சனசமூக நிலையம்' என மாற்றலாம் என்றார்கள். அதுவும் எம்.ஜி.ஆர். நடித்த படம்தான் என்றார் பரிமளகாந்தன். கடைசிவரை, வாசகசாலையின் பெயரை மாற்றப் பரிமளகாந்தன் மறுத்துவிட்டார். இயக்க இளைஞர்கள் தங்களது உடல்களில் எங்கே துப்பாக்கிகளை ஒளித்து வைத்திருக்கிறார்கள் என்பதை எங்களாலும் கடைசிவரை கண்டுபிடிக்க முடியவில்லை.

அடுத்தடுத்த வருடங்களில், எம்.ஜி.ஆர். கலாமன்றத்தின் பாதிப் பொடியன்கள் இயக்கங்களுக்கும் பாதிப் பொடியன்கள் வெளிநாடுகளுக்கும் தெறிக்கத் தொடங்கினார்கள். வெளிநாடுகளுக்குப் போனவர்கள் சவூதி அரேபியா, ஐரோப்பா, கனடா என்று பல நாடுகளுக்கும் போனார்கள். ஆனால், இயக்கத்திற்குப் போன நாங்கள் அப்படியே 'செட்'டாக ஓர் இயக்கத்திற்குத்தான் போனோம். எங்கள் ஊரில் நாங்கள்தான் கடைசி எம்.ஜி.ஆர். ரசிகர்களாக இருந்தோம். இரண்டு வருடங்கள் கழித்து, நான் ஊருக்குத் திரும்பி வந்தபோது, எங்கள் ஊரில் டி. ராஜேந்தருக்கும் கராட்டி மணிக்கும்தான் அதிகமான ரசிகர்கள் இருந்தார்கள். அப்போது 'தங்கக் கோப்பை', 'அதிசயப் பிறவிகள்' போன்ற படங்களில் நடித்துக் கராட்டி மணி பிரபலமாகியிருந்தார். ஊருக்குள் தொலைக்காட்சியில் படம் போட்டு இந்த ரசிகர்கள் கூடியிருந்து பார்க்கும்போது, நாங்கள் அந்த இடத்தைச் சுற்றி வளைத்து, அவர்களைப் பிடித்து 'சென்றி' பார்க்கக் கூட்டிச் சென்றோம்.

எங்களுக்கு ஒரு காரியமாகத் தீவுப்பகுதியின் வரைபடம் தேவைப்பட்டது. அதை எங்கே எடுக்கலாம் என்பது எங்களுக்குத் தெரியவில்லை. ஒரு பொடியன் அது கிராமசபை அலுவலகத்தில் இருக்கலாம் என்றான். கிராமசபைக்குப் புதிய ஓவிசியர் வந்திருந்தார். அவர் வெளியூரிலிருந்து வேலைக்கு வந்து போய்க்கொண்டிருந்தார். நான் கிராமசபை அலுவலகத்திற்குச் சென்று, இன்ன இன்ன மாதிரி நான் இன்ன இயக்கம் என்று அறிமுகப்படுத்திக்கொண்டு, எங்களுக்குத் தீவுப்பகுதியின் வரைபடம் அவசரமாகத் தேவைப்படுகிறது என்றேன். ஓவிசியர் முதலில் முழித்தார். பின்பு மென்று விழுங்கி அங்கே வரைபடம் எதுவுமில்லை என்றார். அவரின் முகத்திலிருந்தே அங்கே வரைபடம் இருக்கிறது என்று நான் விளங்கிக்கொண்டேன்.

இரவு, நாங்கள் கிராமசபைக் கட்டடத்திற்குச் சென்றோம். கட்டடத்தின் வாசலில் இரவுக் காவலாளி பரிமளகாந்தன் தூங்கிக்கொண்டிருந்தார். அவரைத் தட்டியெழுப்பி, ஒரு பொடியன் கட்டடத்தின் சாவியைக் கேட்டான். பரிமளகாந்தன் கைகளைக் கட்டிக்கொண்டு உதட்டைக் கடித்து, தலையைச் சாய்த்துப் பார்த்தார். அது அச்சொட்டான எம்.ஜி.ஆர். பார்வை. நான் சிரித்துக்கொண்டே கையை நீட்டினேன். பரிமளகாந்தன் என்னை முறைத்துப் பார்த்துவிட்டு "நீ கொள்ளையடிக்கவும் தொடங்கிற்றியா?" என்று கேட்டார். நான் "அண்ணே, இது மலைக்கள்ளன் படம் மாதிரி" என்றேன். அரைமணிநேரம் பேசிய பின்பு அவர் சாவியைத் தந்தார். நான் கதவைத் திறந்து உள்ளே போனேன். உள்ளே அலமாரி பூட்டப்பட்டிருந்தது. பூட்டை உடைக்க வேண்டியிருந்தது. அங்கே தீவுப்பகுதியின் வரைபடம் இருந்தது.

1987 ஆம் ஆண்டு, நத்தாருக்கு முதல்நாள் எம்.ஜி.ஆர். இறந்துபோனார். எம்.ஜி.ஆர். இறந்த செய்தி வந்ததுமே பரிமளகாந்தன் தலையை மொட்டையடித்துக்கொண்டார். என்னைத் தெருவில் கண்டபோது, என்னிடம் "இப்பிடித் திடீரெண்டு போவார் எண்டு நான் எதிர்பார்க்கயில்ல" என்றார். மொட்டைத் தலையை மறைப்பதற்காகப் பரிமளகாந்தன் தொப்பியணியத் தொடங்கினார். அது எம்.ஜி.ஆர். அணியும் அதேபாணியிலான வெள்ளைத் தொப்பி. சில நாட்கள் கழித்து, அவர் கறுப்புக் கண்ணாடியும் அணியத் தொடங்கினார். இப்படித்தான் அவரை ஊருக்குள் 'எம்.ஜி.ஆர்.' என்று அழைக்கத் தொடங்கினார்கள். எங்கள் ஊரில் மலேரியாக் காய்ச்சலும் பட்டப் பெயரும் டக்கெனப் பரவும்.

நான் பிரான்சுக்கு வந்ததற்குப் பிறகும் பரிமளகாந்தனைப் பற்றி அவ்வப்போது கேள்விப்பட்டுக்கொண்டிருந்தேன். அவர் பென்ஷன் வாங்கி விட்டார் என்றும் இப்போதும் அதே அழுக்குத் தொப்பியுடனும்

கறுப்புக் கண்ணாடியுடனும்தான் திரிகிறார் என்றும் சொன்னார்கள். ஒரு வருடத்திற்கு முன்பு, பரிமளகாந்தன் தனது வீட்டில் தூக்கில் தொங்கித் தற்கொலை செய்துகொண்டார் என்ற செய்தி வந்தது. அந்தச் செய்தியைக் கதையோடு கதையாக எனக்குத் தொலைபேசியில் சொன்ன எனது அம்மா "எம்.ஜி.ஆர். தூங்கிச் செத்துப்போனான்" என்றுதான் சொன்னார். பரிமளகாந்தன் சாகும்போதும் தொப்பியும் கறுப்புக் கண்ணாடியும் அணிந்திருந்தாராம்.

3

டொனாஸ் தலையைக் கவிழ்ந்தவாறே தரையில் அமர்ந்திருந்தான். நியூட்டன் 'அடிக்கவோ' என்று என்னிடம் சைகையால் கேட்டான். நான் அவனைப் பொறுத்திருக்குமாறு சொல்லிவிட்டு, டொனாஸின் அருகில் சென்று, தரையில் உட்கார்ந்துகொண்டேன். "அது தற்கொலையில்லையா?" என்று டொனாஸிடம் கேட்டேன்.

டொனாஸ் தலையை நிமிர்த்தாமலேயே "இல்லை. நான்தான் கழுத்தை நெரிச்சுக் கொலை செய்துபோட்டு, எம்.ஜி.ஆரின்ர கழுத்தில கயிறுபோட்டு முகட்டில கட்டித் தூக்கினான்" என்றான்.

"ஏன் அப்பிடிச் செய்தனி?" என்று கேட்டேன்.

டொனாஸ் முகத்தை நிமிர்த்தாமலேயே "எம்.ஜி.ஆர். கொட்டிக்கு ஆதரவு" என்றான்

"என்ன கதை சொல்லுறாய்? தீவுப் பகுதி முழுக்க உங்கிட கட்டுப்பாடு. அங்க எங்க புலி வந்தது?" என்று நான் கேட்டேன்.

டொனாஸ் தலையை நிமிர்த்தி என்னைப் பார்த்தான். அவனின் உருண்டைக் கண்கள் விரிந்திருந்தன. அவன் ஓர் இரகசியத்தை வெளியிடும் தோரணையில் குரலைத் தாழ்த்தி "உங்களுக்குத் தெரியாது மாமா... எம்.ஜி.ஆர். கோடி கோடியாய் கொட்டிக்குக் காசு குடுத்தவர்" என்றான்.

நம்ப முடிகிறதா பௌசர்? அந்தக் கொலைக்கு அவன் சொல்லும் காரணத்தை உங்களால் நம்ப முடிகிறதா? டொனாஸை, நியூட்டனின் பொறுப்பிலேயே விட்டுவிட்டு, நானும் திரவியமும் அங்கிருந்து புறப்பட்டோம். நாங்கள் வெளியே வந்தபோது, என் பின்னாலேயே வந்த நியூட்டன் "மாமா அவனை என்ன செய்யிறது?" என்று கேட்டான். "அவன் இரவுக்கு இஞ்சயே இருக்கட்டும்... நான் விடியப் போன் செய்யிறன்" என்று சொல்லிவிட்டு வந்தேன்.

காலையில் ஒன்பது மணிக்கு, நான் போன் செய்தபோது, நியூட்டனின் வீட்டில் யூட்டைத் தவிர மற்ற எல்லோரும் வேலைக்குப் போயிருந்தார்கள். யூட்டும் வேலைக்குப் போகும் அவசரத்திலிருந்தான். "டொனாஸ் எங்கே?" என்று கேட்டேன். "அவனைப் பார்க்கப் பாவமாயிருந்தது, அவனை விடியப்புறமே விட்டுட்டம்" என்றான் யூட்.

இது நடந்து நான்கு நாட்களுக்குப் பிறகு, நான் டொனாஸை லா சப்பல் தெருவில் கண்டேன். என்னைக் கண்டதும் டொனாஸ் ஓடிவந்து என் பக்கத்தில் நின்றான். "எப்பிடியிருக்கிறாய்?" என்று கேட்டேன் "நல்ல சுகம் மாமா" என்றவன் கொஞ்சம் நிறுத்தி "அண்டைக்கு நீங்கள் போன பிறகும் யூட் மச்சான் எனக்கு அடிச்சவர்" என்றான். தலையசைத்து விட்டு நான் அங்கிருந்து நடக்க முயன்றபோது, டொனாஸ் என்னை "மாமா..." என்று மெதுவாகக் கூப்பிட்டான். நான் நின்றேன். டொனாஸ் என் கண்களைப் பார்த்தவாறே "மாமா... நான் இப்ப ரெண்டு மூண்டு எம்.ஜி.ஆரின்ர படம் பார்த்தனான். எம்.ஜி.ஆர். உண்மையிலேயே நல்ல ஆள்" என்றான். எனக்கு அப்போது ஏற்பட்ட உணர்வுக்கு என்ன பெயர் என்று தெரியவில்லை. அந்தரம் என்பதுகூட எனது உணர்வை விளக்கப் போதுமான சொல்லல்ல. நான் "எம்.ஜி.ஆரும் புண்டையும்" என்று சொல்லிவிட்டு அங்கிருந்து நடந்தேன்.

☐ எதுவரை - 2009

F இயக்கம்

நான் இந்தக் கதைக்கு முதலில் 'X இயக்கம்' என்றுதான் பெயரிட்டிருந்தேன். இந்தக் கதை இரண்டு முன்னாள் தமிழீழ விடுதலைப் போராளிகளைப் பற்றியது. இவர்கள் இருவருமே பல வருடங்களுக்கு முன்பே அரசியல் அகதிகளாக அய்ரோப்பாவுக்குப் புலம் பெயர்ந்தவர்கள். இவர்கள் இருவரும் எந்த இயக்கத்தைச் சேர்ந்தவர்கள், இருவரும் ஒரே இயக்கத்தைச் சேர்ந்தவர்களா அல்லது வெவ்வேறு இயக்கங்களைச் சேர்ந்தவர்களா என்பது போன்ற எந்த விவரங்களும் எனக்குத் தெரியாது. கதையின் எந்த இடத்திலும், இவர்கள் எந்த இயக்கங்களைச் சேர்ந்தவர்கள் என வாசகர்கள் ஊகம் செய்யப் பிடிகொடுக்காதவாறு கதையை நகர்த்திச் செல்வதும், அதைக் கதை முடிந்த பின்பும் காப்பாற்றுவதும் இந்தக் கதையைப் பொறுத்தவரையில் முக்கியமான உத்திகள். எனவே அறியப்படாத ஒன்றைக் குறிப்பதற்கு X என்ற குறியீட்டை உபயோகிக்கும் மரபையொட்டி, கதைக்கு 'X இயக்கம்' எனப் பெயரிட்டிருந்தேன்.

கதையின் தலைப்பைக் கேட்ட மாத்திரத்திலேயே "இந்தக் கதை 'செம்படை' இயக்கம் குறித்த கதையா?" என நண்பரொருவர் கேட்கவும் நான் ஏங்கிப் போனேன். 1985 வரை 'செம்படை' என்றொரு தமிழீழப் போராட்ட இயக்கமும் இயங்கி வந்தது என்பது நீண்ட வருடங்களுக்குப் பிறகு எனக்கு அப்போதுதான் ஞாபகத்திற்கு வந்தது. நண்பர் ஈழப் போராட்ட வரலாற்றைக் கரைத்துக் குடித்தவர். ஒன்றிரண்டு போரியல் ஆய்வுக் கட்டுரைகளையும் எழுதியவர். நான் குழப்பத்துடன் "கதையைக் கூடப் படிக்காமல் செம்படை இயக்கம் குறித்த கதையென எப்படிச் சொல்கிறீர்கள்?" என்று அவரிடம் கேட்டேன். அதற்கு அவர் "அந்த இயக்கத்தின் தலைவரின் பெயர் சேவியர், எனவே X என்பது ஆங்கிலத்தில் அவரது பெயரின் முதலெழுத்தைக் குறிக்கிறது" என்றார்.

இப்படிக் கூட ஊகிக்க முடியுமா என எனக்கு வியப்பாக இருந்தது. X என்பது கணிதம் முதற்கொண்டு போர்னோ படங்கள் வரை நாம் சர்வ சாதாரணமாக உபயோகித்து வந்த ஒரு குறியீடு என்பதையும் முந்திக்கொண்டு X என்பது ஒரு இயக்கத் தலைவரின் முதலெழுத்தாக விளங்கிக்கொள்ளப்பட்டதை என்னால் உடனே விளங்கிக்கொள்ளவே முடியவில்லை. நிதானமாக யோசித்துப் பார்த்ததில், கடந்த

இருபத்தைந்து வருடங்களில் இப்படியான இசகுபிசகுகள் ஏராளமாக நிகழ்ந்திருக்கின்றன என்பது பிடிபட்டது. முன்பெல்லாம் சக்கை என்றால் மிச்சம் அல்லது திறமையற்றது எனப் பொருள். இப்போது சக்கையென்றால் மிச்சம் மீதி வைக்காமல் அழிக்கக் கூடிய வீரியமான வெடிமருந்து எனப் பொருள். முன்பெல்லாம் பொட்டு வைப்பதென்றால் மங்கலம் என்று பொருள். இப்போது பொட்டு வைப்பதென்றால் தாலியறுப்பது என்று பொருள். 'கொல்வது' என்ற வினைச்சொல்லுக்கு மட்டுமே 'டம் பண்ணுதல்', 'மண்டையில் போடுதல்', 'தட்டுதல்', 'தாட்டல்' என்று பல்வேறு இயக்க வழக்குகள் புழக்கத்திலிருக்கின்றன.

எந்த வகையிலும், கதையில் குறிப்பிடப்படும் இருவரும் எந்த இயக்கங்களைச் சேர்ந்தவர்கள் என வாசகர்கள் ஊகிக்க இடம் கொடுக்கக் கூடாது என்பதில் நான் கவனமாக இருந்ததால், X என்ற எழுத்துக்குப் பதிலாக வேறெந்த எழுத்தைக் கதையின் தலைப்புக்குத் தெரிவு செய்யலாம் என நான் யோசித்த போதுதான், அப்படியொரு எழுத்தைக் கண்டுபிடிப்பது அவ்வளவு சுலபமான காரியமல்ல என்பது எனக்கு உறைத்தது. ஏனெனில், ஆங்கிலத்தில் இருபத்தாறு எழுத்துகள் மாத்திரமே உள்ளன. ஆனால், நம்மிடையே முப்பத்தியேழு இயக்கங்களும் எண்ணற்ற தலைவர்களுமிருந்தார்கள். நான் A என்ற எழுத்திலிருந்து ஆரம்பித்தேன்:

A - அருளர்

B - பாலகுமார்

C - சந்திரஹாஸன்

D - டக்ளஸ் தேவானந்தா

E - ஈ.பி.ஆர்.எல்.எப், ஈ.என்.டி.எல்.எப் மற்றும் பல

F - ...

G - ஞானசேகரன் என்ற பரந்தன் ராஜன்

H - ஹென்ஸி மோகன்

I - இன்பம்

J - ஜெகன்

K - கருணா

L - எல்.ரி.ரி.ஈ.

M - முகுந்தன்

N - என்.எல்.எப்.ரி

O - ஒபராய் தேவன்

என்று தொடர்ந்த பட்டியலில் F என்ற எழுத்து மட்டுமே கேட்பாரற்றுக் கிடந்தது. எனவே, நான் அந்த எழுத்தைக் கைப்பற்றிக்கொண்டேன். எங்கே இனி முடிந்தால் ஊகித்துப் பாருங்கள் பார்ப்போம்.

பாரிஸ் விமான நிலையத்திலிருந்து புறப்பட்ட 'லுப்தான்ஸா' விமானத்தில் இவன் பயணம் போனான். பிராங்ஃபோர்ட் விமான நிலையத்தில் மறு விமானம் பிடித்து இவன் கொழும்புக்குப் போவான். பிராங்ஃபோர்ட் விமான நிலையத்தில் சோதனைகளை முடித்துக்கொண்டு, கொழும்பு செல்லவிருக்கும் விமானத்தில் ஏறி உட்கார்ந்தான். பக்கத்து இருக்கை வெறுமையாயிருந்தது. அந்த இருக்கையில் அழகிய ஜெர்மனியப் பெண்ணொருத்தி வந்து உட்காரக் கூடுமென இவனது உள்ளுணர்வு சொல்லிற்று. ஆனால், இவனது உள்ளுணர்வு ஒருபோதுமே பலித்ததில்லை என்பதே வரலாறு.

மாதத்திற்கு ஒரு தடவையாவது இவனது உள்ளுணர்வு அப்பா இன்றோ நாளையோ இறந்துவிடுவார் என்றே இவனுக்குச் சொல்லி வந்தது. ஆனால், அப்பா இன்னமும் உயிரோடு நோயும் பாயுமாகத்தான் இருக்கிறார். அதிகாலையில் தொலைபேசி அழைக்கும்போதெல்லாம், இவன் அப்பாவின் சாவுச் செய்தியை எதிர்பார்த்தே தொலைபேசியை எடுப்பான். யாழ்ப்பாணத்திற்குப் போய் அப்பாவைப் பார்த்துவிட்டு ஈ.ரலாமா என்று பல காலமாகவே மண்டையைப் போட்டுக் குழப்பியவன் இவன். அப்பாவின் மரணச் செய்தி வந்தால், இந்தத் தொடர் துயரிலிருந்து விடுபடலாமே என்றுகூட இவன் நினைத்ததுண்டு. அப்படி நினைத்தற்காக, ஒருமுறை இரவில் தண்ணியைப் போட்டுவிட்டு, இவன் தன் முகத்தில் தானே ஓங்கி ஓங்கி அறைந்துகொண்டான்.

இவனது நண்பர்களின் உறவினர்கள் கொழும்புக்கோ வவுனியாவுக்கோ வந்து தீபாவளி, வருடப் பிறப்பு என்றும் கலியாணம், படிப்பு என்றும் காசு கேட்பதும், நண்பர்கள் அனுப்புவதும் வழமை. ஆனால், இவனின் சின்னக்காவும் பெரியக்காவும் அத்தான்மாரும் அப்படி இவனிடம் காசு கேட்பதில்லை. அவர்கள் எப்போதுமே அப்பாவுக்கு நோய் கடுமையாகிவிட்டது, சிகிச்சைக்காகக் கொழும்புக்கு அழைத்துப் போகப் போகிறோம், கண்டிக்குக் கூட்டிப் போகப் போகிறோம் என்று சொல்லியே காசு கேட்பார்கள். ஆனால், அவர்கள் அப்பாவைப் பாயிலிருந்து எங்குமே நகர்த்தியதாகத் தெரியவில்லை. சின்னக்காவும் பெரியக்காவும் ஒருவருக்குத் தெரியாமல் ஒருவர் காசு கேட்டார்கள். ஒருவரையொருவர் குற்றம் சொன்னார்கள். அப்பாவைச் சிகிச்சைக்கு அழைத்துச் செல்லாததற்குப் புதுப் புதுச் சாட்டுக்களைச் சொன்னார்கள். குறிப்பாக, இவன் இதைப் பற்றிப் பெரியத்தானிடம் கேட்டபோதெல்லாம், அப்பாவை அழைத்துப் போக முடியாதற்கான

காரணங்களை அத்தான் அரசியல் ரீதியாகத்தான் விளக்கினார். அவர் சந்திரிகா பண்டாரநாயக்காவின் செத்துப்போன புருசனையும் ரணில் விக்கிரமசிங்கவின் தாயையும் மஹிந்த ராஜபக்சவின் பெண்சாதியையும் தூசணத்தால் ஏசினார். உனது அப்பா எப்போதில் இருந்து நோய்ப் படுக்கையிலிருக்கிறார் என யாராவது கேட்கும்போதெல்லாம் 'சந்திரிகாவின் காலத்திலிருந்தே படுக்கையிலிருக்கிறார்' என்று சொல்லலாமா என்றுகூட இவன் யோசிப்பான். சோமாலியாக் கடற்கொள்ளையர்களிடம் சிக்கிய கப்பல் போல, அப்பா பணயக் கைதியாக அக்காமாரிடம் இருப்பது போலத்தான் இவனுக்குப்பட்டது. அப்பாவுக்குச் சாகிற வயதுதான். ஆனால், இவர்கள் அப்பாவைச் சாக விடமாட்டார்கள். பணப் பொருளைத் தொலைப்பதற்குக் கடத்தல்காரர்கள் விரும்புவதில்லை.

தான் இப்படியெல்லாம் யோசிப்பதற்குத் தன்னிடம் சகோதர பாசம், தந்தைப் பாசம் எல்லாமே அற்றுப் போய்விட்டதுதான் காரணமோ என்று இவன் யோசித்தான். தீர யோசித்துப் பார்த்தத்தில், அப்பா, அக்கா என்றல்ல, எவர்மீதும் தனக்கு உண்மையான அன்பு கிடையாதென்றும் தன்மேலும் எவருக்கும் அன்பு கிடையாதென்றும் நிர்ப்பந்தங்களால் மட்டுமே அன்பு செலுத்துவதாக நடிக்க வேண்டியிருப்பதாகவும் இவன் நினைத்தான். 'உறவுகள் எல்லாமே காசுக்காக' என்ற பிரபலமான புலம் பெயர் பழமொழியை எல்லோரைப் போலவே இவனும் அடிக்கடி முணுமுணுத்தான். 'வணக்கம்' என்ற வார்த்தையைப் போலவே 'விசா' என்ற வார்த்தையைப் போலவே இந்தப் பழமொழியும் புகலிடத்தில் சர்வசாதாரணமாகப் புழக்கத்திலிருந்தது.

ஆனால், சென்ற கிழமை அக்கா தொலைபேசியில் அழைத்து, அப்பா இந்தமுறை தப்பமாட்டார் என்றும் அப்பா திடீர் திடீரெனக் கண் விழித்து இவன் வந்துவிட்டானா என்று கேட்டுக்கொண்டிருப்பதாகவும் சொன்னபோது, அப்பாவைக் கடைசியாக ஒருதடவை பார்த்துவிட வேண்டுமென இவன் முடிவெடுத்தான். அம்மா இறந்தபோது, இவன் பிரான்ஸுக்கு வந்து மூன்று வருடங்களே ஆகியிருந்தன. அம்மாவின் பிரேதம் கொள்ளி போடப் பிள்ளையில்லாமலேயே எரிந்தது. தனக்கும் அப்படியொரு நிலை ஏற்படக் கூடாது என அப்பா அழுதாராம். யாழ்ப்பாணம் போக முடிவெடுத்த கணத்திலேயே இவனின் மனம் கிளர்ச்சியடையத் தொடங்கிறது. இவனின் கிராமமும் உறவுகளும் நட்புகளும் வரிசையாக மூளைக்குள் படமாக ஆடின. அப்பாவின் இறுதிச் சடங்கில் தான் வேட்டி உடுத்துக்கொண்டு கொள்ளியிடும் சித்திரம் இவனின் மனதில் தோன்றியபோது, இவனுக்குக் குறுகுறுப்பாக இருந்தது. விமானத்தின் இருக்கைப் பட்டியை மாட்டிக் கொள்ளும்போது,

இவன் கொழும்பில் இறங்குகையில் அப்பாவின் மரணச் செய்தி இவனுக்காகக் காத்திருக்கும் என இவனது உள்ளுணர்வு சொல்லிற்று.

விமானம் புறப்படவிருக்கும் தருணத்தில், இவன் வயதேயுள்ள கரிய, தடித்த உருவமுடைய ஒரு மனிதன் இவனின் பக்கத்து இருக்கையை நோக்கிப் பதற்றத்துடன் வந்தான். வந்தவன் இவனைப் பார்த்து ஒரு புன்னகை கூடச் செய்யாமல், இவனையும் இருக்கையையும் மாறி மாறிப் பார்த்தான். வேறு வழி இல்லாதவன் போல முகத்தை இறுக்கமாக வைத்துக்கொண்டு இருக்கையில் தன் பருத்த உடலைச் சாய்த்தான். தனது கால்களுக்கு இடையே தனது கையிலிருந்த தோற்பையை வைத்துக்கொண்டான். இருக்கைப் பட்டியைச் சிரமப்பட்டுப் போட்டுக்கொண்டு, கையிலிருந்த ஜெர்மனிய மொழிப் பத்திரிகையொன்றை அந்த மனிதன் வாசிக்கத் தொடங்கினான். இவன் கடைக்கண்ணால் அந்த மனிதனின் கால்களுக்குக் கீழே வைக்கப்பட்டிருந்த கைப்பையில் தொங்கவிடப்பட்டிருந்த முகவரிச் சீட்டைச் சிரமப்பட்டுப் படித்தான். அதில் 'அருமைநாயகம் தெய்வேந்திரன் - டோர்ட்முண்ட் - ஜெர்மனி' என எழுதப்பட்டிருந்தது.

விமானம் புறப்பட்டதிலிருந்து அடுத்த அரைமணி நேரத்திற்கு இவன் ஜன்னலால் வெளியே பார்த்தும், கைகளைக் கோர்த்தும், பிரித்தும், கால்களை ஆட்டியும் சேட்டைகள் செய்துகொண்டிருந்தான். அருகிலிருப்பவனுடன் இனியும் பேசாமல் இருக்க முடியாது எனத் தோன்றியது. கடைக்கண்ணால் அருகிலிருந்தவனைக் கவனித்தான். அவனும் முகத்தைத் திருப்பாமலேயே தன்னைக் கவனித்துக்கொண்டிருப்பது போல இவனுக்குப் பட்டது. அருகிலிருந்தவனுடன் பேசுவதற்கான வார்த்தைகள் இவனின் வாய்க்குள் முட்டிப் போயிருந்தன. பேச்சை எப்படி ஆரம்பிப்பது என இவன் மனதிற்குள் ஒரு சிறிய ஒத்திகை பார்த்துக்கொண்டு முகத்தைத் திருப்பியபோது, அருகிலிருந்தவன் இவனிடம் பேசத் தொடங்கினான். ஒரு முட்டாள்தனமான கேள்வியுடன் அந்த உரையாடல் ஆரம்பித்தது.

"நீங்கள் தமிழா?"

கொழும்புக்குப் போய், அங்கிருந்து யாழ்ப்பாணத்திற்குப் போகப் போவதாகவும் தனது தகப்பனார் மரணப் படுக்கையில் கிடக்கிறார் எனவும் இவன் சொன்னான். அதைத்தான் மற்றவனும் சொன்னான். அவனின் தாயார் வாய்ப் புற்றுநோயால் யாழ்ப்பாணக் கிராமமொன்றில் மரணப் படுக்கையில் கிடக்கிறாராம். அவன் இவனிடம் கல்யாணம் செய்துவிட்டீர்களா எனக் கேட்டபோது 'ஓம்' என்று இவன் பொய் சொன்னான். அவன் ஜெர்மனியில் ஓர் அச்சகசாலையில் வேலை செய்வதாகவும் தனக்கு மூன்று குழந்தைகள் என்றும் சொன்னான்.

இவன் பாரிஸில் ஒரு சுப்பர் மார்க்கெட்டில் வேலை செய்வதாகவும் பிரான்ஸுக்குப் போய் இருபது வருடங்கள் ஆகின்றன எனவும் சொன்னான். அவன் தானும் ஜெர்மனிக்கு வந்து இருபது வருடங்கள் ஆகின்றன என்றான். இருவருமே வந்ததற்கு முதல் முறையாக இப்போதுதான் இலங்கைக்குப் போகிறார்களாம். இவன் தனது பெயர் சந்திரன் என்று சொன்னான். அவன் தன்னுடைய பெயர் மாறன் என்றான்.

அவனுடைய பெயர் அருமைநாயகம் தெய்வேந்திரன் என்று இவன் ஏற்கனவே அவனுடைய கைப்பையிலுள்ள முகவரிச் சீட்டிலிருந்து தெரிந்து வைத்திருந்தான். மாறன் என்பது அவனின் வீட்டுப் பெயராக இருக்கலாம் என இவன் நினைத்துக்கொண்டான். பேசிக்கொண்டிருந்த போதுதான், அவனை ஏற்கனவே எங்கேயோ பார்த்திருப்பதாக இவனுக்குத் தோன்றியது. இவனின் வாய் பேசிக்கொண்டிருந்தாலும், கண்கள் மாறனின் கண்களையே ஊடுருவிக்கொண்டிருந்தன. திடீரென இவனது தேகம் குளிர்ந்து போயிற்று. தன்னோடு இப்போது பேசிக்கொண்டிருக்கும் மாறனை, தான் எங்கேயோ பார்த்திருப்பதாகவும் அப்போது மாறனின் கையில் துப்பாக்கியிருந்ததாகவும் இவனுக்குள் ஒரு சித்திரம் உருவாகியது. அந்தச் சித்திரம் புகையால் தீட்டப்பட்டிருந்தது. அருகிலிருப்பவன் இயக்ககாரன் என இவனது உள்ளுணர்வு எச்சரித்தது. பேச்சை நிறுத்திவிட்டு இவன் ஜன்னல் பக்கம் திரும்புவதும், அருகிலிருந்தவன் அதற்காகவே காத்திருந்தவன் போல் கண்களை மூடிக்கொண்டு இருக்கையில் சாய்வதும் ஒரே கணத்தில் நிகழ்ந்தன. மாறனை எங்கே பார்த்திருக்கிறேன் என்று மண்டையைப் போட்டு இவன் உடைத்துக்கொண்டான்.

1984 மார்ச்

யாழ்ப்பாணம் புத்தவிகாரைக்கு அருகே இராணுவத்தினர் மீது நடந்த கண்ணிவெடித் தாக்குதலைத் தொடர்ந்து கோட்டையிலிருந்து நகரத்திற்குள் நுழைந்த இராணுவத்தினர் பெரியகடைப் பகுதியைக் கொளுத்தினர். அவர்களின் கைகளிலிருந்த துப்பாக்கிகள் இலக்குகள் இல்லாமல் சுட்டுத் தள்ளின. ஒரு மணிநேர வெறியாட்டத்திற்குப் பின்பு இராணுவத்தினர் நகரத்தை விட்டு வெளியேறியதும், இயக்கங்கள் நகரத்திற்குள் நுழைந்தன.

படுகாயப்பட்டுக் கிடந்தவர்களையும் தெருவிலும் கடைகளுக்குள்ளும் கிடந்த பிணங்களையும் இயக்கப் பொடியன்கள் பெரியாஸ்பத்திரிக்கு எடுத்துச் சென்றார்கள். அதைச் செய்வதற்காக வீதியில் நின்றிருந்த வாகனங்கள் இயக்கங்களால் எடுத்துக்கொள்ளப்பட்டன அல்லது கடத்தப்பட்டன. நாவற்குழி இராணுவ முகாமிலிருந்து

இராணுவத்தினர் நடைபவனியாகப் புறப்பட்டு விட்டார்கள் என்ற செய்தி கிடைத்தபோது, இயக்கப் பொடியன்கள் துவக்குகளோடு சைக்கிள்களிலும் மோட்டர் சைக்கிள்களிலும் நாவற்குழியை நோக்கிப் பறந்தார்கள். காயப்பட்டவர்களுக்கு இரத்தம் வழங்குவதற்காக இயக்கப் பொடியன்கள் சிலர் பெரியாஸ்பத்திரியில் காத்திருந்தார்கள். அவர்களுக்கும் அவசரம். இரத்தம் கொடுத்துவிட்டு நாவற்குழிக்குப் போக அவர்கள் துடித்துக்கொண்டிருந்தார்கள். வெளியே வந்த பெரிய டொக்டர் துவக்குகளை வெளியே வைத்துவிட்டு இரத்தம் வழங்க உள்ளே வருமாறு பொடியன்களை அழைத்தார்.

அவிழ்த்து வைத்த இருக்கைப் பட்டிகளை மறுபடியும் அணியுமாறு விமானத்தில் சொன்னார்கள். விமானம் மேலேயும் கீழேயும் உலாஞ்சியது. இவன் முன்னாலிருந்த திரையில் பார்த்தபோது, விமானம் பல்கேரியாவுக்கு மேலாகப் பறந்துகொண்டிருந்தது. இவன் தலையை மெதுவாகத் திருப்பி அருகிலிருந்தவனைக் கவனித்தான். அவன் பத்திரிகை படித்துக்கொண்டிருந்தான். அந்தக் கண்களும் மூக்கும் தடித்த உதடுகளும் மறக்க முடியாதவை. ஆனால், அவற்றை எங்கே பார்த்தான் என்பதுதான் இவனின் ஞாபகத்திற்கு வரவில்லை. ஆனால், துப்பாக்கியுடன்தான் பார்த்திருக்கிறான்.

1985 ஜூலை

பூட்டானில் நடந்துகொண்டிருந்த சமாதானப் பேச்சுவார்த்தைகள் ஈழத் தமிழர்களுக்கான தீர்வாகாது என எல்லா இயக்கங்களுமாகச் சேர்ந்து ஒரு மாபெரும் கண்டனப் பேரணியை மருதனாமடத்திலிருந்து யாழ் பல்கலைக்கழகத்தை நோக்கி நடத்தினார்கள். மாணவர்கள் முதலிலும், பொதுமக்கள் அடுத்ததாகவும், வாகனங்கள் கடைசியாகவும் சென்ற அந்தப் பேரணியின் இரு புறங்களிலும் இயக்கப் பொடியன்கள் பேரணியைக் கட்டுப்பாடாக நடத்திச் சென்றுகொண்டிருந்தார்கள். எல்லா இயக்கங்களும் பேரணி வேலைகளைத் தங்களுக்குள் பகிர்ந்துகொண்டிருந்தன. பேரணியின் முழக்கங்கள் ஒரே குரலில் ஒலித்தன.

"வேண்டாம் வேண்டாம் பேச்சு தமிழீழமே இறுதி மூச்சு!"

"பூட்டான் என்ன பாட்டன் வீடா!"

"திம்பு நாடகத்தை நம்பவே மாட்டோம்!"

"கொள்கைகளை விற்றிட மாட்டோம், தோழர்களின் கல்லறைகளை ஏமாற்ற மாட்டோம்!"

பேரணி பல்கலைக்கழகத்திற்குள் நுழைந்து மைதானத்தில் அமர்ந்ததும், முதலில் அங்கே 'மண் சுமந்த மேனியர்' நாடகம் நடத்திக் காட்டப்பட்டது. இறுதியில் நடைபெற்ற பொதுக்கூட்டத்தில் எல்லா இயக்கங்களைச் சேர்ந்தவர்களும் பேசினார்கள். இயக்கங்களின் இரண்டாம் கட்டத் தலைவர்கள் அங்கே பேசியதால், மேடையைச் சுற்றி அவர்களது மெய்க்காப்பாளர்கள் துப்பாக்கிகளுடன் நின்றிருந்தார்கள்.

விமானப் பணிப்பெண் தேநீருடன் வந்தபோது, பக்கத்திலிருந்தவன் அவளிடம் தேநீர்க் கோப்பையை வாங்கி இவனிடம் கொடுத்தான். இவன் அவனைப் பார்த்து நன்றியுடன் புன்னகைத்தான். அவனும் பதிலுக்குப் பற்கள் தெரியப் புன்னகைத்தான். நிச்சயமாக இந்தச் சிரிப்பை இவன் முன்பே எங்கோ பார்த்திருக்கிறான். அதுவும் துப்பாக்கியும் சிரிப்புமாகப் பார்த்திருக்கிறான்.

1986 ஏப்ரல்

காரைநகர் கடற்படைத் தளத்திலிருந்து இரவோடு இரவாக முன்னேறிய கடற்படையினர் ஊராத்துறை அந்தோனியார் கல்லூரியில் முகாமிட்டனர். விடிந்ததும் விடியாததுமாக இயக்கம் அந்தோனியார் கல்லூரியைச் சுற்றி வளைத்தது. உள்ளே இருநூறுக்கும் மேற்பட்ட படையினர் இருந்தனர். வெளியே வெறும் இருபது பொடியன்கள் வளைத்து நின்றனர். அப்போது, பொடியன்களிடம் பெரிதாக ஆயுதங்களும் கிடையாது. ஒரு M16, இரண்டு G3, ஆறு AK 47, நான்கு SMG, ஒரு ரிப்பீட்டர், கொஞ்சம் கைக்குண்டுகள் மட்டுமே வளைத்து நின்ற பொடியன்களிடமிருந்தன. கடற்படையோ ஆட்டிலரி, ஆர்.பி.ஜி. லெவலில் இருந்தது. கல்லூரியைச் சுற்றி ஒரு ஹெலிகொப்டர் பறந்துகொண்டேயிருந்தது.

ஏழு மணியளவில், பொடியன்கள் தாக்குதலைத் தொடக்கினார்கள். அவர்கள் இருபது பேரும் கல்லூரியின் மதில்களுக்குப் பின்னாகவும், சடைத்திருந்த மரங்களின் மீதும் பதுங்கியிருந்தார்கள். முகாமிட்டு இருந்தவர்களை அச்சுறுத்திப் பின்வாங்க வைப்பதே பொடியன்களின் நோக்கமாக இருந்தது. மரங்களிலிருந்தவர்கள் உள்ளே குறிபார்த்துச் சுட்டுக்கொண்டிருந்தார்கள். மதிலுக்குப் பின்னால் பதுங்கியிருந்த பொடியன்கள் திடீர் திடீரென வெவ்வேறு புள்ளிகளிலிருந்து எழுந்து நின்று சுட்டார்கள். கைக்குண்டுகளை வீசினார்கள். ஹெலிகொப்டர் வாணவேடிக்கையைத் தொடங்கியது. ஹெலிகொப்டரை நோக்கியும் சூடுகள் பறந்தன. உள்ளேயிருந்த கடற்படையினர் இடையறாமல் எல்லாப் பக்கமும் சுட்டுக்கொண்டிருந்தார்கள். ஒரு பொடியன் — அவனுக்குப் பதினேழு வயதிருக்கும் — மதிலுக்கு மேலாக

எஸ்.எம்.ஜியுடன் எழுந்தபோது, கடற்படையினரிடமிருந்து வந்த 'லோ' தாக்குதலால் அவனின் தலை சிதறியது.

எட்டு மணியளவில், அந்தோனியார் கல்லூரிக்குச் சற்றுத் தூரமாக இருந்த வெட்ட வெளிக்குள் ஹெலிகொப்டர்கள் சிறப்புக் கொமாண்டோ அணிகளை இறக்கிவிட்டன. கொமாண்டோ அணிகள் அசுர வேகத்தில் அந்தோனியார் கல்லூரியை நோக்கி முன்னேறிக்கொண்டிருந்தன. அது பொடியன்களுக்குச் சிக்கலாகிவிட்டது. அவர்களுக்கு முன்னே கடற்படையினர், பின்னே கொமாண்டோப் படையினர். இப்போது பொடியன்கள் முற்றுகைக்குள் சிக்கிவிட்டார்கள். பொடியன்களுக்குப் பின்வாங்கிச் செல்வதற்கு இப்போதும் வாய்ப்புகள் இருப்பினும், அவர்கள் அதை விரும்பியதாகத் தெரியவில்லை. அடிபட்டுச் சாவது என்று முடிவெடுத்துபோல, அவர்கள் இரு அணிகளாகப் பிரிந்து இரண்டு பக்கமும் சுட்டுக்கொண்டிருந்தார்கள்.

முற்றுகை வளையம் இறுகி, பொடியன்களால் இனித் தப்ப முடியாது என்ற நிலை வந்தபோது, மெலிஞ்சிமுனைக்குள்ளால் வந்த இன்னொரு இயக்கம் கொமாண்டோப் படையினரைப் பின்னாலிருந்து தாக்கியது. அந்த இயக்கத்திடம் சொந்தத் தயாரிப்பான '2 இஞ்' மோட்டர்கள் இருந்தன. மோட்டர் தாக்குதலில் கொமாண்டோப் படை கதிகலங்கிவிட்டது. கொமாண்டோப் படையினர் திசைமாறித் தம்பாட்டிக் கடற்கரைப் பக்கமாகப் பின்வாங்கத் தொடங்கினார்கள். அந்த இயக்கம் மோட்டர்களுடன் அந்தோனியார் கல்லூரியை நெருங்கியது. அந்த இயக்கம் வந்தாலே குறைந்தது அய்ம்பது பேருடன்தான் தாக்குதலுக்கு வருவார்கள். பயிற்சி பெற்ற போராளிகள்தான் தாக்குதலுக்கு வருவார்கள் என்று சொல்ல முடியாது. அவர்கள் ஊர்ச் சனங்களையும் திரட்டிக்கொண்டு, துப்பாக்கிகள் போதாவிட்டாலும் கத்திகள், பொல்லுகளோடு களத்திற்கு வருவார்கள்.

கிழக்குப் பக்கத்தை மட்டும் படையினர் பின்வாங்கிச் செல்வதற்காகத் திறந்துவிட்டு, மற்றைய மூன்று பக்கங்களிலும் இரண்டு இயக்கங்களும் வளைத்து நின்றன. பத்து மணியளவில் வேறு இயக்கங்களும் கையில் கிடைத்த ஆயுதங்களுடன் களத்திற்கு வந்துவிட்டார்கள். ஒரு இயக்கத்திடம் ரவைகள் தீர்ந்துவிட்டால், மற்றைய இயக்கம் தன்னிடமுள்ள ரவைகளைக் கொடுத்தது. காயப்பட்ட பொடியன்களை ஒரே வாகனத்தில் எடுத்துச் சென்றார்கள். மாலை அய்ந்து மணியளவில் கடற்படையினர் பின்வாங்கத் தொடங்கினார்கள். இயக்கங்கள் படையினரை கடற்கரை வரை

துரத்திச் சென்றன. அடுத்தநாள் ஒரு இயக்கம் 'தோளோடு தோள்நின்ற சக தோழர்களுக்கு நன்றி' எனத் துண்டுப்பிரசுரம் கூட வெளியிட்டது.

விமானம் தரையிறங்குவதற்குத் தயாராவதாக அறிவிக்கப்பட்டது. இவன் தனது மூளையின் எல்லா நரம்புகளையும் வதைத்துப் பார்த்துவிட்டான். அருகிலிருப்பவனை எங்கே பார்த்தோம் என்பது இவனுக்குப் பிடிபடமாட்டேன் என்கிறது. கண்களை உருட்டி உதடுகளைத் திரும்பத் திரும்பப் பற்களால் கடித்துக்கொண்டிருந்தான். விமானத்தை விட்டு இறங்கியதுமே அவனின் கண்களில் படாமல் தன்வழியே சென்றுவிட வேண்டும் என இவன் முடிவு செய்தான். அப்போது அருகிலிருந்தவன் "கொழும்பில் எங்கே தங்கப் போகிறீர்கள்?" என்று இவனிடம் கேட்டான். திடுக்கிட்டுப்போன இவன் கொஞ்சம் யோசித்துவிட்டு "நான் கொழும்பில் தங்கப் போவதில்லை... காலையிலேயே யாழ்ப்பாணம் செல்வதற்கு விமானச் சீட்டு வாங்கியிருக்கிறேன்" என்று பதில் சொன்னான். அவ்வளவும் பொய். இவன் கொழும்பில் இறங்கும்போது, அக்கா விமான நிலையத்தில் காத்திருப்பார். எப்போது யாழ்ப்பாணம் போவது, எப்படிப் போவது என்பதையெல்லாம் அக்காவிடம் கலந்து பேசித்தான் முடிவு செய்ய வேண்டும். அருகிலிருந்தவன் ஆச்சரியப்படுவது போல் கண்களை மலர்த்தி "நானும் காலை விமானத்தில்தான் யாழ்ப்பாணம் வருகிறேன்" என்றான். அதைக் கேட்டதும் இவனும் ஆச்சரியப்படுவது போலவும் மகிழ்ச்சியடைவது போலவும் கண்களை மலர்த்தினான். ஆனால், இவனுக்கு உள்ளுக்குள் எரிந்துகொண்டிருந்தது. அருகிலிருக்கும் தடியனின் கையில் மட்டும் இப்போது ஒரு துப்பாக்கி இருந்தால், அவனைத் தன்னால் உடனேயே அடையாளம் கண்டுபிடிக்க முடியும் என்று இவன் நினைத்துக்கொண்டான். அவனை எங்கே பார்த்தேன் என இனியும் மண்டையைப் போட்டுடைப்பது வீண்வேலை, மறுபடியும் அவனின் கண்ணில்படாமல் இருப்பதே புத்தியான வேலை என இவன் முடிவெடுத்தான்.

விமான நிலையத்தில் இறங்கிச் செல்லும்போது 'இமிக்கிரேசன் கௌண்டர்' வரை அவனும் பின்னால் கூடவே வந்தான். இவன் புத்தியாக வரிசையில் அவனை முன்னால் விட்டுப் பின்னால் நின்றுகொண்டான். அவன் 'இமிக்கிரேசன்' அதிகாரியோடு சரளமாகச் சிங்களத்தில் கதைப்பது இவனுக்குக் கேட்டது. இவனுக்குச் சிங்களத்தில் ஒரு வார்த்தை கூடத் தெரியாது. அவன் சிங்களம் கதைப்பது இவனுக்கு ஏனோ கவலையைக் கொடுத்தது. இவன் 'இமிக்கிரேசன்' தாண்டியதும் சுற்றுமுற்றும் பார்த்தான். பிராங்ஃபோர்ட்டிலிருந்து கூடவே வந்த தடியனைக் காணவில்லை. இவன் வேகமாக நடந்து

சென்று கழிப்பறைக்குள் புகுந்துகொண்டான். கழிப்பறையின் கதவை மூடிக்கொண்டு சும்மாதான் உள்ளே நின்றிருந்தான்.

எனக்கு மூளை மரத்துப்போய் ஞாபகம் மங்கியிருக்கலாம். ஆனால், கூட வந்த தடியனுக்கும் அப்படியிருக்க வாய்ப்பில்லை. என்னை அவன் அடையாளம் கண்டிருக்கலாம். என்னை அவன் முதல் பார்வையிலேயே அடையாளம் கண்டிருக்கக் கூடும். பேசும்போது கூட, நான் சொன்னவற்றையே அவனும் திருப்பிச் சொல்லும் உத்தியைத்தான் பாவித்தான். அவனின் 'மாறன்' என்ற பெயர் கூடச் சாதாரணமான யாழ்ப்பாணப் பெயரில்லை. இந்த மாறன், பரிதி, சங்கிலி போன்ற பெயர்களை இயக்கப் பொடியன்கள்தான் வைத்துக்கொள்வார்கள்... என்றெல்லாம் இவன் யோசித்துக்கொண்டிருந்த போது, தன்னுடைய இயக்கப் பெயர் 'பீற்றர்' என்பது இவனுக்கு ஞாபகத்தில் வந்தது. அதைத் தொட்டு 'வாளெடுத்தவனுக்கு வாளாலேதான் சாவு' என்ற பைபிள் வாசகமும் ஞாபகத்திற்கு வந்தது.

நான் இருபது வருடங்களாகப் பாரிஸில் மூடிக்கொண்டிருந்தது போல அங்கேயே இருந்திருக்கலாம், தந்தை பாசத்தில் தாய்நாட்டுக்கு வந்து, நாட்டில் கால் வைக்கும்போதே நிம்மதியின்மையோடும் பயத்தோடும் தவிக்க வேண்டியிருக்கிறதே... என்று இவன் கக்கூசுக்குள் நின்று கலங்கிக்கொண்டிருந்தான். இவனின் வாயில் அப்பாவைப் பற்றி ஒரு வசவு வார்த்தையும் வந்து போயிற்று. அதிக நேரம் கழிப்பறைக்குள் நின்றால் அது வேறு பிரச்சினையைக் கொண்டுவரலாம் என யோசித்துவிட்டு, கதவைத் திறந்து தயக்கத்தோடு வெளியே வந்தான்.

கழிப்பறைக்கு வெளியே அந்தத் தடியன் மாறன் நின்றுகொண்டிருந்தான். ஒருவரையொருவர் கண்டுகொண்டதாகவே இருவரும் காட்டிக் கொள்ளவில்லை. இவன் நிதானமான ஒரு நடையைப் போட்டு, பெட்டிகளை எடுக்கும் பகுதிக்குப் போனான். அங்கே இவனின் பெட்டி மட்டுமே அநாதரவாகப் பெல்டில் சுற்றிக்கொண்டிருந்தது. இவன் பெட்டியை இழுத்துக்கொண்டு விறுவிறுவென வெளியே நடந்தான்.

வெளியே, பார்வையாளர்களைச் சந்திக்கும் பகுதியில் ஒரே நெரிசலாக இருந்தது. சிங்களத்திலும் தமிழிலும் பேரிரைச்சல் அலைந்தது. அங்கே அக்காவைக் காணாமல் இவன் பதறிப்போனான். தனியாக நின்றவனைச் சிலர் அணுகிச் சிங்களத்தில் ஏதோ கேட்டனர். இவன் ஒரு வலிந்த புன்னகையுடன் அவர்களைக் கடந்து சென்றான். அங்கே அந்தத் தடியன் மாறன் இருக்கிறானா என இவனின் கண்கள் தேடிக்கொண்டிருந்தன. காவலுக்குத் துப்பாக்கியும் கையுமாக நின்றிருந்த ஒரு பொலிஸ்காரனின் அருகில் போய் இவன் நின்றுகொண்டான். அது இவனுக்கு ஏனோ சற்று அமைதியையும் பாதுகாப்பு உணர்வையும் கொடுத்தது.

அக்காவும் அத்தானும் ஒருவாறு இவனைக் கண்டுபிடித்தபோது, இவன் அவர்களில் எரிந்து விழுந்தான். அத்தான் வாகனம் தயாராக இருக்கிறது என்று சொன்னார். இவன் உற்சாகமில்லாமல் வாகனத்தை நோக்கி நடந்தான். அந்தப் பொலிஸ்காரனை விட்டுப்போவது இவனுக்குக் கவலையைக் கொடுத்தது. இவனை வைத்துக் கதை எழுதுவது ஆக்கினை பிடித்த வேலை. இவன் எப்போது என்ன நினைப்பான், எதற்குக் கவலைப்படுவான், எதற்கு மகிழ்ச்சியடைவான், எதற்குப் பற்றமடைவான் என்று ஒரு இழுவும் விளங்கவில்லை. இது போதாதென்று இவனது உள்ளுணர்வு வேறு கதையை ஒரு பக்கமாக இழுக்கிறது.

இவனும் அக்காவும் அத்தானும் கொள்ளுப்பிட்டியிலுள்ள ஒரு விடுதியில் தங்கினார்கள். அத்தான் "யாழ்ப்பாணம் போவதற்கு எந்தத் தேதியில் விமானச்சீட்டுப் பதிவு செய்ய வேண்டும்?" என இவனிடம் கேட்டார். அதற்கு இவன் "கொஞ்ச நாட்கள் கொழும்பிலிருந்து கொழும்பைச் சுற்றிப் பார்த்துவிட்டு, பின்பு யாழ்ப்பாணம் போகலாம்" என்றான். அதைக் கேட்டதும் அக்காவுக்கும் அத்தானுக்கும் மகிழ்ச்சியால் முகம் விரிந்துபோனது. அக்கா "கொழும்பில் பார்ப்பதற்கு நிறைய இடங்களிருக்கின்றன" என்றார். அந்தக் கிழவன் அங்கே சாகக் கிடக்கிறான், இவர்கள் கொழும்பு பார்க்க நிற்கிறார்கள் என இவன் மனதிற்குள் முறுகிக்கொண்டான். இப்போது யாழ்ப்பாணம் போவது புத்திசாலித்தனமான செயல் அல்ல என்று இவனது உள்ளுணர்வு சொல்லிக்கொண்டேயிருந்தது. கண்ணை மூடிக் கண்ணைத் திறந்தால் அந்தத் தடியன் மாறனின் கறுத்த முகமே முன்னால் வந்து இவனை அலைக்கழித்தது.

அக்காவும் அத்தானும் கொழும்பு பார்க்கப் போக, தனக்கு உடம்பு சுகமில்லை என்று சொல்லிவிட்டு, இவன் இரண்டு நாட்களாக விடுதிக்குள்ளேயே முடங்கிக் கிடந்தான். கொழும்பில் நடமாடக் கூட இவன் விரும்பவில்லை. கட்டிலில் குறுகிப் படுத்துக்கொண்டான். வடக்கிலும் இயக்கங்கள், தெற்கிலும் இயக்கங்கள்... எந்தப் பக்கம் கால் நீட்டிப் படுப்பதென்றே இவனுக்குத் தெரியவில்லை. திரும்பி பிரான்சுக்கே போய்விடலாமா என்றுகூட யோசித்துப் பார்த்தான். எந்த நேரத்திலும் அப்பாவின் மரணச் செய்தி வரவிருக்கும் நிலையில், தான் திரும்பிப்போக நினைப்பது சரியில்லை எனத் தனக்குத்தானே சொல்லிக்கொண்டான். அப்பா சாவதற்கு முன்பு அவரின் முகத்தை ஒருமுறை பார்த்துவிடுவது அவசியம் என்றொரு உணர்வு இவனுக்குள் மறுபடியும் தோன்றியது. முன்னொரு முறை பாரிஸில் தோன்றிய அந்த உணர்வுதான் இவனை இந்த இடம் வரைக்கும் இழுத்து வந்திருக்கிறது. அந்த எண்ணம் நெஞ்சில் வந்ததும், தான் மாறனை விமானத்தில்

சந்தித்தது வெகு சாதாரண நிகழ்வென்றும் அவனை எங்கேயோ துப்பாக்கியும் கையுமாகப் பார்த்த நினைவு வெறும் பிரமையாகக் கூட இருக்குமென்றும் இவனுக்குப்பட்டது. இவன், பாரிஸிலிருந்து கிளம்பிய விமானத்தில் கொடுக்கப்பட்ட அரைப் போத்தல் வெள்ளை வைனையும், பிராங்ஃபோர்ட் விமான நிலையத்தில் மூன்று கோப்பைகள் சிவப்பு வைனையும் கலந்து குடித்துவிட்டுத்தான் பயணம் செய்திருந்தான். வைன் இப்படியான அதீத கற்பனைகளைத் தூண்டிவிடக் கூடியது என்பது இவனுக்குத் தெரியும். பாரிஸில் ஒருமுறை இவன் வைனை முட்டக் குடித்துவிட்டு, சுப்பர் மார்க்கெட்டுக்கு வேலைக்குப் போய், குழந்தைகளுக்கான உணவு டப்பாக்கள் இருக்கும் பகுதியில் பூனைகளுக்கான உணவு டப்பாக்களை அடுக்கி வைத்துவிட்டான். இவ்வளவுக்கும், குழந்தைகளின் உணவு டப்பாக்களில் குழந்தைகளின் முகமும் பூனைகளுக்கான உணவு டப்பாவில் பூனைகளின் முகமும் அச்சிடப்பட்டிருந்தன. இவனுக்கு அன்று பூனைகள் குழந்தைகளைப் போல் தோன்றின.

அப்பாவைப் பார்க்கப் போவது உறுதியானவுடன், யாழ்ப்பாணம் செல்வதற்கு விமானப் பயணச்சீட்டுப் பதிவு செய்வதற்காக வெளியே புறப்பட்டான். தங்கும் விடுதிக்கு எதிரேதான் பயணச்சீட்டுப் பதிவு செய்யும் அலுவலகமிருந்தது. இவன் விடுதியிலிருந்து வெளியே வந்து, தெருவைக் கடந்து அந்தப் பக்கம் சென்றபோது, ஒரு தேநீர்க் கடையின் ஓரமாக அந்தத் தடியன் மாறன் நின்றுகொண்டிருப்பதைக் கண்டான். இவனின் கால்கள் அப்படியே நகராமல் நின்றன. ஒரு செக்கனில் சமாளித்துக்கொண்டு, மாறன் நின்றிருந்த திசைக்கு எதிர்த் திசையில் நடந்தான். தன்னை அவனும் கண்டுவிட்டான் என்பது இவனுக்குத் தெரியும். யாழ்ப்பாணம் போவதாகச் சொன்ன தடியன் இங்கே நின்று என்ன செய்கிறான்? பதற்றத்தோடு கடற்கரையை நோக்கி நடந்துகொண்டிருந்த இவன் திடீரெனத் திசையை மாற்றி, கொள்ளுப்பிட்டி பொலிஸ் நிலையம் நோக்கி நடக்கத் தொடங்கினான். இடையிடையே குனிந்து, சப்பாத்தைச் சரி செய்வது போலப் பாவனை செய்தவாறே பின்னால் பார்த்தான்.

தாங்கள் தங்கியிருக்கும் விடுதியிலிருந்து உடனேயே வேறு இடத்திற்கு மாறவேண்டும் என இவன் அத்தானிடம் சொன்னான். அத்தானுக்கு இவனின் போக்குப் பிடிபடவில்லை. அந்த விடுதியிலிருந்து மாறி, கொட்டாஞ்சேனையிலிருந்த ஒரு விடுதிக்கு வந்து தங்கினார்கள். அப்பாவின் இறுதிச் சடங்குகளுக்கு வேண்டிய துணிமணிகளை வாங்குவதில் அக்கா அக்கறைகாட்டினார். யாழ்ப்பாணத்தில் நல்ல துணிகள் கிடைக்காதாம். கிடைத்தாலும் அறாவிலையாம். கொள்ளி

வைக்கும்போது கட்டுவதற்காக இவனுக்கு ஒரு வேட்டியும் பந்தம் பிடிக்கும் பேரக் குழந்தைகளுக்காகத் துண்டுகளும் வாங்கப்பட்டன.

இவன் சாப்பிடுவதற்காக மட்டுமே அறையைவிட்டு வெளியே போனான். வெயில் உடம்புக்கு ஒத்துக்கொள்ளவில்லை என்று அக்காவிடம் புளுகினான். புதிய விடுதிக்கு வந்த மூன்றாவது நாள் காலையில், சாப்பிட வெளியே சென்றவன் நிம்மதியால் கழுவப்பட்ட முகத்துடன் உற்சாகமாக விடுதிக்குத் திரும்பினான். யாழ்ப்பாணம் புறப்படுவதற்கு உடனே பயணச் சீட்டுகள் வாங்குமாறு அத்தானிடம் சொன்னான். இவனது கிராமமும் உறவுகளும் பழைய நட்புகளும் இவனுக்குள் உயிர்த்தெழுந்தன. அப்பாவின் இறுதிச் சடங்கையும் அங்கே உடுத்த வேட்டியுடன் தான் சிதைக்குத் தீ மூட்டுவதையும் நினைத்தபோது, இவனுக்கு மனதில் அமைதி படர்ந்தது. அந்த மரணச் செய்தி இன்று காலையில் இவனுக்குக் கிடைத்திருந்தது. அந்தச் செய்தி இவன் கையில் சுருட்டி வைத்திருக்கும் பத்திரிகையில் அந்தத் தடித்த, கறுத்த மனிதனின் புகைப்படத்துடன் பிரசுரிக்கப்பட்டிருக்கிறது. ஜெர்மனியை வசிப்பிடமாகவும், யாழ்ப்பாணம் மூன்றாம் குறுக்குத்தெருவைப் பிறப்பிடமாகவும் கொண்ட அந்த மனிதன் நேற்றுக் காலையில், யாழ்ப்பாண ஆஸ்பத்திரி வீதியில் வைத்து, மோட்டர் சைக்கிளில் வந்த இனந்தெரியாத நபர்களால் சுட்டுக் கொல்லப்பட்டானாம். ஏனோ தெரியவில்லை, இவன் மிகச் சிரத்தையுடன் அந்தப் பத்திரிகையைத் தனது பெட்டிக்குள் வைத்து மூடினான்.

இப்படியாக இந்தக் கதை சப்பென்று முடிந்தது.

□ உயிர்மெய் – 2010

லைலா

இந்தக் கதையைப் படித்துக்கொண்டிருக்கும்போது, எந்த இடத்திலாவது நீங்கள் ஒரு புன்னகையைச் செய்தால், இந்தக் கதைசொல்லியின் ஆன்மா வக்கிரத்தால் நிறைந்துள்ளதாக அர்த்தம். அல்லது புன்னகை செய்த உங்களது ஆன்மா அவ்வாறு சிதைந்து போயிருக்கலாம். ஒருவேளை நம்மிருவரது ஆன்மாக்களுமே வக்கரித்துப் போயிருக்கவும் கூடும்.

பிரான்ஸின் தற்போதைய அதிபர் நிக்கொலா சார்க்கோஸி நான்கு வருடங்களுக்கு முன்பு, தனது தேர்தல் பிரச்சார உரையின்போது 'ஸெயின் துறுவா மூல்' என்ற பாரிஸின் புறநகர்ப் பகுதியைக் குறிப்பிட்டு, தான் பதவிக்கு வந்தால் அந்தப் பகுதியைச் சுத்திகரிக்கப் போவதாகச் சொன்னார். அந்தப் பகுதியில்தான் நான் கடந்த பத்து வருடங்களாக இருக்கிறேன்.

உண்மையிலேயே, இந்தப் புறநகர்ப் பகுதி சிறு மரக்காடுகளையும் பரந்த புல்வெளிகளையும் குறுக்குறுத்து ஓடும் ஸெயின் நதியையும் கொண்ட அழகிய நிலப்பகுதி. பிரான்ஸில் ஆபிரிக்கர்களும் அரபுக்களும் சிந்தி ரோமா நாடோடிகளும் ஆசிய நாட்டவர்களும் செறிந்து வாழும் பகுதியும் இதுதான். ஜனாதிபதி நிக்கொலா சார்க்கோஸி சூழலியலில் பெரும் அக்கறைகொண்டவர் எனப் பத்திரிகைகள் எழுதியுள்ளன. அவர் அந்த மரக்காடுகளையும் புல்வெளிகளையும் ஸெயின் நதியையும் எங்களிடமிருந்து காப்பாற்ற நினைத்திருக்க வேண்டும். எதிர்பார்த்தது போலவே அந்தத் தேர்தலில் நிக்கொலா சார்க்கோஸி வெற்றியும் பெற்றார். ஆனால், அவர் நினைத்திருந்தது போலவெல்லாம் சுத்திகரிப்பை எங்கள் பகுதியில் நடத்திவிட முடியாது.

நிக்கொலா சார்க்கோஸி என்ன, அந்த மாவீரன் நெப்போலியனே மறுபடியும் உயிர்பெற்று வந்தால் கூட, எங்களது பகுதியில் மயிரைப் பிடுங்க முடியாது. இந்தப் பகுதியில் எவரும் பிரெஞ்சு அரசாங்கத்தின் சட்டங்களை ஏற்றுக்கொள்வதில்லை. இங்கே எங்களுக்கான அறங்களையும் சட்டங்களையும் விதிகளையும் தண்டனைகளையும் நாங்களே எங்களுக்காக விதித்து வைத்துள்ளோம்.

பாரிஸ் நகரத்தில் வாழும் எனது நண்பர்கள் "நீ எப்படி அந்த ஏரியாவில சகிச்சுக்கொண்டு இருக்கிறாய்" என என்னைக் கேட்கும்போது, நான்

அவர்களிடம் திருப்பி "நீங்கள் எப்பிடித்தான் பரிஸில சகிச்சுக்கொண்டு இருக்கிறீங்களோ" எனக் கேட்பேன். எனது பகுதியில் வாழ்ந்தவர்களால் ஒருநாள் கூட பிரான்ஸின் வேறு பகுதிகளில் வாழ முடியாது. எங்களது பகுதியில் வந்து குடியேறியவர்கள் இறந்தால் அல்லது பொலிஸாரால் நாடு கடத்தப்பட்டால் தவிர இந்தப் பகுதியிலிருந்து வேறு இடங்களுக்குச் செல்வதில்லை.

பதின்மூன்று மாடிகளைக் கொண்ட தொடர்மாடிக் குடியிருப்பு ஒன்றின் பத்தாவது தளத்தில் எனது வீடு இருந்தது. ஒரு மிகச் சிறிய வரவேற்பறையையும் ஒரு சிறிய படுக்கை அறையையும் கொண்டது எனது வீடு. அந்தத் தொடர்மாடிக் குடியிருப்பிலிருந்த எல்லா வீடுகளுமே அவ்வகையானவைதான். எனது மாதச் சம்பளத்தில் சரிபாதி வாடகைக்குப் போயிற்று. பாரிஸ் நகரத்தில் இதேபோன்ற ஒரு வீட்டில் வாடகைக்கு இருப்பென்றால், முழுச் சம்பளத்தையுமே வாடகைக்காகத் தாரைவார்க்க வேண்டியிருக்கும்.

அநேகமாக, வேலைக்குச் செல்லாத நாட்களிலும் மாலை நேரங்களிலும் நான் குடியிருப்பின் கீழ்த்தளத்திலிருக்கும் வாசற்படிக்கட்டில் குந்தியிருப்பேன். என்னோடு அந்தக் குடியிருப்பிலிருக்கும் இளைஞர்களும் குந்தியிருப்பார்கள். பலதும் பத்தும் பேசுவோம். எங்களிடையே அடிக்கடி கைகலப்பும் வரும். எல்லாமே ஒருநாள் கோபம்தான். அடுத்தநாள் கைகொடுத்துச் சமாதானமாகிவிடுவோம். இரவு நேரங்களில், அந்தப் படிக்கட்டில் உட்கார்ந்திருந்து பேசியவாறே குடிப்போம். எங்கள் குடியிருப்புக்குத் தனியாகக் காவலாளி தேவையில்லை. எந்த நேரமானாலும் யாராவது சிலர் வாசற்படிகளில் உட்கார்ந்திருப்போம். சிலர் உட்கார்ந்தவாறே அப்படியே தூங்கிவிடுவார்கள்.

எங்களை மிகவும் இடைஞ்சல் செய்வது பொலிஸ்காரர்கள்தான். திடீரெனச் சுற்றிவளைத்து, கைகளை உயர்த்துமாறு கட்டளையிட்டு, எங்களைச் சுவரோடு நிறுத்திவைத்துச் சோதனையிடுவார்கள். கத்தி, கஞ்சா, போலி விசா, திருட்டு செல்போன் என ஏதாவது அவர்களுக்குச் சிக்கும். எங்கள் குடியிருப்பே திரண்டு நின்று பொலிஸ்காரர்களைத் திட்டும். ஒருமுறை பொலிஸ் வாகனத்திற்குத் தீ வைத்த கதையும் இங்கே நடந்தது. பிரான்ஸில் பொலிஸ்காரர்களுக்குக் காதலிகள் கிடைப்பதில்லை எனச் சொல்வார்கள். அத்தகைய ஒரு வெறுப்பு இங்கே பொலிஸ்காரர்கள் மீது மக்களுக்கு உண்டு. எங்கள் பகுதியில் பொலிஸாருக்குக் காதலி அல்ல, தவித்த வாய்க்குக் குடிக்க ஒரு மிடறு தண்ணீர் கூட யாரும் கொடுக்கமாட்டோம்.

ஜனாதிபதி நிக்கொலா சார்க்கோஸி எங்களது குடியிருப்புப் பகுதியைச் சுத்திகரிக்கப் போவதாகச் சொன்ன சில நாட்களில், எங்களது தொடர்மாடிக் கட்டடத்திற்கு அய்ம்பது வயது மதிக்கத்தக்க ஒரு தமிழ்ப் பெண்மணி வந்து சேர்ந்தார். முன்பு எங்களது தொடர்மாடிக் கட்டடத்தில் சில தமிழ்க் குடும்பங்கள் இருந்தன. பிள்ளைகள், குட்டிகள் பெருக அவர்கள் அயலிலேயே வேறு வீடுகளுக்குப் போய்விட்டார்கள். அதன் பின்பு இந்தப் பெண்மணி இங்கே வரும்வரை, நான் ஒரேயொரு தமிழன்தான் இங்கே இருந்தேன். அந்தப் பெண்மணி நானிருந்த பத்தாவது தளத்திலேயே ஏழாம் இலக்கத்தில் குடியேறினார். எனது கதவு இலக்கம் அய்ந்து.

அந்தப் பெண்மணியைப் பார்த்தவுடனேயே, அவர் பாண்டிச்சேரித் தமிழச்சியா அல்லது சிங்களப் பெண்மணியா என்ற சந்தேகங்கள் ஏதும் எனக்கு வரவில்லை. பொதுவாக, அய்ரோப்பாவில் வாழும் அய்ம்பது வயது மதிக்கத்தக்க ஒரு ஈழப் பெண்மணி எப்படியிருப்பாரோ, எவ்வாறு ஆடையணிவாரோ, எப்படித் தலைமுடியைப் பின்னால் கூட்டிக் கட்டியிருப்பாரோ அப்படியே அவர் இருந்தார். ஆனால், அவர் தனியாக அங்கே குடிவந்ததும், கையில் ஒரு நாயைப் பிடித்தபடி வெள்ளைக்காரி மாதிரி வெளியே உலாவச் செல்வதும்தான் என்னைக் கொஞ்சம் குழப்பியது. அந்த அழகிய நாய் இரண்டு உள்ளங்கைகளுக்குள்ளும் அடங்கி விடுமளவுக்கு மிகச் சிறியதான ஓர் இனத்தைச் சேர்ந்தது. அந்த வெண்ணிற நாயின் உடல் சடைத்த முடிகளால் மூடப்பட்டிருந்தது. நாயின் காலெங்கே, வாலெங்கே எனக் கண்டுபிடிப்பதே சிரமம்தான். நாயின் கண்கள் மட்டுமே வெளியே தெரிந்தன. அந்தக் கண்கள் எப்போதும் ஒளிர்ந்தவாறேயிருந்தன. அந்தப் பெண்மணியின் கண்களோ மூக்குக் கண்ணாடியில் வரைந்திருந்த கண்களைப் போல மரத்திருந்தன. அந்தப் பெண்மணியின் கண்களில் உணர்ச்சிகளை நான் ஒருபோதுமே பார்த்ததில்லை.

நாங்கள் கட்டடத்தின் வாசற்படியில் உட்கார்ந்திருக்கும்போது, அந்தப் பெண்மணி எதிர்ப்படுவதுண்டு. அவர் நாயுடன் எங்களைத் தாண்டிச் செல்லும்போது, நாங்கள் "Bonjour Madame" என வணக்கம் தெரிவிப்போம். அவரும் பதில் வணக்கம் சொல்லிவிட்டுப் போவார். சிலவேளைகளில் "எப்படி... நலம்தானே" என ஒன்றிரண்டு வார்த்தைகள் மேலதிகமாகச் சொல்வார். அந்த ஒன்றிரண்டு வார்த்தைகளிலேயே, அவர் பிரெஞ்சு மொழியைப் பிரெஞ்சுக்காரர்கள் மாதிரியே உச்சரித்துப் பேசக் கூடியவர் எனத் தெரிந்துகொண்டோம். நாங்கள் அமர்ந்திருக்கும் படிகளின் அருகிலேயே தபால் பெட்டிகள் பொருத்தப்பட்டிருந்தன. ஒருநாள், அந்தப் பெண்மணி தனது தபால் பெட்டியைத் திறந்து கடிதங்களை எடுப்பதைப் பார்த்தேன். அவர் அங்கிருந்து போனதும்,

நான் அந்தத் தபால் பெட்டியருகே சென்று அதில் எழுதப்பட்டிருந்த பெயரைக் கவனித்தேன். 'ராஜரத்தினம் இலங்கைநாயகி' என எழுதப்பட்டிருந்தது.

இலங்கைநாயகி அங்கு வந்து ஒருமாதம் கழிந்த பின்புதான், எனக்கு அவரோடு பேச வாய்ப்புக் கிடைத்தது. நாங்கள் இருவரும் கீழ்த்தளத்தில் லிஃப்டுக்காகக் காத்திருந்தபோது, நான் அவரைப் பார்த்துப் புன்னகைத்தேன். அவர் என்னைப் பார்த்து மெதுவாகத் தலையசைத்தார். லிஃப்டுக்குள் நுழைந்ததும், நான் அவரின் கையிலிருந்த நாயைச் சுட்டிக்காட்டி "நல்ல வடிவான நாய்... என்ன பேர்?" என்று கேட்டேன். இலங்கைநாயகி ஒரு புன்னகையுடன் "லைலா" எனச் சொல்லிவிட்டு, நாயைத் தடவிக் கொடுத்தார்.

நாய்க்கு யாராவது 'லைலா' என்று பெயர் வைப்பார்களா? அவர் சொன்னது எனக்குச் சரியாகக் காதில் கேட்கவில்லை என்று நினைத்துக்கொண்டேன். நாய்க்கு 'லைக்கா' எனப் பெயர் வைப்பவர்களுண்டு. முதன்முதலில் ரஷ்ய விஞ்ஞானிகள் விண்வெளிக்கு அனுப்பிய நாய்க்கு லைக்கா என்று பெயர். எனவே, நான் இலங்கைநாயகியிடம் "லைக்காவா?" என்று கேட்டேன். அவர் வாயை அகலத் திறந்து "லைலா" என அழுத்தமாக உச்சரித்துவிட்டு, நாயை எனக்கு முன்னே ஒரு குழந்தையைத் தருவதுபோல நீட்டினார். நான் நாயைத் தடவிக் கொடுத்தேன்.

இருவரும் பத்தாவது தளத்தில் இறங்கினோம். நான் இலங்கைநாயகியிடம் "அக்கா, நாட்டிலயிருந்து வெளிக்கிட்டு கனகாலமோ?" என்று கேட்டேன்.

இலங்கைநாயகி என் முகத்தைப் பார்த்தவாறே "ஓம் தம்பி, எண்பதாம் ஆண்டு லண்டனுக்குப் படிக்கவெண்டு போனது, எண்பத்தி மூண்டில அங்கயிருந்து இந்தியாவுக்குப் போயிற்றன். பிறகு திரும்பியும் எண்பத்தாறில இஞ்ச வந்தனான்" என்றார்.

"லண்டனிலயிருந்து ஏன் திரும்பிப் போனீங்கள், படிப்பு முடிஞ்சுதா இல்லாட்டி லண்டன் பிடிக்கயில்லையோ?"

இலங்கைநாயகி நாயை இறக்கித் தரையில் விட்டுக்கொண்டே "நான் லண்டனிலயிருந்து இயக்கத்துக்குப் போனனான் தம்பி" என்று சொல்லிவிட்டு, தனது கதவை நோக்கி நடக்கத் தொடங்கினார். நான் இவ்வாறான ஒரு பதிலை ஒருபோதும் எதிர்பார்த்திருக்கவில்லை. மெதுவாக நடந்து கதவைத் திறந்து எனது வீட்டுக்குள் நுழைந்தேன்.

என்ன இந்த மனுசி ஒரு மார்க்கமாகக் கதைக்கிறதே என்று யோசித்தேன். முன்பின் தெரியாத ஆளிடம், தான் இயக்கம் என்று சொல்வதென்றால்

இலங்கைநாயகியின் பேச்சில் ஏதோ உள்நோக்கம் இருக்கக் கூடும் என நான் எச்சரிக்கையானேன். என்னை அவர் உளவு பார்க்கிறாரா என்று சந்தேகம் வந்தது. இன்னொரு புறத்திலே 'அந்த மனுசி இயல்பாகச் சொல்லியிருக்கவும் கூடும். அது உண்மையாகவுமிருக்கலாம். எதைப் பார்த்தாலும் தவறான கண்ணோட்டத்திலேயே நோக்கி, சந்தேகமும் அச்சமும் கொள்ளுமளவுக்கு உனக்குத்தான் மூளை வக்கிரமடைந்துவிட்டது' என்று என் மனம் குறுக்காலே சொல்லிற்று.

அடுத்தநாள், நான் வாசற்படியில் உட்கார்ந்திருந்தபோது, தூரத்தில் இலங்கைநாயகி நாயுடன் நடந்து வருவதைக் கண்டுமே நான் எழுந்துபோய் லிஃப்ட்டுக்கு அருகாக நின்றுகொண்டேன். அவர் லிஃப்ட்டின் அருகே வந்ததும், அவரைப் பார்த்துப் புன்னகைத்தேன். அவர் மெதுவாகத் தலையசைத்தார். இருவரும் லிஃப்ட்டுக்குள் நுழைந்தோம். லிஃப்ட்டின் கதவு மூடிக்கொண்டதும், நான் இலங்கைநாயகியிடம் "அக்கா, நீங்க இயக்கத்துக்குப் போனதாச் சொன்னனீங்க... எந்த இயக்கத்துக்குப் போனனீங்க?" என்று கேட்டேன். அதைக் கேட்காவிட்டால் எனக்குத் தலை வெடித்திருக்கும். அவர் பதில் சொல்வதானால் சொல்லட்டும்.

இலங்கைநாயகி நெற்றியைச் சுருக்கி, உதடுகளைக் கடித்து மேலே பார்த்தார். பின்பு "அது... புளொட்டோ என்னவோ ஒரு பேர் சொன்னாங்கள், நான் அங்க சமையலுக்கு நிண்டனான்" என்றார். அதற்கு மேல் என்ன பேசுவது என்றே எனக்குத் தெரியவில்லை. ஏதாவது திருப்பிப் பேசக் கூடிய மாதிரியா இலங்கைநாயகி பேசுகிறார். அவர் வாயைத் திறந்தாலே, அவரின் வாயிலிருந்து முளைத்து ஒரு பாம்பல்லவா என்னைத் தீண்டுகிறது.

எனக்குக் கடி விஷம் ஏறிப் போய்விட்டது. இலங்கைநாயகிக்குக் கொஞ்சம் மூளைப் பிசகு என்பதைத் தவிர வேறெதுவும் எனக்குத் தோன்றவில்லை. ஒரு எதிர்பாராத நேரத்தில் லிஃப்ட்டுக்குள் வைத்து இலங்கைநாயகி என்னைத் துப்பாக்கியால் சுட முயற்சிப்பது போல எனக்கு எண்ணங்கள் வர ஆரம்பித்தன. அவர் துப்பாக்கியை எங்கிருந்து உருவுவார்? அப்போது லிஃப்ட்டுக்குள் எனக்கும் அவருக்குமிடையே எவ்வளவு இடைவெளியிருக்கும்? நான் எப்படி அவரிடமிருந்து துப்பாக்கியைத் தட்டிப் பறிப்பது? பறித்தவுடன் அவரை நான் சுட வேண்டுமா? அவரைச் சுட்டால் மட்டும் போதுமா அல்லது அவரது நாயையும் சுட வேண்டுமா என்று என் மனதிற்குள் கேள்விகள் ஒன்றன்பின் ஒன்றாகத் தோன்றி என்னை அலைக்கழித்தன.

'உனக்கென்ன மனம் வக்கிரித்துவிட்டதா? எதற்காக அந்த அழகிய நாய் லைலாவை நீ சுட வேண்டும்?' என என்னையே நான் கேட்டுக்கொண்டேன். ஜார் மன்னனை ட்ரொட்ஸ்கி சுடும்போது,

ஜாரின் நாயையும் சுட்டுக் கொன்றார் என்ற விஷயம் அந்த நேரத்தில் என் ஞாபகத்திற்கு வந்தது. அடுத்து வந்த நாட்களில், நான் இலங்கைநாயகியின் நடவடிக்கைகளைக் கண்காணிக்க ஆரம்பித்தேன்.

அதுவொன்றும் இலேசான காரியமாக இருக்கவில்லை. அவர் திடீரெனத் தனது வீட்டிலிருந்து நாயோடு வெளியே வருவார். எங்களது குடியிருப்பின் அயலில் நாயோடு உலாவுவார். புல்வெளியின் ஓரத்தில் போடப்பட்டிருக்கும் வாங்கில் கொஞ்ச நேரம் நாயோடு உட்கார்ந்திருப்பார். அருகிலுள்ள சீனாக்காரனின் மலிவு சுப்பர் மார்க்கெட்டுக்குள் அவர் நுழைந்து வெளியே வரும்போது, நாய்க்கான உணவு அடைக்கப்பட்டிருக்கும் பேணிகளைக் கையில் கொண்டுவருவார். வேறங்கும் அவர் போய் வருவதாகத் தெரியவில்லை. இலங்கைநாயகி எங்கே வேலை செய்கிறார்? என்ன சாப்பிடுகிறார்? சமையல் பொருட்களை எங்கு வாங்குகிறார்?

என்னுடைய கண்காணிப்பிலும் குறைபாடுகள் இல்லாமலில்லை. வேலைக்குச் செல்லும் நாட்களில் அதிகாலையில் புறப்பட்டுச் சென்று, மாலையில்தான் திரும்பி வருவேன். இரவு எட்டு மணிக்குப் பிறகு, என் தலையில் இடியே விழுந்தாலும் உணராத அளவுக்குப் போதையிலிருப்பேன். வேலையில்லாத நாட்களில் நான் தூக்கத்தால் எழுவதே மதியம் கழிந்த பிறகுதான். ஆனால், இப்போது நான் இலங்கைநாயகியுடன் லிஃப்டில் தனியாகச் செல்லும் தருணங்களைக் கவனமாகத் தவிர்த்துக்கொண்டேன்.

விரைவிலேயே எனக்கு ஒரு வழி கிடைத்தது. இலங்கைநாயகி உண்மையிலேயே 'புளொட்' இயக்கமா இல்லை மனுசி புத்தி பேதலித்துப் பிதற்றுகிறதா, இல்லை மனுசி கள்ள மனதோடு என்னுடன் பேசுகிறதா என அறிய ஒரு வாய்ப்புக் கிடைத்தது. நான் செல்லத்துரையைப் போய்ச் சந்தித்தேன். செல்லத்துரை 'புளொட்' இயக்கத்தில் முக்கியமானவராக இருந்தவர். மத்திய குழுவில் இருந்தவர் என்றுகூட யாரோ சொன்னதாக ஞாபகம். எண்பத்தாறிலோ எண்பத்தேழிலோ புளொட்டின் தள மாநாடு நடக்கும்வரை இயக்கத்திலிருந்துவிட்டு, மாநாட்டோடு இயக்கத்திலிருந்து வெளியேறியவர். இப்போது அவருக்கு அரசியல் ஈடுபாடெல்லாம் கிடையாது. இடைக்கிடையே இலக்கியக் கூட்டங்களுக்கு வருவார். இப்படித்தான் செல்லத்துரை எனக்குப் பழக்கம்.

பாரிஸ் நகரத்தின் ஒரு கஃபேயில் நான் செல்லத்துரையைச் சந்தித்தேன். நான் அவரிடம் "அண்ணே, ராஜரத்தினம் இலங்கைநாயகி எண்டு பெயர்... அம்பது வயசிருக்கும், லண்டனிலயிருந்து எண்பத்திமூண்டில புளொட்டுக்கு வந்தவவாம். இப்ப பிரான்ஸ்ல இருக்கிறா. ஆளை உங்களுக்குத் தெரியுமா?" என்று கேட்டேன்.

செல்லத்துரை கொஞ்சமும் யோசிக்காமல் "ஓ நீங்கள் லைலா தோழரைச் சொல்லுறீங்கள்" என்றார்.

"அண்ணே, லைலா தோழரா, இல்ல லைலாவின்ர தோழரா? தெளிவாச் சொல்லுங்கோ... நான் ஏற்கனவே போதுமான அளவுக்குக் குழம்பியிருக்கிறன்"

"அவவுக்கு லைலா எண்டுதான் இயக்கத்தில பேர்"

"லைலா, மஜ்னு எண்டெலாம் ரொமான்டிக்கா உங்கிட இயக்கத்தில பேர் வைக்க மாட்டீங்களே! மெண்டிஸ், சங்கிலி, மொக்கு மூர்த்தி எண்டு திகிலாத்தானே நீங்கள் பேர் வைப்பீங்கள்..."

"உமக்கு லைலாவெண்டா ஆறெண்டு விளங்கயில்ல. பலஸ்தீன விடுதலை இயக்கம் முதல்முதலாய் ப்ளேன் கடத்தயிக்க அந்த ஒப்பிரேஷனைச் செய்த ஒரு பெண் போராளிக்கு லைலா எண்டு பெயர்"

"அண்ணே... ஒரு பியர் குடிப்பமா, தலையிடிக்குது" என்று செல்லத்துரையிடம் கேட்டேன். அவருக்குச் சீனி வருத்தமென்று சொல்லி, பியர் வேண்டாம் என்றார். அவருக்கு ஒரு கறுப்புக் கோப்பியும் எனக்கு ஒரு பியரும் ஓடர் செய்தேன்.

"அண்ணே அவ லண்டனிலயிருந்தா இயக்கத்துக்கு வந்தவ?"

"ஓமோம்... அதென்னண்டா இவ லண்டனுக்குப் படிக்கத்தான் போனது. அங்கதான் கீர்த்தி மாஸ்டரோட லவ்வானது. கீர்த்தி மாஸ்டர் அப்ப லண்டனில புளொட்டுக்கு வேலை செய்தவர். நல்ல அரசியல் தெளிவுள்ள ஆள். ரெண்டு பேரும் லண்டனிலயிருந்து ஒண்டாத்தான் வெளிக்கிட்டவை. கீர்த்தி மாஸ்டர் நேரா பி.எல்.ஓ. ட்ரெயினிங்குக்காக லெபனானுக்குப் போயிட்டார். லைலா இந்தியாவுக்கு வந்திற்றா. இந்தியாவில கே.கே. நகர் புளொட் ஒஃபிஸிலதான் இரண்டு வருசமா இருந்தவ."

"இவ லைலா இயக்கத்தில பெரிய பொறுப்பில இருந்தவவா?"

"ஒஃபிஸில வேலை செய்தவ. கிட்டத்தட்ட உமாமகேஸ்வரனுக்கு செகரட்ரி மாதிரித்தான். இங்கிலீஸ் நல்லாத் தெரியும். அதால வெளிநாட்டுத் தொடர்புகள், மொழிபெயர்ப்புகள் எண்டு கன வேலை செய்தவ. இவவுக்கு அங்க மஞ்சள் குருவியெண்டு பட்டம்."

"அதென்ன மஞ்சள் குருவி?"

"ஆம்பிள பொம்பிள எண்டு வித்தியாசம் பாராம எல்லாரோடயும் நல்லாச் சிரிச்சுப் பழகுவா. உடுப்புகளும் அப்பிடி, இப்பிடி லண்டன்

ஸ்டைலிலதான் போடுவா. ஒருக்கா உமாமகேஸ்வரன் கூட 'உங்கிட லண்டன் பழக்கத்தை இஞ்ச காட்ட வேணாம், கட்டுப்பாடு தேவை' எண்டு இவவ ஏசினது. ஆரைப் பார்த்தாலும் வழியிற கேஸ் எண்டு அவவுக்கு ஒரு பேரிருந்தது. லைலா தோழர் எங்களுக்கு முதலே இயக்கத்திலிருந்து விலத்திற்றா."

"ஏன் இயக்கத்திலயிருந்து வெளியில வந்தவ?"

"அது எனக்கு சரிவரத் தெரியேல்ல... இயக்கம் உடையத் தொடங்கின உடனேயே கெட்டிக்காரங்கள் ஓடித் தப்பிற்றாங்கள். லைலா லண்டன் படிப்பெல்லா. நாங்கள் அரைகுறையள் நிண்டு இழுவுண்டு வந்தது. மொக்குகள் எல்லாம் அங்கயிருந்து செத்துப்போனாங்கள். புலி போட்டது அரைவாசி, எங்கிட ஆக்களே போட்டது அரைவாசி."

"அந்தக் கீர்த்தி மாஸ்டர் இப்ப எங்க?"

"ஆருக்குத் தெரியும்! பி.எல்.ஓ.வுக்குப் போன ஆளை பிறகு ஒருதரும் கண்டதாத் தெரியேல்ல. அவர் லெபனானிலேயே அடிபாட்டில செத்துப்போனார் எண்டு ஒரு கதையிருக்கு. அப்பிடியில்ல, லெபனானில மாணிக்கத்தோட பிரச்சினைப்பட்டு திருப்பி இந்தியாவுக்கு வந்துதான் காணாமல் போனவர் எண்டும் ஒரு கதையிருக்கு."

செல்லத்துரையிடம் பேசிவிட்டுத் திரும்பி வரும் வழியெல்லாம், இலங்கைநாயகி குறித்த சித்திரங்களே என் மனதிற்குள் வந்து போயின. ஆனால், இப்போது மனது கொஞ்சம் நிம்மதியாக இருந்தது. அடுத்தநாள், கீழ்த்தளத்தில் லிஃப்டின் அருகே காத்திருந்து, இலங்கைநாயகியுடன் லிஃப்டுக்குள் நுழைந்து அவரைப் பார்த்துப் புன்னகைத்தேன். அவர் வழமைபோலவே தலையைச் சிறிது அசைத்து வைத்தார்.

நான் புதிதாகப் பார்ப்பதுபோல, ஓரக் கண்ணால் இலங்கைநாயகியைக் கவனித்தேன். அவர் தலையைக் குனிந்தவாறே கையிலிருந்த நாயைத் தடவிக்கொண்டிருந்தார். இலங்கைநாயகி எலுமிச்சம் பழ நிறம். அதனால் கூட அவருக்கு மஞ்சள் குருவியென்று பெயர் வந்திருக்கலாம் என நினைத்துக்கொண்டேன். சற்றுப் பருமனான உடலவாகு, அல்லது அவரது குள்ளமான தோற்றம் அவரைப் பருமனாகக் காட்டுகிறது. தலையில் ஒரு நரைமுடி கூடக் கிடையாது. லிஃப்ட் கதவு திறந்ததும், விறுவிறுவென அவர் கால்களை அகற்றி வைத்து வேகமாக நடந்து போனார். இப்படிக் கால்களை எறிந்து விறுக்காக நடந்துபோகும் பெண்களை ஊரில் 'ஆண்மூச்சுக்காரி' என்பார்கள்.

ஒருநாள் காலையில், நான் கீழ்த்தளத்து வாசற்படியில் உட்கார்ந்திருந்த போது, தபாற்காரி வந்து தபால் பெட்டிகளுக்குள் கடிதங்களைப்

போட்டுக்கொண்டிருந்தாள். திடீரென ஒரு யோசனை உதிக்க, நான் போய் தபாற்காரியின் அருகில் நின்றுகொண்டு, இலங்கைநாயகிக்கு ஏதாவது கடிதம் வந்திருக்கிறதா எனக் கவனித்தேன். அன்று இலங்கைநாயகிக்குக் கடிதம் வந்திருந்தது. அதைத் தபாற்காரி 'ராஜரத்தினம் இலங்கைநாயகி' என்று எழுதப்பட்டிருந்த பெட்டிக்குள் போட்டுவிட்டுச் சென்றதும், நான் கீழே கிடந்த ஒரு நீளமான மெல்லிய குச்சியை எடுத்து, அந்தக் குச்சியைப் பெட்டிக்குள் விட்டு லாவகமாகக் கடிதத்தை வெளியே எடுத்தேன். எங்கள் தொடர்மாடிக் குடியிருப்பில் இவ்வாறு குச்சிவிட்டு ஆட்டும் வேலையை ஒளிவுமறைவாகச் செய்ய வேண்டிய அவசியமில்லை. பொதுவாகவே, தபால் பெட்டிக்குச் சாவியிருக்கிறதோ இல்லையோ அநேகமானோர் இவ்வாறு குச்சி விட்டுத்தான் கடிதங்களை எடுத்தார்கள். தபால் பெட்டிகளுக்குக் கீழே நீளமான குச்சிகள் எப்போதும் கிடக்கும்.

நான் அந்தக் கடிதத்தை எடுத்துக்கொண்டு பத்தாவது தளத்திற்கு வந்தேன். எங்கே வேலை செய்கிறார், என்ன வருமானம், அவரின் தொடர்புகள் எத்தகையவை என எந்தவொரு தடயத்தையும் எனக்குத் தராமல் புகையால் வரைந்த ஒரு சித்திரம் போல இலங்கைநாயகி எங்களது குடியிருப்பில் இருந்தார். இந்தக் கடிதத்தைக் கொடுக்கும் சாட்டில் இலங்கைநாயகியின் வீட்டுக்குள் நுழைவது, குறைந்தபட்சம் அவர் கதவைத் திறந்து கடிதத்தை வாங்கும்போது, கதவு இடைவெளிக்குள்ளால் அவரது வீட்டின் உள்ளே எட்டியாவது பார்த்துவிடுவது என்பதுதான் எனது திட்டம். உண்மையில் எனக்கு இதுவொரு தேவையில்லாத வேலைதான். ஆனால், யாரைப் பார்த்தாலும் எதைப் பார்த்தாலும் சந்தேகத்துடனும் எச்சரிக்கையாகவும் இருக்குமாறு எனது மனம் என்னை வழிநடத்திற்று.

நான் ஏழாம் இலக்கக் கதவின் முன்னே நின்று அழைப்பு மணியை அழுத்திக் கையை மணியிலிருந்து எடுக்கவில்லை, சடாரெனக் கதவு திறந்தது. இலங்கைநாயகி கதவுக்குப் பக்கத்திலேயே நின்றிருக்க வேண்டும். இல்லாவிட்டால் இவ்வளவு சடுதியில் கதவு திறபட வாய்ப்பேயில்லை. திறந்த கதவு நான்கு அங்குலங்கள் மட்டுமே திறந்தது. கதவுக்கும் நிலைக்கும் இடையே உட்புறமாக ஒன்றுக்கு இரண்டாக, இரண்டு சங்கிலிகள் இணைக்கப்பட்டிருந்தன. அந்த நாய் கீச்சிடும் சத்தம் கேட்டது. திறந்த கதவு இடைவெளிக்குள்ளால் மூக்குக் கண்ணாடியணிந்த இலங்கைநாயகியின் கண்கள் என்னைப் பார்த்தன.

"எக்ஸ்கியூஸே முவா மேடம், உங்கிட பெயர் ராஜரத்தினம் இலங்கைநாயகியா?"

கதவின் இடுக்கு வழியே பதில் ஏதும் வரவில்லை.

"இலங்கைநாயகி எண்ட பேருக்கு வந்த கடிதம் ஒண்டு என்ர பெட்டிக்க கிடந்தது, தபால்காரி மாறிப் போட்டுட்டாள் போல" என்று கடிதத்தைக் கதவு இடுக்கை நோக்கி நீட்டினேன்.

"கடிதத்தைக் கொண்டுபோய் என்ர தபால் பெட்டிக்குள்ள போடுங்கோ" என்று இலங்கைநாயகி சொன்னதும் கதவு சாத்தப்பட்டதும் ஒரே நேரத்தில் நிகழ்ந்தன.

ஒரு ஞாயிற்றுக்கிழமை, நான் பகல் தூக்கத்திலிருந்தபோது அழைப்பு மணி ஒலித்தது. மாதத்தின் முதல் ஞாயிறு. எங்களது குடியிருப்புப் பகுதிக்கு இயக்கப் பொடியங்கள் பத்திரிகைகள் விற்கவும் பணம் சேர்க்கவும் வரும் நாள். நான் எழுந்து சென்று கதவைத் திறந்ததும், எனது கையைப் பற்றிக் குலுக்கியவாறே இரண்டு பொடியங்களும் உள்ளே வந்து அமர்ந்தார்கள்.

"சொல்லுங்க தம்பியவ... நாட்டில என்ன புதினம்?" என்று நான் அவர்கள் எதிரே அமர்ந்தவாறே கேட்டேன்.

"சொன்னா நீங்க என்ன உதவியா செய்யப் போறீங்கள்" என்று அவர்களில் ஒருவன் கசப்புடன் சொல்ல, மற்றவன் என்னை வலு தீவிரமாகப் பார்த்துக்கொண்டே "அண்ணன், இப்ப உலக நாடுகள் எல்லாம் எங்கிட போராட்டத்தக் கவனிக்குது. தமிழீழ அரசு அமைஞ்சிற்றுது. எங்களட்ட முப்படையுமிருக்கு. ஒரு நீதி நிர்வாகம் இருக்கு, காவல்துறை இருக்கு, வங்கி இருக்கு. எங்கிட அரசை உலகம் அங்கீகரிக்கிறதுதான் மிச்சம். உங்களப் போல ஆக்கள் எல்லாம் இந்த நேரத்தில எங்களுக்கு உதவி செய்ய வேணும்" என்றான்.

எனது முகத்தைப் பாவமாக வைத்தவாறே நான் அவர்களைப் பார்த்து "தம்பி நீங்கள் என்ன சொன்னாலும் தாறதுக்கு என்னட்டக் காசில்ல. இந்தப் புத்தகம் பேப்பருகளைத் தாங்கோ... அதுக்கு மட்டும் காசு தாறன்" என்றேன். அவர்கள் என்னிடம் ஒரு சஞ்சிகையையும் ஒரு பத்திரிகையையும் கொடுக்க, நான் எண்ணிச் சில்லறைகள் எடுத்து அவர்களிடம் நீட்டினேன்.

சில்லறைகளை வாங்கிக்கொண்டு பொடியன்கள் புறப்படும்போது, எனக்கு அந்த எண்ணம் திடீரெனத் தோன்றியது. நான் அந்தப் பொடியன்களிடம் "இஞ்ச ஏழாம் நம்பரில புதுசா ஆக்கள் வந்திருக்கினம், அங்க போனீங்களா?" என்று கேட்டேன். பொடியன்கள் 'பிரேக்' அடித்து நின்றார்கள்.

"என்ன பேர்?"

"இலங்கைநாயகி"

"சிங்களப் பேர் மாதிரியெல்லோ கிடக்கு"

"இல்லைத் தம்பி தமிழ்தான். இலங்கைநாயகி எண்டது தமிழ்ப் பேர்தான். சிங்களமெண்டா லங்காராணி எண்டல்லோ பேர் இருக்கும்"

பொடியங்கள் வெளியே போனதும், நான் கதவைச் சாத்திவிட்டு உள்ளே நின்று கதவிலிருக்கும் கண்ணாடிக் குமிழ் வழியாக வெளியே நடப்பதை அவதானித்தேன். அந்தப் பொடியங்கள் ஏழாம் இலக்கக் கதவருவே போய் நின்று அழைப்பு மணியில் கை வைக்கவும் கதவு சடரென நான்கு அங்குலங்கள் திறந்தது. பொடியங்கள் உள்ளே பார்த்துப் பேசுவதும் தெரிந்தது. திறந்த வேகத்திலேயே இலங்கைநாயகியின் கதவு மூடப்பட்டது.

நான் மெல்ல எனது கதவைத் திறந்து வெளியே வந்து இயக்கப் பொடியன்களிடம் "தம்பி மனுசி என்ன சொன்னது?" என்று கேட்டேன். ஒரு பொடியன் சலித்துக்கொண்டே "மனுசி கதவே திறக்கமாட்டன் எண்டு சொல்லிப் போட்டுது. இயக்கப் பத்திரிகை வாங்குங்கோ எண்டு கேட்டுக்கு பேப்பரைக் கொண்டு போய்க் கடையில போடுங்கோ வாங்குறன், வீட்டை வரக் கூடாது எண்டு சொல்லுது" என்றான். அடுத்தவன் "இலங்கைநாயகி எண்டது மனுசிக்குப் பொருத்தமான பேராத்தான் கிடக்கு" என்றான்.

எனக்கு இலங்கைநாயகி மேல் மெது மெதுவாக ஆர்வம் குறையலாயிற்று. ஏனெனில், அதற்கு மேலே தலைபோகிற பிரச்சினைகளெல்லாம் என்னைச் சூழ நடந்துகொண்டிருந்தன. பிரான்ஸில் வாழும் ஒரு இலட்சம் தமிழர்களில் எனக்கு இலங்கைநாயகியும் ஒருவரானார். எப்போதாவது அவர் எதிர்ப்பட நேரிடுகையில், நான் வணக்கம் சொல்வதும் அவர் தலையசைப்பதும் தொடர்ந்தது. அவர் எனக்குத்தான் தலையசைக்கிறாரா அல்லது எப்போதுமே கையிலிருக்கும் தனது நாயோடு தலையசைத்து அவர் செல்லம் கொஞ்சுகிறாரா என்று எனக்கு வரவரச் சந்தேகமாக இருந்தது.

ஒருநாள், எனது அழைப்பு மணி ஒலிக்கக் கேட்டு நான் கதவைத் திறந்தபோது, அங்கே இலங்கைநாயகி நின்றிருந்தார். நான் "உள்ளுக்க வாங்க அக்கா" என்று கூப்பிட்டுவிட்டு, வரவேற்பறைக்குள் வந்து நின்றேன். அவர் ஓரடி முன்னால் வந்து, திறந்திருந்த கதவைப் பிடித்தவாறே நின்றார். எனக்கும் அவருக்குமிடையே இருந்த மேசையில் எனது சிகரெட் பெட்டி கிடந்தது. எதற்கு இவர் என்னிடம் வந்திருக்கிறார் என்று நான் மண்டையைக் கசக்கியவாறே சிகரெட்

பெட்டியை எடுக்க ஓடி முன்னால் சென்றபோது, இலங்கைநாயகி பதறிப்போய் பின்னால் நகர்ந்து வெளியே சென்றார். 'நான் மஞ்சள் குருவிய ரேப் செய்யப்போறனாக்கும், அதுதான் பயப்பிடுறா' என்று ஆத்திரத்துடன் நான் மனதிற்குள் சொல்லிக்கொண்டே, ஒரு சிகரெட்டை எடுத்து வாயில் வைத்தவாறே நாற்காலியில் உட்கார்ந்தேன். அவர் என்னைப் பார்த்து அவ்வாறு பதறியடித்தது எனக்குக் கொஞ்சம் அவமானமாயிருந்தது. இலங்கைநாயகி மறுபடியும் முன்னால் வந்து கதவைப் பிடித்துக்கொண்டு நின்றார்.

"அன்ரனிதாசன் நீங்கள் எனக்கொரு உதவி செய்வீங்களா?"

என்னுடைய பெயர் எப்படி இவருக்குத் தெரியும்? சரி... அவரும் தபால் பெட்டியில் பார்த்திருப்பார் போல என நினைத்துக்கொண்டே "சொல்லுங்கோ அக்கா என்ன செய்ய வேணும்?" என்று கேட்டேன்.

"எனக்குச் சரியான சுகயீனமா இருக்கு, வெளிய போக ஏலாமக் கிடக்கு. லைலாவுக்குச் சாப்பாடு வாங்கவேணும்... வாங்கிக் கொண்டுவந்து தருவீங்களா" என்று கேட்டார். நான் தலையாட்டியதும், அவர் மெதுவாக நடந்து வந்து கையில் வைத்திருந்த பணத்தையும், உணவின் பெயர் எழுதப்பட்டிருந்த தாளையும் மேசையின் விளிம்பில் வைத்துவிட்டுச் சென்றார்.

நான், நாய் உணவுப் பேணிகளை வாங்கிக்கொண்டு வரும்போது, இலங்கைநாயகி என்ன சாப்பிடுவார், அவருக்கு ஏதும் தேவையில்லையா என்று யோசித்துக்கொண்டே வந்தேன். இலங்கைநாயகியின் கதவின் முன்னால் நின்று நான் அழைப்பு மணியில் கை வைத்ததும், நான் எதிர்பார்த்தது போலவே கதவு உடனே திறக்கப்பட்டது. அந்த நான்கு அங்குல இடைவெளிக்குள்ளால் நான் பேணிகளை ஒவ்வொன்றாக எடுத்துக் கொடுக்க, இலங்கைநாயகி ஒவ்வொன்றாக வாங்கி வைத்துக்கொண்டார். நான் அத்தோடு வந்திருந்தால் மரியாதை. நான் பேச்சை வளர்க்கும் ஆர்வத்தில் "நாட்டில என்ன செய்தியெண்டு ஏதாவது அறிஞ்சியளோ" எனக் கேட்டேன். "எனக்கு ஒண்டும் தெரியாது" என்ற பதில் வந்ததும் கதவு மூடப்பட்டதும் ஒரே நேரத்தில் நிகழ்ந்தன.

அது ஸ்ரீலங்காவில் யுத்தம் உக்கிரமாக நடந்துகொண்டிருந்த நேரம். புலிகளின் விமானங்கள் கொழும்பில் குண்டு வீசியதாகச் செய்திகள் வந்துகொண்டிருந்த நேரமது.

இலங்கைநாயகியின் உடல்நிலையைக் குறித்து நான் ஏதாவது கேட்டிருந்தால், அவர் பதில் சொல்லியிருக்கக் கூடும் என நினைத்துக்கொண்டேன்.

பிரான்ஸில் கொடும்பனி கொட்டிக்கொண்டிருந்த காலமது. புல்வெளிகள் எல்லாம் பனிப் பாலைகளாக மாறியிருந்தன. ஜனவரி மாதத்தில், கிளிநொச்சியை இராணுவம் கைப்பற்றிவிட்டதாகச் செய்திகள் வந்தன. பெப்ரவரி, மார்ச், ஏப்ரல் என எல்லா மாதங்களுமே அவலச் செய்திகளுடன் பிறந்து மடிந்துபோயின. மே மாதத் தொடக்கத்தில் குளிர் மடியத் தொடங்கிற்று. நான் கீழ்த்தளத்து வாசற்படியில் குந்தியிருந்தபோது, இலங்கைநாயகி சுமக்க முடியாத சுமையுடன் தூரத்தே நடந்து வருவது தெரிந்தது. நான் எழுந்து அவரை நோக்கி நடந்தேன். அவரின் கைகளிலிருந்த இரண்டு பைகள் நிறையப் பாண் துண்டங்களும் விதவிதமாக உணவுப் பொருட்களுமிருந்தன. அவரின் பின்னே லைலா மெதுவாக நடந்து வந்துகொண்டிருந்தது. நான் அவரின் கைகளிலிருந்த பைகளை வாங்கிக்கொண்டேன்.

லிஃப்டில் போகும்போது, நான் இலங்கைநாயகியிடம் "எதுக்கு இவ்வளவு பாண்?" என்று கேட்டுச் சிரித்தேன்.

இலங்கைநாயகி தனது நாவால் உதடுகளை ஈரப்படுத்திக்கொண்டு "குளிருக்க நிண்டு எங்கிட பிள்ளையள் போராடிக்கொண்டிருக்குதுகள், அதுகளுக்கு சாண்ட்விச் செய்துகொண்டு போய்க் குடுக்கப் போறன்" என்றார்.

நான் இலங்கைநாயகியின் கதவுவரை சென்று, பைகளைக் கீழே தரையில் சுவரோடு சாய்த்து வைத்தேன். இலங்கைநாயகி நான் அங்கிருந்து நகரும்வரை காத்திருந்துவிட்டு, தனது கதவைத் திறந்து பைகளை இழுத்துக்கொண்டு உள்ளே போனார். லைலா உள்ளே நுழைந்ததும் கதவு மூடப்பட்டது.

இரவு, நான் தொலைக்காட்சியில் செய்திகளைப் பார்த்துக்கொண்டிருந்த போது, ஈழத் தமிழர்கள் ஈஃபில் கோபுரத்தின் கீழே நாற்பது நாட்களாகத் தொடர்ந்து நடத்திக்கொண்டிருக்கும் போராட்டத்தைக் காண்பித்தார்கள். மேலேயிருந்து ஒளிப்பதிவு செய்திருக்கிறார்கள். எப்படியும் முப்பதாயிரம் சனத்திற்குக் குறையாது என நினைக்கிறேன். இப்போது, தொலைக்காட்சியில் இலங்கைநாயகி தோன்றினார். அவரின் கையில் பிரபாகரனின் படம் இருந்தது. செய்தியாளரிடம் அவர் பிரெஞ்சு மொழியில் துல்லியமாகப் பேசினார். "இலங்கையில் போரைத் தடுத்து நிறுத்தி, அங்கே விமானத் தாக்குதல்களாலும் கொத்துக் குண்டுகளாலும் கொல்லப்பட்டுக்கொண்டிருக்கும் தமிழ் மக்களைக் காப்பாற்றுங்கள்! ஒரு தாயாகக் கேட்கிறேன்... சர்வதேசமே எனது பிள்ளைகளைக் காப்பாற்று" என்று விம்மிய குரலில் இலங்கைநாயகி பேசினார். அவர் பேசும்போது, அவரின் உடல் பதறிக்கொண்டிருந்தது. அவரின் கைகள் தொலைக்காட்சிச் செய்தியாளரை அடிப்பதுபோல முன்னும்

பின்னும் போய்வந்தன. அவர் ஒரு நிமிடத்திற்கும் குறைவாகத்தான் பேசியிருப்பார். ஆனால், அவரின் குரலும் ஒலமும் கேட்பவர்களின் ஆன்மாவை உலுக்கக் கூடியவை. இலங்கைநாயகி தனது பேச்சை முடிக்கும்போது, தனது கையிலிருந்த படத்தை உயரே தூக்கிக்காட்டி "எங்கள் தலைவர் பிரபாகரன்" என்றார். அப்போது அவரது குரல் கணீரென ஒலித்தது. அன்று மே எட்டாம் தேதி.

அதற்குப் பின்பு ஒரு மாதம் கழிந்திருக்கும், நான் எனது கதவைத் திறந்து லிஃப்டை நோக்கிச் சென்றபோது, அங்கே இலங்கைநாயகி நாயுடன் லிஃப்டுக்காகக் காத்திருந்தார். லிஃப்ட் கதவுகள் மூடிக்கொண்டன. இருவரும் ஒரேஎளத்தில் எதிரெதிர் வீடுகளில் இருக்கிறோம். ஆனால், நம்முடைய பேச்சுவார்த்தைகள் என்னவோ லிஃப்டில்தான் நடக்கின்றன. இயக்கமும் அரசாங்கமும் சொந்த நாட்டில் பேச்சுவார்த்தை நடத்தாமல், மூன்றாவது நாடொன்றில் பேசிக்கொள்வது போல நமக்கு லிஃப்ட் மூன்றாவது தளம்.

"அக்காவ கொஞ்ச நாளைக்கு முன்னம் நான் பிரெஞ்சுச் செய்தியில பார்த்தனான்"

இலங்கைநாயகி மெதுவாகத் தலையசைத்தார். அது நாய்க்கா அல்லது எனக்கா என்பது தெரியவில்லை. நான் அவரின் முகத்தை உற்றுப் பார்த்துக்கொண்டே "கையிலயிருந்த படத்தையெல்லாம் தூக்கிக்காட்டி அடிக்குமாப்போல பேசினீங்கள்" என்றேன். இலங்கைநாயகி உதட்டைச் சுழித்து மேலே பார்த்துக்கொண்டே "அந்தப் படமோ... அது பிரபாகரனோ என்னவோ எண்டு சொன்னாங்கள்" என்றார். லிஃப்ட் கதவு திறந்ததும், இலங்கைநாயகி கால்களை அகல வைத்து நடந்து வெளியே போனார். நாய் அவரின் பின்னாலே ஓடிற்று. நான் லிஃப்டுக்குள் அப்படியே நின்றிருந்தேன். லிஃப்ட் மூடிக்கொண்டது.

நேற்று, நான் வெளியே பெரும் சத்தங்களைக் கேட்டு 'லீவு நாளில கூடப் படுக்க விடுறாங்களில்ல' எனத் திட்டிக்கொண்டே படுக்கையிலிருந்து எழுந்தேன். நேரம் காலை பத்து மணியாகியிருந்தது. கதவைத் திறந்து வெளியே என்ன சத்தம் எனப் பார்த்தேன். இலங்கைநாயகியின் கதவு முன்னே கூட்டமாக இருந்தது. பொலிசார் வந்து கதவை உடைத்துக்கொண்டிருந்தார்கள். அங்கே நின்றிருந்த, ஆறாம் இலக்கத்தில் குடியிருக்கும் ஆபிரிக்கப் பெண்மணியிடம் "என்ன விஷயம்?" என்று கேட்டேன். அவர், தான் இரண்டு - மூன்று நாட்களாகவே ஏழாம் இலக்க வீட்டின் உள்ளேயிருந்து துர்நாற்றம் வீசுவதை உணர்ந்ததாகவும், இன்று துர்நாற்றம் அளவுக்கு மீறிப்போகவே தான் பொலிசாருக்கு அறிவித்ததாகவும் சொன்னார். நான் என் நாசியை விரித்து ஆழமாக மூச்சை இழுத்து விட்டேன். அப்படி ஒரு துர்நாற்றத்தையும் நான்

உணரவில்லை. நான் எப்போது கடைசியாக இலங்கைநாயகியைக் கண்டேன் என்பது எனக்குச் சரியாக ஞாபகத்தில் வர மறுத்தது. ஆனாலும், கடந்த பத்துப் பதினைந்து நாட்களாகவே நான் அவரைக் காணவில்லை என்பது எனக்கு உறைத்ததும், எனக்கு நெஞ்சுக்குள் தண்ணீர் வற்றிப்போயிற்று.

கதவு உடைக்கப்பட்டதும், பொலிசார் அந்தப் பகுதியை யாரும் நெருங்காதவாறு சிவப்புப் பிளாஸ்டிக் நாடாக்களைக் குறுக்கே கட்டினார்கள். உள்ளே இலங்கைநாயகியின் உடல் கண்டுபிடிக்கப்பட்டது. அவர் இறந்து பத்து நாட்களாகியிருக்கலாம் எனச் சொன்னார்கள். நான் ஒரு பொலிஸ்காரனைக் கூப்பிட்டு, அவனிடம் மெல்லிய குரலில் "உள்ளே ஒரு நாயும் இருந்தது... அது உயிரோடு இருக்கிறதா எனப் பாருங்கள்" என்றேன்.

உள்ளே போன பொலிஸ்காரன் திரும்பிவந்து என்னை ஏற இறங்கப் பார்த்துவிட்டு "உள்ளே நாய் எதுவும் இல்லை" என்றான்.

"அதுவும் செத்திருக்கலாம்" என்றேன்.

"எல்லாம் தேடிப் பார்த்தாயிற்று... அப்படியெல்லாம் எதுவுமில்லை" என்றான் பொலிஸ்காரன்.

இலங்கைநாயகியின் உடல் பிளாஸ்டிக் பையில் பொதியப்பட்டு வெளியே எடுத்துவரப்பட்டது. நான் கண்களை இறுக மூடிக்கொண்டேன். லிஃப்டுக்குள் அவர்கள் இலங்கைநாயகியின் உடலை வைக்கும் சத்தம் கேட்டது. நான் கண்களைத் திறந்தபோது லிஃப்ட் போய்விட்டிருந்தது. நான் எனது கதவைத் திறந்து உள்ளே வந்து படுக்கையில் விழுந்தேன். படுக்கையில் அப்படியே கண்களை மூடியவாறே கிடந்தேன்.

இரவு ஏழு மணியளவில், மறுபடியும் கதவைத் திறந்து வெளியே வந்து பார்த்தேன். இப்போது இலங்கைநாயகியின் வாசலின் முன்னே யாருமில்லை. நான் மெல்ல நடந்துபோய்ப் பார்த்தபோது, உடைக்கப்பட்ட கதவு அடைக்கப்பட்டுப் பொலிஸாரால் சீல் வைக்கப்பட்டிருந்தது. இப்போது நான் அங்கே துர்நாற்றத்தை உணர்ந்தேன். உடனே போய் ஆறாம் இலக்கக் கதவைத் தட்டினேன். அந்த ஆபிரிக்கப் பெண் கதவைத் திறந்து வெளியே வந்தார். நான் பதற்றத்துடன் அவரிடம் "நீங்கள் துர்நாற்றத்தை உணர்கிறீர்களா?" எனக் கேட்டேன்.

அந்தப் பெண் என்னைக் கவலையோடு பார்த்து "காலையிலேயே சடலத்தைக் கொண்டுபோய் விட்டார்களே, இப்போது துர்நாற்றம் எதுவுமேயில்லையே" என்றார்.

"அவர்கள் ஒரு சடலத்தை மட்டும்தான் கொண்டு சென்றார்கள்" என்று நான் முணுமுணுத்தேன். அந்த ஆபிரிக்கப் பெண் என்னை இரக்கத்தோடு பார்த்து "இறந்துபோன அந்தப் பெண்மணி உன்னுடைய நாட்டைச் சேர்ந்தவரா?" எனக் கேட்டார்.

நான் 'ஆம்' என்று தலையாட்டினேன்.

"நீங்கள் எந்த நாட்டவர்கள்?" என அந்தப் பெண் கேட்கவும் "ஸ்ரீலங்காவோ என்னவோ ஒரு பேர்" என்று சொன்னேன்.

எனது மூளை முழுவதும் லைலாவுக்கு என்ன நடந்தது என்ற கேள்வியே நிரம்பியிருந்தது. அந்த நாயை இலங்கைநாயகியைத் தவிர வேறு யாரும் கொன்றிருக்கவோ அழித்திருக்கவோ வாய்ப்பில்லை என்று திடீரென என் மனதில் ஓர் எண்ணம் தோன்றியது. அதை நான் நம்பவும் ஆரம்பித்தேன். ஆரம்பம் முதலே இலங்கைநாயகி மீது எனது அடி மனதிலே மண்டிக் கிடந்த சந்தேகமும் வெறுப்பும் இப்போது முழுவதுமாகத் திரண்டு மேலே வரலாயிற்று. மஞ்சள் குருவி ஒரு வெண்ணிற நாயைக் கொன்றது.

அதுதான் இந்தக் கதையின் ஆரம்பித்திலேயே நான் சொன்னேனே, இந்தக் கதைசொல்லியின் மனது வக்கிரத்தால் நிரம்பியிருக்கிறது!

□ காலம் – 2011

ரூபம்

இவன் வீட்டின் வாசற்படியை அடைந்தபோது, வீட்டினுள்ளே தொலைக்காட்சியில் மஹிந்த ராஜபக்ச உரையாற்றிக்கொண்டிருந்தார். இவன் வாசற்படியின் ஓரமாக உட்கார்ந்துகொண்டு தலையைச் சாய்த்துத் தொலைக்காட்சியைப் பார்த்தான். "உங்களைக் கவுரவமாகவும் சுயமரியாதையுடனும் வாழ வைப்பது என்னுடைய பொறுப்பு. நான் இந்த நாட்டு மக்கள் அனைவரதும் தலைவன்" என ராஜபக்ச தமிழில் பேசிக் கொண்டிருந்தார். அந்த அகலமான தொலைக்காட்சித் திரை முழுவதையும் ராஜபக்சவின் முகம் நிறைத்திருந்தது. அவ்வளவு பெரிய தொலைக்காட்சியை இவன் இப்போதுதான் பார்க்கிறான். அது தட்டையாகவும் நவீனமாகவும் துல்லியமான ஒலியமைப்புடனுமிருந்தது. வீட்டுக்காரரின் மகன் அந்தத் தொலைக்காட்சிப் பெட்டியைச் சவூதியிலிருந்து அனுப்பிவைத்திருக்கலாம். இவன் முகத்தைத் திருப்பி வீதியைப் பார்த்தான். வீதியில் இருள் மண்டியிருந்தது.

இவன் சிறுவனாக இருந்தபோது, தொலைக்காட்சியொன்று வாங்குமாறு அம்மாவை இடைவிடாமல் நச்சரித்திருக்கிறான். இறந்துபோன அப்பாவின் சொற்ப பென்ஷன் பணம் மட்டுமே இவர்களுக்கு வருமானம். அந்தப் பணத்தில்தான் அம்மா இவனையும் இவனது அக்காவையும் பட்டினியில்லாமல் பள்ளிக்கூடம் அனுப்பிக்கொண்டிருந்தார்.

அப்போது, இந்த வீட்டில் ஒரு சிறிய கறுப்பு வெள்ளைத் தொலைக்காட்சியிருந்தது. இவனும் அக்காவும் இரவு நேரத்தில் இங்கே தொலைக்காட்சி பார்க்க வருவார்கள். அக்காவுக்குத் தொலைக்காட்சி பார்ப்பதில் ஏனோ ஆர்வமில்லை. ஆனால், இருளில் தனியாக வருவதற்கு இவன் பயப்படுவான். அதனால் அக்காவைத் துணைக்கு அழைத்து வருவான். தரையில் அமர்ந்து கண்கொட்டாமல் தொலைக்காட்சியைப் பார்த்துக்கொண்டிருப்பான். சிறிது நேரமானதுமே "வீட்ட போகலாமா..." என்று அக்கா முணுமுணுப்பாள். அது இவனது காதில் விழாது. அக்கா பொறுக்க முடியாமல் இரகசியமாக இவனது தொடையைக் கிள்ளும்போது, இன்னும் கொஞ்ச நேரம் என இவன் அக்காவிடம் மன்றாடுவான். வீட்டுக்காரர்கள் தேநீரும் அவித்த பனங்கிழங்கும் தருவார்கள். அக்கா வெட்கப்படுவாள். அவற்றை

வாங்காவிட்டால் தொலைக்காட்சி பார்க்க அனுமதிக்க மாட்டார்களோ என்ற பதற்றத்திலேயே இவன் அவற்றை வாங்கிக்கொள்வான்.

இவன், வீட்டில் வெறும் தீப்பெட்டியின் மீது வெள்ளைத்தாளை ஒட்டி, நடுவே கத்தரித்து, பக்கவாட்டில் வர்ணம் தீட்டித் தொலைக்காட்சிப் பெட்டி செய்து விளையாடிக்கொண்டிருப்பான். பள்ளிக்கூடத்திற்கு எடுத்துச் செல்லும் பையில் எப்போதுமே சில தீப்பெட்டித் தொலைக்காட்சிகள் இருந்தன. கொஞ்சம் வளர்ந்ததும், தொலைக்காட்சி பார்ப்பதற்காக இவன் கிராமத்துக் கடைத்தெருவுக்குப் போகத் தொடங்கினான். அங்கேயிருந்த 'மீனா கபே'யில் எப்போதும் வண்ணத் தொலைக்காட்சி ஓடிக்கொண்டிருக்கும். தொலைக்காட்சியில் நிகழ்ச்சிகளைப் பார்க்கும்போது, இவன் வசியத்தில் விழுந்தவன் போலிருப்பான். அந்த நேரங்களில் இவனது கண்கள் ஒளிர்ந்துகொண்டேயிருக்கும். எந்த நிகழ்ச்சியும் இவனுக்கு அலுப்பூட்டியதேயில்லை. அலைவரிசைக் குழப்பத்தால் அடிக்கடி தொலைக்காட்சியில் வெறும் புள்ளிகள் மட்டுமே தோன்றும். அந்தப் புள்ளிகளை ஆயிரக்கணக்கான மனிதர்கள் ஓடி வந்துகொண்டிருப்பது போல் கற்பனை செய்துகொள்வான். தொலைக்காட்சியில் சில சமயங்களில் படம் மட்டுமே வரும், ஒலி வராது. படத்திற்கு ஏற்ற ஒலிகளை இவனாகவே கற்பனை செய்து ஆர்வமாகப் பார்த்துக்கொண்டிருப்பான். ஒலி மட்டும் வந்தாலும் படக்காட்சிகளை இவனால் கற்பனையில் உருவாக்கிக்கொள்ள முடியும். மின்சாரம் துண்டிக்கப்படும்போது, வெறுமனே தொலைக்காட்சியைக் கண்ணிமைக்காமல் பல நிமிடங்கள் பார்த்துக்கொண்டிருக்கவும் இவனால் முடியும். தொலைக்காட்சிப் பெட்டியொன்றுதான் இவனுக்குத் தேவையானது. அதிலிருந்து படங்களையும் ஒலிகளையும் இவனால் உருவாக்கிக்கொள்ள முடியும். கடை மூடப்படும் போதுதான், இவன் வீட்டுக்குத் திரும்பி வருவான்.

இரண்டு நகரங்களை இணைக்கும் நெடுஞ்சாலையின் ஓரத்தில் இவனின் கிராமம் அமைந்திருந்தது. அந்த நெடுஞ்சாலையை ஒட்டித்தான் கடைத்தெரு இருந்தது. அந்த நெடுஞ்சாலையில் இராணுவம் ரோந்து செல்லும் நாட்களில் கடைத்தெரு வெறிச்சோடிவிடும். இராணுவ வாகனங்கள் வரும் இரைச்சலைக் கேட்டவுடனேயே கடைகள் சடுதியில் மூடப்படும். கடைத்தெரு மனிதர்கள் நெடுஞ்சாலையிலிருந்து விலகி ஓடிவிடுவார்கள். இராணுவம் கடைவீதியைக் கடந்து செல்லும்போது, சில வேட்டுகளைத் தீர்க்காமல் செல்வதில்லை. அது வெறுமனே எச்சரிக்கை வெடியாகத்தானிருக்கும். இராணுவம் ஒருபோதும் நெடுஞ்சாலையிலிருந்து விலகிக் கிராமத்திற்குள் நுழைந்ததில்லை.

கடைத்தெரு மூடிக் கிடக்கும் நாட்களில், இவன் பக்கத்து வீட்டுக்குத்தான் தொலைக்காட்சி பார்க்கப் போவான். அவர்கள் இப்போது ஒரு வண்ணத் தொலைக்காட்சியை வாங்கியிருந்தார்கள். இவன் ஆள் கொஞ்சம் வளர்ந்துவிட்டால், இவனை நாற்காலியில் உட்காருமாறு அவர்கள் வற்புறுத்துவார்கள். நொறுக்குத் தீனிகளும் தேநீரும் கொடுப்பார்கள். அவற்றை வாங்கத்தான் இவன் கொஞ்சம் வெட்கப்படுவான். இவ்வளவுக்கும், இவனது தாயாரும் இந்த வீட்டுக்காரியும் நெருங்கிய சிநேகிதிகள். அவசரத்திற்குச் சீனி, தேயிலை என இருபக்கமும் கைமாற்றும் நடப்பதுண்டு. ஆனால், இவனுக்குத்தான் யாரிடமும் எதுவும் வாங்கிக் கொள்வதென்றால் கூச்சமாக இருக்கும். தொலைக்காட்சி விஷயத்தில் மட்டும் தான் இவன் கூச்சத்தையும் மீறி நடந்துகொண்டான்.

தீப்பெட்டித் தொலைக்காட்சி வைத்து விளையாடும் வயது கடந்து போனபோது, உண்மையாகவே இவனு வீட்டுக்கு ஒரு சிறிய வண்ணத் தொலைக்காட்சிப் பெட்டி வந்தது. அக்கா ஆசிரியப் பணியில் சேர்ந்து பெற்ற முதலாவது சம்பளப் பணத்துடன், கையிலிருந்த சேமிப்புப் பணத்தையும் போட்டு அம்மா இவனுக்கு அதை வாங்கிக் கொடுத்தார். இவன் அக்காவிடம் சொல்லி ஓர் அழகிய துணியுறையைத் தைக்கச் செய்து, அதனால் தொலைக்காட்சிப் பெட்டியைப் பத்திரம் செய்தான். இவனின் பள்ளிக்கூடத்துப் பைக்குள் இப்போது தீப்பெட்டிகள் இல்லை. அதற்குப் பதிலாக, தொலைக்காட்சியை இயக்க வழிகாட்டும் விவரக்கொத்தைப் பைக்குள் எப்போதும் வைத்திருந்தான்.

பள்ளிக்கூடத்தால் வந்ததும் தொலைக்காட்சியின் முன்னால் உட்கார்ந்துவிடுவான். ஆட அசைய மாட்டான். தொலைக்காட்சியைப் பார்த்தவாறே சிலைபோல உட்கார்ந்திருப்பான். சாப்பிடுவதற்காக அம்மா பத்துத் தடவை கூப்பிட்ட பின்பே, குசினிக்குள் ஓடிச் சென்று தட்டை எடுத்துக்கொண்டு ஓடிவந்து தொலைக்காட்சிப் பெட்டிக்கு முன்னால் உட்கார்ந்துவிடுவான். இதனால் ஒன்றும் இவனது படிப்புப் பாதிக்கப்பட்டதாகத் தெரியவில்லை. வகுப்பில் எப்போதும் இவன் முன்னணி மாணவனாகவேயிருந்தான். அக்காவிடம் ஒரு நாள் தொலைக்காட்சியைச் சுட்டிக்காட்டி "எங்கிட வாத்திமார விட இது பிரயோசனமானது" என்றான்.

பல்கலைக்கழக அனுமதி சொற்ப மதிப்பெண்களால் தவறிப் போனது. கொஞ்சம் மனம் சோர்ந்து போனான். பகல் முழுவதும் தீவிரமாகப் படித்தான். இரவானதும் அறையிலிருந்த விளக்கை அணைத்துவிட்டு, இருளில் நடுநிசி வரை தொலைக்காட்சி பார்த்துக்கொண்டிருப்பான்.

அம்மா அவ்வப்போது வந்து "இருட்டுக்குள்ளயிருந்து பார்க்காத தம்பி, கண் பழுதாப் போகும்" என்பார். அது இவனின் காதில் ஏறாது.

இவனுக்கு இருபது வயதானபோது, அந்தக் கிராமத்திற்குள் இராணுவம் முதற்தடவையாக நுழைந்தது. இராணுவம் வரும் செய்தி கேட்டு, சனங்கள் வீடுகளிலிருந்து கையில் அகப்பட்டவற்றை எடுத்துக்கொண்டு உயிர் தப்பச் சிதறியோடினார்கள். அக்கா அப்போது நகரத்தில் அறை வாடகைக்கு எடுத்துத் தங்கியிருந்து நகரத்துப் பாடசாலையில் வேலை செய்ததால், இவனும் அம்மாவும் நகரத்திற்குப் போவதென்று முடிவெடுத்தார்கள். இவர்களது உடமைகள் இரு பெட்டிகளுக்குள் அடங்கிவிட்டன. சைக்கிளின் பின்னால் தொலைக்காட்சியை வைத்துக் கட்டிக்கொண்டான். நகரத்திற்குச் செல்லும் வாகனமொன்றில் அம்மாவையும் பெட்டிகளையும் ஏற்றிவிட்டு, இவன் சைக்கிளில் வாகனத்தைப் பின்தொடர்ந்தான்.

நகரத்திற்கு வந்ததும், கிடைத்த விலைக்குத் தொலைக்காட்சியை விற்றான். மிகச் சொற்பமான பணமே கிடைத்தது. நகரத்திலிருந்த உறவினரின் கடையொன்றுக்குச் சென்று, அங்கே சைக்கிளை நிறுத்திவிட்டு, சற்று நேரத்தில் வருவதாகச் சொல்லிவிட்டு, நடந்து பஸ் நிலையத்திற்கு வந்து பஸ்ஸில் ஏறி உட்கார்ந்தான். நான்கு மணிநேரப் பயணத்தில் இருபது சோதனைச் சாவடிகளைக் கடக்க வேண்டியிருந்தது. நெடுஞ்சாலையின் ஓரத்தில் இறங்கியவன் அங்கிருந்து வயல்வெளிகளுக்குள்ளால் காட்டை நோக்கி நடந்தான். இடையிடையே எதிர்ப்பட்டவர்களிடம் வழியை விசாரித்துக்கொண்டான். இரவாகிக்கொண்டிருந்தாலும் காட்டின்மீது நிலவு வெளிச்சம் போட்டது. இரவு முழுவதும் காட்டுப் பாதையால் நடந்து ஒரு கிராமத்தை அடைந்தான். அங்கே விடுதலைப் புலிகளின் பயிற்சி முகாம் இருந்தது.

இவன் காட்டுக்குள்ளால் நடந்துவந்து இயக்கத்தில் சேர்ந்ததாலோ என்னவோ இவனுக்கு 'கானகன்' என்று இயக்கத்தில் பெயர் வைத்தார்கள். ஆனால், தோழர்கள் இவனை 'யங்கிள்' என்றே அழைத்தார்கள். சண்டையின்போது, முன்னேறித் தாக்கும் அணியில் யங்கிள் இருந்தால், அந்தத் தாக்குதல் வெற்றிதான் என்று இயக்கத்திற்குள் கதை இருந்தது. போரிடவே பிறந்தவன் போல இவன் இருந்தான். இவனது இடது கண்ணுக்குத் திட்டமிடல் என்றும் வலது கண்ணுக்குத் துணிச்சல் என்றும் பெயர். இவனது இடது காலுக்கு நிதானம் என்றும் வலது காலுக்கு வேகம் என்றும் பெயர். எத்தனையோ முற்றுகைகளை முன்னணியில் நின்று முறியடித்திருக்கிறான். இவனது அணி முழுவதுமாகச் சிதைக்கப்பட்ட நிலையிலும், தனியாளாகப் போராடித் தளம் திரும்பியிருக்கிறான். கடைசியில், விமானக் குண்டு

வீச்சொன்றில் வேகம் எனப் பெயரிடப்பட்ட கால் துண்டிக்கப்பட்டது. நிதானம் எனப் பெயரிடப்பட்ட கால் எஞ்சியிருந்தது.

இவன் ஊன்றுகோலின் உதவியுடன் முகாமில் நிதானமாக நடந்து திரிந்தான். கால் இழந்தது குறித்து அம்மாவுக்கோ அக்காவுக்கோ சேதி எட்டாமல் பார்த்துக்கொண்டான். யுத்த நிறுத்தம் வந்தபோது கூட, இவன் அம்மாவைப் பார்க்கப் போகவில்லை. இவன் இருக்குமிடமும் அம்மாவுக்குத் தெரியாமல் பார்த்துக்கொண்டான். ஒரு வருடத்திற்குப் பின்பு, புலிகளின் தொலைக்காட்சியில்தான் அம்மா இவனைப் பார்த்தார். அடுத்த வாரமே அம்மாவும் அக்காவும் இவனைத் தேடி வந்தார்கள். இவன் பயந்தது போல எதுவும் நடக்கவில்லை. அம்மா இவனது கால் துண்டிக்கப்பட்ட பகுதியை மட்டும் தடவிக்கொடுத்தார். உற்சாகமாகப் பேசிவிட்டுத் திரும்பிச் சென்றார்கள்.

புலிகளின் தொலைக்காட்சியில் இவன் மூன்று நிகழ்ச்சிகளுக்குத் தொகுப்பாளராக இருந்தான். அவற்றில் 'விடுதலை கீதங்கள்' என்ற அரை மணிநேர நிகழ்ச்சி மிகவும் பிரபலமானது. சாந்தன், தேனிசை செல்லப்பா, சுகுமார், சிட்டு போன்றோரின் புகழ்பெற்ற பாடல்களை இவன் தொலைக்காட்சியில் தொகுத்து வழங்குவான். பாடல்களை ஒளிபரப்ப முன்பு இவன் சொல்லும் கவிதை வரிகளும், உணர்ச்சி துள்ளும் ஏற்ற இறக்கமான கம்பீரக் குரலும் மக்களைச் சொக்கச் செய்தன. சாந்தன் ஒருமுறை இவனிடம் "என்னைவிட உங்களுக்குத்தான் கனக்க ரசிகர்கள்" எனச் சொல்லிச் சிரித்தார்.

வழிதெருவில் காணும்போது, மக்கள் இவனைச் சூழ்ந்துகொண்டார்கள். இவன் தொலைக்காட்சி நிகழ்ச்சியில் தோன்றும்போது, உட்கார்ந்து கொண்டிருப்பதால் இவனுக்கு ஒரு கால் இல்லை என்பது பலருக்குத் தெரியாது. அந்தக் கம்பீரக் குரல் ஊன்றுகோலோடு தடுமாறி நடந்து வருவதை அவர்கள் நேரில் பார்த்தபோது, அவர்களது கண்கள் இருண்டு போயின. சில தாய்மார்கள் இவனை அணைத்து உச்சி முகர்ந்தார்கள். இழந்த குழந்தைகள் அவர்களின் ஞாபகத்தில் வந்திருக்கலாம்.

இவனுக்கு ஏராளமான நேயர் கடிதங்கள் வந்தன. அவற்றில் காதல் கடிதங்களுமிருந்தன. அந்தக் கடிதங்களை இவன் தனிமையில் புன்னகையோடு படித்துவிட்டுக் கிழித்துப் போடுவான். 'இயக்கத்துக்கே காதல் கடிதம் எழுத எங்கிட பெட்டையள் துணிஞ்சிற்றாளவ' என இவனது உதடுகள் முணுமுணுக்கும்.

சமாதான காலத்தில், வன்னியிலிருந்து இசைக்குழுவொன்று அய்ரோப்பாவுக்குப் புலம் பெயர்ந்த தமிழர்கள் மத்தியில் இசை நிகழ்ச்சிகள் நடத்தச் சென்றது. நிகழ்ச்சித் தொகுப்பாளராக இவனும்

அவர்களுடன் சென்றான். இவன் அவசியம் வர வேண்டுமென நிகழ்ச்சி அமைப்பாளர்கள் கேட்டிருந்தனர். விமானத்தில் மது வழங்கப்பட்டபோது, இவனுக்கு அருகிலிருந்த பாடகர் "கன நாளாப் போச்சுது, ஒண்டு எடுக்கவா" என்று இவனிடம் பகடி மாதிரிக் கேட்டார். இவன் முறைத்த முறைப்பில் பாடகர் "குடிக்கிறதில ஒண்டுமில்ல... எண்டாலும் குரலுக்குக் கூடாதெல்லா" என்று முனகிவிட்டு இருக்கையில் சாய்ந்துகொண்டார்.

அய்ரோப்பிய நகரங்களில் பெருந்தீனியால் இவனுக்கு வயிற்று வலியே வந்துவிட்டது. தங்களது வீடுகளுக்குச் சாப்பிட வரவேண்டும் என மக்கள் அடிக்காத குறையாக இவனைத் தங்களது வீடுகளுக்கு முறை வைத்துக் கடத்திச் சென்றார்கள். நிகழ்ச்சித் தொகுப்பாளராக இவன் மேடைகளில் தோன்றும் போதெல்லாம் இளைஞர்கள் ஆரவாரித்துக் கூக்குரலிட்டார்கள். அய்ரோப்பாவிலிருந்து திரும்பும்போது, விலையுயர்ந்த பரிசுப் பொருட்களால் இவனது பெட்டி நிரம்பி வழிந்தது. கொழும்பு விமான நிலையத்தில் பரிசோதனையின்போது, ஓர் அதிகாரி பரிசுப் பொருட்களில் ஒன்றைக் கையிலெடுத்து "இதை எனக்குத் தருவீர்களா" எனக் கேட்டான். எடுத்துக்கொள்ளுமாறு இவன் புன்னகையுடன் சைகை செய்தான்.

முகாமுக்குத் திரும்பியவுடனேயே எல்லாப் பரிசுப் பொருட்களையும் தோழர்களுக்குப் பகிர்ந்து கொடுத்தான். இவனுக்கென்று எஞ்சியவை காதலைத் தெரிவிக்கும் மூன்று வாழ்த்து அட்டைகள் மட்டுமே. பாரிஸ் நகரத்தில் இரண்டு அட்டைகளும் சுவிஸில் ஓர் அட்டையும் கிடைத்திருந்தன. பாரிஸ் அட்டைகள் இரண்டும் ஆங்கிலத்தில் எழுதப்பட்டிருந்தன. சுவிஸ் அட்டையில் மழலைத் தமிழில் ஒரு மட்டமான காதல் கவிதை எழுதப்பட்டிருந்தது. அவற்றில் எழுதப்பட்டிருந்தவைக்காக அல்லாமல் அந்த அட்டைகளின் அழுகுக்காக அவற்றைக் கிழித்துப் போட மனமற்றவனாய் எடுத்து வந்திருந்தான். முகாமில் வைத்து அவற்றையும் கிழித்துப் போட்டான். முகாமிலிருந்த தோழர்களுக்கு விடிய விடிய அய்ரோப்பியப் பயணக் கதைகளைச் சொன்னான். புலம் பெயர்ந்த தமிழர்கள் இருக்கும்வரை போராட்டத்தை எவராலும் அழித்துவிட முடியாது என நம்பினான்.

நந்திக் கடலோரத்தில், இவனது அணி சரணடையும் முடிவை எடுத்தபோது, இவன் அந்த இடத்திலேயே சயனைட் குடித்துவிடலாம் என்றான். சாவதால் ஆகப்போவது எதுவுமில்லை எனப் பொறுப்பாளர் சொன்னார். துப்பாக்கிகள், சீருடைகள், இலக்கத் தகடுகள், சயனைட் குப்பிகள் எல்லாம் மணலில் புதைக்கப்பட்டதும், அணி சிதறி மக்களுக்குள் கரைந்து போனது. இவனுக்கு சயனைட் குப்பியைப்

புதைக்க விருப்பமில்லை. அதை மடியில் சொருகிக்கொண்டு நந்திக் கடலோரமாக நடந்து வந்தான். கடல் நீரேரியைக் கடந்து இராணுவத்தின் கட்டுப்பாட்டுப் பிரதேசத்திற்குள் செல்ல ஆண்களும் பெண்களும் குழந்தைகளுமாக ஒரு படகில் இருபது பேர்வரை தயாராக இருந்தார்கள். இராணுவத்திடமிருந்து வரும் ஷெல் வீச்சுகள் குறையும்போது படகு புறப்படுவதாகத் திட்டம். இவன் செயற்கைக் காலைக் கழற்றிக் கரையிலேயே வைத்துவிட்டு, ஊன்றுகோலுடன் அந்தப் படகில் ஏறிக்கொண்டான். ஷெல் வீச்சு நின்றிருந்த சிறு தருணத்தில் படகு புறப்பட்டது. இவன் சயனட் குப்பியைக் கடல் நீரில் எறிந்தான்.

படகு கரையை நெருங்கும் போதுதான், இராணுவத்தினர் படகை நோக்கித் துப்பாக்கிகளைக் குறிவைத்தவாறே கரையோடு கரையாக வரிசையாகப் படுத்துக் கிடந்தது தெரிந்தது. இவர்கள் படகைவிட்டு இறங்கியதும் "ஆடைகளைக் களைந்துவிட்டு வாருங்கள்" என்ற உத்தரவு வந்தது. இவர்கள் "அய்யா நாங்கள் பொதுமக்கள்" எனக் கூக்குரலிட்டார்கள். ஆடைகளைக் களையுமாறு மறுபடியும் உத்தரவு வந்தது. இவர்கள் தயங்கி நின்றபோது, கரையிலிருந்து சரமாரியாக வெடிகள் கிளம்பின. கடல்நீர் துடிந்துச் சிதறியது. ஆண்கள், பெண்கள், குழந்தைகள் எல்லோருமே ஆடைகள் முற்றாகக் களையப்பட்டு, அவர்களது உடல்களிலே வெடிபொருட்கள் கட்டப்பட்டிருக்கின்றனவா எனப் பரிசோதிக்கப்பட்டனர். அந்த மனிதர்களை முழு நிர்வாணமாகவே ஒரு கிலோமீற்றர் தூரம் இராணுவம் நடத்திச் சென்றது. அங்கிருந்த பஸ்ஸில் அவர்களை ஏற்றிய பின்பாகத்தான், ஆடைகளை அணிந்து கொள்ள இராணுவம் அனுமதித்தது.

இவன் தலையைக் குனிந்தவாறேயிருந்தான். எவரையும் ஏறிட்டுப் பார்க்க இவன் விரும்பவில்லை. மணிக்கணக்காக பஸ் ஒடிக்கொண்டிருந்தது. குழந்தைகள் தாகத்தாலும் பசியாலும் வெப்பத்தாலும் அழுதபோது, அவர்களது தாய்மார்களால் பளாரென அறையப்பட்டு அடக்கப்பட்டனர். ஓமந்தை தடுப்பு முகாமில் பஸ் நிறுத்தப்பட்டபோது, இவன் தலையைக் கவிழ்ந்தவாறே இறங்கினான். பூமியைத் தவிர இவனது கண்கள் எதையும் பார்க்கவில்லை. வரிசையில் உட்கார்ந்திருந்தபோது, இவனது தோளைத் தொட்டு இரகசியக் குரலொன்று "கானகன்" என அழைத்தது. சடுதியில் இவன் தலை நிமிர்த்திப் பார்த்தபோது, ஓர் இராணுவ அதிகாரி இவனைப் பார்த்து இளித்துக்கொண்டு நின்றான். அந்த அதிகாரி தரையில் கிடந்த இவனது ஊன்றுகோலைக் கையில் எடுத்தவாறே, மறுகையால் இவன் எழுந்திருக்க உதவினான். இவன் எழுந்ததும் இவனது கையில் ஊன்றுகோலைக் கொடுத்துவிட்டு, தோள் பற்றி அழைத்துச் சென்றான்.

தகரங்களால் அடைக்கப்பட்டிருந்த அந்தச் சிறிய அறைக்குள்தான் விசாரணை தொடங்கியது. இவனது உண்மையான பெயரைக் கேட்டபோது 'ரவிக்குமார்' என்றான். இயக்கப் பெயர் 'கானகன்' என்றான். "உனக்கு யங்கிள் என்று இன்னொரு பெயரும் இருக்கிறதே" எனச் சொல்லி அதிகாரி சிரித்தான். எந்த உண்மையை மறைத்தும் பலனில்லை என்பது இவனுக்குத் தெரிந்தது. ஆனால், முடிந்தவரை உண்மைகளைப் பேசிவிடாமலிருப்பது தனது கடமை என்று இவன் நினைத்தான். ஆனால், விசாரணையின் போக்கில் மறைப்பதற்கு எந்தத் தகவல்களும் இவனிடம் இல்லாமற்போயின. விசாரணை ஒரு பேரேட்டில் பதிவாகிக்கொண்டிருந்தது. சுற்றி நின்ற இராணுவத்தினரில் சிலர் இவனை செல்போன் வீடியோவில் பதிவு செய்தவாறிருந்தார்கள். இவன் தலையைக் குனிந்தபோதெல்லாம், ஒரு சிங்கள வசைச் சொல்லுடன் இவனது தலை அவர்களால் தூக்கி நிறுத்தப்பட்டது. "கானகன் சங்கடப்படுகிறாரே... படம் பிடிப்பதை நிறுத்துங்கள்" என அதிகாரி புன்னகையுடன் உத்தரவிட்டதும் படம் பிடிப்பது நிறுத்தப்பட்டது. இவன் எதிர்பார்த்த மாதிரியே பிறகு சம்பவங்கள் நிகழ்ந்தன.

தரையோடு தரையாக நகர முடியாது கிடக்கும் ஒரு முயலை அடிப்பதுபோல சுற்றிநின்று தடிகளாலும் துப்பாக்கியின் பின்புறங்களாலும் இவனை அடித்துக்கொண்டேயிருந்தார்கள். அவர்களது கேள்விகளுக்கு இவனுக்கு உண்மையிலேயே பதில் தெரியாது. இவனை உட்காரவைத்து அசையவிடாமல் பிடித்துக்கொண்டே, இவனது துண்டிக்கப்பட்ட காலின் தொடைப் பகுதியிலிருந்து மிக நிதானமாகவும் திருத்தமாகவும் ஒரு துண்டுத் தசையை 'கேக்' போல கத்தியால் வெட்டி எடுத்து, இவனது கையில் கொடுத்து, அதைச் சாப்பிடச் சொன்னார்கள். இவன் மயங்குவது போலப் பாவனை செய்து கண்களைச் சுழற்றிக் கீழே சரிந்தான். இவனின் வாய்க்குள் அந்த சதைத்துண்டு இரத்தம் வடிய வடிய அப்படியே திணிக்கப்பட்டது. அது தொண்டைக்குள் வழுக்கிக்கொண்டு போனது.

அடுத்த மூன்று நாட்களும் இவன் வாந்தி எடுத்தபடியே இருந்தான். உடலில் இருந்த இரத்தம் வாந்தியாக வெளியேறிக்கொண்டிருந்தது. இவன் புனர்வாழ்வு முகாமுக்கு அனுப்பப்பட்ட பின்பும் அடிக்கடி வாந்தி எடுத்தவாறேயிருந்தான். சாப்பிடும்போது, இறைச்சியையோ மீனையோ பார்த்தால் ஓங்காளித்து வாந்தியெடுப்பான். மாமிசம் சாப்பிடுவதை நிறுத்திக்கொண்டான். இந்தப் புனர்வாழ்வு முகாமில் பதினெட்டு வயதுக்கு மேற்பட்ட, சரணடைந்த இருநூறு போராளிகள் தடுத்து வைக்கப்பட்டிருக்கிறார்கள். நோயால் இறந்த ஆறு பேருக்கும், தற்கொலை செய்துகொண்ட இருவருக்கும் பதிலாகப் புதியவர்கள்

முகாமில் சேர்க்கப்பட்டார்கள். இருநூறு என்ற எண்ணிக்கை குறையாமல் இராணுவத்தினர் பார்த்துக்கொண்டார்கள்.

இவன் எப்போதும் மனச்சோர்வுடனேயே காணப்பட்டான். முகாமில் இருவருக்கு மனநிலை முற்றாகச் சரிந்திருந்தது. அவர்களில் ஒருவன் தனது ஆடைகளைக் கழற்றி வீசுவதிலேயே குறியாயிருந்தான். அதற்காக இராணுவத்தினரிடம் ஒவ்வொரு நாளும் உதைபட்டான். அவன் அங்கிருந்து விடுதலையாவதற்காக நாடகம் போடுகிறான் என்று இராணுவ அதிகாரி சொன்னான்.

இவர்களிலிருந்து தெரிவு செய்யப்பட்ட ஐம்பது பேருக்குப் பயிற்சியளிக்க ஒரு மனநல மருத்துவர் வந்தார். 'மனச்சோர்விலிருந்து விடுபட்டு மகிழ்ச்சியாக இருப்பது எப்படி' என அவர் உரையாற்றிக் கொண்டிருக்கும்போதே இவன் குறுக்கிட்டு "இங்கிருந்து விடுதலையாகி வீட்டுக்குப் போனால் மகிழ்ச்சியாக இருப்போம் என நினைக்கிறேன்" என்றான். மருத்துவர் எதைச் சொன்னாலும் இவன் விட்டேற்றியாக அதைத் தட்டிக் கழித்தான். கடைசியில், மருத்துவர் மனச்சோர்வுக்கு ஆளாகிவிட்டார் போலிருக்கிறது. அடுத்த பயிற்சி வகுப்பை இராணுவத்தினருக்கு எடுக்கவிருப்பதால், முன்னாள் போராளிகளுக்கான முதல்நாள் பயிற்சி வகுப்பை இத்துடன் முடித்துக் கொள்ளலாம் என்று மருத்துவர் சொன்னார்.

சரியாக ஒன்றரை வருடங்கள் கழித்து, அங்கிருந்து விடுதலையான முதலாவது அணியில் இவனும் இருந்தான். அந்த அணியில் அவயங்களை இழந்தவர்கள் மட்டுமேயிருந்தனர். புதிய வேட்டியும் சட்டையும் இராணுவத்தினரால் வழங்கப்பட்டன. முகாமில் விழா நடத்தப்பட்டு, ஊடகவியலாளர்கள் முன்னிலையில் முன்னாள் போராளிகள் அவர்களது பெற்றோரிடம் ஒப்படைக்கப்பட்டனர். இவனை அழைத்துச் செல்ல அம்மா வந்திருந்தார். அம்மாவின் முகம் முழுவதும் சிரிப்புத் தொற்றியிருந்தது.

அக்காவுக்குக் கல்யாணமாகி அவள் நகரத்தில் குடியிருந்தாள். அம்மா இவ்வளவு காலமும் அக்காவுடனேயே தங்கியிருந்தார். தன்னையும் அக்காவின் வீட்டுக்குத்தான் அம்மா அழைத்துச் செல்கிறார் என்றே இவன் நினைத்தான். ஆனால், அம்மா இவனைக் கிராமத்து வீட்டுக்கு அழைத்து வந்தார்.

வீடு உருக்குலைந்திருந்தது. கதவுகளையும் நிலைகளையும் கூடத் திருடிச் சென்றிருந்தார்கள். வாசலுக்கும் ஜன்னல்களுக்கும் அம்மா துணியால் திரை செய்து போட்டார். இவனது அறைக்குள் ஒரு மேசையும் நாற்காலியும் படுக்கையும் வாங்கிப் போட்டார். இவன்

அந்த அறைக்குள்ளேயே அடைந்து கிடந்தான். வீட்டுக்குப் போனால் மகிழ்ச்சி உருவாகும் என மனநல மருத்துவரிடம் சொன்னதை அடிக்கடி நினைத்துப் பார்த்தான்.

கடைத்தெருவே மாறியிருந்தது. முன்பு இவன் தொலைக்காட்சி பார்க்கச் செல்லும் 'மீனா கபே' இப்போது 'லங்கா கபே' ஆகியிருந்தது. அதை இராணுவத்தினர் நடத்திக்கொண்டிருந்தனர். இப்போதும் அங்கே இடையறாது தொலைக்காட்சி ஓடிக்கொண்டிருந்தது. இவன் தலையைக் கவிழ்ந்தவாறே அதைக் கடந்து சென்றான். கடைத்தெருவில் எல்லோருமே தன்னைப் போலவே தலையைக் குனிந்தவாறு நடந்துகொண்டிருப்பதாக இவனுக்குத் தோன்றியது. தற்செயலாகச் சந்தித்த கண்களில் அச்சத்தை மட்டுமே இவன் பார்த்தான்.

அம்மா இவனுக்குச் செயற்கைக் கால் பொருத்துவதற்காகப் பணம் திரட்டிக்கொண்டிருந்தார். காலைப் பொருத்தி நான் எங்கே போகப் போகிறேன், அந்தப் பணத்தில் ஒரு தொலைக்காட்சி வாங்கினாலாவது அறைக்குள்ளிருந்து பார்த்துக்கொண்டிருக்கலாம் என நினைத்தான். ஆனால், அவ்வாறு கேட்பது அம்மாவைப் புண்படுத்தக் கூடுமென்பதால், இவன் வெறுமனே அறைக்குள் அடைந்து கிடந்தான். வாரம் ஒருமுறை இராணுவச் சாவடிக்குச் சென்று கையெழுத்திட வேண்டியிருந்தது. அந்த நாட்களில் மட்டுமே வெளியே போனான்.

அன்று மாலைநேரம், பக்கத்து வீட்டிலிருந்து பாட்டுச் சத்தம் வந்துகொண்டிருந்தது. 'மகிழ்ச்சி என்பது நாம் உருவாக்கிக் கொள்வதே' என மனநல மருத்துவர் சொன்னது ஞாபகத்திற்கு வந்தது. கண்களை மூடிக்கொண்டு படுத்திருந்தான். பொழுது பட்டதும் ஊன்றுகோலை எடுத்துக்கொண்டு வெளியே நடந்தான். இவன் பக்கத்து வீட்டு வாசற்படியில் தட்டுத் தடுமாறி ஏறியபோது, உள்ளேயிருந்த தொலைக்காட்சியில் மஹிந்த ராஜபக்ச உரையாற்றிக்கொண்டிருந்தார். சற்று நேரத்தில் தொலைக்காட்சி திடீரென நிறுத்தப்பட்டது.

வீட்டுக்காரர் வாசலுக்கு வந்து இவனைப் பார்த்தார். தொலைக்காட்சி பார்ப்பதற்காக வந்ததாக இவன் சொன்னான். வீட்டுக்காரர் தலையைக் குனிந்து நிலத்தைப் பார்த்தவாறே "நாங்க சாப்பிடப் போறம்" எனச் சொல்லிவிட்டு வாசலிலேயே நின்றார். இவன் கையை வாசற்படியில் ஊன்றித் தட்டுத் தடுமாறி எழுந்து, சுவரில் சாய்த்து வைத்திருந்த ஊன்றுகோலை எடுத்துக்கொண்டு படியிறங்கும்போது, வீட்டுக்காரர் "கானகன்... நீ இஞ்ச வந்து போனால் ஆர்மியால எங்களுக்கும் பிரச்சினை வரும்" என்று முணுமுணுத்தது இவனுக்குத் தெளிவாகக் கேட்டது.

வீதியில் நின்று, சட்டைப் பையிலிருந்து பீடியை எடுத்துப் பற்றவைக்க முயன்றான். கை நடுங்கிக்கொண்டிருந்தது. நான்காவது தீக்குச்சியிலேயே பற்றவைக்க முடிந்தது. இந்தப் பழக்கம் தடுப்பு முகாமிலிருந்தபோது ஒட்டிக்கொண்டது. அம்மா ஒவ்வொரு நாள் காலையிலும் ஒரு கட்டு பீடி வாங்கிக் கொடுப்பார்.

வாயில் பீடியை வைத்தவாறே நடந்தான். இவனது 'ரவிக்குமார்' என்ற பெயரை வீட்டுக்காரர் மறந்து 'கானகன்' என அழைத்தது இவனுக்கு ஆச்சரியமாக இருந்தது. பீடியை இழுத்துக்கொண்டே நடந்தான். விடுதலையாகி வந்து இவ்வளவு நாளாகியும் அக்காவோ அத்தானோ தன்னை இதுவரை வந்து பார்க்காதது திடீரென இவனுக்கு உறைத்தது.

நடுநிசியில் அம்மா எழுந்து கைவிளக்கை எடுத்துக்கொண்டு, மெதுவாக நடந்து இவனது அறையை நோக்கிப் போனார். ஒவ்வொரு நாளும் அம்மா இவ்வாறு சென்று பார்ப்பார். இவன் தூங்கிக்கொண்டிருப்பது அவருக்கு நிம்மதியாக இருக்கும்.

அம்மா இவனது அறையின் வாசலில் நின்று, இவனது படுக்கையிருந்த திசையில் விளக்கைப் பிடித்தபோது படுக்கை காலியாக இருந்தது. அம்மா பதற்றத்துடன் அறையின் மூலையொன்றுக்கு வெளிச்சத்தைத் திருப்பினார். அங்கே, இவன் சுவரோடு சாய்ந்து தரையில் ஆடாமல் அசையாமல் சிலைபோல உட்கார்ந்திருந்தான். அம்மா இவனது முகத்திற்கு வெளிச்சத்தைத் திருப்பியபோது, இவனது கண்கள் மேசையையே உற்றுப் பார்த்துக்கொண்டிருப்பதைக் கண்டார். அம்மா மேசைக்கு வெளிச்சத்தைத் திருப்பியபோது, மேசையில் ஒரு தீப்பெட்டி நிறுத்தி வைக்கப்பட்டிருந்தது. அம்மா திடீரென வெடித்துப் பெருங்குரலெடுத்து அழத் தொடங்கினார். இவன் ஆடாமல் அசையாமல் உட்கார்ந்திருந்தான். இவனது கண்கள் ஒளிர்ந்துகொண்டிருந்தன.

□ ஆனந்த விகடன் – 2011

கப்டன்

மனுவேல் பொன்ராசாவுக்கு ஆயிரத்துத் தொள்ளாயிரத்துத் தொண்ணூற்றோராம் வருடம், ஜனவரி மாதம் 'கப்டன்' பட்டம் தமிழீழ விடுதலைப் புலிகளால் வழங்கப்பட்டது. அந்தச் சம்பவம் பின்வருமாறு நிகழலாயிற்று:

ஆயிரத்துத் தொள்ளாயிரத்துத் தொண்ணூராம் வருடம், ஜூன் மாதம் யாழ்ப்பாணக் கோட்டை விடுதலைப் புலிகளால் முற்றுகையிடப்பட்டது. கோட்டைக்குள் நூற்றுக்கணக்கான இராணுவத்தினர் சிக்கியிருந்தார்கள். கோட்டைக்கான அனைத்து வழங்கல்களும் புலிகளால் துண்டிக்கப்பட்டன. சிறிய ரக 'கிரேன்'களின் உதவியுடன் புலிகள் கோட்டை மதில்களில் ஏற முயன்றுகொண்டேயிருந்தார்கள். கடலிலிருந்து கோட்டைக்குள் படகில் செல்வதற்கான இரகசிய வழியொன்றுமிருந்தது. புலிகள் அந்த வழியால் சிறிய வள்ளங்களில் சென்று கோட்டைக்குள் புக முயன்றார்கள். புலிகளின் ஆட்லரிகள் கோட்டை மதில்களில் ஓட்டைகளைப் போட்டுக்கொண்டேயிருந்தன. இராணுவத்தினருக்கு அது சீவமரணப் போராட்டம். அவர்கள் கோட்டையைப் பாதுகாக்க இரவுபகலாகப் போராடிக்கொண்டிருந்தார்கள். ஜூலை மாதத்தில், கோட்டைக்குள் உணவுப்பொருட்களையும் மருந்துகளையும் வீச முயன்ற வான்படையின் இரண்டு உலங்குவானூர்திகள் புலிகளால் சுட்டு வீழ்த்தப்பட்டன. ஓகஸ்ட் மாதத்தின் நடுப்பகுதியில், வெடிபொருட்களும் உணவுப்பொருட்களும் முற்றாகத் தீர்ந்திருந்த நிலையில் இராணுத்தினர் புலிகளிடம் சரணடைவதைத் தவிர வேறு வழியில்லை என்ற நிலை உருவாயிற்று. இராணுவத்தினர் சரணடைவதற்கான ஏற்பாடுகளைத் தாங்கள் முன்னின்று செய்வதாகச் செஞ்சிலுவைச் சங்கம் அரசுக்குத் தெரிவித்ததற்கு மறுநாள் காலையில், யாழ்ப்பாணக் கோட்டையிலிருந்து வடமேற்காகப் பதினான்கு கிலோமீற்றர் தொலைவிலுள்ள ஊறாத்துறையில் இராணுவத்தின் மீட்புப் படைகள் கடல்மார்க்கமாகவும் ஆகாயமார்க்கமாகவும் தரையிறக்கப்பட்டன. அந்த அணிகள் மெதுவாக யாழ்ப்பாணக் கோட்டையை நோக்கி நகரத் தொடங்கின. எறிகணைகளை வீசிக்கொண்டும், வானிலிருந்து குண்டுகளை வீசிக்கொண்டும் இராணுவம் ஊர்ந்தவாறே முன்னேறியது.

ஊராத்துறையில் இராணுவத்தினர் தரையிறங்குவார்கள் என்பதைப் புலிகள் எதிர்பார்த்திருக்கவில்லை. ஊராத்துறைக்கு யாழ்ப்பாணத்திலிருந்தோ வன்னியிலிருந்தோ தமது அணிகளை நகர்த்துவதானால் கடல்மார்க்கத்தைத் தவிரப் புலிகளுக்கு வேறு வழியில்லை. கடற்பகுதி ஏற்கனவே இலங்கைக் கடற்படையினரின் கட்டுப்பாட்டுக்குள் வந்துவிட்டது. கடலில் முழத்திற்கு முழம் தீப்பற்றி எரிந்துகொண்டிருந்தது. ஊராத்துறையிலிருந்த சொற்ப புலிகள் "ஓடுங்கள்" என்று மக்களுக்கு அறிவுறுத்தியவாறே பின்வாங்கத் தொடங்கினார்கள்.

அன்றைய மதியப் பொழுதில், சுருவில் கிராமத்திற்குள் புலிகள் நுழைந்து "நாளைக் காலைக்குள் இராணுவம் இந்தக் கிராமத்திற்குள் நுழைந்துவிடும், ஓடுங்கள்" எனச் சொல்லியபடியே வாகனங்களில் விரைந்தார்கள். அந்த முனையில் இராணுவம், இந்த முனையில் கோட்டை, மற்றைய இரண்டு பக்கங்களும் கடல் என்றிருக்க, அய்ந்தாவது திசையொன்றைத் தேடிச் சனங்கள் சிதறி ஓடலானார்கள். சுருவில் கிராமத்தின் இருபது மற்றும் பதினெட்டு வயதான இளைஞர்கள் கிறிஸ்டியும் பொஸ்கோவும் அவர்களது தகப்பனிடம் சென்று "அய்யா... நாங்கள் இந்தியாவுக்குப் படகில் செல்லப்போகிறோம்" என்று சொன்னார்கள். அந்த இரண்டு இளைஞர்களது முகங்களிலும் உயிரச்சம் உறைந்திருந்தது.

பொன்றாசா தனது வலது கையால் இடது கன்னத்தைத் தேய்த்தவாறே, அச்சத்தில் உறைந்திருந்த தனது மகன்களையே சற்று நேரம் உற்றுப் பார்த்துக்கொண்டிருந்தார். பின்பு "வேண்டியதில்லை, நீங்கள் இங்கேயே இருக்கலாம், இங்கே இராணுவத்தினர் வரமாட்டார்கள்" என்றார்.

மகன்மாருக்கு ஏமாற்றமும் துயரமும் கலந்து பொங்கின. அவர்களுக்கும் இது சீவமரணப் போராட்டம். பொன்றாசா வெகு அலட்சியமாகப் பேசிக்கொண்டிருப்பது அவர்களுக்கு எரிச்சலாகவுமிருந்தது. இளையவன் பொஸ்கோ சற்றுத் துணிச்சலை வரவழைத்துக்கொண்டு "இயக்கப் பொடியன்கள் எல்லோரையும் வெளியேறுமாறு சொல்லிக்கொண்டு போகிறார்கள், இராணுவத்தினர் எந்த நேரமும் இங்கே வந்துவிடலாம்" என்றான்.

குடிசையின் முற்றத்தில் நின்றிருந்த பொன்றாசா அப்படியே மணலில் குந்தினார். மகன்களையும் கீழே குந்தச் சொல்லிவிட்டு, அவர் மணலைக் கைகளால் அளைந்து நிரவிவிட்டு, மணலில் கடகடவெனப் படம் வரையத் தொடங்கினார். அவரது தழும்பேறிய சுட்டுவிரல் மண்ணைக் கிழித்துக் கோடுகளை உருவாக்கியது. "இது ஊராத்துறை, இங்கேதான் இராணுவம் இப்போது இறங்கியிருக்கிறது" அவரது விரல் வரைபடத்தின்

கொடிக்குச் சர்ரென ஓடிற்று. "இது கோட்டை" அவரது விரல் சுடுதியில் மறுகோடிக்கு ஓடிற்று. "இராணுவம் இப்படியே வடக்கு வீதி வழியாக வடக்குக் கடற்கரையை ஒட்டியவாறே கரம்பொன், நாரந்தனை, சரவணை, அராலிச் சந்தி, மண்கும்பான், அல்லைப்பிட்டி, மண்டைதீவுச் சந்தி வழியாகத்தான் கோட்டைக்குப் போவார்கள். அவர்களுடைய நோக்கம் கோட்டையைப் பிடிப்பதேயொழிய நொஞ்சான்களான உங்கள் இரண்டுபேரையும் பிடிப்பதல்ல. அவர்கள் தெற்கே திரும்பிச் சுருவிலுக்கு வர வாய்ப்பில்லை. அப்படியே அவர்கள் சுருவிலுக்குள் வந்தாலும் நான் உங்களைக் காப்பாற்றுவேன். எனக்குச் சிங்களம் தெரியும். நான் இராணுவத்துடன் பேசிக்கொள்கிறேன்" என்றார் பொன்ராசா.

மூத்தவன் கிறிஸ்டி சற்றுக் குரலை உயர்த்தி "இராணுவத்தினர் கொலைவெறியில் வருவார்கள். அவர்கள் உங்களோடு பேசப் போவதில்லை. வயதான உங்களை ஒருவேளை அவர்கள் விட்டுவிடலாம். ஆனால், எங்களைக் கொல்வார்கள்" என்று சொல்லிவிட்டு, குடிசையின் வாசலில் உட்கார்ந்திருந்த தாயாரைத் திரும்பிப் பார்த்தான். அவனது கண்கள் தாயாரைக் கெஞ்சின.

நிலத்திலிருந்து தனது வலிய கால்களால் உந்தியெழுந்த பொன்ராசா ஒருமுறை நீளமாக ஓங்காளித்துக் காறித் துப்பினார். பின்பு "இந்தியாவுக்கு எப்படிப் போவீர்கள், கடலுக்குள்ளால் நீச்சலடித்தே போய்விடுவீர்களா?" என ஆங்காரமாகக் கேட்டார்.

மூத்தவன் தலையைக் குனிந்தவாறே "வேலணை முக்குவ துறையிலிருந்து படகுகள் இந்தியாவுக்குப் போகின்றன. ஒருவருக்கு மூவாயிரம் ரூபாய் வாங்குகிறார்கள்" என்றான்.

"இயக்கம் துறையில் நின்று, இந்தியாவுக்குச் செல்பவர்களிடம் தலைக்கு இரண்டாயிரம் ரூபாய் வரி வசூலிக்கிறார்களாம், பத்தாயிரம் ரூபாய் இருந்தால் நாங்களிருவரும் இந்தியாவுக்குப் போய்விடுவோம்" என்று அழுவாரைப்போல சொன்னான் இளையவன்.

"பத்தாயிரமோ! வைத்திருக்கிறீர்களா?" என அலட்சியமாகக் கேட்டார் பொன்ராசா. "அக்கா காசு அனுப்பவில்லையா..." என்று முணுமுணுத்தான் மூத்தவன்.

"ஓ அப்படியா! அதை உங்களிடம் தந்துவிட்டு நானும் அம்மாவும் பட்டினியா கிடப்பது" எனக் கேட்டுவிட்டு, கொடியில் கிடந்த சட்டையை உருவி எடுத்துத் தோளின்மீது போட்டு, வேட்டியை மடித்துக் கட்டிக்கொண்டே பொன்ராசா வெளியே கிளம்பினார். படலையடியில் நின்று உரத்த குரலில் "டேய் கிறிஸ்டி, டேய் பொஸ்கோ கவனமாக

கேட்டுக்கொள்ளுங்கள்... இருபது வருடங்களாக உங்களைக் காப்பாற்றி வளர்த்த எனக்கு இனியும் எப்படிக் காப்பாற்றுவது எனத் தெரியும்" என்று சொல்லிவிட்டு, தெருவில் நின்று சட்டையை மாட்டிகொண்டார்.

சுருவில் தெருக்களில் மக்கள் பெட்டிகளும் சட்டி பானைகளுமாகக் கூட்டங் கூட்டமாக நின்றார்கள். எங்கே ஓடுவது என்பதுதான் அவர்களது கேள்வியாக இருந்தது. அய்ந்தாவது திசையொன்றை அவர்களால் கண்டுபிடிக்க முடியவில்லை. எல்லோருமாகக் கிழக்கு நோக்கி நான்கு கிலோமீற்றர் தூரம் நடந்து சென்று, சாட்டி சிந்தாத்திரை மாதா கோயிலில் கூட்டமாகச் சேர்ந்திருப்பதே நல்லது என அவர்கள் பேசிக்கொண்டார்கள். பொன்ராசா "உயிருக்குப் பயந்த கோழைகள்" என அவர்களைத் திட்டினார். அந்தக் கிராமத்து மக்கள் பொதுவாகப் பொன்ராசாவுடன் பிரச்சினைக்குப் போக விரும்புவதில்லை. ஏதாவது ஒரு சிறிய வாக்குவாதமோ, உரசலோ ஏற்பட்டால் கூடப் பொன்ராசா தொடர்ந்து இரண்டு வருடங்களுக்கு ஒருநாள் விடாமல் ஒவ்வொரு இரவும் எதிராளியின் வீட்டின் முன்னின்று கத்திக் கூச்சல் போடுவார். ஒரே நேரத்தில் இருவருடன் சண்டை என்றால், ஒருவர் வீட்டின் முன்பு காலைநேரக் கள்ளுக்குப் பின்னாகவும் மற்றைய எதிராளி வீட்டின் முன்பு மாலைநேரக் கள்ளுக்குப் பின்னாகவும் நேர அட்டவணை வகுத்துக்கொண்டு அதன் பிரகாரம் தவறாமல் சென்று சண்டையிடுபவர் பொன்ராசா. ஊருக்குள் அவரை 'அலுப்பன்' பொன்ராசா என்றும் சொல்வார்கள்.

இராணுவத்தினர் எதுவரை முன்னேறியிருக்கிறார்கள் எனப் பொன்ராசா கேட்டபோது, அங்கிருந்த யாருக்கும் பதில் தெரியவில்லை. இராணுவம் எதுவரை முன்னேறியிருக்கிறது எனப் பார்த்து வருவதாக அங்கிருந்தவர்களிடம் சொல்லிவிட்டு, பொன்ராசா மேற்கு நோக்கி நடக்கத் தொடங்கினார். அவரின் தலை மறைந்ததும் அங்கிருந்தவர்கள் "சனங்கள் வீடுகளை விட்டு ஓடியிருக்கும் தருணம் பார்த்து 'அலுப்பன்' பொன்ராசா ஆளில்லாத வீடுகளில் கோழியோ தேங்காயோ திருடப் போகிறான்" எனத் தங்களுக்குள் பேசிக்கொண்டார்கள்.

சரவணைக் கிராமத்திற்குள் நுழைந்து, வடக்கு வீதியின் எட்டாம் கட்டைச் சந்தியில் பொன்ராசா மிதந்தார். சரவணை வரை சனங்களின் நடமாட்டமிருந்தது. எட்டாம் கட்டைச் சந்தியோ வெறிச்சோடிக் கிடந்தது. குறிப்பாக, அந்தச் சந்தியிலிருந்த கள்ளுத் தவறணை மூடப்பட்டிருந்து அவரை ஆத்திரமூட்டியது. தவறணையின் முன்பு நிறுத்தி வைக்கப்பட்டிருந்த வெற்றுப் பீப்பாவைத் தனது வலிய காலால் எற்றினார். பீப்பா மூன்று கரணம் போட்டு நிலத்தில் வீழ்ந்தது.

வடக்கு வீதியை ஒட்டியிருந்த வயல்வெளிகளுக்குள்ளால் மேற்கு நோக்கி நடந்துகொண்டிருந்த பொன்ராசா செக்கல் பொழுதாகி நிலம் மறையத் தொடங்கியபோது சடுதியில் வானத்தில் முளைத்த குண்டுவீச்சு விமானத்தைக் கண்டு, அருகிலிருந்த ஒற்றைப் பனையொன்றின் பின்னால் மறைந்துகொண்டார். குண்டுவீச்சு விமானம் வட்டமடித்தபோது பனையைச் சுற்றிச்சுற்றி வந்தார். சுற்றிக்கொண்டிருந்த விமானம் திடீரெனக் காணமற்போனது. இப்போது வடக்குக் கடல் பக்கமாகக் குண்டுகள் வெடிக்கும் சத்தங்கள் கேட்டன.

நாரந்தனைச் சந்திவரை பொன்ராசா வந்துவிட்டார். சனங்கள் ஏற்கனவே வீடுகளை விட்டு வெளியேறியிருந்தார்கள். தூரத்தே வெடிச்சத்தங்கள் இடைவிடாமல் கேட்டுக்கொண்டிருந்தாலும், இராணுவம் முன்னேறி வருவதற்கான எந்த அறிகுறியுமில்லை. "பயத்தில் மோட்டுச் சிங்களவன் பண்டார வெடி வைக்கிறான்" என்று பொன்ராசா உதடுகளுக்குள் முணுமுணுத்தார். இனி, இரவில் இராணுவம் முன்னேறப் போவதில்லை, அதிகாலையில்தான் அவர்கள் திரும்பவும் முன்னேறத் தொடங்குவார்கள் என நினைத்துக்கொண்டே பொன்ராசா சுருவில் கிராமத்தை நோக்கி நடந்தார். இரவு அவரவர் வீடுகளில் தூங்கிவிட்டு, காலையில் நிலைமையைப் பார்த்து முடிவெடுக்கலாம் எனச் சனங்களுக்குச் சொல்ல வேண்டும் என நினைத்துக்கொண்டே அவர் தனது நீண்ட கால்களை எட்டிப்போட்டு வேகமாக நடந்தார்.

இரவு எட்டுமணியளவில், அவர் சுருவில் கிராமத்திற்கு வந்தபோது, கிராமம் இருளடைந்து கிடந்தது. வீதிகளில் ஒரு குஞ்சு குருமானும் இல்லை. ஒருமுறை காறித் துப்பிவிட்டு, தனது குடிசையை நோக்கி நடந்தார். குடிசைக்குள் வெளிச்சத்தைக் காணாததால் வெளியே நின்று "ஞானம்மா... ஞானம்மா" என்று மனைவியைக் கூப்பிட்டார். ஒரு பதிலுமில்லை. ஆத்திரத்துடன் குடிசைக்குள் நுழைந்து விளக்கைப் பற்றவைத்தார். குடிசை வெறுமையாக இருந்தது. பெட்டி படுக்கைகள், சட்டி பானைகள் எல்லாம் எடுத்துச் செல்லப்பட்டிருப்பது தெரிந்தது. தாயும் பிள்ளைகளும் சனங்களுடன் சேர்ந்து சாட்டி மாதா கோயிலுக்குப் போயிருக்க வேண்டும் என்று பொன்ராசா நினைத்தார். அவரின் சொல்லை மதியாமல் அவர்கள் புறப்பட்டுப் போனதை நினைக்கும்போது, அவருக்கு அண்டபுண்டமெல்லாம் பற்றியெரிந்தது. குடிசையின் தெற்கு மூலையில் கைகளால் தரையைக் கிளறி, அங்கே புதைத்து வைக்கப்பட்டிருந்த டப்பாவை எடுத்துத் திறந்து பார்த்தார். வைத்த காசு வைத்தபடியே இருந்தது. டப்பாவை மறுபடியும் இறுக மூடிப் புதைத்து வைத்தார். செத்தைக்குள் கை வைத்துச் சாராயப் போத்தலை எடுத்தார். அரைப் போத்தல் மிச்சமிருந்தது. அதில் பாதியை ஒரே மடக்கில் குடித்துவிட்டு, குறைப் போத்தலைக் கடதாசியில் சுற்றிக்

கையில் எடுத்துக்கொண்டு ஒட்டமும் நடையுமாக மனைவியையும் பிள்ளைகளையும் தேடிக் கிழக்கு முன்னாகச் சென்றார். எப்படியும் வழியில் வைத்தே அவர்களைப் பிடித்து, பிடித்த கையோடு தாயையும் பிள்ளைகளையும் அடித்து நொறுக்கிவிடுவதாகத் தனக்குத்தானே சொல்லிக்கொண்டார். வழி முழுவதும் வெறுமையாயிருந்தது. அருகிலிருந்த வீடுகளுக்குள் நுழைந்து பார்த்தார். எவருமில்லை. அவர் சாட்டி மாதா கோயிலுக்கு வந்து சேர்ந்தபோது, இரவு பதினொரு மணியாகியிருந்தது.

மாதா கோயிலில், சூழவரவுள்ள ஏழெட்டுக் கிராமங்களின் மக்கள் நிறைந்திருந்தார்கள். கோயில் மண்டபத்திலும், கோயிலுக்கு வெளியே மணலிலும் மக்கள் படுத்திருந்தார்கள். கோயிலுக்குப் பின்புறம் கிணற்றையொட்டிச் சமையல் வேலைகளும் நடந்துகொண்டிருந்தன. அந்தக் கூட்டத்திடையே தனது மனைவியையும் இரண்டு பிள்ளைகளையும் தேடிப் பொன்ராசா ஆத்திரத்துடன் வேகமாக நடந்தார். "வீடு வாசலை விட்டுவிட்டு வேசைக் கூட்டம் எடுபட்டுத்திரிகிறது" என அடிக்கடி பற்களுக்குள் முணுமுணுத்துக்கொண்டார். கோயிலின் தூணோடு சாய்ந்திருந்த ஞானம்மாவைக் கண்டதும், ஞானம்மாவை நெருங்கிக் கையைப் பிடித்து வெளியே கொறகொறவென இழுத்து வந்தார். இருள்மறைவுக்கு வந்ததும் ஞானம்மாவின் கன்னத்தைப் பொத்தி ஓங்கி அறைந்தார். கிறிஸ்டியும் பொஸ்கோவும் எங்கே எனப் பொன்ராசா கேட்டபோது, ஞானம்மா மவுனமாக இருந்தார். ஞானம்மாவின் கழுத்தை நெரிப்பதற்காகப் பொன்ராசா கையை வைத்தபோது, ஞானம்மா வடித்திருந்த கண்ணீரால் கழுத்து பிசுபிசுத்தது. பொன்ராசா கையை உதறிக்கொண்டே மறுபடியும் "கிறிஸ்டியும் பொஸ்கோவும் எங்கே" என உறுமினார். ஞானம்மா மெதுவாக "அவர்கள் இந்தியாவுக்குப் போய்விட்டார்கள்" என்றார். பொன்ராசா அப்படியே மணலில் மெதுவாக உட்கார்ந்தார். கடதாசியைப் பிரித்துப் போத்தலை எடுத்து மிச்சமிருந்த சாராயத்தையும் குடித்தார். எழுந்து மனைவியின் கையைப் பிடித்துக்கொண்டு விறுவிறுவெனக் கோயிலை நோக்கி நடந்தார்.

கட்டி எடுத்துவந்திருந்த சோறை, கோயில் மண்டபத்தில் வைத்து ஞானம்மா கணவனுக்குக் கொடுத்தார். பொன்ராசா நெற்றியைச் சுருக்கி யோசித்தவாறே சோற்றை அளைந்துகொண்டிருந்தார். அவரது கண்கள் போதையாலும் ஆத்திரத்தாலும் சிவந்திருந்தன. "அவர்கள் போவதற்குக் காசு?" எனக் கேட்டார். "என்னுடைய நான்கு பவுண் சங்கிலியை அவர்களிடம் கொடுத்துவிட்டேன்" என்றார் ஞானம்மா. பொன்ராசாவின் வலிய கை ஞானம்மாவை அறைந்தபோது, ஞானம்மாவின் முகம் முழுவதும் சோறும் குழம்புமானது. "காதுத்

தோடுகளைக் கழற்றிக்கொடு" என்று பொன்ராசா கையை நீட்டினார். ஞானம்மா மறுபேச்சில்லாமல் நீலக் கற்கள் பதித்த அந்தத் தோடுகளை கழற்றிக் கொடுத்தார். அந்தத் தோடுகள் பொன்ராசா, ஞானம்மாவைக் கல்யாணம் செய்தபோது, வரப்பிரகாசம் பாதிரியார் ஞானம்மாவுக்குப் பரிசளித்த தோடுகள். அவற்றை வாங்கி உள்ளங்கையில் வைத்துப் பரிசோதித்துவிட்டு, தனது மடியில் சொருகிக்கொண்டு பொன்ராசா எழுந்து வெளியே வந்தார். கால்கள் சற்றுத் தளும்புவதை உணர்ந்தார். தலையை ஒரு உலுக்கு உலுக்கிவிட்டு, தெற்கு நோக்கி நடக்கத் தொடங்கினார்.

பொன்ராசா வேலணைத் துறையை வந்தடைந்தபோது, நேரம் அதிகாலை ஒன்றைத் தாண்டிவிட்டது. அங்கிருந்துதான் படகுகள் இந்தியாவுக்குக் கிளம்புவதாக மகன்மார் சொல்லியிருந்தார்கள். பின்னிலவு வெளிச்சத்தில் கடற்கரை ஆளரவமற்றுக் கிடந்தது. "தாயோளிகள் போய்விட்டார்கள்" என்று சொல்லியவாறே தனது வலதுகாலால் மணலில் சிலதடவை ஓங்கிக் குத்தினார். பின்பு கடற்கரையில் இரண்டு தடவை குறுக்கும் நெடுக்குமாக நடந்தார். கரையில் முழங்காலளவு தண்ணீரில் வரிசையாகப் படகுகள் கட்டப்பட்டிருந்தன. அந்தப் படகுகளுக்குள் யாருமிருக்கிறார்களா என நோட்டமிட்டார். ஒரு படகில் தாவி ஏறி அந்தப் படகைப் பரிசோதித்தார். அந்த நீல நிற பிளாஸ்டிக் படகில் வலைகளும் தாங்கு கம்புகளுமிருந்தன. மோட்டர் இணைக்கப்பட்டிருக்கும் பகுதி வெறுமையாயிருந்தது. படகுக்காரன் படகைக் கரையில் நங்கூரம் போட்டுவிட்டு, மோட்டரைக் கையோடு எடுத்துச் சென்றிருக்கவேண்டும்.

பொன்ராசா படகில் நின்று வானத்தை உற்றுப் பார்த்தார். நட்சத்திரங்களை வைத்துத் திசையைக் கணக்கிட்டார். வடக்குத் திசையில் ஒன்றன்பின் ஒன்றாக நட்சத்திரங்கள் கோடிழுத்தது போல அணிவகுத்திருக்கக் கண்டார். இந்தியாவுக்குச் செல்வதற்கான திசைவழி அவருக்குத் தெளிவாகத் தெரிந்தது. சட்டையைக் கழற்றிக் கையில் பிடித்து மேலே பறக்கவிட்டு, காற்றின் திசையை மதிப்பிட்டார். சட்டை வடக்கு நோக்கிப் படபடத்துப் பறந்தது. படகிலிருந்த வலைகளைத் தூக்கிக் கடலுக்குள் போட்டார். நங்கூரத்தை இழுத்துப் படகுக்குள் போட்டார். இந்தியாவை நோக்கி வடதிசையில் கம்பு ஊன்றிப் படகைச் செலுத்தத் தொடங்கினார். படகு நகர்வது போலத்தான் தெரிந்தது. சற்று நேரத்திலேயே பொன்ராசா களைத்துப்போனார். 'தாயோளி எப்படித்தான் இந்தப் படகைச் செலுத்துகிறார்களோ தெரியவில்லையே' என அலுத்தவாறு படகின் அணியத்தில் அமர்ந்தார். அவர் கம்பு ஊன்றாத போதும் படகு மிதமான வேகத்தில் போய்க்கொண்டிருப்பதை அவதானித்தார். எழுந்து இரண்டு தாங்கு கம்புகளை அணியத்தில்

நிறுத்தி, படகில் கிடந்த கயிற்றால் அவற்றைப் படாத பாடுபட்டுச் சமாந்தரமாகப் பிணைத்தார். தனது வேட்டியை உரிந்தெடுத்து அந்தக் கம்புகளின் நடுவில் பாயாகக் கட்டினார். இப்போது படகு காற்றின் திசையில் வேகமெடுத்துச் சென்றது. அணியத்தில் ஏறியிருந்து ஒரு சுருட்டைப் பற்ற வைத்துக்கொண்டே வடக்கு நோக்கி இருளில் பார்த்துக்கொண்டிருந்தார். தனது மகன்கள் கிறிஸ்டியையும், பொஸ்கோவையும் கண்டுபிடிக்காமல் இந்தியாவிலிருந்து இலங்கைக்குத் திரும்புவதில்லை என்று தனக்குத்தானே சொல்லிக்கொண்டார். தண்ணீர்த் தாகம் எடுத்தபோது, தண்ணீர் எடுத்துவர மறந்துவிட்டோமே என்றெல்லாம் அவர் கலங்கினாரில்லை. அப்படியே கைகளால் கடல்நீரை வாரியெடுத்துக் கொப்பளித்து உமிழ்ந்தார். இந்தியாவில் தரையிறங்கியதும் யாராவது நீலக் கற்கள் பதித்த தோடுகளைப் பறித்துவிடக் கூடும் என நினைத்து, எச்சரிக்கையாக அவற்றை எடுத்து உட்புறமாக ஜட்டிக்குள் வைத்துச் சிறிய முடிச்சிட்டார். கச்சதீவு தாண்டினால் இராமேஸ்வரக் கோயிலின் கோபுர வெளிச்சம் தெரியுமெனக் கேள்விப்பட்டிருந்ததால், அந்த வெளிச்சத்திற்காகக் காத்திருந்தார். குடித்த சாராயம் குமட்டிக்கொண்டு வந்தது. அவருக்கு இதுதான் முதலாவது தொலைதூரக் கடற்பயணம். முதற் கடற்பயணத்தின்போது குமட்டல் வரும் எனக் கேள்விப்பட்டிருந்ததால், அது குறித்து அவருக்குப் பெரிய கவலையில்லை. ஆனால், தலையைச் சுற்றிக்கொண்டு வந்தது. வாயிலிருந்து புறப்பட்ட ஏப்பத்தில் சாராயம் மணத்தது. அப்படியே அணியத்தில் சரிந்தவர், தன்னையறியாது அயர்ந்து தூங்கிப்போனார்.

வெயில் சுள்ளிட்டபோது பொன்ராசா பதறிக்கொண்டு துள்ளி எழுந்தார். தூரத்தே கோயில் கோபுரம் தெரிந்தது. தட்டத் தனியனாக வேட்டியைப் பாயாகக் கட்டியே இந்தியாவுக்கு வந்ததற்காகத் தன்னைத்தானே மெச்சிக்கொண்டார். இப்போது அவர் படகைக் கவனித்தபோது, அது முன்னேயும் செல்லாமல் பின்னேயும் செல்லாமல் ஒரே இடத்தில் சுற்றிக்கொண்டிருந்தது. கையை உயரே தூக்கிப் பார்த்தார். காற்று என்ற ஒன்றே கடலில் இல்லாமலிருந்தது. தாங்கு கம்பையெடுத்து அவர் ஊன்றியபோது, கம்பு நிலத்தைத் தொட்டது அவருக்கு உற்சாகத்தைக் கொடுத்தது. ஆனால், படகு அசைய மறுத்தது. ஆவது ஆகட்டும் எனப் படகை விட்டுக் குதித்து நீச்சலடித்தே கரைக்குச் சென்றுவிடலாம் என அவர் முடிவெடுத்தபோது, இரண்டு படகுகள் அதிவேகத்தில் அவரின் படகை நோக்கி வருவதைக் கண்டார். படகுகள் கிட்டே நெருங்கும்போது 'இந்தியன் நேவி' எனச் சொல்லிப் பொன்ராசா உற்சாகமாகச் சீட்டியடித்தார். கடற்படையினரே அழைத்துச் சென்று இராமேஸ்வரத்தில் இறக்கிவிடுவார்கள் என நிம்மதியடைந்தார்.

பொன்ராசாவின் படகைக் கடற்படையினரின் படகுகள் அணைத்தபோது, பொன்ராசா வேட்டியை ஒழுங்காகக் கட்டி, சட்டையின் பொத்தான்களை எல்லாம் கழுத்துவரை போட்டு, சட்டையை முழுக்கையாக விட்டு, ஒரு பண்பான கோலத்தில் அகதிக்குரிய முகபாவத்தை வரவழைத்துக்கொண்டு "வணக்கம் சேர்" எனக் கைகளைக் குவித்துத் தலைக்குமேல் உயர்த்தி ஒரு கும்பிடு போட்டார். பொன்ராசாவின் படகுக்குள் தாவியேறிய நான்கு படையினர் கேட்டுக் கேள்வியில்லாமல் பொன்ராசாவை அடித்துத் துவைத்தனர். "சேர் நான் தமிழன்" எனப் பொன்ராசா குழறினார். அடி நின்றபாடில்லை. உதடு வெடித்து வெள்ளைச் சட்டையில் இரத்தம் கோடாய் வழிந்தது. பொன்ராசவைத் தங்களது படகுக்குள் தூக்கிப் போட்டுக்கொண்டு, பொன்ராசா வந்த படகைத் தங்களது படகில் கட்டியிழுத்தவாறே கரையை நோக்கிக் கடற்படையினரின் படகுகள் விரைந்த போதுதான், தூரத்தே தெரிவது இராமேஸ்வரக் கோயில் கோபுரமல்ல, அது நயினாதீவு நாகபூசணியம்மன் கோயில் கோபுரமே என்பது பொன்ராசாவுக்குத் தெரிந்தது. வேலணையிலிருந்து புறப்பட்டு இரவிரவாகப் பயணம் செய்து, வேலணைக்கு அடுத்த தீவான நயினாதீவுக்கே தான் வந்து சேர்ந்திருப்பதை நினைத்து அவருக்கு வெறுப்பாயிருந்தது.

நயினாதீவு இலங்கைக் கடற்படையின் வலுவான தளம். அங்கிருந்து படகுகள் புறப்படுவதோ, அங்கே படகுகள் வருவதோ கடற்படையினரின் அனுமதி பெற்றே நடக்கும் காரியம். அப்போது, நான்காயிரத்துச் சொச்ச மக்கள் நயினாதீவில் வசித்தார்கள். கடற்படையினருக்குத் தெரியாமல் அந்தத் தீவில் ஒரு துரும்பும் அசையாது. அந்த இரும்புக் கோட்டையைத் தகர்த்துக்கொண்டல்லவா பொன்ராசாவின் நீலப்படகு அங்கே அத்துமீறி நுழைந்திருக்கிறது.

கடற்படை உப தளபதி ஒருவனின் அலுவலகத்தின் முன்பிருந்த கொடிக்கம்பத்தில் பொன்ராசா முழு நிர்வாணமாகக் கட்டப்பட்டிருந்தார். கொடிக்கம்பத்தின் அரைவாசி உயரத்திற்குப் பொன்ராசா இருந்தார். அவரது திரண திரணயான கைகால்களையும், அகன்ற மார்பையும், உறுதியான தோள்களையும் பார்த்தபோது, கடற்படையினர் நிச்சயம் பொறாமைப்பட்டிருப்பார்கள். அவரது கரிய உடலில் இரத்தத் துளிகள் இரத்தின ஆபரணங்களைப் போலப் பூத்துக்கொண்டேயிருந்தன. பொன்ராசாவின் ஜட்டிக்குள்ளிருந்த நீலக் கற்கள் பதித்த தோடுகள் இப்போது உப தளபதியின் மேசை இழுப்பறைக்குள்ளிருந்தன. அகப்பட்டிருப்பது என்ன வகையான புலி எனத் துப்புத் துலக்குவதில் கடற்படையினர் மும்முரமாக ஈடுபட்டிருந்தார்கள். புலிக்கு அய்ம்பது வயதுக்கு மேலிருக்கும் என்பதுதான் அவர்களைக் கொஞ்சம் குழப்பத்தில் ஆழ்த்தியது. பிரபாகரனுக்கே அப்போது முப்பத்தாறு வயதுதான்.

உச்சி வெயிலுக்குள் கட்டப்பட்டிருந்த பொன்ராசா வாய்விட்டுக் கதறிக்கொண்டிருந்தார். தமிழ், சிங்களம், ஆங்கிலம் என மூன்று மொழிகளிலும் இரந்து நின்றார். 'எப்படியும் இந்தக் கண்டத்திலிருந்து நான் தப்பித்துவிடுவேன்' என அவரின் மனது சொல்லிக்கொண்டது. ஆனால், விறைப்பாக இருந்தால் நேவிக்காரன் சுட்டுக் கடலில் போட்டாலும் போட்டுவிடுவான். அதனால், அவர் இடைவிடாமல் கதறிக் கண்ணீர் விட்டு மாய்மாலம் போட்டவாறேயிருந்தார். தண்ணீர் கேட்டு அவர் துடித்தபோது, கடலின் உப்புநீர் அவருக்குப் புகட்டப்பட்டது. பொன்ராசாவும் ஒரு பிழையைச் செய்துவிட்டார். பிடிபட்டவுடனேயே, இந்தியாவுக்குப் போன பிள்ளைகளைத் தேடிக் குடிபோதையில் படகொன்றைத் திருடிக்கொண்டு தெரியாத்தனமாகப் புறப்பட்டதை அவர் ஒத்துக்கொண்டிருக்கலாம். இந்தியாவுக்குக் கிளம்பியதைச் சொன்னால் பெரிய பிரச்சினையாகலாம் என நினைத்து, மீன்பிடிக்கக் கிளம்பித் திசைமாறி வந்துவிட்டதாக உளறிவிட்டார். கடற்படையினர் இரண்டு கேள்விகளிலேயே இவருக்குக் கடல் குறித்து எதுவும் தெரியாது என்பதையும் அது திருடப்பட்ட படகு என்பதையும் கண்டுபிடித்துவிட்டனர்.

இரண்டு நாட்களாகக் கொடிக்கம்பத்திலேயே கட்டிப் போடப்பட்டு, அன்னம் தண்ணியில்லாமல் பொன்ராசா வாடிப்போய்க் கிடந்தார். மூன்றாவது நாளில், அவர் ஓர் அறைக்குள் அடைக்கப்பட்டார். அந்த அறைக்குள் பாம்பு, பல்லி, பூரான் எல்லாம் தாராளமாக வந்து சென்றன. மாலை நேரமானால் பொன்ராசாவை நரகம் சூழ்ந்தது. நல்ல போதையில் வரும் கடற்படையினர் பொன்ராசாவை அறையிலிருந்து வெளியே இழுத்துவருவார்கள். விசாரணை என்ற பெயரில் அலட்டலான கேள்விகளைக் கேட்பார்கள். பொன்ராசா அதைவிட அலட்டலாகப் பதில் சொல்வார். மணலில் படம் வரைந்து, யாழ்ப்பாணத்தில் எந்த எந்த இடத்தில் புலிகளின் முகாம் இருக்கிறது, எங்கே புலிகளின் தலைவர் இருக்கக் கூடும், குறிப்பாகக் கடற்புலித் தளபதி சூசை இப்போது எங்கேயிருக்கக் கூடும் என்று கடற்படையினருக்குப் பொன்ராசா விளக்கினார். அடுத்தநாள், அதே வரைபடத்தை வரைந்துகாட்டச் சொல்லிக் கடற்படையினர் கேட்பார்கள். முதல்நாள் வரைந்த படத்திற்கு எதிர்மாறாக வேறொன்றைப் பொன்ராசா வரைவார். முதல்நாள் பருத்தித்துறையிலிருந்த பிரபாகரனின் முகாம் இப்போது சாவகச்சேரியிலிருக்கும். தென்னைமட்டைகள், கயிறு, மொத்தமான தடிகள் எல்லாவற்றாலும் கடற்படையினர் பொன்ராசாவை அடித்தார்கள். ஒரு வாரத்திற்குள் பொன்ராசாவின் உடலிலே பாதி இடங்களில் தோல் உரிந்துவிட்டது.

ஒரு வாரத்திற்குப் பின்பு, அடி ஆக்கினைகள் கொஞ்சம் குறைந்தன. தாங்கள் பிடித்து வைத்திருப்பது ஒரு திருடனையே தவிர, புலியை அல்ல என்பது கடற்படையினருக்குத் தெளிவாக விளங்கியது. பொன்ராசாவும் கடற்படையினருக்கு ஏற்றவாறு தாளம் போடுவதில் இப்போது தேர்ச்சி பெற்றிருந்தார். பொன்ராசா ஒரு சமையல் மன்னனாக இருந்தார். அவர் தளபதிகளுக்குச் சுவையாகச் சமைத்துப் போட்டு, தளபதிகளின் இரக்கத்தைப் பெற்றார். கடற்படையினருக்கு ஒரு செல்லப்பிராணி போல பொன்ராசா ஆகிவிட்டார். இப்போது, கடற்படையினர் பொன்ராசாவை ஊருக்குள் சென்றுவரவும் அனுமதித்தார்கள். பகல் முழுவதும் ஊருக்குள் சுற்றித் திரியும் பொன்ராசா இரவில் முகாமுக்குத் திரும்பி வந்து, தனது அறையில் படுத்துக்கொள்வார். அவர் தனது அறையைச் சுத்தப்படுத்தி, அதற்குள் மரப்பலகைகளால் ஒரு படுக்கையும் இணைக்கிப் போட்டுக்கொண்டார்.

ஊருக்குள், பொன்ராசாவை 'நேவி அய்யா' எனச் சனங்கள் அழைத்தார்கள். அவர் நேவியின் ஆள் என்ற அச்சம் சனங்களுக்கிருந்தது. நயினாதீவில் கள்ளும் மீனும் தாராளமாகக் கிடைத்தன. கடற்படையின் கண்காணிப்பை மீறி அங்கிருந்து தப்பித்துச் செல்வது நடவாத காரியம். பொன்ராசாவும் அங்கிருந்து தப்பிச் செல்வது குறித்து யோசிக்கவேயில்லை. இந்தியாவுக்குத் தப்பிச் சென்ற மகன்மாரைக் குறித்தும் இப்போது அவர் குறைபட்டுக்கொள்வதில்லை. இந்தக் கிழவனையே ஆடாக் கட்டித் தோலாக உரித்தெடுத்தவர்களிடம் அந்த இளைஞர்கள் சிக்கியிருந்தால் என்ன நடந்திருக்கும் என்பதை இப்போது அவர் அறிந்திருக்கக் கூடும்.

இப்போதெல்லாம், அவ்வப்போதுதான் பொன்ராசா கடற்படை முகாமுக்குச் சென்று வந்தார். மற்றப்படிக்கு அவர் கோயில் மண்டபத்திலேயே தங்கிக்கொண்டார். அந்தத் தீவு மணிமேகலைக்கு அமுதசுரபியை வழங்கிய தீவல்லவா. பொன்ராசாவுக்கு மட்டும் சோற்றுக்குப் பஞ்சம் வந்துவிடுமா என்ன! கோயில் சோறும், அன்னதான மடமும், கடற்படை முகாமின் பட்டரும் ஜாமுமாக அவர் கொழுத்துத் திரிந்தார்.

வாரத்திற்கு ஒருமுறை நயினாதீவிலிருந்து பயணிகளை ஏற்றிக்கொண்டு — கடற்படையினரின் கடுமையான சோதனைகளுக்குப் பிறகு — ஓர் இயந்திரப் படகு புங்குடுதீவின் குறிகட்டுவான் துறைக்குச் செல்லும். மிக அவசியமான காரணங்களுக்காக மட்டுமே அந்தத் தீவிலிருந்து மக்களை வெளியேறக் கடற்படையினர் அனுமதித்தார்கள். அவ்வாறு சென்ற ஒரு பயணியிடம், தனது மனைவியிடம் சேர்ப்பிக்குமாறு பொன்ராசா ஒரு கடிதத்தைக் கொடுத்தனுப்பினார்.

மூன்று மாதங்களாக, கணவன் இருக்குமிடம் தெரியாமல் செத்தவீடு கொண்டாடிக்கொண்டிருந்த ஞானம்மாவின் கையில் அந்தக் கடிதம் கிடைத்தபோது, அவர் செய்வதறியாது விழித்தார். அந்தக் கடிதத்தில் 'நயினாதீவில் சிவில் நிர்வாகம் நன்றாக இருக்கிறது. இக்கடிதம் கண்டதும் புறப்பட்டு நயினாதீவுக்கு வரவும். இங்கே நேவிக்காரர்கள் எனக்கு மிகவும் ஆதரவாக இருக்கிறார்கள்' என எழுதப்பட்டிருந்தது. ஞானம்மா பக்கத்து வீட்டுப் பொடியனிடம் கடிதத்தைக் காட்டியபோது, அவன் அந்தக் கடிதத்தை இயக்கத்திடம் கொண்டுபோய்க் கொடுப்பதே சரியாயிருக்கும் என்றும் அந்தக் கடிதத்தில் ஏதோ சதி ஒளிந்திருக்கிறது என்றும் சொன்னான். இவ்வாறாக அந்தக் கடிதம் புலிகளின் அலுவலகத்திற்குப் போய்ச் சேர்ந்தது.

புத்தாண்டுக் கொண்டாட்டம் கடற்படை முகாமில் அட்டாசமாக நிகழ்ந்துகொண்டிருந்தது. அன்றிரவு, பொன்ராசா விசேடமாகக் கணவாய், இறால், நண்டு எனப் பொரித்துக் கரித்துச் சமைத்துத் தளபதிகளை மகிழ்ச்சிப்படுத்தினார். உப தளபதியிடமிருந்து ஒரு முழு 'மெண்டிஸ்' சாராயப் போத்தல் அவருக்கு அன்பளிப்பாகக் கிடைத்தது. கடற்கரையில் உட்கார்ந்திருந்து அதை இரசித்து இரசித்துக் குடித்துக்கொண்டிருந்தார். மார்கழியின் குளிர்காற்று வீசிக்கொண்டிருக்க உடல் சில்லிட்டது. கிழக்கே, புங்குடுதீவிலிருந்து ஓர் ஆகாயவாணம் மேலே கிளம்பி ஆகாயத்தில் வண்ணமயமாகப் பூத்ததைக் கவனித்தார். அரைப் போத்தல் சாராயம் முடிந்தபோது உடல் முறுக்கேறி நின்றது. போத்தலைக் கையிலெடுத்தவாறு முகாமை நோக்கி நடந்தார். முகாமில் சிங்கள பைலாப் பாடல்கள் முழங்கிக்கொண்டிருந்தன. இந்த நேரத்தில் புலிகள் தாக்கினால் வலுசுலபமாக இந்த முகாமை வீழ்த்திவிடலாம் என்று நினைத்துக்கொண்டார். அவரது கால்கள் அவரை ஊர்மனைக்குள் இழுத்துச் சென்றன. எல்லா வீடுகளும் இருளில் மூழ்கிக் கிடந்தன. இவ்வாறான கொண்டாட்ட நாட்களில், மதுபோதையிலிருக்கும் கடற்படையினர் வீடுகளுக்குள் நுழைவது, பெண்களோடு சேட்டை செய்வது சர்வ சாதாரணமாக நிகழுமென்பதால், இத்தகைய நாட்களில் மக்கள் இன்னும் எச்சரிக்கையாக இருப்பதுண்டு என அவர் அறிந்திருந்தார். மனம் காமம் குறித்த நினைவுகளால் அலைக்கப்படலாயிற்று. கையிலிருந்த போத்தலைக் கடகடவென வாய்க்குள் சரித்தார். போத்தலில் இன்னும் கால்வாசி மீதிருந்தது. கடற்கரைக்குத் திரும்பியவர் போத்தலைக் கடற்கரையில் வைத்துவிட்டு, உடைகளையும் களைந்துவிட்டு, நிர்வாணமாகக் கடலுக்குள் இறங்கி இடுப்புவரையான நீருக்குள் நடந்து சென்றார். கண்களை மூடியவாறு நீருக்குள் கரமைதுனம் செய்யத் தொடங்கினார். சில நிமிடங்களில் சலிப்புடனும் வெறுப்புடனும் கரையை நோக்கி நடந்துவந்து, உடைகளை அணிந்துகொண்டார். சாராயப் போத்தலை எடுத்து அதைத்

திறந்தபோது, அவரது கழுத்தில் அந்த வலுவான அடி விழுந்தது. தாக்கப்பட்ட ஒரு வலிய மிருகம் போல் சுழன்று திரும்பினார். அவரது மூளை நிதானிப்பதற்குள்ளாகவே அவரது கையிலிருந்த போத்தல் எதிராளியின் தலையில் மோதிச் சிதறிய ஓசையைக் கேட்டார்.

அடுத்தநாள் காலையில், பொன்ராசாவின் கழுத்தில் கல்லைக் கட்டிப் படகில் ஏற்றிக் கடற்படையினர் கடலுக்குள் அழைத்துச் சென்றனர். இவரால் இரவு தாக்கப்பட்ட கடற்படை வீரன் தலையில் காயத்திற்குப் போடப்பட்ட துணிக்கட்டோடு இவரையே உற்றுப் பார்த்தவாறிருந்தான். பொன்ராசா மவுனமாக இருந்தார். அவரைக் கல்லோடு அவர்கள் கடலுக்குள் ஒரு நீள் கயிற்றில் இறக்கினார்கள். கடலம்மாவின் கருவறையில் பொன்ராசா போய் விழுந்தார். கைகளையும் கால்களையும் ஒரு குழந்தைபோல அவர் அடித்துக்கொண்டார். அடிவயிற்றில் சரளைக் கற்கள் குத்துவதை உணர்ந்தார். மூளைக்குள் கருமை மட்டுமே படர்ந்தபோது, தனது தலை வெடித்துக்கொண்டிருப்பதை உணர்ந்தார். அப்போது, மறுபடியும் கயிற்றினால் மேலே இழுக்கப்பட்டார். முக்கால் பிணமாகப் பொன்ராசா மேலே வந்தார். சிலதடவை இந்த விளையாட்டு நடந்ததன் பின்பாக, அவரை மறுபடியும் படகில் ஏற்றினார்கள். நயினாதீவுத் துறையிலிருந்து குறிகட்டுவானுக்குப் புறப்பட்ட பயணிகள் படகு தூரத்தே வந்துகொண்டிருந்தது. அந்தப் படகைக் கடற்படையின் படகு நெருங்கி அணைத்தது. பொன்ராசா அந்தப் பயணிகள் படகில் ஏற்றப்பட்டார். அவரது கையில் உப தளபதியால் ஒரு சிறிய பொட்டலம் கொடுக்கப்பட்டது. அந்தப் பொட்டலத்தில் நீலக் கற்கள் பதித்த இரண்டு தோடுகளிருந்தன. தளபதி சிங்களத்தில் பொன்ராசாவிடம் சொன்னான்: "மரணம் என்றால் என்னவென்று இப்போது பொன்ராசாவுக்குத் தெரியும்."

பொன்ராசா நீலக் கற்கள் பதித்த தோடுகளைச் சட்டைப் பைக்குள் போட்டுக்கொண்டார். குறிகட்டுவான் துறையில் இறங்கியதும், விறுவிறுவென நடந்துபோய் அங்கு நின்றிருந்த மினிபஸ்ஸில் ஏறி உட்கார்ந்தார். இரண்டு நிமிடங்கள் ஆகியிருக்காது... "அய்யா கொஞ்சம் வெளியே இறங்கி வாங்க" என்ற குரல் கேட்டது. அங்கே விடுதலைப் புலிகள் நின்றிருந்தார்கள். பொன்ராசா இறங்கி வெளியே வந்ததும் அவரது கண்கள் கறுப்புத் துணியால் கட்டப்பட்டன.

புலிகளின் சிறைச்சாலையில் இருநூறு வரையான கைதிகள் அடைபட்டிருந்தார்கள். அந்தச் சிறைச்சாலை எங்கேயிருக்கிறது என்பது அங்கிருந்த யாருக்குமே தெரியவில்லை. பொன்ராசாவிடம் குறுக்கு விசாரணைகள் ஏதும் நடத்தப்படவில்லை. அவரிடமிருந்த நீலக் கற்கள் பதித்த தோடுகளைப் புலிகள் எடுத்துக்கொண்டார்கள்.

அவருக்குச் சிறைச் சீருடை வழங்கப்பட்டது. ஒரு சாறத்தை இரண்டாகக் கிழித்துக் கொடுத்த பாதித்துண்டு மட்டுமே சிறைச் சீருடை. வேறெந்த உடைகளும் கிடையாது. உள்ளாடை அணியவும் தடையிருந்தது. அவரது கால்கள் மூன்று குண்டுகள் வைத்த சங்கிலியால் பிணைக்கப்பட்டன. பொன்ராசாவைப் பற்றிய விவரங்கள் எல்லாமே புலிகளிடமிருந்தன. அவர் திருடிச் சென்ற படகின் உரிமையாளரும் புலிகளிடம் முறையீடு செய்திருந்தார். பொன்ராசா நயினாதீவிலிருந்து தனது மனைவிக்கு அனுப்பிய கடிதமும் புலிகளிடமிருந்தது. வேட்டியைப் பாயாகக் கட்டித் தனியனாகப் படகில் சென்றதால், அவர் 'கப்டன்' என்றே அங்கிருந்த புலிகளால் அழைக்கப்பட்டார். அவர்கள் கேட்டதெல்லாம் ஒன்றே ஒன்றுதான்: "கப்டன் உள்ளதைச் சொல்லிவிடுங்கள்!"

பொன்ராசா உள்ளது, இல்லாதது, பொல்லாதது எல்லாவற்றையும் சொன்னார். அதைப் பொறுமையாகக் கேட்டு ஒரு பேரேட்டில் பதிவுசெய்துவிட்டு, அவர்கள் மறுபடியும் கேட்டார்கள்: "கப்டன் உள்ளதைச் சொல்லிவிடுங்கள்."

கடற்படையினர் அடிக்கும்போது, பொன்ராசாவுக்கு கோபம் வரவில்லை. ஆனால், புலிகள் அடித்தபோது, அவருக்கு அளவிட முடியாத கோபம் வந்தது. புலிகள் அடிக்கும்போது, பொன்ராசா கண்களை இறுக மூடிக்கொள்வார். 'ஆட்களைப் பார்... மூன்றாம் நம்பர் ரீல்கட்டைகள் மாதிரி இருந்துகொண்டு, மல்லா மலையான என்னில் கைவைக்கிறார்களே' என அவரது மனம் அடங்காத ஆத்திரத்துடன் கொந்தளிக்கும். நயினாதீவு கடற்படைத் தளத்தின் அமைப்பைப் பொன்ராசா படம் வரைந்து காட்டியபோது, உண்மையிலேயே புலிகள் ஆச்சரியப்பட்டுத்தான் போனார்கள்.

பொன்ராசா வரைந்து கொடுத்த படத்தையே பார்த்துக்கொண்டிருந்த பொறுப்பாளன் "அந்த சிவில் எஞ்ஜினியரைக் கூட்டிக்கொண்டு வா" என அருகில் நின்ற ஒருவனுக்கு உத்தரவிட்டான். சற்று நேரத்தில், கைகளும் கால்களும் சங்கிலிகளால் பிணைக்கப்பட்டிருந்த இளைஞன் ஒருவன் முழந்தாள்களில் நடக்க வைக்கப்பட்டு, நாய்போல அங்கே இழுத்துவரப்பட்டான். அந்த இளைஞனிடம், பொன்ராசா வரைந்த படத்தைக் காட்டிய பொறுப்பாளன் "நீ என்னடா சிவில் எஞ்ஜினியர், இங்கே கப்டன் வரைந்திருக்கும் படத்தைப் பார்த்தாயா! உன்னால் ஆறுமாதமாகக் கேவலம் பூந்தோட்ட முகாமின் படத்தைச் சரியாக வரைந்து காட்ட முடியவில்லையே" என்று சொல்லிவிட்டு, பொன்ராசாவைத் திரும்பிப் பார்த்தவாறே ஒரு மண்வெட்டிப் பிடியை எடுத்து அவரிடம் கொடுத்துவிட்டு "கப்டன் அடியுங்கள் இவனை, அப்படியாவது இவனுக்குப் படித்ததெல்லாம் ஞாபகத்திற்கு வருகிறதா

பார்க்கலாம்" என்றான். பொன்ராசா கொஞ்சமும் தயங்காமல் கையை நீட்டி அந்த மண்வெட்டிப் பிடியை வாங்கி இரண்டு கைகளாலும் இறுகப் பிடித்துக்கொண்டார். முதலாவது அடி அந்த இளைஞனின் முதுகில் விழுந்தது. பொன்ராசா உரத்த குரலில் "அடேய் துரோகி! உன்னைப் போன்றவர்களால்தான் எங்களுக்குத் தமிழீழம் கிடைக்காமலிருக்கிறது... இந்தப் பிள்ளைகள் உயிரைக் கொடுத்துப் போராடிக்கொண்டிருக்க நீங்கள் துரோகமா செய்கிறீர்கள்... தமிழர்கள் படும் கஸ்டத்தைக் கொஞ்சமாவது நினைத்துப் பார்த்தாயா" என உறுமியவாறே அந்த இளைஞனை அடித்தார். இளைஞனின் உடல் துடித்ததே தவிர, அவனிடமிருந்து ஒரு முனகல் கூட வரவில்லை. பொன்ராசா பாய்ந்து அடிக்க முயற்சித்தபோது, அவரது கால்களில் பிணைக்கப்பட்டிருந்த சங்கிலி தடுக்கி அந்த இளைஞனின் மேலேயே குப்புற விழுந்து போனார். அந்த இளைஞன் யார் எவர் என்பதெல்லாம் பொன்ராசாவுக்குத் தெரியாது.

புலிகளின் சிறையில் இரண்டு வேளை மட்டுமே உணவு வழங்கப்பட்டது. வெள்ளையரிசிக் கஞ்சிக்குள் சீனி போட்டுக் கொடுப்பார்கள். அது கால்வயிற்றுக்குக் கூடப் போதாது. ஏதோ கண்களைக் கட்டினார்கள், கூட்டி வந்தார்கள், இரண்டு அடியைப் போட்டு விசாரித்துவிட்டுப் பின்பு துரத்திவிடுவார்கள் என்றுதான் இங்கே வரும்போது பொன்ராசா நினைத்திருந்தார். மாதக்கணக்கில் பட்டினியும் சிறையும் சித்திரவதையும் கிடைக்கும் என அவர் நினைத்திருக்கேயில்லை. ஒருநாள், விசாரணை வேளையில் அவர்கள் "கப்டன் உள்ளதைச் சொல்லிவிடுங்கள்" என்றபோது, பொன்ராசா பொறுக்க முடியாமல் உள்ளதைச் சொல்லியும் விட்டார்: "தம்பிமார் நான் உங்களுடைய தகப்பனுக்குச் சமம். ஒரு மிருகத்தைப்போல என்னைச் சங்கிலியால் கட்டி அரை நிர்வாணமாக நீங்கள் வைத்திருப்பதெல்லாம் சரியான தவறு. நான் உங்களுக்கு நயினாதீவு முகாமின் வரைபடத்தைக் கொடுத்திருக்கிறேன். அந்த முகாமைத் தாக்கும் வேலையை விட்டுவிட்டு, நீங்கள் இந்தக் கிழவனைப் போட்டுச் சிறுகச் சிறுக வதைப்பது நியாயமற்றது. நான் ஏற்கனவே நேவியிடம் போதுமான அடி வாங்கியிருக்கிறேன். தமிழனுக்குத் தமிழனே இப்படிச் செய்யக்கூடாது." கொஞ்சம் கடுப்பாகத்தான் பொன்ராசா பேசிவிட்டார். அவர் பேசியதைப் பொறுப்பாளன் அமைதியாகக் கேட்டுக்கொண்டிருந்தான். ஆழ்ந்த யோசனைக்குப் பிறகு, பொன்ராசாவை அவன் 'கரப்பு'க்கு அனுப்பிவைத்தான்.

கோழிகளை அடைத்து வைப்பதற்காக, பிரம்புகளால் இழைக்கப்படும் கரப்புவைப் பார்த்திருப்பீர்கள்தானே. இது முட்கம்பிகளால் இழைக்கப்பட்ட கரப்பு. முக்கோண வடிவில், ஒரு ஆள் உட்கார்ந்திருக்கும் உயரத்திற்கு முட்கம்பிகளால் அந்தக் கூண்டு

பின்னப்பட்டிருக்கும். அதற்குள் மூன்று நாட்களுக்குப் பொன்ராசாவைப் போட்டுவிட்டார்கள். "கப்டன் அரசியல் பேசுகிறார்" என்று பொறுப்பாளன் குறைபட்டுக்கொண்டானாம். அந்தக் கூண்டுக்குள் அந்தப் பக்கம் இந்தப் பக்கம் திரும்ப முடியாது. அசைந்தால் முட்கம்பி உடலைக் கிழித்துவிடும்.

உணவோ தூக்கமோ இல்லாமல் மூன்று நாட்கள் அந்தக் கூண்டுக்குள் பைத்தியம் பிடித்தது போல் பொன்ராசா உட்கார்ந்திருந்தார். தூங்கி விழுந்தபோது முட்கம்பிகள் அவரை இரத்தம் வரக் குத்தி எழுப்பிவிட்டன. முள்ளுச் சட்டையை அணிந்திருப்பது போல் அவர் அவதிப்பட்டார். அவரது உடல் முழுவதும் தோளும் தசையுமாகக் கிழிந்திருந்தன. தலையில் மட்டும்தான் காயம் ஏதுமில்லை. தலையில் ஒரு முட்கிரீடமும் வைத்திருந்தால் அந்தக் குறையும் தீர்ந்திருக்கும் என்று அந்த நரக வேதனையிலும் பொன்ராசா நினைத்துக்கொண்டார்.

1958 ஆம் வருடம் இன வன்முறை நடக்கும்போது, பொன்ராசாவுக்குச் சரியாக இருபது வயது. அப்போது, அவர் சிங்கள நாட்டுப்பக்கத்திலுள்ள 'நிற்றம்புவ' என்ற சிறுநகரத்தில் 'மரியாம்பிள்ளை அன்ட் சன்ஸ்' துணிக்கடையில் சமையற்காரனாக இருந்தார். தனது பதின்மூன்றாவது வயதில் சமையல் எடுபிடியாக இங்கே வேலைக்குச் சேர்ந்து, இப்போது சமையற்காரனாகிவிட்டார். முதலாளி நாரந்தனையைச் சேர்ந்தவர். அவருக்குப் பொன்ராசாவின் சமையல் வெகுவாகப் பிடித்துக்கொண்டது. பொன்ராசா கொஞ்சம் குழப்படிக்காரர் என்பதால், அவரது கையில் சம்பளம் எதுவும் முதலாளி கொடுப்பதில்லை. முதலாளி ஊருக்குப் போகும்போது, பொன்ராசாவின் அப்புவை வீட்டுக்குக் கூப்பிட்டு, மொத்தமாகச் சம்பளப் பணத்தைக் கொடுத்துவிடுவார்.

அந்த வன்முறையின்போது 'மரியாம்பிள்ளை அன்ட் சன்ஸ்' கொள்ளையிடப்பட்டு எரிக்கப்பட்டது. முதலாளி மரியாம்பிள்ளை எரியும் நெருப்பில் உயிருடன் தூக்கிப் போடப்பட்டார். பொன்ராசாவைப் பிடிக்க வந்த இரண்டு காடையர்களைப் பொன்ராசா நின்ற நிலையில் பொம்மைகளைப் போல் தூக்கி எறிந்துவிட்டு, ரம்புட்டான் தோட்டங்களுக்குள் ஓடி ஒளிந்துகொண்டார். அடுத்தநாள் காலையில், வீதியால் இராணுவ வாகனங்கள் போவதைக் கவனித்துவிட்டு, அவற்றை நோக்கி ஓடிப்போனார். இராணுவத்தினர் அவரைக் கொண்டுபோய் அகதி முகாமில் சேர்த்தார்கள்.

வன்செயல்கள் தணிந்தவுடன் உடுத்த உடுப்புடனும், அகதி முகாமில் கொடுக்கப்பட்ட துவாயுடனும் பொன்ராசா ஊருக்கு வந்தார். அப்போது, அவரது ஊரிலிருந்து இன்னொரு இளைஞர் கூட்டம் சிங்கள நாட்டுப்பக்கக் கடைகளில் வேலைக்காகப் புறப்பட்டுக்கொண்டிருந்தது.

பொன்ராசாவும் திரும்பவும் கொழும்புக்குப் போய் வேலை தேடலாம் எனப் புறப்படத் தயாரான போதுதான், அவரது ஊர்ப் பாதிரியார் மூலம் 'பெரிய கோயில்' பாதிரியார் வரப்பிரகாசத்திடம் அவருக்கு 'கோக்கி' வேலை கிடைத்தது.

யாழ்ப்பாணப் பெரிய கோயிலை ஆசனக் கோயில் என்றும் சொல்வார்கள். அப்போது, அந்தக் கோயிலில் மட்டும்தான் வழிபடுபவர்கள் உட்காருவதற்கான இருக்கைகள் போடப்பட்டிருந்ததால் அந்தப் பெயர். வரப்பிரகாசம் பாதிரியாருக்கும் பொன்ராசாவின் சமையல் பிடித்துக்கொண்டது. பாதிரியாரின் அறைவீட்டிலேயே தங்கிக்கொள்வதற்குப் பொன்ராசாவுக்கு இடம் கிடைத்தது. பாதிரியார் மலேசியாவில் பிறந்து இத்தாலியில் படித்தவர். அவருக்குத் தமிழ் பேசுவதற்கு அவ்வளவாக வராது. பெரிய கோயிலில் லத்தீன் மொழிப் பூசைக்குப் பொறுப்பாக இருந்தார். அவர் பொன்ராசாவிடம் ஆங்கிலத்திலேயே பேசுவார். பொன்ராசா தனது சமையல் திறமையால் பாதிரியாருக்குப் பதில் சொன்னார். அங்கே வேலைக்கு வந்து இரண்டு வருடங்களானபோது, பெரிய கோயில் 'மரியாயின் சேனை' பாடகிகள் குழுவிலிருந்த ஞானம்மாவுக்கும் பொன்ராசாவுக்கும் காதல் உருவானது. ஞானம்மாவின் வீட்டில் பெரிய எதிர்ப்புக் கிளம்பியபோது, பொன்ராசா இரவோடு இரவாக ஞானம்மாவை அழைத்துக்கொண்டு சுருவிலுக்கு வந்துவிட்டார்.

ஞானம்மா, பொன்ராசாவுடன் ஓடிவந்த மூன்றாவது நாளில், வரப்பிரகாசம் பாதிரியாரும் ஞானம்மாவின் தகப்பனும் சுருவிலுக்குத் தேடி வந்தார்கள். பொன்ராசாவின் வீட்டின் முன்னால் நின்று பாதிரியார் உரத்த குரலில் "கோக்கி... கோக்கி" என்று கூப்பிட்டார்.

பெரிய கோயில் காலைப் பூசையில், பொன்ராசாவுக்கும் ஞானம்மாவுக்கும் தலைகளில் முட்கிரீடங்கள் வைக்கப்பட்டன. அந்தத் தண்டனைக்குப் பிறகு, வரப்பிரகாசம் பாதிரியாரே இருவருக்கும் கைப்பிடித்து வைத்தார். திருமணப் பரிசாக ஞானம்மாவுக்கு நீலக் கற்கள் பதித்த தோடுகளைப் பாதிரியார் வழங்கினார்.

புலிப்படையின் மூன்று நாட்கள் முட்கம்பிக் கூண்டுத் தண்டனையுடன் பொன்ராசா ஒடுங்கிப்போனார். அவரது உடல் எப்போதும் நடுங்கியவாறேயிருந்தது. அவரது உடல் வேகமாக உருக்குலையலாயிற்று. ஒரு பட்டுப்போன பனைமரம் போல உள்ளுக்குள்ளால் அவர் உளுத்துப்போனார். எப்போதும் அவர் படுத்தே கிடந்தார். விசாரணைக்கு அழைக்கப்பட்ட ஒவ்வொரு முறையும், கால்கள் பின்னச் சங்கிலியை இழுத்து இழுத்துத் தள்ளாடி நடந்து சென்றார். இப்போதெல்லாம், அடி விழும்போது அவர் ஓலமிட்டு அழத் தொடங்கினார். தனது மனைவியை

ஒருதடவையாவது பார்த்துவிட வேண்டுமென்ற எண்ணம் அவரை அலைக்கழித்தது. ஆனால், அதை அவர் புலிகளிடம் சொல்லவில்லை. முட்கம்பிக் கூண்டுத் தண்டனையாவது பரவாயில்லை, பங்கர் சிறைக்குள் போட்டார்கள் என்றால் இருபத்திநான்கு மணித்தியாலங்களில் தனக்குப் பைத்தியம் பிடித்துவிடும் என அவர் நினைத்துக்கொண்டார்.

ஒருநாள் மாலையில், பொன்ராசாவினதும் இன்னும் ஆறு கைதிகளினதும் கால் விலங்குகள் நீக்கப்பட்டன. அவர்கள் எல்லோருமே ஐம்பது வயதைக் கடந்த கைதிகளாக இருந்தார்கள். எல்லோருக்கும் புதிய சாறமும் சட்டையும் வழங்கப்பட்டது. விடுதலை செய்யப் போகிறார்கள் என்றுதான் பொன்ராசா நினைத்தார். கைதிகளது கண்கள் கறுப்புத் துணிகளால் கட்டப்பட்டன. இரவோடு இரவாக அந்த ஏழு கைதிகளும் யாழ்ப்பாண நகரத்து முகாமொன்றுக்கு மாற்றப்பட்டார்கள்.

யாழ்ப்பாணக் கோட்டைக்குள் முற்றுகைக்குள் சிக்கியிருந்த இராணுவத்தினரை மீட்புப் படைகள் மீட்டுச் சென்றதன் பின்னாக, அந்தக் கோட்டை புலிகளின் கைகளில் வீழ்ந்தது. நானூறு வருடங்கள் பழைமை வாய்ந்த அந்த வலிய கோட்டையை இடித்துத் தரைமட்டமாக்கப் புலிகள் முடிவெடுத்தார்கள். காலை ஆறுமணிக்கு, பொன்ராசா வைக்கப்பட்டிருந்த முகாமிலிருந்து ஒரு கைதிகள் அணி வேலைக்காகக் கோட்டைக்கு அழைத்துச் செல்லப்பட்டது. மாலை ஆறுமணிவரை அங்கே ஓயாத வேலைகள் அவர்களுக்குக் கொடுக்கப்பட்டன. இவர்கள் வேலை செய்தபோது பத்தடி தூரத்திற்கு ஒரு புலி கையில் கொட்டானோடு நின்று இவர்களைக் கண்காணித்தது. கைதிகள் ஒருவரோடு ஒருவர் பேசக் கூடாது எனக் கண்டிப்பான உத்தரவிருந்தது. வேலையில் சுணங்கினாலோ சற்றே தடுமாறினாலோ கொட்டானால் முதுகுத்தோல் பிய்ய அடி விழுந்தது. அங்கே மூன்று மாதங்கள் ஓர் ஊமை போலப் பொன்ராசா மதில் கற்களை உடைத்தும் மண் அள்ளிக் கொட்டியும் கடுழியம் செய்தார்.

கோட்டையை உடைக்கும் வேலைகள் அனைத்தும் முடிந்த மாலைப்பொழுதில், பொன்ராசா புலிகளால் விடுவிக்கப்பட்டார். "கப்டன் இனியாவது தமிழீழத்திற்கு விசுவாசமாக இருங்கள்" என்றொரு அறிவுரையும் அவருக்கு வழங்கப்பட்டது. தன்னுடைய நீலக் கற்கள் பதித்த தோடுகளை அவர்கள் திருப்பித் தருவார்கள் எனப் பொன்ராசா எதிர்பார்த்தார். அது திரும்பி வருவதாகத் தெரியவில்லை. விடுதலை என்ற செய்தியைக் கேட்டவுடனேயே பொன்ராசா பழைய பொன்ராசாவாகியிருந்தார். அவர் தனக்கு அறிவுரை சொன்னவனிடம் போய் மிதப்பான குரலில் "என்னுடைய நீலக் கற்கள் பதித்த தோடுகள் இரண்டு உங்களிடமுள்ளன. அவற்றைப் போராட்டத்திற்கான எனது

பங்களிப்பாக வைத்துக்கொள்ளுங்கள்" எனச் சொல்லிவிட்டு, அங்கிருந்து புறப்பட்டார்.

அந்த இரவு நேரத்தில், திடுக்கிடமக்காகப் பொன்ராசாவைக் கண்ட ஞானம்மா திகைத்துப்போனார். பொன்ராசா, ஞானம்மாவைக் கேட்ட முதலாவது கேள்வி "கோட்டையைப் பிடிக்கப் போன இராணுவம் சுருவில் கிராமத்திற்குள் வந்ததா?" என்பதாயிருந்தது. 'இல்லை' என்று ஞானம்மா தலையசைக்கவும் பொன்ராசா "அதைத்தானேயடி வேசை நானும் சொன்னேன். அதைக் கேட்காமல்தானே உனது பிள்ளைகள் இந்தியாவுக்கு ஓடினார்கள்" எனச் சொன்னபடியே ஞானம்மாவின் காதைப் பொத்தி ஓங்கி அறைந்தார். அந்த அடியில் ஞானம்மாவின் காதிலிருந்த நீலக் கற்கள் பதித்த தோடு பறந்துபோய்த் தரையில் விழுந்து விளக்கொளியில் மினுங்கிக்கொண்டிருந்தது. அதைக் குனிந்து எடுத்த பொன்ராசா "இது இங்கே எப்படி வந்தது?" எனக் கேட்டார். "நான்கு மாதங்களுக்கு முன்பு இயக்கப் பொடியன்கள் கொண்டுவந்து தந்தார்கள்" என்றார் ஞானம்மா. பொன்ராசா படுத்திருந்தபோது, அவரருகில் வந்த ஞானம்மா, பொன்ராசாவின் மார்பை வருடிக் கொடுத்துவிட்டு, அவரது மார்பில் தலைவைத்துப் படுத்துக்கொண்டே "கிறிஸ்டியும், பொஸ்கோவும் இந்தியாவிலிருந்து பிரான்ஸுக்குப் போய்விட்டார்கள், தம்பிமார் இந்தியாவில் கஷ்டப்படக் கூடாதென்று கில்டா புருசனிடம் சொல்லி ஒரே மாதத்தில் இருவரையும் பிரான்ஸுக்குக் கூப்பிட்டுவிட்டாள்" என்றார்.

2

மே மாதம், எட்டாம் தேதி கரையாம் முள்ளிவாய்க்காலில் வைத்துப் பொன்ராசா "இனியும் இங்கே இருக்க முடியாது. எந்த நேரமும் இங்கே இராணுவம் வந்துவிடும்... நாங்கள் கடலுக்குள் இறங்கி அடுத்த பக்கம் போய்விடலாம்" என்று ஞானம்மாவிடம் நச்சரித்துக்கொண்டேயிருந்தார். "இல்லை... இங்கே இராணுவம் வரப் பொடியன்கள் விடமாட்டார்கள். நாங்கள் இங்கேயே இருப்பதுதான் புத்தியான காரியம்" என்றார் ஞானம்மா. "இராணுவம் வந்தால் நீ பெண்ணென்று உன்னை ஒன்றும் செய்யமாட்டார்கள், என்னைத்தான் கொல்வார்கள்" என்று வெறுப்பான குரலில் சொன்னார் பொன்ராசா. அவர் அப்படியே கடற்கரை மணலில் குந்தியிருந்து, ஞானம்மாவின் கையைப் பிடித்துத் தன்னருகே உட்காரவைத்து, நடுங்கும் விரலால் மணலில் வரைபடமொன்றை உருவாக்கினார். "இங்கே மண் அணைகள் உள்ளன, இங்கே கண்ணிவெடிகள் இருக்கின்றன, இங்கே புலிகள் நிற்கிறார்கள், இந்த வழியால் உடைத்துக்கொண்டு இராணுவம் உள்ளே வரும்" என அவர் ஞானம்மாவுக்கு விளக்கினார். அன்று நடுநிசியில்

குண்டுச் சத்தம் கேட்டு ஞானம்மா திடுக்கிட்டு விழித்தபோது, அருகில் படுத்திருந்த பொன்ராசா காணாமற்போயிருந்தார். தொடர்ந்து வெடிச்சத்தம் கேட்டுக்கொண்டேயிருந்தது. ஞானம்மா கலங்கிப்போய் உட்கார்ந்திருந்தார். அதிகாலை மூன்று மணியளவில் பொன்ராசா பூனைபோல வந்து ஞானம்மாவுக்கு அருகே அமர்ந்துகொண்டார். இரகசியக் குரலில் "கடற்கரையில் வள்ளங்கள் நிற்கின்றன, ஒன்றை அவிழ்த்துக்கொண்டு அந்தப் பக்கம் போய்விடலாம்... வருகிறாயா" எனக் கெஞ்சினார். "சும்மாயிருந்தால் ஒரு பக்கத்தால்தான் வெடி வாங்க வேண்டிவரும், ஏதாவது குழப்படி செய்தீர்களென்றால் இரண்டு பக்கத்தாலும் வெடி வாங்க வேண்டியிருக்கும்" என்றார் ஞானம்மா. "நான் செத்துப்போனால் நீதானடி பொறுப்பு தாசி அபராஞ்சி" எனச் சொல்லிப் பொன்ராசா பற்களைக் கடித்தார்.

தாயையும் தகப்பனையும் குறித்துச் செய்திகள் ஏதும் கிடைக்காமல் கில்டாவும், கிறிஸ்டியும், பொஸ்கோவும் தவித்துக்கொண்டிருந்தார்கள். ஒருநாள், வவுனியாவிலிருந்து தொலைபேசிச் செய்தி வந்தது. பொன்ராசாவும் ஞானம்மாவும் வவுனியா தடுப்பு முகமொன்றில் இருப்பதாக அந்தச் செய்தி அறிவித்தது. அடுத்த வாரமே கில்டா பாரிஸிலிருந்து புறப்பட்டு வவுனியா வந்துவிட்டாள். காசை வவுனியா முழுவதும் விசிரியடித்தாள். தகப்பனையும் தாயையும் அழைத்துக்கொண்டு கொழும்புக்கு வந்தாள். அடுத்த ஒரு மாதத்திற்குள் 'ஸ்பொன்ஸர்' அலுவல் சரிவந்தது. இருவரையும் அழைத்துக்கொண்டு கில்டா பிரான்ஸுக்கு விமானம் ஏறினாள்.

கில்டாவின் குடும்பம் பாரிஸில் இருந்தது. கிறிஸ்டியும், பொஸ்கோவும் தெற்குப் பிரான்ஸில் 'சென்திபோ' என்ற ஊரில் ஆளுக்கொரு சிறிய கடை வைத்திருந்தார்கள். கிறிஸ்டி, பாரிஸ் வந்து பொன்ராசாவையும் ஞானம்மாவையும் சென்திபோவுக்கு அழைத்துப்போனான்.

சென்திபோ ஆறுகளின் ஊர். திபோ ஆற்றங்கரையோரம் அமைதியான சூழலில் சிறுகாடுகளுக்கு நடுவே கிறிஸ்டியின் வீடிருந்தது. அங்கிருந்து அய்ந்து நிமிட நடை தூரத்தில் இளையவன் பொஸ்கோவின் அழகிய வீடிருந்தது. அவர்களது கடைகள் நெடுஞ்சாலையை ஒட்டி அருகுருகாக இருந்தன.

அந்தச் சூழல் பொன்ராசாவுக்கு மிகவும் பிடித்துப்போனது. அடுத்த கோடைகாலத்திற்குள் பொன்ராசா முழுவதுமாக மாறிவிட்டார். சிங்கள நாட்டில் இரண்டு காடையர்களைப் பொம்மைகளைப் போல் தூக்கியெறிந்த பொன்ராசாவாக அவர் இருந்தார். காலையில் பத்துமணிக்கு ஒரு பெக் விஸ்கி அருந்திவிட்டு, கிறிஸ்டியின் வீட்டிலிருந்து பொஸ்கோவின் வீட்டுக்கு நடந்துபோய் அங்கே

மருமகளை நாட்டாமை செய்வார். அங்கே இன்னொரு பெக் அருந்திவிட்டு, மதியச் சாப்பாட்டுக்கு கிறிஸ்டியன் விட்டுக்கு வந்து இந்த மருமகளை நாட்டாமை செய்வார். தாத்தாவின் சிவந்த கண்களைக் கண்டுமே பேரப்பிள்ளைகள் கப் சிப்பாக இருந்து விடுவார்கள். கிறிஸ்டிக்கும் பொஸ்கோவுக்கும் தகப்பனிடம் இன்னும் பயமிருக்கவே செய்தது. "அய்யா எவ்வளவு வேண்டுமென்றாலும் குடியுங்கள்... ஆனால், சத்தம் மட்டும் போடாதீர்கள்" என அவர்கள் அவரைக் கெஞ்சிக் கேட்டுக்கொண்டார்கள். ஞானம்மாவுக்குப் பேரக் குழந்தைகளுடன் பொழுது கழிந்தது. பிள்ளைகள் போட்டி போட்டுக்கொண்டு அம்மாவுக்கு நகைகளும் உடைகளும் வாங்கிப் பூட்டி அழகு பார்த்தார்கள். வரப்பிரகாசம் பாதிரியார் பரிசளித்த நீலக் கற்கள் பதித்த அந்தத் தோடுகள் இப்போது தேடுவாரற்று ஞானம்மாவின் பெட்டிக்குள் கிடந்தன.

ஒரு மதியநேரம், திபோ ஆற்றங்கரையில் பொன்ராசா தனித்திருந்தபோது, அந்த வெண்ணிறப் படகைப் பார்த்தார். துடுப்புகளை வலித்தவாறே அய்ம்பது வயது மதிக்கத்தக்க ஒரு பிரெஞ்சுப் பெண்மணி கரையை ஒட்டியே அந்தச் சிறிய படகில் வந்துகொண்டிருந்தார். பொன்ராசா கையை உயர்த்திக் காட்டினார். அந்தப் பெண்மணியும் கையை உயர்த்திப் புன்னகைத்தார்.

மறுநாளும் அதே நேரத்திற்கு அந்தப் பெண்மணி படகில் கரையோரமாகவே வந்தபோது, பொன்ராசா எழுந்து நின்று படகை நிறுத்துமாறு சைகை செய்தார். அந்தப் பெண்மணி படகை நிறுத்தியதும், பொன்ராசா குதித்து ஆற்றுக்குள் இறங்கினார். அந்தப் பெண்மணி பதற்றத்துடன் 'ஆற்றுக்குள் இறங்க வேண்டாம்' எனச் சைகை செய்தார். பொன்ராசா ஒரு புன்னகையுடன் நடந்துபோய் அந்தப் படகைப் பிடித்துக்கொண்டார். அவர் படகுக்குள் ஏறுவதற்கு அந்தப் பெண்மணி கைகொடுத்தபோது, பொன்ராசா சர்வ அலட்சியமாகப் பெண்மணியின் கையை விலக்கிவிட்டு, தனது நீண்ட கால்களைத் தூக்கிப் போட்டுப் படகில் தொற்றி உள்ளே விழுந்தார். படகு ஓர் உலாஞ்சு உலாஞ்சியபோது, அந்தப் பெண்மணி மார்பில் சிலுவைக் குறியிட்டுக் கூக்குரலிட்டார். பொன்ராசா அமைதியாக இருக்குமாறு அந்தப் பெண்மணிக்குச் சைகை செய்துவிட்டு, சுட்டுவிரலால் தனது மார்பை இரண்டுதரம் தொட்டுக்காட்டி "கப்டன்" என்றார். அந்தப் பெண்மணி கண்கள் விரியப் புன்னகைத்தார். அந்தப் பெண்மணியின் பெயர் அன்னியஸ்.

அன்னியஸுக்கு நூறு ஆங்கிலச் சொற்களும், பொன்ராசாவுக்கு அய்ம்பது ஆங்கிலச் சொற்களும் தெரிந்திருந்தன. அவர்கள் அந்தக் கோடைகாலம் முழுவதும், அந்தச் சிறிய படகில் திபோ ஆற்றிலே

சுற்றித்திரிந்தார்கள். சிறுகாட்டுக்குள் நுழைந்து புற்றரையில் அருகருகே படுத்திருந்து வெயில் காய்ந்தார்கள்.

பொன்ராசா அன்னியஸை 'லேடி' என்றும் அன்னியஸ் பொன்ராசாவை 'கப்டன்' என்றும் அழைத்துக்கொண்டார்கள். ஒருநாள், அன்னியஸின் காரிலே அவர்கள் இருவரும் கிறிஸ்டியினதும் பொஸ்கோவினதும் கடைகளுக்குச் சென்றார்கள். அன்னியஸைத் தனது சிநேகிதி என மகன்களுக்குப் பொன்ராசா அறிமுகப்படுத்தி வைத்தார். அடுத்த குளிர்காலத்தின் ஒரு மாலைநேரத்தில், அன்னியஸின் வீட்டுப் படுக்கையறையிலிருந்த பதினைந்தாம் லூயி காலத்தைச் சேர்ந்த அழகிய விசாலமான கட்டிலில் விரிக்கப்பட்டிருந்த வெண்மையான படுக்கை விரிப்பில் தனது நீண்ட இடுகையால் அன்னியஸை அணைத்தவாறே தூங்கிக்கொண்டிருந்த பொன்ராசாவின் கை தளர்ந்து போனபோது, பொன்ராசா இறந்துபோயிருந்தார்.

கிறிஸ்டியும் பொஸ்கோவும் அங்கே வந்து சேர்ந்தபோது, கட்டிலின் அருகே நின்றிருந்த அன்னியஸ் கண்ணீர் வடித்தவாறிருந்தார். அம்புலன்ஸில் பொன்ராசாவின் உடல் ஏற்றப்பட்டபோது, அன்னியஸ் ஓடிவந்து பொஸ்கோவைத் தழுவிக்கொண்டு கண்ணீர் உகுத்தார். பொஸ்கோ, அன்னியஸின் தோளை ஆதரவாக வருடிக் கொடுத்தபோது, கிறிஸ்டி சிவப்பேறிய கண்களால் சைகை செய்தான். அந்தச் சைகை பொஸ்கோவுக்குப் புரியவில்லை.

ஆஸ்பத்திரியில், பொன்ராசாவின் உடல் வைக்கப்பட்டிருந்த அறை ஒவ்வொருநாளும் காலையில் ஒன்பது மணிக்குத் திறக்கப்பட்டு, பதினொரு மணிக்கு மூடப்பட்டது. ஞானம்மாவும் பிள்ளைகளும் ஒவ்வொருநாளும் அங்கே போய் உட்கார்ந்திருந்தார்கள். கில்டா அடிக்கடி மயங்கி விழுந்தாள். பொன்ராசா எங்கே இறந்தார் என்பதை மட்டும் கிறிஸ்டியும் பொஸ்கோவும் கடைசிவரை தாயிடமும் தமக்கையிடமும் சொல்லவில்லை. ஆற்றங்கரையில் படுத்திருந்தபோது, மாரடைப்பு வந்திருக்கிறது என்று சொல்லிவைத்தார்கள். அன்னியஸ் அந்தப் பக்கமே வராமலிருந்தது அண்ணனுக்கும் தம்பிக்கும் கொஞ்சம் நிம்மதியாக இருந்தது.

சவ அடக்கத்திற்கு முந்தையநாள் மதியம் கிறிஸ்டியின் வீட்டில் அவர்கள் கூடியிருந்து பேசிக்கொண்டிருந்தார்கள். அன்றிரவும் அடுத்தநாள் காலையிலும் பாரிஸிலிருந்து உறவுக்காரர்களும் நண்பர்களும் சவ அடக்கத்திற்காக வந்துவிடுவார்கள். அவர்களைத் தங்கவைப்பது, சாப்பாட்டுக்கு ஏற்பாடு செய்வது போன்ற விஷயங்களை அவர்கள் விவாதித்துக் கொண்டிருந்தார்கள். எப்படியும் நூறு பேருக்குக் குறையாமல் வரக்கூடும் என அவர்கள் எதிர்பார்த்தார்கள். அப்போது,

வாசலில் அழைப்பு மணி ஒலித்தது. கதவைத் திறந்தபோது, அங்கே அன்னியஸ் கையில் ஒரு பொதியுடன் நின்றிருந்தார். அவர் தலையை ஒரு துணியால் முக்காடிட்டுக் குளிரில் நடுங்கியவாறே நின்றிருந்தார். பொஸ்கோ அவரை உள்ளே வருமாறு அழைத்தான். அன்னியஸ் அதிகம் பேசவில்லை. அந்தப் பொதியை பொஸ்கோவிடம் கொடுத்துவிட்டு "இதைத் திரு. பொன்ராசா அவர்களின் கல்லறையில் நீங்கள் பதித்துவைத்தால் நான் அதிர்ஷ்டம் செய்தவளாவேன்" என்று சொல்லிவிட்டுப் போய்விட்டார். பொஸ்கோ ஜன்னலால் பார்த்தபோது, அன்னியஸ் உறைந்திருந்த பனிக்குள்ளால் திபோ ஆற்றங்கரையை நோக்கி நடந்து போய்க்கொண்டிருந்தார்.

அன்னியஸ் கொடுத்த அந்தப் பொதியை பொஸ்கோ அவதானமாகப் பிரித்தான். அது கல்லறையின் முகப்பில் பதிக்கும் சதுரவடிவிலான கறுப்பு நிறச் சலவைக் கல். அந்தக் கறுப்புக் கல்லில் கப்பலின் சுக்கானை இயக்கப் பயன்படும் சக்கரம் பொன்னிறத்தில் பொறிக்கப்பட்டு, அதன் நடுவில் நங்கூரம் பொறிக்கப்பட்டிருந்தது. கப்பல் தலைவர்களது கல்லறைகளில் இந்தச் சின்னமிட்ட சலவைக் கல்லைப் பதித்து வைப்பது பிரெஞ்சுக்காரர்களின் மரபு.

கிறிஸ்டி மெதுவாக எழுந்து வந்து பொஸ்கோவின் கையிலிருந்த அந்தச் சலவைக் கல்லை வாங்கித் தரையில் வீசியடித்தான். "இதைக் கல்லறையில் பதித்தால் பார்க்கும் சனங்கள் எங்களைக் கரையார் என்றல்லவா நினைப்பார்கள்" என்று அவன் கத்தினான். இரண்டு துண்டுகளாக உடைந்து கிடந்த அந்தச் சலவைக் கல்லைக் கால்களால் எற்றிவிட்டான். கில்டா பதறிப்போய் ஓடிவந்து தம்பியாரின் கைகளைப் பிடித்துக்கொண்டாள். "வேண்டாமென்றால் விட்டுவிடு... அதற்கு ஏன் இப்படிக் கோபப்படுகிறாய்?" என்று அவள் பதற்றத்துடன் கேட்டாள். கில்டாவை உதறித்தள்ளிய கிறிஸ்டி ஒரே பாய்ச்சலில் அங்கிருந்து வெளியேறினான். அவன் கதவை அறைந்து மூடிய வேகத்தில் ஜன்னல்கள் சடசடத்தன.

ஒரு தீயணைப்புப் படைவீரனின் கல்லறைக்கும் ஒரு சீன வியாபாரியின் கல்லறைக்கும் நடுவே, சிறுசெடிகளும் புற்களும் முளைவிட்ட அந்தக் கல்லறை இருக்கிறது. அது யாருடைய கல்லறை என்பதற்கான தடயங்கள் ஏதுமில்லை.

அடுத்த வேனிற்காலத்தில், திபோ ஆற்றில் வெண்ணிறமான சிறிய படகில் தனியாகத் துடுப்பு வலித்துச் சென்றுகொண்டிருந்த அந்தப் பெண்மணியின் முகத்தில் வெயில் பட்டபோது, அவரது காதுகளிலிருந்த நீலக் கற்கள் பதித்த தோடுகள் பளீரென மின்னின.

□ காலம் – 2011

காணாமற்போனவர்

எனக்கு எதிரே உட்கார்ந்திருந்த அந்த மனிதர், நான் தேடிக்கொண்டிருந்த பாவெல் தோழரைக் கொல்வதற்குத் தானே உத்தரவிட்டதாகச் சொல்லிவிட்டு, ஒரு கோணல் சிரிப்புடன், பாதி நரைத்துப்போன அவரது மீசையில் படிந்திருந்த 'பியர்' நுரையை அழுந்தத் துடைத்துக்கொண்டார். நான் அவரையே வெறித்துப் பார்த்தவாறு இருந்தேன். இந்தக் கதை இன்னும் அய்ந்து நிமிடங்களில் முடியவிருக்கிறது.

இந்தக் கதை இப்படித்தான் ஆரம்பித்தது. சென்ற கோடைகாலத்தில், எனது அப்பா சென்னையில் இறந்துபோனார். அம்மா 'வேளாங்கண்ணி' கோயிலுக்குப் போய்விட்டு மறுநாள் திரும்பி வந்தபோது, கதவு உட்புறமாகத் தாழிடப்பட்டிருந்த வீட்டுக்குள் அப்பா தரையில் விழுந்து இறந்து கிடந்தார். காவல்துறை வந்து பூட்டை உடைக்க வேண்டியிருந்தது. அம்மா தனித்துப் போனார். அய்ந்து பிள்ளைகளைப் பெற்றிருந்தும், அப்பாவை இடுகாட்டில் அடக்கம் செய்தபோது அம்மாவின் அருகில் நாங்கள் யாருமிருக்கவில்லை.

அப்பாவின் அடக்கம் முடிந்த நான்காவது நாள், நான் பாரிஸிலிருந்து சென்னைக்குப் புறப்பட்டேன். அந்த அதிகாலை நேரத்திலும் என்னை வழியனுப்ப சுகன், தேவதாசன், அருந்ததி, சத்தியன் ஆகியோர் விமான நிலையத்திற்கு வந்திருந்தார்கள். அவர்களோடு நான் பேசிக்கொண்டிருந்த போது, ஓட்டமும் நடையுமாகத் தோழர் சவரியான் வந்து சேர்ந்தார். என்னைத் தழுவிய சவரியான் எனது கையை எடுத்துத் தனது மெலிந்த சிறிய கைகளில் பொத்திக்கொண்டார்.

செத்த வீட்டுக்குப் போவதற்கு விசா கொடுக்கக்கூட இந்தியத் தூதரகம் சுணக்கம் காட்டுவதைப் பற்றிப் பேசிக்கொண்டிருந்தோம். அப்போது தோழர் சவரியான் என்னைச் சற்றுத் தனியாக வருமாறு அழைத்தார். நண்பர்களை விட்டுவிட்டு அவருடன் நான் தனியாகப் பேசப்போவது குறித்து நண்பர்கள் கோபப்படமாட்டார்கள். ஏனெனில், சவரியான் தேவைக்கு அதிகமாகவே இரகசியங்களைக் காப்பாற்றுபவர் என்பதையும், எப்போதும் தீவிரமான மனநிலையிலேயே இருப்பவர் என்பதையும் நண்பர்கள் அறிந்தேயிருந்தார்கள். நானும் சவரியானும் விமான நிலையக் கோப்பிக் கடையில் ஒதுங்கினோம்.

குரலைத் தாழ்த்தியபடியே "உங்களுக்குச் செலவுக்குப் பணம் ஏதாவது தேவைப்படுகிறதா?" எனச் சவரியான் கேட்டார்.

"இல்லைத் தோழர்... எனது சகோதரர்கள் போதியளவு பணம் தந்திருக்கிறார்கள்" என்றேன்.

தலையை ஆட்டிக்கொண்ட சவரியான் குரலை மேலும் தாழ்த்திக்கொண்டு "நீங்கள் எனக்கொரு உதவி செய்ய வேண்டும்" என்றார். நான் நம்பிக்கை தொனிக்கத் தலையசைத்தேன்.

"நீங்கள் எப்போதாவது 'தோழர் பாவெல்' என்ற பெயரைக் கேள்விப்பட்டிருக்கிறீர்களா?" என என்னிடம் கேட்டார் சவரியான்.

"ஆம் கேள்விப்பட்டிருக்கிறேன். பாவெல் விலாசவ்... 'தாய்' நாவலின் நாயகன் பாத்திரமது" என்றேன்.

சவரியான் மிகத் தீவிரமான பார்வையொன்றை எனது கண்களுக்குள் செலுத்திக்கொண்டே "தோழர் பாவெலின் மனைவியின் பெயர் பால்ராணி" என்றார்.

சென்னைக்கான விமானப் பறப்பு பதினொரு மணிநேரமாக இருந்தது. நான் பால்ராணி என்ற பெயரை மனதில் அழியாமல் திரும்பத் திரும்பப் பதிய வைத்துக்கொண்டேன். இனி எக்காலத்திலும் அந்தப் பெயர் எனது மனதிலிருந்து அகலாது. தோழர் சவரியான், பால்ராணி குறித்து ஒன்றிரண்டு குறிப்புகளைத்தான் சொல்லியிருந்தார். எனினும், அந்தக் குறிப்புகளை வைத்துப் பால்ராணி குறித்த சித்திரத்தை எனக்குள் நான் உருவாக்கிக்கொண்டேயிருந்தேன். இரக்கத்துக்குரிய அந்தப் பெண்ணைச் சந்திக்கும்போது நான் எப்படி நடந்துகொள்ள வேண்டுமென மனது ஒத்திகை பார்த்துக்கொண்டிருந்தது.

சவரியான் சரியாக முப்பத்தைந்து வருடங்களுக்கு முன்பு, தனது இருபதாவது வயதில் பாவெலைச் சந்தித்திருக்கிறார். பாவெலுக்கு அப்போது இருபத்தைந்து வயது இருக்குமாம். பொலிஸாரால் தேடப்பட்டுக்கொண்டிருந்த சவரியான் வன்னிக் கிராமமொன்றில் தலைமறைவாக இருந்தபோது, அந்தக் கிராமத்தைச் சேர்ந்த பாவெலின் அறிமுகம் ஏற்பட்டிருக்கிறது. சவரியான் தமிழ் ஆயுத இயக்கமொன்றைச் சேர்ந்தவர். பாவெல் தமிழர்களும் சிங்களவர்களும் இணைந்திருந்த மிகச் சிறிய ட்ரொட்ஸ்கியக் கட்சியொன்றில் இயங்கிவந்தவர். சவரியானின் தலைமறைவுக் காலம் முழுவதும், அவருக்குப் பாவெல் உதவி செய்துள்ளார். கடைசியில், சவரியான் கைது செய்யப்பட்டபோது, பொலிஸாரின் சித்திரவதையைப் பொறுக்க முடியாமல், தனக்கு உதவி செய்தவர் எனப் பாவெலைக் காட்டிக் கொடுத்திருக்கிறார்.

பொலிஸார் பாவெலையும் கைது செய்தனர். பாவெல் ஒரு வருடம் சிறையிலிருந்திருக்கிறார். ஐந்து வருடங்களுக்குப் பின்பு, மட்டக்களப்புச் சிறையுடைப்பில் தப்பிய சவரியான் இந்தியாவுக்குப் போய், அப்படியே பிரான்ஸ் வந்துவிட்டார். பாவெலைக் காட்டிக் கொடுத்த குற்றவுணர்வு சவரியானிடம் இருந்துகொண்டேயிருக்கிறது. அவரது மரணம் வரை அந்தக் குற்றவுணர்வு அவரைத் தொடரும் என்றே நினைக்கிறேன். இந்தக் கதையை விமான நிலையத்தில் வைத்துச் சவரியான் என்னிடம் சொல்லிக்கொண்டிருக்கையில், அவரது கண்களில் இகழ்ச்சி படர்ந்திருப்பதை நான் பார்த்தேன். அது சுய இகழ்ச்சி.

சவரியான் பிரான்ஸுக்கு வந்த பின்பும் பாவெலுடன் அவருக்குக் கடிதத் தொடர்புகள் இருந்திருக்கின்றன. ஒன்றிரண்டு முறை சிறிது பணமும் அனுப்பிவைத்திருக்கிறார். பதிலுக்குப் பாவெல் 'பாட்டாளி குரல்' பத்திரிகையைச் சவரியானுக்கு அனுப்பிவைத்திருக்கிறார். அந்தப் பத்திரிகையின் பழைய பிரதிகள் சிலவற்றை அண்மையில் சவரியானின் வீட்டுப் புத்தக அலமாரியில் நான் பார்த்திருக்கிறேன். படிக்கவே முடியாத ஒரு கொடுந்தமிழில் அப்பத்திரிகை மோசமான வடிவமைப்பில், மிக மோசமான தாளில் நான்கு பக்கங்களில் அச்சிடப்பட்டிருக்கும். அப்போதெல்லாம், பாவெலின் கதையைச் சவரியான் என்னிடம் சொன்னதில்லை.

எண்பத்தாறு காலப்பகுதியில், பாவெலின் கட்சி தமிழ்ப் பகுதிகளில் தடை செய்யப்பட்டுவிட்டது. எண்பத்தெட்டில், சிங்களப் பகுதிகளிலும் அந்தக் கட்சி தடை செய்யப்பட, அந்தக் கட்சி சிதைந்துபோனது. என்றாலும், கட்சியின் மிகச்சில உறுப்பினர்களுக்குள் தொடர்புகள் இருந்திருக்கின்றன. அவர்கள் சில இரகசியத் துண்டுப் பிரசுரங்களையும் வெளியிட்டிருக்கிறார்கள்.

பிரான்ஸுக்கு வந்து இருபது வருடங்கள் கழித்து, 2004 இல் ஒரு மாதகால விடுமுறையில் சவரியான் இலங்கைக்குப் போனார். பாவெலைச் சந்திப்பது என்பது அவரது பயண நிகழ்ச்சி நிரலில் முக்கியமானதாக இருந்தது.

அது சமாதான காலமாக இருந்ததால், யாழ்ப்பாணத்திலிருந்து வன்னிக்குச் செல்வதில் பெரிய பிரச்சினைகள் இருக்கவில்லை. சவரியான், பாவெலின் கிராமத்திற்குப் போய்ச் சேர்ந்தபோது பொழுது பட்டுவிட்டது. பாவெலின் பழைய, சிறிய வீடு ஏறக்குறையச் சிதிலமடைந்து கிடந்தது. பாவெலினதும் அவரது மனைவி பால்ராணியினதும் கண்களில் பஞ்சம் கவிந்திருந்தது. கையோடு எடுத்துச் சென்ற பொருட்களைப் பாவெல் முன் சவரியான் பரப்பி வைத்தபோது, பாவெல் ஒவ்வொரு பொருளாக அது என்னவென்று

கேட்டுக் கேட்டு எடுத்துப் பால்ராணியிடம் கொடுத்தார். அவர்களுக்குக் குழந்தைகள் இல்லை. அந்தக் கிராமத்து வீட்டில் கோழி, நாய், பூனை என்றுகூட எதுவுமில்லை. வெறுமை எங்கும் கவிந்திருந்தது. சவரியான் ஐம்பதாயிரம் ரூபாய் கட்டொன்றை எடுத்துப் பாவெலின் கையில் வைத்தார். பாவெலின் கையில் தயக்கத்தை உணர்ந்த சவரியான் அந்தப் பணக்கட்டைப் பால்ராணியிடம் கொடுத்தார்.

இரவுணவுக்குப் பிறகு பாவெலிடம் பேசிக்கொண்டிருந்த போது, பாவெலுக்கு இன்னமும் அந்த இடதுசாரிக் குழுவுடன் தொடர்பிருக்கிறதா எனச் சவரியான் கேட்டார். பாவெல் ஒன்றும் பேசாமல் புன்னகைத்தார். பாவெல் தன்னிடம் மனம்விட்டுப் பேசத் தயங்குவது போலச் சவரியானுக்குத் தோன்றியது. இனம்புரியாத சோர்வுடன் சவரியான் நார்க் கட்டிலில் படுத்துக்கொண்டார்.

காலையில், முற்றத்திலிருந்த நார்க் கட்டிலில் இருவரும் அமர்ந்திருந்தார்கள். சில வார்த்தைகளைப் பாவெலிடம் சொல்ல வேண்டுமெனச் சவரியான் நினைத்தார். சவரியான் சொல்வதைப் பாவெல் புன்னகையுடன் கேட்டுக்கொண்டிருந்தார்.

"இடதுசாரி அரசியல், வர்க்க ஐக்கியம் எல்லாம் இந்தக் காலத்துக்குச் சரிவராது..." என்று சவரியான் சொன்னபோது, பாவெல் வாயிலிருந்த புன்னகை மாராமலேயே "பிரான்ஸில் முதலாளிகளிடம் வாங்கித் தின்ற உங்களது விசுவாசம் உங்களை இப்படிப் பேச வைக்கிறது" என்றார். சவரியான் திடுக்கிட்டுப் போனார். என்றாலும், சமாளித்துக்கொண்டு "இன்றைய முக்கிய பிரச்சினை இனப் பிரச்சினைதான்" என்றார். பாவெலின் வாயிலிருந்து 'க்ளுக்' என்ற சிரிப்புச் சத்தம் வந்தது. பிறகு சவரியானை ஓர் அற்ப பிராணி போல் பார்த்துவிட்டுச் சொன்னார்:

"இருபத்தைந்து வருடங்களாக நீங்கள் மட்டுமல்ல, நானும் மாறவில்லை."

சவரியான் ஏனோ அப்போது அவமானமாக உணர்ந்தார். பாவெல் இருபத்தைந்து வருடங்களாக மாறாமலேயே இருப்பது பாவெலின் அரசியல் முட்டாள்தனம் எனச் சவரியான் சொன்னார். பாவெல் வெறும் பாசாங்கு அரசியல் பேசிக்கொண்டிருப்பதாகவே அவருக்குத் தோன்றியது. சவரியான் இடைநிறுத்தாது கடகடவெனப் பேசிக்கொண்டேயிருந்தார். பேச்சின் போக்கில், அவர் விடுதலைப் புலிகளின் 'நந்தவனம்' அலுவலகத்திற்குச் சென்று, மனமுவந்து பெரும்தொகைப் பணத்தைக் கொடுத்ததைப் பற்றியும் சொன்னார்.

பாவெல் சடுதியில் எழுந்து நின்று "இதைச் சொல்லவா பிரான்ஸிலிருந்து இங்கே வந்திருக்கிறீர்கள்?" எனக் கேட்டுவிட்டு விறுவிறுவென

வீட்டுக்குள் போனார். அவர் திரும்பி வரும்போது, அவரது கைகளில் சவரியான் கொடுத்த வெளிநாட்டுப் பொருட்களும் அந்தப் பணக்கட்டும் இருந்தன. அவற்றை அப்படியே சவரியான் அமர்ந்திருந்த நார்க் கட்டிலில் 'பொத்'தெனப் போட்டார். சவரியான் எழுந்து நின்றார்.

"தயவு செய்து இவற்றை எடுத்துக்கொண்டு போய்விடுங்கள்" பாவெல் நிலத்தைப் பார்த்துக்கொண்டு சொன்னார்.

சவரியான் தனது சிறிய பயணப் பையை எடுத்துக்கொண்டார். "காசை எடுங்கள்" என்று பாவெல் உறுமினார். சவரியான் திடீரென அச்சத்தை உணர்ந்தார். அது அச்சமல்ல, குற்றவுணர்வே என்று அடுத்த நிமிடமே சவரியான் நிதானித்துக்கொண்டார். மறுபேச்சில்லாமல் சவரியான் பணக்கட்டை எடுத்துக்கொண்டு படலையை நோக்கி நடந்தார். படலையைச் சாத்தும்போது வீட்டு வாசலைப் பார்த்தார். அங்கே பாவெலைக் காணவில்லை. பால்ராணி நின்றிருந்தார்.

அந்தக் கிறவல் வீதியால் தலையைக் குனிந்தவாறே நடந்து பிரதான வீதிக்குச் சவரியான் வந்தபோது, அங்கே ஏற்கனவே பால்ராணி நின்றிருப்பதைக் கண்டார். அவர் குறுக்குப் பாதையால் அங்கே வந்திருக்க வேண்டும். இவரைக் கண்டதும் பால்ராணி அருகே வந்தார். இவர் ஒரு சொல்லும் பேசவில்லை. பையிலிருந்து பணக்கட்டை எடுத்துப் பால்ராணியிடம் கொடுத்தார். பால்ராணி அதை வாங்கிக்கொண்டு, எதுவும் பேசாமல் வந்த வழியிலேயே திரும்பவும் சென்று மறைந்தார்.

சவரியான் பிரான்ஸ் திரும்பியதுமே, ஒரு நீண்ட மன்னிப்புக் கடிதத்தைப் பாவெலுக்கு அனுப்பிவைத்தார். ஒருமாதம் கழித்து, வவுனியாவில் 'போஸ்ட்' செய்யப்பட்டிருந்த ஒரு தபால் சவரியானுக்கு வந்தது. அதற்குள் மட்டமான தாளில் அச்சிடப்பட்ட ஒரு துண்டுப் பிரசுரமிருந்தது. அந்தப் பிரசுரம் கொடுந்தமிழில் எழுதப்பட்டிருந்தது. இது நடந்து ஒரு வருடம் கழித்து, தோழர் பாவெல் விடுதலைப் புலிகளின் புலனாய்வுத்துறையால் கைதுசெய்யப்பட்டுக் காணாமற்போனார்.

பால்ராணியால் தனது கணவரைக் கண்டுபிடிக்க முடியவில்லை. யுத்தம் மறுபடியும் உக்கிரமாகத் தொடங்கியபோது, பால்ராணி இந்தியாவுக்கு அகதியாகச் சென்றார். அங்கிருந்து அவர் சவரியானுக்கு ஒரு கடிதம் எழுதினார். அந்தக் கடிதத்தில் தோழர் பாவெல் காணாமற்போன செய்தியிருந்தது. அதன்பின்பு, பால்ராணியிடமிருந்து கடிதம் எதுவும் சவரியானுக்கு வரவில்லை. பால்ராணி கும்மிடிப்பூண்டி அகதி முகாமிலே இருந்தார் என்ற செய்தி மட்டுமே சவரியானிடம் எஞ்சியிருந்தது.

விமானத்திற்கு நேரமாகிக்கொண்டிருந்தது. கும்மிடிப்பூண்டி அகதி முகாமுக்குச் சென்று பால்ராணியைச் சந்தித்து, தோழர் பாவெல்

குறித்த செய்திகள் எதுவும் கிடைத்ததா என்று விசாரித்து வருமாறு சவரியான் என்னிடம் கேட்டுக்கொண்டார். 'அந்தப் பெண் இன்னும் அங்கேதான் இருப்பார் என்பது சந்தேகமே' என எனது வாய்வரை வந்த வார்த்தைகளை நான் சடுதியில் விழுங்கிக்கொண்டேன்.

"தோழர் பாவெல் இன்னும் உயிரோடுதான் இருப்பார் என்றே என் மனம் சொல்கிறது... அவரை எதுவும் செய்திருக்கமாட்டார்கள்" என்று சவரியான் சொல்லும்போது, அவருக்குக் கண்கள் சிவந்து நீர் கோர்த்திருந்தது.

சென்னை விமான நிலையத்திற்கு அம்மா வந்திருந்தார். ஒரு பெரிய அழுகையுடன் அம்மா என்னை எதிர்கொள்வார் என நினைத்திருந்த எனக்கு அம்மாவின் அமைதியான புன்னகை நிம்மதியைக் கொடுத்தது. அப்பாவின் முப்பத்தோராவது நினைவு நாள் 'திருப்பலி' ஒப்புக்கொடுக்க வேண்டும் என்பதிலிருந்து அம்மாவின் பேச்சு ஆரம்பித்தது. ஜெர்மனியிலிருக்கும் எனது தம்பிகள் இருவரும் இந்தியாவுக்கு வர முடியாமலிருக்கும் நிலையை அம்மாவுக்குச் சொன்னேன். "ஒரு பிள்ளை வந்தால் போதும்தானே... எல்லோரும் வந்து எதற்கு வீண்செலவு" என்றார் அம்மா. 'செத்தவன் குண்டி வடக்காலே போனாலென்ன தெற்காலே போனாலென்ன' என்று அப்பா அடிக்கடி சொல்வது ஞாபகத்திற்கு வந்தது. வண்டி 'அண்ணா நகர்' வரவேற்பு வளைவுக்குள் நுழைந்தது. அந்த வளைவை அப்படியே நகர்த்தி வைக்க முயற்சிகள் நடந்துகொண்டிருக்கின்றன எனச் சாரதி சொன்னார்.

அடுத்த நாளே ஒரு வாடகை வண்டியை அமர்த்திக்கொண்டு, நான் கும்மிடிப்பூண்டிக்குப் போனேன். வெயில் பற்றிக்கொண்டு கும்மிடிப்பூண்டியின் நிலம் எரிகிறது. ஊருக்கு ஒதுக்குப்புறமாக இலங்கை அகதிகள் முகாம் இருந்தது. முகாமுக்குள் நுழைவது சுலபமான வேலையாக இருக்கவில்லை. சொந்தக்காரர்களைத் தேடி பிரான்ஸிலிருந்து வந்திருக்கிறேன் எனப் பாதுகாப்பு அதிகாரிகளிடம் சொன்னேன். பால்ராணி என்ற பெயரில் அங்கே யாருமே இல்லை என அதிகாரிகள் சொல்லிவிட்டார்கள். முகாமுக்கு வெளியே ஒரு தேனீர்க் கடையில் அமர்ந்துகொண்டேன். அந்தப் பகுதி முழுவதும் அகதிகள் நிரம்பியிருந்தார்கள். கிட்டத்தட்ட ஆயிரம் அகதிக் குடும்பங்கள் அங்கிருந்தன. எதிர்ப்பட்டவர்களிடம் நான் பேச்சுக் கொடுத்தபோது, முதலில் சற்றுத் தயங்கினாலும் பின்பு ஆர்வமாக என்னோடு பேசினார்கள். சிலர் என்னை, அவுஸ்ரேலியாவுக்குப் படகில் அனுப்பும் ஏஜென்ட் என்று நினைத்துக்கொண்டு, அவர்களாகவே வலிய வந்து பேசினார்கள். அவுஸ்ரேலியாவுக்குப் படகில் போவது குறித்து அங்கே பேச்சு அலைந்துகொண்டிருந்தது. அவர்கள் ஒவ்வொருவரிடமும்

பால்ராணி குறித்து நான் விசாரித்தேன். யாருக்குமே பால்ராணியைத் தெரிந்திருக்கவில்லை. கடைசியில், நாவாந்துறையைச் சேர்ந்த ஒரு பெண்மணியிடமிருந்து அந்தத் தகவல் கிடைத்தது.

சன்னமான குரலுடையவரும், யாருடனும் அதிகம் பேசாதவரும், மெலிந்தவருமான ஒரு பெண்மணி தனியாக இங்கே இருந்திருக்கிறார். இரண்டு வருடங்களுக்கு முன்பு அவர் காணாமல் போய்விட்டாராம். அவரது பெயர் பால்ராணி என்பதாகவே தனக்கு ஞாபகம் இருப்பதாக அந்தப் பெண்மணி என்னிடம் சொன்னார்.

காணமற்போன அகதி ஒருவரை எப்படித் தேடுவது? அவர் வெளிநாடு ஒன்றுக்குச் சென்றிருக்கலாம், இலங்கைக்குத் திரும்பிச் சென்றிருக்கலாம், பசுபிக் சமுத்திரத்திலே படகுடன் மூழ்கியிருக்கலாம், எங்கேயாவது பாழடைந்த கிணற்றுக்குள் விழுந்து தற்கொலை செய்து அடையாளமற்றவராய் போயிருக்கலாம், ஏதாவது மனநோய் விடுதியில் பெயரற்றவராய் இருக்கலாம், கொலை கூடச் செய்யப்பட்டிருக்கலாம். இவற்றில் எந்தச் செய்தியை நான் தோழர் சவரியானுக்கு எடுத்துச் செல்வது!

அடுத்தநாள் காலையில், நான் அம்மாவுடன் அமர்ந்து பேசிக் கொண்டிருக்கும்போது, அம்மா இனி என்ன செய்யப் போகிறார் எனக் கேட்டேன். அம்மாவும் அப்பாவும் பதினேழு வருடங்களுக்கு முன்பு, அகதிகளாகப் படகில் வந்து இராமேஸ்வரத்தில் இறங்கியவர்கள்.

இலங்கைக்குத் திரும்பிச் செல்லப்போவதாக அம்மா சொன்னார். அந்தப் பதில் எனக்கு நிம்மதியைக் கொடுத்தது. "அங்கே காணி பூமி இருக்கிறதுதானே..." என்று நான் வாய்க்குள் முணுமுணுத்தேன். அம்மாவுக்கு வயது போனாலும் காது கூர்மையாகவே கேட்கிறது. "என்னுடைய செத்த வீட்டுக்காவது நேரகாலத்தோடு யாராவது ஒரு பிள்ளை வந்தால் நல்லது" என்று சொல்லிவிட்டு, அம்மா புன்னகைத்தார். நொடியில் என் நாவு உலர்ந்து போயிற்று. சுவரில் சாய்ந்து உட்கார்ந்துகொண்டேன். எதிரே அப்பாவின் படத்திற்கு முன்பு ஒரு வெள்ளிக் குவளையில் தண்ணீர் வைக்கப்பட்டிருந்தது.

அப்போது, நல்ல உயரமும் அதற்கேற்ற பருத்த உடலும் கொண்ட அந்த மனிதர் வீட்டு வாசற்படியில் நின்று செருப்புகளைக் கழற்றியவாறே என்னைப் பார்த்துச் சிரித்தார். பாதி நரைத்திருந்த அடர்ந்த மீசைக்கு கீழே அவரது பற்கள் நம்ப முடியாத வெண்மையில் பளீரிட்டன. நான்கு முழ வேட்டி கட்டி, தூய வெள்ளைச் சட்டை அணிந்திருந்தார். கையில் ஒரு துணிப்பை வைத்திருந்தார். அவரைக் கண்டதும் அம்மா "வாங்க அம்மான்" என வரவேற்றார்.

"அம்மான் இவன்தான் என்னுடைய மூத்த மகன், பிரான்ஸில் இருப்பவன்."

'அம்மான்' என அழைக்கப்பட்ட அந்த மனிதர்தான் அப்பாவை உயிருடன் கடைசியாகப் பார்த்தவர். அப்பா இறந்த இரவு, இந்த மனிதரும் அப்பாவும் வீட்டிலிருந்து மதுவருந்தியிருக்கிறார்கள். எட்டு மணியளவில், இந்த மனிதர் இங்கிருந்து கிளம்பியிருக்கிறார். வாசற்படியில் நின்றுகொண்டு, கதவை உட்புறமாகத் தாழிட்டுக்கொள்ளுமாறு அப்பாவிடம் சொல்லியிருக்கிறார். உள்ளே தாழிடும் சத்தத்தையும் கேட்டிருக்கிறார். இந்த மனிதர் வளசரவாக்கத்தில் இருப்பதாக அம்மா சொல்லியிருக்கிறார். வளசரவாக்கத்தில் இலங்கைப் பலசரக்குக் கடை ஒன்றிருக்கிறது. அந்தக் கடைக்கு அப்பா அடிக்கடி போவதுண்டு. அந்தக் கடையின் உள்ளே இரகசியமாக இலங்கை 'மெண்டிஸ்' சாராயம் விற்பார்களாம். அங்கேதான் இந்த மனிதர் அப்பாவுக்கு நண்பராகியிருக்கிறார். அப்பாவைப் பார்ப்பதற்காக இந்த மனிதர் இரண்டு நாட்களுக்கு ஒருமுறை வளசரவாக்கத்திலிருந்து 'பஸ்' பிடித்து அண்ணா நகருக்கு வருவாராம்.

நான் எழுந்து நின்று, அம்மான் என அழைக்கப்பட்ட அந்த மனிதருடன் கை குலுக்கிக்கொண்டேன். அம்மான் தனது இடது கையால் எனது தோளைத் தட்டிக்கொடுத்தார். அம்மான் ஒருகாலத்தில் பலசாலியாக இருந்திருக்க வேண்டும் என்பதை அந்தத் தொடுகை எனக்கு உணர்த்தியது.

அம்மான் நாற்காலியில் அமர்ந்துகொண்டு, எனது சுகபலன்களை விசாரித்தார். சென்னையில் ஏதாவது உதவிகள் தேவைப்பட்டால் தன்னிடம் தயங்காது சொல்லுமாறு கேட்டுக்கொண்டார். இறந்துபோன அப்பாவைக் குறித்துப் பேசிக்கொண்டேயிருந்தார். இடையிடையே தனது கண்களைத் தடவிக்கொண்டார். அவர் பேசும்போது, அவரது வாயிலிருந்து எச்சில் துமித்தது. "தம்பி உங்களது அப்பா T-8 போல மன பலமுள்ளவர். அவரை மரணத்தால் நெருங்கியிருக்கவே முடியாது. அன்று இரவு ஒருவர் கூடயிருந்திருந்தால் அவரைக் காப்பாற்றியிருக்க முடியும்" என்றார். அம்மா எழுந்து சமையலறைக்குள் போனார்.

"T-8 ?" என்று கேட்டுக்கொண்டே அம்மானைப் பார்த்தேன்.

அம்மான் புன்னகைத்துக்கொண்டே "அது உங்களுக்கு விளங்காது. அது இயக்கத்தில் முக்கியமான ஒரு தளபதியைக் குறிக்கும் சங்கேதச் சொல்" என்றார்.

நான் எழுந்து தண்ணீர் எடுப்பதற்காகச் சமையலறைக்குள் சென்றபோது, அம்மா என்னைச் சைகையால் அருகே அழைத்து "அம்மான் புலிகள்

இயக்கத்தில் இருந்தவர்" என்று என்னிடம் முணுமுணுப்பாகச் சொன்னார்.

நான் சற்று யோசித்துவிட்டு "நானும் இயக்கத்தில் இருந்தேன் என்பது அவருக்குத் தெரியுமா?" என்று கேட்டேன். "இல்லை... நாங்கள் சொல்லவில்லை" என்றார் அம்மா.

தண்ணீர்ச் செம்பை எடுத்துச் சென்று அம்மான் முன்னே வைத்துவிட்டு உட்கார்ந்தேன். அம்மான் செம்பை எடுத்து வாசற்படியை நோக்கித் தண்ணீரைச் சற்றுச் சிந்திவிட்டு, செம்பைத் தூக்கி அண்ணாந்து ஒரே மூச்சில் தண்ணீரைக் குடித்து முடித்துவிட்டு, வெறும் செம்பைக் கீழே வைத்தார்.

"அம்மான் நீங்கள் எந்தக் காலப் பகுதியில் இயக்கத்தில் இருந்தீர்கள்?" எனக் கேட்டேன்.

அம்மான் புன்னகையுடன் என்னைப் பார்த்தார். "அம்மா சொன்னார்" என்றேன்.

அம்மான் தலையை மேலும் கீழுமாக ஒருதடவை சுற்றிக்கொண்டார். சமையலறையைப் பார்த்து "அக்கா இன்னும் எத்தனை பேரிடம் இப்படிச் சொல்லியிருக்கிறீர்கள்" எனச் சத்தம் கொடுத்தார். அம்மாவிடமிருந்து பதிலில்லை.

"கடைசிவரை, முள்ளிவாய்க்கால்வரை இயக்கத்தில் இருந்தேன்" என்றார் அம்மான்.

"எப்போது இயக்கத்திற்குப் போனீர்கள்?"

அம்மான் உதட்டை மடித்துச் சிரித்தார். பின்பு "எண்பத்து மூன்றுக்கு முதலே இயக்கத்தில் சேர்ந்தவர்களைத்தானே 'அம்மான்' என்பார்கள்" என்றார்.

"நானும் எண்பத்து மூன்றிலிருந்து எண்பத்தாறுவரை புலிகள் இயக்கத்தில் இருந்திருக்கிறேன்" என்றேன்.

"தெரியும்" என்றார் அம்மான்.

"நான் உங்களைப் பார்த்ததில்லையே... எந்த ஏரியாவில் இருந்தீர்கள்?"

அம்மான் மறுபடியும் புன்னகைத்தார். "உங்களை எனக்குத் தெரியும். ஆனால், உங்களுக்கு என்னைத் தெரியாது. நான் புலனாய்வுத்துறை. பொட்டரோடு நின்றேன். உங்களைக் குறித்து இயக்கத்திற்குள்

ஒரு சந்தேகம் வந்தபோது, உங்களைக் கண்காணிக்கும் பொறுப்பு என்னிடம்தான் இருந்தது" என்றார் அம்மான்.

பதினொரு மணிக்கே வெயில் உச்சிக்கு வந்துவிட்டது. "அம்மான் வாருங்கள்... வெளியே போய்க் குளிர்ச்சியாக ஏதும் குடித்துவிட்டு வருவோம்" என்றேன். அம்மான் அதே புன்னகையுடன் எழுந்தார். நாங்கள் வெளியே போகும்போது "சமையல் முடிகிறது... சாப்பிடுவதற்கு நேரத்திற்கு வாருங்கள்" என்றார் அம்மா. சாடை காட்டி என்னை அருகே கூப்பிட்டு "அப்பாவும் குடியால்தான் செத்தவர். உனக்கும் அப்படியொரு நிலை வரக்கூடாது" என்றார்.

அந்த மதுபான விடுதி கொஞ்சம் ஆடம்பரமானது. அம்மான் கண்களை விரித்து விடுதிக்குள் சுற்றுமுற்றும் பார்த்தார். "இப்படியான ஒரு விடுதிக்கு வாழ்க்கையிலேயே இப்போதுதான் முதற்தடவையாக வருகிறேன்" என்றார்.

நான் மதுவை அவரது கோப்பைக்குள் ஊற்றிக்கொண்டே "இயக்கத்தில் குடிப்பதற்குத் தடை இருந்ததே" என்றேன்.

"A-2-க்கு இருந்ததா?" எனக் கேட்டார் அம்மான்.

"A-2...?" என்று இழுத்தேன்.

"பாலா அண்ணையை அப்படித்தான் சொல்வோம்" என்றார் அம்மான். புலனாய்வுத்துறையில் வேலை செய்பவர்களுக்கு ஒற்றறியும்போது குடிக்க வேண்டிய கட்டாயம் ஏற்படலாமென்றும், அப்படித்தான் அவர் குடிக்கப் பழகியதாகவும் அம்மான் சொன்னார்.

அம்மானின் குடி 'சிலோன் குடி'. ஒரு பெரிய கோப்பை பியரை ஒரே மூச்சில் கண்களை மூடிக்கொண்டு உறிஞ்சிக் குடித்துவிட்டு 'டக்'கென ஓசையெழ வெற்றுக் கோப்பையை மேசையில் வைத்துவிட்டு, கை நிறையச் சுண்டலை அள்ளி வாயில் போட்டு மென்றார்.

முதல் நாளிலேயே நானும் அம்மானும் மிகவும் நெருங்கி விட்டோம். என்னுடைய பழைய இயக்க நண்பர்களில் அநேகமாக எல்லோரையுமே அம்மானுக்குத் தெரிந்திருந்தது. எனக்கு அம்மானோடு பேச நிறைய இயக்கக் கதைகள் இருந்தன. அவரும் களைப்புச் சளைப்புப் பாராமல் பேசக் கூடியவராக இருந்தார். ஆனால், அவரது தனிப்பட்ட வாழ்க்கை குறித்துப் பேசும்போது, மிகக் குறைவான சொற்களையே பயன்படுத்தினார். அடுத்து வந்த நாட்களில், அம்மான் ஒவ்வொரு நாளுமே என்னைத் தேடி வீட்டுக்கு வந்துவிடுவார். சில நாட்களில் இரவுவரை எங்களது பேச்சு நீண்டது. அவரது மனைவியிடமிருந்து

இரண்டு - மூன்று தடவை அலைபேசி அழைப்பு வந்ததற்குப் பின்புதான், எங்களது வீட்டிலிருந்து கிளம்பிச் செல்வார்.

அம்மான், புலிகளின் தலைவரை ஒருமையில் அழைக்கக் கூடிய உரிமையைப் பெற்றிருந்தார் என்பதைக் கேட்டபோது, நான் வாயைப் பிளந்தேன். அது எப்படியென்று கேட்டேன். "தலைவரின் மனைவி என்னை மாமா என்றுதான் கூப்பிடுவார்" என்றார் அம்மான். இவர் அருமையாகப் பாடக் கூடியவர் என்பதால், இவர் பாடுவதைக் கேட்பதில் மதிவதனிக்கு அதிக விருப்பமாம். இவர் பாடும்போது பிரபாகரன் கண்களை மூடி ரசிப்பது மட்டுமல்லாமல், பாடலில் ஏதாவது தவறிருந்தால் அதையும் சுட்டிக்காட்டுவாராம். அம்மான் உண்மையிலேயே அருமையாகப் பாடக் கூடியவர். ஒரு மைம்மல் பொழுதில், அவர் காத்தவராயன் கூத்தைப் பாடியபோது, கேட்டுக்கொண்டிருந்த எனக்கு அழுகை முட்டியது. அதிகமான போதையென்றால் நான் இலகுவில் மனம் நெகிழ்ந்து கண்ணீர்விடக் கூடியவன்.

அம்மானுக்கு ஒரு மகன் இருந்தான். அவனும் புலிகள் இயக்கத்தில் இருந்திருக்கிறான். ஆனந்தபுரச் சுற்றிவளைப்பை உடைத்துத் தலைவரை மீட்டுச் சென்ற பெரும் போரில் அவன் வீரச்சாவடைந்தான் என்றார் அம்மான். இதைச் சொல்லும்போது, அவரது முகத்தில் கலக்கம் எதுவுமில்லை. மாறாக, அவரது கண்கள் பெருமையில் மிதந்தன.

"இறுதி யுத்தத்தின்போது, அங்கே இந்திய இராணுவம் இருந்ததாகச் சொல்கிறார்களே..." என்றேன். "ஆம், 3,116 இந்திய இராணுவத்தினர் மே மாதம் 1 ஆம் தேதி முல்லைத்தீவில் தரையிறங்கினார்கள். இலங்கை இராணுவத்தை அவர்களே வழி நடத்தினார்கள். முன்னேறிச் செல்லாத இராணுவத்தை இந்திய இராணுவம் பின்னாலிருந்து சுட்டது. முன்னேறியவர்களைப் புலிகள் சுட்டார்கள். அந்த மாதத்தில் மட்டும் 7,285 இலங்கை இராணுவத்தினர் கொல்லப்பட்டார்கள், அரசாங்கம் வேண்டுமென்றே கணக்கைக் குறைவாகச் சொன்னது. 534 இந்திய இராணுவ வீரர்களும் கொல்லப்பட்டார்கள்" என்றார் அம்மான். அவர் எதைச் சொன்னாலும் கணக்கை எண்கள் பிசகாமல் துல்லியமாகச் சொன்னார்.

ஒரு தடவை அம்மான், தலைவரைச் சந்திப்பதற்காக அவரது மறைவிடத்திற்குச் சென்றிருக்கிறார். அங்கிருந்த பாதுகாப்பு வீரன் அம்மானின் இயக்க அடையாள அட்டையைக் கேட்டிருக்கிறான். அன்று துரதிர்ஷ்டவசமாக அம்மான் தனது அடையாள அட்டையை மறந்துவிட்டுச் சென்றிருக்கிறார். எவ்வளவு சொல்லியும் அந்தப் பாதுகாப்பு வீரன் அம்மானை உள்ளேவிட மறுத்துத் திருப்பி

அனுப்பிவிட்டான். அவ்வாறு அம்மானைத் திருப்பி அனுப்பிய பாதுகாப்பு வீரனின் பெயர் தமிழ்மன்னன். அவன் அம்மானின் ஒரே மகன்.

அவரது புலனாய்வுப் பணியில் ஒரேயொரு தடவை தவறு நிகழ்ந்ததாகவும், அந்தத் தவறு பெரிய தவறாகிப் போனதென்றும் அம்மான் சொன்னார். புலிகளின் கட்டுப்பாட்டுப் பகுதிக்குள் பரந்தன் வெற்றிலை வியாபாரி ஒருவனின் மனைவி நுழைந்திருக்கிறாள். அவள் அங்கே நகைகள் அடகு பிடிப்பது போலவும், வட்டிக்குப் பணம் கொடுப்பது போலவும் நடித்து, மக்களுடன் கலந்து உறவாடி 2,425 பொதுமக்களையும் 3 பெண் போராளிகளையும் அழைத்துக்கொண்டு இராணுவத்தின் கட்டுப்பாட்டுப் பகுதிக்குள் சென்றுவிட்டாளாம். அன்றிலிருந்துதான் சனங்கள் கொஞ்சம் கொஞ்சமாகப் புலிகளின் கட்டுப்பாட்டுப் பகுதியிலிருந்து இராணுவத்தின் கட்டுப்பாட்டுப் பகுதிகளுக்குத் தப்பிச் சென்றார்களாம்.

"என்னுடைய கண்ணைப் பொத்தி அடித்த ஒரேயொருத்தி அந்தப் பரந்தன் பிசாசுதான்" என்று சொல்லியவாறே அம்மான் பற்களைக் கடித்து, விழிகளை மேலே சொருகித் தலையை ஆட்டிக்கொண்டார்.

எல்லாப் புலிகளைப் போலவும் துரோகிகளைக் குறித்து அம்மானும் ஆவேசத்துடன்தான் பேசுவார். எங்களுடைய போராட்டத்தை அழித்து துரோகிகள்தான் என்றார். களை எடுக்க எடுக்க எங்களது மண்ணில் துரோகிகள் புற்களைப்போல முளைத்துக்கொண்டேயிருந்தார்கள் என்றார். அம்மான் புலிகளின் துணுக்காய் சிறைச்சாலைக்குப் பொறுப்பாக இருந்தபோது, ஒரு நாளைக்குக் குறைந்தது 43 கைதிகளை விசாரணை செய்வாராம். அவர்களை அடித்து அடித்துத் தனது கைகள் மரத்துப் போயிருந்தன என்று சொல்லிவிட்டு, அம்மான் தனது கைகளை ஒன்றோடொன்று தேய்த்துக்கொண்டார்.

புலிகள் இயக்கத்தைச் சேர்ந்தவர்கள் பாலியல் வல்லுறவுச் சம்பவங்களில் ஈடுபட்டதாவும் சொல்கிறார்களே என்று நான் கேட்டபோது "இரண்டொரு சம்பவங்கள் அப்படி நிகழ்ந்தனதான்... விசாரணை இல்லாமலேயே அவர்களைக் கொல்லுமாறு பொட்டம்மான் சொல்லிவிட்டார். எனது கையாலேயே இரண்டு குற்றவாளிகளைத் துண்டு துண்டாக வெட்டிப் புதைத்திருக்கிறேன். நான் முதலில் அவர்களது ஆணுறுப்பைத்தான் வெட்டினேன்" என்றார் அம்மான்.

"யுத்தத்தின் கடைசி நாட்களில் நீங்கள் எங்கிருந்தீர்கள்?" எனக் கேட்டேன்.

"மே பதினைந்தாம் தேதியே இயக்கத்தைக் கலைக்கத் தலைமை உத்தரவிட்டது. இயக்கத்திடம் ரொக்கமாயிருந்த 169 கோடியே 8 இலட்சத்து 12 ஆயிரத்து 250 ரூபாய் எரிக்கப்பட்டது. 613 கிலோ 540 கிராம் தங்கம் புதைக்கப்பட்டது. ஆயுதங்களையும் சயனைட் குப்பிகளையும் இலக்கத் தகடுகளையும் புதைத்துவிட்டுச் சரணடையுமாறோ வாய்ப்பிருந்தால் தப்பிச் செல்லுமாறோ உத்தரவிடப்பட்டது. நான் சரணடையத் தயாரில்லை. தப்பிச் செல்லவும் வழியிருக்கவில்லை. எனது இரண்டு பிஸ்டல்களையும் குப்பியையும் மண்ணில் புதைத்துவிட்டு, இலக்கத் தகடைக் கடலுக்குள் வீசி எறிந்தேன். அலை திரும்பவும் அந்தத் தகடை எனது கால்களின் அருகே கொண்டு வந்தது. ஆத்திரத்துடன் அலையை நான் கால்களால் எற்றியபோது, என்ன மாயமோ அலை அப்படியே உடைந்து போய் அடங்கிற்று. இலக்கத் தகடு மண்ணில் கிடந்தது. நான் அதை அங்கேயே விட்டுவிட்டுச் சென்றேன்."

"தலைவரும் சரணடைந்ததாகச் சொல்கிறார்களே..."

அம்மானின் வாயிலிருந்து கெட்ட வார்த்தைகள் அள்ளு கொள்ளையாக வெளிவந்தன. 'அம்மா உள்ளே இருக்கிறார்' எனச் சைகை காட்டினேன். அம்மான் உதடுகளை இறுக மூடித் திறந்தபோது, பெருமூச்சொன்று இரைந்து வெளியேறிற்று.

"தலைவரும் அவரது மெய்க்காவலர்களும் நந்திக்கடலைக் கடப்பதற்காக, மறைவிடத்தில் 'ஒக்ஸிஜன் சிலிண்டர்'களுடன் இரவுக்காகக் காத்திருந்தார்கள். இரவுக்கு முன்னேயே இராணுவத்தினர் அவர்களைச் சுற்றிவளைத்துக்கொண்டனர். தலைவரின் கைத்துப்பாக்கி மிகச் சக்தி வாய்ந்தது. அவரது வாய்க்குள் பாய்ந்த குண்டு தலையால் வெளியேறிய இடம் கோடரியால் பிளக்கப்பட்ட இடம்போல இருந்தது. அந்தக் காயத்தின் நீளம் 16 சென்றி மீற்றர். அன்று மட்டும் இரவு சற்று முன்னே வந்திருந்தால் சூரியன் கடலில் மறைந்திருக்கும்." அம்மானின் கை விரல்கள் நடுங்குவதை நான் பார்த்தேன்.

எனக்கு அப்போது போதை சற்று ஏறியிருந்தது. "நீங்கள் ஏன் குப்பி கடிக்கவில்லை" என்று கேட்டேன்.

அம்மான் வழமைபோலவே ஒரே மூச்சில் கோப்பையை உறிஞ்சிவிட்டு உதடுகளைச் சுழித்துக்கொண்டார். பின்பு "ஒரு இலட்சியத்திற்காகச் சாவது வேறு, அந்த இலட்சியமே செத்துவிட்டதற்குப் பிறகு நான் எதற்காக என்னை மாய்த்துக்கொள்ள வேண்டும்" என்றார். நான் அம்மானின் கையை ஆதுரத்துடன் பற்றிக்கொண்டேன்.

அம்மானும் அவரது மனைவியும் மே 18 ஆம் தேதிவரை பதுங்கு குழிக்குள்ளேயே இருந்திருக்கிறார்கள். அவர்களைச் சூழவர நெருப்புப் பரவிக்கொண்டிருந்தது. முன்னேறி வந்த இராணுவத்தினர் கண்ணில் பட்டவற்றையெல்லாம் கொளுத்தியபடியே வந்திருக்கிறார்கள். கடைசியில், அம்மானும் மனைவியும் ஒளிந்திருந்த பதுங்கு குழியை இராணுவத்தினர் கண்டுபிடித்தார்கள்.

மக்களோடு மக்களாக அம்மானும் மனைவியும் இராணுவச் சோதனைச் சாவடியில் நின்றிருந்தபோது, சுத்தத் தமிழில் அறிவிப்புக் கேட்டது. அம்மான் தலையை நிமிர்த்திப் பார்த்தபோது, தடிகளால் அமைக்கப்பட்டிருந்த பாதுகாப்புக் கோபுரத்தில் அந்த ஒலிபெருக்கி கட்டப்பட்டிருந்தது. அம்மானுக்கு நன்கு தெரிந்த போராளிகள் மூவர் அந்தக் கோபுரத்தில் நின்றிருந்தார்கள். இயக்கத்தில் இருந்தவர்களை வலதுபுறமாகவும் மற்றவர்களை இடதுபுறமாகவும் வரிசையில் நிற்குமாறு ஒருவன் ஒலிபெருக்கியில் சொல்லிக்கொண்டிருந்தான்.

இடதுபுற வரிசையில் நின்றிருந்த அம்மான் வலதுபுற வரிசையைப் பார்த்தார். அங்கே பதினைந்து வயதுக்கும் குறைந்த மூன்று சிறுவர்களும், தலைமுடி குட்டையாக வெட்டப்பட்டிருந்த இரண்டு சிறுமிகளும் மட்டுமே நின்றிருந்தார்கள். அம்மான் வலதுபுற வரிசைக்குச் செல்வதற்குக் காலெடுத்து வைக்கையில், அம்மானின் மனைவி இரகசியமாக அம்மானின் கையைப் பிடித்து நிறுத்தினார். அம்மான் இடதுபுற வரிசையிலேயே நின்றுகொண்டார். அந்த வரிசை நகரத் தொடங்கியபோது, பாதுகாப்புக் கோபுரத்தில் நின்றவன் அம்மானைப் பார்த்துக் கையைக் காட்டினான். "அம்மான் நான் சொல்வது உங்களுக்கு விளங்கவில்லையா? வலதுபுற வரிசைக்குச் சென்று நில்லுங்கள்!"

அது தனக்குக் கேட்காதது போல அம்மான் பாவனை செய்தார். இப்போது, அம்மானை வலதுபுற வரிசைக்குச் செல்லுமாறு ஒலிபெருக்கி அலறிற்று. அம்மான் வலதுபுற வரிசைக்கு நகர்ந்தார். ஒலிபெருக்கியில் அறிவிப்புச் செய்துகொண்டிருந்த போராளிகள் கருணாவின் ஆட்கள் என்று அம்மான் என்னிடம் சொன்னார்.

பாடசாலைக் கட்டடத் தொகுதியொன்று தடுப்பு முகாம் ஆக்கப்பட்டிருந்தது. கொடும் வதைகளும் குறுக்கு விசாரணைகளும் அங்கே நிகழ்ந்துகொண்டிருந்தன. அம்மானை யாரும் அதுவரை விசாரிக்கவில்லை. பின்புறமாகக் கைகள் கட்டப்பட்டிருந்த நிலையிலேயே அம்மான் உறங்கிப்போனார்.

நள்ளிரவில் அவர் தட்டி எழுப்பப்பட்டார். அவரது கைகளைக் கட்டியிருந்த கயிறு அவிழ்க்கப்பட்டது. அந்தக் கட்டடத் தொகுதிக்குப்

பின்னாலிருந்த கிணற்றை நோக்கி அம்மான் அழைத்துச் செல்லப்பட்டார். அந்தக் கிணற்றில் தண்ணீர் அள்ளி முகத்தைக் கழுவிக்கொண்டிருந்த மனிதரைப் பார்த்ததும் அம்மான் அதிர்ந்து போய்விட்டார். அந்தச் சூழ்நிலையில், அந்த நேரத்தில், அங்கே கருணாவைத் தான் எதிர்பார்க்கவில்லை என்றார் அம்மான்.

கருணா நிதானமாக அம்மானைப் பார்த்து "அண்ணன் இப்போது என்ன செய்யப் போகிறீர்கள்? என்னுடன் நிற்கப் போகிறீர்களா அல்லது வேறெங்கேயும் போகப் போகிறீர்களா?" என்று கேட்டிருக்கிறார். "இல்லை, இனி எனக்கு இந்த நாட்டில் இருக்க விருப்பமில்லை" என்றிருக்கிறார் அம்மான். உடனடியாகவே, கருணா தொலைபேசியில் பேசி அம்மானின் மனைவியிருக்கும் இடத்தைக் கண்டுபிடித்திருக்கிறார். அடுத்தநாள் இரவே அம்மானும் அவரது மனைவியும் கருணாவின் ஏற்பாட்டால், பத்திரமாக வவுனியாவைத் தாண்டிச் சென்றுவிட்டார்களாம்.

அன்றிரவு நான் பிரான்ஸ் திரும்பவிருந்தேன். காலையிலேயே அம்மான் வீட்டுக்கு வந்துவிட்டார். அவரது மனைவி எனக்குக் கொடுத்துவிட்டதாக 'பருத்தித்துறை வடைகள்' அடங்கிய ஒரு பொதியை என்னிடம் கொடுத்துவிட்டு "இது ஆறுமாதமானாலும் கெட்டுப் போகாது" என்றார்.

அன்றும் பதினொரு மணிக்கே வெயில் உச்சியில் நின்றது. மதுபான விடுதிக்குள் அமர்ந்திருக்கும்போது "இன்று அதிகம் குடிக்காதீர்கள் தம்பி, இரவு பயணமல்லவா" என்றார் அம்மான். எனினும், நாங்கள் அன்று எப்போதையும் விட அதிகமாகவே குடித்தோம்.

நான் ஒரு பணக்கட்டை எடுத்து அம்மானின் கையில் வைத்தேன். நான் எவ்வளவு வற்புறுத்தியும் அம்மான் பணத்தை வாங்க மறுத்துவிட்டார். நான் திரும்பவும் பணக்கட்டை எனது கார்சட்டைப் பைக்குள் சொருகும்போது, எனது மூளையின் மடிப்பொன்று சடுதியில் விரிந்திருக்க வேண்டும்.

"அம்மான்! ஒரு விஷயம் கேட்க வேண்டும்" என்றேன். அம்மான் அப்போது தனது கோப்பையை ஒரே மூச்சில் உறிஞ்சிக்கொண்டிருந்தார். வெற்றுக் கோப்பையை மேசையில் 'டக்'கென ஓசையெழ வைத்துவிட்டு என்னைப் பார்த்தார்.

"நீங்கள் எப்போதாவது தோழர் பாவெல் என்ற பெயரைக் கேள்விப் பட்டிருக்கிறீர்களா?"

அம்மான் தனது கண்களை மூடிக்கொண்டார். அவரது உதடுகள் மடிந்து விரிந்தன. பின்பு கண்களை மெதுவாகத் திறந்தார். எனது முகத்தையே உற்று நோக்கினார். அவரது கண்மணிகள் குத்திட்டு நின்றன.

"ஆம், பாவெல் விலாசவ்... அவனுக்குக் கடைசியில் தேசாந்திர சிட்சை கிடைத்தது."

நான் மெதுவாக "அந்தப் பெயரில் ஒருவர் 2005 ஆம் ஆண்டு – சமாதான காலத்தில் – புலிகளால் கைது செய்யப்பட்டிருக்கிறார்" என்றேன்.

அம்மான் மறுபடியும் கண்களை மூடிக்கொண்டார். கண்களைத் திறக்காமலேயே "ஒருவரல்ல, இருவர் கைது செய்யப்பட்டார்கள். ஒருவனது பெயர் பாவெல், அடுத்தவன் புஷ்பாகரன். அவர்களை நான்தான் கைது செய்தேன். அவர்களிடமிருந்து தமிழிலும் சிங்களத்திலும் அச்சிடப்பட்டிருந்த துண்டுப் பிரசுரங்களை கைப்பற்றினோம். அந்தப் பிரசுரங்கள் சமாதானத்திற்கு எதிரானவையாக இருந்தன" என்றார்.

எனக்கு உடனடியாகவே போதை தெளிந்துவிட்டது. "அவர்களை என்ன செய்தீர்கள்?" என்று கேட்டேன்.

அம்மான் கண்களைத் திறந்தார். "இருவரையும் வட்டுவாகல் சிறைக்கு கொண்டு சென்றோம். பாவெல் என்பவன் நெஞ்சழுத்தக்காரனாயும் திமிர் பிடித்தவனாயும் இருந்தான். அவன் பேசவே மறுத்தான். எனது பொடியன்கள் அடித்த அடியில் அவனது மண்டை பிளந்து அழுதம் வெளியே பிதுங்கிவிட்டது. வேதனையில் துடித்துக்கொண்டிருந்தான். நான் உடனடியாக அவனைச் சுட்டுவிடுமாறு பொடியன்களுக்கு உத்தரவிட்டேன். அவனைக் கைது செய்த அன்றே அவன் கொல்லப்பட்டான். அடுத்தவன், அவனின் பெயர் புஷ்பாகரன் என்று சொன்னேனே... பாவெலுக்கு விழுந்த அடியைப் பார்த்தவுடனேயே புஷ்பாகரன் எல்லா உண்மைகளையும் கக்கிவிட்டான். அவர்களுக்குச் சில சிங்கள ட்ரொட்ஸ்கியவாதிகளுடன் தொடர்பிருந்திருக்கிறது. புஷ்பாகரனை 'பங்கருக்குள்' போட்டுவிட்டோம். ஒரு ஆள் நிற்பதற்கு மட்டுமே தோதாக அந்தக் குழி வெட்டப்பட்டிருக்கும். அவனை விசாரணைக்காக வெளியே தூக்கி அடிக்கும்போது, அவன் பெருங்குரலெடுத்து அலறுவான். அதற்காக நான் அவனுக்குப் புதியதொரு தண்டனையை வழங்கினேன். நாங்கள் அவனை அடிக்கும்போது அவன் 'புலிகளின் தாகம் தமிழீழத் தாயகம்' என்று மட்டுமே அலற வேண்டும். வேறு மாதிரியாக அலறினால் அவனின் முதுகில் நாங்கள் இரும்புக் கம்பியால் சூடு போடுவோம். எனவே, அவன் அடி வாங்கும்போதெல்லாம் 'புலிகளின் தாகம் தமிழீழத் தாயகம்' என உரக்கக் கத்துவான். நீண்ட நாட்களாக அவன் அந்தக்

குழிக்குள் நிர்வாணமாக நின்றான். எறும்புகளும் கறையான்களும் அவனில் புற்றெடுத்தன. அவனை வெளியே எடுத்தபோது, அவன் அரைப் பைத்தியமாக இருந்தான். கடைசிவரை அவன் வட்டுவாகல் சிறையில்தான் இருந்தான். கடைசிச் சண்டையின்போது, மணலால் அரண்கள் அமைக்கும் வேலைக்காகக் கைதிகளை அழைத்துப்போனோம். வேலை நடந்துகொண்டிருக்கும் போதே விமானக் குண்டுவீச்சு நிகழ்ந்து 16 போராளிகளும் 47 கைதிகளும் அங்கேயே இறந்து போனார்கள். அந்தக் குழப்பத்தைப் பயன்படுத்தி இரண்டு சிங்களக் கைதிகளும் புஷ்பாகரனும் இராணுவக் கட்டுப்பாட்டுப் பகுதிக்குள் தப்பியோடிவிட்டார்கள்."

சொல்லி முடித்ததும் அம்மான் தனது வெறுமையான கோப்பையைக் காட்டி, தனக்கு இன்னும் மது வேண்டும் எனக் கேட்டார்.

நான் எதுவும் பேசாமல் அம்மானையே பார்த்துக்கொண்டிருந்தேன். எனது கை பியர் போத்தலை இறுகப் பற்றியிருந்தது. அம்மானும் என்னையே பார்த்துக்கொண்டிருந்தார். அவரது விழிகள் இப்போது கெஞ்சிக்கொண்டிருந்தன.

அங்கே நிலவிய மவுனம் வழக்கத்திற்கு மாறானது, விநோதமானது, அடையாளம் தெரியாதது.

நான் ஏதோவொரு வகையில் அந்த மவுனத்தை உடைத்தேன். "அம்மான் நீங்கள் உங்களது இயக்க வாழ்க்கை முழுவதும் தமிழர்களை மட்டுமே கொன்றிருக்கிறீர்கள்."

அம்மான் விசும்பும் சத்தம் கேட்டது. அவரது நாவு குழறியது. "1985 இல் அநுராதபுர நகரத்திற்குள் புகுந்து 138 சனங்களை நாங்கள் கொன்றோம். ஒரு நிறைமாதக் கர்ப்பிணியின் வயிற்றில் நான் நீண்ட வாளால் குத்தினேன். அதனால்தான் எனக்குப் பிள்ளையே பிறக்கவில்லை..." அம்மான் எனது கைகளை இறுகப் பிடித்துக்கொண்டார். எனது கைகளில் சில கண்ணீர்ச் சொட்டுகள் விழுந்தன.

நான் அம்மானிடமிருந்து கைகளை விடுவித்துக்கொண்டு, அவரை உற்றுப் பார்த்தேன். அவரது மகன் தமிழ்மன்னன் ஆனந்தபுரம் போரில் இறந்துவிட்டான் என்றவர், இப்போது தனக்குப் பிள்ளையே பிறக்கவில்லை எனக் கண்ணீர் விட்டுக்கொண்டிருக்கிறார். ஏனோ அப்போது எனக்கு அம்மானிடம் பேரச்சம் உண்டாகியது. அம்மான் ஏதோவொரு நாடகத்தில் திட்டமிட்டு என்னைச் சிக்க வைத்துக்கொண்டிருக்கிறார் எனத் தோன்றியது. எனது அப்பாவின் சாவு கொலையாக இருக்கலாமோ என்றுகூடச் சந்தேகப்பட்டேன். நான் எதுவும் பேசாமல் எழுந்திருந்தேன்.

அம்மானும் தடுமாற்றத்துடன் எழுந்தார். அவரது கண்கள் கெஞ்சிக் கொண்டேயிருந்தன. அப்போது அவரது கைபேசி ஒலித்தது. வலது கையால் எனது கையைப் பிடித்தபடியே, இடது கையால் அவர் கைபேசியை எடுத்தார். அவரது மனைவிதான் அழைத்திருக்க வேண்டும். கைபேசிப் பேச்சின் இடையில் "தம்பி எனக்குப் பணம் கொடுத்தார், நான் வாங்கவில்லை" என்று அம்மான் சொன்னார். பணத்தை அவர் வாங்காததால் அவரது மனைவி கவலைப்படுகிறார் என்பது அம்மானின் பேச்சில் தெரிந்தது. "தம்பி, உங்களோடு என் மனைவி பேச வேண்டுமாம்" என்று சொல்லிவிட்டு, கைபேசியைத் தனது சட்டையில் அழுந்தத் துடைத்து என்னிடம் கொடுத்தார். என்ன பேசுவதென்று எனக்குத் தெரியவில்லை. தயக்கத்துடன் "வணக்கம் அக்கா" என்றேன்.

மறுமுனையில் ஒரு கணத் தயக்கத்திற்குப் பிறகு சன்னமான குரல் ஒலித்தது. அம்மானின் மனைவி என்னுடன் வெறும் ஆறு சொற்களை மட்டுமே பேசினார். திடீரென என்னுடைய உள்ளுணர்வு உந்தித்தள்ள "அக்காவுடைய பெயர் என்ன?" என்று கேட்டேன். அவரிடமிருந்து ஏழாவது சொல்லாக அவரது 'பெயர்' எனக்குக் கிடைத்தது. அவர் தொடர்பைத் துண்டித்தார்.

அம்மானின் கையைப் பற்றிப் பிடித்து, அவரை மறுபடியும் உட்கார வைத்துவிட்டு, பரிசாரகனை அழைத்து மது கொண்டுவரச் சொன்னேன். அம்மானின் கைபேசியை அவருக்கும் எனக்கும் நடுவாக மேசையில் வைத்தேன். அம்மான் ஒரே மூச்சில் மதுவை உறிஞ்சிக்கொண்டிருக்கையில், எனது கைபேசியிலிருந்து தோழர் சவரியானுக்குக் குறுஞ்செய்தி ஒன்றை அனுப்பினேன்:

«நான் காணமற்போனவருடன் மது அருந்திக்கொண்டிருக்கிறேன்»

□ காலம் – 2013

கச்சாமி

கண்டி நகரத்திலிருந்து வடமேற்காக நாற்பது கிலோமீற்றர் தொலைவிலிருந்த புராதன புத்த விகாரையைச் சுற்றிப் பார்த்துவிட்டு, நானும் கெய்லாவும் வெளியே வந்தபோது எங்களையே பார்த்துக்கொண்டு இரண்டு பொலிஸ்காரர்கள் வீதியில் நிற்பதைக் கண்டேன்.

நானும் கெய்லாவும் செருப்புகளை அணிந்துகொண்டு வீதிக்கு வந்தபோது, வீதியில் சனங்களும் கூடிநின்று எங்களையே பார்த்துக்கொண்டிருந்தார்கள். அதுவொரு மிகச் சிறிய நகரம். புத்த விகாரையைச் சுற்றியே அந்த நகரம் அமைந்திருந்தது. விகாரையின் முன்னால் ஏழெட்டுக் கடைகள் இருந்தன. அந்தப் பொலிஸ்காரர்கள் இருவரும் ஏதோ காரியமாகத்தான் எங்களையே கவனித்துக் கொண்டிருக்கிறார்கள் என எனது உள்ளுணர்வு சொல்லியது. வரப்போகும் பிரச்சினைகளை முன்கூட்டியே அனுமானிக்கும் எனது உணர்திறன் என்னை எப்போதுமே கைவிட்டதில்லை. நான் கெய்லாவின் கையைப் பற்றிக்கொண்டேன்.

இரண்டு பொலிஸ்காரர்களும் வேகவேகமாக எங்களருகே வந்தனர். அவர்கள் இருவரும் மிக இளையவர்கள். அவர்களது மூஞ்சிகள் கடுகடுவென இருந்தன. முன்னால் வந்தவன் சிங்களத்தில் இரண்டு வார்த்தைகள் சொன்னான். எனக்குச் சிங்களமொழி நன்கு தெரியும். கெய்லா எனது முகத்தைப் பார்த்தாள். நான் சிங்களம் புரியாதவன் போலப் பாவனை செய்து, குரலைச் சற்று உயர்த்தி "உங்களுக்கு என்ன வேண்டும்?" என ஆங்கிலத்தில் பொலிஸ்காரர்களிடம் கேட்டேன். எனக்குப் பக்கத்தில் வெள்ளைக்காரப் பெண் இருப்பதும், எனது கேள்வியின் தொனியும் பொலிஸ்காரர்களைச் சற்று மிரட்சியடைய வைக்கும் என எண்ணினேன்.

ஆனால், அப்படி எதுவும் நடக்கவில்லை. பொலிஸ்காரர்களின் மூஞ்சிகளிலிருந்த கடுப்புத்தான் சற்று அதிகரித்தது. அவர்கள் என்னையும் கெய்லாவையும் வேற்றுக்கிரகவாசிகள் போலப் பார்த்தனர். அவர்களது கண்களிலே அருவருப்பு இருந்தது. ஒருவன் ஆங்கிலத்தில் "நீங்கள் இருவரும் எங்களுடன் பொலிஸ் நிலையத்திற்கு வரவேண்டும்" என்றான். அப்போது, வீதியில் நின்றிருந்த சில பெண்கள் கெய்லாவின்

பின்புறம் போய் நின்றுகொண்டு, தங்களுக்குள் இரகசியக் குரலில் ஏதோ பேசிக்கொண்டார்கள்.

இப்போது கெய்லா பேசினாள். "எதற்காக உங்களுடன் நாங்கள் வரவேண்டும்?" எனக் கேட்டாள். பொலிஸ்காரர்கள் மறுபடியும் சிங்களம் பேசினார்கள். "நேரத்தை வீணடிக்க வேண்டாம், எங்களுடன் கிளம்புங்கள்" என்றார்கள். நான் கெய்லாவிடம் "இங்கே பிரச்சினை வேண்டாம், வேடிக்கை பார்க்கக் கூட்டம் கூடிக்கொண்டேயிருக்கிறது. பொலிஸ் நிலையத்திற்குப் போய் என்ன எதுவென்று பேசிக்கொள்வோம்" எனப் பிரெஞ்சு மொழியில் சொன்னேன். அவள் எனது முகத்தில் படிந்திருந்த கலவரத்தை வாசித்தாள். "போகலாம்" எனச் சொல்லிவிட்டுப் பெருமூச்சொன்றை வெளியிட்டாள்.

நாங்கள் வந்திருந்த வாடகைக் கார் வீதியோரத்தில் நின்றிருந்தது. முதியவரான சாரதி வண்டிக்கு வெளியே நின்றிருந்தார். அவர், தான் ஏதோ தேவையில்லாத பிரச்சினையில் சிக்கிக்கொண்டது போன்ற தோரணையில் நிலத்தைப் பார்த்தவாறு நின்றிருந்தார். நான் கைகளைத் தட்டி அவரை அழைத்து, வண்டியை எங்களுக்கு அருகே கொண்டுவருமாறு சைகை செய்தேன். வண்டி வந்ததும் பின்புற இருக்கையில் நானும் கெய்லாவும் அமர்ந்துகொண்டோம். ஒரு பொலிஸ்காரன் முன்புற இருக்கையில் அமர்ந்துகொண்டான். கார் புறப்பட்டுச் சென்றபோது, நான் கண்ணாடி வழியே பின்னால் பார்த்தேன். சனங்கள் அங்கிருந்து கலைந்துகொண்டிருந்தார்கள். மற்றைய பொலிஸ்காரன் மோட்டர் சைக்கிளில் காரின் பின்னால் வந்துகொண்டிருந்தான். அவனது முகத்திலிருந்த கடுப்பும் கண்களிலிருந்த அருவருப்பும் இவ்வளவு தூரத்திலும் எனக்குத் தெளிவாகத் தெரிந்தது. எனது மனம் படிப்படியாக அச்சத்தில் மூழ்கிக்கொண்டிருந்தது. நான் இலங்கைக்கு வருவது குறித்துச் சிந்தித்தபோதெல்லாம், என்னுடைய பிரான்ஸ் நண்பர்களில் சிலர் 'இப்போது நிலைமை மோசமாக இருக்கிறது, போகாதீர்கள்' என்றார்கள். சில நண்பர்கள் 'இப்போது பிரச்சினைகள் ஏதும் கிடையாது, தைரியமாகப் போங்கள்' என்றார்கள். என்னால் ஒரு முடிவுக்கு வர முடியாமலிருந்தது. கடைசியில், நான் கெய்லாவுக்காக இருபத்தைந்து வருடங்கள் கழித்து இலங்கைக்கு வந்தேன்.

கெய்லாவுக்குச் சரியாக முப்பது வயது. எனக்கும் அவளுக்கும் இருபத்தொரு வயது வித்தியாசமிருந்து. கெய்லாவுக்கு இருபத்தைந்து வயதாக இருந்தபோது, அவள் என்னைக் காதலிப்பதாகச் சொன்னாள். பாரிஸின் 'சென் மத்தான்' நதியோரமிருக்கும் சிறிய அப்பார்ட்மெண்டில்

இருவரும் சேர்ந்து வாழ்கிறோம். காதல், இசை, வாசிப்பு, மது, சிறிது கஞ்சாப் புகை இவ்வளவாலும் எங்களது வசிப்பிடம் நிரம்பியிருக்கிறது.

கெய்லா யூத இனப் பெண். அவளது பெயருக்கு ஹீப்ரு மொழியில் 'அழகிய கிண்ணம்' எனப் பொருள். எனது காதலால் மட்டுமல்லாமல் எனது துயரம், கழிவிரக்கம், கோபம், விரக்தி, இயலாமை என எல்லாவற்றாலும் அந்தக் கிண்ணம் நிரம்பியுள்ளது.

கெய்லாவின் முன்னோர்கள் இரண்டாம் உலகப் போர் நடந்த காலத்தில் போலந்திலிருந்து பிரான்ஸுக்கு ஓடிவந்தவர்கள். கெய்லாவின் தந்தையும் தாயும் ஜோன் போல் சார்த்ருக்கு நெருக்கமான மாணவர்களாக இருந்தவர்கள். பாரிஸ் மாணவர் புரட்சியின்போது, முன்னணியில் நின்று செயலாற்றியவர்கள். தந்தையார் பேராசிரியர், தாயார் சிற்பக் கலைஞர். இருவருமே இப்போது இஸ்ரேலுக்குக் குடிபெயர்ந்துவிட்டார்கள். கெய்லா பாரிஸிலேயே தங்கிவிட்டாள். பாரிஸ் பல்கலைக்கழகங்களில் ஒன்றுக்கு மேல் ஒன்றாகப் பட்டங்களைப் பெறுபவள் அவள். அவளது ஆய்வுகளில் முன்மைப் பொருள் பவுத்தம்.

அவளது இந்த ஆய்வுப்பணிதான் என்னையும் அவளையும் சந்திக்க வைத்தது. 'சோர்போன்' பல்கலைக்கழகத்தில் நடந்த அம்பேத்கர் குறித்த கருத்தரங்கொன்றில் பார்வையாளர் பகுதியில் நாங்கள் இருவரும் அருகருகாக அமர்ந்திருந்தோம். நான் இலங்கையைச் சேர்ந்தவன் என அவள் தெரிந்துகொண்டதும், தேரவாத பவுத்தம் குறித்து என்னிடம் கண்களை விரித்து உரையாடத் தொடங்கிவிட்டாள். பிறகு தொடர்ச்சியான சந்திப்புகளைச் செய்தோம். ஒரு பின்மாலையில், அவளது அறையில் நான் அவளைச் சந்தித்தபோது, நாங்கள் தம்மபதத்தை மீண்டும் வாசித்தோம். 'நிழலின் தோற்றம் நீள்கதிர் ஒளியால், நிழலும் ஒளியும் நின்மன உருவாம்' என்ற வரிகளை நான் வாசித்தபோது, கெய்லா உணர்ச்சி மேலிட விம்மியவாறே என்னை அணைத்து முத்தமிட்டாள். தம்மபதத்தைச் சாட்சியாக வைத்து நாங்கள் ஒருவருள் ஒருவர் கலந்தவராகினோம்.

கெய்லா கடந்த இரண்டு வருடங்களாக 'ஹீனயானம்' குறித்து ஆய்வுகளைச் செய்துகொண்டிருக்கிறாள். ஓர் அதிகாலையில் என்னை வருடியவாறே எனது காதுக்குள் "தின்-தியான் புத்த மாடத்திற்கு நான் செல்ல வேண்டும்... என்னை அழைத்துச் செல்வாயா?" எனக் கேட்டாள். நான் கண்களைத் திறவாமலேயே 'ம்' என முனகிக்கொண்டே புரண்டு அவளை அணைத்தேன். அவளது மார்பில் ஒரு தடித்த புத்தகம் விரித்து வைக்கப்பட்டிருப்பதை எனது கை உணர்ந்தது.

வியட்நாமின் 'ஹோ லூ' நகரத்தில் தின்-தியான் புத்த மாடம் இருக்கிறது. பத்தாம் நூற்றாண்டில் வியட்நாமின் தலைநகரமாக இந்த நகரமே இருந்தது. வியட்நாமின் முதலாவது பேரரசன் தின்-போ-லின் இந்தப் புத்த மாடத்தைக் கட்டியெழுப்பினான். இயற்கையின் வனப்புகள் அத்தனையும் ஊடும் பாவுமாக அந்த நிலப்பகுதியை நெய்திருந்தன. விரித்துக் கிடக்கும் வெள்ளிச் சரிகை இழைத்த பச்சைப் பட்டுத்துணியின் மத்தியில் கிடந்து ஒளிரும் செந்நிற இரத்தினக்கல் போல அந்தப் புத்த மாடமிருந்தது.

கெய்லா மிகவும் மகிழ்ச்சியாக இருந்தாள். புத்த மாடத்தை நூற்றுக்கணக்கான கோணங்களில் படம் எடுத்துக்கொண்டாள். அங்கே ஒரு நூலகமும் இருந்தது. பிரெஞ்சு மொழியில் ஏராளமான பழைய நூல்களிருந்தன. காலையிலிருந்து மாலைவரை கெய்லா நூலகத்திலேயே இருந்தாள். எங்களது இரவுப் பொழுதுகள் வியட்நாமின் கிராமிய இசையாலும் மதுவாலும் மகிமைப்படுத்தப்பட்டன. நாங்கள் தங்கியிருந்த விடுதியின் வரவேற்பாளனிடம் கஞ்சா கிடைத்தது. வெள்ளையினப் பெண்ணோடு ஒரு கறுப்பன் இருப்பதைப் பார்த்ததும், வியட்நாமில் முதல் வேலையாகக் கஞ்சாப் பொட்டலத்தைத் தூக்கிக் கொடுத்துவிடுகிறார்கள். கஞ்சாவைப் புகைத்துக்கொண்டிருந்த ஒரு தருணத்தில்தான், நாங்கள் அடுத்தபடியாக இலங்கைக்குச் செல்லலாம் என முடிவு செய்தோம். நான் கெய்லாவை முத்தமிட்டு "என்னை யாழ்ப்பாணத்திற்கு அழைத்துச் செல்வாயா?" எனக் கேட்டேன்.

இலங்கையில் தங்கி நிற்பதற்கு எனக்கு ஒரு வீடில்லை. கிராமத்திலிருந்த வீடு குண்டுவீச்சால் தரைமட்டமாகிவிட்டது. சகோதரர்கள், நெருங்கிய உறவினர்கள் எல்லோருமே வெளிநாடுகளில்தான் இருக்கிறார்கள். விடுதியில் தங்குவதுதான் ஒரேவழி. அதைத்தான் கெய்லாவும் விரும்பினாள். இலங்கைக்கு வந்ததும் முதலில் கண்டிக்கு வந்தோம். இங்கிருந்து யாழ்ப்பாணத்திற்குப் போவதாகத் திட்டமிட்டிருந்தோம்.

வண்டி நின்றதும் நிற்காததுமாக முன் இருக்கையிலிருந்த பொலிஸ்காரன் கதவைத் திறந்து கீழே குதித்தான். அந்தப் பொலிஸ் நிலையம் மிகச் சிறியது. எங்களை ஒரு மேசையின் முன்னால் உட்காரவைத்து விட்டு, எங்களை அழைத்துவந்த பொலிஸ்காரன் போய் வாசலில் நின்றுகொண்டான். நிலையத்திற்குள் ஓரஞ்சாரமாக இரண்டு பொலிஸ்காரர்கள் உட்கார்ந்திருந்தார்கள். நான் அவர்களிடம் "எப்போது அதிகாரி வருவார்?" எனக் கேட்டேன். அவர்களில் நடுத்தர வயதாக இருந்தவன் 'பொறுத்திரு' என்பது போல் கையைத் தூக்கிச் சைகை செய்தான். கெய்லா ஒன்றன்பின் ஒன்றாகப் பெருமூச்சுகளை வெளியேற்றிவிட்டு, தனது கால்களைத் தூக்கி நாற்காலியில்

வைத்துக்கொண்டாள். அவள் கால்களை அவ்வாறு வைத்திருப்பது இந்தச் சூழலுக்குப் பொருத்தமில்லாதது என நான் நினைத்தாலும், அதை அவளிடம் சொல்லவில்லை.

கிட்டத்தட்ட ஒருமணிநேரமாக நாங்கள் காத்திருந்தோம். அங்கே கடுமையான நிசப்தமிருந்தது. கெய்லா அமர்ந்தபடியே கண்ணயர்ந்து விட்டாள். எங்களுக்குப் பின்னால் சப்பாத்துகள் ஒலி எழுப்பியபோது நான் திரும்பிப் பார்த்தேன். வேகமாக நடந்து வந்த அந்த மனிதன் காக்கி முழுக்கால்சட்டையும் அரைக் கை வெள்ளைச் சட்டையும் அணிந்திருந்தான். அவனது இடுப்பில் கட்டப்பட்டிருந்த கைத்துப்பாக்கி சட்டைக்குக் கீழே பாதி தெரிந்தது. அவனுக்கு முப்பது வயதிருக்கும். ஒல்லியாக ஆனால், திடகாத்திரமான உடலுடனும் சிறிய கண்களுடனுமிருந்தான். பார்ப்பதற்குச் சாயலில் புருஸ்லீயைப் போலிருந்தான். அவன் எங்களுக்குப் பின்னால் வந்து நின்று கெய்லாமீது ஒரு பார்வையை வீசிவிட்டு, மேசையைச் சுற்றிக்கொண்டு எங்கள் முன்னால் வந்து அமர்ந்தான். நான் கெய்லாவின் கையைப் பற்றினேன். கெய்லா விழித்துக்கொண்டு, கால்களை நாற்காலியிலிருந்து கீழே இறக்கினாள். எனக்குச் சற்று நிம்மதியாக இருந்தது.

அவன், தன்னை அந்தப் பொலிஸ் நிலையத்தின் அதிகாரி என அறிமுகப்படுத்திக்கொண்டான். நான் பதிலுக்குப் புன்னகை செய்தேன். கெய்லா உணர்ச்சியற்ற முகத்துடன் அதிகாரியைப் பார்த்துக்கொண்டிருந்தாள். அதிகாரி சுத்த ஆங்கிலத்தில் தனது விசாரணையை ஆரம்பிக்கலானான்.

"எங்கிருந்து வருகிறீர்கள்?"

"பிரான்ஸிலிருந்து…"

"உங்களது சொந்த இடம் எது?" என்று அதிகாரி என்னிடம் கேட்டான்.

நான் எனது கிராமத்தின் பெயரைச் சொன்னேன்.

இப்போது அவன் கெய்லாவைப் பார்த்துக்கொண்டே "மேடம் உங்களை நான் கைது செய்ய வேண்டியிருக்கிறது" என்றான்.

அவ்வளவுதான்! கெய்லா நாற்காலியைப் பின்னுக்குத் தள்ளிவிட்டு, பிரெஞ்சு மொழியில் சரமாரியாகக் கெட்ட வார்த்தைகளைக் கூவிக்கொண்டு எழுந்தாள். அதிகாரியை நோக்கிக் கையைக் காட்டி "அது உன்னால் முடியாது" என்று ஆங்கிலத்தில் சொன்னாள்.

அதிகாரி சில விநாடிகள் அமைதியாக இருந்தான். பின்பு "அது முடியாவிட்டால் உங்களது முதுகுப் பகுதியையாவது நான் கைது செய்ய வேண்டியிருக்கும்" என்றான்.

கெய்லாவுக்குச் செந்நிறச் சுருள்முடி. அவள் முடியை மிகக் குட்டையாகப் பையன்கள் போல வெட்டியிருப்பாள். கையில்லாத நீலநிற பெனியன் அணிந்திருந்தாள். அந்த பெனியன் அவளது பாதி முதுகைத்தான் மறைத்திருந்தது. அவளது முதுகின் வலதுபுற மேற்பகுதியில் உள்ளங்கையளவில் புத்தரின் உருவம் வரையப்பட்டிருந்தது.

புத்தர் தியானத்தில் அமர்ந்திருக்கும் சித்திரமது. வியட்நாமில் திந்தியான் புத்த மாடத்திற்கு முன்பாக நடைபாதையிலிருந்த பெண்மணி அய்ந்து டொலர்களுக்குக் கெய்லாவின் முதுகில் அந்த அழகிய சித்திரத்தை நுணுக்கத்துடன் வரைந்திருந்தார். சிலவேளைகளில் அந்தப் புத்தர் கெய்லாவின் முதுகில் அங்குமிங்கும் அசைந்துகொண்டிருப்பதாக எனக்குத் தோன்றும்.

"புத்தரின் உருவத்தை உடலில் பச்சை குத்துவது தண்டனைக்குரிய குற்றம்" என்று அதிகாரி எங்களுக்குச் சொன்னபோது, கெய்லா அனிச்சையில் தனது கையால் வாயை மூடிக்கொண்டாள். அவளது கண்கள் விரிந்துபோயின. நான் கெய்லாவின் கையைப் பற்றி உட்கார வைத்தேன். பின்பு வருத்தம் தொனிக்கும் குரலில் "அது குற்றமென்று எங்களுக்குத் தெரியாது" என்றேன். அதிகாரி தனது மெல்லிய உதடுகளை இறுக மடித்தவாறே வலமும் இடமுமாகத் தலையாட்டினான். 'உங்களுக்குத் தெரியாததற்கு நான் ஒன்றும் செய்ய முடியாது' என்பது போலிருந்தன அவனது அசைவுகள்.

நான் அதிகாரியிடம் "இந்தப் புத்தர் உருவம் முதுகில் பச்சை குத்தப்படவில்லை. இது ஒருவகையான இரசாயன வர்ணத்தால் வரையப்பட்டது. சிலமாதங்கள் வரைதான் இது உடலில் இருக்கும். பிறகு அதுவாகவே அழிந்துவிடும்" என்று உண்மையைச் சொன்னேன்.

"அதுவரை இந்தப் பெண் இலங்கையில் இருக்க முடியாது. அப்படி இருப்பதானால் சிறையில்தான் இருக்க வேண்டும்" என்றான் அதிகாரி.

அதிகாரி சொல்லிச் சொன்ன வாயை மூடுவதற்கு முன்பாகவே, தனது கைப்பையைத் தூக்கி மேசையில் ஓங்கி அடித்துக்கொண்டே மறுபடியும் கெய்லா ஆவேசத்துடன் எழுந்தாள்.

"இல்லை... நாங்கள் இலங்கையில் இருக்க விரும்பவில்லை. நாங்கள் உடனேயே நாட்டைவிட்டு வெளியேறிவிடுகிறோம்."

அதிகாரி கெய்லாவை முறைத்துப் பார்த்தான். கெய்லா விறுவிறுவென வெளியே நடந்தாள். அவளைத் தடுப்பதுபோல வாசலிலிருந்த பொலிஸ்காரன் அவள் எதிரே வேகமாக வந்தபோது, தனது கையால் அவனது தோளைக் கெய்லா தட்டிவிட்டாள். பொலிஸ்காரன் அப்படியே கல்லைப் போல நின்று அதிகாரியைப் பார்த்தான். நான் பதற்றத்துடன் நாற்காலியிலிருந்து எழுந்தேன்.

கெய்லாவுக்குக் கோபம் வந்தால் அவளை யாரும் கட்டுப்படுத்த முடியாது. சினம் கொண்ட பெண்தெய்வம் போல நடந்துகொள்வாள். விளைவுகளைக் குறித்து அந்தத் தருணத்தில் கொஞ்சமும் கவலைப்படமாட்டாள். பின்னொரு பொழுதில் "நான் அப்போது ஏன் அவ்வாறு நடந்துகொண்டேன் என்பது உண்மையிலேயே எனக்குப் புரியவில்லை" என்பாள்.

கெய்லா பொலிஸ் நிலைய வாசலில் நின்றுகொண்டு என்னை நோக்கி "வா போய்விடுவோம்; என்ன செய்துவிடுவார்கள் பார்த்துவிடலாம்" என்று பிரெஞ்சு மொழியில் கத்தினாள். நான் "இதோ வருகிறேன்" எனச் சொல்லிவிட்டு, அதிகாரியைப் பார்த்தேன்.

அதிகாரி தலையைச் சாய்த்து, என்னை உட்காரச் சொன்னான். எங்கள் இருவரது பெயர், பாஸ்போர்ட் எண்கள், கண்டி நகரத்தில் நாங்கள் தங்கியிருந்த விடுதியின் முகவரி, தொலைபேசி இலக்கம் எல்லாவற்றையும் என்னிடம் எழுதி வாங்கிக்கொண்டான். உடனடியாகவே, நாங்கள் தங்கியிருந்த விடுதிக்கு தொலைபேசியில் தொடர்புகொண்டு, நான் கொடுத்திருந்த விவரங்களைச் சரிபார்த்தான். "இந்தப் பெண் நாட்டிலிருந்து இன்னும் இருபத்துநான்கு மணிநேரத்திற்குள் வெளியேற வேண்டும். இல்லாவிட்டால், இந்த நாட்டின் எந்தப் பகுதியிலிருந்தாலும் அவள் கைதுசெய்யப்படுவாள்" எனச் சொல்லிவிட்டு 'நீ போகலாம்' என்பதுபோல வாசலை நோக்கிக் கையைக் காட்டினான்.

நான் வாசலை நோக்கி நடந்தபோது, அதிகாரி எனக்கு முன்னாகச் சென்றான். வாசலில் நின்ற பொலிஸ்காரனின் கன்னத்தில் செல்லமாகத் தட்டிய அதிகாரி "இந்த வெள்ளைச் சரக்கு லாவுல் பழம்போல இருக்கிறாள், அவளால் தொடப்பட்ட நீ அதிர்ஷ்டசாலி" என்று சொன்னது எனக்குக் கேட்டது. அந்தப் பொலிஸ்காரன் 'க்ளுக்' எனச் சிரித்தான். அதிகாரி வேகவேகமாக நடந்துபோய் ஜீப்பில் தொற்றிக்கொண்டான்.

நானும் கெய்லாவும் கண்டிக்குத் திரும்புகையில் செக்கல் பொழுதாகிவிட்டது. ஆபத்தான மலைவளைவுப் பாதையில் வண்டி மெதுவாகச் சென்றுகொண்டிருந்தது. அதலபாதாளங்களில் விளக்குகள் அங்கொன்றும் இங்கொன்றுமாக மின்னிக்கொண்டிருந்தன. கெய்லா

எனது தோளில் சாய்ந்திருந்தாள். "நான் பொலிஸ் நிலையத்தில் அப்படி நடந்துகொண்டிருக்கக் கூடாது. அதனால் உனக்கு ஏதும் கஷ்டம் ஏற்படலாம் என நான் சிந்திக்கவேயில்லை... நான் ஏன் அப்படி நடந்துகொண்டேன் என எனக்கு உண்மையிலேயே புரியவில்லை" என்றாள். எங்களைச் சாரதி கவனிக்கவில்லை என்பதை உறுதி செய்துகொண்டு, ஓசையெழுப்பாமல் கெய்லாவை முத்தமிட்டேன்.

வழியில் 'போகம்பர' சந்தியில் வண்டியை நிறுத்தித் தேநீர் குடித்தோம். "நான் கீழே இறங்கவில்லை" எனச் சொல்லிவிட்டு, வண்டிக்குள் அமர்ந்தவாறே கெய்லா தேநீர் அருந்தினாள். எங்களது வண்டிக்கு இடதுபுறத்தில் சிங்களத்திலும் ஆங்கிலத்திலும் எழுதப்பட்ட 'சிறைக்குச் செல்லும் வழி'யை அறிவிக்கும் பலகை இருந்தது. அந்தச் சந்தியிலிருந்து கிளைக்கும் பாதையொன்று இலங்கையின் மிகப் பெரியதும் பழைமை வாய்ந்ததுமான சிறைச்சாலையை நோக்கிச் செல்கிறது. நான் கெய்லாவிடம் "இந்தச் சிறையில்தான் என் இளமைக்காலத்தின் ஆறு வருடங்களை நான் கழித்தேன்" என்றேன்.

நாங்கள் கண்டி நகரத்தை நெருங்கும்போது, தலதா மாளிகையின் 'பத்திரிப்புவ' கோபுரம் முழுவதுமாக அலங்கார விளக்குகளால் இழைக்கப்பட்டு ஒளி பரப்புவதைக் கண்டோம். எங்களது விடுதிக்குள் நாங்கள் நுழைந்தபோது, வரவேற்புப் பகுதியிலிருந்த பெண், இரண்டு பொலிஸ்காரர்கள் வந்து எங்களைக் குறித்து விசாரித்துவிட்டுப் போனதாகச் சொன்னாள். அதைக் கேட்டதும் தனது கால்களை அகல விரித்து நின்று இடுப்பில் கைகளை ஊன்றியவாறு கெய்லா என்னைப் பார்த்தாள். பிறகு கைகளைத் தளர்த்திக்கொண்டு தலையைச் சடாரென மார்பை நோக்கிக் கவிழ்த்துப் பெருமூச்சு விட்டாள்.

அதிகாலையிலேயே நாங்கள் விடுதியைக் காலி செய்துவிட்டுக் கொழும்புக்குப் புறப்பட்டோம். கெய்லா தனது முதுகை முழுவதுமாக மறைக்கும் வகையில் சட்டையணிந்திருந்தாள். வியட்நாமில் வாங்கிய காவிநிறப் பட்டுச் சால்வையைக் கழுத்தில் சுற்றியிருந்தாள். எட்டுமணியளவில் கொழும்புக்கு வந்துவிட்டோம். கடற்கரையோரமாக இருந்த ஒரு விடுதியில் மதியம்வரை அடித்துப்போட்டது போல் தூங்கினோம். தூக்கத்தால் எழுந்ததும் "கொஞ்சம் கஞ்சா வேண்டும்" எனக் கெய்லா கேட்டாள். அதை எங்கே வாங்குவது என எனக்குத் தெரியவில்லை. அவளது உடல் நடுங்கிக்கொண்டிருந்தது.

உச்சி வெயிலில் வெளியே கிளம்பினோம். அந்த வெப்பத்திலும் கெய்லா தனது தோள்களில் காவிநிறச் சால்வையை விரித்துப் போட்டிருந்தாள். அந்தச் சால்வை அவளது முதுகை முழுவதுமாக மறைத்து இடுப்புவரை தொங்கியது. "வெக்கையாக இருக்கிறது, அதை எடுத்துவிடு" என்றேன்.

"இல்லை, எனக்குச் சற்றுக் குளிராக இருக்கிறது" என்றாள். விமானப் பயணச் சீட்டு அலுவலகத்திற்குச் சென்று "எங்களது பயணத் தேதியை மாற்ற வேண்டும், நாளைக்கே நாங்கள் பிரான்ஸுக்கு அவசரமாகப் புறப்பட வேண்டும்" என்றோம். நல்வாய்ப்பாக, அடுத்தநாள் இரவு புறப்படும் விமானத்திலேயே எங்களுக்கு இடம் கிடைத்தது.

மறுபடியும் விடுதி அறைக்கு வந்தோம். கெய்லா மிகவும் சோர்ந்து போயிருந்தாள். இருவரும் அருகருகாகக் கட்டிலில் கிடந்தோம். கெய்லாவின் கண்களில் நீர் வடிந்துகொண்டிருந்தது. நான் அவளது கண்களைத் துடைத்துவிட்டு, அவளது பச்சைநிறக் கண்மணிகளையே பார்த்துக்கொண்டிருந்தேன். அப்போது கெய்லா "உனது கிராமத்திற்கு உன்னை அழைத்துச் செல்வதாக நான் சொல்லியிருந்தேன்" என்று எனது காதுக்குள் சொன்னாள். நான் எதுவும் பேசாமலிருந்தேன்.

கெய்லா கட்டிலிலிருந்து துள்ளியெழுந்து தரையில் நின்றாள். அவள் அணிந்திருந்த சட்டையைக் கழற்றித் தரையில் வீசியடித்தாள். பிய்த்து எறிவது போன்ற அவசரத்துடன் மார்புக் கச்சையையும் கழற்றித் தரையில் வீசினாள். பிறகு கட்டிலில் குப்புறப் படுத்துக்கொண்டாள். அவளது முதுகின் வலதுபுற மேற்பகுதியில் புத்தர் தியான நிலையிலிருந்தார். நான் கூர்ந்து கவனித்தபோது, புத்தர் மேலும் கீழுமாகச் சற்று அசைந்தார்.

கெய்லாவிடம் அழகான சிறிய ஒப்பனைப் பெட்டியொன்றிருந்தது. அந்தப் பெட்டிக்குள்ளிருந்த சிறிய கண்ணாடிக் குப்பியை எடுக்குமாறு கெய்லா என்னிடம் சொன்னாள். அந்தக் குப்பியில் எரிசாராய வாசனையுடன் வெண்ணிறத் திரவமிருந்தது. அந்தத் திரவத்தைத் தனது முதுகில் ஊற்றிப் புத்தரின் உருவத்தை அழித்துவிடுமாறு சொல்லிவிட்டு, கெய்லா முதுகை விறைத்துக்கொண்டாள்.

"கெய்லா, நான் சொல்வதைக் கேள்! இது தேவையில்லை; நாங்கள் நாளையே இங்கிருந்து போய்விடப் போகிறோம்" என்றேன்.

கெய்லா தனது தலையைத் தூக்கி என்னைப் பார்த்து "இல்லை... நாங்கள் நாளைக்குப் போகவில்லை" என்றாள்.

மூன்றாவது நாள் அதிகாலையில், நாங்கள் யாழ்ப்பாணத்தை நோக்கிப் புறப்பட்டோம். அந்தத் தனியார் சொகுசுப் பேருந்தில் இரண்டு முன் இருக்கைகளைக் கோரிப் பெற்றிருந்தோம். பேருந்தின் முன்கண்ணாடி வழியே இயற்கைக் காட்சிகளையும் சிறு நகரங்களையும் கிராமங்களையும் பார்த்தவாறே பயணித்தோம். கெய்லா எனது தோளில் சாய்ந்திருந்தாள். அவள் கையில்லாத, பாதி முதுகு தெரியும் செம்மஞ்சள் நிற பெனியன் அணிந்திருந்தாள். அவளது வலதுபுற முதுகின்

மேற்பகுதியில் உள்ளங்கையளவான இடம் கடுமையாகச் சிவந்திருந்தது. சிவப்பின் ஓரங்களில் தோல் சற்றுத் தடித்துக் கறுத்திருந்தது. நான் அந்தக் கறுப்பையே உற்றுப் பார்த்துக்கொண்டிருந்தேன்.

காடு என் ஞாபகத்தில் வந்தது. என்னுடைய பதினெட்டாவது வயதில் அந்தச் சம்பவம் நடந்தது. அந்தச் சம்பவத்தை இந்த உலகத்தில் நான்கு பேர் மட்டுமே அறிந்திருந்தோம். இப்போது என்னைத் தவிர மற்றவர்கள் யாரும் உயிருடனில்லை.

1977 ஆம் வருடம் நிகழ்ந்த இனக் கலவரம் மலையகத்தைக் கடுமையாகப் பாதித்திருந்தது. கூட்டங் கூட்டமாக மலையகத் தமிழர்கள் வடக்கை நோக்கி இடம்பெயரத் தொடங்கினார்கள். இந்த இடப்பெயர்வுக்கு அரசாங்கம் பலவழிகளிலும் முட்டுக்கட்டை போட்டதால், இடப்பெயர்வு மெதுவாகவே நடைபெற்றது. வருடந்தோறும் அகதிகள் வந்துகொண்டிருந்தார்கள். 'காந்தீயம்' அமைப்பின் தொண்டர்கள் வன்னிக் காடுகளை அழித்துப் புதிய குடியிருப்புகளை உண்டாக்கி, வந்துகொண்டிருந்த மலையகத் தமிழர்களைக் குடியமர்த்திக் கொண்டிருந்தார்கள்.

எனது கிராமத்திலிருந்து நானும் இன்னும் மூன்று இளைஞர்களும் புறப்பட்டு வன்னிக்குச் சென்று, காந்தீயம் அமைப்பில் தொண்டர்களாகப் பதிவு செய்துகொண்டோம். 'செல்வா நகர்' என்ற புதிய குடியிருப்புக்காகக் காடு வெட்டிக்கொண்டிருந்த தொண்டர் குழுவுடன் நாங்களும் சேர்ந்துகொண்டோம்.

வவுனியாவிலிருந்து வடக்கு நோக்கிச் செல்லும் கண்டி வீதியின் இருபத்து நான்காவது கிலோமீற்றரில் புளியங்குளம் இருக்கிறது. புளியங்குளத்திலிருந்து இன்னும் சில கிலோமீற்றர் தொலைவில் கண்டி வீதியையொட்டி 'செல்வா நகர்' உருவாக்கப்பட்டுக் கொண்டிருந்தது. ஐம்பது குடும்பங்களை அங்கே குடியேற்றுவதாகத் திட்டமிடப்பட்டிருந்தது.

ஒருநாள் மாலையில், வேலைகள் முடிந்த பின்பாகத் தொண்டர்கள் புளியங்குளத்திற்குத் திரும்பினார்கள். நானும் இன்னும் இரண்டு தோழர்களும் மட்டும் கண்டி வீதியிலிருந்து பத்து மீற்றர் தூரம் விலகி ஒரு குழி தோண்டிக்கொண்டிருந்தோம். அந்தக் குடியேற்றத் திட்டத்தைத் தடுத்து நிறுத்த அதிகாரிகள் வரப்போவதாக எங்களுக்குத் தகவல் கிடைத்திருந்தது. எனவே, விடிவதற்குள் அந்த இடத்தில் 'செல்வா நகர்' என்றெழுதப்பட்ட கல்லை ஆழ நடுவதாக இருந்தோம். மூன்றடி ஆழத்திற்குத் தோண்டியதன் பின்னாக மண்வெட்டி மீண்டும் மீண்டும் கல்லில் மோதியது. கைகளால் மண்ணை விலக்கிப் பார்த்தபோது, உள்ளே ஒரு சிலையிருப்பதாகத் தெரிந்தது. நாங்கள் மூவரும் வேகமாக

மண்ணை வாரிக் கொட்டியபோது, ஆறடி உயரமான சிலையொன்று குப்புறக் கிடப்பதைக் கண்டோம். மிகுந்த பிரயாசைப்பட்டு அந்தச் சிலையைப் புரட்டிப் போட்டபோது, புராதன புத்தர் சிலையொன்றை நாங்கள் கண்டோம். உடனேயே இலைதழைகளால் புத்தரை மூடி வைத்தோம்.

நான் வேகவேகமாக சைக்கிளை மிதித்துக்கொண்டு புளியங்குளத்தை நோக்கிச் சென்றேன். 'செல்வா நகர்' குடியேற்றத் திட்டத்திற்குப் பொறுப்பான அத்தனாஸ் பாதிரியார் அங்கேதான் இருந்தார். அவரிடம் நான் புத்தர் சிலை குறித்த செய்தியைச் சொன்னதும் "ஆண்டவரே" என வாய்விட்டுக் கூவிய பாதிரியார் மார்பில் சிலுவைக் குறியிட்டுக்கொண்டார். எனது சைக்கிளில் பாதிரியாரையும் ஏற்றிக்கொண்டு செல்வா நகருக்குத் திரும்ப வந்தேன்.

அத்தனாஸ் பாதிரியார் குழிக்குள் இறங்கி, புத்தர் சிலையைப் பரிசோதித்தார். தனது சட்டைப் பையிலிருந்து சிறிய குறிப்புப் புத்தகத்தை எடுத்து அதில் கிறுக்கலான ஆங்கில எழுத்துகளில் கடகடவென எழுதினார். பின்பு ஒரே தாவலில் குழியிலிருந்து மேலே வந்தார். எங்கள் மூவரையும் ஒருமுறை ஆழமாகப் பார்த்துவிட்டு "இந்தச் செய்தி வேறு யாருக்காவது தெரியுமா?" என்று கேட்டார். இல்லையென்றோம்.

பாதிரியார், வெட்டப்பட்டு விழுந்து கிடந்த மரமொன்றின் மீது அமர்ந்துகொண்டு, தனது காற்சட்டையில் ஒட்டிக்கிடந்த மண்ணைத் தட்டிவிட்டார். பின்பு தாழ்ந்த குரலில் எங்களிடம் இப்படிச் சொன்னார்:

"இங்கே புத்தர் சிலை கிடைத்த செய்தி அரசாங்கத்திற்குத் தெரியவந்தால், இந்த இடத்தில் முன்னொருகாலத்தில் சிங்களவர்கள் வாழ்ந்ததற்கான தடயம் இதுவென அவர்கள் சொல்வார்கள். புத்த பிக்குகள் வழிபாட்டுக்காக இங்கே வருவார்கள். சிங்களத் தொல்பொருள் ஆய்வாளர்கள் இங்கே படையெடுப்பார்கள். வன்னி மண் தமிழர்களது பாரம்பரிய நிலம் என்பதை அவர்கள் மறுப்பார்கள். அது நல்லதல்ல... ஆகவே, இந்தச் சிலையைக் காதும் காதும் வைத்ததுபோல அழித்துவிடுங்கள்!"

அன்றிரவு, நாங்கள் மூன்றுபேரும் கயிறுகளால் புத்தரைப் பிணைத்து, நடுவே பலமான இரும்புக் கம்பிகளைச் சொருகி, புத்தரை அடர்ந்த காட்டுக்குள் தூக்கிச் சென்றோம். புத்தரைக் கீழே போட்டுவிட்டு, நான் அலவாங்கால் முதல் அடியைப் புத்தரின் மார்பில் இறக்கினேன். சிலையிலிருந்து 'கிலுங் கிலுங்' எனச் சில்லறை நாணயங்கள் குலுங்குவது போல ஒலி எழுந்தது. அலவாங்கு என் கைகளிலிருந்து துள்ளப் பார்த்தது. ஏதோ நூதனமான கல்லில் சிலையை உருவாக்கியிருக்கிறார்கள்

என நினைத்துக்கொண்டேன். மூன்றாவது அடியில் புத்தரின் மார்பு இரண்டாகப் பிளந்தது. நாங்கள் மூவரும் ஆள்மாறி ஆளாக அடித்து அந்தச் சிலையைத் தூள் தூளாக்கினோம். ஒவ்வொரு அடிக்கும் 'கிலுங் கிலுங்' என்ற ஒலி எழுந்துகொண்டேயிருந்தது. சிலையைச் சல்லிக் கற்களாகச் சிதைத்தோம். அந்தக் கற்களைக் காட்டின் எல்லாத் திசைகளிலும் சில்லஞ் சில்லமாகக் குழிதோண்டிப் புதைத்தோம். அங்கேயொரு புத்தர் சிலையிருந்ததற்கான எந்தத் தடயத்தையும் விட்டுவைக்க நாங்கள் விரும்பவில்லை. இவ்வளவற்றையும் செய்து முடிக்கும்போது பொழுது விடிந்துவிட்டது. தூங்கச் செல்லாமல் அப்படியே வந்து, அந்த விடிகாலையில் 'செல்வா நகர்' என்ற பெயர்க் கல்லைத் தோண்டியிருந்த குழியில் நாட்டினோம்.

கெய்லா ஆர்வத்துடன் இயற்கைக் காட்சிகளைப் பார்த்துக் கொண்டிருந்தாள். பேருந்து கண்டிவீதியால் புளியங்குளத்தைக் கடந்து சென்றுகொண்டிருந்தது. இந்த இருபத்தைந்து வருடங்களில் அந்தப் பகுதிகளில் பெரிய மாற்றங்கள் ஏதுமில்லை. வீதியோரத்தில் சில வாகனங்கள் எரிந்து கிடந்தன. ஆள் நடமாட்டமே இருக்கவில்லை.

நான் வீதியையே உற்றுக் கவனித்துக்கொண்டிருந்தேன். அந்த வீதியின் ஒவ்வொரு கல்லும் எனக்குப் பரிச்சயமானது. அந்த வீதியின் ஒவ்வொரு மேடுபள்ளத்திலும் எனது சைக்கிள் நூற்றுக்கணக்கான தடவை பயணித்திருக்கிறது. வீதியோரத்தில் நிற்கும் மரங்கள் ஒவ்வொன்றையும் நான் அறிவேன். பேருந்து இன்னும் இரண்டு நிமிட நேரத்தில் செல்வா நகரைக் கடக்கும் என நான் அனுமானித்தபோது, எனது கண்களை இறுக மூடிக்கொண்டேன். தூங்குவது போல் தலையை இருக்கையில் சாய்த்துக்கொண்டேன்.

சரியாக இரண்டு நிமிடங்களில் பேருந்து நிறுத்தப்பட்டது. நான் கண்களை மூடியவாறேயிருந்தேன். பேருந்துக்கு வெளியே 'கிலுங் கிலுங்' எனச் சத்தம் கேட்டது. "இந்த இடத்தில் ஒரு புத்தர் சிலையை அமைக்கப்போகிறோம், அதற்குத் தர்மம் செய்யுங்கள்" என்ற குரல்கள் சிங்களத்தில் ஒலித்தன. நான் கண்களை இறுக மூடியவாறேயிருந்தேன்.

பேருந்து மறுபடியும் புறப்பட்டபோது, கெய்லா எனது தோளில் சாய்ந்துகொண்டாள். நான் அவளது முதுகைத் தடவிக்கொடுத்தேன். அப்போது கெய்லாவின் வலதுபுறத் தோள் சடுதியில் உலுக்கிக்கொண்டதை எனது கை உணர்ந்தது. கெய்லாவிடமிருந்து 'ஷ்…' என மெல்லிய வேதனைக் குரல் எழுந்தது. அப்போது புத்தர் எனது உள்ளங்கைக்குள் இருந்தார்.

□ குவர்னிகா – 2013

தங்கரேகை

புனிதவதி ரீச்சருக்குக் காதுகள் கொஞ்சம் மந்தம் எனச் சொல்லி ஆரம்பித்தான் கதைசொல்லி.

புனிதவதியைத் தேடி வந்திருந்த விடுதலைப் புலிகள் சொன்னது அவருக்குச் சரியாகக் கேட்கவில்லை. எனினும், வந்திருந்த இருவரையும் பார்த்து 'வாருங்கள்' என்பது போல் தலையாட்டிச் சிரித்தவாறே அவர்களை வரவேற்றுவிட்டு, முற்றத்தில் இருந்த இரண்டு பிளாஸ்டிக் நாற்காலிகளைக் காட்டி, வந்தவர்களை உட்காரச் சொன்னார் புனிதவதி. வந்தவர்கள் புனிதவதியை உட்காருமாறு சொல்ல, எதுவும் பேசாமல் புனிதவதி தலையை ஆட்டிவிட்டு, முற்றத்து மணலில் மெல்ல உட்கார்ந்துகொண்டார். புலிகள் நாற்காலியில் உட்காரத் தயங்கி நின்றார்கள். அவர்களில் ஒருவன் புனிதவதியை நாற்காலியில் உட்காருமாறு கையைக் காட்டி மறுபடியும் சொன்னான். அவனது சைகையை ஓரளவு புரிந்துகொண்ட புனிதவதி "பரவாயில்லை நான் பணிய இருக்கிறேன், அதுதான் எனக்கு வசதி" என்று சொல்லியவாறே இரு கால்களையும் முற்றத்து மணலில் நீட்டிக்கொண்டார். பித்த வெடிப்பால் அவரது பாதங்களில் தோல் தாறுமாறாக உரிந்திருந்தது.

யுத்தம் உக்கிரமாக நடந்துகொண்டிருந்தது. இராணுவத்திற்கும் புலிகளுக்கும் நடுவே எல்லைக்கோடுகள் அடிக்கடி நகர்ந்து கொண்டிருந்தன. வடக்கும் தெற்குமாக மாறி மாறி நகர்ந்துகொண்டிருந்த எல்லைகளில் இப்போது வடக்குப் பக்கத்திலிருக்கும் கடைசிக் கிராமம் இதுதான். இந்தக் கிராமத்திற்கு அப்பால் ஓங்கிய வன்னிக்காடும், காட்டுக்குள் கைவிடப்பட்ட சிறு சிறு குடியிருப்புகளும் மட்டுமே இருந்தன. அந்தக் காட்டில் புலிகள் காவலரங்களை அமைத்து எல்லையைக் காவல் செய்தார்கள். அந்த எல்லைக்கு அப்பால் சூன்யப் பிரதேசமிருந்தது. அதற்கும் அப்பால் இராணுவத்தின் எல்லைக்கோடும் காவலரங்களும் இருந்தன. அங்கிருந்து சில கிலோமீற்றர் தொலைவில் வவுனியா நகரமிருந்தது.

இரண்டு எல்லைக்கோடுகளிலிருந்தும் எதிரிகளின் பகுதிகளை நோக்கி எப்போதும் துப்பாக்கிச் சூடுகளும் அவ்வப்போது எறிகணை வீச்சுகளும் பரிமாறிக்கொள்ளப்பட்டன. அங்கே வெடிக்கும் குண்டுகளின் ஓசை

இங்கே கிராமத்தில் கேட்கும். அந்தச் சத்தங்களால்தான் புனிதவதிக்குக் காதுகள் மந்தமாகிவிட்டன என அவரது ஒன்றுவிட்ட தம்பி வேலும் மயிலும் சொல்லிக்கொள்வதுண்டு. ஆனால், புனிதவதிக்கு முப்பது வயதுக்கு முன்பாகவே காதுகள் மந்தமாகிவிட்டன. அதை வெளியில் காட்டிக்கொள்ளாமல், ஓய்வு பெறும்வரை அவர் அந்தக் கிராமத்தின் பள்ளிக்கூடத்தில் பணியாற்றியிருந்தார்.

புலிகள் வீடு வீடாகச் சென்று போராட்டத்திற்குப் பங்களிப்பாகத் 'தங்கம்' கேட்டுக்கொண்டிருந்தார்கள். முதலில் தன்மையாகத்தான் கேட்பார்கள். தங்கம் பெயராது எனத் தெரிந்தால் பேச்சு வன்மையாகும். அதற்கும் பலனில்லாவிட்டால் எது வேண்டுமானாலும் நடக்கும். புலிகளின் மனோட்டத்தைப் புரிந்துகொள்வது கிட்டத்தட்ட முடியாத காரியம். இந்தக் கதைசொல்லியால் கற்பனையில் கூட அதைப் புரிந்துகொள்ள முடிவதில்லை.

புலிகள், ஒரு படிவத்தை நிரப்பித் தருமாறு புனிதவதியிடம் கொடுத்தார்கள். புனிதவதிக்கு அதைப் படிக்க மூக்குக் கண்ணாடி தேவைப்பட்டது. அவர் சிரமப்பட்டுக் கைகளை மணலில் ஊன்றி எழுந்து, தனது குடிசை வீட்டுக்குள் மெதுவாக நடந்து சென்று, மூக்குக் கண்ணாடியை எடுத்துக்கொண்டு வெளியே வந்து, மறுபடியும் மணலில் உட்கார்ந்து படிவத்தையும் பேனாவையும் எடுத்து மடியில் வைத்துக்கொண்டார்.

அந்தப் படிவம் நிரப்புவதற்கு எளிதானதுதான். பெயர், வயது, உறவுகள், முகவரி என்று கேள்விகளிருந்தன. அதைக் கடகடவென்று புனிதவதி நிரப்பினார். வயது அறுபத்தொன்பது, விதவை, ஒரே மகன் பிரான்ஸில் இருக்கிறான், அவனது முகவரி தெரியாது என்று விவரங்களை நிரப்பிய புனிதவதி படிவத்தில் கடைசியாக இருந்த கேள்வியான 'கொடுக்கும் தங்கத்தின் அளவு' என்ற கேள்விக்கு நேரே 'பொருந்தாது' என எழுதிக் கையொப்பமிட்டார். நிரப்பிய படிவத்தைப் புலிகளிடம் கொடுத்துவிட்டு "தம்பிமார் தேத்தண்ணீர் குடிக்கிறீர்களா... சீனி இல்லை, தோடம்பழ இனிப்புத்தான் இருக்கிறது" என்றார்.

வந்திருந்தவர்களும் களைத்துத்தானிருந்தார்கள். அவர்களுக்கும் ஒரு தேநீர் தேவைப்பட்டது. அவர்களில் ஒருவன் சற்றுத் தயங்கி "அதற்கென்ன குடிக்கலாம் அம்மா" என்று மெதுவாகச் சொன்னான். அது புனிதவதியின் காதுகளில் கேட்காததால், அவர் மணலிலேயே உட்கார்ந்திருந்தார். அவர்கள் போவதற்காக அவர் காத்திருந்தார். அவர் பஸ் பிடித்து ஆஸ்பத்திரிக்குப் போக வேண்டியிருந்தது. இன்று அவருக்குத் தலைமை மருத்துவரோடு சந்திப்பு இருக்கின்றது.

படிவத்தில் புனிதவதி 'பொருந்தாது' என எழுதியிருந்தது வந்திருந்தவர்களைக் குழப்பிவிட்டது. அதற்கு என்ன அர்த்தம் எனத் தெரியாமல் யோசித்துக்கொண்டிருந்தார்கள். புனிதவதியோ ஏதும் பேசாமல் வந்திருந்தவர்களின் முகங்களையே பார்த்துக்கொண்டிருந்தார். இப்போது ஒருவன் "அம்மா நீங்கள் போராட்டத்திற்குப் பங்களிப்புச் செய்யத்தானே வேண்டும்" என்றான். புனிதவதி மெதுவாகத் தலையாட்டிச் சிரித்தார். எதுவும் சொல்லவில்லை.

புனிதவதி தேவைக்கு அதிகமாகச் சத்தமிட்டுப் பேசிக் கொண்டிருப்பதையும் அவரது கண்கள் தங்களது முகங்களையே இடைவிடாமல் பார்த்துக்கொண்டிருப்பதையும் அப்போதுதான் ஒருவன் உணர்ந்துகொண்டான். பொதுவாக, காது மந்தமானவர்கள்தான் இப்படி நடந்துகொள்வார்கள் என்பது அவனுக்குத் தெரியும். அவன் நாற்காலியிருந்து எழுந்து, புனிதவதிக்கு அருகே வந்து உரத்த குரலில் ஆனால், பணிவாகக் கேட்டான்:

"அம்மா நீங்களும் போராட்டத்திற்குப் பங்களிப்புச் செய்ய வேண்டுமல்லவா?"

இப்போது புனிதவதிக்கு அவனது கேள்வி தெளிவாக விளங்கியது. அவர் சத்தமாக அவனுக்குப் பதில் சொன்னார்:

"இந்த வயதில் என்னால் பயிற்சிக்கு வரமுடியாது தம்பி."

கிழவி நக்கல் பண்ணுகிறது என வந்திருந்தவர்கள் நினைத்திருக்கக் கூடும். எனினும், தொடர்ந்தும் அவர்கள் பொறுமையாகவே பேசினார்கள்.

"உங்களைப் பயிற்சிக்கு வரச்சொல்லிக் கேட்கவில்லை அம்மா. பவுண் சேர்க்க வந்திருக்கிறோம்."

"என்னிடம் எங்கே தம்பி பவுண் இருக்கிறது... இதோ காதில் கிடப்பது கூட 'ரோல்கோல்ட்'தான்."

இதைப்போல எத்தனை வீடுகளையும் எத்தனை கிழவிகளையும் புலிகள் பார்த்திருப்பார்கள். எனவே, அவர்கள் இன்னும் பொறுமையை இழக்காமலேயே இருந்தார்கள்.

"உங்களது குடும்பம் இதுவரை போராட்டத்திற்கு எந்தப் பங்களிப்புமே வழங்கவில்லை. இது கடைசிச் சண்டை. நீங்கள் கட்டாயம் பவுண் தரத்தான் வேண்டும் அம்மா."

"தம்பி, கடைசிச் சண்டை என்றால் அது கடைசியில்தான் வர வேண்டும். நீங்கள் முதலிலிருந்தே கடைசிச் சண்டையென்றே

சொல்லிக்கொண்டிருக்கிறீர்கள்... ஆனால், என்னிடம் பவுண் இல்லை."

கிழவி அழுத்தக்காரி என்பது வந்திருந்தவர்களுக்கு விளங்கிவிட்டது. இப்போது, அவர்களது முகத்தில் புன்னகை மறைந்து விநோதமான ஒரு பாவம் எழுந்தது. அவர்களது கண்கள் வெறித்துப் பார்க்கத் தொடங்கின. அவர்களது குரல்கள் இருமடங்காக உயர்ந்தன.

"நாங்கள் உங்களுக்காகத்தானே சண்டைபிடித்துச் சாகிறோம். நாங்கள் சாவது உங்களுக்கு விளையாட்டாக இருக்கிறதா? நாங்கள் சயனைட் சாப்பிடுவது ஐஸ்கிரீம் சாப்பிடுவதாக உங்களுக்குத் தெரிகிறதா? எல்லையைக் காப்பாற்றுவதில் எத்தனை இளம் குருத்துகள் வீரச் சாவடைந்துவிட்டார்கள். சாகப் போகிற வயதிலே பவுணை வைத்திருந்து என்ன செய்யப் போகிறீர்கள்?"

புனிதவதியின் காதுகளில் உள்ள பிரச்சினை என்னவென்றால், சாதாரணமாகப் பேசினாலும் அவருக்கு விளங்காது, குரலை அதி உச்சமாக உயர்த்திப் பேசினாலும் அவருக்குக் கேட்காது. இரண்டுக்கும் நடுவில் தெந்தெட்டாகப் பேசினால்தான் அவருக்கு விளங்கும். அவரது தம்பி வேலும் மயிலுமுக்கு மட்டும்தான் அப்படி நுணுக்கமாக, புனிதவதிக்குக் கேட்கக்கூடிய வகையில் பேசத் தெரியும்.

வந்திருந்தவர்கள் ஏதோ இரைகிறார்கள் என்பது மட்டும் புனிதவதிக்குத் தெரிந்தது. அது தனக்கு விளங்காததும் நல்லதே என்பது போலிருந்தது அவரது முகபாவம். அவரது தடித்த உதடுகள் இலேசாகப் புன்னகைத்துக்கொண்டேயிருந்தன.

இந்தச் சிரிப்பு வந்திருந்தவர்களை மேலும் சினமூட்டக் கூடியதே. தங்களைக் கிழவி அலட்சியப்படுத்துகிறார் என்பது அவர்களுக்கு நன்றாகவே தெரிந்தது. ஆனால், இதுபோல எத்தனை அலட்சியங்களை அவர்கள் கதறக் கதற உடைத்துப்போட்டிருப்பார்கள்! வந்திருந்தவர்கள் அடுத்த கட்டத்திற்கு நகர்ந்தார்கள்.

மற்றவனும் எழுந்து, அந்தப் படிவத்தோடு வந்து புனிதவதிக்கு அருகில் குந்திக்கொண்டான். அவன் குனிந்தபோது, அவனது சயனைட் மாலை புனிதவதியின் முகத்திற்கு நேரே ஆடியது. இப்போது, அவன் தனது முகத்தில் கடுமையுமில்லாத இனிமையுமில்லாத ஆனால், உறுதியான பாவனையை வரவமைத்துக்கொண்டான். அவன் படிவத்தை புனிதவதியின் முன்னே நீட்டி, பிரான்ஸிலிருக்கும் அவரது மகனின் முகவரியை எழுதச் சொன்னான். அது அவருக்குத் தெளிவாகக் கேட்டது. மகன் குறித்து யாராவது முணுமுணுத்தால் கூட அவருக்குத் தெளிவாகக் கேட்டுவிடுகிறது. செவிப்புலன் வைத்தியர் கூட ஒருமுறை, புனிதவதி

ரீச்சருக்குக் காதுகள் நன்றாகத்தானிருக்கின்றன, அவரது மனதில்தான் ஏதோ பிரச்சினை எனச் சொல்லியிருந்தார்.

"எனக்கு மகனின் முகவரி தெரியாது" என்றார் புனிதவதி. வந்திருந்தவன் தனது கையிலிருந்த படிவத்தைத் தரையில் வீசியடித்தான். அது புனிதவதியின் கால்களுக்கிடையே விழுந்தது. புனிதவதி அதையெடுத்துக் கண்களில் ஒற்றிக்கொண்டார். 'சரஸ்வதி' என அவரது தடித்த உதடுகள் முணுமுணுத்தன. அந்தப் படிவத்தை மறுபடியும் அவர் பார்த்தார். மகனின் முகவரி உண்மையிலேயே அவருக்குத் தெரியாது.

புனிதவதியின் மகன் அமுதனுக்கு ஒரு வயதாக இருக்கும்போதே புனிதவதியின் கணவர் இறந்துபோனார். மெக்கானிக்காக வேலை செய்த அவர் மிடாக்குடிகாரர். நித்தமும் போதையில் வந்து புனிதவதியை மாடுபோல அடிப்பார். புருசன் செவிட்டில் அடித்து அடித்துத்தான் தனது காதுகள் மந்தமாகிவிட்டன எனப் புனிதவதி நினைத்துக்கொண்டிருக்கிறார்.

கிடைத்த சொற்ப சம்பளத்தில்தான் மகனைப் புனிதவதி படிக்கவைத்து, யாழ்ப்பாணப் பல்கலைக்கழகம் வரை அனுப்பிவைத்தார். மகனின் படிப்பு முடிந்ததும், அவனை நாட்டில் வைத்திருக்கப் புனிதவதி விரும்பவில்லை. இருந்த சிறிய கல்வீட்டையும் காணியையும் தனது தம்பி வேலும் மயிலுமிடம் விற்றுவிட்டுத்தான், அமுதனை அவர் பிரான்சுக்கு அனுப்பிவைத்தார். இப்போது அவர் வேலும் மயிலும் கொடுத்த சிறிய காணித் துண்டொன்றில் குடிசை போட்டு வாழ்கிறார். ஓய்வூதியப் பணம் வருவதால் ராங்கியான சீவியம்தான். யாரிடமும் எதையும் புனிதவதி எதிர்ப்பார்ப்பதில்லை. வெளிநாட்டிலிருந்த மகனிடமும் தனக்குப் பணம் அனுப்பத் தேவையில்லை எனச் சொல்லியிருந்தார்.

அமுதன் பிரான்சுக்குப் போன புதிதில் சற்றுச் சிரமப்பட்டான்; ஆனாலும், மொழியைப் படித்துச் சீக்கிரமாகவே முன்னேறிவிட்டான் என்றெல்லாம் அமுதனின் கடிதங்கள் வழியாகப் புனிதவதி அறிந்தபோது, பெரும் நிம்மதியடைந்தார். மகனுக்கு மனைவியை மல்லாவியில் கண்டுபிடித்து, அந்தப் பெண்ணைக் கொழும்புவரை அழைத்துச் சென்று புனிதவதிதான் விமானம் ஏற்றிவிட்டார். வேலும் மயிலும் புனிதவதியுடன் துணைக்குப் போயிருந்தான்.

பிரான்ஸிலே அமுதன் தொலைபேசி அட்டைகளை விற்பனை செய்யும் நிறுவனத்தை நடத்திவருவதாகக் கடிதம் வந்தது. நிறுவனத்திற்குப் புனிதவதியின் பெயரைத்தான் வைத்திருக்கிறானாம். அந்தக்

கடைசிக் கடிதத்தை மட்டுமல்லாது, அமுதன் அனுப்பிய எல்லாக் கடிதங்களையுமே புனிதவதி பத்திரமாக வைத்திருக்கிறார்.

திடீரென அவனுடனான தொடர்புகள் அறுந்துபோயின. கடந்த அய்ந்து வருடங்களாக அவனது குடும்பம் எங்கிருக்கிறது என்று யாருக்குமே தெரியவில்லை. வேலும் மயிலும் வவுனியாவுக்குப் போயிருந்தபோது, பிரான்ஸில் இருக்கும் சொந்தக்காரன் ஒருவனைத் தொலைபேசியில் அழைத்து "அமுதன் இருக்கும் இடம் தெரியுமா?" என்று கேட்டிருக்கிறான். மறுமுனையில் "தெரிந்தால் நான் போய் அவனை வெட்டியிருப்பேனே" என்று பதில் சொல்லிவிட்டுத்தான் "நீங்கள் யார் கதைக்கிறீர்கள்?" என்ற கேள்வி வந்தது.

அமுதன் சீட்டுப் பிடிக்கும் தொழிலும் செய்திருக்கிறான். பாரிஸிலே அவனுக்கு 'பவுண்சீட்டு அமுதன்' என்றுதான் பெயராம். காசுக்குப் பதிலாக மாதந்தோறும் தங்கம் கட்டும் இந்தச் சீட்டு அங்கே தமிழர்களிடையே பிரபலமாம். அமுதன் கிட்டத்தட்ட ஆயிரம் பவுண்களைச் சுருட்டிக்கொண்டு, குடும்பத்தோடு தலைமறைவாகி விட்டானாம். இந்தச் செய்தியோடு கிராமத்திற்குத் திரும்பிய வேலும் மயிலும் தருணம் பார்த்துச் செய்தியைப் புனிதவதியிடம் சொன்னபோது, அவர் அமைதியாக, தனக்குக் காதுகளில் கடுமையான இரைச்சலாகயிருக்கிறது" என்றார்.

அந்தப் படிவத்தைப் புனிதவதியிடமிருந்து திரும்பவும் வாங்கியவன் எழுந்து நின்றான். குரலை உயர்த்தி "பெற்ற தாய்க்குப் பிள்ளையின் முகவரி தெரியாதா?" என்று கேட்டான்.

புனிதவதி அவனது கண்களைப் பார்த்தவாறே 'இல்லை' எனத் தலையசைத்தார்.

இப்போது, அவனின் கண்களிலே சிரிப்புக் கொப்பளித்தது. "உங்களுக்குத் தெரியாமலிருக்கலாம். ஆனால், உங்களது மகன் எந்த நாட்டிலிருந்தாலும் அவரைக் கண்டுபிடிப்பதற்கான கட்டமைப்புகள் எங்களிடம் உள்ளன. நாங்கள் அவரிடம் பங்களிப்பைப் பெற்றுக்கொள்கிறோம். இருபத்தைந்து வருடங்களாகப் பங்களிப்புச் செய்யாமல் இருக்கிறார். ஒரு நாளைக்கு ஒரு யூரோ என்று கணக்குப் போட்டாலும் 9125 யூரோ வருகிறது. நாங்கள் அவரிடம் வாங்கிக்கொள்கிறோம்; நன்றி அம்மா" என்று சொல்லிவிட்டு, அவர்கள் படலையைப் பார்த்து நடக்கத் தொடங்கினார்கள்.

புனிதவதி ஒரு நிமிடம் மவுனமாக இருந்தார். பின்பு அவர் சத்தம் போட்டு அவர்களை அழைத்தார். எதிர்பார்த்திருந்ததுதான் இது என்ற தோரணையில் அவர்கள் மெது நடைபோட்டுத் திரும்பி வந்தார்கள்.

புனிதவதி குடிசைக்குள் சென்று திரும்பிவரும்போது, கையில் தங்கச் சங்கிலி ஒன்றோடு வந்தார். வந்திருந்தவர்களில் சிவந்த நிறத்துடனும் ஒல்லியான உடல்வாகுடனும் மீசையில்லாத முகத்திலே வட்டமான மூக்குக்கண்ணாடியுடனும் இருந்த பதினேழு அல்லது பதினெட்டு வயது மதிக்கத்தக்கவனிடம் புனிதவதி பெயரைக் கேட்டார். அவன் தனது அடையாள அட்டையை எடுத்துக் காட்டினான். அவனது பெயர் 'கல்கி' என்றிருந்தது.

புனிதவதி அவனின் தலையைத் தடவிக் கொடுத்துவிட்டு "தம்பி உங்களுக்குப் பெரிய எழுத்தாளர் ஒருவருடைய பெயர்" என்றார். அவன் உணர்ச்சியற்ற முகத்தோடு நின்றிருந்தான்.

"இது நான்கு பவுண் சங்கிலி. என்னுடைய செத்த வீட்டுச் செலவுக்காக நான் பொத்திப் பொத்தி வைத்திருந்தது. நான் செத்துப்போனால் எனக்குச் சடங்கு செய்து எரிக்கவேண்டியது உன்னுடைய பொறுப்பு கல்கி" என்று சொல்லிவிட்டு, புனிதவதி அந்த நான்கு பவுண் சங்கிலியைக் கல்கியின் கையில் வைத்தார்.

வாங்கிய கை ஒருகணம் தயங்கியதைப் புனிதவதி உணர்ந்துகொண்டார். "நீங்கள் தமிழீழத்தைப் பார்த்துவிட்டுத்தான் சாவீர்கள் அம்மா" எனக் கல்கி புன்னகைத்தவாறே சொல்லிக்கொண்டு, சங்கிலியைத் தனது உள்ளங்கைக்குள் மடக்கிக்கொண்டான். பின்பு "உங்களது கையாலே தேநீர் குடித்துவிட்டுத்தான் போவோம்" எனச் சொல்லிவிட்டு, இருவரும் நாற்காலிகளில் அமர்ந்துகொண்டார்கள்.

அவர்கள் கைகளிலே தோடம்பழ இனிப்பை வைத்து நக்கிக்கொண்டே தேநீர் குடித்துக்கொண்டிருக்கையில், பின்பக்கத்து வேலியை ஒரே தாவாகத் தாவிக்கொண்டு வேலும் மயிலும் அங்கே வந்தான். நேற்று அவனின் மனைவியைச் சந்தையில் வைத்து மடக்கியவர்கள் அவளிடம் மூன்று பவுண்கள் பெறுவதாகக் கையெழுத்து வாங்கியிருந்தார்கள். அவன் வந்திருந்தவர்களைப் பார்த்துத் தலையை விநோதமாக அசைத்துக்கொண்டே, குறை பீடியை எடுத்துப் பற்றவைத்தான். அவனைச் சற்று நேரம் பார்த்துக்கொண்டிருந்த புனிதவதி, கல்கியைக் காட்டி உரத்த குரலில் "இந்தத் தம்பி என்னுடைய செத்தவீட்டை நடத்துவதற்குப் பொறுப்பெடுத்திருக்கிறார்... வேலும் மயிலும் உனக்கு இனிப் பொறுப்பில்லை" என்றார்.

தலைமை மருத்துவர் வருவதற்கு மதியத்திற்கு மேல் ஆகிவிட்டது. புனிதவதி ஆஸ்பத்திரி விறாந்தையில் தரையில் உட்கார்ந்திருந்தார். அருகில் அமர்ந்திருந்த வேலும் மயிலும் விரல்களை மடக்கியும் நிமிர்த்தியும் ஏதோ கணக்குப் போட்டுக்கொண்டிருந்தான். சீருடை

அணிந்திருந்த ஒருவனைப் புலிகள் தூக்கிக்கொண்டு ஓடிவந்தார்கள். அவனது காலிலிருந்து இரத்தம் கொட்டியது. அவன் மிதிவெடியில் சிக்கியிருக்க வேண்டும். புனிதவதி கண்களை மூடிக்கொண்டார். அவரது தடித்த உதடுகள் 'அம்மாளாச்சி' என முணுமுணுத்தன.

புனிதவதி தலைமை மருத்துவரைச் சந்தித்தபோது "ரீச்சர்... உங்களுடைய வயிற்றில் கட்டி இருப்பது உறுதி செய்யப்பட்டுவிட்டது. கட்டியை உடனடியாக அகற்றாவிட்டால் உயிருக்கு ஆபத்து. சிக்கலான இந்த அறுவைச் சிகிச்சையைச் செய்வதற்கு இங்கே வசதியில்லை. கொழும்புக்குப் போய்த்தான் செய்ய வேண்டும்" என்றார் மருத்துவர்.

ஆஸ்பத்திரியிலிருந்து திரும்பி வரும் வழியில் "நான் செத்துக் கொண்டிருக்கிறேனா?" என்று வேலும் மயிலுமிடம் புனிதவதி கேட்டார். அவன் ஒரு பெருமூச்சை மட்டும் வெளியிட்டான். அறுவைச் சிகிச்சைக்கு நான்கு இலட்சம் ரூபாய்வரை செலவாகலாம் எனத் தலைமை வைத்தியர் சொல்லியிருந்தார். வீட்டுக்கு வந்ததும், முற்றத்து மணலில் சக்கப்பணிய இருந்துகொண்டு கால்களை நீட்டியவாறே புனிதவதி ரீச்சர் சொன்னார்:

"நான் இப்படியே செத்துப் போகிறேன்... எனது செத்தவீட்டுச் சடங்கை இயக்கம் செய்து முடிக்கும்."

வேலும் மயிலும் கடுமையாக யோசித்தான். வவுனியா நகரத்திற்குச் சென்று, பிரான்ஸிலிருக்கும் தெரிந்தவர்களிடம் தொலைபேசியில் தொடர்புகொண்டு, எப்படியாவது மருமகன் அமுதனைக் கண்டுபிடித்து, தாயார் கடுமையான நோய்வாய்ப்பட்டிருப்பதைத் தெரிவித்து, அவனைக் கொழும்புக்கு வரச் சொல்வதென்றும் வர முடியாவிட்டால் நான்கு இலட்சம் ரூபாய் அனுப்பிவைக்குமாறு கேட்பதென்றும் அவன் முடிவெடுத்தான். ஆனால், அதிலும் ஒரு பெரிய சிக்கல் இருந்தது.

எல்லைக்கோட்டைத் தாண்டி வவுனியாவுக்குப் போவதென்றால், புலிகளிடம் 'பாஸ்' பெறவேண்டும். யாராவது ஒருவரைப் புலிகளிடம் பிணையாக வைத்துவிட்டுத்தான் 'பாஸ்' எடுக்க வேண்டியிருக்கும். அவனுக்கு 'பாஸ்' கிடைக்கும் எனச் சொல்வதற்கில்லை. ஏனெனில், அவனின் மனைவி புலிகளுக்குக் கொடுப்பதாக உறுதியளித்திருந்த மூன்று பவுண்களை இன்னும் செலுத்தவில்லை. தவிரவும் வேறுயாரையும் தனக்குப் பணயமாக வைப்பது அவனுக்குப் பிடிக்கவில்லை.

அவனுக்கு வன்னிக் காடுகள் தண்ணிபட்டபாடு. எனவே, இரகசியமாக எல்லைக்கோட்டைக் கடப்பதென்று அவன் முடிவெடுத்தான். என்னதான் அவன் அசல் வன்னியான் என்றாலும், ஒவ்வொரு நாளும் நகர்ந்துகொண்டிருக்கும் எல்லைக்கோடுகள் அவனைக் குழப்பிவிடக்

கூடியவையே. அவனின் நெருங்கிய கூட்டாளி பரமேஸ்வரன் இந்த விஷயத்தில் தேர்ச்சியானவன்.

இரகசியமான முறையில் எல்லைக்கோடுகளைக் கடக்கும் ஆட்களுக்குப் பரமேஸ்வரன் வழிகாட்டி அழைத்துச் செல்வான். இந்தத் தொழிலால் அவன் கொஞ்சம் செழிப்பாக இருந்தான். புலிகள் பவுண் சேர்த்தபோது, அவன் ஐந்து பவுண்களைக் கொடுத்திருந்தான். இந்தப் பரதேசியிடம் அய்ந்து பவுண்கள் இருந்தது புலிகளை உறுத்தியிருக்க வேண்டும். இந்தக் கதை நடந்து முடிந்த சிலநாட்களிலேயே, அவனைப் புலிகள் பொறிவைத்துப் பிடித்துவிட்டார்கள் என்றான் கதைசொல்லி.

பரமேஸ்வரன் எல்லைக்கோடு நிலவரத்தையும், அது எப்படியெல்லாம் மாறும் என்பதையும் வேலும் மயிலுமுக்கு உள்ளங்கையில் படம் வரைந்துகாட்டித் தெள்ளத்தெளிவாக விளக்கினான். இரகசியமாக வவுனியாவுக்குப் போவதைத் தனது மனைவிக்கு மட்டும் சொல்லிவிட்டு, உடுத்த உடுப்புடன் வேலும் மயிலும் தெற்கே புறப்பட்டான். மாற்றுடைகளைக் கையில் வைத்திருந்து புலிகளிடம் மாட்டிக்கொண்டால் நேரடியாக பங்கர் சிறைக்குத்தான் அனுப்பப்படுவான். வெறுங்கையுடன் மாட்டிக்கொண்டாலும் கூட ஏதாவது தகுந்த காரணம் சொல்லியாக வேண்டும். அந்தக் காரணத்தை இப்போதே யோசித்து வைத்திருந்தாலும் பிரயோசனமில்லை. எந்த இடத்தில், இரவிலா பகலிலா, எத்தனை மணிக்குப் பிடிபடுகிறான் என்பதைப் பொறுத்து, அப்போதுதான் உடனடியாகக் காரணத்தை உருவாக்கிக்கொள்ள வேண்டும். பிரான்ஸ் தொலைபேசி இலக்கங்கள் மூன்றை மனப்பாடம் செய்துகொண்டான்.

பரமேஸ்வரன் சொன்னது சரியாகவே இருந்தது. வேலும் மயிலும் தொம்பன் குளத்திற்குப் போய்ச் சேரும்போது, தொம்பன் குளத்திலிருந்து இரண்டாவது கட்டைத் தொலைவில் எல்லைக்கோடு வடக்கு - தெற்கிலிருந்து விலகி கிழக்கு - மேற்காக ஒரு கிலோமீற்றர் தூரத்திற்கு மாறியிருக்கும் எனப் பரமேஸ்வரன் கணித்துச் சொல்லியிருந்தான். மாறாக, அந்த எல்லைக்கோடு தெற்கு நோக்கி முன்னகரும் என அந்த நேரத்தில் தராகி சிவராம் தலைகீழாகக் கணித்து எழுதியிருந்ததும் இந்தக் கதைசொல்லிக்கு ஞாபகத்தில் இருக்கிறது.

ஒரு கிலோமீற்றர் நீளத்திற்குக் கிழக்கு எல்லைக்கோட்டில் புலிகளது காவல் நிலைகள்! மேற்கே அதேயளவு நீளத்திற்கு ஆர்மிக்காரர்களது காவல் நிலைகள்! இடையில் அரைக் கிலோமீற்றர் சூன்யப் பிரதேசம். இன்றிரவு, இந்தச் சூன்யப் பிரதேசத்திற்குள் நுழைந்து வேலும் மயிலும் தெற்கு நோக்கி ஓட வேண்டும். அடர்ந்த காடு அவனுக்குத் தைரியத்தைக் கொடுத்தது. காட்டுக்குள் நுழைந்துவிட்டால் அவன் காடாகவே மாறிவிடுவான் என அவன் தனக்குத்தானே சொல்லிக்கொண்டான்.

தான் பிறந்து தவழ்ந்த வன்னிக்காடு தன்னைக் கைவிடாது என அவன் மனதார நம்பினான்.

பரமேஸ்வரன் ஒரு நுட்பமான அறிவுரையை வேலும் மயிலுமுக்கு வழங்கியிருந்தான். ஒருபோதும் இரு எல்லைக்கோடுகளுக்கும் மத்தியாகச் செல்லக்கூடாது. அப்படிச் சென்றால், இருதரப்பினதும் நோக்கு எல்லைக்குள் நாமிருப்போம். இருதரப்புத் துப்பாக்கிச் சூட்டையும் சந்திக்க நேரிடும். எனவே, ஏதாவது ஒரு பக்க எல்லைக்கோட்டை ஒட்டிச் சென்றால், மற்றைய தரப்பினது பார்வையிலிருந்தும் துப்பாக்கிச் சூட்டிலிருந்தும் நாம் தப்பித்துக்கொள்ளலாம். இந்த வழியில் அய்ம்பது விழுக்காடு ஆபத்துக் குறைவு. எனவே, புலிகளது பக்கத்தைத் தவிர்த்து இராணுவத்தின் பக்கத்தாலேயே செல்லுமாறு பரமேஸ்வரன் அறிவுரை சொல்லியிருந்தான். இராணுவம் கண்டுகொண்டு சுட்டாலும் இலக்குத் தவற வாய்ப்பிருக்கிறது. ஆனால், புலிகளது பக்கத்தால் சென்றால் அவர்கள் இலக்குத் தவறாமல் சுட்டுச் சாய்ப்பார்கள் என்பது பரமேஸ்வரனின் அனுபவ அறிவு.

அன்றிரவு, எல்லைக்கோடுகளில் ஒரு சிறிய துப்பாக்கிச் சத்தம் கூடக் கேட்டிருக்கவில்லை. காட்டின் மைந்தனைக் காடு கைவிடவில்லை. விடிவதற்கு முன்பாகவே இரண்டு எல்லைக்கோடுகளையும் வேலும் மயிலும் தாண்டிவிட்டான். காலைச் சாப்பாட்டுக்கு வவுனியா நகரத்திற்குப் போய்விடலாம்.

இராணுவத்தின் எல்லைக்கோட்டிலிருந்து இரண்டு கிலோமீற்றர் தொலைவிலிருந்த முதலாவது கிராமத்தின் பிள்ளையார் கோயில் கிணற்றில் தண்ணீர் அள்ளி முகத்தைக் கழுவிவிட்டு, விநாயகரை மனதாரக் கும்பிட்டவாறே நெற்றி நிறைய விபூதியைப் பூசிக்கொண்டு, கோயில் வாசற்படிக்கட்டில் களைப்புத்தீர வேலும் மயிலும் உட்கார்ந்துகொண்டான். அந்தக் கோயிலுக்கு வெகுதூரத்திலேயே வீடுகளிருந்தன. கோயில் சுற்றுவட்டாரத்தில் ஆள் நடமாட்டமேயில்லை. கோயிலின் சிறுமண்டபத்திற்குள் இரண்டு ஆடுகள் படுத்திருந்தன. பிரான்சுக்குப் பேசவேண்டிய தொலைபேசி இலக்கங்களை வேலும் மயிலும் ஒருமுறை வாய்விட்டுச் சொல்லிச் சரிபார்த்துக்கொண்டான். மருமகனிடம் பணம் கேட்கும்போது, இரண்டு பவுண்களுக்கான பணத்தையும் சேர்த்துக் கேட்டுப் பார்த்துவிடலாம் என்று முடிவு செய்தான். புலிகளுக்குத் தருவதாக ஒப்புக்கொண்ட மூன்று பவுண்களில், இரண்டு பவுண்களைக் கொடுத்தால் கூடக் கொஞ்சம் நிம்மதியாக இருக்கலாம் என்று நினைத்துக்கொண்டான்.

அப்போது, கோயிலுக்குப் பின்புறமிருந்து தோன்றிய ஓர் உயரமான மனிதன் விறைப்பாக நடந்து வந்து இவனுக்கு அருகில்

உட்கார்ந்துகொண்டான். அந்த மனிதனுக்கு இருபது வயதிருக்கலாம். ஆள் கிட்டத்தட்ட ஏழடி உயரம் இருப்பான் என வேலும் மயிலுமுக்குத் தோன்றியது. இவ்வளவு உயரமான மனிதனை வேலும் மயிலும் தனது வாழ்நாளில் கண்டதில்லை. அந்த மனிதன் அணிந்திருந்த கறுப்புநிற நீள்காற்சட்டை அவனது முழங்கால்களுக்குச் சற்றுக் கீழேவரைதான் கால்களை மறைத்திருந்தது. அவனது நீளமான கால்கள் ஒரு முழத்திற்குச் சேறால் பூசப்பட்டிருந்தன. தலையில் முண்டாசு கட்டியிருந்தான். அவனது உடல் வற்றிப்போயிருந்தது. முகம் வீங்கிக்கிடந்தது. தன்னையே வேலும் மயிலும் கவனிப்பதை உணர்ந்த அந்த மனிதன் சற்றுத் திரும்பி உட்கார்ந்தபோது, வேலும் மயிலும் அந்த மனிதனின் முதுகில் வரிவரியாக இரத்தம் கட்டியிருப்பதைப் பார்த்தான். யாரோ அவனைத் தாறுமாறாகச் சவுக்காலோ தடியாலோ இரக்கமில்லாமல் அடித்திருக்கிறார்கள். முதுகில் திட்டுத் திட்டாய் இரத்தம் காய்ந்திருந்தது.

வேலும் மயிலுமுக்கு அந்த மனிதனிடம் இரக்கம் பிறந்தாலும், எதுவும் பேசாமல் எழுந்து நின்றான். யாரும் யாரிடமும் இரக்கம் காட்டத்தக்க நிலையில் நாட்டு நிலவரம் இல்லை. ஒருவர்மீது மற்றொருவருக்குச் சந்தேகம் மட்டுமே நிலவிய காலமது என்றான் கதைசொல்லி.

வேலும் மயிலும் மறுபடியும் பிள்ளையாரைக் கும்பிட்டுவிட்டு அங்கிருந்து கிளம்பினான். அப்போது, முதுகில் அடிபட்ட காயங்களுடைய, கால்களில் சேறு பூசியிருந்த அந்த மனிதன் தனது முழங்கால்களில் தலையைச் சாய்த்து விசும்பி அழுதுகொண்டிருந்தான். அந்த மனிதனின் பெயர் பழு. வவுனியா நகரத்திற்குச் சற்றுத் தொலைவிலுள்ள சிறியதொரு சிங்களக் கிராமமான மைத்திரிபுரவைச் சேர்ந்தவன் அவன்.

அவனை அவனது கிராமத்தில் 'மோடயா' பழு என்று அழைப்பார்கள். அவன் பிறவியிலேயே புத்தி மழுங்கியவனாக இருந்தான். அதனால், அவன் பாடசாலைக்குச் சென்றதில்லை. நண்டும் சிண்டுமாக ஏழு பிள்ளைகளிருந்த அந்த விறகுவெட்டியின் குடிசையிலே பழு வேண்டாத பிள்ளையாகவே இருந்தான். அவன் யானை மாதிரித் தீனி தின்னக்கூடியவன். மாடு மாதிரி வேலை செய்யக் கூடியவன். ஆனால், அவனால் திருத்தமாக ஒரு வேலையைச் செய்ய முடிவதில்லை. அரை மணிநேரத்தில் செய்து முடிக்கக் கூடிய வேலையை ஒருநாள் முழுவதும் தலையிலிருந்து வியர்வை ஆறாக இறங்கிப் பாதத்தால் கசியமளவுக்குச் செய்வான். அப்படியும் அந்த வேலை திருத்தமாக இருக்காது. பழுவை அவனது தீராத வயிற்றுப் பசி துரத்திக்கொண்டேயிருந்தது. காடுகள் அவனுக்குப் பழக்கமானவை. அவன் தின்று தீர்த்தால் காடே

வெறுமையாகப் போயிற்று என்று விறகுவெட்டியான அவனது தந்தை சலிப்புடன் சொல்லிக்கொள்வதுண்டு.

பழு காலையில் எழுந்ததும், வேலை கேட்டபடியே கிராமம் முழுவதையும் சுற்றிவருவான். அன்றைய காலை உணவு கிடைத்தால் போதுமென்றிருக்கும். மதியம் இன்னொரு வீட்டில் வேலை கேட்பான். இரவானதும் கையில் விளக்குடன் குளத்தில் நண்டு பிடிக்கப் போய்விடுவான். அவன் மீன்களையும் நண்டுகளையும் சமைக்காமல் பச்சையாக உண்பதற்குப் பழகியிருந்தான்.

சில நாட்களுக்கு முன்புவரை, கிராமத்தில் கோப்ரல் கமகே கட்டிக்கொண்டிருந்த மாடி வீட்டில் அவனுக்குத் தொடர்ச்சியாக வேலை கிடைத்துக்கொண்டிருந்தது. கோப்ரலின் மனைவி பழுவுக்குச் சலித்துக்கொள்ளாமல் பார்சோரிட்டாள். புதுமனைப் புகுவிழாவின்போது, பழுவுக்குக் கறுப்புநிறத்தில் புதிய நீலக்காற்சட்டையும் வெள்ளைநிற மேற்சட்டையும் கிடைத்தன. அந்தக் காற்சட்டை அவனது முழங்கால்களுக்குச் சற்றுக் கீழேவரைதான் வந்தது.

கோப்ரல் கமகே அமைதியான, நகைச்சுவை உணர்வுடைய மனிதர். வடக்கு யுத்தமுனையில் அவர் படுகாயமடைந்து பிழைத்து வந்திருந்தார். அவரது கால்கள் இரண்டும் முழங்கால்களுக்குக் கீழே நீக்கப்பட்டிருந்தன. கோப்ரல் சக்கர நாற்காலியில் உட்கார்ந்தவாறே எப்போதும் ஏதாவதொரு வேலையைச் செய்துகொண்டிருப்பார். அவருக்கு அரசாங்கம் வழங்கிய நிவாரணப் பணத்தோடு, மனைவியின் நகைகளை விற்றுத் திரட்டிய பணத்தையும் போட்டு இந்த அழகிய மாடிவீட்டை கோப்ரல் கட்டி முடித்திருக்கிறார்.

அன்று மாலையில், கோப்ரல் உற்சாகமான மனநிலையில் இருந்தார். வழக்கத்தைவிடச் சற்று அதிகமாகக் குடித்திருந்தார். அப்போதுதான் பழு அந்தக் கேள்வியை அவரிடம் கேட்டான்.

"நீங்கள் சண்டையில் தோற்றுப்போன மனிதர்... இவ்வளவு பெரிய வீட்டைக் கட்ட உங்களுக்கு எங்கிருந்து பணம் கிடைத்தது?"

கோப்ரல் வாய்க்குள் வந்த சிரிப்பை முண்டி விழுங்கிவிட்டு "பழு உன்னிடம் ஒரு ரகசியம் சொல்கிறேன்... யாரிடமும் சொல்லிவிட மாட்டாயே" என்றார்.

கோப்ரலின் தலையில் பழு தனது கையை வைத்துக் குரலைத் தாழ்த்தி "யாரிடமும் சொல்ல மாட்டேன்" என்றவாறே கண்களை விரித்து வைத்துக்கொண்டான்.

அவனது உற்சாகத்தால் கோப்ரலின் உற்சாகம் மேலும் தூண்டப்படவே, அவர் தனது குரலை இன்னும் தாழ்த்திக்கொண்டே "புலிகள் தமிழர்களிடம் தங்கம் திரட்டுவது உனக்குத் தெரியுமா பழு?" என்று கேட்டார்.

பழு இன்னும் குரலைத் தாழ்த்திக்கொண்டே "தெரியாது கோப்ரல்" என்றான்.

"ஆமாம் பழு... புலிகளிடம் இப்போது ஆயுதங்கள் தீர்ந்துவிட்டன. வெளிநாட்டிலிருந்து அவர்களுக்கு ஆயுதம் வரும் வழிகளையெல்லாம் நாங்கள் அடைத்துவிட்டோம்."

பழு தலையை உற்சாகமாக ஆட்டிக்கொண்டான். கோப்ரல் மதுக்கிண்ணத்தை எடுத்து ஒரு மிடறு பருகிவிட்டுச் சொன்னார்:

"இப்போது புலிகளிடம் துப்பாக்கிகள் இருந்தாலும், அவற்றுக்கான தோட்டாக்கள் அவர்களிடமில்லை. அவர்களே சொந்தமாகத் தோட்டாக்களை உற்பத்தி செய்யத் தொடங்கினார்கள். முதலில் செம்பிலிருந்தும் பிறகு ஈயத்திலிருந்தும் பிறகு அலுமனியத்திலிருந்தும் பிறகு இரும்பிலிருந்தும் பிறகு வெள்ளியிலிருந்தும் அவர்கள் தோட்டாக்களை உற்பத்தி செய்தார்கள்."

"மெய்யாகவா! அது எப்படி உங்களுக்குத் தெரியும் கோப்ரல்?"

கோப்ரல் கெக்கடமிட்டுச் சிரித்துவிட்டுச் சொன்னார்:

"அந்தத் தோட்டாக்களை அவர்கள் எங்களிடம்தானே அனுப்பி வைத்தார்கள்."

"அது உண்மைதான்" என முணுமுணுத்தவாறே பழு தலையை ஆட்டிக்கொண்டான்.

"கடைசியில், எல்லாவித உலோகங்களும் தீர்ந்துபோன நிலையில்தான், அவர்கள் மக்களிடம் தங்கம் சேர்க்கத் தொடங்கினார்கள். அந்தத் தங்கத்தை உருக்கி அவர்கள் துப்பாக்கிகளுக்கான தோட்டாக்களைச் செய்தார்கள். சண்டையின்போது, அந்தத் தங்கத் தோட்டாக்களில் எட்டுத் தோட்டாக்கள் எனது கால்களிலே பாய்ந்து அங்கேயே இருந்துவிட்டன. அந்தத் தங்கத் தோட்டாக்களை விற்றுத்தான் இந்த வீட்டைக் கட்டினேன்" என்று சொல்லிவிட்டு, கோப்ரல் தனது முகத்தில் இரகசியமும் உறுதியும் கலந்தொரு பாவனையை வரவழைத்துக்கொண்டார்.

"அதுவா விஷயம்" எனச் சடுதியில் கூவிக்கொண்டு, தனது நீண்ட கைகளால் வாயைப் பொத்தியவாறே பழு நிலத்தில் பொத்தென அமர்ந்துகொண்டான்.

அடுத்தநாள் காலையில், பழு யாருக்கும் சொல்லாமல் கொள்ளாமல் கிராமத்திலிருந்து கிளம்பிச் சென்றான். இராணுவத்தில் சேருவதென்ற உறுதியான முடிவுடன் வவுனியா நகரத்திலிருந்த இராணுவத் தலைமை அலுவலகத்திற்கு நேராகப் போனான். அங்கே காவலரணில் இருந்தவர்கள் இவனை உள்ளே அனுமதிக்க மறுத்தார்கள். "எதற்காக இராணுவத்தில் சேரப் போகிறாய்?" என்று ஒரு சிப்பாய் கேட்க, பழு எதுவும் சொல்லாமல் நின்றிருந்தான். இரகசியத்தைக் காப்பதாக அவன் கோபரலின் தலையில் கை வைத்தல்லவா சத்தியம் செய்திருக்கிறான்.

இவன் சற்றுப் புத்தி மழுங்கியவன் என்பது காவலரணிலிருந்த சிப்பாய்களுக்கு விளங்கிவிட்டது. "உனக்கு மரம் ஏறத் தெரியுமா" என ஒரு சிப்பாய் கேட்க, தெரியும் எனப் பழு தலையாட்டினான்.

"அதோ அந்தத் தென்னைமரத்தில் ஏறி நல்லதாகப் பத்து இளநீர்கள் பறித்துப்போடு! உன் திறமையையும் பார்த்துவிடலாம்" என்றான் சிப்பாய். "இதோ" என்று சொல்லிவிட்டு, பழு தென்னைமரத்தை நோக்கி ஓடினான்.

தென்னைமரம் என்னவோ குட்டையானதுதான். பழுவைப்போல இரண்டு மடங்கு உயரம்தான் இருக்கும். ஆனால், அதில் ஏறிப் பத்துக் காய்களைப் பறித்துவிட்டு இறங்குவதற்குப் பழுவுக்கு ஒருமணிநேரம் பிடித்தது. சிப்பாய்கள் இளநீர் குடித்து முடித்ததும், வெற்றுக் கோம்பைகளைப் பழுவை நோக்கி எறிந்தார்கள். பழு சிப்பாய்களை முறைத்துப் பார்த்தான். ஒரு சிப்பாய் "இங்கே ஆட்கள் தேவையில்லை. எல்லையில்தான் சண்டை நடக்கிறது. அங்கே ஓடு..." எனக் கூச்சலிட்டவாறே தனது கையிலிருந்த கோம்பையைப் பழுவை நோக்கி வீசினான். இலக்குத் தப்பாமல் கோம்பை பழுவின் முழங்காலைத் தாக்கியது. பழு கூச்சலிட்டவாறே காலைப் பிடித்துக்கொண்டான். மேலும் கோம்பைகள் பழுவை நோக்கிவர, பழு காலை நொண்டியடித்தவாறே ஓடத் தொடங்கினான். ஒரு கோம்பை அவனது முதுகில் விழுந்தது. ஒரு கையால் காலைப் பிடித்தவாறும், மறுகையால் முதுகைப் பிடித்தவாறும் ஒரு விநோதமான பிராணி போன்று பழு துள்ளித் துள்ளி ஓடிக்கொண்டிருந்தான். அவனுக்கு எதிரே வீதியில் இராணுவப் பிரிவொன்று அணிநடை போட்டவாறே மிடுக்காக வந்துகொண்டிருந்தது.

அன்று மாலையில், எல்லையிலிருந்த இராணுவக் காவலரண் ஒன்றில் பழு உட்கார வைக்கப்பட்டிருந்தான். அவனது முன்னுக்குப் பின்னான பேச்சுகள் இராணுவத்தினருக்குச் சந்தேகங்களைக் கிளப்பியவாறேயிருந்தன. இராணுவத்தில் சேர்வதற்கு எதற்கு எல்லைக்கு வரவேண்டும் என்று அவர்கள் கேட்டார்கள். இராணுவத் தலைமை அலுவலகத்தில் அப்படித்தான் சொன்னார்கள் என்றான் பழு. காவலரணிலிருந்து தலைமை அலுவலகத்திற்குத் தொடர்புகொண்டு கேட்ட இராணுவத்தினருக்கு, பழுவை அடித்துத் துரத்துமாறு உத்தரவு கிடைத்தது. முதலில் அவனிடம் தன்மையாக எடுத்துச்சொல்லி, திரும்பவும் கிராமத்திற்கே போய்விடுமாறுதான் இராணுவத்தினர் புத்திமதி சொன்னார்கள். ஆனால், கிராமத்திற்குச் திரும்பிச் செல்வதென்றால் இராணுவ வீரனாகத்தான் செல்வேன் என்று பழு சொல்லிவிட்டான். அந்த நேரம் பார்த்து, புலிகளின் எல்லைக்கோட்டில் துப்பாக்கிகள் வெடிக்கும் சத்தம் கேட்டது. இராணுவச் சிப்பாய்கள் மண் மூட்டைகளுக்குப் பின்னால் பதுங்கிக்கொண்டு, பழுவின் கைகளையும் பக்கத்திற்கு ஒருவராகப் பிடித்துப் பழுவை கீழே இழுத்தார்கள். பழு நிமிர்ந்து நின்று தலையை ஒரு சிலிர்ப்புச் சிலிர்த்துக்கொண்டு, தனது இரு கைகளையும் உதறிக்கொண்டான். இரண்டு சிப்பாய்களும் மூலைக்கு ஒருவராய் விழுந்தார்கள். பழு காவலரணிலிருந்து பாய்ந்து முன்னோக்கி ஓடினான். அடுத்த நூறு மீற்றர் தூரத்தில், மரங்களிடையே பதுங்கியிருந்த இராணுவத்தினரிடம் பழு வசமாக மாட்டிக்கொண்டான்.

அன்றிரவு முழுவதும் அவர்கள் இராணுவக் காவலரணில் வைத்துப் பழுவை உருட்டி விளையாடினார்கள். ஒரு சிப்பாய் தனது இடுப்புப் பட்டியால், அது பிய்ந்து போகும்வரை பழுவின் முதுகில் அடித்தான். காலையில், அவர்கள் பழுவை விரட்டி விட்டார்கள். பழு சட்டையைச் சுருட்டிக் கையில் வைத்துக்கொண்டு, அழுதவாறே நடக்கலானான். அப்போது ஒரு சிப்பாய் "ஏய் பழு! யாழ்ப்பாணத்தில்தான் இராணுவத்திற்கு ஆட்கள் தேவை" என்றான். அதைக் கேட்டதும் பழுவின் அழுகை கொஞ்சம் குறைந்தது. அவனுக்குச் சற்று உற்சாகம் கூட ஏற்பட்டது. அவன் யோசித்தவாறே நடந்துகொண்டிருந்தான். இராணுவத்தில் எப்படியாவது சேர்ந்துவிடுவது என அவன் மீண்டுமொருமுறை தனக்குள் உறுதி எடுத்துக்கொண்டான். கையிலிருந்த சட்டையைத் தலையில் முண்டாசாகச் சுற்றிக்கொண்டான். கைகளை விறைப்பாக வைத்துக்கொண்டு ஒரு நிமிடம் நின்றான். பிறகு ஒரு காலை முன்னே வைத்து 'வம' எனச் சொன்னான். அடுத்த காலை முன்னே வைத்து 'தக்குன' என்றான். வம - தக்குன - வம - தக்குன - வம - தக்குன எனச் சொல்லிக்கொண்டே அவன் நடந்து கொண்டிருந்தான். பிள்ளையார் கோயிலுக்கு வந்து சேரும்வரை, அவன் தனது இராணுவ நடையை நிறுத்தவில்லை.

காலை பத்துமணியளவில், வவுனியா தொலைத்தொடர்பு நிலையமொன்றிலிருந்து வேலும் மயிலும் பிரான்ஸுக்குத் தொலைபேசி அழைப்புகளைச் செய்தான். அவன் அழைத்துப் பேசிய மூவருக்குமே அமுதனைக் குறித்து எந்தத் தகவலும் தெரியவில்லை. ஆனால், மூவருமே அமுதனைப் புழுத்தபாடாகத் திட்டினார்கள். புனிதவதி உயிருக்கு ஆபத்தான நோயிலிருக்கிறார் என வேலும் மயிலும் சொன்னபோது "சிவன் சொத்து மட்டுமல்ல, ஊர்ச் சொத்தும் குலநாசம்" என்று பிரான்ஸிலிருந்து பதில் கிடைத்தது.

இனி அழைப்பதற்கு இலக்கமுமில்லை, அழைக்கப் பணமும் இல்லை. அவனின் கையில் நூறு ரூபாய் சொச்சம் மட்டுமே எஞ்சியிருந்தது. மதியம், சைவக்கடையில் சாப்பிட்டுவிட்டு நேரத்தைப் போக்குவதற்காக, திரைப்படம் பார்க்கப் போனான். அவன் கடைசியாகப் படம் பார்த்து இருபது வருடங்களிருக்கும். திரைப்படம் முடிந்ததும், இப்போது புறப்பட்டால் எட்டுமணியளவில் பிள்ளையார் கோயிலுக்குப் போய்விடலாம் என வேலும் மயிலும் கணக்குப்போட்டான். பிள்ளையார் கோயிலில் கொஞ்சம் உறங்கிவிட்டு, நடுச்சாமத்தில் காட்டுக்குள் நுழைந்து எல்லைக்கோட்டைக் கடக்கலாம் என முடிவு செய்தான். இரவுச் சாப்பாட்டுக்காக 'சிந்தாமணி பேக்கரி'யில் ஒரு றாத்தல் பாணும் அருகிலிருந்த சிறிய கடையில் நான்கு பச்சை மிளகாய்களும் ஒரு பீடிக்கட்டும் வாங்கிப் பொலித்தீன் பையில் வைத்துக்கொண்டு, வவுனியா நகரத்திலிருந்து அவன் புறப்பட்டான்.

பிள்ளையார் கோயிலில் விளக்கேற்றி வைத்திருப்பது தெரிந்தது. வேலும் மயிலும் கவனமாகச் சுற்றுப்புறத்தை நோட்டம் விட்டவாறே கோயிலுக்கு வந்தான். கோயில் மண்டபத்தில், காலையில் பார்த்த உயரமானவன் சுவரில் சாய்ந்து உட்கார்ந்திருப்பது மங்கலாகத் தெரிந்தது. இப்போது அவன் அழவில்லை. வேலும் மயிலும் சற்று யோசித்துவிட்டு, எதிர்ப்புறச் சுவரில் சாய்ந்து உட்கார்ந்துகொண்டான். எதிரிலிருப்பவனின் கண்கள் மண்டபத்தின் நடுவாகத் தொங்கிக்கொண்டிருந்த விளக்கையே பார்த்துக்கொண்டிருப்பதையும் அவனது கால்கள் தாளகதியில் தரையைத் தட்டிக்கொண்டிருப்பதையும் வேலும் மயிலும் கவனித்தான்.

வேலும் மயிலுமுக்குப் பசி எடுத்தது. கடந்த இரவு முழுவதும் தூங்காததால் சோர்வு கண்களை அழுக்கியது. வேலும் மயிலும் தான் சாய்ந்திருந்த சுவரிலிருந்து எழுந்து வந்து மண்டபத்தின் நடுவாக உட்கார்ந்துகொண்டான். அவனது தலைக்கு மேலே விளக்கின் சுடர் தங்கம் போல ஒளிர்ந்தது. அவன் எதிரிலிருந்தவனை "தம்பி" எனக் கூப்பிட்டு, தன்னருகே வருமாறு சைகை செய்தான். அந்த உயரமானவன் எழுந்திருக்காமல், கைகளையும் கால்களையும் அசைத்துக் குண்டியை

நிலத்தில் தேய்த்தவாறே முன்னே நகர்ந்து வந்து வேலும் மயிலுமுக்கு முன்னால் இருந்தான். பையிலிருந்த ஒரு ராத்தல் பாணை எடுத்துச் சரிபாதியாகப் பிய்த்து, ஒரு துண்டை எதிரிலிருந்தவனிடம் கொடுத்த வேலும் மயிலும் பையைத் துழாவி நான்கு பச்சை மிளகாய்களையும் எடுத்து இரண்டு மிளகாய்களை எதிரிலிருந்தவனிடம் கொடுத்தான்.

இருவரும் எதுவுமே பேசிக்கொள்ளாமல் அமைதியாகச் சாப்பிட்டார்கள். உயரமானவன் பச்சை மிளகாயைக் கடிக்கும் போதெல்லாம் ஸ்... ஸ்... எனச் சத்தம் எழுப்பினான். 'பச்சை மிளகாய் கடித்துப் பழக்கமில்லையாக்கும்' என்று வேலும் மயிலும் நினைத்துக்கொண்டான். சாப்பிட்டு முடித்ததும் வேலும் மயிலும் தனது சுவர் ஓரமாகப் போய் இருந்துகொண்டான். உயரமானவனும் உட்கார்ந்திருந்த நிலையிலேயே பின்னகர்ந்து தனது சுவர் ஓரமாக உட்கார்ந்துகொண்டான்.

வேலும் மயிலும் சுவர் ஓரமாகப் படுத்துக்கொண்டான். மற்றவனும் தனது சுவர் ஓரமாகப் படுத்துக்கொண்டான். நடுச்சாமத்தில் எழுந்து போவது என்ற திட்டத்துடன் வேலும் மயிலும் கண்களை மூடிக்கொண்டான். சற்று நேரத்திலேயே, மற்றவன் எழுப்பும் கடூரமான குறட்டைச் சத்தம் இவனுக்குக் கேட்டது. வேலும் மயிலும் நிம்மதியுடன் கால்களைத் தளர்வாக்கி ஆட்டிக்கொண்டான்.

நடுச்சாமத்திற்குச் சற்று முன்னதாகவே கண்விழித்த வேலும் மயிலும் எதிர்பக்கச் சுவரைப் பார்த்தபோது, அங்கே உறங்கிக்கொண்டிருந்த உயரமானவனைக் காணவில்லை. வேலும் மயிலும் கிணற்றில் தண்ணீர் அள்ளி முகத்தைக் கழுவிவிட்டுக் கோயிலுக்குள் வந்து, தொங்கிக்கொண்டிந்த சங்குக்குள் கையைவிட்டுக் கை நிறைய விபூதியை அள்ளி நெற்றியில் பூசிக்கொண்டு பிள்ளையாரைக் கும்பிட்டான். பின்பு வெளியே வந்து நின்றான். இருளுக்குக் கண்கள் பழகியதும் காட்டை நோக்கி நடக்கத் தொடங்கினான்.

காட்டுக்குள் நுழைந்து மரங்களோடு மரங்களாக வேலும் மயிலும் நடந்துகொண்டிருந்தான். ஏதோ ஒரு மாற்றத்தை அவனால் உணர்ந்துகொள்ள முடிந்ததெனினும், அதை அவனால் விளங்கிக்கொள்ள முடியவில்லை. காடு வெளிச்சமாக இருப்பதாக அவனுக்குத் தோன்றியது. ஏதோ சரியில்லை... திரும்பிப் போய்விடலாமா என அவன் நினைத்தபோது, எதிரிலிருந்த மரம் ஓசையில்லாமல் அவனின் கழுத்தை நோக்கிப் பாரமான கத்தியை வீசியது. வேலும் மயிலுமின் தலை இரண்டடி தள்ளிப்போய் விழ, அவனது முண்டம் அனிச்சையில் கைகளைக் கூப்பியவாறே காட்டின் மடியில் வீழ்ந்தது. அன்று மாலை எல்லைக்கோடு மாறியிருந்ததை அறியாமலேயே வேலும் மயிலும் செத்துப் போனான்.

அடுத்தநாள் காலையில், புனிதவதி ரீச்சரின் வீட்டுப் பக்கமிருந்து புழுதியைக் கிழித்துக்கொண்டு வேகமாகக் கறுப்புநிற 'பிக்கப்' வண்டி வந்தது. அந்த வண்டிக்குப் பின்னே இளைஞர்கள் சைக்கிள்களில் விரைந்து வந்தார்கள். சிறுவர்கள் வெறுங்கால்களுடன் மூச்சிரைக்க ஓடிவந்தார்கள். அந்த வண்டியின் கூரைமீது, வட்டமான மூக்குக்கண்ணாடி அணிந்திருந்த கல்கி இறுகிப்போன முகத்துடன் கால்களை அகலவிரித்து உட்கார்ந்திருந்தான். அவனது கையில் M-16 துப்பாக்கி இருந்தது. வண்டிக்குள் பிரேதம் இருந்தது.

சந்தையடியில் அந்த வண்டி நிறுத்தப்பட்டபோது, கல்கி கூரையிலிருந்து ஒரே தாவாகக் கீழே தாவினான். அவன் வண்டியின் பின்புறம் சென்று, பிரேதத்தை மூடியிருந்த படங்கை இழுத்து ஓரத்தில் போட்டான். சனங்கள் அந்த வண்டியையச் சூழ்ந்துகொண்டார்கள். சந்தையிலிருந்த வேலும் மயிலுமின் மனைவி, சனங்கள் கூயாமாயா எனச் சத்தமிட்டவாறே ஓடுவதைப் பார்த்தாள். அவர்கள் 'பிரேதம்' எனக் கூச்சலிட்டபோது, அவளது நெஞ்சு திடுக்குற்றது. அவள் போட்டது போட்டபடியிருக்க எழுந்து அந்த வண்டியை நோக்கி ஓடினாள். வண்டியின் அருகில் நின்றிருந்த கல்கி, சனங்களை ஒழுங்குபடுத்தி வரிசையில் விட்டுக்கொண்டிருந்தான்.

அந்தப் பிரேதம் இலங்கை இராணுவத்தின் தொப்பியை அணிந்திருந்தது. அந்தப் பிரேதம் இலங்கை இராணுவத்தின் சீருடைச் சட்டையை அணிந்திருந்தது. அந்தப் பிரேதம் இலங்கை இராணுவத்தின் தடித்த இடுப்புப் பட்டியை அணிந்திருந்தது. அந்தப் பிரேதம் இலங்கை இராணுவத்தின் சீருடையான பச்சைநிற நீளக்கால்சட்டையை அணிந்திருந்தது. அந்த நீளக்கால்சட்டை பிரேதத்தின் முழங்கால்களுக்குச் சற்றுக் கீழேவரைதான் பிரேதத்தின் கால்களை மறைத்திருந்தது.

இவ்வாறாக, சிந்தாமணி பேக்கரியில் வாங்கிய ஒரு ராத்தல் பாணில், அரை ராத்தல் பாண் தங்கரேகைக்கு அந்தப் பக்கம் இருந்தது, அரை ராத்தல் பாண் தங்கரேகைக்கு இந்தப் பக்கம் இருந்தது என்று சொல்லி முடித்தான் கதைசொல்லி.

□ உரையாடல் – 2014

எழுச்சி

சரவணை கிழக்கைப் பிறப்பிடமாகவும், பாரிஸை வதிவிடமாகவும் கொண்ட ஆழ்வார் தருமலிங்கத்திற்கு இந்தப் புரட்டாதி வந்தால் சரியாக நாற்பத்தேழு வயது. இரு சக்கர வாகனங்களை உற்பத்தி செய்யும் பிரான்ஸின் புகழ்பெற்ற தொழிற்சாலையொன்றில் கடைநிலைத் தொழிலாளியாகப் பணி செய்கிறார். பிரான்ஸுக்கு வந்து பதின்மூன்று வருடங்களாகின்றன. பிறந்து வளர்ந்ததற்கு இதுவரை அவர் விமானத்தில் ஏறியதில்லை.

பதினைந்து வருடங்களுக்கு முன்பு, தருமலிங்கத்திற்கும் காரைநகர் தங்கோடையைச் சேர்ந்த அசோகமலருக்கும் பொன்னாலை வரதராஜப்பெருமாள் கோயிலில் கல்யாணம் நடந்தது. அந்தக் காலத்திலேயே ஐந்து இலட்சம் ரூபாய் ரொக்கமும் முப்பது பவுண் நகையும் வீடு வளவும் சீதனமாகத் தருமலிங்கத்திற்குக் கொடுக்கப்பட்டது. இவ்வளவுக்கும் தருமலிங்கம் படித்து, உத்தியோகத்திலிருந்த மாப்பிள்ளை அல்ல. ஆனால், திறமான கமக்காரன். இரண்டாயிரம் கன்று புகையிலைத் தோட்டத்தைத் தனியாகச் செய்யும் கடின உழைப்பாளி. முக்கியமாக, குடிவெறி - புகைத்தல் எதுவுமில்லாத மாப்பிள்ளை. அசலான பக்திமான். இலந்தையடிப் பிள்ளையார் கோயில் தொண்டர் படையின் தலைமைத் தொண்டன். தோட்டம் அதைவிட்டால் பிள்ளையார் கோயில் தொண்டும் தேவாரமும் என்று கிடந்தவர். இயக்கங்களுக்கு எதிருமில்லை, சப்போர்ட்டுமில்லை. ஆனால், அமிர்தலிங்கத்தைப் போல ஒரு தலைவன் கிடைக்கமாட்டான் என்பதுதான் அவரது உள்ளார்ந்த அரசியல் கொள்கை.

காரைநகரில் சீதனமாகக் கிடைத்த வீடு வளவு கடற்படையின் ஆக்கிரமிப்புக்குள் இருந்தது. விரைவிலேயே கடற்படையினர் வெளியேறிவிடுவார்கள் என மாமனார் சமாதானம் சொல்லியிருந்தார். தருமலிங்கத்திற்கு அதைப் பற்றிப் பெரிய கவலை கிடையாது. ஓர் ஆதனம் மேலதிகமாக இருக்கிறது என்றளவில் அவருக்குத் திருப்திதான்.

கல்யாணம் நடந்து இரண்டு வருடங்களாகியும் தருமலிங்கம் - அசோகமலர் தம்பதிக்குக் குழந்தை பிறக்கவில்லை. மெதுமெதுவாக அவரை மலட்டுத் தருமலிங்கம் என ஊருக்குள் அழைக்கத்

தொடங்கினார்கள். ஊர் முழுவதும் தருமலிங்கத்தை 'மலடன்' என்று சொன்னால், தருமலிங்கத்தின் தாய்க்காரி மட்டும் அசோகமலரை 'மலடி' என்று கரித்துக்கொட்டத் தொடங்கினார். எப்போது பார்த்தாலும் குத்தல் கதைகளை அந்த மனுசி பேசிக்கொண்டேயிருந்தார். அப்போதெல்லாம் அசோகமலர் கண்ணீர் விட்டு அழுவார். ஆனால், அவர் ஒருபோதும் தருமலிங்கத்தின் மனம் நோக ஒரு சொல் பேசியதுமில்லை, நடந்துகொண்டதுமில்லை. எல்லாவற்றையும் தருமலிங்கம் மவுனமாகக் கவனித்துக்கொண்டுதானிருந்தார். அவரது உள்ளம் ஆழ்ந்த துயரத்திலும் அடக்கிவைக்கப்பட்டிருந்த ஆத்திரத்திலும் நொதித்துக்கொண்டிருந்தது.

அதிகாலையில் தோட்டத்திற்குத் தண்ணீர் இறைக்கிற விஷயத்தில்தான், பக்கத்துத் தோட்டக்காரன் கிளியனோடு தருமலிங்கத்திற்கு வாக்குவாதம் வந்தது. பிரச்சினை பேச்சுவார்த்தையாக இருக்கும்போதே கிளியன் 'மலட்டுச் சொத்தா ஆருக்கும் போகப்போற தறைதானே' என்றொரு வசனத்தைப் பாவித்துத் தருமலிங்கத்தை ஏனம் செய்தான். அந்தச் சொல்லைக் கேட்டதும், இவ்வளவு நாளாக அடக்கி வைத்திருந்த ஊரவர்கள் மீதுள்ள கோபம், தனது தாய் மீதுள்ள கோபம், தன் மீதேயுள்ள கோபம் என எல்லாமாகச் சேர்ந்த பெருங்கோபம் அந்த அதிகாலையில் தருமலிங்கத்தின் ஆன்மாவைப் பிசக்கிற்று. அவர் தன்னை ஒருநிலைக்குக் கொண்டுவர முயன்றுகொண்டிருந்த போது, அவரது கண்கள் கண்ணீரைக் கொப்பளித்தன. அதே நேரத்தில் அவரது கண்கள் இருண்டு போயின. அவரது வலுவான கைகள் கையிலிருந்த மண்வெட்டியைத் தூக்கியெறிந்து தலைகீழாக ஏந்திப் பிடித்தன. குனிந்து மண்வெட்டியின் வலுவான பிடியைக் கிளியனின் முழங்கால்களை நோக்கி வீசினார். "அய்யோ மச்சான்" என்று அலறியவாறே கிளியன் கால்களைப் பிடித்தவாறு நிலத்தில் குந்திவிட்டான். தருமலிங்கம் திரும்பியும் பாராமல் விறுவிறுவெனத் தோட்டத்திற்குள் புகுந்து தண்ணீர் மாறத் தொடங்கினார்.

காலை எட்டு மணியளவில், கிளியன் இரண்டு இராணுவ வீரர்களைக் கூட்டிக்கொண்டு தருமலிங்கத்தின் தோட்டத்திற்கு வந்தான். அப்போது அந்தப் பகுதி முழுவதும் இராணுவத்தினர் சொரியலாக இருந்தார்கள். முதுகில் துப்பாக்கியைக் கொழுவிக்கொண்டு சைக்கிளில் உல்லாசமாகத் திரிந்தார்கள். கைவிடப்பட்ட வீடுகளிலிருந்த கதவுகளையும் ஜன்னல்களையும் கழற்றி எடுத்து விற்றார்கள். மாலை வேளைகளில் கள்ளைக் குடித்துவிட்டு, பைலப் பாடல்களைப் பாடினார்கள். இரவு நேரங்களில், குமரப் பிள்ளைகள் இருக்கும் வீடுகளுக்குள் பாய்ந்து ஓடினார்கள். ஊருக்குள் ஏதாவது பிரச்சினையென்றால் அவர்களே நாட்டாமை செய்து தண்டனைகளை வழங்கினார்கள்.

இராணுவத்தினர் இருவரும் அந்தக் காலைவேளையிலேயே குடிபோதையில் இருந்தார்கள். 'சரவணை' கிராமத்தில் காலை ஆறுமணியளவில் பனைகளிலிருந்து கள் இறக்குவார்கள் என்றால், இராணுவ வீரர்கள் காலை ஐந்து மணிக்கே வந்து பனைகளின் கீழே குந்திக்கொள்வார்கள். சிலர் இரவிலே தாங்களாகவே பனையிலேறி முட்டியை அவிழ்த்துத் திருட்டுத்தனமாகக் கள் குடிப்பதுமுண்டு. யாரிடம் போய் இந்தத் திருட்டை முறையிட முடியும்? அந்தப் பகுதிக்குப் பொறுப்பான பெரிய இராணுவத் தளபதியே கடற்கரைக் காணிகளைத் தனது சொந்தக்காரர்களின் பெயருக்குக் கள்ள உறுதி முடித்துக்கொண்டிருந்தது சனங்களுக்குத் தெரியும்.

தருமலிங்கம் இராணுவ வீரர்களைப் பார்த்ததும் கொஞ்சம் திடுக்கிட்டார் என்றாலும் பெரிதாகப் பயப்படவில்லை. வந்த வீரர்கள் இருவரும் அவருக்கு ஓரளவு பழக்கமானவர்கள்தான். ஒருவனுடைய பெயர் உதய், மற்றவனுடைய பெயர் பெர்னாண்டோ. அந்த இருவரும் எப்போதும் ஒன்றாகவே திரிவார்கள். அடிக்கடி தருமலிங்கத்தின் தென்னங்காணிக்கு வந்து இளநீர் கேட்பார்கள். அவர்களே மரத்தில் ஏறி இளநீரைப் பறித்துக்கொண்டு, தருமலிங்கத்திற்கு ஒரு சல்யூட் செய்துவிட்டுப் போவார்கள். இப்போது, மண்வெட்டியைக் கீழே போட்டுவிட்டுத் தருமலிங்கம் மெலிதாகப் புன்னகைத்தவாறு கிளியனைப் பார்த்தார். அந்தப் பார்வையைக் கிளியனால் தாங்க முடியவில்லை. "மச்சான் நீ என்னில கை வைச்சது பிழை" என்று சொல்லிவிட்டு, அவன் கால்களை நொண்டிக்கொண்டு அங்குமிங்குமாக நடந்தான்.

இடுங்கிய கண்களுடைய இராணுவ வீரனான பெர்னாண்டோ கேட்டான் "அய்யா, திலீபனுக்கு சப்போர்ட்டா? கிளி சொல்றது..."

தருமலிங்கத்திற்கு எல்லாம் விளங்கிவிட்டது. அவரே மறந்துவிட்ட சம்பவமது. நல்லூரிலே திலீபன் உண்ணாவிரதமிருந்து இறந்தபோது, அந்தக் கிராமத்திலே ஒரு சிறு சம்பவம் நடந்திருந்தது.

அப்போது தருமலிங்கத்திற்கு இருபது வயது. இப்போதை விட அப்போது அவர் மிகப் பெரிய பக்திமான். அப்போதும், அவர் இயக்கத்திற்கு சப்போர்ட்டுமில்லை, எதிருமில்லை. ஆனால், பன்னிரண்டு நாட்கள் பட்டினி கிடந்து, அதுவும் நல்லூர் முருகக் கடவுளின் முற்றத்திலேயே திலீபன் இறந்தது அவரை மிகவும் வருத்திப்போட்டது.

ஒரு மதியநேரத்தில், ஒலிபெருக்கிகள் கட்டப்பட்டிருந்த இயக்கத்தின் வாகனம் திலீபனின் மரணத்தை அறிவித்தபடி செல்வது தோட்டத்திற்குள் நின்ற தருமலிங்கத்திற்குக் கேட்டது. அப்போது கூட அவருக்குப் பெரிய

துயர் ஏற்படவில்லை. வாகனம் சென்ற கையோடு பல குரல்கள் வீறிட்டு அலறுவது அவருக்குக் கேட்டது. பள்ளிக்கூடப் பக்கமிருந்துதான் அந்த அலறல் வந்தது. தோட்டத்தில் போட்டது போட்டபடி கிடக்க, தருமலிங்கம் வேலியைப் பாய்ந்து பள்ளிக்கூடத்தை நோக்கி ஓடினார்.

பள்ளிக்கூடத்திற்கு முன்னால் வீதியில் திலீபனின் படத்திற்கு விளக்கேற்றி வைக்கப்பட்டிருந்தது. ஆசிரியைகளும் மாணவிகளுமாகக் கூடிநின்று கதறி அழுதுகொண்டிருந்தார்கள். ஊரில் எந்தச் சாவீடு என்றாலும் முன்னுக்கு நின்று ஒப்புச்சொல்லி மாரடித்து அழும் பிள்ளைமுத்து கிழவி நிலத்திலிருந்து ஓரடி உயரத்திற்குத் துள்ளித் துள்ளி மார்பில் இரு கைகளாலும் படார் படார் என அறைந்துகொண்டு ஒப்புச்சொல்லி அழுதார். அந்தக் காட்சி தருமலிங்கத்தை என்னவோ செய்தது. வீட்டுக்குப் போனவர் பித்துப் பிடித்தவர் போலிருந்தார். தாய்க்காரி சாப்பிடுமாறு சொல்லியும், அன்று முழுவதும் அவரது பல்லில் பச்சைத் தண்ணீரும் படவில்லை. இரவு முழுவதும் உறங்காதிருந்தார்.

அதிகாலையில் தென்னங்காணிக்குப் போனவர் நிலத்தைத் தோண்டி, இளம் தென்னங்கன்று ஒன்றை முழுவதுமாகப் பெயர்த்தெடுத்துக்கொண்டு, அதைப் புளியங்கூடல் சந்திவரைக்கும் தெருவால் இழுத்துப்போனார். தோளில் மண்வெட்டி தொங்கவிடப்பட்டிருந்தது. அப்போது, இந்திய அமைதிப் படையினரது வண்டியொன்று இவரைக் கடந்துபோனது. சண்டை தொடங்குவதற்கு இன்னும் காலம் இருந்தது.

புளியங்கூடல் சந்தியில் ஆள் நடமாட்டமில்லை. கடைகள் ஏதும் திறக்கப்பட்டிருக்கவில்லை. இரண்டு தெருக்கள் சந்திக்கும் அந்தச் சந்தியின் நட்ட நடுவே மண்வெட்டியால் வேகவேகமாகக் கொத்தி ஒரு குழியை உண்டாக்கி, அந்தக் குழிக்குள் தென்னங்கன்றை நட்டுவிட்டு, அதற்கு கீழே சம்மணம் போட்டு வடக்கு நோக்கித் தருமலிங்கம் வீதியில் உட்கார்ந்துகொண்டார். சற்று நேரம் செல்ல, அவரைச் சுற்றிச் சிறிய கூட்டம் கூடிவிட்டது. அவரோ யாருடனும் ஒரு வார்த்தை பேசவில்லை. தருமலிங்கத்திற்கு விசராக்கிவிட்டது என்ற செய்தி தாய்க்காரியை எட்டியபோது, தாய்க்காரி தெரு முழுவதும் விழுந்து புரண்டு அழுதவாறே ஓடிவந்தார். தாயுடனும் தருமலிங்கம் ஒரு வார்த்தை பேசவில்லை. சற்று நேரத்தில், இயக்கத்தினர் வாகனத்தில் அங்கே வந்தபோதுதான் தருமலிங்கம் வாயைத் திறந்தார்.

"திலீபன் அண்ணனே போன பிறகு நான் எதுக்கு இருக்கவேணும்"

இயக்கப் பொறுப்பாளருக்குக் கண்களில் கண்ணீர் வந்துவிட்டது. அவர் உதடுகளை மடித்துக் கடித்துவிட்டு உத்தரவுகளைப் பிறப்பித்தார். எண்ணி முப்பதே நிமிடங்களுக்குள் தருமலிங்கத்திற்கும் தென்னங்கன்றுக்கும்

மேலோக ஒரு சிறிய தறப்பாள் பந்தல் உருவானது. அருகிலிருந்த தந்திக் கம்பத்தில் இரண்டு ஒலிபெருக்கிகள் கட்டப்பட்டு, சோக இசை ஒலிபரப்பப்பட்டது. தருமலிங்கம் படுப்பதற்கு ஓலைப்பாயும் தலையணைகளும் போர்வைகளும் தருவிக்கப்பட்டன. யாரோ ஒருவர் மின்விசிறியொன்றை எடுத்து வந்து தருமலிங்கத்தின் தலைமாட்டுக்குள் வைத்தார். இந்தக் கதையை எழுதிக்கொண்டிருப்பவர் உட்பட நான்கு இளைஞர்கள் தருமலிங்கத்தைச் சுற்றி அமர்ந்து அவருடன் உண்ணாவிரதத்தைத் தொடர்ந்தார்கள். தருமலிங்கத்தின் தாயார் அழுதுகொண்டேயிருந்தார்.

மாலையில், தருமலிங்கம் சற்று வாடிப்போயிருந்தார். நேற்று மதியத்திலிருந்து அவர் தண்ணீர் கூட அருந்தவில்லை. இரவு எட்டு மணியளவில், அவர் பாயில் சுருண்டு படுத்துக்கொண்டார். ஒன்பது மணியளவில், யாழ்ப்பாணத்திலிருந்து இயக்க வாகனம் ஒன்று வந்தது. அவர்கள் பந்தலுக்குள் வந்து, உண்ணாவிரதப் போராட்டங்களை முடித்துக்கொள்ளத் தலைமை முடிவெடுத்திருக்கிறது என்று சொன்னார்கள். அவர்கள் வரும்போது கையோடு பழரசம் கொண்டு வந்திருந்தார்கள். ஆனால், தருமலிங்கம் உண்ணாவிரதத்தைக் கைவிட மறுத்துவிட்டார். "திலீபன் அண்ணாவே போயிட்டார்" என அவரது உதடுகள் முணுமுணுத்தன. அவருக்கு வலுகட்டாயமாகப் பழரசம் புகட்டும் முயற்சி நடந்தபோது, அவர் பழரசத்தைப் புகட்டியவனின் முகத்திலேயே மஞ்சளாகத் துப்பினார். இயக்கப் பொடியன்கள் தருமலிங்கத்தைப் பாயோடு சேர்த்து அப்படியே அலாக்காகத் தூக்கி வாகனத்திற்குள் வைத்து, யாழ்ப்பாணப் பெரியாஸ்பத்திரிக்குக் கொண்டுபோய்ச் சேர்த்தார்கள். விடிந்தபோது, தருமலிங்கம் அலங்கமலங்க முழிக்கத்தான் செய்தார். கடந்த இரண்டு நாட்களாகத் தன்னை இயக்கிய சக்தி எதுவென்று அவருக்கே தெரியாமலிருந்தது. 'அம்மாவைக் கவலைப்படுத்திவிட்டேனே' என்ற வருத்தம் மட்டுமே அவருடன் நெடுநாட்களிருந்தது. தருமலிங்கத்தின் போராட்டத்தைச் சனங்கள் ஒருமாதம் கூட ஞாபகம் வைத்திருக்கவில்லை. ஏனெனில், இதைவிட ஆயிரம் மடங்கு பெரிய பெரிய போராட்டங்களும் போரும் சாவுகளும் அடுத்த மாதமே வந்துவிட்டன.

ஆனால், தருமலிங்கத்தின் கல்யாணப் பேச்சுக்கால் நடந்துகொண்டிருந்த போது, சனங்களுக்கு அந்தச் சம்பவம் ஞாபகம் வரத்தான் செய்தது. 'தருமலிங்கம் நல்ல பொடியன். சோலி சுரட்டு ஒண்டுமில்ல... ஆனால், இடைக்கிட ஆளுக்கு கிறுதி மாதிரி வாறது. அந்த நேரத்தில் அவன் என்ன செய்யிறானெண்டு அவனுக்கே விளங்கிறதில்ல' என்று சனங்கள் பேசிக்கொண்டார்கள். ஊருக்குள் பெண் கிடைக்காததால், காரைநகர் வரை போய்ப் பெண் எடுக்கவேண்டியிருந்தது. அதற்குப்

பிறகு, இப்போது கிளியனுக்கு அந்தச் சம்பவம் குறித்து ஞாபகம் வந்து இராணுவ வீரர்களிடம் சொல்லிக் கொடுத்திருக்கிறான்.

தருமலிங்கத்தின் தோட்டத்திற்குள் இராணுவ வீரர்கள் நிற்பதைப் பக்கத்துத் தோட்டக்காரர்கள் எட்டயிருந்து கவனித்துக்கொண்டிருந்தார்கள். இராணுவ வீரர்களுக்கு முன்னால் எதுவும் பேசாமல் தருமலிங்கம் மவுனமாக நின்று தலையைக் குனிந்து நிலத்தைப் பார்த்தவாறேயிருந்தார். காலையில் திருப்புகழும் மாலையில் திருமந்திரமும் உச்சரிக்கும் அந்த வாயில் எந்தக் காலத்தில் பொய் வந்தது!

பெர்னாண்டோ என்ற இராணுவ வீரன் தருமலிங்கத்தின் பின்புறமாக வந்து, அவரது இரண்டு கைகளையும் பின்னால் இழுத்து முறுக்கிப் பிடித்துக்கொண்டான். அப்போது, தருமலிங்கத்தின் முகம் தானாகவே வானத்தைப் பார்த்து நிமிர்ந்தது. உதய் என்ற இராணுவ வீரன் தருமலிங்கத்தின் முன்னால் வந்து நின்று, அவரது முகத்தில் காறி உமிழ்ந்தான். தருமலிங்கம் மறுபடியும் பூமியை நோக்கித் தலையைக் குனிந்தபோது, அவரது தோள்பட்டைகளில் சுள்ளென வலி கிளம்பியது. அவரது முகத்திலிருந்து இராணுவ வீரனின் எச்சில் கோடாகப் பூமிக்கு வழிந்தது. உதய் தனது ஏ.கே. 47 துப்பாக்கியை உயரே தூக்கிப்போட்டு தலைகீழாக ஏந்திக்கொண்டான். ஏந்திய வேகத்திலேயே துப்பாக்கியின் பின்புறத்தைத் தருமலிங்கத்தின் கொட்டைகளை நோக்கிச் செலுத்தினான். தருமலிங்கத்தின் பின்னாலிருந்து கைகளை முறுக்கிப் பிடித்துக்கொண்டிருந்த பெர்னாண்டோ அவரைக் கீழ்நோக்கி இழுத்து மல்லாத்தினான். தருமலிங்கத்திற்குக் கிறுதி மாதிரி வந்தது.

அவர் கண் விழித்தபோது, அந்தத் தோட்ட வெளிக்குள் ஒரு குஞ்சு குருமானும் இல்லை. கொட்டைகள் இரண்டும் உயிர்போக வலித்தன. மெதுவாக எழுந்து உட்கார்ந்து சாரத்தை விலக்கிப் பார்த்தார். இரண்டு கொட்டைகளும் பெரிய கறுத்தக் கொழும்பான் மாம்பழங்கள் போல் கனிந்து வீங்கியிருந்தன. ஆண்குறி சிறுத்துப்போய் ஒரு நாவற்பழம் போல் உடலில் ஒட்டிக்கொண்டிருந்தது. அதன் முனையில் ஒரு துளி இரத்தம் கசிந்திருந்தது. தருமலிங்கம் மெதுவாக எழுந்து வீட்டை நோக்கிக் கால்களை அகட்டி அகட்டி வைத்து மெல்ல நடந்தார். அவர் பாதிவழியில் போய்க்கொண்டிருக்கும்போது, எதிரே அசோகமலர் தன்னை நோக்கி அழுதுகொண்டே ஓடிவருவதைக் கண்டார்.

அன்றிரவு, அவர் சுவரில் சாய்ந்து இருந்துகொண்டே அசோகமலரிடம் சொன்னார்:

"இல்லை, இந்த இடம் சரியில்ல... இந்த இடம் என்னைப் போ போ எண்டுது. நான் போகப் போறன்."

"எங்கயப்பா போகப் போறீயள்?"

"இல்லை மலர்... இந்த இடம் என்னைப் போ... போ... எண்டு சொல்லுது. இனி ஒரு நிமிசம் தன்னும் நான் இஞ்ச இருக்கக்கூடாது"

அடுத்த மாதம், நீர்கொழும்பிலிருந்து அறுபது ஆட்களை ஏற்றிக்கொண்டு இத்தாலிக்குக் கிளம்பிய மீன்பிடிப் படகில் தருமலிங்கமும் இருந்தார். இரண்டு மாதக் கடற்பயணத்திற்குப் பின்பு இத்தாலியில் இறங்கி, அங்கிருந்து ரயிலில் பிரான்ஸுக்கு வந்து சேர்ந்தார்.

அவர் பாரிஸ் 'கார் து லியோன்' ரயில் நிலையத்தில் இறங்கியதுமே, தன்னை அழைத்துப் போக வந்திருந்த அசோகமலரின் தம்பியிடம் சொன்ன முதல் வார்த்தைகள்:

"சரியாயிருக்கு. மச்சான் இந்த இடத்தில எல்லாம் சரியாயிருக்கு. அமைப்பா இருக்கு!"

2

பாரிஸில் 'விசா' இல்லாமல் வாழ்வதென்றால் சும்மாவா! தருமலிங்கம் ஆள் அரைவாசியாகிப் போனார். அசோகமலரின் தம்பியின் வீட்டுக்குப் பின்னாலிருந்த சிறிய ஸ்டோர் ரூமை ஒருமாதிரியாகச் சரிப்பண்ணி, வசிக்கும் அறையாக்கித் தருமலிங்கத்திற்குக் கொடுத்திருந்தார்கள். வேலைக்குப் போகிறாரோ இல்லையோ மாதம் பிறந்தால் கண்டிப்பாக வாடகைக் காசை எண்ணி வைக்கவேண்டும்.

தருமலிங்கம் கடுமையான உழைப்பாளி ஆயிற்றே. கிடைக்கும் வேலைகளையெல்லாம் மாடுபோல முறிந்து செய்தார். சமையலறைகளில், தோட்டங்களில், கட்டடங்கள் கட்டுமிடத்தில், சந்தையில், அச்சகத்தில், தமிழ்க் கடையில் எனப் பலபட்டறை வேலைகளையும் செய்தார். மாதம் தவறாமல் அசோகமலருக்குப் பணம் அனுப்பினார். தனக்கு விசா விரைவில் கிடைத்துவிடுமெனவும் அது கிடைத்தவுடன் அசோகமலரை பிரான்ஸுக்கு அழைத்துக்கொள்வதாகவும் கடிதங்கள் எழுதினார். ஒவ்வொரு வருடமும், இலந்தையடிப் பிள்ளையார் கோயில் திருவிழாவுக்கு மறக்காமல் நன்கொடையாக இருபத்தைந்தாயிரம் ரூபாய் அனுப்பினார். ஆனால், பிரான்ஸுக்கு வந்த பன்னிரண்டாவது வருடம்தான், தருமலிங்கத்தின் நாற்பத்தாறாவது வயதில் அவருக்கு விசா கிடைத்தது.

அவருக்கு விசா கிடைத்ததும், அவர் நேரே இந்தக் கதைசொல்லியிடம்தான் வந்தார். பாரிஸில் அவருக்கு ஒரே நண்பன் இந்தக் கதைசொல்லிதான். தன்னுடைய சிரமங்களையும் மனவுளைச்சல்களையும் மனைவியைப்

பிரிந்திருக்கும் வேதனையையும் குழந்தையில்லாக் குறையையும் அவர் எந்த ஒளிவுமறைவுமில்லாமல் வார்த்தை வார்த்தையாக இந்தக் கதைசொல்லியிடம்தான் பகிர்ந்துகொள்வார்.

இந்தக் கதைசொல்லியின் வழிகாட்டலின் மூலமாக, பாரிஸின் புறநகர் ஒன்றிலிருந்த இருசக்கர வாகனத் தயாரிப்புத் தொழிற்சாலையில் தருமலிங்கத்திற்குக் கடைநிலைத் தொழிலாளியாக வேலை கிடைத்தது. ஆணிகள், நட்டுகள் பொறுக்கிக் கழுவித் துடைக்கும் வேலைதான். அந்த வேலையில் அவர் மகிழ்ச்சியாகவே இருந்தார். பிரெஞ்சு மொழியை ஓரளவு பேசவும் கற்றுக்கொண்டார். இவருக்கு விசா கிடைத்ததற்காகச் செல்வச் சந்நிதி கோயிலில் அசோகமலர் அன்னதானம் வழங்கினார். அசோகமலரை பிரான்ஸுக்கு அழைப்பதற்கான வேலைகளில் தருமலிங்கம் மும்முரமாக இறங்கினார். தருமலிங்கத்திற்கு நாற்பத்தேழு வயதில் புத்திர பாக்கியம் இருக்கிறது என லாச்சப்பலில் முகாமிட்டிருக்கும் ஆந்திரா சாத்திரி அடித்துச் சொல்லியிருந்தான். ஆனால், பிரெஞ்சுச் சட்டங்களின்படி அசோகமலர் பிரான்ஸ் வந்துசேர இரண்டு வருடங்கள் எடுக்கும். ஊருப்பட்ட பேப்பர் வேலைகளும் தூதரகச் சடங்குகளும் நடுவில் இருந்தன.

தான் பிரான்ஸ் வருவது ஒருபுறமிருக்கட்டும், அதற்கு நடுவில் தன்னையொருமுறை வந்து பார்த்துப் போகுமாறு அடிக்கடி அசோகமலர் தொலைபேசியில் அழுதுகொண்டிருந்தார். ஒவ்வொருமுறை தொலைபேசிப் பேச்சை முடிக்கும்போதும் "என்ர ராசா" என அசோகமலர் ஆழமான துயரப் பெருமூச்சை விடுவது தருமலிங்கத்தை வதைத்துக்கொண்டேயிருந்தது.

தொழிற்சாலையில் தருமலிங்கம் இரண்டு மாதங்கள் விடுப்பு எடுத்துக்கொண்டார். ஆனால், எக்காரணம் கொண்டும் இலங்கை மண்ணை மிதிக்க அவர் விரும்பவில்லை. ஊரைப் பற்றிய நினைப்பு வரும்போதெல்லாம், அவரது கை தானாகவே அவரது உள்ளாடையை விலக்கும். தருமலிங்கம் தனது கொட்டைகளைப் பார்க்கும்போது அவருக்கு அழுகிய கறுத்தக் கொழும்பான் மாம்பழங்களே நினைவுக்கு வரும். இலங்கையை நினைத்தால் அந்த மாங்காய் வடிவத்தீவு அவரது கொட்டையைப் போலவேயிருக்கும் சித்திரமே அவரது மனதில் எழுந்தது.

அப்போது, அசோகமலர் பிரெஞ்சுத் தூதரகத்தில் அலுவல்கள் காரணமாகக் கொழும்பில் இருந்தார். அவரைச் சென்னைக்கு வரச்சொல்லிவிட்டு, தருமலிங்கமும் சென்னைக்குப் புறப்பட்டார். இரண்டு மாதங்களுக்குத் தருமலிங்கமும் அசோகமலரும் தங்குவதற்கான

வாடகை வீட்டை நுங்கம்பாக்கத்தில் இந்தக் கதைசொல்லிதான் ஏற்பாடு செய்து கொடுத்தார்.

தருமலிங்கத்திற்கு இதுதான் முதலாவது விமானப் பயணம். நான்கு மணிநேரத்திற்கு முன்னதாகவே பாரிஸ் விமான நிலையத்திற்குப் போய்விட்டார். பொருட்களை அதிகமாக எடுத்துச் செல்லவில்லை. பாரிஸில் கிடைக்கும் அத்தனை பொருட்களும் இப்போது இந்தியாவிலேயே மலிவு விலையில் கிடைக்கின்றன என இந்தக் கதைசொல்லி அவருக்குச் சொல்லியிருந்தார். அசோகமலருக்குச் சில தின்பண்டங்களும் ஒன்றிரண்டு ஆடைகளும் ஏழெட்டு ஓடிக்கொலோன் போத்தல்களும் தாய்க்காரிக்குக் கொடுத்துவிட ஒரு சுவெட்டரும் மட்டுமே தருமலிங்கம் எடுத்துச் சென்றிருந்தார்.

விமான நிலையத்தில் கொஞ்சம் பதற்றமாகத்தான் இருந்தார். அவர்கள் பாஸ்போர்ட்டையும் தருமலிங்கத்தையும் மாறிமாறி உற்றுப் பார்த்ததிலேயே அவருக்குப் பாதிச் சீவன் போய்விட்டது. ஒருமாதிரியாகத் தட்டுத்தடுமாறி இமிக்கிரேசன் சடங்குகளை முடிந்துகொண்டு நிம்மதிப் பெருமூச்சுடன் புறப்பட்டால், உடைமைகளைப் பரிசோதனை செய்யும் சடங்கு அடுத்ததாக வழிமறித்தது.

இவரது கண் முன்னேயே ஓடிக்கொலோன் போத்தல்கள் குப்பைத் தொட்டிக்குள் வீசப்பட்டன. தின்பண்டங்களிலும் அரைவாசி குப்பைத் தொட்டிக்குள் போனது. தருமலிங்கம் செய்வதறியாது தடுமாற்றத்துடன் குப்பைத் தொட்டியையே பார்த்துக்கொண்டிருந்தார். அதற்குள் இன்னும் சில பொருட்களும் விழத்தான் செய்தன. அவரது சுமையை அவர்கள் சரி அரைவாசியாகக் குறைத்துவிட்டிருந்தார்கள். அவரது ஜக்கெட்டையும் சப்பாத்துகளையும் பெல்டையும் கழற்றிப் பரிசோதனை இயந்திரத்திற்குள் வைக்கச் சொன்னார்கள். அவர்கள் சொன்னது புரிந்தாலும், தனக்குத்தான் ஏதோ பிழையாக விளங்குகிறது என்றுதான் தருமலிங்கம் முதலில் நினைத்தார். பிறகு பார்த்தபோதுதான், அவருக்கு முன்னால் வரிசையில் நின்றவர்கள் வெறுங்கால்களோடு இடுப்புக் கால்சட்டைகளைக் கைகளால் பற்றிப் பிடித்தவாறு அரைநிர்வாணக் கோலத்தில் முன்னே நகர்ந்துகொண்டிருப்பதைக் கண்டார். இடுதுகையால் இடுப்புக் கால்சட்டையை கீழே விழாமல் பற்றிப் பிடித்தவாறு, பரிசோதனை மேடையில் சிதறிக் கிடந்த தனது பொருட்களை வலதுகையால் மறுபடியும் சேகரித்துப் பெட்டிக்குள் திணித்துப் பெட்டியை மூடுவதற்குள் தருமலிங்கத்திற்கு வியர்த்து வழிந்தது. சாடையாகக் கிறுதி வருவது போலவும் கிடந்தது.

ஒருமாதிரியாகச் சமாளித்துக்கொண்டு புறப்பட்டால், அடுத்தது உடற் பரிசோதனை. ஓர் இயந்திர வளைவுக்குள் புகுந்து வரச் சொன்னார்கள்.

அந்த வளைவுக்கு அருகில் ஆறரையடி உயரமான ஒருவன் விறைப்பாக நின்றிருந்தான். அவனது கையில் கறுப்பு நிறத்தில் நீளமான ஒரு பொருள் இருந்தது. அவன் அந்தப் பொருளைத் தூக்கித் தருமலிங்கத்தின் முகத்திற்கு நேராகக் காட்டி 'வா' எனச் சைகை செய்தான். தருமலிங்கம் சின்ன வயதில் முனியப்பர் கோயிலடியில் 'ஜெமினி சேர்க்கஸ்' பார்த்திருக்கிறார். அந்தக் காட்சிதான் இப்போது அவருக்கு ஞாபகம் வந்தது.

அவர் அந்த வளைவுக்குள் புகுந்து கடந்தபோது, அந்த வளைவு 'கிக்கிகிக்கீ' என அலறியது. மறுபடியும் அவரை அந்த வளைவுக்குள் புகுந்து வரச் சொன்னார்கள். மறுபடியும் இயந்திரம் சத்தம் எழுப்பியது. மறுபடியும் வளைவுக்குள் போகச் சொன்னார்கள். இந்தமுறை இயந்திரம் வேறுவிதமான சத்தம் ஒன்றை எழுப்பியது.

தருமலிங்கத்தை ஒரு வட்டத்திற்குள் நிற்கச் சொல்லிக் கட்டளை பிறந்தது. இரண்டு கால்களையும் விரித்து அகட்டி வைக்கச் சொன்னார்கள். கைகளை மேலே உயர்த்துமாறு சொன்னார்கள். பதற்றத்தில் தருமலிங்கத்தின் உடம்பு இன்னும் வியர்த்துக்கொட்டி வேகமாக நடுங்கியது. இது அவர்களுக்கு இன்னும் சந்தேகத்தைக் கிளப்பியிருக்கவேண்டும்.

ஆறரையடி உயரமான அதிகாரி விறைப்பான முகத்துடன் முதலில் தருமலிங்கத்தின் கைகளைத் தடவிச் சோதனையிட்டான். மார்பு, வயிறு எல்லாவற்றையும் அழுத்தித் தடவினான். முதுகையும் குண்டிப் பகுதியையும் ஏதோ ரொட்டிக்கு மாவு பிசைவது போன்ற தோரணையில் அழுக்கி எடுத்தான். அவரது கால்களைக் கீழிருந்து மேலாக அழுத்தித் தடவினான். தொடைக்கு மேற்பகுதியில் அவன் தனது கைகளை அளைந்து நகர்த்தியபோது, தருமலிங்கத்தின் கொட்டைகளை அவனது விரலொன்று சட்டெனத் தீண்டுவது போலிருந்தது. தருமலிங்கம் துடித்துப்போனார். அவருக்குத் தனது தோட்டத்தில் இளநீர் வாங்கிக் குடித்து உடல் வளர்த்த இராணுவ வீரன் கொடுத்த அடி மறுபடியும் ஞாபகத்திற்கு வந்தது. 'என்ர கொட்டையைத் தொட இவன் ஆரு' என்ற கோபம் அவருக்குள் உன்னியது. ஆனால், ஆறரையடி உயர அதிகாரி இவரது கொட்டைகளையோ ஆண்குறியையோ தொட்டிருக்கவில்லை. அவற்றைத் தொடாமலேயே மயிரிழை தூரத்தில் விரல்களை வைத்துச் சோதனை செய்யும் முறைக்கு அதிகாரிகள் பயிற்றுவிக்கப் பட்டிருக்கிறார்கள். சோதனையின் இறுதியில் அவர்கள் தருமலிங்கத்தைப் போவதற்கு அனுமதித்தார்கள். தருமலிங்கத்துக்கோ கோபத்தால் உடல் நடுங்கியது. அவருக்குக் கிறுதி வரும் போலிருந்தது. அப்படியே திரும்பிப் போய்விடலாமா என்றுகூட யோசித்தார். சென்னையில்

அசோகமலர் எதிர்பார்த்துக் காத்திருக்கிறார் என்ற ஒரேயொரு சிந்தனை மட்டுமே அன்று அவரைப் பயணம் போக வைத்தது.

துபாய் விமான நிலையத்தில் இறங்கி, சென்னை செல்லும் விமானத்திற்கு மாற வேண்டியிருந்தது. துபாய் விமான நிலையத்திலும் இப்படியொரு மானக்கேடு ஏற்படுமென்று தருமலிங்கம் கருதியிருக்கவேயில்லை. வரிசையில் நிற்கும்போதே 'அங்க சோதிச்சுத்தானே விட்டவங்கள்... நடுவில வானத்தில வைச்சு என்ன பிரகண்டத்த எடுத்து ஓராள் மறைச்சுக் கொண்டு வர ஏலும்' என்று தனக்குள் முணுமுணுத்தார்.

ஒன்றுக்கு இரண்டு அரபிகள் அவரது உடலைப் பாதாதிகேசம் தடவினார்கள். இம்முறையும் தனது கொட்டைகளை அவர்கள் தீண்டியது போலத்தான் தருமலிங்கத்திற்குப்பட்டது. தருமலிங்கம் கைகளை உயர்த்தியவாறு நின்றுகொண்டேயிருந்தார். விரித்து வைத்திருந்த அவரது கால்கள் கோபத்தால் நடுங்கிக்கொண்டிருந்தன.

சென்னை விமான நிலையத்தில் இறங்கியதும்தான் தருமலிங்கம் ஒருநிலைக்கு வந்தார். என்றாலும், இங்கேயும் கொட்டையைத் தடவுவார்களா என்றொரு சந்தேகம் அவருக்கு இருக்கத்தான் செய்தது. நல்ல காலத்திற்கு அப்படி எதுவும் நடக்கவில்லை. தனது பெட்டிகளை எடுத்துக்கொண்டு அவர் விமான நிலையக் கதவுக்கு வெளியே ஓரடி எடுத்து வைக்கும்போதே, எதிரே கூட்டத்திடையே அசோகமலர் கையை அசைத்தவாறு வெட்கப் புன்னகையுடன் நிற்பதைக் கண்டார். அவர் அடுத்த அடியை முன்னே எடுத்துவைக்க முயன்றபோது, பின்னேயிருந்து ஒரு முரட்டுக் கை அவரது தோளைப்பற்றி மறுபடியும் விமான நிலையத்திற்குள் இழுத்தது. தருமலிங்கம் பின்னால் இழுபட்டுக்கொண்டே, முகத்தை மட்டும் முன்னாலே நீட்டி அசோகமலரை வைத்தகண் வாங்காது பார்த்தார். அசோகமலரின் முகம் பீதியில் உறைந்துகொண்டிருந்தது.

தருமலிங்கத்தைத் தனியறைக்குள் கூட்டிச்சென்று, ஆடைகளைக் கழற்றி உள்ளாடையுடன் நிறுத்திப் பரிசோதனை செய்தார்கள். அவர்மீது அவர்களுக்கு ஏதோ விசேட சந்தேகமாம். சோதனை மகா முரட்டுத்தனமாக இருந்தது. இம்முறை அவர்களது வெள்ளை உறை அணிந்த கைகள் நிச்சயமாகவே தருமலிங்கத்தின் கொட்டைகளையும் ஆண்குறியையும் தீண்டின. தருமலிங்கத்தின் வாயிலிருந்து வெப்பத்துடன் அந்தச் சொற்கள் அப்போது உரக்க வந்தன:

"தமிழனுக்கு தமிழனே உப்பிடிச் செய்யக்கூடாது"

3

சென்னையில் நாட்கள் அற்புதமாகக் கழிந்தன. அசோகமலருக்குக் கொள்ளை மகிழ்ச்சியும் உற்சாகமும். அவர்கள் இருவருக்குமே கோயில் குளம் பார்க்கும் எண்ணமோ, ரங்கநாதன் தெருவில் ஷொப்பிங் செய்யும் எண்ணமோ அறவேயில்லை. காலையில், அருகிலிருக்கும் கடைத்தெருவுக்கு இருவருமாகச் சோடிபோட்டுச் சென்று மீன், நண்டு, இறைச்சி என்று வாங்கிவந்து சமைப்பார்கள். வெள்ளிக்கிழமைகளில் மட்டும் மரக்கறி. இரவு, மொட்டை மாடியிலிருந்து கடலை கச்சான் சாப்பிட்டவாறே நீளக் கதைத்துக்கொண்டிருந்தார்கள். தருமலிங்கம் கதைக்கும்போது, இடையிடையே பிரெஞ்சு மொழிச் சொற்களும் கலந்து வருவதை அசோகமலர் ஆசை ஆசையாக ரசித்தார். "நீங்கள் இப்பிடி பிரான்ஸ் கதைச்சால் எனக்கு என்னெண்டு விளங்குமாம்..." என்று சிணுங்கவும் செய்தார். இரவுகளில் ஆசைதீரப் புணர்ந்தார்கள். அசோகமலர் பூரித்துப்போயிருந்தார். தருமலிங்கத்திற்கு இளமை மீண்டுவந்து கூத்திட்டது. புணர்ச்சியின்போது அசோகமலர் எல்லா நிலைகளிலும் புன்னகைத்துக்கொண்டேயிருந்தார். தருமலிங்கத்திற்குப் பெருமை பிடிபடாமல் கிடந்தது. ஒருநாள் காலையில், அவருக்கு அசோகமலர் கொடுத்த முட்டைக் கோப்பியைக் குடித்துவிட்டு, எழுந்து நின்று கைகளைக் காற்றில் சுழற்றி இரண்டு பலமான குத்துகள் விட்டார். ஒரு குத்து உதய்க்கு, அடுத்த குத்து பெர்னாண்டோவுக்கு. இந்தக் கூத்தை அசோகமலர் வாய்கொள்ளாச் சிரிப்புடன் பார்த்துக்கொண்டிருந்தார். அவர்களுக்கு மகிழ்ச்சி என்பது அந்த நான்கு சுவர்களுக்குள் இருந்தது.

ஒருநாள் மாலையில், திரைப்படம் பார்க்கலாம் என இருவரும் முடிவு செய்தார்கள். அமைந்தகரையில் ஒரு பென்னம் பெரிய வணிக வளாகத்திலிருந்த திரையரங்குக்குச் சென்றார்கள். நுழைவுச் சீட்டுகளை வாங்கிக்கொண்டு, திரையரங்குக்குள் நுழைவதற்காக வரிசையில் நின்றுகொண்டிருந்த தருணத்தில்தான் தருமலிங்கம் அதைக் கண்டார். திரையரங்க வாசலிலே ஆட்களைப் பரிசோதனை செய்யும் வளைவு இயந்திரம் நிறுத்தப்பட்டிருந்தது. அதன் இருபுறத்திலும் விறைப்பாக இரண்டு காவலாளிகள் நின்றிருந்தனர்.

"மலர் கொஞ்சம் அத்தோம் பண்ணும்" என்று தருமலிங்கம் மனைவியின் கையைப் பிடித்து இழுத்தார். இருவரும் வரிசையிலிருந்து விலகினார்கள். தருமலிங்கம் கவனித்தபோது, ஒருவரது சட்டைப்பையிலிருந்த சிகரெட் பெட்டி, லைட்டர் எல்லாவற்றையும் ஒரு காவலாளி பிடுங்கி வைத்துக்கொள்வது தெரிந்தது. அடுத்துப் போனவரின் வாயிலிருந்த சுயிங்கத்தை அங்கேயிருந்த குப்பைத்தொட்டியில் உமிழுமாறு காவலாளி சொன்னான். அதன் பிறகு தலையிலிருந்து கால்வரை தடவிப் பார்த்தான்.

"இஞ்சேரும் மலர்... எனக்கு வயித்துக்க குத்துது" என்று தருமலிங்கம் சொன்னார். இருவரும் படம் பார்க்காமலேயே திரும்பி வீட்டுக்கு வந்தார்கள். வீட்டுக்குள் கால் வைத்த நொடியில் தருமலிங்கத்தின் வயிற்று வலி சரியாகிவிட்டது. அதற்குப் பிறகு தருமலிங்கம் வீட்டைவிட்டு வெளியே போவதேயில்லை. கேட்டால் "இந்தத் தூசியும் புழுதியும் எனக்கு ஒத்துக்கொள்ளுதில்ல மலர்" என்றார்.

தருமலிங்கம் பிரான்ஸுக்குத் திரும்பவேண்டிய நாளுக்கு இரண்டு நாட்களுக்கு முன்புதான், அசோகமலர், தருமலிங்கத்தின் கைகளைப்பற்றி உள்ளங்கைகளை எடுத்து அவற்றுக்குள் தனது முகத்தைப் புதைத்துக் கண்ணீர் மல்கியபடியே தான் கர்ப்பம் தரித்திருப்பதாகச் சொன்னார். தருமலிங்கத்தால் மகிழ்ச்சியைத் தாங்க முடியவில்லை. தலைக்கு மேல் கைகளைக் குவித்து "பிள்ளையாரப்பா" என்று கூவினார். பிறகு அசோகமலரிடம் சொன்னார்:

"சிறப்பாயிருக்கு... எல்லாம் கலாதியாயிருக்கு. எல்லாம் சரியாயிருக்கு!"

அடுத்தநாள் அசோகமலர் கொழும்புக்குப் புறப்பட வேண்டும். மனைவியைப் பத்திரமாக அனுப்பிவைத்துவிட்டு, அதற்கு அடுத்தநாள் தருமலிங்கம் பிரான்ஸுக்குப் புறப்பட்டார்.

சென்னை விமான நிலையம்வரை உற்சாகமாக இருந்தவர் விமான நிலையத்தைக் கண்டதுமே சற்று நிலைகுலைந்தார். ஆனால், இம்முறை பதற்றத்திற்கு மேலாக ஆத்திரமே அவரிடமிருந்தது. சென்னையிலும் சரி, துபாயிலும் சரி மீண்டும் அதேபோன்ற கடுமையான சோதனைகள்தான். கொட்டைகளைத் தடவுவதுபோல வந்து போக்குக்காட்டி அவர்களது விரல்கள் விலகிய போதெல்லாம், தருமலிங்கம் ஆத்திரத்திலும் அவமானத்திலும் துடித்துப்போனார்.

பாரிஸ் விமான நிலையத்தில் அவருக்குக் கிறுதியே வந்துவிட்டது. விமானத்தில் ஏறப் போகும்போது சோதனை செய்தீர்கள்... சரி. விமானத்திலிருந்து இறங்கி வரும்போதும் சோதனை செய்ய வந்தால் எப்படி?

சுங்க இலாகா அதிகாரி "மிஸியூ... மிஸியூ" என்று கூப்பிடக் கூப்பிடக் காது கேளாதவர்போல, பெட்டிகள் வைக்கப்பட்டிருந்த தள்ளுவண்டியைத் தள்ளிக்கொண்டு தருமலிங்கம் வேகமாக நடந்தார். அந்த அதிகாரி பின்னால் வருகிறானா எனத் தருமலிங்கம் சற்றுத் திரும்பிப் பார்த்தபோது, அந்த அதிகாரி வேறொரு பயணியைச் சோதனை செய்துகொண்டிருந்தான்.

தலையை ஆட்டியவாறே கால்களை எட்டப் போட்டு ஆங்காரமாகத் தள்ளுவண்டியைத் தள்ளிக்கொண்டு போன தருமலிங்கம் அடுத்த இரண்டாவது நிமிடத்தில், சிவில் உடையணிந்திருந்த இரண்டு சுங்க இலாகா அதிகாரிகளால் மடக்கிப் பிடிக்கப்பட்டார். "சவப்பா நோ..." என்று தருமலிங்கம் போட்ட கூச்சலில் விமான நிலையமே திரும்பிப் பார்த்தது.

அணுஅணுவாகச் சோதனை போடுவது என்பார்களே, அதுதான் நடந்தது. தருமலிங்கத்தின் உடல் முழுவதும் அவர்களது கையுறைகள் அணிந்த கரங்கள் ஊர்ந்தன. தருமலிங்கத்தைப் படுக்கவைத்து எக்ஸ்-ரேயும் எடுத்துப் பார்த்தார்கள். கிட்டத்தட்ட நான்கு மணிநேர விசாரணை. சுங்க அதிகாரி கூப்பிட்டபோது எதற்குத் தருமலிங்கம் ஓட வேண்டும் என்பதுதான் விசாரணையின் மையம். அவர்களால் எதையும் கண்டுபிடிக்க முடியவில்லை. தருமலிங்கம் அந்த அலுவலகத்தை விட்டு வெளியே வரும்போது, சோதனை செய்த அதிகாரிகளில் ஒருவன் அவருடன் கைகுலுக்க வந்தான். தருமலிங்கம் கையைக் கொடுக்காமல் அவனை முறைத்துப் பார்த்தார். "அடுத்த தடவை இங்கே வரும்போது சோதனைக்கு அழைத்தால் தயவுசெய்து ஒத்துழையுங்கள். ஒத்துழைத்தால் இப்படியான காலவிரயங்களை நாங்கள் தவிர்த்துக்கொள்ளலாம்" என்று அதிகாரி சொல்லிச் சொன்ன வாய் மூட முன்பே, தருமலிங்கத்தின் கையிலிருந்த பெட்டி பறந்துபோய் விமான நிலையத் தரையில் விழுந்து வாய் பிளக்க, அதற்குள்ளிருந்த திருநெல்வேலி இருட்டுக்கடை அல்வா, திருநீறு, சந்தனம், ஆயுர்வேத எண்ணெய் எனப் பல சரக்குகள் தரை முழுவதும் சிதறின. தருமலிங்கம் தனது கால்களை ஒருசேர வைத்துக்கொண்டு, இடுப்பில் இரு கைகளையும் ஊன்றியவாறே கழுத்தை முன்னே நீட்டி அந்த அதிகாரியைப் பார்த்துத் தமிழில் கத்தினார்:

"அடுத்தமுறை ஏன் வரச் சொல்லுறாய்? இந்தமுறை மரியாதை கெடுத்தினது போதாதா?"

4

பயணக் களைப்பு தருமலிங்கத்தைப் படுக்கையில் அமுக்கினாலும், விமான நிலையத்தில் ஏற்பட்ட ஆற்றாமையால் அவருக்கு ஒருகண் நித்திரையும் வரவில்லை. பிள்ளைத்தாச்சியான மனைவியைத் தனியே விட்டுவிட்டு வந்த கவலை வேறு அவரை உருக்கியது. காலையில் அய்ந்து மணிக்கு எழுந்து தொழிற்சாலைக்கு வேலைக்குப் போகவேண்டும். எனவே, கட்டாயப்படுத்தித் தூக்கத்தை வரவழைக்க முயற்சித்தார்.

ஒரு மணிநேரம் தூங்கியிருப்பார். அலாரம் அடித்தது. குளித்துவிட்டு நெற்றி நிறையத் திருநீறைப் பூசிக்கொண்டு தொழிற்சாலைக்குக் கிளம்பினார். ஒரு மணிநேரம் ரயிலில் பயணம் செய்து தொழிற்சாலையை அடைந்தார். இரண்டு மாதங்களுக்குப் பின்பு வேலைக்கு வருகிறார். தொழிற்சாலை வளவுக்குள் காலடி எடுத்து வைக்கும்போதே அவருக்குள்ளிருந்த உழைப்பாளி உற்சாகமாக விழித்துக்கொண்டான். உயர்ந்திருந்த தொழிற்சாலைக் கட்டடம் காலைச் சூரியனின் ஒளியில் மின்னியது. அந்தத் தொழிற்சாலையின் முன்பக்கம் முழுவதும் கண்ணாடிகளால் இழைக்கப்பட்டிருந்தது. தொழிற்சாலையின் நுழைவாசலை நோக்கி நடந்த தருமலிங்கம் அங்கே தொழிலாளர்கள் கும்பலாக நிற்பதைக் கண்டார். வழமையாக இப்படி யாரும் இந்த நேரத்தில் கூடி நிற்பதில்லை. ஏதும் விபத்தோ என்ற எண்ணத்தில் கால்களை எட்டிப்போட்டவர் நுழைவாசலை நெருங்கியதும் அப்படியே நின்று, ஒரு கையை மார்பில் கட்டிக்கொண்டும் அடுத்த கையால் வாயை மூடிக்கொண்டும் அசையாமலிருந்தார். அவரது கண்கள் நுழைவாசலையே வெறித்துப் பார்த்தன.

அங்கே மனிதர்களைப் பரிசோதனை செய்யும் ஓர் இயந்திர வளைவு இருந்தது. அதனருகே தொழிற்சாலைக்குப் புதியவனான பிரெஞ்சு இளைஞன் ஒருவன் காவலதிகாரிக்கான சீருடையும் சப்பாத்துகளும் தொப்பியும் அணிந்து புன்னகையோடு கம்பீரமாக நின்றிருந்தான். தருமலிங்கம் விடுமுறையில் போனபோது, நுழைவாசலில் இந்த இயந்திரமுமில்லை, இந்த இளைஞனுமில்லை. இந்த வாசல் ஓவென்று திறந்து கிடக்கும். இது புதிய ஏற்பாடு.

தொழிலாளிகள் இந்த இயந்திரத்திற்குள் புகுந்து கடந்த பின்பு, காவலதிகாரியான இளைஞன் அவர்களின் உடலைத் தடவிப் பரிசோதித்து ஒவ்வொருவராகத் தொழிற்சாலைக்குள் அனுமதித்தான். திடீரெனத் தருமலிங்கம் ஓடத் தொடங்கினார். அவர் தொழிற்சாலையை விலாப்பக்கமாகச் சுற்றி வேகமாகப் பின்புறத்தைச் சென்றடைந்தார். மாலையில் வேலை முடிந்து தொழிலாளர்கள் வெளியேறும் வழி பின்புறமேயிருந்தது. தருமலிங்கம் எதிர்பார்த்தது போலவே அங்கேயும் பரிசோதனை செய்யும் ஓர் இயந்திர வளைவு இருந்தது.

தருமலிங்கம் மெதுவாக நடந்து தொழிற்சாலையின் முன்புற வாசலுக்கு வந்தார். இப்போதே வேலை தொடங்குவதற்கு இரண்டு நிமிடங்கள் தாமதமாகியிருந்தன. தருமலிங்கம் சோர்வு மேலிடப் படிகளில் ஏறி வாசலுக்குச் சென்றார். காவலதிகாரியான இளைஞனுக்கு வணக்கம் சொல்லிவிட்டு, தனது வேலை அடையாள அட்டையை எடுத்துக் காட்டினார். அந்த இளைஞனும் புன்னகையுடன் பதில்

வணக்கம் சொல்லிவிட்டு, இவரைப் பரிசோதிப்பதற்குத் தயாராக நின்றான். தருமலிங்கம் அந்த இயந்திர வளைவுக்குள் நுழையாமல், சடாரென அதைச் சுற்றிக்கொண்டு தொழிற்சாலைக்குள் நுழைய முற்பட்டபோது, அந்த இளைஞன் தனது வலுவான கைகளை நீட்டி அவரைத் தடுத்தான். தருமலிங்கம் அவனை முறைத்துப் பார்த்துவிட்டு, வேறு வழியில்லாமல் அந்த இயந்திரத்திற்குள் நுழைந்து வந்தார். இப்போது, அந்த இளைஞன் தனது வெண்ணிறக் கையுறைகளைச் சரிசெய்துகொண்டு, தருமலிங்கத்தின் உடலைச் சோதனை செய்வதற்குத் தயாராகிப் புன்னகையுடன் தருமலிங்கத்தை நெருங்கினான். தருமலிங்கத்திற்கு அந்தத் தருணத்தில் கிறுதி வந்தது. தனது தலையைப் பின்னால் சாய்த்துக்கொண்டு, இடது கையால் தனது கொட்டைகளை 'கவர்' பண்ணிக்கொண்டு, வலது கையைச் சுழற்றி அந்த இளைஞனின் கைகளை வலுவுடன் தட்டிவிட்டார். அப்போது, சடுதியில் தொழிற்சாலை முழுவதும் அலாரங்கள் ஒலிக்க ஆரம்பித்தன. தொழிற்சாலையின் நுழைவாயில் கதவு டபாரெனத் தானே இறுக மூடிக்கொண்டது. நாலாபுறமிருந்தும் காவலாளிகள் நுழைவாயிலை நோக்கி ஓடிவந்தார்கள்.

தருமலிங்கத்தை முன்வைத்து அங்கேயொரு மினிப் பஞ்சாயத்து கூடியது. தருமலிங்கம் தனது உடலில் கைவைக்க யாருக்கும் அதிகாரமில்லை என விடாப்பிடியாக நின்றார். தொழிற்சாலை முகாமையாளரோ அப்படிப் பரிசோதனை செய்வது பொதுவிதி என்றும் தன்னைக் கூட அப்படிப் பரிசோதனை செய்துதான் உள்ளே அனுப்புகிறார்கள் என்றும் சொல்லிவிட்டு, தனது பாரமான உடம்பைத் தூக்கிக்கொண்டு கைகளை உயர்த்தியபடியே அந்த இயந்திர வளைவுக்குள் இருமுறை புகுந்தோடி வந்து காவலதிகாரி முன்பாகக் கைகளை உயர்த்தியபடியே மூச்சுவாங்க நின்று தன்னால் முடிந்தளவுக்குச் சிறு ஆற்றுகையை நிகழ்த்தி, தருமலிங்கத்திற்குப் பிரச்சினையைப் புரியவைக்க முயன்றார்.

தொழிற்சங்கப் பிரதிநிதியும் தருமலிங்கத்தைச் சமாதானப்படுத்த முயன்றார். "இங்கே பார் தருமலிங்கம்! உலகம் முழுவதும் பாதுகாப்புப் பிரச்சினைகள் இருக்கத்தான் செய்கின்றன. உதாரணமாக அல் கொய்தா..." என்று அவர் முடிக்க முதலே தருமலிங்கம் "என்னைப் பார்த்தால் அல் கொய்தா மாதிரியாகவா இருக்கிறது?" என்று கேட்டார். தொழிற்சங்கப் பிரதிநிதி உலக அரசியலைக் கரைத்துக் குடித்தவர். அவர் அமைதியான புன்னகையுடன் "ஏன் தோழர், இலங்கைத் தமிழர்கள் கூடக் குண்டு வைப்பதில் தேர்ந்தவர்கள்தானே" என்றார்.

தருமலிங்கம் அப்படியே வாசற்படியில் உட்கார்ந்தார். பிறகு எழுந்து நடந்து அந்த இயந்திர வளைவுக்குள் நுழைந்து, அந்தக் காவலதிகாரி

இளைஞனின் முன்னால் போய்க் கால்களை அகற்றி நின்றுகொண்டு கைகளை உயரே தூக்கினார். அப்போது, தருமலிங்கத்தை ஊக்குவிக்கும் முகமாக முகாமையாளர் மெல்லத் தனது கைகளைத் தட்டிப் பாராட்டினார். காவலதிகாரி இளைஞன் மிகப் பொறுமையாகத் தருமலிங்கத்தின் உடலைத் தடவிப் பரிசோதித்தான். இவனும் தனது கொட்டைகளைத் தடவியதாகவே தருமலிங்கம் உணர்ந்தார். அன்று முழுவதும் அவருக்கு வேலையே ஓடவில்லை. இரவு சரியாகத் தூக்கமும் வரவில்லை. இரவு முழுவதும் கையால் தனது கொட்டைகளை வருடிக் கொடுத்தவாறே படுக்கையில் கிடந்தார். ஆனால், விடிகாலையில் அவரின் மனதில் ஒரு தெளிவு மின்னிச் சென்றது. அவர் படுக்கையிலிருந்து எழுந்து உட்கார்ந்துகொண்டு, தனது கைகளைப் பக்கவாட்டில் நீட்டினார். பறப்பது போல் கைகளை மேலும் கீழும் அசைத்தவாறே சொன்னார்:

"எல்லாத்துக்கும் வழியிருக்கு. சிறப்பாயிருக்கு. மலருக்கு வயித்தில சிங்கக்குட்டி இருக்கு. எல்லாம் சரியாயிருக்கு. எல்லாம் ஒரு அமைப்பாயிருக்கு!"

அடுத்தநாள் காலையில், முதல் ஆளாகத் தருமலிங்கம் தொழிற்சாலையில் நின்றார். அவர் மெல்லிய துணியில் தொளதொளப்பான கார்ச்சட்டை ஒன்றை அணிந்திருந்தார். மிடுக்காக நடந்து சோதனை இயந்திர வளைவுக்குள் நுழைந்து, காவலதிகாரியான இளைஞனின் முன்னால் போய்நின்று தனது கால்களை அகற்றி வைத்துக் கைகளை உயர்த்தினார். காவலதிகாரி தனது கையுறைகளைச் சரி செய்துகொண்டு, மிக மெதுவாகத் தருமலிங்கத்தின் கால்களைத் தடவிக்கொண்டே நிமிர்ந்து மேலே வந்தபோது, காவலதிகாரியின் விரல்கள் நடுங்குவதைத் தருமலிங்கம் கவனித்தார். அவர் அன்று திட்டமிட்டே ஜட்டி அணிந்து வரவில்லை. அவரது விறைத்துநின்ற ஆண்குறி நீண்டு அந்த இளைஞனின் கைகளில் சடுதியில் தவழ்ந்தது. அவன் சடாரெனத் தனது கைகளை இழுத்துக்கொண்டான். தருமலிங்கத்தைத் தொழிற்சாலையின் உள்ளே போகுமாறு சொன்னான்.

மாலையில் வேலை முடிந்து வெளியேறும்போது, அந்தக் காவலதிகாரி வெளியேறும் வழியில் கடமையிலிருந்தான். அவனிடம் போய்நின்று தருமலிங்கம் கைகளை உயர்த்தினார். அவனது கைகள் நடுங்குவதைத் தருமலிங்கம் கொடுப்புக்குள் முகிழ்த்த சிரிப்புடன் கவனித்தார். அவனது கைகள் அவரது தொடைக்குக் கிட்டவாக வரும்போது, தருமலிங்கம் தனது இடுப்பைச் சடாரென முன்னே தள்ளினார். படாரென தனது முகத்தைப் பின்னுக்கு இழுத்த இளைஞன் தருமலிங்கத்தைப் போகுமாறு சொன்னான்.

அடுத்தநாள் தருமலிங்கம் வேலைக்குப் போனபோது, அந்தக் காவலதிகாரி இளைஞன் வேறுபக்கம் தனது பார்வையைச் செலுத்தினான். தருமலிங்கம் அவனுக்கு முன்னால் போய்நின்று தனது இடுப்பை முன்னகர்த்திக் காட்டினார். அந்த இளைஞன் "உள்ளே போங்கள்" என மெதுவாக முணுமுணுத்தான்.

தருமலிங்கம் இரவில் பேரிச்சம்பழம், பாதாம் பருப்புப் போன்றவற்றை மட்டுமே சாப்பிட்டார். தொழிற்சாலைக்குள் நுழைவதற்கு முன்பும் வெளியேறுவதற்கு முன்பும் கொங்கோ தேசத்திலிருந்து இறக்குமதியாகும் கோலா விதைகளை வாயில் போட்டு மென்றார். அந்த விதைகள் ஆணுறுப்பின் விறைப்பை நீண்டநேரம் பாதுகாக்கும் சக்தி கொண்டவை. தருமலிங்கத்தால் தனது இரகசியக் கற்பனைகள் மூலம் நினைத்த மாத்திரத்தில் தனது ஆண்குறியை எழுச்சி கொள்ள வைக்க முடியும்.

அவ்வாறு எழுச்சி கொள்ள வைப்பதற்கு அவர் மனதில் ஒன்றிரண்டு பெண்களை நினைத்துக்கொள்வார். எக்காரணம் கொண்டும் அந்த நேரத்தில் அவர் அசோகமலரை நினைப்பதில்லை. தெருவில் காணும் பெண்கள், உறவினர்கள், நடிகைகள் என யாரையும் அவர் அப்போது நினைக்கமாட்டார். குறிப்பிட்ட சில உலக நாட்டுப் பிரதம மந்திரிகளையும் ஜனாதிபதிகளையுமே நினைத்துக்கொள்வார். சிறுவயதிலிருந்தே அதுதான் அவரது வழக்கம். இந்த விஷயத்தை அவர் ஒருநாள் பகடியோடு பகடியாக வாய்தவறி இந்தக் கதைசொல்லிடம் சொல்லியிருக்கிறார்.

ஒரு தொழிலாளியைக் காவலதிகாரி தொடர்ந்தும் உடற்பரிசோதனை செய்யாமல் தொழிற்சாலையின் உள்ளே அனுமதிப்பதையும் வெளியேற அனுமதிப்பதையும் கண்காணிப்புக் கமெராவில் கவனித்த பாதுகாப்பு உயரதிகாரிகள் அந்தக் காவலதிகாரிமீது ஒரு விசாரணையை ஏற்படுத்தினார்கள். அந்த இளம் அதிகாரி கைகளைப் பிசைந்தவாறே, தருமலிங்கம் ஜட்டி போடாமல் தொழிற்சாலைக்கு வருவதாலும் எப்போதுமே அவரது ஆண்குறி விறைத்துக்கொண்டு நீண்டிருப்பதாலும் தன்னால் அவரைத் தொட்டுப் பரிசோதனை செய்ய முடியவில்லை என்று தயக்கத்துடன் சொன்னான்.

தருமலிங்கத்தை முகாமையாளர் கூப்பிட்டு விசாரித்தபோது, தருமலிங்கம் "ஜட்டி போடாமலிருப்பது தனிமனித உரிமை சார்ந்த விஷயம், இதில் தொழிற்சாலை நிர்வாகம் தலையிட முடியாது" என்றார். இந்த விஷயத்தில் தொழிற்சங்கம் தருமலிங்கத்தின் பிறப்புரிமையைக் காப்பாற்ற முன்வந்தது. முகாமையாளரால் பதில் பேசமுடியவில்லை. ஏனெனில், பணியிடத்தில் சீருடைகள், சப்பாத்துகள், தலைக்கவசங்கள்

அணிய வேண்டுமென விதிகளிருந்தனவே தவிர, ஜட்டி அணிந்திருக்க வேண்டும் என்று எந்த விதியும் இருக்கவில்லை. எனவே, முகாமையாளர் காவலதிகாரியை மாற்றுவது என முடிவு செய்தார். பிரெஞ்சு இளைஞனின் இடத்திற்கு ஒரு போலந்து நாட்டு முதியவர் நியமிக்கப்பட்டார். அந்தக் கிழவர் அடுத்த வருடம் ஓய்வூதியம் பெறவேண்டியவர். அவருக்குப் பல மொழிகள் தெரியும்.

கிழவர் ஒரு முடிவோடு இருந்தார். தருமலிங்கம் ஜட்டியென்ன காற்சட்டையே இல்லாமல் வந்தாலும் தடவிப் பரிசோதனை செய்வதென்ற முடிவோடுதான் அவர் இருந்தார். ஆனால், அடுத்தநாள் தருமலிங்கம் வேலைக்கு வரும்போது, அவருக்கு முன்பே முப்பதுவரையான தொழிலாளர்கள் உடற்பரிசோதனைக்காக வரிசையில் நின்றிருந்தார்கள். அவ்வளவு பேருமே வாட்டசாட்டமான அரபுத் தொழிலாளர்கள். இந்த உடற்பரிசோதனைகளால் பிரான்ஸில் அதிகம் பாதிக்கப்பட்டதும் அவமதிக்கப்பட்டதும் அவர்கள்தான். நேற்று தொழிற்சாலையில் நடந்த தருமலிங்கம் மீதான விசாரணை அவர்களிடம் ஒரு புதிய எழுச்சியை உருவாக்கியிருந்தது. அவர்கள் அவ்வளவு பேரும் ஜட்டி அணியாமல் வந்திருந்தார்கள். போலந்துக் கிழவர் அயர்ந்துபோனார். எத்தனை ஆண்குறிகளைத்தான் அவரால் தடவ முடியும். அவர் கைகளைக் கட்டிக்கொண்டு சும்மா நிற்க, தருமலிங்கம் ஓர் இதமோரப் புன்னகையுடன் அந்தக் கிழவரைக் கடந்து தொழிற்சாலைக்குள் நுழைந்தார்.

அந்தத் தொழிற்சாலையில் வேலை செய்தவர்களில் அரைவாசிப் பேர் ஆபிரிக்கர்கள். அரபுக்களும் தருமலிங்கமும் சோதனையிடப்படாமல் உள்ளே போவதையும் தங்களை மட்டும் காவலதிகாரி சோதனையிடுவதையும் அவர்கள் இன அவமானமாகவே கருதினார்கள். அடுத்த நாளிலிருந்து அவர்களும் ஜட்டி அணியாமல் வரத் தொடங்கினார்கள். காவலதிகாரியாக இருந்த போலந்துக் கிழவர் எல்லா மொழிகளிலும் கடவுளைத் திட்டியவாறு மருத்துவ விடுப்பில் போய்விட்டார். அந்தத் தொழிற்சாலையில் உடற்பரிசோதனை செய்யும் வேலைக்கு வந்தவர்கள் ஒரே நாளில் அலறியடித்துக்கொண்டு சொல்லாமல் கொள்ளாமல் வேலையை விட்டு ஓடினார்கள். கடைசியாக, ஒரு நோஞ்சான் கிழவர்தான் அரைகுறையாக அந்த வேலையில் நின்றுபிடித்தார். அவருக்குப் பார்வைக் குறைபாடிருந்தது. காதும் சரிவரக் கேட்காது.

தொழிற்சாலை நிர்வாகம் திகைத்து நின்றது. இது நிர்வாகத்தின் கௌரவப் பிரச்சினை. முன்னூறு பேர் வேலை செய்யும் அந்தத் தொழிற்சாலையில் நிர்வாகிகளான பத்துப் பேர் மட்டுமே ஜட்டி அணிந்து வந்தார்கள்.

அவர்களை மட்டுமே அந்த நோஞ்சான் காவலதிகாரி சம்பிரதாயமாக உடற்பரிசோதனை செய்வார். மற்றைய நேரங்களில் அவர் கைகளைக் கட்டிக்கொண்டு ஓர் ஓரமாக நாற்காலியில் அமர்ந்திருப்பார்.

தொழிலாளர்களின் இந்த எழுச்சிச் செய்தி மெல்ல மெல்ல மற்றைய தொழிற்சாலைகளுக்கும் பரவியபோது, மற்றைய தொழிற்சாலைகளின் தொழிலாளிகளும் ஜட்டி அணியாமல் வேலைக்குச் செல்ல ஆரம்பித்தார்கள். இந்த எழுச்சிச் செய்தியை 1960-களில் அமெரிக்காவில் பெண்கள் முன்னெடுத்த பிரேஸியர் அணியாத இயக்கத்தோடு ஒப்பிட்டுப் பத்திரிகைகள் எழுதின. நிர்வாண சங்கத்தினர் பாரிஸ் தொழிலாளர்களுக்குத் தங்களது வாழ்த்துச் செய்தியை அனுப்பிவைத்தனர். பாரிஸ் விமான நிலையத்தில் எடுக்கப்பட்ட கணக்கெடுப்பு ஒன்றின்படி, அந்த விமான நிலையத்தால் பயணிக்கும் ஆண்களில் முப்பத்திரண்டு சதவீத்தினரும் பெண்களில் முப்பத்துநான்கு சதவீத்தினரும் உள்ளாடைகள் அணியாமல் பயணிப்பதாகத் தெரியவந்தது. நாடாளுமன்றத்தில் உரையாற்றிய உள்துறை அமைச்சர் "தீவிரவாதத்திலிருந்து எமது மக்களைக் காப்பாற்றுவதா அல்லது உள்ளாடைகள் அணியாமல் இருக்கும் அவர்களது தனிமனித சுதந்திரத்தைக் காப்பாற்றுவதா?" என்று சினத்துடன் கேட்டார். கத்தோலிக்க திருச்சபை 'தொழிலாளர்களின் செயல் காட்டுமிராண்டித்தனம்' என அறிக்கை வெளியிட்டது. அதற்கு எதிர்வினையாக அனார்க்கிஸ் சங்கத்தார் 'போர்ச் சேவகர்கள் இயேசுக் கிறிஸ்துவின் வஸ்திரங்களை அவர்களுக்குள் சீட்டுப்போட்டுப் பகிர்ந்துகொண்டபோது, இயேசுவின் வஸ்திரங்களிடையே ஜட்டி இருந்ததில்லை' என்றொரு அறிக்கையை வெளியிட்டனர்.

முதலாளிகள் சங்கத்தினர் பல ஆலோசனைக் கூட்டங்களை நடத்திக் கலந்தாலோசித்தனர். தொழிலாளர்களின் இத்தகைய ஒன்றிணைவு உடனடியாகப் பொருளுற்பத்தியில் — உள்ளாடைகள் உற்பத்தியைத் தவிர — பெரிய பாதிப்புகளை ஏற்படுத்தாது என்றும் ஆனால், தொழிலாளர்களின் இத்தகைய ஒன்றிணைவு மேலும் பல உரிமைக் கோரிக்கைகளைக் காலப் போக்கில் அவர்கள் கிளப்ப அடிப்படையாக இருக்கும் என்றும் அவர்கள் அபிப்பிராயப்பட்டனர். எனவே, இந்த உடற்பரிசோதனை முறைக்கு வேறொரு சிறப்பான, நுட்பமான வழியைக் கண்டுபிடிக்கும்வரை தொழிற்சாலைகளில் நிறுவப்பட்டிருக்கும் உடற்பரிசோதனை இயந்திர வளைவுகளையும் காவலதிகாரிகளையும் தற்காலிகமாக நீக்கிக்கொள்வதென்று அவர்கள் தீர்மானித்தார்கள். வரும் திங்கட்கிழமை முதல் அவற்றை நீக்குவதாக முதலாளிகள் சங்கத்தால் தொழிற்சங்கங்களுக்குக் கடிதம் எழுதப்பட்டது.

திங்கட்கிழமை அதிகாலையில், முதல் ஆளாகத் தருமலிங்கம் தொழிற்சாலைக்கு வந்தார். வாசலில் பரிசோதனை இயந்திர வளைவு இருந்த தடம் கூட இல்லை. காவலதிகாரியும் இல்லை. தொழிற்சாலையின் கதவு அகலத் திறந்து கிடந்தது. வாசற்படிகளில் சில புறாக்கள் நின்றிருந்தன. தருமலிங்கம் புறாக்களிடம் சொன்னார்:

"எல்லாம் வெளிச்சிருக்கு... எல்லாம் சரியாயிருக்கு!"

தருமலிங்கம் தொழிற்சாலையின் வாசற்படியில் ஏறிக்கொண்டிருந்த போது, அவரது கைபேசி ஒலித்தது. அவர் உற்சாகத்துடன் கைபேசியை எடுத்துப் பேசினார். மறுமுனையில் அசோகமலரின் குரல் துயரத்துடன் ஒலித்தது. அசோகமலர் மகப்பேறு மருத்துவரிடம் உடற்பரிசோதனைக்காகப் போயிருந்தாராம். கரு எதுவும் வயிற்றில் இல்லையாம். பேசி முடித்துவிட்டு அசோகமலர் "என்ர ராசா" என்றொரு ஆழமான பெருமூச்சைத் துயரத்துடன் வெளியிட்டார்.

தருமலிங்கம் சத்தமில்லாமல் வாசற்படிகளிலிருந்து இறங்கினார். அப்படியே தொழிற்சாலை வளவிலிருந்து வெளியேறினார். அதற்குப் பின்பு, அவர் அந்தத் தொழிற்சாலைப் பக்கம் காணப்படவேயில்லை.

□ ஆக்காட்டி – 2014

கண்டி வீரன்

சிலோனில் முன்னொரு காலத்தில் கண்டி வீரன் என்றொருவன் இருந்தான். அவனுக்கு ஒரு தமிழ் விடுதலை இயக்கம் மரண தண்டனையைத் தீர்ப்பளித்ததாம். பின்னொரு சந்தர்ப்பத்தில், அந்த மரண தண்டனையை அந்த இயக்கம் விலக்கியும் கொண்டதாம். கண்டி வீரனின் சரித்திரம் பற்றி இதற்கு மேல் எனக்கு எதுவும் தெரியாது.

ஆனால், இத்தகைய சம்பவம் எங்களது போராட்ட வரலாற்றில் வெகு அபூர்வமாகவே நிகழ்ந்த ஒன்று. இயக்கங்களின் கைகளில் சிக்கியவர்கள் மீண்டதான நிகழ்வுகள் வெகு அரிதே. குறிப்பாக, மரண தண்டனை விதிக்கப்பட்ட பின்பாக அந்தத் தண்டனை விலக்கிக்கொள்ளப்பட்ட நிகழ்வு இது ஒன்றுதான். நான் கண்டி வீரனைப் பற்றிக் கேள்விப்பட்ட நாளிலிருந்தே இது எப்படி நடந்திருக்கக் கூடும் என யோசித்து வந்திருக்கிறேன். கண்டி வீரனின் கதையை எழுத வேண்டும் என்பதில் நான் வெகு ஆர்வமாயிருந்தேன். ஆனால், இது எவ்வாறு நிகழ்ந்திருக்கும் என என்னால் கற்பனையே செய்ய முடியவில்லை.

அண்மையில், நான் 'லியோ டால்ஸ்டாய்' எழுதிய சிறுகதையொன்றைப் படித்தேன். 'யானையைக் கட்டி யாரால் தீனி போட முடியும்' என்றொரு நீளமான தலைப்போடு அந்தக் கதையை ஆக்கூர் அனந்தாச்சாரியார் தமிழில் மொழிபெயர்த்திருக்கிறார். அந்தக் கதை ஐரோப்பாவில் 1897 இல் நடந்த கதை. ஆனால், அந்தக் கதை போலத்தான் 1984 இல் சிலோனில் நடந்த கண்டி வீரனின் கதையும் இருந்திருக்க முடியும் என எனக்குத் திடீரெனத் தோன்றியது. வேறெப்படித்தான் கண்டி வீரன் சாவிலிருந்து தப்பித்திருக்க முடியும் சொல்லுங்கள்!

எனவே, நான் ஆசிரியர் டால்ஸ்டாயின் அந்தக் கதையை வாங்கி, அதற்குள் கண்டி வீரனின் சரித்திரத்தைப் புகுத்திச் சொல்வதற்கு நீங்கள் என்னை அனுமதிக்க வேண்டும்

சிலோனில் 1984 காலப்பகுதியில் பெரிதும் சிறிதுமாக முப்பத்தேழு தமிழ் ஆயுதப் போராட்ட இயக்கங்கள் இருந்ததாக ஒரு கணக்கு. அந்த முப்பத்தேழு இயக்கங்களிலும் ஆகச் சிறிய குட்டி இயக்கத்திற்குப் பெயர் 'சோசலிஸத் தமிழீழப் புரட்சிகர இயக்கம்' (ஆர்.ஓ.எஸ்.றி.ஈ). சுருக்கமாக 'ரோஸ்டி' என அவர்கள் தங்களை அழைத்துக்கொண்டார்கள்.

அந்த இயக்கத்தில் ஆறு உறுப்பினர்கள் மட்டுமே இருந்தார்கள். எல்லோருக்குமே இருபதிலிருந்து முப்பது வயதுக்குள்தான் இருக்கும். அந்த இயக்கத்தின் புரட்சிகர நிறைவேற்று மத்திய குழுவில் அந்த ஆறுபேருமே இருந்தார்கள்.

ரோஸ்டி இயக்கம் ஒரு தீவிர இடதுசாரி இயக்கமாகத் தன்னைச் சொல்லிக்கொண்டது. தொழிலாளர்களையும் விவசாயிகளையும் திரட்டி, தொடர்ச்சியான கெரில்லாத் தாக்குதல்களை இலங்கை இராணுவத்திற்கு எதிராக நடத்தி, சோசலிஸத் தமிழ் ஈழ நாட்டை அமைப்பதே அவர்களது அரசியல் வேலைத்திட்டம். அந்தக் காலத்தில், பல ஈழத் தமிழ் இயக்கங்களுக்கு இந்திய அரசு இராணுவப் பயிற்சி கொடுத்து வந்தது. எம்.ஜி.ஆரும் கருணாநிதியும் போட்டி போட்டுக்கொண்டு இயக்கங்களுக்கு நிதி வழங்கினார்கள். ஆனால், ரோஸ்டி இயக்கம் இந்தியாவைச் சார்ந்து இருக்கக் கூடாது எனக் கொள்கை முடிவு எடுத்திருந்தது. மற்றைய இயக்கங்களைப் போல் தமிழகத்தைப் பின்தளமாக உபயோகிக்கக் கூடாதென்றும், ஈழ நிலத்திலிருந்தே தங்களது இயக்கத்தை வளர்த்தெடுக்க வேண்டுமென்றும் அவர்கள் ஒவ்வொரு மாதமும் மத்திய குழுவில் தீர்மானம் போடுவார்கள்.

என்னதான் ஆறுபேரை மட்டுமே கொண்ட குட்டி இயக்கமானாலும், தமிழீழத்திற்காகச் சரியான பாதையில் போராடும் சித்தாந்தப் பலமுள்ள இயக்கம் தமது ரோஸ்டி இயக்கம் மட்டுமே என்பதில் அவர்களுக்குப் பலத்த நம்பிக்கையிருந்தது. மற்றைய இயக்கங்களுக்குச் சளைக்காத வகையில் ரோஸ்டி இயக்கமும் அவ்வப்போது அறைகூவல் அறிக்கைகளை வெளியிட்டு வந்தது. மற்றைய இயக்கங்களைச் சித்தாந்த விவாதத்திற்கும் அழைத்தது. மற்றைய இயக்கங்கள் நடத்தும் இராணுவத் தாக்குதல்கள் தோல்வியுற்றால், அவை இராணுவரீதியாக எவ்வாறு தோல்வியாக அமைந்தன என ரோஸ்டி இயக்கம் ஆராய்ச்சி செய்து துண்டுப்பிரசுரம் வெளியிட்டது. துண்டுப்பிரசுரத்தின் கடைசியில் 'புரட்சிகர ரோஸ்டி இயக்கத்தின் மக்கள் படை இராணுவத் தாக்குதல்களைத் தொடங்கும்போது, அது வெற்றிகரமான இராணுவச் சாதனைகளைச் செய்யும்' என்றும் மறக்காமல் குறிப்பிடுவார்கள். ஆனாலும், மக்களது ஆதரவு துப்புரவாக ரோஸ்டி இயக்கத்தினருக்குக் கிடைக்கவில்லை என்றுதான் சொல்ல வேண்டும். ரோஸ்டி இயக்கத்தினர் சாப்பாட்டுக்குக் கூடக் கஸ்டப்பட்டார்கள்.

யாழ் நகரத்திலிருந்து எட்டுக் கிலோமீற்றர் தொலைவிலுள்ள ஒரு சிற்றூரில் ரோஸ்டி இயக்கத்தினர் முகாமிட்டிருந்தனர். உயர்ந்த மதில்களால் சூழப்பட்ட பாழடைந்த பெரிய கல்வீடொன்றுதான் முகாம். அந்த வீட்டின் சொந்தக்காரர்கள் அமெரிக்காவில் இருந்தார்கள்.

எனவே, எந்தவிதக் குற்றவுணர்வுமின்றி அந்த வீட்டை ரோஸ்டி இயக்கத்தினர் கையகப்படுத்திக்கொண்டார்கள். அந்த ஊரில் ஒரு சிறிய கடைவீதியும் நான்கு பெட்டிக் கடைகளுமிருந்தன. சனங்கள் எப்போது பார்த்தாலும் அந்தக் கடைத்தெருவில் கூடிநின்று அரசியல் பேசிக்கொண்டிருந்தார்கள். அங்கேயிருந்த கடைகளில் ரோஸ்டி இயக்கம் வரி வசூலித்தது. வியாபாரிகள் பல இயக்கங்களுக்கும் வரி செலுத்த வேண்டியிருந்ததால், ரோஸ்டி இயக்கத்தினருக்கு மிகக் குறைவான பங்கே கிடைத்தது என்றுதான் சொல்ல வேண்டும். எனினும், அவர்கள் அரைப் பட்டினி கிடந்தும், ஒருவருக்கு ஒரு நாளைக்கு நான்கு சிகரெட்டுகள் மட்டுமே என்ற சுய கட்டுப்பாட்டை விதித்துக்கொண்டும், கடைத்தெருவில் கிடைக்கும் இரண்டு ரூபா, ஐந்து ரூபா வரிகளிலிருந்து சிறுகச் சிறுகச் சேமித்து வந்தார்கள். அந்தப் பணத்தில் ஒரு புரட்சிகர அரசியல் பத்திரிகையைத் தொடங்குவது அவர்களது திட்டமாயிருந்தது. அந்த வகையில் இப்போது ரோஸ்டி இயக்கத்தினரிடம் இரண்டாயிரம் ரூபாய் சேமிப்பு இருந்தது.

ஒருநாள் மாலையில் அவர்கள் கடைத்தெருவில் வரி வசூலித்துக் கொண்டிருக்கையில், அங்கே கையும் களவுமாக மாட்டிக்கொண்ட ஒரு திருடனைச் சனங்கள் பிடித்துவைத்து உதைப்பதைக் கண்டார்கள். அந்தத் திருடன் உயரமான, வாட்டசாட்டமான தோற்றத்தைக் கொண்டவன். பனைமரத்தைப் போல நிறமுடையவன். அவனுக்கு முழிக் கண்கள். அவை சிவந்திருந்தன. வெள்ளைச் சாரமும், ஊதா நிறத்தில் சட்டையும் அணிந்திருந்தான். எவ்வளவுதான் அடித்தாலும் அந்தத் திருடன் அசையாமலும் ஒரு சொல் பேசாமலும் நின்றிருந்தான்.

ரோஸ்டி இயக்கத்தினர் தலையிட்டு அந்தத் திருடனை மக்களிடமிருந்து விடுவித்தனர். அவனது சட்டையைக் கழற்றி அதனால் அவனது கண்களைக் கட்டினர். ஒரு கடையில் சணல் கயிறு வாங்கி அதனால் அவனது கைகளைப் பின்புறமாகக் கட்டினர். உண்மையில், அந்தக் கடைத்தெரு மக்கள் அன்றுதான் ரோஸ்டி இயக்கத்தினர் ஒரு நடவடிக்கையில் ஈடுபடுவதை முதற் தடவையாகக் கண்டனர். இதனால், ரோஸ்டி இயக்கத்தினருக்குச் சனங்களிடம் சற்றுச் செல்வாக்கு உயர்ந்திருப்பது அடுத்தநாள் வரி வசூலிக்கச் சென்றபோது தெரிந்தது.

ரோஸ்டி இயக்கத்தினர் மேலதிக விசாரணைகளுக்காக, அந்தத் திருடனை வீதியால் நடத்தித் தங்களது முகாமை நோக்கி அழைத்துச் சென்றனர். அப்போது பெரிய இயக்கம் பச்சைநிற வண்டியில் அங்கு வந்தது. அந்த இயக்கத்தின் பொறுப்பாளன் "என்ன பிரச்சினை?" என்று கேட்டான். அதற்கு ரோஸ்டி இயக்கத்தில் ஒருவன் "தோழர், இந்த பிரச்சினைய

நாங்க பொறுப்பெடுத்திருக்கிறம், நாங்கள் பார்த்துக்கொள்ளுறம்" என்று விறைப்பாகச் சொன்னான்.

முகாமுக்கு அழைத்து வரப்பட்டதும், மத்திய குழுவுக்கு மத்தியில் தரையில் திருடன் உட்கார வைக்கப்பட்டான். அவனிடம் கேள்வி மேல் கேள்வி கேட்டு விசாரணை நடத்தப்பட்டது. முழு விசாரணையும் குறிப்பேட்டில் பதிவு செய்யப்பட்டது.

அந்தத் திருடன் கண்டியைச் சேர்ந்தவன் என்பது தெரிய வந்தது. அவனுடைய பெயர் காந்திராஜன். ரோஸ்டி இயக்கத்தினருக்கு முதலில் அந்தப் பெயரே பிடிக்கவில்லை. எனவே, அவர்கள் அந்தத் திருடனை அவனது ஊர்ப் பெயரைக் குறிப்பிட்டு 'கண்டி' என்று அழைத்தார்கள். அவ்வாறே விசாரணைக் குறிப்பேட்டிலும் பதிவு செய்தார்கள்.

கடைத்தெருவில் அவ்வளவு அடி வாங்கியும் வாயே திறவாத காந்திராஜன் இங்கே மத்திய குழு முன்னிலையில் தாராளமாகப் பேசினான். அவனுக்கு ரோஸ்டி இயக்கத்தினரின் கட்டுப்பாடும் நாகரிகமான விசாரணை நடைமுறைகளும் பிடித்திருந்தன. அவனைச் சூழவரயிருந்து அவனது கதைகளை ரோஸ்டி இயக்கத்தினர் வாய் பிளந்தவாறு கேட்டுக்கொண்டிருந்தனர்.

சிவகங்கைச் சீமையிலிருந்து சிலோனுக்குப் பஞ்சம் பிழைக்க வந்தவர்களின் வம்சாவழியில், கண்டியிலுள்ள ஒரு தோட்டத்தில் பிறந்த காந்திராஜன் தனது பத்து வயதில் யாழ்ப்பாணத்தில் ஒரு வீட்டுக்கு வேலைக்காரனாகக் கொண்டுவரப்பட்டான். இதிலொரு ஆச்சரியம் என்னவென்றால், அவனை வேலைக்கு வைத்திருந்த வீட்டுக்காரர்களும் அவனை 'கண்டி' என்றே அழைத்தார்களாம்.

காந்திராஜன் தனது பதினைந்தாவது வயதில் எசமானி அம்மாவின் மண்டையில் கல்லைத் தூக்கிப் போட்டுவிட்டு, கொஞ்சப் பணத்தையும் திருடிக்கொண்டு கண்டிக்கு ஓடிப்போனதிலிருந்து அவனது குற்ற வரலாறு ஆரம்பிக்கிறது. அதற்குப் பிறகு, அவன் கொழும்பு, காலி, வவுனியா என்று போகாத ஊரில்லை. செய்யாத குழப்படியில்லை. போடாத சண்டையில்லை. படுக்காத பரத்தையரில்லை. பொலிஸிடம் வாங்காத அடியில்லை. போகாத மறியல் வீடு இல்லை.

கடைசியாக, அவன் கண்டியிலிருந்த சில்லறைப் போதைப்பொருள் வியாபாரியான குடு பாஸிடம் அடியாளாக இருந்திருக்கிறான். கண்டி ரயில் நிலையத்திற்குப் பின்புறம் போதைப்பொருள் சில்லறை விற்பனை நடக்கும்போது, அங்கே அவன் நின்றிருப்பான். பொலிஸ் வருகிறதா, போதைப்பொருள் தடுப்பு நார்க்கொட்டிக் பிரிவினர் மாறுவேடத்தில் அங்கு நடமாடுகிறார்களா என்பதைக் கண்காணிப்பதுதான் அவனது

வேலை. குடு பாஸின் ஆட்களுக்கும் இன்னொரு போதைப்பொருள் வியாபாரியான சிவம் நானாவின் ஆட்களுக்கும் இடையில் மோதல் ஏற்படும் போதெல்லாம், குடு பாஸின் தரப்பில் முதல் ஆளாக அடிதடியில் காந்திராஜன்தான் குதிப்பான். ஒரே அடியில் ஒருவனைச் சாய்க்குமளவுக்கு அவனுக்கு உடல் வலிமையிருந்தது.

கண்டியிலும் ஒரு சிறிய புரட்சிகரக் கட்சியிருந்தது. அந்தக் கட்சிக்கு ஒரு சிறிய யூனியனுமிருந்தது. அந்த யூனியனுக்கு லீடராக ரணசிறி என்பவன் இருந்தான். அவனைச் சற்று மிரட்டி வைக்குமாறு குடு பாஸிடம் தனபாலசிங்கம் முதலாளி சொல்ல, யூனியன் லீடரை மிரட்டுவதற்குக் குடு பாஸ் காந்திராஜனை அனுப்பிவைத்தான். காந்திராஜனும் தட்டத் தனியனாக யூனியன் லீடரின் வீட்டுக்குச் சென்று, கொன்று விடுவதாக மிரட்டிவிட்டு வந்தான். அப்படி அவன் கொலை மிரட்டல் விடுத்ததற்குப் பல சாட்சிகளுமிருந்தன. இரண்டாம் நாள் இரவே கத்தியால் குத்திக் கொல்லப்பட்ட யூனியன் லீடர் ரணசிறியின் உடல் தெருவில் கிடந்தது.

யூனியன் லீடரைத் தான் கொல்லவில்லை என்று குடு பாஸிடம் காந்திராஜன் எவ்வளவோ சொல்லிப்பார்த்தான். குடு பாஸ் கெட்ட கெட்ட வார்த்தைகளால் காந்திராஜனைத் திட்டினான். பின்பு, குடு பாஸ் தலைமறைவாகி விட்டான். காவல்துறை காந்திராஜனைத் தீவிரமாகத் தேடத் தொடங்கியது. காந்திராஜன் யாழ்ப்பாணத்திற்கு ஓடி வந்துவிட்டான். யாழ்ப்பாணத்தில் இலங்கைக் காவல்துறையின் அதிகாரம் செல்லாது. காவல்துறை, இயக்கங்களுக்குப் பயந்து யாழ்ப்பாணத்திலிருந்த காவல் நிலையங்களை மூடிக்கொண்டிருந்த காலமது. மிகச் சில இடங்களில் மட்டும் புலனாய்வுத்துறை அதிகாரிகளின் நடமாட்டமிருந்தது. அவர்களும் அவ்வப்போது இயக்கங்களால் சுட்டுக் கொல்லப்பட்டுக்கொண்டிருந்தார்கள். இப்போது, காந்திராஜன் யாழ்ப்பாணத்தில் சிறு சிறு திருட்டுகள் செய்து காலத்தை ஓட்டிக்கொண்டிருக்கிறானாம்.

காந்திராஜனின் ஒப்புதல் வாக்குமூலம் முழுவதையும் றோஸ்டி இயக்கத்தினர் எழுத்தெழுத்தாகப் பதிவு செய்துகொண்டனர். அந்த முகாம் வீடிருந்த காணிக்குள் பின்பக்க மதிற்சுவரோடு சேர்ந்து தனியாக ஓர் அறை இருந்தது. வேலைக்காரர்கள் தங்குவதற்காக அந்த அறை கட்டப்பட்டிருக்கலாம். அந்த அறைக்குள் காந்திராஜனைச் சிறைவைத்து, அறைக்கு வெளியே காவலுக்காகத் தனது உறுப்பினர் ஒருவனையும் றோஸ்டி இயக்கம் நிறுத்திவைத்துவிட்டு, அந்த இரவில் றோஸ்டி இயக்கத்தின் மிகுதி ஐந்து உறுப்பினர்களும் காந்திராஜனின் ஒப்புதல் வாக்குமூலத்தை ஆராய்ந்து விவாதித்தார்கள்.

திருட்டு, அடிதடி, கட்டற்ற பாலுறவுகள், போதைப்பொருள் வியாபாரம், திட்டமிட்ட கொலை எனப் பல குற்றங்கள் காந்திராஜனுக்கு எதிராகவே இருந்தன. அவனொரு லூம்பன் - சமூகவிரோதி என்பதில் ரோஸ்டி இயக்கத்தினருக்குச் சந்தேகமே இருக்கவில்லை. எனவே, அன்றிருந்த இயக்க வழமைகளின்படி ரோஸ்டி இயக்கம் காந்திராஜனுக்கு மரண தண்டனையைத் தீர்ப்பளித்தது. அவனைக் கடைத்தெருவிலுள்ள விளக்குக் கம்பத்தில் கட்டிவைத்துச் சுட்டுக்கொல்வதாக முடிவெடுக்கப்பட்டது.

இந்தத் தீர்ப்பை அவர்கள் காந்திராஜனுக்குச் சொன்னபோது, அவன் "இது ஞாயமில்லைங்க சாமி, செய்யாத கொலைக்கு தண்டனை கொடுக்கலாமுங்களா" எனக் கேட்டான். எனினும், அவனுக்கு மரண தண்டனை வழங்கும் ரோஸ்டி இயக்கத்தின் முடிவில் மறுபரிசீலனைக்கு இடமே இருக்கவில்லை. பொதுவாக, அவர்கள் ஒரு முடிவை எடுப்பதற்கு முன்பு தீர அலசி ஆராய்வார்கள். முடிவை எடுத்துவிட்டால் அந்த முடிவில் உறுதியாக இருப்பார்கள்.

ஆனால், மரண தண்டனையை நிறைவேற்றுவதில் ஒரு சிக்கலிருந்தது. காந்திராஜனைச் சுட்டுக் கொல்வதற்கு ரோஸ்டி இயக்கத்தினரிடம் துப்பாக்கியே இல்லை. எனவே, ஆயுதப் புழக்கமுள்ள இன்னொரு இயக்கத்திடம் உதவி கேட்பதென்று அவர்கள் தீர்மானித்தார்கள். அவர்கள் அந்த இயக்கத்திடம் ஒரு துப்பாக்கியை ஒருநாள் வாடகைக்கும் அதற்கான இரண்டு சன்னங்களை விலையாகவும் பெறுவதற்கு எவ்வளவு செலவாகும் எனக் கேட்டு ஆளனுப்பினார்கள்.

அதற்கு மற்ற இயக்கம் பதிலாக; துப்பாக்கியை வாடகைக்குத் தர முடியாதென்றும், வேண்டுமானால் துப்பாக்கியோடு தங்களது தேர்ச்சி பெற்ற உறுப்பினர் ஒருவர் வந்து கச்சிதமாகக் காரியத்தை முடித்து வைப்பாரென்றும், அதற்கான கட்டணமாகப் பத்தாயிரம் ரூபாயைத் தாங்கள் அறவிடுவார்களென்றும் சொல்லி அனுப்பினார்கள்.

இதைக் கேட்டதும் ரோஸ்டி இயக்கத்தினர் அதிர்ந்து போய்விட்டனர். இந்தக் கண்டிக் கொலைகாரனுக்காக நாங்கள் பத்தாயிரம் ரூபாய் செலவு செய்வதா? முதலில் பத்தாயிரம் ரூபாய் நம்மிடம் எங்கேயிருக்கிறது? குறைந்த செலவில் காரியத்தை முடிக்க முடியாதா என்றெல்லாம் அவர்கள் புலம்பிக்கொண்டே விவாதித்தனர்.

தாங்கள் முதலில் உதவி கேட்டு அணுகிய இயக்கம் ஒரு முதலாளித்துவச் சிந்தனையுள்ள இயக்கம் என்பதால்தான் அவர்கள் அதிகமாகப் பணம் கேட்பதோடு, பொதுவாகவே ரோஸ்டி இயக்கத்தை அவர்கள் மதிப்பதுமில்லை என்றெல்லாம் ரோஸ்டி இயக்கத்தினர் பேசிக்கொண்டார்கள். எனவே, இடதுசாரிச் சிந்தனையுள்ள ஓர்

இயக்கத்திடம் நாம் உதவி கேட்கலாம், அவர்களிடம் நமது பேச்சுக்கு மதிப்பிருக்கும் என்று ரோஸ்டியின் மத்திய குழு தீர்மானித்தது. அதன்படி அவர்கள் ஆயுதப் புழக்கமுள்ள இடதுசாரி இயக்கமொன்றிடம் உதவி கேட்டார்கள்.

குறிப்பிட்ட இடதுசாரி இயக்கம் துப்பாக்கியோடு தோழர் ஒருவரை அனுப்பிவைப்பது என்றால் அய்ந்தாயிரம் ரூபாய் செலவாகும் எனச் சொன்னார்கள். தனியே துப்பாக்கியை மட்டும் வாடகைக்குக் கொடுப்பதென்றால் வாடகை மூவாயிரம், வைப்புப் பணம் ஆறாயிரம் என்றார்கள். அதுவும் ரோஸ்டி இயக்கத்தினருக்குக் கட்டுப்படியாகாது. நமது மோசமான பொருளாதாரச் சூழ்நிலையில் இந்தக் கண்டிக் கொலைகாரனுக்காக நாங்கள் இவ்வளவு பணம் செலவு செய்வதா? அவ்வளவு பணமிருந்தால் நாங்கள் தங்கமாக நமது பத்திரிகையை ஆரம்பிக்கலாமே என்றெல்லாம் அவர்கள் சிந்தித்தார்கள். எவ்வாறு தங்களுக்குக் கட்டுப்படியாகும் வகையில், குறைந்த செலவில் மரண தண்டனையை நிறைவேற்றலாம் என அவர்கள் மறுபடியும் நுணுக்கமாக ஆராய்ந்தார்கள்.

இந்தத் துப்பாக்கி எடுப்புச் சாய்ப்பில்லாமல் வேறு வழியில் மரண தண்டனையை நிறைவேற்றினால் என்னவென்று அவர்கள் யோசனை செய்தார்கள். 'கத்தியால் வெட்டிக் கொல்லலாமா' என்றொரு யோசனையை ஒருவன் முன்வைத்தபோது, அது மனிதாபிமானமற்ற காட்டுமிராண்டி கால வழமை என மத்திய குழுவின் பெரும்பான்மை ஆட்சேபித்தது. கைதியை அடித்தே கொல்வதற்கு இயக்க உறுப்பினர்கள் யாருக்கும் மனத்தைரியமில்லை என்பதைவிட, அடித்தால் சாகுமளவுக்குக் காந்திராஜன் பலவீனனாகத் தெரியவில்லை. அவன் உருக்கைப் போன்ற உடல்வாகு கொண்டவன். 'நஞ்சூட்டிக் கொல்லலாம்' என்ற யோசனையும் மத்திய குழுவின் பெரும்பான்மையால் நிராகரிக்கப்பட்டது. அது சதிகாரர்களின் பாணி. ஒரு புரட்சிகர இயக்கம் ஒருபோதும் அதைச் செய்யலாகாது.

கடைசியில், நாமே சொந்தமாக இரண்டாம் கையோ, ஓட்டை ஒடிசலோ ஒரு மலிவு விலைத் துப்பாக்கியை வாங்கி வந்து, அதனால் காந்திராஜனின் கதையை முடித்துவிடுவது என்று மத்திய குழு உறுதியான முடிவுக்கு வந்தது. விசாரித்துப் பார்த்ததில் என்னதான் பண்டாரவன்னியன் காலத்துப் பழைய துப்பாக்கியாக இருந்தாலும் நான்காயிரம் ரூபாய்க்கு குறைய விலைக்குக் கிடைக்காது என்பது தெரிந்தது. அவ்வளவு பணத்திற்கு ரோஸ்டி இயக்கத்தினர் எங்கே போவார்கள்! அந்தச் சிறிய கடைத்தெருவில் வாங்கும் வரியைப் பட்டினியாகக் கிடந்து அப்படியே சேர்த்து வைத்தாலும், நான்காயிரம்

ரூபாய் சேர்க்க இரண்டு வருடங்களாகுமே. அதுவரை இந்தக் கண்டிக் கொலைகாரனைக் கட்டி அவிழ்க்க முடியுமா.

சிறை வைக்கப்படும் கைதிக்கு மூன்றுவேளை உணவும், இரண்டுவேளை தேநீரும் வழங்க வேண்டுமென்பது ரோஸ்டி இயக்கத்தின் சட்ட விதிகளிலொன்று. கிழமைக்கு ஒருமுறை எண்ணெய்க் குளிப்புமுண்டு. கைதிக்கு நாளொன்றுக்கு நான்கு சிகரெட்டுகள் முதலில் வழங்கப்பட்டன. பின்பு கைதியின் கோரிக்கையை ஏற்று சிகரெட்டுகளுக்குப் பதிலாக ஒரு கட்டு பீடி நாள்தோறும் கைதிக்கு வழங்கப்பட்டது.

முகாமில் சமைக்கப்படும் உணவு நேரம் தவறாமல் காந்திராஜனின் சிறையறைக்குப் போய்க்கொண்டிருந்தது. இந்த ஒரு மாதத்திற்குள், உட்கார்ந்த இடத்திலிருந்தே நன்றாக மூன்று வேளையும் சாப்பிட்டதில் காந்திராஜன் ஒரு சுற்றுப் பெருத்தேவிட்டான். அவனது மேனியில் ஒருவகையான மினுமினுப்பும் வந்தது. அவன் சுகமாகத் தூங்கிக் கழித்தும், தூங்காத நேரங்களில் ஆனந்தமாகப் புகை பிடித்துக்கொண்டும் குஷாலாக இருந்தான். ஒருமாத முடிவில், ரோஸ்டி மத்திய குழு கணக்கு வழக்குப் பார்த்தபோது, கைதியைப் பராமரிக்க மட்டும் ஆயிரத்துச் சொச்சம் ரூபாய் செலவாகியிருப்பது தெரியவர மத்திய குழு கதிகலங்கிப் போய்விட்டது.

இந்த இழப்பை எப்படி ஈடுகட்டுவதென்றும், எப்படி மிகக் குறைந்த செலவில் கைதியைப் பராமரிப்பதென்றும் அவர்கள் மீண்டும் மண்டையைப் போட்டுக் குழப்பிக்கொண்டார்கள். எங்கிருந்தோ வந்த கண்டிக் கொலைகாரன் நமது மக்களின் வரிப் பணத்தைச் சாப்பிட்டுக் கொழுப்பதா என்று மத்திய குழு குமுறியது. பேசாமல் கைதியை விடுதலை செய்துவிடலாமா என்று கூட யோசித்தார்கள். ஆனால், சமூகவிரோதி ஒருவன்மீது விதிக்கப்பட்ட மரண தண்டனையைத் தகுந்த காரணமில்லாமல் விலக்கிக்கொள்வது கொள்கைப் பிறழ்வு என்றபடியால் மத்திய குழு கொஞ்சம் தயங்கியது.

அப்போது ஓர் உறுப்பினன் ஒரு நல்ல ஆலோசனையை முன்மொழிந்தான்.

"இப்ப, நாங்கள் ஆள் மாறி ஆள் இரவு பகலாக் கைதிக்கு காவல் நிக்கிறம். இனி அவனுக்கு காவல் போடத் தேவையில்ல."

"காவல் இல்லாட்டி அவன் தப்பி ஓடிப் போயிருவானே..."

"ஓடிப் போகட்டும்! அதோட எங்களப் பிடிச்ச சனியன் துலையட்டும்... அவன் ஓடினால் எங்களுக்கு என்ன நட்டம்? இயக்கத்துக்கு செலவு மிச்சம்தானே."

அடுத்த நாள், காந்திராஜனின் சிறையறைக்கு முன்னால் போடப்பட்டிருந்த காவல் விலக்கப்பட்டிருந்தது. கதவும் திறந்து விடப்பட்டிருந்தது. சாப்பாட்டு நேரமாகியும் சாப்பாடு வராததால் காந்திராஜன் சத்தம் போட்டுக் கூப்பிட்டான். யாரும் வருவதாகத் தெரியவில்லை.

காந்திராஜனுக்குப் பசி பொறுக்க முடியவில்லை. அவன் சிறையறையிலிருந்து மெதுவாக வெளியே வந்து சுற்றுமுற்றும் பார்த்துவிட்டு, முகாமுக்கு நடந்துபோய் உணவு கேட்டான். உணவு கிடைத்ததும் அதை எடுத்துக்கொண்டு வந்து மீண்டும் சிறையறைக்குள் புகுந்து சாப்பிட்டுவிட்டுப் படுத்துக்கொண்டான். அடுத்துவந்த நாட்களில் இந்நிகழ்ச்சி தவறாமல் நிகழ்ந்தது. மூன்றுவேளையும் முகாமுக்குச் சென்று சாப்பாட்டையும் தேனீரையும் பீடிகளையும் பெற்றுக்கொண்டு கைதி மறுபடியும் வந்து சிறைக்குள் புகுந்துகொண்டு சுகமாகக் காலத்தைக் கழித்தான். அவனுக்குத் தப்பித்துச் செல்லும் நோக்கமே இருப்பதாகத் தெரியவில்லை.

'இந்தச் சனியனை இன்னும் எத்தனை நாள்தான் கட்டிக்கொண்டு மாரடிப்பது' என மத்திய குழுவுக்குள் அபிப்பிராய பேதங்கள் கிளம்பலாயின. காவலை விலக்கிக்கொள்ள ஆலோசனை சொன்ன உறுப்பினனே இம்முறையும் இந்தப் பிரச்சினையைக் கையாளும் பொறுப்பை ஏற்றுக்கொண்டான். "நாங்கள் அவனாய் ஓடிப்போவானெண்டு பார்த்துக்கொண்டிருந்தால் அது நடவாது. என்னமும் தந்திரம் செய்துதான் அவனைக் கிளப்ப வேணும்" என்றான் அவன்.

அவன் சும்மா பராக்குப் பார்ப்பது போல் சிறைக்கைதியின் அறையை நோக்கிச் சென்றான். சிறையறைக்குள் சம்மணம் கட்டி வசதியாக உட்கார்ந்திருந்து கைதி இன்பமாக பீடி புகைத்துக்கொண்டிருந்தான். ரோஸ்டி உறுப்பினன் வருவதைக்கண்டதும் கைதி புகைத்துக்கொண்டிருந்த பீடியைத் தரையில் தேய்த்து அணைத்து, துண்டு பீடியைக் காதுக்குள் சொருகிவிட்டு மரியாதை நிமித்தம் எழுந்து நின்றுகொண்டான். வந்தவன் கைதியிடம் மெதுவாகப் பேச்சுக் கொடுத்தான்.

"என்னடாப்பா உன்ர முகம் இண்டைக்கு சரியா வாடிக் கிடக்கு, பொஞ்சாதி பிள்ளையள நினைக்கிறாய் போல…"

"அதுங்க கெடக்குது சாமி கழுதைங்க."

"என்னடாப்பா இப்பிடிச் சொல்லுறாய்? உன்னைக் காணாமல் அதுகள் தவிச்சுப் போய்க் கிடக்குங்கள்."

"நா அங்கிட்டு இருந்தேன்னா அதுங்களுக்கு செரமம்தான் பாருங்க… இப்பதான் அதுங்க நிம்மதியா கெடக்குங்க."

"எனக்கென்னவோ உன்னைப் பார்க்க பெரிய பாவமாக் கிடக்கு... நீ இப்பிடிச் சொன்னாலும் உன்ர உள் மனதில பொஞ்சாதி பிள்ளையளப் பார்க்க வேணுமெண்டு ஆசை கிடக்கும்தானே. இப்பதான் இஞ்ச உனக்கு காவல் ஒண்டும் இல்லையே. நீ வேணுமெண்டால் ஓடிப் போ. பஸ்ஸுக்கு காசு வேணுமெண்டால் நான் தாறன். எங்கிட தோழர்மார் உன்னைத் தேடாமல் நான் சொல்லிச் சமாளிக்கிறன்."

எழுந்து நின்ற கைதி மறுபடியும் சம்மணம் போட்டுச் சிறையறையின் நடுவாக உட்கார்ந்துகொண்டான். காதில் சொருகியிருந்த குறைபீடியை எடுத்துப் பற்ற வைத்துக்கொண்டு பேசினான்.

"அது தப்புங்க சாமி... என்னைய நீங்க எவ்வளவு நம்பியிருந்தா காவலை எடுத்திருப்பீங்க. நான் துரோகஞ் செய்யலாங்களா."

"இதுல ஒரு துரோகமுமில்ல கண்டி, நீ ஓடினால் நாங்க கவலைப்படமாட்டம்."

"நா எங்கிட்டு சாமி ஓடிப்போவ முடியும்? நீங்க நமக்கு தூக்குத் தண்டன கொடுத்திருக்கீங்கன்னு ஊரு ஒலகம் பூராவும் தெரிஞ்சுபோச்சு. இனி யாரு எனக்கு வேல கொடுப்பாங்க? நான் எப்பிடி பொழைப்பேன் சொல்லுங்க?"

ரோஸ்டி உறுப்பினுக்கு வெறுத்துப் போய்விட்டது. அவன் திரும்பி நடந்தான். அப்போது கைதி கூப்பிட்டுச் சொன்னான்:

"சாமி, காம்பரா கதவ மூடிட்டுப் போயிடுங்க."

கைதிக்கு அங்கிருந்து வெளியேறும் எண்ணம் கிடையவே கிடையாது என்பது மத்திய குழுவுக்குத் தெளிவாகிவிட்டது. அவர்கள் மீண்டும் தங்களது மண்டைகளைக் கசக்கிப் பிழிந்து ஒரு முடிவுக்கு வந்தார்கள். எப்பாடு பட்டாவது எவன் தலையை அடகு வைத்தாவது உடனடியாக ஒரு துப்பாக்கியை வாங்கி, அதனால் கைதிக்கு மரண தண்டனையை நிறைவேற்றிவிட்டுத்தான் மறுவேலை பார்ப்பது என்பதுதான் அந்த முடிவு.

அந்தக் காலத்தில், இயக்கங்கள் பரவலாக வங்கிக் கொள்ளைகளை நடத்திவந்தன. எனவே, தாங்களும் ஒரு வங்கியைக் கொள்ளையிட்டு, கொள்ளைப் பணத்தில் முதல் வேலையாகத் துப்பாக்கி ஒன்று வாங்கிக் கைதியைப் போட்டுத் தள்ளிவிடுவது என்று ரோஸ்டி இயக்கம் தீர்மானித்தது.

கொள்ளையிடுவதற்காக ஒரு சிறிய கிராமிய வங்கி இலக்கு வைக்கப்பட்டு, திட்டங்கள் செம்மையாக வகுக்கப்பட்டன. திட்ட வரைபடங்கள் தயாரிக்கப்பட்டன. அந்தக் கிராமிய வங்கியில் ஒரேயொரு

காவலாளி மட்டுமே இருக்கிறான். காலை பத்துமணிக்கு முன்பு அந்த வங்கியிலும், அந்த வங்கியிருக்கும் தெருவிலும் பெரிதாக ஆள் நடமாட்டம் இருக்காது. அந்த வங்கியின் கம்பிக் கதவு எப்போதும் மூடப்பட்டுத்தான் இருக்கும். கம்பிக் கதவுக்குப் பின்னால் நீண்ட கழியொன்றைக் கையில் வைத்துக்கொண்டு காவலாளி நின்றிருப்பான். அவன் வங்கிக்கு வருபவர்களை விசாரித்துவிட்டு, கதவைத் திறந்து ஒருநேரத்தில் ஒருவரை மட்டுமே உள்ளே அனுமதித்துவிட்டு, மறுபடியும் கதவை மூடிக்கொள்வான். உள்ளே போனவர் திரும்பிய பிறகுதான் அடுத்தவர் வங்கிக்குள் நுழையக் காவலாளி அனுமதிப்பான்.

ரோஸ்டி இயக்கத்தினர் சிவில் உடைகள் அணிந்த ஸ்ரீலங்காப் புலனாய்வுத் துறையினர் என்ற தோரணையில், காலை ஒன்பது மணிக்கு ஒரு காரில் அந்த வங்கிக்குச் செல்ல வேண்டும். 'வங்கியில் வேலை செய்பவர்களில் ஒருவர் பயங்கரவாதச் சந்தேகநபர், அவரைக் கைது செய்ய வந்திருக்கிறோம்' என்று சொல்லி வங்கிக்குள் நுழைந்து கொள்ளையடிக்க வேண்டும். இதுதான் திட்டம்.

ஆனால், இந்தத் திட்டத்திலிருந்த பிரதான குறைபாடு என்னவெனில், புலனாய்வு அதிகாரியென்றால் சிங்களத்தில் வங்கிக் காவலாளியிடம் பேசினால்தான் காவலாளி ஏமாறுவான். ஆனால், ரோஸ்டி இயக்க உறுப்பினர்கள் யாருக்குமே சிங்களம் பேசத் தெரியாது. மத்திய குழு ஒருநாள் முழுவதும் கடுமையாக விவாதித்த பின்பு, தங்களது கொள்ளைத் திட்டத்தில் கைதி காந்திராஜனையும் சேர்த்துக்கொள்ள முடிவெடுத்தது. ஏனெனில், காந்திராஜனுக்குச் சுத்த சிங்களம் பேசத் தெரியும். தவிரவும் அவனது உயரத்தையும் உடற்கட்டையும் பார்க்கும் எவருக்குமே அவனைப் புலனாய்வு அதிகாரி என நம்புவதில் பிரச்சினையிருக்காது. அவனது தோற்றப் பொலிவுக்கு முன்னால், பசியாலும் பஞ்சத்தாலும் அடிபட்டிருக்கும் ரோஸ்டி இயக்க உறுப்பினர்கள் ஏப்பை சாப்பைகளாகவே தெரிந்தனர்.

சம்பவம் நடத்தப்பட்ட அன்று, ஒரு வாடகைக் காரைக் கடத்திக்கொண்டு ரோஸ்டி இயக்கத்தினர் அந்தக் கிராமிய வங்கிக்குச் சென்றனர். மிடுக்காக உடையணிந்திருந்த காந்திராஜன் முன்னே செல்ல, மூன்று ரோஸ்டி உறுப்பினர்கள் பின்னால் சென்றார்கள். ஒருவன் காரிலேயே சாரதி இருக்கையில் தயாராக உட்கார்ந்திருந்தான்.

காந்திராஜன் தனது வாழ்நாளில் எத்தனை விசாரணைகளையும் விசாரணை அதிகாரிகளையும் பார்த்திருப்பான்! எனவே, அவன் ஒரு பெரிய புலனாய்வு அதிகாரியைப் போல் கச்சிதமாக, சிறு பிசிறுமில்லாமல் பாவனை செய்தான். வங்கியை நெருங்கும்போதுதான் தெரிந்தது; அந்த வங்கிக் காவலாளி துப்பாக்கி வைத்திருக்கிறான்.

துப்பாக்கியைக் கண்டதும் காந்திராஜனுக்குப் பின்னால் சென்றுகொண்டிருந்த ரோஸ்டி உறுப்பினர்கள் தடுமாறினார்கள். அவர்களது கால்கள் பின்னிக்கொண்டன. திரும்பி ஓடிவிடலாமா என்பதுபோல ஆளை ஆள் பார்த்து முழித்தார்கள். அவர்கள் அந்த வங்கியைக் குறித்துச் சேகரித்து வைத்திருந்த தரவுகள் துல்லியமானவைதான். அங்கிருந்த காவலாளி நேற்றுவரை துப்பாக்கியில்லாமல் கையில் வெறும் கழிதான் வைத்திருந்தான். ஆனால், வடபகுதியில் வங்கிக் கொள்ளைகள் பரவலாக நடப்பதால், அரசாங்கம் நேற்றுமுதல் கிராமிய வங்கிக் காவலாளிகளுக்கும் ஒப்புக்கு ஒரு பழைய 'ரிப்பிட்டர்' துப்பாக்கியை வழங்கியிருந்தது அவர்களுக்கு எப்படித் தெரியும்.

ஆனால், காந்திராஜன் துப்பாக்கியைப் பார்த்த பின்பும் கம்பீரமாக முன்னே நடந்து போனான். அவன் காவலாளிக்கு முன்னால் போய்நின்று, தனது வலது கையைத் தனது மார்புவரை விசுக்கென உயர்த்திய மாத்திரத்திலேயே காவலாளி பதறிப்போய் சல்யூட் செய்தான். காவல்துறை உயரதிகாரிகள் தங்களிலும் கீழான அதிகாரிகளுக்குக் காந்திராஜன் செய்தது போலத்தான் கையை மார்புவரை மட்டுமே உயர்த்தி சல்யூட் அடிப்பதுபோல அரைகுறையாகப் பாவனை செய்வார்கள். காந்திராஜன் சிங்களத்தில் அதிகாரமாக இரண்டு வார்த்தைகள் பேசியதுமே கம்பிக் கதவு அகலத் திறந்தது. உள்ளே நுழைந்ததுமே, காந்திராஜன் இடது கையால் காவலாளியின் துப்பாக்கியைப் பற்றிப் பிடித்து இழுத்தவாறே வலது கையால் காவலாளியின் கன்னத்தில் ஓங்கி ஓர் அறை கொடுத்தான். காவலாளி தலைசுற்றி மயங்கி விழுந்தான். காந்திராஜன் கைகளில் ஏந்திய துப்பாக்கியுடன் ரோஸ்டி இயக்கத்தினரை உள்ளே வருமாறு அழைத்தான். அவர்கள் குடுகுடுவென்று ஓடி வந்தார்கள். காந்திராஜன் தலைமைதாங்கி துப்பாக்கியை நீட்டியபடியே முன்னே செல்ல, ரோஸ்டி உறுப்பினர்கள் பின்னால் போனார்கள்.

அந்த வங்கியில் ஒரு மயிருமில்லை. துழாவித் தேடிப் பார்த்ததில் நூறு ரூபாய் சொச்சம் மட்டுமே சில்லறையாகச் சிக்கியது. அந்தச் சில்லறைகளைப் பொறுக்கிக்கொண்டு ரோஸ்டி இயக்கம் காரில் தப்பிச் சென்றது. காரின் முன் இருக்கையில் காந்திராஜன் துப்பாக்கியோடு கம்பீரமாக அமர்ந்திருந்தான். ஆள் நடமாட்டமில்லாத கடற்கரையோரமாக வண்டியைக் கைவிட்டுவிட்டு, அங்கிருந்து நடந்துபோய் முகாமை அடைந்தார்கள். முகாமுக்குப் போனதும், காந்திராஜன் துப்பாக்கியோடு போய்த் தனது சிறையறைக்குள் புகுந்துகொண்டான். பார்த்துக்கொண்டிருந்த ரோஸ்டி இயக்கத்தினருக்குப் பகீரென்றது.

துப்பாக்கியைக் கவர்ந்து வந்தது காந்திராஜனின் முழு முயற்சியே ஆகும். அதில் ரோஸ்டி இயக்கத்தினருக்கு எந்தப் பங்கும் கிடையாது என்ற உண்மை அவர்களைச் சுட்டது. சொல்லப்போனால், துப்பாக்கியைப் பார்த்ததுமே ரோஸ்டி இயக்கத்தினர் திரும்பி ஓட நினைத்ததுதான் உண்மை. எனவே நியாயப்படி அந்தத் துப்பாக்கிக்கு உரித்துள்ளவன் காந்திராஜன்தான்.

ஆனால், அந்தச் சமூகவிரோதியின் கையில் துப்பாக்கியிருப்பது சமூகத்திற்கு ஆபத்தானது என ரோஸ்டி இயக்கம் நினைத்தது. தவிரவும் அவனுடைய கையில் துப்பாக்கி இருக்கும்போது இவர்கள் எப்படி நிம்மதியாகத் தூங்க முடியும். நித்திரைப் பாயில் வைத்தே வரிசையாகக் சோலியை முடித்துவிடமாட்டான் என்பது என்ன நிச்சயம். தவிரவும் இப்போது ரோஸ்டி இயக்கத்தினருக்கு அவசரமாக அந்தத் துப்பாக்கி தேவையாகவுமிருக்கிறது. அந்தத் துப்பாக்கியால்தான் அவர்கள் காந்திராஜனுக்கு மரண தண்டனையை நிறைவேற்ற வேண்டிய நிலையிலிருந்தார்கள். எனவே, அந்தத் துப்பாக்கியைக் காந்திராஜனிடமிருந்து பறிமுதல் செய்வதென மத்திய குழு முடிவெடுத்தது.

மத்திய குழுவின் ஆறுபேரும் சேர்ந்து எதற்கும் தயாரான நிலையில் சிறையறையை நோக்கிச் சென்றார்கள். அவர்கள் அங்கே சென்றபோது, காந்திராஜன் கைகளில் ஆணிகள், நட்டுகளோடு தரையில் குந்தியிருந்தான். துப்பாக்கியைப் பாகம் பாகமாகப் பிரித்துத் தரையில் பரப்பி வைத்திருந்தான்.

"இது மிச்சம் பழைய தோக்கு சாமி. வேலைக்காவாது. கொஞ்சம் எண்ணய கிண்ணய போட்டு ரிப்பேர் பண்ணாத்தான் எதுனாச்சும் செய்யலாம்..."

"என்ன கண்டி, உனக்கு துவக்கெல்லாம் கழட்டிப் பூட்டத் தெரியுமோ?"

"ஆ தெரியுங்க சாமி. கூட்டாளிமாரோட வேட்டைக்கு போயிருக்கேன்."

மத்திய குழு அமைதியாகத் திரும்பி முகாமுக்கு வந்தது. அந்தத் துப்பாக்கி தரையில் அக்குவேறு சுக்குநூராக் கிடந்த கோலத்தைப் பார்த்ததுமே, அதைவைத்துச் சுட முடியும் என்ற நம்பிக்கையை மத்திய குழு முற்றிலும் இழந்துவிட்டது. அன்று விடிய விடிய மத்திய குழு நித்திரையில்லாமல் ஆலோசனைக் கூட்டத்தை நடத்திக்கொண்டிருந்த போது, அதிகாலை நான்கு மணிக்கு மற்றொரு இயக்கத்தால் சுற்றி வளைக்கப்பட்டது.

அந்த மற்றைய இயக்கம் ஒரு பெரிய இயக்கம். தங்களைத் தவிர வேறுயாரும் செயற்படுவது அந்த இயக்கத்திற்குப் பிடிக்கவே பிடிக்காது. அப்படிச் செயற்படும் இயக்கங்களைத் தருணம் பார்த்துத் தாக்கி அழிக்க அது திட்டம் போட்டிருந்தது. ரோஸ்டி இயக்கம் ஒரு வங்கியைக் கொள்ளையிட்டதை அந்தப் பெரிய இயக்கத்தால் தாங்கிக்கொள்ளவே முடியவில்லை. எனவே, ரோஸ்டி இயக்கத்தினரைத் தடைசெய்துவிடுவது என்ற முடிவோடு அவர்கள் ரோஸ்டி இயக்கத்தினரின் முகாமுக்கு வந்திருந்தார்கள். ரோஸ்டி இயக்கத்தினரின் 'பலம்' குறித்து அவர்களுக்குத் தெரிந்திருந்ததால், வெறும் நான்கு பேர் மட்டுமே வந்திருந்தார்கள். அவர்களில் இருவர் நவீனரகத் துப்பாக்கிகளை வைத்திருந்தார்கள்.

அந்த நிலையில்கூட ரோஸ்டி இயக்கத்தினர் பெரிய இயக்கத்தோடு பேச்சுவார்த்தைக்குத் தயாராகத்தான் இருந்தார்கள். ஆனால், பெரிய இயக்கத்தின் பாணியே வேறு. அவர்கள் ரோஸ்டி இயக்க மத்திய குழுவின் ஆடைகளைக் களைந்து, அவர்களை வெறும் உள்ளாடைகளோடு சுவரோரமாக முழந்தாள்களில் நிறுத்திவைத்திருந்தார்கள். தூஷணத்தால் மட்டுமே அவர்கள் ரோஸ்டி இயக்கத்தினரோடு பேசினார்கள். ஒரு ரோஸ்டி உறுப்பினனுக்குக் கன்னத்தில் அடியும் விழுந்தது. அப்போது அந்த உறுப்பினன் வலியால் அலறியது அந்த ஊருக்கே கேட்டது. கடைசியாக, ரோஸ்டி இயக்கத்தின் மத்திய குழு ஒருமித்த குரலில் ஒன்றைச் சொன்னது:

"அண்ணே, எங்களத் தடை செய்யுறதெண்டா தடை செய்யுங்கோ. இப்பிடி மரியாதை கெடுத்தாதேயுங்கோ."

இதைக் கேட்டதும் பெரிய இயக்கத்தினர் விழுந்து விழுந்து சிரித்தார்கள். அவர்களுக்கும் இவர்களைப் பார்த்தால் கொஞ்சம் பரிதாபமாகத்தான் இருந்தது. அப்போது இடிமுழக்கம் போல அடுத்தடுத்து இரண்டு சத்தங்கள் அந்த வீட்டை அதிரச் செய்தன. துப்பாக்கிகளை வைத்திருந்த பெரிய இயக்கத்தின் இரண்டு உறுப்பினர்களுக்கும் அடுத்தடுத்து நடு நெற்றியில் வெடி விழுந்தது. அவர்கள் மல்லாக்க விழுந்தார்கள். எங்கிருந்து சுடு வருகிறதென்று தெரியாததால், பெரிய இயக்கத்தின் மற்றை இரண்டு உறுப்பினர்களும் மின்னலாக இருளுக்குள் மறைந்தார்கள். அவர்களது பயிற்சி அப்படியானது.

வீட்டுக்கு வெளியே இருளுக்குள்ளிருந்து ஜன்னலுக்குள்ளால் குறிபார்த்துச் சுட்ட காந்திராஜன் நீட்டிய துப்பாக்கியுடன் வீட்டுக்குள் நுழைந்தான். இன்னும் சில நிமிடங்களிலேயே பெரிய இயக்கம் வந்து இந்த வீட்டை வேரோடும் வேரடி மண்ணோடும் அழித்துவிடும் என்பது ரோஸ்டி இயக்கத்தினருக்குத் தெரிந்திருந்தது. இந்த நாட்டின்

எந்த மூலைக்குச் சென்று ஒளிந்துகொண்டாலும், பெரிய இயக்கம் தேடிப் பிடித்து அவர்களை அழித்தொழித்துவிடும்.

காந்திராஜன், ரோஸ்டி இயக்கத்தினரை உடைகளை அணியச் சொன்னான். அவர்கள் மறுபேச்சுப் பேசாமல் அவனது சொற்களுக்குக் கீழ்ப்படிந்தனர். அவர்களை அழைத்துக்கொண்டு, கையில் ஏந்திய துப்பாக்கியுடன் காந்திராஜன் வீட்டின் பின்புற வழியாக வெளியேறினான். தோட்ட நிலங்களுக்குள்ளால் அவர்கள் மறைந்தோடி ஒரு மீனவக் கிராமத்தைச் சென்றடையும்போது, நிலம் வெளுக்கத் தொடங்கியிருந்தது.

காந்திராஜன் தோளில் தொங்கிய துப்பாக்கியோடு சென்று மீனவர்களிடம் உதவி கேட்டான். தாங்கள் போராளி இயக்கம் என்றும் அவசரமாகத் தங்களுக்கு ஒரு விசைப்படகு தேவைப்படுகிறது என்றும் சொன்னான். மீனவர்கள் உற்சாகத்துடன் உதவ முன்வந்தார்கள். உடனடியாக ஓட்டி தயாரானான். அய்ம்பத்தைந்து குதிரை வலுவுடைய இரண்டு இயந்திரங்களோடு விசைப்படகும் தயாரானது. ரோஸ்டி இயக்கத்து மத்திய குழுவையும் காந்திராஜனையும் சுமந்துகொண்டு படகு வேகமாகக் கரையிலிருந்து மறைந்தது.

கரை கண்ணுக்கு மறைந்த பின்புதான், ரோஸ்டி இயக்கத்தினருக்கு நெஞ்சுக்குள் கொஞ்சம் தண்ணி வந்தது. விசைப்படகு அலைகளில் குதித்துக் குதித்துப் போய்க்கொண்டிருந்தது. கடல் நீர் விசிறியடித்ததில் எல்லோருமே நனைந்திருந்தார்கள். ஈரமாகியிருந்த பீடியொன்றைப் பற்ற வைக்கும் முயற்சியில் காந்திராஜன் முனைப்பாயிருந்தபோது, ரோஸ்டி இயக்கத்தின் உறுப்பினர்களில் ஒருவன் காந்திராஜனிடம் "கண்டி, இப்ப நாங்கள் எங்க போய்க்கொண்டிருக்கிறம்?" என்று கேட்டான்.

"சிவகெங்க பக்கம் போயிடலாங்க சாமி. அங்கிட்டு நம்ம சொந்தக்காரங்க கொள்ளப்பேரு கெடக்காங்க. ஒண்ணும் பெரச்சனயில்ல" என்றான் காந்திராஜன்.

□ அம்ருதா – 2014

மாதா

இந்த நாட்டில் அப்போது கடுமையான பனிக்காலமாக இருந்தது. வெண்பனி விழுந்து தரையில் ஓரடி உயரத்திற்குப் பூப்போல குவிந்து கிடந்தது. அம்மா தூய பனிக்குள் தனது கால்களை மிக மெதுவாகவும் எச்சரிக்கையாகவும் எடுத்துவைத்து, வீதியின் ஓரமாக ஒரு முதிய வெண்ணிற வாத்துப் போல் அசைந்து நடந்துவருவதை, தனது காருக்குள் இருந்தவாறே குற்றவாளி கவனித்துக்கொண்டிருந்தான். அப்போது மழை தூறத் தொடங்கிற்று.

அம்மா தனது இரு கைகளையும் பக்கவாட்டில் ஆட்டியும் அசைத்தும் தனது உடலைச் சமன் செய்தவாறே வந்தார். வானத்தை நோக்கி அண்ணாந்து, முகத்தில் மழைத் துளிகளை வாங்கிக்கொண்டார். அப்போது, பனியில் சறுக்கி முழந்தாள் மடிய விழுந்தார். அம்மா சட்டெனத் தனது வலது கையைத் தரையிலே ஊன்றிக்கொண்டதால், முகம் அடிபடக் கீழே விழுவதிலிருந்து தப்பித்துக்கொண்டார். ஒருவாறு சமாளித்துக்கொண்டு அம்மா எழுந்திருந்து தன்னை யாராவது கவனிக்கிறார்களா என வெட்கச் சிரிப்புடன் சுற்றுமுற்றும் பார்த்தார். வீதியில் யாருமில்லை. சேலையைக் கணுக்கால்வரை தூக்கி, ஏதாவது அடிபட்டிருக்கிறதா என அம்மா குனிந்து பார்த்தார். குற்றவாளி காருக்குள் இருந்து அம்மாவையே பார்த்துக்கொண்டிருந்தான்.

அம்மா தூய பனியைக் கைநிறைய அள்ளிப் பந்துபோல் உருட்டி அதை நுனி நாக்கால் ஒருமுறை நக்கிப் பார்த்துவிட்டு, அதை வீதியில் எறிந்து அந்த உருண்டை சிதறுவதைப் பார்த்துப் புன்னகைத்தார். அம்மா பனியோடு விளையாடியபடியே வீட்டை நோக்கி நடந்தார். வீதியோரத்தில் வரிசையாக நிறுத்தப்பட்டிருந்த கார்களில் ஒன்றுக்குள் குற்றவாளி மறைந்திருந்து அம்மாவையே கவனித்துக்கொண்டிருந்தான்.

அம்மாவின் பெயர் மனோன்மணி. ஆனால், அவரை எல்லோரும் 'புஷ்பம் மிஸி' என்றுதான் அழைப்பார்கள். யாழ்ப்பாணப் பெரியாஸ்பத்திரியில் பிரசவ விடுதிக்குத் தலைமைத் தாதியாக அம்மா இருந்திருந்தார். அம்மா தேவதையைப் போல கருணையும் அன்பும் கொண்டவர் என அங்கே பெயர் வாங்கியிருந்தார். அம்மா ஐந்தடி பத்து அங்குலம் உயரமுள்ளவர். எப்போதுமே நிமிர்ந்து கம்பீரமாக நடப்பார். சுத்தம்

குறித்து அதீத கவனம். எப்போதும் தனது கைகளையும் கால்களையும் கழுவியவாறேயிருப்பார். அவரது சருமத்தில் உரோமமோ மருக்களோ இருக்காது. வீட்டில் இருக்கும்போது கூட மிகத் தூய்மையான ஆடைகளையே அணிந்திருப்பார். வீட்டுத் தரையையும் கதவுகளையும் ஜன்னல் கண்ணாடிகளையும் நாள் தவறாமல் சுத்தமாகத் துடைத்து வைப்பார்.

அம்மா தனது அய்ம்பதாவது வயதில் தாதிச் சேவையிலிருந்து ஓய்வு பெற்றார். அவர் ஓய்வுபெற்றதற்கு அடுத்த நாள்தான் மாபெரும் யாழ்ப்பாண இடப்பெயர்வு நடந்தது. அப்பா தனது மோட்டர் சைக்கிளில் அம்மாவை உட்காரவைத்து, தென்மராட்சி நோக்கி அழைத்துப் போனார். ஒரேயொரு பெட்டியோடுதான் அவர்கள் யாழ்ப்பாணத்திலிருந்து வெளியேறினார்கள். கூடிய விரைவிலேயே இயக்கம் மீண்டும் யாழ்ப்பாணத்தைக் கைப்பற்றிவிடும்; தாங்கள் வீட்டுக்குத் திரும்பி வரலாம் என்று அப்பா நம்பியிருந்தார். அந்த இடப்பெயர்வு நடப்பதற்கு ஒரு வருடம் முன்பாகத்தான் அவர்களது ஒரே மகனை அவர்கள் இந்த நாட்டுக்கு அனுப்பிவைத்திருந்தார்கள். அம்மாவும் அப்பாவும் கொடிகாமம் போனார்கள். அங்கேயிருந்த அப்பாவின் தங்கை வீட்டில் தங்கினார்கள். அப்பா கடுமையான கோபக்காரர். இராசரட்ணம் மாஸ்டர் என்றால் ஊருக்குள் மரியாதையும் அதைவிடப் பயமுமிருந்தது. தலைமை ஆசிரியராக இருந்தவர். வேலையிலிருந்து ஓய்வு பெற்ற பின்பு சிற்றூர் அவையில் தலைவராக இருந்தவர். கொஞ்ச நாட்களில் இராணுவம் கொடிகாமத்தையும் பிடித்தது. இராணுவம் அம்மாவையும் அப்பாவையும் அவர்களது ஊருக்கே திருப்பி விரட்டிவிட்டது.

அதன் பிறகு, அம்மாவும் அப்பாவும் ஊரில்தான் இருந்தார்கள். இந்த நாட்டுக்கு வருமாறு மகன் எத்தனையோ தடவை அழைத்தும், அப்பா இங்கே வருவதற்கு மறுத்துவிட்டார். எங்கள் இரண்டு பேருக்கும் போதுமானளவு ஓய்வூதியப் பணம் கிடைக்கிறது, நாங்கள் எதற்கு அகதிகள் போல அந்நிய நாட்டில் சீவிக்கவேண்டும் என்பது அவருடைய வாதம். அம்மாவுக்கு மகனுடன் வந்து இருக்கத்தான் விருப்பமாயிருந்தது. அதற்காக அவர் பதினெட்டு வருடங்கள் அப்பாவிடம் இடைவிடாமல் மன்றாடிக்கொண்டிருந்தார்.

அம்மாவின் அறுபத்தெட்டாவது வயதில்தான் அப்பாவுக்கு மனம் கொஞ்சம் இரங்கிற்று. சரி, கொஞ்ச நாட்களுக்கு மகனுடன் போய் இருப்போம் என்றார். சென்ற வருடத்தின் பனிக்காலத்தில் அம்மாவும் அப்பாவும் இந்த நாட்டுக்கு வந்தார்கள்.

பேரனுக்கு ஏழு வயதாகியிருந்தது. பேரன் அவர்களது மகனின் சாயலில் இல்லாமல் அப்பாவின் சாயலிலேயே இருந்தான். அப்பாவுக்குப் பேரன்மீது அப்படி ஓர் ஈர்ப்பு. இப்போது, ஊருக்குத் திரும்பிப் போகலாம் என அம்மா ஒருவேளை கேட்டாலும் அப்பா சம்மதியார். ஊரில் இருக்கும் வீட்டையும் காணி பூமிகளையும் அப்பாவின் தங்கையின் மகன் கவனித்துக்கொண்டிருக்கிறான்.

அப்பாவையும் அம்மாவையும், மகனும் மருமகளும் தெய்வங்கள் போல நடத்தினார்கள். மகன் விமானப் பராமரிப்புப் பொறியியலாளராக வேலை செய்கிறான். மருமகள் அம்மாவைப் போலவே மருத்துவத் தாதி. அந்த ஒரு காரணத்திற்காகவே அவளைக் கல்யாணம் செய்ததாக மகன் சொல்வான்.

அமைதியான மிகச் சிறிய பட்டினத்தில் அவர்களின் வீடு இருந்தது. அழகிய மாடிவீடு. வீட்டைச் சூழவரத் தோட்டம். வீட்டின் பின்புறம் சிற்றாறு ஒன்று ஓடிக்கொண்டிருந்தது. அடிவளவுக் கதவைத் திறந்தால் அந்த ஆற்றில் காலை நனைக்கலாம். அம்மாவுக்கும் அப்பாவுக்கும் கீழ்த்தளத்திலேயே விசாலமான அழகிய படுக்கையறையிருந்தது. அம்மாவுக்கென இருபது தமிழ் சனல்கள் இணைக்கப்பட்ட பெரிய தொலைக்காட்சி. அம்மாவின் பகல் பொழுதுகள் தொலைக்காட்சியில் தமிழ் நாடகத் தொடர்களைப் பார்ப்பதிலேயே கழியும். அப்பா எப்போதும் படிப்பறையில் புத்தகங்களுக்குள் மூழ்கியிருப்பார். அவர் பண்டைய ஈழத் தமிழரது பக்தி மரபு குறித்து ஆய்வு நூலொன்றை எழுதும் முயற்சியிலிருக்கிறார். அப்பா வெள்ளிக்கிழமை காலைகளில் மட்டும் பேருந்தில் நீண்டதொரு பயணம் செய்து தலைநகரத்திலுள்ள அம்மன் கோயிலுக்குப் போவார். மதியத்திற்கு மேல் திரும்பி வரும்போது, அந்தக் கிழமைக்கான மளிகைப் பொருட்களையும் இலங்கைக் காய்கறிகளையும் வாங்கி வருவார். மகனும் மருமகளும் பேரனும் பெரும்பாலும் இந்த நாட்டு உணவு வகைகளையே விரும்பிச் சாப்பிடுவார்கள். மருமகள் வெள்ளிக்கிழமைகளில் மட்டும் சைவ உணவு சாப்பிடுவாள்.

மகனும் மருமகளும் தங்களுக்குள் இந்த நாட்டு மொழியில்தான் பேசிக்கொள்வார்கள். பேரனுக்கோ தமிழ் துண்டறத் தெரியாது. "நீங்கள் புருசனும் பெண்சாதியும் தமிழில் பேசிக்கொண்டால்தானே பேரனும் தமிழ் பேசுவான்" என்பார் அப்பா. அந்த நேரத்தில் மட்டும் மகனும் மருமகளும் தமிழில் பேசிக்கொள்வார்கள்.

மகனும் மருமகளும் காலை ஏழு மணிக்கே ஆளுக்கொரு காரில் வேலைக்குப் புறப்பட்டுச் சென்றுவிடுவார்கள். பேரனை பராமரிக்கவும் பள்ளிக்கூடத்தில் கொண்டுபோய் விடவும் மறுபடியும் அழைத்து வரவும்

முன்பொரு ஆபிரிக்கன் ஆயா இருந்தார். அம்மா வந்ததன் பின்பாக, அம்மா மகனோடு சண்டை போட்டு அந்த ஆயாவை வேலையால் நிறுத்திவிட்டு, அம்மாவே அந்தப் பணிகளை ஏற்றுக்கொண்டார்.

இப்போது, பேரனைப் பள்ளிக்கூடத்தில் விட்டுவிட்டுத்தான் அம்மா திரும்பி வருகிறார். பதினொன்றரை மணிக்கு, பேரனைத் திரும்ப அழைத்து வர வேண்டும். மற்றைய நாட்களில் அந்த நேரத்தில் அம்மா சமையலைக் கவனிக்க, அப்பாதான் பள்ளிக்கூடத்திற்குச் சென்று பேரனைக் கூட்டிக்கொண்டு வருவார். இன்று வெள்ளிக்கிழமை என்பதால், காலையிலேயே அவரும் புறப்பட்டுக் கோயிலுக்குப் போய்விட்டார். பாடசாலை விடுமுறைக் காலங்களில் பேரனையும் அழைத்துக்கொண்டு அப்பாவுடன் அம்மாவும் கோயிலுக்குப் போவதுண்டு. பேரன் இந்த நாட்டில் பிறந்து வளர்ந்த பிள்ளையென்றாலும் அவனுக்கு இலங்கை 'யானை மார்க் சோடா' என்றால் பைத்தியம். கோயிலுக்கு அழைத்துச் செல்லும் நாட்களில் பேரனுக்கு இரண்டு போத்தல் யானைச் சோடாக்கள் நிச்சயமுண்டு. பனங்கொட்டையைக் கொண்டுபோய் சந்திரமண்டலத்தில் போட்டாலும் வடலி முளைக்கும் என்பார் அப்பா.

அம்மா வீட்டுக் கதவைத் திறந்து உள்ளே போவதைக் குற்றவாளி பார்த்துக்கொண்டிருந்தான். இப்போது மழை சற்றே வலுக்கலாயிற்று. குற்றவாளி காருக்குள்ளிருந்து இறங்கிக் குடையை விரித்து, குடையால் தனது முகத்தை மறைத்தவாறு வேகமாக நடந்து சென்று அம்மாவின் வீட்டு வாசலில் குடையை வைத்தான். மழை அவனைச் சற்று நனைத்தது. பின்பு குற்றவாளி தனது இடது கையால் அழைப்பு மணியை அழுத்தினான். அவனது வலது கையில் சிறிய ப்ளாஸ்டிக் பையிருந்தது.

அந்த நேரத்தில் யார் வந்திருப்பார்கள் என அம்மா ஆச்சரியப்பட்டார். எப்போதும், கதவில் பொருத்தப்பட்டிருக்கும் குமிழ் கண்ணாடி வழியாக வெளியே பார்த்துவிட்டுத்தான் கதவைத் திறக்கவேண்டும் என மருமகள் சொல்லியிருந்தாள். எனினும், அம்மா அதைப் பெரும்பாலும் கடைப்பிடிப்பதில்லை. ஆனால், இன்று அம்மா அந்தக் கண்ணாடிக் குமிழ் வழியே வெளியே பார்த்தபோது, முப்பத்தைந்து வயது மதிக்கத்தக்க, சற்று உயரம் குறைந்த, சிவந்த நிறமுடைய இளைஞன் மழையில் நனைந்த கோலத்தில் நிற்பதைக் கண்டார். அவன் தமிழ் இளைஞனாகத் தெரிந்தான். அம்மா உடனேயே கதவைத் திறந்தார்.

குற்றவாளி ஈரமாகிவிட்ட தனது அடர்த்தியான சுருட்டைத் தலைமுடியைக் கையால் துவட்டியவாறே அம்மாவைப் பார்த்துப் புன்னகைத்துவிட்டு, மகனின் பெயரைச் சொல்லி அவர் இருக்கிறாரா எனக் கேட்டான்.

"நீங்கள் யார் தம்பி?" என்று அம்மா கேட்டார்.

"எனுடைய பெயர் கபிலன், உங்களது மகனின் சிநேகிதன், எனக்குத் திருமணம் நடக்கவிருக்கிறது. அவருக்கு அழைப்பிதழ் கொடுக்க வந்தேன்" என்றான் குற்றவாளி.

"மழைக்குள் நிற்காதீர்கள்... உள்ளே வாருங்கள்" எனக் கதவை அகலத் திறந்தார் அம்மா. குற்றவாளி தனது காலணிகளைக் கழற்றிவிட்டுத் தயக்கத்துடன் உள்ளே நுழைந்தான். அம்மா கதவை மூடினார்.

"அவர் இல்லையா அம்மா?"

"இல்லைத் தம்பி. மகன் வேலைக்குப் போய்விட்டார். நீங்கள் உட்காருங்கள்."

அம்மா அறைக்குள் போய் வெண்ணிறத் துண்டொன்றை எடுத்துவந்து, தலையைத் துவட்டுமாறு குற்றவாளியிடம் கொடுத்தார்.

அப்போது குற்றவாளி தனது கைபேசியைக் காதில் வைத்திருந்தான்.

"அம்மா... மகனின் எண்ணுக்கு அழைத்தேன், அவர் எடுக்கிறார் இல்லையே..."

அம்மா சிரித்தார். "அவர் இப்படித்தான். வேலையில் இருக்கும்போதோ வாகனம் ஓட்டும்போதோ தொலைபேசியை அநேகமாக எடுக்கமாட்டார். ஆனால், திரும்பக் கூப்பிடுவார். நீங்கள் கொஞ்சம் இருங்கள். நான் உங்களுக்கு கோப்பி எடுத்து வருகிறேன்" என்று சொல்லிவிட்டு அம்மா சமையலறைக்குள் போனார். குற்றவாளி இங்கிருந்தவாறே அம்மாவின் ஒவ்வொரு அசைவையும் நுணுக்கமாகக் கவனித்தான்.

குற்றவாளி கிட்டத்தட்ட ஒரு மாதம் அந்த வீட்டைக் கண்காணித் திருக்கிறான். மகனும் மருமகளும் வேலைக்குப் போகும் நேரம், வெள்ளிக்கிழமை காலைகளில் அப்பா தவறாமல் கோயிலுக்குப் போவது, அன்றைய தினங்களில் காலை முழுவதும் அம்மா மட்டுமே தனியே வீட்டில் இருப்பது என எல்லாவற்றையும் அவன் அறிந்து வைத்திருந்தான். இப்போது, உட்கார்ந்தபடியே வீட்டின் உட்புறத்தைக் கூர்ந்து கவனித்தான்.

அம்மா கோப்பியைக் கொண்டுவந்து குற்றவாளிக்குக் கொடுத்துவிட்டு, அவனுக்கு எதிரே அமர்ந்துகொண்டார். குற்றவாளி கோப்பியை வாங்கி ஒரு மிடறு குடித்துவிட்டு, கோப்பையை மேசையில் வைத்துவிட்டு எழுந்தான்.

"அம்மா நான் திருமண அழைப்பிதழை உங்களிடம் தருகிறேன். நீங்கள் மகனிடம் கொடுத்துவிடுங்கள். கண்டிப்பாக நீங்கள் எல்லோரும் எனது கல்யாணத்திற்கு வரவேண்டும்" என்று சொல்லியவாறே குற்றவாளி அம்மாவின் அருகில் வந்து, கையிலிருந்த ப்ளாஸ்டிக் பையைத் திறந்தான். அம்மாவும் எழுந்து நின்று அழைப்பிதழைப் பெறுவதற்காக இரண்டு கைகளையும் நீட்டினார். குற்றவாளி ப்ளாஸ்டிக் பையிலிருந்து பளபளக்கும் நீண்ட கத்தியொன்றை எடுத்து அம்மாவின் முகத்திற்கு நேரே நீட்டினான்.

அம்மா திடுக்கிட்டுப்போய் "என்ன தம்பி" என்றார்.

"பேசாமல் நாற்காலியில் உட்கார்" என்றான் குற்றவாளி.

அம்மாவின் உதடுகள் ஒட்டிக்கொண்டன. அவரது கண்களிலிருந்து பொசுக்கென்று கண்ணீர் தெறித்தது. அவரது தேகம் நடுங்கியது.

குற்றவாளி மெல்லிய குரலில் ஆனால், கடுமையான தொனியில் சொன்னான் "எடியே கிழட்டு வேசை, சொல்வது விளங்கவில்லையா? வாயை மூடிக்கொண்டு அசையாமல் இந்த இடத்திலேயே இருக்கவேண்டும்! அசைந்தாயோ உன்னுடைய புண்டையில் கத்தியைச் செருகுவேன்."

அம்மா அப்படியே ரப்பர் பொம்மை போல மடிந்து நாற்காலியில் உட்கார்ந்தார். அவர் தனது கைகளால் முகத்தை மூடியபடியே விசும்பத் தொடங்கினார்.

குற்றவாளி கத்தியின் முனையால் அம்மாவின் உச்சந்தலையில் மெல்லத் தட்டியவாறே சொன்னான்:

"மூச்சும் காட்டக்கூடாது! அலமாரிச் சாவிகளெல்லாம் எங்கே?"

அம்மா அழுதுகொண்டே சொன்னார்:

"நீங்கள் எனனுடைய மகனின் சிநேகிதன் என்பதால்தானே வீட்டுக்குள் விட்டேன்..."

குற்றவாளி தனது கையைச் சுழற்றி அம்மாவின் கன்னத்தில் பலமாக அறைந்தான். அம்மா கத்தக் கூட முடியாதவராக நடுங்கினார்.

"சாவிகள் எங்கே?"

அம்மா எதிரிலிருந்த பெரிய மேசையைச் சுட்டிக் காட்டினார். அந்த மேசையில் சிறிதும் பெரிதுமாகப் பல இழுப்பறைகள் இருந்தன.

குற்றவாளி அந்த மேசையின் அருகே மண்டியிட்டுக் குனிந்திருந்து மிக நிதானமாக ஒவ்வொரு இழுப்பறையாக ஆராய்ந்தான்.

குற்றவாளியின் முதுகை அம்மா பார்த்துக்கொண்டிருந்தார். அவன் எந்தக் கணத்திலும் தனது பார்வையை அம்மாவிடம் திருப்பலாம். அவனுக்கும் அம்மாவுக்கும் இடையே ஆறடி தூரம் மட்டுமேயிருந்தது. அம்மாவுக்கு அருகிலிருந்த ஒரு பீடத்தில் தில்லையில் கூத்திடும் நடராஜரின் சிலையிருந்தது. இரண்டடி உயரமுள்ள அந்த வெண்கலச் சிலை அம்மாவுக்கு மிகவும் பிடித்தமானது. அந்தச் சிலையையும் குற்றவாளி எடுத்துப் போய்விடுவான் என அம்மா நினைத்துக்கொண்டிருந்தபோதே, அம்மாவின் வலுதுகால் இரண்டடி தூரத்தை ஒரேயடியாகப் பாய, இரு கைகளும் சுழன்று நடராஜர் சிலையைத் தூக்க, இடதுகால் மறுபடியும் இரண்டடி முன்னே பாய, மண்டியிட்டிருந்து இழுப்பறைகளுக்குள் தேடிக்கொண்டிருந்த குற்றவாளி சத்தம் கேட்டுச் சடாரெனத் திரும்ப, அவனது நடு நெற்றியில் நடராஜர் 'டங்' என மோதினார்.

குற்றவாளி ஒரு விலங்கைப்போல உறுமிக்கொண்டே, தனது நெற்றியை இடது கையால் பிடித்துக்கொண்டான். அவனது நெற்றியிலிருந்து இரத்தம் வடிந்தது. அவனது வாய் பாலியல் வசவுகளைக் கொட்டிக்கொண்டிருந்தது. அம்மாவின் முகத்தில் அச்சமும் கோபமும் தெறிக்க, கண்கள் அவனையே வெறித்துப் பார்த்தன. அம்மாவின் கைகளிலே நடராஜர் இருந்தார். "போ வெளியே" என்று அம்மா கத்தினார். அவன் மெதுவாக நடந்துசென்று, அங்கிருந்த நிலைக்கண்ணாடியில் தனது முகத்தைப் பார்த்தான். பொட்டு வைத்ததுபோல அவனது நெற்றியில் பிளவிருந்தது. அதிலிருந்து வடிந்த இரத்தம் அவனது கன்னமோடி அடர்த்தியான மீசையில் படிந்துகொண்டிருந்தது.

அவன் மெதுவாக நடந்து அம்மாவிடம் வந்து "சிவபெருமான் எனக்கு நெற்றிக் கண்ணைத் திறந்திருக்கிறார்" என்றான். அம்மா எதுவும் பேசாமல் மேசையிலிருந்த தொலைபேசி அருகே சென்று, இடது கையால் நடராஜரைத் தனது மார்போடு சேர்த்து அணைத்தவாறே வலது கையால் ரிஸீவரை எடுத்து இடது காதில் வைத்துக்கொண்டு, தோளை உயர்த்தி ரிஸீவரைக் காதோடு அணைத்தவாறே வலது கையால் தொலைபேசி எண்களை அழுத்தத் தொடங்கினார். அப்போது குற்றவாளிக்கும் அம்மாவுக்கும் நடுவில் கிட்டத்தட்டப் பதினைந்து அடிகள் தூரமிருந்தது.

அந்தத் தூரத்தை ஓநாய்போல குற்றவாளி ஒரே தாவாகத் தாவிக் கடந்து அம்மாவை வன்மத்துடன் கீழே தள்ளிவிட்டான். அம்மா நிலைகுலைந்து குப்புறக் கீழே விழுந்தார். அவர் நடராஜர் சிலையைத் தன்னிடமிருந்து விலக விடவில்லை. குற்றவாளி அம்மாவை மல்லாக்கப் புரட்டிப்

போட்டுவிட்டு, அவருகே குனிந்திருந்து அவரது முகத்தைப் பார்த்தான். அம்மாவின் கண்கள் வெறித்திருந்தன. 'உன்னால் முடிந்ததைச் செய்து பார்' என்ற ஏளனம் அந்தக் கண்களில் தெரிவதாகக் குற்றவாளி உணர்ந்தான். அவன் பற்களை இறுகக் கடித்துக்கொண்டு உதடுகளுக்குள் ஏதோ முணுமுணுத்தவாறே அம்மாவின் முகத்தில் ஓங்கி அறைந்தான். அம்மாவின் மூளை பளீரிட்டு அணைந்தது. அம்மாவின் கையிலிருந்து நடராஜர் வழுவிப் போனார். அம்மா மயங்கிப்போனார்.

குற்றவாளி அம்மாவை உலுக்கினான். அம்மா விறைத்த சவமாகக் கிடந்தார். அம்மாவின் சேலை மார்பிலிருந்து விலகிக் கிடந்தது. ரவிக்கை வலது பக்கத் தோளிலிருந்து சற்று விலகியிருக்க, அந்த இடத்தில் அம்மாவின் மாசற்ற சருமத்திற்கு நடுவே பிரேசியரின் கறுப்புநிறப் பட்டை தெரிந்தது. குற்றவாளி மெதுவாகக் குனிந்து அந்தப் பட்டையை முகர்ந்தான். பின்பு, அம்மாவின் முகத்தை முகர்ந்தான். அம்மாவில் தூய பனியின் குளிர்ச்சியைக் குற்றவாளி உணர்ந்தான்.

2

பதினொன்றரை மணியான பின்பும், பேரனைப் பள்ளிக்கூடத்திலிருந்து அழைத்துச் செல்ல யாரும் வராததால், பள்ளிக்கூடத்திலிருந்து மருமகளைத் தொலைபேசியில் அழைத்தார்கள். பதறிப்போன மருமகள் வீட்டு எண்ணுக்குத் தொலைபேசியில் அழைத்தபோது யாரும் தொலைபேசியை எடுக்கவில்லை. மருமகள் உடனே தனது காரை எடுத்துக்கொண்டு விரைந்தாள். அவள் பாடசாலைக்குச் சென்றுகூடப் பார்க்காமல், முதலில் வீட்டுக்கே போனாள். கதவு மூடிக் கிடப்பது மருமகளுக்குச் சற்று நிம்மதியைக் கொடுத்தது. அவள் தன்னிடமிருந்த சாவியால் கதவைத் திறந்துகொண்டு உள்ளே போனபோது, நடுக்கூடத்தில் அம்மா ஆடைகள் விலகிய நிலையில் அரை நிர்வாணமாக அசைவற்றுக் கிடந்தார். மருமகள் கூச்சலிட்டபடியே ஓடிச்சென்று முதலில் அம்மாவின் ஆடைகளைச் சரிப்படுத்தினாள். பின்பு அம்மாவின் உடலைத் தொட்டுப் பரிசோதித்தாள். அம்மாவுக்கு உயிர் இருந்தது. மருமகள் அலைபேசியில் அம்புலன்ஸை அழைத்தாள். அய்ந்து நிமிடங்களில், சைரன்களின் கூட்டு ஒலியால் அந்தச் சிறு பட்டினத்தையே அதிரச் செய்தவாறு அம்புலன்ஸும் காவல்துறையினரும் வந்து சேர்ந்தார்கள்.

மருத்துவமனையில் அம்மாவைச் சேர்த்துவிட்டு மருமகள் காத்துக் கொண்டிருக்கையில், மகன் வந்து சேர்ந்தான். சற்று நேரத்தில், இருவரையும் தனது அறைக்கு அழைத்துச்சென்ற மருத்துவர் அவர்களை உட்காரவைத்துவிட்டுச் சொன்னார்:

"ஒன்றும் பயமில்லை. ஆனால், ஒரு கடுமையான குற்றம் நிகழ்ந்திருக்கிறது. அந்த அம்மா பாலியல் வல்லுறவு செய்யப் பட்டுள்ளார்."

மருத்துவர் உதடுகளை மடித்துக்கொண்டு அவர்களைப் பார்த்தார். மகன் நாற்காலியிலிருந்து மெதுவாக எழுந்தான். நடந்துபோய் அறையின் கதவருகே நின்று மருத்துவரைப் பார்த்தான். அவனின் பார்வை மருத்துவரை அறையிலிருந்து வெளியேற அனுமதிக்க மாட்டேன் என்பது போலிருந்தது. மகன் மூச்சுவிடச் சிரமப்படுபவன் போல் உடலைக் குலுக்கிக்கொண்டான். மருமகள் எழுந்துபோய் அவனது தோளைப் பற்றியபோது, அவன் வெடிப்புற்று வாயைக் கைகளால் பொத்தியவாறு அழுதான். அம்மா கொடுத்த பால் அவன் கண்களில் நீராக வழிந்தது. அவனைத் தேற்றுவதற்கு மருத்துவர் படாத பாடுபட்டார்.

மருமகள் தனது கைவிரல்களை ஒன்றாகக் கோர்த்து, கணவனைப் பார்த்துக் கும்பிடுவது போல் கைகளை உயர்த்தினாள். அவளது கைகள் கிடுகிடுவென நடுங்கிக்கொண்டிருந்தன. "அம்புலன்ஸில் வரும்போது, மாமிக்குச் சாடையாக மயக்கம் தெளிந்தது. நான் 'என்ன நடந்தது மாமி' என்று கேட்டதற்கு 'கள்ளன் வந்து என்னை அடித்துவிட்டான், நான் மயங்கிப்போனேன்' என்று சொல்லிவிட்டு, மறுபடியும் மாமி மயக்கமாகிவிட்டார்" என்றாள் மருமகள்.

மருத்துவர் தலையை ஆட்டிக்கொண்டார். "அவரது உடலைப் பரிசோதித்துப் பார்த்ததில், அவர் மயக்கமாக இருந்த நிலையில்தான் வல்லுறவு செய்யப்பட்டிருக்க வேண்டும் எனத் தெரிகிறது" என்றார் மருத்துவர்.

இப்போது, மகன் தனது கண்களை அழுந்தத் துடைத்துக்கொண்டான். அவன் மருத்துவரைப் பார்த்து, அம்மா வல்லுறவு செய்யப்பட்ட விஷயம் அம்மாவுக்கோ அப்பாவுக்கோ எக்காரணம் கொண்டும் தெரியக் கூடாது என்று கேட்டுக்கொண்டான்.

"ஆனால், இது காவல்துறை தொடர்புள்ள விஷயமாயிற்றே, எப்படி மறைக்க முடியும்?" என்று மருத்துவர் கேட்டார்.

"அவர்களிடமிருந்தும் மறைத்துவிடலாம்" என்றாள் மருமகள்.

மகன் அவளைப் பிடித்துத் தூரத் தள்ளிவிட்டான்.

"இல்லை... இந்தக் கொடூரத்தைச் செய்தவனைத் தண்டிக்க வேண்டும். அவன் எக்காரணம் கொண்டும் தண்டனையிலிருந்து தப்பிக்கக் கூடாது."

"அப்படியென்றால் இந்த விஷயத்தை மாமியிடமிருந்தோ மாமாவிடமிருந்தோ எப்படி மறைக்க முடியும்?"

"முடியும்! நான் காவல்துறை அதிகாரிகளிடம் பேசுகிறேன். இந்த விஷயம் தெரிந்தால் என் அம்மா தற்கொலை செய்துகொள்வார் என்ற உண்மையை நான் அவர்களுக்குச் சொல்லி, அவர்களிடம் இரந்து நிற்பேன். அவர்கள் எனது அம்மாவைக் காப்பாற்றுவார்கள்" என்று அழுதுகொண்டே மகன் சொன்னான்.

காவல்துறை அலுவலகத்தில் உயரதிகாரியோடு மகனுக்கு ஒரு சந்திப்பு ஏற்பாடாகியது. அமைதியான பட்டினத்தில் நடந்த அந்தக் கொடூரமான குற்றம் குறித்து அதிகாரி கடுமையான கோபத்திலும் வருத்தத்திலுமிருந்தார். எனினும், அவர் மகனோடு ஆதரவாகப் பேசி அவனது கோரிக்கையைக் கவனமாகக் கேட்டார்.

"திருவாளர் சஜிதரன், உங்களது வேதனையையும் மனவுணர்வையும் நான் முழுமையாகப் புரிந்துகொள்கிறேன். அதை மதிக்கிறேன். சட்டத்திற்கு விரோதமில்லாத எந்த உதவியையும் உங்களுக்குச் செய்யக் கடமைப்பட்டிருக்கிறேன். இந்த விஷயத்தை உங்களது பெற்றோரிடமிருந்து மறைத்துவிடச் சட்டத்தில் கூட வாய்ப்பிருப்பதாகவே நான் கருதுகிறேன். இது குறித்துப் பேசுவதற்காக நான் உங்களை நீதிபதியிடம் அழைத்துப்போவேன். எங்கள் எல்லோரது முழுச் சக்தியையும் செலவு செய்து, இந்த விஷயத்தை உங்களது பெற்றோரிடமிருந்து மறைக்க முயற்சிப்போம். உங்களது பெற்றோருக்கு இந்த நாட்டு மொழி தெரியாமலிருப்பதும் ஒருவகையில் எங்களுக்கு உதவி செய்யும். பாலியல் வல்லுறவுக் குற்றம் நிகழ்ந்ததற்கான வலுவான மருத்துவ அறிக்கை ஆதாரங்கள் இருப்பதால் குற்றவாளி தப்பிக்க முடியாது. இது எங்களுக்குக் கொஞ்சம் விநோதமானதும் சிக்கலானதுமான வழக்குத்தான். எனினும், சட்டத்தை மனிதாபிமானம் வென்றதாகச் சில பதிவுகள் எங்களது துறையிலுமுண்டு. எங்களால் முடிந்த எல்லா உதவிகளையும் நாங்கள் உங்களுக்குச் செய்வோம்" என்றார் காவல்துறை அதிகாரி.

மகன் கையை நீட்டியபோது, அதிகாரியும் தனது கையை நீட்ட, அதிகாரியின் கையைப் பற்றி அதில் மகன் குனிந்து முத்தமிட்டான். அவனது கண்ணீர் அந்த அதிகாரியின் கையைக் கழுவிற்று.

3

அம்மா நான்கு நாட்கள் மட்டுமே மருத்துவமனையில் இருந்தார். அவரது உடலில் இருந்த வீக்கங்கள் வற்றிவிட்டன. வலது கண்ணுக்குக்

கீழே மட்டும் சருமம் கொஞ்சம் கறுத்திருந்தது. அவர் பழையபடி கலகலப்பாகச் சிரித்த முகத்துடன் வீட்டை வளைய வரத் தொடங்கினார். அம்மா விரைவிலேயே தேறியதால் அப்பாவுக்கும் மகிழ்ச்சி.

அந்தச் சம்பவம் நடந்தபோது, குற்றவாளியால் அதிக பொருட்களைத் திருட முடியவில்லை. நகைகளும், பெறுமதியான பத்திரங்களும் வங்கிப் பெட்டகத்தில் பாதுகாப்பாக இருந்தன. இரண்டு மடிக்கணினிகளையும் வெறும் சில்லறைச் சாமான்களையும் மட்டுமே குற்றவாளியால் எடுத்துப்போக முடிந்திருக்கிறது. எடுத்துப் போன வங்கி அட்டைகளை வைத்தும் அவனால் ஒன்றும் செய்ய முடியாது. அந்தக் குற்றவாளி, மகன் குடிக்கும் உயர்ரக விஸ்கிப் போத்தல் ஒன்றையும் திருடிச் சென்றிருந்தான். கூட்டிக் கழித்துப் பார்த்தால், திருடப்பட்ட பொருட்களின் மொத்த மதிப்பு மகனின் ஒருமாதச் சம்பளத்தில் பாதிகூட இருக்காது.

ஆனால், அந்தச் சம்பவத்திற்குப் பின்பு, மகன் எப்போது பார்த்தாலும் இருண்ட முகத்தோடு இருந்ததுதான் ஏனென்று அம்மாவுக்கும் அப்பாவுக்கும் புரியவில்லை. அது அவர்களை வருத்தியது. மகன் அதிகமாகக் குடித்தான். அப்பாவுக்கு முன்னால் ஒருநாளும் குடிக்காதவன் இப்போது, அவர் இருப்பதையும் சட்டை செய்யாமல் குடித்து வெறித்தான். வேலைக்கும் ஒழுங்காகப் போகாமல் அடிக்கடி படுக்கையிலேயே கிடந்தான். அம்மாவோடும் அப்பாவோடும் ஒன்றிரண்டு வார்த்தைகளுக்கு மேல் அவன் பேசுவதில்லை.

அம்மா ஆனமட்டும் மகனைத் தேற்றப் பார்த்தார். தனக்கு இப்போது உடல் முழுமையாகத் தேறிவிட்டதென்றும் திருடனுக்குத் தானும் செம்மையாக அடி கொடுத்ததாகவும் அம்மா சிரித்தவாறே சொன்னார். "இதுவொரு சிறிய விபத்து. அவ்வளவுதானே... எதற்கு நீ இப்படிக் கவலைப்படுகிறாய்?" என்று மகனின் நாடியைத் தடவி விட்டவாறே அம்மா கேட்டார்.

மகன் அம்மாவின் கண்களை நேருக்கு நேராகச் சந்திக்க அஞ்சினான். 'அம்மா உங்களுக்கு நிகழ்ந்திருக்கும் கொடுமையை நீங்கள் அறிய நேர்ந்தால் செத்தே போய்விடுவீர்கள்' என அவன் உள்ளுக்குள் மருகினான். மருமகள் இப்போது வெள்ளிக்கிழமைகளில் சைவ உணவு சாப்பிடுவதில்லை. அதை மகன் கவனித்தான்.

அம்மா பேரனோடு விளையாடியபடியே, வழமைபோலவே அவனைப் பாடசாலைக்கு அழைத்துச் சென்றார். அப்பாவுக்குச் சுவையாகச் சமைத்துப்போட்டார். எப்போதும் போலவே வீடு வாசலையும் தோட்டத்தையும் மிகத் தூய்மையாக வைத்திருந்தார். அப்பா தனது ஆய்வு நூலை எழுதி முடிப்பதில் முழுக் கவனத்தையும்

செலுத்தினார். மகன் ஒவ்வொரு நாள் மாலையிலும் காவல்துறை அதிகாரியைச் சந்தித்து, குற்றவாளியைக் கைது செய்துவிட்டீர்களா என விசாரித்துக்கொண்டேயிருந்தான்.

ஒருநாள் அதிகாலையில் படுக்கையிலிருந்தபோது, மருமகள் தனது கணவனின் மார்பைத் தடவிவிட்டபடியே அவனிடம் தயக்கத்துடன் பேசினாள்.

"நான் ஒன்று சொன்னால் நீங்கள் தவறாக நினைக்கக் கூடாது..."

"ம்"

"உங்களைப் பார்த்தால் என்னால் சகிக்க முடியவில்லை. நீங்கள் சரியாகச் சாப்பிடுவதில்லை, தூங்குவதில்லை, ஆடைகளைக் கூடச் சரியாக அணிவதில்லை. நான் புரிந்துகொள்கிறேன்... அம்மாவைப் பார்க்கும் போதெல்லாம் நீங்கள் நிலைகுலைந்து போய்விடுகிறீர்கள். கொஞ்ச நாட்களுக்கு அம்மாவையும் அப்பாவையும் இலங்கைக்கு அனுப்பிவைத்தால் என்ன?"

மருமகளின் கன்னத்தில் சடாரென ஓர் அறை விழுந்தது. அந்த அதிகாலை வேளையில், வெறி பிடித்தவன் போல வண்டியைக் கிளப்பிக்கொண்டு மகன் காவல் நிலையத்தை நோக்கிப் படுவேகமாகச் சென்றான். அவன் காவல்துறைமீது வசவுகளைச் சொல்லிக்கொண்டே வண்டியைச் செலுத்தினான். மகன் காவல் நிலையத்தை அடைவதற்கு நூறு மீற்றர் முன்பாக, உறைபனியில் சறுக்கி வண்டி கட்டுப்பாட்டை இழந்து சாலையோர மரத்தில் மோதிக் கவிழ்ந்தது.

மகன் உயிருக்கு ஆபத்தான நிலையில் கிடக்கிறான் என்ற செய்தி வந்தபோது, அம்மா மயங்கி விழுந்தார். மருமகள் வீறிட்டுக் கத்தினாள். அப்பா தாளாத துயரத்துடனும் பதற்றத்துடனும், மயங்கி விழுந்துகிடக்கும் அம்மாவைப் பார்ப்பதா அல்லது சுவரோடு தலையை மோதிக்கொண்டு அலறும் மருமகளைப் பார்ப்பதா அல்லது படுக்கையிலிருந்து தேம்பியழும் பேரனைப் பார்ப்பதா எனத் தவித்துப் போனார். எனினும், இனி நடக்கவேண்டிய காரியங்களைப் பார்ப்பதற்கு மருமகளையே முதலில் தேற்ற வேண்டும் என்பது அவரது புத்திக்குத் தெரிந்தது. அவர் மருமகளின் தோள்களைப் பற்றி, அவளை ஆறுதல்படுத்த முயன்றார். அப்போதுதான் மருமகளின் நாவிலிருந்து அந்த வார்த்தைகள் அவளை அறியாமலேயே உருண்டு வந்தன.

"ஐயோ மாமா... மாமி 'ரேப்' செய்யப்பட்ட நாளிலிருந்தே உங்களது மகன் நிதானமில்லாமல்தான் இருக்கிறார். நான் பாவி அவருடைய மனம் நோகக் கதைத்து அவரைச் சாவுவரை துரத்திவிட்டேனே..."

4

ஒருமாத தீவிர சிகிச்சைக்குப் பின்பு, மகன் ஓரளவு தேறி வீட்டுக்குத் திரும்பினான். முன்னிலும் இப்போது அவன் நிதானம் இழந்திருந்தான். எப்போதும் அழுக்கான ஆடைகளையே அணிந்திருந்தான். சவரம் கூடச் செய்வதில்லை. ஆனால், நாள் தவறாமல் காவல்துறை அதிகாரியைத் தொலைபேசியில் அழைத்து 'குற்றவாளியை ஏன் இன்னும் கைது செய்யவில்லை?' எனச் சண்டை போட்டான். அம்மா பாலியல் வல்லுறவு செய்யப்பட்ட சம்பவம் தனது மனைவியின் வாயிலிருந்து அப்பாவுக்குத் தெரிந்திருப்பதை அவன் அறியாமலேயேயிருந்தான்.

மகன் வீட்டுக்கு வந்ததும், அம்மா பழையபடி உற்சாகமான நிலைக்கு மெல்ல மெல்லத் திரும்பினார். ஆனால், அப்பா எதிலும் ஒட்டாமல் தனக்குள்ளேயே முடங்கிவிட்டார். அம்மாவுடனோ மகனுடனோ மருமகளுடனோ அவர் எதுவுமே பேசுவதில்லை. ஏதாவது கேட்டால் ஆம், இல்லை என்பதற்கு மேல் ஒருசொல் அவரது வாயிலிருந்து வராது. வெள்ளிக்கிழமைகளில் கோயிலுக்குப் போவதுமில்லை. அப்பா இப்போது புத்தகங்கள் படிப்பதில்லை. எப்போதும், வீட்டுக்குப் பின்னாலிருக்கும் ஆற்றங்கரையிலேயே இருக்கிறார். இருளானதற்குப் பின்பும் அங்கேயே அசையாமல் இருப்பார். யாராவது போய் வீட்டுக்குக் கூட்டிவருவார்கள்.

மகன் தேறிவருகிறான், கவலைப்படாதீர்கள், உங்கள் புத்தகத்தை எழுதி முடியுங்கள், கோயிலுக்குப் போய்வருவோம் வாருங்கள்... என்றெல்லாம் சொல்லி அப்பாவைச் சமாதானப்படுத்த அம்மா முயன்றுகொண்டிருந்தார். ஆனால், அப்பா ஆற்றங்கரையிலேயே இருந்தார்.

ஒருநாள் இரவு ஒன்பது மணிக்கு அப்பா படுக்கைக்குப் போனார். பத்து மணிபோல அம்மா வந்து பார்த்தபோது, அப்பா கண்களை மூடிக்கிடந்தார். அப்பாவின் நெற்றியைத் தடவிக்கொடுத்துவிட்டு அம்மா அருகில் படுத்துக்கொண்டார். திடீரென அம்மா தூக்கத்திலிருந்து விழித்தபோது, அருகில் அப்பா இல்லாததைப் பார்த்தார். அம்மா மெல்ல எழுந்துபோய் கதவைப் பிடித்துக்கொண்டு வெளியே பார்த்தார். அப்பாவின் படிப்பறையில் விளக்கு எரிந்துகொண்டிருந்தது. ஒரு புன்னகை ஓடி அம்மாவின் முகத்தில் உறைந்தது. 'சந்நிதியானே' எனச் சொல்லிக்கொண்டே அம்மா திரும்பவும் வந்து கட்டிலில் படுத்துக்கொண்டார். அசதி அவரது கண்களை அழுக்கிற்று.

அதிகாலையில் அம்மா விழித்தபோதும் அப்பா அருகிலில்லை. அம்மா எழுந்து சென்று படிப்பறையைப் பார்த்தார். அங்கே இன்னும் விளக்கு

எரிந்துகொண்டிருந்தது. அம்மா பல் துலக்கி, முகம் கழுவிவிட்டு, கோப்பி தயாரித்து எடுத்துக்கொண்டு படிப்பறையை நோக்கிச் சென்று கதவை ஓசைப்படாமல் மெதுவாகத் திறந்தார். அங்கே அப்பா இல்லை.

அம்மா வீடு முழுவதும் அப்பாவைத் தேடிப் பார்த்துவிட்டு, மகனின் அறைக் கதவைப் போய்த் தட்டினார். மருமகள் கதவைத் திறந்தபோது "இன்று வெள்ளிக்கிழமையா?" என்று அம்மா கேட்டார். அன்று சனிக்கிழமை. குளிரின் அளவு மைனஸ் ஏழு டிகிரி.

வீட்டுக்குப் பின்னாலுள்ள ஆற்றங்கரையில்தான் அப்பாவின் உடல் கிடந்தது. கொலையோ தற்கொலையோ அல்ல. குளிரில் உடல் விறைத்து மரணம். அந்த வீட்டில் அழுவதற்குக் கூட யாருக்கும் சக்தியிருக்கவில்லை. அப்பாவின் உடலை மயானத்தில் எரியூட்டவிருந்த தருணத்தில், மருமகள் அம்மாவை அணைத்துக்கொண்டு "அழுதுவிடுங்கள் மாமி, எல்லாவற்றையும் அழுது தீருங்கள்" என்றாள்.

அந்த வீடு ஒளியற்றுக் கிடந்தது. அம்மா எப்போதும் போல வீட்டைச் சுத்தப்படுத்திக்கொண்டிருந்தார். மகனையும் மருமகளையும் ஆறுதல் சொல்லித் தேற்றிக்கொண்டேயிருந்தார். அப்பா இல்லாத இடத்தில், தாய்க்குத் தாயாகவும் தகப்பனுக்குத் தகப்பனாகவும் இருக்கவேண்டும் என்ற பொறுப்புணர்வு அம்மாவிடம் மிகுந்திருந்தது. எப்போதும்போல பேரனுடன் விளையாடியவாறே அவனைப் பாடசாலைக்கு அழைத்துச் சென்றார். பேரன் இப்போது கொஞ்சம் தமிழ் பேசப் பழகியிருந்தான்.

அப்பா இறந்த பதினாறாவது நாள், காவல்துறை அதிகாரியிடமிருந்து மகனுக்குத் தொலைபேசி அழைப்பு வந்தது. வீட்டைக் கொள்ளையடித்து, அம்மாவைப் பாலியல் வல்லுறவு செய்ததாகத் தாங்கள் சந்தேகிக்கும் ஒரு நபரைக் கைது செய்துவிட்டதாக அந்த அதிகாரி சொன்னார். அந்தச் செய்தியைக் கேட்டதும் மகனுக்கு இன்னும் வெறி அதிகமாகியது. "நான் அந்த நாயைப் பார்க்க வேண்டும்" என்று மகன் தொலைபேசியில் கூச்சலிட்டது அந்த வீடு முழுவதும் கேட்டது. "இந்த வீடு பேய் வீடாக மாறிக்கொண்டிருக்கிறது" என மருமகள் தனக்குள் முணுமுணுத்துக்கொண்டாள். கடந்த சில நாட்களாகவே விவாகரத்துக் குறித்த எண்ணம் அவளை அலைக்கழித்துக்கொண்டிருந்தது.

காவலதிகாரி ஓர் அடையாள அணிவகுப்புக்கு ஏற்பாடு செய்தார். அந்த நாள் குளிர்காலத்தின் இறுதி நாளாக இருந்தது. மகன், அம்மாவிடம் எந்த விவரமும் சொல்லாமல் "அம்மா நாங்கள் எல்லோரும் வெளியே போய்விட்டு வருவோம்" என்று முணுமுணுத்தான். அம்மாவின் முகம் மகிழ்ச்சியால் பொங்கிற்று. எத்தனையோ நாட்களுக்குப் பிறகு அவர்கள் குடும்பத்தோடு வெளியே கிளம்புகிறார்கள். அம்மா

எப்போதும் போலவே தூய ஆடைகளை அணிந்து உற்சாகத்துடன் தயாரானார். வண்டியை மருமகள் ஓட்டினாள். அவளுக்கு அருகில் மகன் வெறிபிடித்தவன் போலிருந்தான். பின் இருக்கையில் அம்மா பேரனோடு விளையாடிக்கொண்டிருந்தார்.

அடையாள அணிவகுப்பு ஏற்பாடு செய்யப்பட்டிருந்த இடத்தில் வண்டி நிறுத்தப்பட்டது. மகன் எதுவும் பேசாமல் மவுனமாயிருக்க, மருமகள்தான் அம்மாவுக்கு எல்லாவற்றையும் விளங்கப்படுத்தினாள். திருடனைப் பிடித்துவிட்டதாகவும், அவனை அம்மா அடையாளம் காட்டவேண்டும் என்றும் அவள் சொலலச் சொல்ல, அம்மா கூர்ந்து கவனித்துக்கொண்டிருந்தார். அம்மா அந்தக் குற்றவாளியை நினைத்துக்கொண்டார். அவனின் கண்கள் உடனடியாகவே அவரது ஞாபகத்தில் வந்தன. சில நொடிகளிலேயே அவனது மொத்த உருவமும் தெளிவாக அவருக்கு ஞாபகத்தில் வந்தது.

ஆனால், அடையாள அணிவகுப்பு நிகழ்ந்தபோது, அவரால் இலகுவாகக் குற்றவாளியை அடையாளம் காணமுடியவில்லை. கண்ணாடியால் தடுக்கப்பட்ட ஓர் அறைக்கு வெளியே அம்மாவும் காவல்துறை அதிகாரிகளும் நின்றிருந்தார்கள். கண்ணாடித் தடுப்புக்கு அந்தப் பக்கம் இலங்கைத் தமிழர்கள் நான்கு பேர் அருகருகாக நிறுத்தப்பட்டிருந்தார்கள். நான்கு பேருமே கிட்டத்த ஒரேமாதிரியான உடலமைப்பும் உயரமும் கொண்டவர்கள். அவர்களில் ஒருவன்தான் சந்தேக நபர். மற்றவர்கள் டம்மி நபர்கள்.

அம்மா கண்ணாடித் தடுப்புக்குள்ளால் உற்றுப் பார்த்தார். அந்த நான்கு நபர்களுக்குள்ளே குற்றவாளி இல்லாதது போலத்தானிருந்தது. அம்மாவின் முகபாவனையைக் கவனித்த தலைமைப் புலனாய்வு அதிகாரி, அந்த நால்வரையும் பக்கவாட்டில் திரும்பி நிற்குமாறு சைகை செய்தார். அம்மாவால் குற்றவாளியை அடையாளம் காணமுடியவில்லை. அதிகாரி மறுபடியும் நால்வரையும் பழைய நிலையில் திரும்பி நிற்குமாறு சைகை செய்தார். அம்மா கொஞ்சம் யோசித்துவிட்டு, அந்த நால்வரும் கண்ணாடித் தடுப்பை இன்னும் நெருங்கி வரவேண்டும் என்பதுபோல அதிகாரியிடம் சைகை செய்தார். அந்த நால்வரும் இப்போது கண்ணாடித் தடுப்புக்கு மிக அருகே வந்தார்கள். இப்போது, அவர்களுக்கும் அம்மாவுக்கும் இடையில் ஓரடி தூரமேயிருந்தது. அந்த நால்வர் வரிசையில் மூன்றாவதாக இருந்தவனின் தலைமுடி மிகக் குட்டையாக வெட்டப்பட்டிருந்தது. முகம் மழுங்கச் சிரைக்கப்பட்டிருந்தது. அவனது நடு நெற்றியில் அம்மா நடராஜர் சிலையால் தாக்கியதால் உண்டான வடு இருந்தது. அவனது கண்கள்

கண்ணாடித் தடுப்பை ஊடுருவி அம்மாவை அருவருப்போடு பார்த்தன. அம்மாவால் அந்தப் பார்வையை எப்படி மறக்கமுடியும்.

தரையில் ஓரடி உயரத்திற்குத் தூய பனி கொட்டியிருந்த, மழை பெய்துகொண்டிருந்த அந்த வெள்ளிக்கிழமை காலையில், குற்றவாளி அம்மாமீது தனது உடற்பாரம் முழுவதையும் கிடத்தித் தனது இரண்டு கைகளாலும் அம்மாவின் கால்களை விரித்துப் பிடித்தபடி, தனது முகத்திலிருந்து வடிந்த இரத்தமும் கழுத்திலிருந்து வடிந்த வியர்வையும் அம்மாவின் முகத்தில் சிந்த அம்மாவைப் புணர்ந்துகொண்டிருந்த போது, அம்மாவுக்கு மயக்கம் தெளிந்துகொண்டிருந்தது. அவர் அந்தக் குற்றவாளியிடம் நான்கு சொற்கள் பேசினார். அப்போது, அந்தக் குற்றவாளி அம்மாவின் கண்களை அருவருப்புடன் பார்த்தவாறே, அம்மாவின் இடது காலைப் பற்றியிருந்த தனது கையை வேகமாக எடுத்து அம்மாவின் முகத்தில் அறைந்தான். அருவருப்பைக் கொப்பளித்த அவனது கண்களைப் பார்த்தவாறே அம்மா மீண்டும் மயங்கிப்போனார். மயங்குவதற்கு முன்பாக, அம்மா குற்றவாளியிடம் இந்தச் சொற்களைச் சொல்லியிருந்தார்:

"நான் உனது அம்மா மாதிரியல்லவா"

தலைமைப் புலனாய்வு அதிகாரி ஓடி முன்னால் வந்து, தனக்கு அருகில் நின்று தன்னையே ஆர்வத்துடன் கவனிப்பதை அம்மா உணர்ந்தார். உடனேயே அம்மாவின் கண்கள் குற்றவாளியிடமிருந்து விடுபட்டு நான்காவது நபரிடம் சென்றன. பிறகு அம்மா அதிகாரியிடம் ஆங்கிலத்தில் சொன்னார்:

"இவர்களிடையே அந்தக் குற்றவாளி இல்லை."

□ காலம் – 2014

வாழ்க

பிரபாகரன் வாழ்க பிடல் கஸ்ட்ரோ வாழ்க ரோகண விஜேவீர வாழ்க சீமான் வாழ்க சே குவேரா வாழ்க உருத்திரகுமாரன் வாழ்க லெனின் வாழ்க நிரஞ்சினி வாழ்க!

பரிஸில 'பஸ்டில்' கோட்டையிருந்த இடத்திலயிருந்துதான் எப்பயும் மேதின ஊர்வலம் தொடங்குறது. எத்தினை நாட்டுச் சனங்கள், எத்தினை கட்சிகள், எத்தினை கொடிகள், எத்தினையெத்தினை கோஷங்கள்!

குர்டிஸ்காரர், பலஸ்தின்காரர், கொங்கோகாரர், மெக்ஸிகோகாரர், திபேத்காரர், தமிழர், சிங்களவர் எண்டு எத்தினை முகங்கள்! இடைக்கிட அடிதடியும் வாறதுதான். பொலிஸோடும் வாறது, எங்கிட ஆக்களுக்குள்ளையும் வாறது.

நான் இருவது வரியமா ஒவ்வொரு மேதின ஊர்வலத்துக்கும் வாறது. ஒரு வரியமும் தப்பினதில்லை. பத்துரோன் லேசில லீவு தரமாட்டான். அண்டைக்கு வேலை செய்தா டபுள் சம்பளம் வேற. ஆனால், நான் வாறதுதான். சனங்களோட சேர்ந்து மார்ச் செய்யிறதும், கோஷம் போடுறதும் ஒரு சந்தோசம். நிரஞ்சினியும் நானும் கன ஊர்வலங்களில ஆளையாள் பார்த்துக்கொண்டு மார்ச் பண்ணிப் போயிருக்கிறம்.

தமிழ் ஆக்களுக்குள்ள முந்தி எல்.ரி.ரி.ஈ. மட்டும்தான் ஊர்வலம் நடத்துறது. பத்தாயிரம், பதினைஞ்சாயிரம் சனங்கள் வரும். சிவப்பு மஞ்சள் கொடியளை உயர்த்திப் பிடிச்சுக்கொண்டு, தேனிசை செல்லப்பாவின்ர பாட்டுகளையும் போட்டுக்கொண்டு, தலைவற்ற படத்தையும் பிடிச்சுக்கொண்டு, எல்லாரும் மார்ச் பண்ணிப் போகயிக்க தன்னால ஒரு உசார் வரும் எனக்கு.

இந்த வருசம் தமிழாக்கள் அஞ்சாறு பிரிவா மேதின ஊர்வலம் செய்யினம். நான் எல்லாற்ற ஊர்வலத்துக்கேயும் போய் ரெண்டு கோஷம் போட்டுட்டுத்தான் வருவன். எனக்கு அவையள் இவையளெண்டு கிடையாது. ஆர் எங்கிட சனத்தோட நிக்கினமோ நான் அவையளோட.

இந்தமுறை தமிழாக்களுக்கு இடையில புதுசா ஒரு குழுவும் ஊர்வலம் நடத்திச்சு. கையில கோஷம் எழுதின மட்டையளோட ஒரு முப்பது

பேர் இருப்பினம். நான் அவையளோடையும் கொஞ்சநேரம் மார்ச் பண்ணிக்கொண்டு போனன். இஞ்சால புலியளின்ர ஊர்வலத்தில கன இளம்பொடியள் எண்டால், இவையிட குறுப்பில எல்லாம் கிழடு கட்டையள்தான். கொஞ்சம் சந்தேகத்தோடதான் என்னைப் பார்த்தினம். என்னைப் பார்க்கிற எல்லாரும் கொஞ்சம் சந்தேகமாத்தான் பார்க்கிறவை. எதையும் ஒளிவுமறைவில்லாமக் கதைச்சுப் பேசினா எங்கிட ஆக்களுக்கு உடன சந்தேகம் வந்திரும். ஏதோ கதைவிட்டுக் கதை புடுங்கப்போறன் எண்டு நினைச்சுக்கொள்ளுதுகள்.

இவை ஆக்கள் அவ்வளவு உசார் இல்ல. கோஷம் எழுதின மட்டையெண்டா தலைக்கு மேலயெல்லோ தூக்கிப்பிடிச்சுக்கொண்டு உசாரா மார்ச் செய்ய வேணும். இவையள் என்னெண்டால் கமக்கட்டுக்க வைக்குறதும், கீழ பிடிக்கிறதும், இடைக்கிட சாட்டுக்கு மேல பிடிக்கிறதுமா மட்டையள சுருக்குக் குடை மாதிரித்தான் பாவிக்கினம்.

நான் அவையளிட்ட "அண்ணே, எனக்கும் கையில வைச்சிருக்க ஒரு மட்டை தாங்கோ" எண்டு கேட்டன். அப்பயும் அவையளுக்குக் கொஞ்சம் அய்மிச்சம்தான். 'ஜனநாயகம் வாழ்க' எண்டு எழுதியிருந்த மட்டையொண்ட தந்தினம். "வேறெதும் மட்டை இல்லையோ?" எண்டு கேட்டன். அவையள் திரும்பயும் என்னை சந்தேகத்தோட பார்த்தினம். "இல்லைப் பாருங்கோ... 'இராணுவமே வெளியேறு', 'ராஜபக்சவை விசாரணை செய்', 'சுயநிர்ணய உரிமையை அங்கீகரி' எண்டு எழுதின மட்டையள் ஒண்டும் இல்லையே?" எண்டு கேட்டன்.

அவையள் கொஞ்சம் சோலி சுரட்டில்லாத குழு எண்டு தெரியுது. எனக்குப் பதில் சொல்ல வாயைத் திறக்கிறதா இல்லியா எண்டதையே அவையள் அஞ்சு நிமிசம் யோசிச்சிருப்பினம் எண்டுதான் நினைக்கிறன். வலு நிதானமா "நீங்கள் சொன்ன விசயமெல்லாம் 'ஜனநாயகம் வாழ்க' எண்டுக்குள்ள அடங்குதுதானே" எண்டு சொல்லிச்சினம். அவையள் சொல்லுறதும் சரிதான். நாங்கள் எதுக்கு மற்றவன் ஒழிய அழியவெண்டு சொல்லவேணும். நல்ல விசயத்தை வாழ்க எண்டுவம். அதுக்குள்ள கெட்டதுகள் ஒழிக எண்டதும் அடங்குதுதானே. எங்களுக்கு எதுக்கு வெஞ்சொல்! நல்லத மட்டும் சொல்லுவம். ஜனநாயகம் வாழ்க! அங்க புலிப் பொடியளின்ர ஊர்வலத்தில பறையடிக்கிற சத்தம் இஞ்ச கேக்குது.

எனக்குப் பன்றெண்டு, பதின்மூண்டு வயசிருக்கையிக்க, எங்கிட ஊரில ஒரு ஊர்வலம் நடந்துது. அதுவும் பறை அடிச்சுக்கொண்டுதான் நடந்துது. என்ர அண்ணன்மாரும் முன்னுக்கு நிண்டு மோளம் அடிச்சவை. எங்கிட குறிச்சிச் சனங்கள் பறையடிச்சுக்கொண்டு ஊர்வலமாப் போய், வங்களாவடிச் சந்தியில போட்டு பறையையும்

மோளங்களையும் கோடாலியால கொத்திப் பன்னாடையள மேல போட்டு எரிச்சம். இனிச் செத்தவீடுகளுக்கு பறையடிக்கிறதில்லை எண்டு முடிவெடுத்தம்.

குடிமை செய்யப் போகமாட்டம் எண்டு சொன்னதால, தங்கிட தோட்டத்துக்குள்ள வேலைக்குக் கால் வைக்கக்கூடாது எண்டு வெள்ளாமாக்கள் சொல்லிப் போட்டாங்கள். என்ர மாமா சின்னவனுக்கு வங்களாவடிச் சந்தியில வைச்சு வெள்ளாமாக்கள் கையையும் வெட்டிப்போட்டாங்கள்.

அறா வட்டிக்குக் கடன் வேண்டிக்கொண்டு என்ர சின்னண்ணன்தான் முதல்ல சவூதிக்குப் போனவர். அதுக்குப் பிறகுதான் நாங்கள் கொஞ்சம் நிமிர்ந்தது. சின்னண்ணனைத் தொட்டு ஆசையண்ணனும் சீனியண்ணனும் சவூதிக்குப் போனவை. நான் படிக்கிறதுக்கு ரவுணுக்குப் போனன்.

நான் யவ்னா சென்றல் கொலேஜில படிச்சுக்கொண்டிருந்த காலம், நாட்டுப் பிரச்சினை முளாசி எரிஞ்ச காலம். பள்ளிக்கூடம் ஒழுங்கா நடக்காது. கோட்டையிலயிருந்து அடிக்கிற ஷெல் இடைக்கிட பள்ளிக்கூடத்துக்க வந்து விழும். ஒரு நாளைக்கு ஒரு இயக்கம் ஊர்வலம் நடத்தும். அரசாங்கத்தோட பேச்சுவார்த்தை கேட்டு ஒரு இயக்கம் ஊர்வலம் நடத்தினா, பேச்சுவார்த்தை வேண்டாமெண்டு இன்னொரு இயக்கம் ஊர்வலம் நடத்தும். கம்பஸ் பொடியனக் கடத்திப் போட்டாங்களெண்டு ஒரு இயக்கம் ஊர்வலம் நடத்தினா, மற்ற இயக்கம் நாங்கள் கடத்தயில்ல எண்டு ஊர்வலம் நடத்தும். நான் எல்லா ஊர்வலத்துக்கும் போவன். மார்ட்டின் லூதர் கிங் சொன்ன மாதிரி, கருத்து வேறுபாடுகள் இண்டைக்கிருக்கும்; நாளைக்குப் போகும். ஆனால், சனங்களோட சேர்ந்து கையைப் பிடிச்சுக்கொண்டு நடக்கயிக்க ஒரு பலம்.

பலாலியில இருந்த இந்தியன் ஆர்மிக் காம்புக்கு முன்னால நாங்கள் நடத்தின ஊர்வலம்தான் மறக்க ஏலாத ஊர்வலம். மருதனாமடச் சந்தியிலயிருந்துதான் ஊர்வலம் தொடங்கினது. ஒரு இருவதாயிரம் முப்பதாயிரம் சனமிருக்கும். நாங்கள் யவ்னா சென்றல் கொலேஜ் பொடியள்தான் முன்வரிசை. நான் ஒரு கோஷத்தை நானா இயற்றிக் கத்தினன்.

"நேருவின் பேரன் தமிழனுக்கு எதிரி!"

என்னோட நிண்ட பொடியளும் சேர்ந்து கத்த ஊர்வலம் அதிர்ந்தது. இயக்கம்தான் ஊர்வலத்தை ஒழுங்குபடுத்தி நடத்தினது. அப்ப பிரசாத் அண்ணைதான் அரசியல் பொறுப்பாளர். அவர் எங்களுக்குப் பக்கத்தில

வந்து பார்த்துப்போட்டு, என்ர கையைப் பிடிச்சு இழுத்துக்கொண்டுபோய் ஒரு வேனுக்கு மேல ஏத்திப்போட்டு, கையில மைக்கத் தந்திற்று முதுகில தட்டினார். நான் கொலேஜ் யூனிஃபோர்மோட வேனுக்கு மேல மைக்கோட நிண்ட படம் 'ஈழநாடு' பேப்பரில வந்துது.

நான் மைக்கில உரத்துக் கத்தினேன்:

"ஆயிரம் உண்டிங்கு சாதி எனில், அன்னியர் வந்து புகல் என்ன நீதி!"

நான் கோஷம் போடயிக்க, இந்தியன் ஆர்மியும் மைக்கில எதிர் கோஷமொண்டு போட்டான். அஞ்சு நிமிசத்தில எல்லாரும் இஞ்சையிருந்து கலைஞ்சு போகாட்டி சுடுவம் எண்டான். நாங்க இஞ்ச நிண்டு கோஷம் போட்டுக்கொண்டிருந்த அதே நேரத்தில, ரவுணுக்குள்ள இந்தியன் ஆர்மிக்கும் இயக்கத்துக்கும் சண்டை துவங்கிற்று. எல்லாரும் கலைஞ்சு ஓடினம். நான் ரவுணுக்க வாறன்... ரவுணுக்குள்ளால ஷெல் அறம்புறமாப் பறக்குது. இந்தியன் ஆர்மியோ? ஷெல் அடிக்கிறாங்களோ? எண்டு சனம் கன்னத்தில கைவைச்சு திகைச்சுப்போயிருக்க, திகைப்பைத் தெளியச் செய்யுறமாதிரி நாலு பக்கத்தாலும் பொம்பரால கொண்டுவந்து கொட்டினாங்கள். எனக்கு மைக் தந்த பிரசாத் அண்ணையும் பிறகு சண்டையில வீரச்சாவாகிப் போனார். அதுக்கும் ஒரு ஊர்வலம் வைச்சனாங்கள்.

நான் வெளிநாட்டுக்கு வந்த ஒரு மாசத்திலேயே, சனத்தையும் ஊர்வலத்தையும் தேடிக் கண்டுபிடிச்சுப் போயிட்டன். நான் இஞ்ச பிரான்சுக்கு வாறதுக்கு முந்தி, ஜெர்மனிக்குத்தான் வந்தனான். பிராங்ஃபோர்ட்டில ஸ்டட் அடிச்சு விட்டவங்கள். அந்தமுறை பிராங்ஃபோர்ட்டில எல்.ரி.ரி.ஈ. பெரியவொரு மேதின ஊர்வலத்த நடத்திச்சினம். இஞ்ச ஊர்வலம் நடக்குது, கொழும்பில தற்கொலைத் தாக்குதல் வெற்றி எண்டு செய்தி வருகுது. ஊர்வலத்தில அப்பிடியொரு உற்சாகம். கோஷம் அதிருது. தலைவர்ற படத்தை முன்னால உயர்த்திப் பிடிச்சபடி ஊர்வலம் மார்ச் பண்ணுது.

ஊர்வலத்தின்ர முன்வரிசையில பரதநாட்டியம், கோலாட்டம், சிலம்பாட்டம், பொய்க்கால் குதிரையாட்டம், பறை எல்லாம் போகுது. நான் முன்னுக்குப் போய், பறை அடிக்கிற பொடியனுக்குப் பக்கத்தில நிண்டன். அந்தப் பொடியன் கறுத்தக் களிசானும் கறுத்தச் சேர்ட்டும் போட்டு, தலையில சிவப்புநிறத் துண்டு கட்டியிருந்தான். அவனுக்குப் பறையைச் சரியாப் பிடிக்கவே தெரியேல்ல. டமார் டொமாலெண்டு கொல்லன் பட்டறையில இரும்படிச்ச மாதிரி அடிக்கிறான். பறை அழுகுது. ஆனால், பொடியன்ர கண்ணும் மூக்கும் மட்டும் பல பாவங்கள்

காட்டுது. எங்கேயோ அரையுங்குறையுமாப் பழகியிருக்கிறான். "எங்க பழகினது?" எண்டு கேட்டன். "நாங்க டுசில்டோர்ப் கேணல் கிட்டு கலைக் குழு" எண்டான்.

"அண்ண இத தாண்ணே" எண்டு கேட்டன். அவனுக்கெண்டால் தர விருப்பமில்லப் போலதான் கிடந்துது. என்னைப் பார்த்துக் கண்முழியப் பிரட்டிப் பிரட்டி இடுப்பையும் நெளிச்சுக்கொண்டு பறையைக் கடாமுடாவெண்டு அடிச்சான். பறை அழுகுது. எனக்குக் கொதிதான் வந்துது. "விடண்ணை உத" எண்டு ஒத்திப் பறிக்குமாப் போலதான் பறையை அவனட்டயிருந்து வேண்டினன்.

வைத்தி அப்பு சொல்லித் தந்த தாளம் நெஞ்சிலயிருந்து அப்பிடியே கைக்குள்ள இறங்கிச்சுது.

தன்னங் தரணங் அறுவது
தன்னங் தரணங் அறுவது
டுண் டுண் டுண் டுண்...
தரணங் தரணங் அறுவது...

பறைச் சத்தம் கிண் கிண்ணெண்டு ஊர்வலத்துக்குள்ள பரவிச்சுது. அப்பிடியே ஊர்வலம் முழுக்க என்னைத்தான் திரும்பிப் பார்த்துது. என்னை அப்பிடியே ஒரு திறந்த வேனில ஏத்திவிட்டிச்சினம். வேன் போய்க்கொண்டிருக்கு. பறை அதிருது. ரோட்டில நிண்ட எல்லா வெள்ளைக்காரற்ற பார்வையும் எனக்கு மேலதான். நான் கணக்குப் பார்த்து நிப்பாட்டுற இடத்தில, ஊர்வலத்தின்ர கோஷம் வானத்தப் பிரிக்குது

"வீ வோன்ட் தமிழீழம்!"

அடுத்த கிழமை, மூண்டு அய்ரோப்பாத் தமிழ் பேப்பருகளின்ர முதல் பக்கத்தில, நான் வேனில நிண்டு பறையடிச்சுக்கொண்டிருக்க, என்னைச் சுத்திப் பொடியள் ஆடிக்கொண்டிருக்கிற படம் வந்துது.

நான் பறையடிச்சுக்கொண்டு நிக்கயிக்கதான், கோலாட்டக் குழுவில மஞ்சள் பாவாடையும் சிவப்புத் தாவணியுமா ஆடிக்கொண்டிருந்த நிரஞ்சினியை முதல் முதலாய்ப் பார்த்தன்.

எனக்கு அப்ப இருவத்திமூண்டு வயசு. நிரஞ்சினிக்குப் பதினேழு வயசு. நிரஞ்சினி நல்ல கறுப்பி. நெடுநெடுவெண்டு உயரம். சரியான மெல்லிசு. முன்பல்லு ரெண்டு எப்பன் மிதப்பு. அவளின்ர மூக்கில கிடந்த மூக்குத்தி கரு முகிலில தெரியிற நட்சத்திரம் மாதிரி மினுங்கிச்சுது.

பிறகு கன ஊர்வலங்கள், கலை விழாக்கள், மாவீரர் நாள் எண்டு நான் நிரஞ்சினியைப் பார்த்தன். தேப்பன், தாய், தம்பியோட வருவாள். அவள்தான் முதல்ல எனர ரெலிபோன் நம்பர் கேட்டவள். எல்லாம் கைச் சிக்னல்தான். ஒரு துண்டுப் பேப்பரில எழுதி, ஆரும் பார்க்காத நேரம் அவளினர மடியில போட்டன். அப்ப 'செல்' போன் இல்லாத காலங்கள். அவள்தான் நானிருந்த காம்புக்கு போன் அடிப்பாள்.

நாங்க காதலிச்சம். மணித்தியாலக் கணக்காப் போன் கதைச்சம். அவளுக்கு ஒருநாளைக்கு கூட என்னைப் பார்க்காம இருக்க ஏலாது. அவள் படிச்ச கொலேஜுக்கு நான் போவன். அங்கயிருந்த புல்வெளியில இருந்துகொண்டு, நேரம் போறது தெரியாமக் கதைப்பம். ஒருநாள், நிரஞ்சினி என்னை அவளினர வெள்ளைக்காரச் சிநேகிதப் பெட்டையினர ரூமுக்குக் கூட்டிகொண்டு போனாள். அந்தச் சிநேகிதி எங்கள் ரெண்டு பேரையும் தனிய ரூமில விட்டிட்டு வெளியில போயிற்றாள். அண்டைக்கு நானும் நிரஞ்சினியும் ஒருத்தரை ஒருத்தர் புத்தியாலும் சரீரத்தாலும் அறிஞ்சுகொண்டம். நிரஞ்சினி அடுத்த மேதின ஊர்வலத்துக்கு முதலே செத்துப்போனாள். அவள் செத்ததுக்குப் பிறகு எனக்கு ஜெர்மனியில இருக்க விருப்பம் இல்லாமத்தான், நான் பிரான்ஸுக்கு வந்தனான்.

o o o

நிரஞ்சினி பன்ரெண்டு வயசில ஜெர்மனிக்கு வந்தவள். தேப்பனுக்குப் பெயர் தனபாலன். வடமராச்சி ஆக்கள். பிராங்ஃபோர்ட்டில தமிழ்ப்பட வீடியோ கசற்றுகள், தமிழ் புத்தகம் பேப்பருகள், உடுபுடவைகள் விக்கிற கடை வைச்சிருந்தவர். அந்தக் கடைக்குப் பேரே 'நிரஞ்சினி தமிழ்க் கடை' தான். நிரஞ்சினியினர தாயும் அந்தக் கடையில நிக்கிறவ.

நிரஞ்சினி கொஞ்சம் துணிஞ்ச பெட்டை. எனக்கோ விசாவே கிடைக்கயில்ல. வேலையுமில்ல. அவள்தான் எனக்குத் தைரியம் சொல்லுவாள். நான் பாடுற பாட்டுகளெண்டால் அவளுக்கு உசிர். போன் லைனில இருந்துகொண்டு, பாடுங்கோ பாடுங்கோ எண்டு கேப்பாள். வைத்தி அப்புவினர பாட்டொண்டிருக்கு:

கஞ்சிக் குடி மறந்தேன்
காலத்தைத் தான் மறந்தேன்
வெற்றிலைத் தீன் மறந்தேன் - இந்த
வெள்ளாம் பொடிச்சியால
பொட்டிட்ட நெற்றிக்கும் - உன்
பூவண்ணச் சட்டைக்கும்
கட்டுண்டு நின்று
கலங்குதடி என் மனது.

ரெலிபோன் பிள்ளாலதான் எங்கிட காதல் பிடிபட்டுது. தேப்பனும் தாயும் கடையிலயிருக்க, வீட்டிலயிருந்து நிரஞ்சினி என்னோட போன் கதைச்சுக்கொண்டேயிருப்பாள். போன் பில்லப் பார்த்திட்டுத் தேப்பன் கேட்க, நிரஞ்சினி ஒண்டையும் ஒளியாமல் இன்ன இன்ன மாதிரி நான் அவரைத்தான் கலியாணம் கட்டப்போறன் எண்டு சொல்லிப்போட்டாள்.

தேப்பன் தன்ர கூட்டாளிமார் ரெண்டு பேரோட, என்னைத் தேடிக் காம்புக்கு வந்திற்றார். என்ன விசயம் எண்டு விசாரிச்சார். நானும் நிரஞ்சினிய லவ் பண்ணிறதாச் சொன்னன். சடாரெண்டு என்ர காதைப் பொத்தி அடிச்சார். ஸ்ட்ரோங்கான அடிதான். அப்பிடியே தலை ஒருக்காச் சுத்தி வந்துது. நான் திருப்பி அடிக்கயில்ல. என்னயிருந்தாலும் நிரஞ்சினியின்ர தேப்பனல்லே.

அதுக்குப் பிறகு, நிரஞ்சினிக்குக் காவல் போட்டிச்சினம். கொலேஜ் வாசலில காரோட தாய்க்காரி காவல் நிண்டா. வீட்டிலயிருந்த ரெலிபோனும் கட். தமிழ்ப்பட கசெற் விக்கிற முதலாளியெல்லே... தமிழ்ப் படத்தில வாற எல்லா வேலையும் செய்தார். தன்ர மானம் போயிருமெண்டு கண்ணீர் விட்டு அழுது நிரஞ்சினியின்ர காலில விழுந்து கும்பிட்டிருக்கிறார்.

நிரஞ்சினி அவையளுக்கு என்னவாவது பிராக்குக் காட்டிப்போட்டு, உச்சிக்கொண்டு என்னட்ட வருவாள். கலியாணத்தைக் கட்டலாமெண்டால், அவளுக்கு வயசும் காணாது, எனக்கு விசாவுமில்ல. நாங்க வேற நாட்டுக்கு ஓடிப் போயிரலாம் எண்டு நிரஞ்சினி சொன்னாள். அவள் துணிஞ்ச கட்டை.

நான்தான் அதெல்லாம் வேணாமெண்டன். நீர் உறுதியா நில்லும்; அப்பா, அம்மாவின்ர மனம் மாறுமெண்டன். அப்பா ஓமெண்டாலும், அம்மா ஒருக்காலும் ஒம்படமாட்டா எண்டு சொல்லிப்போட்டு நிரஞ்சினி அழுதாள். அவளுக்குத் தேப்பனும் தாயுமாச் சேர்ந்து பெல்டால அடிச்சதாம். அவளின்ர முதுகில அடிபட்டுக் கண்டிப்போய்க் கிடந்த இடத்தை எனக்குக் காட்டினாள்.

ஒருநாள் நிரஞ்சினி காணாமல்போனாள். காம்புக்கு வந்து என்னைச் சந்திச்சுக்கொண்டு போனவள் வீட்ட போய்ச் சேரயில்ல. விடியப்புறம் நாலு மணிக்கு, நிரஞ்சினியின்ர தேப்பன் என்னைத் தேடி வந்தார். என்ர கையப் பிடிச்ச அழுதுகொண்டு "தம்பி, நாங்க உமக்கே அவளைச் செய்து வைக்கிறம்... என்ர பிள்ளையைக் கண்ணில காட்டும்" எண்டு குளறினார். நிரஞ்சினியை நான்தான் கடைசியாச் சந்திச்ச

ஆள் எண்டதால, என்னைப் பொலிஸ்காரங்கள் ஆதியோட அந்தமா விசாரிச்சாங்கள்.

நிரஞ்சினியை ஆளுக்கொரு பக்கமாத் தேடினம். மூண்டாம் நாள், நான் மனம் கேளாமல் நிரஞ்சினியின்ர வீட்ட போனன். நான் கோலிங் பெல் அடிக்க, நிரஞ்சினியின்ர தம்பி கதவைத் திறந்தான். அந்த வீடு முழுக்கச் சனங்கள். "இவன்தான் ஆள்" எண்டு நிரஞ்சினியின்ர தேப்பன் அந்தச் சனங்களுக்குச் சொல்ல, நிரஞ்சினியின்ர அம்மா ஓடிவந்து என்ர முகத்தில காறித் துப்பினா. நான் நிரஞ்சினிக்காக எல்லாத்தையும் பொறுத்துக்கொண்டு அசையாமல் நிண்டன். முகத்தைக் கூடத் துடைக்கயில்ல.

நிரஞ்சினியின்ர அம்மா எங்கயிருந்தோ ஒரு தும்புத்தடியை எடுத்துக்கொண்டு ஓடிவந்து, என்ர தலையில ஓங்கி அடிச்சா. தும்புத்தடி முறிஞ்சுபோச்சுது. நான் அவவிட்ட "எனக்கு நிரஞ்சினியின்ர படம் ஒண்டு வேணும்" எண்டு கேட்டன்.

ஆறு நாளைக்குப் பிறகு, பிராங்ஃபோர்ட்டிலயிருந்து நாப்பது கிலோமீற்றர் தூலையிலயிருந்த பெரிய காட்டுக்குள்ள நிரஞ்சினியின்ர எலும்புத்துண்டுகளையும் சாம்பலையும் பொலிஸ்காரங்கள் கண்டுபிடிச்சாங்கள். அந்த நேரம் ஜெர்மனியில நியோ நாசி குருப்புகள் பெரிய அநியாயங்களச் செய்துகொண்டிருந்தாங்கள். ரெண்டு மாசத்துக்கு முன்னம்தான், ஒரு வியட்நாம் குடும்பத்த வீட்டோட சேர்த்துவைச்சுக் கொளுத்தினவங்கள்.

நிரஞ்சினியோட கூடப் படிச்சுக்கொண்டிருந்த ஸ்ருடென்ஸ்தான் இந்தப் பிரச்சினையைத் தீவிரமாக் கையில எடுத்தாங்கள். நியோ நாசியள் கூடுற கோப்பிக் கடையொண்டு அடிச்சு நொறுக்கப்பட்டுது.

தமிழ் ரேடியோக்களில நாசியளை கடுமையாக் கண்டிச்சுக் கதைச்சினம். தமிழ்ப் பேப்பருகளில நாசியளை எதிர்த்துத் தலையங்கம் எழுதிச்சினம். பிராங்ஃபோர்ட்டே கலங்குற மாதிரித் தமிழ் அமைப்புகள் நாசியளுக்கு எதிராய் ஒரு ஊர்வலத்த ஒழுங்கு செய்திச்சினம். ரெண்டாயிரம் சனங்களிருக்கும். நிரஞ்சினியின்ர அயலட்ட வெள்ளைக்காரச் சனங்களும் ஊர்வலத்துக்கு வந்திருந்தவை. முன்வரிசையில நிரஞ்சினியின்ர குடும்பம் கையில நிரஞ்சினியின்ர படங்களை வைச்சுக்கொண்டு நிண்டுது. நான் ரெண்டாவது வரிசையில நிண்டன். என்ர கையிலும் நிரஞ்சினியின்ர படம் இருந்துது. இனவெறிக்கு எதிராய் கோஷம் போட்டுக்கொண்டு ஊர்வலம் நகரத் தொடங்கினதும், ரெண்டு நிமிசத்தில நான் முன்வரிசைக்குப் போயிற்றன். அந்த நேரத்தில

எனக்குள்ள வந்த ஆவேசமும் துக்கமும் மாவோ சொன்ன மாதிரி மலையை விடக் கனமானது.

கடைசியில, நிரஞ்சினியைக் கொலை செய்தது ஆர் எண்டதைப் பொலிஸ் கண்டுபிடிச்சுது. நிரஞ்சினியின்ர உடம்ப காட்டுக்குள்ள வைச்சு எரிக்கேக்க, சைவ சமயக் கிரியைகளைச் செய்து சைவ முறைப்படிதான் எரிச்சிருக்கிறாங்கள். அதை வைச்சுதான் ஜெர்மன் பொலிஸ் குற்றவாளியளைக் கண்டுபிடிச்சாங்கள்.

நிரஞ்சினியின்ர கொலைக் கேஸில நான்தான் முக்கியமான சாட்சி. கன ஜெர்மன் பேப்பருகள் இந்தக் கொலையைப் பற்றி எழுதிச்சினம். ஆனால், மகள் சாதி மாறிக் காதலிச்சதால, தேப்பனும் தாயும் மகளை அடிச்சதால, படாத இடத்தில பட்டு மகள் செத்துப்போக, தாயும் தேப்பனும் இன்னும் ரெண்டு கூட்டாளியளுமாச் சேர்ந்து மகளின்ர உடம்பைக் கொண்டுபோய் காட்டுக்குள்ள போட்டு, இறுதிச் சடங்கு செய்து எரிச்செதெண்டு ஒரு தமிழ்ப் பேப்பரும் நியூஸ் எழுதயுமில்ல, ஒரு தமிழ் ரேடியோ செய்தி சொல்லயுமில்ல.

கன தமிழ்ச் சனம் நாஸியள்தான் நிரஞ்சினிய எரிச்சதா இப்பயும் நினைச்சுக்கொண்டிருப்பினம். ஆனால், உண்மையில தமிழ்ப் பேப்பருகளையும் ரேடியோவையும் குறை சொல்லுறதால என்ன வரப்போகுது. அதைப் பற்றிக் கதைச்சு ஆருக்கு என்ன லாபம். ஆரையும் அழிய ஒழிய எண்டு முனியிறதால நிரஞ்சினிதான் சாம்பலிலயிருந்து உயிர்த்து வரப்போறாளா.

ஒண்டு மட்டும் சொல்லலாம்... ஜனநாயகம் வாழ்க!

இதுக்குள்ள நாஸிப் பிரச்சினை, அகதிப் பிரச்சினை, தலைமுறைப் பிரச்சினை, இனப் பிரச்சினை, சாதிப் பிரச்சினை எல்லாம் அடங்குதுதானே.

□ ஆக்காட்டி – 2014

மிக உள்ளக விசாரணை

ஃப்ரான்ஸ் காஃப்காவினது புகழ்பெற்ற நாவலொன்றுக்கும் இந்தச் சிறுகதைக்கும் ஓர் ஒற்றுமையும் ஒரு வேற்றுமையுமுள்ளன. அவரது நாவலின் தலைப்பு 'விசாரணை'. இந்தக் கதையின் தலைப்பு 'மிக உள்ளக விசாரணை'. வேற்றுமை என்னவென்றால், காஃப்காவினது நாயகனுக்கு ஒரு கவுரவமான பெயர் கிடையாதெனினும் அவனை 'K' என்ற ஓர் எழுத்தாலாவது காஃப்கா குறித்துக்காட்டினார். நம்முடைய நாயகனுக்கு அதற்குக் கூட வக்கில்லை. இப்போது நாங்கள் நேரடியாகவே கதைக்குச் சென்றுவிடலாம்.

எண்பத்தைந்து மனித மண்டையோடுகளும் குவியலாக மனித எச்சங்களும் அகழ்ந்தெடுக்கப்பட்ட, இருபத்தைந்து வருடங்களுக்கு முந்தைய மனிதப் புதைகுழி கண்டுபிடிக்கப்பட்டதிலிருந்து இந்தக் கதை திடீரெனத் தொடங்குகிறது.

யாழ்ப்பாணப் பட்டினத்திலிருந்து மண்கும்பான் கிராமம் நான்கு கட்டைகள் தொலைவிலிருக்கிறது. அங்கேதான் தீவுப் பகுதிக்கான பிரதான குடிநீர் வழங்கல் மையமிருக்கிறது. சென்ற வருடம், மார்ச் மாதத்தில் அந்த மையத்திலிருந்து நிலத்திற்குக் கீழாகக் குழாய்களைப் பதித்து, புங்குடுதீவுக்குக் குடிநீர் வழங்கும் திட்டத்திற்கான பணிகள் ஆரம்பமாயின. மண்கும்பானிலிருந்து இரண்டு கட்டைகள் தூரம்வரை குழாய்கள் பதிப்பதற்காகப் பூமியை அகழ்வது பெரிய கடினமான காரியமில்லை. மண்கும்பான் மணல் ஈரப் பசையுள்ள பூப்போன்ற குறுமணல். தண்ணீரை வெட்டுவதுபோல நிலத்தை வெட்டிவிடலாம். ஆனால், இரண்டு கட்டைகளுக்கு அப்பால், பூமி களிமண்ணும் ஊரியும் கலந்து கெட்டிப்பட்ட நிலமாகிவிடும். பூமியை அகழ்வதும் குழாய்களைப் பதிப்பதும் கொஞ்சம் சிரமமான காரியங்களே. அந்தக் கடின நிலம் தொடங்கும் கிராமத்திற்கு 'ஊரிப்புலம்' என்று பெயர்.

ஊரிப்புலத்தில் குடிநீர் வழங்கல் வடிகால் சபை ஊழியர்கள் நவீனரக இராட்சத இயந்திரங்களைப் போட்டுப் பூமியை ஆழக் கிண்டியபோது, எண்பத்தைந்து மனித மண்டையோடுகளும் எச்சங்களுமிருந்த சாவுக்குழியைக் கண்டுபிடித்தார்கள். உடனடியாகவே ஊராத்துறையிலிருந்து காவல்துறை வந்து புதைகுழியைச் சுற்றி

அரணமைத்து நின்றுகொண்டது. பொதுமக்களோ ஊடகங்களோ புதைகுழிக்கு அருகில் அனுமதிக்கப்படவில்லை. காவல்துறையின் தடுப்பை மீறிச்செல்ல முயன்ற தமிழ் நாடாளுமன்ற உறுப்பினரொருவரைக் காவல்துறை இளநிலை அதிகாரியொருவன் நெஞ்சில் கை வைத்துத் தள்ளிவிட்டது அங்கே பெரியதொரு தள்ளுமுள்ளையும் உருவாக்கிவிட்டிருந்தது. புதைகுழி குறித்த தகவல் வெளியே பரவியதும், புதைகுழியை நோக்கித் தூரப் பிரதேசங்களிலிருந்தெல்லாம் ஓடிவந்த பொதுமக்கள்மீது அன்று மாலை காவல்துறையால் ஒரு சிறிய தடியடிப் பிரயோகம் நடைபெற்றதாகச் செய்திகள் வெளியாகியிருந்தன.

காவல்துறையால் கண்ணும் கருத்துமாகப் பாதுகாக்கப்பட்ட அந்தப் புதைகுழிக்கு, அடுத்தநாள் காலையில் யாழ்ப்பாண மாவட்ட நீதிபதி, சட்டநிபுண வைத்தியர், தொல்பொருள் ஆய்வுப் பணிப்பாளர், தொல்பொருள் அகழ்வுப் பொறுப்பதிகாரி மற்றும் உயர் காவல்துறை அதிகாரிகள் வந்து சேர்ந்து ஆய்வுகளை நடத்தினார்கள். எட்டு மாத ஆய்வுகளுக்குப் பின்பும், அந்த மண்டையோடுகள் யாருடையவை என்றோ, அந்த மனிதப் புதைகுழியை உண்டாக்கியவர்கள் யார் என்பதையோ இந்தக் குழுவினரால் கண்டுபிடிக்கவே முடியவில்லை.

காணாமற்போனவர்களைத் தேடும் சங்கங்களைச் சேர்ந்தவர்கள் 'இது இராணுவம் உண்டாக்கிய புதைகுழியாக இருக்கலாம்' எனத் தெரிவித்தார்கள். இன்னும் சில அமைப்புகள் 'இது விடுதலைப் புலிகளால் உண்டாக்கப்பட்ட புதைகுழியாக இருக்கலாம்' என்றார்கள். ஆனால், இரண்டு தரப்புகள் சொன்னதற்குமே ஆதாரங்களோ கண்கண்ட சாட்சியங்களோ கிடையாது. ஒரு மண்டையோட்டில் கூடத் துப்பாக்கிக் குண்டு துளைத்த தடயமோ, வெட்டுப்பட்ட தடயமோ இருக்கவில்லை. புதைகுழிக்குள் ஒரு துப்பாக்கிக் குண்டு கூடக் கண்டுபிடிக்கப்படவில்லை. எனவே, யாழ்ப்பாண மாவட்ட நீதிமன்றத்தில் அந்த விசாரணை அப்படியே நிறுத்தி வைக்கப்பட்டிருந்தது. அந்த வழக்கை விசாரித்த நீதிபதியும் பணி ஓய்வுபெற்றுச் சென்றுவிட்டார்.

இந்த வருடத்தின் தொடக்கத்தில், கனகசபை தியாகராம் என்றொருவர் யாழ்ப்பாண நீதிமன்றத்தில் ஒரு மனுவைத் தாக்கல் செய்தார். தியாகராம் மனிதப் புதைகுழி கண்டுபிடிக்கப்பட்ட ஊரிப்புலம் கிராமத்தைச் சேர்ந்தவர். யுத்தத்தால் அந்தக் கிராமமே அழிக்கப்பட்ட பின்பு, புலம் பெயர்ந்து பிரான்ஸில் வாழ்பவர். ஊரிப்புலத்தில் மனிதப் புதைகுழி கண்டுபிடிக்கப்பட்ட செய்தியை அறிந்து பிரான்ஸிலிருந்து இலங்கைக்கு வந்திருந்தார். கண்டுபிடிக்கப்பட்ட புதைகுழிக்கு அருகாக ஒரு கிணறு நில மட்டத்தோடு மண்ணால் மூடப்பட்டு இருப்பதாகவும் அந்தக் கிணற்றிலும் மனிதர்கள் புதைக்கப்பட்டிருக்கலாம் என்றும்

அந்தக் கிணற்றையும் தோண்டிப் பார்க்க வேண்டும் என்பதாகவும் நீதிமன்றத்தில் தாக்கல் செய்யப்பட்ட அவரது மனு இருந்தது. தியாகராமின் மூன்று சகோதர்கள் பல வருடங்களுக்கு முன்பாக ஒரேநாளில் காணாமற்போயிருந்தனர்.

யாழ்ப்பாண நீதிமன்ற நீதிபதிகளான M.J. நல்லைநாதன், எரங்க கந்தேவத்த ஆகிய இருவர் முன்னும் அந்த மனு விசாரணைக்கு வந்தபோது, நீதிபதிகள் மனுவை ஏற்றுக்கொண்டார்கள். அந்தக் கிணற்றைத் தோண்டிப் பார்க்க உத்தரவிட்டார்கள். ஆனால், வேலை நடக்கவில்லை.

கிணற்றைத் தோண்டும் வேலைகள் ஏன் தாமதப்படுகின்றன என இன்னொரு மனுவைத் தியாகராம் நீதிமன்றத்தில் தாக்கல் செய்தார். இந்த மனு விசாரணைக்கு எடுக்கப்பட்டபோது, குறிப்பிட்ட கிணறு ஊரிப்புலம் கிராம முன்னேற்றச் சங்கத்தால் கட்டப்பட்ட சங்கக் கிணறு எனவும் அந்தக் கிணற்றைத் தோண்டுவதற்கு கிராம முன்னேற்றச் சங்கத்தின் அனுமதி வேண்டுமெனவும் அந்த அனுமதியைப் பெறுவதற்குக் கிராம முன்னேற்றச் சங்கத்தின் நிர்வாகத்தைக் கண்டுபிடிக்க முடியாமல் இருக்கிறதெனவும் காவல்துறை நீதிமன்றத்தில் விளக்கமளித்தது.

நீதிபதிகள் காவல்துறையினரின் சமாதானத்தை ஏற்றுக்கொள்ளவில்லை. கிராம முன்னேற்றச் சங்கத்தின் அனுமதியில்லாமலேயே கிணற்றைத் தோண்டுவதற்கு நீதிமன்றம் சிறப்பு அனுமதி தருவதாகவும் உடனேயே வேலைகளை ஆரம்பிக்கும்படியும் நீதிபதிகள் காவல்துறைக்கு உத்தரவிட்டனர்.

அதற்குப் பின்பும் வேலை நடக்காததால், தியாகராம் தனது மூன்றாவது மனுவை நீதிமன்றத்தில் தாக்கல் செய்தார். 'மழைக் காலமென்பதால் வேலையைத் தொடங்க முடியவில்லை' எனக் காவல்துறை நீதிமன்றத்தில் தெரிவித்தது. வேலையை ஆரம்பிப்பதற்கு ஏப்ரல் மாதத்தில் ஒரு நாள் குறிக்கப்பட்டது.

குறித்த நாளில், சட்ட நிபுண வைத்தியர் திடீர் விடுமுறையில் சென்றிருந்தால் வேலை நடைபெறவில்லை. தியாகராம் சலிக்காமல் மறுபடியும் ஒரு மனுவைத் தாக்கல் செய்தார். இந்தமுறை உண்மையிலேயே கடுப்பான நீதிபதிகள் சம்பந்தப்பட்ட பதின்மூன்று திணைக்களங்களின் அதிகாரிகளையும் அடுத்தநாளே நீதிமன்றத்திற்கு அழைத்து, மே 15 ஆம் தேதி கண்டிப்பாகத் தங்களது முன்னிலையில் அந்தக் கிணற்றைத் தோண்டியே ஆகவேண்டுமென உத்தரவிட்டார்கள்.

நீதிபதிகள் கிணற்றைத் தோண்டக் குறித்த நாளுக்கு இரண்டு நாட்கள் முன்னதாக, யாழ்ப்பாணத்தில் ஒரு விடுதியில் தங்கியிருந்த தியாகராம்

இரகசியப் பொலிஸாரால் கைது செய்யப்பட்டார். இந்தக் கிணறு தோண்டும் விஷயமாக, அவர் யாழ்ப்பாணப் பத்திரிகையாளர் மன்றத்தில் கலந்துகொண்டு சில வார்த்தைகளைப் பேசியது பொலிஸாரால் பெரிய குற்றமாகக் கருதப்பட்டது. சட்டப்படி இப்போது பிரெஞ்சுப் பிரஜையான தியாகராம் இலங்கை அரசியல் விவகாரங்கள் குறித்து ஊடகங்களில் பேசுவது சட்ட விரோதம் எனச் சொல்லப்பட்டு, அவர் உடனடியாக பிரான்ஸுக்கு நாடு கடத்தப்பட்டார். இந்தச் செய்தி பெரியளவில் யாராலும் கண்டுகொள்ளப்படவில்லை. கவிஞர் வ.ஐ.ச. ஜெயபாலன் மட்டுமே முகநூலில் கருத்துத் தெரிவித்திருந்தார். 'தியாகராம் போலவே என்னையும் இலங்கை அரசு கைது செய்து நாடு கடத்தியது. வசந்த காலமொன்றில் எங்கள் மண்ணின் புதைகுழிகளுக்குள்ளிருந்து சூரியப் பூக்கள் மலர்ந்து என்னை வரவேற்கும்' என்று அவர் நன்னம்பிக்கை தொனிக்க எழுதியிருந்தார்.

மே 15 ஆம் தேதி காலையில், நீதிபதிகள் நல்லைநாதனும் எரங்க கந்தேவத்தவும் ஒரே வண்டியில் யாழ்ப்பாணத்திலிருந்து பண்ணைப் பாலம் வழியாக ஊரிப்புலம் நோக்கிப் புறப்பட்டார்கள். இருவரும் தங்களது பணியைத் தாங்கள் சட்டப்படியும் சரியாகவும் செய்கிறோம் என்ற உணர்வில் ஊறிப்போயிருந்தார்கள். கந்தேவத்த ஒரு சமயத்தில், தன் அருகேயிருந்த நல்லைநாதனின் கையைப் பற்றி மென்மையாக அழுத்தினார். இந்த சமிக்ஞைக்கு 'நாங்கள் யாருக்கும் அஞ்சாமல் நீதியின் பக்கமிருப்போம், தைரியமாயிரும்' என்பது அர்த்தப்பாடாகும்.

பருத்தித்துறைப் பச்சைத் தமிழரான நல்லைநாதனும், உயன புரான் அப்பு பரம்பரையில் வந்த சிங்களவரான கந்தேவத்தவும் நெடுநாளைய நெருங்கிய நண்பர்கள். கொழும்பு சட்டக் கல்லூரியில் ஒன்றாகவே பயின்று, கொழும்பு நீதிமன்றொன்றில் ஒன்றாகவே வழக்கறிஞர்களாகத் தொழில் செய்தவர்கள். நீதிபதிகளாக ஒரே நாளில் நியமிக்கப்பட்டவர்கள். நல்லைநாதன் எவ்வளவு திறமாகச் சிங்களம் பேசுவாரோ, அதேபோல கந்தேவத்தவும் திறமாகத் தமிழ் பேசுவார். நல்லைநாதன் யாழ்ப்பாணத்திற்குப் பணி மாற்றலாகி வந்த ஒரே மாதத்தில், கந்தேவத்தவும் யாழ்ப்பாண நீதிமன்றத்திற்கு வந்து சேர்ந்தார்.

நீதிபதிகள் வந்த வண்டி பண்ணைப் பாலத்தை நீங்கி ஓடி, மண்கும்பான் வழியாக ஊரிப்புலத்திற்குள் நுழைந்தது. ஏறக்குறைய நாற்பது வருடங்களுக்குப் பின்பாக நல்லைநாதன் ஊரிப்புலத்திற்கு வருகிறார். அவர் வந்துபோன காலத்தில், திறமையான ஓவியனால் வரையப்பட்ட நெய்தல் நிலச் சித்திரம் போலக் கிடந்த ஊரிப்புலம் இப்போது வெறும் பனங்காடாகக் கிடக்கிறது. மனிதர்கள் அங்கே ஒருகாலத்தில் வசித்தார்கள் என்பதற்கு இப்போதிருக்கும் ஒரே அடையாளம் அங்கு

கடற்கரையையொட்டி இடிந்து கிடந்த, குட்டைச் சுவருடைய சிறிய வைரவர் கோயில்தான். அந்தக் கோயிலுக்கு மண்கும்பானிலிருந்து யாரோ வந்து, ஒவ்வொரு நாளும் விளக்கேற்றிச் சென்றார்கள். மனிதப் புதைகுழி கண்டுபிடிக்கப்பட்டு, காவல்துறையினரும் இராணுவத்தினரும் இரவு பகலாக இந்த இடத்தையே சுற்றத் தொடங்கிய பின்பு, வைரவருக்கு விளக்கேற்றவும் யாரும் வரவில்லை.

ஊரிப்புலத்திற்குத் தான் வந்துசென்ற நினைவுகளை, நல்லைநாதன் கண்களை நெற்றிக்குள் சொருகிக்கொண்டு கந்தேவத்தவுக்குச் சொல்லலானார். அவர் யாழ்ப்பாணத்தில் படித்துக்கொண்டிருந்த போது, தனது நண்பர்களுடன் அடிக்கடி வெள்ளைக் கடற்கரைக்கு நீராட வருவதுண்டு. வெள்ளைக் கடற்கரைக்கு ஊரிப்புலத்தைத் தாண்டித்தான் சென்றாக வேண்டும். ஊரிப்புலம் மூன்று பக்கமும் அடர் பனங்காடுகளாலும் தெற்குப் பக்கத்தில் கடலாலும் சூழப்பட்டு, நடுவில் தனித்துக் கிடந்த சின்னஞ் சிறிய கிராமம். ஊரிப்புலத்தில் கிடைக்கும் பனங்கள்ளு, கூவில் கள்ளைவிடத் திறமானது எனப் பெயர் பெற்றிருந்தது. வெள்ளைக் கடற்கரைக்கு வரும்போதெல்லாம், நல்லைநாதனும் நண்பர்களும் ஊரிப்புலத்திற்கு வந்து கள்ளுந்திச் செல்வதுண்டு. நல்லைநாதன் இளம் வயதிலே நோஞ்சானாக இருந்ததால், உடம்பு தேறுவதற்காக மருந்துபோல் தனிப் பனைக் கள்ளைச் சாடையாகப் பாவிப்பதுண்டு.

நல்லைநாதன் வண்டியை விட்டிறங்கி, அங்கிருந்த பனைமரங்களை மெதுவாக அண்ணாந்து பார்த்தார். காய்ந்த காவோலைகளும், உக்கிப்போன மட்டைகளுமாக அந்த மரங்களிருந்தன. கண்ணுக்கு எட்டிய தூரம்வரை மனித நடமாட்டமில்லை. ஒட்டுமொத்தக் கிராமமே சிதறி இடம்பெயர்ந்து, அது கைவிடப்பட்ட நிலமாகியிருந்தது.

சென்ற வருடம் புதைகுழியைத் தோண்டியபோது ஏற்பட்ட குழப்பங்களை கணக்கிலெடுத்து, இந்தமுறை காவல்துறை அதியுயர் பாதுகாப்பு ஏற்பாடுகளைச் செய்திருந்தது. அவர்களுக்குத் தெரியாமல் ஒரு நாய்கூட உள்ளே நுழைய வழியில்லை. ஊரிப்புலத்திற்குள் ஊடகவியலாளர்களோ பொதுமக்களோ நுழைவதை, கிணற்றைத் தோண்டுவதற்கு இரண்டு நாட்களுக்கு முன்னதாகவே காவல்துறை முற்றாகத் தடைசெய்திருந்தது.

நீதிபதிகளும் அதிகாரிகளும் அமர்வதற்காக, தோண்டப்படயிருந்த கிணற்றுக்கு அருகே சிறிய கூடாரம் அமைக்கப்பட்டு, உள்ளே மேசை நாற்காலிகளும் போடப்பட்டிருந்தன. கிணற்றைத் தோண்டுவதற்கான உத்தரவை நீதிபதிகள் பிறப்பித்ததும், பணியாளர்கள் துரிதமாக இயந்திரங்களை முடுக்கிவிட்டு வேலையில் இறங்கினார்கள்.

அதுவொரு கட்டுக் கிணறு. கிணற்றின் மேலாக, நில மட்டத்திலிருந்து மூன்றடி உயரத்திற்கு அறுகோண வடிவில் தடித்த கட்டுச்சுவர் அங்கே இருந்திருக்க வேண்டும் என நீதிபதிகளோடு வந்திருந்த நிபுணர்கள் ஊகம் தெரிவித்தார்கள். அந்தச் சுவர்கள் இடிக்கப்பட்டுக் கிணற்றுக்குள் தள்ளப்பட்டிருக்க வேண்டும். அதற்கு மேலே ஊரி கலந்த களிமண்ணைப் போட்டுக் கிணற்றை நிலமட்டத்திற்கு மூடியிருக்கிறார்கள். இயந்திரங்கள் துரிதமாகக் கிணற்றை நிரவியிருந்த ஊரியையும் களிமண்ணையும் வெட்டியள்ளி அகற்றிப்போட்டன.

"உள்ளே ஏதாவது கிடைக்கும் என நீர் நம்புகிறீரா?" என்று கந்தேவத்த, மூக்குக் கண்ணாடியைச் சுத்தம் செய்துகொண்டிருந்த நல்லைநாதனிடம் மெல்லிய குரலில் கேட்டார். சற்று யோசித்த நல்லைநாதன் "இந்த ஊர் கிடக்கும் கோலத்தைப் பார்த்தால், மொத்த ஊருமே இந்தக் கிணற்றுக்குள்தான் கிடக்கிறது என்றுதான் எனக்குப் படுகிறது" என்றார்.

கந்தேவத்த மெதுவாகக் கையை நீட்டி, நல்லைநாதனின் கையைப் பற்றி மென்மையாக அழுத்தினார். அவரது முகம் இருண்டிருந்தது. பின்பு 'தீர்க்க முடியாத இன்னுமொரு வழக்கு நமக்காக இந்தக் கிணற்றுக்குள் காத்திருக்கிறதா' எனத் தனக்குள் முணுமுணுத்துக்கொண்டார்.

நிபுணர்கள் அதுவொரு ஆழமற்ற கிணறு என்று முதலே ஊகம் தெரிவித்திருந்தது சரியானதே. இருபது அடிகளுக்குக் கீழே இடிபாடுகளுக்குள் இடைவெளி தெரிந்தது. இடித்துத் தள்ளப்பட்டிருந்த கிணற்றின் கட்டுச் சுவர் பாளம் பாளமாக ஒன்றன்மீது ஒன்றாகச் சொருகிக் கிடந்தன. பாளங்களை இயந்திரங்கள் தூக்கி வெளியே எறிந்தபோது, கீழே நீர்மட்டம் தெரிந்தது. கிணற்றின் உட்புறச் சுவரில் பாசி படிந்து, அவற்றிடையே சிலவகை நீர்த் தாவரங்கள் வளர்ந்திருந்தன. இயந்திரம் ஒரு பெரிய சீமெந்துப் பாளத்தைத் தூக்கியபோது, கிணற்றின் உள்ளே வித்தியாசமாக ஏதோ கிடப்பது தெரியலாயிற்று.

நல்லைநாதனும் கந்தேவத்தவும் தோண்டும் வேலையை உடனடியாக நிறுத்தச் சொன்னார்கள். கிணற்றினுள்ளே மேலிருந்து தடித்த கயிறுகள் இறக்கப்பட, திடகாத்திரமான இரண்டுபேர் அந்தக் கயிறுகளிலே உள்ளே இறங்கிச் சென்றார்கள். அவர்கள் கயிற்றில் தொங்கியவாறே ஆழத்திலிருந்து அச்சத்துடனும் வியப்புடனும் கூச்சலிட்டார்கள்:

"இங்கே ஒரு மனிதன் உயிரோடு இருக்கிறான்."

இதைக் கேட்டதும் நீதிபதிகளின் உணர்வு என்ன, வைத்திய சட்ட நிபுணர்களின் எதிர்வினை என்ன, தொல்பொருள் ஆய்வுப் பணிப்பாளரின் ஊகம் என்ன, காவல்துறையினரிடையே எழுந்த சலசலப்புகள் தானென்ன போன்றவற்றை விவரிப்பது இந்தச் சிறிய

கதைக்கு முக்கியமல்ல என்பதால், கதையின் முதற்பாதியை நாங்கள் இங்கேயே நிறுத்திவிட்டு; கதையின் மறுபாதிக்குச் செல்வோம்.

2

நான்கு வலுவான கயிறுகளில் நீளமும் அகலமுமான பலகையைக் கட்டிக் கிணற்றுக்குள் இறக்கி உள்ளேயிருந்த மனிதனை மேலே தூக்கி எடுத்தபோது, செக்கலாகி ஊரிப்புலத்தில் இருள் கவியத் தொடங்கிற்று. கிணற்றுக்கு அருகே, நீதிபதிகளது கூடாரத்திற்குள் அந்த மனிதன் ஒரு ரப்பர் தடுக்கில் படுக்க வைக்கப்பட்டிருந்தான். அந்த மனிதனைப் பரிசோதனை செய்த மருத்துவர்கள், அந்த மனிதன் ஓரளவு ஆரோக்கியமாகவே இருக்கிறான் என வியப்புடன் நீதிபதிகளுக்கு அறிவித்தனர். நல்லைநாதன் மெதுவாக கந்தேவத்தின் கையைப் பற்றி மென்மையாக அழுத்தினார். பின்பு அவர் ஒரு பொலிஸ்காரனை அழைத்து, தூரத்தே தெரிந்த வைரவர் கோயிலில் விளக்கேற்றிவிட்டு வருமாறு பணித்தார். எதுவும் பேசாமல் கடற்கரையை நோக்கி இருளையே பார்த்துக்கொண்டிருந்தார். அங்கேயொரு சிறு சுடர் தோன்றியதும் ஆழமான பெருமூச்சொன்றை வெளியேற்றினார்.

அந்தக் கூடாரத்திற்கு வெளியே காவல்துறை நெருக்கியடித்துக்கொண்டு சுவர்போல வளையமாக நின்றிருந்தது. மருத்துவர்கள், தொல்லியல் நிபுணர்கள் போன்றவர்கள் கூடாரத்திற்கு வெளியே நாற்காலிகளில் அமர்ந்துகொண்டு புகைபிடிக்கத் தொடங்கினார்கள். கூடாரத்திற்குள் ஏற்றப்பட்டிருந்த ஒரேயொரு விளக்கின் கீழே நாற்காலிகளில் நீதிபதிகள் இருவரும் அமர்ந்திருந்தார்கள்.

உயிரோடு கண்டுபிடிக்கப்பட்ட அந்த மனிதன் இப்போது மெதுவாக எழுந்து உட்கார்ந்தான். நிர்வாணமாயிருந்த அவனது தேகத்தை ஒரு புதிய வெண்ணிறப் போர்வையால் மருத்துவர்கள் மூடிவிட்டிருந்தார்கள். அவன் ஆழமாக மூச்சுகளை உள்ளிழுத்துப் பெரும் சத்தத்துடன் வெளியேற்றிக்கொண்டிருந்தான். ரோமங்கள் சடைத்துக் கிடந்த அவனது கரிய முகத்திலிருந்த கண்கள் அந்தக் குறைந்த வெளிச்சத்தில் வாத்து முட்டைகளைப் போல உருண்டுகொண்டிருந்தன.

தாங்கள் யார், அங்கே என்ன நடக்கிறது என்பதை நீதிபதிகள் விரிவாக அந்த மனிதனுக்கு விளங்கப்படுத்தி விட்டு, அந்த மனிதன் குறித்த தங்களது நீதி விசாரணையை மெல்லத் தொடக்கினார்கள்.

"முதலில், உம்முடைய பெயரென்ன?"

"தெரியவில்லை அய்யா."

"உமக்குப் பெயரில்லையா?"

"பெயரில்லாமல் எப்படி இருந்திருக்க முடியும்? பல காலமாக யாருமே என்னைக் கூப்பிடவில்லை என்பதால் எனது பெயரை நான் மறந்து போய்விட்டேன். எவ்வளவு கடுமையாக யோசித்தாலும் எனது பெயர் ஞாபகத்திற்கு வரமாட்டேன் என்கிறது."

"உமது பெற்றோர்?"

"அம்மாவுடைய பெயர் அற்புதம், அய்யாவுடைய பெயர் செல்லையா. என்னுடன் கூடப் பிறந்து நான்கு சகோதரிகளும் அய்ந்து சகோதரர்களும். அவர்களை நான் எப்போதுமே நினைத்துக்கொண்டிருப்பதால், அவர்களில் ஒருவருடைய பெயரைக் கூட நான் மறக்கவில்லை."

"எவ்வளவு காலமாக நீர் இந்தக் கிணற்றுக்குள் இருக்கிறீர்?"

"தெரியவில்லை அய்யா?"

"எப்போது இந்தக் கிணற்றுக்குள் வந்தீர் என்பது ஞாபகமுள்ளதா?"

"தெளிவாக ஞாபகமிருக்கிறது. 1990 ஆம் ஆண்டு, ஆவணி 22 ஆம் தேதி, புதன்கிழமை. அன்று என்னுடைய இருபத்துநான்காவது பிறந்தநாள். முதல்நாள் மாலையிலேயே, எனது கடைசித் தங்கை வெள்ளைக் கடதாசி மட்டையில் தானே வரைந்து தயாரித்த பிறந்தநாள் வாழ்த்து அட்டையை எனக்குக் கொடுத்திருந்தாள். அன்றிரவு, அதாவது செவ்வாய்க்கிழமை இரவு நான் வைரவர் கோயிலில் விளக்கேற்றிய போதுதான், என்னைக் கெட்டகாலம் சூழ்ந்துகொண்டது. நான் வெளியே இருக்கும்வரை நான்தான் வைரவர் கோயிலுக்குத் தினமும் மாலையில் விளக்கு வைப்பேன். பரம்பரை பரம்பரையாக எங்களது குடும்பம்தான் வைரவருக்கு விளக்கேற்றி வருகிறது. என்னுடைய பூட்டனார் முருகேசுதான் வைரவர் கோயிலை உண்டாக்கி வைத்தது."

"இதெல்லாம் உமக்கு ஞாபகமிருக்கிறது... உம்முடைய பெயர்தான் உமக்கு ஞாபகம் இல்லையோ?"

"அய்யா... நான் உங்களுக்குப் பதில் சொல்லிக் கொண்டிருக்கும்போதே, எனது பெயரை ஞாபகம் கொள்ள முயற்சித்துக்கொண்டுதான் இருக்கிறேன்."

நீதிபதிகளுக்குத் தேநீர் வந்தது. அந்த மனிதனுக்குத் தேநீர் கொடுக்கப்பட்டபோது, உதடுகளைக் குவித்துப் பெரும் சத்தமெழுப்பி ஊதி ஊதி அவன் தேநீரைக் குடிக்கலானான். மறுபடியும் நீதிபதிகள் ஆரம்பித்தார்கள்.

"உம்மைப் பற்றியும் நீர் எப்படி இந்தக் கிணற்றுக்குள் வந்தீர் என்பதையும் எங்களுக்கு விவரமாகத் தெரிவியும். அதற்கு முன்பு முழுவதுமாகத் தேநீரைக் குடித்துவிடும்."

அந்த மனிதன் மீதமிருந்த தேநீரோடு கோப்பையைக் கீழே மணலில் வைத்துவிட்டு, தனது கதையைச் சொல்லத் தொடங்கினான். உண்மையிலேயே அவனது கதை பெரிதாகச் சுவாரஸ்யமில்லை. கேட்டுக் கேட்டுச் சலித்துப்போன கதைதான். ஆனால், ஒரு சாட்சியம் என்ற வகையில் அவனது கதை நீதிபதிகளுக்கும் நமக்கும் மிக முக்கியமானதாக இருக்கிறது:

"ஒரு ஈ தன்னுடைய பெயரை மறந்துவிட்டது எனச் சின்ன வயதில் ஒரு உபகதை படித்திருக்கிறேன். அதுபோலிருக்கிறது என்னுடைய கதை. நான் இந்தக் கிராமத்தை விட்டு அதிகம் வெளியே போனதில்லை. வெளியே போய் வருமளவுக்கு நாட்டு நிலைமைகளும் இருக்கவில்லை. பத்தாவது வகுப்பு வரை படித்திருக்கிறேன். இரண்டு தடவை பத்தாவது வகுப்புப் பரீட்சை எழுதியும் எட்டுப் பாடங்களிலும் தோற்றுவிட்டேன். என்னை முழு முட்டாளென எனது தங்கைகளும் முழுச் சோம்பேறியென எனது அய்யாவும் ஏசுவார்கள். 'அவனொரு போக்கு' என்று அம்மா சொல்வார். எனக்கும் வேலை செய்வதிலோ, காசு பணம் தேடுவதிலோ நாட்டமே இருக்கவில்லை. ஆனால், சின்ன வயதிலிருந்தே கடவுள் பக்தியும் சமூக சேவை செய்யவேண்டுமென்ற ஈடுபாடும் எனக்கு அதிகமாகவே உண்டு. இது பரவணிப் பழக்கமாக இருக்கலாம். எனது பேரனார் கதிர்காமு பொதுக்காரியங்களில் அதிகமும் ஈடுபாடுள்ளவராக இருந்தாராம். அவரது முயற்சியால்தான் வெள்ளைக் கடற்கரைக்குச் செல்லும் கிறவல் வீதி அமைக்கப்பட்டதென்றும் சொல்வார்கள். அதற்கு முன்பு ஊரிப்புலத்திற்குச் சாலை வசதியே இருந்ததில்லையாம்.

ஊரிப்புலத்திற்குள் 'திருவள்ளுவர் வாசகசாலை'யை நான்தான் முன்னின்று உருவாக்கினேன். அது ஓர் ஓலைக் குடிசை என்றாலும், ஒரேயொரு தினப்பத்திரிகை மட்டுமே அங்கு போடப்பட்டாலும், அந்த வாசகசாலை இளைஞர்கள் சந்தித்துப் பேச ஒரு மையமாக இருந்தது. இந்திய இராணுவத்தின் காலத்தில், சண்டை தொடங்கியதிலிருந்து மூன்று மாதங்களுக்குத் தீவுப்பகுதிக்கு எந்த உணவுப் பொருட்களுமே வரவில்லை. எனது தலைமையில் வாசகசாலை இளைஞர்கள்தான் ஊருக்குப் பொதுவாகக் கஞ்சி காய்ச்சிச் சனங்களுக்கு ஊற்றினோம். பாடசாலை விளையாட்டுப் போட்டி, வைரவர் கோயில் வேள்வித் திருவிழா, சிரமதானங்கள் எல்லாவற்றையும் நாங்கள் முன்னின்று நடத்தினோம்.

சண்டை தொடங்கியதன் பின்பாக, கிழமைக்கு ஒரு சவமாவது ஊரிப்புலம் கடற்கரையில் அடையும். அந்தச் சடலங்கள் பலநாட்களாக உப்பு நீரிலே ஊறிக்கிடந்து கரைக்கு வருவதால் ஊதியும் வெளுத்துப்போயும் கிடக்கும். சில சடலங்களிலே வெடிபட்ட காயங்களுமிருக்கும். கடற்கரையில் மிகப் பெரிய பலூன்கள் போல அந்தச் சடலங்கள் அடைந்து கிடக்கும். தொட்டால் தசை தொட்டவரின் கையோடு பிய்ந்துவரும். அந்தச் சடலம் தமிழனுடையதா, சிங்களவனுடையதா, இந்தியாக்காரனுடையதா என்றெல்லாம் யாருக்கும் தெரியாது. அந்தச் சடலங்களை அடக்கம் செய்யவும் யாரும் வரமாட்டார்கள். 'திருவள்ளுவர் வாசகசாலை' இளைஞர்கள்தான் அந்தச் சடலங்களைத் தூக்கி எடுத்துக் கடற்கரையில் குழி வெட்டிப் புதைப்போம்.

எங்களது ஊரிலிருந்து எண்பத்துநான்காம் ஆண்டு, இரண்டு இளைஞர்கள் ஒரு இயக்கத்திற்குப் போனார்கள். மாரிகாலத்தில் ஒருநாள், இதோ இந்தக் கிணற்றுக்குள் அவர்களது சடலங்கள் கிடந்தன. அது தற்கொலையா அல்லது கொலையா என யாருக்கும் தெரியாது. ஆனால், அதற்குப் பிறகு எங்களது கிராமத்திலிருந்து யாருமே இயக்கங்களுக்குப் போனது கிடையாது. இந்தப் பக்கத்தில் இயக்கங்களின் நடமாட்டமும் பெரிதாகக் கிடையாது.

இராணுவத்தைப் பற்றிக் கேட்டீர்களென்றால், 1990 ஆவணி மாதம்வரை அவர்கள் ஊரிப்புலத்திற்குள் வந்ததேயில்லை. நூறு குடிசைவீடுகளுள்ள உக்குட்டிக் கிராமம்தானே இது! ஆவணி மாதம், இருபத்தோராம் தேதி அதிகாலையில், தீவுப்பகுதி முழுவதும் இராணுவம் இறங்கிவிட்டது. ஒரு சிறிய எதிர்ப்புமில்லாமல் அவர்கள் எல்லாத் திசைகளாலும் முன்னேறிக்கொண்டிருக்கிறார்கள் என்ற செய்தி கிடைத்தது. எந்தப் பக்கத்தாலும் ஓடித் தப்ப வழியில்லை. சனங்கள் எல்லோரும் வீடுகளை விட்டு ஓடிப்போய், பொதுக் கட்டடங்களில் ஒன்றாகக் கூடியிருந்தார்கள். ஊரிப்புலம் முழுவதும் ஊரைக் காலி செய்துகொண்டு வெள்ளைக் கடற்கரைக்குப் போனோம். அங்கே குருபாபா சியாரம் பெரிய பள்ளிவாசல் இருக்கிறதல்லவா... அங்கே எல்லோரும் கூடியிருந்தோம். இராணுவம் அங்கே வருமென எதிர்பார்த்துக்கொண்டிருந்தோம். ஆனால், பள்ளிவாசல்மீது இராணுவம் தாக்குதல் நடத்தாதென நாங்கள் நம்பிக்கையுடனிருந்தோம். பள்ளிவாசலுக்குப் பொறுப்பான பெரியவர்களும் அப்படித்தான் சொன்னார்கள். மதியமாகியும் இராணுவம் அந்தப் பக்கம் வருவதற்கான அறிகுறியே தெரியவில்லை. இராணுவம் எங்கே நிற்கிறது என்று தெரிந்துகொள்ளவும் வசதிகள் இல்லை. பள்ளிவாசல் பெரியவர்களின் ஏற்பாட்டில், எங்களெல்லோருக்கும் மதிய உணவு பெரிய பெரிய கிடாரங்களில் சமைக்கப்பட்டது. அங்கு வைத்துத்தான் எனது கடைசித் தங்கை

எனக்குப் பிறந்தநாள் வாழ்த்து அட்டையை வரைந்து கொடுத்தாள். பிறந்தநாள் வாழ்த்துச் சொல்லுமளவுக்கு மாலை நேரத்திற்குள்ளேயே நிலைமை சகஜமாகிவிட்டது. இந்த இரவு பள்ளிவாசலிலேயே படுத்துவிட்டு, காலையிலே ஊருக்குத் திரும்பிவிடலாம் எனச் சனங்கள் கதைத்துக்கொண்டார்கள்.

சூரியன் விழுந்து செக்கலாகத் தொடங்கிவிட்டது. பள்ளிவாசலில் மஃரிப் தொழுகைக்காகப் பாங்கு சொல்லத் தொடங்கினார்கள். அதைக் கேட்டதிலிருந்து, என்னுடைய வைரவர் இன்று விளக்கு இல்லாமல் இருக்கிறாரே என்ற ஏக்கம் என்னை வாட்டத் தொடங்கியது. ஊரிப்புலத்தின் காவல் தெய்வம் செவ்வாய்க்கிழமை அதுவுமாக விளக்கில்லாமல் இருப்பது ஊருக்கே கேடகலாம் என்ற எண்ணம் தோன்றியதும், நான் யாரிடமும் சொல்லிக்கொள்ளாமல் மெதுவாக அங்கிருந்து அகன்று, கடற்கரை வழியாக ஊரிப்புலத்தை நோக்கி நடக்கத் தொடங்கினேன்.

கடற்கரை நீளத்திற்கும் தாழையும் ஈச்சையும் பற்றைக் காடாக அடர்ந்திருப்பதால், அவற்றிடையே புகுந்து பதுங்கிப் பதுங்கிக் கவனமாகத்தான் நடந்தேன். தூரத்தில் இராணுவத்தின் நடமாட்டம் தெரிகிறதா எனப் பார்த்துப் பார்த்துத்தான் நடந்தேன். முற்றாக இருள் சூழ்ந்தபோது, ஊரிப்புலத்திற்குள் நுழைந்து எனது வீட்டை அடைந்தேன். எண்ணெய்ப் போத்தலையும் தீப்பெட்டியையும் எடுத்துக்கொண்டு, வைரவர் கோயிலை நோக்கி நடந்தேன். ஒரு அசுமாத்தமுமில்லை.

கடலுக்குள் இறங்கிக் கை கால்களைக் கழுவிக்கொண்டு, வைரவர் சூலத்தின் முன்னாக விளக்கை ஏற்றினேன். ஒரு குட்டிச் சுவரும், சிறிய பீடமும், ஒற்றைச் சூலமும் கொண்ட அந்தக் கோயிலில் ஏற்றி வைக்கப்பட்ட ஒற்றைத் திரி ஒளியில் ஊரிப்புலமே பிரகாசிப்பது போல் தோன்றியது. மனதிற்குள் பெரிய நிம்மதி வந்தது. அப்போதுதான் இராணுவத்தினரை நான் கண்டேன். இருளுக்குள் ஒளிந்திருந்த அவர்கள் ஓசைப்படாமல் வந்து வெளிச்சத்தில் நின்றார்கள். என்னுடைய கைகள் உடனேயே கயிற்றால் முதுகுப்புறமாகக் கட்டப்பட்டன. என்னை அவர்கள் நடத்திவந்து இந்தக் கிணற்றுக்கு அருகாகத் தரையில் உட்கார வைத்தார்கள். அடி ஆக்கினைகள் எதுவுமில்லை. நான் இங்கிருந்து பார்த்தபோது, வைரவர் கோயிலில் சுடர் தெரிந்தது.

என்னைச் சுற்றிவர மனித உருவங்களின் நடமாட்டங்களும் சலசலப்புகளும் கேட்டுக்கொண்டேயிருந்தன. என்ன நடக்கிறதென இருளுக்குள் கூர்ந்து பார்த்தேன். அந்த நிலம் முழுவதும் இராணுவத்தினர் இருப்பதாகத் தோன்றியது. ஒரு ஆர்மிக்காரன் என்னிடம் வந்து 'தண்ணீர் வேண்டுமா?' எனக் கேட்டான். ஆமென்றேன். இதே

கிணற்றில் நீர் அள்ளி என்மீது ஊற்றினான். நான் ஒரு மீனைப்போல நீரைப் பருகினேன். படுத்துக்கொள்ளச் சொன்னான். கைகள் பின்புறமாகக் கட்டப்பட்டிருந்ததால் மல்லாந்தோ, குப்புறவோ படுக்க வழியிருக்கவில்லை. ஒருக்களித்துப் படுத்துக்கொண்டேன். அங்கிருந்து தப்பிச் செல்ல வழியிருக்கிறதா எனக் கவனித்தேன். வாய்ப்பே இல்லை. எல்லாப் பக்கங்களிலும் நடமாடும் சத்தமும், சிங்களத்தில் பேசுவதும் கேட்டது. தூரத்தே மெதுவாகக் கேட்ட வாகனங்களின் இரைச்சல் வர வரப் பெரிதாகியது. கண்களை மூடிப் படுத்துக்கொண்டேன். கண்களை மூடியதும், சட்டென என் உடல் பிரகாசிப்பதாக எனக்குத் தோன்றியது. நான் மெல்லிய ஒளியாக என்னைக் கற்பனை செய்துகொண்டேன். நான் வைரவருக்குக் கொண்டுவந்த நெருப்புத்துளி என் இருதயத்தில் பற்றிச் சுடர்வதாகவே உணர்ந்தேன். அந்த மனத் தைரியத்தோடுதான் இரவைக் கழித்தேன்.

விடிந்த போதுதான், ஊரிப்புலம் முழுவதுமே இராணுவத்தினரால் இரவோடு இரவாக நிரப்பப்பட்டிருந்தது தெரிந்தது. மெதுவாக எழுந்து தரையில் உட்கார்ந்துகொண்டு, சுற்றிவரப் பார்வையை ஓட்டினேன். என்னைப் போலவே முதுகுப்புறமாகக் கைகள் கட்டப்பட்டிருந்த பல மனிதர்கள் அங்கு உட்கார்ந்தும் படுத்துமிருப்பதைப் பார்த்தேன். நான் தனியாக இராணுவத்திடம் சிக்கவில்லை எனத் தெரிந்ததும், ஒருவகையான ஆறுதல் மனதைப் பற்றிக்கொண்டது.

பிடித்துவரப்பட்ட எங்களைச் சுற்றிவர ஆயுதங்களுடன் இராணுவத்தினர் நின்றார்களே தவிர, அவர்கள் எங்களுக்கு எந்தத் தொல்லையும் தரவில்லை. குறையென்றால், நாள் முழுவதும் எங்களுக்கு அவர்கள் உணவோ நீரோ கொடுக்காததைச் சொல்லலாம். இராணுவத்தினர் பகல் முழுவதும் மண்டைதீவு, மண்கும்பான், அல்லைப்பிட்டி, வேலணைப் பக்கங்களிலிருந்து மனிதர்களைப் பிடித்து, சிறிய சிறிய குழுக்களாக நடத்திக் கூட்டிவந்தனர். எல்லா மனிதர்களது கைகளும் முதுகுப்புறங்களில் பிணைக்கப்பட்டிருந்தன. உச்சிப் பொழுதில், எனது அண்ணன்கள் இருவரும் இன்னும் சிலரும் பிடித்துவரப்பட்டார்கள். அவர்களிடையே பள்ளிவாசல் பெரியவர்களும் இருந்தார்கள்.

நாங்கள் எங்களுக்கிடையே மெதுவாகப் பேசிக்கொண்டோம். நாங்கள் பேசுவதை இராணுவத்தினர் தடுத்தார்களில்லை. எங்களை விசாரித்துவிட்டு, விடுதலை செய்துவிடுவார்கள் எனச் சிலர் சொன்னார்கள். எல்லோரையும் கப்பலில் ஏற்றி 'பூஸா' தடுப்புமுகாமுக்கு அனுப்பிவிடுவார்கள் என்றும் சிலர் சொன்னார்கள்.

பெரிய அதிகாரி எங்களைப் பார்வையிட இருப்பதாகச் சொல்லி, எங்களை ஒன்பது வரிசைகளில் முன்பின்னாக இராணுவத்தினர்

உட்கார வைத்தார்கள். நாங்கள் எல்லாமாக எண்பத்தாறு கைதிகள் அங்கேயிருந்தோம். பெரிய அதிகாரி வந்து எங்களைப் பார்த்தார். அவரது முகத்தில் எந்த உணர்வுமேயில்லை. ஒரு நிமிடம்தான் எங்களைப் பார்த்திருப்பார். பின்பு கடற்கரைப் பக்கமாக நடந்துபோனார்.

சற்று நேரத்தில், எங்களை நோக்கி இரு பாரிய இயந்திரங்களை இராணுவத்தினர் ஓட்டிவருவதைக் கண்டேன். எங்களுக்குச் சற்றுத் தூரத்தில், இயந்திரங்கள் ஊரியும் களிமண்ணுமான நிலத்தை அகழ்ந்து, பெரிய குழியொன்றை உண்டாக்கத் தொடங்கின. தூசிப் படலம் பனை வட்டுகளுக்கு மேலாக எழுந்தது. இயந்திரங்களின் இரைச்சல் காதுகளை அடைக்கப்பண்ணிற்று. டீசல் எரியும் வாசனையும் புகையும் வெறும் வயிற்றைக் குமட்டிற்று. என்ன நடக்கவிருக்கிறது என எங்கள் எல்லோருக்குமே புரிந்துபோயிற்று.

வெளிச்சம் பூமிக்குள் குத்தென இறங்கிக்கொண்டிருந்தது. செக்கல் பொழுதை வைத்துப் பார்த்தால், அப்போது மாலை ஆறுமணிக்கு முன்பின்னாக இருக்கலாம். எங்களுக்கு முன்னே திருத்தமான, விசாலமான சவக்குழி உருவாகியிருந்தது. இராணுவத்தினர் எங்கள் எண்பத்தாறுபேரையும் எழுப்பி வரிசைகட்டி நிற்க வைத்தார்கள். அந்த வரிசையை நடந்து சென்று சவக்குழிக்குள் இறங்கச் சொன்னார்கள். யாரிடமிருந்தும் சிறு எதிர்ப்புக் குரலோ மறுப்போ எழுவதாயில்லை. அழுகின்ற ஓசைகள் கேட்கின்றனவா எனக் காதைக் கூர்மைப்படுத்திக் கேட்டேன். கடலின் இரைச்சல் மட்டுமே கேட்கிறது. வரிசை மெதுவாகச் சவக் குழிக்குள் இறங்கிக்கொண்டிருக்கிறது. என் அண்ணன்கள் இருவரும் முன்பின்னாகக் குழிக்குள் இறங்குவதை நான் கண்டேன். அவர்கள் இருவருமே என்னைத் திரும்பிப் பார்த்தவாறே குழிக்குள் இறங்கினார்கள். வரிசையில் எனக்குப் பின்னால் வந்துகொண்டிருந்த பள்ளிவாசல் பெரியவர் அப்போது ராகம் போட்டு முணுமுணுக்கத் தொடங்கினார். நிச்சயமாக அது அவரது இறுதித் தொழுகைக் குரல்தான். நான் அந்தக் குரலையே காதைத் தீட்டி உன்னிப்பாகக் கவனித்தேன். அவரது குரல் சிறிது சிறிதாக உயர்ந்துகொண்டே வருவது போல் தோன்றியது. எனது கால்கள் சடுதியில் வரிசையிலிருந்து விலகி அசையாமல் நின்றன. என்னைக் கடந்து அந்தப் பெரியவர் முன்னே நகர்ந்தார். அவரது குரல் தொழுதுகொண்டேயிருந்தது.

வரிசையிலிருந்து விலகிநின்ற என்னை நோக்கி ஓர் இராணுவ வீரன் வேகமாக நடந்துவந்தான். அவனது கண்கள் எனது கண்களை உற்றுப் பார்த்துக்கொண்டிருந்தன. நல்ல உயரமும் சுருட்டை முடியுமாக இருந்த அவன் ஒரு சாயலில் எனது சின்ன அண்ணன் போலவேயிருந்தான். அவன் என்னருகே வந்ததும் நான் சொன்னேன்:

'வைரவருக்கு விளக்கு வைத்துவிட்டு வந்துவிடுகிறேன்...'

நான் சொன்னது அவனுக்கு விளங்கவில்லை எனத் தெரிந்தது. நான் வைரவர் கோயிலை நோக்கி நடக்கத் தொடங்கினேன். என்னை அவன் தடுக்கவில்லை. நான் மெதுவாக நடந்து இந்தக் கிணற்றருகே வந்தேன். விளக்கு வைப்பதற்கு முன்னதாக முகம், கைகால்களைச் சுத்தப்படுத்த வேண்டும். கிணற்றுக் கட்டில் சில இராணுவ வீரர்கள் உட்கார்ந்திருந்தார்கள். நான் அவர்களிடம் சொன்னேன்:

'கொஞ்ச நேரம் எனது கைகளை அவிழ்த்துவிடுங்கள். நான் வைரவருக்கு விளக்கு வைத்துவிட்டு வந்துவிடுகிறேன்...'

ஓர் இராணுவ வீரன் எனது தலையைப் பற்றிப் பிடித்தான். இன்னொருவன் எனது கால்களைப் பிடித்தான். அப்படியே என்னைத் தூக்கிக் கிணற்றுக்குள் போட்டார்கள். நான் தட்டுத்தடுமாறி எழுந்து நின்றேன். கிணற்றுக்குள் எனது முழங்கால்கள் வரைதான் தண்ணீர் இருந்தது. கிணற்றின் இருளுக்குள் மறைந்து ஓரமாக ஒதுங்கி நின்றுகொண்டு, வெளியே துப்பாக்கிகள் வெடிக்கும் சத்தங்கள் கேட்கின்றனவா எனக் கவனித்தேன். வெடிச் சத்தங்கள் ஏதும் கேட்கவில்லை. இயந்திரங்கள் உறுமிக்கொண்டு முன்னும் பின்னுமாக நகரும் இரைச்சல்தான் கேட்டுக்கொண்டேயிருந்தது. பின்பு அந்த இரைச்சல் சத்தம் எனக்கு மிக அருகிலேயே கேட்டது. பூமி மெல்ல நடுங்கியது. கிணற்றின் கட்டுச் சுவர் இடிக்கப்பட்டு, கிணற்றுக்குள் பாளம் பாளமாக இறங்கலாயிற்று."

நல்லைநாதன் மெதுவாக கந்தேவத்தவின் கையைப் பற்றி, மென்மையாக இருமுறை அழுத்தினார். வெண்ணிறப் போர்வையால் போர்த்தப்பட்டிருந்த மனிதன் கோப்பையிலிருந்த மீதித் தேநீரை மெதுவாகக் குடிக்கத் தொடங்கினான்.

நல்லைநாதனும் கந்தேவத்தவும் கிட்டத்தட்ட ஒரு மணிநேரம் தங்களுக்குள் மெல்லிய குரலில் விவாதித்தார்கள். பின்பு கூடாரத்திற்கு வெளியே சென்று, சட்ட வைத்திய நிபுணரிடமும் காவல்துறை அதிகாரிகளிடமும் ஆலோசனை செய்தார்கள். அவர்கள் மறுபடியும் கூடாரத்திற்குள் நுழைந்தபோது, அந்த மனிதனின் வாத்து முட்டைக் கண்கள் முன்னிலும் மினுங்கிப் பிரகாசிப்பதைக் கண்டார்கள். "இந்த மனிதனின் உயிர் இவனது கண்களிலிருக்கிறது" என்றார் கந்தேவத்த. நீதிபதிகள் இருவரும் மறுபடியும் ஆசனங்களில் அமர்ந்துகொண்டார்கள்.

"நீர் உம்முடைய பெயரைக் கண்டுபிடித்து விட்டீரா?"

"இன்னும் இல்லை அய்யா."

"நீர் இவ்வளவு காலமும் மூடப்பட்ட கிணற்றுக்குள் உயிரோடு இருந்தீர் என்பது பெரிய அதிசயமாயிருக்கிறது."

"அங்கே நிலத்தோடு கொஞ்சத் தண்ணீர் எப்படியிருக்கிறதோ, தாவரங்களும் தவளைகளும் புழுப் பூச்சிகளும் எப்படியிருக்கின்றனவோ, அப்படித்தான் நானும் இருந்தேன். அதிசயமாக எதுவுமில்லை."

நீதிபதிகள் சற்று மவுனமாக இருந்துவிட்டு, மீண்டும் பேசத் தொடங்கினார்கள்:

"நாட்டில் யுத்தம் முடிந்து சரியாக ஏழு வருடங்களாகின்றன. சண்டை நடந்த காலம் முழுவதும் பல்லாயிரக்கணக்கில் மனிதர்கள் கொல்லப்பட்டிருக்கிறார்கள். பல மனிதப் புதைகுழிகள் கண்டுபிடிக்கப்பட்டுள்ளன. எல்லாப் பக்கங்களிலும் தவறிழைக்கப்பட்டிருக்கிறது. நீரே சொன்னதுபோல தமிழரா, சிங்களவரா அல்லது இந்தியரா என அடையாளம் தெரியாத மனித எச்சங்கள் தோண்டியெடுக்கப்பட்டுள்ளன. இதையெல்லாம் கடந்துதான், நமது நாட்டில் இப்போது சமாதானம் ஏற்பட்டுள்ளது. இது பகை மறப்புக் காலம்."

மற்றைய நீதிபதி தொடரலானார்:

"கண்டுபிடிக்கப்படும் இந்தப் புதைகுழிகள் குறித்துச் சர்வதேசத்தின் முன்னிலையில் விசாரணைகள் தேவையென அந்நிய நாடுகள் எப்போதுமே எங்களை நெருக்குகின்றன. ஆனால், நாங்களோ உள்ளக விசாரணைகளே போதும் என்கிறோம். உள்ளக விசாரணைகளைத் தொடங்கியும் விட்டோம். அந்த விசாரணையின் பகுதியாகத்தான் இந்தக் கிணற்றை அகழ்ந்து உம்மைக் கண்டுபிடித்தோம். நீர் எங்களின் முன்னே வழங்கிய சாட்சியத்தை நாங்கள் முழுமையாகவே ஏற்றுக்கொள்கிறோம்.

ஆனால், உமது சாட்சியத்தால் இந்த நாட்டுக்கும் நாட்டு மக்களுக்கும் என்ன பயன்? ஆறிய புண்ணைக் குத்திக் கிழித்து ஆராய்வது போலுள்ளது உமது சாட்சியம். காயங்களைத் தோண்டிக்கொண்டிருந்தால் புண் எப்படி ஆறும்? உம்முடைய சாட்சியம் பகையைத்தான் வளர்க்குமேயொழிய சமாதானத்தையல்ல."

மற்றைய நீதிபதி முடிவாகச் சொன்னார்:

"நல்லிணக்கத்திற்கு ஊறு விளைவிக்கும் எந்த முயற்சியையும் நாங்கள் அனுமதிக்கமாட்டோம். இந்தச் சமாதானத்தை நாங்கள் எதற்காகவும் இழக்கத் தயாரில்லை. நீர் சமூக அக்கறை கொண்டவரென்றும்

ஜனங்களுக்குச் சேவை செய்வதில் ஆர்வமுடையவர் என்றும் சொன்னீர். ஆகவே, இந்த நாட்டின் பொறுப்புணர்வு மிக்க நற்பிரஜை நீர் என்றே கருதுகின்றோம். சமாதானத்தைக் காப்பாற்றுவது உம்முடைய கடமை!"

நீதிபதிகள் விசாரணை முடிந்ததன் அடையாளமாக எழுந்து நின்றார்கள்.

பக்குவமாக வெளியே தூக்கி எடுக்கப்பட்டது போலவே, அந்த மனிதன் பக்குவமாக மீண்டும் கிணற்றுக்குள் இறக்கப்பட்டு, கிணறு மறுபடியும் மூடப்பட்டது. கனகசபை தியாகராமின் மனு நீதிபதிகளால் தள்ளுபடி செய்யப்பட்டது.

இரண்டு நீதிபதிகளும் சோர்வுடனும் மனப்பாரத்துடனும் அங்கிருந்து புறப்பட்டார்கள். வண்டி இருவரையும் ஏற்றிக்கொண்டு கிளம்பியபோது, ஒரு நிமிடம் வண்டியை நிறுத்தச் சொன்ன நல்லைநாதன் அங்கிருந்த காவல்துறை அதிகாரி ஒருவரைத் தன்னருகே அழைத்து, ஓர் உத்தரவை வழங்கினார்:

"ஊரிப்புலம் வைரவருக்கு நாள் தவறாது விளக்கேற்றி வைக்க வேண்டும்."

கந்தேவத்த அப்போது நல்லைநாதனின் கையைப் பற்றி மென்மையாக அழுத்தினார்.

□ சிலேட் - 2016

காயா

ஒன்பது வயதுச் சிறுமியும், பாரிஸின் புறநகரான சார்ஸலின் 'அனதோல் பிரான்ஸ்' பள்ளி மாணவியும், எனது உற்ற தோழன் திருச்செல்வத்தின் ஒரே மகளுமான செல்வி. காயா கொல்லப்பட்டதற்குச் சில நாட்களுக்கு முன்னதாக நடந்த ஒரு சம்பவமே 'காயா' என்ற இந்தக் கதையை நான் எழுதுவதற்குக் காரணமாகிறது.

முதலில், காயாவின் அப்பா திருச்செல்வத்தைக் குறித்துச் சொல்லிவிடுகிறேன். நானும் திருச்செல்வமும் ஒரே கிராமத்தில், ஒரே நாளில், ஒரே மாதத்தில் 1967 ஆம் வருடம் பிறந்தவர்கள். முதலாம் வகுப்பிலிருந்து பத்தாம் வகுப்புவரை ஒன்றாகவே படித்தவர்கள். பத்தாவது வகுப்பு இறுதிப் பரீட்சை எழுதியதன் பின்பாக நான் படிப்பைத் தொடரவில்லை. திருச்செல்வம் அதற்குப் பின்பு, யாழ்ப்பாணம் சென்று படித்து, கொழும்புப் பல்கலைக்கழகத்திற்கும் தேர்வாகினான்.

பள்ளிக்காலங்களில் நானும் திருச்செல்வமும் அப்படியொரு கூட்டாளிகள். இரண்டுபேரும் எப்போதுமே சோடி போட்டுத்தான் திரிவோம். நாங்கள் இரண்டுபேருமே கிராமத்திற்குள்ளும் பள்ளிக்கூடத்திலும் பெரிய குழப்படிகாரர்களாக இருந்தோம். ஆனால், நான் கொஞ்சம் பயந்தாங்கொள்ளிதான். திருச்செல்வம் முரடன். பேசிக்கொண்டிருக்கும் போதே ஓங்கி அடித்துவிடுவான். பல நிற 'வயர்'களால் தானே பின்னிய பட்டியை இடுப்பில் எப்போதுமே கட்டியிருப்பான். என்னோடு யாராவது பையன்கள் சண்டை வலித்தால், அவர்களைத் திருச்செல்வம் 'வயர்' பட்டியால் அடித்து மூஞ்சி முதுகெல்லாம் பிய்த்துவிடுவான்.

அப்போது எங்களுக்குப் பதின்மூன்று அல்லது பதினான்கு வயது இருக்கும். பள்ளிக்கூட மண்டபத்தில் போயிருந்து சேர்ந்து படிக்கப்போகிறோம் என வீடுகளில் சொல்லிவிட்டு இரவுகளில் கிளம்பிவிடுவோம். இருட்டின் போர்வைக்குள் கிராமத்தின் மணல்மேடுகளில் ஏறுவதும் வயல்வெளிகளிலே நடந்து திரிவதும் வாய்த்தால் யாருடைய தென்னைகளிலாவது ஏறிக் களவாக இளநீர் பறித்து அதைக் கல்லால் குத்தி உடைத்துத் திறக்கப்பண்ணிப் பருகுவதுமாகத் திரிந்துகொண்டிருந்தோம். இரவுகளில் இலக்கற்றுப் பேசியவாறு திரிவதில் அப்படியொரு விறுவிறுப்பு எங்களுக்கு.

எங்களது கிராம அபிவிருத்திச் சபையில் ஒரு சிறிய நூலகமிருந்தது. அந்த நூலகத்தில், நூலகராகத் திருச்செல்வத்தின் அக்கா இருந்தார். அந்த நூலகத்திற்கு, நூல்களைத் தெரிவு செய்து வாங்கிய புண்ணியவான் யாரென்று தெரியவில்லை. ஜெயகாந்தன், நா. பார்த்தசாரதி, அகிலன், ஜி. நேசன் என்றெல்லாம் நான் அங்குதான் படிக்கத் தொடங்கினேன். 'வால்காவிலிருந்து கங்கைவரை' நூல் அப்போது என்னை வெகுவாக ஈர்த்ததற்கு, அந்நூலில் வரும் மெலிதான பாலுறவுச் சித்திரிப்புகளே காரணமாக இருந்தன.

அந்த நூலகத்தில், தமிழ்வாணன் எழுதிய சில பாலுறவு விளக்க நூல்களுமிருந்தன. 'உடலுறவில் மனைவியை மகிழ்விப்பது எப்படி?', 'இல்லற இன்ப விளக்கம்' போன்ற தலைப்புகளில் அந்த நூல்களிருந்தன. நூலகத்திற்கு வரும் சிலர் அந்தவகை நூல்களை இரவலாக எடுத்துப் போவதை ஒரக்கண்ணால் கவனித்திருக்கிறேன். ஒருநாள், திருச்செல்வத்தின் அக்காவின் மேசையிலேயே அப்படியான நூலொன்று விரித்தபடியிருந்ததை நான் பார்த்தேன். திருச்செல்வம் அந்தவகை நூல்களில் இரண்டை நூலகத்திலிருந்து திருடிக்கொண்டே வந்துவிட்டான். கடற்கரையில் தாழம்புதர்களிடையே உட்கார்ந்து நானும் திருச்செல்வமும் அந்த இரண்டு புத்தகங்களையும் அவசர அவசரமாகப் படித்து முடித்த பின்பாக, திருச்செல்வம் அந்தப் புத்தகங்களை யாருக்கும் தெரியாமல் மறுபடியும் நூலக அலமாரியிலேயே வைத்துவிட்டான்.

கிராமத்திற்கு ஒதுக்கமாகக் கடற்கரையில் 'அன்னை வேளாங்கண்ணி' கோயில் உள்ளது. இரவு வேளையில் அந்தக் கோயில் மண்டபத்தில் நானும் திருச்செல்வமும் படுத்துக் கிடந்தபோதுதான், இருவரும் முதன்முதலாகச் சுய இன்பம் செய்வதில் ஈடுபட்டோம். முதல் தடவை விந்து வெளியேறிய அந்த அனுபவம் இப்போதும் அரளிப் பூ மணத்துடனும் ஈரப்பசையுடனும் என் நெஞ்சிலுள்ளது.

உண்மையில், அதுவொரு அச்சமூட்டும் கிறுகிறுப்பாகவே அப்போது இருந்தது. அடுத்த மூன்று நாட்களுக்கு விந்துவின் மணம் என் உடலிலிருந்தது. சிலநேரங்களில் வாந்தி வருவது போலவுமிருந்தது. அன்னை வேளாங்கண்ணி கோயிலில் படுத்துக்கிடந்து சுய இன்பம் செய்ததால் கடவுள் என்னைத் தண்டிக்கிறாரோ என்றுகூடப் பயந்தேன். சில நாட்களிலேயே மெதுமெதுவாக அச்சம் தணிந்து போயிற்று. இரவுகள் வருவதே சுய இன்பம் செய்து திளைப்பதற்காகவே என ஆகிப் போயிற்று எனக்கு.

நான் இயக்கத்தின் பயிற்சி முகாமிலிருந்த காலங்களில், இரவுக் காவல் கடமையிலிருக்கும்போது, சுய இன்பம் செய்வதுண்டு. இயக்கத்தில் சுய இன்பம் செய்யக்கூடாது என நானறியக் கட்டுப்பாடுகள் ஏதுமில்லை.

அப்போது எங்களது இயக்கத்தில், இயக்க உறுப்பினர்கள் காதலிக்கவோ கல்யாணம் செய்யவோ தடையிருந்தது. தனிநாடு கிடைக்கும்வரை சுய இன்பத்தைத் தவிர வேறு என்னதான் வழி.

காவல் கடமையிலிருந்து சுய இன்பம் செய்யும்போது, உச்சம் நிகழும் தருணத்தில் எதிரி நுழைந்துவிட்டால் உடனடியாக நான் துப்பாக்கியை எடுப்பேனா என்பது சந்தேகம்தான் என நான் அடிக்கடி எனக்குள் சொல்லிக்கொள்வதுண்டு. சுய இன்பத்தில் உச்சம் நிகழும் தருணம் அப்படியொரு மயக்க அனுபவத்தை எனக்குக் கொடுத்தது. அடி வயிற்றில் தீ கனன்று கடக்கும். உடல் அப்படியே காற்றாக மாறி மாயமாக அலையும். உச்சி மண்டையில் குளிர்ந்த அருவி உடைந்து கடகடவெனக் கொட்டும்.

எனது கிராமமும் அடங்கிய ஏரியாவுக்குப் பொறுப்பாளராக நான் இயக்கத்தால் நியமிக்கப்பட்டபோது, எனக்கு இருபது வயது. பல்கலைக்கழகத்தில் முதல் வருடம் படித்துக்கொண்டிருந்த திருச்செல்வம் விடுமுறைக்குக் கிராமத்திற்கு வந்திருந்தான். கிட்டத்தட்ட மூன்று வருடங்களுக்குப் பிறகு நான் அவனைச் சந்திக்கிறேன்.

திருச்செல்வம் ஆளே மாறிப்போயிருந்தான். நவீனரக உடைகள், காலிலே சப்பாத்துகள், கண்களிலே மெல்லிய சட்டகங்களாலான கண்ணாடி எனச் சோக்காக இருந்தான். சிங்களவர்கள் போல மீசையை மழித்திருந்தான். வார்த்தைகளை அளந்து அளந்து நிதானமாகப் பேசினான். நான் போராட்டத்தின் முக்கியத்துவத்தைப் பற்றி இரண்டு நிமிடங்கள் அவனிடம் பேசினேன். புன்னகையுடன் கண்களைச் சுருக்கியவாறு கேட்டுக்கொண்டிருந்தான். நான் புறப்படும்போது "வைச்சிரு" என நூறு ரூபாய் தாளொன்றை என் சட்டைப் பைக்குள் திணித்தான். எனக்கு அப்போது அது தேவையாக இருந்தது. அந்தப் பணத்தில் 'மரணத்துள் வாழ்வோம்' கவிதைத் தொகுப்பை வாங்கினேன்.

இப்போது எங்களது கிராம நூலகத்தில் திருச்செல்வத்தின் அக்காவுக்குப் பதிலாக, மாயோள் என்ற விநோதமான பெயரைக்கொண்ட ஒரு வெளியூர் இளம்பெண் பணியாற்றிக்கொண்டிருந்தாள். அவள் புளியங்கூடலிலிருந்து பஸ்ஸில் வேலைக்கு வந்து போய்க்கொண்டிருந்தாள். ஒருநாள் காலையில், அந்தப் பெண் தனது தந்தையையும் அழைத்துக்கொண்டு, நான் பொறுப்பாக இருந்த முகாமுக்கு வந்தாள்.

திருச்செல்வம் நூலகத்திற்கு அடிக்கடி போவானாம். அவனது கண்கள் விஷமத்தனமானவை என்றும் அவனுடைய பேச்சுகள் எப்போதுமே பாலியல் சீண்டலானவை என்றும் அந்தப் பெண் சொன்னாள். நேற்று நூலகத்தில் மாயோள் தனியாக இருந்தபோது, அங்கே திருச்செல்வம்

போயிருந்தானாம். அவள் நாற்காலியில் உட்கார்ந்திருந்தபோது, புத்தக அலமாரியில் ஏதோ தேடுவதாகப் பாவனை செய்துகொண்டிருந்த திருச்செல்வம் அவளை அருகே வருமாறு அழைத்தானாம். இந்தப் பெண் போகவில்லை. வெறித்தனமான பார்வையுடன் வேகமாக இந்தப் பெண்ணை நோக்கித் திருச்செல்வம் வந்தபோது, இவள் பயத்துடன் எழுந்து நிற்கவும், திருச்செல்வம் கெட்ட கெட்ட வார்த்தைகளால் இந்தப் பெண்ணைத் திட்டி மிரட்டிவிட்டுப் போனானாம்.

நான் அந்தப் பெண்ணின் கண்களைப் பார்த்தேன். அவளது கண்களில் அச்சமிருக்கவில்லை. ஆனால், கடும் சினமிருந்தது. அவளது முழு முகமும் கோபத்தால் கொப்பளித்துக்கொண்டிருந்தது. "நான் திருச்செல்வத்தை விசாரித்துவிட்டு நடவடிக்கை எடுக்கிறேன்" என மாயோளிடம் சொன்னேன். "என்ன நடவடிக்கை என்று எனக்குத் தெரிய வேண்டும்" என என்னை அச்சுறுத்தும் தொனியில் மாயோள் சொன்னாள். அவர்களை நான் போகலாம் எனச் சொன்னபோது, அவளது தந்தை கவனிக்காத கணப்பொழுதில் மாயோள் எனது மேசையில் ஒரு துண்டுச்சீட்டை வைத்துவிட்டு என்னைப் பார்த்தாள்.

அவர்கள் போனதும், நான் அந்தத் துண்டுச் சீட்டை எடுத்துப் பார்த்தேன். அந்தச் சீட்டில் ஆங்கிலத்தில் ஒருவரி எழுதப்பட்டிருந்தது. அது என்னவென்று தெரியவில்லை. முகாம் பொடியன்களிலும் யாருக்குமே ஆங்கிலம் வாசிக்கத் தெரியாது. அந்தச் சீட்டைச் சட்டைப்பைக்குள் போட்டுக்கொண்டு, மோட்டர் சைக்கிளில் திருச்செல்வத்தின் வீட்டை நோக்கிப் போனேன்.

திருச்செல்வம் அவர்களது வீட்டுப் படலையருகே நின்றிருந்தான்.

"என்ன திரு படலையடியில நிக்கிறாய்?" என்று கேட்டேன்.

"உன்ர மோட்டர் சைக்கிள் சத்தம் கேட்டுது, அதுதான் வந்தனான்..." என்றான். அவனது குரலில் பதற்றமிருந்தது.

நான் வருவேன் என்று எதிர்பார்த்து நிற்கிறான்.

"திரு... இதை ஒருக்கா படிச்சு என்னெண்டு சொல்லு" என்றவாறே ஆங்கிலத்தில் எழுதப்பட்ட துண்டுச்சீட்டை அவனிடம் கொடுத்தேன்.

மெதுவாக அந்தச் சீட்டை வாங்கிய திருச்செல்வம் சீட்டில் எழுதப்பட்டிருந்த வரியைப் படித்ததும், கண்கள் திடீரெனச் சிவந்துபோக அமைதியாக நின்றான். தனது மூக்கை வேகவேகமாக உறிஞ்சிக்கொண்டான்.

"என்ன மச்சான் உனக்கும் இங்கிலிஷ தெரியாதா?" என்றேன்.

'தெரியும்' என்பதுபோல மெதுவாகத் தலையசைத்தான்.

"அப்ப சொல்லு..."

திருச்செல்வம் மறுபடியும் ஒருமுறை துண்டுச்சீட்டைப் பார்த்துவிட்டுச் சொன்னான்:

"அவன் எனது மார்பைப் பிடித்துக் கசக்கிவிட்டுப் போனான்."

அவனது தலை நிலத்தை நோக்கிக் குனிந்தபோது, அதை வானத்தைப் பார்க்க வைக்குமாறு ஓங்கியொரு அறை கொடுத்தேன். திருச்செல்வம் தனது கன்னத்தைக் கையால் பொத்தியவாறு "ப்ளீஸ் மச்சான்" என்று முணுமுணுத்தான்.

நான் அவனை மோட்டர் சைக்கிளில் ஏற்றிக்கொண்டு முகாமுக்குப் போனேன்.

முகாமின் ஓர் அறை சிறையாக மாற்றப்பட்டிருந்தது. சிறைக்குள் ஏற்கனவே நான்கு திருடர்களைப் பிடித்து வைத்திருந்தோம். முகாமின் முற்றத்தில் திருச்செல்வத்தை நிற்க வைத்துவிட்டு, அந்த நான்கு திருடர்களையும் முற்றத்திற்கு அழைத்துவருமாறு பொடியளிடம் சொன்னேன். திருடர்கள் வெடவெடுத்து நடுங்கியபடியே வரிசையாக வெளியே வந்தார்கள். முற்றத்திற்கு அழைத்தாலே பச்சைப் பனைமட்டை அடி என்பது அவர்களுக்குப் பழக்கமாகியிருந்தது.

அந்தத் திருடர்களிடம் நான் திருச்செல்வத்தைக் காட்டிச் சொன்னேன்:

"இவர் என்ர கூட்டாளி திருச்செல்வம். என்னோடதான் படிச்சவர். நான் நாட்டுக்காக இயக்கத்துக்கு வர, இவர் எஞ்சினியருக்குப் படிக்க யூனிவர்சிட்டிக்குப் போனவர். அங்க என்ன படிச்சாரெண்டா பொட்டையளின்ர பாச்சியப் பிடிகத்தான் படிச்சிருக்கிறார்."

திருச்செல்வம் எனது முகத்தையே பார்த்துக்கொண்டு நின்றான். அவனுடைய மனதில் வன்மம் நுழைகிறதாக்கும் என நினைத்துக் கொண்டேன். நான் முகத்தைத் திருப்பிக் கொண்டு திருடர்களைப் பார்த்து "ஆள் மாறி ஆள் இவன்ர கன்னத்தில அடிச்சுக்கொண்டே இருக்கவேணும். சத்தம் எனக்குக் கேட்டுக்கொண்டேயிருக்க வேணும்" என்றேன். திருடர்கள் தங்களது பலத்தையெல்லாம் திரட்டித் திருச்செல்வத்தை அறையத் தொடங்கினார்கள்.

சற்று நேரத்திலேயே, திருச்செல்வத்தின் முகம் அழுகிய ஈரப்பலாக்காய் போல ஆகிவிட்டது. அவனை மோட்டர் சைக்கிளில் ஏற்றிக்கொண்டு நூலகத்திற்குப் போனேன். அங்கே மாயோளும் அவளது தந்தையுமிருந்தார்கள். திருச்செல்வத்தை மாயோளிடம் மன்னிப்புக்

கேட்கச் சொன்னேன். திருச்செல்வம் என்ன சொல்வதெனத் தெரியாமல் தடுமாறினான். "இங்கிலிஷில மன்னிப்புக் கேள்... என்ர கூட்டாளி இங்கிலிஷ் கதைக்கிறது எனக்குப் பெருமைதானே" என்றேன்.

திருச்செல்வத்தை மீண்டும் மோட்டர் சைக்கிளில் ஏற்றிக் கொண்டுபோய், அவனது வீட்டுப் படலையடியில் இறக்கிவிட்டேன்.

நான் கிளம்பியபோது, திருச்செல்வம் எனது தோளைத் தொட்டு "மச்சான் நான் செய்தது பெரிய பிழை" என்றான்.

2

நான் பிரான்ஸுக்கு வரும்போது, திருச்செல்வத்தின் தொலைபேசி எண் எழுதியிருந்த துண்டுச்சீட்டு மட்டுமே என்னிடமிருந்தது. ரஷ்யாவிலிருந்து தரை வழியாகப் பல நாட்களாக, பல எல்லைகளைக் கடந்துவந்த பயணத்தில்; நான் இலங்கையிலிருந்து எடுத்து வந்த பயணப் பையை என்னோடு எடுத்துவர எல்லை கடத்துபவர்கள் அனுமதிக்கவில்லை. மூன்று சோடி உடுப்புகளும், ஆங்கில - தமிழ் லிப்கோ அகராதியும் வைத்திருந்த அந்தப் பையைத் தூக்கி அவர்கள் ஆற்றுக்குள் வீசி எறிந்துவிட்டுத்தான், என்னைச் சிறு ரப்பர் படகில் ஏற்றி ஆற்றைக் கடக்க வைத்தார்கள்.

ஓர் உறைபனி அதிகாலையில், என்னைக் கடத்திக் கூட்டிவந்தவர்களின் கார் ஒரு பொதுத் தொலைபேசிக் கூண்டருகே பாரிஸின் இருளுக்குள் என்னை இறக்கிவிட்டுச் சென்றது. பொதுத் தொலைபேசியில் அழைப்பதற்கு 'ஃபிராங்' நாணயக் குற்றிகளைத் தந்திருந்தார்கள். நான் திருச்செல்வத்தைத் தொலைபேசியில் அழைத்தேன். அடுத்த அரைமணி நேரத்தில் திருச்செல்வம் கையில் ஒரு பெரிய குளிரங்கியோடு, என்னைத் தேடி வந்துவிட்டான்.

"முதலில ஜக்கெட்டைப் போடு மச்சான்" எனச் சொல்லிக் குளிரங்கியை என்னிடம் தந்துவிட்டு, என்னைக் கட்டிப் பிடித்துக்கொண்டான். நாங்கள் சந்தித்த அந்த நாள் எங்கள் இருவரதும் முப்பதாவது பிறந்தநாளாக இருந்தது. அன்று மாலையில், எனக்கான வரவேற்புக் கொண்டாட்டமாகவும் இரட்டைப் பிறந்தநாள் விழாவாகவும் அவனது வீடு அமளிதுமளிப்பட்டது.

அப்போது, பாரிஸில் தமிழர்களது வாழ்க்கை கொஞ்சம் சிக்கல் பிக்கலாயிருந்தது. செல்வம் அண்ணர் எழுதிய 'எழுதித் தீராப் பக்கங்கள்' பாரிஸ் வாழ்க்கை நினைவுச் சித்திர நூலிலுள்ள அளவுக்கு இல்லாவிட்டாலும், பிரச்சினைகள் இருக்கத்தான் செய்தன. ஒரு சிறிய

அறைக்குள் நால்வர் அய்வராக இருந்துகொண்டு விசா, வேலைப் பிரச்சினைகளோடு போராடிக்கொண்டிருந்த காலமது.

ஆனால், திருச்செல்வத்திற்கு அவனது படிப்பு கை கொடுத்திருந்தது. ஓரளவுக்கு நல்ல வேலையும் திருப்தியான சம்பளமும் அவனுக்கு வாய்த்திருந்தன. ஓர் அழகிய சிறிய வீட்டில் தனியாகத்தான் இருந்தான். அவனுக்குப் பவானியுடன் கல்யாணம் ஆகும்வரை, நான் அவனுடன்தான் இருந்தேன்.

என் மீதான நேசமும் அன்பும் அவனிடம் அப்படியே மாறாமலிருந்தன. மிகப் பொறுப்புள்ள மனிதனாக மாறியிருந்தான். கொஞ்சம் பணம் சேர்க்கவேண்டும், அழகான மனைவியும் குழந்தைகளும் வேண்டும் என்பது மட்டுமே அவனது கனவுகளாக இருந்தன. "இலக்கியம் படி திரு..." என்பேன். படித்தால் தூக்கம் வருகிறது என்பான். என்னுடைய கதைகளை மட்டும் படித்துப் படித்துக் கெக்கட்டமிட்டுச் சிரிப்பான். ஏனெனில், நான் பெரும்பாலும் என்னுடைய கதைகளில் என் கிராமத்து மனிதர்களைத்தான் சற்று மாறிச்சாரிப் பதிவு செய்கிறேன். என்னுடைய கதைகளில் வரும் அநேக பாத்திரங்களும் அநேக சம்பவங்களும் அவனுக்கும் தெரிந்தவையாகவே இருக்கும். அவன் கதையைப் படித்த பின்பு, அந்த மனிதர்களைக் குறித்தும் சம்பவங்களைக் குறித்தும் நாங்களிருவரும் நனவிடை தோய்வோம்.

ஆனால், ஊரில் இருக்கும்போது மாயோள் என்ற பெண்ணின் மார்பை அவன் பிடித்ததற்காக, நான் அவனைத் தண்டித்தது குறித்து ஒருநாள் கூட நாங்கள் சாடைமாடையாகக் கூடப் பேசிக்கொண்டதில்லை.

அவனுக்கும் பவானிக்கும் திருமணமாகி எட்டு வருடங்கள்வரை குழந்தை இல்லை. திருகோணமலையில் ஒரு மந்திரவாதி குழந்தைப் பாக்கியம் உண்டாக்கிக் கொடுக்கிறாராம் எனக் கேள்விப்பட்டு, திருச்செல்வமும் பவானியும் இலங்கைக்குப் போய் வந்தார்கள். மந்திரவாதி பவானியைத் தனியாக அழைத்துச் சென்று, தன்னிடம் தனியாக மூன்று நாட்கள் பூஜையில் அமர வேண்டும் என்றும் பவானியின் அந்தரங்க உறுப்பிலிருந்து 'குவியம்' எடுத்துப் பூஜை செய்ய வேண்டும் என்றும் சொன்னாராம். பதறியடித்துக்கொண்டு வெளியே ஓடிவந்து, பவானி இதைத் திருச்செல்வத்திடம் சொல்லவும், அவன் மந்திரவாதியை அடிக்கப் போய்விட்டானாம். மந்திரவாதி பேய்களைத் திருச்செல்வத்தின் மீது ஏவிவிடுவதாகவும் பவானியின் வயிற்றை நிரந்தரமாகவே திறக்காமல் பண்ணிவிடப் போவதாகவும் சொன்னாராம்.

இதை என்னிடம் திருச்செல்வம் சொன்னபோது, அதை மையமாக வைத்து 'குவியம்' என்ற தலைப்பில் ஒரு சிறுகதையை எழுதினேன். பெயர்களையும் இடங்களையும் மாற்றிக் கதையை எழுதியிருந்தேன். அந்தக் கதையின்படி மனைவி குவியம் எடுக்கச் சம்மதித்துவிடுகிறாள். குழந்தையைத் தவிர அவளுக்கு வேறெதுவும் ஒரு பொருட்டேயல்ல. அந்தக் கதை எக்ஸிலிலோ அம்மாவிலோ பிரசுரமானது. திருச்செல்வம் அந்தக் கதையைப் படித்துவிட்டு, பவானியைக் கூப்பிட்டு அந்தக் கதையைப் படிக்குமாறு சொன்னான்.

கடைசியில், அவனது நாற்பதாவது வயதில், பவானியின் வயிறு திறந்து காயா பிறந்தாள். அப்போது, நான் பாரிஸ் நகர வாழ்க்கை பிடிக்காமல் நோர்வேக்குச் சென்று வாழ்ந்துகொண்டிருந்தேன். நோர்வே வாழ்க்கையும் பிடிக்காமல், நான் திரும்பவும் பாரிஸ் வந்தபோது, காயாவுக்கு ஒன்பது வயதாகியிருந்தது. வாரத்தில் நான்கு நாட்களாவது நான் திருச்செல்வத்தின் வீட்டுக்குப் போவேன். கொஞ்சம் மதுவருந்திக்கொண்டும் பேசிக்கொண்டும் திருச்செல்வம் சமையல் செய்வான். பவானி இரவு பத்து மணிக்குத்தான் வேலை முடிந்து வருவாள். எனக்கு ஒரு கல்யாணம் பண்ணிவைக்க வேண்டுமென்று பவானிக்கு ஆசை.

"வயசு போச்செண்டு நினைக்காதேயுங்கோ. ஊருக்குப் போய் ஒரு விதவைப் பிள்ளையை கலியாணம் செய்துகொண்டு வாங்க... அதுகளுக்கும் உதவியாயிருக்கும்" என்று ஒருமுறை பவானி சொன்னபோது, நான் புன்னகைத்தபடி சும்மாயிருந்தேன்.

"நீங்கள் எல்லாம் எழுதுற கதையிலதான் புரட்சி..." என்றாள் பவானி. நான் அதற்கும் புன்னகைத்தேன்.

குழந்தை காயா நல்ல கறுப்பு நிறம். உயரமாகவும் ஒல்லியாகவுமிருப்பாள். சுருள் சுருளாக முடி. முன்வாய்ப் பற்கள் இரண்டு சற்றே முன்தள்ளியிருக்கும். பற்களுக்கு க்ளிப் போட்டிருந்தாள். அவள் எப்போதும் திருச்செல்வத்தோடு ஒட்டிக்கொண்டேயிருப்பாள். திருச்செல்வத்தை அந்தப் பக்கம் இந்தப் பக்கம் நகர விடமாட்டாள். தாய்க்காரி வேலையிலிருந்து திரும்பி வரும்வரை தூங்கவும் மாட்டாள். இளமையில் திருச்செல்வம் இருந்தது போலவே காயாவும் கொஞ்சம் துடியாட்டமாகவே இருந்தாள்.

அன்று, நான் திருச்செல்வம் வீட்டுச் சமையலறை மேசை முன்னால் அமர்ந்திருந்தேன். என் முன்னால் ஒரு கிளாஸ் விஸ்கி இருந்தது. திருச்செல்வம் கையில் விஸ்கி கிளாஸோடு சட்டியில் பன்றி இறைச்சித் துண்டங்களைப் பொரித்துக்கொண்டிருந்தான். எனக்கு அன்று

உடம்பு சரியில்லாதது போலிருந்தது. உடல் அளவுக்கு அதிகமாகக் குளிர்ந்துகொண்டிருந்தது. விஸ்கியைக் குடிக்கலாமா வேண்டாமா என்று நான் யோசித்துக்கொண்டிருக்கும்போது, காயா "உங்களுக்கு ஃப்ரான்ஸே படிக்கத் தெரியுமா" என்ற கேள்வியோடு என்னிடம் வந்தாள். நான் 'ஆம்' என்றதும், எனக்கும் மேசைக்கும் நடுவாகத் தனது மெல்லிய உடலை நுழைத்துவந்து, எனது மடியில் ஏறி உட்கார்ந்தவாறே கையிலிருந்த புத்தகத்தை விரித்து எனக்குக் கதை வாசித்துக்காட்ட ஆரம்பித்துவிட்டாள். குட்டி இளவரசி குறித்த கதையது.

காயாவின் முதுகு என் மார்பில் சாய்ந்திருந்தது. அவளது பிடரியில் வழிந்த சுருட்டை முடி என் கழுத்தில் படர்ந்திருந்தது. அவள் தனது குச்சிக் கால்களை எனது தொடைகளின் இருபுறங்களிலும் போட்டபடி, உடலையும் தலையையும் அசைத்து அசைத்து உரக்க ராகம் போட்டு வாசித்தபடியிருந்தாள்.

"*Et elle pensait combien il etait etranger de se trouver à un certain moment sous le soleil...*"

அப்போது, எனது உடல் மேலும் குளிரத் தொடங்கியது. எனது கால்கள் மெல்ல நடுங்குவதை உணர்ந்தேன். வயிற்றின் அடியில் குறுகுறுக்கத் தொடங்கியது. கண்களைச் சடாரென மூடித் திறந்தேன். காயா எனது மடியில் ஆடியவாறு வாசிப்பில் லயித்திருந்தாள். எனக்கு என்ன நடக்கிறது என்றே புரியவில்லை. எனது உடல் மாறிக்கொண்டே வருவது தெரிகிறது.

"எனக்குக் கால் நோகுது" எனச் சொல்லிக்கொண்டே சட்டெனக் காயாவின் இடுப்பில் கைகொடுத்து, அவளைச் சடுதியில் தூக்கி எனது மடியிலிருந்து கீழே இறக்கும்போது, எனக்கு விந்து வெளியாவதை உணர்ந்தேன்.

நான் காயாவை அவசரமாகத் தூக்கி இறக்குவதைப் பார்த்துக்கொண்டிருந்த திருச்செல்வத்திடம் முகத்தைச் சுழித்துக்கொண்டே "காலில ஏதோ பிரச்சினை" என்றேன்.

"இந்தக் குளிருக்கு கால் குறண்டும்... விஸ்கியைக் குடி" என்றான் திருச்செல்வம்.

இப்போது, காயா திருச்செல்வத்திற்கு அருகே போய் நின்று புத்தகத்தை வாசித்துக்கொண்டிருந்தாள். நான் அவளது பின்புறத்தைக் கடைக்கண்ணால் பார்த்தேன். அங்கே ஏதாவது ஈரம் பட்டிருக்கிறதா எனக் கவனித்தேன். எதையும் அனுமானிக்க முடியவில்லை.

அப்படியே குனிந்து எனது மடியைப் பார்த்தேன். ஒரு துளியாகக் காற்சட்டையில் ஈரம் துளிர்த்திருந்தது. எழுந்து தலையைக் குனிந்தவாறே குளியலறைக்குள் நுழைந்தேன். எனக்குத் தலையைச் சுற்றிக்கொண்டு வந்தது. உடம்பு முழுவதும் அந்தக் குளிரிலும் வியர்த்துக்கொட்டியது. காற்சட்டையை அவிழ்த்துப் பார்த்தேன். தொடையிடுக்கில் விந்து படிந்திருக்கிறது. உள்ளாடை நனைந்துபோயிருந்தது. தண்ணீரைத் திறந்து தொடையிடுக்கைக் கழுவினேன். மறுபடியும் காற்சட்டையை அணிந்துகொண்டு, சமையலறை வாசற்படிக்குச் சென்று, உடலைச் சுவரில் முடிந்தளவுக்கு மறைத்துக்கொண்டு தலையை மட்டும் உள்ளே நீட்டி "எனக்கு உடம்பு சுகமில்லை" என்று திருச்செல்வத்திடம் சொன்னேன்.

"சாப்பிட்டிட்டு போ" என்றான் திருச்செல்வம்.

"வேணாம்" என்று சொல்லிவிட்டு நான் வெளியேறினேன். காயா உரத்துக் கதை படித்துக்கொண்டிருந்தாள். நான் கதவைத் திறந்துகொண்டு தெருவுக்கு இறங்கி நடந்தபோது, தூரத்தே பவானி நடந்து வருவது தெரிந்தது. சடாரெனத் திரும்பி எதிர்ப்புறமாக நடந்தேன். அப்படியே நடந்துகொண்டேயிருந்தேன்.

எனது மூளை வெட்டப்பட்ட ஆட்டு மூளைபோல உறைந்திருப்பதை உணர்ந்தேன். சிறுமிகளைப் புணர்வதாக ஒருபோதும் நான் நினைத்துக் கூடப் பார்த்ததில்லை. சொல்லப்போனால் எனக்குள் காமம் இப்போது மங்கிக்கொண்டிருக்கிறது. பெண் உடல் முன்புபோல இப்போது என்னை ஈர்ப்பது குறைவு. அந்தக் குறைபாடுதான் சிறுமிகள் மீதான காமமாக எனக்குத் தெரியாமலேயே என்னுள் புகுந்திருக்கிறதோ எனத் திடீரென என் மரத்துப்போன மூளை கேட்க, படாரென என் கன்னத்தில் ஓங்கி அறைந்துகொண்டேன்.

தலையைக் கவிழ்ந்து, என் எச்சிலை என் மார்பில் பலமுறை உமிழ்ந்துகொண்டேன். என்னுடைய இளம் வயதில், எனக்கு வாரத்திற்கு மூன்று தடவைகளாவது தூக்கத்தில் விந்து வெளியாகும். முப்பத்தைந்து வயதைக் கடந்த பின்பு அது நடப்பதில்லை. என்னை ஆட்டிப் படைத்த காமம் என்னைக் கடந்து போய்விட்டதாகத்தான் நான் நினைத்துக்கொண்டிருந்தேன். மகாத்மா காந்திக்கே எழுபது வயதில் தூக்கத்தில் விந்து வெளியேறியிருக்கும் போது, நாற்பத்தொன்பது வயதில் நீ காமத்தைக் கடந்திருப்பதாக நினைத்திருப்பது அடிமுட்டாள்தனமானது என எனது மரத்துப்போன மூளை சொன்னது. அப்படியே நடந்துபோய் ஆற்றுக்குள் இறங்கி மூழ்கிவிடலாம் போலிருந்தது. மகள் காயா என் மனம் முழுவதும் துண்டு துண்டாகக் குட்டிக் குட்டி அருபங்களகவும் ஒளியாகவும் என்னை வதைக்கலானாள். அதன் பின்பு, நான்

திருச்செல்வத்தின் வீட்டுக்குப் போகவில்லை. இது நிகழ்ந்த ஆறாவது நாள், நான் காயாவைப் பிரேதமாகத்தான் பார்த்தேன்.

காலையில் பள்ளிக்கூடத்திற்கு நடந்து சென்றுகொண்டிருந்த காயாவை, கட்டுப்பாட்டை இழந்து நடைபாதைக்கு ஏறிய கார் கொன்று போட்டுவிட்டு நிற்காமல் தப்பித்து ஓடியது. காயா வெண்ணிற நீண்ட அங்கியும் வெண்ணிறப் பட்டுக் கையுறைகளும் அணிவிக்கப்பட்டு, தேவதைபோல மலர்ப் படுக்கையில் கிடத்தப்பட்டிருந்தாள். வெட்கத்தை விட்டுச் சொல்வதானால், அந்த வெண்ணிற உடையில் எனது விந்தின் வாசனை வருகிறதா என்று என் மரத்துப்போன மூளை அச்சத்துடன் தேடியது.

காயாவை அடக்கம் செய்ததன் பின்பாக, நான் ஒவ்வொருநாள் மாலையிலும் திருச்செல்வத்தின் வீட்டுக்குப் போனேன். திருச்செல்வம் தளர்ந்து போயிருந்தாலும் மூர்க்கம் கொண்டிருந்தான். காயாவைக் கொன்றவனை அடையாளம் தெரிந்தால், அவனைத் தனது கையாலேயே கொன்றுவிடப் போவதாகச் சொன்னான். திடீர் திடீரெனத் தேம்பி அழுதான். ஒருநாள் "அந்தத் திருக்கணாமல மந்திரவாதி உண்மையில பேய்களை ஏவி விட்டிருப்பானா மச்சான்?" எனக் குழந்தையைப் போல என்னிடம் கேட்டான். இன்னொருமுறை "மச்சான் நான் அந்த லைபிரரிப் பெட்டைக்குச் செய்த பாவம்தானோ இது" என்று அழுதான்.

அந்த நாட்களில் நான் உயிரோடு செத்துக்கொண்டிருந்தேன். என்னுடைய ஆண்குறியை அறுத்துப்போடலாமா என்றுகூட யோசித்தேன். என் கையால் ஆண்குறியை அழுத்திக் கசக்கிப் பிசைந்து, இப்போது இல்லாமல் அன்று மட்டும் ஏன் அப்படியானது என யோசித்தேன். எங்கோ ஓரிடத்தில் உன்னிடம் அப்போது காமம் ஒளிந்திருந்தது என என் மரத்துப்போன மூளை சொல்லியது. இல்லவே இல்லை என என் இருதயம் சொல்லிற்று. முப்பது வருடங்களுக்குப் பின்பாக, நான் மீண்டும் என் மார்பில் சிலுவைக் குறி இட்டுக்கொண்டேன். கடற்கரை அன்னை வேளாங்கண்ணியை நினைத்துக்கொண்டேன்.

காயா இறந்த இருபதாவது நாள், நான் திருச்செல்வத்தின் வீட்டுக்குப் போயிருந்தேன். பவானி வேலைக்குச் சென்றிருந்தாள். திருச்செல்வம் இப்போது கொஞ்சம் தேறியிருப்பது போலிருந்தது. சமையலறை மேசையில் இரண்டு கிளாஸ்களை வைத்து விஸ்கியை ஊற்றினான். பின்பு காயாவுடைய ஓர் அழகிய ஒளிப்படத்தைக் கொண்டுவந்து என் முன்னே மேசையில் வைத்துவிட்டு "இதை எடுத்துக்கொண்டு போ" என்றான். பின்பு "காயாவைப் பற்றி எழுது மச்சான்..." என்றான்.

காயாவின் 31 ஆவது நினைவு தினத்திற்கு, நான் அஞ்சலிக் கவிதையொன்றை எழுதி, காயாவின் அந்த ஒளிப்படத்துடன் பத்திரிகைகளில் வெளியிட வேண்டும் என்று திருச்செல்வம் என்னைக் கேட்டுக்கொண்ட அந்தத் தருணத்தில், நான் எதைப் பற்றியும் யோசிக்காமல், நடந்த அனைத்து உண்மைகளையும் ஒளிவு மறைவில்லாமல் கடகடென அவன் முன்னே வைத்தேன். அப்போது எனக்கு வெட்கமே வரவில்லை. நான் விடுதலையாகிக்கொண்டிருக்கும் உணர்வே என்னோடிருந்தது.

நான் சொன்னவற்றை எங்கோ பார்த்தவாறு திருச்செல்வம் கேட்டுக் கொண்டிருந்தான். பின்பு தனது தலையைக் கவிழ்ந்துகொண்டு "நீ வேணுமெண்டு செய்யேலத்தானே" என்று மெல்லிய குரலில் சொன்னான்.

நான் அவனது கைகளைப் பற்றிக்கொண்டேன்.

தனது கைகளை என்னிடமிருந்து விடுவித்துக்கொண்டவன் "சிலவேளை காயா இப்ப உயிரோட இருந்தா நான் வேற மாதிரி யோசிச்சிருப்பன்" என்று முணுமுணுத்தான்.

பின்பு, விஸ்கிக் கோப்பையை எடுத்து என்னிடம் தந்துவிட்டு, தனது கோப்பையை உயர்த்தி "காயாவின் ஆன்ம சாந்திக்காக" என்றான்.

3

'காயா' என்ற மேற்கண்ட கதையை எழுதி முடிக்கும்வரை, நான் திருச்செல்வத்தின் வீட்டுக்குப் போகவில்லை. காயாவின் இறுதிச் சடங்கு நிகழ்ந்த அன்று அவனை இடுகாட்டில் பார்த்ததுதான் கடைசி.

காயா இறந்த இருபதாம் நாள் மாலை, நான் திருச்செல்வம் வீட்டு அழைப்பு மணியை அழுத்தினேன்.

கதவைத் திறந்தவன் "எங்க போனாய் இத்தின நாளா?" எனக் கேட்டான்.

"கதை எழுதிக்கொண்டிருந்தன்" என்றேன்.

அவன் என்னை ஆழமாகப் பார்த்தான். "வா" என்று சொல்லிவிட்டு உள்ளே போனான்.

நானும் அவனும் எதிரெதிராக அமர்ந்திருந்தோம். நான் எடுத்துச் சென்றிருந்த தாள்களை மேசையில் அவனுக்கு முன்னே ஒழுங்குபடுத்தி வைத்துவிட்டு "நான் எழுதின கதை... நீ படிக்கவேணும் திரு" என்றேன்.

அவன் தலையைக் குனிந்துகொண்டே "நான் இப்ப படிக்கிற மனநிலையிலயா இருக்கிறன் மச்சான்" என்றான்.

"இது காயாவைப் பற்றிய கதை... நீ கண்டிப்பாகப் படிக்கவேணும்" என்றேன்.

சடாரெனத் தலை நிமிர்த்தியவன், மேசையில் இருந்த தாள்களை வாரியெடுத்துக் கண்கள் ஒளிரப் படிக்கத் தொடங்கினான்.

நான் அவனது கண்களைப் பார்த்தவாறே காத்திருக்கலானேன். அவன் எந்த இடத்தில் படிப்பதை நிறுத்துகிறானோ, அந்த இடத்தில் 'காயா' என்ற இந்தக் கதை முடிவுறும்.

☐ காலம் – 2017

அந்திக் கிறிஸ்து

1. கவர்னர் தூக்கத்தில் இருந்தபோது, இரவோடு இரவாக அவருடைய பதவி நாட்டின் அதிபரால் பறிக்கப்பட்டிருந்தது.

2. இரவு, படுக்கையில் நெடுநேரம் அமர்ந்திருந்து மிதமிஞ்சி மது அருந்தியவாறே வானொலியில் வெளியாகிக்கொண்டிருந்த அதிபர் தேர்தல் முடிவுகளை கேட்டுக்கொண்டிருந்த கவர்னர் பிலாத்து ஏமாற்றத்துடனும் சோர்வுடனும் மதுபோதையும் சேர அப்படியே கண்களைச் சொருகிக்கொண்டு தன்னையறியாமலேயே உறங்கிவிட்டிருந்தார்.

3. அதிபர் தேர்தலில் முன்னைய அதிபரே மறுபடியும் வென்றிருக்கிறார். வெற்றி பெற்றவருடைய எதிரணி வேட்பாளருக்குக் கவர்னர் பிலாத்து தன்னுடைய ஆதரவை வலுவாகவும் வெளிப்படையாகவும் வழங்கியிருந்தார். மாறாக, கவர்னருடைய மனைவி இப்போது வெற்றி பெற்றவருக்கு ஆதரவாக மேடை மேடையாகப் பலத்த பிரச்சாரம் செய்திருந்தார்.

4. ஆழ்ந்த தூக்கத்திலிருந்த பிலாத்து சத்தம் கேட்டுச் சிரமப்பட்டுக் கண் விழித்தபோது, தன்னருகே வைத்திருந்த வானொலிப் பெட்டியைக் காணாமல் சிறிது குழம்பிப்போனார். கைக்கடிகாரத்தைப் பார்த்தபோது, நேரம் அதிகாலை மூன்று மணி பன்னிரண்டு நிமிடமாகியிருந்தது.

5. அந்தச் சத்தம் மறுபடியும் கேட்டது. சத்தம் எங்கிருந்து வருகிறது எனப் பிலாத்து கவனித்தார். அந்தச் சத்தம் சமையலறையிலிருந்துதான் வருவது போலிருந்தது. சமையலறையிலிருந்து ஒரு நறுமணமும் எழுகிறது.

6. பிலாத்து மெதுவாக எழுந்து, ஓசையெழுப்பாமல் நடந்துபோய்ப் படுக்கையறைக் கதவைத் திறந்தபோது, இதுவரை இருண்டு கிடந்த அந்த வீட்டின் கூடத்தினும் மாடத்தினும் விறாந்தைகளினும் அனைத்து விளக்குகளும் பளீரென எரியலாயின. வீடு முழுவதும் இராணுவ வீரர்கள் ஆயுதங்களுடன் நிறைந்திருந்தனர்.

7. பிலாத்து உணவு அருந்தும் மேசையில், நான்கு இராணுவ வீரர்கள் உட்கார்ந்து விஸ்கி குடித்துக்கொண்டிருந்தனர். அந்த விஸ்கியை அவர்கள் பிலாத்துவுடைய மதுபான அலமாரியிலிருந்து எடுத்திருக்கிறார்கள். வீடு முழுவதும் சிகரெட் புகை நிறைந்து நின்றது. வரவேற்பறை சோபாக்களில் சிலர் உறங்கிக்கொண்டிருந்தனர். வீட்டிலிருந்து வெளியேறும் எல்லா வாசல்களினதும் கதவுகளை இறுக மூடிவிட்டு, அங்கே துப்பாக்கிகளுடன் இராணுவ வீரர்கள் நின்றிருந்தனர்.

8. பிலாத்து அவர்களைப் பார்த்து மெதுவாகக் கேட்டார் "இந்த நள்ளிரவில் தூங்காமல் என்னுடைய வீட்டில் நீங்கள் என்ன செய்துகொண்டிருக்கிறீர்கள்?"

9. குடித்துக்கொண்டிருந்த நடுத்தர வயது இராணுவ அதிகாரி எழுந்துநின்று உரக்கச் சொன்னான் "அதிபரின் வெற்றியைக் கொண்டாடிக்கொண்டிருக்கிறோம் சேர்."

10. அப்போது சமையலறையிலிருந்து ஓர் இளம் இராணுவ வீரன், அப்போதுதான் அவன் சமைத்த பாற்சோற்றைச் சுடச்சுட ஒரு வெள்ளிக் கிண்ணத்தில் எடுத்துவந்து, பிலாத்துவின் முன்னால் நீட்டிப் போலிப் பணிவுடன் சொன்னான் "நமது அதிபரின் வெற்றியைக் கொண்டாடச் சிறிது பாற்சோறு சாப்பிடுங்கள் அய்யா."

2 அதிகாரம்

1. கவர்னர் பதவி பறிக்கப்பட்டு, கடுமையான இருபத்து நான்கு மணிநேர இராணுவக் காவலோடு பிலாத்து வீட்டுச் சிறையில் வைக்கப்பட்டு ஒரு வாரம் ஆகிப்போயிற்று.

2. அவரது கைத்தொலைபேசிகள் பறிமுதல் செய்யப்பட்டு, வீட்டுத் தொலைபேசி இணைப்பும் துண்டிக்கப்பட்டிருந்தது. கணினி, தொலைக்காட்சி இணைப்புகளும் துண்டிக்கப்பட்டிருந்தன. அவரது வானொலிப் பெட்டியைக் காணவில்லை. கடிதங்களோ, பத்திரிகைகளோ அவருக்குக் கிடைக்காமல் தடுக்கப்பட்டிருந்தன.

3. மதுவகைகளும் சிகரெட்டுகளும் பாலும் சமையல் பொருட்களும் அவருக்கு ஒவ்வொருநாளும் தாராளமாக வழங்கப்பட்டன. பிலாத்து சமையலறை அடுப்பையே பற்ற வைத்தாரில்லை. நாள் முழுவதும் அவர் மதுவைக் குடித்துக்கொண்டிருந்தார். பசித்தபோது, பாண் துண்டங்களைப் பாற்கட்டிகளுடன் சேர்த்து விழுங்கினார்.

4. அவரைக் காவல் செய்த இராணுவ வீரர்களிடம் அடிக்கடி பேச்சுக் கொடுத்தார். வெளியே நடக்கும் செய்திகளை அவர்கள் மூலமாகத் தெரிந்துகொள்ள முயற்சித்துப் பார்த்தார். இராணுவ வீரர்கள் போலிப் பணிவுகாட்டி அவருடன் பேசினார்கள். ஆனால், அவர் கேட்கும் எந்தக் கேள்விக்கும் அவர்கள் தொடர்பற்ற பதில்களைத் தாராளமாக வழங்கினார்கள். அது ஒரு தொலைக்காட்சி விளையாட்டு நிகழ்ச்சி போல நித்தமும் நடந்தது.

5. பிலாத்து, இராணுவ வீரன் ஒருவனிடம் "அதிபர் நாட்டில்தான் இருக்கிறாரா?" எனக் கேட்டால், அவன் உத்தாரமாக "சேர்... உங்களின் மனைவியை நான் ஏப்ரல் கார்னிவலில் பார்த்திருக்கிறேன். அவரது குண்டிப் பாகம் மிகப் பெரிதானது" என்றான்.

6. இரவுகளில் பிலாத்து சமையலறையில் உட்கார்ந்து குடித்துக்கொண்டே, கிழக்கு நோக்கியிருந்த பெரிய சாளரம் வழியே வானத்தை வெறித்துப் பார்த்தவாறிருந்தார். வானம் எப்போதும் இருண்டே கிடந்தது. ஒரு நட்சத்திரத்தைக் கூட அவரால் காணமுடியவில்லை. என்றைக்கு வானில் ஒரு நட்சத்திரத்தைத் தான் காண்கிறாரோ, அன்றைக்கு நாட்டில் ஒரு மாறுதல் நடக்கும், தனக்கு விடுதலை கிடைக்கும் எனக் குழந்தைத்தனமாகப் பிலாத்து தனக்குத் தானே சொல்லிக்கொள்ளலானார்.

7. அவரைப் போன்ற கையறு நிலையிலிருப்பவர்கள் இவ்வாறு கற்பனை கணக்குகளை இடையறாது போட்டுக்கொண்டேதான் இருப்பார்கள். பிரெஞ்சு கயானா தீவாந்திரத் தனிமைச் சிறையில் வருடக்கணக்காக 'பட்டாம்பூச்சி' அடைக்கப்பட்டிருந்தபோது, இப்படியாகத்தானே கற்பனைக் கணக்குகளைப் போட்டுத் தன்னைத் தானே நம்பிக்கையூட்டியவாறிருந்தான்.

3 அதிகாரம்

1. எட்டாம் நாள், பிலாத்து நண்பகலுக்கு மேலேதான் படுக்கையிலிருந்து எழுந்தார். பல் கூடத் துலக்காமல் நேரே சமையலறைக்குச் சென்று, தென்னஞ் சாராயப் போத்தலைத் திறந்து ஒரு பெரிய கண்ணாடிக் கோப்பையை அவர் நிறைத்துக்கொண்டிருக்கும் போது, சமையலறை வாசலில் ஓர் இராணுவ வீரன் தோன்றினான்.

2. "சேர்... உங்களுக்கு வடக்குத் திசையிலிருந்து ஒரு கடிதம் வந்திருக்கிறது."

3. அந்த இராணுவ வீரன் ஒருவிதமான எள்ளல் சிரிப்புடன் நடந்துவந்து, வெள்ளை உறையிடப்பட்டிருந்த அந்தக் கடிதத்தைப் பிலாத்துவின் முன்னாலிருந்த மேசையில் வைத்தான்.

4. பிலாத்து அந்தக் கடித உறையைக் கையிலெடுத்து ஆர்வத்துடன் புரட்டிப் பார்த்தார். கடித உறை பிரிக்கப்பட்டிருந்தது.

5. அந்தக் கடித உறையில் 'கவர்னர் பிலாத்து' என்பதோடு அவரது முகவரியும் பழைய 'டைப் ரைட்டர்' இயந்திரத்தால் ஆங்கிலத்தில் தட்டச்சுச் செய்யப்பட்டிருந்தன. அனுப்புநர் பகுதியில் 'மரியா' என்ற பெயரும் முகவரியுமிருந்தன.

6. எட்டு நாட்களுக்குப் பிறகு, பிலாத்துவுக்கு வாசிக்க ஒன்று கிடைத்திருக்கிறது. அவர் ஒருவித ஆர்வம் மேலிட அந்தக் கடிதத்தை எடுத்துக்கொண்டும், தனது மூக்குக் கண்ணாடியைத் தேடிக்கொண்டும் படுக்கையறைக்குள் நுழைந்தார்.

4 அதிகாரம்

1. என் காதல் கவர்னருக்கு,

2. உங்களது காதலி மரியா ஈர இதழ் முத்தங்கள் ஆயிரம் கோடியுடன் எழுதிக்கொள்வது:

3. நீங்கள் என்னை அறியமாட்டீர்கள். ஆனால், உங்களுக்கு எனது ஒரே மகன் கிறிஸ்துவைக் கண்டிப்பாக ஞாபகமிருக்கும்.

4. என் பிலாத்துவே! கொஞ்சக் காலங்களாகவே என் ஆன்மா உங்களைச் சுற்றியே மிதக்கிறது. என் இதயம் ஒரு கண்ணாடிக் கோப்பையென்றால், உங்கள்மீது நான் கொண்ட இச்சை திராட்சை ரசம்போல அதில் தளும்பி நுரைக்கிறது.

5. என் கவர்னரே! என் சரீரம் உங்கள் வலிய கைகள் பட்டு உயிர்க்க வேண்டும். சில வருடங்களாகவே காமத்தை அறியாமல் கால்களிடையே ரோமம் மண்டி மூடிக்கிடக்கும் என் உயிர்ப் பூவை நீங்களே மலர வைக்கும் வல்லமையுள்ளவர்.

6. காமத்தில் நீங்கள் இதுவரை அறிந்திராத இருள் முடுக்குகளில் நான் தீபம்.

7. உங்களது பெலமான கால்களின் கீழே என் தலைக் கேசம் பட்டுப் பாதவிரிப்பு.

8. உங்கள் பற்களுக்கு என் முலைக் காம்புகள் மயில் முட்டைகள். உங்கள் நாக்கு ஸம்ஸம் நீரின் மச்சம். என் நாக்கு அசையும் யோனி.

9. கவர்னரே! உங்களின் ஆண்மை என்னைக் கிரணம் போன்று கவ்வட்டும்.

10. உங்கள் விந்து என் கருஞ்சுனையில் ஒளியெழுப்பிப் பரவும் பாதரசச் சிதறல்கள். அவை உடைந்து என் உதரத்தின் கனியாகட்டும்.

11. தங்களுக்காக ஒவ்வொரு முன்னிரவிலும், என் வீட்டின் பின்புறமிருக்கும் தோட்டக் குடிலின் வைக்கோல் படுக்கையில் நிர்வாணத்தை அணிந்தும், வேட்கைப் பூக்களை விரல்களில் சூடியும் காத்திருக்கிறேன் கவர்னரே!

12. என் இடது முலை இஞ்சி வாசம். வலது முலை எலுமிச்சை வாசம். என் பெண்மை போதிமரத் தைல மணம்.

13. இந்த நறுமணங்களால் என்னை அறிவீர்கள்.

14. வரும்போது மறக்காமல் முகமூடி அணிந்து வாருங்கள்.

15. நீர் உப்பின் வாசம். நான் அதனால் உம்மை அறிவேன்.

5 அதிகாரம்

1. மரியாவுக்குப் பதினெட்டு வயதானபோது, அவருக்கு ஜோசப்போடு விவாக ஒப்பந்தம் நிறைவேறிற்று.

2. அப்போது ஜோசப்புக்கு முப்பது வயதாக இருந்தது.

3. ஆயிரத்துத் தொள்ளாயிரத்து எண்பத்தி மூன்றாம் வருடம், ஜூன் மாதத்தில் தலைநகரத்தில் இனவாரிக் கணக்கெடுப்பு நடந்தது. ஜூலை மாதத்தில், தலைநகரத்தில் புறஜாதியினரை அவர்கள் தேடித் தேடிக் கொன்றபோது, மரியா நிறைமாதக் கர்ப்பிணியாக இருந்தார்.

4. நகரம் எரிந்துகொண்டிருந்த இரவில், ஜோசப் தனது கைகளில் மரியாவை ஏந்தியவாறு அகதி முகாமை நோக்கி இருளில் பதுங்கி நடந்தார்.

5. அந்த நள்ளிரவில்தான் குழந்தை கிறிஸ்து அகதி முகாமில் பிறந்தான்.

6. அரசு நீர்ப்பாசனத் துறையில் நிபுணத்துவப் பொறியியலாளராக இருந்த ஜோசப், அந்த இரவு முழுவதும் ஒரு கண் உறங்காமல்

யோசித்தவாறிருந்தார். கொலைகாரர்களின் கைகளுக்குத் தனது மனைவியையும் குழந்தையையும் எக்காலத்திலும் ஒப்புவிக்காமல் இருப்பதற்காக, நாட்டை விட்டு வெளியேற அப்போது முடிவெடுத்தார்.

7. நீண்ட நாட்களாகவே அவருக்குப் பாலைவன நாடொன்றிலிருந்து உத்தியோகத்திற்கு அழைப்பு வந்துகொண்டிருந்தது. இப்போது அந்த அழைப்பை ஏற்பெென அவர் முடிவு செய்தார்.

8. ஒரு சாதாரண தொலைபேசி அழைப்பின் பின்னான பத்தாவது நிமிடத்தில், பாலைவன நாட்டின் தூரக வண்டி காவல்துறையின் பாதுகாப்புடன், அகதி முகாம் வாசலுக்கு வந்து நிற்கலாயிற்று.

6 அதிகாரம்

1. கட்டிய துணியுடனும் குழந்தை கிறிஸ்துவுடனும் ஜோசப் குடும்பம் பாலைவனம் போயிற்று.

2. ஜோசப்பின் அலுவலகத்திலேயே மரியா ஆங்கிலத் தட்டச்சுப் பணியாளராக வேலையில் சேர்ந்தார்.

3. அங்கே அவர்கள் காலப்போக்கில் ஓர் அழகிய மலை வீட்டையும் கனித் தோட்டத்தையும் உண்டாக்கிக்கொண்டார்கள்.

4. கிறிஸ்துவுக்கு முப்பது வயதானபோது, எல்லைப்புறத்தில் பயணித்த ஜோசப்பின் அலுவலக வண்டி குண்டு வீச்சுக்குள் சிக்கி, ஜோசப் சிதறி இறந்துபோனார். பாலைவன மலைவீட்டின் பின்னாக இருந்த கனித் தோட்டத்தில் ஜோசப்பின் தசைத் துண்டங்களைப் புதைத்தபோது, மரியாவின் கண்களில் வடிந்த நீரைக் கிறிஸ்து தனது கைகளால் துடைத்துவிட்டு "அம்மா அழாதே... என் நேரம் வந்துவிட்டது" என்றான்.

5. கிறிஸ்து பன்னிரண்டு வயதிற்குப் பிறகு பள்ளிக்கூடத்திற்குப் போகவேயில்லை. அவனைக் கட்டுப்படுத்த ஜோசப்பும் மரியாவும் எடுத்த முயற்சிகள் தொடராகத் தோற்றுப்போயின.

6. பதினாறாவது வயதில், முதற் தடவையாக கிறிஸ்து சிறைக்குப் போனான். அதன் பின்பு, அவன் அடிக்கடி காணாமற் போய்க்கொண்டிருந்தான். அவனை மறுபடியும் மரியா சிறைச்சாலைகளில் கண்டுபிடித்தார்.

7. கிறிஸ்து எப்போதும் தோளில் ஒரு துணிப் பையை மாட்டியிருப்பான். அந்தப் பை நிறைய எறிவதற்கு வாகான கற்களை வைத்திருப்பான்.

8. தந்தையைப் புதைத்த குழியின்மீது, ஓர் இரவில் கிறிஸ்து கைகளில் கற்களை வைத்துக்கொண்டு அடிமேல் அடிவைத்து நடந்துகொண்டிருப்பதை மரியா கண்டபோது, கிறிஸ்துவைத் தொலைவாக அழைத்துச் செல்ல முடிவெடுத்தார்.

9. மரியாவுக்குத் தாய்நாட்டுக்குத் திரும்பவே விருப்பமாய் இருந்தது. அங்கே அப்போது போர் முடிந்து சமாதானம் அறிவிக்கப்பட்டிருந்தது.

10. முப்பது வருடங்களாகத் தேடிய செல்வத்துடனும் கிறிஸ்துவுடனும் மரியா புறப்படலானார்.

11. அவர் தனது பிரியத்திற்குரிய பழைய ஆங்கிலத் தட்டச்சுப் பொறியையும் தன்னுடன் எடுத்துச் சென்றார்.

7 அதிகாரம்

1. அந்தச் சிறிய கடலோரப் பட்டினத்தில், புராதனக் கற்கோட்டைக்கு அண்டையிலான தோட்டத்துடன் கூடிய பெரிய வீட்டில் மரியாவும் கிறிஸ்துவும் குடியேறினார்கள்.

2. மரியா தோட்டத்தில் மலர்களையும் கனிகளையும் விளைவித்தார். மற்றைய நேரங்களில் தனது தட்டச்சுப் பொறியோடு இருந்தார்.

3. யுத்தத்தில் காணாமற்போனவர்களைத் தேடி மனுக்களைத் தயாரித்து நாட்டின் தலைவருக்கும் அதிகாரிகளுக்கும் செஞ்சிலுவைச் சங்கத்திற்கும் அனுப்பிவைப்பதற்காகச் சனங்கள் மரியாவைத் தேடி வந்தனர்.

4. மரியா ஆங்கிலத்தில் அந்த மனுக்களைத் தயாரித்து, தட்டச்சுச் செய்து அவர்களுக்குக் கொடுத்ததுடன், சில சமயங்களில் மனு தயாரிக்க வந்தவர்களிடம் தபால் செலவீனங்களுக்குப் பணமும் கொடுத்தார்.

5. கிறிஸ்து எப்போதும் போல் சுற்றித் திரிந்துகொண்டிருந்தான். சூரியன் விழும் நேரங்களில் கடற்கரையில் அவன் தனது கைகளை வேகமாக வீசியவாறே நடந்து செல்வதைப் பார்க்கும்போது, அவன் கடலின் மீதே நடந்து செல்வது போல மரியாவுக்குத் தோன்றும்.

8 அதிகாரம்

1. கிறிஸ்துவுக்கு முப்பத்து மூன்று வயதாகிற்று.

2. சற்றே குள்ளமான தோற்றமுடையவனாக இருந்தபோதிலும், அவன் உரமான கைகளையும் கால்களையும் அகன்ற தோள்களையும் கொண்ட பலசாலியாக இருந்தான்.

3. அவன் பேசும் மொழியைச் சனங்கள் அறியாதிருந்தார்கள்.

4. அக்காலத்தில், அந்தப் பட்டினத்தின் கவர்னர் மாளிகையின் முன்னாகப் பீடத்தை உண்டாக்கி, அதிலே போர் வெற்றிச் சின்னமாக ஓர் எட்டடிச் சிலையை வைக்க ஏற்பாடாயிற்று.

5. போரில் வெற்றி பெற்ற இராணுவ வீரன் ஒருவன் துப்பாக்கியைத் தூக்கிப் பிடித்தபடி நிற்கும் அந்தச் சிலை அயல் நாட்டில் கலை நுணுக்கத்தோடு செய்து கொண்டுவரப்பட்டு, கவர்னர் மாளிகையின் முன்னே உயர்ந்த பீடத்தில் நிறுத்தப்பட்டது.

6. வெள்ளிக்கிழமையன்று காலையில் அந்தச் சிலையை கவர்னர் பிலாத்து திறந்து வைப்பதாயிருந்தது.

7. வெள்ளிக்கிழமை விடிந்தபோது, கவர்னர் மாளிகையின் முன்னாலிருந்த பீடம் உடைக்கப்பட்டிருந்தது.

8. வெற்றிச் சின்னச் சிலை பெயர்த்தெடுக்கப்பட்டுக் காணாமற் போயிருந்தது.

9. கவர்னர் மீதான அதிருப்தியிலிருந்த நாட்டு அதிபர் சில நாட்களுக்கு முன்னாகக் கவர்னர் மாளிகையின் இரவுக் காவலை நீக்கியிருந்தார்.

9 அதிகாரம்

1. கவர்னர் மாளிகைக்கு வந்த படையினர் உடைக்கப்பட்ட பீடத்தருகே ஒரு துணிப் பையைக் கண்டுபிடித்து, வெடிகுண்டுத் தடுப்புப் பிரிவினருக்குத் தகவல் கொடுத்தனர்.

2. அவர்கள் வந்து துணிப் பையைத் திறந்தபோது, உள்ளே சரளைக் கற்களைக் கண்டனர்.

3. படையினரிடம் நுட்பமாக மோப்பம் அறியும் ஓநாய் ஒன்றிருந்தது. அது மெலிதாக ஊளையிட்டவாறே வெற்றிச் சின்னம் பெயர்த்தெடுக்கப்பட்ட இடத்திலிருந்து ஓடத் தொடங்கியது. படையினர் ஓநாயைத் தொடர்ந்து சென்றபோது, அந்த ஓநாய் மரியாவின் வீட்டையடைந்தது.

4. படையினர் மரியாவிடம் விசாரித்தபோது, சிலையை ஒப்படைத்து விடுவதாகவும் அங்கே தீங்கொன்றும் விளைவிக்க வேண்டாமென்றும் படையினரிடம் மரியா கேட்டுக்கொண்டார்.

5. படையினர் மரியாவின் பின்னே செல்ல, மரியா வீட்டின் பின்புறமுள்ள தோட்டத்திற்குச் சென்றார்.

6. அங்கே ஒரு புதைகுழிமீது கையில் சரளைக் கற்களோடு கிறிஸ்து உட்கார்ந்திருந்தான்.

7. படையினர் துப்பாக்கிகளைக் கிறிஸ்துவை நோக்கி நீட்டிப் பிடித்தவாறு, கற்களைக் கீழே போட்டுவிட்டுக் கைகளைத் தூக்கியவாறே எழுந்து நிற்குமாறு கிறிஸ்துவுக்குக் கட்டளையிட்டார்கள். கிறிஸ்து அசையாமல் இருந்தபோது, மரியா அந்நிய பாஷையில் சத்தமிட்டவாறே ஓடிச் சென்று கிறிஸ்துவின் கன்னத்தில் முத்தமிட்டார்.

8. அப்போது மரியாவின் பிடரி மீது பெலமான ஒரு துப்பாக்கி அடி விழ, மரியா மயங்கிக் கிறிஸ்துவின் கால்கள்மீது சரிந்தார்.

10 அதிகாரம்

1. அந்த வெற்றிச் சின்னச் சிலையைத் தனியொருவனாகக் கிறிஸ்து பெயர்த்து எடுத்துவந்து, தோட்டத்தில் குழி தோண்டிப் புதைத்து வைத்ததைப் படையினர் முதலில் நம்ப மறுத்தார்கள்.

2. ஆனால், நான்கு படைவீரர்களாகச் சேர்ந்து அந்த வெற்றிச் சின்னத்தைத் தூக்கிக் கிறிஸ்துவின் தோளில் வைத்தபோது, அவன் அதைத் தூக்கிக்கொண்டு நடந்தான்.

3. நகரத் தெருக்களால் அவர்கள் கிறிஸ்துவை ஊர்வலம் விட்டார்கள்.

4. அச்சத்துடனும் இரக்கத்துடனும் நகர மக்கள் பார்த்து நிற்க, கிறிஸ்து வெற்றிச் சின்னச் சிலையைச் சுமந்துகொண்டு நடந்தான்.

5. அவர்கள் கிறிஸ்துவைக் கவர்னர் மாளிகைக்குப் பிலாத்துவிடம் அழைத்து வந்தார்கள்.

11 அதிகாரம்

1. கவர்னர் மாளிகைக்குப் பின்புற வீதியிலிருந்த தேவாலயத்திற்குள் நுழைந்து திருட முயன்ற பெயர் போன கள்வன் பரபாஸைப் பிடித்துவைத்திருந்த மக்கள், கவர்னர் மாளிகைக்கு முன்னே கூடிநின்ற படையினரிடம் அவனை ஒப்படைத்தார்கள்.

2. படையினர் பரபாஸை நகர மக்கள் பார்க்கும் வண்ணம் வெற்றிச் சின்னம் பெயர்க்கப்பட்ட பீடத்தின் அருகே முழந்தாளில் நிறுத்திவைத்தார்கள்.

3. வெற்றிச் சின்னத்தைச் சுமந்தவாறு வந்த கிறிஸ்து அதை இறக்கி வைத்த பின்பு, கிறிஸ்துவையும் பரபாஸுக்கு அருகில் முழந்தாளில் படையினர் நிறுத்திவைத்தார்கள்.

4. படையினரோடு நின்றுகொண்டிருந்த மதகுரு கூச்சலிட்டபடியே ஓடிவந்து கிறிஸ்துவின் கன்னத்தில் ஓங்கி அறைந்தபோது, கிறிஸ்து முதலாம் முறை முகங்குப்புற விழுந்தான்.

5. மதகுரு கிறிஸ்துவின் நீண்ட தலைமுடியைப் பற்றி இழுத்துத் தூக்கி, கிறிஸ்துவை மறுபடியும் முழந்தாளில் நிறுத்தினார்.

6. சுடுமணலில் முழந்தாள்களில் நிறுத்தப்பட்டிருக்கும் இருவரையும் பார்க்க மக்கள் தள்ளுமுள்ளுப் பட்டுக்கொண்டிருந்தபோது, அங்கே கவர்னர் பிலாத்து விசாரணைக்காக வந்து சேர்ந்தார்.

12 அதிகாரம்

1. விசாரணையை முடித்துக்கொண்ட பிலாத்து, மதகுருவிடமும் படையினரிடம் கிறிஸ்துவைச் சுட்டிக்காட்டி "இவன் கொஞ்சம் மனநிலை சரியில்லாதவனாக இருக்கிறான்... இவனை விட்டு விடலாமா?" எனக் கேட்டார்.

2. மதகுரு 'முடியவே முடியாது' என்பது போலத் தலையை ஆட்டிக் கொண்டார்.

3. அப்போது ஒரு படைவீரன் முழந்தாளிலிருந்த கிறிஸ்துவின் முதுகில் காலால் ஓங்கி உதைத்தான்.

4. கிறிஸ்து இரண்டாம் முறை முகங்குப்புற விழுந்தான்.

5. "வேண்டுமென்றால் இந்தக் கள்வனை விடுவியுங்கள் கவர்னரே" என்றார் மதகுரு.

6. அப்போது பிலாத்து "உங்கள் விருப்பம்போல் செய்துகொள்ளுங்கள்" என்று முணுமுணுத்தார். பின்னர் அவர் பரபாஸை நோக்கி, அவனை எழுந்திருக்குமாறு சைகை காட்டினார். அவன் எழுந்ததும், அவனைப் போகச் சொன்னார்.

7. பரபாஸைத் தடுப்பார் யாருமில்லை. எல்லோருடைய கவனமும் கிறிஸ்துவிலேயே குவிந்திருந்தது.

8. பரபாஸ் கூட்டத்தோடு கூட்டமாக நின்று கிறிஸ்துவைப் பார்த்தான்.

9. கிறிஸ்துவின் முகத்திலிருந்து இரத்தம் வடிந்து சுடுமணலில் விழுந்தது.

10. கிறிஸ்து கூடிநின்ற மக்களை ஒருமுறை கூர்ந்து கவனித்தான்.

11. அவனின் உதடுகள் "லாமா சபக்தானி" என முணுமுணுத்துக்கொண்டன.

13 அதிகாரம்

1. மரியா அழுது அரற்றிக்கொண்டு கவர்னர் மாளிகைக்குச் சென்றபோது அந்தியாயிருந்தது.

2. அங்கே பீடம் திருத்தப்பட்டு, வெற்றிச் சின்னம் நட்டு வைக்கப் பட்டிருப்பதை அவர் கண்டார்.

3. கவர்னர் மாளிகையினுள்ளே மரியாவை நுழைய விடாமல் காவலர்கள் தடுத்துப்போட்டனர்.

4. வெற்றிச் சின்னத்தின் கீழே ஓநாய் சுற்றிச் சுற்றி நடந்து மணலை முகர்ந்தவாறிருந்தது.

5. மரியா கடற்கரையை நோக்கி ஓடிச் சென்றார்.

6. தன்னுடைய மகன் கடலின் மேல் நடந்துவரக் கூடும் என்ற நம்பிக்கையில் அங்கேயே நின்றிருந்தார்.

7. அப்போது கடற்கரைப் புதர்களிடையே இருந்து ஒரு நீண்ட வெள்ளைச் சர்ப்பம் வெளியே வந்து மரியாவின் முன்னே தலையைத் தூக்கியது. அதன் உடல் முழுவதும் சிவந்த மண் ஒட்டிக்கொண்டிருந்தது.

8. மரியா சர்ப்பத்தையே பார்த்தவாறிருந்தார். பின்னர் "பொய்" என்றார்.

14 அதிகாரம்

1. நான்கு வருடங்களாகப் பகல் வேளைகளில் மரியா தனது தட்டச்சு இயந்திரத்தில் தொடர்ந்து மனுக்களை தயாரித்துவந்தார்.

2. காணாமற்போன தனது மகனைக் கண்டுபிடித்துத் தருமாறு கோரும் அம்மனுக்களை நாட்டின் அதிபருக்கும் கவர்னர் மாளிகைக்கும் பல்வேறு மனிதவுரிமை அமைப்புகளுக்கும் அவர் அனுப்பிவைத்தார்.

3. மரியாவைப் போலவே பிள்ளைகளைக் காணாமற்போகக் கொடுத்த பல்லாயிரம் பெண்கள் சேர்ந்து அமைத்திருந்த சங்கத்தில் மரியாவும் சேர்ந்துகொண்டார்.

4. அந்தச் சங்கத்தினர் தங்களது குழந்தைகளையும் உறவுகளையும் தேடி, மெழுகுவர்த்திகளைக் கைகளில் ஏந்தி வீதிகளில் நின்றனர்.

5. தங்களது உறவுகளுடைய புகைப்படங்களை மார்புகளில் ஏந்திப் பிடித்தவாறே நீண்ட ஊர்வலங்களை நடத்தினர்.

6. காணாமற்போனோர் குறித்து விசாரிக்க நாட்டு அதிபரால் அமைக்கப்பட்ட ஆணைக்குழுவின் முன்னே தனது பழைய தட்டச்சு இயந்திரத்துடன் உட்கார்ந்து மரியா சாட்சியம் அளித்தார்.

7. தனது சாட்சியத்தை அவர் சொல்லிக்கொண்டிருக்கும் போதே, அந்தச் சாட்சிய வார்த்தைகளை அவர் தட்டச்சும் செய்துகொண்டிருந்தார்.

8. தன்னுடைய மகனைக் கண்டுபிடித்துவிடலாம் என்பதில் அவருக்குச் சந்தேகம் ஒன்றும் இருக்கவில்லை.

15 அதிகாரம்

1. காணாமற்போனவர்களைத் தேடும் தாய்மார்கள் கவர்னர் மாளிகையின் முன்னே, வீதியில் காலவரையற்ற உண்ணாவிரதமொன்றைத் தொடக்கினார்கள்.

2. அந்த உண்ணாவிரதப் போராளிகளை ஒன்றிணைப்பவராக மரியா இருந்தார்.

3. அங்கு ஏற்பாடு செய்யப்பட்டிருந்த ஒலி பெருக்கியில் தெருவில் உட்கார்ந்திருந்து மரியா பேசிக் கொண்டிருக்கையிலேயே, தட்டச்சுப் பொறியில் தட்டச்சுச் செய்தவாறேயிருந்தார்.

4. உண்ணாவிரதம் ஆரம்பித்த மூன்றாம் நாளில், கவர்னர் பிலாத்து உண்ணாவிரதிகளிடம் வந்தார்.

5. அப்போது மரியா எழுந்து நின்று ஆங்கிலத்தில் உரக்கச் சத்தமிட்டார்.

6. "மேன்மை தங்கிய கவர்னரே! என் குழந்தையை என்னிடம் தந்துவிடுங்கள்!"

7. பிலாத்து உணர்ச்சியற்ற கண்களால் மரியாவைப் பார்த்தார். ஒருமுறை தனது இடுங்கிய கண்களை மூடித் திறந்துவிட்டு, உண்ணாவிரதிகள் முன்னிலையில் பேசலானார்.

8. "காணாமற்போனவர்கள் இத்தனை வருடங்களுக்குப் பிறகும் உயிருடன் இருக்க வாய்ப்பில்லை. நாட்டின் எந்தச் சிறைச்சாலையிலும் அவர்களைக் குறித்த பதிவுகளில்லை. எனவே, இந்த முடிவில்லாத போராட்டத்தைக் கைவிடுமாறு உங்களிடம் கேட்டுக்கொள்கிறேன். உங்களுக்கு இழப்பீட்டுத் தொகை வழங்குமாறு நான் அரசாங்கத்திற்குப் பரிந்துரை செய்யவிருக்கிறேன்."

9. கவர்னர் பிலாத்து இப்படிச் சொன்னபோது, உண்ணாவிரதிகளிடையே பெருங்கூக்குரலும் பற்கடிப்புகளும் ஆத்திரப் பேச்சுகளும் எழுந்தன.

10. கவர்னரைக் காவல்துறையினர் பாதுகாப்பாக அழைத்துச் சென்றனர்.

16 அதிகாரம்

1. "எங்களுக்கு இழப்பீடு வேண்டாம், எங்கள் குழந்தைகளே வேண்டும்" என்ற முழக்கம் உண்ணாவிரதிகளிடையே எழுந்துகொண்டிருந்தது.

2. மரியா தனது தட்டச்சு இயந்திரத்தை உறையிட்டு மூடிவிட்டு, உச்சிவெயில் தகிக்கும் வானத்தையே பார்த்துக்கொண்டிருந்தார். அவர் தனது கண்களை ஒளிக்குக் கூசிப் போகாதவாறு விரித்துவைத்துக் கண்மணிகளை உருட்டிக்கொண்டிருந்தார்.

3. அப்போது அவரது முலைகளிலே பால் சுரப்பதை அவர் உணர்ந்தார்.

4. சுடும் தார் வீதியில் மரியா உட்கார்ந்தவாக்கில் அப்படியே மடிந்து விழுந்தார்.

5. மரியாவைச் சுற்றித் தொலைக்காட்சிக் கமெராக்கள் படம் பிடித்துக் கொண்டிருந்தன.

6. மாலை ஆகிற்று. வீதியில் மெல்லக் கைகளை ஊன்றி எழுந்திருந்த மரியாவின் முன்னால் தொலைக்காட்சிகளின் ஒலிவாங்கிகள் நீட்டப்பட்டபோது, அவர் தனது தட்டச்சு இயந்திரத்தை உறையிலிருந்து வெளியே எடுத்தார்.

7. வீதியில் கால்களை விரித்து உட்கார்ந்தவாறே தனது புடவையைத் தொடைவரை வழித்து விட்டுக்கொண்டார்.

8. தனது தொடைகளுக்கிடையே தட்டச்சு இயந்திரத்தை வைத்துவிட்டு, வலது கை சுட்டுவிரலால் ஓங்கி ஓங்கி அவர் ஒவ்வொரு எழுத்தாகத் தட்டினார்.

9. "எனது போராட்டம் முடிந்துவிட்டது."

17 அதிகாரம்

1. அதன் பின்பு, மரியா வெளியே எங்கேயும் போகாமல் தனது வீட்டுக்குள்ளேயே அடைந்து கிடந்தார்.

2. சிலவேளைகளில் தோட்டத்திற்குள் சென்று சரளைக் கற்களைத் தேடித் தேடிப் பொறுக்கி, அவற்றைக் கொண்டுவந்து தனது படுக்கையில் நிறைத்தார்.

3. அந்தக் கற்களிடையே அவர் படுக்கலானார்.

4. ஒருநாள், அவர் கற்களுக்கிடையே படுத்திருக்கையில் கற்களுக்குள்ளிருந்து நீண்ட வெள்ளைச் சர்ப்பம் வெளிப்பட்டது. அது மரியாவின் மீது ஊர்ந்து அவர் முகத்திற்கு வந்தது.

5. அந்தச் சர்ப்பத்திடம் மரியா மெல்லிய குரலில் "உண்மை" என்றார். பாம்பு தன்மீது நெடுநாளாக ஒட்டிக்கிடந்த சிவந்த மண்ணை மரியா மீது துடித்து உதிர்த்துப் போட்டது.

6. ஒருநாள் காலையில் மரியா தனது தட்டச்சு இயந்திரத்தைக் கைகளில் சுமந்தவாறே தபால் நிலையத்தை நோக்கிச் செல்வதை மக்கள் கண்டார்கள்.

18 அதிகாரம்

1. பிலாத்துவுக்கு வந்திருந்த இரண்டாவது கடிதத்தைத் தனது படுக்கையில் சாய்ந்திருந்தவாறே அவர் படிக்கலானார்.

2. என் கவர்னரே!

3. என்னை ஏமாற்றிவிடாதீர்கள்.

4. உங்களுக்காக நிர்வாணத்தை அணிந்து, ஒவ்வொரு இரவும் நான் தோட்டக் குடிலில் வைக்கோல் படுக்கையில் தகித்திருக்கிறேன். என் உடற்சூட்டில் உமி கருகும் வாசனை உங்களை எட்டவில்லையா?

5. ஐம்பத்தொரு வயதான பெண்ணென்றா என்னைத் தள்ளி விடுகிறீர்கள்!

6. என் மாம்சம் இப்போதும் இளங்கன்றின் இறைச்சிதான்.

7. ஒருமுறை என் உடலை ஸ்பரிசிக்க வாருங்கள்.

8. என் நாவால் உங்கள் ரோமக்கால்களில் நான் நீர் வார்ப்பேன்.

9. உங்கள் உடற்சூட்டில் நான் அடைகாத்துக் குஞ்சு பொரிப்பேன்.

10. என் குழந்தையை எனக்குத் தாருங்கள் கவர்னரே!

19 அதிகாரம்

1. பிலாத்து வீட்டுக் காவலில் வைக்கப்பட்டு நாற்பதாவது நாளாகிற்று.

2. இப்போதெல்லாம் அதிகாலையிலேயே பிலாத்து எழுந்து, மரியாவின் கடிதத்திற்காக நடுங்கும் கைகளுடன் காத்திருக்கிறார்.

3. இதுவரை எட்டுக் கடிதங்கள் மரியாவிடமிருந்து பிலாத்துவுக்குக் கிடைத்துள்ளன.

4. ஆனால், மரியாவின் வாசகப்படி, அவர் ஒவ்வொரு நாளுமே பிலாத்துவுக்குக் கடிதம் அனுப்புவதாகவே தெரிந்தது.

5. பிலாத்துவைக் காவலில் வைத்திருப்பவர்கள் அவற்றில் எட்டுக் கடிதங்களை மட்டுமே — அதுவும் கடிதங்களைப் பிரித்துப் படித்துவிட்டு — எள்ளல் சிரிப்புடனும் போலிப் பணிவுடனும் பிலாத்துவிடம் கையளித்துள்ளார்கள்.

6. அவர்கள் இந்தக் கடிதங்களைப் பிலாத்துவுக்கான தண்டனை ஓலைகளாகக் கருதியிருக்க வேண்டும்.

7. ஆனால், பிலாத்துவுடைய வாழ்க்கையில் இப்போது ஒரேயொரு பிடிமானம் மரியாவின் காதல் கடிதங்கள் மட்டுமே. பிலாத்து அந்தக் கடிதங்களை நாள் முழுவதும் திரும்பத் திரும்பப் படித்துக்கொண்டேயிருந்தார்.

8. அந்தக் கடிதங்கள் அவருக்கு ஏனோ நம்பிக்கையை ஊட்டிய வாறேயிருந்தன.

9. இரவுகளில் பிலாத்து அந்தக் கடிதங்களால் தனது கண்களை மறைத்துக்கொள்வார். சிறிது சிறிதாகக் கடிதத்தைக் கண்களின் கீழே இறக்கி, கிழக்குச் சாளரத்திற்கு வெளியே வானத்தில் நட்சத்திரம் தெரிகிறதா எனப் பார்ப்பார்.

10. இதுவரை ஒரு நட்சத்திரத்தைக் கூடப் பிலாத்து கண்டாரில்லை. மரியாவின் ஒவ்வொரு கடிதமும் அவருக்கு மனப்பாடமாகியிருந்தது.

20 அதிகாரம்

1. பிலாத்துவின் படுக்கையறைக்கு எதிரே அவரது மனைவியின் படுக்கையறை இருந்தது.

2. பல வருடங்களாகவே இருவரும் தனித் தனியேதான் உறங்கினார்கள். அவரது மனைவி வீட்டைவிட்டு வெளியேறி இப்போது ஆறு மாதங்களிருக்கும்.

3. தனக்கு ஒரு குழந்தையைக் கொடுப்பதற்கான ஆண்மைச் சத்து பிலாத்துவிடம் இல்லாமலிருக்கிறது என மனைவி தொடுத்த விவாகரத்து வழக்கு நீதிமன்றில் இருக்கிறது.

4. பிலாத்துவின் ஆண்மைக் குறைவு குறித்து, அவரது மனைவி பகிரங்கமாகவே தேர்தல் கூட்டங்களில் நையாண்டி பண்ணியிருந்தார்.

5. பிலாத்துவின் மனைவியின் படுக்கையறை வெகு அழகாயும் ஆடம்பரமாயுமிருந்தது.

6. ருஷ்யச் சக்கரவர்த்தி மகா ஜாரின் காலத்து அகன்ற கட்டிலும் பிரெஞ்சுத் தளபாடங்களும் பெல்ஜியம் நிலைக் கண்ணாடிகளும் ஈரானியக் கம்பளங்களும் சீனத்துப் பட்டுத் திரைச்சீலைகளும் அங்கிருந்தன.

7. பிலாத்துத் தனது மனைவியை அந்தப் படுக்கையில் போட்டு, இடுப்புத் தோற்பட்டியால் அடித்த நாளில்தான் மனைவி வீட்டைவிட்டு வெளியேறியிருந்தார். அந்தப் பெண் உதிர்த்த இரத்தம் படுக்கை விரிப்பில் திட்டுத் திட்டாகப் படிந்திருந்தது.

8. இப்போது, மரியாவின் கடிதங்களால் அந்தப் படுக்கையைப் பிலாத்து நிறைத்திருக்கிறார். அந்தக் கடிதங்களின் மீது, அவர் நிர்வாணியாகக் குப்புறப் படுத்துக்கொள்கிறார்.

9. மரியா எவ்வாறு இருப்பார் எனத் தனது மனதிற்குள் பிலாத்து சித்திரங்களைத் தீட்டிக் கற்பனை செய்துகொள்கிறார்.

10. அவருடைய கற்பனையில், தலையிலும் மார்பிலும் பூக்களைச் சூடிக்கொண்டு கடற்கரையில் தனிமையில் உட்கார்ந்திருக்கும் குவேனியின் சித்திரம் தெரிகிறது.

21 அதிகாரம்

1. அன்றைய இரவில், கள்வன் பரபாஸ் கடற்கரையில் பதுங்கிப் பதுங்கி நடந்துகொண்டிருந்தான்.

2. அவனது கையில் பனை நார்களால் பின்னப்பட்ட கூடையிருந்தது. அவன் களங்கண்ணி வலைகளிலிருந்து திருடும் பெரிய இறால்களை அந்தக் கூடையில் போட்டுத்தான் எடுத்துப்போவான்.

3. பரபாஸ் தனது ஆடைகளைக் களைந்து கடற்கரையில் வைத்துவிட்டு, நிர்வாணமாகக் கடலுக்குள் இறங்கி, பனைநார் கூடையை இடுப்பில் வரிந்து கட்டிக்கொண்டு, முரல் மீன்போல களங்கண்ணி வலைக் கூட்டத்தை நோக்கி நீந்திச் செல்லலானான்.

4. கடலில் பாய்ச்சப்பட்டிருந்த களங்கண்ணி வலைகளை அவன் நெருங்கியபோது, அங்கே இருளில் களங்கண்ணிக் கம்புகளைப் பிடித்தவாறே ஆட்கள் கடலில் பதுங்கியிருப்பது தெரிந்தது.

5. அந்த ஆட்கள் கள்வனைப் பிடிக்கக் காத்திருக்கிறார்கள்.

6. பரபாஸ் சடுதியில் திரும்பி, கரையை நோக்கி வேகமாக நீந்தத் தொடங்கினான். அவன் பின்னே, அவனைத் துரத்தி வருபவர்களின் கூச்சல் கேட்டது.

7. பரபாஸ் கரையேறிய இடம் அவன் ஆடைகளைக் களைந்து வைத்த இடமல்ல. ஆடைகளைத் தேட இது தருணமல்ல. அவனைத் துரத்தி வருபவர்கள் அவனை நெருங்கிக்கொண்டிருக்கிறார்கள்.

8. பரபாஸ் நிர்வாணமாக, இடுப்பில் கட்டப்பட்டிருந்த பனைநார் கூடையுடன், துரத்தி வருபவர்களின் கைகளுக்குத் தப்பி இருளுள் ஓடி மறைந்தான்.

22 அதிகாரம்

1. இருளில் ஓடிக்கொண்டிருந்த பரபாஸ் எதிரே ஒரு மதிற்சுவரைக் கண்டதும், ஒரே தாவாக அந்த மதிற்சுவரைத் தாண்டிக் குதித்தான்.

2. அவன் குதித்த இடம் கனித் தோட்டமாயிருந்தது.

3. பரபாஸ் ஒரு மரத்தின் பின்னே பதுங்கி நின்று அவதானித்தபோது, சற்றுத் தூரத்தே பொட்டு வெளிச்சத்தைக் கண்டான். மெதுவாக அந்த வெளிச்சத்தை நோக்கி ஓசையெழுமால் நடந்து போனான்.

4. அந்த வெளிச்சம் ஒரு குடிலுக்குள் இருக்கிறது. பரபாஸ் குடிலை நெருங்கி உள்ளே பார்த்தபோது, அங்கே ஒரு வாசனை மெழுகுவர்த்தி ஏற்றி வைக்கப்பட்டிருந்தது. அதன் அருகே வைக்கோல் படுக்கையில் ஒரு பெண் நிர்வாணமாகக் கண்களை மூடிப் படுத்திருந்தார்.

5. பரபாஸ் ஒரு கணமே தயங்கினான். மறுகணம் இடுப்பிலிருந்த பனைநார் கூடையை எடுத்துத் தனது தலைவழியே கவிழ்த்துத் தனது முகத்தை மூடிக்கொண்டான்.

6. பனை நார்களின் நீக்கல்களுக்கு ஊடாக அவனது கண்களால் பார்க்க முடிந்தது.

7. அவன் ஓசைப்படாமல் அந்தப் பெண்ணை நெருங்கி, பெண்ணின் வாயைப் பொத்திவிடத் தனது உரமான நீண்ட வலது கையை வீசியபோது, அந்தப் பெண்ணின் மெல்லிய இடது கரம் சட்டென நீண்டு, அவன் வீசிய வலது கையைப் பற்றியிழுத்தது.

8. மரியா கண்களைத் திறந்து உதடுகளுக்குள் முணுமுணுத்தார் "உங்கள் வாசத்தால் உங்களை அறிவேன்!"

9. மரியா பேசியது கள்வனுக்குப் புரியாததால், அவன் திகைத்து நின்றுவிட்டு மெதுவாகத் தனது தலையிலிருந்த கூடையை கழற்ற முயன்றபோது, மரியா பரபாஸின் கையைப் பிடித்துத் தடுத்து "வேண்டாம் கவர்னரே முகமூடி இருக்கட்டும்" என்றார்.

10. பரபாஸ் தலையில் கூடையோடு அப்படியே மரியாவுக்கு அருகில் உட்கார்ந்தான்.

23 அதிகாரம்

1. மரியா மெதுவாகப் பரபாஸைப் படுக்கையில் சாய்த்தார்.

2. முதலில் அவனது கால் விரல்களைத் தனது நாவால் சுத்தப்படுத்தினார்.

3. பின்பு அவன்மீது முலைகளால் ஊர்ந்துசென்று, குத்திட்டு நின்ற அவனது ஆணுறுப்பின் மீது தனது கால்களை விரித்து உட்கார்ந்துகொண்டு, தனது கைகளை மேலே குடிலின் கூரையை நோக்கி உயர்த்திக்கொண்டார்.

4. மரியா தனது கண்களை மூடியவாறே, தனது இடுப்பை அசைத்து மேலும் கீழுமாக இயங்கினார்.

5. அது ஒரு பெரிய பறவைக் குஞ்சு பறக்க எத்தனிப்பதைப் போலிருந்தது.

6. பின்பு மரியா பரபாஸைத் தழுவியவாறே அவனுக்குக் கீழாக வந்தார்.

7. பரபாஸ் தலையில் பனைநார் கூடையுடன் அப்படியே கால்களில் குத்திட்டு உட்கார்ந்து, மரியாவின் இடுப்பைத் தூக்கித் தனது உள்ளங்கைகளில் வைத்துக்கொண்டு முயங்கினான்.

8. மரியா கண்களை மூடிக்கொண்டு, தனது கால்களால் பரபாஸினது இடுப்பைக் கவ்விக்கொண்டார்.

9. பரபாஸ் எழுந்து வெளியே சென்றபோது, மரியா மெதுவாகச் சொன்னார் "நாளை முன்னிரவில் காத்திருப்பேன் என் கவர்னரே!"

24 அதிகாரம்

1. பரபாஸ் தனது கூட்டாளிகளோடு கள் அருந்திக்கொண்டிருந்தபோது, மரியாவைப் பற்றிச் சொன்னான்:

2. நான் இப்படியொரு போகத்தை இதுவரை அனுபவித்ததில்லை.

3. அவள் பேசியது எதுவுமே எனக்குப் புரியவில்லை. அவள் எனது தலையிலிருந்து பனைநார் கூடையைக் கழற்றவே விடவில்லை. அதுவும் ஏனென்று தெரியவில்லை.

4. இரவு நிகழ்ந்தது கனவே என்றுகூட எனக்குத் தோன்றுகிறது.

5. பரபாஸின் கூட்டாளி ஒருவன் கண்களைச் சுழற்றியவாறே "எனக்கும் கனவு காணப் பிடிக்கும்" என்றான்.

25 அதிகாரம்

1. அன்றைய இரவு, பரபாஸின் கூட்டாளி தலையில் பனைநார் கூடையை கவிழ்த்தவாறே, நிர்வாணமாக மரியாவின் குடிலினுள் நுழைந்தான்.

2. "வாருங்கள் கவர்னரே" என அழைத்த மரியா, தனது நாவால் அவனது பாதங்களைச் சுத்தம் செய்ய ஆரம்பித்தார்.

3. இப்படியாகப் பன்னிரண்டு நாட்கள் பரபாஸின் பன்னிரண்டு கூட்டாளிகள் மரியாவிடம் போய் வந்தனர்.

4. அந்தப் பன்னிரண்டு கூட்டாளிகள் வழியே மரியா குறித்த செய்தி நகரத்தில் விரைவாகப் பரவிற்று.

5. மரியா விபச்சாரம் செய்கிறார் எனச் சனங்கள் கொந்தளித்து, அவரின் வீட்டுக்குத் திரண்டு வந்தபோது, மரியா வீட்டின் கதவுகளை அடைத்துக்கொண்டு உள்ளேயிருந்தார்.

6. சனங்கள் அந்தக் கனித் தோட்டத்தின் குடிலை எரித்துப்போட்டார்கள்.

7. அப்போது சன்னலைத் திறந்த மரியா சனங்களை நோக்கி, தான் சேகரித்து வைத்திருந்த கற்களை வீசத் தொடங்கினார்.

8. முதற் கல்லே மரியாவிடம் கலகம் செய்த ஒருவனின் மண்டையை உடைத்துப்போட்டது.

26 அதிகாரம்

1. காவலர்கள் மரியாவைத் தம்மோடு அழைத்துப் போயினர். மரியா தனது பழைய தட்டச்சு இயந்திரத்தையும் தன்னோடு கொண்டு போனார்.

2. காவல் நிலைய அதிகாரி கேட்ட கேள்விகளுக்கு எந்தப் பதிலையும் சொல்லாது, மரியா தட்டச்சுச் செய்தவாறேயிருந்தார்.

3. அதிகாரி மரியாவைப் பெரிய மருத்துவமனைக்கு அனுப்பிவைத்தார்.

4. வைத்தியர் முன்னால் உட்கார்ந்து மரியா தட்டச்சுச் செய்து, தாளை உருவி வைத்தியர் முன்னால் மேசையில் வைத்தார்.

5. அந்தத் தாளில் 'நான் கர்ப்பவதியாக இருக்கிறேன்' எனத் தட்டச்சுச் செய்யப்பட்டிருந்தது.

27 அதிகாரம்

1. சில நாட்களுக்குப் பிறகு, மரியாவிடமிருந்து பிலாத்துவுக்குக் கடிதம் வந்தது.

2. இம்முறை அந்தக் கடிதத்தைப் பெருத்த கேலிக் கூச்சலுடன் காவலுக்கிருந்த இராணுவத்தினர் படித்து, ஆளுக்காள் கை மாற்றிக் கொண்டிருந்தனர்.

3. அவர்களிடையே சிறு குழந்தையைப் போல ஓடியோடி, அந்தக் கடிதத்தைத் தன்னிடம் கொடுத்துவிடுமாறு பிலாத்துக் கெஞ்சித் திரிந்தார்.

4. கடைசியாக அந்தக் கடிதம் ஓர் இராணுவ அதிகாரியின் கைக்குப் போனபோது, அவன் கடிதத்தையும் பிலாத்துவையும் மாறி மாறிப் பார்த்தவாறே கடிதத்தைப் படித்து முடித்துவிட்டு, அதைத் தனது இருக்கையில் குண்டியின் கீழ் வைத்துகொண்டு, தன்னிடம் மரியாவின் கடிதத்தை இரந்து நிற்கும் பிலாத்துவிடம் "இல்லை சேர்... இந்தக் கடிதம் உங்களுக்கானதில்லை" என்றான்.

5. பிலாத்து சிறிது நேரம் அங்கேயே நின்று பார்த்துவிட்டு, திரும்பித் தனது மனைவியின் படுக்கையறைக்கு வேகமாக ஓடிச் சென்றார்.

28 அதிகாரம்

1. அங்கே, மதுபானப் போத்தல் வந்த காகித அட்டைப் பெட்டியைக் கத்தரித்து அவரே தயாரித்து வைத்திருந்த முகமூடி படுக்கையில் கிடந்தது.

2. பிலாத்து அந்த முகமூடியை எடுத்துத் தனது முகத்தில் மாட்டியவாறே அந்த இராணுவ அதிகாரியின் முன்னே வந்து நின்றார்.

3. "இப்போது தெளிவாகிறது... இந்தக் கடிதத்திற்குரிய நபர் நீங்கள்தான் சேர்" எனச் சொல்லிக்கொண்டே அந்த இராணுவ அதிகாரி கடிதத்தை எடுத்துப் பிலாத்துவிடம் கொடுத்தான்.

4. பிலாத்து நடுங்கும் கையால் கடிதத்தை வாங்கிக் கொண்டு, மனைவியின் படுக்கையறையை நோக்கி ஓடிப் போனார்.

5. முகமூடிக்கு மேலாக மூக்குக் கண்ணாடியை மாட்டிக்கொண்டு, அவர் கடிதத்தை வாசிக்கத் தொடங்கினார்.

29 அதிகாரம்

1. மேன்மை மிக்க கவர்னரே!

2. நான் இப்போது கர்ப்பவதியாக உள்ளேன்.

3. என் வயிற்றின் கனியை நன்றாகப் பராமரிப்பதற்காக என்னை மருத்துவமனையில் வைத்திருக்கிறார்கள்.

4. என் கனித் தோட்டத்தின் நடுவே என் குடிலின் வைக்கோல் படுக்கையில்தான், நான் என் குழந்தையைப் பெற்றெடுக்க விரும்புகிறேன்.

5. என்னிடமிருந்து நீங்கள் பறித்துக்கொண்ட குழந்தையை நீங்களே என்னிடம் திருப்பிக் கொடுப்பது நீதியானது.

6. அது நிறைவேறிற்று.

30 அதிகாரம்

1. அன்றைய இரவில், பிலாத்து கிழக்குச் சாளரத்தின் வழியே வெளியே பார்த்தபோது, அடிவானத்திலிருந்து ஒரு வால் நட்சத்திரம் எழுவதைக் கண்டார். அந்த நட்சத்திரம் வடக்குத் திசை நோக்கி நகர்ந்துகொண்டிருந்தது.

2. பிலாத்து அடுப்பைப் பற்ற வைத்து, அதன் மேல் பாத்திரத்தை வைத்தார்.

3. இராணுவத்தினர் ஒருவர் இருவராக வந்து சமையலறைக்குள் எட்டிப் பார்த்துவிட்டு, கேலி பேசிக்கொண்டு சென்றனர்.

4. பிலாத்து, சமையலானதும் பாற்சோற்றை ஒரு வெள்ளித் தட்டில் கொட்டினார்.

5. தனக்கு மகன் உண்டாகியிருக்கும் நற்செய்தியை, அவர் இராணுவ வீரர்களுக்குப் பாற்சோறு வழங்கிக் கொண்டாடப் போகிறார்.

6. பிலாத்து பாற்சோறால் நிறைந்த வெள்ளித் தட்டோடு சமையலறையிலிருந்து வெளியே வந்தபோது, அந்த வீட்டில் யாரும் இருக்கவில்லை.

7. எல்லா வாசல்களும் திறந்து கிடந்தன.

□ காலம் – 2018

பிரபஞ்ச நூல்

இந்தக் கதையைத் தனது இரகசியக் குரலைக் கலையவிடாது, தகரத்தில் மெல்லிய ஆணி முனையால் கிறுக்குவது போன்ற கூசிய தொனியில், ஏற்ற இறக்கங்களின்றி சித்திரைலிங்கம் என் முன்னே சொலத் தொடங்கினான். நடுநடுவே கதையை நிறுத்தி, அதே இரகசியக் குரலில் என்னிடம் சந்தேகங்களும் கேட்டான்.

நான் 2012 இல் சித்திரைலிங்கத்தை சென்னை புத்தகச் சந்தையில் கடைசியாகப் பார்த்தது. மனைவி பிள்ளைகளுடன் 'க்ரியா' புத்தகக் கடைக்குள் நின்றுகொண்டிருந்தான். கையில் 'கிரியாவின் தற்காலத் தமிழ் அகராதி' வைத்திருந்தான். என்னைக் கண்டதும் முதல் வார்த்தையாக "மச்சான் நீ இந்த அகராதியில் ஏதோ பிழை இருக்கிறது என்று எழுதியிருந்தாய். அதுதான் வாங்கிச் சரி பார்க்கப் போகிறேன்" என்றான். அன்றிரவே அவுஸ்ரேலியா திரும்பும் அவசரத்திலிருந்தான்.

க்ரியாவில் அந்தச் சந்திப்பு நிகழ்ந்து ஏழு வருடங்கள் கழித்து, 2019 புதுவருடம் பிறந்த நள்ளிரவில், சிட்னியின் புறநகர்ப் பகுதியான செவன் ஹில்ஸிலுள்ள சித்திரைலிங்கத்தின் வீட்டில் நாங்கள் மறுபடியும் சந்தித்துக்கொண்டோம். ஒரு நாடகத்தில் நடிப்பதற்காக நான் பிரான்ஸிலிருந்து கிளம்பிப்போய் அப்போது சில மாதங்கள் சிட்னியில் தங்கியிருந்தேன்.

நள்ளிரவில் புது வருடம் பிறந்து, ஆளுக்காள் வாழ்த்துச் சொல்லிக் கொண்டாடியதும் சித்திரைலிங்கத்தின் மனைவி வானதியும், குழந்தைகளும் படுக்கைக்குப் போய்விட, நானும் சித்திரைலிங்கமும் வீட்டின் பின்புறம் ரசனையுடன் அமைக்கப்பட்டிருந்த தோட்டத்தில் தனியாக நாற்காலிகளில் அமர்ந்தோம். ஜனவரி மாத இரவில் கூட, சிட்னியில் வெப்பக் காற்றடிக்கிறது. வானம் முப்பரிமாண ஓவியமென்றுபோல நட்சத்திரங்களை நெருக்கமாக அடுக்கி வைத்திருக்கிறது. இந்தக் காலத்தில் பிரான்ஸில் வானம் பனிப் பாளமாகத் தரைக்கு இறங்கிவரும்.

சித்திரைலிங்கத்திற்கு மது அருந்தும் பழக்கமில்லை. எனக்காக மதுவும் சிகரெட்டுகளும் வாங்கி வைத்திருந்தான். சித்திரைலிங்கத்தின் வீட்டை மூன்றடுக்கு மாளிகை என்றுதான் சொல்ல வேண்டும்.

அவன் வைத்திருக்கும் காரும் அப்படியானதுதான். நியூ சவுத் வேல்ஸ் மாநில அரசு நிர்வாகத்தின் கணினித் துறையில் உயர்ந்த பதவியிலிருந்தான். ஆனால், ஐய்ம்பது வயதான அவன் எழுபது வயதுத் தோற்றத்திலிருந்தான். ஆள் முப்பது கிலோதான் தேறுவான். ஆடை அணியும் முறைகூடக் கிழவர்களைப் போலவேயிருந்தது. தலையில் ஒரு மயிர் கிடையாது. முன்வாய்ப் பற்கள் நான்கு விழுந்த, பொய்ப் பற்கள் கட்டியிருப்பதாகச் சொன்னான். எனது நீண்ட தலைமுடியைத் தனது கையால் தடவிப் பார்த்து ஆராய்ந்து, உண்மையான முடியா இல்லை நாடகத்திற்காக வைத்த டோப்பாவா என்று கேட்டான். பகடி விட்டாலும் சரி, மகிழ்ச்சியாக இருந்தாலும் சரி, பயந்தாலும் சரி முகத்தை ஒரே மாதிரியாகத்தான் சீரியஸாகச் சித்திரைலிங்கம் வைத்திருப்பான்.

இந்தக் கதையைச் சொல்வதற்கு முன்பு, எப்படிக் கதையை ஆரம்பிப்பது எனத் தெரியாமல் சித்திரைலிங்கம் தட்டுத் தடுமாறி, தேவையில்லாதது எல்லாம் பேசிக்கொண்டிருந்தான். பின்பு தனது கைத்தொலைபேசியை அணைத்து வைத்துவிட்டு, தோட்டத்திற்குள் நுழையும் வீட்டின் பின்புறக் கதவுகளை வெளிப்பக்கமாகத் தாழிட்டுவிட்டு, நாற்காலியை நகர்த்தி எனக்கருகே போட்டுக்கொண்டு, இந்தக் கதையைச் சொல்ல ஆரம்பித்தான். கதை ஒரு புத்தகத்தைப் பற்றியது.

2

சித்திரையில் பிறந்ததால்தான் எனக்குச் சித்திரைலிங்கம் என்று அழகான பெயர். நாஞ்சில் நாடனின் 'எட்டுத் திக்கும் மதயானை' நாவலில் பூலிங்கம் என்றொரு பெயர் உண்டு. அது இன்னும் திறமான பெயர். இங்கே என்னுடய அலுவலகத்தில் வெள்ளைக்காரர்கள் என்னை 'சித்' என்று அவர்களின் வசதிக்குச் சுருக்கிக் கூப்பிடுவதை நான் ஏற்றுக்கொள்வதில்லை. இதனாலேயே அலுவலகத்தில் நான்கைந்து பிரச்சினைகள் வந்திருக்கின்றன. வில்லியம் ஷேக்ஸ்பியர் என்றும் கப்ரியல் கார்ஸியா மார்குவெஸ் என்றும் நாங்கள் உச்சரிக்கிறோம்தானே. இவர்களின் நாக்குகளுக்கு மட்டும் சித்திரைலிங்கம் என உச்சரிப்பதில் என்ன பிரச்சினை!

1985 ஆம் ஆண்டு, சித்திரை மாதம் எனக்குப் பதினாறு வயது முடிந்திருந்தது. என்னுடைய பிறந்தநாளைக் கொண்டாடுவதற்காக, என்னுடைய கிராமத்திலிருந்து நான்கு நண்பர்களை அழைத்துக்கொண்டு யாழ்ப்பாண நகரத்திற்குப் போனேன். எங்கள் அய்வரில் மூத்தவனுக்குப் பத்தொன்பது வயது. இளையவனுக்குப் பதினைந்து வயது.

எங்களில் யாருக்கும் குடிக்கும் பழக்கம் இல்லை. மூத்தவன் மட்டும் ரகசியமாக சிகரெட் குடிப்பான். மத்தியானம் பரடைஸ் ஹோட்டலில் பிரியாணி சாப்பிட்டுவிட்டு, அதற்கும் மேலாக லிங்கம் கூல் பாரில் சர்பத் குடித்துவிட்டு, வின்ஸர் தியேட்டரில் மதியக் காட்சிக்குப் போனோம். சிவாஜியும் அம்பிகாவும் நடித்த படம். 'காலம் மாறலாம் நம் காதல் மாறுமா' என்றொரு பாட்டு இருக்கிறது... என்ன படம் அது?

"வாழ்க்கை..."

அதேதான்! படம் முடிந்தவுடன் நடந்து பண்ணைப் பாலத்திற்கு வந்தோம். ஊர் திரும்ப பஸ்ஸுக்குக் காசு இருந்தது. என்றாலும், மண் அள்ளவரும் ட்ரக்டர்களில் தொற்றிக்கொண்டு ஊர் திரும்புவதில்தான் எங்களுக்கு மகிழ்ச்சி.

யாழ்ப்பாணத்திலிருந்து ஒருநாளைக்கு அய்ம்பது ட்ரக்டர்களாவது எங்களது கிராமத்திற்கு மண் அள்ள வரும். அந்த ட்ரக்டர் சாரதிகளும் எங்களுக்குப் பழக்கமானவர்களாகவே இருப்பார்கள். அந்தச் சாரதிகளில் 'மோட்டாண்டி' எங்களுக்கு நெருங்கிய பழக்கம். எங்களைக் கண்டால் தானாகவே ட்ரக்டரின் வேகத்தைச் சற்றே குறைப்பார். ஓடும் ட்ரக்டரில் நாங்கள் தொற்றி ஏறிப் பெட்டிக்குள் குதிப்போம். அன்றும் அதுதான் நடந்தது.

மோட்டாண்டியின் ட்ரக்டர் எங்களை ஏற்றிக்கொண்டு, பண்ணைப் பாலத்தால் கிராமத்தை நோக்கிப் பறக்கலாயிற்று. நாங்கள் சினிமா நடிகர்களுக்கு மட்டுமல்லாமல், ட்ரக்டர் சாரதிகளுக்கும் தீவிர ரசிகர்களாயிருந்த பருவமது. மோட்டாண்டி சிவந்த மேனியும் சுருட்டைத் தலைமுடியும் கொண்ட கவர்ச்சிகரமான மனிதர். அவர் எப்போதும் கட்டும் பற்றிக் சாரத்தை முழுங்கால்வரை வழித்து விட்டுக்கொண்டு, வாயில் 'த்ரிரோஸ்' சிகரெட்டையும் வைத்துக்கொண்டு, அசுர வேகத்தில் அவர் ட்ரக்டர் ஓட்டுவது தொங்கலாயிருக்கும். அவர் ட்ரக்டரைத் தாறுமாறாக வேகமாக ஓட்டுவதால்தான் அவருக்கு மோட்டாண்டி என்ற பெயர் கிடைத்திருக்க வேண்டும்.

ட்ரக்டரின் வெறுப் பெட்டி பண்ணைப் பாலத்தில் தூக்கித் தூக்கிப் போடும். அந்தப் பெட்டிக்குள் 'பலன்ஸ்' பண்ணி நிற்பது எங்களின் சாகசமாக இருக்கும். யாழ்ப்பாணத்திலிருந்து பண்ணைப் பிரதான வீதி வழியாக மூன்று கட்டைகள் தூரம் ஓடினால் எங்களது கிராமம் வந்துவிடும். பிரதான வீதியிலிருந்து ஒரு கட்டை தூரத்தில், தெற்குப்புறமாகக் குடிமனைகள் இருந்தன. பிரதான வீதியருகில் குடிமனைகள் கிடையாது. வெறும் தரவை நிலத்திற்குள்ளால் அந்த

வீதி செல்லும். வீதியில் குட்டி வழிப் பிள்ளையார் கோயிலும் அதற்குச் சற்றுத் தள்ளி, ஒருமாதம் முன்பாகப் புதிதாக முளைத்த தேநீர்க் கடையுமிருந்தன. அந்தக் கடையை நல்லூர் பக்கத்திலிருந்து வந்த ஒரு நடுத்தர வயதுத் தம்பதி நடத்தி வந்தனர். அந்தக் கடைக்காரரின் சரியான பெயர் என்னவென்று தெரியவில்லை. அந்தக் கடைக்கு 'பப்பன் கடை' என்று கிராமத்தவர்கள் பெயரிட்டிருந்தார்கள். கடைக்காரரை 'பப்பன்' என்றுதான் கூப்பிடுவோம்.

அப்போதெல்லாம் எனது கிராமத்து மக்கள் தேநீர்க் கடைகளுக்குப் போவதில்லை. யாழ்ப்பாணச் சந்தைக்குப் போனால் கூட, கடைகண்ணியில் பச்சைத் தண்ணீர் கூடக் குடிக்காமல், வீட்டுக்குத் திரும்பி வந்துதான் தொண்டையை நனைப்பார்கள். பப்பன் கடை வரும்வரை எங்களது கிராமத்தில் தேநீர்க் கடையே இருக்கவில்லை. எங்களை மாதிரி நட்டாமுட்டிப் பொடியன்கள் மட்டுமே பப்பன் கடைக்குப் போய், கல்லுப் போன்ற வாய்ப்பன் சாப்பிட்டுத் தேநீர் குடிப்போம். மற்றப்படிக்கு அந்த வழியால் போகும் லொறி, ட்ரக்டர் சாரதிகள் அங்கே சிலவேளைகளில் தேநீர் குடிப்பார்கள்.

பப்பன் கடையில் ஒரு சுடுதண்ணீர்ப் பானையும், நான்கைந்து கிளாஸுகளும் இருக்கும். ஒரு தட்டில் சுட்ட வாய்ப்பன்கள் இலையான மொய்த்துக் காயும். நாலைந்து யானைச் சோடாக்கள், பீடி சிகரெட் இவ்வளவும்தான் அந்தக் கடை. நான்கு பக்கங்களும் கிடுகுகளால் மறைக்கப்பட்டுப் பனையோலையால் கூரை வேயப்பட்ட அந்தக் கடை இருந்த இடம் அரசாங்கக் காணி. பிரதான வீதியோரமாக இருந்த உயர்நில அரசாங்கக் காணிகளை அப்போது யார் வேண்டுமானாலும் பிடித்துக் குடிசை போட்டுக்கொள்ளலாம். இப்போது, அந்த இடத்தில் இந்தியாக்காரர்கள் வந்து, அதிகாரிகளுக்குக் காசு கொடுத்து உறுதி முடித்து ஓர் 'இன்டர்நஷனல் ஸ்கூல்' கட்டிக்கொண்டிருக்கிறார்கள். நூறு பரப்பில் சுற்றிவர மதில் எழுப்பிவிட்டார்கள். ஊருக்குச் சென்றபோது பார்த்தேன்.

பப்பன் தனது கடையை மாலை ஆறுமணிக்கு அடைத்துவிடுவார். கடையில் பெயருக்குத்தான் தேநீர் வியாபாரம் நடப்பதாகவும் இரவுகளில் அந்தக் கடைக்குள் விபச்சாரத் தொழில் நடப்பதாகவும் ஊருக்குள் சிலர் பேசிக்கொண்டார்கள். பொழுதுபட்ட பிறகு, யாழ்ப்பாணத்திலிருந்து அந்தக் கடைக்கு ஒரு மஞ்சள் நிறப் பெண் வருவதாகவும், அவள் வந்த பின்பாக யாழ்ப்பாணத்திலிருந்து பஸ்ஸிலேோ, மோட்டர் சைக்கிளிலோ வாடிக்கையாளர்கள் வந்து இறங்குவதாகவும் பேச்சிருந்தது.

எங்களது கிராமத்தில் இந்த விபச்சாரப் பிரச்சினை கனகாலமாக இருந்து வந்தது. அப்போது, யாழ்ப்பாண பஸ் நிலையத்தில் நிற்கும்

விபச்சாரிகளை வாடிக்கையாளர்கள் அழைத்துச் சென்று தங்குவதற்கு யாழ்ப்பாண நகரத்தில் லொட்ஜ்கள் கிடைப்பது லேசான விஷயமில்லை. முழு யாழ்ப்பாண நகரத்திலுமே இரண்டோ மூன்றோ லொட்ஜ்கள்தான் இருந்தன. அதனால், வாடிக்கையாளர்களை அழைத்துக்கொண்டு விபச்சாரிகள் பஸ் பிடித்து வந்து, எங்கள் ஊர் பிரதான வீதியில் இறங்கிக்கொள்வார்கள். பிரதான வீதியின் வடக்குப்புறமாகப் பரவைக் கடலையொட்டிக் கன்னாவும் நொச்சியும் பற்றைகளாக வளர்ந்து கிடக்கும். அந்தப் பற்றைகளுக்குள் புகுந்து அவர்கள் மறைந்துகொள்வார்கள். எங்களிலும் மூத்த, எங்களது கிராமத்து இளைஞர்களின் கண்களில் அவர்கள் எப்போதாவது சிக்கினால், இளைஞர்கள் அவர்களை நன்றாக அடித்து உதைத்துத் துரத்திவிடுவார்கள். இதையொரு சமூகசேவையாக அந்த இளைஞர்கள் ஊருக்குள் பெருமையாகச் சொல்லிக்கொள்வார்கள். இதெல்லாம் அன்றுவரை நான் கேள்விப்பட்டிருந்த விஷயங்கள்தானே தவிர, என் வாழ்வில் நான் ஒரேயொரு விபச்சாரியைக் கூட எனது பதினாறாவது பிறந்தநாள் வரைக்கும் நேரில் பார்த்திருக்கவில்லை.

ஆனால், ஒரு விபச்சாரி எப்படியிருப்பாள் என்று எனக்கொரு கணக்கிருந்தது. நான் வாசித்த கதைகளிலிருந்து அந்தச் சித்திரத்தை நான் கலவையாக உருவாக்கி வைத்திருந்தேன். அழகான பெண் ஒருத்தி 'விபச்சாரத்திற்கு வா' என ஒரு அய்யரை ஆசைகாட்டிக் கூப்பிட்டு, நளினமாகப் பேசிக் காசையும் வாங்கிக்கொண்டு, கும்பிட்டுவிட்டு வருகிறேன் என வேதக் கோயிலுக்குள் நுழைந்து மறைந்துவிடுவாளே... அந்தக் கதைக்கு 'தட்சணை' எனப் பெயர். யார் அந்தக் கதையை எழுதியது?

"அலெக்ஸ் பாரதி."

ஆம்! என்னவொரு எழுத்தாளர் அவர்! பெரிதாகக் கவனம் பெறாமலேயே போய்விட்டார். நீங்கள் இரண்டுபேரும் வேதக்காரர்கள் என்பதாலோ என்னவோ உங்களுடைய கதை எழுதும் முறையில் ஓர் ஒற்றுமையிருக்கிறது.

நாங்கள் வந்த ட்ரக்டர் பப்பனின் தேநீர்க் கடையை நெருங்கியபோது, எங்களுக்கு எதிரே, தேநீர்க் கடைக்குச் சற்றுத் தூரத்தில் நின்றிருந்த பஸ்ஸிலிருந்து இறங்கி, தலையில் சேலையால் முக்காடிட்டுத் தலையைக் குனிந்தவாறு ஒரு பெண் பப்பன் கடையை நோக்கி விறுவிறுவென நடந்தார். பஸ் உறுமிக்கொண்டு மீண்டும் புறப்பட்டபோது, அந்தப் பெண் சற்றே திரும்பிப் பார்த்து, தன்னுடைய கையால் காதொன்றைப் பொத்திக்கொண்டார். அவரது தோளில் கறுப்பு நிறக் கைப்பையொன்று தொங்கியது. அலெக்ஸ் பாரதியின் கதையில் வரும் விபச்சாரியின் தோளிலும் ஒரு கறுப்பு நிறக் கைப்பை தொங்கும்.

அவர் ட்ரக்டரைக் கடந்துபோனதும், மோட்டாண்டி சிரித்துக்கொண்டே தலையைத் திருப்பி எங்களைப் பார்த்துச் சொன்னார்:

"தம்பியவை... சோடாமூடி போகிறது."

கதையை இடைநிறுத்திய சித்திரலிங்கம் என்னிடம் "அந்தக் காலத்தில் யாழ்ப்பாண இளைஞர்களிடையே எந்தச் சொல் அதிகமும் பிரபலம் என்று சொல் பார்ப்போம்?" என்று கேட்டான்.

இதில் யோசிப்பதற்கு என்ன இருக்கிறது! எனவே நான் உடனேயே "தமிழீழம் என்ற சொல்தான்" என்றேன்.

சித்திரலிங்கம் எப்போதும் போலவே தனது முகத்தைச் சீரியஸாக வைத்துக்கொண்டு, இல்லை என்பது போல் தலையாட்டி என்னை மறுத்துவிட்டுக் கதையைத் தொடர்ந்தான்:

'தமிழீழம்' என்ற சொல்லைக் காட்டிலும் 'சோடாமூடி' என்ற சொல்தான் அப்போது யாழ்ப்பாண இளைஞர்களிடையே அதிகமும் பிரபலம். தமிழீழம் என்ற சொல்லைக் கேள்விப்படாதவன் யாழ்ப்பாணத்தில் இருந்திருக்கலாம். ஆனால், சோடாமூடி என்ற சொல்லைத் தெரிந்திராதவன் எவனுமில்லை.

விபச்சாரம் செய்யும் பெண்களை அப்போது யாழ்ப்பாணத்தில் 'சோடாமூடி' எனச் சொல்வார்கள். இந்தப் பெயருக்கான காரணம் யாருக்குமே சரிவரத் தெரியவில்லை. ஒருமுறை திறந்தால் மறுபடியும் மூட முடியாது என்பதால் சோடாமூடி என்று பெயர் எனச் சிலர் சொன்னார்கள். ஒருவன் இருட்டுக்குள் ஒரு விபச்சாரியோடு உறவு கொண்டுவிட்டு, சில்லறை நாணயங்கள் எனச் சொல்லிச் சில சோடாமூடிகளைக் கொடுத்து ஏமாற்றிவிட்டுச் சென்றதால் அந்தப் பெயர் வந்தது எனச் சிலர் சொன்னார்கள். யாழ்ப்பாண பஸ் நிலையத்தில் ஆதியில் நின்ற விபச்சாரிக்குச் சோடாமூடியென்ற பட்டம் என்பதால், அதுவே எல்லா யாழ்ப்பாண விபச்சாரிகளுக்கும் அடையாளப் பெயராகத் தொடர்ந்தது என்றும் சிலர் சொன்னார்கள்.

ட்ரக்டர் ஓடிக்கொண்டிருக்கும்போதே, நாங்கள் அய்வரும் ஆளுக்கொரு பக்கமாகப் பெட்டியிலிருந்து குதித்து வீதியோர மணற்திட்டுகளில் விழுந்தோம்.

எங்களில் மூத்தவன்தான் ஆரம்பித்தான்.

"கேள் சித்திரலிங்கம்! ஊருக்குள் வந்து வேசையாடிவிட்டுப் போவதை நாங்கள் அனுமதிக்க முடியாது."

அதுவொரு தெந்தெட்டான காலம் என்றுதான் சொல்லவேண்டும். இராணுவத்தை இயக்கங்கள் முகாம்களுக்குள் முடக்கிவிட்டிருந்தார்கள். பொலிஸ் நிலையங்களை இயக்கக்காரர்கள் தாக்கி அழிக்கத் தொடங்கிய பின்பு, பொலிஸ் நிர்வாகம் ஊருக்குள் கிடையாது. பதிலுக்குப் பல இயக்கங்களும் இருந்து பொலிஸ் வேலையைச் செய்தாலும், எங்களுடைய சின்னஞ் சிறிய கிராமத்திற்குள் இயக்கங்களின் நடமாட்டம் அதிகமிருப்பதில்லை. இதனால், எங்களது கிராமத்தில் நாங்கள் நான்கு பேர் சேர்ந்தால் எதையும் செய்யக்கூடிய ஒரு நிலையிருந்தது. கல்லூரிகளில் படிக்கின்ற பொடியன்கள் என்று கிராமத்திற்குள் எங்களுக்குக் கொஞ்சம் மரியாதையுமிருந்தது. எங்களிலும் மூத்த இளைஞர்களில் சிலர் இந்தியாவுக்கு இயக்கப் பயிற்சிக்குப் போனாலும், மற்றவர்கள் சவூதிக்கும் ஜெர்மனிக்கும் புறப்பட்டுப் போய்விட்டாலும், விடலைகளான எங்களுடைய கைகளில்தான் கிராமம் இருந்தது. நல்லது, கெட்டது எல்லாவற்றுக்கும் நாங்கள்தான் முன்னே நின்றோம்.

அராலிச் சந்தியையும் யாழ்ப்பாண நகரத்தையும் இணைக்கும் பிரதான வீதிதான் எங்களது கிராமத்திற்குள்ளால் நீள்கிறது. அந்த வீதியால் போகும் வாகனங்கள் வீதியைக் கடக்கும் ஓர் ஆட்டை மாட்டைத் தப்பித் தவறி மோதிவிட்டால், நாங்கள்தான் பஞ்சாயத்துச் செய்வோம். எங்களுக்கு இயக்கத் தொடர்புகள் இருப்பது போன்றதொரு தோற்றத்தையும் ஊருக்குள் உருவாக்கி வைத்திருந்தோம். எப்போதாவது ஊருக்குள் இயக்கங்கள் வந்தால், நாங்கள்தான் முன்னின்று கூடமாட உதவிகளைச் செய்வோம். அப்போதெல்லாம் என்ன பெரிய உதவி... கூட்டங்கள் வைக்க இடம் தேடிக் கொடுப்பது, உணவுப் பார்சல்கள் பெற்றுக்கொடுப்பது அவ்வளவுதான்.

சில முன்னிரவுகளில், பிரதான வீதியோரத்தில் பனை மரங்களுக்குப் பின்னால் மறைந்து நிற்போம். பனை மட்டையை உரப்பையால் சுற்றி வைத்துத் துவக்குப் போல் பாவனை செய்வோம். வீதியால் தனியாக ஏதாவது வாகனம் வரும்போது, பனைமர மறைவிலிருந்து திடீரென ஆளுக்கொரு திசையில் வீதியில் குதிப்போம். வாகனங்களை நிறுத்தச் சொல்லி 'செக்' செய்வோம். பின்பு பனங்காட்டுக்குள் மறைந்துபோவோம். இயக்கம் போல் பாவனை செய்வது எங்களுக்கொரு 'த்ரில்' விளையாட்டு. வாகனத்தில் வருபவர்கள் எங்களை இயக்கம் என நினைத்து, வியப்பும் மிரட்சியும் பணிவுமாக எங்களைப் பார்ப்பதில் எங்களுக்கொரு போதை. நான் விபச்சாரி ஒருத்தியை அதுவரை பார்த்திருக்காதது போலவே வாகனக்காரர்களிலும் பலர் இயக்கப் பொடியன்களை அதுவரை கண்டிருக்கமாட்டார்கள்.

சில சமயங்களில், வீதியில் தனியாக வரும் மோட்டர் சைக்கிளைக் கடத்தி, அரை மணிநேரம் காத்திருக்குமாறு மோட்டர் சைக்கிளில் வந்தவர்களிடம் சொல்லிவிட்டு, ஏதோ தாக்குதலுக்குப் போகின்றவர்கள் போன்ற தோரணையில் எங்களில் மூவர் மோட்டர் சைக்கிளில் ஏறிப் பறக்க, மிச்சப்பேர் மோட்டர் சைக்கிளில் வந்தவரைப் பனங்கூடலுக்குள் அழைத்துச் சென்று தடுத்துவைத்து, ஏதாவது 'அட்டாக்' கதை சொல்லித் தாக்காட்டிக்கொண்டிருப்பார்கள். சொன்ன மாதிரியே அரைமணி நேரத்தில் திரும்பவும் மோட்டர் சைக்கிளை ஒப்படைத்துவிடுவோம். மோட்டர் சைக்கிள் ஓட்ட அந்த வயதில் யாருக்குத்தான் ஆசையிருக்காது!

இப்போது, பப்பன் கடைக்குள் நடக்கும் விபச்சாரத்தை ஒழிப்பதென நாங்கள் தீர்மானித்தோம். பப்பன் கடைக்குள் நுழைந்து தாக்குதல் நடத்தி, அந்த மஞ்சள் நிற விபச்சாரியை அங்கிருந்து துரத்திவிடுவதாக முடிவு செய்தோம். வழமைபோலவே, அன்றைக்கான புனைபெயர்களை நாங்கள் எங்களுக்குச் சூடிக்கொண்டோம். இயக்கப் பாணியில் தாக்குதலொன்றுக்குச் செல்லும்போது, எங்களுக்குள் ஆளையாள் சொந்தப் பெயரில் அழைத்துக்கொள்வது எங்களது வழக்கமில்லை.

எங்களில் மூத்தவன் எப்போதும் தனக்கு முஸ்லிம் பெயர்களைத்தான் வைத்துக்கொள்வான். அரபுப் பெயர்களில் அவனுக்கு ஒரு மோகமிருந்தது. பப்பன் கடைத் தாக்குதலுக்காக, அவன் தனக்கு வைத்துக்கொண்ட பெயர் அலாவுதீன். நான் என் பெயரைச் சற்றே மாற்றி வைத்தியலிங்கம் என வைத்துக்கொண்டேன். எனக்கு அப்படியான பெயர்களில் ஓர் ஈர்ப்பு. மற்ற மூவரும் பிரசாத், ரோம், எஸ்ஸெல்லார் எனப் பெயர்களை வைத்துக்கொண்டார்கள்.

நேரம் அப்போது மாலை ஆறு மணியிருக்கும். நாங்கள் அய்வரும் சட்டைக் கைகளை மடித்துவிட்டுக்கொண்டு, ஒருவர் பின் ஒருவராகப் பப்பன் கடையை நோக்கி வேகமாக நடந்தோம். இந்த நேரத்திலெல்லாம், இந்தப் பிரதான வீதி பெரிதாக ஆள் நடமாட்டம் இல்லாமல் தான் கிடக்கும். கிராம மக்கள் பஸ் ஏறுவதற்கு மட்டும்தான் பிரதான வீதிக்கு வருவார்கள். மாலை ஆறுமணிக்குப் பிறகு யாரும் கிராமத்திலிருந்து வெளியே கிளம்பமாட்டார்கள். எப்போதாவது வரும் பஸ்ஸிலிருந்து நகரத்தில் வேலை முடிந்துவரும் ஒரிருவர் பிரதான வீதியில் இறங்கிக் குடிமனைக்குள் போனால்தானுண்டு.

நாங்கள் பப்பன் கடையைச் சுற்றிவளைத்து உள்ளே பாய்ந்தபோது, பப்பனின் கடை அடைக்கப்பட்டு, ஓர் ஆள் குனிந்து நுழையுமளவுக்கு வாசற்தட்டி திறந்திருந்தது. முதலில் அந்தத் தட்டியைத்தான் பிடுங்கி எறிந்தோம். கடைக்குள்ளே பப்பன் அடுப்பில் வேலையாக

இருந்தார். பப்பனின் மனைவியும், சற்று முன்னே பஸ்ஸிலிருந்து இறங்கிவந்த பெண்ணும் தரையில் அமர்ந்திருந்து வெற்றிலை சப்பிக்கொண்டிருந்தார்கள். முன்னால் போன அலாவுதீன் தடாலடியாக அந்தப் பெண்ணின் கன்னத்தில் அறைந்த அறையின் வேகத்தில், அந்தப் பெண்ணுடைய வாயிலிருந்த வெற்றிலைச் சாறு அலாவுதீனின் டிஸ்கோ சேர்ட் முழுவதும் தெறித்தது. அந்தப் பெண் திகைத்துப்போய், தனது கன்னங்களை இரண்டு கைகளாலும் பொத்திக்கொண்டு எழுந்து நின்றார். கடைசியில் நான் ஒரு விபச்சாரியை என் கண்களால் கண்டுவிட்டேன்.

அந்தப் பெண், கிராமத்தவர்கள் பறைந்த மாதிரி மஞ்சள் நிறப் பெண்ணல்ல. பொதுநிறமான பெண்தான். ஆனால், முகத்தில் மஞ்சளை அப்பிப் பூசிக் கழுவியது பளீரெனத் தெரிந்தது. எங்களது கிராமத்தில் அப்போது முகத்திற்கு மஞ்சள் பூசும் பழக்கமே இருந்ததில்லை. அந்தப் பெண்ணின் அகன்ற நெற்றியில் விபூதித் தீற்றலும், அதன் கீழே கறுப்பு நிறத்தில் திலகமுமிருந்தன. அந்தப் பெண்ணின் உயரம் சாதாரணமாக இலங்கையில் காணமுடியாத உயரம். கிட்டத்தட்ட ஆறடி இருப்பார். சற்றே மெலிந்த தோற்றம். பரட்டையான சுருள் முடி. நாடியில் எம்.ஜி.ஆருக்கு இருப்பது போலவொரு வெட்டு. அவர் கட்டியிருந்த ஊதா நிறச் சேலை அவரது கால்களை முழுவதுமாக மறைக்க இயலாமல் பாதங்களுக்கு ஒரடி மேலே நின்றது. வயது முப்பதிலிருந்து முப்பத்தைந்துக்குள் இருக்கலாம். ஒரு பக்கக் காதுத் துவாரத்திற்குள் பஞ்சு வைத்திருந்தார். கறுப்பு நிறம் ஊறிய அந்தப் பஞ்சு அசிங்கமாயிருந்தது. ஆனால், வெற்றிலைச் சாறால் கனிந்திருந்த அவரது மெல்லிய உதடுகளின் வசீகரத்தை என் வாழ்க்கை முழுவதும் என்னால் மறக்க முடியாது என்றுதான் நினைக்கிறேன். அதை மறப்பதானால் சத்திமுத்தப் பாணரின் 'பழம்படு பனையின் கிழங்கு பிளந்தன்ன பவளக் கூர்வாய்ச் செங்கால் நாராய்' என்ற வார்த்தைகள் ஒருபோதும் என் நினைவில் வராமலிருக்க வேண்டும்.

நாங்கள் பப்பன் கடையை நாசம் செய்தோம். தேநீர்ப் பானையைத் தூக்கி வீதியில் வீசினோம். மூன்றே நிமிடங்களில் நாங்கள் அய்வரும் சேர்ந்து பப்பன் கடையைச் செத்தை வேறு கூரை வேறாகப் பிரித்துப் போட்டுவிட்டோம். பப்பனுக்கும் கன்னத்தில் சில அறைகளும், புட்டத்தில் காலால் சில உதைகளும் விழுந்தன.

"இது என்ன வேசையாடுவதற்கான ஊரென்று நினைத்தாயா?"

"அய்யோ தம்பிமார் நான் அப்படிச் செய்வேனா... இது என்னுடைய தங்கச்சி, என்னைப் பார்த்துவிட்டுப் போக வந்திருக்கிறாள்."

பிரசாத் சொன்னான் "நாங்கள் இவளை விசாரிக்க வேண்டும்!"

அப்போதுதான் பப்பனுக்கும் அவரது மனைவிக்கும் நாங்கள் இயக்கத்தைச் சேர்ந்தவர்கள் என்ற அச்சம் ஏற்பட்டிருக்க வேண்டும். யார் இயக்கம், யார் இயக்கமில்லை எனக் கண்டுபிடிக்க முடியாத காலமல்லவா அது. பப்பன் நடுங்கத் தொடங்கினார். பப்பனின் மனைவி எங்களின் கால்களில் விழுந்து மன்றாடத் தொடங்கினார். அந்த மஞ்சள் நிறப் பெண்ணோ இப்போது திகைப்பிலிருந்து நீங்கி எங்களைச் சாதாரணமாகப் பார்த்தார். எங்களை இயக்கம் என அவர் நம்பியதால், ஒருவேளை அவர் பாதுகாப்பாக உணர்ந்திருக்கலாம்.

நாங்கள் பப்பன் கடைக்குள் நுழையும்வரை, அந்தப் பெண்ணை அடித்து மறுபடியும் யாழ்ப்பாணத்திற்குத் துரத்திவிடுவதே எங்களது திட்டமாக இருந்தது. ஆனால், இப்போது பிரசாத் அந்தப் பெண்ணை விசாரிக்க வேண்டும் எனச் சொன்னவுடன், அதையும் செய்துவிடலாம் என எங்களுக்குத் தோன்றியது.

நாங்கள் அந்தப் பெண்ணை எங்களுடன் வரச் சொன்னோம். அந்தப் பெண் கொஞ்சம் தயங்கியபோது, எஸ்ஸெல்லார் காலைத் தூக்கி அந்தப் பெண்ணின் வயிற்றில் எற்றினான். அந்தப் பெண் 'அம்மோய்' என முனகிக்கொண்டு, வயிற்றைக் கைகளால் பொத்தியவாறே தரையில் உட்கார்ந்தார். பின்புறமிருந்து அவரது முதுகில் ஒரு மிதி விழுந்தது. அந்தப் பெண் எதுவும் பேசாமல் எழுந்து, தனது கறுப்பு நிறக் கைப்பையையும் எடுத்துக்கொண்டு எங்களுடன் வரத் தயாரானார்.

நாங்கள் மஞ்சள் நிறப் பெண்ணுடன் அருகிலிருந்த பனங்காட்டுக்குள் நுழைந்தோம். எங்களில் சின்னவனான ரோம் என்று பெயர் வைத்துக்கொண்டவனை, யாராவது வருகிறார்களா என எல்லாப் பக்கமும் சுற்றிப் பார் என 'சென்றி'யாகப் போட்டுவிட்டு, அந்தப் பெண் மீதான புலன்விசாரணையைத் தொடங்கினோம். அந்தப் பெண் எந்த ஒளிவு மறைவுமின்றி, தனது பிள்ளைகளுக்குச் சாப்பாடு கொடுப்பதற்காக விபச்சாரம் செய்வதாகச் சொன்னார். கதைப் புத்தகங்களில் வரும் எல்லா விபச்சாரிகளும் இதைத்தானே சொல்கிறார்கள் என நினைத்துக்கொண்டேன். 'பொன்னகரம்' கதை ஞாபகம் வருகிறதல்லவா உனக்கு... எங்களது விசாரணை தொடரலாயிற்று.

"அடையாள அட்டையைக் காட்டு..."

"இல்லை... தொலைந்து போய்விட்டது."

"எந்த ஊர்?"

"கோணாந்தோட்டம்."

"ஒரு ஆளுக்கு எவ்வளவு வாங்குவாய்?"

"இருபத்தைந்து ரூபாய்... சில நேரம் முப்பது ரூபாய்."

"புருஷன் இல்லையா?"

"மன்னாருக்கு வேலைக்குப் போனவர் காணாமல் போய்விட்டார்."

"பிள்ளைகள்?"

"மூன்று பிள்ளைகள். மூத்தவனுக்கு அய்ந்து வயது, கடைசிக்கு இரண்டு வயது."

மற்றைய மூன்று பேரும் கடகடென மாறி மாறிக் கேள்விகள் கேட்டு விசாரணை நடத்த, நான் மட்டும் சும்மா நின்றதால் எனக்குக் கூச்சமாயிருந்தது. நான் மஞ்சள் நிறப் பெண்ணின் கன்னத்தில் ஓர் அறை கொடுத்துவிட்டு, அவரது கைப்பையைப் பறித்துக்கொண்டேன். நான் இழுத்த வேகத்தில் கைப்பையின் பட்டை கிழிந்து, பை கையோடு வந்துவிட்டது.

அந்தக் கைப்பையைத் திறந்து பார்த்தேன். உள்ளே ஒரு கைக்குட்டை, சில சில்லறை நாணயங்கள், ஒரு பொட்டலத்தில் மஞ்சள் கிழங்குத் துண்டுகள், சீப்பு, பழுப்பேறிய ஒரு வெள்ளைத் துணித்துண்டு இவற்றுடன் ஒரு புத்தகமும் இருந்தது. நான் அந்தத் துணியைத் தொட்டுவிடாமல், கவனமாகப் புத்தகத்தை விரல்களால் தூக்கியெடுத்துப் பிரித்துப் பார்த்தேன். அந்தப் புத்தகம் பிரபஞ்சன் எழுதிய 'ஒரு ஊரில் இரண்டு மனிதர்கள்' என்ற சிறுகதைத் தொகுப்பு.

எனக்கு அப்போது கதைப் புத்தகங்கள் படிப்பதில் ஒரு வெறியே இருந்தது. கல்லூரி நூலகத்திலிருந்த இருநூறு புத்தகங்களையும் படித்து முடித்திருந்தேன். புதுமைப்பித்தனின் ஒரு சிறுகதைத் தொகுப்பைக்கூட அப்போதே படித்திருந்தேன். ஆனால், பிரபஞ்சன் என்ற பெயரை இப்போதுதான் முதன்முதலாகப் பார்க்கிறேன். நான் அந்தப் புத்தகத்தை என்னிடமே வைத்துக்கொண்டு, கைப்பையை அந்தப் பெண் முன்னால் தூக்கி வீசினேன்.

அந்தப் பெண் குனிந்து கைப்பையை எடுத்துக்கொண்டு, என் கையிலிருந்த புத்தகத்தையே பார்த்துக்கொண்டு நின்றார். அவரது மெல்லிய உதடுகள் குவிந்திருந்தன.

"வேசையாடுவதற்கு எதற்குப் புத்தகம்?" எனக் குரலை உயர்த்தி உறுக்கிக் கேட்டேன்.

"அரைவாசிப் புஸ்தகம்தான் படித்திருக்கிறேன்" என்று அந்தப் பெண் சொன்னார். அப்போது அவர் புன்னகைப்பது போலத்தான் எனக்குத் தோன்றியது. அந்தப் புத்தகத்தாலேயே நான் அந்தப் பெண்ணின் கன்னத்தில் அடித்தேன். புத்தகத்தை அந்தப் பெண்ணிடமிருந்து எடுத்துக்கொள்வதென நான் புத்தகத்தைப் பார்த்தபோதே முடிவு செய்திருந்தேன்.

இப்போது, எங்களில் மூத்தவனான அலாவுதீன் அந்தப் பெண்ணுக்கு அறிவுரைகள் சொல்லத் தொடங்கினான்.

ஒழுக்கமாக வாழ்ந்து, கூலி வேலை செய்தாவது பிள்ளைகளைக் காப்பாற்றச் சொன்னான். அதன் பின்பு, விபச்சாரம் செய்ததற்காக அந்தப் பெண்ணுக்குத் தண்டனை வழங்கலானோம்.

எங்களில் ஒருவன் கையில் காய்ந்த பனைமட்டையுடன் தயாரானான். அவன் "சேலையைத் தூக்கிப் பிடி" எனச் சொல்ல, அந்தப் பெண் "அடிக்காதீர்கள்" என முனகியவாறே தனது சேலையை உள்பாவாடையோடு சேர்த்து முழங்கால்கள்வரை தூக்கினார். "இன்னும் தூக்கு" என்று சொல்லி அந்தப் பெண்ணின் பிடரியில் ஒரு தட்டுத் தட்டினான் அலாவுதீன். இப்போது மஞ்சள் நிறப்பெண் இடுப்புவரை தூக்கினார். அந்தப் பெண் உள்ளாடை எதுவும் அணிந்திருக்கவில்லை. அவரது இடுப்பிலிருந்த கறுப்புக் கயிற்றாலான அரைஞாண்கொடி மஞ்சள் படிந்து, அழுக்கு மஞ்சள் கயிறாக இருந்தது. அதன் கீழே காய்ந்து வற்றிப்போயிருந்த அவரது புட்டங்களில் அடர்த்தியாகத் தேமல் படர்ந்திருந்தது. அந்தத் தேமல்மீது நான்கு பனைமட்டை அடிகள் விழுந்தன. ஒவ்வொரு அடிக்கும் முனகிக்கொண்டே அந்தப் பெண் கால் விரல்களில் எழுந்து நின்றார். அவரது கைகள் ஒவ்வொரு அடிக்கும் பின்பாகவும் பின் பகுதியைத் தேய்த்துவிட்டுக்கொண்டன. அவரது வாயில் 'ஸ்ஸ்ஸ்' என்ற மெல்லிய ஊளை வலியோடு எழுந்தது.

தண்டனை முடிந்ததும், இனிமேலும் ஊருக்குள் இருக்காமல் பஸ்ஸைப் பிடித்து உடனடியாக யாழ்ப்பாணம் போகுமாறு அந்தப் பெண்ணிடம் சொல்லிவிட்டு நாங்கள் கிளம்பினோம். அந்தப் பெண் என்னைப் பார்த்து "புஸ்தகம்" என்றார். "ஓடு" எனச் சொல்லி இன்னுமொரு உதை கிடைத்தது மஞ்சள் நிறப் பெண்ணுக்கு.

நான் வீட்டுக்கு வந்ததும், எனது அறைக்குள் போய்க் கட்டிலில் படுத்துக்கொண்டு பிரபஞ்சனின் புத்தகத்தை விரித்துப் படிக்கத் தொடங்கினேன். புத்தகத்தில் மனம் செல்வதாக இல்லை. புத்தகத்தின் பக்கங்களில் அந்தப் பெண்ணின் இடுப்பிலிருந்த மஞ்சள் அரைஞாண்கொடி நாடாப்புழுப் போல நெளியலாயிற்று. நான் என்

வாழ்க்கையில் முதன்முதலாகப் பார்த்த வயது வந்த பெண்ணின் நிர்வாணம் அதுதான். கட்டிலில் எழுந்து உட்கார்ந்து, அந்தப் புத்தகத்தில் தூமைத் துணியின் வீச்சம் வருகிறதா என மறுபடியும் மறுபடியும் முகர்ந்து பார்த்தேன்.

இரவுணவைச் சாப்பிட்டுவிட்டு, மீண்டும் பிரபஞ்சனின் புத்தகத்தைப் படிக்கத் தொடங்கினேன். மெதுமெதுவாகப் புத்தகம் என்னைத் தன்னுள் உள்வாங்கத் தொடங்கியது. மூன்றாவது கதையைப் படித்து முடிக்கும் தறுவாயில் என் அறையின் ஜன்னலில் ரோம் தோன்றினான்.

நான் வெளியே வந்தபோது, அலாவுதீன் நின்றான். "அந்த விபச்சாரி ஊரைவிட்டுப் போய்விட்டாளா எனப் பார்க்கப் போகிறோம்... வருகிறாயா?" என்று கேட்டான். வீட்டுக்குள் அப்பாசாய்மனைக்கட்டிலில் இருந்து பி.பி.ஸி. தமிழ் செய்தியறிக்கை கேட்டுக்கொண்டிருந்தார். அம்மாவிடம் "நாடகம் பழகப் போகிறோம்" எனச் சொல்லிவிட்டுக் கிளம்பினேன். "நாளைக்குக் கல்லூரி இருக்கிறதல்லவா... சீக்கிரமாக வந்துவிடு" என்றார் அம்மா. மற்றைய இருவரின் வீடுகளுக்கும் போய் அவர்களையும் கூட்டிக்கொண்டு போனோம். அவர்களின் வீட்டிலும் அதே நாடகம் பழகும் பொய்தான். இந்தப் பொய் எப்போதும் செல்லுபடியாகக் கூடிய பொய். ஏனென்றால், நாங்கள் உண்மையிலேயே வருடத்திற்கு இரண்டு நாடகங்களாவது கிராமக் கோயில் திருவிழாக்களில் அரங்கேற்றிவிடுவோம். பிரசாத் நாடகத்தை எழுதுவான். அலாவுதீனுக்கு எல்லா நாடகங்களிலும் கதாநாயகன் வேடம். கதாநாயகி பாத்திரம் எப்போதும் எனக்குத்தான். உனக்குத் தெரியுமா? நான் அவுஸ்ரேலியா வந்த புதிதில் தமிழ்ச் சங்க விழாவில் சந்திரமதிக்கு நடித்திருக்கிறேன்.

அப்போது நேரம் இரவு பத்துக்குக் கிட்டமுட்டயிருக்கும். நாங்கள் ஊர்மனையைத் தாண்டி, வயல்வெளிகளையும் பனங்கூடல்களையும் கடந்து பிரதான வீதியில் ஏறினோம். வீதி அமைதியாகக் கிடந்தது. அப்போது, இரவு நேரங்களில் பண்ணைப் பிரதான வீதியால் வரும் வாகனங்களின் மீது கோட்டையிலிருந்து இராணுவத்தினர் இடைக்கிடை சுடுவதுண்டு. அதனால், பத்து மணிக்குப் பிறகு அந்த வீதியில் போக்குவரத்தே இருக்காது.

நாங்கள் பப்பனின் கடையைப் பதுங்கிப் பதுங்கி நெருங்கியபோது, உள்ளே பேச்சுக் குரல்கள் கேட்டன. அது எனக்கு மகிழ்ச்சியைக் கொடுத்தது உண்மை.

நாங்கள் பிய்த்துப் போட்டுவிட்டு வந்த பப்பன் கடையின் செத்தைகள் இப்போது மறுபடியும் நிமிர்த்தி வைக்கப்பட்டிருந்தன. வெளியிலிருந்து

செத்தைத் துவாரம் வழியாகப் பார்த்தபோது, கூரையில்லாத அந்த அடைப்புக்குள் குப்பி விளக்கு வெளிச்சத்தில் பப்பனும் அவரது மனைவியும் தரையில் உட்கார்ந்து பேசிக்கொண்டிருந்தார்கள். அவர்களுக்கே ஓலைப் பாயில் அந்த மஞ்சள் நிறப் பெண் படுத்திருந்தார்.

நாங்கள் இருளில் நின்றுகொண்டு "அந்தப் பட்ட வேசையை வெளியே அனுப்பு" எனக் குரல் கொடுத்தோம். பப்பன் விளக்கைக் கையில் எடுத்துக்கொண்டு வெளியே வந்தார்.

"அதுதானே அவளைத் தாறுமாறாக அடித்துவிட்டீர்கள்... இனியென்ன தம்பிமார்?"

இப்போதும் பப்பனின் குரலில் பணிவு இருந்தாலும், அந்தக் குரலில் ஓர் எரிச்சலும் இழையோடுவது போலிருந்தது.

"அவளை ஏன் இன்னும் இங்கே வைத்திருக்கிறாய்?"

"அனுப்பத்தான் பார்த்தேன்... ஆனால், பஸ் ஒன்றும் வரவில்லை. காலையில் முதல் பஸ்ஸில் அவள் போய்விடுவாள் தம்பி."

அந்த மஞ்சள் நிறப் பெண் சத்தம் கேட்டுத் தூக்கத்திலிருந்து எழுந்தார். குப்பி விளக்கின் ஒளியில் அவரது நிழல் செத்தையில் ஆடியது. அவரை நாங்கள் மீண்டும் விசாரிக்க வேண்டும் என்றோம். இப்போது பப்பனுக்கு நாங்கள் இயக்கப் பொடியன்கள் இல்லை என்பது தெளிவாகவே தெரிந்திருக்கும். ஆனாலும், நாங்கள் ஊர்ப் பொடியன்கள். வந்தான் வரத்தானான அவரால் எங்களை எதுவும் செய்துவிட முடியாது என்பதும் அவருக்குத் தெரியும். என்றாலும், அந்தப் பெண்ணை எங்களோடு இரவில் அனுப்ப முடியாதென்றும் எதுவானாலும் காலையில் வந்து பேசிக்கொள்ளலாம் என்றும் சொன்னார்.

நாங்கள் பப்பனை மண்ணில் தள்ளிக் கால்களால் உதைப்பதைப் பார்த்ததும், அந்த மஞ்சள் நிறப் பெண் எங்களோடு வரத் தயாரானார். இவ்வளவு பிரச்சினையிலும் பப்பனின் மனைவி வாய் திறந்து ஒரு வார்த்தை பேசவில்லை. ஆனால், எங்களை எரித்து விடுவது போல் பார்த்துக்கொண்டிருந்தார்.

அந்த மஞ்சள் நிறப் பெண்ணோடு நிலா வெளிச்சத்தில் நாங்கள் பிரதான வீதியால் நடந்தோம். இப்போது எஸ்ஸெல்லார் ஒரு வில்லுக்கத்தி கொண்டுவந்திருந்தான். அதை அந்தப் பெண்ணின் கழுத்தில் வைத்து அவரை முன்னே நடத்தினான்.

கத்தியை உணர்ந்ததும் அந்தப் பெண் "எனக்குத் தலையை மொட்டை வழிக்கத்தானே போகிறீர்கள்?" என்று கேட்டார்.

பனங்காட்டுக்கு நடுவே அந்தப் பெண்ணை உட்காரவைத்துவிட்டு, நாங்கள் ஐவரும் சுற்றி உட்கார்ந்துகொண்டோம். ஜெயமோகன் எழுதும் மகாபாரதம் தொடர் படிக்கிறாயா என்ன? நீ படிக்கமாட்டாய்!

எங்களில் யார் அந்தப் பெண்ணை முதலில் தொட்டது என்பதை அந்த இருளுக்குள் அனுமானிக்க முடியவில்லை. ஆனால், எங்கள் எல்லோரது கைகளும் ஒரே நேரத்தில் அந்தப் பெண்ணின் உடல் பாகங்களைப் பிசைந்துகொண்டிருந்தன.

இப்போது, அந்தப் பெண்ணைத் தவிர நாங்கள் யாருமே பேசவில்லை. அந்தப் பெண் மட்டுமே பேசினார். "என்னை விட்டுவிடுவீர்கள் இல்லையா..." எனத் திரும்பத் திரும்பக் கேட்டார். அந்தப் பெண்ணின் மார்பில் நான் முகத்தைத் தேய்த்தபோது, அவர் எனது தலையைத் தடவிக் கொடுத்தது போலத்தானிருந்தது. "உங்களுடைய பெயர் என்ன?" என்று மஞ்சள் நிறப் பெண் என்னிடம் கேட்டார். நான் "வைத்தியலிங்கம்" எனக் கிசுகிசுத்தபோது, அந்தப் பெண்ணின் மார்பு ஒருமுறை குலுங்கியது.

அந்தப் பெண் "மூத்திரம் பெய்துவிட்டு வருகிறேன்" என்றார். "இங்கேயே பெய்" என்றோம்.

"இவ்வளவு ஆட்கள் இருந்தால் எனக்கு மூத்திரம் வராது" என்றார் அந்தப் பெண். நால்வர் விலகிச் செல்ல, ஒருவன் மட்டும் அந்தப் பெண்ணுடன் நின்றான். ஐந்து நிமிடங்களுக்குப் பிறகு, அவன் அடுத்தவனைக் கூப்பிட்டான். இது பத்துமுறை நிகழ்ந்தது.

நான் அந்தப் பெண்ணின்மீது இயங்கியபோது, அவரது மெல்லிய வசீகர உதடுகளில் முத்தமிட முயன்றேன். அந்தப் பெண் உதடுகளை உள்பக்கமாக மடித்து வாயை இறுக மூடிக்கொண்டிருப்பது தெரிந்தது. நான் அவரது வாயில் முத்தமிட முயன்றபோது, அவர் முகத்தை அங்குமிங்குமாக அசைத்தவாறிருந்தார். நான் அவரின் வாய்க்குள் எனது ஆட்காட்டி விரலை வைத்து அவரது வாயைத் திறக்க முயன்றேன். வாயைத் திறந்து மஞ்சள் நிறப் பெண் மெல்லிய குரலில் கேட்டார்:

"நான் இன்னும் அந்தப் புஸ்தகத்தைப் படித்து முடிக்கவில்லை. திருப்பித் தருகிறீர்களா தம்பி..."

காலையில், அப்பாவின் மோட்டர் சைக்கிளில் தொற்றிக்கொண்டு கல்லூரிக்குச் சென்றுவிட்டேன். பாடப் புத்தகங்களோடு பிரபஞ்சனின் நூலையும் எடுத்துப் போயிருந்தேன். ஆனால், அந்தப் புத்தகத்தின் ஒரு பந்தியைக் கூட என்னால் மனம் ஊன்றிப் படிக்க முடியாமலிருந்தது.

கடந்த இரவு நடந்தவை பற்றிய யோசனைதான் என் மனதை அலைக்கழித்தவாறிருந்தது. நடந்த விஷயம் ஊருக்குள் தெரியவருமா? பிரச்சினை இயக்கங்கள் வரை போகுமா? ஏதாவதொரு இயக்கம் எங்கள் அய்வரையும் வரிசையாக மின்கம்பங்களில் கட்டி, கழுத்தில் 'கற்பழிப்புக் குற்றவாளிகள்' என அட்டை எழுதிப்போட்டு நெற்றியில் சுடுமா என்றெல்லாம் மண்டை குழம்பிக் காய்ந்தது. நாங்கள் மஞ்சள் நிறப் பெண்ணைப் பலாத்காரம் செய்யவில்லை என்றுதான் என் மூளை சொல்லியது. அந்தப் பெண் எங்களுக்கு எந்தவித எதிர்ப்பும் தெரிவிக்கவில்லையே. அந்தப் பெண்ணை அனுப்பும்போது, அய்ந்துபேரும் கையிலிருந்த காசுகளைப் போட்டுக் கிட்டத்தட்ட நூறு ரூபாயை அந்தப் பெண்ணிடம் கொடுத்திருந்தோம். நடந்தது காசுக்கு விபச்சாரம். விபச்சாரம் செய்தவர்கள் இயக்கத்திடம் போனால், முதலில் அவர்களுக்குத்தான் பிரச்சினை. எனவே, அவர்கள் இயக்கத்திடம் போக வாய்ப்பில்லை. எங்களைப் பற்றி ஊருக்குள் பப்பன் சொன்னாலும், சனங்கள் நாங்கள் சொல்வதைத்தான் நம்புவார்கள். தவிரவும், பப்பன் தனது கடைக்குள் வைத்து விபச்சாரம் நடத்துவதாக ஏற்கனவே ஊருக்குள் பேச்சிருந்தால் பப்பனின் பேச்சு ஊருக்குள் எடுபடாது. நாங்கள் செய்ததற்குச் சாட்சிகளும் கிடையாது. நாங்கள் அய்ந்துபேரும் எங்களது வாய்களை இறுக மூடிக்கொண்டிருந்தால் அதுவே போதுமானது.

அதற்குப் பின்பு, சரியாக முப்பத்து நான்கு வருடங்கள் எங்களது வாய்கள் மூடியிருந்தன. இப்போதுதான் முதன்முதலாக – உன் முன்னேதான் – வாயைத் திறந்து நான் அது பற்றிப் பேசுகிறேன்.

அந்த இரவு நிகழ்ந்து ஆறு மாதங்கள் கழியும் முன்பே நாங்கள் குடும்பத்தோடு கொழும்புக்குப் போய், அங்கிருந்து அவுஸ்ரேலியா வந்துவிட்டோம். மற்றைய நான்கு பேரில் ஒருவன் கனடா போய்விட்டான். காலப்போக்கில் மற்றைய மூவரும் ஒருவர் பின் ஒருவராக அய்ரோப்பா போய்விட்டார்கள். உலகத்தின் எந்த மூலையிலிருந்தாலும், நண்பர்கள் அய்ந்து பேரிடமும் எப்போதும் தொடர்பும் உறவுமிருக்கிறது.

நாங்கள் அய்வரும் ஒருமுறை ஜெர்மனியில் குடும்பங்களோடு சந்தித்துக்கொள்ளவும் வாய்ப்புக் கிடைத்தது. ஆளையாள் தனியாகவும் சந்தித்திருக்கிறோம். சந்திக்கும் போதெல்லாம் பழைய கதைகளைப் பற்றி நாங்கள் பேசி மாளாது. ஊரில் நடந்த ஒவ்வொரு சிறு சம்பவத்தையும் மனதில் ஞாபகம் வைத்திருந்து பேசிச் சிரிப்போம். சிறுவயதில் நாங்கள் செய்த நன்மை தீமைகள் எல்லாவற்றையும் பற்றிப் பேசிக்கொள்வோம். ஆளையாள் கேலி செய்வோம். ஆனால், ஒரேயொரு முறை கூட, நாங்கள் அந்த இரவு குறித்தோ, அந்த

மஞ்சள் நிறப் பெண் குறித்தோ சாடைமாடையாகக் கூட எங்களுக்குள் பேசிக்கொண்டதே கிடையாது. அன்றைய இரவில் நடந்த சம்பவம் என் மனதின் ஒரு மூலையில் அவ்வப்போது நெருடிக்கொண்டிருந்தாலும், அது என்னை எப்போதும் பெரிதாகத் தொந்தரவுபடுத்தியதில்லை என்றுதான் சொல்வேன். ஆனால், நான் பிரபஞ்சனைச் சந்தித்த இரவில் எல்லாம் மாறிப் போயிற்று.

இரண்டு வருடங்களுக்கு முன்பு, ஜனவரி விடுமுறையில் மனைவியையும் பிள்ளைகளையும் கூட்டிச் சென்று யாழ்ப்பாணத்தில் விட்டுவிட்டு, நான் நான்கு நாள் பயணமாகச் சென்னை புத்தகச் சந்தைக்குப் போனேன். கே.கே. நகரில்தான் தங்கியிருந்தேன்.

மூன்றாவது நாள் இரவில், கே.கே. நகரின் பொன்னம்பலம் சாலையிலுள்ள வீதியோரத் தேநீர்க் கடையொன்றில் தேநீர் சொல்லிவிட்டு நின்றுகொண்டிருந்த போது, முப்பத்திரண்டு வருடங்களுக்கு முன்பு என் கையில் கிடைத்த புத்தகத்தின் பின்னட்டையிலிருந்த உருவம் என்னை நோக்கி வருவதை உணர்ந்து உறைந்து போய்விட்டேன். நீல நிறத்தில் ஜிப்பாவும், வெள்ளை நிறத்தில் காற்சட்டையும் அணிந்திருந்த பிரபஞ்சன் அங்குமிங்குமாகப் பராக்குப் பார்த்தவாறு நடந்து வருவதைக் கண்டேன். அவரிடம் போய்ப் பேசலாமா, வேண்டாமா என்ற சிறு மனப் போராட்டத்தில் நான் இருந்தபோது, அவரது பார்வை என்னில் விழுவது போலிருந்தது. அந்தப் பார்வை என்னை அவரிடம் அழைத்துக்கொண்டது.

அவர் முன்னே போய், என் நெஞ்சில் கை வைத்துத் தலைசாய்த்து வணக்கம் சொன்னேன். முகம் மலர்ந்து சிரித்தார்.

"உங்களுடைய எல்லா நூல்களையும் படித்திருக்கிறேன்... ஒரு தேநீர் சாப்பிடலாமா..." என்றேன். "சாப்பிடலாமே" என்றார் பிரபஞ்சன்.

அடுத்து என்ன பேசுவதென்று தெரியவில்லை. மஞ்சள் நிறப் பெண் என் தலையை உலுக்கத் தொடங்கியிருந்தார். எச்சிலை விழுங்கியவாறு 'வானம் வசப்படும்' நாவலின் சிறப்புகளைச் சொலத் தொடங்கினேன். தேநீர்க் கோப்பையை வைத்திருந்த என் கை நடுங்கிக்கொண்டிருந்தது. பிரபஞ்சன் சட்டென என் கையைப் பிடித்தார். "உங்களைப் பற்றிச் சொல்லுங்கள்..." என்று மறுபடியும் சிரித்தார். அவரில் கமழ்ந்த நறுமணம் என்னை மூழ்கடித்தது.

அதிக நேரம் நாங்கள் பேசவில்லை. அவர் ரசித்துத் தேநீரைப் பருகி, அதன் பின்பு ஒரு சிகரெட்டை அவர் மெதுமெதுவாகப் புகைத்து முடிக்கும் வரைதான் பேசினோம். அது முதற்சந்திப்பு என்ற மாதிரியில்லாமல், வெகு நாளைய நண்பன் ஒருவனோடு பேசுவது போல்

பிரபஞ்சன் பேசிக்கொண்டிருந்தார். என் முன்னே பிரபஞ்சன் வெளிச்சச் சொருபம் போல ஒளிர்ந்துகொண்டிருந்தார். அவர் முன்னே என்ன பேசுவது என்று தெரியாமல் குழம்பிப்போய் "எனக்கும் உங்களுக்கும் ஒரு தொடர்புள்ளது... எனது பெயர் சித்திரலிங்கம், உங்களது இயற்பெயர் வைத்தியலிங்கம்" என்றெல்லாம் உளறிக்கொட்டினேன். வைத்தியலிங்கம் என்று உச்சரிக்கும்போதே, நான் மஞ்சள் நிறப் பெண்ணிடம் 'என் பெயர் வைத்தியலிங்கம்' எனச் சொல்லிவைத்து என் மூளையில் தைக்க, அங்கே துவாரம் ஏற்பட்டு அது பெரிதாகலாயிற்று.

பேச்சின் போக்கில் பிரபஞ்சன் "உண்மையிலேயே வாழ்க்கை என்பது எனக்கு எழுத்துத்தான் சித்திரலிங்கம். ஆனால், அந்த வாழ்க்கைக்கு அர்த்தமுள்ளதா என்பதுதானே தவிர்க்க முடியாத நம்முடைய வாழ்நாள் கேள்வியாகவுமிருக்கிறது இல்லையா..." என்று சொல்லிப் பேசிக்கொண்டே போனார். ஆனால், என்னால் அவரது பேச்சைத் தொடர்ந்து செல்ல முடியவில்லை. என் மூளைத் துவாரத்தில் மஞ்சள் நிறப் பெண் புகுந்துகொண்டு என்னை வதைக்கத் தொடங்கினார்.

3

முப்பது கிலோ புத்தகப் பொதியுடன் விமானத்தில் கொழும்புக்குத் திரும்பிக்கொண்டிருக்கும் போது, என் மனம் முழுவதும் மஞ்சள் நிறப் பெண்ணே நிறைந்திருந்தார். என் கண்களில் கண்ணீர் வருவதுபோல உணர்ந்து, கண்களைத் தொட்டுப் பார்த்தேன். அங்கே கண்ணீர் இல்லை. கண்ணீரை வரவழைக்க முயன்றேன் என்றுதான் சொல்ல வேண்டும். கொழும்புவரை அது வரவேயில்லை.

யாழ்ப்பாணம் போனதும் மனதில் ஒரு யோசனை தோன்றியது. அந்த மஞ்சள் நிறப் பெண்ணுக்கு இப்போது மிஞ்சி மிஞ்சிப் போனாலும் எழுபது வயதுதானிருக்கும். அவரைத் தேடிக் கண்டுபிடித்தாலென்ன என்று யோசித்தேன். தேடிக் கண்டுபிடித்து என்ன செய்யப் போகிறேன்? பணம் கொடுக்கப் போகிறேனா? தெரியாது! ஆனால், அவரைக் கண்டுபிடிக்க வேண்டும் என்ற எண்ணமே என் மனம் முழுவதும் எறும்பாக ஊர்ந்து என்னை உசுப்பியது. ஆனால், அதற்கு வாய்ப்பே இல்லை என்று என் அறிவு சொன்னது.

அந்த மஞ்சள் நிறப் பெண்ணின் பெயர்கூட எனக்குத் தெரியாது. அந்தப் பெண்ணிடம் பெயரை நாங்கள் கேட்டதாக எனக்கு ஞாபகம் இல்லை. மற்றைய நான்கு பேருக்கும் 'போன்' செய்து விசாரிக்கலாமா என்றுகூட எனக்குத் தோன்றியது. நிம்மதியாக இருக்கும் அவர்களையும் இந்த வதை வளையத்திற்குள் இழுத்து வரவேண்டாம் என நினைத்து, அந்த யோசனையைக் கைவிட்டேன். அந்தப் பெண் சொல்லிய ஊரின் பெயர்

ஞாபகமிருக்கிறது. மச்சானின் மோட்டர் சைக்கிளை எடுத்துக்கொண்டு கோணாந்தோட்டத்திற்குப் புறப்பட்டேன்.

முப்பது வருடங்களுக்கு முன்பு கோணாந்தோட்டம் ஒரு சேரி போலத்தான் இருந்தது. இப்போது அது மாறி யாழ்ப்பாண டவுனின் ஒரு பகுதியாகிவிட்டது. இந்தச் சன நெரிசலுக்குள் பெயர் தெரியாத மஞ்சள் நிறப் பெண்ணை நான் எங்கே கண்டுபிடிப்பது? அவரை எதிரே பார்த்தால் கூட, என்னால் அடையாளம் காணமுடியுமா என! இன்று இரவு உன்னை அழைத்துவர நான் 'செவன் ஹில்ஸ்' ரயில் நிலையத்திற்கு வந்தபோது, நீ என்னையே அடையாளம் கண்டுபிடிக்கவில்லையே. ஏழு வருடங்களுக்குள் என்னில் இத்தனை தோற்ற மாற்றமென்றால், இத்தனை வருடங்களில் மஞ்சள் நிறப் பெண்ணின் தோற்றம் எவ்வளவு மாறியிருக்கும்!

நான் மோட்டர் சைக்கிளில் கோணாந்தோட்டத்தைச் சுற்றிவரும்போது, ஓர் இடத்தில் ஒரு நினைவுக் கல்லைக் கண்டேன். 1993 ஆம் வருடம், அந்த இடத்தில் சந்தை இருந்ததாகவும் சந்தையின்மீது விமானத் தாக்குதல் நடந்து அய்ம்பத்தேழு பேர் கொல்லப்பட்டதாகவும் அந்த நினைவுக் கல்லில் குறிக்கப்பட்டிருந்தது. மஞ்சள் நிறப் பெண்ணும் அந்தக் குண்டு வீச்சில் இறந்திருக்கக் கூடும் என நினைத்துக்கொண்டேன். உண்மையில், அப்போது எனது மனம் ஏனோ அமைதி அடையலாயிற்று. ஒருமுறை நினைவுக் கல்லை உற்றுப் பார்த்து, மெதுவாகத் தலை சாய்த்துவிட்டுக் கிளம்பினேன். நான் அவுஸ்ரேலியா திரும்பியதன் பின்னாக, மஞ்சள் நிறப் பெண் மெதுமெதுவாக என் மனதிலிருந்து விலகிப் போய்விட்டார்.

இப்போது ஒரு மாதம் முன்பாக, ஒரு வெள்ளிக்கிழமை மாலையில் இங்கே 'மேய்ஸ் ஹில்' முருகன் கோயிலுக்கு என் மனைவியை காரில் அழைத்துச் சென்று இறக்கிவிட்டு வீடு திரும்பினேன். ஒவ்வொரு வெள்ளிக்கிழமை மாலையிலும் முருகன் கோயிலுக்கு அவள் தவறாமல் போவாள். இரவு எட்டு மணிக்கு மறுபடியும் அவளை அழைத்துவர வேண்டும். சாறத்தைக் கட்டிக்கொண்டு, கட்டிலில் படுத்துக் கிடந்து வாசிக்கத் தொடங்கியவன் அப்படியே கண்ணயர்ந்து தூங்கிவிட்டேன். எட்டுப் பதினைந்துக்கு மகள் தொலைபேசியோடு மேலே படியேறி வந்து என்னை எழுப்பினாள். மனைவிதான் அழைத்திருந்தாள்.

"கண்ணயர்ந்துவிட்டேன்... இதோ கிளம்பி வருகிறேன் அல்லது ஊபர் எடுத்து வா" என்றேன். "வேண்டாம், எனக்குத் தெரிந்தவர்கள் இங்கே இருக்கிறார்கள். அவர்களுடைய காரில் அழைத்துவந்து விடுவார்கள்" என்றாள். சரியென்று சொல்லிவிட்டுக் கீழே சென்று இரவுச் சமையலை ஆரம்பித்தேன்.

வாசற்கதவைத் திறந்துகொண்டு மனைவி வரும் ஓசை கேட்கவும் வரவேற்பறைக்குப் போனேன். மனைவியுடன் ஓர் இளைஞனும் ஒரு தடிமனான பெண்மணியும் உள்ளே வந்தார்கள். என் மனைவி வந்தவர்களை உட்காரவைத்துவிட்டு, அவர்களை எனக்கு அறிமுகப்படுத்தலானாள்.

அந்தப் பெண்மணியின் பெயர் செல்வம் அன்றியாம். முருகன் கோயிலுக்கு அவரும் ஒவ்வொரு வெள்ளிக்கிழமையும் வருவதால் என் மனைவிக்குச் சிநேகிதமாம். கூட வந்திருப்பது அவரின் இளைய மகனாம். 'ரோயல் அவுஸ்ரேலியன் நேவி'யில் வேலையிலிருக்கிறானாம். என் மனைவி சொல்லாவிட்டால் கூட, நான் அதைக் கண்டுபிடித்திருப்பேன் என்றுதான் நினைக்கிறேன். அந்த இளைஞன் நடக்கும் தோரணையிலும், உட்கார்ந்திருக்கும் கம்பீரத்திலும் அந்த மிடுக்கு இருந்தது.

விருந்தாளிகளுக்குத் தேநீர் தயாரிப்பதற்காக மனைவி குசினிக்குள் போய்விட, நான் விருந்தாளிகள் முன் உட்கார்ந்து என்ன பேசுவதென்று யோசித்துக்கொண்டிருந்தேன். செல்வம் என்ற அந்தப் பெண்மணி என்னிடம் ஏதோ கேட்டபோதுதான், நான் அவரின் முகத்தைக் கவனித்தேன். அவரது நாடியில் எம்.ஜி.ஆருக்கு இருப்பதுபோல ஒரு வெட்டு இருந்தது. அது எனக்குத் தெரிந்த முகம் போல இருந்தது.

என் இரத்தம் அப்போது தண்ணீராக மாறியது. அந்தப் பெண்மணியை மேலும் கீழுமாகப் பார்த்தேன். தளதளவென்று செழிப்பான தேகம். சற்றே வெளிறிய நிறம். முன்னந்தலையில் முடி செறிவில்லாமலிருக்க, முக்கால் நெற்றி மறையுமாறு குங்குமம் வைத்திருந்தார். முதுகைக் கூனிக்கொண்டு உட்கார்ந்திருந்தார். நீல நிறத்தில் வெள்ளிச் சரிகையிழைத்த சேலை அணிந்திருந்தார். பளீரிட்ட மூக்குத்திக்குக் கீழே அவரது உதடுகள் சுருங்கிப் போயிருந்தன. இவர்தானா அந்த மஞ்சள் நிறப் பெண்?

அவர்கள் பதினைந்து நிமிடங்கள் என் வீட்டில் இருந்திருப்பார்கள். வேலை, கப்பலில் வந்த அகதிகள், கோயில், விஜய் சேதுபதியின் நடிப்பு என்பது போன்ற வழமையான பேச்சுக்கள்தான் பேசிக்கொண்டோம். தேநீர் குடித்துவிட்டு அவர்கள் போய்விட்டார்கள். நான் சமையலை விட்டுவிட்டு, என்னுடைய அறைக்குள் போய் இருந்துகொண்டேன்.

என்ன முட்டாள்தனமான எண்ணமிது? இந்தப் பெண்மணிதான் மஞ்சள் நிறப் பெண் என்று எப்படிச் சொல்ல முடியும்? ஆனால், அந்த முகம் எனக்குத் தெரிந்த முகம்போல ஏன் தோன்றுகிறது? அந்தப் பெண்மணியைப் பற்றி மேலும் விவரங்கள் என் மனைவிக்குத்

தெரிந்திருக்குமா? நான் மனநோய் பிடித்தவன் போலாகிவிட்டேன். என் ஒவ்வொரு ரோமக்கால்களிலும் வதை புகுந்துகொள்ளாயிற்று.

அடுத்தநாள், பேச்சுவாக்கில் என் மனைவியிடம் "நேற்று வந்தாரே செல்வம் அன்ரி... எங்கே இருக்கிறார்? எப்போது அவுஸ்ரேலியாவுக்கு வந்தாராம்?" எனக் கேட்டேன். "அவர் வந்து கன காலமிருக்கும். பிள்ளைகள் இங்கேதான் படித்தார்களாம். 'ரோஸ் பே'யில் அவர்களுடைய வீடிருக்கிறது" என்றாள் மனைவி. சிட்னியில் செல்வந்தர்கள் வசிக்கக் கூடிய கடற்கரையோரப் பகுதி 'ரோஸ் பே'.

அதற்குப் பின்பு, நான் இரண்டு தடவை 'ரோஸ் பே'க்குப் போனேன். ஏனென்று தெரியாது. அதுதான் சொன்னேனே மனநோய் பிடித்தவனாகிவிட்டேன் என்று. 'ரோஸ் பே' தெருக்களில் காரைச் சுற்றிச் சுற்றி ஓட்டிக்கொண்டிருந்தேன்.

அடுத்த வெள்ளிக்கிழமை, மனைவியை அழைத்துக்கொண்டு முருகன் கோயிலுக்குப் போனபோது, நானும் கோயிலுக்கு உள்ளே நுழைந்தேன். கூடியிருந்த முகங்களை ஒவ்வொன்றாகக் கவனித்துப் பார்த்தேன். அங்கே செல்வம் என்ற அந்தப் பெண்மணி இல்லை.

சென்ற டிசம்பர் 21 ஆம் தேதி ஒரு வெள்ளிக்கிழமை. அன்று மாலையில் எனக்குச் சாவு குறித்த தகவல் கிடைத்தது. சற்றே தணிந்திருந்த என் மனநோய் நெருப்புப் போல என்னில் பற்றிப் படரலாயிற்று. கிறிஸ்துமஸ் விடுமுறை முடிந்ததும் மனநோய் மருத்துவரிடம் போயே ஆகவேண்டும் என மனதிற்குள் தீர்மானம் செய்துகொண்டேன். மனைவியை முருகன் கோயிலுக்கு அழைத்துச் செல்கையில் கதையோடு கதையாக "செல்வம் அன்ரி இன்றைக்கு வருவாரா?" எனக் கேட்டேன். "அன்ரி மாடிப்படியில் கால் இடறி விழுந்து நடக்க முடியாமல் இருக்கிறாராம்" என்றாள் மனைவி. பின்பு அவள் எப்போதும் செய்வதுபோலவே தலையை மில்லி மீட்டரளவு இடமும் வலமுமாக அசைத்துக்கொண்டே நாவால் இரண்டுதரம் 'ச் ச்' என ஒலி எழுப்பிவிட்டு "அன்றியைப் போய்ப் பார்க்க வேண்டும்" என்றாள். நான் அமைதியாக காரைச் செலுத்திக்கொண்டிருந்தேன். கோயிலில் அவளை இறக்கி விடும்போது "கிறிஸ்துமஸ் நாளன்று அன்றியைப் போய்ப் பார்க்கலாம்" என்றேன்.

கிறிஸ்துமஸ் அன்று காலையில் நானும் மனைவியுமாகப் பலகாரங்கள் தயரித்தோம். மாலையில், குழந்தைகளைப் பார்த்துக்கொள்ள 'ப்ளாக் டவுனி'லிருந்து என்னுடைய தங்கை வந்து சேர்ந்ததும், பலகாரங்களைப் ப்ளாஸ்டிக் பாத்திரங்களில் போட்டு எடுத்துக்கொண்டு மனைவி தயாரானாள். நான் முதல்நாள் இரவே என்னுடைய புத்தக

அலமாரியிலிருந்து பிரபஞ்சனின் நான்கு புத்தகங்களை எடுத்து, வண்ணத் தாளால் பொதி செய்து வைத்திருந்தேன். நான் யார் வீட்டுக்குப் போனாலும் புத்தகங்களையே பரிசாகக் கொடுப்பதால், என் மனைவிக்கு எல்லாமே வழமை போலத்தான் தோன்றியிருக்கும்.

'ரோஸ் பே'யை நாங்கள் சென்றடையும்போது, மாலை ஏழு மணியிருக்கும். ஒரு சிறிய குன்றில் அந்த அழகிய வீடு தனித்திருந்தது. வீட்டின் பின்புறமாகக் கடலில் விழுந்துகொண்டிருந்த சூரியனின் இறுதி வெளிச்சம் அந்த வீட்டையும் தோட்டத்தையும் பாதி இருளாயும் பாதி ஒளியாயும் துலங்கச் செய்த காட்சி அபோரிஜினல் பழங்குடிகள் வரைந்த சித்திரம் போலிருந்தது.

எங்களை எதிர்பார்த்துச் செல்வம் அன்றி வரவேற்பறையில் காத்திருந்தார். இளைய மகனும், அவனுடைய வெள்ளைக்கார மனைவியும், இரண்டு குழந்தைகளும் அங்கிருந்தார்கள். நான் உள்ளே நுழைந்ததுமே அந்த வீட்டின் வரவேற்பறையைக் கவனமாகப் பார்த்தேன். ஒரு புத்தகத்தைக் கூட அங்கே காணவில்லை. தனியாகப் புத்தக அறை இருக்குமோ என்னவோ! அல்லது நான்தான் என் மனநோயின் பிரகாரம் புத்தகங்களைச் சுமந்து வந்திருக்கிறேனா?

செல்வம் அன்றி வசதியான நாற்காலி ஒன்றில் உட்கார்ந்திருந்தார். சிவப்பு நிறத்தில் நீண்ட கவுன் அணிந்திருந்தார். அவருகே ஊன்றுகோல் ஒன்று சுவரோடு சாய்த்து வைக்கப்பட்டிருந்தது. அவர் அங்குமிங்கும் உடலைத் திருப்பும்போது, அவரது முகம் கோணிக்கொண்டது. வலியால் அவதிப்படுகிறார். நான் அவரை நோக்கி நடந்துபோனேன். கையிலிருந்த புத்தகப் பொதி உண்மையிலே பிணக் கனம்தான் கனத்தது. "நத்தார் வாழ்த்துகள் அன்றி" என்று சொல்லி, அந்தப் பொதியை அவரின் கைகளில் கொடுத்துவிட்டு, அவரின் அருகிலிருந்த நாற்காலியில் உட்கார்ந்துகொண்டேன்.

அந்தப் பெண்மணி, அந்தச் சிறிய பொதியைப் பிரிக்கவே சிரமப்படுவது தெரிந்தது. கீழுட்டைப் பற்களால் கடித்தவாறு அந்தப் பொதியைப் பிரித்தார். உள்ளேயிருந்த புத்தகங்களை ஒவ்வொன்றாக எடுத்துப் பார்த்தவரின் கண்கள் ஒருகணம் அசையாமல் நின்றன. கண்கள் மீண்டும் அசைந்தபோது, முகத்தில் சட்டெனத் தோன்றிய ஒரு வெட்கத்தோடு அவர், ஒரு புத்தகத்தின் பின்னட்டையில் செம்மஞ்சள் வண்ண ஜிப்பாவும், கறுப்புக் குளிர் கண்ணாடியும் அணிந்து அச்சாகியிருந்த பிரபஞ்சனைப் பழம்படு பனையின் கிழங்கு பிளந்தன்ன பவளக் கூர்வாயால் முத்தமிட்டார்.

நான்கு நாட்கள் தாமதமாக, இன்று பிரபஞ்சன் இறந்திருந்தால் அவரது வாழ்நாள் கேள்விக்கு விடை கண்டுபிடித்திருப்பார் என நான் அப்போது நினைத்துக்கொண்டேன்.

சித்திரலிங்கம் கதையைச் சொல்லி முடித்துவிட்டு, தனது கண்களைக் கைகளால் அழுந்தத் தேய்த்துவிட்டான். பின்பு "இப்போதும் பார்... என் கண்களில் நீரே வரவில்லை" என்று சொல்லிவிட்டு, என்னைப் பார்த்து "உனக்கு எப்போதாவது கண்ணீரோ அல்லது எனக்கு வந்துபோல மனவருத்தமோ, வதையோ வந்திருக்கிறதா?" எனக் கேட்டான்.

நான் எதுவும் சொல்லாமல் அவனையே பார்த்துக்கொண்டிருந்தேன். சித்திரலிங்கம் எப்போதும் போல் சீரியஸாகத் தனது முகத்தை வைத்துக்கொண்டே, என் கண்களைப் பார்த்துச் சொன்னான்:

"நீ பிரான்ஸை அவுஸ்ரேலியாவாக்கி, உன்னுடைய பெயரைச் சித்திரலிங்கம் என்றாக்கிக் கதையொன்று எழுதி அதைத் தணித்துக் கொள்வாய்!"

☐ காலம் – 2019

யாப்பாணச் சாமி

'குவலயத்தின் விழிபோன்ற யாழ்ப்பாணத்தான், பாவியரைக் கரையேற்றும் ஞானத் தோணி' என்றெல்லாம் சுப்ரமணிய பாரதியார் போற்றிப் பாடிய அருளம்பலம் சுவாமியைப் பற்றியதல்ல இந்தக் கதை. வேறொரு யாப்பாணச் சாமியைப் பற்றியே உங்களுக்குச் சொல்லவிருக்கிறேன். பாரதியார் புதுச்சேரியில் சந்தித்த அருளம்பலம் சுவாமி வாயைத் திறந்து பேசாத மௌனகுரு. இந்த யாப்பாணச் சாமி முற்றிலும் வேறு.

என்னுடைய அம்மாவுக்கு, நான் இன்னும் கல்யாணம் செய்யாமலிருப்பது தீராக் கவலை. பெற்ற மனம் பதைக்காமலிருக்காது. அம்மா யாப்பாணச் சாமியைத் தரிசித்து என்னுடைய எதிர்காலம் குறித்துக் கேட்டிருக்கிறார். இன்றைய தேதிக்கு யாழ்ப்பாண மக்கள் அதிகமாகக் கூடும் இடமென்றால், அது இந்தச் சாமியாரின் மடம்தானாம். அரையில் ஒரு சாண் கச்சை மட்டுமே தரித்திருக்கும் யாப்பாணச் சாமியார் சமைத்த உணவையும் தோல் உரிக்கப்பட்ட பழங்களையும் தவிர வேறெதையும் காணிக்கையாகப் பெற்றுக்கொள்வதில்லை.

யாப்பாணச் சாமியிடம் எனது அம்மா "இன்ன இன்ன மாதிரி, என்னுடைய மகன் பிரான்ஸில இருக்கிறான், வயது வட்டுக்குள்ள போயும் இன்னும் கலியாணம் கட்டாமலிருக்கிறான்" என்று சொல்லிப் பரிகாரம் கேட்டபோது, யாப்பாணச் சாமி "உன்ர மகன் என்ன வேலை பார்க்கிறான்?" என்று கேட்டிருக்கிறார். அம்மா கொஞ்சம் பெருமையுடனேயே "அவன் பெரிய எழுத்தாளன் சாமி, இங்கிலிசில எல்லாம் புத்தகம் வந்திருக்கு" என்றிருக்கிறார். அவ்வளவுதான், சாமி பதறிப் போய்க் கூச்சலிட்டிருக்கிறார்.

"அடியே வேசை கெடுத்தாயடி குடிய... என்ர எளிய தோற, தூமச்சீல, உனக்கு புள்ள வளர்க்கத் தெரியாதோடி? அந்தச் சுண்ணிய எழுதுறது, இலக்கியம் ஊம்புறது எல்லாத்தையும் விட்டுப்போட்டு ஒழுங்கா வேலை வெட்டிக்கு போகச் சொல்லு! அப்பதான் அவனுக்கு ஒரு பண்பான வேசையோ அன்பான தாசியோ கிடைப்பாள்."

இந்த யாப்பாணச் சாமியாரால் ஒரு வருடத்திற்கு முன்பு இலண்டன் நகரமே பட்டபாடு கொஞ்சநஞ்சமல்ல. பல்கலைக்கழகங்கள்,

ஆராய்ச்சியாளர்கள், எழுத்தாளர்கள், தமிழின உணர்வாளர்கள், ஸ்கொட்லாண்ட் யார்ட் பொலிஸார், இலங்கைத் தூதரகம் எல்லோருடைய கவனத்திலும் யாப்பாணச் சாமியாரே இருந்தார்.

பிரச்சினைக்கான மூல காரணம் எனப் பார்த்தால், அது பார்பரா பிரிக்மென் என்ற ஐரிஸ் பெண்மணி எழுதிய 'Bad Word God' என்ற புத்தகமாகவேயிருக்கும். அந்தப் புத்தகம், யாப்பாணச் சாமியின் வரலாற்றைச் சொல்லும் சிறிய புத்தகம். அய்ம்பது வயதான பார்பரா யுத்த காலத்தில் மனித நேயப் பணியாளராக இலங்கையில் சில வருடங்கள் பணியாற்றியபோது, யாப்பாணச் சாமியால் கவரப்பட்டுள்ளார். யாப்பாணச் சாமியின் 'அருட்காதலி' என்றே இவர் தன்னை அழைத்துக்கொள்கிறார்.

இந்தப் பிரச்சினையில் சம்பந்தப்பட்ட இன்னொருவரான ஆசிரியர் சதாசிவம் இலண்டனில் 'யாழ்ப்பாணச் சுவாமி சத் சங்கம்' என்றொரு சிறிய அமைப்பை உருவாக்கி நடத்திவருபவர். ஆசிரியர் சதாசிவம் மூலமாக யாப்பாணச் சாமி குறித்து நான் தெரிந்துகொண்ட தகவல்களை ஒளிவுமறைவில்லாமல், பச்சையாகவே உங்கள் முன் வைத்துவிடுகிறேன்.

2

யாப்பாணச் சாமியாரின் இயற்பெயர் நாகேஸ்வரன். ஈழத்துச் சிதம்பரம் என்றழைக்கப்படும் காரைதீவில் 1960 ஆம் வருடம் பிறந்தவர். இளமையில் கடுமையான துடியாட்டக்காரனாகவே அவர் இருந்தார். அவருடைய வீடிருந்த நிலம் இலங்கைக் கடற்படையால் ஆக்கிரமிக்கப்பட்ட பின்பாக, அவரது குடும்பம் யாழ்ப்பாண நகரத்திற்குக் குடிபெயர்ந்தது. அங்கேதான் நாகேஸ்வரனுக்குப் போராட்ட இயக்கமொன்றுடன் தொடர்பு ஏற்பட்டு, 1983 தீபாவளியன்று, ஆயுதப் பயிற்சி பெறுவதற்காக நாகேஸ்வரன் இந்தியாவுக்குச் சென்றுவிட்டார்.

ஆனால், நாகேஸ்வரன் எதிர்பார்த்திருந்தது போல ஆயுதப் பயிற்சி முகாமும் இயக்க வாழ்வும் இருக்கவில்லை. இயக்கத் தலைமைகள் கடுமையான சர்வாதிகாரிகளாக இருந்தார்கள். பயிற்சி முகாமில் எந்தவித ஜனநாயக நடைமுறைகளும் இருக்கவில்லை. நாகேஸ்வரனால் இதையெல்லாம் பொறுத்துக்கொண்டிருக்க முடியவில்லை. "முகாம் நடவடிக்கைகள் சரியாக இல்லை, மாறுதல்கள் வேண்டும்" என்று இரண்டு வார்த்தைகள்தான் பேசினார். இதற்காகவே அவரைக் கைது செய்து, இயக்கத்தின் இரகசியச் சித்திரவதை முகாழுக்கு அனுப்பிவிட்டார்கள். மாற்று இயக்கத்தின் உளவாளியென்றும், தலைமையை மாற்ற வேண்டுமென்று கிளர்ச்சி செய்கிறாரென்றும் அவர்மீது குற்றம் சுமத்தப்பட்டது.

அந்தக் கொடிய சித்திரவதை முகாம் 'நாமக்கல்' பகுதியில் இருந்தது என்கிறார் யாப்பாணச் சாமி. அந்த முகாமுக்குக் கொண்டுவரப்பட்டவர்களைச் சித்திரவதை செய்து விசாரித்துவிட்டு, கொலை செய்து தென்னந்தோப்பில் புதைத்துவிடுவார்களாம். நாகேஸ்வரனும் தான் கொலை செய்யப்படும் நாளுக்காகக் காத்திருந்தார்.

அந்த இயக்கத்தின் தலைவர் அப்போது தூய தமிழில் பேசுவதில் பற்றுக்கொண்டிருந்ததால், அந்த இயக்கத்தின் உயர்மட்ட உறுப்பினர்களும் தூய தமிழையே பயின்றுகொண்டிருந்தார்கள். அந்தச் சித்திரவதை முகாமில் பலரும் தூய தமிழையே பேசினார்கள். சித்திரவதைக் கருவிகளுக்கும் தூய தமிழ்ப் பெயர்களையே வைத்திருந்தார்கள். அலவாங்கு என்பதற்கு 'நெட்டிரும்பு' என்றும் வெல்டிங்குக்கு 'ஒட்டிரும்பு' என்றும் சொல்வார்கள்.

நாகேஸ்வரனையும் தூய தமிழிலேயே விசாரித்தார்கள். பல கேள்விகளுக்கு நாகேஸ்வரன் பதிலளிக்க முடியாமல் தவித்ததற்குத் தூய தமிழே காரணமாக இருந்தது. கேட்கப்படும் கேள்வியில் பாதி வார்த்தைகள் அவருக்குப் புரியவேயில்லை. 'குமுகாயம், உழன்றி, அட்டில், துமுக்கி' என்றெல்லாம் பேசி அவர்கள் நாகேஸ்வரனைச் சித்திரவதை செய்தார்கள்.

ஒரு குடிசையில் நாகேஸ்வரனைத் தனிமையில் அடைத்து வைத்திருந்தார்கள். நாகேஸ்வரனுக்கு இரவுக் காவலாக நியமிக்கப்பட்டிருந்தவனுக்குப் பதினாறு வயதுதான் இருக்கும். அந்த முகாமிலேயே அவன் மட்டும்தான் தூய தமிழ் பேச மாட்டான். அவனுக்கு ஏனோ நாகேஸ்வரன் மீது இரக்கம் வந்திருக்கிறது. ஒரு நடுச்சாமத்தில், கையில் ஒரு மண்வெட்டிப் பிடியை எடுத்துக்கொண்டு போய், அந்தச் சிறுவன் அதனால் அடித்தே நாகேஸ்வரனை விசாரித்தான். இந்தச் சிறுவனின் கேள்விகள் தெள்ளத் தெளிவாகப் புரிந்ததால், நாகேஸ்வரன் சரியாகப் பதிலளித்து விசாரணைக்கு ஒத்துழைக்கலானார். நாகேஸ்வரன் குற்றமற்றவர் என்பது அந்தச் சிறுவனுக்குப் புரிந்திருக்க வேண்டும். நாகேஸ்வரனின் கை, கால் கட்டுகளை அவிழ்த்துவிட்டு "டேய் புண்டையாண்டி, கழகத்துக்கு ஒக்கலாமெண்டு நினைக்காத, எங்கேயாவது ஓடிப்போ" என்று அந்தச் சிறுவன் சொல்லிவிட்டான். அப்போது நாகேஸ்வரனின் இடுப்பில் கிழிந்துபோன சாரம் மட்டும்தான் இருந்தது. எப்படியோ அங்கிருந்து கால்போன போக்கில் ஓடி, நெடுஞ்சாலைக்குப் போய், ஒரு லொறியில் நாகேஸ்வரன் இரந்து பரந்து ஏறிவிட்டார். அந்த லொறி திருவண்ணாமலை அருணாசலேஸ்வரர் கோயிலுக்குத் தேங்காய்களைக் கொண்டுசென்ற லொறி.

திருவண்ணாமலை பரதேசிகளின் ஊராக இருந்தது. பரதேசிகளோடு பரதேசியாய் நாகேஸ்வரனும் கலந்துவிட்டார். அவரை விடுவித்த சிறுவன் பேசிய தூசண வார்த்தைகளே அவரது உயிரைக் காப்பாற்றிய அருட்சொற்கள் என்று அவருக்குத் திடீரெனத் தோன்றியபோது, அவர் கிரிவலப் பாதையில் நிருதி லிங்கத்திலிருந்து இந்திர லிங்கத்திற்குப் பின்னோக்கி நடந்துகொண்டிருந்தார். அந்தச் சிறுவன் இறைச் சொரூபம் என்றே அவர் நம்பினார். எல்லாக் கெட்ட வார்த்தைகளும் பிறப்புக்கும் அன்புக்கும் இன்பத்திற்கும் இரக்கத்திற்குமான மனத் திறப்பு வார்த்தைகளென அவர் உணர்ந்தார். தூசணச் சொற்களைப் போல இயல்பாகவும் உண்மையாகவும் உள்ளத்திலிருந்து பிறக்கும் ஒலிகள் வேறில்லை. மற்றைய சொற்கள் எல்லாமே பாசாங்கானவை, நிலையற்று மாறக்கூடியவை. இதை உணர்ந்ததும் அவர் தூசண வார்த்தைகளாலேயே உரையாடத் தொடங்கினார்.

பிச்சை வாங்கி உண்டும், கண்ட இடத்தில் உறங்கியும், விழித்திருந்த நேரமெல்லாம் தன்னையொத்த பரதேசிகளிடம் வாதம் செய்துகொண்டுமிருந்தார் நாகேஸ்வரன். என்னதான் மற்றப் பரதேசிகள் உலக அனுபவம் பெற்றிருந்தாலும், நாகேஸ்வரன் போல அவர்கள் மரணத்தின் வாசலுக்குச் சென்று மீண்டவர்கள் அல்லவே. அங்கிருந்த சாமியார்களில் துப்பாக்கியால் சுடத் தெரிந்தவரும் இவர்தான். கண்முன்னே பல கொலைகளைக் கண்டவரும் இவர்தான். எனவே, நாகேஸ்வரனின் வாதிலும் பேச்சிலும் அனுபவப் பொருள் மிகுந்திருந்தது. தூசண வார்த்தைகளால் அவர் தர்க்கிப்பதில் ஓர் உண்மைத்தன்மையிருந்தது.

இவரைப் பற்றிக் கேள்விப்பட்ட விசிறிச் சாமியார், இவரை அழைத்து வருமாறு ஒரு சீடரை அனுப்பியிருக்கிறார். அதைக் கேட்டுப் புன்னகைத்த நாகேஸ்வரன் நாலைந்து கெட்ட வார்த்தைகளைச் சொல்லிவிட்டு "சாக்கிரத்தில் சாக்கிரம் எச்சில் பூ காணிக்கை" என்று சொல்லிச் சீடரை அனுப்பிவிட்டார். கடைசியில் விசிறிச் சாமியாரே வந்து நாகேஸ்வரனைப் பார்த்தார். விசிறிச் சாமியாரே 'யாப்பாணச் சாமி' என முதலில் அழைத்தவர்.

இந்திய அமைதிப் படை இலங்கைக்கு வந்த காலத்தில், திடீரென யாப்பாணச் சாமியாரும் இலங்கையில் தோன்றினார். அவர் கடலால் வந்தாரா, ஆகாசத்தால் வந்தாரா என எவருமறியார். யாப்பாணச் சாமியாரின் இடையில் ஓர் அழுக்குக் கச்சை மட்டுமேயிருந்தது. உடலில் எந்த மதச் சின்னங்களும் கிடையாது. வற்றிப் போன கறுத்த மேனியில் சடை முடியும், ஒட்டிய மார்போடு தாடியும் காடு பற்றிக் கிடந்தன. அவரது கண்கள் எப்போதுமே கிறங்கியிருந்தன. இலங்கை

முழுவதும் அவர் நடந்தே திரிந்தார். கடைசியாக யாழ்ப்பாண முற்றவெளியில், முனியப்பர் கோயில் மண்டபத்தில் தங்கிக்கொண்டார். பகல் முழுவதும் யாழ்ப்பாணக் கடைத்தெருக்களில் விறுவிறுவென நடந்துகொண்டிருப்பார். அவர் யார், எங்கிருந்து வந்திருக்கிறார் என யாருக்கும் தெரியவில்லை.

ஆனால், பெற்ற தாய்க்கு மகனைத் தெரியாமல் போய்விடுமா என்ன! சாமியைத் தரிசிக்க வந்த தாயார், அது தனது மகன் நாகேஸ்வரனே என்று கண்டுகொண்டார். சாமியாரும் தாயாரின் தலையில் கை வைத்து "ஒழிந்த காரியம், உமக்கு குறையொன்றுமில்லை வேசையாரே" என்று ஆசீர்வதித்து அனுப்பிவிட்டார்.

யாழ்ப்பாணத்துச் சனங்களுக்கு அக்காலத்தில் ஏக்ப்பட்ட பிரச்சினைகள். இலங்கை இராணுவம், இந்திய இராணுவம், தமிழ் இயக்கங்கள், போர் விமானங்கள், எறிகணைகள் என்றெல்லாம் அவர்கள் துக்கப்பட்டுக்கொண்டிருந்தார்கள். அவர்களின் சார்பாகப் பேச யாருமேயில்லை. அவர்களுக்குப் பற்றிக்கொள்ளவும் ஏதுமில்லை. வராமல் வந்த யாப்பாணச் சாமியைச் சனங்கள் பேசும் தெய்வமாகவே பார்த்தார்கள். தெய்வத்தின் குரலில் அவர்கள் குற்றமோ குறையோ கண்டுபிடிக்கத் தயாராக இல்லை.

யாப்பாணச் சாமி மட்டுமே அந்தக் காலத்தில் எவரிடமும் துணிந்து பேசும் வல்லமையைக் கொண்டிருந்தார். ஆர்மி - இயக்கம் என்றெல்லாம் பாகுபாடு காட்டாமல் எல்லோரையுமே கெட்ட வார்த்தைகளில் ஆசீர்வதித்துப் புத்தி சொன்னார். "யுத்தம் வேண்டாமடா புண்டை மக்களே" என அவர் சொல்லாத நாளில்லை.

ஆனால், பகுத்தறிவுவாதிகள் எல்லா இடங்களிலும் இருப்பது போலவே இயக்கத்திலுமிருந்தார்கள், இராணுவத்திலுமிருந்தார்கள். அவர்களால் எத்தனையோ தடவை யாப்பாணச் சாமிக்குத் துன்பம் உண்டாகியிருக்கிறது. அவரை யாராவது பிடித்துச் சென்றால், அடுத்தநாளே வேறொரு இடத்தில் சாமி தோன்றினார். சாமியார் எத்தகைய சிறையையும் உடைத்துக்கொண்டு வெளியே வரக் கூடியவர் என்று மக்கள் பேசிக்கொண்டார்கள். முனியப்பர் கோயிலில் எறிகணை விழுந்தபோது, சாமி படுத்திருந்த பகுதியே முற்றாக இடிந்து விழுந்துவிட்டது. ஆனால், சாமியார் அடுத்தநாளே முல்லைத்தீவுக் கடற்கரையில் காட்சியளித்தார். ஒரே நேரத்தில் பல இடங்களில் சாமி காட்சியளித்ததற்கு உறுதியான சாட்சியங்கள் உண்டென்று எழுதியிருக்கிறார் பார்பரா பிரிக்மென்.

பார்பரா, சாமியாரை முதன்முதலில் சந்தித்தது ஆனையிறவில். அப்போது பார்பரா ஓரளவு தமிழ் பேசக் கற்றிருந்தார். கீழைத்தேய சித்தர் மரபில் நீண்ட காலமாக அக்கறை கொண்டிருந்த பார்பரா முதற்சந்திப்பிலேயே யாப்பாணச் சாமியின் வசமாகிவிட்டார். ஆனையிறவு உப்பள வெளியில் யாப்பாணச் சாமியார் தன்னுடன் ஒரேயொரு தடவை உடலுறவு கொண்டதாகவும் அப்போது பார்பரா மேலே பார்த்தபோது போர் விமானங்கள் சுற்றிக்கொண்டிருந்ததாகவும் கீழே பார்த்தபோது உப்புத் தீய்ந்து கரியாக மாறியிருந்தது என்றும் எழுதியிருக்கிறார் பார்பரா பிரிக்மென்.

யாப்பாணச் சாமி, துறவிக்கு முன்னே வேந்தனும் துரும்பு என்பதை நிரூபணம் செய்தவர். மதங்களைக் கள்ள ஒழில் பிறந்த வம்புத் தத்துவங்கள் என்றவர். பரமகுருவைச் சடங்குகள் மூலம் அல்லாமல் சத்திய வார்த்தைகள் மூலமே நெருங்க முடியுமென்றவர். 'கு' என்றால் ஆன்மா, 'ரு' என்றால் சிதைவு. 'குரு' என்பவன் ஆன்மாவைச் சிதைப்பவன் என்றவர். பெண்களுடைய கையிலேயே நாட்டின் நிர்வாகமும் ஆட்சியும் இருக்க வேண்டுமென்றவர். ஒருநாள், சாமி யாழ்ப்பாணத்திலிருந்து காணாமற்போனார். அவர் திரும்பி வருவார், எப்போதும் போலவே திடீரெனக் காட்சியளிப்பார் என யாழ்ப்பாண மக்கள் காத்திருக்கிறார்கள்.

3

பார்பரா பிரிக்மென், யாப்பாணச் சாமியைக் குறித்து எழுதிய 'Bad Word God' புத்தகத்தை இலண்டனிலுள்ள சுமாரான ஒரு பதிப்பகம்தான் வெளியிட்டது. ஆனாலும், எப்படியோ அந்தப் புத்தகம் திரைப்பட இயக்குநர் பென்னி ஸெனாபுடைய பார்வைக்கு வந்துவிட்டது. யாப்பாணச் சாமியாரின் புகைப்படங்களுடன் அச்சிடப்பட்டிருந்த அந்தச் சிறிய புத்தகத்தைப் படித்தபோது, பென்னி ஸெனாபு பரவசத்தின் உச்சத்திற்கே போய் "இதோ இன்னொரு ஜரதுஷ்ட்ரா" என்று கூச்சலிட்டார்.

பென்னி ஸெனாபுக்கு நாற்பது வயதாகிறது. சோமாலியா நாட்டைச் சேர்ந்தவர். உள்நாட்டு யுத்தத்திலிருந்து தப்பித்து, திருட்டுத்தனமாகச் சரக்குக் கப்பலுக்குள் நுழைந்து, பசியும் பட்டினியுமாகப் பயணித்து அவர் இங்கிலாந்தின் 'போர்ட்லாண்ட்' துறைமுகத்திற்கு வந்து சேரும்போது, அவருக்குப் பத்தொன்பது வயதுதான். இரவில் எரிபொருள் நிரப்பு நிலையங்களில் வேலை பார்த்துக்கொண்டே, பகலில் அவர் கல்வியைத் தொடர்ந்தார். இங்கிலாந்து தேசியத் திரைப்படக் கல்லூரியில் சேர்ந்து,

திரைப்பட இயக்குநராகப் பயின்று பென்னி ஸெனாபு பட்டம் பெறும்போது, அவருக்கு வயது முப்பத்தொன்று.

நான்கு வருடங்கள் உதவி இயக்குநராகவும் இணை இயக்குநராகவும் பல்வேறு மூத்த திரைப்பட இயக்குநர்களிடம் வேலை செய்த பென்னி தன்னுடைய முப்பத்தாறாவது வயதில் முதல் படத்திற்கான திரைக்கதையை எழுதி முடித்தார். படத்திற்குப் பெயர் 'Sweet Pirates'. சோமாலியக் கடற்கொள்ளையர்களைப் பற்றிய கதையது.

அந்தக் கதையை எடுத்துக்கொண்டு பென்னி ஏறி இறங்காத திரைப்படத் தயாரிப்பு நிறுவனங்கள் அய்ரோப்பாவிலேயே இல்லை. அமெரிக்காவில் கூட முயற்சி செய்து பார்த்தார். திரைக்கதை ஒழுங்கற்று இருப்பதாகப் பாதி நிறுவனங்களும் திரைக்கதை புரியவில்லை எனப் பாதி நிறுவனங்களும் முகத்திலடித்து போல் சொல்லிவிட்டார்கள்.

பென்னி ஸெனாபுவின் கதை சொல்லும் பாணி 'Postdadaism' வகையைச் சேர்ந்தது. துண்டு துண்டாகக் கோர்வையில்லாமல் கதை போகும். ஆனால், கதையின் சரடில் ஒரு தீர்க்கமான அரசியல் நிலைப்பாடிருக்கும். கடைசியாக, பெர்லினில் செயற்படும் ஒரு சுயாதீனத் திரைப்படக் கழகத்தின் ஆதரவு பென்னிக்குக் கிடைத்தது. மிகச் சிறிய பட்ஜெட்டில்தான் 'Sweet Pirates' திரைப்படத்தை பென்னி உருவாக்கினார்.

சிறிய படப்பிடிப்புக் குழுவுடனும், ஆறு ஆங்கில நடிகர்களுடனும் சோமாலியாவுக்குச் சென்ற பென்னி அங்கே மற்றைய நடிகர்களைத் தேர்வு செய்துகொண்டார். இருபத்தெட்டு நாட்களில் படப்பிடிப்பை முடித்துக்கொண்டு இலண்டன் திரும்பிவிட்டார்.

சோமாலியாவில் நிலவும் வறுமையால் எப்படிச் சிறுவர்கள் கடற்கொள்ளையர்களால் கவரப்பட்டு அவர்களுடன் இணைந்து கொள்கிறார்கள் என்பதுதான் திரைப்படத்தின் அடிப்படைக் கதை. ஆனால், பென்னி அத்தோடு நிறுத்திக்கொள்வாரா என்ன! அய்ரோப்பியர்களே வரலாற்றின் முதன்மையான கடற்கொள்ளையர்கள் என்பதையும் படத்தில் துண்டு துண்டாகப் புகுத்திவிட்டார். 'Sweet Pirates' திரைப்படத்தை அய்ரோப்பியப் பத்திரிகைகள் முற்றிலும் நிராகரித்துவிட்டன. 'இயக்குநர் பென்னி வரலாற்றைத் துண்டு துண்டாகப் புரிந்து வைத்திருக்கிறார்' என்று அவர்கள் எழுதினார்கள். காலனியம் என்பது வரலாற்றின் வளர்ச்சிப் போக்கில் தவிர்த்திருக்க முடியாது என்றார்கள். தங்களது கருத்திற்கு ஆதரவாக கார்ல் மார்க்ஸை சில இடதுசாரிப் பத்திரிகைகள் அழைத்திருந்தன.

மறுபுறத்தில், சோமாலியாக் கடற்கொள்ளைச் சழகத்திடமிருந்து பென்னிக்குக் கொலை மிரட்டலே வந்தது. தங்களது தொழில் இரகசியங்களை வெள்ளையர்களுக்குக் காட்டிக்கொடுத்த 'கறுப்புத் துரோகி' என அவர்கள் பென்னி ஸெனாபுவைச் சொன்னார்கள். அந்த பெர்லின் திரைப்படக் கழகத்தின் முயற்சியால் சில திரைப்பட விழாக்களில் படம் திரையிடப்பட்டது. நுட்பமான இரசிகர்களால் படம் ஓரளவு பாராட்டப்பட்டாலும், போட்ட பணம் திரும்பக் கிடைக்கவில்லை.

பென்னி தன்னுடைய முப்பத்தெட்டாவது வயதில், இரண்டாவது திரைப்படமான 'Zarathustra'-வை எடுத்தார். இந்தப் படத்தை ஓர் இங்கிலாந்து நிறுவனம் பெரும் பொருட்செலவில் தயாரித்தது. பண்டைய பாரசீகத்தில் தோன்றிய 'சரத்துஸ்தர்' எனும் ஞானியின் வரலாறே கதை. வரலாற்றில் முன்னும் பின்னுமாகச் செல்லும் கதையில் இயேசுக் கிறிஸ்து, புத்தர், முகமது நபி எல்லோரும் சாதாரண மனிதர்களாகவே வந்து போகிறார்கள்.

அந்த வருடம் எந்த ஈரானியப் படமும் சர்வதேசத் திரைப்பட விழாக்களுக்கு வந்து சேரவில்லை எனத் திரைப்பட விழா இயக்குநர்கள் கவலைப்பட்டதைக் காட்டிலும், ஈரான் அரசே அதிகமும் கவலையடைந்திருந்தது. ஈரான் வரலாற்றுடன் தொடர்புடைய பென்னியின் திரைப்படம் வெளியாகியதும், அந்தக் கவலையிலிருந்து மீண்டு உற்சாகமடைந்த ஈரான் அரசு உடனடியாகவே தன்னுடைய நாட்டில் அந்தப் படத்திற்குத் தடை விதித்தது. எக்காலத்திலும் ஈரானுக்குள் பென்னி ஸெனாபு நுழையக் கூடாது என்ற தடையும் விதிக்கப்பட்டது.

அந்தத் திரைப்படம் உண்மையிலேயே மிகச் சிறந்த படம்தான். பென்னியின் முழுக் கலை மேதைமையும் திரைப்படத்தில் வெளிப்பட்டிருந்தது. வணிகரீதியில் படம் பெரிய வெற்றியடையவில்லை என்றாலும், மிகச் சிறந்த இயக்குநர் என்ற பெயரை அந்தப் படம் பென்னிக்குப் பெற்றுக் கொடுத்தது. ஓர் ஆங்கிலப் பத்திரிகை பென்னியை 'கறுப்பு ஸ்டான்லி குப்ரிக்' என்று எழுதியது. பதிலுக்கு பென்னி 'Fuck off' என்று சொல்லிவிட்டார்.

பார்பரா பிரிக்மென் எழுதிய யாப்பாணச் சாமியின் வரலாற்றைப் படித்தவுடன், தன்னுடைய அடுத்த படம் 'Bad Word God' என்று பென்னி முடிவு செய்துவிட்டார். உடனேயே அவர் பார்பராவைச் சந்தித்துப் பேசினார். பார்பரா மூலமாக 'இலண்டன் யாழ்ப்பாண சுவாமிகள் சத் சங்கம்' என்ற அமைப்பின் நிறுவனரான சதாசிவம்

ஆசிரியரைச் சந்தித்தார். சதாசிவத்துடன் பேசப் பேச பென்னி ஸெனாபுவின் மனதில் திரைப்படம் விரிந்துகொண்டேயிருந்தது.

பென்னி இப்படித்தான் வரைவு எழுதினார்: இலங்கையில் நடைபெற்ற யுத்தம், அதற்கும் ஏகாதிபத்திய அரசுகளுக்கும் உள்ள கள்ள உறவு, வன்முறையில் நாட்டம் கொண்ட இலங்கை அரசு, எதிர்விளைவாகத் தோன்றிய ஆயுத இயக்கங்கள், யாப்பாணச் சாமி எனும் சித்தர், யுத்தத்திற்கு எதிரான அவரது குரல், அதிகாரங்களை எள்ளிநகையாடிய அவரது உரையாடல்கள், சமூகத்தால் அசுத்தமானவை எனச் சொல்லப்படும் வார்த்தைகளைப் புனிதமாக்கிக் கவிழ்த்துப் போட்டது, மறைந்து திரியும் சித்தனின் படிமம்.

இவற்றை நினைக்க நினைக்க, கலையின் உன்மத்த நிலைக்கே பென்னி போய்விட்டார். பார்பராவின் புத்தகத்தில் இல்லாத ஒரேயொரு விஷயத்தை மட்டுமே பென்னி திரைக்கதையில் சேர்த்துக்கொண்டார். படத்தின் இறுதிக் காட்சியில், குண்டுகளால் துளைக்கப்பட்ட யாப்பாணச் சாமியின் உடல் கடலில் மிதந்து செல்கிறது.

'Zarathustra' படத்திற்குப் பின்பு, பெரிய பெரிய தயாரிப்பு நிறுவனங்கள் எல்லாமே பென்னியின் அடுத்த படத்தைத் தயாரிக்க ஆர்வமாக இருந்தன. ஆனால், அந்த நிறுவனங்களின் வணிக நிர்ப்பந்தங்களுக்கு உட்படாமல், சுதந்திரமாகவே இந்தப் படத்தை இயக்க பென்னி விரும்பினார். இந்தப் படத்திற்கு ஒருபகுதி நிதியளிக்க 'பிரித்தானியத் தேசியத் தொலைக்காட்சி நிறுவனம்' முன்வந்தது. ஆனால், அந்தத் தொகை படத்தின் பட்ஜெட்டில் பத்து விழுக்காடு கூட வராது. மிகுதிப் பணத்தைத் தன்னுடைய நண்பர்களிடமிருந்து கடனாக பென்னி திரட்டிக்கொண்டார். 'இலண்டன் யாழ்ப்பாண சுவாமி சத் சங்கம்' தன்னுடைய சிறிய பங்களிப்பாக 5001 பவுண்டுகளை இயக்குநர் பென்னிக்கு வழங்கியது.

இந்தத் திரைப்படத்தால் யாப்பாணச் சாமியின் மகிமை உலகமெங்கும் பரவிவிடும் என்று சதாசிவம் நினைத்ததால், தன்னுடைய முழுமையான பங்களிப்பை இயக்குநர் பென்னிக்கு வழங்கினார். பென்னி எழுதிய திரைப்படப் பிரதியில் அறுபது வீத்திற்கும் மேற்பட்டவை தமிழில் பேசப்பட வேண்டிய வார்த்தைகள். ஆங்கிலத்தில் எழுதப்பட்ட அந்த வார்த்தைகளைத் தமிழில் மொழிபெயர்க்கும் பொறுப்பை ஆசிரியர் சதாசிவமே ஏற்றுக்கொண்டார். இதை யாப்பாணச் சாமிக்குச் செய்யும் பெரும் தொண்டாகவே அவர் கருதினார். வேலைக்கு மூன்று மாதங்கள் லீவு போட்டுவிட்டு, வசனங்களை மொழிபெயர்ப்புச் செய்து முடித்தார்.

அடுத்த கட்டமாக, நடிகர்களைத் தேடும் படலம் தொடங்கியது. இந்தத் திரைப்படத்தில் முற்றிலும் புதிய முகங்களையே நடிக்க வைக்க வேண்டுமென்பதில் பென்னி உறுதியாக இருந்தார். யாப்பாணச் சாமியார் மட்டுமே படத்தில் முதன்மைப் பாத்திரம். மற்றைய தமிழ் - சிங்களப் பாத்திரங்கள் எல்லாமே உதிரிகள். அந்த உதிரிப் பாத்திரங்களை இலங்கைக்குப் போய்க் கண்டுபிடித்துவிடலாம் என பென்னி முடிவு செய்தார். பார்பராவாக நடிப்பதற்கு உதவி இயக்குநர் எலிசா தயாராக இருந்தாள். ஆனால், சாமியார் பாத்திரத்திற்கு ஒரு தேர்ந்த நடிகர் தேவை. இருபது வயதிலிருந்து நாற்பது வயதுவரையான பாத்திரத்தை ஏற்று நடிக்க வேண்டும். அதிகம் பேசாத பாத்திரம். எனவே உடல்மொழிக்குப் பெரும் பங்கிருந்தது.

யாப்பாணச் சாமியாரின் தோற்றத்திற்குப் பொருந்தக்கூடிய ஓர் இலங்கைத் தமிழ் நடிகரை அய்ரோப்பா முழுவதும் பென்னி சல்லடை போட்டுத் தேடினார். நடிப்புக் கல்லூரிகளில் ஒரு தமிழ் மாணவன் கூடக் கிடையாது. பென்னியுடனேயே அலைந்துகொண்டிருந்த சதாசிவம் "எங்களுடைய மக்கள் நடிப்புக் கல்லூரிக்குப் பிள்ளைகளை அனுப்புவதில்லை. எல்லாமே டொக்டர், இஞ்சினியர் படிப்புத்தான்" என்று நிலைமை புரியாமல் கொஞ்சம் பெருமையாகவே சொன்னார். பாரிஸில் ஒரு நடிப்புப் பள்ளியில் படித்துக்கொண்டிருந்த ஒரேயொரு தமிழ் மாணவனுக்குத் தமிழும் தெரியாது, ஆங்கிலமும் தெரியாது. தவிரவும் அந்தப் பையன் நூறு கிலோ எடையிலிருந்தான். எலும்பும் தோலுமான யாப்பாணச் சாமிக்கு அவன் பொருந்தான்.

அய்ரோப்பாவில் 20-30 வயதுள்ள இளைஞர்களால் நடத்தப்படும் தமிழ் மேடை நாடகக் குழுக்களிலிருந்து ஒரு நடிகரைக் கண்டுபிடித்துவிடலாம் என பென்னி நம்பினார். ஆனால், அப்படியொரு தமிழ் இளைஞர் நாடகக் குழுவே முழு அய்ரோப்பாவிலும் கிடையாது என பென்னி அறிந்தபோது, அவருக்கு இது புரியவேயில்லை. சதாசிவமோ "கூத்தாடுவதும் குண்டி நெளிப்பதும் ஆத்தாதவன் செயல் என்றொரு பழமொழி தமிழில் இருக்கிறது" என்று சொல்லி, பென்னியை மேலும் குழப்பத்திற்குள் தள்ளினார்.

வேறு வழியில்லாமல் அடுத்தகட்டச் சமரசத்திற்கு இறங்கிய பென்னி ஒரு காஸ்டிங் ஏஜென்சி மூலம் 'தமிழ் பேசத் தெரிந்த நடிகர் தேவை' என்று விளம்பரம் கொடுத்தார். அய்ந்தாறு பேர்தான் விண்ணப்பித்திருந்தார்கள். "இந்த விளம்பரங்களை எங்களுடைய சனங்கள் கவனிக்க மாட்டார்கள்" எனச் சொல்லி, கூடவேயிருந்து சதாசிவம் இயக்குநரை எரிச்சலூட்டிக்கொண்டிருந்தார். விண்ணப்பித்திருந்தவர்களில் நேசன் என்ற முப்பது வயது இளைஞனை பென்னிக்குப் பிடித்திருந்தது. அய்ந்து

வருடங்களுக்கு முன்புதான், இலங்கையிலிருந்து அவன் இலண்டனுக்கு வந்திருந்ததால், யாழ்ப்பாணத் தமிழை அச்சு அசலாகப் பேசினான். நேர்முகத் தேர்வு செய்தபோது, நேசனின் நடிப்பும் பென்னிக்கு ஓரளவு திருப்தியாகவேயிருந்தது. சில நடிப்புப் பயிற்சிகளின் மூலம் அவனைத் தயார் செய்துவிடலாம் என நம்பிக்கைகொண்டார்.

படப்பிடிப்புக்காக இலங்கைக்குச் செல்வதற்கான நாளும் குறிக்கப்பட்டது. நாற்பத்தைந்து நாட்கள் படப்பிடிப்புக்கு மட்டுமே இலங்கை அரசால் அனுமதி வழங்கப்பட்டிருந்தது. அதைப் பெறுவதற்கே பல இடங்களில் இலஞ்சம் தள்ள வேண்டியிருந்தது. தயாரிப்பு நிர்வாகிகள் முன்தயாரிப்புகளுக்காக இலங்கைக்குப் புறப்பட்டுச் சென்றுவிட்டார்கள்.

பென்னி ஒரு நாளைக்கு எட்டு மணிநேரம் என்ற அளவில் நேசனுக்கு நடிப்புப் பயிற்சி அளித்துக்கொண்டிருந்தார். படப்பிடிப்புக் குழு இலங்கைக்குப் புறப்படுவதற்கு இரண்டு நாட்கள் முன்னதாக, நேசன் காணாமல் போய்விட்டான். பென்னியும் சதாசிவமும் மாறிமாறி நேசனுக்குத் தொலைபேசி செய்தும் பதிலில்லை. என்ன செய்வதென்று இவர்கள் திகைத்து நின்றுகொண்டபோது, நேசனிடமிருந்து சதாசிவத்திற்குத் தொலைபேசி அழைப்பு வந்தது. சதாசிவம் கிட்டத்தட்ட அழுதேவிட்டார்.

"தம்பி நேசன், நாளண்டைக்கு நாங்கள் சிலோனுக்குப் போகோணும், நீர் திடீரெண்டு மிஸ்ஸிங்…"

"ஓம் அய்யா… ஒரு சின்னப் பிரச்சினை."

"என்ன பிரச்சினை? உமக்கு இலங்கைப் பாஸ்போர்ட் தானே. விசாப் பிரச்சினை இல்லையே…"

"இது வேற பிரச்சினை அய்யா. படத்தில செக்ஸ் சீன் ஒண்டு இருக்கெல்லே… சாமியாரும் அந்த வெள்ளைக்கார மனிசியும் ஆனையிறவில உடுப்பில்லாமல் செய்யிற மாதிரி. அந்தக் கட்டத்தை நான் நடிக்கக் கூடாது எண்டு நான் விரும்பியிருக்கிற பிள்ளை சொல்லுது. இன்னும் மூண்டு மாதத்தில எங்களுக்குக் கலியாணம்."

"தம்பி, பின்ன நீ நடிக்கத்தானே போறாய்…உண்மையாவா செய்யப் போறாய் படம்தானே…"

"அய்யா உங்களுக்குப் படம், எனக்கு இது வாழ்க்கை. மன்னிச்சுக் கொள்ளுங்கோ. வணக்கம்."

சதாசிவம் அடித்துப் பிடித்துக்கொண்டு பென்னியிடம் ஓடிப் போய் விஷயத்தைச் சொன்னபோது, பென்னி இடிந்து போய்விட்டார்.

இலங்கைக்குக் கிளம்ப இன்னும் முப்பது மணிநேரம் தானுள்ளது. இந்த இடைவெளியில் இன்னொரு நடிகனைக் கண்டுபிடிப்பது நடக்கக்கூடிய காரியமா என்ன!

பென்னி கண்களை இறுக மூடியவாறு யோசித்துக்கொண்டேயிருந்தார். அவரது மூளைக்குள் யாப்பாணச் சாமியாரின் வாடிய முகமும் கிறங்கிய கண்களும் வந்து போய்க்கொண்டிருந்தன. அந்த முகத்தைத் தான் நேரில் பார்த்திருப்பது போல அவருக்குத் திடீரென தோன்றலாயிற்று. தனது பருத்த உள்ளங்கையால் படபடவெனத் தனது நெற்றியில் அடித்துக்கொண்டார். தான் காணும் முகம் ஓம்கார் பூஷன் என்பவனின் முகமே என்பது திடீரென அவருக்கு உறைத்தது.

ஓம்கார் பூஷன் ஒரு மராட்டியன். இலண்டனில் ஒரு சிறிய நாடகக் குழுவில் நடிப்பவன். இரண்டு - மூன்று தடவை பென்னியைச் சந்தித்து நடிக்க வாய்ப்புக் கேட்டிருக்கிறான். அவனின் முகமும் உருவமும் யாப்பாணச் சாமியைப் போலவேயிருக்கும். நிறமும் அட்டைக் கறுப்புத்தான்.

பென்னி தொலைபேசியில் ஓம்காரை அழைத்த எட்டாவது நிமிடத்தில், அவன் பென்னியின் அலுவலகத்தில் இருந்தான். ஓம்காரிடம் அந்த ஆனையிறவுக் காட்சியைக் கொடுத்து, நடித்துக் காட்டுமாறு பென்னி கேட்டார். அந்தக் காட்சி எழுதப்பட்டிருந்த தாளை வாங்கிப் படித்தபோது அதில் சாமி, பார்பரா என இரண்டு பாத்திரங்களிருந்தன. இதில் எந்தப் பாத்திரத்தை பென்னி நடித்துக்காட்டச் சொல்கிறார் என்றெல்லாம் ஓம்கார் யோசிக்கவேயில்லை. சடசடவென மாறி மாறிச் சாமியாரின் பாத்திரத்தையும் பார்பராவின் பாத்திரத்தையும் ஒருசேர ஓம்கார் நடித்துக்காட்டினான். ஓரமாக நின்று பார்த்துக்கொண்டிருந்த சதாசிவம் உணர்ச்சி மிகுதியால் கண்ணீர் உகுத்தார். அர்த்தநாரீஸ்வரரின் ஆனந்தத் தாண்டவத்தைப் பார்ப்பது போலிருந்தது அவருக்கு. இவன்தான் தான் தேடிக்கொண்டிருந்த நடிகன் என்பது பென்னிக்குப் புரிந்துவிட்டது.

இலங்கைக்கு விமானத்தில் பறந்துகொண்டிருக்கும் போது, பென்னிக்கு அருகில்தான் சதாசிவம் உட்கார்ந்திருந்தார். ஏதோ யோசித்துக்கொண்டிருந்த பென்னி திடீரெனச் சதாசிவத்தின் தோளைத் தட்டி "இந்த ஓம்காரைவிட, அந்தத் தமிழ்ப் பையன் நேசன் சிறப்பான தேர்வு என நீங்கள் நினைக்கவில்லையா?" என்று கேட்டார். பதிலாக சதாசிவம் இவ்வாறு சொன்னார்:

"ஸ்ரீ மிஸ்டர் பென்னி, பாரதியார் என்றொரு மகாகவி எங்களிடமிருந்தார். தான் அறிந்த மொழிகளில் தமிழைப் போல் சிறந்த மொழி இல்லையென்றார். ஆனால், அவரது வாழ்க்கையைப் படமாக

எடுத்தபோது, பாரதியாரின் பாத்திரத்தில் ஒரு மராட்டிக்காரன்தான் நடித்தான். தமிழ்க் கவிஞனின் வேடத்திலேயே மராட்டிக்காரன் நடிக்கும்போது, தமிழ்ச் சித்தனின் வேடத்தில் நடிக்கமாட்டானா!"

பென்னி புன்னகையுடன் சதாசிவத்தின் தோளைத் தட்டினார். அந்த உற்சாகத்திலேயே கடகடவென நாற்பது நாட்களுக்குள் யாழ்ப்பாணத்தில் படப்பிடிப்பை முடித்துக்கொண்டு, குழுவினருடன் இலண்டன் திரும்பினார். எடிட்டிங், மிக்ஸிங் வேலையெல்லாவற்றையும் இரவு பகலாக உட்கார்ந்து மேற்பார்வை செய்து இரண்டு மாதங்களுக்குள் முடித்துவிட்டார். படத்தை எந்த உலகத் திரைப்பட விழாவில் 'பிரீமியர்' செய்யலாம் என பென்னி யோசித்துக்கொண்டிருந்த போதுதான், சதாசிவம் ஒரு வேண்டுகோளை முன்வைத்தார்.

"ஸீ மிஸ்டர் பென்னி! வருகிற வெள்ளிக்கிழமை, எங்களது சத் சங்கத்தில் இந்தப் படத்தைத் திரையிட வேண்டுமென்று உங்களைத் தயவாகக் கேட்கிறேன். யாப்பாணச் சாமியின் அடியார்களும் சில தமிழ்ப் பத்திரிகையாளர்களும் தமிழ்ப் புத்திஜீவிகளும் இந்தப் படத்தைக் காண்பதற்கு ஆவலாக இருக்கிறார்கள்."

சதாசிவத்தைப் பார்த்துப் புன்னகைத்த பென்னி "இது உங்களின் படம், உங்களின் வாழ்வு. நான் வெறும் கருவிதான். நிச்சயமாகத் திரையிடுவோம்" என்றார். வெள்ளிக்கிழமை மாலை, இலண்டன் யாழ்ப்பாண சுவாமிகள் சத் சங்க மண்டபத்தில் புரஜெக்டர் வைத்து, சிறப்பு அழைப்பாளர்களுக்குப் படம் திரையிடப்பட்ட சில மணி நேரங்களுக்குள்ளேயே, இயக்குநர் பென்னி ஸெனாபு குறித்த குற்றச்சாட்டுகள் இணையத்தில் வரிசைகட்டித் தோன்ற ஆரம்பித்தன.

படத்தில் தமிழ்மொழி கொச்சையாக உச்சரிக்கப்படுகிறது, முதன்மைப் பாத்திரத்தில் ஈழத் தமிழ் நடிகர் அல்லாமல் யாரோ மராட்டிக்காரர் நடிக்க வைக்கப்பட்டிருக்கிறார், படப்பிடிப்புக்குப் போயிருந்தபோது இனப்படுகொலை இலங்கை அரசின் அமைச்சரை இயக்குநர் பென்னி ஸெனாபு சந்தித்திருக்கிறார் என்றெல்லாம் கண்டனங்கள் எழுதப்பட்டன. சதாசிவம்தான் இந்தக் குற்றச்சாட்டுகளை பென்னியின் காதுக்குக் கொண்டுவந்தார்.

இயக்குநர் பென்னி இத்தகைய கண்டனங்களுக்கு அஞ்சக் கூடியவரல்ல. அவர் கடற்கொள்ளையர்களின் மிரட்டலிலிருந்து, ஈரான் அரசின் தடையிலிருந்து, வெள்ளைப் பத்திரிகையாளர்களின் நிறவெறி வரை சந்தித்த பழுத்த பழம். அஞ்சவில்லையே தவிர அவர் மனமார வருத்தப்படத்தான் செய்தார். தனக்கு அந்நியமான ஒரு நிலத்தை, மொழியை, கலாசாரத்தை, அங்கே நடந்த போரை அவர் தன்னால் முடிந்தளவு உண்மைத்தன்மையோடு படமாக்கியிருக்கிறார். ஆனால்,

சம்பந்தப்பட்ட சமூகமே படத்தை எதிர்த்தால், அவர் எங்கேயோ தவறிழைத்திருக்கிறார் என்றே பொருள் என்பதாகத்தான் பென்னி நினைத்தார். படத்தின்மீது அதிருப்தி கொண்டவர்களைச் சந்தித்து உரையாடி, ஒரு நல்ல தீர்வுகாண விரும்புவதாக அவர் சதாசிவத்திடம் சொன்னார். சத் சங்கத்திலேயே அந்தக் கலந்துரையாடலுக்கு நாள் குறிக்கப்பட்டது.

கலந்துரையாடலைத் தொடக்கிவைத்துப் பேசிய பென்னி தனக்குத் தமிழ் மொழி தெரியாததற்கு வருந்துவதாகக் குறிப்பிட்டார். படத்தில் பேசப்படும் தமிழ் உரையாடல்களில் தவறிருந்தால் அவற்றைச் சரி செய்துகொள்வதாகவும் உறுதியளித்தார். "அதில் பல இடங்களில் பேசப்படுவது தமிழே கிடையாதே" என்று ஒருவர் குரலெழுப்பினார்.

பென்னி சங்கடத்துடன் சதாசிவத்தைப் பார்த்துக்கொண்டே "மதிப்புக்குரிய ஆசிரியர் சதாசிவம்தான் தமிழ் உரையாடல்களை எழுதியவர்" என்றார். சதாசிவத்திற்குத் தெருவில் சேலை உரிந்து விழுந்தது போலிருந்தது. அந்தக் காலத்திலேயே தமிழ்ப் பண்டிதர் சோதனை பாஸ் பண்ணியவர் அவர். தமிழ் உரையாடல்களை இலக்கணச் சுத்தமாக எழுதியிருந்தார். படப்பிடிப்பில் ஓம்கார் அவற்றைப் பேசியபோது, சரி போலத்தான் சதாசிவத்திற்கும் பட்டது. ஆனால், திரையில் பெரிய சத்தமாகக் கேட்டால் அங்கங்கே குழம்பிக் கேட்கிறது. சதாசிவம் கையைப் பிசைந்துகொண்டே அமைதியாக உட்கார்ந்திருந்தார். "பொதுமக்களுக்குத் திரையிடுவதற்கு முன்பாக நாங்கள் வசனங்களைச் சரி செய்துவிடுகிறோம்" என்று பென்னி மறுபடியும் வாக்குறுதி கொடுத்துவிட்டு "உங்களுக்குள் டப்பிங் பேசி அனுபவப்பட்ட யாராவது இருந்தால் கூட எங்களுக்கு உதவலாம்" எனச் சொல்லிப் புன்னகைத்து, ஒரு சுமூகநிலையை ஏற்படுத்த முயற்சித்தார்.

"தமிழைப் பிழையாகப் பேசினாலும் பரவாயில்லை, தமிழ் என்று சிங்களத்தைப் பேசுகிறார்கள்" என்று ஒருவர் குற்றஞ்சாட்டினார். இதைக் கேட்டு மிரண்டு போன பென்னி பரிதாபமாகச் சதாசிவத்தைப் பார்த்தார். சதாசிவம் ஈனமான குரலில் "அப்படி இருக்க வாய்ப்பில்லையே... என்ன வசனம்?" என்று கேட்டார்.

"முயங்க... முயங்க என்று பல இடங்களில் வருகிறது" என்றார் குற்றஞ்சாட்டியவர்.

சதாசிவத்திற்குப் பிரச்சினை புரிந்துவிட்டது. ஆங்கில வசனத்தில் Fuck Fuck Fuck என்று பக்கத்திற்குப் பக்கம் எழுதி வைத்திருந்தார் பென்னி. அதைத் தூய தமிழில் 'முயங்க முயங்க முயங்க' என்று சதாசிவம் எழுதியிருந்தார். சதாசிவம் குற்றஞ்சாட்டியவரைப் பார்த்து "அது

தமிழ் தானுங்கோ" என்றார். அதற்குக் குற்றஞ்சாட்டியவர் "எனக்கு யாழ்ப்பாண, மட்டக்களப்பு, கொழும்பு எல்லாத் தமிழும் தெரியும். இப்பிடியொரு புதினமான தமிழ நான் கேள்விப்பட்டதில்ல" என்று அதிருப்தியுடன் சொன்னார்.

"சாமியார் பாத்திரத்தில் ஏன் ஈழத் தமிழரை நடிக்க வைக்கவில்லை?" என்று அடுத்த கேள்வி கோபத்துடன் முன்வைக்கப்பட்டது. பென்னிக்குக் கண்களில் கண்ணீரே வந்துவிடும் போலிருந்தது. தனது பருத்த கைகளை மார்போடு கட்டியவாறு "முயற்சித்தேன்... என்னால் கண்டுபிடிக்க முடியவில்லை" என்றார்.

"ஹோ" என்ற அதிருப்திச் சத்தம் மண்டபத்தில் எழுந்தது. அதைத் தொடர்ந்து "நீங்கள் இன்னும் தீவிரமாகத் தேடியிருக்க வேண்டும்" என்றொரு குரல் கேட்டது.

"மிஸ்டர் பென்னி ஸெனாபு! நீங்கள் கொழும்பில் இலங்கை அமைச்சரைச் சந்தித்தது ஏன்?" ஓர் இளைஞன் கேள்வி எழுப்பினான்.

"படப்பிடிப்புக்கு அனுமதி வாங்க அவர்களைத்தான் சந்திக்க வேண்டும். வேறு வழியில்லை. இந்தக் கதையை நான் இங்கிலாந்தில் எடுக்க முடியாதல்லவா என் நண்பரே. நான் மட்டுமல்ல, நிறைய வெளிநாட்டுக்காரர்கள் இலங்கையில் படப்பிடிப்பில் ஈடுபடுகிறார்கள். தவிர இலங்கையர்களும் படம் தயாரிக்கிறார்கள். எல்லோருமே அரசாங்கத்திடம் அனுமதி வாங்கத்தான் வேண்டியிருக்கிறது."

"படத்தில் சாமியாரை அடிக்கும் காட்சியை அனுமதிக்க முடியாது. அது எங்களது உணர்வுகளைப் புண்படுத்தும்" என்றார் ஒருவர். "சித்திரவதை முகாமில் சாமி அடிக்கப்படுவதுதானே சாமியின் வாழ்வில் திருப்புமுனையாகிறது... அந்தக் காட்சி இல்லாமல் எப்படி?" என்று கேட்டார் பென்னி.

"அது எங்களுக்கும் தெரியும். நான் சொல்வது பாலசாமியை அடிப்பது பற்றி."

படத்தின் முற்பகுதியில், பத்து வயதுச் சிறுவனான நாகேஸ்வரன் கிரிக்கெட் விளையாடுவான். "போய்ப் பாடத்தைப் படி" எனத் தாயார் சிறுவனின் முதுகில் ஒரு அடி போடுவார். 'கிரிக்கெட் அடிக்கிறவனப் பற்றிப் படமெடுத்தாலும் இவையிட மனம் புண்படுது, கிரிக்கட் அடிக்கிறவனை அடிச்சாலும் இவையிட மனம் புண்படுது' என்று சதாசிவம் மனதிற்குள் நினைத்துக்கொண்டார்.

ஒரு பெண்மணி எழுந்து சுற்றுமுற்றும் ஒரு தடவை பார்த்துவிட்டு, ஒரு நீண்ட உரையைத் தொடக்கினார்: "இந்தப் படத்தில் தமிழ்

கொச்சையாகப் பேசப்படுவது சாதாரண பிரச்சினையல்ல. இது மொழி அரசியல். காலங்காலமாக ஒடுக்கப்படும் ஓர் இனத்தை நீங்கள் மேலும் ஒடுக்குகிறீர்கள். யாப்பாணச் சாமி எங்களது கலசாரத்தில் மிக முக்கியமானவர். உங்களுக்குப் பக்தி இயக்கம் பற்றித் தெரிந்திருக்காது. வடமொழி ஆதிக்கத்திற்கு எதிராக எழுந்த இயக்கமது. முப்பத்தைந்து நாயன்மார் எங்களது மொழியில் உள்ளார்கள். யாப்பாணச் சாமி முப்பத்தாறாவது நாயன்மாராகக் கொள்ளக் கூடியவர்..."

இப்படியாக அந்தப் பெண்மணி பேசிக்கொண்டே போனார். சதாசிவம் எதுவும் பேசக் கூடாது என்றுதான் அமைதியாக உட்கார்ந்திருந்தார். ஆனால், தரித்திரம் பிடித்த அவரது நாக்குச் சும்மாயிருக்கவில்லை. அந்தப் பெண்மணியை இடைமறித்து "முப்பத்தைந்து அல்ல... அறுபத்துமூன்று நாயன்மார்" என்றார். அதற்கு அந்தப் பெண்மணி "நாயன்மார் நம்பர்ஸ் ஆளுக்கால் கூட்டிக் குறைச்சுச் சொல்லுகினம். கொன்சர்வேட்டிவ் எஸ்டிமேட் முப்பத்தைஞ்சுதான்" எனச் சொல்லிவிட்டு பேசிக்கொண்டே போனார். சதாசிவம் துக்கத்தோடு "பிறந்தநாள் தொட்டு அறுபத்தைஞ்சு வருசமா அறுபத்துமூண்டு நாயன்மாரைத்தான் நான் கும்புடுறன்" என முணுமுணுத்துக்கொண்டார். 'என்ன' என்பது போல பென்னி, சதாசிவத்தைப் பார்த்தபோது "லுக் ஹியர் மிஸ்டர் பென்னி" என அடுத்த குரல் கம்பீரமாக ஒலித்தது.

"படத்தின் இறுதியில் யாப்பாணச் சாமியின் உடல் துப்பாக்கிச் சூட்டுக் காயங்களுடன் காட்டப்படுகிறது. சாமியைச் சுட்டது யார்?"

சற்று நேரம் யோசித்த பென்னி "எனக்குத் தெரியாது" என்றார்.

"ஹோ" என்ற அதிருப்திச் சத்தம் மண்டபத்தில் முன்னிலும் சத்தமாக எழுந்தது.

"கேளுங்கள் பென்னி ஸெனாபு! படைப்புச் சுதந்திரம் என்ற பேரில் நீங்கள் உங்கள் இஷ்டப்படி படம் எடுக்க முடியாது! தட்டிக் கேட்க ஆளில்லையென்று நினைத்துவிட்டீர்களா என்ன? யாப்பாணச் சாமி திரும்பவும் வருவார் என்பது எங்களின் நம்பிக்கை. நாங்கள் உங்களது படத்தைப் பகிஷ்கரிக்கிறோம்" என்ற அந்தக் குரல் உணர்ச்சியில் நடுங்கிக்கொண்டிருந்தது. அத்தோடு அந்தக் கலந்துரையாடல் முடிந்தது.

புத்திஜீவிகள் குழு, திரைப்பட விழாக்களுக்கு மெயில் அனுப்பித் தங்களது அதிருப்தியை வெளியிட்டது. பிரித்தானியாவில் வாழும் மூன்று இலட்சம் ஈழத் தமிழ் மக்களின் வரிப்பணம் வீணடிக்கப்பட்டு விட்டதாகக் கண்டனங்கள் எழுந்தன. அந்தப் படத்திற்கு 'பிரித்தானியத் தேசியத் தொலைக்காட்சி நிறுவனம்' வழங்கிய உதவிப் பணத்தைத் திரும்பப் பெற்றுக்கொள்ள வேண்டும் என்ற கோரிக்கை பிரபல

ஆங்கில நாளிதழ்களில் புத்திஜீவிகள் குழுவால் வெளியிடப்பட்டது. எல்லாவற்றிலும் உச்சக்கட்டமாக 'இந்தப் படத்தை எடுத்ததற்காக இயக்குநர் பென்னி ஸெனாபு பொது மன்னிப்புக் கேட்க வேண்டும்' என்ற கோரிக்கை வைக்கப்பட்டபோது, பென்னி முற்றிலும் பொறுமையிழந்து போய்விட்டார். தன்னைத் தனது அறைக்குள் வைத்துப் பூட்டிக்கொண்டார்.

சோமாலியப் பழங்குடியான 'இயிபிர்' வீரத்திற்கும் சண்டைக்கும் பேர் போனது. போரில் சரணடைவது என்ற பேச்சே அவர்களிடம் கிடையாது. அந்த மரபில் வந்தவரான பென்னி ஸெனாபு தன்னைக் கட்டுப்படுத்திக்கொள்ள வழி தெரியாமல் துடித்துக்கொண்டிருந்தார். கோபத்தின் உச்சத்தில் தன்னுடைய ஆடைகளைக் கிழித்துத் தன்னை நிர்வாணமாக்கிக்கொண்டார். ஆறையடி உயரமான பென்னி தன்னுடைய பருத்த உடலை இந்த நிலத்தில் பொருத்தி வைக்க முடியாமல் அறைக்குள் தாவித் தாவிக் குதித்துக்கொண்டிருந்தார். பின்பு தன்னுடைய நீண்ட கைகளை அகல விரித்துக்கொண்டு, முதுகை வளைத்து, ஒரு மூர்க்கமான விலங்கு போலப் பதுங்கிப் பதுங்கி அறைக்குள் சுற்றிச் சுற்றி நடந்தார். அவரது மூச்சுக் காற்று அனலாகத் தகித்துக்கொண்டிருந்தது. கண்கள் கிறங்கிப்போயின. அப்போது யாப்பாணச் சாமியின் "சாக்கிரத்தில் சாக்கிரம் எச்சில் பூ காணிக்கை" என்ற வாக்கியம் அவருக்கு ஞாபகம் வந்தது. அந்த வார்த்தைகளையே மறுபடியும் மறுபடியும் அவர் முணுமுணுக்கலானார்.

இயக்குநர் பென்னி ஸெனாபு திடீரென இங்கிலாந்திலிருந்து மறைந்துபோனது கொஞ்ச நாட்களுக்குச் செய்தியாக இருந்தது. சும்மா பேருக்குத் தேடிவிட்டு 'ஒழிந்து தொல்லை' எனக் காவல்துறையும் கோப்பை மூடிவிட்டது. எல்லாவற்றையும் அறிந்து வைத்திருந்த ஒரேயொரு நபர் சதாசிவம் மட்டுமே.

இங்கிலாந்தில் மறைந்துபோன பென்னி ஸெனாபு எப்படி ஒருநாள் திடீரென யாழ்ப்பாணத்தில் தோன்றினார், எப்படி அரையில் கச்சை தரித்துச் சாமியாரானார், தாங்கள் எதிர்பார்த்துக் காத்திருந்த யாப்பாணச் சாமி வேறொரு ரூபத்தில் திரும்பி வந்திருக்கிறார் என மக்கள் பரவசத்துடன் அவரை ஏற்றுக்கொண்டு வணங்குவதன் உளவியல் என்ன என்ற கேள்விகளை விட, எனக்கு வேறொரு முக்கியமான கேள்வி இருந்தது.

நான் அம்மாவிடம் தொலைபேசியில் கேட்டேன்:

"அம்மா... அந்தச் சாமியார் தமிழ் எப்பிடிக் கதைக்கிறார்... அவர் கதைக்கிறது உங்களுக்கு விளங்குதே?"

"ஏன்? அவற்ர தமிழுக்கு என்ன குறை? சாமி அப்பிடியே ஆற்றொழுக்காத் தூசணம் கொட்டுறார். உன்ர அப்பாவால கூடி அப்பிடித் தூசணம் சொல்ல ஏலாது. சித்திரமும் கைப்பழக்கம் செந்தமிழும் நாப்பழக்கமல்லோ தம்பி" என்றார் அம்மா.

□ shobasakthi.com – 2020

மூமின்

இன்று அதிகாலையில் முஹமெட் அஸ்லம் வீட்டிலிருந்து புறப்பட்டபோது, அவனது பெயர் நாகநாதன் முருகவேல் துலீப் என்றுதான் இருந்தது. ஒரு மணிநேரத்திற்கு முன்புதான் அவன் பெயரை மாற்றியிருந்தான். பள்ளிவாசலிலிருந்து அவன் வெளியே வந்தபோது, பள்ளிவாசலுக்கு எதிரே நிரந்தரமாக நிறுத்தப்பட்டிருக்கும் காவல்துறையினரின் இரண்டு வாகனங்களுக்குள்ளும் பொலிஸ்காரர்கள் கைகளில் நவீன ரகத் துப்பாக்கிகளுடன் அமர்ந்திருந்தார்கள்.

அந்த சிறிய பள்ளிவாசல் பாரிஸின் புறநகரான 'லு ரன்ஸி'யில் சற்று ஒதுக்குப்புறமான இடத்தில் அமைந்திருந்தது. பள்ளிவாசலைச் சுற்றி அரைக் கிலோமீட்டருக்கு வெறும் புற்றரைதான். பள்ளிவாசலைக் குடியிருப்போடு இணைக்கும் சிறு தெருவில் அஸ்லம் நடந்து கொண்டிருந்தபோது, நீண்ட அங்கிகளும் தலையில் தொழுகைத் தொப்பிகளும் அணிந்து எதிரே வந்த இரண்டு முதியவர்களுக்கு "அஸ்ஸலாமு அலைக்கும்" எனக் கண்கள் பளிச்சிட சலாம் சொன்னான்.

புற்றரையைக் கடந்ததும் சிறிய கடைத் தொகுதியும், அதற்கப்பால் 'சித்தே' எனச் சொல்லப்படும் நெருக்கமான அடுக்குமாடிக் குடியிருப்புகளுமிருந்தன. அங்கேதான் அஸ்லமின் வீடிருந்தது. இப்போது அஸ்லமின் கால்களில் வேகம் அதிகமாயிற்று.

இங்கேதான் அஸ்லம் பிறந்து வளர்ந்தான். ஆனால், இன்று எல்லாமே அவனுக்குப் புதிதாகத் தோன்றின. எப்போதும் இல்லாதுபோல இந்தத் தெருவும் சூழலும் மாலைப்பொழுதால் சிவந்து கிடந்த வானமும் அதன் நடுவே மறைந்தும் ஒளிர்ந்தும் விளையாடிக்கொண்டிருந்த பிறையும் அவனுக்கு மனதில் பெருத்த அமைதியைக் கொடுத்தன. இவ்வளவுக்கும் அந்தக் கடைத்தெருவும் குடியிருப்பும் எப்போதும் போலவே கீயாமாயாவென்று ஒரே சந்தடிச் சத்தமாகத்தானிருந்தது.

இந்த குடியிருப்பிலிருக்கும் பதினாறு அடுக்குமாடிக் கட்டடங்களிலும் முந்நூறு குடும்பங்களுக்குக் குறையாமல் வசித்தார்கள். வெளிநாடுகளிலிருந்து வந்த குடியேற்றத் தொழிலாளர்களின் பரம்பரையும், அகதிகளாகக் குடியேறியவர்களின் குடும்பங்களுமே இங்கே நிறைந்திருந்தன. ஒட்டுமொத்தக் குடியிருப்பிலும் ஒன்றோயிரண்டோ

வெள்ளைக் குடும்பங்கள் மட்டுமே எப்போதுமிருந்தன. அந்த வெள்ளையர்களும் கிழக்கு அய்ரோப்பாவிலிருந்து வந்த பஞ்சப்பட்ட குடியேறிகளாகவே இருப்பார்கள்.

அஸ்லமின் தந்தை முருகவேளும், தாயார் தாட்சாயினியும் இந்தக் குடியிருப்புக்கு அகதிகளாக வந்து சேர்ந்து, இரண்டு வருடங்கள் கழித்துத்தான் அஸ்லம் மூத்த குழந்தையாகப் பிறந்தான். அடுத்தடுத்த வருடங்களில் இரு பெண் குழந்தைகள் பிறந்தார்கள். முருகவேள், பிள்ளைகள் மூவருக்கும் பிரெஞ்சுத் தேசத்தின் புகழ்பெற்ற மலர்களையே பெயர்களாக வைத்திருந்தார். மூத்தவனுக்குப் பெயர் துலீப். பெண் குழந்தைகளுக்கு மிமோஸா, டொறின் எனப் பெயர்கள்.

முருகவேள் தனது மனைவியை 'துலிப் மம்மோ' என்றும், தாட்சாயினி தனது கணவரை 'துலீப் பப்பா' என்றும்தான் ஆசையாசையாக அழைத்துக்கொள்வார்கள். துலீப் என்ற அந்தப் பெயரை நிரந்தரமாக மாற்றிவிட்டுத்தான் இப்போது அஸ்லம் வீட்டுக்குப் போய்க்கொண்டிருக்கிறான். அவன் இஸ்லாம் மார்க்கத்தைத் தழுவிக்கொண்ட செய்தியை இன்னும் சற்றுநேரத்தில் வீட்டில் சொல்லத்தான் போகிறான். அஸ்லம் என்ற பெயரும் ஏப்பை சாப்பைப் பெயர் கிடையாது. அந்தப் பெயருக்கு 'பாதுகாக்கப்படுபவன்' என்று அர்த்தம்.

அஸ்லமுக்கு இருபது வயதாகிறது. ஆறடி உயரமும் தொண்ணூறு கிலோ பாரமுமாக அவனது உடல் செழிப்பாக வளர்ந்திருக்கிறது. சில மாதங்களாக வளர்ந்திருக்கும் இளம் தாடி அவனது முகத்திற்கு வயதுக்கு மீறிய முதிர்ச்சியைக் கொடுத்திருக்கிறது. தந்தையிடமிருந்து சுருட்டைத் தலைமுடியும், தாயிடமிருந்து வெள்ளைவெளேரென்ற நிறமும் அவனுக்குக் கிடைத்திருக்கின்றன. இந்தக் குரல்தான் யாரிடமிருந்து கிடைத்தது என்று தெரியவில்லை. கரகரவென்று ஒரு கனத்த குரல் அஸ்லமுக்கு வாய்த்திருக்கிறது. அவன் பேசும் தொனியும் முரட்டுத்தனமாகவேயிருக்கும். 'சாப்பிட்டீர்களா' என்று துலீப் கேட்கும்போது, கத்தியால் குத்த வருவதுபோலவே துலீப்பின் உடல்மொழி இருக்குமென அவனது கூட்டாளி மதுசன் சொல்வான். இந்த இரண்டு கூட்டாளிகளும் பதினேழு வயதிலேயே சிறைக்குப் போய் வந்தவர்கள்.

அந்தக் குடியிருப்புப் பகுதியில் நான்கைந்து தமிழ்க் குடும்பங்கள் இருந்தன என்றாலும், சந்தையிலோ தெருவிலோ காணும்போது ஆளையாள் மெலிதாகத் தலையசைப்பதோடு அவர்களது உறவு முடிந்துவிடும். ஒருவரின் வீட்டுக்கு அடுத்தவர் போய் வருகிற பழக்கமெல்லாம் கிடையாது. ஆனால், குழந்தைகளால் அப்படியிருக்க

முடியாதல்லவா. தங்களையொத்த தோற்றத்துடன், தாங்கள் பேசும் மொழியையும் பேசும் குழந்தைகளுடன் அவர்களுக்கு இயல்பாகவே நட்பு உருவாகிவிடுகிறது. அப்படித்தான் துலீப்புக்கும் மதுசனுக்கும் மழலையர் பள்ளியிலேயே நட்பு உருவாகிவிட்டது. எப்போதுமே இருவரும் சேர்ந்துதான் திரிவார்கள். ஆனால், மதுசன் நன்றாகப் படிக்கக்கூடிய மாணவன். துலீப்புக்கோ பாடப் புத்தகத்தைப் பார்த்தாலே தூக்கம் தூக்கமாக வந்தது.

படிப்பு அவனது மண்டையில் ஏறாதற்கு அவன் என்ன செய்வான்! மாறாக அவனது இரண்டு தங்கைகளும் படிப்பில் சூரப் புலிகளாக இருந்தார்கள். இதற்கும் ஒரு காரணத்தை துலீப் யோசித்துக் கண்டுபிடித்து வைத்திருக்கிறான். துலீப்பின் பெற்றோருக்கு இன்றுவரை பிரெஞ்சு மொழி சரிவரப் பேசத் தெரியாது. வீட்டில் தமிழையே கேட்டும் பேசியும் வளர்ந்ததால் அவனுக்குத் தமிழ் நன்றாகப் பேச வந்தது. அவன் நான்கு வயதில் பாடசாலையில் சேர்க்கப்படும்போது, பிரெஞ்சில் ஒரு வார்த்தை கூட அவனுக்குத் தெரிந்திருக்கவில்லை. அவனுடைய சக மாணவர்கள் பிரெஞ்சில் சரளமாகப் பேசிக்கொண்டிருந்தபோது, இவன் எதுவும் புரியாமல் பயந்துபோயிருந்தான். மதுசனோடுதான் அவன் பேசத் தொடங்கினான். பாடசாலை முடிந்து வீட்டுக்கு வந்தால் துலீப்புக்குப் பிரெஞ்சு பேச ஆளில்லை. அவனது சகோதரிகள் பாடசாலைக்குப் போகத் தொடங்கியபோது, அவர்களோடு பிரெஞ்சு மொழி பேசத் துலீப் தயாராக இருந்தான். ஆனால், அவனின் சகோதரிகளுக்குத் தமிழ் சரியாகப் பேச வராது. இரவை 'இருட்டு' என்பார்கள். நேற்று என்பதை 'அன்னிக்கு' என்பார்கள்.

பன்னிரண்டு வருடங்கள் பாடசாலையில் படித்ததைவிட, சிறுவர்களுக்கான சிறையில் மூன்று மாதங்கள் இருந்தபோது துலீப் கற்றுக்கொண்டவை அதிகம் என்றே சொல்லலாம். அவன் சிறையிலிருந்து வீட்டுக்குத் திரும்பியபோது கூட முருகவேள் எதுவும் கடிந்து பேசவில்லை. "ஏன் மகன் இப்பிடிச் செய்தாய்" என்று கேட்டு, அவர் கண் கலங்க மட்டுமே செய்தார்.

துலீப்பும் மதுசனும் பாரிஸ் நகரத்திற்குத் தமிழ் சினிமா பார்க்கச் சென்றுவிட்டு, இரவு இரயிலில் திரும்பிவரும்போது, ஒரு பிரெஞ்சுக்காரனோடு ஏற்பட்ட தகராறால் அவனைக் கடுமையாகத் தாக்கிவிட்டார்கள். இவர்கள் இருவரது கைகளிலும் ஆளுக்கொரு பியர் போத்தலிருந்தது. மதுசன் பியர் போத்தலாலேயே பிரெஞ்சுக்காரனின் தலையில் அடித்து இரத்தக் காயம் உண்டாக்கிவிட்டான். இரயிலில் இருந்த பயணிகள் சங்கிலியைப் பிடித்து இழுத்து இரயிலை நிறுத்திவிட்டார்கள். இருவரையும் காவல்துறையினர் கைது செய்ய

வந்தபோது, காவல்துறையினரோடும் இவர்கள் சண்டை போட்டார்கள். இவர்கள் பார்த்துவிட்டு வந்த திரைப்படத்திலும் அப்படி நான்கைந்து காட்சிகளிருந்தன.

பையன்கள் சிறையிலிருந்து திரும்பிய பின்பு, மதுசனின் குடும்பம் அந்த குடியிருப்பிலிருந்தே வெளியேறிவிட்டது. துலீப் கல்லூரிக்குத் திரும்பவும் போகவேயில்லை. ஒவ்வொரு நாளும் பிற்பகல் இரண்டு மணிவரை அவன் மாடு மாதிரித் தூங்கினான். எழுந்து சாப்பிட்டுவிட்டு வெளியே புறப்படுவான். சாப்பாட்டு மேசையில் அவனுக்காக ஒவ்வொரு நாளும் பத்து ஈரோ வைத்துவிட்டு முருகவேல் போயிருப்பார். அந்தப் பணத்தை எடுத்துக்கொண்டு வெளியே போனால், அதிகாலையில்தான் துலீப் வீட்டுக்குத் திரும்பிவருவான்.

முருகவேளும் தாட்சாயினியும் முடிந்தவரை அவனுக்குப் பொறுமையாகப் புத்திமதி சொல்லிப்பார்த்தார்கள். "உங்களுக்கு ஒன்றுமே தெரியாது" என்பதுதான் எப்போதுமே துலீப்பின் பதிலாக இருக்கும். அதையும் பிரெஞ்சு மொழியில்தான் சொல்வான். தந்தையோ தாயோ தப்பித் தவறி அவனை 'மூட் அவுட்' ஆக்கிவிட்டால், தனது தங்கைகளைப் பிடித்துவைத்து அடித்தான். மூத்த தங்கை காவல்துறையை அழைக்கப்போவதாக ஒருமுறை மிரட்டினாள். இரண்டு அடிகள் சேர்த்துக்கொடுத்தான்.

இந்தத் தலைப்பிள்ளை என்னவாகும் என்பதுவே முருகவேளினதும் தாட்சாயினியினதும் நித்திய கவலையாகப் போய்விட்டது. அவனுக்கு ஒரு வழிகாட்டவும் அவர்களுக்குத் தெரியவில்லை. இந்த அந்நிய நாட்டில் யாரிடம் போய்த்தான் உதவி கேட்பது. சொந்தபந்தமென்று அவர்களுக்கு இந்த நாட்டில் யாருமே கிடையாது.

பல வருடங்களாக முருகவேல் ஒரு காய்கறிக் கிட்டங்கியில் வாகனச் சாரதியாக வேலை செய்கிறார். அவரே பெட்டிகளையும் மூடைகளையும் ஏற்றியும் இறக்கியும் அடுக்கியும் வைக்கும் கடுமையான வேலை. அதிகாலையில் வேலைக்குக் கிளம்பிப் போனால், மாலை நான்கு மணிக்குத்தான் வீடு திரும்புவார். சில நாட்களில் இரவு பத்துமணி கூட ஆகும். அவர் திரும்பிவரும்போது, தெருவிலோ அல்லது அடுக்குமாடிக் குடியிருப்பின் கீழுள்ள பொது முற்றத்திலோ துலீப்பைக் காண்பார். தோழர்கள் புடைசூழ அவன் நின்றிருப்பான். அரபுக்கள், ஆபிரிக்கர், சீனர் என எல்லா இனத்திலும் துலீப்புக்குக் கூட்டாளிகள் இருந்தார்கள்.

அஸ்லம், தனது தலையிலிருந்த தொழுகைத் தொப்பியைக் கழற்றி மேலங்கியின் பைக்குள் வைத்துக்கொண்டான். அவன் குடியிருப்பு முற்றத்திற்குள் நுழைந்தபோது, அங்கே அவனது கூட்டாளிகள் ரம்ஸியும்

ஜாபரும் பாம்போவும் நின்றிருந்தார்கள். அவர்கள் அவனைப் பேச அழைத்தார்கள். வீட்டுக்குப் போய்விட்டு வருவதாக அவர்களிடம் சொல்லிவிட்டு, அடுக்குமாடிக் கட்டடத்தின் முகப்புக் கதவைத் திறந்துகொண்டு உள்ளே நுழைந்தான். லிஃப்டுக்கு அருகே பெரிய கூட்டமே நின்றிருந்தது. அங்கிருந்து விலகி மாடிப் படிகளில் விரைவாக ஏறிச் சென்றான். பன்னிரண்டாவது மாடியில் அவனது வீடிருந்தது.

2

அஸ்லம் வீட்டுக்குள் நுழைந்து மேலங்கியைக் கழற்ற முன்பே, அவனைச் சாப்பிட வருமாறு தாட்சாயினி அழைத்தார். அவன் இந்த நேரத்தில் வீடு திரும்பியிருந்தது அவருக்கு ஆச்சரியமாக இருந்தது. முருகவேல் சமையலறையில் பாத்திரங்களைக் கழுவிக்கொண்டிருந்தார். தங்கைகள் அவர்களது அறையிலிருந்தார்கள். அஸ்லம் தங்கைகளது அறைக் கதவைத் தட்டிவிட்டு நின்றான். மூத்தவள் கதவைத் திறந்து, தமையனைக் கொஞ்சம் பயத்துடனேயே பார்த்தாள். "டொறினையும் அழைத்துக்கொண்டு வா... கொஞ்சம் பேச வேண்டும்" என்று பிரெஞ்சு மொழியில் சொல்லிவிட்டு, அஸ்லம் சமையலறை வாசலில் போய் நின்றுகொண்டான். முருகவேல் அவனைப் பார்த்து "என்ன மகன் சாப்பிடல்லையா..." என்றார். "கொஞ்சம் கதைக்க வேணும் பப்பா" என்றான் அஸ்லம்.

இவன் சாதாரணமாக இப்படியெல்லாம் பேசக் கூப்பிடமாட்டான். இவன் முருகவேலோடு பேசியே பல மாதங்களிருக்கும். பாதி மகிழ்ச்சியும் பாதி குழப்பமுமாகக் கைகளைக் கழுவித் துடைத்துக்கொண்டே முருகவேல், மகன் பேசுவதைக் கேட்கத் தயாரானார். தாட்சாயினி கண்களை விரித்துக்கொண்டு நின்றார். இரண்டு பெண் பிள்ளைகளும் அஸ்லமுக்குப் பின்னால் வந்து நின்றுகொண்டார்கள். எல்லோரையும் ஒருமுறை பார்த்துவிட்டு, அஸ்லம் நிதானமாகச் சொன்னான்:

"இப்ப என்ர பெயர் மூஹமெட் அஸ்லம். நான் முஸ்லிமா மாறிட்டன்."

அஸ்லமுக்குப் பின்னால் நின்ற இளைய தங்கை பாய்ந்து அவனுக்கு முன்னால் வந்தாள். அவளுக்குத் தமிழ் அவ்வளவாகப் புரியாது. எனவே, அவளுக்காக மறுபடியும் ஒருமுறை பிரெஞ்சு மொழியிலும் அஸ்லம் சொன்னான்:

"நான் முஸுல்மோன் ஆகிவிட்டேன்."

முருகவேல் தலையை மேலும் கீழும் ஆட்டிக்கொண்டார். அவரது பற்கள் அவரது கீழுதட்டைக் கவ்விக்கொண்டன. சமையலறை வாசலை

நோக்கி அவர் மெதுவாக வந்தார். வாசலை அடைத்துக்கொண்டு நின்ற அஸ்லம் மெல்ல விலகி வழிவிட்டான். அவனைக் கடந்து போன முருகவேல் சாப்பாட்டு மேசையைச் சுற்றியிருந்த நாற்காலிகளில் ஒன்றில் அமர்ந்துகொண்டார். மற்றவர்களையும் உட்காரச் சொன்னார். எல்லோரும் அவரவர் இடங்களில் உட்கார்ந்துகொண்டார்கள்.

"என்ன மகன் இது? இது வேணாம்" என்று சொன்னபோது முருகவேலின் கண்கள் மேசையை நோக்கித் தாழ்ந்திருந்தன. தாட்சாயினி நாற்காலியில் சிலை போல அமர்ந்திருந்தார். அவர் உயிரோடு இருக்கிறார் என்பதே அவரது கண்ணிமைகள் அடித்துக்கொள்வதால் தான் தெரிகிறது. சகோதரிகள் இருவருக்கும் உண்மையில் உதடுகளில் வேடிக்கையான புன்னகை அரும்பி எந்த நேரத்திலும் நழுவி மேசையில் விழத் தயாராக இருந்தது. அஸ்லம் அமர்ந்திருந்தவாறே ஒவ்வொருவராகப் பார்த்தான். சகோதரிகளின் கண்களைப் பார்த்தபோது, அவனது உதடுகளிலும் புன்னகை துளிர்த்தது.

முருகவேலின் கண்கள் கலங்கிவிட்டன. அதைப் பார்த்துத் தாட்சாயினியும் மூக்கை உறிஞ்சிக்கொண்டார். முருகவேல் இப்போது அஸ்லமைப் பார்த்துக்கொண்டே மெதுவாக ஆரம்பித்தார்:

"மகன்... உனக்கு நாங்க என்ன குறை வைச்சிருக்கிறம் சொல்லு... நீ ஒரு வேலைக்கு கீலைக்குப் போய் நல்லா வரவேணும், அதவிட வேறொண்டும் நாங்க கேக்கல."

"ஜாபர் வேலை செய்யிற மரக் கடையில வேலை இருக்கு. திங்கக்கிழமை என்னைக் கூட்டிக்கொண்டு போவான்..." இதைச் சொன்னபோது அஸ்லமின் கண்கள் ஒருமுறை மூடித் திறந்தன.

"ஜாபர் ஆரு?"

"என்ர ஃப்பிரெண்ட், அல்ஜீரியன் பொடியன்."

"அவனா உன்ன முஸ்லிமா மாறச் சொன்னது?"

"ஏன் எனக்குப் புத்தியில்லையா? இது கடவுளின்ர அழைப்பு!"

இப்போது முருகவேல் எழுந்து நின்றார். அவரது உடல் நடுங்கிக் கொண்டிருந்தது.

"மகன் நீ எங்கிட குடும்பத்தப் பற்றி யோசிக்க வேணாமா? உனக்குத் தங்கச்சிமாரும் இருக்கெல்லா..."

தான் முஸ்லிமாகியதற்கும் தங்கச்சிமாருக்கும் என்ன தொடர்பு என்று அஸ்லமுக்கு விளங்கவேயில்லை. இப்போது தந்தையோடு வாதம்

செய்து பிரச்சினையைப் பெரிதாக்கவும் அவன் விரும்பவில்லை. தனது குடும்பத்தையும் இஸ்லாத்திற்கு அழைத்துச் செல்வதும் அவனது நோக்கமில்லை. அது சாத்தியம் என்று அவனுக்குத் தோன்றவும் தோன்றாது. அப்பாவுக்கும் அம்மாவுக்கும் எந்தக் கடவுள் நம்பிக்கையும் இருந்ததை அவன் பார்த்ததில்லை. வீட்டில் சமயச் சடங்குகள் எதுவுமே நடந்ததில்லை. ஒரு சாமி படம்கூட வீட்டில் கிடையாது.

முருகவேள் இப்போது நடந்துவந்து மகனுக்குப் பின்னால் நின்றுகொண்டார்.

"மகன் இந்த நாட்டில முஸ்லிமா நீ எப்பிடி இருப்பாய்? பொலிஸ் உனக்கு முன்னுக்கும் பின்னுக்கும் திரியும்... நாளைக்குப் பின்ன அரசாங்கத்தில ஒரு வேலை எடுக்க ஏலுமோ? முகமது, பாத்திமா எண்டெல்லாம் பேர் இருந்தாலே சிம்பிள் வேலைகூடக் கிடைக்காது. நீ ஒரு வீடு வாடகைக்கு எடுக்கிறது எண்டால் கூடப் பிரச்சினைதானே..."

'அரசாங்கத்தையும் பொலிஸையும் விட இறைவனே கோடி மடங்கு பெரியவனும் அதிகாரமுள்ளவனும்' என்று சொல்லத்தான் அஸ்லம் யோசித்தான். ஆனால், இப்போது எது பேசினாலும் இவர்களுக்குப் புரியாது என நினைத்துக்கொண்டே அமைதியாக இருந்துவிட்டான்.

இப்போது தாட்சாயினி வாயைத் திறந்தார்.

"பப்பா சொல்லுறதக் கேளுங்கவன் மகன்... உங்கிட நல்லதுக்குத்தானே சொல்லுறார்."

அஸ்லம் சடாரென எழுந்துகொண்டே சொன்னான்:

"என்ன பிரச்சினை வந்தாலும் அல்லாஹ் பாதுகாப்பாயிருப்பான்."

சொல்லி முடித்ததும், மேலங்கியை எடுத்துக் கொழுவிக்கொண்டே கதவைத் திறந்து வெளியே போய்விட்டான். அவன் மாடிப் படிகளில் குட்டி யானை போல் துள்ளி இறங்கும் சத்தம் வீட்டுக்குள் கேட்டது.

முருகவேளும் தாட்சாயினியும் ஆளையாள் பார்த்துக்கொண்டு என்ன பேசுவதெனத் தெரியாமல் நின்றிருந்தார்கள். முருகவேள் ஏதோ யோசனை வந்தவராக விறுவிறுவென்று நடந்துபோய், வீட்டுக்குள் நுழையும் கதவை உட்புறமாகத் தாழிட்டார். பின்பு மெதுவாக மகனின் அறைக்குள் நுழைந்தார். சில வருடங்களாகவே அவர் இந்த அறைக்குள் வந்ததில்லை. அவர் எதிர்பார்த்தது போல அந்த அறை ஒழுங்கற்று இருக்கவில்லை. படுக்கை விரிப்புகள் அழகாக மடித்து வைக்கப்பட்டிருந்தன. அறைப் பொருட்கள் அவற்றுக்குரிய இடங்களில்

ஒழுங்காக இருந்தன. மேசையில் ஒன்றிரண்டு பிரெஞ்சு மொழிப் புத்தகங்கள் கிடந்தன. அலமாரியைத் திறந்து பார்த்தார். உடைகள் ஒழுங்காக மடிக்கப்பட்டு அடுக்கப்பட்டிருந்தன. இவற்றையெல்லாம் சிறையில் கற்றுக்கொண்டதாக மகன் ஒருமுறை தாட்சாயினியிடம் சொல்லிக்கொண்டிருந்தது முருகவேலின் ஞாபகத்திற்கு வந்தது.

அவர் தேடி வந்தது மகனின் பாஸ்போர்ட்டை. அவர் எத்தனையோ சம்பவங்களைக் கேள்விப்பட்டிருக்கிறார். முஸ்லிமாக மாறிய பிரெஞ்சு இளைஞர்கள் லிபியாவுக்கோ சிரியாவுக்கோ போய்ச் சண்டையில் ஈடுபடுவதாகப் பேசிக்கொள்கிறார்கள். பகல் இரண்டு மணிவரை தூங்கும் தன்னுடைய மகன் அப்படியெல்லாம் போகக் கூடியவன் என்று அவர் நம்பவில்லை. ஆனாலும், அவரது மனது அதைப் பற்றியும் யோசிக்கத்தான் செய்தது. மேசையின் வலது பக்க இழுப்பறையைத் திறந்து பார்த்தார். உள்ளே பிரெஞ்சு மொழியில் 'திருக்குர் ஆன்' நூல் இருந்தது. அதற்குக் கீழே அழகிய பூ வேலைப்பாடுகளைக் கொண்ட மூன்று தொழுகைத் தொப்பிகள் இருந்தன. உள்ளங்கை அளவேயிருந்த புத்தகத்தை எடுத்து விரித்துப் பார்த்தார். அந்தப் புத்தகம் அரபு மொழியில் எழுதப்பட்டிருந்தது. புத்தகத்தின் பக்கங்களில் மஞ்சள் நிறத்தால் கோடுகள் போடப்பட்டிருந்தன.

நண்பர்களின் சேர்க்கையால் மகன் ஏதோ விளையாட்டுத்தனமாக இஸ்லாத்தில் சேர்ந்துவிட்டான் என்றுதான் முருகவேல் இப்போதுவரை நினைத்துக்கொண்டிருந்தார். ஆனால், அவன் முன்கூட்டியே திட்டமிட்டு நிதானமாகத்தான் செயற்படுகிறான் என இப்போது தெரிகிறது. அவரது கைகள் நடுங்கத் தொடங்கின. அந்த இழுப்பறையில் மகனின் பாஸ்போர்ட் இருக்கவில்லை. கடந்த சில மாதங்களாக மகனின் முகத்தில் தாடி வளர்வதற்கான காரணமும் இப்போதுதான் அவருக்கு உறைத்தது.

மேசையின் இடதுபக்க இழுப்பறையைத் திறந்து பார்த்தார். அங்கே சில ஆவணங்களோடு, மகனின் பாஸ்போர்ட்டும் இருந்தது. பாஸ்போர்ட்டை மெதுவாக எடுத்து ஒவ்வொரு பக்கமாகப் புரட்டிப் பார்த்தார். பாஸ்போர்ட்டை எரித்துவிடலாமா என்ற யோசனை கூட மனதில் வந்தது. எதற்கும் சற்றுப் பொறுத்துப் பார்க்கலாம் என முடிவெடுத்தார். பாஸ்போர்ட்டை எடுத்த இடத்திலேயே வைத்துவிட்டு இழுப்பறையை மெதுவாக மூடினார். அவர்கள் எல்லோரும் தூங்கும்வரை, அஸ்லம் வீடு திரும்பவில்லை.

3

அதிகாலையில் எழுந்து முருகவேள் குளியலறைக்குச் சென்றபோது, வழமைக்கு மாறாகக் குளியலறைக்குள் விளக்கு எரிந்துகொண்டிருந்தது. 'உள்ளே யார்?' எனக் கேட்கலாம் என அவர் வாயைத் திறந்தபோது, குளியலறைக் கதவைத் திறந்துகொண்டு அஸ்லம் வெளியே வந்தான். எங்கேயோ கிளம்புவதற்குத் தயாராகத் திருத்தமாக ஆடைகள் அணிந்திருந்தான். முருகவேளுக்கு மனதில் பாஸ்போர்ட் ஞாபகம்தான் வந்தது.

"எங்க மகன் வெள்ளணக் காலையிலேயே?"

"பள்ளிவாசலுக்கு" என ஒற்றைச் சொல்லில் பதிலளித்துவிட்டு அஸ்லம் வெளியே சென்றான். முருகவேளுக்கு மறுபடியும் கைகள் நடுங்கத் தொடங்கிவிட்டன. சமையலறைக்குள் சென்றவர் தண்ணீர்க் குழாயைத் திறந்து மடமடவென நீரை விழுங்கினார். நிமிர்ந்து ஜன்னல் வழியாக வெளியே பார்த்தார். இன்னும் இருள் பிரியவில்லை. சாலை விளக்குகளுக்குக் கீழே தன்னுடைய மகன் நடந்துபோவதை அவர் பார்த்தார். மகன் பள்ளிவாசல் இருக்கும் திசையில்தான் நடந்துகொண்டிருந்தான். இங்கிருந்து பார்த்தால் தூரத்தே பள்ளிவாசலின் விளக்குகள் தெரியும். முருகவேள் அந்த விளக்குகளையே பார்த்துக்கொண்டு நெடுநேரம் நின்றார். தாட்சாயினி வந்து அவரைத் தொடும்வரை, அவர் மனது அவர் வசத்திலில்லை.

4

முருகவேள் மாலையில் வேலை முடிந்து வீட்டுக்குத் திரும்பிக் கொண்டிருந்த போது, இன்றைக்கு எப்படியாவது மகனிடம் பேசி அவனது மனதை மாற்றிவிட வேண்டும் என்ற தீர்மானகரமான எண்ணம் அவருக்கிருந்தது. மகன் செல்லும் பள்ளிவாசலில் எப்போதுமே பிரச்சினைகள் நடந்துகொண்டிருக்கும். ஒருமுறை பள்ளிவாசலுக்குள் பொலிசார் கண்ணீர்ப் புகைக்குண்டுகளைக் கூட வீசினார்கள். சென்ற மாதம் பள்ளிவாசலுக்குள் நுழைந்த ஆயுதப்படையினர், சிலரைக் கைது செய்துகொண்டு போனார்கள் என்றும் கேள்விப்பட்டிருந்தார். அந்தப் பள்ளிவாசலை நிரந்தரமாகவே மூடிவிட நகரசபை கடுமையாக முயன்றுகொண்டிருந்தது. இப்படியான நாட்களில் அந்தக் குடியிருப்பே அமளிதுமளிப்படும். சந்தையில் வியாபாரிகள் ஆர்ப்பாட்டம் செய்து அரபு மொழியில் முழங்குவார்கள். இரவில் திடீர் திடீரென வெடிச் சத்தங்கள் கேட்கும். தெருவில் நிற்கும் வண்டிகளும் குப்பைத் தொட்டிகளும் தீ வைத்துக் கொளுத்தப்படும். சில வருடங்களுக்கு முன்பு இந்தப் பகுதியில் அரசாங்கம் நான்கு நாட்களுக்கு ஊரடங்குச்

சட்டம் கூடப் போட்டது. இரண்டாவது உலகப் போருக்குப் பின்னால் இந்த ஊரில் அப்போதுதான் மறுபடியும் ஊரடங்குச் சட்டம் போடப்பட்டிருக்கிறது என மூத்த மகள் முருகவேளிடம் சொன்னாள்.

முருகவேள் வீட்டுக்குள் நுழையும்போது, வீடு மரண அமைதியாக இருந்தது. பெண் பிள்ளைகள் இருவரும் இன்னும் கல்லூரியிலிருந்து திரும்பவில்லை. தாட்சாயினி உணவு மேசைக்கு முன்னால் அமர்ந்திருந்தார். அவருகே இருந்த நாற்காலியில் மகனின் மேலங்கி கொழுவப்பட்டிருந்தது. 'மகன் இருக்கிறானா?' என்று மனைவியிடம் முருகவேள் சைகையிலேயே கேட்டார். தாட்சாயினி மகனின் அறையை நோக்கி முகத்தை அசைத்தார்.

முருகவேள் கைகால் கழுவி, உடை மாற்றிக்கொண்டு வந்து உணவு மேசையில் அமர்ந்தார். அவர் காலையில் வேலைக்குச் செல்லும்போது, உணவு மேசையில் வைத்துவிட்டுச் சென்ற பத்து ஈரோ பணம் அப்படியே இருந்தது. தாட்சாயினி தேநீர்க் குவளையையும் மூன்று கோப்பைகளையும் எடுத்துவந்து மேசையில் வைத்துவிட்டு, கணவனின் எதிரே அமர்ந்தார். முருகவேள் மூன்று கோப்பைகளிலும் தேநீரை நிறைத்து முடித்ததும், தாட்சாயினி "மகன் தேத்தண்ணி குடிக்க வாங்க" என்று குரல் கொடுத்தார்.

அஸ்லமின் கையில் அந்தச் சிறிய அரபுப் புத்தகமிருந்தது. அவன் தந்தைக்கு அருகே அமர்ந்துகொண்டு, தேநீர்க் கோப்பையை எடுத்து உறிஞ்சத் தொடங்கினான். அவனது மற்றைய கை புத்தகத்தை விரித்து வைத்திருந்தது. படித்துக்கொண்டே தேநீரை வேகவேகமாகக் குடித்தான். அவன் குடித்து முடிக்கும்வரை அமைதியாக இருந்த முருகவேள் மகனின் முகத்தைப் பார்த்துக்கொண்டே கேட்டார்:

"மகனுக்கு ஏன் இந்த எண்ணம் வந்தது... ஏன் இந்த புதுக் கோலம்?"

அஸ்லம் கையிலிருந்த புத்தகத்தை மேசையில் வைத்துவிட்டு, தந்தையையும் தாயையும் கனிவாகப் பார்த்தான்.

"இது திடீரெண்டு எடுத்த முடிவில்ல... ஆறு மாசமாய் நான் இஸ்லாத்தைப் படிச்சுக் கொண்டிருக்கிறன்."

"மகன் எங்க போயாம் படிச்சது?" தாட்சாயினி கேட்டாள்.

"எல்லா இடத்துக்கும் போனன். முதலில ரம்ஸியோட சேர்ந்து சும்மாதான் பள்ளிவாசலுக்குப் போனன். அந்த இடமும் ஆக்களும் அவையள் சொல்லுற விசயங்களும் எனக்குப் பிடிச்சிருக்கு."

முருகவேள் சற்று நேரம் தலையைக் குனிந்துகொண்டிருந்தார். பின்பு தேநீரின் கடைசி மிடறை உறிஞ்சிவிட்டுச் சொன்னார்:

"மகன் அப்பிடி உன்ர எண்ணத்துக்கு நீ நடக்க ஏலாது. உன்னப் பெத்து வளர்த்தவயள் சொல்லுறதையும் நீ கேக்கத்தான் வேணும். இந்த குடும்பத்துக்கு சமயமில்ல, கடவுளில்ல."

அஸ்லம் எழுந்துநின்று கையில் புத்தகத்தை எடுத்துக்கொண்டான். அவனுக்கு எப்போதும் வரும் சுள்ளென்ற கோபம் அவனின் வாய்க்குள் வந்து முட்டிக்கொண்டு நின்றது. அவன் வாய் தானாகவே திறந்தது.

"நீங்கள் காஃபிர்களா இருக்கிறீங்க எண்டதால, என்னாலேயும் அப்பிடி இருக்க ஏலாது."

முருகவேளின் இடது கை மேசையைச் சடுதியில் முன்னே தள்ள, அவர் எழுந்த வேகத்திலேயே வலது கையால் மகனின் கன்னத்தில் ஓங்கி ஓர் அறைவிட்டார். பல வருடங்களாகப் பாரம் ஏற்றியும் இறக்கியும் உரமேறிய அந்தக் கை முகத்தில் பட்டபோது அஸ்லம் பொறி கலங்கிப்போனான். அவனது கையிலிருந்து புத்தகம் தானாகவே கீழே நழுவியது. அஸ்லம் தனது தாயாரைப் பார்த்தபோது, தாட்சாயினி நாற்காலியில் அசையாமல் உட்கார்ந்திருந்தார்.

முருகவேள் யாரையும் ஏறெடுத்தும் பார்க்காமல், படுக்கை அறைக்குப் போய்க் கட்டிலில் சாய்ந்துகொண்டார். வீட்டிலிருந்து வெளியே போகும் கதவு திறக்கப்பட்ட சத்தமும், அது அறைந்து மூடப்படும் சத்தமும் கேட்டன. தாட்சாயினி படுக்கை அறைக்குள் நுழைந்தபோது, வெள்ளைவெளேரென்ற அவரது முகம் சிவந்திருந்தது. கண்கள் துடித்துக்கொண்டிருந்தன. தாட்சாயினி அச்சப்படும்போது, அவரது கண்ணிமைகள் கோணல் மாணலாக வெட்டித் திறக்கும். தாட்சாயினி மெல்ல வந்து முருகவேளின் அருகில் அமர்ந்துகொண்டு, முருகவேளின் கண்களைப் பார்த்துச் சொன்னார்:

"நீங்க ஒண்டும் பேச வேணாம் துலீப் பப்பா... நம்மிட மகனிட நசீபு இதுதான் எண்டா அப்புடியே நடக்கட்டும். ஆகாசத்தையும் பூமியையும் உண்டாக்கிறதுக்கு மொதலே எல்லாத்தையும் அல்லாஹ் முடிவு செஞ்சிட்டானுண்டு நீங்காளே சொல்வீங்க."

5

"**வா**னங்களையும் பூமியையும் படைப்பதற்கு அய்ம்பதாயிரம் ஆண்டுகளுக்கு முன்பே எல்லா விதிகளையும் அல்லாஹ் தீர்மானித்து விட்டான்" என்று இக்பாலின் வாப்பா மீரான் சொல்வார். இதை மீரான்

இவ்வாறு தொடர்ச்சியாகச் சொல்லமாட்டார். நிரம்பிய குடிபோதையில் இருக்கும்போது மட்டுமே அவர் இக்பாலை தூக்கி மடியில் வைத்துக்கொண்டு, இதைத் துண்டுதுண்டாகக் கோர்வையில்லாமல் சொல்வார். திரும்பத் திரும்பச் சொல்வார்.

அப்போது, இக்பாலின் குடும்பம் வவுனியாவில் குடியிருந்தது. இக்பாலின் தந்தை லொறிச் சாரதியாக இருந்தார். அவர் லொறி ஓட்டச் சென்றால், நான்கு நாட்களுக்கு வீட்டுக்குத் திரும்பமாட்டார். திரும்பி வரும்போது, கொழும்பில் வாங்கிய பழக் கூடைகளுடனும் நிரம்பிய போதையிலும்தான் வருவார்.

மீரான், தான் ஓட்டும் லொறியை அவ்வப்போது வீட்டுக்கும் கொண்டுவருவார். அந்த லொறியில்தான் இக்பால் வண்டி ஓடப் பழகிக்கொண்டான். பதினைந்து வயதிலேயே அவனுக்கு வண்டி ஓட்டத் தெரிந்திருந்தது. அந்த வயதில்தான் மீரானையும் அவன் நிரந்தரமாகப் புதைத்தான். இருபத்து மூன்று வயதிலே, தாயையும் தனக்கு இளைய சகோதரர்களையும் விட்டுவிட்டு, சாரதி வேலை செய்ய இக்பால் குவைத்திற்குப் புறப்பட்டுச் சென்றான்.

குவைத்தில் பெரும் செல்வந்த வீட்டில்தான் சாரதி உத்தியோகம். ஆனால், வண்டி ஓட்டுவது மட்டுமே வேலையல்ல. வீட்டைச் சுத்தம் செய்வது, முதலாளியின் அலுவலகத்தைச் சுத்தம் செய்வது, கடை கண்ணிக்குப் போய் வருவது என நாள் முழுவதும் அவனுக்கு வேலை ஏவப்பட்டது. முதலாளி அதிகம் பேசும் பழக்கமில்லாதவன். பேசினால் இக்பாலின் முதுகில் சற்றே ஓங்கி அறைந்து பேசும் பழக்கமுள்ளவன். அந்த வீட்டில் முதலாளியின் மனைவியும் வயதுக்கு வந்த இரண்டு பெண் பிள்ளைகளுமிருந்தார்கள். அவர்கள் யாருக்குமே மரியாதையாக ஒரு வார்த்தை பேசத் தெரியாமலிருந்தது. வேலைக்குப் போன புதிதில் இக்பாலுக்கு அரபு மொழி புரியாது என்பதால் பிரச்சினை இருக்கவில்லை. இக்பாலுக்கு அரபு மொழி மெதுவாகப் பிடிபட்டபோது, அவனால் அங்கே இருக்க முடியவில்லை. ஆனால், இக்பாலின் பாஸ்போர்ட் முதலாளியின் கையிலிருந்தது. ஊருக்குத் திரும்பிப் போகும் போதுதான் முதலாளி அதைக் கொடுப்பானாம். இரண்டு வருடங்கள் கழித்துத்தான் விடுமுறை கொடுப்பதைப் பற்றி யோசிக்கவே முடியும் என்று முதலாளி சொல்லிவிட்டான். ஏஜெண்ட் சொல்லி அனுப்பிய சம்பளத்தில் பாதிக்கும் குறைவாகத்தான் முதலாளி கொடுத்தான். கொஞ்சம் பிரயாசைப்பட்டால் இலங்கையிலேயே இந்தப் பணத்தைச் சம்பாதித்துவிடலாம் என்று இக்பாலுக்குத் தோன்றியது. இங்கிருந்து எப்படிக் கிளம்புவது என்பதுவே அவனது முழு நேரச் சிந்தனையாக இருந்தது.

அந்த வீட்டில் கத்தாமாவாக இருந்தவளும் இலங்கையைச் சேர்ந்தவள்தான். மூதூர் பக்கத்தில் ஏதோவொரு சிறிய கிராமத்தைச் சேர்ந்தவள். பெயர் சுமைரா. அவளோடு ஒரிரு வார்த்தைகள் பேசுவதற்கு எப்போதாவது இக்பாலுக்கு வாய்ப்புக் கிடைக்கும். சுமைராவோடு பேசிய போதுதான், இந்த முதலாளி இரண்டு வருடங்களல்ல மூன்று வருடங்களானாலும் ஊருக்குத் திருப்பி அனுப்பமாட்டான் என்பது இக்பாலுக்குத் தெரியவந்தது.

சுமைரா தன்னுடைய இருபத்தோராவது வயதில், ஒரு வயதுக் குழந்தையைக் கணவனுடன் விட்டுவிட்டு, இங்கே பணிப்பெண் வேலைக்காக வந்திருக்கிறாள். சம்பளத்தை மூன்று மாதங்களுக்கு ஒரு தடவை கணவனின் வங்கிக் கணக்குக்கு முதலாளி அனுப்பிவிடுகிறான். மூன்று வருடங்களாகியும் சுமைராவைத் திருப்பி அனுப்பமாட்டேன் என்கிறானாம். அந்த வீட்டில் சுமைராவுக்குத் தூங்குவதற்கு நான்கு மணிநேரங்கள் கூடக் கிடைப்பதில்லை. இடையிடையே முதலாளியம்மா அவளை அடிப்பதும் உண்டு என்று சொன்னாள். ஒருநாள், சுமைராவுடன் இக்பால் பேசிக்கொண்டிருப்பதை முதலாளி கண்டுவிட்டான். இம்முறை உண்மையாகவே இக்பாலின் முதுகில் வலுவான குத்தொன்று விட்டான் முதலாளி.

ஒருநாள் காலையில், சுமைரா வீட்டுக்குள்ளிருந்து கத்திக் குழறி அழும் சத்தத்தை இக்பால் கேட்டான். இக்பாலால் என்னதான் செய்ய முடியும். அவன் காரை இன்னும் அழுத்தி அழுத்தித் துடைத்துக்கொண்டு, காதுகளைக் கூர்மைப்படுத்திக் கேட்டான். சுமைரா தமிழில் ஏதோ சொல்லிச் சொல்லிக் கத்துகிறாள். ஆனால், அவள் என்ன சொல்கிறாள் என்பது இவனுக்கு முழுவதுமாகப் புரியவில்லை.

அப்போது முதலாளி கையில் ஒரு கடிதத்தோடு வெளியே வந்தான். இக்பாலைப் பார்த்து "தாள் ஹின்" என்று வெறுப்போடு கத்தினான். இக்பால் அருகே சென்றதும், கடிதத்தை அவனிடம் கொடுத்துவிட்டு "இதில் என்ன இழுவு எழுதியிருக்கிறது என்று படித்துச் சொல் சவ்வாக்" என்றான் முதலாளி.

அந்தக் கடிதம் தமிழில் எழுதப்பட்டிருந்தது. சுமைராவின் சிநேகிதி யாரோ மூதூரிலிருந்து எழுதியிருக்கிறாள். சாம வேளையில் கிராமத்திற்குள் பாய்ந்த தமிழ் இயக்கம் முஸ்லிம்களின் குடியிருப்புகளை எரித்துவிட்டதாகவும் சுமைராவின் கணவனும் குழந்தையும் எரிந்து சாம்பலாகிவிட்டார்கள் என்றும் அந்தக் கடிதத்திலிருந்தது.

கடிதத்தில் இருந்ததை இக்பால் திணறித் திணறி அரபியில் மொழிபெயர்த்து முதலாளியிடம் சொன்னான். அதைக் கேட்டதும்

முதலாளி அப்படியே சக்கப்பணிய தரையில் உட்கார்ந்துவிட்டான். பின்பு அவன் கையை உயர்த்த, கையைப் பற்றி இக்பால் முதலாளியைத் தூக்கிவிட்டான். முதலாளி இக்பாலிடம் கடிதத்தை வாங்கிக்கொண்டு வீட்டுக்குள்ளே சென்றான். சற்று நேரம் கழித்து, முதலாளியின் மனைவி இக்பாலை அழைத்து "நீ அவளுக்கு ஏதாவது ஆறுதல் சொல்லு" என்றாள்.

இக்பால் கால்கள் நடுங்க வீட்டுக்குள் சென்றான். சுமைரா ஒரு மூலைக்குள்ளே ஒடுங்கிப்போய்த் தரையில் உட்கார்ந்திருந்தாள். இவனைக் கண்டதும் வெறித்துப் பார்த்தாள். என்ன பேசுவது எனத் தெரியாமல் "ராத்தா ஊருக்குப் போகப் போறீங்களா?" என்று இக்பால் கேட்டான்.

சுமைராவின் கண்கள் கீழே தாழ்ந்தன. அவள் தலையைப் பின்பக்கமாகச் சுவரில் மடாரென மோதிக்கொண்டு சொன்னாள்:

"போய் என்னத்தச் செய்ய?"

"என்ன சொல்கிறாள் அவள்?" என்று முதலாளி சற்றுப் பயந்த தொனியில் இக்பாலுக்குப் பின்னால் நின்று கிசுகிசுத்தான். சுமைரா சொன்னதை இக்பால் அரபியில் சொன்னபோது "தய்யுப்" என்று முணுமுணுத்தான் முதலாளி. அதற்கு 'நல்லது' என அர்த்தம்.

பின்வந்த நாட்களில், சுமைராவே அவ்வப்போது வலிய வந்து இக்பாலோடு பேசினாள். அவள் இவனிலும் ஒரு வயது மூத்தவள். இவர்கள் பேசுவதைக் கண்டாலும் இப்போது முதலாளி பெரிதாக எதுவும் சொல்வதில்லை. அதிருப்தியாகத் தலையை மட்டும் அசைத்துக்கொள்வான்.

யூலை மாதத்தில், முதலாளியின் குடும்பம் ஒரு மாதகால விடுமுறையை பிரான்ஸ் நாட்டில் கழிக்க முடிவெடுத்தபோது, தங்களுக்குப் பணி செய்ய இக்பாலையும் சுமைராவையும் கூடவே அழைத்துச் சென்றார்கள். விமானத்தில் முதலாளி குடும்பம் முதல் வகுப்பிலும், இக்பாலும் சுமைராவும் சாதாரண வகுப்பிலும் பயணம் செய்தார்கள். இவர்கள் இருவருக்கும் அருகருகேதான் இருக்கைகள். ஏழு மணிநேர விமானப் பயணத்தில் அதிகமாகப் பேசிக்கொண்டார்கள் என்று சொல்ல முடியாது. இவனுடைய குடும்பத்தைப் பற்றி சுமைரா மேலோட்டமாக விசாரித்தாள். அவளின் குடும்பத்தைப் பற்றிக் கேட்பதற்கு எதுவுமே மிஞ்சியிருக்கவில்லை.

குவைத்தில் விமானத்தில் ஏறும்போது, முதலாளி பாரம்பரிய அரபு உடையணிந்திருந்தான். அவனது மனைவியும் இரு மகள்களும்

எப்போதும் போலவே 'அபாயா' அணிந்து முகத்தை மூடித் திரையிட்டிருந்தார்கள். ஆனால், அந்தக் குடும்பம் பிரான்ஸின் 'நீஸ்' நகர விமான நிலையத்தில் இறங்கும்போது, முற்றாக வேறுமாதிரியாக இருந்ததைக் கண்டு இக்பால் கண்களை விரித்து, உடனடியாகவே முகத்தைத் தாழ்த்திக்கொண்டான்.

முதலாளி அரைக் கார்சட்டையும் அரைக் கைச் சட்டையும் அணிந்திருந்தான். அவனின் மனைவி குட்டைக் கவுனுக்கு மாறியிருந்தாள். இரு பெண் பிள்ளைகளும் ஜீன்ஸும் ரீ சேர்ட்டுமாக உற்சாகத்தில் குதித்துக்கொண்டிருந்தார்கள். விமான நிலையத்தை விட்டு வெளியேறுவதற்கு முன்பே, மறக்காமல் இக்பாலினதும் சுமைராவினதும் பாஸ்போர்ட்டுகளை வாங்கி முதலாளி தனது கைப்பையில் வைத்துக்கொண்டான்.

கடற்கரையோரமாக ஒரு பெரிய ஆடம்பர வில்லாவை முதலாளி வாடகைக்குப் பிடித்திருந்தான். விமான நிலையத்தின் வாசலிலே பென்னம் பெரிய சொகுசு வண்டி வெள்ளைக்காரச் சாரதியுடன் முதலாளி குடும்பத்திற்காகக் காத்திருந்தது. இன்னொரு வண்டியில் பெட்டிகள் சாமான்களுடன் இக்பாலும் சுமைராவும் ஏற்றப்பட்டுக் கடற்கரை வில்லாவுக்குக் கொண்டு செல்லப்பட்டார்கள்.

அங்கே சுமைராவுக்குத்தான் நிறைய வேலைகளிருந்தன. காலை உணவையும் இரவு உணவையும் அவள் தயாரிக்க வேண்டும், வீட்டையும் படுக்கைகளையும் சுத்தம் செய்ய வேண்டும், துணிகளை இயந்திரத்தில் துவைத்து, உலர வைத்து, பெட்டி போட்டுத் தேய்க்க வேண்டும் என ஏக்பட்ட வேலைகள். ஒவ்வொரு நாளும், முதலாளி குடும்பத்தினர் நள்ளிரவுக்குப் பிறகே வில்லாவுக்குத் திரும்பினார்கள். திரும்பியவுடன் இன்னொருமுறை உணவருந்துவார்கள். சுமைரா விழித்திருந்து பரிமாறிவிட்டு, பாத்திர பண்டங்களைக் கழுவி வைத்துவிட்டே தூங்கச் செல்ல வேண்டும். குவைத்தில் நான்கு மணிநேரமாவது தூங்கியவளுக்கு, இங்கே இரண்டு மணிநேரம் கூடத் தூங்க முடியாமலிருந்தது.

இக்பாலுக்கு இங்கே அதிக வேலையில்லை. குவைத்தில் அதிகாலையிலேயே எழுந்து தொழுகைக்குச் செல்லும் முதலாளி இங்கே காலை எட்டு மணிக்குத்தான் எழுந்திருப்பான். முதலாளி கடற்கரையில் நடைபோடச் செல்லும்போது, முதலாளியின் புகையிலை, புகைக்கும் குழாய் அடங்கிய சித்திரப் பெட்டியைக் காவியவாறு இக்பால் முதலாளியுடனேயே போக வேண்டும். முதலாளிக்கு என்னதான் பருத்த தொந்தியென்றாலும், அவன் கால்களை அகல அகலமாக வைத்து அதி வேகமாக மூச்சிரைக்க நடப்பான். இக்பால்

ஓட்டமும் நடையுமாகத்தான் பின்னால் போவான். நள்ளிரவுக்குப் பின்னால் வில்லாவுக்குத் திரும்பும்போது, முதலாளி போதையில் உளறிக்கொண்டுதான் வருவான். அப்போது அவன் இக்பாலின் முதுகில் தட்டும் விசையிலிருந்து அன்று சூதாட்ட விடுதியில் முதலாளி கொஞ்சப் பணத்தை இழந்தானா, நிறையப் பணத்தை இழந்தானா என்பதை இக்பால் புரிந்துகொள்வான்.

காலையில் முதலாளி குடும்பம் புறப்பட்டுச் சென்றதும், சமையலுக்கும் பிற தேவைகளுக்கும் வேண்டிய பொருட்களை சுமைரா சொல்லச் சொல்ல இக்பால் தாளில் எழுதிக்கொண்டு, கடைத்தெருவுக்குச் சென்று அவற்றை வாங்கிக்கொண்டு வருவான். திரும்பி வந்ததும் கணக்கு எழுதி வைப்பான். முதலாளி அவனிடம் கொடுத்து வைத்திருக்கும் பணத்திலுள்ள மீதிக்கும் கணக்குக்கும் பொருந்திப் போகிறதா எனப் பார்ப்பான். அதற்குப் பின்பு அவனுக்குப் பெரிதாக வேலையில்லை. நள்ளிரவில் முதலாளியின் வண்டி வரும்போது, முன் வாசற்கதவைத் திறந்துவிடுவான். முதலாளி குடும்பம் வீட்டுக்குள் சென்ற பின்பு, வீட்டுக்குப் பின்னாலிருக்கும் குப்பைத் தொட்டியைத் தள்ளிச் சென்று தெருவில் விடுவான். கதவை மூடிவிட்டுத் தூங்கச் செல்வான். இவனுக்கான படுக்கையறை வில்லாவுக்குப் பின்னால் தனியாக இருந்தது. வேலைக்காரர்களுக்கான அந்த அறை வவுனியாவிலுள்ள இவனது வீட்டைப்போல நான்கு மடங்கு பெரிதாயிருந்தது. அதிகாலையிலேயே எழுந்து வெற்றுக் குப்பைத் தொட்டியை இழுத்துவந்து வீட்டுக்குப் பின்னால் மறைத்து வைப்பான்.

அவர்கள் நீஸ் நகரத்திற்கு வந்து ஒரு வாரம் கழிந்திருந்தபோது, வழமை போலவே இக்பால் கடைத்தெருவுக்குப் புறப்பட்டான். இன்றைக்கு ஒரு புதிய வழியால் கடைத்தெருவை நோக்கிச் செல்லலாம் என அவன் நினைத்தான். இவன் இப்படியாக ஊரைப் பார்த்தால்தான் உண்டு. கடைத்தெருவின் மத்தியிலுள்ள தேவாலயத்தின் கோபுரம் இங்கிருந்து பார்க்கும்போதே தெரிந்தது. எந்த வழியால் போனாலும் அந்தக் கோபுரத்தில் ஒரு கண்ணை வைத்திருந்தால் கடைத்தெருவை அடைந்துவிடலாம் என்று இக்பால் கணக்குப் போட்டான்.

புதிய வழி நினைத்ததுபோல சுலபமாக இருக்கவில்லை. எங்கெல்லாமோ சுற்றிச் சுழன்று அது அவனை அழைத்து வந்தது. ஒருவழியாகக் கடைத்தெருவை நெருங்கியபோது, வீதியோரத்தில் அடக்கமாக இருந்த ஒரு சிறிய உணவகத்தை கண்டதும் இக்பால் அப்படியே நின்றான். கண்ணாடிப் பெட்டிக்குள் கடலை வடைகள் அழகாக அடுக்கப்பட்டிருந்தன. நிமிர்ந்து கடையின் பெயர்ப் பலகையைப்

பார்த்தான். 'காந்தி கபே' என்றிருந்தது. உள்ளே நுழைந்தான். கதவைத் திறந்ததுமே தமிழ் சினிமாப் பாட்டு மெல்லிதாகக் கேட்டது.

அந்த உணவகத்தில் நான்கு குட்டி மேசைகள் மட்டுமேயிருந்தன. கடைக்காரியைத் தவிர வேறு யாரும் அங்கில்லை. கடைக்காரிக்கு அய்ம்பது வயதிருக்கும். பாவாடை, சட்டை போட்டிருந்தார். வாயில் வெற்றிலையை மென்றுகொண்டே "வாங்கோ... இருங்கோ தம்பி" என்றார். வடையும் சம்பலும் மட்டுமல்லாமல், கடைக்காரி தயாரித்துக் கொடுத்த பால் தேநீரும் அமுதமாயிருந்தது. "தம்பி ஒரு வாய் வெத்திலை போடுறீங்களோ..." என்று கேட்டார் கடைக்காரி.

அன்றிலிருந்து, ஒவ்வொரு நாள் காலையிலும் அந்த உணவகத்திற்குப் போய் ஒரு தேநீர் குடிப்பது இக்பாலுக்கு வழக்கமாகியது. கடைக்காரிக்கு ஆட்களைப் பேசத் தூண்டிவிடும் வல்லமையிருந்தது. இவன் தன்னுடைய முதலாளியோடு இங்கு வந்திருப்பதாகவும் இரண்டு வாரங்களில் குவைத்திற்குத் திரும்பப் போவதாகவும் சொன்னபோது, இப்படியே பிரான்ஸிலேயே இருந்துவிடுமாறு கடைக்காரி இக்பாலுக்கு ஆலோசனை கொடுத்தார். அதற்கான வழியையும் அவரே சொன்னார்.

கடைக்காரி சொன்ன வழியைப் பற்றியே இக்பால் சில நாட்களாகத் தீவிரமாக யோசித்துக்கொண்டிருந்தான். குவைத்தில் பத்து வருடங்களில் சம்பாதிப்பதை, பிரான்ஸில் ஒரே வருடத்தில் சம்பாதிக்கலாம் என்கிறார் கடைக்காரி. இந்த நாட்டிலேயே நிரந்தர விசாவையும் சுலபமாகப் பெற்றுவிடலாம். குவைத் கபீலும் குடும்பமும் இவனது பாஸ்போர்ட்டையும் பிடுங்கி வைத்துக்கொண்டு அடிமைத்தனம் செய்கிறார்கள். சுமைரா சொல்வதை வைத்துப் பார்த்தால், அவர்களிடமிருந்து விடுதலையே இல்லைப் போலத்தானிருந்தது. இப்படிக் குவைத்தில் வந்து மாட்டிக்கொண்ட பலரை இக்பாலுக்குத் தெரியும். கடைக்காரி பலருக்கு வழிகாட்டிய அனுபவசாலியாகத் தெரிந்தார். இந்த நகரத்திற்கு அருகிலிருக்கும் இத்தாலி நாட்டிலிருந்து கிளம்பி, பிரான்ஸ் எல்லையைத் திருட்டுத்தனமாகக் கடந்து, இந்த நகரத்திற்கு வெறும் கையாக வந்து சேர்ந்த பலருக்கும் அவர் வழிகாட்டியதாகச் சொன்னார். கடைக்காரி சொல்வது சரி போலத்தான் இக்பாலுக்கும் பட்டது. ஆனால், முதலாளி இவனது பாஸ்போர்ட்டைப் பூதம் போலக் காத்து வைத்திருக்கிறானே. அதை இவன் கடைக்காரியிடம் சொன்னபோது "தம்பி நீங்கள் விசா எடுத்துச் சட்டப்படி வந்தால இஞ்ச அகதியாய் பதிய ஏலாது. அதை மறவுங்கோ. தமிழ்ப் பெயரில டொக்குமென்ட்ஸ் எடுத்துத்தர ஆளிருக்கு. என்ன ஒரு அய்நூறு ஃப்ராங் கேப்பார்" என்றார் கடைக்காரி.

இவனுடைய மூன்று மாதச் சம்பளப் பணம் முதலாளியிடமிருக்கிறது. அதை இப்போது வாங்க முடியாது. ஆனால், கடையில் பொருட்கள் வாங்கவென முதலாளி கொடுத்த பணம் அவனிடமிருக்கிறது. கணக்குப் பார்த்தால் அது அவனுடைய மூன்று மாதச் சம்பளத்திற்கும் குறைவுதான். படைத்தவன் மேல் பாரத்தைப் போட்டுவிட்டு, குவைத் முதலாளியிடமிருந்து தப்பிச் செல்ல இக்பால் முடிவெடுத்தான். இந்த நகரத்திலிருந்து தொள்ளாயிரம் கிலோமீற்றர் தொலைவிலிருக்கும் பாரிஸ் நகரத்திற்குச் சென்றுவிட்டால், நீரில் போட்ட சீனியாகக் கரைந்துவிடலாம் என்றார் கடைக்காரி. அங்கே வேலை கிடைப்பது ஒன்றும் கடினமில்லையாம்.

காலையில் முதலாளி குடும்பம் பத்து மணியளவில் வெளியே போனது. இங்கிருந்து இரயில் நிலையம் இருபது நிமிட நடை தூரத்திலிருந்தது. பாரிஸ் செல்லும் பன்னிரண்டு மணி இரயிலைப் பிடித்தால், எட்டு மணிநேரத்தில் பாரிஸில் இறங்கலாம் எனக் கடைக்காரி தெளிவாகச் சொல்லியிருந்தார். தான் தப்பிப் போவதைப் பற்றி, சுமைராவிடம் சொல்லவே கூடாது என்றுதான் இக்பால் முதலில் நினைத்திருந்தான். இவன் தப்பிச் சென்றது தெரிய வந்தவுடன் சுமைராவுக்கு அடி நிச்சயம். மொத்தக் கோபத்தையும் அவள் மீதுதான் காட்டுவார்கள். எனவே, சுமைராவிடம் சொல்லிக்கொள்ளாமல் போகவும் அவனால் முடியவில்லை. பாதி உண்மையையாவது சுமைராவிடம் சொல்லிவிடுவது என்ற முடிவுடன் பதினொரு மணியளவில் சமையலறைக்குள் நுழைந்தான். சுமைரா தட்டுகளையும் கோப்பைகளையும் மும்முரமாகக் கழுவிக்கொண்டிருந்தாள்.

"ராத்தா... நான் இத்தாலிக்கு ஓடிப் போகப் போறேன்."

சுமைரா அவனை வெறித்துப் பார்த்தாள். அவளது வலது கை எழுந்து அவளது மார்பைத் தொட்டது. அவளது வாய் மெதுவாகத் திறந்து கேட்டது:

"நான்?"

6

இக்பாலும் சுமைராவும் பாரிஸ் இரயில் நிலையத்தில் இறங்கி, கால்போன போக்கில் சிறிது தூரம் நடந்து ஒரு தங்குவிடுதியைக் கண்டுபிடித்தார்கள். "ரெண்டு ரூமா எடுக்க வேணும்?" என்று இக்பால் கேட்டபோது "நம்மட்ட அம்பட்டுக் காசில்லையே..." என்றாள் சுமைரா.

அடுத்த நாள் காலையில், இருவரும் நீஸ் நகரத்துக் கடைக்காரி கொடுத்திருந்த முகவரிக்குப் புறப்பட்டார்கள். தலையில் முக்காடு இல்லாத சுமைரா இன்னும் இளமையாகத் தோன்றினாள். அவர்கள் தங்கியிருந்த விடுதியில் விசாரித்தபோது, மெத்ரோ நிலையத்திற்கு வழி சொன்னார்கள். மெத்ரோ நிலையத்தில் அங்குமிங்குமாக இலங்கைச் சாயல் முகங்கள் தெரிந்தன. இவர்களுக்குப் பெரிய நிம்மதியாக இருந்தது.

இவர்கள் மெத்ரோவுக்குள் ஏறியபோது, உள்ளேயும் ஒரு நடுத்தர வயது இலங்கை முகம் தெரிந்தது. எதற்கும் இருக்கட்டுமென்று அந்த மனிதரின் எதிரில் காலியாக இருந்த இருக்கைகளில் இருவரும் உட்கார்ந்துகொண்டார்கள். இவர்களைப் பார்த்ததும் அந்த மனிதர் தலையசைத்துப் புன்னகைத்தார். டிப்டொப்பாக கோட்-சூட் அணிந்திருந்தார். அவரது கையில் தமிழ்ப் பத்திரிகையொன்று சுருட்டி வைக்கப்பட்டிருந்ததை இக்பால் கவனித்தான். உடனேயே தனது கையிலிருந்த முகவரிச் சீட்டை அவரிடம் நீட்டியவாறே கேட்டான்:

"அண்ணன் இந்த இடத்துக்கு எப்பிடிப் போறது?"

அந்த மனிதர் முகவரிச் சீட்டை வாங்கிப் பார்த்துவிட்டு "இதிலயிருந்து மூண்டாவது ஸ்டேசனில இறங்குங்கோ" என்றார். முகவரிச் சீட்டைத் திருப்பிக் கொடுத்துவிட்டுக் கேட்டார்:

"எவ்விடம் ஊரில?"

"நான் வவுனியா அண்ணன், இவ மூதூர்."

"மூதூரோ... அந்தப் பக்கம்தானே இப்ப கடுமையான பிரச்சினையாக் கிடக்கு. எளிய சோனகங்கள் தமிழ் ஆக்கள் வெட்டித் தள்ளுறாங்கள்... தங்கச்சி உங்கிட குடும்பம் பத்திரமாயிருக்கோ?"

அந்த மனிதர் சுமைராவைப் பார்த்தபோது, சுமைரா அவரைப் பார்த்து மெல்லிதாகப் புன்னகை செய்தாள். அதைக் கண்டபோது, இக்பாலுக்குத் தேகம் நடுங்கத் தொடங்கிவிட்டது. நெஞ்சுக் கூட்டுக்குள் 'சுபஹானல்லாஹ்' என்ற முணுமுணுப்பு எழுந்தது. இக்பால் வாயை இறுக மூடிக்கொண்டான். அந்த மனிதர் அடுத்த நிறுத்தத்தில் இறங்கிப் போய்விட்டார்.

மூன்றாவது நிறுத்தத்தில் இறங்கி இருவரும் வெளியே வந்தார்கள். அந்தப் பகுதி முழுவதும் தமிழ்ச் சனங்களால் நிறைந்திருந்தது. திரும்பிய பக்கமெல்லாம் தமிழ்க் கடைகளும், உணவகங்களும், விடுதலைப் புலிகளின் சுவரொட்டிகளும் நிறைந்திருந்தன. இக்பால் சுமைராவின் முகத்தைப் பார்த்தான். அவளது கண்ணிமைகள் வெட்டி

வெட்டித் திறந்துகொண்டிருந்தன. அவள் இக்பாலின் கையை அழுத்திப் பிடித்துக்கொண்டாள்.

நீஸ் கடைக்காரி குறித்துக் கொடுத்திருந்த இடத்திலிருந்த தனபாலன், இவர்கள் இருவரையும் அகதிகளாகப் பதிவு செய்யும் வேலைகளுக்கான பொறுப்பை ஏற்றுக்கொண்டார். நீஸ் கடைக்காரி சொல்லியிருந்த தொகைக்கு நான்கு மடங்கு அதிகமாகவே தனபாலன் பணம் கேட்டார். ஆனால், பணத்தைத் தவணைமுறையில் கொடுத்தால் போதும் என்றொரு சலுகையும் கொடுத்தார். வேலை தேடுவதற்கான வழியையும் அவரே இக்பாலுக்குச் சொல்லிக்கொடுத்தார்.

அரை மணிநேரத்திற்குள்ளாகவே தனபாலனின் கைத்திறமையால் தயாரிக்கப்பட்டு இவர்களுக்கு வழங்கப்பட்ட புதிய பிறப்புச் சான்றிதழ்களில் இக்பாலுடைய பெயர் நாகநாதன் முருகவேள் என்றும் சுமைராவின் பெயர் செல்வராசா தாட்சாயினி என்றுமிருந்தன. இருவருக்கும் ஒரு திருமணச் சான்றிதழையும் தனபாலனே தயாரித்துக் கொடுத்தார். "குடும்பம் எண்டால் விசா லேசா எடுக்கலாம்" என்று தனபாலன் புன்னகைத்தார். இவர்கள் இருவரும் இலங்கையிலிருந்து வந்த தமிழ் அகதிகளென்றும் இலங்கை இராணுவத்தால் தேடப்படுபவர்கள் என்றும் வரலாறு எழுதி அகதி விண்ணப்பத்தைத் தயாரித்தார் தனபாலன்.

இதற்கு இரண்டு வருடங்கள் கழித்து, துலீப் பிறந்தபோது, தங்களுடைய அடையாளங்களை முழுவதுமாக அழித்துவிடுவது என முருகவேள் தம்பதி முடிவெடுத்தார்கள்.

7

கட்டிலில் சாய்ந்திருந்த இக்பாலுக்கு அருகே உட்கார்ந்திருந்த சுமைரா கணவனின் கையைப் பிடித்துக்கொண்டார்.

"துலீப் பப்பா, எண்டக்கிம் நீங்க ஆரையும் கை நீட்டி அடிச்சதில்ல..." என்று சுமைரா முணுமுணுத்தார். இக்பால் மெதுவே சுமைராவின் கையை விலக்கினார். கட்டிலிலிருந்து துள்ளியெழுந்து விரைந்து போய் மகனின் அறைக்குள் நுழைந்தார். மேசையின் இழுப்பறைகளைத் திறந்து பார்த்துவிட்டு மூடினார்.

நள்ளிரவில் மறுபடியும் ஒருமுறை மகனின் அறைக்குப் போய்ப் பார்த்தார். அங்கே யாருமில்லை. மூன்று மணியளவிலும் போய்ப் பார்த்தார். மகன் வீடு திரும்பியிருக்கவில்லை. ஓசையில்லாமல் மேசையின் இழுப்பறைகளை திறந்து பார்த்து மூடினார்.

அதிகாலையில் எழுந்து குளியலறைக்குச் சென்றபோது, அங்கே மகன் இருக்கலாம் என இக்பால் நினைத்தார். ஆனால், குளியலறை இருளாயிருந்தது. குளித்துவிட்டு, மறுபடியும் மகனின் அறைக்குள் போய்ப் பார்த்தார். யாருமில்லை.

சமையலறைக்குள் நுழைந்து, விளக்கைப் போடாமலேயே குழாயில் தண்ணீர் பிடித்துக் குடித்தார். சமையலறை ஜன்னல் வழியே பள்ளிவாசல் இருந்த திசையைப் பார்த்தார். அந்தத் திசையில் நெருப்பு உயரே எரிவதைக் கண்டதும் பதறிப் போனார். கண்ணை வெட்டிப் பார்த்தபோது, பள்ளிவாசலின் விளக்குகள் தெரிந்தன. இப்போது நெருப்பு மறுபடியும் எரிவதைப் போலிருந்தது. அவரால் எதையும் சரியாகப் பார்க்க முடியவில்லை. மறுபடியும் மகனின் அறைக்குள் நுழைந்து வெளியே வந்தார். ஓசை எழுப்பாமல் வாசற்கதவைத் திறந்துகொண்டு வெளியே போனார்.

அவர் புற்றரையை நெருங்கியபோது, பள்ளிவாசல் விளக்குகள் எரிந்துகொண்டிருந்தன. மேலங்கியின் பைக்குள் கையை விட்டு, தொழுகைத் தொப்பியை எடுத்துத் தலையில் அணிந்துகொண்டார்.

☐ நீலம் – 2020

யானைக் கதை

மொழியியல் பேராசிரியர் கியோம் வேர்னோ 'எங்க உப்பப்பாவுக்கொரு ஆனையிருந்தது' நாவலை ஆங்கில மொழிபெயர்ப்பில் படித்துவிட்டு, கேரளாவுக்கே சென்று ஆசான் வைக்கம் முகமது பஷீரை நேரில் தரிசித்து, பிரெஞ்சு மொழியில் ஒரு நீள்கட்டுரை எழுதி வெளியிட்டவர். அநேகமாக பஷீர் சந்தித்த கடைசி வெள்ளைக்காரன் இவராகத்தான் இருப்பார். அந்தப் பேராசிரியரும் நானும் ஒரே இரயில் பெட்டியில், அதுவும் அருகருகாக அமர்ந்து பயணம் செய்வோம் என நான் ஒருபோதும் நினைத்திருந்ததில்லை. அவரைக் கண்டவுடன் நான் எழுந்து நின்றேன். எழுபது வயதைக் கடந்துவிட்ட பேராசிரியர் இருக்கையில் அமரும்வரை மரியாதையின் நிமித்தமாக நின்றுகொண்டேயிருந்தேன்.

பிரான்ஸிலுள்ள எல்லாப் பேராசிரியர்களையும் போலவே இவரும் ஏராளமான ஆடைகளை அணிந்திருந்தார். தலையிலிருந்த சிவப்பு நிறத்தாலான சிறிய குஞ்சம் வைத்த 'பெரே' எனப்படும் பிரெஞ்சுத் தொப்பி, கழுத்தைச் சுற்றியிருந்த பின்னல் வேலைப்பாடுகளுள்ள நீளமான சால்வை, முழங்கால்களைத் தொடும் மேலங்கி, அதற்குள்ளேயிருந்த பூனை உரோமங்களோ, நாய் உரோமங்களோ அடர்த்தியாக ஒட்டிக்கொண்டு கிடந்த கறுப்புக் கம்பளிச்சட்டை எல்லாவற்றையும் பேராசிரியர் பொறுமையாகக் கழற்றி இருக்கைக்கு மேலேயிருந்த தட்டில் ஒவ்வொன்றாக வைக்கவே ஐந்து நிமிடங்கள் ஆகிவிட்டன.

ஜன்னலோர இருக்கையில் பேராசிரியர் வசதியாக உட்கார்ந்த பின்பாக, நான் அருகேயிருந்த இருக்கையில் உட்கார்ந்துகொண்டேன். பேராசிரியரை நான் ஏற்கனவே சில பல்கலைக்கழகக் கருத்தரங்குகளில் பார்த்திருக்கிறேனே தவிர, பேச வாய்ப்புக் கிடைத்ததில்லை.

கேரளாவுக்குப் போன பேராசிரியர் கியோம் வேர்னோ மலையாள மொழியில் கவனத்தைச் செலுத்தாமல், தமிழ் மொழியில் கவனத்தைச் செலுத்தியது நம்முடைய அதிர்ஷ்டம் என்றே சொல்ல வேண்டும். தன்னுடைய அறுபது வயதுக்கு மேல்தான் பேராசிரியர் தமிழ் கற்றுக்கொள்ள ஆரம்பித்தார். பாரிஸிலுள்ள கீழைத்தேய மொழிகள் கற்கை நிலையமான 'இனல்கோ'வில் தமிழ்த்துறையில் பயின்றவர்.

தமிழ் இலக்கியத்தில் பெரும் ஈர்ப்புள்ளவர். தமிழ் நவீன இலக்கியத்தில் வாசிப்பு உள்ளது மட்டுமின்றி, சில நவீன தமிழ்ச் சிறுகதைகளை மொழிபெயர்த்தும் பிரெஞ்சில் வெளியிட்டிருக்கிறார்.

ஜெர்மனியில் நடக்கவிருக்கும் 'ஆசிய மொழிகள் இலக்கிய விழா'வில் கலந்துகொள்ளத்தான் இருவரும் இப்போது இரயிலில் பயணப்படுகிறோம். எங்களுக்கான இரயில் இருக்கைகளை அருகருகாகப் பதிவு செய்த முகம் தெரியாத விழா ஏற்பாட்டாளர்களை நான் மனதால் வாழ்த்திக்கொண்டேன்.

இரயில் புறப்பட்டதும், பேராசிரியருடன் பேசுவதற்கான தருணத்தை நான் எதிர்பார்த்துக் காத்திருந்தேன். பேராசிரியர் முகத்தை மேலே அண்ணாந்தவாறு கண்களைச் சொருகியிருந்தார். மழுங்கச் சிரைக்கப்பட்டிருந்த அவரது முகத்தில் சாந்தம் இருந்ததென்று சொல்ல முடியாது. ஆனால், ஒரு புன்னகையிருந்தது. உண்மையில் அவர் புன்னகைக்கவில்லை. அவரது முக அமைப்பே அப்படித்தான்.

ஒரு தருணத்தில் பேராசிரியர் கண்களைத் திறந்தவாறே தனது மடியில் வைத்திருந்த பத்திரிகையை விரிக்கப் போனார். பெரிய சைஸில் ஏராளமான பக்கங்களைக் கொண்ட அந்தத் தினசரிப் பத்திரிகையை ஜெர்மனி போகும்வரை படித்தாலும் பக்கங்கள் முடிவுறாது. எனவே நான் முந்திக்கொண்டு, என்னைப் பேராசிரியர் கியோம் வேர்னோவிடம் அறிமுகம் செய்துகொண்டேன். நான் நினைத்திருந்தது போல அல்லாமல், பேராசிரியர் உரையாடுவதில் ஆர்வமுள்ளவராகவே இருந்தார். அவர் என்னுடைய ஒரு சிறுகதையைக் கூட இதுவரை படித்திருக்காதது எனக்கு நிச்சயமாக ஏமாற்றமாகவேயிருந்தது.

"நீங்கள் எதைப் பற்றி எழுதுகிறீர்கள்?" என்று என்னிடம் கேட்டார் பேராசிரியர்.

இதற்குப் பதில் சொல்வது எனக்குக் கடினம்தான். சாதி, பெண்கள், பால்புதுமையினர், அகதி வாழ்வு, பயணம் என்றெல்லாம் நான் எழுதினாலும்; போரைப் பற்றி எழுதுபவன் என்றுதான் என்னைச் சொல்கிறார்கள். பேராசிரியரிடமாவது முழுப் பட்டியலையும் சொல்லிவிடலாம் என நினைத்து, எழுதும் வகைகளை அடுக்கினேன். இந்த 'போர்' விஷயத்தைப் பட்டியலின் கடைசியில் வைத்தேன்.

"யானையைப் பற்றி நீங்கள் எத்தனை கதைகள் எழுதியிருப்பீர்கள்?" என்று கேட்டார் பேராசிரியர். மிக ஆச்சரியம் தரக்கூடிய கேள்வி இது. ஆனால், பேராசிரியர் ஏதாவதொரு காரணத்தோடுதான் கேட்பார் என நான் எண்ணியதால், யானையைப் பற்றி எப்போது எழுதினேன் என ஞாபகப்படுத்திப் பார்த்தேன். அப்போதுதான், நான் இதுவரை

ஒரேயொரு கதையில் கூட, ஒரிடத்தில் கூட யானையைப் பற்றி எழுதியதே இல்லை என்பது எனக்குத் தெரியவந்தது. எனவே, நான் சிறு புன்னகையுடன் "இல்லை... நான் யானையைப் பற்றி எழுதியதே இல்லை" என்றேன்.

முந்நூறு கிலோமீற்றர் வேகத்தில் நாங்கள் பயணம் செய்துகொண்டிருந்த இரயிலே கவிழ்ந்துவிட்டது போல் பேராசிரியர் கியோம் வேர்னோ அதிர்ச்சியடைந்துவிட்டார். "என்ன சொன்னீர்கள்... நீங்கள் யானையைப் பற்றி எழுதியதே இல்லையா? அது எப்படிச் சாத்தியம்? என்னால் நம்ப முடியவில்லையே" என்று அவர் பதறினார். தனக்குப் பக்கத்தில் அமர்ந்திருப்பவன் ஓர் எழுத்தாளன் என்ற நம்பிக்கையே அவருக்குப் போய்விட்டது என்பது போலத்தான் தோன்றியது. இது என்ன விசித்திரம்!

"நான் என் வாழ்நாளில் இதுவரை ஒருமுறை கூட யானையைப் பார்த்ததில்லை" என்ற உண்மையை நான் பேராசிரியரிடம் சொன்னேன். பேராசிரியரின் முகத்தில் இயற்கையாகவே ஒட்டிக்கிடந்த அந்தப் புன்னகை கூட இப்போது காணாமல் போய்விட்டது. என்னுடன் பேசுவது நேர விரயம் என அவர் நினைத்திருக்க வேண்டும். பத்திரிகையை மறுபடியும் மடியில் பொத்தெனப் போட்டுக்கொண்டார். அவரது வாசிக்கும் மனநிலையைக் கூட நான் குழப்பிவிட்டேன் என்றே நினைக்கிறேன். பேராசிரியர் மறுபடியும் கண்களை மூடிக்கொண்டு, முகத்தை அண்ணாந்துகொண்டார். அவர் கண்ணைத் திறந்தாரென்றால், யாழ்ப்பாணத்தில் யானையே இல்லை என்ற செய்தியை அவருக்குச் சொல்லிவிடலாம் என நான் பதற்றத்துடன் காத்திருந்தேன்.

யாழ்ப்பாணக் குடாநாட்டில் காடும் கிடையாது, ஆறும் கிடையாது, மலையும் கிடையாது, யானையும் கிடையாது. ஆனால், யானை அவ்வப்போது அங்கே வந்து போனதுண்டு. எனக்குத்தான் பார்க்கக் கொடுத்து வைக்கவில்லை.

எனக்குப் பத்து வயதிருக்கும் என நினைக்கிறேன். புளியங்கூடல் அம்மன் கோயில் திருவிழாவுக்கு யானை வருவதாகப் பேசிக்கொண்டார்கள். யானைப் பாகன் வன்னியிலிருந்து யானையை நடத்தியே கூட்டிவருவான் என்ற தகவல் ஊர் முழுவதும் பரவியிருந்தது. யானையும் பாகனும் எங்களது ஊரைக் கடந்துதான் புளியங்கூடலுக்குப் போக வேண்டும் என்பதால், நாங்கள் நான்கைந்து நாட்களாக ஆவலுடன் தெருவில் ஒரு கண் வைத்திருந்தோம். நான் பள்ளிகூடம் போயிருந்த நேரமாகப் பார்த்து, பாகன் நைசாக யானையைக் கூட்டிக்கொண்டு எங்களது ஊரைக் கடந்து போய்விட்டான். பள்ளிக்கூடமே வராத பொடியங்கள்

யானையைப் பார்த்திருந்தார்கள். எனது அம்மாவும் அய்யாவும் கூடத் தூரத்திலிருந்து யானையைப் பார்த்திருக்கிறார்கள்.

போர் தொடங்குவதற்கு முன்னால், ஒருமுறை இந்தியாவிலிருந்து ஜெமினி சேர்கஸ்காரர்கள் வந்து, யாழ்ப்பாண முற்றவெளியில் முகாமிட்டுக் காட்சிகளை நடத்தினார்கள். அங்கே யானை மட்டுமல்லாமல் சிங்கம், புலி, கரடி எனப் பல மிருகங்கள் விளையாட்டுக் காட்டுவதாகப் பார்த்தவர்கள் சொன்னார்கள். என்னையும் அழைத்துப் போகுமாறு வீட்டில் கேட்டபோது, டிக்கட் வாங்கப் பணமில்லை எனச் சொல்லிவிட்டார்கள். அன்று இரவு முழுவதும் நான் குமுறி அழுதாலும் யாரும் மனம் இரங்கவில்லை. யானை பார்க்க யாழ்ப்பாணத்தில் மிருகக் காட்சிச்சாலையும் இல்லை.

சின்ன வயதிலேயே புலிகள் இயக்கத்திற்குப் போய்விட்டேன். நான் இயக்க வேலை செய்த ஏழு தீவுகளிலும் ஒரு யானைகூட இல்லை. இயக்கத்திலிருந்து விலகிய பின்பு கொழும்புக்குப் போய்விட்டேன். அது கொடுமையான ஒரு காலகட்டமாக இருந்ததால், அறைக்குள்ளேயே அடைந்துகிடக்க வேண்டியதாகப் போய்விட்டது. அறையிலிருந்து நேரடியாக விமான நிலையம். அங்கிருந்து நேராக வெளிநாடு. நான் இப்போது வசிக்கும் பிரான்ஸிலும் யானை இல்லை. மிருகக் காட்சிச்சாலைக்குப் போக இதுவரை ஏனோ வாய்ப்பும் அமையவில்லை. உண்மையைச் சொன்னால், பாரிஸ் நகரத்தில் மிருகக் காட்சிச்சாலை எங்கேயிருக்கிறது என்பது கூட எனக்குத் தெரியாது. தாய்லாந்துக்கு, இந்தியாவுக்கு எல்லாம் அடிக்கடி போயிருக்கிறேன். அது என்ன சாபமோ எனக்கும் யானைக்கும் பொருந்தவேயில்லை. அது என் பார்வையில் படவேயில்லை. முந்தைய பிறவியில் கொடூரமான யானை வேட்டைக்காரனாக இருந்திருப்பேன் போலிருக்கிறது.

பேராசிரியர் கியோம் வேர்னோ மறுபடியும் கண்களைத் திறந்து பத்திரிகையைக் கையிலெடுத்தார். இந்தமுறை அவரை எப்படியாவது, எதையாவது சொல்லிக் கவர்ந்துவிடுவது என நான் முடிவெடுத்துக்கொண்டேன். அவர் பத்திரிகையை விரிப்பதற்கு முன்பாகவே "நீங்கள் யானையைப் பற்றிக் கேட்டால் எனக்கொரு சம்பவம் ஞாபகம் வருகிறது... யானை என்ற வார்த்தையைக் கேட்டாலே, அந்தச் சம்பவம் என் ஞாபகத்திற்கு வந்துவிடும். ஆனால், அந்தச் சம்பவம் உங்களுக்குச் சுவாரஸியமாக இருக்கும் என்று என்னால் உறுதியாகச் சொல்லிவிட முடியாது…" என்று சவ்வாக இழுத்தேன்.

பேராசிரியரின் முகம் படாரென வெடித்து மலர்ந்தது. யானை பற்றிய கதையென்றாலே அதில் விஷயமிருக்கிறது என்பதுபோல அவரது கண்கள் மின்னின. அவர் ஆர்வ மிகுதியால் சிரமப்பட்டுத்

தனது உடலை நடுப்பகுதியில் திருகிக்கொண்டு, இடுப்புக்கு மேலான பகுதியை முழுவதுமாக என்னை நோக்கித் திருப்பிக்கொண்டார். கதை கேட்பதில் ஆர்வமுள்ளவர்களைப் பார்த்தாலே, நமக்கும் ஓர் உற்சாகம் தொற்றிக்கொண்டு கற்பனை கண்டபாட்டுக்கு வந்து விடுகிறது. ஆனால், இந்தக் கதையில் கூட்டிக் குறைத்துச் சொல்வதற்கு இடமில்லை. அது 'வித்ரோ' ஜேம்ஸுக்குச் செய்யும் துரோகமாகிவிடும்.

2

அது 1984 ஆம் வருடத்தின் மழைக்காலம். யாழ்ப்பாணத்திற்கு மேலே ஏழு தனித்தனித் தீவுகள் இருப்பது உங்களுக்குத் தெரியும்தானே. ஒவ்வொரு தீவுக்கும் டெல்வ்ற், வெல்ஸன், லைடன் என்ற மாதிரியாக டச்சுப் பெயர்களுண்டு. ஒல்லாந்தர்கள் இலங்கைக்கு வந்தபோது கொடுத்த பெயர்கள். அந்தத் தீவுகளுக்கான இயக்கப் பொறுப்பாளராக வெள்ளைச் சந்திரன் இருந்தார். நான் அவருக்கு வலது கை மாதிரி என வைத்துக்கொள்ளுங்கள். அப்போது எனக்குப் பதினேழு வயதுதான். வெள்ளைச் சந்திரனுக்கு வயது இருபதுக்கு மேலேயே இருக்கும். நானொரு தேர்ந்த நீச்சல்காரன். என்னை விட்டால் இந்தியாவுக்குக் கூடக் கடலால் நீந்திப் போய்விடுவேன் என்ற நம்பிக்கை எனக்கு அப்போதிருந்தது. நீச்சல்காரர்கள் பல வேலைகளுக்காக இயக்கத்திற்குத் தேவைப்பட்டார்கள். அப்போது நாங்கள் நிலத்தில் அல்லாமல் கடலிலேயே அதிகமும் திரிந்தோம். அதனால், வெள்ளைச் சந்திரன் என்னை எப்போதும் அவருக்குப் பக்கத்திலேயே வைத்திருந்தார்.

தீவுப்பகுதிக்கான எங்களது முகாம் லைடன் தீவிலிருந்தது. முகாமென்றதும் நீங்கள் பெரிதாகக் கற்பனை பண்ணிக்கொள்ளத் தேவையில்லை. ஒரு கைவிடப்பட்ட குடிசையில் வெள்ளைச் சந்திரனும் நானும் இன்னும் இரண்டு பையன்களும் தங்கியிருந்தோம். வெள்ளைச் சந்திரனிடம் ஒரு புராதன ரிவோல்வர் இருந்தது. என்னிடம் 'விளக்கு' எனச் சொல்லப்படும் ஒரு சாமான் இருந்தது. சோளம் பொத்தி வடிவிலும் அளவிலுமிருக்கும் கையெறி குண்டு அது. திரியில் நெருப்பு வைத்து எறிய வேண்டும். எறிந்தால் அது வெடிப்பதும் வெடிக்காததும் நம் கையில் இல்லை. அப்போது இலங்கைப் படையினரின் நடமாட்டம் அதிகமும் இருந்ததால், இரவில் புகையிலைத் தோட்டங்களுக்குள்தான் தூங்குவோம். அங்கிருந்துகொண்டுதான் மற்றைய தீவுகளிலும் இயக்கத்தைப் பரப்ப முயற்சி செய்துகொண்டிருந்தோம்.

ஆழ்கடலுக்கு நடுவே 'அசேன்' என்றொரு தீவுள்ளது. மிகச் சிறிய தீவு. ஒரு கரையில் நின்று பார்த்தால் மறுகரை நடமாட்டங்கள் மிகத் தெளிவாகவே தெரியும். அரிதாகக் காணப்படும் பனை,

தென்னையைத் தவிர வேறு மரங்கள் அங்கே கிடையாது. அதுவொரு வெட்டவெளி உப்புத் தண்ணீத் தீவு. அப்போது அங்கே கிட்டத்தட்ட நூற்றைம்பது குடும்பங்கள் வசித்தன. அந்தத் தீவிலிருந்து பவனந்தன் என்றொருவன் எங்களோடு தொடர்பிலிருந்தான். இயக்கப் பிரசுரங்கள், வெளியீடுகள் எல்லாவற்றையும் அவன்தான் அந்தத் தீவுக்கு எடுத்துச் சென்று இரகசியமாக விநியோகிப்பான். அந்தத் தீவுக்கு வடக்காகவும் தெற்காகவுமுள்ள இரண்டு தீவுகளிலும் இலங்கைக் கடற்படையின் முகாம்கள் இருந்தன. அசேன் தீவைச் சுற்றியுள்ள கடலில் கடற்படை வேகப் படகுகளின் கடுமையான கண்காணிப்பு இருந்துகொண்டேயிருக்கும். ஆனாலும், அசேன் தீவு மக்கள் படகுகளில் மற்றைய தீவுகளுக்குப் பயணம் செய்தார்கள். அந்தக் கடலில் மீனவர்களின் படகுகளும் தொழில் செய்தன. சிலவேளைகளில் கடலில் வைத்துப் பயணிகளோ, மீனவர்களோ கடற்படையால் தாக்கப்பட்டார்கள். உப்புத் தண்ணீரோடும் ஆபத்துகளோடும் வாழ்வது அந்தத் தீவு மக்களுக்குப் பழகிப்போய்விட்டது. உயிருக்கு அஞ்சிப் பட்டினியாகவா சாக முடியும்!

சுருக்கமாகச் சொல்லி விடுகிறேன். பவனந்தன் அசேன் தீவில் எட்டுப் பொடியன்களை எங்களது இயக்கத்திற்கு ஆதரவாகச் சேர்த்துவிட்டான். அந்தப் பொடியன்களுக்கு ஆயுதப் பயிற்சி கொடுக்க வேண்டும் என்று பவனந்தன் விரும்பினான். இல்லாவிட்டால் அந்தப் பொடியன்கள் கலைந்து வேறு இயக்கங்களுக்குப் போய்விடக் கூடும் என எங்களிடம் சொன்னான். அப்போது, நாங்கள் 'லோக்கல் ட்ரெயினிங்' எனப்படும் ஒரு வாரகால அடிப்படை ஆயுதப் பயிற்சியை கிராமங்களுக்குச் சென்று இளைஞர்களுக்கு இரகசியமாக வழங்கத் தொடங்கியிருந்தோம். எனவே, அசேன் தீவிலும் அதை வெள்ளைச் சந்திரன் ஏற்பாடு செய்தார். அந்தப் பயிற்சியை வழங்குவதற்காக 'வித்ரோ' ஜேம்ஸ் யாழ்ப்பாணத்திலிருந்து எங்களிடம் அனுப்பிவைக்கப்பட்டார். அவரை நான் கடல் வழியாக அசேன் தீவுக்கு அழைத்துச் செல்ல வேண்டும்.

அப்போதெல்லாம் விடுதலைப் புலிகள் பற்றி மக்களுக்கு அதீத கற்பனைகளிருந்தன. ஒரு விடுதலைப் புலியை அவர்கள் நேரில் பார்க்க வாய்த்திருக்காவிட்டால் கூட, ஒரு புலிவீரன் எப்படியிருப்பான் என்ற கற்பனை அவர்களிடமிருந்தது. அந்தக் கற்பனையின்படி எங்களில் பெரும்பாலானோர் இருப்பதில்லை. ஏப்பை சாப்பைகளும் நோஞ்சான்களும் கூட இயக்கத்தில் இருந்தோம். ஆனால், மக்களின் கற்பனையில் உள்ளது உள்ளபடியே 'வித்ரோ' ஜேம்ஸ் இருந்தார்.

சற்றுக் குட்டையான கன்னங்கரேலென்ற தேகம். பயில்வான் போன்ற உடற்கட்டு. சுருட்டைத் தலைமுடி. முறுக்கிவிடப்பட்ட

மீசை. கூர்மையான கண்களும் சிறிய உதடுகளும். அவருக்கு இருபத்தைந்து வயதிருக்கும். கரகரவென்ற ஒரு முரட்டுக் குரல். வாயைத் திறக்காமலேயே உரக்கச் சிரிக்க அவருக்குத் தெரியும். அப்படிச் சிரிக்கும்போது புலி உறுமுவது போலேவிருக்கும். அவரது தோளில் தொங்கிய துணிப்பைக்குள் ஒரு ஸ்டெர்லிங் உப இயந்திரத் துப்பாக்கியிருந்தது. 'லோக்கல் ட்ரெயினிங்'கில் சுடுவதற்கு எல்லாம் சொல்லிக்கொடுக்க மாட்டோம். தேகப் பயிற்சியுடன், துப்பாக்கியை எப்படிப் பிடிப்பது, எப்படி 'பொஸிசன்' எடுப்பது என்பதைத்தான் சொல்லிக் கொடுப்போம்.

லைடன் தீவின் மெலிஞ்சிமுனையில் ஒரு தோணியை நான் ஏற்பாடு செய்து வைத்திருந்தேன். எங்களது இயக்க ஆதரவாளரான தோணிக்காரர் என்னையும் 'வித்ரோ' ஜேம்ஸையும் அசேன் தீவுக்கு அழைத்துச் சென்றார். தோணியில் இயந்திரம் பூட்டி ஓடினால் ஹெலிகொப்தரிலிருந்து அடித்து விடுவார்கள். எனவே, தோணிக்காரர் தாங்கு கம்பையும் கம்பு நிலத்தில் எட்டாத இடங்களில் துடுப்புக் கட்டைகளையும் உபயோகித்தே தோணியைச் செலுத்தினார். உடைகளைக் கழற்றிவிட்டு மீனவர்களைப் போலவே உள்ளாடைகளுடன் நாங்கள் பயணித்தோம். எங்களைப் பத்திரமாக அசேன் தீவுக் கரையில் இறக்கிவிட்டு, சரியாக எட்டாவது நாள் மாலையில் வருவதாகச் சொல்லித் தோணிக்காரர் எங்களிடம் விடைபெற்றார்.

அங்கே பவானந்தன் எங்களுக்காகக் காத்திருந்தான். அந்தச் சின்னஞ் சிறிய தீவிலும் ஆட்கள் நடமாட்டமில்லாத, சற்றே ஒதுக்குப்புறமான இடத்தை அவன் கண்டுபிடித்து வைத்திருந்தான். அது முக்கால்வாசி இடிந்து கிடந்த தேவாலயம். டச்சுக்காரர்கள் காலத்தில் கட்டப்பட்டு, இப்போது கைவிடப்பட்டுக் கிடந்த அந்தக் கோயிலுக்குள் பயிற்சி அளிப்பதற்கு ஏற்பாடாகியிருந்தது. ஜேம்ஸும் நானும் பவானந்தனின் நண்பர்கள் என்ற பெயரில் அவனது வீட்டிலேயே தங்கிக்கொண்டோம். அந்த வீட்டில் பவானந்தனுடன் அவனது முதிய பெற்றோர் மட்டுமேயிருந்தார்கள். அந்தத் தீவின் சனங்களுக்கும் நாங்கள் யாரென்பது சாடைமாடையாகத் தெரிந்தேயிருக்கும். ஆனாலும், அதை அவர்கள் காட்டிக்கொள்ள மாட்டார்கள். நாங்கள் சொல்லும் பொய்களை நம்புவது போலவே நடிப்பார்கள். இயக்கப் பொடியங்கள் எது செய்தாலும் அதிலொரு அர்த்தமிருக்கும் என அவர்கள் நினைத்தார்கள்.

அடுத்தநாள் காலையில் 'வித்ரோ' ஜேம்ஸ் பயிற்சி கொடுக்க ஆரம்பித்துவிட்டார். ஒருநாளைக்கு நான்கு மணிநேரங்கள் மட்டும்தான் பயிற்சி. பவானந்தனோடு சேர்த்து எல்லாமாக ஒன்பது பொடியங்கள் பயிற்சி பெற்றார்கள். நான் மொடல். துப்பாக்கியோடு என்னை

நிலையெடுக்க வைத்து, என்னைக் காட்டி ஜேம்ஸ் புதியவர்களுக்குக் கற்பித்தார். எப்போது பயிற்சிக்கு வந்தார்களோ, அப்போதிலிருந்து அந்தப் பொடியன்கள் எங்களது இயக்க உறுப்பினர்கள் ஆகிவிட்டார்கள். எங்களது இயக்க விதிகளின்படி, இனி அவர்கள் வேறு அரசியல் இயக்கங்களில் சேர முடியாது. சாகும்வரை சேரக் கூடாது. இந்தக் கறாரான விதிகளையெல்லாம் முகத்தை விறைப்பாக வைத்துக்கொண்டு நான்தான் அங்கே சொல்லிக்கொண்டிருந்தேன். ஜேம்ஸோ அதிக நேரமும் பையன்களுடன் கதைத்துச் சிரித்துக் குழந்தைபோல விளையாடிக்கொண்டிருந்தார். கண்டிப்பு என்பது அவரிடம் துப்புரவாக இல்லை. இவரிடம் பயிற்சி பெற்றால், பத்தடி தூரத்திலிருக்கும் பனையைக் கூட குறிபார்த்துச் சுட முடியாது என நான் நினைத்துக்கொண்டேன்.

'வித்ரோ' ஜேம்ஸ் ஆயுதப் பொறிமுறைகளையும் போர்த் தந்திரங்களையும் கசடற கற்றவர்தான். அதில் சந்தேகமேயில்லை. இல்லாவிட்டால் தலைமை இவரை ஊர் ஊராக அனுப்பிப் புதிய உறுப்பினர்களுக்குப் பயிற்சியளிக்க வைக்காது. ஆனால், இவரைப் பற்றி ஒரு வேடிக்கையான கதையும் இயக்கத்திற்குள் உண்டு.

இயக்கம் ஏதோவொரு பொலிஸ் நிலையத்தைத் தாக்குவதற்காகச் சென்றிருக்கிறது. ஜேம்ஸுடன் ஏழு பேர் தாக்குதல் குழுவில் இருந்திருக்கிறார்கள். இவர்கள் இருளில் பொலிஸ் நிலையத்தை நெருங்கித் தாக்குதலுக்குத் தயாரானபோது, ஏதோவொரு வெடிச் சத்தம் எழுந்திருக்கிறது. அதைக் கேட்டவுடனேயே "வித்ரோ" எனக் கூச்சலிட்டவாறே ஜேம்ஸ் திரும்பி ஓடியிருக்கிறார். ஜேம்ஸின் கர்ண கடூரமான கூச்சலைக் கேட்டதும் பொலிஸ்காரர்களும் விழுந்தடித்து ஓடிப்போய்க் காட்டுக்குள் ஒளிந்துகொண்டார்கள். ஒரு துப்பாக்கிக் குண்டோ உயிர்ச் சேதமோ இல்லாமல், அன்று அந்தப் பொலிஸ் நிலையத்தை இயக்கம் கைப்பற்றியது. ஓடிப்போன ஜேம்ஸ் எங்கெல்லாமோ சுற்றியலைந்து, அடுத்தநாள் காலையில்தான் முகாமுக்கு வந்தாராம். கேட்ட வெடிச்சத்தம் இரண்டு மைலுக்கு அப்பாலிருந்து கேட்டதாகச் சொன்னார்கள். அன்றிலிருந்து 'வித்ரோ' என்ற அடைமொழி ஜேம்ஸோடு ஒட்டிக்கொண்டது.

ஜேம்ஸ் என்னை 'தம்பியா' என்றுதான் கூப்பிடுவார். ஒருமுறை என்னுடன் பேசிக்கொண்டிருந்த போது "தம்பியா... உயிர்ச் சேதம் இல்லாமல் தமிழீழம் பிடித்தால்தான் அது வெற்றி" என்றார். "பிலிப்பைன்ஸ் நாட்டு மக்கள் கைகளில் எரியும் மெழுகுவர்த்திகளை ஏந்திக்கொண்டே அணிவகுத்துச் சென்று சர்வாதிகாரியின் கோட்டையை வீழ்த்தினார்கள்" என்றும் சொன்னார். பயிற்சி பெறும் இந்த

இளைஞர்களை இங்கிருந்து எப்படியாவது ஒட்டிக்கொண்டு போய், வன்னியிலோ மன்னாரிலோ விட்டுவிட வேண்டும் என்று நான் திட்டம் போட்டுக்கொண்டிருந்தேன். சொந்த ஊரிலேயே இருந்தால் குடும்பப் பாசம், காதல் அது இதுவென்று மனம்மாறி விடுவார்கள். ஜேம்ஸோ "தமிழீழத்திற்குக் கல்விமான்களும் அவசியம். இந்தப் பயிற்சியை முடித்துக்கொண்டு நீங்கள் படிப்பைத் தொடர வேண்டும்" என்றெல்லாம் இளைஞர்களுக்கு அறிவுரை சொல்லி, எனது திட்டத்தை நாசம் செய்துகொண்டிருந்தார்.

பயிற்சி தொடங்கிய இரண்டாவது நாளில், பலத்த மழை பெய்யத் தொடங்கியது. விட்டுவிட்டுப் புயலும் வீசியது. அடாது மழை பெய்தாலும் விடாமல் பயிற்சி நடைபெற வேண்டும் என்பதில் நான் உறுதியாக இருந்தேன். "துவக்கு நனைந்து விடுமே தம்பியா" என்று ஜேம்ஸ் பொறுப்பில்லாமல் பேசினார். "அதை நான் பார்த்துக்கொள்கிறேன், நான் நனைந்தாலும் துவக்கு நனையாது" என்று நான் சொன்னேன். அது போதாதென்று, மழையைக் காரணம் காட்டி அரைவாசிப் பொடியங்கள் பயிற்சிக்கு வராமல் கள்ளம் ஒளித்துவிட்டார்கள். நானும் பவனந்தனும் ஒவ்வொரு பொடியனின் வீடாகப் போய், ஒவ்வொருத்தராகக் கூட்டிக்கொண்டு வந்தோம்.

நான்காம் நாள் காலையில், மழையும் புயலும் ஓய்ந்து வானம் வெளுத்திருந்தது. நாளைக் காலையில் வெள்ளைச் சந்திரன் பயிற்சிகளைப் பார்வையிட வருவதாகச் சொல்லியிருக்கிறார். எனவே, நான் அதிக பரபரப்பாக இருந்தேன். பயிற்சி அளிக்கப்படும் முறையில் ஏதாவது அதிருப்தி இருந்தால், வெள்ளைச் சந்திரன் என்னைத்தான் திட்டுவார். ஜேம்ஸைத் திட்டுவதற்கு அவருக்கு அதிகாரம் போதாது.

விடிந்தும் விடியாப் பொழுதில், ஒரு பொடியன் பரபரப்பான செய்தியைக் கொண்டுவந்தான். அசேன் தீவின் கரைக்கு இரண்டு சிங்களவர்கள் வந்திருக்கிறார்களாம். வந்தவர்களில் ஒருவன் அரைகுறையாகத் தமிழ் பேசுகிறானாம். "தம்பியா...வா! போய்ப் பார்க்கலாம்" என்றார் ஜேம்ஸ். நான் துப்பாக்கியை எடுத்துத் தயார் செய்து, பைக்குள் வைத்து ஜேம்ஸிடம் நீட்டினேன். "சனங்கள் கூடி நிற்பார்கள், சாமான் வேண்டாம்" என்றார் ஜேம்ஸ். அரைமனதோடு துப்பாக்கியை வைத்துவிட்டுப் புறப்பட்டேன். செய்தி கொண்டு வந்த பையனைத் துப்பாக்கிக்குக் காவலாக ஜேம்ஸ் நியமித்தார். பொறுப்பற்ற செயல்.

கடற்கரையில் கிராமத்து மக்கள் குழுமி நின்றார்கள். அவர்களுக்கு நடுவே, நடுத்தர வயதான இருவர் மணலில் உட்கார்ந்திருந்தார்கள். இருவரது தேகங்களிலும் அரைக் காற்சட்டைகள் மட்டுமேயிருந்தன. அவர்கள் மிகவும் உறுதியான உடற்கட்டைக் கொண்டவர்கள். தலைமுடி

ஓட்ட வெட்டப்பட்டிருந்தது. 'கடற்படையைச் சேர்ந்தவர்களாக இருக்கலாம், புயலில் சிக்கி விசைப்படகு விபத்துக்குள்ளாகியோ அல்லது ஏதாவதொரு இயக்கத்தின் தாக்குதலிலிருந்து தப்பித்தோ இந்தக் கரைக்கு நீந்தி வந்திருக்கலாம்' என்று நான் ஊகித்தேன். ஜேம்ஸின் உத்தரவுக்காகக் காத்திருந்தேன். கண்ணைக் காட்டினாரென்றால் சிங்களவர்கள் மீது பாய்ந்துவிடுவேன்.

ஆனால், மானங்கெட்ட 'வித்ரோ' ஜேம்ஸ் என் பக்கமே திரும்பாமல், அந்தச் சிங்களவர்களிடம் போய் "ஒன்றுக்கும் கவலைப்படாதீர்கள்... என்னுடைய பெயர் ஜேம்ஸ். உங்களுடைய பெயர் என்ன? எந்த ஊர்?" என்று கேட்டார். இந்த ஜேம்ஸுக்கு மூளை கெட்டுவிட்டதா என்ன? நான் அசேன் தீவில் மட்டுமல்லாமல், பவானந்தனிடமும் பயிற்சி பெறும் பையன்களிடமும் இவரது பெயரை மறைத்து வைத்திருக்கிறேன். 'மாஸ்டர்' என்றுதான் எல்லோருக்கும் அறிமுகப்படுத்தி வைத்துள்ளேன். இவரோ சிங்களவர்களிடம் தனது பெயரை இளித்துக்கொண்டே சொல்கிறார்.

அந்தச் சிங்களவர்களுடைய பெயர்கள் சந்திரபாலாவோ இந்திர பாலாவோ... இப்போது எனக்குத் தெளிவாக ஞாபகமில்லை. அவர்கள் இருவரும் நடுங்கிக்கொண்டிருந்தார்கள். அரைகுறையாகத் தமிழ் பேசத் தெரிந்தவன் பேச, மற்றவன் வாயை மூடி அழுது கொண்டிருந்தான். அவர்கள் கற்பிட்டியைச் சேர்ந்த மீனவர்களாம். மன்னார் குடாவில் கட்டுமரத்தில் மீன் பிடித்துக்கொண்டிருந்த போது, புயலில் சிக்கிக் கட்டுமரம் காற்றில் இழுத்துவரப்பட்டதாம். புயலால் கொந்தளித்த அலைகளின் வேகத்திற்குத் தாக்குப் பிடிக்க முடியாமல் நேற்றே கட்டுமரம் பிரிந்துவிட்டதாம். பிரிந்த ஒரு மரக்கட்டையைப் பிடித்துக்கொண்டு அசேன் தீவுக் கரையில் ஒதுங்கினார்களாம்.

"எங்கே அந்த மரக்கட்டை" என்று நான் கேட்டேன். "நிலத்தில் கால் எட்டுமளவு தண்ணீருக்குள் வந்தவுடன் அதை விட்டுவிட்டோம். அதையும் இழுத்துக்கொண்டு கரைக்கு வர எங்களிடம் பெலமில்லை" என்றான் அந்தச் சிங்களவன். அதை என்னால் நம்ப முடியாமலிருந்தது. கற்பிட்டி எங்கேயிருக்கிறது, அசேன் தீவு எங்கேயிருக்கிறது! நடுவிலுள்ள தீவுகளிலோ கரைகளிலோ ஒதுங்காமல் எப்படி இவர்கள் இங்கே வந்தார்கள்? அதுவும் இங்கே பயிற்சி நடக்கும் நேரத்தில்? இவர்கள் புலனாய்வுத்துறையினராகக் கூட இருக்கலாம்.

நான் இப்படியெல்லாம் மண்டையைக் கசக்கி யோசித்துக்கொண்டிருக்க, ஜேம்ஸோ வந்தவர்களை உபசரிப்பதில் மும்முரமாயிருந்தார். தனது சட்டைப் பையிலிருந்து பணத்தை எடுத்து ஒரு சிறுவனிடம் கொடுத்து, தேநீரும் பிஸ்கட்டும் வாங்கிவரச் சொன்னார். யாரையாவது கொலை

செய்ய முன்பு, அவர்களைப் பசியாற வைப்பது இயக்கத்தில் ஒரு நடைமுறை என்று நான் கேள்விப்பட்டிருக்கிறேன். ஜேம்ஸ் என்னதான் விளையாட்டுத்தனமாக இருந்தாலும் விஷயகாரன்தான் என நினைத்துக்கொண்டேன். இல்லாவிட்டால் இயக்கம் இவரைப் பயிற்சியாளராக நியமித்திருக்காதே.

அப்போதெல்லாம், எங்களது பகுதிக்குள் தெரிந்தோ தெரியாமலோ நுழைந்த எந்தச் சிங்கள மனிதரும் உயிரோடோ பிரேதமாகவோ திரும்பிப் போனதில்லை. ஓர் இயக்கம் பாவம் பார்த்து விட்டாலும், அடுத்த இயக்கத்திடம் சிக்கிக்கொள்ள வேண்டியிருக்கும். சில நாட்களுக்கு முன்பு, சமாதானத்தை நாடுவதாகச் சொல்லிக்கொண்டு வந்த ஒரு புத்த பிக்கு யாழ்ப்பாண நகர வீதிகளிலே உடுக்கு மாதிரி ஒரு சிறிய மேளத்தைத் தட்டிக்கொண்டு திரிந்தார். அவரையே இயக்கம் காணாமற்போகச் செய்துவிட்டது. கொல்ல முன்பு நல்லவிதமாகக் கவனித்து உணவு கொடுத்திருப்பார்கள் என்றுதான் நினைக்கிறேன். எங்களது பகுதிக்குள் நுழையும் சிங்களவருக்கு இறுதி உணவு எங்களாலேயே வழங்கப்படும். அதுதான் நடைமுறை.

இது தெரியாமல், மணலில் குந்தியிருந்த இரண்டு சிங்களவர்களும் தேநீரில் தோய்த்து பிஸ்கெட்டைத் தின்றுகொண்டிருந்தார்கள். ஜேம்ஸ், பவானந்தனை அழைத்து, வீட்டில் கொடியில் கிடக்கும் இரண்டு சாரங்களையும் இரண்டு சட்டைகளையும் எடுத்துவரச் சொன்னார். அதில் ஒரு சாரமும் சட்டையும் என்னுடையது. உணவு கொடுத்துவிட்டுக் கொல்வது மனிதாபிமானம். ஆனால், உடுத்திப்படுத்தித்தான் கொல்ல வேண்டுமென்று எந்த நடைமுறையும் இல்லை. நாங்களே ஆளுக்கு இரண்டு சாரமும் இரண்டு சட்டையும் ஒரு ஜட்டியும்தானே வைத்திருக்கிறோம். என்னிடம் செருப்புக் கூடக் கிடையாது. ஜேம்ஸ் டவுனிலிருந்து வந்திருப்பதால் அவரிடம் செருப்பிருந்தது.

இதற்குள் யாரோ ஒருவர் ஓலைப் பெட்டி நிறையப் புட்டும் சம்பலும் கொண்டுவந்து சிங்களவர்களுக்குக் கொடுத்தார். அவற்றையும் முழுவதுமாகச் சிங்களவர்கள் சாப்பிட்டு முடித்தார்கள். இரண்டு நாட்களாகப் பட்டினியோடு கடலில் தத்தளித்தவர்கள் உப்புத் தண்ணீர் முழுங்கியே வயிறு ஊதிப் போய்க் கிடப்பார்கள். அவர்களால் வாந்தி எடுக்க முடியுமே தவிரச் சாப்பிட முடியாது. ஆனால், இந்த இந்திரபாலாவும் சந்திரபாலாவும் எதைக் கொடுத்தாலும் சாப்பிடுகிறார்கள். அவர்களும் இதுதான் தங்களது இறுதி உணவென்று உணர்ந்திருப்பார்கள் என்றே நினைத்தேன்.

உடைகள் வந்ததும், சிங்களவர்கள் அவற்றை அணிந்துகொண்டார்கள். காலை எட்டு மணிக்கு அசேன் தீவிலிருந்து ஒரு பயணிகள்

இயந்திரப் படகு புறப்படும். அந்தப் படகு சுற்றிவளைத்துக்கொண்டு காரைதீவு கடற்படை முகாமுக்குச் சென்று, அங்கே சோதனைகளை முடித்துக்கொண்டுதான் லைடன் தீவுக்குப் போகும். அந்தப் படகில் ஏற்றிச் சிங்களவர்களை அனுப்பிவைப்பதாக 'வித்ரோ' ஜேம்ஸ் முடிவெடுத்தார். நான் அவரை எதிர்த்து எதுவும் பேச முடியாது. ஆனாலும், அவரிடம் "கற்பிட்டியிலிருந்து இவ்வளவு தூரம் இவர்கள் வர வாய்ப்பில்லையே" என்று மெதுவாக முணுமுணுத்தேன். "ஒல்லாந்தரே இங்கே வந்திருக்கும்போது, இவர்கள் வரமாட்டார்களா?" என்று நேரகாலம் தெரியாமல் ஜேம்ஸ் பகடி விட்டார்.

சிங்களவர்கள் அசேன் தீவு இறங்குதுறையிலிருந்த ஒவ்வொருவரைப் பார்த்தும் கையெடுத்துக் கும்பிட்டுவிட்டு அங்கிருந்து புறப்பட்டார்கள். கற்பிட்டிப் பக்கம் வந்தால் வீட்டுக்கு வருமாறு அழைப்பு வேறு கொடுத்தார்கள். அந்தச் சிங்களவர்களிடம் "காரைதீவு கடற்படை முகாமில் இறங்கினால், கடற்படையினர் பத்திரமாக உங்களைக் கற்பிட்டிக்கு அனுப்பி வைப்பார்கள். வேறெங்காவது போனீர்கள் என்றால் சிக்கலில் மாட்டிக்கொள்வீர்கள்" என வழிக்கு வழி சொல்லி ஜேம்ஸ் அனுப்பிவைத்தார்.

சிங்களவர்களை ஏற்றிச் சென்ற இயந்திரப் படகு அந்தப் பக்கம் விரைந்து போக, இந்தப் பக்கத்தால் வெள்ளைச் சந்திரனும், செல்வதி என்ற எங்களது ஆதரவாளனான பொடியனும் மரத் தோணியில் வந்தார்கள். செல்வதி தோணி செலுத்துவதில் வல்லவன்.

வெள்ளைச் சந்திரன் பயிற்சியைப் பார்வையிடத்தான் இவ்வளவு தூரம் வந்திருக்கிறார். ஆனால், பயிற்சியாளர் ஜேம்ஸ் கரையில் நின்று சிங்களவர்களுக்கு 'டாட்டா' காட்டிக் களைத்துப் போயிருந்தார். வெள்ளைச் சந்திரனை அழைத்துக்கொண்டு, ஜேம்ஸ் பயிற்சி நடைபெறும் இடிந்த கோயிலுக்குப் போனார். நானோ துப்பாக்கியை எடுத்து வருவதற்காகப் பவனந்தன் வீட்டை நோக்கி ஓடினேன்.

நான் கோயிலுக்குத் துப்பாக்கியோடு போனபோது, வெள்ளைச் சந்திரனும் ஜேம்ஸும் அமைதியாக ஆனால், ஆளையாள் விட்டுக்கொடுக்காமல் தர்க்கித்துக்கொண்டிருந்தார்கள். அப்போது வெள்ளைச் சந்திரன் என்னைப் பார்த்த பார்வைக்கு அர்த்தம் 'நாயே நீயும் இதற்கெல்லாம் உடந்தையா?' என்பதுதான் என்று எனக்கு நன்றாகவே தெரியும்.

"ஜேம்ஸ்! நீங்கள் அந்தச் சிங்களவர்களை அப்படியே விட்டது சரியற்றது... அவர்கள் காரைதீவுக் கடற்படை முகாமில் உங்களைப் பற்றி உளவு சொல்வார்கள். நாங்கள் ஏற்கனவே ஆபத்திலுள்ளோம்."

ஜேம்ஸ் தலையைக் குறுக்குமறுக்காக ஆட்டிக்கொண்டே சொன்னார்:

"இல்லை... அவர்களுக்கு நாங்கள் புலிகள் என்று தெரியாது."

"ஒரு புத்தியுள்ள புலனாய்வாளனால் உங்களது நடவடிக்கை களிலிருந்தே ஒரே நிமிடத்தில் உங்களை அடையாளம் கண்டுவிட முடியும். அதுவும் ஒன்றுக்கு இரண்டு பேராக வந்திருக்கிறார்கள்."

"அப்படியானால் நான் அவர்களை என்னதான் செய்திருக்க முடியும் மச்சான்?"

வெள்ளைச் சந்திரன் ஒருகணம் ஜேம்ஸையே உற்றுப் பார்த்தார். சந்திரனது வாய் இகழ்ச்சியாகக் கோணிக்கொண்டது. "ஏன் இந்த ஊரில் ஒரு மண்வெட்டி கிடைக்காதா உங்களுக்கு?"

"அவர்களை உயிருடன் புதைத்திருக்க வேண்டும் ... அப்படித்தானே?"

வெள்ளைச் சந்திரன் கடலைப் பார்த்துக்கொண்டு சொன்னார்:

"அய்யோ! அந்தப் பாவம் ஏன் நமக்கு? அதுதான் சாமான் வைத்திருக்கிறீர்களல்லவா. இரண்டு குண்டுகளைச் செலவழித் திருந்தாலும் இயக்கத்திற்கு நட்டமல்ல. அது உண்மையிலேயே லாபம்தான்."

ஜேம்ஸ் அமைதியாக நின்றுகொண்டிருந்திருந்தார். அவரது இடது கால் மணலைக் கிளறியபடியிருந்தது. பின்பு மெதுவாகச் சொன்னார்:

"ஒரு பிரேதத்தோடு என்னால் புழங்க முடியாது!"

'கிழிந்து போ' என நான் நினைத்துக்கொண்டேன். வெள்ளைச் சந்திரனும் அப்படித்தான் நினைத்திருப்பார். எப்படியும் இந்த விஷயத்தை வெள்ளைச் சந்திரன் தலைமைக்கு அறியக் கொடுப்பார். 'வித்ரோ' ஜேம்ஸ் வீணாகச் சிக்கலில் மாட்டிக்கொண்டிருக்கிறார். உயிர்ச் சேதம் இல்லாமல் தனிநாடு பிடிக்கிற 'தியரி'யை ஜேம்ஸ் எங்கிருந்து கண்டுபிடித்தார் என எனக்குத் தெரியவில்லை. ஒருநாளைக்கு நேரம் கிடைக்கும்போது, இதுபற்றி அவரிடம் கேட்க வேண்டும் என நினைத்துக்கொண்டேன். ஆனால், அதற்குள் காலம் முந்திக்கொண்டது.

பயிற்சியை நிறுத்திவிட்டு, ஜேம்ஸையும் என்னையும் அங்கிருந்து அழைத்துச் செல்லப்போவதாகச் சற்றே எரிச்சலுடன் வெள்ளைச் சந்திரன் சொன்னார். ஜேம்ஸ், சந்திரனது கையைப் பிடித்து முரட்டுத்தனமாக ஆட்டியவாறே "இன்னும் இரண்டு நாள்தானே... முடித்துவிட்டு வந்துவிடுகிறேன்" என்று சிரித்தார். அன்று மாலையில் அசேன் தீவிலிருந்து வெள்ளைச் சந்திரன் கிளம்பும்போது "கவனமாக இருங்கள்" என மறுபடியும் மறுபடியும் எச்சரித்துவிட்டே போனார்.

அன்றிரவு எனக்குத் தூக்கமே வரவில்லை. அந்தச் சிங்களவர்களைப் பற்றியே நினைத்துக்கொண்டு படுத்திருந்தேன். துப்பாக்கியைத் தயாராகத் தலைமாட்டிலேயே வைத்திருந்தேன். ஜேம்ஸோ குறட்டை விட்டுத் தூங்கிக்கொண்டிருந்தார். அதிகாலை நான்கு மணியளவில், ஒரே நேரத்தில் அசேன் தீவின் நாய்களெல்லாம் ஓலமிட்டுக் குரைக்கத் தொடங்கின. நான் துள்ளியெழுந்து பாயில் உட்கார்ந்தேன். வெளியே சிலர் நடமாடும் சரசரப்பைக் கேட்டேன்.

துப்பாக்கியை இறுகப் பற்றியவாறே வாத்து நடையில் பதுங்கிப் பதுங்கி வெளியே போனேன். பவானந்தனின் வீடு தெருக்கரையோரமாகவே இருந்தது. வேலியோரத்தில் குந்திக்கொண்டு, வேலியின் கருக்கு மட்டை இடைவெளிக்குள்ளால் தெருவைப் பார்த்தேன். நான்கைந்து டோர்ச் லைட்டுகள் தெருவில் அலைந்தன. சிங்களத்தில் கிசுகிசுப்பது அதிகாலை அமைதியில் தெளிவாகவே கேட்டது. கடற்படை அசேன் தீவுக்குள் இறங்கிவிட்டது.

அப்படியே நகர்ந்து பக்கவாட்டு வேலிக்குப் போனேன். பக்கத்து வீட்டு வளவுக்குள் சிலர் ஓசைப்படாமல் செல்வதை உணர்ந்தேன். காதலியைக் காதலன் கூப்பிடும் தொனியில் "ஜேம்ஸ்... ஜேம்ஸ்" என அழைத்துக்கொண்டே அந்த வீட்டுக் கதவை மெதுவாகத் தட்டும் சத்தம் கேட்டது. வாத்து நடையில் போன நான், ஓநாய்ப் பாய்ச்சலில் பவானந்தனின் வீட்டுக்குள் பாய்ந்தேன். ஜேம்ஸைத் தட்டி எழுப்பினேன். முனகிக்கொண்டே எழுந்த ஜேம்ஸின் கையில் துப்பாக்கியைக் கொடுத்துவிட்டு "கடற்படை சுற்றி வளைத்துவிட்டது" என்றேன். ஜேம்ஸ் மறுகணமே என் காதில் "வித்ரோ" என்றார்.

நாங்கள் வீட்டின் பின்பக்கத்து வேலிக்குள்ளால் புகுந்து வெளியே வந்தோம். அங்கே படையினரின் நடமாட்டமில்லை. அப்படியே இருளோடு இருளாகப் பதுங்கிப் பதுங்கிக் கடற்கரையை நோக்கி நகர்ந்தோம். தெற்குக் கடலுக்குள்ளிருந்து வெளிச்சம் பாய்ச்சியபடியே எழுந்த ஹெலிகொப்டர் ஒன்று அசேன் தீவுக்கு மேல் சுற்றத் தொடங்கியது.

நாங்கள் இருவரும் கடற்கரையோரமாக இருந்த ஈச்சம் புதருக்குள் மறைந்திருந்தோம். எப்போது வேண்டுமானாலும் இந்தப் புதரைக் கடற்படையினர் சுற்றி வளைத்துவிடலாம். இல்லாவிட்டாலும் இன்னும் ஒரு மணிநேரத்தில் சூரிய வெளிச்சம் இந்தத் தீவின்மீது விழுந்துவிடும். அந்த வெளிச்சத்திற்குள் நாங்கள் ஒளிந்திருக்க வாய்ப்பேயில்லை. கடற்படையினருக்கு ஜேம்ஸ் இங்கே இருப்பது தெரிந்துவிட்டது. பேர் சொல்லித் தேடுமளவுக்கு ஆகிவிட்டது. இவரைப் பிடிக்காமல்

அவர்கள் திரும்பப் போவதில்லை. அப்போது தீவின் கிழக்கு முனையில் இரண்டு வெடிச் சத்தங்கள் கேட்டன.

"அந்தச் சிங்களவர்கள் செய்த வேலை" என ஆத்திரத்தோடு ஜேம்ஸிடம் சொன்னேன்.

"இல்லை தம்பியா... அவர்கள் செய்திருக்கமாட்டார்கள். அவர்கள் மீன்பிடிகாரர்கள்" என்றார் ஜேம்ஸ்.

"உங்களுக்கு எப்படித் தெரியும்?" என்று எரிச்சலோடு கேட்டேன்.

"ஒரு மீனவனுக்கு இன்னொரு மீனவனை அடையாளம் தெரியாமல் போகாது தம்பியா" என்றார் ஜேம்ஸ்.

இப்போது, அசேன் தீவின் நடுவாக வெடிச் சத்தம் கேட்டது. ஹெலிகொப்டர் ஊர்வது போல மிகத் தாழ்வாக ஊர்மனைக்குள் பதிந்து எழுந்துகொண்டிருந்தது. மேற்கேயிருந்த வெல்ஸன் தீவின் கலங்கரைவிளக்கம் ஒளிர்வது அவ்வப்போது எங்களது கண்களுக்குத் தெரிந்தது. "இங்கிருந்து வெல்ஸன் தீவு எவ்வளவு தூரம்?" எனக் கேட்டார் ஜேம்ஸ். "மூன்று மைல்களுக்கும் குறைவுதான்" என்றேன். "நிலம் வெளுக்க முன்பாகக் கடலுக்குள் இறங்கி நீந்திப் போய்விடுவோம்" என்றார் ஜேம்ஸ். எங்கள் முன் வேறு எந்த வழியுமேயில்லை.

நானும் ஜேம்ஸும் ஆடைகளைக் களைந்துவிட்டு ஜட்டியோடு நின்றோம். துப்பாக்கியையும் கையெறி குண்டையும் உடைகளில் சுற்றி, மணலில் குழி தோண்டிப் புதைத்தோம். பின்பு மணலில் பதுங்கிப் போய்க் கடற்றாயின் மடிக்குள் புகுந்துகொண்டோம். எங்களுக்கு வெல்ஸன் தீவின் கலங்கரைவிளக்கம் வழி காட்டிக்கொண்டிருந்தது.

தடுத்து வந்த அலைகளின்மீது ஏறி ஏறி முன்னே சென்றுகொண்டிருந்தோம். திடீரென ஜேம்ஸ் "தம்பியா...இருவரும் சேர்ந்து போவது நல்லதல்ல" என இரைந்து சொல்லிவிட்டு, என்னிடமிருந்து பிரிந்து போனார். மறுபடியும் இருவரும் எந்த இடத்தில், எப்போது சந்திப்பது என்பது பற்றியெல்லாம் நாங்கள் எதுவும் தீர்மானம் செய்யவில்லை. அப்படிச் செய்யவும் முடியாது. நீரின் தடங்கள் சுழலாலானவை.

அலைகளோடு மோதி மோதி நான் வெல்ஸன் தீவை நெருங்கும்போது, தொழில் முடிந்து மீன்பிடி வள்ளங்கள் கரைக்குத் திரும்பிக்கொண்டிருந்தன. அவற்றில் ஒன்றில் ஏறிக்கொண்டேன். வள்ளத்திலிருந்த மீனவர்கள் அசேன் தீவைச் சுற்றிக் கடற்படையின் விசைப்படகுகள் திரிகின்றன என்றார்கள். என்னைப் பத்திரமாக லைடன் தீவுக்கு அந்த மீனவர்களே கொண்டுபோய்ச் சேர்த்தார்கள்.

நான் லைடன் தீவின் கண்ணகையம்மன் துறையை நெருங்கும்போதே, அங்கே செல்வதி நின்றிருப்பதைப் பார்த்தேன். அவன் என்னைக் கண்டதும் பாய்ந்து ஓடிவந்து "வெள்ளைச் சந்திரனைக் கடற்படை பிடித்துவிட்டது" என்றான். எனக்கு அய்ந்தும் கெட்டு அறிவும் கெட்டுவிட்டது.

நேற்று மாலை, செல்வதியும் வெள்ளைச் சந்திரனும் அசேன் தீவிலிருந்து புறப்பட்டுத் தோணியில் வந்துகொண்டிருந்த போது, லைடன் தீவுக்கு ஒரு மைல் தூரத்தில் வைத்து, கடற்படையினரின் விசைப்படகொன்று இவர்களை நோக்கி வந்திருக்கிறது. அந்தப் படகு இவர்களைத் துரத்திக்கொண்டுதான் வருகிறது என்பது உறுதியானதுமே, வெள்ளைச் சந்திரன் ரிவோல்வரையும் சயனைட் குப்பியையும் கடலுக்குள் வீசிவிட்டுக் கைகளை உயர்த்திக்கொண்டே தோணிக்குள் எழுந்து நின்றுவிட்டாராம். செல்வதி தோணியைக் கைவிட்டுவிட்டு கடலுக்குள் குதித்து மூழ்கிவிட்டான்.

நான் 'வித்ரோ' ஜேம்ஸுக்காகக் காத்திருந்தேன். வெல்ஸன் தீவுக்கு ஆள் அனுப்பி விசாரித்தபோது, அங்கே அவர் போயிருக்கவில்லை என்பது தெரியவந்தது. ஜேம்ஸிடமிருந்து ஏதாவது செய்தி வரும் என லைடன் தீவிலேயே சுற்றிக்கொண்டிருந்தேன். மூன்று நாட்களின் பின்பு அந்தச் செய்தி வந்தது. பருத்தியடைப்புக் கரையில் ஒரு பிரேதம் அடைந்திருப்பதாக மக்கள் பேசிக்கொண்டார்கள். உப்பு நீருக்குள் ஊறிப்போய், ஊதிப் பெருத்திருந்த அந்தப் பிரேதம் ஒரு யானையைப் போல் கடற்கரையில் கிடக்கிறது எனச் சொன்னார்கள். நான் அந்தப் பிரேதத்தைப் பார்க்க விரும்பவில்லை.

பேராசிரியர் கியோம் வேர்னோ தனது உடலை நேராக்கிக்கொண்டு அண்ணாந்து பார்த்தார். மூக்குக் கண்ணாடியைக் கழற்றிச் சட்டைப் பைக்குள் வைத்துக்கொண்டே "உண்மைதான்... ஒரு யானையை நீங்கள் ஞாபகத்தில் வைத்திருப்பதற்கு, யானையைப் பார்த்திருக்க வேண்டியதில்லை" என்றார். அவரது முகத்தில் அந்தப் புன்னகை அப்படியே இருந்தது.

□ வல்லினம் – 2021

அம்மணப் பூங்கா

தபாலன் என்று தன்னை அறிமுகப்படுத்திக்கொண்ட அந்த மனிதரின் முகத்தைப் பார்த்தபோது, எனது கண்கள் தாமாகவே திடுமென இறுக மூடிக்கொண்டன. ஏதோவொரு கிரேக்கப் புராணக் கதையில் வரும் உருவமொன்றுதான் என் ஞாபகத்தில் மின்னலாயிற்று. நான் அச்சத்துடனோ அல்லது தயக்கத்துடனோ கண்களைத் திறந்தபோது, தபாலன் முன்போலவே தனது தலையையும் முகத்தையும் மறைத்திருந்தார். அவரது விழிகள் மட்டும் தணல் போல் தகித்துக்கொண்டிருந்தன. அப்போது, அந்தப் பூங்காவின் மேற்குப் பகுதியிலிருந்த இடிந்த கோபுரத்திலிருந்து மூன்று தடவை மணியொலித்தது.

எனக்கு இந்த நகரம் முற்றிலும் புதிது. பிரான்ஸின் எல்லை நாடான இந்த நாட்டுக்கு நான் பல தடவை வந்திருக்கிறேன் என்றாலும், இன்று அதிகாலையில்தான் முதற்தடவையாக இந்தப் பழைமை வாய்ந்த நகரத்திற்கு வந்தேன். நெடுந்தீவில் பிறந்து, தன்னுடைய எழுபத்தைந்தாவது வயதில் இங்கே வந்து, எண்பத்தாறாவது வயதில் காலமாகிவிட்ட பெரியப்பாவின் இறுதிச் சடங்குகளில் கலந்துகொள்வதற்காக வந்திருக்கிறேன்.

பெரியப்பாவின் சாவு நிறைவான சாவு. அவருக்கு ஆறு பிள்ளைகள். எல்லோருமே இந்த நாட்டில்தான் வாழ்கிறார்கள். பதினேழு பேரப் பிள்ளைகளும் ஆறேழு பூட்டக் குழந்தைகளும் தீப்பந்தம் பிடித்துச் சூழ நிற்க 'ஒருமடமாது' பாடல் முழங்க, கிரியை செய்வதற்காக இலண்டனிலிருந்து ஸ்பெசல் குருக்கள் வந்து, சகல மரியாதைகளுடனும்தான் பெரியப்பா எரிக்கும் மின் இயந்திரத்திற்குள் அனுப்பப்பட்டார். மொட்டை போட்டிருந்த பெரியப்பாவின் நான்கு ஆண்மக்களும் மண்டபத்தின் நான்கு வாசல்களிலும் ஆளுக்கொருவராக நின்றுகொண்டு, வந்தவர்களுக்குக் கை கொடுத்து வரவேற்பதாகவும், உடனேயே கைகளைத் திரவத்தால் சுத்திகரிப்பதாகவுமிருந்தார்கள்.

இந்தக் கொரோனா காலத்தில் அல்லாமல் வேறொரு காலத்தில் பெரியப்பா இறந்திருந்தால், இதைவிடப் பத்து மடங்கு ஆரவாரமாக இந்தச் சடங்கைப் பிள்ளைகள் நடத்தியிருப்பார்கள். இந்தப் பெருந்தொற்றுக் காலத்தில் கூட முந்நூறுக்கும் குறையாத சனங்கள் மயானத்திற்கு

வந்திருந்தார்கள். அந்த நகரத்தில் தமிழ்ச் சனங்கள் பத்தாயிரத்திற்கும் அதிகமாகவே இருப்பதாகப் பேசிக்கொண்டார்கள். பிற்பகல் இரண்டு மணியளவில் சடங்குகள் முடிந்ததும், நெருங்கியவர்களிடம் சொல்லிக்கொண்டு நான் புறப்பட்டேன். அன்றிரவு எனக்குப் பாரிஸ் திரும்புவதற்கான இரயில் இருந்தது. நடுவிலிருக்கும் நேரத்தை 'அலக்ஸாண்ட்ரா பூங்கா'வில் செலவிட நான் தீர்மானித்திருந்தேன். அந்தப் பூங்கா இரயில் நிலையத்திலிருந்து பத்து நிமிட நடை தூரத்திலேயே இருந்தது.

நான் மயானத்திலிருந்து புறப்பட்டபோது, எனது மைத்துனர் முறையானவர் ஏற்பாடு செய்துவிட்ட இளைஞனொருவன் என்னைத் தனது வண்டியில் அழைத்துச் சென்றான். அவன் என்னிடம் "எத்தனை மணிக்கு இரயில்?" எனக் கேட்டபோது "அதற்கு நிறைய நேரமிருக்கிறது. நீங்கள் என்னை அலக்ஸாண்ட்ரா பூங்காவில் இறக்கிவிட்டால் போதுமானது" என்றேன். அந்த இளைஞனோ அப்படியொரு பூங்காவே இந்த நகரத்தில் கிடையாது என்று சொல்லிவிட்டான். நான் எனது அலைபேசியில் தேடி, பூங்காவின் படங்களை இளைஞனிடம் காண்பித்தேன்.

"ஓ! அம்மணப் பூங்காவா" என்று சொல்லிவிட்டு அவன் வண்டியின் வேகத்தை அதிகரித்தான். இங்குள்ள தமிழர்கள் அந்தப் பூங்காவை 'அம்மணப் பூங்கா' என்றுதான் அழைப்பார்களாம். பதினைந்து நிமிடங்களுக்குள் பூங்காவின் முன்னால் என்னை அந்த இளைஞன் இறக்கிவிட்டான். அவனுக்கு நன்றி சொல்லிவிட்டு, எனது பையைத் தூக்கிக்கொண்டு பூங்காவை நோக்கிச் சென்றேன். அந்தப் பைக்குள் எனது புகைப்படக் கருவியும், சிறிய ஸ்டாண்டும், லென்ஸுகளுமிருந்தன. இந்தப் பூங்காவைப் பார்க்க வேண்டுமென்பது என்னுடைய பலநாள் ஆசையாக இருந்தது. பெரியப்பாவால் அது இப்போது நிறைவேறிற்று.

சிலநூறு வருடங்களுக்கு முன்பு, இந்த நகரமும் சுற்றியுள்ள கிராமங்களும் சேர்ந்து தனி நாடாக இருந்தது. அய்ரோப்பாவின் மிகப் பழைமையான நாடுகளில் இதுவுமொன்று. பதினேழாம் நூற்றாண்டில் ராணி அலக்ஸாண்ட்ராவால் இந்தப் பூங்கா அமைக்கப்பட்டது. அந்த ராணி சிற்பக்கலையில் தீராக் காதலுடையவர். ராணியே ஒரு சிற்பிதான். இந்தப் பூங்காவில் அவர் முப்பது சிலைகளை அமைத்திருந்தார். இரண்டு உலகப் போர்களுக்குப் பின்பு பன்னிரண்டு முழுமையான சிலைகளும், பதினைந்து சிதைந்துபோன சிலைகளும் எஞ்சியுள்ளன. மூன்று சிலைகள் விமானக் குண்டுவீச்சில் முற்றாக அழிந்துவிட்டன. பூங்காவின் மேற்கு மூலையிலுள்ள மணிக்கூண்டுக் கோபுரமும் இரண்டாம் உலகப் போரில் குண்டுவீச்சுக்கு உள்ளாகிப் பாதி சிதைந்து

போயிருக்கிறது. இந்தப் பூங்கா கலைக்கோயிலாக மட்டுமல்லாமல், போர் நினைவுச் சின்னமாகவும் பராமரிக்கப்படுகிறது.

பூங்காவின் நுழைவாசலில் யாருமில்லை. அறிவிப்புப் பலகையில் பூங்கா மூடப்படும் நேரம் மாலை ஆறுமணி என்றிருந்தது. எனக்குப் போதிய நேரமிருக்கிறது. செப்டம்பர் மாதம் என்பதால் சூரிய வெளிச்சம் ஆறு மணிவரை இருக்கும்.

உண்மையில், அந்தப் பூங்கா நான் எதிர்பார்த்ததை விட மிகப் பெரிதாக இருந்தது. ஆனால், ஆள் நடமாட்டம் சற்றுக் குறைவாக இருந்தது. சிலைகளிருந்த பகுதி பூங்காவின் மையத்திலிருந்தது. நுழைவாயிலில் இருந்து பார்த்தபோதே, சிலைகள் பூஞ்செடிகளுக்கு மேலால் தெரிந்தன. நறுமணம் ஒவ்வொரு புல்லிலும் நுரைத்துக்கொண்டிருந்தது. முகக் கவசத்தைத் தாடைக்கு இறக்கிவிட்டு, நறுமணத்தை நெஞ்சுக்குள் நிறைத்துக் கொண்டேன்.

அந்தச் சிலைகளுக்கு நடுவில் நான் நின்றபோது, ஏதோ புராண காலத்தில் நிற்பதுபோலவே உணர்ந்தேன். ஆறடி உயரமுள்ள பீடத்திலிருந்த ஒவ்வொரு சிலையும் பத்தடி உயரத்திற்குக் குறையாமலிருந்தது. ஆண், பெண், குழந்தைகள் எனக் கற்களில் சித்திரிக்கப்பட்டிருந்தார்கள். எல்லாச் சிலைகளும் நிர்வாணத்தின் பல்வேறு நிலைகளில் வடிவமைக்கப்பட்டிருந்தன. மனித உடலின் அழகுக்கு ஒப்பாக வேறொரு உயிரினத்தின் அழகு இருக்கவே முடியாது என்பதை அந்தச் சிலைகள் சொல்லின. ஒவ்வொரு சிலையும் என்னையே பார்ப்பது போலவும், அழைப்பது போலவுமே உணர்ந்தேன்.

ஒரு பெண் குந்தியிருந்தவாறே குழந்தையைப் பெற்றெடுப்பதாக ஓர் உயரச் சிலையிருந்தது. அந்தச் சிலைக்கு வலது பக்கமாக, பத்துப் பதினைந்தடிகள் தூரத்தில் அமைக்கப்பட்டிருந்த கல்லாலான நீண்ட இருக்கையில் உயிருடன் ஒருவர் உட்கார்ந்திருப்பதைக் கவனித்தேன். அந்த உருவம் முழுவதுமாக ஆடைகளால் மூடப்பட்டிருந்தது. தலையிலிருந்த தொப்பி கவிழ்ந்திருந்து நெற்றியையும் மறைத்தது. முகத்திலிருந்த கறுப்புநிறத் துணி கண்கள் வரை ஏறியிருந்தது. அந்தக் கண்கள் என்னையே பார்த்துக்கொண்டிருந்தன. நான் எனது தாடையில் கிடந்த முகக் கவசத்தை மூக்குக்கு மேலாக ஏற்றிவிட்டுக்கொண்டு, ஒவ்வொரு சிலையையும் படம் பிடிப்பதில் மூழ்கிவிட்டேன். நடுவில் சில பார்வையாளர்கள் வருவதாகவும், சிலைகளைப் பார்த்துப் பரவசமாகிக் கூச்சலிடுவதாகவும், படம் பிடித்துக் கொள்வதாகவும், போவதாகவுமிருந்தார்கள். ஆனால், கல்லிருக்கையில் அமர்ந்திருந்தவர் மட்டும் அப்படியே சிலைகளோடு சிலைபோல அசையாமலிருந்தார். அந்தக் கல்லிருக்கையை நான் கடந்தபோது, அதில் அமர்ந்திருந்தவரை

ஒரக்கண்ணால் பார்த்து "குட் ஈவினிங்" என்றேன். பதிலுக்கு அந்த மனிதர் "நான்தான் தவபாலன்" என்றார்.

நான் அந்த மனிதரை நோக்கித் திரும்பி "தவபாலனா? எனக்கு யாரென்று தெரியவில்லையே..." என்றேன். அந்த மனிதர் தனது தலையிலிருந்த தொப்பியை இடது கையால் மெதுவாக எடுத்துத் தனது மடியில் வைத்துக்கொண்டார். அவரது கை மிக மெதுவாகவே தடுமாற்றத்துடன் இயங்கியது. பின்பு அதே கையால் மெதுவாக முகத்திலிருந்த துணியையும் விலக்கினார். எனது கண்கள் சடுதியில் மூடிக்கொண்டன. நெஞ்சுக்குள்ளிருந்த நறுமணம் தீய்ந்து புகையாக என் வாயால் வெளியேற 'ஈங்' என்ற ஏங்கல் என் தொண்டைக் குழியில் எழுந்து வீழ்ந்தது.

அந்த மனிதரின் தலையில் முடியே இல்லை. உச்சந்தலையில் தோல்கள் சுருண்டு சிறிய கொம்புகள் போல் தோற்றமளித்தன. காதுகள் இருக்கவேண்டிய இடத்தில் தசைக்கோளங்கள் தொங்கிக்கொண்டிருந்தன. நெற்றியில் கறுப்புத் தோலின் நடுவே சிலந்திவலை போல வெள்ளை படர்ந்திருந்தது. அந்த மனிதரின் முகத்தில் மூக்கே இல்லை. துவாரங்கள் மட்டுமே இரண்டு புளியங்கொட்டைகள் போலிருந்தன. கன்னச் சதைகள் பாசி போல எலும்பில் ஒட்டிக்கிடந்தன. வாய்க்குக் கீழே அவரின் முகம் முடிந்துவிடுகிறது. தாடையே இல்லை.

"என்னைத் தெரியாதா?" என்று அந்த மனிதர் மீண்டும் கேட்டார்.

"இல்லை, நான் பிரான்ஸிலிருந்து வந்திருக்கிறேன்."

"அப்படியா! நல்லது. நான் இந்தப் பூங்காவுக்கு ஒவ்வொரு நாளும் வருவேன். இங்கிருக்கும் ஒவ்வொரு சிலைக்கும் என்னைத் தெரியும். இந்தப் பூங்காவைப் பற்றி நீங்கள் அறியாத விஷயமொன்றை நான் சொல்லட்டுமா?" என்று கேட்டார் தவபாலன்.

அந்த நீண்ட கல்லிருக்கையின் நடுவில் அமர்ந்திருந்த தவபாலன் மெதுவாக வலது மூலைக்கு நகர்ந்தார். நான் போய் இடது மூலையில் உட்கார்ந்துகொண்டேன்.

2

நீங்கள் ஒரு சிலையைச் சுற்றிப் படம் பிடிக்கும் நேரத்திற்குள் என்னைப் பற்றிச் சொல்லிவிடலாம். இந்த நகரத்தில் என்னைத் தெரியாதவர்களே இல்லை. தமிழர்களைப் பற்றி மட்டும் நான் சொல்லவில்லை. வெள்ளையர்களுக்கும் என்னைத் தெரியும்.

1984 ஆம் ஆண்டு எந்த விஷயத்தால் முக்கியத்துவம் பெறுகிறது என்று எனக்குத் தெரியவில்லை. அந்த வருடத்தின் பெயரால் ஒரு புத்தகம் இருப்பது மட்டுமே எனக்குத் தெரியும். என்னுடைய நண்பன் கபிலன் அந்தப் புத்தகத்தை வைத்திருந்தான். அவன் நீண்டகாலமாக வெலிக்கட சிறையிலிருக்கிறான்.

அந்த வருடம்தான் நான் பிறந்தேன். அடுத்த வருடமே, கொழும்புக்கு மிளகாய் மூடைகள் கொண்டு சென்ற அப்பா காணாமல் போய்விட்டார். கைக்குழந்தையான என்னையும் தூக்கிக்கொண்டு, அம்மா இராணுவ முகாம்களிலும் சிறைச்சாலைகளிலும் அப்பாவைத் தேடியலைந்தார். அப்பா என்னவானார் என யாருக்கும் தெரியவில்லை. அப்பா திரும்பி வரவேயில்லை.

எங்களுக்கு வட்டக்கச்சியில் பெரிய விவசாய நிலமிருந்தது. அம்மாவே விவசாயத்தைக் கவனிக்கத் தொடங்கினார். சாரம் கட்டி, சேர்ட் போட்டிருக்கும் பெண்ணை நீங்கள் கண்டிருப்பீர்களோ தெரியாது. எனது அம்மாவுக்கு உழவு இயந்திரம் ஓட்டக்கூடத் தெரியும். கூலியாட்களை வைத்து விவசாய வேலைகளை அம்மா கவனித்தாலும், அவரும் சாரத்தைக் கட்டிக்கொண்டு நிலத்தில் இறங்கி எல்லா வேலைகளையும் பார்ப்பார். அவரது கையாலேயே கூலியாட்களுக்கு உணவும் தேநீரும் தயாரித்துக் கொடுப்பார். ஆனால், அவர் ஒருபோதும் என்னைத் தோட்டத்திற்குள் இறங்க விட்டதேயில்லை. "படிப்பது மட்டுமே உன்னுடைய வேலை" என்று கண்டிப்பாகச் சொல்லிவிடுவார். நானும் அம்மா சொல்வதைக் கேட்டு நடக்கக் கூடிய பிள்ளைதான். அப்படிச் சொல்வதைக் காட்டிலும், எனக்குச் சுயமாக ஒன்றுமே செய்யத் தெரியாது என்று சொல்வதே சரியாயிருக்கும். அன்றைக்கு என்ன உடையணிய வேண்டும் என்பதைக் கூட நான் அம்மாவிடம்தான் கேட்பேன். பள்ளிக்கூடத்தைத் தவிர வேறெங்குமே அம்மா இல்லாமல் நான் தனியாகச் சென்றதில்லை. "சுமதி... நீ தவபாலனைச் சுயபுத்தியில்லாத பிள்ளையாக வளர்த்திருக்கிறாய்" என்று மாமா கூட அம்மாவிடம் அடிக்கடி சொல்வார்.

பஞ்சாட்சரம் மாமா, அம்மாவின் மூத்த அண்ணன். கொழும்பில் ஆட்டுப்பட்டித் தெருவில் கிட்டங்கி வைத்து மொத்த வியாபாரம் செய்துகொண்டிருந்தார். எங்களது நிலத்தில் விளையும் பொருட்களை அவர்தான் வாங்கிக்கொள்வார். அவரது குடும்பம் கொழும்பிலேயே இருந்தது. எனக்குப் பதினாறு வயதானபோது, என்னை அதற்கு மேலும் வன்னியில் வைத்திருக்க அம்மா விரும்பவில்லை. மாமாவின் பொறுப்பில் என்னைக் கொழும்புக்கு அனுப்பிவிட்டார். அதற்குப் பின்பு, இன்றைக்குவரை நான் வட்டக்கச்சிக்குத் திரும்பவேயில்லை. மாமாவின்

வீட்டிலிருந்து படித்துத்தான், உயர்தரப் பரீட்சையில் சித்தியடைந்தேன். அங்கிருந்துதான் பல்கலைக்கழகத்திற்குப் போய்வந்தேன்.

யுத்தம் ஓரளவு தணிந்திருந்த காலங்களில், மூன்று மாதங்களுக்கு ஒரு தடவை அம்மா கொழும்புக்கு வந்து என்னைப் பார்த்துப் போவார். யுத்தம் உக்கிரமாக நடந்த காலங்களில் கூட ஆண்டுக்கு ஒருமுறையாவது அம்மா எப்படியும் கொழும்புக்கு வந்துவிடுவார். ஆனால், இரண்டே நாட்களில் திரும்பவும் வன்னிக்குப் போய்விடுவார். "அங்கே தோட்ட வேலைகள் நடுவில் நிற்கின்றன தவம்" எனச் சொல்லி, என்னை முத்தமிட்டு விடைபெறுவார்.

பல்கலைக்கழகத்தில் இரண்டாமாண்டில் நான் படித்துக்கொண்டிருந்த போதுதான், என்னுடன் படித்துக்கொண்டிருந்த கபிலனைப் புலனாய்வுத்துறையினர் கைது செய்தார்கள். கொழும்பில் கார் குண்டுவெடிப்பு நடத்தி விமானப் படைத் தளபதியைக் கொலை செய்தவர்களது குழுவில் கபிலனும் இருக்கிறான் எனக் காவல்துறை சொன்னது. இதை நீங்கள் நம்புவீர்களா என்று தெரியவில்லை... கபிலனிடம் எனது தொலைபேசி எண்ணும் முகவரியும் இருந்ததாலேயே நானும் கைது செய்யப்பட்டேன். அவற்றை 1984 என்ற புத்தகத்தின் முதற்பக்கத்தில் அவன் எழுதி வைத்திருந்தான்.

என்னை விசாரணை செய்தபோது, அந்தப் புத்தகம் புலனாய்வு அதிகாரியின் மேசையிலிருந்தது. அந்தப் புத்தகத்தைப் பற்றித்தான் அதிகாரி நிறையக் கேட்டார். எனக்குத்தான் அதைப் பற்றி எதுவும் தெரியாதே. என்னைக் கொஞ்ச நேரம் விசாரித்ததுமே, அந்த அதிகாரிக்கு நானொரு 'சோத்து மாடு' என்பது புரிந்திருக்கும். "குண்டு வைக்கும் வேலையையெல்லாம் உன்னை நம்பி யாருமே கொடுக்கமாட்டார்கள்" என்று அந்த அதிகாரி சொல்லிவிட்டு, என் கன்னத்தில் ஓங்கி ஓர் அறைவிட்டார். இருபத்தியிரண்டாவது வயதில்தான் நான் முதன்முதலாக என் தேகத்தில் ஒரு அடியைப் பெற்றுக்கொள்கிறேன். அந்த அதிகாரியின் கை மரக்கட்டை மாதிரியானது. கொஞ்ச நேரத்திற்கு எனது கண்கள் இருண்டேயிருந்தன.

என்னிடமிருந்து எந்தத் துப்பும் தேறப் போவதில்லை என்பது அந்த அதிகாரிக்குத் தெளிவாகத் தெரிந்துவிட்டது. அவர் தேவையில்லாமல் தன்னுடைய நேரத்தையும் சக்தியையும் வீணாக்கி என்னைக் கைது செய்திருக்கிறார். தன்னுடைய தவறுக்கு, அந்த அதிகாரி என்மீதுதான் கோபப்பட்டார். 1984 என்ற அந்தப் புத்தகத்தை என் வாய்க்குள் திணித்து, அந்தப் புத்தகத்தை முழுவதுமாகச் சாப்பிட வேண்டுமென எனக்குக் கட்டளையிட்டார். எனக்குப் பக்கத்தில் ஒரு வாளியில் தண்ணீர் வைக்கப்பட்டது. ஒவ்வொரு பக்கமாகக் கிழித்துத் தண்ணீரில்

நனைத்து, முழுப் புத்தகத்தையும் சாப்பிட்டு முடித்தேன். அருமந்த நேரத்தைச் செலவு செய்து பிடித்துவந்த என்னை வெளியே விட்டுவிட அந்த அதிகாரிக்கு மனமில்லை. என்னைப் பார்த்துத் தலையை இடமும் வலமுமாக அசைத்து, காலால் நிலத்தில் தாளமிட்டவாறே "எதிர்காலத்தில் நீ குண்டு வைக்கலாம்" என்றார். ஒரு பத்து வருடங்களுக்காவது என்னைச் சிறையில் வைத்துவிட அவர் திட்டம் போட்டார்.

பஞ்சாட்சரம் மாமா சும்மாயிருக்கவில்லை. தன்னுடைய எல்லா வியாபாரத் தொடர்புகளையும் உபயோகித்து, பணத்தை வாரியிறைத்துப் புலனாய்வுத் துறையினரிடமிருந்து என்னை ஒருவாறு மீட்டுவிட்டார். அதற்குப் பின்பு ஒரு நிமிடம் கூட என்னைத் தன்னுடைய வீட்டில் வைத்திருக்க மாமா தயாரில்லை. யுத்தம் உக்கிரமாக நடந்துகொண்டிருந்ததால், அம்மா கொழும்புக்கு வர முடியாமல் வன்னிக்குள் அடைபட்டிருந்தார். மாமா தொலைபேசியில் அம்மாவிடம் பேசியபோது, எங்களது விவசாய நிலத்தை மாமாவின் பெயரில் எழுதி வைப்பதாக அம்மா வாக்குறுதி கொடுத்தார். மாமா இருபத்தைந்து இலட்சம் ரூபாய்க்கு மேல் செலவு செய்து, என்னை இந்த நாட்டுக்கு அனுப்பிவைத்தார்.

பஞ்சாட்சரம் மாமியின் தம்பி முறையான மாயவரின் தொலைபேசி எண்ணை நான் மனப்பாடம் செய்து வைத்திருந்தேன். அவரைத் தொடர்புகொண்டு இந்த நகரத்திற்கு வந்து சேர்ந்தேன். மாயவரின் வீட்டில் எனக்கொரு தனியறை கொடுத்தார்கள். வாடகை, அது இதுவென்ற பேச்செல்லாம் இருக்கவில்லை. என்னுடைய அம்மாமீது மாயவருக்கு நல்ல மதிப்பிருந்தது. மாயவரின் மனைவியும் அவர்களது பதினேழு வயதுப் பெண்ணான நதிராவும் என்மீது மிகவும் கரிசனையாக இருந்தார்கள்.

இந்த நாட்டுக்கு வந்தும் நான் மாறவில்லை. ஒவ்வொரு சின்ன விஷயத்திற்கும் அம்மாவுக்குத் தொலைபேசி செய்து ஆலோசனை கேட்பேன். ஒவ்வொரு நாளும் அம்மாவிடம் பேசுவேன். "தவம்... உனக்கு இருபத்துமூன்று வயதாகிறது, நீ சுயமாக முடிவு எடுத்துப் பழக வேண்டும் அப்பன்" என்று அம்மா சொல்லாத நாளில்லை.

இங்கே என்னுடைய அகதி விண்ணப்பத்தைச் சீக்கிரமே விசாரணைக்கு எடுத்துக்கொண்டுவிட்டார்கள். 'இலங்கையில் இப்போதும் யுத்தம் நடக்கிறதா என்ன' என்ற தோரணையிலேயே விசாரணை அதிகாரி கேள்விகளைக் கேட்டார். "புலனாய்வுத்துறையினர் உங்களை எப்படியெல்லாம் சித்திரவதை செய்தார்கள்?" என விசாரணை அதிகாரி கேட்டபோது "1984 என்ற புத்தகத்தை என்னை முழுவதுமாகச் சாப்பிட

வைத்தார்கள்" என்றேன். "அந்தப் புத்தகம் எத்தனை பக்கங்கள் இருக்கும்?" என அதிகாரி கேட்டபோது "ஆயிரம் பக்கங்கள் இருக்கும்" என்றேன். அந்த அதிகாரி என்னைப் பார்த்து "எனக்கு மிகவும் பிடித்தமானது அந்தப் புத்தகம். ஆனால், அந்தப் புத்தகம் 328 பக்கங்கள் தானே..." என்று சொல்லிவிட்டு என் கண்களையே பார்த்தார். "ஒவ்வொரு நாட்டைப் பொறுத்துப் பக்கங்கள் கூடிக் குறையலாம்" என்று பதிலளித்தேன். அந்தப் பதில் அதிகாரிக்கு ஏற்புடையது என்றுதான் நினைக்கிறேன். அவர் என்னை அகதியாக அங்கீகரித்துவிட்டார்.

மாயவரின் உதவியால் ஒரு வாரப் பத்திரிகை நிறுவனத்தின் இயந்திரப் பகுதியில் எனக்கு வேலை கிடைத்தது. அது இரவு வேலை என்பதால், பகலில் மொழி படிக்கும் வகுப்புக்குச் சென்றேன். சீக்கிரத்திலேயே மொழி எனக்குப் பிடிபட்டது. ஆங்கிலத்தைச் சற்றுப் பிழையாகப் பேசினால், அதுதான் இந்த மொழி. அம்மாவுக்கு நான் ஒருபோதுமே பணம் அனுப்பியதில்லை. கேட்ட போதெல்லாம் "எனக்குப் பணம் காசு வேண்டாம் தவம். நீ பத்திரமாக இருந்தால் போதும். மாயவர் குடும்பத்தை அனுசரித்து நட... அவர்களுடனேயே இரு" என்றார் அம்மா. அவர் சொன்னபடியே இரண்டு வருடங்கள் இருந்தேன். எனக்குத் திருமணம் செய்துவைக்க வேண்டும் என்ற ஆசை அம்மாவைப் பிடித்துக்கொண்டது. அதைப் பற்றி என்னிடம் சாடைமாடையாகக் கதைத்தார். மாயவரின் பெண்ணான நதிராவும் இருபது வயதை நெருங்கியிருந்தாள். அவளையே எனக்குப் பேசி முடிக்க வேண்டுமென்பது அம்மாவின் விருப்பம்.

2009 ஆம் ஆண்டுத் தொடக்கத்தில் வன்னியில் சண்டை கடுமையாகிய போது, தொலைபேசியில் அம்மாவைத் தொடர்புகொள்ள முடியாமலிருந்தது. ஒவ்வொரு நாளும் பஞ்சாட்சரம் மாமாவைத் தொலைபேசியில் அழைத்து, அம்மாவைப் பற்றி விசாரிப்பேன். அம்மா இப்போது இராமநாதபுரத்தில் இருக்கிறார், இப்போது விசுவமடுவில் இருக்கிறார் என அவ்வப்போது மாமாவிடமிருந்து தகவல்கள் கிடைத்தன. ஆனால், அம்மாவுடன் பேச முடியவில்லை. கடைசியில், ஏப்ரல் மாதத்தில் மாயவரின் வீட்டுக்கு மாமா தொலைபேசியில் அழைத்தார். மாயவர் குழறி அழுதவாறே என்னிடம் தகவல் சொன்னார்.

அம்மா உழவு இயந்திரத்தில் வீட்டுப் பொருட்களையும் சில அயலவர்களையும் ஏற்றிக்கொண்டு, சில மாதங்களாகத் தொடர்ச்சியாக இடம் பெயர்ந்தவாறே இருந்திருக்கிறார். மூன்று நாட்களுக்கு முன்பு, வீதியில் சென்றுகொண்டிருந்த உழவு இயந்திரத்தின்மீது விமானக் குண்டுவீச்சு நடந்திருக்கிறது. உழவு இயந்திரத்தைச்

செலுத்திக்கொண்டிருந்த அம்மா சாரதி இருக்கையில் இருந்தவாறே ஒரே விநாடியில் முழுவதுமாக எரிந்து போயிருக்கிறார்.

நதிரா என்னருகே வந்து, எனது தோளை அணைத்துக்கொண்டாள். நீங்கள் நம்புவீர்களோ தெரியாது... எனது கண்களிலிருந்து ஒரு சொட்டு நீர் கூட விழவில்லை. 'அம்மா இனி இல்லை. இனி நான்தான் சுயமாக முடிவுகளை எடுக்கவேண்டும்' என்ற சிந்தனைதான் எனக்குத் திரும்பத் திரும்ப வந்து என் மண்டையை அடைத்துப்போட்டது. நான்கு நாட்கள் நான் எனது அறையிலிருந்து வெளியே வரவேயில்லை. மாயவர் குடும்பம் என்னைத் தேற்றுவதற்கு வழி தெரியாமல் தவித்தார்கள். பலர் மாயவரின் வீட்டுக்கு வந்து துக்கம் விசாரித்துப் போனார்கள். நான் அறையைவிட்டு வெளியே வரவேயில்லை.

ஒரு வாரத்திற்குப் பிறகு வேலைக்குப் போனேன். பத்திரிகையின் முதன்மை ஆசிரியரான அண்ட்ரியாஸ் ஸ்வாட், இயந்திரப் பிரிவுக்கு வந்து என்னிடம் துக்கம் விசாரித்தார். ஆனால், அவருக்கும் இலங்கையில் ஒரு யுத்தம் நடந்துகொண்டிருப்பதே தெரியாமலிருந்தது. அதற்காக அவர் வருந்தத்தான் செய்தார். ஆனாலும், எனக்குள் எழுந்த கோபத்தை என்னால் அடக்க முடியவில்லை. "உங்களது நாட்டில் நடப்பவை குறித்துச் சரியான செய்திகள் எங்களுக்குக் கிடைப்பதில்லை" என்றார் அண்ட்ரியாஸ் ஸ்வாட்.

மே மாதம் தொடங்கியபோது, வன்னியில் யுத்தம் உச்சமடைந்தது. ஒவ்வொரு நாளும் ஆயிரக்கணக்கில் பொதுமக்கள் கொல்லப்படுவதாக அய்க்கிய நாடுகள் சபை ஒருவழியாக ஒப்புக்கொண்டது. அய்ரோப்பிய ஊடகங்களும் போனால் போகிறதென்று இலங்கைக்காகச் சில விநாடிகளைச் செலவழித்தார்கள். நான் வேலைக்குப் போவதை நிறுத்தியிருந்தேன்.

இந்த நகரத்தில் ஒவ்வொரு நாளும் ஆயிரக்கணக்கில் தமிழ் மக்கள் கூடி ஆர்ப்பாட்டங்களை நடத்தினார்கள். அய்ரோப்பிய யூனியனும், அய்.நா. சபையும் முன்வந்து இலங்கையில் நடக்கும் இனப்படுகொலையைத் தடுத்து நிறுத்த வேண்டும் எனக் கோரிக்கை வைத்துப் பல போராட்டங்கள் நடந்தன. மாயவர் இந்தப் போராட்டங்களை ஒருங்கிணைப்பதில் முக்கியமானவராக இருந்தார். அவரது குடும்பத்துடன் ஒவ்வொரு நாளும் புறப்பட்டுச் சென்று, நானும் போராட்டங்களில் கலந்துகொள்வேன்.

நாளுக்கு நாள் போராட்டம் வலுத்துக்கொண்டே வந்தது. ஏழாயிரம், எட்டாயிரம் என்ற எண்ணிக்கையில் தமிழ்ச் சனங்கள் தெருவில் இறங்கியபோது, இந்தச் சிறிய நகரம் சற்றுத் தடுமாறியது. இந்த நாட்டின் பல்வேறு நகரங்களிலும் தமிழர்கள் தெருவில் இறங்கினார்கள்.

எங்களுடைய குரல் கேட்கப்படும் என்றுதான் நினைத்தேன். ஆனால், எங்களது கோரிக்கையை இந்த நாடோ, இந்த நகரத்தின் முதல்வரோ காது கொடுத்துக் கேட்பதாக இல்லை. மாறாக, அவர்கள் போராட்டக்காரர்கள் மீது கட்டுப்பாடுகளைக் கொண்டு வந்தார்கள். போராட்டம் நடத்துவதற்கு அனுமதி வழங்க மறுத்தார்கள். வன்னியிலோ சாவு அதிகரித்துக்கொண்டேயிருந்தது.

இதற்குள், போராட்டம் செய்தவர்களுக்குள்ளும் சில பிளவுகள் ஏற்பட்டன. போராட்டத்தில் அந்தக் கொடியை ஏற்ற வேண்டும், கூடாது, இந்தத் தலைவரின் படம் வைக்க வேண்டும், வேண்டாம் என்றெல்லாம் பிரச்சினைகள் வலுத்தன. போராட்டத்திற்கு வருபவர்களின் தொகையும் மெல்ல மெல்லக் குறைந்துகொண்டே வந்தது. ஆனால், நானும் மாயவர் குடும்பமும் தொடர்ந்தும் போராட்டத்திற்குப் போய்க்கொண்டிருந்தோம்.

எங்களுக்குத் தெருக்களிலும் சதுக்கங்களிலும் போராட்டத்திற்கு அனுமதி மறுக்கப்பட்டபோது, நாங்கள் இந்தப் பூங்காவில் கூடி ஆர்ப்பாட்டங்களை நடத்தினோம். பூங்காவில் நாங்கள் கூடுவதை அரசாங்கத்தால் உடனடியாகத் தடுக்க முடியவில்லை. ஆனால், பூங்கா முழுவதும் காவல்துறையினர் குவிக்கப்பட்டனர். இரண்டு போராட்டக்காரர்களுக்கு நடுவே ஒரு பொலிஸ்காரன் நின்றான். கண்ணீர்ப் புகைக் குண்டுகள், தண்ணீர் பீச்சிக் கூட்டத்தைக் கலைக்கும் வண்டிகள் எல்லாம் பூங்காவுக்குள் கொண்டுவரப்பட்டன. சனிக்கிழமை தொடக்கம் ஒரு மாதத்திற்குப் பூங்கா மூடப்படும் என்று நகரசபை அறிவித்தது.

இப்போது நான் செய்யப் போவதைக் குறித்து ஆலோசனை கேட்க அம்மா இல்லை. என் வாழ்க்கையில், நானாகச் சிந்தித்து முதற்தடவையாகச் சுயமாக ஒரு முடிவெடுத்தேன். அன்று மே மாதம் பதினான்காம் தேதி வியாழக்கிழமை. காலை பத்தரை மணியளவில், பூங்காவில் முப்பது போராட்டக்காரர்கள் கூடியிருந்தோம். மதியத்திற்கு மேல்தான் நிறையப் பேர் வருவார்கள். மாலை வேளையில் எப்படியும் ஆயிரத்திற்கும் குறையாத மக்களிருப்பார்கள். இந்தச் சிலைகளின் கீழே கூடிநின்று இருவர் மூவராகப் பேசிக்கொண்டிருந்தார்கள். மாயவர் குடும்பம் இங்கே... குழந்தை பெறும் பெண்ணின் சிலையருகே நின்றுகொண்டிருந்தது. நான், இதோ நீங்கள் உட்கார்ந்திருக்கும் இடத்தில் அமர்ந்திருந்தேன். ஒவ்வொரு சிலையைச் சுற்றியும் பத்துப் பொலிஸ்காரர்கள் நின்றிருந்தார்கள்.

சரியாகப் பதினொரு மணிக்கு, நான் அதோ... அந்த மையத்தில் போய் நின்றுகொண்டேன். எனது கையில் கறுப்புநிறத்தில் வெந்நீர்

குடுவையிருந்தது. அந்தக் குடுவைக்குள் ஒரு லிட்டர் பெட்ரோலை நிறைத்து வைத்திருந்தேன். கையில் லைட்டரைத் தயாராக மறைத்து வைத்துக்கொண்டே, குடுவையைத் திறந்து எனது தலையிலிருந்து இடுப்புவரை பெட்ரோலை வேகமாக விசிறிவிட்டு, எனது தலையில் தீ வைத்துக்கொண்டேன். அம்மாவை நினைத்துக் கண்களை மூடிக்கொண்டு அசையாமல் நின்றேன்.

சனங்கள் கூக்குரலிடுவதும் காவல்துறையினர் சத்தமெழுப்புவதும் காதில் கேட்டது. சில விநாடிகளிலேயே அந்தக் குரல்கள் தேய்ந்தன. அப்போது எனது உடல் வேதனைப்பட்டது எனச் சொல்ல முடியாது. உறைபனி நிலைக்குள் நான் போவதாகத்தான் உணர்ந்தேன். ஆனால், என்னையறியாமலேயே எனது கால்கள் ஓடத் தொடங்கின. என்மீது தண்ணீர் பாய்ச்சப்படுவதை என் கால்கள்தான் முதலில் உணர்ந்தன.

இரண்டு மாதங்கள் நான் மருத்துவமனையில் இருந்தேன். இந்த நகரத்திலிருக்கும் தமிழ் மக்களில் முக்கால்வாசிப் பேராவது மருத்துவமனைக்கு வந்து என்னைப் பார்த்துச் சென்றார்கள். வெள்ளைக்காரர்கள் கைகளில் பூங்கொத்துகளோடு வந்து என்னைப் பார்த்தார்கள். மருத்துவமனை அறை எப்போதும் பூக்களால் நிரம்பியேயிருந்தது. நான் வேலை செய்த பத்திரிகை நிறுவனத்தின் முதன்மை ஆசிரியர் அண்ட்ரியாஸ் ஸ்வாட் என்னை வந்து பார்த்தார். அந்த வாரம் வெளியான இதழை என்னிடம் காட்டினார். அட்டையில், நான் எரிந்துகொண்டிருக்கும் படம் பிரசுரிக்கப்பட்டிருந்தது. உள்ளே நான்கு பக்கங்களில் 'இலங்கை எரிகிறது' என்ற தலைப்பில் விரிவாக எழுதப்பட்டிருந்தது. ஆசிரியர் அந்த இதழை எனது தலைமாட்டில் வைத்துவிட்டு, எனது கண்களையே பார்த்துக்கொண்டு நின்றார். "இப்போதுதான் எங்களுக்குச் சரியான செய்தி கிடைத்திருக்கிறது" என்று அண்ட்ரியாஸ் ஸ்வாட் சொன்னபோது, அவரது சதுர வடிவ முகம் கோணிக்கொண்டு, அவரது கன்ன மடிப்புகளுக்குள் நீர் வழிந்தது.

எனது உடம்பில் பெரும்பகுதி தீயால் கருகிவிட்டது. வலது கையில் எலும்பே எரிந்து, இந்தக் கை செயலற்றுப் போய்விட்டது. சிகிச்சைக்குப் பின்பு, முதன்முதலாக என்னைக் கண்ணாடியில் பார்த்தபோது, அம்மாவைத்தான் நினைத்துக்கொண்டேன். அம்மாவும் இப்படித்தானே எரிந்திருப்பார்.

முதலில் சில வாரங்கள் சக்கர நாற்காலியில்தான் நடமாடினேன். ஒருநாள், மாயவர் என்னிடம் தயங்கித் தயங்கிப் பேச்சை ஆரம்பித்தார். சக்கர நாற்காலியோடு நடமாடுவதற்குத் தனது வீடு வசதியாக இருக்காது என்றும் நல்லதொரு இடத்தை எனக்குத் தேடித் தருவதாகவும் சொன்னார். மாயவர் குடும்பத்தை விட்டு போகக் கூடாது என

அம்மா எனக்குச் சொல்லியிருந்தார். ஆனால், கரிக்கட்டையாக மாறியிருக்கும் என்னை வைத்திருப்பது அவர்களுக்கும் துன்பம்தானே. மாயவரின் உதவியுடன் ஊனமுற்றவர்களுக்கான அரசாங்க விடுதியில் இடம் பிடித்துக்கொண்டேன். அதுவும் வசதியான இடம்தான். ஊனமுற்றவர்களுக்கான உதவிப் பணமும் மாதாமாதம் எனக்குக் கிடைக்கிறது.

சில மாதங்களிலேயே, நதிராவுக்குக் கல்யாணம் நடந்ததாகக் கேள்விப்பட்டேன். எனக்கு அழைப்புக் கூட அவர்கள் கொடுக்கவில்லை. மெல்ல மெல்ல எல்லோரும் என்னை மறந்துவிட்டார்கள். சனங்களுக்கு என்மேல் அன்போ, அனுதாபமோ இல்லையென்று சொல்ல மாட்டேன். ஆனால், அவர்கள் எப்போதுமே என்னையே கவனித்துக்கொண்டிருக்க முடியுமா என்ன! மருத்துவமனைக்கு வந்தார்கள், பூக்கள் கொடுத்தார்கள், போய்விட்டார்கள். அதுவே பெரிய விஷயமில்லையா.

ஆனால், சிலர் வேறுவிதமாகப் பேசிக்கொள்கிறார்கள் எனவும் கேள்விப்பட்டேன். நதிராவை எனக்குக் கட்டித் தரமாட்டேனென்று மாயவர் சொன்னதாலேயே நான் என்னைக் கொளுத்திக்கொண்டேன் எனச் சிலர் பேசினார்கள். கடன் தொல்லை, மனநிலை சரியில்லாதவன் என்றுகூடச் சிலர் பேசிக்கொள்வதாக அறிந்தேன். ஏதோவொரு அமைப்பு எனது மூளையைக் கழுவிக் கொளுத்திக்கொள்ள வைத்தது என்று சில இணையத்தளங்களில் எழுதினார்கள். என்னால் என்ன செய்ய முடியும் சொல்லுங்கள்! உடம்பு வலுவாக இருந்தால்கூட இவர்களோடு சண்டைக்குப் போக முடியும். நானோ கரிக்கட்டை.

அம்மா உயிரோடு இருந்தபோது, எனக்குக் கல்யாணம் செய்துவைக்க ஆசைப்பட்டார். எனக்கு இப்போது முப்பத்தாறு வயதாகிறது. அருகிலிருந்து பேசவாவது ஒருவர் வேண்டும்தானே. சிலநேரங்களில், ஊருக்குத் திரும்பிப் போய்விடலாமா என்றும் நினைப்பேன். அங்கே எனக்கென யாராவது இருப்பார்களல்லவா! ஆனால், நான் என்னைக் கொளுத்திக்கொண்ட செய்தி அப்போது பத்திரிகைகளில் வந்திருந்ததால், இலங்கை அரசாங்கத்திடம் என்னைப் பற்றிய விவரங்கள் இருக்கும் என்கிறார் பஞ்சாட்சரம் மாமா. அதுதான் அச்சமாக இருக்கிறது. என்னால் பேச முடிகிறதே தவிர, தாடை எலும்புகள் சிதைந்திருப்பதால் ஒரு துண்டு பாணுக்கு அதிகமாக மென்று சாப்பிட என்னால் முடியாது. ஆயிரம் பக்கப் புத்தகத்தை நான் எப்படிச் சாப்பிட முடியும்!

என்னுடைய முகத்தைப் பார்த்துப் பேசுவது எவருக்குமே சிரமமானது என்பது எனக்கு நன்றாகவே தெரியும். நீங்கள் கூட எனது முகத்தைப் பார்த்தவுடனேயே உங்களது கண்களை மூடிக்கொண்டீர்களல்லவா! ஒவ்வொரு நாளும் இந்தப் பூங்காவில் வந்து உட்கார்ந்துகொள்கிறேன்.

உங்களைப் போலவே எவ்வளவோ தூரங்களிலிருந்து, எத்தனையோ நாடுகளிலிருந்து விதவிதமான மக்கள் வந்து இந்தச் சிலைகளைப் பார்த்துச் செல்கிறார்கள். நான் அவர்களைப் பார்த்துக்கொண்டிருப்பேன். அவர்களில் சிலர் என்னுடைய அம்மாவைப் போல இருக்கிறார்கள். சிலர் நதிராவைப் போல இருக்கிறார்கள். சிலர் கபிலனைப் போல இருக்கிறார்கள். என்னுடைய அதிர்ஷ்டம், இன்று பேசுவதற்கு நீங்கள் கிடைத்தீர்கள்.

3

தவபாலன் அதிகமாகப் பேசிவிட்டால், அவருக்கு மூச்சிரைத்தது. அவர் பேசும்போது கீழ் வாயை அசைக்காமலேயே பேச வேண்டுமாம். அதை அசைத்தால் பேச்சுக் குழம்பி ஒலிக்குமாம். தவபாலன் தனது காலடியில் வைத்திருந்த வெந்நீர்க் குடுவையை எடுத்து, முகத்தை மூடியிருந்த துணிக்குள் நுழைத்து, தலையை மெதுவாகப் பின்னே சாய்த்து நீண்ட நேரமாக மெதுமெதுவாக வெந்நீர் குடித்தார். நான் அங்கிருந்த நிர்வாணச் சிலைகளின்மீது பார்வையை அலைய விட்டுக்கொண்டிருந்தேன்.

இந்த மனிதர், அன்று இங்கேயே எறிந்து சாம்பலாகியிருந்தால், தமிழ் மக்கள் இந்தப் பூங்காவை 'அம்மணப் பூங்கா' என அழைக்கும் வழக்கம் அப்போதே ஒழிந்திருக்கும் என்று நினைத்துக்கொண்டேன்.

□ காலம் – 2021

அரம்பை

நான் மாலையில் வீடு திரும்பும்போது, என்னுடைய குதிரை வண்டிக்குக் குறுக்கே சென்ற குடிகாரர்கள் இருவரை வண்டிச் சாரதி சவுக்கால் அடித்துவிட்டான். "இறைவனால் கட்டப்பட்ட இலண்டன் நகரம் இப்போது குடிகாரர்களதும் போக்கிரிகளதும் சத்திரமாகிவிட்டது" எனச் சலிப்பாகச் சொல்லிக்கொண்டே இரட்டைக் குதிரைகளை அவன் விரட்டினான்.

விடிந்தால் 26 ஜூலை 1833. பிரிட்டிஷ் சாம்ராஜியத்தின் வரலாற்றில் மிக முக்கியமான நாள். எங்களது காலனிய நாடுகளில் அடிமைமுறையை ஒழிப்பதற்கான மூன்றாவது சட்டவாக்க வரைவு நாடாளுமன்றக் கீழவையான பொதுச்சபையில் விவாதத்திற்கு வரயிருக்கிறது. இம்முறை, இந்தச் சட்டம் நாடாளுமன்றத்தின் இரு அவைகளினதும் ஒப்புதலோடு நிறைவேறுவதற்கு எல்லா வாய்ப்புகளுமுள்ளன. ஆனால், இலங்கைத் தீவு, செயிண்ட் ஹெலினா தீவு மற்றும் கிழக்கிந்தியக் கம்பெனியின் கட்டுப்பாட்டுக்குள் உள்ள நிலப்பகுதிகளில் இந்தச் சட்டத்திற்கு விலக்கு வேண்டும் என்ற குரல்கள் நாடாளுமன்றத்தின் மேலவையான பிரபுக்கள் அவையில் பலமாக உள்ளன. குறிப்பாக, இலங்கைத் தீவிலும் ஹெலினா தீவிலுமுள்ள ஆயிரக்கணக்கான அடிமைகள் விடுதலைக்குப் பக்குவமடையாதவர்கள் என்ற கருத்து மேலவைப் பிரபுக்களிடமிருக்கிறது.

இந்த விவாதத்தில், சேர்.வில்மெட் நோர்மென் ஆகிய என்னுடைய ஆதரவு எந்தப் பக்கம் இருக்கப் போகிறது? என்னுடைய மனைவி எஸ்மெரெல்டாவுக்குக் கூட நான் இதுபற்றி எதுவும் சொல்லவில்லை. பொதுச்சபையில் என்னுடைய கை எந்தப் பக்கமாக உயரப்போகிறது என்பதை அவளும் நாளைக்குத்தான் தெரிந்துகொள்ள வேண்டும். ஸ்பெயினின் நாட்டுப்புறக் குயவக் குடியில் பிறந்த அவளுக்கு என்னுடைய முடிவு உணர்ச்சிப் பெருக்கை ஏற்படுத்தக்கூடும். எனக்கே இப்போது அப்படித்தானிருக்கிறது.

இந்த விஷயத்தில், என்னுடைய குரலை முக்கியமானதாகவே பலரும் கருதுகிறார்கள். அடிமைமுறை ஒழிப்புக்கு ஆதரவான சங்கத்தினர், பத்திரிகைகள், கிழக்கிந்தியக் கம்பெனியினர் எல்லோருமே என்னைக்

கவனித்துக்கொண்டிருக்கிறார்கள். அதற்கு இரண்டு காரணங்களுள்ளன. பொதுச்சபை உறுப்பினர்களிலேயே வயதில் குறைந்தவன் நான்தான். எனக்கு இப்போது இருபத்தெட்டு வயதுதான் ஆகிறது. இளைஞர்கள் ராஜவிசுவாசம் அற்றவர்கள், ஜெர்மன் சிந்தனைப் பள்ளியால் குழம்பிப்போனவர்கள் என்பது இக்காலப் பெரியவர்களின் பொது எண்ணமாக இருக்கிறது. என்னுடைய இருபதாவது வயதுவரை நான் இலங்கைத் தீவில் வாழ்ந்ததும் இன்னொரு காரணம். பிரபுக்கள் அவையிலிருப்பவர்கள் இலங்கைத் தீவை வரைபடத்தில் கூடச் சரியாகப் பார்த்திருக்கமாட்டார்கள். இலங்கைத் தீவின் நில ஆவண வரைபடத்தை முதன்முதலில் திருத்தமாக வரைந்தவர் என் தந்தை சேர்.வில்மெட் பெரிய பிரெக்மன்தான்.

ஒல்லாந்தரை இலங்கையிலிருந்து அகற்றிய பிறகு, ஊர்காவற்துறைப் பட்டினம், யாழ்ப்பாணப் பட்டினம், மன்னார் பட்டினம், கொழும்பு, திருகோணமலை, மட்டக்களப்பு, மாத்தறை ஆகிய கரையோரப் பிரதேசங்களெல்லாம் ஆறு வருடங்களாகக் கிழக்கிந்தியக் கம்பெனியாலேயே ஆளப்பட்டன. 1802 ஆவது வருஷம், கம்பெனியாரின் அதிகாரம் நீக்கப்பட்டு, பிரித்தானிய முடிசார் அதிகாரத்தின் கீழ் இந்தப் பகுதிகள் வந்தன.

1815 ஆவது வருஷம், கண்டி ராஜ்ஜியம் எங்களது கைகளில் வீழ்ந்து, முழு இலங்கைத் தீவும் மூன்றாவது ஜோர்ச் சக்கரவர்த்தியின் ஆட்சிக்குள் வந்தது. அப்போது எனக்குப் பத்து வயது. அதற்குச் சில மாதங்களுக்கு முன்பாகத்தான், எனது தந்தையின் உத்தியோகம் நிமித்தமாக எங்களது குடும்பம் மெட்ராஸிலிருந்து நீங்கி, இலங்கைத் தீவின் ஊர்காவற்துறைப் பட்டினத்தில் குடியேறியது.

ஊர்காவற்துறைப் பட்டினத்தில் முதன்முதலாக அமைக்கப்பட்ட 'பொலிஸ் கோர்ட்'டில் நீதிபதியாகப் பணியாற்றவே என் தந்தை வில்மெட் பெரிய பிரெக்மன் பிரபு இங்கே அனுப்பப்பட்டார். அதுவரை மெட்ராஸில் கிழக்கிந்தியக் கம்பெனியில் காணி வரி அதிகாரியாகவே தந்தை கடமையாற்றினார். கப்பலில் வரும்போதுதான், என் தந்தை பிரிட்டிஷ் தண்டனைச் சட்டக் கோவையைப் படித்துக்கொண்டு வந்தார்.

எங்களது குடும்பம் சற்றே பெரியது. எனக்குக் கீழே நான்கு தங்கைகளிருந்தார்கள். எனது தாயார் மிகவும் ஊக்கமான பெண்மணி. கையில் தவிட்டைக் கொடுத்தாலும் அதை ஊதி ஊதியே பொன்னாக மாற்றத் தெரிந்தவர். மிகவும் கஞ்சத்தனமுடையவர். பெற்ற குழந்தைகள் சாப்பிடும் ரொட்டிக்கும் வெண்ணைக்கும் கூடக் கணக்குப் பார்ப்பவர். தந்தையோ மிதமிஞ்சிக் குடிப்பவர். காலையில் எழுந்தவுடனேயே மதுவருந்திவிடுவார். ஊர்காவற்துறைப் பட்டினத்திற்குத் தானே

அரசன் என்பது அவரது நினைப்பாக இருந்தது. அது ஒருவகையில் உண்மைதான்.

அந்தச் சிறு பட்டினத்தில், தேவாலயத்தை ஒட்டியிருந்த பங்களாவில் நாங்கள் குடியேறினோம். துறைமுகத்தாலும் கடற்கோட்டையாலும் அந்தப் பட்டினம் புகழ் பெற்றிருந்தது. மாலுமிகளும் மீனவர்களும் புகையிலைக் கமக்காரர்களும் நிரம்பிய அந்தப் பட்டினத்தில் திருடர்களுக்கும் போக்கிரிகளுக்கும் பிச்சைக்கார நாடோடிகளுக்கும் கூடக் குறைவில்லை. தென் இந்தியாவிலிருந்து குடியானவர்கள் பஞ்சம் பிழைக்க இந்தப் பட்டினத்தை நாடி வந்துகொண்டிருந்தார்கள். பட்டினத்தில் ஒவ்வொரு நாளும் குற்றங்கள் பெருகிக்கொண்டேயிருந்தன. எனது தந்தை ஓய்வு ஒழிச்சலில்லாமல் தண்டனைகளை வழங்கிக்கொண்டேயிருந்தார். வரி வசூலிக்கும் பொறுப்பும் என் தந்தையின் வசமே இருந்தது. வரி செலுத்தாவிட்டாலும் கடுமையான ஒறுப்புகள் உள்ளன.

நாங்கள் தங்கியிருந்த பங்களாவின் ஒருபகுதி 'பொலிஸ் கோர்ட்' ஆக்கப்பட்டிருந்தது. ஒவ்வொரு நாள் காலையிலும் பங்களாவின் அகன்ற வராந்தாவில் தந்தையின் நீதி பரிபாலன தர்பார் தொடங்கிவிடும். அதையெல்லாம் பார்த்த பின்புதான், நான் தேவாலயத்தில் ஸ்ராட்டென் பாதிரியாரிடம் படிக்கச் செல்வேன். காலையில் என் தந்தையின் தர்பாரில் கண்ட காட்சிகளை நான் பாதிரியாரிடம் லத்தீன் மொழியில் விவரித்துச் சொல்லவேண்டும் என்பது பாதிரியாரின் கட்டளை. பாதிரியார் கண்களை மூடியவாறே அவற்றைக் கேட்டுக்கொண்டிருப்பார். அதற்குப் பின்பு, பூமிசாஸ்திரம், லத்தீன், கணக்கு ஆகிய பாடங்களை மதியம் வரை பாதிரியாரிடம் வாசிப்பேன். மதியம் நான் பங்களாவுக்குத் திரும்பி வரும்போது, பங்களா முற்றத்தில் உச்சி வெயிலின் கீழே குற்றவாளிகள் முழந்தாள்களில் நின்றிருப்பார்கள். பெண்களும் சிறுவர்களும் கூட அவ்வாறு கொதிக்கும் மணலில் நிறுத்தப்பட்டிருப்பார்கள்.

இந்த ஊர் மக்களுக்கு வரி செலுத்துவது என்றாலே என்னவென்று தெரியாமலிருந்தது. ராயனுக்கு உரியதை ராயனுக்கும் தேவனுக்குரியதைத் தேவனுக்கும் செலுத்துவதை இவர்கள் அறியாமலேயே இருந்தார்கள். என் தந்தை சவுக்கால் அதை அவர்களுக்குக் கற்பித்துக்கொண்டிருந்தார்.

புகையிலை பயிரிட்டால் வரியுண்டு. மீன்பிடித்தாலும் வரியுண்டு. தென்னைமரம் காய்த்தாலும் காய்க்காவிட்டாலும் வருடத்திற்கு இரண்டு பணம் வரி செலுத்த வேண்டும். முயல், உடும்பு உட்பட எதை வேட்டையாடினாலும் வரியுண்டு. திருமணம், மரணம் போன்ற சடங்குகளுக்கும் வரியுண்டு. நகைகள் அணிந்தால் வரியுண்டு. இந்தத் தீவில் மக்கள் சோழிகளால் செய்த மாலைகளையும் ஆமையோட்டில் செய்யப்பட்ட ஆபரணங்களையும் அணிகிறார்கள். ஆனால், அவற்றுக்கு

வரி செலுத்த மறுக்கிறார்கள். யாழ்ப்பாணப் பட்டினத்திலும் பருத்தித்துறைப் பட்டினத்திலும் முடியாட்சிக்கு வரி கொடுக்காமல் கலகம் செய்கிறார்கள். ஆனால், என் தந்தையிடம் அது பலிக்கவில்லை. தந்தைக்கு மாதத்திற்கு முந்நூறு றிக்ஸ் டொலர்கள் ஊதியம். அந்தப் பணத்தை வரியாகவும் தண்டப்பணமாகவும் பத்தாயிரமாகப் பெருக்கி மூன்றாவது ஜோர்ச் சக்கரவர்த்திக்கு என் தந்தை விசுவாசமாகச் செலுத்தினார்.

தென்னைமரத்திற்கு இரண்டு பணம் வரி என்று சொன்னேன். அதேபோல, அடிமைச் சான்றிதழ் ஒன்றை வழங்க என் தந்தை மூன்று பணம் அறவிட்டார். தப்பியோடிய ஒரு கோவிய அடிமையை வன்னியில் வைத்துப் பிடித்துக் கொண்டுவந்து என் தந்தையின் முன்னே நிறுத்தினார்கள். அந்த அடிமையின் முதுகில் உடைமையாளரின் 'கனகசபை இளைய சேதுகாவலர் முதலி' என்ற நீண்ட பெயர் குறி சுடப்பட்டது. அந்த அடிமை எலும்பும் தோலுமாயிருந்தான். காய்ச்சிய சூட்டுக்கோல் அவனது எலும்பில்தான் எழுதியிருக்கும். அவன் அழுத குரல் தேவாலயம் வரை கேட்டதாம். நான் அந்த அடிமையைப் பற்றிச் சொல்லிக்கொண்டிருந்தபோது "பணியாத மனிதன் கடவுளின் இடதுபுறம் ஒதுக்கப்படுவான். அவனைக் கடவுள் ஏறெடுத்துப் பார்க்கவும் மாட்டார், தூய்மைப்படுத்தவும் மாட்டார்" எனச் சொல்லிக்கொண்டே ஸ்ராட்டென் பாதிரியார் தனது மார்பில் விரலால் குறியிட்டுவிட்டு, என் நெற்றியிலும் குறியிட்டார்.

இந்தப் பட்டினத்தின் மக்கள் ஆணும் பெண்ணுமாகப் பலதார மணங்களைச் சர்வசாதாரணமாகச் செய்துகொள்கிறார்கள். அவர்களது குழந்தைகளோ சவலைக் குழந்தைகளாகக் காலையிலிருந்து மாலைவரை ஆடாமல் அசையாமல் மணலில் உட்கார்ந்திருக்கிறார்கள். இல்லாவிட்டால் மலம் கழிப்பது போன்ற நிலையில் குந்தியிருந்து பனம்பழங்களைச் சப்புகிறார்கள். அநேகமான பெண்களும் ஆண்களும் இடுப்புக்கு மேலே துணிகளை அணிவதில்லை.

சிறியதொரு ஒழுக்கக்கேட்டைக் கூட என் தந்தை பொறுத்துக்கொள்ள மாட்டார். அவர் வழங்கும் கடுமையான தண்டனைகளைப் பார்க்கும்போது, ஓரளவு தைரியசாலியான என் மனதே கொஞ்சம் கலங்கிப்போகும். கைகால்களை அடித்து முறிப்பது, நூற்றுக்கணக்கான கசையடிகளைக் கொடுப்பது, தலையில் பாரமான கல்லை வைத்து முள்ளில் முழங்காலால் நடக்கவைப்பது, குதிக்கால் நரம்பை அறுத்துவிடுவது என்றெல்லாம் தண்டனைகள் அமையும். பத்து மைல்கள் தூரத்தைக் கடக்க நான்கு மணிநேரங்களை எடுத்துக்கொண்ட சோம்பேறியான ஓர் அஞ்சல்காரனுக்கு என் தந்தை இருபது கசையடிகளை

வழங்கினார். கொலைக் குற்றவாளிகளும், தேசாதிபதியின் ஆட்சியை மானங்கெடுத்திப் பேசுவோரும் கடற்கோட்டைக்கு அனுப்பப்பட்டு, அங்கே தூக்கிலிடப்பட்டார்கள்.

ஊர்காவற்துறைப் பட்டினத்திலிருந்தும் சுற்றியுள்ள சிறிய தீவுகளிலிருந்தும் போக்கிரிகளையும் சோம்பேறிகளையும் நாடோடிகளையும் திருடர்களையும் என் தந்தை கடுமையாகத் தண்டித்துத் துரத்திவிட்டார். சில குற்றவாளிகள் என் தந்தையின் கைகளுக்குத் தப்பிப்போய், கண்டி ராஜ்ஜியத்தில் ஒளிந்துகொண்டார்கள். பிரிட்டிஷ் ஆட்சிப் பகுதிக்குள் குற்றம் புரிந்தவர்கள் எல்லையைத் தாண்டிச் சென்று கண்டியரிடம் தஞ்சம் புகுவது மட்டுமல்லாமல், கண்டி அரசனும் கலகக்காரர்களையும் கொள்ளையர்களையும் பிரிட்டிஷ் ஆட்சிப் பரப்புக்குள் அனுப்புவித்துத் தீராத உபத்திரவம் செய்துகொண்டிருந்தான். அப்போது கண்டி ராஜா ஸ்ரீ விக்கிரம ராஜசிங்கனின் நாட்கள் தேசாதிபதி ரொபெர்ட் பிரவுன்றிக் பிரபுவாலும் குடியேற்ற மந்திரியாராலும் எண்ணப்பட்டுக்கொண்டிருந்தன.

திருடர்களே இல்லாத ஜெருசலேமாக ஊர்காவற்துறைப் பட்டினத்தை மாற்றிவிட என் தந்தை கடுமையான நடவடிக்கைகளை எடுத்தார். ஒரு மாங்காயைத் திருடினால் கூட, திருடியவனின் முழங்கை உலக்கையால் அடித்து முறிக்கப்பட்டது. தேங்காயைத் திருடினால் முழங்கால் முறிக்கப்பட்டது. ஆனால், மகரசிங்கம் என்று அறியப்பட்ட பெயர் பெற்ற திருடன் மட்டும் என் தந்தையிடம் சிக்காமலேயே இருந்தான். இந்தப் பகுதிகளில் எங்காவது மாடுகள் திருடப்பட்டால், அது அந்தக் கள்வனின் வேலையாகவே இருந்தது.

மகரசிங்கம் என்ற அந்தத் திருடனைப் பிடித்துத் தலைகீழாகக் கட்டித் தோலை உரித்துவிட்டு, கீழே நெருப்பு மூட்டிவிடப் போவதாக என் தந்தை சொல்லிக்கொண்டிருந்தார். நான் அந்தச் செய்தியை ஸ்ராட்டென் பாதிரியாரிடம் சொன்னேன். அவர் அதைக் கண்களை மூடியவாறே கேட்டுக்கொண்டிருந்தார்.

II

"மகரசிங்கம்! எக்காரணம் கொண்டும் வங்களாப் பறங்கியிடம் நீ சிக்கிவிடக் கூடாது. உன்னை மாடாகக் கட்டித் தோலாக உரிக்கப்போவதாக அவன் பறைகிறானாம்" என்று குறிஞ்சன் என்னிடம் சிரித்தவாறே சொன்னான். உண்மையில், நான் மாடு களவாடியதே கிடையாது. பறங்கிச் சிப்பாய்கள் திருடித் தின்னும் மாட்டுக் கன்றுகளின் கணக்கையெல்லாம் என் தலையில் சுமத்திவிட வங்களாப் புதுப் பறங்கி திட்டமிடுகிறான்.

எனக்கு நினைவு தெரிந்த நாளிலிருந்தே நான் திருடுகிறேன். எனது தந்தையும் திருடுவார். அதற்காகச் சனங்கள் எங்களை மரியாதைக் குறைவாக நடத்தியதே கிடையாது. திருடிக் கொண்டுவரும் பொருட்களைச் சிலவேளைகளில் சொந்தபந்தங்களுடன் நான் பகிர்ந்துகொள்வதுமுண்டு. என்னுடைய தீவிலிருந்து கிளம்பிப்போய், ஊர்காவற்துறைப் பட்டினத்திலோ யாழ்ப்பாணப் பட்டினத்திலோதான் திருடுவேன். ஏதாவது துண்டு துணுக்குப் பொன் எப்போதாவது கிடைத்தால், அதைச் சாவகர்சேரியிலிருந்து வரும் மலையாள யாவாரி கோயிலான் வாங்கிக்கொள்வான்.

நல்லூர் இராசவாசல் முதலியாரின் ஆசைநாயகி நவரத்தினம்மாளிடம் பஞ்சலோகங்களாலான நாட்டியம் ஆடும் ஓர் அம்மையின் சிலை இருப்பதாகவும் அச்சிலைக்கு 'அரம்பை' சிலையெனப் பெயரெனவும் மலையாளத்தான் சொன்னான். அந்தச் சிலையை எப்படியாவது திருடித் தன்னிடம் தருமாறும், கூலியாக முப்பது பணம் கொடுப்பதாகவும் அவன் சொல்லியிருந்தான். ஒரிரவில் நான் நவரத்தினம்மாளின் வீட்டுக்குள் இறங்கித் தேடியபோது, அந்தச் சிலை கிடைக்கவில்லை. வெள்ளிச் சரிகைக் கரை இழைக்கப்பட்ட பச்சை நிறச் சேலையொன்றுதான் அங்கிருந்து எடுத்து வரக்கூடியதாக இருந்தது.

அந்தச் சேலையை விற்பதற்காக வேலணை வள்ளியப்பச் செட்டியைத் தேடிப் போனேன். நான் அய்யனார் துறையில் இறங்கி நடக்கும்போது, தலைப்பாகைகள் அணிந்த உயரமான இருவர் என்னைப் பின்தொடரத் தொடங்கினார்கள். அவர்கள் இராசவாசல் முதலியாரின் ஆட்கள் என்றுதான் நினைத்தேன். அருகிலிருந்த பனங்கூடலுக்குள் நுழைந்து, மடியில் வரிந்து வைத்திருந்த சரிகைச் சேலையை ஒரு பட்டுப்போன பனைமரப் பொந்துக்குள் மறைத்து வைத்துவிட்டு, பனங்கூடலுக்குள்ளால் வடக்குத் திசையை நோக்கி நடந்துகொண்டிருந்தேன். எங்கிருந்தோ ஒரு நாய் ஓசையில்லாமல் என்மீது பாய்ந்து என் கழுத்தைக் கவ்விக்கொண்டது. நாயின் பாரம் தாங்காமல் நான் மல்லாக்கப் பறிய விழுந்தேன். அந்த நாய் ஒரு குதிரையளவு இருந்தது. மறைந்திருந்த சிப்பாய்கள் என்னைப் பிடித்துக்கொண்டுபோய் வங்களா புதுப் பறங்கியின் முன்னே நிறுத்தினார்கள்.

நான் எதையெல்லாம் திருடினேன், எதையெல்லாம் திருடவில்லை எனப் பொன்னியம்மனின் பெயரால் சத்தியம் செய்வதற்குத் தயாராகவே நின்றிருந்தேன். பொன்னியாச்சியின் பெயரால் நாங்கள் யாரும் பொய் சொல்லவே மாட்டோம். ஆனால், அந்தப் பறங்கி என்னிடம் எதுவுமே கேட்க முயலவில்லை. அவனின் குதிரை வண்டியுடன் நான் பத்து முழ நீள கயிற்றில் பிணைக்கப்பட்டேன். அவனுடைய

குதிரை வண்டி துறைமுகத்தை நோக்கிச் செல்ல, நான் பின்னாலேயே ஓட வேண்டியிருந்தது. வழியெல்லாம் இரண்டு சிப்பாய்கள் குதிரைச் சவுக்கால் என்னை அடித்தபடியே குதிரைகளில் வந்துகொண்டிருந்தார்கள்.

துறைமுகத்தின் நுழைவாயிலுக்கு முன்னால், கடற்கரை மணலில் குழியொன்றைத் தோண்டுமாறு சிப்பாய்கள் எனக்கு உத்தரவிட்டார்கள். நான் மண்வெட்டியால் குழியைத் தோண்டிக்கொண்டிருக்கும் போதே, என்னை அவ்வப்போது சவுக்கால் அடித்துக்கொண்டிருந்தார்கள். என் தேகம் முழுவதும் இரத்தம் வடிந்துகொண்டிருந்தது. நெற்றியில் வடிந்த இரத்தம் பிசுபிசுத்துக் கண் இமைகளை ஒட்ட வைத்தது. இவர்கள் என்னை உயிரோடு புதைக்கப் போகிறார்கள். அதற்கு முன்பாக, பொன்னியாச்சியின் பெயரால் நான் சத்தியம் செய்துவிட வேண்டும் என நினைத்துக்கொண்டே குழியை வெட்டி முடித்தேன்.

வெட்டப்பட்ட குழிக்குள் என்னை நிர்வாணமாக நிற்கவைத்து மண்ணால் மூடினார்கள். என் கழுத்துவரைதான் மண்ணால் மூடப்பட்டது. தலை வெளியே தெரிந்தது. அப்போதும் தலையில் சவுக்கால் அடித்துக்கொண்டேயிருந்தார்கள். வங்களா புதுப் பறங்கி மெதுவாக நடந்து வந்து, என் தலையில் காறி உமிழ்ந்தான். அந்தக் கணத்தில் நான் பொன்னியாச்சியின் பெயரால் எனக்குள் சத்தியம் செய்துகொண்டேன். நான் இங்கிருந்து சீவனோடு மீண்டால், இந்த வங்களாப் பறங்கியைப் பழி தீர்ப்பேன்.

மூன்று பகலும் இரவும் நான் அப்படியே புதைத்து வைக்கப்பட்டிருந்தேன். நாளுக்கு ஒரு தடவை சிரட்டையில் குரக்கன் கஞ்சி வைக்கப்பட்டது. நாயை விடக் கேவலமாக நான் அதை நக்கிக் குடிக்க வேண்டியிருந்தது. துறைமுகத்திற்குப் போவோரும் வருவோரும் நின்று என்னைப் பார்த்துவிட்டுப் போனார்கள். குறிஞ்சன் கூட்டத்தோடு கூட்டமாக நின்று என்னைப் பார்த்துவிட்டுப் போனான். என் ஆத்தை இதைக் கேள்விப்பட்டால் எப்படியெல்லாம் மருகிப்போவாள் என்பதை நினைக்கும்போது, என் கண்கள் இருண்டு என்னை மயக்கம் அழுத்தப் பார்க்கும்.

உடலெல்லாம் மரத்துப் பிணமாகிவிட்டேன். நாவும் கண்களும் மட்டும் அசைந்துகொண்டேயிருந்தன. எனது மூளை பிசக் தொடங்கிற்று. காதுகளுக்குள் பூச்சிகள் புகுந்து, இரைந்துகொண்டே என் வயிற்றுக்குள் பறப்பதை உணர்ந்தேன். என்னை வேடிக்கை பார்ப்பவர்களையும் எனக்கு மாறி மாறிக் காவலுக்கு நின்ற சிப்பாய்களையும் கடும்வசையால் ஏசத் தொடங்கினேன். அப்போதெல்லாம் என் முகத்தில் சவுக்கு எழுதியது. உண்மையில், அப்போது எனக்கு அந்த அடி தேவைப்பட்டது. வலியே

என்னை நனவோடு வைத்திருந்தது. இல்லாவிட்டால் செத்த மாடு போல மணலுக்குள் புதைந்திருப்பேன்.

என் தலையைக் கொத்தித் தின்றுவிடுவதற்காகப் பறவைகள் என் தலைக்கு மேலேயே சுற்றிக்கொண்டிருந்தன. நான் கண்களை மூடினால் பறவைகள் தலையைத் தின்றுபோடும். அவ்வப்போது ஏதாவது ஒரு பறவை சர்ரெனக் குத்திட்டு இறங்கி என்னைக் கொத்த முயன்றது. அப்போதெல்லாம் நான் என்னையறியாமலேயே விநோதமாகக் கூச்சலிட்டேன்.

நான்காம் நாளில், சிப்பாய்கள் மண்ணைக் கிளறி, என்னைத் தூக்கி வெளியே எடுத்தபோது, என்னால் நிற்கவே முடியவில்லை. அங்கேயே என்னைப் போட்டுவிட்டு அவர்கள் போய்விட்டார்கள். அடுத்தக்கணமே குறிஞ்சன் ஓலமிட்டுக்கொண்டே ஓடி வந்தான். அவன் நான்கு நாட்களாக எங்கேயும் போகாமல், இங்கேயே மறைந்து இருந்திருக்கிறான். என் அருகே தரையில் உட்கார்ந்து, தனது அரைவேட்டியைத் தும்பு தும்பாகக் கிழித்தவாறே குறிஞ்சன் புலம்பி அழுதான். எனது முழுப் பலத்தையும் திரட்டிக் கையை ஓங்கி அவனது கன்னத்தில் ஓர் அறை கொடுத்துவிட்டு, நாவைச் சுழற்றி முனகினேன். "அய்யோ மகரசிங்கம்! நீ ஒரு பறவையைப் போல் கரைகிறாய்" எனச் சொல்லிக் குறிஞ்சன் குழறி அழுதான். நான் ஆகாசத்தைப் பார்த்தபோது, பறவைகள் சிறகுகளை விரித்தவாறு அசையாமல் காத்துக்கொண்டிருந்தன.

அடுத்த பவுர்ணமி நாளில் பழி தீர்க்க முடிவு செய்தோம். பவுர்ணமி பொன்னியம்மனுக்கு வாலாயமான நாள். முன்னிரவில் பொன்னியம்மனுக்கு விளக்கு ஏற்றிவிட்டு, அம்மனின் முன்னால் பச்சைப் பாக்குகளை வைத்து அனுமதி கேட்டோம். அம்மனின் வாக்கு சாதகமாய் உருண்டும், என்னுடைய தீவிலிருந்து குறிஞ்சனும் நானும் கிளம்பி, பரவைக் கடலுக்குள்ளால் நடந்தோம். அப்போது கோடை காலமென்பதால் இடுப்புவரைதான் கடலிருந்தது. இறாத்தலடியில் நிலத்தில் ஏறி, அங்கிருந்து ஓட்டமும் நடையுமாக ஊர்காவற்துறைப் பட்டினத்திற்கு வந்து சேர்ந்தோம்.

குறிஞ்சன் கடந்த வாரம் முழுவதும் அந்தப் பக்கமாகச் சுற்றி, இரவு பகலாக உளவு பார்த்து வைத்திருந்தான். நம்மால் வங்களாவுக்குள் நுழையவே முடியாது. வங்களாவைச் சுற்றி நாய்களும் சிப்பாய்களும் இரவு பகலாகக் காவல் காக்கிறார்கள். வங்களாப் பறங்கியைக் கொல்வதற்கு நாங்கள் ஒரு திட்டம் வைத்திருந்தோம். வங்களாவுக்குப் பின்புறமாக, இருநூறு பாகம் தூரத்திலிருந்த கிணற்றுக்கு அருகே தென்னங்கிடுகுகளால் மறைப்பு அமைக்கப்பட்ட கக்கூஸ் அறை இருந்தது. அந்த அறைக்கும் வங்களாவுக்கும் நடுவில் பனைகளும்

தென்னைகளும் காடாக வளர்ந்திருந்தன. விடிவதற்கு முன்பே, வங்களாப் பறங்கி கையில் விளக்கை ஏந்தியவாறே தனியாக அந்த அறைக்கு வருகிறான் என்று குறிஞ்சன் சொன்னான்.

பறங்கியை அங்கே வைத்து இருளில் மடக்கிப்போட்டுக் குத்தினால் தானுண்டு. அதல்லாமல் வேறெந்த வழியிலும் பறங்கியை நம்மால் நெருங்கவே முடியாது. முன்னொருமுறை, மலாய் கூலிச் சிப்பாய் ஒருவன் சாராய வெறியிலிருந்தபோது, அவனிடமிருந்து திருடிய பித்தளைக் கைப்பிடி கொண்ட அருமையான கத்தி என்னிடமிருந்தது. ஒன்றரைச் சாண் நீளமுள்ள அந்தக் கத்தி இருபுறங்களிலும் கூர்மையானது. அந்தக் கத்தியை வங்களாப் பறங்கியின் நெஞ்சில் இறக்குவேன். தன்னைக் கொல்வது யாரென அந்தப் பறங்கி தெரிந்துகொண்டுதான் சாக வேண்டும்.

வங்களாவுக்குப் பின்னாலிருந்த பனங்கூடலுக்குள் நாங்கள் நுழைவதற்கு, வேதக் கோயிலைக் கடக்க வேண்டியிருந்தது. அப்போது கோயிலுக்கு முன்னால் பொட்டுப் போல நெருப்பு அலைந்துகொண்டிருந்தது. நாங்கள் கொஞ்சம் நெருங்கிப் பூரணை வெளிச்சத்தில் பார்த்தபோது, வேதச் சுவாமி சுருட்டுப் பிடித்துக்கொண்டே குறுக்கும் நெடுக்குமாக இருளில் நிழல் போல நடந்துகொண்டிருந்தான். பொழுது நடுச்சாமத்திற்கு மேலேயே இருக்கும்.

கக்கூஸ் அறைக்குப் பக்கவாட்டில் சடைத்துக் கிடந்த மருதாணிப் புதர்களுக்குள் நானும் குறிஞ்சனும் பதுங்கிக்கொண்டோம். பறங்கியின் சாவு என் கையில் சந்திர வெளிச்சத்தில் மினுங்கிக்கொண்டிருந்தது. ஆனால், பறங்கி வருவதாக இல்லை. அப்போது முதலாவது பறவை கத்தியது.

"இன்னும் கொஞ்ச நேரத்தில் விடிந்துவிடும், நாம் இப்போது போய்விட்டு அடுத்த பவுர்ணமிக்கு வருவோம்" என்றான் குறிஞ்சன். பறங்கிக்கு இன்னும் முப்பது நாட்களைப் பொன்னியம்மன் பிச்சை போட்டிருக்கிறாள் என்று நான் நினைத்துக்கொண்டு அங்கிருந்து கிளம்பத் தயாரானபோது, கைவிளக்கு வெளிச்சம் எங்களை நோக்கி அசைந்து வந்தது.

நான் கத்தியை இறுகப் பிடித்துக்கொண்டேன். நான் ஒரு கொலையைச் செய்வேன் எனச் சில நாட்களுக்கு முன்புவரை கள்வெறியில் கூட நினைத்திருந்தில்லை. ஆனால், இந்தப் பறங்கி, பொன்னியம்மனின் பெயரால் செய்யப்படும் சத்தியத்தைக் கேட்க மறுப்பவன். என்மீது நாறிக்கொண்டிருக்கும் இவனது எச்சிலை, இவனது இரத்தத்தாலேயே கழுவுவேன்.

விளக்கு வெளிச்சம் எங்களை நெருங்கியபோது, ஓங்கிய கத்தியோடு புதர் மறைவிலிருந்து பாய்ந்தேன். என்மீது பாய்ந்த குதிரையளவு நாயை விட, இரட்டிப்பு வேகத்துடன் பாய்ந்தேன். விளக்கோடு வந்த உருவம் திடுக்கிட்டு அப்படியே ஆடாமல் அசையாமல் நின்றது. குறிஞ்சன் அந்த உருவத்திற்குப் பின்புறமாகப் பாய்ந்து, அந்த உருவத்தின் வாயைத் தனது உள்ளங்கையால் பொத்திப் பிடித்துக்கொண்டான். அந்த உருவமோ சிறு எதிர்ப்பும் காட்டாமல் நின்றிருந்தது. அதனுடைய கையிலிருந்த விளக்கு மட்டும் இலேசாக நடுங்கிக்கொண்டிருந்தது. வங்களாப் புதுப் பறங்கி எனது முகத்தைப் பார்க்க வேண்டும் என்ற எண்ணத்தில் ஓங்கிப் பிடித்த கத்தியோடு, கால்களை விரித்து வலுவாக மணலில் ஊன்றிக்கொண்டு நானும் அசையாமல் நின்றிருந்தேன். அந்த உருவம் மெதுவாக விளக்கை என் முகத்திற்கு உயர்த்தியது. அப்போதுதான் எனக்கும் அந்த உருவத்தின் முகம் புலப்பட்டது. தோள்வரை பொன்னிற முடியுடனிருந்த அந்த உருவம், நான் தேடி வந்த வங்களாய் பறங்கியல்ல. இடுப்பில் மட்டும் சிறு துணியணிந்து நின்றிருந்த அந்த உருவத்தின் பச்சை நிறக் கண்கள் என்னை அச்சத்தோடு பார்த்தன. நான் வலது கையால் கத்தியை அந்த உருவத்தின் கழுத்தில் வைத்தவாறே, இடது கையால் அந்த உருவத்தின் இடுப்பிலிருந்த துணியைப் பிடுங்கி, உருவத்தின் வாயில் திணித்துவிட்டு, கைவிளக்கை ஊதி அணைத்தேன்.

நாங்கள் சிறைப் பிடித்திருப்பது பறங்கியின் பத்து வயது மகனை என்று குறிஞ்சன் அடையாளம் சொன்னான். விடிந்துகொண்டே வருகிறது. வங்களாவில் நாய்கள் குரைக்கும் சத்தமும் கேட்கிறது. பறங்கிச் சிறுவனை இழுத்துக்கொண்டு பனங்கூடலுக்குள் மறைந்தோம். இப்போது பணயத்தை என்னுடைய தீவுக்கு அழைத்துப் போக முடியாது. வழியில் நிச்சயமாக யாருடைய பார்வையிலாவது பட்டுவிடுவோம். மகன் காணாமற்போய்விட்டான் என்று அறிந்தவுடன் வங்களாப் பறங்கி பைத்தியமாகிவிடுவான். அவனது நாய்களும் பைத்தியங்களாகிவிடும். அவை எங்களைத் தேடி இந்த நிலம் முழுவதும் திரியும். பறங்கியின் மகனின் வாசனை தடமாக எங்களைக் காட்டிக்கொடுக்கும். கடலைக் கடப்பதே புத்தியான வழி.

"இங்கிருந்து தம்பாட்டிக்குப் போய்விட்டால், கரையில் கிடக்கும் ஏதாவதொரு வத்தையைத் தள்ளிக்கொண்டு பரவைக் கடலைத் தாண்டி, களபூமியில் இருக்கும் எனது அக்கையிடம் போய்விடலாம்" என்று குறிஞ்சன் யோசனை சொன்னான். வேறெதையும் யோசிப்பதற்கு நேரமில்லை. முற்றாக விடிந்து வெளிச்சம் பரவுவதற்குள் நாங்கள் இந்தச் சிறுவனை மறைத்துவிட வேண்டும்.

பனங்கூடல்களிடையே பதுங்கி ஓட்டமும் நடையுமாகப் போனோம். எனது தலையில் சுற்றியிருந்த நீண்ட துணியை அவிழ்த்துச் சிறுவனின் கைகளைக் கட்டியிருந்தேன். சிறுவன் இன்னும் அதிர்ச்சியிலிருந்து போதம் தெளியவில்லை. தூக்கத்தில் ஏதோ கனவு வந்திருப்பதாகத்தான் அவன் நினைக்கிறான் போலிருக்கிறது. சிறுவனின் கைகளில் கட்டப்பட்டிருந்த துணியைப் பற்றி இழுத்தவாறே குறிஞ்சன் முன்னால் போக, நான் சிறுவனுக்குப் பின்னாக நடந்தேன்.

காணாமற்போன தனது மகனுக்காக எத்தனை பேர்களை வங்களாப் பறங்கி பழிவாங்குவானோ தெரியாது. எத்தனை உயிர்களைப் பதில் பணயமாகப் பிடிப்பானோ தெரியாது. இந்தச் சிறுவனின் தடமே தெரியாமல் நான் மறைத்துவிட வேண்டும். அது வங்களாப் பறங்கியைக் குழப்பிப்போடும். வாழ்க்கை முழுவதும் அவனைத் தீராத் துன்பத்தில் வீழ்த்தும். ஆனால், இந்தப் பொன்னிறத் தோலையும் பச்சைக் கண்களையும் நான் எங்கேதான் மறைத்துவைப்பது? எத்தனை நாள்தான் மறைக்க முடியும்? எரிந்துகொண்டிருக்கும் விளக்கைப் பன்னாடையால் மூடுவது நடக்கக் கூடிய காரியமா?

களபூமிக்கு நாங்கள் போய்ச் சேர்ந்தபோது விடிந்துவிட்டது. சிறுவனின் வாயிலிருந்த துணியை உருவி, அவனது இடுப்பில் கட்டிவிட்டோம். துணியை உருவியதும் அந்தச் சிறுவன் திக்கித் திணறியவாறு பேசினான். அப்போது குறிஞ்சன் இளித்துக்கொண்டே சொன்னான்:

"பறவையைப் போல் கத்துகிறான் பறங்கி!"

குறிஞ்சனின் அக்கைக் கிழவி கைம்பெண். தனியாகத்தான் அங்கே சீவித்துக்கொண்டிருந்தாள். தப்புத்தண்ணிக்குள் குறுநண்டும் மட்டியும் அமர்த்தி வயிற்றைத் தணித்துக்கொண்டிருந்தாள். எங்களைத் திடீரெனப் பார்த்ததும், அவளுக்கு என்ன ஏதென்று புரியவில்லை. நாங்கள் கடலிலிருந்து ஏதோவொரு அதிசய உயிரினத்தைப் பிடித்து வந்திருப்பதாகவே அவள் நினைத்தாள். நாங்கள் சிறுவனைக் குடிசைக்குள் உட்காரவைத்து, இறால் பிடிக்கும் பிரம்புக் கூடையால் மூடிவிட்டோம். அவன் அந்தக் கூடைக்குள்ளிருந்து பறவையைப் போல் கீச்சுக் கீச்சென்று அவ்வப்போது சத்தமெழுப்பினான். நீரைத் தவிர வேறெதையும் அருந்தாமலிருந்தான்.

நாங்கள் பறங்கிச் சிறுவனை இங்கே கொண்டு வந்ததைப் பொன்னியம்மனும் பனங்காடுகளும் எவரின் கண்களிலும் காட்டிக் கொடுக்கவில்லை. குறிஞ்சனின் அக்கையின் குடிசை மணல்மேடுகளுக்கு நடுவே பள்ளத்தில் தனியே இருந்தது. மணல்மேடுகள் உயரமான கோட்டைச் சுவர்கள் போல அந்தக் குடிசையைப் பாதுகாத்தன.

உச்சிப் பொழுதானபோது, அந்தச் சிறுவன் இழுத்து இழுத்து மூச்சுவிடுவது போலிருந்தது. "தேவனுக்கு வெப்பம் தாங்க முடியவில்லைப் போலிருக்கிறது" எனச் சொல்லிவிட்டு, கிழவி கூடையைத் திறந்துவிட்டாள். அந்தச் சிறுவன் எழுந்து நடந்துவந்து குடிசைக்கு வெளியே பார்த்தான். குடிசை முற்றத்தில் புங்கை மரமொன்று சடைத்து நின்றது. அவன் நடந்துபோய் அந்த மரத்தின் வேரில் உட்கார்ந்துகொண்டான்.

நான் இப்போதுதான் அந்தப் பறங்கிச் சிறுவனை நிதானித்துப் பார்க்கிறேன். உடலும் தோள்களில் விழுந்த முடியும் பொன்னிறம். பருவத்தில் சிறியவனானாலும் நல்ல வளர்த்தி. மெல்லிய தேகம். அவனது சருமம் உடும்பின் இறைச்சிபோல மினுங்கிக்கொண்டிருந்தது. பச்சை நிறக் கண்கள் கிறங்கியிருந்தன. உதடுகள் இரத்தச் சிவப்பு. சிறிய இடுப்பு. ஒடுங்கிய பாதங்கள்.

அக்கைக் கிழவி 'தேவன்' என இவனைச் சொன்னபோது, என் மனதில் ஓர் எண்ணம் தோன்றியது. நான் குறிஞ்சனை ஒரு செய்தியோடு மலையாளத்தானிடம் அனுப்பிவைத்தேன். 'கையில் அரம்பை உண்டு' என்ற செய்தியைத் தவிர வேறெதுவும் மலையாளத்தானிடம் பேசக் கூடாது எனக் குறிஞ்சனிடம் வழிக்குவழி சொல்லி அனுப்பினேன்.

உச்சிவெயில் இறங்க, பறங்கிச் சிறுவன் பசியைப் பொறுக்க முடியாமல் கொடுத்ததை எல்லாம் தின்றான். அதன் பின்பு, மர நிழலிலேயே உறங்கினான். அவன் இங்கிருந்து தப்பி ஓடுவதற்கெல்லாம் வாய்ப்பே இல்லை. பொத்திப் பொத்தி இவனை வளர்த்திருக்கிறார்கள். கரையில் ஒதுங்கிய வெண்சங்கு போல அசையாமல் கிடந்தான்.

அடுத்தநாள் இரவே, மலையாளத்தான் என்னைத் தேடி வந்துவிட்டான். "எங்கே அந்தச் சிலை?" எனப் பரபரத்தான். நான் அவனைக் குடிசைக்குள் அழைத்துச் சென்று, விளக்கு வெளிச்சத்தில் பறங்கிச் சிறுவனைக் காண்பித்தேன். அந்தச் சுடரின் ஒளியில் சிறுவனின் முகம் பஞ்சலோகச் சிலை போலத்தான் ஒளிர்ந்தது. மலையாளத்தான் மயங்கி விழாத குறைதான்.

அந்த இரவில், கிழவியின் குடிசை முற்றத்தில் நானும் குறிஞ்சனும் மலையாளத்தானுமாக உட்கார்ந்திருந்து நீண்ட நேரமாக ஆலோசித்தோம். சிறுவனைக் கண்டி ராஜ்ஜியத்திற்குக் கொண்டுபோய், அடிமையாகக் கொழுத்த பணத்திற்கு விற்றுவிடலாம் என்று மலையாளத்தான் ஆலோசனை சொன்னான். அது நல்ல யோசனைதான். ஆனால், இங்கிருந்து சிறுவனை எப்படிக் கண்டிவரை கொண்டு போவது? ஒளியை எப்படி மறைத்து எடுத்துச் செல்வது?

"நாங்கள் மலைநாடு வரை போகத் தேவையில்லை. வன்னியில் 'கப்பாச்சி' கிராமத்தைக் கடந்துவிட்டால், கண்டி ராஜ்ஜியத்தின் எல்லை வந்துவிடும். எல்லைப்புறத்திலேயே விற்றுவிடலாம்" என்றான் மலையாளத்தான். கிடைக்கும் பணத்தில் தனக்குப் பாதி, எனக்கும் குறிஞ்சனுக்கும் பாதி என்றான். "எல்லாச் சாலைகளிலும் பறங்கிகள் காவல் போட்டிருப்பார்களே... கப்பாச்சி வரை சரக்கை எப்படிக் கொண்டு போவது? கடல் வழியாகப் போக முடியுமா?" என்று கேட்டேன்.

"அது என்னுடைய பொறுப்பு" என்றான் மலையாளத்தான். அவன் வானத்தால் கூடப் பறப்பான்.

III

புஸ்ஸவல்ல கெலிகொட என்பது எனது பெயரானாலும் 'ரட்ட மகாத்யோ' என்றே என்னைச் சனங்கள் அழைத்தார்கள். வன்னி - கண்டி ராஜ்ஜிய எல்லையிலுள்ள இந்தப் பெரிய கிராமத்திற்கும் சுற்றியுள்ள எட்டுப் பத்துக் கிராமங்களுக்கும் என்னுடைய அறுபது வயதுவரை நானே பெரிய திஸாவையின் உதவி அதிகாரியாக இருந்தேன். வயது மூப்பால்தான் என்னுடைய பதவியைப் பெரிய திஸாவ ரத்துச் செய்தான். நான் கண்டிப் பிரதானிகளுக்கு எழுதிப்போட்டும், பதவி எனக்குத் திரும்பக் கிடைக்கவேயில்லை. என்னுடைய பதவி கழற்றப்பட்டதும் நான் வாயில் இரத்தினமுள்ள செத்த பாம்பு ஆகிவிட்டேன்.

என்னுடைய பதவிக் காலம் முழுவதும், நான் மக்களிடம் கொஞ்சம் கண்டிப்பாகவே நடந்துகொண்டேன். அதனாலேயே எனக்கு வம்ச விருத்தி இல்லையென்று என் காதுபடவே சிலர் பழித்துண்டு. சென்ற வருடம்தான் என்னுடைய இரண்டு மனைவிகளும் ஒருவர் பின் ஒருவராக இறந்துபோனார்கள். என் வீட்டின் எல்லா அறைகளிலும் செல்வம் பரவிக் கிடந்தாலும், அதைக் கட்டியாள ஒரு பெண்ணில்லை. ஞாபகக் குறைபாடுள்ள இந்த முதியவனிடம் வேலைக்காரர்கள் முடிந்தவரை திருடிக்கொண்டிருக்கிறார்கள். இந்த வீட்டுக்குத் தகுதியான ஒரு ராணியைக் கொண்டுவர வேண்டும் என நான் எண்ணிக்கொண்டிருந்த போதுதான், எனக்கு அந்தச் செய்தி கிடைத்தது.

மலபார் வியாபாரி ஒருவன், தேவதை போன்ற கன்னிப் பெண்ணொருத்தியை அடிமையாக விற்பதற்காக இங்கே கொண்டுவந்திருக்கிறானாம். இங்கே நல்ல விலை அமையாவிட்டால், மதவாச்சிக்கோ அனுராதபுரத்துக்கோ கன்னியைக் கொண்டு போய்விடுவானாம். இன்று ஒரிரவு மட்டும்தான் வியாபாரி இந்தக் கிராமத்தில் இருப்பானாம்.

நெலும் விகாரைக்கு முன்னால், மலபார் வியாபாரி ஒரு சிறிய சந்தையையே கூட்டிவிட்டான். மக்கள் தீப்பந்தங்களை ஏந்தியவாறு கன்னியைப் பார்க்கக் கூடியிருந்தார்கள். அந்தப் பெண்ணின் வசீகரத்தைப் பார்த்துச் சனங்கள் பேச்சிழந்து நின்றபோது, நான் அங்கே போய்ச் சேர்ந்தேன்.

தரையில் சாயப் பாய் விரிக்கப்பட்டு, அதிலே அந்தப் பெண் உட்கார வைக்கப்பட்டிருந்தாள். அவளுக்கு இருபுறமும் கருகருவென்ற தமிழர்கள் இருவர் காவலாளிகளைப் போல நின்றிருந்தார்கள். இருளுக்குள் அவர்களது பற்களும் முட்டை கண்களும் மட்டுமே தெரிந்தன. மலபார் வியாபாரி ஒரு கல்லில் அமர்ந்திருந்து புகையிலை கசக்கிக்கொண்டிருந்தான்.

நான் அந்தப் பெண்ணை நெருங்கிச் சென்று பார்த்தேன். ஒரு தமிழன் பெண்ணின் முகத்தை நிமிர்த்தித் தீபத்தின் வெளிச்சத்தில் பிடித்தான். பொன்னால் வார்க்கப்பட்ட தேவகன்னிகை என் முன்னே இருந்தாள் என்பதைத் தவிர என்னிடம் அதை விவரிக்கச் சொற்கள் கிடையாது. அவளது தலையையும் முகத்தையும் உள்ளங்கைகளையும் ஒடுங்கிய பாதங்களையும் தவிர, மற்றப் பாகங்கள் அனைத்தையும் ஒரு பச்சை நிறச் சேலை மூடியிருந்தது. சேலைக்கரையில் இழைக்கப்பட்டிருந்த வெள்ளிச் சரிகை அந்தப் பெண்ணில் வால்நட்சத்திரம் போல ஒளிர்ந்துகொண்டிருந்தது.

பெண்ணின் விலை அறுநூறு லறின்கள் என்று மலபார் வியாபாரி உறுதியாகச் சொல்லிவிட்டான். இந்தக் கிராமத்தில் அவ்வளவு பணம் யாரிடமும் இருக்காது என்ற ஏளனம் அவனது புகையிலை அதக்கும் வாயிலிருந்தது. "வரவேண்டும் ரட்ட மகாத்யோ... இவள் உங்களுக்கானவள்" என வியாபாரி சொன்னபோது, அங்கே கூடி நின்ற மக்களிடமிருந்து "ஓஹ்... ஓஹ்" என ஆர்ப்பரிப்பு எழுந்தது. என் பதவியோடு சேர்த்துக் காணாமற்போயிருந்த என் கவுரவம், இந்தப் பெண் மூலம் எனக்குத் திரும்பக் கிடைத்துவிடும் போலிருந்தது.

திடீரென வியாபாரி தமிழில் ஏதோ சொல்ல, பெண்ணுக்கு அருகில் நின்றிருந்த ஒரு தமிழன் பெண்ணை எழுந்திருக்குமாறு சைகை காட்ட, அடுத்த தமிழன் பாயைச் சுருட்டத் தொடங்கினான். "செல்வச் சீமானும் ஆயிரம் அடிமைகளை வைத்திருக்கவும் தகுதியுள்ளவருமான ரட்ட மகாத்யோவே இந்த பச்சைக் கண் அழகியைக் கொள்ளாவிட்டால் நான் என்னதான் செய்வது! இந்த அரம்பைக்குக் கொடுத்துவைத்தது அவ்வளவுதான். மலைநாட்டில் யாராவது முரட்டுத் திஸாவையிடம் இவள் அடிமையாகி வாழ்க்கை முழுவதும் துன்பப்படப் போகிறாள். ரட்ட மகாத்யோவுக்கு வேண்டுமானால் இவளின் துணியை முழுவதுமாக

அவிழ்த்துக் காட்டட்டுமா? அப்போதாவது உங்களது தயாள மனம் இரங்குமா?" என அந்த வியாபாரி என்னைப் பார்த்துக் கேட்டான்.

எனது கவுரவ கெதறவுக்கு வரப் போகும் பெண்ணை, இந்த இழிசனங்கள் முன்னே துணியிழ்ப்பதா என்ன! மலபார் வியாபாரியிடம் பேரம் பேசவும் என் கவுரவம் இடம் கொடுக்கவில்லை. உண்மையில், இந்தத் தேவகன்னிகை ஆறாயிரம் பொன்னுக்கும் மதிப்பானவளே. சில வெளிநாட்டு அடிமைகள் கண்டி மலைநாட்டில் இருப்பதாகக் கேள்விப்பட்டுள்ளேன். ஆனால், இந்தப் பிரதேசத்திலே இதுவரை திசாவை கூட இப்படியொருத்தியை வைத்திருந்தது கிடையாது. தொலைந்துபோன கவுரவம் தேடி வந்து, என் முன்னே தெய்வச்சிலையாக நிற்கிறது. நான் அந்த இடத்திலேயே வியாபாரத்தை முடித்துவிட்டு, மாட்டுவண்டியில் ஏறி அமர்ந்துகொண்டேன். எனது வண்டிக்குப் பின்னே தமிழர்கள் அடிமையை நடத்திக் கூட்டிக்கொண்டு வந்தார்கள்.

கிராம அதிகாரியை அழைத்துவர ஆள் அனுப்பினேன். அவன் என் வீட்டுக்கு வாயைப் பிளந்துகொண்டு வந்தான். "ரட்ட மகாத்யோ புத்தரின் கருணையால் எப்போதுமே ஆசீர்வதிக்கப்பட்டவர்" என்றான். அடிமைச் சான்றிதழ் எழுதிக் கொடுத்துவிட்டு, அரை லொறின் நாணயம் வாங்கிக்கொண்டு போனான். பணத்திற்காக மலபார்காரன் துடித்துக்கொண்டு நின்றான். இந்தக் கறாரான வியாபாரக் குணந்தான் நாட்டின் கால்வாசிக் கறுவாத் தோட்டங்களும் முக்கால்வாசிக் கள்ளுக்கடைகளும் இவர்களது கைகளில் வந்ததற்குக் காரணமாக இருக்கிறது. அறுநூறு லொறின்களைப் பெற்றுக்கொண்ட மறுகணமே மலபார் வியாபாரியும் தமிழர்களும் அவசர அவசரமாகப் புறப்பட்டுவிட்டார்கள். புறப்படும்போது, அந்த வியாபாரி என் காதருகே வந்து இரகசியமாகச் சொன்னான்:

"ரட்ட மகாத்யோ பெரிய மனது பண்ணி இரண்டு நாட்களுக்குப் பொறுமை காக்க வேண்டும். அவளுக்கு மாதவிலக்கு ஏற்பட்டுள்ளது. அவள் இப்போது உங்களுக்கு உரித்தான நிலம். நிதானமாக உழுது விளைவித்துக்கொள்ளுங்கள்."

அப்போது வீட்டில் முதிய வேலைக்காரன் திமிது மட்டுமே இருந்தான். திமிது அந்தத் தேவகன்னிகையை அழைத்துக்கொண்டு வீட்டின் பின்புறத் தாழ்வாரத்திற்குப் போனான். காலையில் நான் துயிலெழும்போது, வேலைக்காரி சீவாலி என் காலருகிலேயே உட்கார்ந்திருந்தாள். நான் எழுந்ததும், அவள் தனது வாயைக் கையால் மறைத்தவாறே "மோசம் போய்விட்டீர்கள் ரட்ட மகாத்யோ" என்று இரகசியக் குரலில் சொன்னாள். மலபார் வியாபாரியும் தமிழர்களும் இப்போது எல்லையைக் கடந்து வன்னிக்குள் புகுந்திருப்பார்கள்.

ரட்ட மகாத்யோ தன்னுடைய தள்ளாத வயதில், ஒரு பறங்கிப் பையனைப் பெண் என நம்பி விலைக்கு வாங்கி ஏமாந்திருக்கிறான் எனத் தெரிந்தால் இந்தக் கண்டி ராஜ்ஜியமே ஊளையிட்டுச் சிரிக்காதா! இதைப் போலொரு அவமானம் எனக்கு எப்போதும் ஏற்பட்டதில்லையே! ஒரு நாயை ஆட்டுத் தோல் போர்த்திச் சந்தையில் விற்ற கதையை வேடிக்கையாகச் சொல்வார்கள். இப்போது நானே பரிகாசத்திற்குரியவனாக ஆகிவிட்டேனே.

நான் ஏமாந்தது யாருக்குமே தெரியக் கூடாது! இரவுதான் அவசரப்பட்டு மதியீனமாக நடந்துகொண்டேன். பகலிலும் அதைச் செய்யக் கூடாது. நான் நிதானமாக யோசித்தேன். ஊர் மக்களின் வாயிலிருந்து எப்படித் தப்பிப்பது என மண்டையைப் போட்டுக் குழப்பினேன். கடைசியில் ஒரு முடிவுக்கு வந்தேன். நான் வாங்கிய அடிமை தேவகன்னிகையாகவே இருக்கட்டும். அந்தத் தேவகன்னிகை ஆண் என்ற உண்மை இந்த வேலைக்காரியோடும் என்னோடும் மட்டுமே இருக்கட்டும். அந்தக் கணத்திலிருந்து, இந்த வேலைக்காரி சீவாலியைத் தவிர மற்றைய வேலைக்காரர்கள் அனைவரையும் வீட்டு வேலைக்கு வரவேண்டாம் எனச் சொல்லிவிட்டேன். அவர்களை வயலில் வேலை செய்யுமாறு உத்தரவிட்டேன்.

இந்தப் பறங்கிப் பையன் என்னை ஆச்சரியப்படுத்திக் கொண்டேயிருந்தான். மிகவும் பணிவாக இருந்ததோடு மட்டுமல்லாமல், சிங்களச் சொற்களையும் விரைவிலேயே பேசத் தொடங்கினான். என்னுடைய அழகிய அடிமையைப் பார்ப்பதற்காகத் தூரத்து ஊர்களிலிருந்தெல்லாம் மக்கள் வந்தபோது, வேலைக்காரி சீவாலி சிங்கள முறையில் அவனுக்குச் சேலை அணிவித்துப் பூக்களால் அலங்கரித்துவிட்டாள். அந்தச் சிறுவனின் நடையும் அசைவும் அசல் பெண்ணைப் போலவேயிருந்தன. அவன் இப்போது சிரிக்கக் கூடத் தொடங்கிவிட்டான். தேவகன்னிகையின் சிரிப்பது.

இந்த நாடகத்தை அதிக நாட்களுக்கு நடத்த முடியாது. பையனின் ஆணுறுப்பை அறுத்துவிட்டால் என்னவென்று கூட நான் யோசித்தேன். கண்டி அரண்மனையில் இப்படியாகக் காயடிக்கப்பட்ட அடிமைச் சிறுவர்கள் உள்ளார்கள் எனக் கேள்விப்பட்டிருந்தேன். காயடிக்கும் மனிதன் ஒருவனை நான் இரகசியமாகத் தேடிக்கொண்டிருந்த போதுதான், கண்டி அரசன் காட்டுக் கொடிகளால் பிணைக்கப்பட்டு, பறங்கிப் படையால் சிறைப்பிடிக்கப்பட்டான் என்ற செதி வந்தது.

பறங்கிப் படைகள் வன்னி எல்லையைத் தாண்டி, கண்டி ராஜ்ஜியத்திற்குள் இரவோடு இரவாகப் புகுந்துவிட்டன. காலையில், என் வீட்டின் முன்னால் வந்து நின்ற குதிரையில் ஏழடி உயர பறங்கி

துப்பாக்கியோடு அமர்ந்திருந்தான். அவன் துப்பாக்கியை என் மார்புக்குக் குறி வைத்தபடியே "வில்மெட் நோர்மென்" என்று அலறியபோது, பறங்கிச் சிறுவன் வீட்டுக்குள்ளிருந்து வெளிப்பட்டு, தேவகன்னிகை போல நடந்துவந்து, என்னருகே தலையைக் குனிந்தவாறு நின்றான்.

IV

என் கணவர் சேர்.வில்மெட் நோர்மன் இரவு ஏழு மணியளவில் "எஸ்மெரெல்டா" என்று அழைத்துக்கொண்டு வீட்டுக்குள் நுழைந்த போதே, அவரது மனநிலை உற்சாகம் குன்றியிருக்கிறது என்பதைத் தெரிந்துகொண்டேன். அவரது கையில் 'த ஸ்டாண்டர்ட்' மாலைப் பத்திரிகை சுருட்டப்பட்டிருந்தது. பத்திரிகையை மேசையில் போட்டுவிட்டு, எதுவும் பேசாமலேயே மாடிக்குச் சென்றுவிட்டார். நான் குழந்தைகளைத் தூங்கவைக்கும் முயற்சியிலிருந்தேன். எட்டு மணிக்கு, கணவர் உணவருந்தக் கீழே வருவார். சமையற்காரி இப்போதே உணவு மேசையைத் தயார் செய்யத் தொடங்கிவிட்டாள்.

மூன்றாண்டுகளுக்கு முன்பான இளவேனிற் காலத்தில் எங்களது காதல் திருமணம் நடந்தது. சாதாரண குடிப் பின்னணியிலிருந்து வந்த என்னை மருமகளாக்கிக்கொள்ள கணவரின் குடும்பம் சம்மதிக்கவே இல்லை. என் கணவர் என்னிடம் கொண்ட அசைக்க முடியாத காதலாலும் இரக்கத்தாலுமே எங்களின் திருமணம் நடந்து முடிந்தது. திருமணமான அடுத்த மாதமே என் கணவருக்கு 'சேர்' பட்டம் வழங்கப்பட்டது. பினாங்குத் தீவில் அய்ந்து வருடங்கள் பிரிட்டிஷ் முடியாட்சிக்கு ஆற்றிய பணிகளுக்காகவே இந்தப் பட்டம் இளம் வயதிலேயே என் கணவரை வந்தடைந்தது.

இவர் இங்கிலாந்து திரும்பி, கிறிஸ்தவ அரசியல் மன்றத்தில் செயற்படத் தொடங்கிய போதுதான் என்னைச் சந்தித்தார். அன்றிலிருந்து என்னுடைய வாழ்க்கை ஆசீர்வதிக்கப்பட்டதாகவே அமைந்துவிட்டது. கணவரால் வயிற்றில் கனியாகிய இரண்டு குழந்தைச் செல்வங்களும் எனக்கு நித்தமும் அற்புதங்களைக் காட்டிக்கொண்டிருக்கிறார்கள்.

என் கணவர் தன்னைக் குறித்த எந்தச் செய்தியையும் என்னிடம் மறைத்ததில்லை. அவருடைய வாழ்வின் ஒவ்வொரு நாளையும் நான் அறிந்திருக்கிறேன். அவர் எவ்வளவுக்கு உண்மையானவரோ, இனிமையானவரோ அந்தளவுக்கு அடக்கமான குணமுடையவரும் கூட. வேலைக்காரர்களிடமோ, குதிரை வண்டிச் சாரதியிடமோ அவர் கடிந்து பேசி நான் பார்த்ததில்லை. நான் அவர் முன்னே மண்டியிடவோ, பணிவான சொற்களைப் பேசவோ அவர் அனுமதித்ததே

கிடையாது. "ஆண் மண்ணால் படைக்கப்பட்டவன், பெண் எலும்பால் படைக்கப்பட்டவள்" என்பார்.

குழந்தைகள் உறங்கியதும், நான் மாலைப் பத்திரிகையை விரித்தேன். முதற் பக்கத்திலேயே நாடாளுமன்றத் தீர்மானம் குறித்த செய்தியிருந்தது. நான் குறிப்பிட்ட ஒரு பகுதியைத் திரும்பத் திரும்பப் படித்தேன். என்னால் அதை அவ்வளவு இலகுவாக நம்ப முடியவில்லை. இலங்கைத் தீவில் அடிமைமுறையைத் தொடர வேண்டும் என நாடாளுமன்றத்தில் தீர்மானம் நிறைவேறியிருந்தது. என் கணவர் சேர்.வில்மெட் நோர்மென் அடிமைமுறைக்கு ஆதரவாக வாக்களித்திருந்தார்.

எட்டு மணியாகியும் என் கணவர் கீழே வராமல் மாடியிலேயே இருந்ததால், நான் மாடிக்குச் சென்றேன். அவரிடம் பேச வேண்டிய சொற்களை என் மனதில் உருப்போட்டவாறே போனேன். சொற்களை மினுக்கி முத்துகளைப் போல அவர் முன்னே வைப்பேன்.

அவர் உடைகளைக் கூட மாற்றாமல் படுக்கையில் சாய்ந்து உட்கார்ந்திருந்தார். என்னைப் பார்த்ததும் அடக்கமான புன்னகையை வெளிப்படுத்தினார்.

"பத்திரிகையில் செய்தி படித்தேன். வெற்றி பெற்ற என் பிரபுவுக்கு வாழ்த்துகள்" என்று நானும் அடக்கமான குரலில் சொன்னேன்.

என் கணவர் கண்களை இமைக்காமல் என்னையே பார்த்துக் கொண்டிருந்தார். பின்பு மெதுவாகச் சொன்னார்:

"துன்ப ஞாபகங்களின் வழியாகவோ அல்லது இன்ப ஞாபகங்களின் வழியாகவோ நாங்கள் பால்ய காலத்தைச் சென்றடையலாம்... ஆனால், சென்றடையும் அந்தக் காலம் எப்போதும் இனிமையானதாகவே இருக்கிறது இல்லையா எஸ்மெரெல்டா!"

நான் கண்களை உயர்த்தி, படுக்கையறை மாடத்தில் வைக்கப்பட்டிருந்த பஞ்சலோகங்களாலான நடன மங்கை சிலையைப் பார்த்தேன்.

□ ஏகலைவன் – 2021

ராணி மஹால்

அப்போது நேரம் அதிகாலை அய்ந்து மணியாகிவிட்டது. வசந்தகாலம் பிறந்திருந்தது என்றாலும் 'செய்ன்' நதியிலிருந்து எழுந்துவந்த ஈரலிப்பான காற்றில் குளிரிருந்தது. நதிக்கரையோரமிருந்த ஒற்றையடிப் பாதையில் அன்னராணி நடந்துவந்தார். கடந்த முப்பத்தெட்டு வருடங்களாக ஒருநாள் தவறாமல், அவர் இந்தப் பாதையில் நடக்கிறார். அன்னராணி ஒற்றையடிப் பாதையின் முடிவிலிருந்த சிறிய தார் வீதியில் ஏறி, உயரமான முன் 'கேட்'டைத் திறந்துகொண்டு சிறிய புல்வெளியைத் தாண்டி நடந்தார். புல்வெளியில் அலங்கார மின் விளக்குகள் பிரகாசித்துக்கொண்டிருந்தன. அவரின் எதிரே கம்பீரமாக ராணி மஹால் நின்றிருந்தது.

'மந்த் லா ஜொலி' என்ற இந்தச் சிற்றூர் புகழான வரலாற்றுப் பின்னணிகொண்டது. பிரெஞ்சு அரசன் இரண்டாம் பிலிப் இந்த ஊரில்தான் போரில் மடிந்தான். இரண்டு தளங்களும் ஆறு அறைகளும் கொண்ட இந்த வீட்டை அன்னராணியின் கணவர் மரியநாயகம் நீண்டகாலத்திற்கு முன்பு வாங்கினார். வீட்டின் முகப்பில் பதித்திருந்த 'பெல்லா வில்லா' என்ற கற்பலகையை நீக்கிவிட்டு, தனது மனைவியின் பெயரால் 'ராணி மஹால்' என்ற பெயர்ப் பலகையை இங்கே பதித்தார். அப்போது அன்னராணிக்கு வயது முப்பத்து மூன்று. இப்போது வயது எழுபத்தொன்று. மரியநாயகத்திற்கு அன்னராணியை விட நான்கு வயது அதிகம்.

ராணி மஹாலுக்குச் செல்வதற்கு உயரமான நான்கு அலங்காரப் படிகளுண்டு. அந்தப் படிகளில் ஏறி வாசற்கதவுக்கு அருகே வந்தபோதுதான், தன்னிடம் வீட்டுச் சாவி இல்லை என்பது அன்னராணிக்கு ஞாபகம் வந்தது. அவரிடம் எப்போதுமே அந்தச் சாவி இருந்ததில்லை. அன்னராணியின் கணவர் மரியநாயகமே சாவியை வைத்திருப்பார். அந்தச் சாவி இப்போது மரியநாயகத்தின் குளிர் மேலங்கியின் பைக்குள் இருக்கும். அன்னராணி ஆயாசமாக வாசற்படியில் குந்திக்கொண்டார். ஒரு நிமிடம் ஆறிவிட்டு, எழுந்து சாவியைத் தேடிப் புறப்பட்டார்.

இப்போது, அன்னராணி சற்று வேகமாகவே நதிக்கரையோர ஒற்றையடிப் பாதையால் நடந்தார். நதிக்கரையிலிருந்த தோரண மின் விளக்குகளின் வெளிச்சமும் புலரியும் கலந்து 'செய்ன்' நதி நீரில் வனப்புக் காட்டின. ஒற்றையடிப் பாதை முடியும் இடத்தில் காட்டுப் பகுதி ஆரம்பமாகியது. இந்தப் பாதுகாக்கப்படும் காட்டுப் பகுதிக்குள் நடைப் பயிற்சி செய்வதற்கு வளைவுப் பாதைகளிருந்தன. காலை ஆறுமணிக்குப் பின்புதான், மக்கள் இங்கே நடைப் பயிற்சிக்காக வருவார்கள். ஆனால், மரியநாயகம் நாள் தவறாமல் காலை நான்கரை மணிக்கு இங்கே நடைப் பயிற்சி செய்ய வந்துவிடுவார்.

காட்டுப் பகுதிக்குள் நுழைந்து வளைவுப் பாதையால் அன்னராணி முன்னோக்கி நடந்தார். அடர்ந்த மரங்களுக்கு நடுவாக முதலாவது சூரியக் கதிர் நுழைந்துகொண்டிருந்தது. நடைப் பயிற்சிக்கு நடுவே, மரியநாயகம் எப்போதும் உட்காரும் மர இருக்கையை நோக்கி அன்னராணி நடந்தார். மர இருக்கையின் முன்னே, பாதையில் மரியநாயகத்தின் சடலம் கிடந்தது.

மரியநாயகத்தின் முகத்தில், தலையில், கைகளில் இரத்தம் உறைந்துகிடந்தது. மூக்குக் கண்ணாடி சரிபாதியாக உடைந்து தெறித்துத் தரையில் கிடந்தது. நெற்றி நடுவாகப் பிளந்து, அங்கே முட்டையின் மஞ்சள் கருபோல எதுவோ அசிங்கமாக வடிந்திருந்தது. அதைப் பார்த்ததும் அன்னராணி கண்களை மூடிக்கொண்டார். பின்பு அன்னராணி தனது முகத்தைச் சூரியக் கதிரை நோக்கித் திருப்பி மேலே பார்த்தவாறே, தனது கணவனின் சடலத்திற்கு அருகே மண்டியிட்டு உட்கார்ந்து, கணவன் அணிந்திருந்த செந்நிற மேலங்கியைத் தனது கையால் மெதுவாகத் தடவினார். அன்னராணியின் விரல்கள் மேலங்கியின் பைக்குள் திணிக்கப்பட்டிருந்த சாவிக்கொத்தை உணர்ந்ததும் சாவிக்கொத்தை எடுத்துக்கொண்டு, திரும்பி ராணி மஹாலை நோக்கி நடந்தார்.

இப்போது, அவருக்கு நான்கு படிகளையும் ஏறுவது சிரமமாக இருந்தது. ஒவ்வொரு படியிலும் மெதுவாகக் கால்களை வைத்து ஏறினார். கையிலிருந்த சாவிக்கொத்தில் பத்துப் பதினைந்து சாவிகளிருந்தன. அதில் எந்தச் சாவி வாசற்கதவுக்கான சாவி என்று அவருக்குக் குழப்பமாயிருந்தது. ஒவ்வொரு சாவியாக மெதுமெதுவாகப் போட்டுக் கதவைத் திறக்க முயற்சித்தார். ஆறாவதோ ஏழாவதோ சாவி கதவைத் திறந்தது.

வீட்டுக்குள் நுழைந்ததும், விளக்குகளைப் போட்டு விட்டுக் குளியலறைக்குள் நுழைந்தார். உடைகளைக் களைந்து, கைகளையும் கால்களையும் முகத்தையும் கழுவிக்கொண்டார். படுக்கையறைக்குள் நுழைந்து, அலமாரியைத் திறந்து நீல நிறத்திலான சேலையை எடுத்து

உடுத்திக்கொண்டார். மரியநாயகத்திற்கு இவர் சேலையணிவது பிடிக்காது. அய்ரோப்பியப் பாணியிலேயே உடை அணியுமாறு வற்புறுத்துவார். தலையில் கொண்டை போட்டுவிட்டு, முகத்திற்கும் கைகளுக்கும் கிரீம் தடவிக்கொண்டார். கறுப்பு நிறக் குளிர் மேலங்கியை எடுத்துச் சேலைக்கு மேலாக அணிந்துகொண்டார். வீட்டு வாசற்கதவைப் பூட்டிவிட்டு, சாவிக்கொத்தை மேலங்கிப் பைக்குள் பத்திரமாக வைத்துக்கொண்டு அன்னராணி தெருவில் இறங்கி நடக்கத் தொடங்கினார்.

இந்தத் தெருவில் பஸ் போக்குவரத்து ஏழு மணிக்கு மேல்தான் ஆரம்பிக்கும். தெருவே ஆளரவமற்று அமைதியாகக் கிடந்தது. தெரு முடக்கிலிருந்த 'பேக்கரி' மட்டுமே திறந்திருந்தது. பேக்கரியைத் தாண்டியதும், இடது பக்கமா வலது பக்கமா திரும்ப வேண்டும் என அன்னராணி சற்றுக் குழம்பினார். நின்று நிதானமாக யோசித்துவிட்டு, மகனின் வீடு வலது புறத்திலேயே இருக்க வேண்டும் எனத் தீர்மானித்தவராக அந்தப் பக்கமாகத் திரும்பி நடந்தார்.

அன்னராணியின் மகன் பிலிப்பின் வீடு அங்கிருந்து ஒரு கிலோமீற்றர் தொலைவில் ஊரின் மையத்திலிருந்தது. அன்னராணி நடக்க நடக்கப் பாதை நீண்டுகொண்டேயிருந்தது. தன்னால் மகனின் வீட்டுக்குப் போய்ச் சேர முடியுமா என்ற சந்தேகமே அவருக்கு வந்துவிட்டது. மகனின் வீடு தீயணைப்புப் படைக் கட்டடத்திற்கும், மக்டொனால்ட் கடைக்கும் நடுவேயிருக்கும் உயரமான பச்சை நிறக் கட்டடத்திலிருந்து மட்டுமே அவருக்குத் தெளிவாக ஞாபகமிருக்கிறது.

தெருவோரத்தில் அவ்வப்போது நின்று மதிற்சுவர்களில் சிறிது சாய்ந்துகொண்டார். கால்களுக்குள்ளால் குளிர் ஏறிக்கொண்டேயிருந்தது. காலுறை அணியாமல், வெறும் காலில் செருப்பு அணிந்துகொண்ட முட்டாள்தனத்தையிட்டு அவரது வாய் உச்சுக்கொட்டியது. அன்னராணி மெல்ல மெல்ல நடந்து போய், மகனின் வீட்டை அடையாளம் கண்டு அழைப்பு மணியை அழுத்தும்போது ஏழு மணியாகியிருந்தது.

தூக்கக் கலக்கத்தில் கதவைத் திறந்த பிலிப் வாயைப் பிளந்தான். "மம்மி என்ன இந்த நேரத்தில... எனக்கு போன் அடிச்சிருக்கலாமே..."

அன்னராணி மகனை அணைத்து, அவனது இரு கன்னங்களிலும் முத்தமிட்டுவிட்டு, வரவேற்பறையிலிருந்த விசாலமான நாற்காலியில் சாய்ந்து உட்கார்ந்துகொண்டார்.

"மம்மி... பப்பாவும் வாறேரே? உங்களத் தனிய ஒருக்காலும் விடமாட்டாரே..."

அன்னராணி தலையை மேலும் கீழுமாக அசைத்துக் கொண்டே "ரோசா எங்க தம்பி?" என்று மருமகளைத் தேடினார்.

பிலிப் கண்களை விரல்களால் தேய்த்துக்கொண்டே கொட்டாவி விட்டான். "அவுக்கு நைட் டியூட்டி" என்று சொல்லிக்கொண்டே சுவர்க் கடிகாரத்தைப் பார்த்தான்.

"அரை மணித்தியாலத்தில வந்திருவா."

"சரி... நீ போய்ப் படு! நான் இதில இருக்கிறன்."

பிலிப் தலையைச் சொறிந்துகொண்டே படுக்கையறைக்குள் நுழைந்தான். பிலிப்பின் நடவடிக்கைகள்தான் சோம்பேறித்தனமாக இருக்குமே தவிர, அவன் மிகுந்த மதிநுட்பமுள்ளவன். சிறந்த மாணவன் எனப் பள்ளியிலும் பல்கலைக்கழகத்திலும் பெயர் வாங்கியவன். ஆனால், அன்னராணியின் மூத்த மகன் கென்னடி இவனுக்கு எதிர்மாறானவன். ஒரு நிமிடம் ஓரிடத்தில் இருக்கமாட்டான். படிப்பிலும் அவன் சிறந்தவனாக இருக்கவில்லை. இரண்டாவது மகன் பிலிப் போல, கென்னடி பிரான்ஸிலேயே பிறந்தவனல்ல. அவன் இலங்கையில் பிறந்து ஆறு வயதில், அன்னராணியுடன் பிரான்ஸுக்கு வந்தவன்.

அன்னராணி நாற்காலியில் இன்னும் சற்றுச் சாய்ந்து உட்கார்ந்துகொண்டார். கண்களில் தூக்கம் அழுத்துவதை உணர்ந்தார். ஆனால், தூங்கக் கூடாது என்பதில் அவர் தெளிவாயிருந்தார். பிலிப்பின் வீட்டுத் தொலைபேசியோ, அவனின் கைபேசியோ ஒலிக்கும் சத்தம் கேட்கிறதா என ஒரு காதைத் திறந்து வைத்திருந்தார். அடுத்த காதை வாசற்கதவில் வைத்திருந்தார். கண்களை லேசாக மூடிக்கொண்டார். கென்னடி 'அம்மா' என்று அவரைக் கூப்பிட்டான். 'பப்பா' என அரற்றினான். அன்னராணி சருகுபோல அந்தச் சொகுசு நாற்காலியில் ஒட்டிக்கொண்டார்.

2

அன்னராணிக்குச் சற்றுத் தாமதமாக, இருபத்தாறு வயதில்தான் திருமணம் நடந்தது. 1975 இல் இருபத்தாறு வயதுவரை ஒரு பெண் கல்யாணம் செய்யாமலிருப்பது கிராமத்தில் அசாதாரண விஷயம்தான். முழுக் கிராமமுமே அந்தப் பெண்ணுக்கு மாப்பிள்ளை பார்க்கும் முயற்சியில் இறங்கிவிடும்.

அந்தோனியார் கோயில் மூப்பர் இன்னாசிமுத்துவுக்கும் அருளம்மாவுக்கும் இரண்டு குழந்தைகள். மூத்தவனான தியோகு தன்னுடைய இருபதாவது வயதிலே பாலைதீவுத் திருவிழாவுக்குப் படகில் போகும்போது, கடலில் மூழ்கி இறந்துவிட்டான். அவனுக்கு மூன்று வயது இளையவள் அன்னராணி.

அன்னராணி தென்னை மரம்போல நெடுநெடுவென்ற உயரம். உயரத்திற்கு ஏற்ற பூரிப்பான உடம்பு. ஒருவித எலுமிச்சைப்பழ நிறம் அன்னராணிக்குக் கிடைத்திருக்கிறது. அடர்ந்த சுருட்டையான கூந்தலை வாரி முடிய ஒருநாள் வேண்டும். அந்தக் கிராமம் இப்படியொரு அழகியையும் அடக்கமான குமர்ப் பெண்ணையும் அதுவரை பார்த்ததில்லை எனக் கிராமத்திலே பேசிக்கொள்வார்கள். எல்லா வீடுகளிலும் அன்னராணியை உதாரணம் காட்டியே பெண் பிள்ளைகள் வளர்க்கப்படுவார்கள்.

கிராமத்திலிருந்த பள்ளிக்கூடத்தில் எட்டாவது வரை அன்னராணி படித்தாள். அதற்கு மேல் படிப்பதென்றால் வெளியூருக்குப் போகவேண்டும். அப்படிப் பெண்களைத் தனியாக வெளியூருக்கு அனுப்பும் வழக்கம் அப்போது கிராமத்திலில்லை. அன்னராணியும் மேலே படிக்க வேண்டுமென்று கேட்கவில்லை. படிப்பில் அவளுக்குப் பெரிய ஆர்வமுமில்லை. ஏதாவது புத்தகம் வாசிப்பதென்றாலே அவளுக்குத் தலையிடிக்கும். சமையல் செய்வதிலும் விதவிதமாகச் சாப்பிடுவதிலும் அவளுக்குப் பெருத்த ஆர்வம். வீட்டு வளவுக்குள் இருந்த நெல்லி, கொய்யா, ஜம்பு, மாமரங்கள் என ஒவ்வொரு மரமாகத் தேடிச் சென்று எப்போதும் வாயைச் சப்பியபடியே இருப்பாள். பனங்கிழங்கு சாப்பிட உட்கார்ந்தால், இருபது கிழங்குகள் சாப்பிட்டுவிட்டுத்தான் எழுந்திருப்பாள். சட்டிப் பனை காய்க்கும் பருவம் தொடங்கிவிட்டால், ஒவ்வொரு நாளும் ஒரு பனம் பழம் சுட்டுத் தின்னாமல் இருக்கமாட்டாள்.

செவ்வாய்க்கிழமை அந்தோனியார் கோயிலுக்கும் ஞாயிற்றுக்கிழமை சஞ்சுவானியார் கோயிலில் நிகழும் பூசைக்கும் செல்வதற்குத்தான் அன்னராணி வீட்டை விட்டு வெளியே வருவாள். அன்னராணி எப்போதும் கணுக்கால்வரை பாவாடை அணிந்துகொள்வாள். முழுக்கைச் சட்டைதான் அணிவாள். கரையில் கறுப்பு நிற லேஸ் வைத்துத் தைத்த வெள்ளை நிறத் துப்பட்டியைத்தான் தலையில் போட்டுக்கொள்வாள். தாய்க்கும் தகப்பனுக்கும் வால் பிடித்துக்கொண்டே குனிந்த தலை நிமிராமல் கோயிலுக்குப் போவாள்.

அவள் வயதொத்த பக்கத்து வீட்டுப் பெண்களுடன் வேலியில் நின்று மணிக்கணக்காகக் கதைப்பதும் முடிந்துவிட்டது. அயல் பெண்களெல்லாம் கல்யாணம் முடித்துவிட்டார்கள். அவர்களுக்குப் பேசுவதற்கு நேரமில்லை. எப்போதாவது பேசிக்கொண்டிருக்கும் போது, அயல் பெண்ணின் கணவன் அந்தப் பக்கமாக வந்தால், அன்னராணி விறுவிறுவென்று வேலியிலிருந்து திரும்பி வீட்டுக்குள் புகுந்துகொள்வாள்.

இன்னாசிமுத்து குடும்பத்திற்குத் தோட்டம், துரவு, வயல் என்றிருந்தால் காசு பணத்திற்குப் பஞ்சமில்லை. இருந்தாலும், இருபத்தாறு வயதுவரை அன்னராணிக்கு மாப்பிள்ளை அமையாமலேயே இருந்தது. கிராமத்திலே பெண்களைக் கலைத்துக்கொண்டு திரியும் காவாலிப் பொடியங்கள் அன்னராணி வீட்டுப் பக்கமே வருவதில்லை. அன்னராணி நெருங்க முடியாதவள் என்பது போலப் பொடியன்களிடையே பேச்சிருந்தது. அன்னராணியின் நெடுநெடுவென்ற உயரத்தால்தான் அவளுக்கு மாப்பிள்ளை அமையவில்லை எனத் தாயார் அருளம்மா கவலைப்படுவார். "எங்கிட வம்சத்திலேயே இல்லாத மாதிரி அன்னம் ஒரு உலாந்தாச் சாங்கத்தில பிறந்திருக்கிறாள்" என்பார்.

அன்னராணிக்குக் கயிறடிக்கப் பிடிக்கும். 'ஸ்கிப்பிங்' கயிறு எதுவும் கடைகளுக்கு வராத காலமது. வேலி வரியும் கயிற்றை அளவாக வெட்டி, இரட்டைப் பட்டாக முறுக்கி வைத்துக்கொண்டுதான் கிராமத்துப் பெண்கள் ஸ்கிப்பிங் செய்வார்கள். அது அப்போது பெண்களின் விளையாட்டாக மட்டுமேயிருந்தது. ஒருநாள் முற்றத்தில் நின்று ஸ்கிப்பிங் செய்து அன்னராணி மணல் புழுதியைக் கிளப்பிக்கொண்டிருந்த போதுதான், இளவாலை மாமி படலையைத் திறந்துகொண்டு உள்ளே நுழைந்தார்.

இளவாலை மாமி, இன்னாசிமுத்துவுக்குச் சகோதரி முறை. அவர் எப்போதாவது இன்னாசிமுத்துவின் வீட்டுக்கு வந்தாரென்றால் நகை அடகு, கைமாற்று, கோயில் காரியம் என்று ஏதாவது விஷயமிருக்கும். இம்முறை அவர் அன்னராணிக்கு ஒரு சம்மந்தம் கொண்டுவந்திருந்தார்.

"கோதாரி துரையப்பாவின்ர மூத்தவன்... உங்களுக்கு அவையள் சுவக்கீன் பெரியப்புவின்ர வழியில சொந்தம்தானே. பேராதனைப் பட்டதாரி. கொழும்பில வெளிநாட்டுக் கொம்பனியில உத்தியோகம். தேப்பனை மாதிரியில்ல. குடிவெறி, வெத்தில, சிகரெட் ஒண்டுமில்ல. உங்களட்ட உள்ளதெல்லாம் பொடிச்சிக்குத்தானே... இப்ப இந்த வீட்டையும் வளவையும் எழுதிவிடுங்கோவன். பொடியனுக்கு தங்கச்சிமார் ரெண்டு இருக்கு... அவையளுக்கு டொனேசனா ஆளுக்குப் பத்தாயிரம். கோதாரியற்ற கையில ரொக்கமா இருபத்தையாயிரம். நீங்கள் பொடிச்சிக்கு முப்பது பவுனுக்குக் குறைய நகை போடமாட்டியள்."

மரியநாயகமும் சொந்தக்காரர்களும் இளவாலையிலிருந்து, கார் பிடித்துப் பெண் பார்க்க வந்தார்கள். வீட்டின் கூடத்தில் நாற்காலி போட்டு அன்னராணியை உட்கார வைத்திருந்தார்கள். அன்னராணி ஓர் அரசியைப் போல கம்பீரமாக நாற்காலியில் அமர்ந்திருந்தாள். மரியநாயகம், அன்னராணியை விட ஒரு 'இஞ்சி' உயரம் குறைவு என்பதுபோல அன்னராணியின் தாயாருக்குத் தோன்றியது. குசினிக்குள்

வந்த இன்னாசிமுத்தரிடம் "கட்டையோ நெட்டையோ பறையாமல் கட்டிக் குடுத்திருவம்... இனியும் வைச்சிருக்க ஏலாது" என்று மெல்லிய குரலில் சொன்னார்.

அப்படியொரு கலாதியான கல்யாணத்தை அந்தக் கிராமம் அதுவரை கண்டதில்லை. மூன்று நாட்கள் கொண்டாட்டம். முதல்நாள் காலை ஆறுமணிக்கு முற்றத்துப் பனைமரத்தில் இரண்டு லவுட் ஸ்பீக்கர்களைக் கிழக்காகவும் மேற்காகவும் கட்டிவிட்டு, முதற் பாடலாக 'கேளுங்கள் தரப்படும் தட்டுங்கள் திறக்கப்படும் இயேசு தேடுங்கள் கிடைக்குமென்றார்' ஒலித்தபோது, முழுக் கிராமமுமே கல்யாணத்திற்குத் தயாராகிவிட்டது. மரியநாயகத்திற்கு பிஷப் சொந்தக்காரர். எனவே, பிஷப்பே நேரடியாகத் தேவாலயத்திற்கு வந்து, மரியநாயகத்திற்கும் அன்னராணிக்கும் கைப்பிடித்து வைத்தார்.

கல்யாணத்திற்குப் பின்பு, மரியநாயகம் அன்னராணியின் வீட்டிலேயே குடியேறிக்கொண்டான். இப்போது அந்த வீடு அவனது பெயரில் இருந்தது. அன்னராணியின் தாயும் தக்கப்பனும் மருமகனை மரியாதையால் குளிப்பாட்டினார்கள். மரியநாயகம் பிஷப்பின் சொந்தக்காரன் என்பதால் அந்த மரியாதை நாளுக்குநாள் பெருகிக்கொண்டேயிருந்தது.

கொழும்பில், வெள்ளிக்கிழமை மாலை அலுவலக வேலை முடிய இரயில் பிடித்து, சனிக்கிழமை அதிகாலையில் மரியநாயகம், அன்னராணி வீட்டுக்கு வந்துவிடுவான். ஞாயிறு இரவு மறுபடியும் கொழும்புக்கு இரயில் பிடிப்பான்.

கொழும்புப் பழக்கவழக்கமுள்ளவன் என்பதால், அந்தக் கிராமத்திலேயே மரியநாயகம் வித்தியாசமாகத் தோன்றினான். அன்னராணி வீட்டுக்குப் பற்பசை, பிரஷ் கூட அவனால்தான் அறிமுகமாயின. மருமகன் காலையில் வாய் நுரைக்கப் பல் துலக்குவதை ஒரக்கண்ணால் பார்ப்பதில் இன்னாசிமுத்தருக்கு ஒரு பெருமை என்றே சொல்லலாம். இன்னொரு பக்கம் அருள்ம்மா மருமகனுக்கு முட்டைக் கோப்பி தயாரிப்பதில் கண்ணும் கருத்துமாயிருப்பார்.

மரியநாயகம் காலையிலும் மாலையிலும் கிராமத்துக் கடற்கரைக்கு உலாவப் போவான். அந்தக் கிராமத்தில், மலம் கழிப்பதற்கு மட்டும்தான் மக்கள் கடற்கரைக்குப் போவதுண்டு. எனவே, கடற்கரையின் தாழம்புதர்கள் மறைவில் மரியநாயகம் ஒவ்வொருநாளும் நடந்து திரிவதை மக்கள் சந்தேகத்தோடு பார்த்ததில் தவறொன்றுமில்லை. 'மூப்பற்ற மருமோன் ஒரு போக்கு' என்று அவர்கள் பேசிக்கொண்டார்கள். அன்னராணி குடும்பத்திற்கும் மரியநாயகத்தின் போக்குப் பிடிபடவில்லை. காலையும் மாலையும் கடற்கரையில் சும்மா நடந்து திரிந்தால் என்னதான் அர்த்தம்?

இதில் இன்னொரு பிரச்சினை என்னவென்றால், மரியநாயகம் கடற்கரைக்கு உலாவப் போகும்போது, அன்னராணியையும் தன்னுடன் கூடவே வருமாறு வற்புறுத்தினான். அன்னராணிக்கு இது பிடிக்கவேயில்லை. அவளுக்கு வீட்டைவிட்டு வெளியே போவதென்றாலே பெரிய அரியண்டமாக இருக்கும். தலையைக் குனிந்துகொண்டே தெருவிலும் வெளியிலும் நடப்பதைக் காட்டிலும், வீட்டுக்குள்ளேயே சுதந்திரமாக இருந்துவிடலாம் என்றுதான் அவள் எண்ணுவதுண்டு. மரியநாயக்தோடு அவள் கடற்கரையில் நடக்கும்போது, ஒருதடவை தாழம்புதர்களிடையே இருந்து யாரோ கேலியாகக் கூச்சலிடுவது போலிருந்தது. மரியநாயகம் தன்பாட்டுக்கு வேகமாக நடந்துகொண்டிருந்தான். அன்னராணிதான் ஆயிரம் தடவை பின்னால் திரும்பித் திரும்பிப் பார்த்துக்கொண்டே நடந்தாள்.

யாழ்ப்பாண நகரத்திற்கு சினிமா பார்க்கவும் மரியநாயகம் போவதுண்டு. ஆங்கிலப் படங்கள் மட்டுமே பார்ப்பான். அன்னராணியையும் கட்டாயப்படுத்தித் தன்னோடு அழைத்துச் செல்வான். ஆங்கிலப் படங்கள் காண்பிக்கப்படும் தியேட்டர்களில் பெண்களே இருக்கமாட்டார்கள். மொத்த அரங்கிலும் அன்னராணி மட்டுமே பெண்ணாக இருப்பாள். திரையில் வரும் உருவங்கள் அரைகுறை ஆடையிலோ, எப்போதாவது நிர்வாணமாகவோ தோன்றும்போது, அன்னராணிக்கு உடல் முழுவதும் நடுங்கத் தொடங்கிவிடும். திரையரங்கில் பல தலைகள் தன்னையே பார்ப்பதாக அவள் உணர்வாள். மரியநாயகமோ திரைப்படத்தில் ஆழ்ந்துவிடுவான். திரும்பி வரும்போது, படத்தைப் பற்றி அன்னராணியுடன் பேசுவான். அப்போது அன்னராணிக்குக் கூட 'இவரொரு போக்கு' என்று தோன்றத்தான் செய்யும்.

கல்யாணம் நடந்த மூன்றாவது மாதத்திலேயே, அன்னராணியின் வயிற்றில் கென்னடி கருவாகிவிட்டான். ஆறாவது மாதத்தில், தான் வெளிநாடு போகப் போவதாக மரியநாயகம் சொன்னான். அவன் வேலை செய்த நிறுவனமே அவனைப் பின்லாந்து நாட்டுக்கு மேற்படிப்புக்கு அனுப்புகிறதாம். இரண்டு வருடப் படிப்பு. ஆறு மாதங்களுக்கு ஒருமுறை விடுமுறையில் வருவேன் எனச் சொல்லிவிட்டு மரியநாயகம் பின்லாந்துக்குப் போய்விட்டான். ஆனால், அவன் ஒருபோதும் திரும்பி வரேயில்லை.

முதல் ஆறு மாதங்களுக்கு அவனிடமிருந்து அன்னராணிக்குக் கடிதங்கள் வந்துகொண்டிருந்தன. பின்பு அதுவும் நின்றுபோயிற்று. கைக்குழந்தையையும் வைத்துக்கொண்டு அன்னராணி பரிதவித்துக்கொண்டிருந்தாள். மரியநாயகத்தின் பெற்றோருக்கும் கடிதங்கள் வருவதில்லை. ஒரு வருடத்திற்குப் பிறகு, மரியநாயகத்தின் கடிதம் பிரான்ஸிலிருந்து வந்தது.

பின்லாந்து நாடு மரியநாயகத்திற்கு ஒத்துவரவில்லையாம். கடும் குளிரான துருவப் பகுதியில் தனிமையில் இருக்க முடியாமல் பிரான்சுக்குப் போய்விட்டானாம். அங்கே அவனுக்கு நண்பர்கள் இருக்கிறார்களாம். அவர்களோடு சேர்ந்து தொழில் தொடங்கப் போகிறானாம். விரைவிலேயே அன்னராணியையும் பிரான்சுக்கு அழைத்துக்கொள்வதாக எழுதியிருந்தான். குழந்தை கென்னடியின் நலத்தை விசாரித்தும் ஒரு வார்த்தை எழுதியிருந்தான்.

காணாமற்போன கணவனிடமிருந்து கடிதம் வந்திருக்கிறது என அன்னராணி சந்தோஷப்பட்டதை விட, தன்னையும் அவன் வெளிநாட்டுக்கு அழைக்கிறான் என்ற பதற்றமே அவளிடம் அதிகமாக இருந்தது. இன்னாசிமுத்து இந்தச் செய்தியை இரகசியமாகவே வைத்திருக்குமாறு அன்னராணியிடம் சொன்னார். மகளும் பேரப்பிள்ளையும் வெளிநாடு போகப் போகிறார்கள் என ஊரார்கள் அறிந்தால், கண்ணூறு பட்டுப் பயணம் தடங்கலாகிவிடும் என்று அவர் சொன்னார்.

ஆனால், மரியநாயகம் உடனடியாக அன்னராணியை அழைத்துக்கொண்டு விடவில்லை. கடிதமும் பணமும் ஒழுங்காக அனுப்பினானே தவிர, அன்னராணியை அழைத்துக்கொள்ள முயற்சி எடுப்பதாகத் தெரியவில்லை. அன்னராணியும் தன்னை அழைத்துக்கொள்ளுமாறு கேட்கவுமில்லை. அவள் இப்போது குழந்தை கென்னடியோடு சேர்ந்து ஸ்கிப்பிங் விளையாடத் தொடங்கிவிட்டாள். கென்னடிக்கு ஆறு வயதான போதுதான், அவர்கள் பிரான்ஸ் வந்து சேர்ந்தார்கள்.

3

அப்போது, பாரிஸ் நகரத்தில் ஓர் அடுக்குமாடிக் குடியிருப்பில்தான் அவர்கள் இருந்தார்கள். மரியநாயகம் ஒரு சுத்திகரிப்பு நிறுவனத்தை நடத்திக்கொண்டிருந்தார். இருபத்தைந்து தமிழர்கள் அவரிடம் வேலை செய்தார்கள். பொருட்காட்சி மண்டபங்களிலும் சந்தைகளிலும் சுத்திகரிப்பு ஒப்பந்தங்களைப் பெற்று மரியநாயகம் பரபரப்பாகத் தொழில் செய்துகொண்டிருந்தார். ஓய்வு நேரங்களில் அன்னராணியையும் குழந்தையையும் அழைத்துக்கொண்டு நண்பர்களது வீடுகளுக்குப் போனார். அல்லது நண்பர்கள் இவரது வீட்டுக்கு வந்தார்கள்.

இப்போது மரியநாயகம் நிறைவாக மது அருந்துகிறார். அவர் குடிக்காத நாளில்லை. அதுபற்றி அன்னராணிக்கு ஒரு பிரச்சினையுமில்லை. சொல்லப்போனால், படுக்கையில் மரியநாயகத்தின் மீது வீசும் மதுவின் நெடி அன்னராணிக்குப் பிடித்துத்தானிருந்தது. இன்னாசிமுத்துவும் காலையும் மாலையும் கள் குடிப்பவர்தான். அன்னராணி சிறியவளாக இருந்தபோது, அவளுக்கும் ஒரு சிரட்டையில் சிறிது கள் வார்த்துக் கொடுப்பார். "ஒரு பனைக் கள்ளு உடம்புக்கு நல்லது பிள்ள" என்பார்.

பனங்கள்ளின் புளிப்பான தித்திப்பு அன்னராணிக்குப் பிடித்திருந்தது. அன்னராணி பெரியபிள்ளையாகும் வரை, அவ்வப்போது ஒரு சிரட்டைக் கள் குடித்துக்கொண்டுதானிருந்தார்.

ஆனால், மரியநாயகம் எப்போதும் தன்னையும் குழந்தையையும் வெளியே அழைத்துப்போவது அல்லது நண்பர்களை வீட்டுக்கு அழைத்து வருவதாக இருந்ததை அன்னராணியால் ஒத்துக்கொள்ள முடியவில்லை. எப்போதும் சீவிச் சிங்காரித்துக்கொண்டு இருப்பதையும் வீட்டுக்கு வருபவர்களுக்குப் பல்லைக் காட்டிக்கொண்டு வரவேற்பதையும் அன்னராணி அறவே வெறுத்தார். அதேபோல, மரியநாயகத்தின் நண்பர்களின் வீடகளுக்குப் போகவும் அவர் விரும்பவில்லை. அந்த நண்பர்கள் கூட்டத்தில், அப்போது மரியநாயகம் மட்டுமே திருமணமானவராக இருந்தார். அந்தக் கூட்டத்திற்கு நடுவே ஒரேயொரு பெண்ணாக, ஆறு வயதுக் குழந்தையையும் வைத்துக்கொண்டு அன்னராணி அல்லாடிக்கொண்டிருந்தார்.

எப்போதுமே கழுவித் துடைத்த முகமாகவும் ஒப்பனை செய்துகொண்டும் நல்ல ஆடைகளை அணிந்துகொண்டும் இருக்க வேண்டுமென்று அன்னராணிக்கு இடைவிடாமல் மரியநாயகம் அறிவுறுத்தியபடியே இருந்தார். அதைச் செய்ய அன்னராணி சுணங்கினால் 'தீவாள்' என்று கண்டிக்கவும் செய்தார். ஆனால், அன்னராணியில் காட்டிய அக்கறையில் சிறு துளியைக் கூட மரியநாயகம் குழந்தை கென்னடி மேல் காட்டினாரில்லை. அந்தக் குழந்தையும் தகப்பனோடு சேர்வதுமில்லை. அன்னராணியிடம் எரிந்து விழுவதிலும் அதிகமாகக் குழந்தைமீது மரியநாயகம் எரிந்து விழுந்தார். குழந்தையும் துடியாட்டமான குழந்தைதான். அடிக்கடி தந்தையிடம் ஏச்சும் பேச்சும் வாங்கினான். இன்னொரு குழந்தையைப் பெற்றுக்கொள்வதற்குக் கூட மரியநாயகம் மறுத்துவிட்டார். அன்னராணியின் முலைகளைப் பிசைந்துகொண்டே "இன்னொரு பிள்ளப் பெத்தால் உன்ர உடம்பு நொந்துபோகும் அன்னம்" என்றார்.

மரியநாயகத்திற்குத் தன்னுடைய வெற்றிகரமான சுத்திகரிப்பு நிறுவனம், வைத்திருந்த ஆடம்பரக் கார் போன்றவற்றில் தாளாத பெருமையிருந்தது. அதுபோலவே பெண்சாதியையும் வைத்து ஊராருக்குப் பெருமை காட்டுவதிலேயே கணவர் ஆர்வமாக இருக்கிறார் என்பது போலத்தான் அன்னராணிக்குத் தோன்றியது. அன்னராணி பிரான்ஸுக்கு வந்த இரண்டு வருடங்களின் பின்பு, இந்த ராணி மஹாலை மரியநாயகம் வாங்கினார்.

பாரிஸ் நகரத்திலிருந்து சற்றுத் தொலைவாக வந்துவிட்டால், இனியாவது சற்று அமைதியும் தனிமையும் கிட்டும் என்றுதான்

அன்னராணி நினைத்தார். ஆனால், திடீர் திடீரென்று அன்னராணியையும் குழந்தையையும் அழைத்துக்கொண்டு மரியநாயகம் காரில் நண்பர்களின் வீடுகளுக்குப் புறப்பட்டுவிடுவார். அல்லது நண்பர்கள் ராணி மஹாலுக்கு வருவார்கள். குடியும் பாட்டும் கூத்துமாக வீடு அலரும். இந்த ஆர்ப்பாட்டங்களையெல்லாம் அன்னராணியால் சகித்துக்கொள்ள முடியாமலிருந்தது. அன்னராணியின் தாயும் தந்தையும் ஒருவர் பின் ஒருவராக இறந்தபோது கூட, அன்னராணியை ஊருக்கு அனுப்பிவைக்க மரியநாயகம் சம்மதிக்கவில்லை. "இப்ப சிலோனில கடுமையான சண்டை நடக்கு" என்று சொல்லிவிட்டார்.

மரியநாயகத்திற்கு மனைவியை அடிக்கும் பழக்கம் அறவே கிடையாது. ஆனால், அன்னராணியை அவமதிக்காமல் அவருக்குப் பேசவே தெரியாது. அன்னராணியின் இளமையும் பொலிவும் குறையக் குறைய, இந்தச் சீண்டல் பேச்சுகளும் அவமதிப்பும் அதிகரித்துக்கொண்டே வந்தன. மரியநாயகம் குழந்தை கென்னடியைக் கூட எப்போதும் நொட்டை சொல்லி ஏசிக்கொண்டேயிருப்பார். ஆனாலும், அவர் குடி விருந்துக்குப் போனாலோ, ஏதாவது நிகழ்ச்சிகளுக்குப் போனாலோ அன்னராணியை அழைத்துக்கொண்டே போவார். கடை கண்ணிகளுக்குக் கூட அன்னராணியைத் தனியே அனுப்பமாட்டார். குழந்தையைப் பள்ளிக்கூடத்திற்கு அழைத்துச் செல்லவும் அழைத்து வரவும் சம்பளத்திற்கு ஓர் ஆபிரிக்க ஆயாவைப் பிடித்தார். தேவாலயத்தில் ஞாயிற்றுக்கிழமைப் பூசைக்கோ, நத்தார், ஈஸ்டருக்கோ மரியநாயகம் கூட வராமல் அன்னராணியால் தனியே செல்லவே முடியாது. மரியநாயகம் ஏதாவது தொழில் பிரச்சினையில் சிக்கிக்கொண்டால், அந்த ஞாயிறு அன்னராணிக்குப் பலிப்பூசை கிடையாது.

ராணி மஹால் வரவர முழுநேர விசாரணைக் கூடமாக மாறிக்கொண்டிருந்தது. ஓயாமல் ஏசிக்கொண்டிருக்கும் மரியநாயகத்தின் வார்த்தைகளின் வெம்மையில் அன்னராணியின் காதுகள் தீய்ந்துபோயின. இரவுப் பொழுதுகளில், மரியநாயகத்திற்கு முழுப் போதையேறியவுடன் அன்னராணியின் பழக்கவழக்கம் சரியில்லை, தன்னை மதித்து நடக்கவில்லை, குழந்தை சரியாகப் படிக்கவில்லை என்று ஏதாவொரு காரணத்தைக் கண்டுபிடித்து மரியநாயகம் மனைவியையும் குழந்தையையும் நிறுத்தாமல் திட்டிக்கொண்டேயிருப்பார். ராணி மஹாலின் விசாலமான கூடத்தின் நட்ட நடுவாக நாற்காலியில் உட்கார்ந்துகொண்டு "பொறுத்தல் கேளு அன்னம்" என்பார்.

தன்னுடைய தந்தை இன்னாசிமுத்துவிடம், தாயார் அருளம்மா ஓரிருமுறை பொறுத்தல் கேட்டதைச் சிறுமியாக இருந்தபோது அன்னராணி கண்டிருக்கிறார். ஆனால், மரியநாயகமோ ஒவ்வொரு நாளும் பொறுத்தல் கேட்கச் சொன்னார்.

நாற்காலியில் உட்கார்ந்திருக்கும் மரியநாயகத்தின் பக்கவாட்டில் நின்றவாறே, அன்னராணி தான் செய்த பாவங்களைச் சொல்லி மரியநாயகத்திடம் மன்னிப்புக் கேட்க வேண்டும். அப்போதெல்லாம் அன்னராணி தான் செய்த பாவங்களையும் குற்றங்களையும் கண்டுபிடிக்க மிகச் சிரமப்படுவார். ஒவ்வொரு நாளும் அன்னராணி ஏதாவது புதுப் பாவங்களைச் சொல்லித் தன்னிடம் மன்னிப்புக் கேட்க வேண்டுமென்று மரியநாயகம் எதிர்பார்த்தார். அப்படிப் புதுப் பாவங்களைக் கண்டுபிடிக்க முடியாமல் அன்னராணி திணறியபோது, தாயையும் குழந்தையையும் ராணி மஹாலுக்கு வெளியே தள்ளி, மரியநாயகம் எல்லா வாசற்கதவுகளையும் மூடிவிடுவார்.

எத்தனையோ இரவுகளில், தாயும் பிள்ளையுமாகக் குளிரில் நடுங்கிக்கொண்டு அலங்கார வாசற்படிகளில் உட்கார்ந்திருப்பார்கள். காலை நான்கரை மணிக்கு, நடைப் பயிற்சிக்குப் போகும் போதுதான் மரியநாயகம் மறுபடியும் வாசற்கதவைத் திறப்பார். குழந்தையைத் தூக்கிச் சென்று படுக்கையில் கிடத்திவிட்டு, அன்னராணி கணவருடன் நடைப் பயிற்சிக்குப் போக வேண்டும். அன்னராணி இல்லாமல் மரியநாயகம் நடைப் பயிற்சிக்குப் போகமாட்டார்.

மாலையானதுமே, அன்னராணி இரண்டு கம்பளிப் போர்வைகளையும் தண்ணீர்ப் போத்தல்களையும் அலங்கார வாசற்படிகளுக்கு அடியில் மறைத்து வைத்துவிடுவார். இரவில் வெளியே துரத்தப்பட்டதும், அந்தப் போர்வைகளால் தன்னையும் குழந்தையையும் மூடிக்கொண்டு, குழந்தையை மடியில் தூங்க வைப்பார்.

தந்தை வீட்டில் இல்லாத நேரங்களில், குழந்தை கென்னடி கூடத்தின் நடுவேயிருந்த உயரமான நாற்காலியின் பக்கவாட்டில் நின்றுகொண்டிருப்பான். பின்பு வெளியே போய் வாசற்படியில் குந்திக்கொள்வான். திடீரெனக் காணாமற்போவான். அன்னராணி வீட்டின் ஒவ்வொரு அறையாகத் தேடித்தேடி அவனைக் கண்டுபிடிப்பார்.

கென்னடிக்குப் பதினான்கு வயதாக மூன்று நாட்கள் இருந்தபோதுதான், அவன் இறந்துபோனான். அன்றிரவு, மரியநாயகம் மெல்லிய குரலில் அன்னராணியைத் திட்டியவாறே பொறுத்தல் கேட்க அழைத்தபோது, கென்னடி ஓடிப்போய் எங்கேயோ ஒளிந்துகொண்டான். மரியநாயகம் வீடு முழுவதும் தேடியும் கென்னடியைக் கண்டுபிடிக்க முடியவில்லை. ஆத்திரத்தோடு அன்னராணியை ராணி மஹாலுக்கு வெளியே தள்ளிக் கதவுகளை மூடிக்கொண்டார். அன்னராணி வாசற்படியில் உட்கார்ந்தவாறே, தனது காதுகளை வாசற்கதவில் வைத்திருந்தார். அதிகாலை மூன்று மணிக்கு அந்த வாசற்கதவை மரியநாயகம் திறந்தார். அன்னராணி உள்ளே போய்ப் பார்த்தபோது, சமையலறை

உத்திரத்தில் கட்டப்பட்டிருந்த ஸ்கிப்பிங் கயிற்றில் கென்னடி சடலமாகத் தொங்கிக்கொண்டிருந்தான்.

"என்ன பாவம் செய்துபோட்டு இவன் தூக்கில தொங்கியிருக்கிறான்" என்று கேட்டுத் தனது நெற்றியில் உள்ளங்கையால் ஓங்கி அறைந்துகொண்டார் மரியநாயகம்.

கென்னடியின் மரணத்திற்குப் பின்பு, மரியநாயகம் கொஞ்சம் அடங்கித்தான் போனார். காவல்துறை மரியநாயகத்தையும் அன்னராணியையும் துருவித் துருவி விசாரித்தது. தற்கொலைதான் என்பதற்கான உறுதியான அடையாளங்களைச் சமையலறையில் கென்னடி விட்டுவிட்டுத்தான் போயிருந்தான்.

அடுத்த வருடமே அன்னராணியை மரியநாயகம் மறுபடியும் கர்ப்பவதியாக்கினார். பொறுத்தல் கேட்க அழைப்பதும் வீட்டுக்கு வெளியே தள்ளிக் கதவை மூடுவதும் முற்றாக நின்று போயின. இரண்டாவது குழந்தை பிலிப்போடு மரியநாயகம் பாசமாகத்தான் நடந்துகொண்டார். தன்னுடைய இருபதாவது வயதில், பிரெஞ்சுப் பெண்ணான ரோஸாவை ராணி மஹாலுக்கு அழைத்துவந்து, காதலி என்று பிலிப் அறிமுகப்படுத்தி வைத்தபோது, மரியநாயகம் வாயெல்லாம் பல்லாக ரோஸாவை வரவேற்று, அவளது கன்னங்களில் முத்தமிட்டார். அன்னராணியையும் அழைத்துக்கொண்டு ரோஸாவின் வீட்டுக்குப் போய், ரோஸாவின் பெற்றோரோடு விருந்து கொண்டாடினார்.

ரோஸா அவ்வப்போது ராணி மஹாலுக்கு வந்து கொஞ்ச நேரம் காத்திருந்து, பிலிப்பை அழைத்துக்கொண்டு போவாள். அப்போதெல்லாம் மரியநாயகம் முகமெல்லாம் பூரித்துப்போய், ரோஸாவிடம் தொணதொணவென்று பிரெஞ்சு மொழியில் பேசியவாறேயிருப்பார். அன்னராணி ரோஸாவுக்குக் குடிக்கவோ சாப்பிடவோ ஏதாவது கொடுப்பதோடு அங்கிருந்து விலகிப் போய்விடுவார். ரோஸாவிடம் பேசுவதற்கு அன்னராணிக்குப் பிரெஞ்சு மொழியும் தெரியாது. ரோஸாவும் அப்படியொன்றும் கலகலப்பாகப் பழகும் பெண்ணில்லை. எப்போது பார்த்தாலும் மெலிதாகப் புன்னகைத்தபடி பதுமை போலிருப்பாள். அதிகமாகப் பேச மாட்டாள்.

இரண்டு வருடங்களுக்கு முன்பு, ரோஸாவின் அப்பார்ட்மென்டுக்கே பிலிப் குடி போய்விட்டான். அதற்குப் பின்பு, ரோஸா இரண்டோ மூன்று தடவைதான் ராணி மஹாலுக்கு வந்திருக்கிறாள். ராணி மஹாலிலிருந்து பிலிப் போன பின்பாக, அந்தப் பென்னம் பெரிய வீடு அமைதியில் மூழ்கிக் கிடந்தது. மரியநாயகம் தொழிலிலிருந்து ஓய்வு பெற்றுவிட்டார். எப்போதாவது ஒருமுறைதான் நண்பர்களைப்

பார்க்க வெளியே போவார். அப்போதும் அன்னராணி திருத்தமாகச் சீவிச் சிங்காரித்துக்கொண்டு கூடவே போக வேண்டும்.

இப்போது தனித் தனி அறைகளில் தூங்கிக்கொள்ளலாமா என ஒருமுறை அன்னராணி மரியநாயகத்திடம் மெதுவாகக் கேட்டார். தான் விரும்பும், ஏங்கும் அந்தத் தனிமை எழுபது வயதிற்குப் பிறகாவது கிடைத்துவிடும் என அன்னராணி எதிர்பார்த்தார். ஆனால், மரியநாயகம் அதற்குச் சம்மதிக்கவில்லை. தன்னுடைய எழுபத்தைந்து வயதிலும் அன்னராணி இல்லாமல் அவர் ஒருநாளும் படுக்கையில் இருந்ததில்லை. அன்னராணி இல்லாமல் வெளியே செல்வதுமில்லை. அன்னராணி தயங்கினால் எப்போதும் போலவே எரிச்சலான வார்த்தைகளைக் கொட்டி மரியநாயகம் அவமதித்தார். மரியநாயகம் இறக்கும்போது, தன்னையும் கூடவே அழைத்துச் சென்று விடுவார் என்று அன்னராணி உறுதியாக நம்பியிருந்தார்.

4

பிலிப் தனது அறைக்குள் தூங்கச் சென்ற சில நிமிடங்களிலேயே, அவனுடைய குரல் கலவரமாகக் குழம்பி ஒலிப்பது, நாற்காலியில் சாய்ந்திருந்த அன்னராணியின் காதில் விழுந்தது. பிலிப் இடது கையில் அலைபேசியை வைத்துக்கொண்டு, முகத்தில் பதற்றத்துடன் மெதுவாக நடந்துவந்து, நாற்காலியில் சாய்ந்திருந்த அன்னராணியின் தோள்களை வலது கையால் அணைத்துக்கொண்டு, வார்த்தைகளைத் தடுமாற்றமாக உச்சரித்தான்:

"மம்மி... நீங்க பதட்டப்படக் கூடாது. ஒரு மெசேஜ் வந்திருக்கு... உண்மையோ தெரியாது. பொலிஸ் இப்ப எனக்கு போன் பண்ணினது. பப்பா செத்துக் கிடக்கிறாராம்..." அதற்கு மேல் பேச முடியாமல் பிலிப் வாயை மூடிக்கோண்டு விம்மி அழத் தொடங்கிவிட்டான். அவனது கண்ணீர் அன்னராணியின் முகத்தில் விழுந்தது. அன்னராணி பிலிப்பின் கையை வருடியபடியே சொன்னார்:

"பிலிப்... நீ கொஞ்சம் அமைதியா இரு. ரோஸா வரட்டும்."

"இல்ல மம்மி. பொலிஸ் என்ன உடன வரச் சொல்லியிருக்கு... நான் உங்களையும் கூட்டிக்கொண்டு வாறன் எண்டு சொன்னனான். மெல்லமா எழும்பி வாங்கோ போவம்..."

"போகலாம் பிலிப்... நீ கொஞ்ச நேரம் உந்தக் கதிரையில இரு. ரோஸா வரட்டும்" என்று சொல்லிவிட்டு, அன்னராணி நாற்காலியில் இன்னும் நன்றாகச் சாய்ந்து கண்களை மூடிக்கொண்டார்.

இன்று அதிகாலை நான்கரை மணிக்கு மரியநாயகம் நடைப் பயிற்சிக்குக் கிளம்பும்போது, எப்போதும் போலவே அன்னராணியையும் கூடவே அழைத்துச் சென்றார். இப்போதெல்லாம் அவர்கள் பேசிக்கொள்வது மிக அரிது. அப்படியே பேசினாலும் மரியநாயகமே பேசுவார். அவரது ஒவ்வொரு வார்த்தையும் அன்னராணி மீது அவமானத்தை மட்டுமே பூசும்.

காட்டுக்குள் ஒரு சுற்று நடந்துவிட்டு, எப்போதுமே உட்காரும் மர இருக்கையில் இருவரும் அமர்ந்துகொண்டார்கள். மரியநாயகம் தனது கைத்தடியை நிலத்தில் ஊன்றி, அதில் இரு கைகளையும் வைத்துக்கொண்டு, முதுகை வளைத்துத் தனது அரைவாசி உடற்பாரத்தை கைத்தடியில் நிறுத்தியிருந்தார். அந்தக் கைத்தடியைப் பழைமைவாய்ந்த அரிய பொருட்களை விற்கும் சந்தையில் சென்ற வாரம்தான் வாங்கியிருந்தார். உறுதியான மரத்தில் செதுக்கப்பட்டிருந்த அந்தக் கைத்தடியின் பிடியிலும் அடியிலும் பித்தளையாலும் வெள்ளியாலும் பூண்கள் போடப்பட்டிருந்தன. மரியநாயகம் அன்னராணிக்குக் கேட்பதுபோல மெதுவாக முணுமுணுத்தார்:

"பின்னேரம் நாங்கள் இராசேந்திரத்தின்ர வீட்டுக்குப் போகவேணும்... அவன்ர எழுவதாவது பிறந்தநாள். போகாட்டிக் குறையாப் போயிடும்."

அன்னராணியும் பதிலுக்கு மெதுவாக முணுமுணுத்தார்:

"எனக்கு உடம்பு ஏலாமக் கிடக்கு... நான் வரயில்ல."

"ஏன் உமக்கு உடம்புக்கு என்ன? சாமானில அரிப்பா?"

அன்னராணி எதுவும் பேசாமல் தூரத்தே பார்த்தவாறு கைகளைக் கட்டிக்கொண்டிருந்தார். இப்படியான ஏச்சுப் பேச்சுகள் அவரைக் கோபப்படுத்துவதில்லை. ஆனால், அவமானம் பல வருடங்களாக அவரைத் தின்று தேய்த்துக்கொண்டிருக்கிறது. தென்னை போல வளர்ந்திருந்த அந்தத் 'தீவாள்' இப்போது முதுகு கூனியும் தசை வற்றியும் தோல்கள் சுருங்கியும் பாவைக்கூத்தில் காட்டப்படும் ஆட்டுத்தோல் சித்திரம் போலக் கிழிந்திருக்கிறார்.

மரியநாயகம் சற்றுநேரம் அசையாமல் அப்படியே உட்கார்ந்திருந்தார். பின்பு பிரெஞ்சு மொழியில் என்னவோ உரக்கச் சொன்னவாறே, கைத்தடியைத் தூக்கிச் சற்றுத் தூரத்தே விட்டெறிந்தார். அவரது வாயில் எச்சில் தெறித்தது. அன்னராணி அமைதியாக உட்கார்ந்திருந்தார். மெதுவாக எழுந்த மரியநாயகம் தனது வலது சுட்டுவிரலால் தரையில் கிடந்த கைத்தடியைக் காட்டினார். மூக்குக் கண்ணாடியைக் கழற்றித் தனது மார்பில் தேய்த்துவிட்டு, மறுபடியும் அணிந்துகொண்டு

அன்னராணியைப் பார்த்தார். அன்னராணி மெதுவாக எழுந்து நடந்துபோய், மெல்லக் குனிந்து கைத்தடியை எடுத்துக்கொண்டு, கணவனிடம் கொடுக்க வந்தார். அப்போது மரியநாயகத்தின் வாய் முணுமுணுத்தது:

"நீயும் உன்ர மூத்த மகனைப் போல தொங்க வேண்டியதுதானே..."

கைத்தடியைக் கொடுக்க வந்த அன்னராணி அப்படியே நின்றார். வெறுமனே நாற்பத்தைந்து கிலோ எடை மட்டுமேயுள்ள அவரது வற்றிய உடம்புக்குள் இரத்தம் ஓடாமல் நின்றுபோவதை உணர்ந்தார். அவரது கைகள் விறைத்துக்கொண்டு வந்தன. கால்கள் முன்னே போயின. கண்களை விரித்து மரியநாயகத்தின் முகத்தைப் பார்த்தவாறே, கைத்தடியை விசிறி மரியநாயகத்தின் முகத்தில் அடித்தார். சப்பென மூக்குக் கண்ணடி உடையும் சத்தம் கேட்டது. "நான் என்ன பாவம் செய்தனான்? என்னை ஏன் அடிக்கிறாய்?" என்று நிதானமாகக் கேட்டார் மரியநாயகம்.

நெற்றியை இடது கையால் பொத்திப் பிடித்தபடி, வலது கையை நீட்டிக் கைத்தடியை அன்னராணியிடமிருந்து பிடுங்கிக்கொள்ள மரியநாயகம் முயன்றபோது, அன்னராணி மறுபடியும் கைத்தடியை விசிறி மரியநாயகத்தின் கையில் அடித்தார். மரியநாயகம் ஏதோ பேச முயன்றபோது, அன்னராணி கைத்தடியால் மரியநாயகத்தின் உச்சந்தலையில் அடித்தார்.

பிலிப், அன்னராணியின் தோளை வருடிக் கொடுத்தவாறு "மம்மி... நான் போய் என்னெண்டு பார்க்கிறன்... பப்பாவின்ர உடம்பு காட்டுக்க கிடக்குதாம்" என்றான்.

"பிலிப்! நீ இப்ப போக ஏலாது... ரோஸா வந்ததும் நான் சொல்றத நீ தான் அவவுக்குப் பிரெஞ்சில சொல்ல வேணும்!"

"என்ன சொல்ல வேணும் மம்மி? என்னட்டச் சொல்லுங்கவன்..."

தனது தோளிலிருந்த பிலிப்பின் கையை வருடிவிட்டு, அன்னராணி நாற்காலியில் இன்னும் நன்றாகச் சாய்ந்துகொண்டே சொன்னார்:

"இல்ல மகன்... உனக்கு விளங்காது!"

வாசற்கதவுக்கு வெளியே காலடிச் சத்தம் கேட்டது. அப்போது தாயும் மகனும் சுவரிலிருந்த கடிகாரத்தைப் பார்த்தார்கள்.

□ மணல் வீடு – 2021

பல்லிராஜா

நமோ தஸ்ஸ பகவதோ அரஹதோ சம்மாசம்புத்தஸ்ஸ! நான், சாக்கியமுனியும் ததாகதருமான சம்புத்தர் அருளிய தம்மம் வணங்கி; இக்காலத்தில் இலங்கைத் தீவில் பெயர் பெற்றவரும், தன்னுடைய பத்தொன்பதாவது வயதிலேயே கொடிய சித்திரவதைக் கூட்டிற்குள் இரகசியமாக வீழ்த்தப்பட்டவரும், தற்போது அய்ம்பத்தியிரண்டு கனிந்த வயதுகள் நிரம்பப் பெற்றவருமான சீவலி பால தேரரின் கதையைக் கூறத் தொடங்குகிறேன்!

ஒரு தெருநாயே இலகுவாக வாயில் கவ்வி இழுத்துச் செல்லக் கூடியளவுக்குத்தான் சீவலித் தேரரின் உடலிலுள்ள மொத்த எலும்புகளும் மாமிசமுமிருக்கும். கடுமையான நீண்ட உபவாசங்களாலும் மற்றைய தினங்களில் ஒருவேளை மட்டுமே உள்ளங்கையளவு உண்ணும் வழக்கத்தாலும் தேரரின் உடல் வற்றிக் கிடக்கிறது. இலங்கையரின் சராசரி உயரத்தைக் காட்டிலும் குறைந்தது ஓரடி அளவுக்காவது தேராது சரீரம் உயரமாக இருப்பதால்; சீவர துறவாடை தரித்து, மிதியடிகள் தீண்டா வெற்றுப் பாதங்களால் அவர் நடந்து வரும்போது, ஒரு மஞ்சள் பல்லியைப் போலத்தான் தோற்றமளிக்கிறார். ஆனாலும், அவரது உடல்வலு நம்ப முடியாதளவுக்கு அபரிமாணது என்பதற்கு அவர் தனது வலப்புறத் தோளில் சுமந்துவரும் சம்புத்தரின் மூன்றடி உயரமான வெண்ணிறக் கற்சிலையே பூரண சாட்சியமாகும்.

கொத்திமலையை நோக்கி, சம்புத்தரின் சிலையைச் சுமந்தவாறே சீவலித் தேரர் தன்னந்தனியாகவே நடந்து வந்துகொண்டிருந்தார். காலையில் முல்லைத்தீவிலிருந்து கால்நடையாகவே புறப்பட்டவர் உச்சி வெயிலில் குளித்து வந்தாலும் சிறிதும் களைப்பு இல்லாதவராகவே காணப்பட்டார். தாகம் அவரை வாட்டியதுதான். அவரது இடதுபுறத் தோளில் தொங்கும் காவிநிறத் துணிப் பையில் தண்ணீர்க் குடுவையும் வடிகட்டியும் உள்ளன. ஆனாலும், கொத்திமலையை அடையும் வரை ஆகாரம், நீர் எதுவுமே உட்கொள்ளக் கூடாது என்றொரு விரதத்தைச் சீவலித் தேரர் வரித்திருந்தார்.

தேரரின் பயணப் பாதையில் எதிர்ப்பட்ட இராணுவ அதிகாரிகளும் சிப்பாய்களும் தேரரை வணங்கி "ஹாமத்துருவேனே... எங்களது

வண்டியில் ஏறி அமருங்கள்" என்று மன்றாட்டமாக அழைத்தபோதும், உணர்ச்சியற்றதும் உதடுகள் பிரியாததுமான புன்னகையுடன் அவர்களது வேண்டுதல்களை நிராகரித்துவிட்டு, தன்னுடைய பித்வெடிப்பேறிய பாதங்களை எட்டிப்போட்டுச் சீவலித் தேரர் நடந்தே சென்றார்.

அப்போது, நேரம் மாலை நான்கு மணியாகிவிட்டது. தூரத்தே கொத்திமலை உச்சியிலிருக்கும் கைக்கல்லும் சீவலித் தேரரின் கண்களுக்குத் தெரியலாயிற்று. சூரியன் படுவதற்குள் தோளிலிருக்கும் சம்புத்தரின் சிலையை இறக்கி வைத்துவிட வேண்டும் என்ற தீர்மானத்தில் தேரர் இருந்ததால், எலும்பு துருத்திக்கொண்டிருக்கும் தன்னுடைய கொக்குப் பாதங்களை இன்னும் வேகமாக முடுக்கிவிட்டார்.

பெயர்தான் மலையே தவிர, உண்மையிலேயே கொத்திமலை கற்குவியலுக்கு மத்தியிலிருக்கும் ஒரு மொட்டைப் பாறைதான். அங்கே செங்குத்தாக ஆறடி உயரத்திற்கு எழுந்து நிற்கும் கல்லையே கிராமத்தினர் கைக்கல் என்றழைக்கிறார்கள். இந்த மொட்டைப் பாறைக்குக் கீழேயிருக்கும் பசுமையான சமவெளியில் ஒரு காலத்தில் முந்நூறு குடும்பங்களுக்குக் குறையாமல் வசித்தார்கள். இப்போது நாற்பது குடும்பங்கள்தான் இங்கே எஞ்சியுள்ளன. போர்க் காலத்தில் பெருமளவு கிராமவாசிகள் படகுகளில் இந்தியாவுக்குப் போய்விட்டார்கள். இராமேஸ்வரத்திற்கு அருகிலுள்ள மண்டபம் அகதி முகாமில் 'கொத்தி செட்' என்றொரு தனிப்பகுதியே உள்ளது.

கொத்திமலைக் கிராமத்தின் எல்லையில் நுழைந்து, ஒற்றையாளாகச் சம்புத்தர் சிலையோடு வந்துகொண்டிருந்த தேரரை முதலில் ஒரு மூதாட்டிதான் பார்த்தார். சில நிமிடங்கள் கழித்து, ஆதிவைரவர் கோயிலின் சிறிய மணி ஒலித்தது. அதற்கடுத்த நிமிடத்தில் வேறெங்கிருந்தோ காண்டா மணியொலிக்கத் தொடங்கியது. இரண்டு மணிகளும் இடையறாது ஒலித்துக்கொண்டிருக்க, சீவலித் தேரர் கொத்திமலையை நோக்கி இப்போது ஓடவே ஆரம்பித்துவிட்டார். வயல்களிலும் தோட்டங்களிலும் வேலையாக இருந்த கிராமத்து மக்கள் மொட்டைப் பாறையை நெருங்குவதற்கு முன்பாகவே சீவலி பால தேரர் அங்கே ஏறிச் சென்று, நிமிர்ந்து நின்ற கைக்கல்லின் தட்டையான உச்சியைப் பீடமாக்கி, அங்கே சம்புத்தரின் சிலையை வைத்துவிட்டார். அந்தப் பீடத்திற்குக் கீழாகக் கைக்கல்லில் ஆழமாகப் பதிந்து குழிந்துபோன அய்ந்து கைவிரல்களின் தடங்களிருந்தன. ஒவ்வொரு விரலும் ஒரு முழுப் பனங்கிழங்கின் நீளத்திலிருந்தது.

சீவலித் தேரரின் தவறாத கணக்குப்படி, இது அவர் நிறுவியிருக்கும் இருபத்தியிரண்டாவது சம்புத்த சிலையாகும். கொத்திமலையைக் குறித்து ஸ்ரீ சுபூதி தேரரிடமிருந்து அறிந்த கணத்திலேயே

இருபத்தியிரண்டாவது சிலையை அங்கேதான் நிறுவுவது என்று சீவலித் தேரர் முடிவெடுத்திருந்தார். ஆனால், இந்தக் காரியத்தில் சீவலித் தேரரின் வழிமுறை ஸ்ரீ சுபூதி தேரரின் வழிமுறையிலிருந்து வேறானது. ஸ்ரீ சுபூதி தேரரின் முரட்டுத்தனத்தையும் அடாவடிப் பேச்சையும் சீவலித் தேரர் உண்மையில் வெறுக்கவே செய்தார். ஸ்ரீ சுபூதி தேரரால் அன்புநெறிக்கும் தம்மத்திற்கும் இகழ் நேர்கிறது என்பதுவே சீவலித் தேரரின் எண்ணமாக இருக்கிறது.

கைக்கல்லின் மீது திடீரெனத் தோன்றிய சம்புத்தர் சிலையை நோக்கிக் கிராமத்துச் சனங்கள் ஒரிருவராகக் கூட ஆரம்பித்து, பத்து நிமிடங்களிலேயே முழுக் கிராமமும் மொட்டைப் பாறைக்கு வந்து சேர்ந்துவிட்டது. சம்புத்தரின் சிலைக்குக் கீழே மொட்டைப் பாறையில் சம்மணமிட்டு உட்கார்ந்திருந்த சீவலித் தேரர் கிராம மக்களைத் தன்னுடைய சாந்தமானதும் அடக்கமானதுமான கண்களால் நோக்கினார். அவருடைய வாயில் எஞ்சியிருந்த ஒருசில பற்களால் முறுவலித்தவாறே அவர் கிராமவாசிகளிடம் பேசத் தொடங்கினார்:

"நம்முடைய சகோதர சகோதரிகளுக்குப் புத்த பெருமானின் அருளால் நிறைவான ஆசிகளைத் தருகிறேன். இந்தப் புனிதமான கல்லில் சம்புத்தரை ஏற்றி வைத்திருப்பதால், இப்போதிலிருந்து நற்காரியங்களும் அதிர்ஷ்டங்களும் அமைதியும் சமாதானமும் மட்டுமே மஹா புத்தரின் பெருங்கருணையால் உங்களைச் சூழ்ந்திருக்கும்..."

சீவலித் தேரரை இடைமறித்து ஒரு கிராமவாசி தமிழில் ஏதோ சொன்னார். தேரருக்குத் தமிழ் மொழியில் ஒரேயொரு வார்த்தைதான் தெரியும். ஆனால், அந்த வார்த்தைக்குக் கூட என்ன பொருளென்று அவர் அறியமாட்டார். அந்த வார்த்தையைக் கடந்த முப்பது வருடங்களாக அவர் நினைக்காத நாளில்லை. ஆனால், அந்த வார்த்தையின் பொருளை அறிந்துகொள்ள அவர் ஒருபோதும் விரும்பினாரில்லை. அந்த வார்த்தையை நினைவுறும் போதெல்லாம் தேரர் அளவற்ற துக்கத்தால் பீடிக்கப்படுவதுண்டு.

கொத்திமலைச் சனங்களிடம் சீவலித் தேரர் புன்னகை மாறாமலேயே கேட்டார்:

"சகோதர்களே! உங்களில் யாருக்காவது சிங்கள மொழி தெரியுமா?"

கூட்டத்திலிருந்து முன்னே வந்த முப்பது வயது மதிக்கத்தக்க பெண்ணைத் தேரர் கனிந்த விழிகளால் நோக்கினார். குரூபி என்றே சொல்லக் கூடிய அந்தப் பெண்ணின் மூக்கு, காது, உதடு என்ற எந்த அடையாளத்தையும் குறிப்பாகக் காண முடியாதவாறு அவளது முகம் தீயில் வெந்திருந்ததால்,

அம்முகம் முறுகக் காய்ச்சிய இரப்பர் போன்றிருந்தது. அந்தப் பெண் சீவலித் தேரரை வணங்கிவிட்டு நின்றாள்.

"சகோதரிக்கு நன்மையே விளையட்டும்! உங்களுக்குச் சிங்களம் பேசத் தெரியுமா?"

"ஹாமத்துருவெனே..."

அந்தப் பெண்ணின் இரப்பர் முகம் சற்றே அசைந்தது. சீவலித் தேரர் தொடர்ந்து பேசலானார்:

"இந்தப் புனித நிலத்தில் வாழும் ஜனங்களான நீங்கள் கலிங்கத்து அரசன் குஹசிவவைக் காட்டிலும் பேறுடையோர். அவனிடமிருந்த சம்புத்தரின் புனிதப் பல்லைக் கொள்ளையிடுவதற்காக, பெரும் சேனையைத் திரட்டி கிரேதர நரேந்திர வம்சத்தார் போர் தொடுத்தபோது, மன்னன் குஹசிவ தன்னுடைய புத்திரியான இளவரசி ஹேமமாலியிடம் ததாகதரின் புனிதப் பல்லைக் கொடுத்து, இரகசியமாக இலங்கைத் துவீபத்திற்கு அனுப்பிவைத்தான். இளவரசி தன்னுடைய கூந்தலுக்குள் புனிதப் பல்லை மறைத்து வைத்துக்கொண்டு, இந்த முல்லைக் கடற்கரையிலேயே தரையிறங்கி, தலைநகர் அனுராதபுரத்திற்குச் சென்று, அரசனான ஸ்ரீ மேகவண்ணவிடம் புனிதப் பல்லைக் கையளித்தாள். அவன் மேஹகிரி விகாரையில் புனிதப் பல்லை அறுக்கை செய்துவைத்து வழிபட்டான். அவனது வம்சத்தினரின் தலைநகரங்கள் மாற மாறப் புனிதப் பல்லும் அவர்களுடனேயே எடுத்துச் செல்லப்பட்டது."

சீவலித் தேரர் பேச்சை இடைநிறுத்தி, இரப்பர் முகப் பெண்ணை நோக்கினார். அவள் தேரர் சொல்லியதைத் தமிழில் மொழிபெயர்த்துக் கிராமவாசிகளிடம் சொல்லலானாள். முழுக் கிராமமும் கவனமாக அந்தக் கதையைக் கேட்டது. சிலர் மொட்டைப் பாறையில் தளர்வாக உட்கார்ந்துகொண்டார்கள். தேரர் சொல்லவிருக்கும் சுவையான மிகுதிக் கதைக்காக அவர்கள் ஆவலுடன் காத்திருக்கிறார்கள் என்பது போல அது இருந்தது. சீவலித் தேரர் முகத்திலும் இப்போது நிம்மதி ரேகைகள் படர்ந்தன. அன்புவழியைத் தேர்ந்தெடுத்தவர்களைச் சம்புத்தர் கைவிடார் என்று அரத்த தம்மசக்கரம் அவர் இருதயத்தில் மெல்லச் சுழலாயிற்று. தேரர் தொடர்ந்தார்:

"இளவரசி ஹேமமாலி முல்லைக் கடற்கரையில் இறங்கி, இந்தக் கொத்திமலை வழியாகவே சென்றாள். இரவைக் கழிப்பதற்காக இங்கே படுக்கையைப் போன்றிருந்த ஒற்றைக்கல்லின் மீது சயனித்தாள். விடியல் கருக்கலில் அவள் எழுந்தபோது, அந்தக் கல்லும் கூடவே எழுந்து நிரந்தரமாக இதோ நிற்கிறது! அவளது

வலது கை இந்தக் கல்லில் விட்டுச் சென்ற அடையாளம் குழிந்து இது கைக்கல்லுமாயிற்று..."

"இது கொத்தியம்மாவின் கை" என்று தன்னையறியாமலேயே தமிழில் உரக்கச் சொன்ன இரப்பர் முகப் பெண், தேரர் சொன்னதைக் கிராமவாசிகளிடம் சொல்லத் தொடங்கினாள். அவள் சொல்லிக் கொண்டிருக்கும்போதே மொட்டைப் பாறையில் உட்கார்ந்திருந்த சனங்கள் மெல்ல எழுந்தார்கள். அவர்கள் சலசலத்துப் பேச ஆரம்பித்தார்கள்.

"அவர்கள் என்ன பேசிக்கொள்கிறார்கள்?" என்று அந்தப் பெண்ணிடம் சாந்தம் நுரைக்கும் குரலால் சீவலித் தேரர் கேட்டார்.

"இந்தக் கை எங்களது தாயார் கொத்தி அம்மாவுடையது என்றே அவர்கள் கருதுகிறார்கள்."

அடக்கத்துடன் புன்னகைத்த சீவலித் தேரர் வானத்தை நோக்கிக் கைகூப்பித் தொழுதுவிட்டுச் சொன்னார்:

"கொத்தி தெய்வமல்ல! அது அலைவுறும் ஆவி. அதனால் அடையாளத் தடங்களை நீரிலோ நிலத்திலோ கல்லிலோ காற்றிலோ மேகத்திலோ ஒருபோதுமே பதிக்க முடியாது."

"தெரியும் ஹாமத்துருவெனே" என்று தலையசைத்த அந்தப் பெண் தொடர்ந்தாள்:

"கொத்தி ஆவியாக இருக்கும் அதே வேளையில், அவள் காவல் தெய்வமாகவும் இருப்பாள். எங்களது குழந்தைகள் பிறக்கும்போது கொத்தி தெய்வமாக மாறி மருத்துவிச்சியை இயக்குவாள். குழந்தை பிறந்ததும் ஆவியாகிவிடுவாள். அவளுக்காக நாங்கள் 'கொத்தி கழிப்பு' செய்வோம்."

இப்போது, சீவலித் தேரர் தனது வலது கையால் இடது கையைப் பற்றிக்கொண்டார். இன்னொரு கதையைச் சொல்வதற்கு அவர் தயாராகிறார் எனக் கிராம மக்கள் தெரிந்துகொண்டனர்.

"தலதாவம்சம் புனித நூலில் இருக்கும் செய்தியை உங்களுக்கு அறிவிப்பது என்னுடைய கடமையாகிறது சகோதரர்களே! தனது கடமையை நிறைவேற்றிய இளவரசி ஹேமமாலி கலிங்க தேசத்திற்குத் திரும்பிச் செல்லவேண்டிப் பயணித்தபோது, இரவான பொழுதில் இந்தக் கைக்கல்லின் மீது தலையைச் சாய்த்து நின்றபடியே துயின்றாள். அவ்வேளையில் யட்சர்களின் நாகம் இரத்தின ஒளியை உமிழ்ந்தவாறே பறந்து வந்து அவளைத் தீண்டியதால், அந்தப்

புனிதவதி இங்கேயே முகம் கருகி உயிர்விட்டாள். ஆகவேதான் அவள் கருணைத் தெய்வமாகவும் அதேவேளையில் தந்தை குஹசிவவிடம் சென்று சேர முடியாத துக்கத்தால் ஆவியாக அலைபவளுமாக இருக்கிறாள். இப்புனித இடத்தில் சம்புத்தரை இப்போது நிறுவியுள்ளதால், இனி ஹேமமாலி அமைதியுறுவாள். அவள் அமைதியுற்றால் இந்த நிலமெங்கும் அது பரவிச்செல்லும்."

இரப்பர் முகப் பெண் சீவலித் தேருக்கு முதுகைக் காட்டியவாறே உடலைத் திருப்பி, கூடியிருந்த கிராமவாசிகளைப் பார்த்து, தேர் சொன்ன மிகுதிக் கதையைச் சொன்னாள். அதைக் கேட்டதும் சனங்களிடமிருந்து கேலியாக எழுந்த முனகல்கள் அப்படியே கூச்சல்களாக மாறத் தொடங்கின. அவள் சீவலித் தேரரிடம் உடலைத் திருப்பிச் சொன்னாள்:

"ஹாமத்துருவெனே! கொத்தி எங்கிருந்தோ இங்கு வந்தவளல்ல! அவள் முல்லைக் கடலோரக் குறுமணிலில் உதித்த கன்னி. சூலன் பரியாரியின் இளைய மகள். அவளைப் பற்றி எங்களிடம் நூறு கதைகளும் ஆயிரம் பாடல்களுமுள்ளன. மேலதிகமாக உங்களிடமிருந்து கதையும் சிலையும் எங்களுக்குத் தேவைப்படாது என்கிறார்கள் சனங்கள்."

சீவலித் தேரர் மொட்டைப் பாறையில் கூடியிருந்தவர்களை ஊடுருவிப் பார்த்தார். ஏழ்மையும் நோயும் பரவிக் கிடந்த சனங்களாக அவர்களிருந்தார்கள். இளந்தாரிப் பருவ ஆண்கள் அதிகமாக இல்லை. சட்டையற்ற ஆண்களின் தேகங்கள் தழும்புகளாலும் காய்ந்து சொரசொரத்த தோலாலும் போர்த்தப்பட்டிருந்தன. அநேகமான பெண்களோ உதடுகளும் நகங்களும் அசிங்கமாக வெடிப்புற்று இரத்தச் சோகை பூத்திருந்தார்கள். குழந்தைகளோ வயிறுகள் வீங்கிக் கிடக்க, ஈர்க்குக் கால்களால் தள்ளாடி ஓடித்திரிந்தார்கள். தேரர் நம்பிக்கையிழக்காமல் தொடர்ந்து பேசலானார்:

"என் சகோதர்களான உங்களது நம்பிக்கைகளில் தலையிடவோ மறுத்து நிற்கவோ நான் தகுதியற்றவன். எனினும், இந்த நாட்டின் பெரும்பாலான மக்களின் நம்பிக்கையின்படி, இது புனிதப் பல்லைக் கொண்டுவந்த இளவரசி மரணித்த புனிதத் தலம். அவளது சரீரம் பட்டெழுந்த கல்லில் மஹா புத்தர் வீற்றிருந்து பாலிக்கும் கருணை உங்கள் மீதும், இந்த நாட்டின் மீதும் நித்திய சமாதானத்தைக் கொண்டுவரும்!"

அந்தப் பெண் தேரரிடம் சொன்னாள்:

"இது கொத்தியம்மா காலமாக உறைந்திருக்கும் மனை! நன்மையோ புன்மையோ அது கொத்தியம்மாவோடேயே

எங்களுக்கு இருக்கட்டும். ஹாமத்துருவெனே! இந்தச் சிலையையும் தூக்கிக்கொண்டு இங்கிருந்து புறப்படுமாறு உங்களைத் தயவாக வணங்கிக் கேட்டுக்கொள்கிறோம்."

இப்போது தேரது சரீரம் நடுங்கத் தொடங்கியது. பொழுதும் செக்கலாகி இருள் கீழே கவியலானது. கடற்காற்று கூவென மொட்டைப் பாறையில் மோதித் திரும்பிற்று. சீவலித் தேரர் பூமியை நோக்கிக் கண்களைத் தாழ்த்தியவாறே துயரோடு சொன்னார்:

"இந்தப் புத்தர் சிலையை அகற்றுமாறு நீங்கள் சொல்வது, நானும் நீங்களும் துக்கத்தைப் பெருக்குவதாகும். இந்த நாட்டில் சிங்கள மக்கள் வாழும் பகுதிகளில் – ஏன் தலைநகரத்தில் கூட – எத்தனையோ முருகன் கோயில்களும் இயேசு மாடங்களும் மசூதிகளுமிருக்கின்றன. அப்படியிருக்கும்போது, ஒரு தமிழ் கிராமத்திலோ முஸ்லிம் கிராமத்திலோ கருணையையும் சமத்துவத்தையும் போதிக்கும் புத்த பெருமானின் சிலையோ, பன்சாலையோ இருக்கக்கூடாது எனச் சொன்னால் அது தர்மமாகுமா?"

அந்தப் பெண் கூடியிருந்த சனங்களிடம் பேசிவிட்டுச் சொன்னாள்:

"இந்தக் கைவிடப்பட்ட சனங்கள் சொல்வதைக் கேளுங்கள் துறவியானவரே! அங்கெல்லாம் பிற ஆலயங்கள் உண்டெனில், அங்கே வாழ்ந்தவர்களும் குடியேறியவர்களும் அவற்றை உண்டாக்கவும் வழிபடவும் செய்தார்கள். இந்தக் கிராமத்தில் ஒரேயொரு பவுத்தர் கூட வசிக்கவில்லையே. எங்கிருந்தோ வரும் நீங்கள் திடீரென இங்கேயொரு சிலையை நாட்டுவது எங்களது நிலத்தைக் களவாடும் சூதென்றே இந்த ஏழைச் சனங்கள் கருதுகிறார்கள்."

சீவலித் தேரர் இப்போதும் சாந்தமாகவும் ஆனால், குரலில் உறுதி தொனிக்கவும் சொன்னார்:

"சம்புத்தர் போதி ஞானமடைந்த ஒன்பதாவது மாதத்தில், பூச பவுர்ணமியன்று இந்தத் தீவில் இறங்கி, தன்னுடைய அற்புதங்களால் இங்கிருந்த தீயர் யட்சர்களை அகற்றிவிட்டு, இந்த அழகிய நிலத்தை நமக்குத் தத்தம் செய்தார். அந்தத் தூயரின் திருவுருவை இங்கிருந்து அகற்றுவதே உங்களது முடிவான விருப்பமானால், என்னைக் கொன்றுவிட்டு தாராளமாக நீங்கள் அதைச் செய்துகொள்ளுங்கள்."

கிராமத்துச் சனங்கள் இந்த நாளை மட்டுமல்லாமல், தேரரின் இந்தப் பதிலையும் எதிர்பார்த்தேயிருந்தார்கள். இங்கிருந்து நான்கு கட்டைகள் தொலைவிலிருக்கும் ஈச்சங்குடா கிராமத்தில் முதலில் இவ்விதமே ஒரு புத்தர் சிலை இரவோடு இரவாக ஸ்ரீ சுபூதி தேரரால் வைக்கப்பட்டது. அதைத் தொடர்ந்து, அந்த நிலம் பண்டைய காலத்தில் புத்த விகாரையாக

இருந்தது என்ற கதையைப் பவுத்த மடாலயங்களும் அரசியல்வாதிகளும் கிளப்பிவிட்டார்கள். புத்தர் சிலையை அகற்றக் கோரிய வழக்கு நீதிமன்றத்திற்குச் சென்றபோது, விசாரணையை நடத்தவிருக்கும் நீதிபதி ஒரு தமிழர் என்பதையறிந்த ஸ்ரீ சுபூதி தேரர் தீக்குளிக்கப் போவதாக அறிவித்துக்கொண்டு நீதிமன்றத்திற்குள் நுழைந்தார். தடுத்த இரண்டு பொலிஸ்காரர்களுக்கும் மண்ணெண்ணெய் நாற்றமடித்த கையால் கன்னத்தைப் பொத்தி ஆளுக்கொரு அறைவிட்டார். அந்த நீதிபதி கூட 'நாட்டில் திடீரென எரிபொருள் தட்டுப்பாடு ஏற்பட்டதற்கு ஸ்ரீ சுபூதி தேரரும் ஒரு காரணம்' என்று தனிப்படக் குறைப்பட்டுக்கொண்டாராம். இப்போது ஈச்சங்குடாவில் பெரியளவில் புத்த விகாரையே கட்டி எழுப்பப்படுகிறது. எதிர்ப்புத் தெரிவித்து வழக்குத் தொடுத்திருந்த எழிலன், தேவநேசன் என்ற இரண்டு இளைஞர்களும் ஈச்சங்குடா கிராமத்திற்குள்ளேயே நுழையக்கூடாது என்று நீதிமன்றம் உத்தரவிட்டுள்ளது.

சில வாரங்களுக்கு முன்பாக, ஸ்ரீ சுபூதி தேரருடன் சில துறவிகள் வந்து மொட்டைப் பாறையில் வழிபாடு செய்துவிட்டுப் போனதிலிருந்தே, இங்கேயும் இரவோடு இரவாகப் புத்தர் சிலை தோன்றக்கூடும் எனக் கிராம மக்கள் தங்களுக்குள் பேசிக்கொண்டார்கள். ஆனால், அதை எப்படித் தடுப்பது என்று அவர்களுக்குத் தெரியவில்லை. கடைசியில், கொத்தியம்மனில் பாரத்தை இறக்கி வைத்துவிட்டு, அவளையே நம்பியிருந்தார்கள். ஒவ்வொருநாள் காலையிலும் கைக்கல்லைப் பார்த்து நிம்மதியடைந்தார்கள்.

இப்போது, சீவலித் தேரர் பகலிலேயே புத்தர் சிலையை வைத்துவிட்டார். இப்போதும் சனங்கள் செய்வதறியாமல் தங்களுக்குள்ளேயே விவாதித்துப் பேசியும் ஒருவரையொருவர் குற்றம் சொல்லியும் தளர்ந்து போனார்கள். தாங்கள் கையாலாகாதவர்கள் என ஒருவரையொருவர் பழித்துக்கொண்டார்கள். இவர்களால் அந்தப் புத்தர் சிலையின் நகத்தைக் கூடத் தொட முடியாது. மீறித் தொட்டால், அது நாட்டு அதிபருக்கோ இராணுவ ஜெனரலுக்கோ ஊனம் விளைவிப்பதற்குச் சமமான குற்றமாகும்.

சீவலித் தேரர் எழுந்து நின்று, தனது இடது தோளில் மாட்டியிருந்த துணிப் பைக்குள்ளிருந்து அகல் விளக்கையும் நெய் குப்பியையும் தீப்பெட்டியையும் எடுத்தார். சூத்திரங்களை உச்சாடனம் செய்தபடியே புத்தர் சிலையின் முன்னே அகல் விளக்கைத் தேரர் ஏற்றிவைக்கும்போது, சல்லடை இருளைப் பிளந்துகொண்டு காவல்துறையினரின் ஜீப் வண்டி கொத்திமலையை நோக்கி வந்தது.

பொலிஸ் அதிகாரி மூச்சிரைப்போடு மொட்டைப் பாறையில் ஏறிவந்து, சீவலித் தேரரைப் பணிந்து வணங்கினான். அவனோடு வந்திருந்த பொலிஸார் மொட்டைப் பாறையில் மண்டியிட்டுத் தேரரை வணங்கினார்கள். தேரரிடமிருந்து மீண்டும் ஓர் உணர்ச்சியற்ற வெற்றுப் புன்னகையே வெளியாகி மொட்டைப் பாறையில் விழுந்தது. இரப்பர் முகப் பெண் அங்கிருந்து காணாமற்போயிருப்பதைத் தேரர் அறிந்துகொண்டார்.

பொலிஸ் அதிகாரிக்குக் கொச்சைத் தமிழ் பேசத் தெரிந்திருந்தது. அவனது வாயிலிருந்து முதல் வசனமாக "எல்லோரும் இங்கிருந்து கலைந்து வீடுகளுக்குச் செல்லுங்கள்" என்ற அதட்டலே கொத்திமலைச் சனங்களுக்குக் கிடைத்தது.

"புத்தர் சிலையை இங்கே வைக்க அனுமதிக்கக் கூடாது" என்று தைரியமாக ஒரு முதியவர் சொன்னபோது "பெரியவரே... இந்த இடம் உன்னுடையதா? நீ அதற்கான காணி உறுதிப் பத்திரம் வைத்திருக்கிறாயா? எங்கே காட்டு! வேறு யாரிடமாவது இந்த மொட்டைப் பாறைக்கான உரிமைப் பத்திரம் இருக்கிறதா?" எனக் கேட்டுப் பொலிஸ் அதிகாரி சீறிச் சினந்தான். பின்பு சற்றுத் தணிந்து "எதுவாக இருந்தாலும் நீதிமன்றத்தில் பார்த்துக்கொள்ளுங்கள்! இப்போது கலகம் செய்யாமல் இங்கிருந்து கலைந்து போங்கள்" என்றான்.

நடப்பதைப் பார்த்துக்கொண்டிருந்த சீவலித் தேரர் தனது குரலை உயர்த்திப் பொலிஸ் அதிகாரியிடம் சொன்னார்:

> "நீங்கள் உடனடியாக இங்கிருந்து போய்விடுங்கள். நான் இந்த மக்களிடம் பேசிக்கொள்கிறேன். எளியவர்களிடம் அதிகாரம் செய்வது பவுத்த நெறியல்ல. தயவுசெய்து இங்கிருந்து இறங்கிச் செல்லுங்கள்!"

பொலிஸ் அதிகாரி தலையைத் தாழ்த்தி, வலது கையால் தனது நரைத்த மீசையை மறைத்துக்கொண்டு கிசுகிசுப்பாகத் தேரரிடம் சொன்னான்:

> "ஹாமத்துருவெனே! உங்களைச் சுற்றி நின்றிருப்பவர்கள் காட்டுச் சனங்கள். எந்தத் தர்மத்திற்கும் கட்டுப்படாத சண்டைக்காரர்கள். தருணம் பார்த்துச் சம்புத்தரின் சிலையைச் சல்லியாக உடைத்துக் கற்குவியலில் கரைத்துவிடுவார்கள். இந்த மாவட்டத்தில் சங்கைக்குரிய ஸ்ரீ சுபூதி தேரர் நிறுவிய சிலையொன்று ஏற்கனவே உடைக்கப்பட்டுள்ளது. எனவே, காவல்துறையினர் உங்களுடனேயே இருக்கத் தயவு செய்து நீங்கள் அனுமதிக்க வேண்டும்."

"ஸ்ரீ சுபூதி தேரரின் வழிமுறை வேறானது. அவர் போதிசத்துவரைப் பரப்புவதற்கு உங்களைப் போன்ற காவல் அதிகாரிகளையும் நீதிபதிகளையும் அரசியல்வாதிகளையும் நம்பியிருக்கிறார். நானோ முழுவதுமாகத் தம்மத்தையும் ததாகதரையும் இந்த மக்களின் இருதயங்களையுமே நம்பி நடந்துவருகிறேன். நான் நிறுவிய சிலைகளில் ஒன்றுகூட இதுவரை சேதப்பட்டதில்லை, அகற்றப்பட்டதில்லை."

கடைசியில், சீவலித் தேரரின் பிடிவாதமே வென்றது. அதிருப்தியுடன் பொலிஸார் அங்கிருந்து திரும்பிச் சென்றார்கள். போவதற்கு முன்பாக, அங்கே கூடிநின்ற சனங்களின் முகங்களில் பொலிஸார் வெளிச்சத்தைப் பாய்ச்சி, கைத்தொலைபேசியில் அவர்களைப் படம் பிடித்துக்கொண்டார்கள்.

அதன் பின்பு, மொட்டைப் பாறையிலிருந்த சனங்களும் தமக்குள் பேசியவாறே மெதுமெதுவாக அங்கிருந்து கலைந்து செல்லத் தொடங்கினார்கள். அப்போது அங்கே இரப்பர் முகப் பெண்ணைத் தேரர் மறுபடியும் கண்டார். அவளை நோக்கி "இங்கே சம்புத்தரின் சிலை இருப்பதற்குக் கிராமத்துச் சனங்கள் ஒப்புதல் கொடுத்துவிட்டார்களா சகோதரி?" என்று கேட்டார். அப்போது, அந்த இரப்பர் முகப் பெண் தமிழில் ஒரு வார்த்தையைச் சொல்லிவிட்டு, நிதானமாக இருளுக்குள் நடந்து சென்றாள்.

அந்த வார்த்தை முப்பது வருடங்களுக்கு முன்பு சீவலித் தேரர் கேட்ட அதே வார்த்தையாக இருந்தது. அந்தக் கணத்தில் அதீத துக்கம் அவரை மூழ்கடித்துக் கீழே தள்ளிற்று. யாருமற்ற மொட்டைப் பாறையில் கால்களை நீட்டியவாறே கைக்கல்லில் தளர்வாக முதுகைச் சாய்த்துக்கொண்டார். துக்கம் ஒரு பாறையாக அவரை அமிழ்த்திக்கொண்டிருக்கிறது. தன்முன்னே விரிந்திருக்கும் இருளைக் கண்களை விரித்துப் பார்த்தவாறே சம்புத்தரைத் தியானித்து இரு உள்ளங்கைகளையும் மார்பில் வைத்துக்கொண்டார். அவரது மெல்லிய உதடுகள் "துக்கங் அரியசச்சங்" என்று முணுமுணுத்துக்கொண்டன.

துக்கம் இவ்வுலகின் மாற்றமுறா நித்திய உண்மை என்பதுவே கவுதம புத்தருக்கு முதன்முதலாகச் சித்தித்த ஞானமாகும்.

2

முப்பத்து மூன்று வருடங்களுக்கு முன்னதாக, கண்டியிலுள்ள குண்டாசாலை பவுத்த துறவு மடத்தில் இருந்தபோது, சீவலித் தேருக்கும் பத்தொன்பது வயதுதான் ஆகியிருந்தது. துறவின் உச்சநிலையை

எட்டுவதைத் தவிர வேறு சிந்தனைகளே இல்லாத இளம் துறவியாகவே அவரிருந்தார். தம்மத்தின் நாற்பெருண்மைகளான துக்கம், துக்கத்திற்கான காரணம், துக்க நிவர்த்தி, துக்க நிவர்த்திக்கான மார்க்கம் ஆகியவற்றைக் குறித்து இடையறாது சிந்திப்பது, மூத்த துறவிகளிடம் பாலி கானான் பாடம் கேட்பது, விமானவத்து, பீடவத்து போன்ற சுத்த பிடக குத்தக நிகாயகங்களை ஆராய்வது, சக்க சம்யுக்த சூத்திரத்தைக் கசடறப் புரிந்துகொள்ள முயல்வது போன்றவற்றில் அவர் மூழ்கியிருந்த போதுதான், அவரைத் தேடி நெருங்கிய உறவினும் பால்ய தோழனுமான மனோஹர சேனக வந்திருந்தான்.

சேனக, தான் 'தேசப்பிரேமி ஜனதா வியபராய' இயக்கத்தைச் சேர்ந்தவன் எனச் சொன்னதைச் சீவலித் தேரரால் முதலில் நம்பவே முடியவில்லை. சேனகவின் குடும்பம் கடுமையான வறுமையில் தத்தளிக்கிறது. சேனக பூனைக்குட்டியைப் போல அமைதியானவன். தவளையைப் போல மந்தமானவன். நாளொன்றுக்கு நான்கு வார்த்தைகளுக்கு மேலாகப் பேசிப் பழக்கப்படாதவன். அப்படியானவன் ஓர் ஆயுத இயக்கத்தின் முக்கிய உறுப்பினரென்றால் யாரால்தான் நம்ப முடியும்.

சேனக உறுப்பினராக இருந்த 'தேசப்பிரேமி' என்ற தலைமறைவு இயக்கம் அப்போது நாட்டையே கதிகலங்க வைத்துக்கொண்டிருந்தது. ஆளுங்கட்சி அரசியல்வாதிகளை அந்த இயக்கம் தேடித் தேடிக் கொன்றது. இந்திய - இலங்கை ஒப்பந்தத்தையும் இந்திய அமைதிப் படையின் இலங்கை வருகையையும் ஓர்மத்துடன் எதிர்த்து நின்ற அந்த இயக்கம் அம்பாறையிலும் திருகோணமலையிலும் இந்திய அமைதிப் படையின்மீது கண்ணிவெடித் தாக்குதல்களைச் செய்திருந்தது. இலங்கை நாடாளுமன்றத்தில் ஒரு குண்டுத் தாக்குதலையும் நிகழ்த்தியது.

தேசப்பிரேமி இயக்கத்தின் எந்தவொரு செயலையும் அணுவளவு கூட ஆதரிக்க இயலாதவர் சீவலித் தேரர். அவரது இருதயத்திலே ஓயாமல் சுழன்றுகொண்டிருப்பதாக அவர் நம்பும் அரத்த தம்மச்சக்கரமும் ததாகதரின் நெறிகளும் வன்முறையை எதன்பொருட்டும் ஏற்றுக்கொள்ளாதவை. ஆனால், சேனக தன்னுடைய பேச்சால் சீவலித் தேரரை வளைக்க முயன்றான். தேசப்பிரேமி இயக்கம் சேனகவின் நாவில் வசிய சூத்திரத்தைப் பொறித்திருந்தது.

"ஹாமத்துருவெனே! கவனமாகவும் பொறுமையாகவும் கேட்க வேண்டும். நமது சிங்கள மக்களுக்காக அமைந்த ஒரேயொரு நிலம் இந்தச் சிறிய நாடே. இந்தத் தீவைக் கடல் நீர் மட்டும் சூழ்ந்திருக்கவில்லை. தென்னிந்தியாவிலிருந்து படையெடுத்து வரும் தமிழர்களால் ஆயிரம் வருடங்களாகவே அபாயமும் சூழ்ந்திருக்கிறது. சோழர்கள் படைகொண்டு வந்து எங்களுடைய

குடிகளையும் தலைநகரத்தையும் விகாரைகளையும் புராதனப் புத்தர் சிலைகளையும் ஆயிரங்கால் மண்டபத்தையும் அழித்துக் கொளுத்தியும் போட்டார்கள். அதே போன்றுதான், இப்போது இங்கே இந்திய இராணுவமும் நுழைந்திருக்கிறது. இலங்கை அரசாங்கமும் ஒத்துப் போய் இந்த நாட்டையே விற்றுவிட்டது. இந்தத் தேசத் துரோகத்தைத் தேசப்பிரேமிகள் எப்படி அனுமதிக்க முடியும்?"

உண்மையிலேயே சீவலித் தேரர் தனது நண்பன் சேனகவை மறுத்துப் பேச முடியாமல் குழப்பத்தில் ஆழ்ந்துவிட்டார். நாட்டின் அரசியல் நிலைமைகளைக் குறித்து அவருக்கு ஒன்றுமே தெரியாது என்பதும் உண்மையே. தன்னுடைய புலன்கள் முழுவதையும் துறவையும் தம்மத்தையும் நோக்கி ஒருமுகப்படுத்தியே இத்தனை காலங்களாக அவர் வாழ்ந்திருக்கிறார். புத்தரின் தம்மத்தையும் அஹிம்சையையும் சேனகவுக்குப் புரியப்பண்ணச் சீவலித் தேரர் எத்தனித்தபோது, சேனக மிக இலகுவாகத் தேரரை நிலைகுலையச் செய்தான்.

"இறைமையுள்ள பவுத்த நாடென்று இருந்தால்தான் தம்மத்தைக் காப்பாற்ற முடியும்! அதற்காகவே இலங்கையைக் கவுதமர் தேர்வு செய்தாரென்பதைச் சீவலித் தேரருக்கு நான் சொல்லித்தர வேண்டியதில்லை."

தேசப்பிரேமி இயக்கம் செய்யவிருக்கும் அடுத்த நடவடிக்கைக்குச் சீவலித் தேரர் உதவாவிட்டால், நாட்டைப் பெரும் ஆபத்து அழித்துப்போடும் என்ற பீடையுடன் சேனக திட்டத்தை விளக்கினான்.

"பெப்ரவரி எட்டாம் தேதியன்று கண்டி புனிதத் தந்த தாது விகாரைக்குள் நுழைவதற்குத் தேசப்பிரேமி இயக்கம் திட்டமிட்டுள்ளது. இந்த நடவடிக்கையில் புனித விகாரைக்கோ, பவுத்த துறவிகளுக்கோ, பொதுமக்களுக்கோ எந்தவொரு ஆபத்தும் நிகழாது என்று முன்கூட்டியே உத்தரவாதம் கொடுத்துவிடுகிறேன். எங்களுடைய திட்டம் மிக இலகுவானதும் வெற்றியளிக்கக் கூடியதுமாகும். தேசப்பிரேமியின் பெண் தோழர்கள் இருவர் வெள்ளை ஆடைகளை அணிந்து, மலர்களால் நிறைந்த தட்டுகளுடன் வழிபாட்டுக்குச் செல்வதுபோல விகாரைக்குள் நுழைவார்கள். மகர தோரண முகப்பில் காவல் கடமையிலிருக்கும் பொலிஸார் புனிதருக்காக எடுத்துச் செல்லப்படும் மலர்களைத் தொடவோ சோதனையிடவோ போவதில்லை. ஏற்கனவே விகாரைக்குள் பக்தர்களுடன் கலந்து நின்றிருக்கும் எங்களுடைய இரண்டு ஆண் தோழர்களின் அருகே இந்த மலர்த் தட்டுகள் சென்றவுடன் மலர்களுக்குள் மறைத்து வைக்கப்பட்டிருக்கும் கைத்துப்பாக்கிகளை

அவர்கள் எடுத்துக்கொள்வார்கள். அந்தத் துப்பாக்கிகளைக் காட்டி மிரட்டி, சம்புத்தரின் புனிதப் பல் வைக்கப்பட்டிருக்கும் பேழையை எங்களது தோழர்கள் கவர்ந்து வந்துவிடுவார்கள்."

சேனக சொன்னதைக் கேட்டதும் சீவலித் தேரரின் உடல் குளிர்ந்து நடுங்கிவிட்டது. "என்னவொரு கீழ்மையான முட்டாள் திட்டம்" என்று அவரது மெல்லிய உதடுகள் முணுமுணுத்தன.

"கிடையாது ஹாமத்துருவெனே! இதுவொரு புத்திசாலித்தமான உயர்ந்த அரசியல் திட்டம். ஆட்சியாளர்கள் சம்புத்தரின் புனிதப் பல்லைப் பாதுகாக்கும் வரைதான் மக்கள் அவர்களை நம்புவார்கள். இந்தத் தீவின் ஆயிரத்து எழுநூறு ஆண்டுகால அரசியல் வரலாறே இந்தப் புனிதப் பல்லைப் பாதுகாக்கும் வரலாறுதான். இந்தத் தேசத்தில் மன்னர்களிடையே நிகழ்ந்த ஒவ்வொரு போரும் இந்தப் புனிதப் பல்லுக்காக நடத்தப்பட்டதுதான். வெள்ளையர்களுக்கு எதிராகக் கண்டி மன்னன் கடைசிவரை போரிட்டு நின்றதற்கும், ரதல பிரபுக்களின் சதியால் அவன் வீழ்த்தப்பட்டதற்கும் காரணம் இந்தப் புனிதப் பல்லே. இந்தப் புனிதப் பல்லைப் பாதுகாக்கத் துப்பில்லாதவர்களை இந்நாட்டு மக்கள் ஆட்சியாளர்களாக ஏற்றுக்கொள்ளமாட்டார்கள். இந்நாட்டு மக்கள் கூடிக் கலகம் செய்யும் தருணத்திற்காக ஏங்கிக் கிடப்பவர்கள். அவர்கள் ஆட்சியாளர்களுக்கு எதிரான கலகத்தில் கண்டிப்பாக இறங்குவார்கள். புனிதப் பல்லை வைத்திருக்கும் தேசப்பிரேமி இயக்கமே ஆட்சியதிகாரத்தைப் பிடிக்கும். அதுவே மாற்றமுறாத நியதி எனும் ஆரிய சத்தியம்!"

புனிதப் பல்லைத் தேசப்பிரேமி இயக்கம் எடுத்துச் செல்லப்போகிறது என்ற விஷயத்தைச் சீவலித் தேரரால் தாங்கிக்கொள்ளவே முடியவில்லை. இவர்கள் அதை என்ன செய்வார்கள்? பேழையின் புனிதத்தன்மையை இவர்களால் காப்பாற்ற முடியுமா? குப்பைமேட்டில் புதைத்து வைப்பார்களா? பேழையுடன் கடலில் விடுவார்களா? அசிரத்தையாக எங்காவது தொலைத்து இந்நாட்டுக்கும் தம்மத்திற்கும் அபகீர்த்தியைக் கொண்டுவருவார்களா? சீவலித் தேரர் இதையெல்லாம் சேனகவிடம் கேட்டேவிட்டார்.

"இங்கேதான் சங்கைக்குரிய சீவலித் தேரரின் உதவி எங்களுக்குத் தேவைப்படுகிறது. புனிதப் பல்லைக் கெரில்லாக் குழுவான நாங்கள் வைத்திருப்பது எந்த விதத்திலும் சரியானதல்ல. புனிதப் பல்லை வைத்திருக்கும் எங்களது அணியொன்று முற்றாக அழிக்கப்பட்டால், புனிதப் பல்லுக்கு என்ன நிகழும் என்பதும் நமக்குத் தெரியாது. என் நண்பனும், நம்பிக்கைக்குரியவனும், தம்மத்தின்மீது அளவற்ற

பற்றுள்ளவனுமான சீவலித் தேரரே தகுந்த காலம் வரும்வரை புனிதப் பல்லைப் பூஜித்துப் பாதுகாத்து வைத்திருக்க வேண்டும்."

இதைக் கேட்ட சீவலித் தேரர் மனக் குழப்பத்துடன் ஆழ்ந்த யோசனைக்குள் செல்லலானார். ஆனால், சேனகவோ "சிந்திக்கவெல்லாம் நேரமில்லை. சீவலித் தேரரின் சம்மதத்தைப் பெற்றாகிவிட்டது என்ற நற்செய்தியுடன் எங்களது தலைமைத் தோழரை இன்றிரவே சந்திப்பதாகச் சொல்லியிருக்கிறேன். இப்போதே தாமதமாகிவிட்டது. தன்னுடைய புனிதக் கடமையை ஏற்றுக்கொள்வதற்கு வணக்கத்திற்குரிய சீவலித் தேரர் மறுத்துவிட்டார் என்ற அவச் செய்தியுடன் நான் இங்கிருந்து செல்ல முடியாது" என்றான்.

மனோஹர சேனகவுடைய வசிய சூத்திரம் பொறிக்கப்பட்டிருந்த நாவு தங்கத் தகடு போல் சீவலித் தேரரின் முன்னே ஒளியாகத் துடித்தது.

3

தேசப்பிரேமி ஜனதா வியபரயாவின் திட்டப்படி, சரியாகப் பிற்பகல் 02:30 மணிக்கு, கண்டி புனிதத் தந்த தாது ஆலயத்தில் நடவடிக்கை தொடக்கப்படும். அங்கிருந்து எடுத்துவரப்படும் புனிதப் பல் மகாவலிங்கைக் கரையில் சேனகவிடம் ஒப்படைக்கப்படும். கங்கைப் பாலத்தை சேனக மோட்டர் சைக்கிளில் கடந்து, பிற்பகல் 03:00 மணிக்கு நரப்பிட்டிய சந்தியை அடைந்துவிடுவான். அங்கே சீவலித் தேரர் காத்திருக்க வேண்டும். புனிதப் பேழை தேரரிடம் ஒப்படைக்கப்பட்டதும், பேழையை அவர் தரித்திருக்கும் சீவர ஆடைக்குள் மறைத்துக்கொண்டு, குண்டசாலை பவுத்த மடாலயத்திற்கு எடுத்துச் சென்று பாதுகாத்து வைக்க வேண்டும்.

நரப்பிட்டிய சந்திக்கு பிற்பகல் 02:55 மணிக்குச் சீவலித் தேரர் வந்துவிட்டார். அவர் தங்கியிருக்கும் மடாலயத்திலிருந்து ஐந்து நிமிட நடை தூரத்திலேயே அந்தச் சந்தி இருந்தது. அங்கிருக்கும் சிறிய படிப்பகத்திற்குள் வைத்துத்தான் புனிதப் பேழை கைமாற்றப்படும். சேனக துல்லியமாகக் கணித்திருந்தவாறே அந்த நேரத்தில் படிப்பகத்தில் ஒருவருமில்லை. அங்கே தனியாக உட்கார்ந்து செய்தித்தாள்களைப் புரட்டிய சீவலித் தேரர் உள்ளுறப் பதற்றமுற்றிருந்தாலும், தன்மீது சுமத்தப்பட்டிருக்கும் ஒரு வரலாற்றுக் கடமையைச் சுமப்பதால் அவரது உள்ளத்தில் அபரிதமான கிளர்ச்சியுமிருந்தது. சேனகவின் தங்க நாவுக்குத் தான் கட்டுப்பட்டிருப்பதை அவரால் இன்னும்தான் நம்ப முடியவில்லை.

புனிதப் பேழையைப் பாதுகாக்கச் சீவலித் தேரரிடம் தெளிவான திட்டமிருந்தது. தங்கத்தால் பூஜை மணி வடிவத்தில் செய்யப்பட்டு, நவரத்தினங்களால் அலங்கரிக்கப்பட்டுள்ள கவசக் கூட்டுக்குள்ளே வைக்கப்பட்டிருக்கும் புனிதப் பல்லிருக்கும் சிறு பேழை உள்ளங்கைக்குள் அடங்கிவிடக் கூடியதே. சீவலித் தேரரின் அறைச் சுவரில் பதிக்கப்பட்டிருக்கும் இரும்புக் கதவுள்ள புத்தக அலமாரிக்குள் பேழையைப் பத்திரமாக வைத்துவிடலாம். அலமாரியின் சாவியைச் சீவர ஆடையில் முடிச்சிட்டு எப்போதும் கூடவே வைத்துக்கொள்ளலாம்.

மணி மூன்றைக் கடந்தபோது, தேரரின் இருதயத்திலிருந்த அரத்த தம்மசக்கரம் நின்று போயிற்று. பதற்றம் மெல்ல மெல்ல அச்சமாகி, அது கனத்த துக்கமாகித் தேரரை மூடிற்று. புனிதப் பல்லுடன் சேனக வரவேயில்லை. ஆனால், நரப்பிட்டியச் சந்தியில் தேரரைச் சூழவர ஒரு செய்தி வேகமாகவும் கோபமாகவும் பரவியது.

'புனிதத் தந்த தாது விகாரையை மாறுவேடத்தில் வந்த தமிழ்ப் பயங்கரவாதிகள் தாக்கினார்கள். முதலில் அவர்கள் காவல்துறையினரில் இருவரைச் சுட்டுக் கொன்றார்கள். ஆனால், காவல்துறையினர் துரிதமாகச் செயற்பட்டு, எதிர்த் தாக்குதலை நிகழ்த்திப் பயங்கரவாதிகளில் ஓர் ஆணையும் பெண்ணையும் கொன்றுவிட்டார்கள். இன்னொரு ஆணும் பெண்ணும் காயங்களுடன் காவல்துறையினரால் கைது செய்யப்பட்டிருக்கிறார்கள். புனிதப் பல் பாதுகாப்பாகவேயுள்ளது.'

அந்தச் செய்தி உண்மையாக இருக்க வேண்டும் என்றே சீவலித் தேரரின் மனம் விரும்பியது. இந்தத் தாக்குதலைத் தேசப்பிரேமியினர் செய்யாமல் தமிழர்கள் செய்திருந்தால், தன்மீதிருக்கும் மலைபோன்ற பாரம் காற்றாக வீழ்ந்துவிடும் என்றுகூடத் தேர் கற்பனை செய்தார். ஆனாலும், அவரது அறிவு முற்றாக மழுங்கிவிடவில்லை. நிச்சயமாகத் தேசப்பிரேமிகளே இந்தத் தாக்குதலைச் செய்திருப்பார்கள் என்றே அவரது அறிவு சொன்னது.

மறுநாள் அதிகாலையில் சீவலித் தேரர் கண் விழித்தபோது, இன்று யாராவது ஏதாவதொரு சேதியைத் தன்னிடம் கொண்டுவரக் கூடும் என்றொரு உள்ளுணர்வு அவரை அருட்டிப் போட்டது. செய்தித்தாளை வாங்கிப் படித்தால், நேற்றைய தாக்குதல் குறித்து ஏதாவது விவரம் தெரியவரும் என்று நினைத்துக்கொண்டே, ஆட்கள் நடமாட்டமற்ற அந்தப் பொழுதில் அவர் தனியாக நரப்பிட்டிய சந்திக்கு வீதியோரமாக நடந்து போய்க்கொண்டிருந்த போது, எங்கிருந்தோ புறப்பட்டு வந்த சிறிய கறுப்புநிற வண்டியின் பின்புறக் கதவு திறந்துகொள்ள, சீவலித் தேரர் உள்ளே இழுத்துப் போடப்பட்டுக் கண்கள் கட்டப்பட்டார்.

தன்னைக் கடத்தியிருப்பது தேசப்பிரேமி இயக்கமே என்றுதான் முதலில் சீவலித் தேரர் நினைத்தார். ஆனால், வாகனத்தினுள்ளே ஒலித்துக்கொண்டிருந்த தொலைத்தொடர்பு கருவிகளின் பேச்சுச் சத்தம் அவர் அரச புலனாய்வுத்துறையினராலேயே கடத்தப்பட்டிருக்கிறார் என்பதை அவருக்கு மெல்ல மெல்லத் தெளிவுபடுத்திற்று. அக்கணத்திலேயே, புலனாய்வுத்துறையினரிடம் எதையும் மறைத்துவைத்துப் பேசக்கூடாது எனத் தேரர் மனதில் உறுதியெடுத்துக்கொண்டார். புனிதப் பல்லை மறைத்துவைக்க நினைத்ததற்கு இதுவே தகுந்த பிராயச்சித்தம் என்று அவரது மனதின் அரத்த தம்மசக்கரம் உரைத்தது. ஒருநாள் தம்மத்திலிருந்து வழுவியதற்காகத் தன்னுடைய எஞ்சிய வாழ்நாள் முழுவதும் பிராயச்சித்தம் செய்துகொண்டேயிருக்கப் போவதாகவும் அவர் பிரதிக்ஞை கொண்டார்.

ஆனால், புலனாய்வாளர்களுக்குச் சீவலித் தேரரிடமிருந்து எந்த உண்மையுமே தேவைப்படவில்லை. ஏற்கனவே மனோஹர சேனக தன்னுடைய தங்க நாக்கால் எல்லாவற்றையும் புலனாய்வுத்துறையினரிடம் வெளிச்சமிட்டுக் காட்டியிருந்தான். புலனாய்வுத்துறையினர் தன்னை எங்கே கடத்திச் சென்றார்கள் என்பது இப்போதுவரை சீவலித் தேரருக்குத் தெரியாது.

சீவலித் தேரரின் கண்கட்டு அவிழ்க்கப்பட்டபோது, போறணை போன்றிருந்த ஓர் அறைக்குள் அவரிருந்தார். பாழடைந்து கிடந்த அந்த அறைக்குச் சாளரங்கள் ஏதும் கிடையாது. அறைமூலையில் ஒரு கோணலான மலக்குழி திறந்து கிடந்தது. அதிலிருந்து கிளம்பிய பிணநாற்றம் அறையை நிறைத்திருந்தது. கீழிருந்து வரும் வேதனைக் கூக்குரல்களை வைத்துப் பார்க்கையில், இதுவொரு மாடி அறையாகத்தான் இருக்கவேண்டும். அறையில் ஊசலாடும் மின்விளக்குக்குரிய பொத்தான் அறைக்கு உள்ளேயில்லை. அறையிலிருந்த ஒரேயொரு துருப்பிடித்த நாற்காலியில் தேரரை அமரவைத்துவிட்டு, புலனாய்வுப் பொலிஸார் வெளியேறினார்கள். இரும்பாலான அறைக்கதவை மூடியதும், வெளியே தாழிடும் சத்தம் தேருக்குக் கேட்டது. அடுத்த விநாடியே மின்விளக்கும் அணைந்துபோக, தேரர் மை இருளுக்குள் தோய்ந்தார். குத்தக நிகாயகமான பீடவத்துவை அவரது மனம் நினைக்கலாயிற்று. மானுடப் பிறவியில் செய்த பாவங்களுக்குத் தண்டனையாக, நித்திய இருளாக இருக்கும் பேய்களது உலகில் வாழ விதிக்கப்பட்டவர்களது கதைகளைச் சொல்வது பீடவத்து.

துக்கத்தைத் தவிர வேறு உணர்வுகள் சீவலித் தேரரிடம் இருக்கவில்லை. துக்கம் அவரை மலைப்பாம்பு போலச் சுற்றிப்பிடித்து நொறுக்கியது.

அப்போது, அந்த அறையில் ஒரு பல்லி சொல்வதைத் தேரர் கேட்டார். அந்தச் சத்தம் அவரது இடதுபுறமிருந்தே வந்தது. ஆனால், அது எத்திசை என்பதைத் தேரரால் அறிய முடியாது. இன்னொரு முறை பல்லி சொன்னால் கேட்பதற்காகத் தேரர் தன்னுடைய முகத்தை இடதுபுறம் திருப்பிக் காதுகளைக் கூர்மையாக வைத்துக்கொண்டார். அப்போது அறைக்குள் ஒளி பிரகாசித்தது. பல்லி சுவரில் குத்தென இறங்கிச் சுவரிலேயே மறைந்தும் போனது.

அறைக்கதவு திறக்கப்பட்டு மறுபடியும் மூடப்பட்டபோது, கைக்குட்டையால் தனது மூக்கைப் பொத்தியவாறே புலனாய்வுத்துறை உயரதிகாரி அமரக்கூன் உள்ளே நின்றிருந்தான். கட்டான இளந்தாரியான அவனுக்கு வயது முப்பதுக்கும் குறைவாகவேயிருக்கும். சிவந்த தேகமும் இடுங்கிய கண்களும் அடர்த்தியான கம்பித் தலைமுடியும் கொண்டிருந்த அமரக்கூனில் சீன முகச் சாயலிருந்தது. தன்னெதிரே அமைதியாக நின்றுகொண்டு, தன்னுடைய கண்களையே உற்றுப் பார்க்கும் அமரக்கூனின் கண்களை நாற்காலியில் அமர்ந்தவாறே சீவலித் தேரர் அண்ணாந்து பார்த்துக்கொண்டிருந்தார். தேரரது பார்வை அவர் எத்தகைய பிராயச்சித்தத்திற்கும் தயாராகவே இருக்கிறார் என்பது போலிருந்தது.

அமரக்கூன் தன்னுடைய ஒரேயொரு கேள்வியைக் கேட்டான்.

"ஹாமத்துருவெனே! உமக்கு சுபசிங்ஹ பளிகவர்த்தன ஆராய்சிலாகே என்ற மனிதனைத் தெரியுமா?"

அந்தப் பெயரை எங்கேயோ கேள்விப்பட்டிருப்பது போலத்தான் சீவலித் தேருருக்குத் தோன்றியது. அந்தப் பெயரைச் சேனக தன்னிடம் சொல்லியிருப்பானோ என்று தேரர் யோசிக்கும்போதே அமரக்கூன் சொன்னான்:

"சுபசிங்ஹ பளிகவர்த்தன ஆராய்சிலாகே என்னுடைய இரத்தவழி மூதாதை. கண்டி புனிதத் தந்த தாது விகாரையை அமைப்பதற்கு நிலம் வழங்கியவர்..."

சொல்லிக் கொண்டிருக்கும்போதே தன்னுடைய வலது காலைத் தூக்கி, சீவலித் தேரரின் மார்பில் அமரக்கூன் ஓங்கி மிதித்தான். நாற்காலியோடு சாய்ந்து பின்புறமாகத் தரையில் வீழ்ந்த சீவலித் தேரரின் மழிக்கப்பட்ட தலை பந்து போல் தரையில் மோதித் துள்ளியது. அமரக்கூனின் கனத்த பூட்ஸ் தேரரின் இடது மார்பில் அச்சாகப் பதிந்து போயிற்று.

தன்னிடம் புலன்விசாரணை செய்வதல்ல அமரக்கூனின் நோக்கம், மாறாகத் தன்னைச் சிறுகச் சிறுகப் பழி தீர்ப்பதே அவனது நோக்கம்

எனச் சில நாட்களிலேயே சீவலித் தேரர் புரிந்துகொண்டார். தன்னை ஒரு சாட்சியாக அல்ல, குற்றவாளியாகக் கூட நீதிமன்றத்தில் அவன் நிறுத்தப் போவதில்லை என்பது அவருக்குத் தெளிவாகிவிட்டது. தேரர் கடத்தப்பட்டதும் எவருக்குமே தெரியாது. தேரர் அடைக்கப்பட்டிருந்த அறைக்குள் அமரக்கூனைத் தவிர வேறு யாருமே வரவும் முடியாது. சீவலித் தேரருக்கு எப்போதாவது கிடைக்கும் உணவையும் நீரையும் கூட அமரக்கூன் கொண்டுவருவான். அவன் வராத நாட்களில் உபவாசம் இருப்பதைத் தவிரத் தேருக்கு வேறு வழியில்லை.

அமரக்கூன் எதையாவது விசாரித்துத் தொலைத்தால் கூடச் சீவலித் தேருக்குச் சற்று நிம்மதியாக இருக்கும். தன்னுடைய பாவத்தை அவன் முன்னே இறங்கி வைத்துவிடுவார். ஆனால், முதல் சந்திப்பில் பேசியதை விடுத்து, வேறெப்போதும் தேரரிடம் அமரக்கூன் பேசியதேயில்லை. ஆனால், ஓயாமல் உத்தரவுகளைப் பிறப்பிப்பான். ஒவ்வொரு உத்தரவும் தேருக்குச் சிறுமையையும் வலியையும் கொண்டுவரும். அவர் அந்த அறையில் அமரக்கூனோடு வருடங்களைக் கழிக்க வேண்டியிருந்தது.

அமரக்கூனின் கையால் சீவலித் தேரர் வதைபட்ட இரத்தம் தெறித்துத் தெறித்து அந்த அறையின் அழுக்குச் சுவர்கள் மினுங்கும் செந்நிறமாக மாறிக்கொண்டிருந்தன. அமரக்கூனின் தடித்த தோல் இடுப்புப் பட்டியும், முள்ளுத் தடிகளும் விளாறி விளாறித் தேரரின் உடலெங்கும் ஏற்பட்ட பச்சைப் புண்களிலிருந்து வடியும் ஊனாலும் சீழாலும் தரை செம்மஞ்சள் நிறமேறிற்று. தேரர் குளிக்கவோ மழிக்கவோ அனுமதிக்கப்படவேயில்லை. சிக்கேறிய கத்தை முடிகள் தேரரின் தோளைத் தொட்டன. முகத்தில் வளர்ந்திருந்த முடியால் முகத்தின் அரைப் பகுதி மறைந்துபோனது. முன்வாயில் சில பற்கள் தெறித்து விழுந்துவிட்டன. ஒவ்வொரு பல்லையும் அமரக்கூன் கைக்குட்டையில் சுற்றித் தன்னோடு எடுத்துச் சென்றான். தேரரும் சளைத்தவரல்ல. எந்த வேளையிலும் அவர் அமரக்கூன் முன்னே கண்ணீர் விடவோ, ஓலமிடவோ செய்ததில்லை. சகிப்புத்தன்மையின் உச்சமாக இருப்பதே அரஹந்தப் பாதை. பொலியப்படும் கருங்கல் போன்று தேரரின் துறவு மனம் சீராகச் செதுக்கப்பட்டுக்கொண்டிருந்தது.

ஒருநாள், சீவலித் தேரர் பேசிய வார்த்தைகள்தான் அவரது நித்திய துக்கத்திற்குத் திறவுகோலாகியது. அந்த நாளுக்குப் பின்பு, துயரற்ற ஒரேயொரு விநாடிகூடச் சீவலித் தேருக்கு இருந்ததில்லை. அன்றைய இரவில்தான் "இது உமக்குப் பொருத்தமற்றது" என்றவாறே அமரக்கூன் முதன்முறையாகத் தேரரின் சீவர ஆடையைக் களையத் தொடங்கினான். அப்போதும் சலனமற்று நின்றிருந்த சீவலித் தேரர் உண்மையிலேயே அமரக்கூனுக்குச் சலிப்பை ஏற்படுத்தியிருக்க வேண்டும். "புனிதத்

தந்த தாது ஆலயத்தில் இரண்டு பொலிஸ்காரர்களைச் சுட்டுக்கொன்ற மாவீரர் கூட்டத்தைச் சேர்ந்த நீர் என்முன்னே பட்ட மரம்போல நிற்கலாமா?" எனக் கேட்டவாறே அமரக்கூன் சீவலித் தேரரை முழு அம்மணமாக்கியபோது, தேரர் அமரக்கூனின் கண்களை நேராகப் பார்த்துச் சொன்னார்:

"தசசீலத்தைக் கடைப்பிடிக்கும் துறவி இழப்பதற்குத் தம்மத்தைத் தவிர ஏதுமற்றவன்."

இந்த வார்த்தைகள்தான் அமரக்கூனைச் சிந்திக்க வைத்திருக்க வேண்டும். அவன் உடனேயே அந்த அறையைவிட்டு வெளியேறிவிட்டான். அறைக்கதவைக் கூடத் தாழிடாமல், அவன் குதித்து மாடிப்படிகளில் ஓடிச் சென்றான். தேரர் தரையில் கிடந்த சீவர ஆடையை எடுத்து உடுத்திக்கொண்டு நாற்காலியில் உட்கார்ந்துகொண்டார். இப்போது மாடிப்படிகளில் காலடியோசைகள் கேட்டன. மறுபடியும் அறைக்குள் நுழைந்த அமரக்கூன் கைகளில் விலங்கிடப்பட்ட ஒரு பெண்ணைத் தன்னோடு அழைத்து வந்திருந்தான்.

அந்தப் பெண்ணுக்கு இருபது வயதிருக்கும். மார்பிலிருந்து தொடைகள் வரை, நாற்றமடிக்கும் அழுக்குப் பாவாடையைக் கட்டியிருந்தாள். அவள் இயல்பிலேயே குண்டான உடல்வாகு உள்ளவளாக இருக்க வேண்டும். கைகளிலும் கால்களிலும் தசை வழிந்தது. தாடையிலும் தசை இலேசாகத் தொங்கியது. அவளது புழுத்துக்கிடந்த தலைமுடியிலிருந்து இரத்தவாடை கசிந்தது. அவளின் தடித்த உதடுகள் புண்ணாகி அயறு படர்ந்திருந்தது. அவளது கண்கள் வியப்புடன் தேரரை நோக்கியிருந்தன.

அமரக்கூன் அந்தப் பெண்ணிடம் சில வார்த்தைகளைச் சொன்னான். அவற்றில் ஒரு வார்த்தை கூடச் சீவலித் தேருக்குப் புரியாது. ஆனால், அமரக்கூன் தமிழில் பேசுகிறான் என்பது மட்டும் தேருக்குத் தெரிந்தது. அந்தப் பெண் பாவாடையை அவிழ்த்துத் தரையில் நழுவவிட்டாள். சீவலித் தேரர் தன்னுடைய கண்களை இறுக மூடிக்கொண்டார். இந்தக் கண்களில் அமரக்கூன் காய்ச்சிய எண்ணெய்யை ஊற்றினால்கூட இவை திறக்காது என்று தனக்குள் சொல்லிக்கொண்டார்.

அறைக்கதவை உள்ளிருந்து மூடும் சத்தம் கேட்டது. அமரக்கூனின் கனத்த பூட்ஸ்கள் தன்னை நெருங்கி வருவதையும் சீவலித் தேரர் உணர்ந்தார். தனது மார்பில் உள்ளங்கைகளைப் பதித்தவாறே நாற்காலியில் நிமிர்ந்து உட்கார்ந்தார். தேரரை நெருங்கிய அமரக்கூன் அவரது இடதுபுறச் செவிமடலைப் பற்றியிழுத்துக் காதுக்குள் கிசுகிசுத்தான்:

"தசசீலரான துறவி சீவலி பால தேர் இந்தப் பெட்டை நாயைத் தனது ஆண்மையால் அடக்க வேண்டும்!"

அந்தக் கணத்தில் சீவலித் தேரரின் உள்ளத்தில் அச்சம், கோபம், பச்சாதாபம் என எந்த உணர்வும் எழவில்லை. முழுவதுமாக அவர் துக்கத்தால் மட்டுமே போர்த்தப்பட்டிருந்தார். அவர் தனது உடலை மரத்துப்போகச் செய்வதற்கு முயன்றார். தன்னையொரு காய்ந்த விறகாகக் கற்பனை செய்துகொண்டார். அப்போது, அந்தப் பெண் தன்னுடைய விலங்கிடப்பட்ட கைகளைச் சீவலித் தேரரின் இடது முழங்காலில் வைத்து, தமிழில் ஒரு வார்த்தையைச் சொன்னாள். தன்னுடைய முழுப் புலன்களையும் அடக்கி மரக்கட்டையாவதற்கு முயன்றுகொண்டிருந்த தேரரின் செவியில் அந்த வார்த்தை தைத்து அங்கேயே நிலைத்தது.

அமரக்கூன் மறுபடியும் தேரின் ஆடையைக் களைந்தபோது கூட, தேரர் மூடிய கண்களைத் திறக்கவில்லை. அவரது உடல் மரத்துக்கொண்டே வந்தது. நிர்வாணியான தேரரை இழுத்து அமரக்கூன் குப்புறப் படுக்க வைத்தபோதும் தேரர் கண்களைத் திறந்தாரில்லை. அவர் துக்கத்தின் உன்மத்தத்துள் ஆழ்ந்துகொண்டிருந்தார்.

சீவலித் தேரர் அந்தப் பெண்ணின் மீதே படுக்க வைக்கப்பட்டிருந்தார். அவள் உடல் வலியால் முனகுவது தேருக்குக் கேட்டது. அவளது முலைக் கும்பங்கள் தேரரின் ஒட்டிய வயிற்றின் கீழே சப்பளிந்து கிடந்தன. தேரர் மூளையில் தீயின் வாசனையை உணர்ந்தார். அமரக்கூனின் கண்முன்னே இரண்டு அழுக்குப் பிண்டங்கள் அசைவற்றுக் கிடந்தன.

அமரக்கூன் தமிழில் ஏதோ கத்தியபோது, அந்தப் பெண் தனது சதைப்பிடிப்பான கால்களால் தேரரின் கால்களைப் பின்னிக்கொண்டாள். அவளது விலங்கிடப்பட்ட கைகள் தேரரின் நிர்வாணத்தைப் பற்றின. தேரர் சம்புத்தரைத் தியானித்துத் தனது மூச்சுக்காற்றை நிறுத்தி வைத்தார். அப்போது, அமரக்கூனின் கையிலிருந்த தடித்த தோல் இடுப்புப் பட்டி தேரரின் புட்டத்தில் சடசடவென விளாறத் தொடங்கியது. தேரர் கண்களை இன்னும் இறுக்கமாக மூடிக்கொண்டே, வலியைச் சத்தமேயில்லாமல் தாங்கிக்கொண்டார். புட்டத்தில் முதல் துளி இரத்தம் துளிர்த்தபோது, சீவலி பால தேருக்கு விந்தும் வெளியாகியது.

அந்தக் கணத்திற்குப் பின்பு, அமரக்கூன் அந்த அறைக்குள் வருவதில்லை. உணவையும் நீரையும் யார் யாரோ எடுத்து வருகிறார்கள். சீவலித் தேரரைக் குளிக்கவைத்து, புதிய வேட்டியும் சட்டையும் கொடுத்தார்கள். 'தேசப்பிரேமி ஜனதா வியபராயா' இயக்கம் முற்றாக அழிக்கப்பட்டுவிட்டதாகவும் சீவலித் தேரர் சீக்கிரமே விடுதலை செய்யப்படலாம் என்றும் அவர்களில் ஒருவன் இரகசியமாகத் தேருக்குச் சொன்னான்.

அவற்றைப் பற்றியெல்லாம் சீவலித் தேரர் அக்கறை கொள்வதில்லை. தன்னுடைய சிந்தனை முழுவதையும் அவர் சம்புத்தரிடமே வைத்திருந்தார். மாளாத துக்கத்தால் அவர் மூழ்கடிக்கப்பட்டிருந்தாலும், துறவு நிலையிலிருந்து தான் விலகியதாக அவர் ஒருபோதுமே கருதவில்லை. அந்தப் பெண் குறித்து இந்த முப்பது வருடங்களில் அவர் யாருடனும் பேசியதுமில்லை. அந்தப் பெண் சொன்ன வார்த்தை மட்டும் அவருடன் எப்போதுமிருந்தது.

4

மொட்டைப் பாறையில் படுத்திருந்த சீவலித் தேரர் விண்மீன்களை வைத்து நேரத்தைக் கணக்கிட முயன்றார். நடுநிசி தாண்டியிருக்கலாம். கடற்காற்று அவ்வப்போது கைக்கல்லில் இருந்த அகல் விளக்கை அணைப்பதாகவும், தேரர் திரும்பவும் விளக்கை ஏற்றுவதுமாகத் தூக்கமற்றிருந்தார். அவரது எண்ணங்கள் கட்டற்றுப் பெருகி இருளில் சிதறிக்கொண்டிருந்தன.

> 'புனிதப் பல் இந்தத் தீவில் இருக்கும் வரைதான் நாட்டுக்குத் தீங்கு நேராது. நாட்டை மீண்டும் அபாயம் சூழாதவாறு ஒவ்வொரு கடற்கரையிலும் மலையிலும் கல்லிலும் மரத்திலும் தெருவிலும் சம்புத்தரை வைக்க வேண்டும். நான் இங்கு இருக்கும்வரை, இதோ இந்தச் சம்புத்தர் சிலையில் கை வைக்க யாருக்குமே துணிவு வராது. சீக்கிரமே இங்கேயொரு சிறிய பன்சாலையைக் கட்டி எழுப்பிவிட வேண்டும். அதற்கான வழியை இப்போது நான் அறியமாட்டேன்...'

கூவென வந்த காற்று இன்னொருமுறை விளக்கை அணைத்துத் திரும்பியது. சீவலித் தேரர் இருளில் தடுமாறி நடந்து சென்று, திரும்பவும் அகல் விளக்கை ஏற்றியபோது, கைக்கல்லில் பதிந்துள்ள விரல் குழியில் ஒரு பல்லி ஒட்டியிருப்பதைப் பார்த்தார். பல்லி இருப்பது தென்மேற்குத் திசையெனத் தேரர் கணித்தார். அவர் கையில் விளக்கோடு பல்லியை நோக்கி மெல்லக் குனிந்தார். தென்மேற்குத் திசையிலிருந்து பல்லி சொன்னால், எடுத்த கருமம் நிறைவேறும் என்று பலன் என்பதைத் தேரர் அறிவார். அவர் பல்லி சொல்வதற்காகக் காதுகளைக் குவித்துக் காத்திருந்தார். அந்தப் பல்லியோ ஒன்றும் சொல்லாமலும் அசையாமலும் அங்கேயே சித்திரம் போல ஒட்டிக்கொண்டிருந்தது.

சீவலி பால தேரர் பல்லிக்கு நெருக்கமாக விளக்கை எடுத்துச்சென்று "ஒரேயொரு சத்தமெழுப்பு! இலங்கைத் தீவு முழுவதற்கும் உனக்கு அரசுரிமை அளிக்கிறேன்" என்றார்.

□ நீலம் – 2022

மெய்யெழுத்து

2009 ஆவது வருடம், வைகாசி மாதத்தின் இறுதி நாளில், ஓர் இளநிலை இராணுவ அதிகாரி 'நாங்கள் திலீபனின் உடல் எச்சங்களைக் கைப்பற்றிவிட்டோம்' என்றொரு செய்தியை வவுனியா இராணுவ மையத்திற்கு அறிவித்தான். அப்போது மருத்துவர் ராகுலன் மனநிலை சரிந்தவர் போன்று, மணலை அள்ளித் தனது தலையில் போட்டுக்கொண்டு குழறி அழுதவாறிருந்தார்.

1977 ஆவது வருட இன வன்செயல்களின் பின்பாக, ராகுலனின் குடும்பம் கொழும்பிலிருந்து யாழ்ப்பாணத்திற்கு இடம் பெயர்ந்திருந்தது. யாழ்ப்பாண இந்துக் கல்லூரியில் பத்தாவது வகுப்பில் சேரும்போது ராகுலனுக்கு வயது பதினாறு. அங்கேதான், பார்த்திபன் என்ற பெயரோடு எட்டாவது வகுப்பில் படித்துக்கொண்டிருந்த திலீபனை அவர் முதன்முதலாகச் சந்தித்தார்.

கல்லூரியில் நடக்கவிருக்கும் விஞ்ஞானக் கண்காட்சியில் ராகுலனின் வகுப்பு மாணவர்கள் ஏதாவது ஒரு புதுமையை வைக்க வேண்டும் என்று விஞ்ஞான ஆசிரியர் வரதராஜ சர்மா கண்டிப்பாகச் சொல்லிவிட்டார். இவர்களாலோ குறுகிய காலத்திற்குள் ஏதொன்றையும் உருவாக்க முடியாமலிருந்தது. வெறுத்துப் போன ஆசிரியர் கடுங்கோபத்துடன் ராகுலனைப் பார்த்து "எயிட் ஏ வகுப்பிலயிருக்கிற பார்த்திபன் எண்ட ஸ்டுடண்டைக் கூட்டிக்கொண்டு வாரும். அப்பயாவது சோத்து மாடான உங்களுக்கெல்லாம் புத்தி வருதா எண்டு பார்ப்பம்" எனச் சொல்லி, திலீபனை அழைத்துவருமாறு ராகுலனை அனுப்பிவிட்டார்.

சோற்று மாடு என ஆசிரியர் தன்னைத்தான் குத்திக்காட்டியிருக்க வேண்டும் என்று நினைத்து ராகுலன் தனக்குள்ளே துக்கித்தவாறேதான் திலீபனைத் தேடிப் போனார். 'ஏன் இந்தப் பொடியன் சோறு தின்ன மாட்டானோ?' என்று அதுவரை பார்த்திராத திலீபனை மனதிற்குள் கரித்துக் கொட்டியவாறுதான் போனார்.

ராகுலன் கொழும்பில் பாற்கட்டிகளும் நெய்ச்சோறுமாகச் சாப்பிட்டுச் சொகுசாக வளர்ந்த பிள்ளை. அதனால் மினுமினுப்பாகக் கொழுத்த கன்றுக்குட்டி போலிருப்பார். சற்றுக் குள்ளமானவர் என்பதால்

அவருடைய குண்டுத் தோற்றம் இன்னும் தூக்லாகவே தெரியும். இந்த உடல்வாகு அவருடன் எப்போதுமிருந்தது.

ராகுலன் தேடிச் சென்ற அந்த மாணவர் மிக ஒல்லியாகப் பொது நிறத்திலிருந்தார். அவருடைய முன்வாய்ப் பற்கள் சற்றுத் துருத்திக்கொண்டிருந்தன. அடர்த்தியான தலைமுடி கலைந்து விழுந்திருந்த நெற்றிக்கு கீழே மூக்குக் கண்ணாடிக்குள் அவரது கண்கள் சற்றே கிறங்கியிருந்தன. இந்தக் கிறக்கம் கடைசிவரை திலீபனோடு இருந்ததை ராகுலன் எப்போதுமே ஞாபகம் கொள்வார்.

திலீபனை அழைத்து வரும்போது "நீர் எங்கயிருந்து வாறனீர்?" என்று ராகுலன் கேட்க "ஊரெழு" என மிக மென்மையான குரலில் திலீபன் பதில் சொன்னார். "நீர் படிப்பில பெரிய கெட்டிக்காரனோ?" என்று ராகுலன் எகத்தாளமாகக் கேட்டபோது "ஓம்" என்று ஒற்றை வார்த்தையில் திலீபன் அதே மென்மையான குரலில் பதில் சொன்னார். ஒருவிதமான விலகியிருக்கும் சுபாவம் அந்த மாணவனிடம் ஒட்டியிருப்பதை ராகுலன் கவனித்தார்.

வகுப்பறையில் ஆசிரியர் வரதராஜ சர்மா முன்பு நின்றபோதும், அதே விலகல் தன்மையோடுதான் திலீபன் நிலைகொள்ளாமல் கால்மாறி கால்மாறி நின்றார். இப்படி ஏதாவது சேட்டைகளைச் செய்தால் "என்ன உனக்குப் பிரச்சினை... மாதவிலக்கே? நேரா நிமிந்து நிக்கேலாதே?" என வெடுக்கெனக் கேட்பவர் வரதராஜ சர்மா. ஆனால், திலீபன் மிகப் புத்திசாலியான மாணவன் என்று அவர் கருதியிருந்ததால், திலீபன்மீது அவருக்குத் தனி அன்புண்டு. திலீபனின் தந்தையாரான இராசையா வாத்தியாரோடு ஒரு காலத்தில் பணியாற்றியதால் திலீபனின் குடும்பச் சூழலையும் அவர் அறிவார். திலீபன் பத்து மாதக் குழந்தையாக இருக்கும்போதே தாயை இழந்தவர் என்பதால், திலீபன்மீது கூடுதல் பரிவும் வரதராஜ சர்மாவுக்கு இருந்தது. திலீபனின் விலகியிருக்கும் சுபாவத்திற்குத் தாயாரின் இழப்புக்கூட ஒரு காரணமாக இருந்திருக்கலாம் எனப் பிற்காலத்தில் ராகுலன் யோசித்துண்டு.

"பார்த்திபன்... வாற எக்ஸிபிசனில புதுமையா நாங்கள் என்ன செயலாம் எண்டு நீ இந்தப் பத்தாம் வகுப்பு எருமைகளுக்குச் சொல்லிக்குடு" எனச் சொல்லிவிட்டு ஆசிரியர் வெளியே போய்விட்டார். "ஒரு மயிலின்ர எலும்புக்கூட்டை நாங்கள் விளக்கங்களோட கண்காட்சியில வைக்கலாம்" என்று திலீபன் மாணவர்களுக்குச் சொன்னார்.

அதுவொரு புதுமையான யோசனையாகவே மற்றைய மாணவர்களுக்கும் தெரிந்தது. யாழ்ப்பாணத்தாருக்கு மயில் பறவை அதிசயம்தான். யாராவது வன்னியிலிருந்து கொண்டுவந்து வளர்த்தால்தான் உண்டு. ஆனாலும், யாழ்ப்பாணத்தின் அனல் பறக்கும் காலநிலையாலோ

அல்லது வனச்சூழல் இல்லாததாலோ அந்த மயில்களும் சீக்கிரமே இறந்து போகும்.

"மயில் எலும்புக் கூட்டுக்கு எங்க போறது?" என்று ராகுலன் கேட்டார்.

"அது ஒரு இடத்தில இருக்கு... ஆறாவது ஒராள் மட்டும் என்னோட வந்தால் போதும், எடுத்துத் தருவன்" என்றார் திலீபன்.

மாலையில் பாடசாலை விட்டதும், ராகுலனே திலீபனோடு சென்று அந்த மயில் எலும்புக்கூடைப் பெற்றுவருவதென்று தீர்மானம் ஆயிற்று.

பாடசாலை விட்டு ராகுலன் வெளியே வந்தபோது, சொன்னது போலவே திலீபன் வெளிவாசலில் நின்றிருந்தார். "போகலாம்" என்று ராகுலன் சொன்னபோது "இப்ப போய்ச் சாமான எடுக்க ஏலாது... நீர் இரவு பத்து மணிக்கு ஊரெழு கணக்கன் சந்திக்கு வாரும்! நான் அங்க நிப்பன்" என்று சொல்லிவிட்டுப் பதிலுக்குக் கூடக் காத்திராமல், திலீபன் வெளியேறிக்கொண்டிருந்த மாணவர்களுடன் கலந்து மறைந்துவிட்டார்.

ராகுலன் குழம்பிப் போனார். முதலில் அவருக்கு 'ஊரெழு கணக்கன் சந்தி' எங்கேயிருக்கிறது என்பதே சரியாகத் தெரியாது. அதுவும் இரவு பத்துமணிக்கு அங்கே போவதென்றால் எப்படிப் போவது? போகாவிட்டாலோ வரதராஜா சர்மாவைச் சமாளிக்க முடியாது. தனது வீடிருக்கும் உரும்பிராய் தெற்குக்குப் பக்கத்துக் கிராமமே ஊரெழு என்பதால், குறிப்பிட்ட இடத்தைக் கண்டுபிடித்துவிடலாம் என்று மனதைத் தேற்றியவாறே ராகுலன் பஸ்ஸைப் பிடித்து வீட்டுக்குப் போனார்.

இரவு ஒன்பது மணிக்கு வீட்டிலிருந்து கிளம்பி, ஊரெழுவை நோக்கி நடந்தார். அன்று நிலா வெளிச்சம் அவருக்கு வழி காட்டிற்று. வழியில் தென்பட்ட ஒரேயொரு சைக்கிள்காரரிடம் விசாரித்தில், அதே தெருவால் நேராக நடந்து போனாலே ஊரெழு கணக்கன் சந்தி வந்துவிடும் என்பதைத் தெரிந்துகொண்டார். பத்து மணிக்கு முன்பே குறிப்பிட்ட இடத்தை அடைந்துவிட்டவர் அங்கே திலீபனுக்காகக் காத்திருந்தார். இரவு பத்து மணிக்கு அப்படியென்ன மயிலைப் பிடிக்கிற மயிர் வேலை என்ற குழப்பம் அவருக்கு இருந்துகொண்டேயிருந்தது.

சரியாகப் பத்து மணிக்கு, ராகுலனுக்குப் பின்னால் திலீபன் தோன்றினார். "வாரும்" என்று முணுமுணுத்துவிட்டுத் திலீபன் முன்னே விரைந்து நடக்க, ராகுலன் செம்மறி ஆடு போலப் பின்தொடர்ந்தார்.

அய்ந்து நிமிட நடைதூரத்தில், வண்ண மின்விளக்குகளின் வெளிச்சத்தில் ஊரெழு முருகன் கோயில் ஒளிர்ந்துகொண்டிருந்தது. கோயில் புறமதிலைச்

சுற்றிப் பின்புறமாகத் திலீபன் ராகுலனை அழைத்துப் போனார். அங்கே முழுத்துக்கொரு உயிர்ப் பனையாக அடர்ந்த பனங்கூடல் இருந்தது. ஒரிடத்தில் நின்று, வடலி மறைவிலிருந்து ஆறு மின்கலங்கள் போடக்கூடிய டோர்ச் லைட்டையும் ஒரு மண்வெட்டியையும் ஒரு பெரிய சாக்குப் பையையும் திலீபன் எடுத்தார்.

"இது ஆற்ற சாமான்கள்?" என்று ராகுலன் கொஞ்சம் திகிலுடன்தான் கேட்டார்.

"நான் பொழுதுபட முன்மே கொண்டுவந்து வைச்சிட்டன்" என்று சொன்னவாறே திலீபன் இன்னும் சற்றுத் தூரம் பனங்கூடலுக்குள் நடந்து சென்று, ஒரிடத்தில் நின்றவாறே மெதுவாகச் சொன்னார்:

"கோயில்ல நிண்ட மயில்தான். இஞ்சதான் தாட்டிருக்கு!"

"நாமள் தோண்டினால் பிரச்சினை ஏதும் வராதே?"

"தோண்டின தடயமே இல்லாமல் செய்துபோட்டுப் போகவேணும் அய்ஸே!"

ராகுலனின் கையில் டோர்ச் லைட்டைக் கொடுத்துவிட்டு, திலீபன் மண்வெட்டியால் மெதுவாகச் சாறிச் சாறி மணலைக் கவனமாக விலக்கிக்கொண்டே போனார். ராகுலனுக்கு உண்மையிலேயே நடுக்கமாக இருந்தது. அவரது கையிலிருந்த விளக்கு வெளிச்சம் அங்குமிங்குமாகத் தளும்பியது.

"நேராப் பிடியும் அய்ஸே…" என்று திலீபன் எரிச்சலுடன் சொன்னார். மதியம், பாடசாலையில் விலகல் சுபாவத்துடன் குரல் எழாமல் பேசிக்கொண்டிருந்த சிறுவன் இப்போது கட்டளை அதிகாரி போல மாறிவிட்டிருந்ததை ராகுலன் வாயைப் பிளந்துகொண்டே கவனித்தார்.

மயில் எலும்புக்கூடு பெரிய சேதங்களில்லாமல் கிடைத்தது. அதைச் சாக்குப் பைக்குள் பத்திரமாக வைத்துவிட்டு, திலீபன் அந்தக் குழியை இருந்து போலவே மூடிவிட்டு, அதன்மீது இரண்டு காவோலைகளை இழுத்துப் போட்டார். வந்த திசைக்கு எதிர்த் திசையால் திலீபன் நடக்க, ராகுலன் சாக்குப் பையுடன் பின்னாலேயே போனார். பனங்கூடலால் வெளியேறிதும் எதிர்ப்பட்ட ஊரி ஒழுங்கையின் ஓரமாக ஒரு சைக்கிள் நிறுத்திவைக்கப்பட்டிருந்தது. "நீர் சைக்கிள எடும்" என்று சொன்னவாறே திலீபன் சாக்குப் பையை வாங்கிக் கரியரில் கட்டினார். தனக்குச் சைக்கிள் ஓட்டத் தெரியாது என்பதைச் சொல்ல வெட்கப்பட்டுக்கொண்டு "நீர் ஓடும்… நான் பெடல் போட்டுத் தருவன்" என்று ராகுலன் சமாளித்தார். "எலும்புக் கூடு எங்கயிருந்து எண்டு ஆராவது கேட்டால், எர வீட்டில இருந்து எண்டுதான்

சொல்லவேணும்... சரியா" என்று கொஞ்சம் கடுமையான தொனியில் திலீபன் சொல்ல "சரி மச்சான்" என்றார் ராகுலன். இப்படித்தான் திலீபனுக்கும் ராகுலனுக்குமான நட்பு ஆரம்பித்தது.

அதன் பின்பாக, ராகுலன் யாழ்ப்பாணம் இந்துக் கல்லூரியில் படிக்கும்வரை 'லவ்வர்ஸ்' என்று மாணவர்கள் கேலி செய்யக்கூடியளவுக்கு இருவரும் மயிலும் வேலும் போல ஒட்டிக்கொண்டார்கள். ராகுலன் யாழ்ப்பாணப் பல்கலைக்கழக மருத்துவ பீடத்தில் கற்பதற்குத் தேர்வானதற்கு இரண்டு வருடங்கள் கழித்து, திலீபனும் அதே மருத்துவ பீடத்தில் கற்பதற்குத் தேர்வானார். அந்தச் செய்தியைச் சொல்வதற்காக ராகுலனைத் தேடி உரும்பிராய் வீட்டுக்குச் சென்றிருந்த திலீபன், சில நாட்களுக்குப் பின்பு ராகுலனுக்குச் சொல்லாமலேயே விடுதலைப் புலிகள் இயக்கத்தில் சேர்ந்துவிட்டார்.

2

1987 ஆவது வருடம், புரட்டாதி மாதத்தில் திலீபன் நீரையும் உணவையும் முற்றாக மறுத்து, நல்லூர் முருகன் கோயிலில் உண்ணாவிரதத்தை ஆரம்பித்த இரண்டாவது நாளில், ராகுலன் கூட்டத்தோடு கூட்டமாக நின்று, மேடையிலிருந்த திலீபனைப் பார்த்துக்கொண்டிருந்தார். உண்மையிலேயே இதுவொரு தேவையில்லாத அரசியல் சாகசம் என்றுதான் ராகுலன் நினைத்தார். இரண்டு - மூன்று நாட்கள் உண்ணாவிரதமிருந்து நாடகமாடிவிட்டு, ஏதாவதொரு சாக்குப்போக்கைச் சொல்லி உண்ணாவிரதத்தை முடித்துக்கொள்வார்கள் என்றுதான் அவர் நம்பினார். அதற்குக் காரணமுமிருந்தது.

யாழ்ப்பாணப் பல்கலைக்கழகத்தில் அவர் படித்துக்கொண்டிருந்த காலத்தில்தான், இலங்கை அரசுக்குக் கோரிக்கை வைத்து, பல்கலைக்கழக வளாகத்தில் உண்ணாவிரதமிருந்து அறப்போராட்டம் நடத்திய மதிவதனி, படிகலிங்கம், வனஜா உள்ளிட்ட ஒன்பது மாணவர்களும் பட்டினி மரணத்தை நெருங்கிக்கொண்டிருந்த போது, அந்த உயிர்களைப் பாதுகாப்பதற்காகப் புலிகள் வலுகட்டாயமாகத் துப்பாக்கிமுனையில் அந்த மாணவர்களைக் கடத்திச் சென்றிருந்தார்கள். அந்த நடவடிக்கையை முன்னின்று செய்தவர்களில் திலீபனும் ஒருவர். அவர் அப்போது ஒரு சிறிய ஏரியாவுக்குப் புலிகளின் அரசியல்துறைப் பொறுப்பாளராக இருந்தார். ராகுலனுக்கோ அரசியலில் துளி ஆர்வமும் கிடையாது. எல்லா ஆயுத இயக்கங்களின் மீதும் அவருக்கு அவநம்பிக்கையே இருந்தது. எந்தப் பிரச்சினைக்கும் ஆயுதப் போராட்டம் தீர்வாகாது என்பதுதான் ராகுலனின் எண்ணம். அப்போதெல்லாம் திலீபன் அடிக்கடி பல்கலைக்கழகத்திற்கு வருவார். ராகுலனைக் கண்டால் அவரோடு சேர்ந்து ஒரு தேநீராவது அருந்தாமல் போகமாட்டார்.

இந்த நல்லூர் உண்ணாவிரதத்தைப் புலிகள் சீக்கிரமே முடித்துக் கொள்வார்கள் என ராகுலன் நம்புவதற்கு இன்னொரு வலுவான காரணமுமிருந்தது. போர்முனைகளில் படுகாயப்பட்ட திலீபனுக்கு இதுவரை மூன்று அறுவைச் சிகிச்சைகள் செய்யப்பட்டுள்ளன. சில மாதங்களுக்கு முன்பு நடந்த அறுவைச் சிகிச்சையில் திலீபனது குடலில் பதினான்கு அங்குலங்கள் நீக்கப்பட்டிருந்தன. இந்த நிலையில் அவர் தண்ணீரும் அருந்தாமல் உண்ணாவிரதமிருப்பது மிக மிக ஆபத்தானது. மேடையில் திலீபனைச் சுற்றி நான்கைந்து புலிகள் இயக்க இளைஞர்கள் நின்றிருந்தார்கள். 'ஆக்களப் பாரு... ஒவ்வொருத்தனும் ஒரு கொட்டுப்பனை போல உருண்டு திரண்டு நிக்கிறான். உவங்கள் உண்ணாவிரதம் இருக்க வேண்டியதுதானே... எப்பிடியும் ஒரு மாசம் தாக்குப் பிடிப்பாங்கள்... அதை விட்டுப்போட்டு எதுக்கு ஒரு ஏலாவாளியான நோயாளிய மேடையில இழுத்துவிட்டிருக்கிறாங்கள்' என்று மனதிற்குள் ராகுலன் மருகிக்கொண்டிருந்தார்.

மேடையில் திலீபன் உரையாற்றிக்கொண்டிருந்தார். "நான் இறந்தால் என்னுடைய உடலை யாழ்ப்பாணப் பல்கலைக்கழக மருத்துவ பீடத்திடம் ஒப்படைத்துவிடுமாறு தலைவர் அவர்களிடம் கேட்டிருக்கிறேன். எம் மண்ணின் மாணவர்களது கல்விப்புல ஆய்வுக்காக எனது உடல் பயன்பட வேண்டும். நான் மலரப் போகும் தமிழீழத்தை வானத்திலிருந்து பார்ப்பேன்" என்று உரையாற்றிக்கொண்டிருக்கும்போதே, திலீபனின் கிறங்கிய கண்கள் மேடையின் கீழே கூட்டத்தில் நின்றிருந்த ராகுலனின் முகத்தைக் கண்டுவிட்டன. பேசி முடித்ததும் மேடையிலிருந்த கட்டிலில் தளர்வாக உட்கார்ந்துகொண்டவர் ராகுலனுக்குச் சைகை செய்து தன்னிடம் வருமாறு அழைத்தார்.

ராகுலனுக்குக் கொஞ்சம் பதற்றமாக இருந்தது. பல்லாயிரக்கணக்கான மக்கள் சூழ்ந்திருக்க இப்போது மேடையில் இருப்பவர் இவரோடு இந்துக் கல்லூரியில் படித்த விலகல் சுபாவியான பார்த்திபன் இல்லை. நேற்றைய தினம் சர்வதேசப் பத்திரிகைகளில் நாயகனாகச் சித்திரிக்கப்பட்டிருக்கும் புலிகளின் அரசியல்துறைத் தலைவரே அங்கிருக்கிறார். புலிகள் இயக்கத்தின் கவனம் மட்டுமல்லாமல், இலங்கை - இந்திய அரசுகளின் மொத்தக் கவனமும் அந்த மேடையில்தான் குவிந்திருக்கிறது. திலீபன் தன்னை அழைத்தது ராகுலனுக்குக் கொஞ்சம் பெருமையாகவுமிருந்தது.

தன்னுடைய கனத்த உடலை மேடையை நோக்கி நகர்த்திச் சென்றவரால், உயரமான மேடையில் ஏற முடியாமலிருந்தது. மேடையிலிருந்த ஒருவன் ராகுலனைக் கைகொடுத்துத் தூக்கிவிட்டான். திலீபனின் சோர்ந்திருந்த முகத்தில் அற்புதமானவொரு புன்னகை வந்து அமர்ந்துகொண்டது.

"வாடா தடியா..." என்று தில்பன் வரவேற்றவாறே ராகுலனுடைய கையைப் பற்றிக் கட்டிலில் தன்னருகே உட்கார வைத்துக்கொண்டார். தில்பனின் உடல் எவ்வளவு தளர்ந்திருக்கிறது என்பதை அந்தத் தொடுகையிலேயே ராகுலன் தெரிந்துகொண்டார். அவர் தில்பனின் கையைப் பற்றிப் பிடித்து, நாடித் துடிப்பைப் பரிசீலிக்க முயன்றபோது தில்பன் வெடுக்கெனக் கையைப் பின்னே இழுத்துக்கொண்டார்.

"தடியா...என்ர பிரேதம் யூனிவர்ஸிட்டிக்குத்தானே வரும். அங்க நீ என்ர உடம்ப செக் செய்யலாம், இப்ப சும்மாயிரு" என்று சிரித்தார் தில்பன். அவரது குரல் மிகவும் பலவீனப்பட்டிருந்தது.

"சீக்... இதென்ன கதை பார்த்தீ? அப்பிடியெல்லாம் ஒண்டும் நடவாது. உன்ர கோலமும் குறியும் என்ன? பத்தாயிரம் சனம் உன்னத்தானே பார்த்துக்கொண்டிருக்கு... குளிச்சு உடுப்ப மாத்திப்போட்டு மேடையில இருக்கலாம்தானே..."

"விடுறா தடியா... அழியப் போறவனுக்கு கோடித் துணிதான் கேடு..."

தான் இறக்கப் போகிறேன் என்று தில்பனுக்கு மிக உறுதியாகவே தெரிந்திருக்கிறது என்பது போலவே அவரது பேச்சுகள் அமைந்திருந்தன. அதை ராகுலனால் தாங்கிக்கொள்ளவே முடியவில்லை. அவரைப் பொறுத்தவரை அவருக்கு அருகே அமர்ந்திருப்பது அவர் பதினான்கு வயதுச் சிறுவனாகக் கண்ட பார்த்திபன் தான். அந்தச் சிறுவன் தலைமுதல் பாதம் வரைக்கும் வெண்துணி சுற்றி இறந்து கிடக்கும் காட்சி அவரையறியாமலேயே அவரது மனதில் விரியலாயிற்று.

"இஞ்சே பார்த்தீ... தண்ணியாவது கொஞ்சம் குடியன். மகாத்மா காந்தி கூட மிளகு போட்டுட் தண்ணி குடிச்சுக்கொண்டுதான் உண்ணாவிரதம் இருந்தவர்..."

"அப்பிடியே டொக்டர்... அவர் கூடுத்தி ஒரு நாட்டுக்காரன எதிர்த்துத்தான் போராடினவர். நாங்கள் உலகத்தையே எதிர்த்துப் போராட வேண்டியிருக்கு. தண்ணியக் குடி சுண்ணியக் குடியெண்டு சொல்லி என்னை அவமானப்படுத்தாத!"

"உனக்கு நான் புத்திமதி சொல்ல ஏலாது பார்த்தீ... உனக்கு எல்லாமே தெரியும். ஆண்டு அனுபவிச்சுப் பிள்ள குட்டியப் பெத்துப்போட்டுத்தான் காந்தி உண்ணாவிரதம், சத்தியாக்கிரகம் எண்டு கிழட்டு வயசில வெளிக்கிட்டவர். அழிய வேண்டிய வயசே உனக்கு? நீ இருந்து செய்ய வேண்டிய போராட்ட வேலையள் இன்னும் கனக்கக் கிடக்கெல்லே..."

"மச்சான்... போராடுறது என்ர வேலையில்ல... அது என்ர குணம்!"

இந்த உரையாடல் நிகழ்ந்ததிலிருந்து ஒன்பதாவது நாள் காலை 10 மணி 48 நிமிடத்திற்கு, மருத்துவர் சிவகுமார் உண்ணாவிரத மேடையில் அசையாமல் கிடந்த தில்பனின் நாடித்துடிப்பைப் பரிசீலித்துவிட்டு, தில்பனின் கால்களில் வீழ்ந்து வணங்கினார். அப்போதும் ராகுலன் அந்த மேடையில் இருந்தார். அவரது கண்களிலிருந்து ஒரு சொட்டு நீரும் தில்பனின் உடலத்தின் மீது விழவில்லை. அந்தக் கணத்தில் அவர் கடுமையான ஆத்திரத்தில் இருந்தார். 'எல்லோருமாகச் சேர்ந்து ஒருவனைக் கொன்றுவிட்டார்கள்' என்று மனதிற்குள் கறுவியவாறே மேடையிலிருந்து இறங்கிச் சென்றார்.

பூரணமாக இராணுவ உடைகள் அணிவிக்கப்பட்டு, லெப்டினன்ட் கேர்னல் என்ற பட்டத்தோடு தில்பனின் உடலம் யாழ்ப்பாணத்தின் கிராமங்களுக்கு ஊர்வலமாக எடுத்துச் செல்லப்பட்டுக்கொண்டிருந்த நாட்களில், பல்கலைக்கழக மருத்துவ பீடத்தில் பார்த்திபனுக்காக ராகுலன் காத்திருந்தார்.

3

யாழ்ப்பாணப் பல்கலைக்கழகத்தில் உடற்கூறியல் துறையில் விரிவுரையாளராகப் பணியை ஏற்கும்போது, ராகுலனுக்கு வயது முப்பத்துநான்கு. அப்போது, தில்பனின் உடல் அங்கே வைக்கப்பட்டு முழுதாக எட்டு வருடங்களாகியிருந்தன. பணியை ஏற்றவுடன் அவர் நேராகத் தில்பனின் உடல் வைக்கப்பட்டிருந்த அறைக்குத்தான் சென்றார். மேற்படிப்புக்காக இலண்டனில் இருந்த ஐந்து வருடங்களில், பலமுறை தில்பனின் உடலைப் பற்றி அவர் சிந்தித்திருக்கிறார். அதன் காரணமாகவே, உடலைப் பாதுகாத்து வைப்பதற்குரிய அதிநவீன தொழில்நுட்பங்களை அவர் ஆராய்ந்தார். இலண்டனுக்குக் கிளம்புவதற்கு முன்பும் இங்கே வந்து தில்பனின் உடலைப் பார்த்து, அவருடைய நேசத்திற்குரிய பையனிடம் விடைபெற்றுத்தான் சென்றார்.

கண்ணாடிப் பெட்டிக்குள் வைக்கப்பட்டிருந்த தில்பனின் உடலில் உண்மையில் பாரதூரமான மாற்றங்கள் எதுவும் நிகழ்ந்திருக்கவில்லை. உடல் மேலும் கருமையேறி இருந்தது. உதடுகளின் ஓரங்கள் மெலிதாகக் கரைந்து பற்கள் கடல் சோழிகளைப் போன்றிருந்தன. உடலைப் பதப்படுத்தும் இரசாயனங்களால் உடல் சற்றே ஊதியிருந்தது. கைகளிலும் தொடைகளிலும் மட்டும் தசையைச் சில அங்குலங்களுக்குக் கீறியிருந்தார்கள். நீண்ட நேரமாகத் தனியாகவே நின்று அந்த உடலைப் பார்த்துக்கொண்டிருந்த ராகுலன் சற்றுச் சத்தமாகவே முணுமுணுத்தார்:

"நீ இப்ப என்ர பொறுப்பில பார்த்தீ..."

அன்று மாலையில் அவர் வீட்டுக்குத் திரும்பும்போது, அவரது மனைவி ஜனனி அவரைப் பார்த்தும் பார்க்காதது போலவே புத்தகம் படித்துக்கொண்டிருந்தார். இருவரும் அமெரிக்காவுக்கோ, கனடாவுக்கோ சென்று அங்கேயே குடியேறிவிட வேண்டும் என்ற ஆசை ஜனனிக்கு இருந்தது. ஆனால், ராகுலனுக்கோ வெளிநாட்டுக்குப் போய் வேலை செய்வதில் விருப்பம் இல்லாமலிருந்தது.

"என்ன உம்மிட லவ்வரப் பார்த்தாச்சோ?" என்று ஜனனியிடமிருந்து குரல் வந்தது.

"ம்" என்று சொல்லிவிட்டு ராகுலன் குளிக்கப் போய்விட்டார்.

தில்பனுடனான தன்னுடைய அனுபவங்களை ஆங்கிலத்தில் சிறு நூலாக எழுத வேண்டும் என்ற எண்ணம் ராகுலனுக்கு இருந்தது. அந்த முயற்சியை அவர் ஏற்கனவே ஆரம்பித்துவிட்டார். குளித்துவிட்டு வந்ததும், தேநீர்க் கோப்பையோடு மேசையின் முன்னால் அமர்ந்து, தில்பனைப் பற்றி ஏற்கனவே எழுதி வைத்திருந்த குறிப்புகளை எடுத்துப் பரிசீலிக்க ஆரம்பித்தார். அவருக்குப் பின்னாலிருந்து ஜனனியின் குரல் கேட்டது.

"கல்வெட்டு எழுதத் தொடங்கியாச்சே?"

ஜனனி எப்படிச் சீண்டினாலும், இந்த விஷயத்தைப் பொறுத்தமட்டில் ராகுலனுக்குக் கோபமே வருவதில்லை. ஜனனி எரிச்சலுறுவதில் நியாயம் இருக்கிறதென்றே அவர் நம்பினார். யுத்தம் நாலாபுறத்தாலும் நகரத்தைச் சூழ்ந்துகொண்டிருந்தது. விமானக் குண்டுவீச்சுகள் நகரத்தில் நிகழாத நாட்களேயில்லை. யாழ்ப்பாணப் பொது மருத்துவமனையில் மருத்துவராகக் கடமையிலிருந்த ஜனனி ஒருநாளைக்கு அய்ம்பது நூறெனக் கோரமாகச் சிதைந்த உடல்களைப் பார்க்க வேண்டியிருந்தது. இதனால் ஜனனி உளச்சோர்வுக்கு ஆளாகி, சில சமயங்களில் பிரமை பிடித்தது போலவே கடமையிலிருந்து வீட்டுக்குத் திரும்புவார். இப்போது கர்ப்பகால விடுப்பில் இருப்பதால், அவரது கவலையெல்லாம் பிறக்கப் போகும் குழந்தையைப் பற்றியே இருந்தது. "என்ர குஞ்சையும் நான் சிதரின உடம்பா பார்க்க வேண்டி வருமோ?" என்று ஒவ்வொரு நாளுமே ராகுலனிடம் கேட்டு அச்சத்தில் உறைந்திருந்தார்.

யாழ்ப்பாண நகரத்தை நோக்கி இராணுவத்தினர் முன்னேறிக் கொண்டிருப்பதாகவும் அவர்கள் நகரத்தைப் பிடித்துவிடுவார்கள் என்றும் கதைகள் பரவிக்கொண்டிருந்தன. யாழ்ப்பாணத்திலிருந்து மக்கள் வெளியேறாதவாறு புலிகள் கடும் கட்டுப்பாடுகளை விதித்திருந்தாலும், கணிசமான மக்கள் புலிகளையே ஏய்த்துவிட்டுத் திருட்டுப் பாதைகள் வழியாக யாழ்ப்பாணத்தை விட்டு வெளியேறிக்கொண்டிருந்தார்கள்.

தாங்களும் கொஞ்ச நாட்களுக்கு எங்கேயாவது போய்விடலாம் என்று ஜனனி சொல்லும் போதெல்லாம், புலிகள் ஒருபோதும் யாழ்ப்பாணத்தை விட்டுக் கொடுக்கமாட்டார்கள் என்று ராகுலன் சொல்லி, அதற்கான காரணங்களையும் ஜனனிக்கு விளக்குவார். அது ஜனனியின் அழுகையில் முடிவுறும்.

ஆனால், ராகுலன் சொல்லிய காரணங்கள் எல்லாமே சத்தற்றவை என்பது சீக்கிரமே தெரிந்தது. 1995 ஆவது வருட அய்ப்பசி மாதத்தின் கடைசி நாட்களில், இலங்கை இராணுவத்தினர் யாழ்ப்பாண நகரத்தைக் கைப்பற்றுவதற்காகப் பெரும் பாய்ச்சலில் முன்னேறிக்கொண்டிருந்த போது, யாழ்ப்பாணத்தைக் கைவிட்டு வெளியேறுவது என்ற முடிவைப் புலிகள் எடுத்தார்கள். ஒட்டுமொத்த யாழ்ப்பாண மக்களையும் அங்கிருந்து வெளியேறி வன்னிப் பெருநிலப் பரப்புக்குச் செல்லுமாறு புலிகள் கட்டளையிட்டார்கள். மேலே விமானங்கள் குண்டுகளை வீசிக்கொண்டிருக்க, கீழே புலிகளின் வாகனங்கள் இந்தக் கட்டளையை ஒலிபெருக்கிகளில் இடைவிடாது அறிவித்தவாறே சுற்றிக்கொண்டிருந்தன.

இந்த அறிவித்தலைக் கேட்டபோது, ராகுலன் பல்கலைக்கழக மருத்துவ பீடத்தில் திலீபனோடு இருந்தார். சில நாட்களாகவே பல்கலைக்கழகம் மூடப்பட்டிருக்கிறது. ராகுலன் மட்டும் திலீபனின் உடலைக் கவனிப்பதற்காக அங்கே வந்து போய்க்கொண்டிருந்தார். ஒட்டுமொத்த யாழ்ப்பாண மக்களையும் வெளியேற்றுவது புலிகளின் நோக்கமல்ல என்றே ராகுலன் நினைத்தார். அது எப்படிச் சாத்தியம்? மருத்துவர்கள், மருத்துவனைப் பணியாளர்களாவது இங்கே இருக்க வேண்டுமல்லவா. படுத்த படுக்கையாகக் கிடக்கும் நோயாளிகளையும் போரில் காயமடைந்தவர்களையும் பாதுகாப்பது அவசியமல்லவா.

ஆனால், அன்று மதியம் புலிகளின் இரண்டு வாகனங்கள் மருத்துவ பீடத்திற்கு வந்த போதுதான், முழு யாழ்ப்பாணத்தையும் வன்னிக்கு நகர்த்தப் புலிகள் முடிவெடுத்திருக்கிறார்கள் என்பது ராகுலனுக்குப் புரிந்தது. வந்திருந்த புலிப் போராளிகளில் அவர்களது மருத்துவப் பிரிவைச் சேர்ந்தவர்களும் இருந்தார்கள். அவர்களில் சிலர் ராகுலனுக்கு ஏற்கனவே அறிமுகமுள்ளவர்கள்தான். ராகுலன் திலீபனின் இளமைக்கால நண்பர் என்பதும் அவர்களுக்குத் தெரியும். வந்தவர்களது திட்டம் திலீபனின் உடலைத் தங்களோடு வன்னிக்கு எடுத்துச் செல்வதே என்று ராகுலன் அறிந்தபோது, அவர் அதிர்ந்து போனார். ஆத்திரத்தால் அவரது நாக்குத் துடித்தது.

"தம்பியவை... பார்த்தீ தன்ர உடம்ப யூனிவர்ஸிட்டிக்குத்தான் தந்தவன். அது மாணவர்களின்ர சொத்து. நீங்கள் உங்கிட எண்ணத்துக்கு எடுக்கேலாது!"

"டொக்டர்... தயவு செய்து விளங்கிக்கொள்ளுங்கோ! நாளைக்கு இஞ்ச ஆர்மி வந்திருவான். அவன்ர கையில திலீபன் அண்ணையின்ர உடலம் சிக்கக் கூடாது எண்டு தலைவர் சொல்லிப் போட்டார்."

"அத நான் பாத்துக்கொள்ளுறன் தம்பியவை. நான் கொழும்புக்கு கதைக்கிறன். யூனிவர்ஸிட்டிக்குள்ள ஆர்மி உள்ளிடாது."

"அப்பிடி இல்ல டொக்டர்... வந்தாறுமூலை யூனிவர்ஸிட்டிக்குள்ள ஆர்மி பாய்ஞ்சு இருநூறு பேரைச் சுடயில்லையே..."

"இந்த உடம்பு இப்பயே எட்டு வருஷமாயிற்று. நீங்கள் வன்னிக்குக் கொண்டு போறதுக்கிடையில டீகொம்போஸ் ஆகிரும்..."

"அதுக்கான ஏற்பாடுகளோடதான் வந்திருக்கிறம் டொக்டர்... எங்கிட மருத்துவப் போராளிகள் திலீபன் அண்ணையின்ர உடலத்தைப் பத்திரமா வன்னிக்குக் கொண்டு வந்திருவினம்... நாங்கள் கெதியில யாழ்ப்பாணத்தைத் திரும்பிப் பிடிப்பம். அப்ப திலீபன் அண்ணையின்ர உடலத்த இஞ்ச கொண்டுவந்து உங்கிட கையில பத்திரமா ஒப்படைக்கிறது எங்கிட பொறுப்பு."

'கிழிச்சியள்' என்று ராகுலன் மனதிற்குள் நினைத்துக்கொண்டார். அவருக்கு என்ன செய்வதென்றே தெரியவில்லை. நடுவில் கர்ப்பவதியான ஜனனி வேறு அவரது நினைவுக்கு வந்துகொண்டிருந்தார். எல்லோருமே வன்னிக்குப் போவதைத் தவிர வேறு வழியில்லை என்பதும் தெரிந்துவிட்டது. அவரது ஞாபகத்தில், மயில் எலும்புக் கூடை எடுக்கத் தன்னைக் கூட்டிக்கொண்டு போன அந்தச் சிறுவன் வந்துகொண்டேயிருந்தான். அவன் முன்னே நிலவொளியில் நடக்க, பின்னே மயிலின் எலும்புக்கூடைச் சுமந்தவாறே அவர் நடந்துகொண்டிருந்தார். ராகுலன் அறைக்குள்ளே போய், மூடியிருந்த திலீபனின் இமையைத் திறந்து பார்த்தார். குழியாயிருந்த இடத்தில் சிறுவனின் கிறங்கிய கண் தெரிந்தது. அப்போதுதான் ராகுலன் அந்த முடிவை எடுத்தார். அவர் வெளியே வந்து புலிப் போராளிகளிடம் சொன்னார்:

"நானும் கூட வருவன். ஓமெண்டால் பார்த்தீயின்ர உடம்ப நீங்கள் எடுக்கலாம்."

இதை உறுதியான குரலில் அறிவித்துவிட்டு, ராகுலன் அறைக்குள் நுழைந்து திலீபனின் உடலுக்கு அருகிலேயே நாற்காலியைப் போட்டு உட்கார்ந்துகொண்டார். ஜனனியின் ஞாபகம் அவரைக் குழப்பிக்கொண்டிருந்தது. ஜனனியின் பெற்றோரும் வீட்டிலிருப்பதால், அவர்கள் பார்த்துக்கொள்வார்கள் என்று தன்னைத்தானே அவர் சமாதானப்படுத்திக்கொண்டார்.

புலிப் போராளிகள் வெளியே தொலைத் தொடர்புக் கருவிகளில் பேசிக்கொண்டிருப்பது தெளிவற்றுக் கேட்டது. சற்று நேரத்தில் ஒருவன் உள்ளே நுழைந்து ராகுலனிடம் சொன்னான்:

"நீங்களும் வரலாம் டொக்டர். அது எங்களுக்கும் நல்லதுதான். ஆனால், இதுவொரு ரகசிய நடவடிக்கை. நீங்கள் ரகசியத்தைப் பாதுகாப்பீங்கள் எண்டு நம்புறம். உங்கிட குடும்பத்துக்குக் கூடச் சொல்லக்கூடாது. நாங்கள் உடனேயே வெளிக்கிடோணும்."

அங்கே ஆலோசிக்க நேரமிருக்கவில்லை. உடலத்தை அங்கிருந்து அகற்றுவதற்கான ஏற்பாடுகளைச் செய்தபோதும், அதை நீண்ட காலத்திற்குப் பாதுகாப்பதற்கான இரசாயனங்களை எடுத்துப் போராளிகளிடம் கொடுத்தபோதும், ஜனனியைக் குறித்த சிந்தனையே ராகுலனை வதைத்துக்கொண்டிருந்தது.

நான் புலிகளோடு சேர்ந்து வன்னிக்குப் போவதை ஜனனி ஒருபோதும் விரும்பமாட்டார். நான் எதற்காகப் போகிறேன் என்பதையும் அவரிடம் சொல்ல முடியாது. எதற்கும் நான் இப்போது உடலத்தோடு வன்னிக்குப் போய்விடலாம். இவர்களை நம்பி இதை ஒப்படைக்கவே முடியாது. புலிகளின் கற்றுக்குட்டி மருத்துவக் குழுவுக்கு உடலை அழியாமல் காப்பாற்றும் வல்லமை இல்லை. களத்தில் காயமடைந்த தோழனைக் கொன்றுவிட்டுப் பின்வாங்கும் வழக்கமுள்ளவர்கள் இந்த உடலையா பத்திரமாக வைத்திருக்கப்போகிறார்கள் என்றெல்லாம் குறுக்குமறுக்காக ராகுலனின் சிந்தனைகள் ஓடிக்கொண்டிருந்தன.

அவர் திலீபனின் உடலோடு கடலைக் கடக்கப் புலிகளின் படகில் ஏறியபோது, கரையில் நின்றிருந்த அவருக்குத் தெரிந்த போராளியொருவனிடம் ஒரு தகவலைச் சொன்னார்:

"தம்பி உங்களுக்கு என்ர வீடு தெரியுமெல்லே... பிரவுண் ரோட்டில போய் பெரியாஸ்பத்திரி டொக்டர் ஜனனியின்ர வீடெண்டு கேட்டாலே காட்டுவினம். நான் வன்னிக்குப் போயிட்டன் எண்டும், அவையையும் வன்னிக்கு வரச் சொல்லியும் சொல்லிவிடுங்க. அவ கர்ப்பவதி தம்பி... உடனேயே தகவல் சொல்லுறியளா?"

"நீங்கள் கவலைப்படாதீங்க டொக்டர். நான் இப்பயே யாழ்ப்பாணத்தில நிக்கிற போராளியளுக்கு வோக்கியில தகவல் சொல்லுறன். நீங்கள் முன்னால போங்கோ... பின்னாலேயே ஜனனி டொக்டர அனுப்பிவிடுறம்."

பெய்மழை பெய்த அன்றைய இரவில்தான், அந்த மாபெரும் இடப்பெயர்வு நடந்தது. இலட்சக்கணக்கான யாழ்ப்பாண மக்கள் தங்களது வீடுகளையும் உடைமைகளையும் முதியவர்களையும்

கைவிட்டு, உப்புநீரைக் கடந்து வன்னிப் பெருநிலப் பரப்புக்குச் சென்றார்கள். யாழ்ப்பாணத்தைக் கைப்பற்றிய இலங்கை இராணுவம் பிறகு எப்போதும் அந்நிலத்தை விட்டு நீங்கவேயில்லை.

4

திலீபனின் உடல் மிக இரகசியமாக வன்னிக்குக் கொண்டுவரப்பட்டதைப் புலிகளின் முக்கியமான உறுப்பினர்களைத் தவிர அறிந்த ஒரேயொரு நபர் மருத்துவர் ராகுலன்தான். எனவே, தன்மீது புலிகள் எப்போதும் ஒரு கண்ணை வைத்திருப்பார்கள் என்பது ராகுலனுக்கும் தெரியும். அவர் எங்கு சென்றாலும் புலி நிழல் தன்னைத் தொடர்ந்துவருவதை அவர் உணர்ந்திருக்கிறார். இதனால் அவர் ஆத்திரமேதும் அடையவில்லை. அது அவர்களின் கடமை, அவர்களின் குணம் என்பதை ராகுலன் தெரிந்தே வைத்திருக்கிறார்.

வன்னிக்குக் கொண்டுவரப்பட்ட உடலைக் கிளிநொச்சியிலிருந்த புலிகளின் மருத்துவ முகாமில்தான் இரகசியமாக மறைத்துவைத்தார்கள். அந்த முகாமுக்குப் பக்கத்திலேயே ராகுலன் தங்குவதற்கு ஒரு சிறிய வீட்டையும் புலிகள் ஏற்பாடு செய்து கொடுத்திருந்தார்கள். ராகுலன் மருத்துவ முகாமுக்குச் சென்று, திலீபனின் உடலைப் பாதுகாப்பதற்கான வேலைகளைச் செய்துகொண்டிருந்தார். வேறு எவரும் அந்த உடலத்தைத் தொடுவதற்கு ராகுலன் அனுமதிக்கவேயில்லை.

ஜனனி வன்னிக்கு வரவேயில்லை. அவரும் பெற்றோரும் யாழ்ப்பாண நகரத்திலிருந்து வெளியேறி, தென்மராட்சியில் எங்கேயோ தங்கியிருக்கிறார்கள் என்ற தகவலும், பின்னர் அவர்கள் எப்படியோ கொழும்புக்குச் சென்றுவிட்டார்கள் என்ற தகவலுமே தென்மராட்சியிலிருந்து வன்னிக்கு வந்தவர்கள் மூலம் ராகுலனுக்குக் கிடைத்தன. அவர்கள் அங்கேயே பாதுகாப்பாக இருக்கட்டும் என்று ராகுலன் நினைத்துக்கொண்டார். ஜனனி கொழும்பு மருத்துவக் கல்லூரியில் படித்தவர். அங்கே அவருக்கு ஏராளமான நண்பர்களும் உறவினர்களுமிருக்கிறார்கள். ஜனனியின் நண்பியான தர்ஷினியின் முகவரி ராகுலனது ஞாபகத்திலிருந்தது. ஒரு கடிதத்தை எழுதி அந்த முகவரிக்கு அனுப்பிவைத்தார். ஒரு முக்கியமான மருத்துவக் கடமையில் தான் ஈடுபட்டிருப்பதாக மட்டுமே அவர் அந்தக் கடிதத்தில் குறிப்பிட்டிருந்தார். அந்தக் கடிதத்திற்குப் பதில் ஏதும் வராததால், தனக்கு ஞாபகத்திலுள்ள கொழும்பு விலாசங்களுக்கு எல்லாம் ராகுலன் கடிதம் எழுதிப் போட்டார். அவற்றுக்கும் பதில்கள் கிடைக்கவில்லை.

அவர் அனுப்பிய எல்லாக் கடிதங்களும், அவருக்கு அனுப்பப்பட்ட எல்லாக் கடிதங்களும் புலிகளின் உளவுத்துறையால் கைப்பற்றி

அழிக்கப்பட்டன என்று பல வருடங்கள் கழித்துத்தான் ராகுலன் அறிந்துகொண்டார். வன்னிக்கு வரும்போது, அவரது மனைவிக்குப் போராளி ஒருவன் மூலம் அனுப்பிவைத்த தகவல் கூட மனைவியிடம் சென்று சேர்ந்திருக்காது என்று அவர் ஊகித்தார்.

இதையெல்லாம் தூக்கிச் சாப்பிடுமளவுக்கு ஒரு சம்பவம் நடந்தது. நீண்ட காலங்களுக்குப் பின்பு விசுவமடுவில் ராகுலனைச் சந்தித்த நோர்வே நாட்டைச் சேர்ந்த செஞ்சிலுவைச் சங்க மருத்துவர் ஒருவர் சொன்னார்:

"டொக்டர்... காணாமற்போனவர்களது பட்டியலில் மருத்துவர் சேக்கிழார் ராகுலன் என்ற உங்களது பெயரும் இருக்கிறது. யாழ்ப்பாணப் பல்கலைக்கழகத்தில் கண்டெடுக்கப்பட்ட முகம் எரியுண்ட உடல் உங்களுடையது என்றே எல்லோராலும் நம்பப்படுகிறது."

இதற்குச் சில நாட்கள் கழித்து, ஜனியும் குழந்தையும் அமெரிக்காவுக்குச் சென்றுவிட்டார்கள் என்ற செய்தி புலிகள் மூலம் ராகுலனுக்குக் கிடைத்தது. அதையிட்டும் ராகுலன் மகிழ்ச்சியடையவே செய்தார். போர் முடிவதற்கான எந்த அறிகுறியும் இருக்கவில்லை. இவையெல்லாம் முடியும் நாளில், நான் அவர்களைச் சந்திப்பேன் என்று தனக்குள் சொல்லிக்கொண்டார்.

திலீபனின் உடலைக் கிளிநொச்சியில் பாதுகாத்துவைத்த அடுத்த வருடமே, அந்த நகரமும் இராணுவத்திடம் வீழ்ந்தது. ராகுலன் திலீபனின் உடலோடு முத்தையன்கட்டிலிருந்த புலிகளின் மருத்துவ முகாமுக்குச் சென்று, அங்கே உடலைப் பாதுகாத்து வைப்பதற்கான ஏற்பாடுகளைச் செய்து முடித்தார். புலிகளுக்கு ராகுலனின் பணியில் முழுத் திருப்தியே இருந்தது. தலைவரின் நேரடி உத்தரவு எனச் சொல்லி, மாதாமாதம் ஒரு கணிசமான தொகையை ராகுலனுக்குச் சம்பளமாகக் கொடுத்தார்கள். ராகுலன் அந்தத் தொகையில் கால்வாசியைக் கூடச் செலவு செய்ய மாட்டார். எஞ்சியிருக்கும் பணத்திற்கு மருந்துகளை வாங்கி, ஏழை நோயாளிகளுக்கு இலவசமாக வழங்கினார்.

புலிகளின் மருத்துவக் கட்டமைப்பைத் தான் மிகக் குறைவாக மதிப்பிட்டு விட்டதாகக் கூடப் பல தடவை ராகுலன் நினைக்க வேண்டியிருந்தது. திறமையான பல மருத்துவர்கள் புலிகளின் அணியிலிருந்தார்கள். மருத்துவ முகாம் கிட்டத்திட்ட ஒரு வெளிநாட்டு மருத்துவமனைக்குரிய உபகரண வசதிகளுடனிருந்தது. திலீபனின் உடலைப் பாதுகாப்பதற்காக ராகுலன் கேட்ட இரசாயனங்களையும் மருந்துகளையும் புலிகள் எந்தக் குழப்பமுமின்றி வழங்கினார்கள்.

இரண்டு வருடங்கள் கழித்து, திலீபனின் நினைவு நாளன்று 'ஓயாத அலைகள் - 2' என்ற தாக்குதல் நடவடிக்கையைப் புலிகள் ஆரம்பித்து, மூன்றே நாட்களில் கிளிநொச்சியைத் திரும்பவும் கைப்பற்றினார்கள். திலீபனின் உடலோடு ராகுலன் மறுபடியும் கிளிநொச்சி மருத்துவ முகாமுக்கு வந்து சேர்ந்தார். சில வருட வன்னி வாழ்க்கையில் ராகுலனே மோசமான உடல் உபாதைகளில் சிக்கிக்கொண்டார். ஆனாலும், அவர் ஒருபோதும் மனம் சோர்ந்தாரில்லை. திலீபனின் உடலை ஓர் அற்புதச் செடியைப் போன்று கவனித்தார். ஒவ்வொருநாள் காலையிலும் அதை மலர வைத்தார். மற்றைய வேளைகளில் மருத்துவமனைகளுக்குச் சென்று, நோயாளிகளைப் பராமரித்தார்.

சமாதான காலம் வந்தபோது, புலிகள் போக்குவரத்துக் கட்டுப்பாடுகளைக் கொஞ்சம் தளர்த்தியிருந்தார்கள். வன்னிக்கான பாதைகள் திறக்கப்பட்டன. அப்போது கூட வன்னியிலிருந்து வெளியேற ராகுலன் யோசிக்கவில்லை. அவருக்கு அங்கேதான் கடமையிருந்தது.

கிளிநொச்சியில் ஒரு பல்கலைக்கழகத்தைக் கட்டியெழுப்பி, அங்கே மருத்துவ பீடத்தில் திலீபனின் உடலைப் பாதுகாத்து வைப்பதற்குப் புலிகளின் தலைமை திட்டமிட்டிருப்பதாக மருத்துவக்குழுப் போராளிகள் மூலம் ராகுலன் அறிந்தார். இந்தச் சமாதான காலத்தில் அதற்கான சாத்தியமும் நிறையவே இருக்கிறது. இந்தத் திட்டம் நிறைவேறினால், அங்கே திலீபனின் உடலைப் பாதுகாத்துவைக்க ஏற்பாடுகளைச் செய்துவிட்டு, மனைவியிடமும் குழந்தையிடமும் போய்விடலாம் என்று ராகுலனுக்கு மனதிற்குள் ஒரு எண்ணமிருக்கவும் செய்தது. சமாதான காலத்தில் மனைவியிடமும் குழந்தையிடமும் தொலைபேசியில் பேசவும் அவருக்கு வாய்ப்புக் கிடைத்தது. இங்கே பல்கலைக்கழகத்தைக் கட்டுவதற்கான வேலைகள் தொடங்கவிருப்பதாகச் சொல்லி, அதை முடித்துவிட்டு அமெரிக்காவுக்கு வந்துவிடுவதாகச் சொன்னார். ஒரு சொல் கூட அவர் திலீபனைப் பற்றிச் சொன்னாரில்லை. 'நீங்கள் பொறுப்பற்றவர், வெற்றுப் பகட்டுக்காரர்' என்று ஜனனி சொல்லவும் தவறவில்லை. ராகுலன் முடிந்தவரை ஜனனியைச் சமாதானப்படுத்தி, நம்பிக்கையூட்டினார். இனித்தான் மிகத் துன்பமான, பேரழிவான, ஊழியான காலத்தை எல்லோருமே எதிர்கொள்ள வேண்டியிருக்கும் என்பதை ராகுலன் அப்போது உணரவில்லை.

சமாதானப் பேச்சுவார்த்தைகள் முறிக்கப்பட்டு, மீண்டும் உக்கிரமாகப் போர் ஆரம்பித்தபோது, புலிகளின் தளங்கள், முகாம்கள் குறித்து எல்லாத் தகவல்களும் துல்லியமாக இலங்கை விமானப்படையினரிடம் இருந்திருக்க வேண்டும். அவர்கள் குறிவைத்து இலக்குகளின்மீது வெற்றிகரமாகத் தொன் கணக்கில் குண்டுகளை இறக்கினார்கள்.

அப்படியான ஒரு தாக்குதலில்தான் புலிகளின் அரசியல்துறைப் பொறுப்பாளர் சு.ப. தமிழ்ச்செல்வனும் கொல்லப்பட்டார்.

காலையில், திலீபனின் உடலை மீள் பதப்படுத்துவதற்கான வேலைகளை முடித்துவிட்டு, மருத்துவ முகாமிலிருந்து ராகுலன் வெளியேறிய இரண்டாவது நிமிடத்தில், மருத்துவ முகாம்மீது இரண்டு போர் விமானங்கள் குத்தி இறங்கி ஏறின. முகாமிலிருந்து சிதறிய எச்சங்கள் பறந்து வந்து ராகுலனைச் சுற்றி வீழ்ந்தன. ராகுலனும் தன்னையறியாமலேயே நிலத்தில் வீழ்ந்துவிட்டார். எனினும் சுதாகரித்துக்கொண்டு எழுந்து மருத்துவ முகாமை நோக்கி ஓடினார். அந்த முகாமிலிருந்த அத்தனை பேரும் சிதறிக் கிடந்தார்கள். வலுவாகக் கட்டி எழுப்பப்பட்டிருந்த நான்கு நெருக்கமான இரகசியச் சுவர்களுக்கு மத்தியில் வைக்கப்பட்டிருந்த கண்ணாடிப் பெட்டி சிதறுண்டு, வெளிறிய நட்சத்திரங்களைப் போன்ற துகள்கள் திலீபனின் உடலை மூடியிருந்தன.

கிளிநொச்சி மறுபடியும் இராணுவத்தினரிடம் வீழ்ந்தபோது, திலீபனின் உடலையும் எடுத்துக்கொண்டு ராகுலன் கிளம்பினார். அவர் புலிகளின் மருத்துவ அணியுடன் ஒவ்வொரு ஊராக நகர நகர அந்த ஊர்களும் இராணுவத்திடம் வீழ்ந்துகொண்டேயிருந்தன. அவை மிகக் கடுமையான காலங்களாகின. பஞ்சமும், தீயும், வெடி முழக்கமும், அழுகுரல்களும், இரத்தமும், சாவும் எல்லோரையுமே பைத்தியங்களாக்கிக்கொண்டிருந்தன. என்றாலும், அந்த மக்கள் கூட்டம் கிழக்குக் கடல் நோக்கி நகர்ந்துகொண்டேயிருந்தது. அவர்களுடன் திலீபனின் உடலும் நகர்ந்தவாறேயிருந்தது.

இனியும் திலீபனின் உடலைப் பாதுகாக்க முடியாது என்ற நிலை தோன்றிவிட்டது. அதற்குத் தேவையான இரசாயனங்களும் மருந்துகளும் கிடைப்பதாக இல்லை. உயிருக்குப் போராடிக்கொண்டிருக்கும் குழந்தைகளுக்கே மருந்தில்லாத போது, உயிரற்ற உடலுக்காக மருந்துகளைச் செலவழிப்பது நீதியற்றது என்றே ராகுலனுக்குத் தோன்றிற்று. எல்லாமே கையைவிட்டுப் போய்விட்டன. திலீபனின் உடலை மரியாதையுடன் அடக்கம் செய்ய வேண்டிய தருணம் இதுவென்றே அவர் நினைத்தார். அதை இப்போதுகூடச் செய்யாவிட்டால், ஓடும் வழியில் துர்நாற்றமடிக்கும் அழுகிய மூட்டையாக அதைக் கைவிட்டுவிடுவார்களோ என்று அவர் அஞ்சினார். இந்துக் கல்லூரியில் அவர் முதன்முதலாகப் பார்த்த கிறங்கிய கண்களும் அடக்கத்தையே கேட்டுக்கொண்டிருப்பதாக அவருக்குத் தோன்றிற்று.

புலிகளின் மருத்துவ அணிக்கும் நிலைமை தெளிவாகப் புரிந்தது. அவர்களும் திலீபனின் உடலை அடக்கம் செய்வதே நல்லது என்று

நினைத்தார்கள். ஆனால், தலைமையிடமிருந்து அதற்குக் கண்டிப்பான மறுப்புக் கிடைத்தது. எப்பாடு பட்டாவது திலீபனின் உடலைப் பாதுகாக்க வேண்டுமெனத் தலைமையிடமிருந்து உத்தரவு வந்தது.

நல்லூர் முருகன் கோயிலில் திலீபன் ஆற்றிய கடைசி உரையை ராகுலன் நினைத்துக்கொண்டார். பேசுவதற்கான சக்தியை முழுமையாக இழந்திருந்த திலீபன் மெல்லிய குரலில் முனகினார்:

"நேற்றுத் தலைவர் என்னை வந்து பார்க்கும்போது ஒன்றைச் சொன்னார்... திலீபன் நீ முன்னாலே போ, நான் பின்னாலே வருகிறேன்!"

கிடைக்கும் இரசாயனங்களையும் மருந்துகளையும் பயன்படுத்தித் திலீபனின் உடலைப் பாதுகாக்க ராகுலன் போராடிக்கொண்டிருந்தார். ஆனால், அது சிறுகச் சிறுக அழிந்துகொண்டிருக்கிறது என்பது அவருக்கு நன்றாகவே தெரிந்திருந்தது. உயிரை வதைத்து மரணமுற்றவனின் உடலும் இப்படி வதைபட்டு, நாற்றம் பெருகித் தன் கண்முன்னே காய்ந்த இறைச்சியாகப் புழுத்துக்கொண்டிருப்பதை அவரால் தாங்கவே முடியவில்லை. ஆனாலும், திலீபனின் உடல் நகர்ந்துகொண்டேயிருந்தது. உடலை அடக்கம் செய்துவிடுவதே நல்லது எனச் சொல்லியவாறே ராகுலனும் கூடவே போய்க்கொண்டிருந்தார்.

இறுதியாக, 2009 ஆவது வருடத்தின் சித்திரை மாதத்தில், திலீபனின் உடலை அடக்கம் செய்வதற்குத் தலைமையிடமிருந்து உத்தரவு கிடைத்தது. மிக இரகசியமான முறையில், இரகசியமான இடத்தில், இராணுவ மரியாதைகளோடு திலீபன் புதைக்கப்பட்டார். ஒரு எலும்புக்கூட்டுக்கு இராணுவச் சீருடை போர்த்தப்பட்டிருந்ததை ராகுலன் பார்த்தவாறே நின்றிருந்தார். அவரது கண்களிலிருந்து இப்போதும் ஒரு சொட்டுக் கண்ணீர் விழவில்லை. அவரது ஆன்மா உணர்ச்சியற்றுக் கடினமாகியிருந்தது. 'யுத்தம் முடிந்தது' என்று அவர் உதடுகளுக்குள் முணுமுணுத்துக்கொண்டார்.

இதற்கு ஒரு மாதம் கழித்து, நந்திக்கடலைக் கடந்த மக்களோடு ராகுலனும் கலந்து சென்று இராணுவத்திடம் சரணடைந்தார். சில நாட்கள் கழித்து, அவரை வவுனியா தடுப்பு முகாமில் எதேச்சையாகப் பார்த்த ஒரு நடுத்தர வயது இராணுவ அதிகாரி "உன்னைப் பார்த்தால் பிரபாகரன் மாதிரி இருக்கிறதே... அந்த ஆளைத்தான் நாங்கள் முடித்துவிட்டோமே... இங்கே எப்படி?" என்று நக்கலாகப் பேசியபடியே அவரை விசாரணைக்கு அழைத்துச் சென்றான்.

தானொரு மருத்துவர் என்று ராகுலன் சொன்னதும், அதிகாரியின் விசாரணைக் கோணமே மாறிவிட்டது. ஓரளவு மரியாதையுடன் ஆனால், துருவித் துருவி ராகுலனிடம் அவன் விசாரணை செய்தான். ராகுலன்

இத்தகைய விசாரணைகளுக்குப் பழக்கப்படாதவர். தில்பனின் உடல் குறித்த உண்மையை எக்காரணத்தாலும் வெளிப்படுத்தக் கூடாது என்ற உறுதியோடுதான் அவர் இருந்தார். ஆனாலும், அந்த அதிகாரி குறுக்கு விசாரணையில் நிபுணனாக இருந்தான். "டொக்டர்... நீங்கள் இலண்டனில் மருத்துவம் கற்றது போலவே, நானும் இலண்டனில்தான் புலனாய்வுத்துறையில் உயர்ந்த பயிற்சியைப் பெற்றிருக்கிறேன்" என்று சொல்லியவாறே சுத்தமான கண்ணாடிக் கோப்பையில் குளிர்ந்த நீரை நிரப்பி ராகுலனிடம் கொடுத்தான். கடைசியில் ராகுலன் சிலந்திவலை போன்று பின்னப்பட்டிருந்த விசாரண வளையத்திற்கு நடுவே தில்பனின் உடலத்தை எடுத்து வைக்க வேண்டியதாகப் போய்விட்டது.

ராகுலன் சொன்னதைக் கேட்டதும், அந்த அதிகாரியே ஆடிப்போய் விட்டான். "தில்பனின் உடல் எங்கே புதைக்கப்பட்டிருக்கிறது டொக்டர்?" என்று இராணுவ அதிகாரி கேட்கவும் "முள்ளிவாய்க்கால்" என்று ராகுலன் சொல்லிவிட்டார். அது அவர் எதிர்பாராமலேயே அவரது வாயிலிருந்து உருண்ட வார்த்தை.

அதைக் கேட்டதும் அந்த அதிகாரி ஒரேயடியாக உற்சாகத்தில் மிதக்க ஆரம்பித்துவிட்டான். தில்பனின் உடல் இருக்கிறதா இல்லையா என்பது கூட இதுவரை அரசாங்கத்திற்குத் தெரியாமலேயே இருந்தது. அந்த உடல் முள்ளிவாய்க்காலில் புதைக்கப்பட்டிருப்பதை அறிந்ததும், அந்த உடலைக் கைப்பற்றிவிட அதிகாரி துடித்துக்கொண்டிருந்தான். தில்பனது ஒவ்வொரு எலும்பும் அவர்களது வெற்றிக் கேடயத்தில் பொறிக்கப்படும் ஒவ்வொரு நட்சத்திரம்.

உடனடியாகவே அதிகாரி ஒரு இராணுவ அணியை ராகுலனுடன் முள்ளிவாய்க்காலுக்கு அனுப்பிவைத்தான். அது ராகுலன் எதிர்பாராதது. இருபத்தியிரண்டு வருடங்களுக்கு முன்பு இறந்துபோன ஒரு மனிதனின் உடலை, பதினான்கு வருடங்கள் வன்னியின் வனாந்தரம் முழுவதும் எடுத்துச் செல்லப்பட்டுக்கொண்டிருந்த ஒரு உடலை இவர்கள் மீளத் தோண்டி எடுப்பார்கள் என்றெல்லாம் அவர் நினைத்திருக்கவில்லை.

செல்லும் வழியெல்லாம் ஒன்றை மட்டுமே ராகுலன் திரும்பத் திரும்ப மனதிற்குள் உறுதியாகச் சொல்லியவாறே சென்றார். நான் ஒருபோதும் இவர்களிடம் பார்த்திபனின் உடலைக் காட்டிக்கொடுக்கப் போவதில்லை. இத்தனை வருட அலைச்சலுக்குப் பிறகு பூமிக்குள் அமைதியடைந்திருக்கும் அவனை மீண்டும் ஒருபோதும் வெளியே கொண்டுவரக்கூடாது.

ராகுலனது மூளையில் வேறொரு திட்டம் உருவாகியது. வயலில் எள்ளை விதைத்தது போலவே முள்ளிவாய்க்காலில் எல்லா இடங்களிலும் மனிதர்கள் புதைக்கப்பட்டிருக்கிறார்கள். அங்கே ஏதாவதொரு இடத்தைக்

காட்டி, அங்கேதான் திலீபனைப் புதைத்தார்கள் எனச் சொல்லிவிட வேண்டியதுதான். நிச்சயமாக ஏதாவதொரு உடல் கிடைக்கும். ஏதாவது பிசகு நேர்ந்தால், நினைவுத் தடுமாற்றம் எனச் சாக்குபோக்குச் சொல்லிவிட்டு, இன்னொரு இடத்தைக் காட்ட வேண்டியதுதான்.

அவர்கள் முள்ளிவாய்க்காலுக்கு வந்து சேரும்போது மாலை நேரமாகிவிட்டது. அந்த நிலத்தில் இராணுவத்தினர் மட்டுமே நின்றிருந்தார்கள். அலைகள் பேரிரைச்சலோடு கரைக்கு ஏறிக்கொண்டிருந்தன. அங்கே ஒரு இடத்தைக் காட்டி "இங்கேதான்" என்றார் ராகுலன். இராணுவத்தினர் மிகுந்த உற்சாகத்தோடு அந்த இடத்தை மண்வெட்டியால் தோண்ட ஆரம்பித்தார்கள். உள்ளே என்ன இருக்கப் போகிறது என்ற பதற்றத்தோடு ராகுலன் காத்திருந்தார்.

அதிக தூரம் தோண்ட வேண்டியிருக்கவில்லை. இரண்டடி தோண்டியதுமே சில எலும்புகள் கிடைத்தன. இராணுவத்தினர் ஆளுக்கொரு எலும்பை மகிழ்ச்சியுடன் எடுத்துப் பார்த்தார்கள். ராகுலனும் கண்களை விரித்து அந்த எலும்புகளைக் கூர்ந்து கவனித்தார். அவரது கண்களிலிருந்து நீர் உருண்டு கொழுத்த கன்னங்களில் இறங்கியது. அதைக் கவனித்தவாறே ஓர் இளநிலை அதிகாரி தொலைத்தொடர்ப்புக் கருவியில் வவுனியா இராணுவ மையத்திற்குப் பேசினான்:

"நாங்கள் இப்போது சில எலும்புகளைக் கண்டுபிடித்திருக்கிறோம். ஆனால், மிகச் சிறிய எலும்புகளாக இருக்கின்றன. அவன் பட்டினி கிடந்து செத்ததாலும் நீண்ட நாட்களாகிவிட்டாலும் அவனுடைய எலும்புகள் சிறுத்துவிட்டன என்றே நினைக்கிறேன்."

அப்போதுதான் மருத்துவர் ராகுலன் தனது கனத்த சரீரத்தை அந்தக் கடற்கரையில் உட்கார்த்திக்கொண்டு, மணலை அள்ளித் தலையில் போட்டவாறே குமுறி அழத் தொடங்கினார். இராணுவத்தினரின் கைகளிலிருந்தவை மயில் பறவையொன்றின் சிதைந்த பாகங்கள் என்பதை அவர் கண்டுபிடித்திருந்தார்.

□ உயிர்மை – 2023

வர்ணகலா

இந்தச் சிறிய கதையின் முடிவு எப்படி அமையப்போகிறது என்பதைத் தேர்ந்த வாசகரான நீங்கள் இதற்கு அடுத்தடுத்த பத்திகளில் நிச்சயமாகவே ஊகித்துவிடுவீர்கள். ஐந்நூறுக்கும் அதிகமானவர்கள் உட்கார்ந்திருந்த அரங்கில், மிதுனா பாலப்பா இந்தக் கதையைச் சொல்ல ஆரம்பித்ததுமே நானும் முடிவைச் சட்டென ஊகித்துவிட்டேன். ஆனால், அந்த முடிவை நோக்கிக் கதை எவ்வழியால் அசையப்போகிறது என்று எனக்குப் புரியவில்லை. எனவே நான் பொறுமையாக உட்கார்ந்திருந்து மிதுனா பாலப்பா சொன்ன கதையை முழுவதுமாகக் கேட்டேன்.

பாரிஸிலிருந்து முந்நூற்றைம்பது கிலோமீற்றர் தொலைவிலிருந்த 'ரென்' பல்கலைக்கழக விடுதியில் தங்கியிருந்து, அரசறிவியல் படித்துக்கொண்டிருந்த மிதுனா பாலப்பாவுக்கு அன்றைய காலை மற்றுமொரு கொடூரமான கொலைச் செய்தியுடன் விடிந்தது. அவள் படுக்கையிலிருந்து நகராமல், அலைபேசியின் தொடுதிரையை உருட்டி உருட்டிப் பார்த்தவாறேயிருந்தாள். காலையில் எட்டு மணிக்கு வகுப்பு இருக்கிறது என்பது அவளது ஞாபகத்திலேயே இல்லை.

மிதுனாவுக்கு ஆறு வயதாகியிருந்த போதுதான், அவளை இலங்கையில் விடுமுறையைக் கழிப்பதற்காக முதலும் கடைசியுமாகப் பெற்றோர் அழைத்துச் சென்றிருந்தார்கள். ஏழாலைக் கிராமத்திலுள்ள அவர்களது பாரம்பரிய, பெரிய நாற்சார் வீட்டில் மிதுனா கழித்த அந்த விடுமுறையை ஒரு குஞ்சுத் தேவதை போன்றே அவள் அனுபவித்தாள். தரையில் அவளது கால்களைத் தீண்டவிடாமல் சொந்தபந்தங்கள் எப்போதும் தூக்கி வைத்துக்கொண்டு திரிந்தனர். பிரான்ஸில் கண்டெயிராத விதவிதமான மரங்கள், கனிகள், வீட்டுக்குள் உல்லாசமாக நுழைந்து படுத்துக்கிடக்கும் வெள்ளாடுகள், தலையைத் தட்டிப் பறக்கும் கோழிகள், குங்கும நிறமூட்டிய கோழிக் குஞ்சுகள், வீட்டின் பின்னே தொழுவத்தை நிறைத்திருக்கும் பசுமாடுகள், வீட்டைச் சுற்றிப் பறந்தபடியேயிருக்கும் சின்னப் பறவைகள், தோள்களில் வந்தமர்ந்து விளையாட்டுக் காட்டும் பட்டாம்பூச்சிகள், இரவில் தேவதைகளைப் பற்றி மட்டுமே கதைசொல்லும் பாட்டியும் தாத்தாவும் என்றிருந்த சூழலின் ஒவ்வொரு வண்ணப் படிமமும் இப்போதும் அவளது நெஞ்சில் படிந்துள்ளது. அவர்கள் இலங்கையை விட்டுத் திரும்பவும்

பிரான்ஸுக்குப் புறப்பட்ட அன்றுதான் மாவிலாறில் மறுபடியும் யுத்தம் வெடித்தது.

பெற்றோர் அவளை மறுபடியும் இலங்கைக்கு அழைத்துச் செல்லவில்லை. மிதுனா கேட்டபோதெல்லாம் "ஆர்மிக்காரங்கள் நிக்கிற முத்தத்த நான் இனி மிதிக்க மாட்டன்" என்று தந்தை பாலப்பா சொல்லிவிட்டார். ஒவ்வொரு வருட விடுமுறைக்கும் மிதுனாவை இலண்டன், நோர்வே, கிரேக்கம், துருக்கி, துனிஷியா என வெவ்வேறு நாடுகளுக்குப் பெற்றோர் கூட்டிச் சென்றனர். ஆனால், மிதுனாவின் கனவுகள் இலங்கையைச் சுற்றியே இருந்தன. பெரியவளானதும் தனியாகவே அங்கு செல்ல வேண்டும் என்று நினைத்துக்கொள்வாள்.

வன்னியில் இறுதி யுத்தம் நடந்த காலங்களில், பாரிஸ் நகர வீதிகளிலே ஈழத் தமிழர்கள் நடத்திய கண்டன ஆர்ப்பாட்டங்களுக்கும் பாலப்பா செல்லும்போது, சிறுமி மிதுனாவையும் அழைத்துப் போயிருக்கிறார். அங்கேயிருந்த தட்டிகளிலும் பதாகைகளிலும் மிதுனா பார்த்த இலங்கை வேறுமாதிரியாக இருந்தது. தலையற்ற உடல்கள், எரிந்துகொண்டிருக்கும் வீடுகள், வரிசையாகக் கிடத்தப்பட்டிருக்கும் குழந்தைப் பிரேதங்கள் என்பவற்றைத்தான் அவள் அங்கே பார்த்தாள். பல மாதங்களுக்கு அந்தப் படங்கள் அவளது மனதை வதைத்துக்கொண்டேயிருந்தன. அப்போதிலிருந்தே இலங்கை குறித்த செய்திகளை அவள் கவனமாகப் பின்தொடர்ந்தாள். பல்கலைக்கழகத்தில் நடக்கும் கருத்தரங்குகளில் இலங்கைப் போரைக் குறித்தும், இனப் படுகொலை குறித்தும் மிதுனா சில தடவை உரையாற்றியிருக்கிறாள். இலங்கை இனமுரண்கள் குறித்தே அவளது அரசறிவியல் பட்டத்திற்கான ஆய்வேட்டை எழுதுவதற்குத் தீர்மானித்து வேலை செய்கிறாள்.

இலங்கையில் நடக்கும் அரசியல் மாற்றங்களை அவள் உன்னிப்பாக அவதானித்துக் குறிப்புகளைச் சேகரித்து வைத்தாள். நீண்டகாலம் சிறைகளிலிருக்கும் அரசியல் கைதிகள், யுத்தத்தில் காணாமற்போனவர்கள், இலங்கை அரசுக்கு எதிராக நடத்தப்படும் தொடர் 'அரகலய' போராட்டம் எல்லாவற்றையும் அவள் கூர்ந்து கவனித்துக்கொண்டிருந்தாள். இலங்கையிலிருந்து கிடைக்கும் எந்தவொரு முக்கிய செய்தியையும் அவள் தவறவிடுவது கிடையாது.

காலையில், அவள் யாழ்ப்பாண இணையத்தளமொன்றை உருட்டிக் கொண்டிருந்தபோது, இந்தக் கொலைச் செய்தியைப் பார்த்தாள். ஆனால், அது தனக்குத் தெரிந்த வர்ணகலா டீச்சர்தானா என்று அவளுக்கு உறுதியாகத் தெரியவில்லை. வர்ணகலா டீச்சருக்கு எத்தனை வயதிருக்கும் எனக் கணக்குப்போட்டுப் பார்த்தாள். இவளுக்கும் வர்ணகலாவுக்கும் இடையே வயதால் பதினேழு வருடங்கள் வித்தியாசம் என்பது

மிதுனாவுக்குத் தெரியும். அப்படியானால், இப்போது வர்ணகலாவுக்கு முப்பத்தொன்பது வயது. கொலையுண்டவர் நாற்பது வயதுப் பெண் என்றும் வெளிநாட்டிலிருந்து அண்மையில் இலங்கைக்கு வந்தவர் என்றும் அந்த இணையத்தில் குறிப்பிடப்பட்டிருந்தது. எல்லாவற்றையும் இணைத்துப் பார்க்கும்போது, அது தனக்குத் தெரிந்த வர்ணகலா டீச்சராக இருக்கலாமோ என்ற அவளது சந்தேகம் வளர்ந்துகொண்டே போனது. அந்த இணையத்தில் கொலையுண்டவரின் வண்ண ஒளிப்படத்துடன், சில வரிகள்தான் இவ்வாறு வெளியிடப்பட்டிருந்தன:

'வெளிநாட்டிலிருந்து இலங்கைக்கு வந்திருந்த வர்ணகலா என்ற நாற்பது வயதுப் பெண்மணி, வட்டுக்கோட்டைப் பகுதியில் அவர் புதிதாக வாங்கியிருந்த வீட்டினுள்ளே நேற்று இரவு தூங்கிக்கொண்டிருந்த போது, தலையில் கல்லைப் போட்டுக் கொலை செய்யப்பட்டிருக்கிறார். அந்தக் காணியையும் வீட்டையும் அவர் வாங்கியதில் எழுந்த தகராறுகள் காரணமாகவே அவர் ஒரு கும்பலால் கொடூரமாக முகம் சிதைக்கப்பட்டுக் கொலை செய்யப்பட்டுள்ளார் என்று வர்ணகலாவின் உறவினர்கள் தெரிவிக்கிறார்கள். வட்டுக்கோட்டைப் பொலிஸார் மேலதிக விசாரணைகளில் ஈடுபட்டுள்ளார்கள்.'

இந்தச் செய்தியின் நடுவில் பிரசுரிக்கப்பட்டிருந்த படத்தில், ஒளிப்பான சருமமுள்ள பெண் கொலையுண்டு கிடந்தார். அவரது முகம் இருந்த இடத்தில் ஓர் இரத்தக் கோளமேயிருந்தது. முகம் முழுவதுமாகச் சிதைக்கப்பட்டு, எந்தவொரு அடையாளமும் இல்லாமலிருந்தது. அந்தப் படத்தைப் பெரிதாக்கி, அது வர்ணகலா டீச்சர்தானா எனக் கண்டுபிடிக்க மிதுனா முயற்சி செய்தாள். கணினியில் இருந்த பல தொழில்நுட்பச் சாத்தியங்களையும் அதற்காக உபயோகப்படுத்தினாள். ஆனால், அந்தச் சடலத்தின் கழுத்திற்கு மேலே சிவப்புக் குழம்பைத் தவிர அவளால் ஓர் உறுப்பைக் கூடக் கண்டுபிடிக்க முடியவில்லை.

பாரிஸ் புறநகரொன்றில் இருக்கும் தன்னுடைய வீட்டுக்கு மிதுனா தொலைபேசியில் அழைத்து, தனது பெற்றோரிடம் இந்தக் கொலைச் செய்தியைப் பதற்றத்துடன் சொன்னாள். "ஸே வ்ரே? லங்காஸ்ரீ நியூஸில அப்பிடியொரு செய்தியையும் காணேல்லையே" என்றார் தகப்பன் பாலப்பா.

"ஆரு... அந்தத் தமிழ் டீச்சரோ?" என்று கேட்டார் தாயார் இந்திரா.

2

மிதுனாவுக்குப் பத்து வயதான போது, வீட்டுக்கு அருகிலிருந்த தமிழ்ச்சோலையில் ஞாயிறு காலைகளில் நடத்தப்பட்ட தமிழ் வகுப்பில் அவளைப் பாலப்பா வலுகட்டாயமாகச் சேர்த்துவிட்டார். மிதுனாவுக்கு அது பிடிக்கவேயில்லை. அங்கே சொல்லிக்கொடுக்கும் பாடங்களும் அவளுக்கு வேதனையாகவே இருந்தன. ஆனா, ஆவன்னா சொல்லிக்கொடுக்கும் முன்பே பத்துத் திருக்குறள்களைக் கொடுத்து மனனம் செய்து வருமாறு சொல்லிவிட்டார்கள். பாலப்பா பொறுமையாகத் திருக்குறளை மகளுக்குக் கற்றுக்கொடுத்தார். "எங்கிட தாய் மொழியை நாங்கள் மறக்கவே கூடாது" என்பது அவரது அன்றாடப் போதனையாக மிதுனாவின் குட்டித் தலையில் விழுந்தது.

வார நாட்கள் முழுக்க 'அலெக்ஸாந்தர் துமா' தொடக்கப் பள்ளியில் படித்த மிதுனாவுக்கு, அந்தப் பிரெஞ்சுப் பள்ளிக்குப் போவதென்றால் ஒரே கொண்டாட்டம்தான். அங்கிருந்த ஆசிரியர்கள் மிதுனாவுடன் தோழர்களைப் போலவே பழகி, அவர்களுக்குச் சரிசமமாகவே அவளை நடத்தினார்கள் என்றே சொல்லலாம். ஆனால், இந்தத் தமிழ்ச்சோலை ஆசிரியையோ எரிச்சலும் கூச்சலுமாகத்தான் பாடங்களை நடத்தினார். இந்தத் தமிழ்ச் சித்திரவதையெல்லாம் அடுத்த வருடம் வர்ணகலா டீச்சரின் வகுப்புக்கு மிதுனா போகும் வரைதான் இருந்தது. வர்ணகலா டீச்சரின் வகுப்போ, கடவுளும் குட்டித் தேவதைகளும் போலக் கனவுலகமாக இருந்தது.

வர்ணகலா வார நாட்களில் ஓர் அச்சகத்தில் பக்க வடிவமைப்பாளராகப் பணியாற்றுபவர். ஞாயிறு தினங்களில் தொண்டு அடிப்படையில் தமிழ்ச்சோலையில் ஆசிரியையாகப் பணியாற்றினார். அவர் சங்கப்பாடல் விளக்கவுரை, தலைவர் மாமாவின் சிந்தனையிலிருந்து சில துளிகள் என்றெல்லாம் பொட்டலங்களைக் குழந்தைகளின் குறும்பைத் தலையில் சுமத்தி வைக்கவில்லை. அவரது முதல் வகுப்பையே இப்படித்தான் ஆரம்பித்தார்:

தாளந்தான் போடுகிறேனே
தமிழ் பாட அறியேனே
தாதிமிதா தாதிமிதா
தத்திமிதா தத்திமிதா

வர்ணகலா டீச்சருக்குச் சிரிக்காமல் பேசவே தெரியாது. காலையில் வரும்போது, வீட்டிலிருந்து முறுக்கு, பிஸ்கட் போன்ற தின்பண்டங்களை எடுத்துவந்து, இடைவேளையில் குழந்தைகளுடன் பகிர்ந்து சாப்பிடுவார்.

அவரது வகுப்பு பாடலாலும் நடனத்தாலும் சிரிப்பாலும் நிறைந்திருந்தது. மிதுனா ஆர்வத்துடன் தமிழ் மொழியைப் படிக்கத் தொடங்கினாள்.

மிதுனாவின் தமிழ்ப் படிப்புத் தீவிரம் பாலப்பாவையே திகைக்க வைத்தது. ஞாயிறு காலையில் ஒன்பது மணிக்கு ஆரம்பிக்கும் வர்ணகலா டீச்சரின் வகுப்புக்காக, எட்டு மணிக்கே மிதுனா தயாராகிவிடுவாள். அவளைத் தமிழ்ச்சோலைக்குக் காரில் அழைத்துவரும் பாலப்பாவும் மெல்ல மெல்ல வர்ணகலாவுடன் பழக்கமானார். இந்தப் பழக்கம் ஒருவருடைய வீட்டுக்கு இன்னொருவர் வந்து போவதுவரை வளர்ந்தது. வர்ணகலாவின் கணவர் வெள்ளையினத்தவர். அவரும் சிறிதளவு தமிழ் பேசக் கற்றிருந்தார். தீபாவளி விருந்துக்கு மிதுனாவின் வீட்டுக்கு வர்ணகலா குடும்பமும், புதுவருட விருந்துக்கு வர்ணகலாவின் வீட்டுக்குப் பாலப்பா குடும்பமும் பரிசுகளோடு போய்வந்து உறவு கொண்டாடினார்கள்.

ஒரு கொடுமையான பனிக்காலத்தில், தன்னுடைய பன்னிரண்டாவது வயதில் மிதுனா பருவமடைந்தாள். ஒரு வாரம் வீட்டிலேயே வைத்திருந்து, சோறும் நல்லெண்ணெய் ஊற்றிய கத்தரிக்காய் பால்கறியும் பச்சை முட்டைகளும் உளுத்தம்மாவுக் களியுமாகக் கொடுத்து உடலைத் தேற்றி, அடுத்த வாரமே அவளைப் பள்ளிக்கூடத்திற்கு அனுப்பிவிட்டார்கள். பருவமடைந்த காரணத்தைச் சொல்லியெல்லாம் பிரெஞ்சுப் பள்ளிக்குப் போகாமலிருக்க முடியாது. ஆனால், தமிழ்சோலைக்கு ஒரு மாதகாலம் அவள் அனுப்பப்படவில்லை. முப்பத்தோராவது நாள் அய்யரை வீட்டுக்கே கூப்பிட்டு, புண்ணியவாசம் செய்து தீட்டைக் கழித்த பின்புதான், மிதுனாவைத் தமிழ் வகுப்புக்கு அனுப்பிவைத்தார்கள். ஏழு மாதங்கள் கழித்து வரும் கோடைகாலத்தில் மஞ்சள் நீராட்டு விழாவை மிகச் சிறப்பாக நடத்துவதற்குப் பாலப்பாவும் இந்திராவும் முடிவெடுத்தார்கள். பிரான்ஸில் கோடை காலம்தான் விழாக்களை நடத்துவதற்கு ஏற்ற காலம். அற்புதமான காலநிலையுள்ள அந்த நாட்களில்தான் நண்பர்களும் உறவினர்களும் வெளிநாடுகளிலிருந்தும் விழாவுக்கு வருவார்கள்.

ஆனால், மிதுனாவுக்கு மஞ்சள் நீராட்டு விழாவை நடத்துவது சரியற்றது என்பது பாலப்பாவின் தம்பியான பாலரஞ்சனின் எண்ணம். பாலப்பாவின் வீட்டுக்கு அவன் வந்தபோது, தனது மறுப்பைக் கடுமையாகத் தெரிவித்தான்.

"பெரியண்ணே... இது காலத்துக்கு ஒவ்வாத வழக்கம் கண்டியே. நீ இதைச் செய்யாத!"

பாலப்பா சற்றும் மனம் சளைக்காமல் உடனடியாகவே பாலரஞ்சனுக்குச் சுடச்சுடப் பதில் கொடுத்தார்.

"மடக் கதை கதைக்காத... வெளிநாட்டுக்கு வந்தா வெள்ளைக்காரனுக்கு நடிக்க ஏலுமே? எங்கிட கலாச்சாரத்தப் பண்பாட விட்டுக் கொடுக்க ஏலுமே... இஞ்ச எல்லாரும்தானே சடங்கு செய்யினம்."

"இது சீரழிவுக் கலாச்சாரம் கண்டியே... ஊருக்கெல்லாம் சொல்லிப் பெரிய எடுப்பில சாமத்தியச் சடங்கு எதுக்கு நடத்துறது சொல்லு பார்ப்பம்?"

"என்னத்துக்கோ? எங்கிட பிள்ளை பெரிய பிள்ளையான சந்தோசத்தை நாலு இனசனத்தைக் கூப்பிட்டுக் கொண்டாடத்தான்..."

"இல்லவேயில்ல... கலியாணத்துக்கு ரெடியா எங்கிட வீட்டில ஒரு பொம்புள இருக்கெண்டு ஊருக்குப் பறைதட்டிச் சொல்லத்தான் இந்தச் சடங்கு வந்தது."

"இஞ்சே... நாலு பேப்பர் புத்தகத்த அரைகுறையாப் படிச்சுப் போட்டு லூசு மாதிரிக் கதைக்காத ரஞ்சன். எங்கிட கலாச்சாரத்தில ஒவ்வொண்டுக்கும் அர்த்தமிருக்கு..."

"இது எங்கிட கலாச்சாரமே இல்ல. இது தேவதாசிக் கலாச்சாரம் கண்டியே. எங்களட்ட ஒரு பொம்பிள தொழிலுக்கு ரெடியா நிக்கிறாள் எண்டு... உன்னட்ட எல்லாத்தையும் உடைச்சுச் சொல்லோணும் பெரியண்ணே..."

"பொத்தடா வாயை! உனக்கு விருப்பமில்லாட்டி நீ வர வேணாம். முறை மயிரொண்டும் செய்ய வேணாம்... நான் யானையில என்ர மகளை ஊர்வலம் கொண்டு போறனா இல்லையா எண்டு இருந்து பாரு!"

உரத்த சத்தத்தைக் கேட்டுச் சமையலறைக்குள்ளிருந்து மிதுனாவின் தாயார் இந்திரா எட்டிப் பார்த்தார்.

"இஞ்சேரும் இந்திரா இதைக் கேட்டீரே... சாமத்திய வீடு செய்ய வேணாமெண்டு இந்த விடுபேயன் சொல்லுறான். ஸெ பா விறே பித்தான்..."

"பெரியண்ணே! முதலில பிரெஞ்சப் பிழையாக் கதைக்கிறத நிப்பாட்டு."

மிதுனாவின் தாயார் சொன்னார்:

"இருக்கிறது ஒரு பிள்ளை. அதுக்குச் சடங்கு செய்ய வேணாமே... சனம் என்ன சொல்லும்! ஊரில இருக்கிற உங்கிட அம்மா அப்பா

ஒத்துக்கொள்ளுவினமே? நாங்கள் பிரான்ஸுக்கு வந்து இந்த இருபது வருசத்தில எத்தின கொண்டாட்டங்களுக்குப் போய்க் காசு போட்டிருப்பம். எப்பிடியும் ஒரு லட்சம் ஈரோவாவது இருக்கும். திருப்பி வாங்கத்தானே வேணும். எங்கிட இவர் வீடு வாங்கி வித்த தமிழ்ச்சனமே அய்ந்நூறு இருக்கும். அவயளும் வருவினம்..."

பாலரஞ்சன் மெல்லிய சிரிப்போடு கேட்டான்:

"ஏன் அண்ணி உங்களிட்ட இருக்கிற காசு காணாதே?"

எதுவும் பேசாமல் இந்திரா மாடிக்குச் சென்றார். ஒவ்வொரு படியிலும் ஏற அவருக்குப் பாலரஞ்சன் மீது கொதிப்பும் படிப்படியாக ஏறிக்கொண்டே வந்தது. 'எல்லாம் இவர் குடுக்கிற இடம்' என்று நினைத்துக்கொண்டார். 'நாங்கள் கயிட்டப்பட்டு உண்ணாமத் தின்னாம, சுடுதண்ணி பாவிக்காம குளிர் தண்ணியில தோய்ஞ்சு முழுகி ஒவ்வொரு சென்றிமாச் சேர்த்துப் பெருக்கின காசு இவற்ற கண்ண உறுத்துதாமோ? சோம்பேறி நாய்... இதெல்லாம் புதுசாப் பெந்தக்கோஸ்தில சேர்ந்ததால கதைக்கிற கதை... அதுகள்தான் உதெல்லாம் செய்யாமப் புரியன் உயிரோடு இருக்கேக்கையே வெள்ளைச் சீலை கட்டுறதுகள்' என்று மனதிற்குள் கோபமும் கொந்தளிப்புமாகப் போய், மிதுனாவின் அறைக்குள் நுழைந்தார்.

படித்துக்கொண்டிருந்த மிதுனா என்ன என்பது போலப் பார்க்க "உன்ர சித்தப்பருக்கு உனக்குச் சாமத்தியச் சடங்கு செய்யிறது பிடிக்கேல்லையாம். சடங்கில உனக்கு ஏதாவது சங்கிலி காப்புப் போட்டு முறை செய்யோணுமே... அதுதான் அந்தக் கசவாரம் தேவையில்லாக் கதை கதைக்கிது."

இதைக் கேட்டதும் மிதுனாவுக்குப் பெரும் கவலை பிடித்துக்கொண்டது. வரப்போகும் மஞ்சள் நீராட்டு விழாவுக்காக அவள் ஆவலுடனும் மனம் கொள்ளாத மகிழ்ச்சியுடனும் நாட்களை எண்ணிக்கொண்டிருக்கிறாள். அவள் பாரிஸில் நிகழ்ந்த எத்தனையோ மஞ்சள் நீராட்டு விழாக்களுக்குப் பெற்றோருடன் போயிருக்கிறாள். விழாவின் நாயகியான பெண்ணை எவ்வளவு சோபனமாக அலங்கரித்திருப்பார்கள்! அந்த நாளின் உச்ச நட்சத்திரம் அவள்தானே! தேவதைக் கதைகளில் நிகழ்வதுபோல எவ்வளவு அற்புதப் பரிசுகள் அவளுக்குக் கிடைக்கும்! அவளைத் தோழிகள் சூழ்ந்து மலர்களைத் தூவ, நடுவில் ராஜகுமாரி போலல்லவா அவள் அமர்ந்திருப்பாள்! எத்தனை எத்தனை புகைப்படங்கள்! மஞ்சள் நீராட்டு விழாவின் வீடியோப் பிரதி ஒரு பொலிவூட் படம் போல எவ்வளவு குதூகலமாகயிருக்கும்!

கோடை நெருங்கிக் கொண்டிருந்தபோது, மிதுனாவின் பெற்றோர் பட்டுப் புடவை, பட்டு வேட்டி, வெற்றிலை, பழங்கள் சகிதமாக வர்ணகலா டீச்சரின் வீட்டுக்குச் சென்று, மஞ்சள் நீராட்டு விழாவுக்குப் பத்திரிகை வைத்தார்கள். மிதுனாவின் அம்மா "டீச்சர் நீங்கள் வேளைக்கே வந்து உங்கிட வீட்டுக் கொண்டாட்டமா நினைச்சு முன்னுக்கு நிண்டு எல்லாம் செய்யோணும். மிதுனா உங்கிட பிள்ளை" என்றார்.

3

பாரிஸ் நகரத்தின் ஆகாயம் நீல வெளிச்சமாக மின்னிக்கொண்டிருந்தது. சரியாகப் பகல் பன்னிரண்டு மணிக்கு, அந்த வெளிச்சத்தைப் பிளந்துகொண்டு ஒரு ஹெலிகொப்டர் கீழே இறங்கத் தொடங்கியது. மைதானத்தில் கூடியிருந்த நூற்றுக்கணக்கானவர்கள் வானத்தை அண்ணாந்து பார்த்தார்கள். பெண் விமானியால் மிக இலாவகமாக ஹெலிகொப்டர் தரையிறக்கப்பட்டபோது, நாதஸ்வரங்களும் தவில்களும் மங்கல இசையை முழங்கத் தொடங்கின.

ஹெலிகொப்டரின் கதவு திறக்கப்பட்டபோது, பட்டு வேட்டியும் பட்டுச் சட்டையும் தோளில் தங்கச் சரிகை அங்கவஸ்திரமும் கண்களிலே கறுப்புக் கண்ணாடியுமாகக் கைகளைத் தலைக்கு மேலே தூக்கிச் சனங்களைப் பார்த்துக் கும்பிட்டவாறு கறுப்பு எம்.ஜி.ஆர். போலவே பாலப்பா ஹெலிகொப்டரிலிருந்து கீழே இறங்கினார். அவருக்குப் பின்னால் கும்பிட்டவாறே, திருவிழா காலத்து முத்துமாரியம்மன் போன்று மிதுனாவின் தாயார் இறங்கினார். அவர்களின் பின்னே, தேவதையாக அலங்கரிக்கப்பட்டிருந்த மிதுனாவின் கையைப் பிடித்து அழைத்துக்கொண்டு வர்ணகலா இறங்கினார்.

மைதானத்தில் அலங்கரித்து நிறுத்தப்பட்டிருந்த பலகீனமான யானை இலண்டனிலிருந்து கப்பலில் வரவழைக்கப்பட்டிருந்தது. அந்த யானையின் முதுகில் மலர்களால் அலங்கரிக்கப்பட்டுக் கம்பீரமாக இருந்த அம்பாரி மாடத்துள் மிதுனாவை உட்கார வைத்து, விழா மண்டபம் வரை ஊர்வலமாக அழைத்துச் சென்றார்கள்.

யானையிலிருந்து இறங்கியதும், எட்டுப் பேர் சுமக்கும் அலங்காரப் பல்லக்கில் மிதுனாவை உட்காரவைத்து, மேடைவரை தூக்கிச் சென்றார்கள். பல்லக்கின் இருபுறங்களிலும் தலா இருபது சிறுமிகள் மிதுனா மீது மலர்மாரி பொழிந்தவாறே நடந்தார்கள்.

மஞ்சள் நீராட்டு விழாவுக்கு வரமாட்டேன் என்று சூளுரைத்திருந்த பாலரஞ்சன் மண்டபத்தின் ஓரத்தில் அமைக்கப்பட்டிருந்த மதுச்சாலையில் நின்று விஸ்கி அருந்தியவாறே எல்லாவற்றையும்

பார்த்துக்கொண்டிருந்தான். மதுச்சாலையை மெல்ல மெல்ல ஆண்கள் கூட்டம் சூழ்ந்துகொண்டது. பெண்கள் வட்டமான மேசைகளைச் சூழ உட்கார்ந்துகொண்டார்கள்.

ஒவ்வொரு மேசையும் வெண்ணிறப் பட்டுத்துணி விரிக்கப்பட்டு, சுற்றிவர எட்டு நாற்காலிகள் போடப்பட்டிருந்தன. நாற்காலிகளும் வெண்ணிற மஸ்லின் துணிகளால் போர்த்தப்பட்டிருந்தன. மேசைகளை நிரப்பி வகைவகையான சிற்றுண்டிகளும், குளிர்பானப் போத்தல்களும் அழகாக அடுக்கி வைக்கப்பட்டிருந்தன. தங்கத்தாலும் பட்டாலும் போர்த்தப்பட்டிருந்த மக்கள் கூட்டம் நாசூக்காகச் சிற்றுண்டிகளைக் கொறித்துக்கொண்டிருந்தது.

விழாவுக்கு நாயகி மிதுனா என்றால், புகைப்படக்காரரும் வீடியோப் படப்பிடிப்பாளர்களும்தான் எப்போதும் போலவே இந்த விழாவிலும் நாயகர்கள். கல்யாணங்களின் போது தாலி கட்டுவது சரியாக வீடியோவில் பதிவாகாவிட்டால், கழுத்தில் ஏறிய தாலியைக் கழற்றவைத்து மறுபடியும் கட்டவைக்கும் அதிகாரம் படைத்தவர்கள் இந்த ஒளி ஓவியர்கள். அதிலொரு ஒளி ஓவியர் பறக்கும் குட்டிக் கமெரா ஒன்றை மண்டபத்தில் ஒவ்வொருவரின் தலைக்கு மேலும் வேகமாக இறக்கியும், சட்டெனத் திசைமாற்றி ஏற்றியும் வித்தைகள் காட்டிக்கொண்டிருந்தார். மண்டபத்தின் எல்லாப்புறங்களிலும் ஒலியைப் பெருக்கும் பெட்டிகள் பொருத்தப்பட்டிருந்ததால், பெரும் சத்தத்தால் மண்டபமே அதிர்ந்துகொண்டிருந்தது. இசைத்தட்டைச் சுழலவிடும் நிபுணரை ஜெர்மனியிலிருந்து அழைத்திருந்தார்கள். அந்தப் பையன் தன்னுடைய சேவல் கொண்டையைச் சிலுப்பிச் சன்னதம் ஆடியவாறே, ஒரு பாட்டைக் கூட முழுதாகக் கேட்கவிடாமல், பாடல்களைச் சிதைத்துச் சின்னாபின்னமாக்கிக் கலக்கிக்கொண்டிருந்தான்.

உணவு வகைகளில் இலங்கை, இந்திய, சீன வகைகளோடு கொஞ்சம் பிரெஞ்சு அயிட்டங்களும் இருந்தன. பாலப்பாவுடைய 'வீடு விற்பனை முகவர்' நிறுவனத்தில் வேலை செய்யும் இரண்டு வெள்ளையர்களும் விழாவுக்கு வந்திருந்து வாய்களை அகலப் பிளந்தவாறே எல்லாவற்றையும் பார்த்துக்கொண்டிருந்தார்கள். மண்டபத்தில் நிகழும் ஒவ்வொரு அசைவிலும் தமிழ்க் கலாசாரம் இருக்கிறது என அவர்கள் நம்பியிருக்கக்கூடும். "கலாச்சாரம் எண்டு எதைச் சொன்னாலும் பிரெஞ்சுக்காரன் த்ரில்லாகி நம்புவான்" என்று பாலரஞ்சன் அடிக்கடி சொல்வதுண்டு.

மேடையில் வைத்து மிதுனாவுக்கு அரிசிமாவுக் களி, பாற்சோறு, பிட்டு, பால்ரொட்டி ஆகியவை வைக்கப்பட்டிருந்த வெள்ளித் தட்டுகளால் ஆரத்தி சுற்றினார்கள். வர்ணகலாவும் இந்திராவின் தங்கையான

சித்ராவுமே அவற்றைச் செய்தார்கள். ஆரத்தி சுற்றி முடித்ததும், ஏதோ மலையையே தூக்கிச் சுற்றிய பாவனையோடு சித்ரா முகத்தைச் சுழித்தவாறே ஒற்றைக் கையால் இடுப்பைப் பிடித்துக்கொண்டு மேடையிலிருந்து இறங்கிவிட்டார். இவை எல்லாவற்றையும் மேடையில் நின்று கண்களில் நீர் கண்ணாடித் திரையிடப் பெருமிதத்துடன் பாலப்பாவும் இந்திராவும் பார்த்துக்கொண்டிருந்தார்கள். பாலரஞ்சன் தள்ளாடியபடியே திடீரென மேடையிலேறி, மிதுனாவைக் கன்னங்களில் முத்தமிட்டுப் பத்துப் பவுண் சங்கிலியை அவளது கழுத்தில் அணிவித்துச் சிற்றப்பன் கடமையை முடித்தான்.

மண்டபத்தின் நடுவில் அமைக்கப்பட்டிருந்த அலங்கார ஊஞ்சலில் மிதுனாவை உட்காரவைத்துத் தாயும் தகப்பனுமாக ஆட்டினார்கள். யாழ்ப்பாணத்தில் ஊஞ்சல் ஆடியதற்குப் பிறகு, இப்போதுதான் மிதுனா ஊஞ்சலில் உட்கார்ந்திருக்கிறாள். அங்கே அப்போது ஒலித்தப் பாடலுக்கு அவளையறியாமலேயே அவளது கால் விரல்கள் அசைந்து தாளம் போட்டன.

விழாவில் பாடுவதற்கு 'சுப்பர் சிங்கர்' புகழ் ஆணும் பெண்ணுமாக இருவர் இந்தியாவிலிருந்து அழைக்கப்பட்டிருந்தனர். அவர்கள் இருவரும் பொருத்தமானதொரு பாடலை அப்போது பாடினார்கள்.

கொழுசுங்க சத்தமிட
கல் உடைய மண் உடைய
குதியாட்டம் போட்ட புள்ள
குமரிப் புள்ள ஆனாளே...

அவர்கள் அருமையாக இசைக்க, பாலப்பாவும் சளைத்தவரில்லையே... அவர் ஒரு கையால் ஊஞ்சலை ஆட்டியவாறு அந்தப் பாடலுக்கு வாயசைத்துக்கொண்டே மற்றக் கையால் பலவித அபிநயங்களைச் செய்தார். இந்திராதான் வெட்கப்பட்டுக்கொண்டே நடனத்திலிருந்து ஒதுங்க, வர்ணகலா டீச்சர் வாய்கொள்ளாச் சிரிப்புடன் பாலப்பாவோடு சேர்ந்து நவீனமாகச் சில நடன அசைவுகளைப் போட்டார்.

அதிகாலையில் மிதுனாவைப் படுக்கையிலிருந்து எழுப்பி, அவளது கைகளில் பாக்குகளும் ஈரோ நாணயங்களும் வைத்துச் சுருட்டப்பட்ட வெற்றிலைச் சுருளைக் கொடுத்துத் தலையில் பால் வார்த்துத் தொட்டு மிதுனாவை விட்டு அசையாமல் கூடவே இருந்தவர்கள் வர்ணகலா டீச்சரும் புகைப்படக்காரரும் வீடியோக்காரருமே. வர்ணகலா தன்னுடைய வீட்டு விஷேசம் போலவே எல்லா வேலைகளையும் இழுத்துப்போட்டுக்கொண்டு ஓடியாடி வேலை செய்தார். நீலப்பட்டில் வெள்ளி நட்சத்திரங்கள் பொறிக்கப்பட்டிருந்த சேலைத் தலைப்பை

இடுப்பில் வரிந்துகட்டிக்கொண்டு வர்ணகலா மண்டபத்தில் எந்த இடத்தில் நின்றாலும், அவர் எல்லோரது கவனத்தையும் ஈர்த்துக்கொண்டேயிருந்தார். மஞ்சள் நீராட்டு விழா நிறைவடையும் வரை வர்ணகலா சாப்பிடக் கூட இல்லை. பிற்பகலில் விழா நிறைவுற்று விருந்தினர்கள் எல்லோரும் கிளம்பிய பின்பாக, தனியாக உட்கார்ந்து நான்கு சோற்று உருண்டைகளை உருட்டி வாயில் திணித்துக்கொண்டிருந்த வர்ணகலாவைப் பார்த்தபோது, பாலப்பாவுக்குக் கண்கள் கலங்கியதற்கு நன்றியுணர்ச்சி அடிப்படைக் காரணமாகயிருந்தாலும், கொஞ்சமாக அருந்தியிருந்த விஸ்கியும் ஒரு துணைக் காரணம் என்றே சொல்லலாம்.

அன்று மிதுனா தேவதை! அவளது சிறகுகள் வர்ணகலா!

4

மஞ்சள் நீராட்டு விழா சிறப்பாக நடந்து முடிந்தாலும், மிதுனாவின் தாய்மாமனும், இந்திராவின் தம்பியுமாகிய சுரேந்திரன் விழாவுக்கு வராதது ஒரு குறையாகவே இருந்தது. விழாவுக்கு வரமுடியாதவாறு வேலைப்பளுக்களில் சிக்கியிருந்த சுரேந்திரன், கிறிஸ்துமஸ் விடுமுறையில் அவுஸ்ரேலியாவிலிருந்து குடும்பத்தோடு மருமகளுக்கு முறை செய்ய வந்திருந்தான்.

சுரேந்திரனின் மனைவி நந்தினி பிரான்ஸ் குளிரைப் பார்த்து அரண்டு போய்விட்டாள். அன்றைக்குக் காலநிலை மைனஸ் ஆறைத் தொட்டிருந்தது. மிதுனாவின் வீட்டைச் சுற்றி ஓரடி உயரத்திற்குப் பனி சொரிந்து கிடந்தது. வீட்டின் பெரிய வரவேற்பறையிலிருந்த கணப்பில் பாலப்பா விறகுகளைச் சொருகி எரியவிட்டார். மதிய உணவுக்குப் பின்னாக, எல்லோரும் உட்கார்ந்து மிகப் பெரிய தொலைக்காட்சித் திரையில் மஞ்சள் நீராட்டு விழாவின் வீடியோவைப் பார்க்க ஆரம்பித்தார்கள். மிதுனா இந்த வீடியோவைப் பத்தோ பன்னிரண்டாவதோ தடவையாகப் பார்க்கிறாள். அவளுக்கு இது ஒருபோதுமே சலிப்பை ஏற்படுத்தியதில்லை.

பாலப்பா ஹெலிகொட்டரிலிருந்து இறங்கும் காட்சி ஸ்லோமோஷனில் படம் பிடிக்கப்பட்டிருந்தது. அதைப் பார்க்கும் போதெல்லாம் பாலப்பாவே கொஞ்சம் நாணமுறுவார். சுரேந்திரன் பெரிதாகக் கெக்கடமிட்டுச் சிரித்து "அத்தார் அந்தமாதிரி க்ளாஸ்" என்றான். இப்படிச் சிரிப்பும் கனைப்புமாக அந்த வரவேற்பறை அமளிப்பட்டுக்கொண்டிருக்க, சுரேந்திரனின் மனைவி நந்தினி மட்டும் அமைதியாக வீடியோவைக் கவனித்துக்கொண்டிருந்துவிட்டுக் கேட்டாள்:

"நீலச் சாரியோட ஆலாத்தி எடுக்கிற பொம்பிள ஆர்?"

"அது மிதுனாவின்ர தமிழ் டீச்சர்... நல்ல குணமான பிள்ள. சாமத்திய வீட்டில அரைவாசி வேலை அதுதான் செய்தது" என்றார் இந்திரா.

"வர்ணகலாவே பேர்?" என்று கேட்டாள் நந்தினி.

"ஓமோம்... வர்ணகலா டீச்சரை உமக்குத் தெரியுமே நந்தினி?"

"தெரியாமலென்ன! இவள் என்ர ஊர்தான். முசலிக்குளம் கணவதி நளவன்ர மகள்..." என்று சொன்ன நந்தினி மூஞ்சியைத் தூக்கிவைத்துக்கொண்டு பாலப்பாவைப் பார்த்து "என்ன அத்தார் நீங்கள்? வெளிநாட்டுக்கு வந்தா இதெல்லாம் பார்க்கேலாது தான்... ஆனால், அதுக்காக உள்வீட்டுக்கேயே அடுக்கிறது? அங்கபாரு எங்கிட பிள்ளைய அந்த நளத்தி ஆலாத்தி ஆலாத்தி எடுக்கிறாள்..." என்று சொன்ன நந்தினியின் கண்களில் நீர் முட்டிக்கொண்டு நின்றது.

பாலப்பாவும் இந்திராவும் ஏங்கிப் போய் அரைச் சவமாகிவிட்டார்கள். பாலப்பா மெதுவாக எழுந்து போய், ஓடிக்கொண்டிருந்த வீடியோவை நிறுத்திவிட்டு, கம்மிய குரலில் நந்தினியிடம் கேட்டார்:

"நீ சரியாத்தான் சொல்லுறியோ நந்தினி? அவளைப் பார்த்தால் அப்பிடித் தெரியேல்லையே..."

"இதென்ன அத்தார்... எங்கிட அடிமை குடிமையள எனக்குத் தெரியாதே? எங்கிட பின்னளவுப் பனையெல்லாம் கணவதிதானே இப்பவும் சீவிறவன். போன வருச ஹொலிடேக்கு ஊருக்குப் போகேக்கயும் அவன் வளவுக்குள்ள கண்டனான்... மோள்காரி பிரான்ஸில இருக்கிறாள் எண்டும், தன்னை மரம் ஏறுறத நிப்பாட்டச் சொல்லியிருக்கிறாள் எண்டும் பெரிய நடப்பா என்னட்டச் சொன்னானே... மரம் ஏறுறதுகள நீங்கள் இப்ப மேடையில எல்லோ ஏத்தியிருக்கிறியள். ஆர் என்னெண்டு விசாரிச்சு நடக்கிறதில்லேயே அத்தார்?"

பாலப்பா கொஞ்ச நேரம் பல்லை நெறுமிக்கொண்டு, கையைக் கட்டியவாறே உட்கார்ந்திருந்தார். பிறகு அவக்கென எழுந்து போய் சி.டி. பிளேயரிலிருந்த குறுந்தகட்டை வெளியே வரச் செய்து, தனது பெருவிரலாலும் சுண்டுவிரலாலும் எலியின் வாலைப் பிடிப்பது போலக் குறுந்தகட்டின் ஓரத்தைப் பிடித்துக்கொண்டு கணப்பை நோக்கி நடந்து சென்று, முளாசி எரிந்துகொண்டிருந்த நெருப்பினுள் அதனைச் சுழற்றி வீசினார்.

நடப்பது எல்லாவற்றையும் பாதி புரிந்தும், பாதி புரியாமலும் பார்த்துக்கொண்டிருந்த மிதுனாவுக்குக் குறுந்தகடு எரிக்கப்பட்டது பெரிய துக்கத்தை ஏற்படுத்தியது. மஞ்சள் நீராட்டு விழாவில் ஒரு தேவதையைப் போல இருந்த அவளையே நெருப்பில் தூக்கிப்போட்டது

போலத்தான் அவள் உணர்ந்தாள். எதுவும் பேசாமல் எழுந்து சென்று, வெளியே பனி நடுவேயிருந்த மர இருக்கையில் உட்கார்ந்துகொண்டாள். சொரிந்துகொண்டிருந்த வெண்பனி அவளை மூடிக்கொண்டிருந்தது.

இதற்குப் பின்பு, தமிழ்ச்சோலை வகுப்புக்குப் போக வேண்டாமென்று மிதுனாவைப் பாலப்பா தடுத்துவிட்டார். சில மாதங்களின் பின்பு, அவர்களது குடும்பம் இன்னொரு புறநகருக்குக் குடிபெயர்ந்தது. மிதுனாவும் மெல்ல மெல்ல வர்ணகலாவை மறந்துவிட்டாள். வர்ணகலாவும் மிதுனாவை மறந்திருப்பார்.

5

வர்ணகலா என்ற நாற்பது வயதுப் பெண்மணி முகம் முற்றாகச் சிதைத்துக் கொல்லப்பட்டதற்குச் சில வாரங்கள் கழித்து, மிதுனா பாரிஸ் புறநகரிலிருந்த பெற்றோரின் வீட்டுக்குச் சென்றாள்.

இரவுணவு மேசையில் அமர்ந்து பேசிக்கொண்டிருக்கும்போது, வர்ணகலா டீச்சர் குறித்துப் பேச்சு வந்தது. "அண்டைக்கு போனில ஒரு நியூஸ் சொன்னானெல்லோ... அது தமிழ்ச்சோலை டீச்சரே அப்பா?"

"தெரியேல்லையே பிள்ள. நாங்கள் இஞ்சால வீடு வாங்கி வந்தாப் பிறகு நான் அந்தப் பக்கம் போகேயில்ல" எனச் சொல்லிவிட்டு, பாலப்பா சாப்பாட்டில் கவனம் செலுத்தினார்.

"நீ சாப்பிடு பிள்ள... ஆராருக்கு என்ன விதிக்கப்பட்டிருக்கோ அதுதானே நடக்கும்" என்று சொல்லிக்கொண்டே தட்டில் இடியப்பங்களை வைத்து மேலாக இறால் சொதியை ஊற்றினார் இந்திரா.

நீண்ட நாட்களுக்குப் பின்பாக வயிறு முட்ட வீட்டுச் சாப்பாடு சாப்பிட்டதால், மிதுனாவுக்குக் கண்களைக் கட்டிக்கொண்டு வந்தது. தந்தையையும் தாயையும் முத்தமிட்டுவிட்டுத் தனது அறைக்குச் சென்று படுக்கையில் சாய்ந்துகொண்டு, அலைபேசியின் தொடுதிரையை உருட்டத் தொடங்கினாள். கட்டிலுக்கு எதிரே சுவரில், மஞ்சள் நீராட்டு விழாவில் எடுக்கப்பட்டிருந்த மிதுனாவின் மார்பளவு ஒளிப்படம் மூன்றடிக்கு இரண்டடி அளவில் தொங்கிக்கொண்டிருந்தது. தற்செயலாக அந்தப் படத்தின் மீது மிதுனாவின் பார்வை படவும் அவள் கட்டிலிலிருந்து எழுந்து, அந்தப் படத்தை நெருங்கிச் சென்றாள். அப்படத்தில் தேவதை போன்று அலங்கரிக்கப்பட்டிருந்த மிதுனாவின் இடது தோளைச் சில விரல்கள் பற்றியிருந்தன. அந்த விரல்கள் வர்ணகலாவின் விரல்களாக இருக்குமோ என்று திடீரென மிதுனாவுக்குத்

தோன்றவே, அவள் கடகடவென மாடிப்படிகளில் இறங்கிக் கீழே சென்றாள்.

"அம்மா... என்னைக் குழந்தைப் பிள்ளையில எடுத்த போட்டோ அல்பங்கள் எங்கயிருக்கு?"

"என்ன பிள்ள திடிரெண்டு அதைத் தேடுறாய்?"

"சின்னப்பிள்ளையில எடுத்த ஒரு நல்ல போட்டோ தேவைப்படுது... யூனிவர்ஸிட்டிப் புத்தகமொண்டில போடுறதுக்கு"

"ஸ்டோர் ரூமுக்குள்ள ஒரு சிவப்பு சூட்கேஸ் இருக்கும் பார்... அதுக்குள்ளதான் பழைய அல்பங்கள் கிடக்கு" என்றார் இந்திரா.

ஸ்டோர் ரூமுக்குள் சென்ற மிதுனா அங்கே தாறுமாறாகத் தூசி தும்பு படிந்துகிடந்த சாமான்களிடையே அந்தச் சிவப்பு பெட்டியைக் கண்டுபிடித்து, அதை எடுத்துக்கொண்டு தன்னுடைய அறைக்குச் சென்று, படுக்கையில் வைத்துப் பெட்டியைத் திறந்தாள்.

அதற்குள் பாலப்பா - இந்திரா கல்யாண அல்பம் முதற்கொண்டு பத்துப் பன்னிரண்டு அல்பங்கள் கிடந்தன. அவற்றுக்கு நடுவேயிருந்த தன்னுடைய மஞ்சள் நீராட்டு விழா அல்பத்தை மிதுனா கண்டுபிடித்து, கொஞ்சம் பதற்றத்துடனேயே பக்கங்களைப் புரட்டினாள்.

அந்தப் பெரிய சைஸ் அல்பத்தில் பக்கத்திற்கு ஆறு ஒளிப்படங்கள் ஒட்டப்பட்டிருந்தன. எல்லாப் படங்களிலும் அவள் இருந்தாள். சில படங்களில் அவளோடு அவளது பெற்றோர் இருந்தனர். வேறு பலரும் இருந்தனர். ஆனால், அந்தப் படங்களில் வர்ணகலா டீச்சர் இல்லை.

அவள் சோர்வுடன் அந்தப் பெட்டியைக் கிளறியபோது, உள்ளேயொரு தடித்த கடிதவுறையைக் கண்டாள். அதைத் திறந்தபோது, அதற்குள்ளிருந்த பல ஒளிப்படங்களுக்குள் மஞ்சள் நீராட்டு விழாவில் மிதுனாவுக்கு ஆரத்தி சுற்றும்போது எடுத்த படம் ஒன்றுமிருந்தது. மிதுனாவுக்கு வலது புறத்தில் ஒளிப்பான சருமத்தோடு, நீலப்பட்டில் வெள்ளி நட்சத்திரங்கள் மின்ன வர்ணகலா டீச்சர் ஆரத்தி சுற்றிக்கொண்டிருந்தார். அவரது முகமிருந்த பகுதி மட்டும் அந்தப் படத்தில் திருத்தமாக வெட்டியெடுக்கப்பட்டு, கழுத்திற்கு மேலே மொட்டையாக இருந்தது.

இதற்கு மேலே மிதுனா பாலப்பா சொல்லிய கதையின் போக்கையும் முடிவையும் தேர்ந்த வாசகரான நீங்கள் நிச்சயமாகவே ஊகித்திருப்பீர்கள் என்பதால், நான் இந்த இடத்தில் நிறுத்திக்கொள்கிறேன்.

□ வல்லினம் – 2023

ONE WAY

அய்ரோப்பாவில் வசிக்கும் ஒரு ஈழத் தமிழருக்கு இலங்கையிலிருந்து அதிகாலையில் தொலைபேசி அழைப்பு வந்தாலே, அது மரணச் செய்தியை மட்டுமே கொண்டுவரும் என்பது புலம் பெயர்ந்த தமிழர்களின் ஆழமான நம்பிக்கை. அதனாலேயே, நான் இரவில் அலைபேசியை அணைத்து வைத்துவிட்டுத்தான் தூங்குவேன். நம்முடைய அன்புக்குரியவர்களின் மரணங்களைத் தள்ளிப்போடுவதற்காக நாம் கோயில்களில் அர்ச்சனை செய்வது போல, மாந்திரீகத்தின் மூலம் கழிப்புக் கழிப்பது போல, அலைபேசியை அணைத்து வைப்பதும் மரணத்தைத் தடுத்துவிடும் என்றொரு நம்பிக்கை எனக்குள் ஏற்பட்டுவிட்டது. ஒரு வருடத்திற்கு முன்பாக, ஒரேயொரு இரவில் நான் அலைபேசியை அணைத்து வைக்க மறந்து தூங்கிவிட்டேன். அதிகாலை நான்கு மணிக்கு என்னை அலைபேசி அலறி எழுப்பி, அப்பாவின் மரணச் செய்தியை எனக்குச் சொல்லிற்று.

என்னுடைய அப்பா கொஞ்சம் கோணல் புத்திக்காரர். அப்பாவித்தனத்தால் மட்டுமே நிரப்பப்பட்டுள்ள என்னுடைய அம்மா, ஒரு கிறுக்குத் தீவிரவாதியிடம் சிக்கிக்கொண்ட பணயக் கைதியைப் போலத்தான் அப்பாவிடம் சிக்கியிருந்தார். ஆனால், நான் அப்பாவை இலேசாக முறைத்தாலோ, வார்த்தையைச் சிதற விட்டாலோ அப்பாவுக்கு ஏவம் கேட்டு அம்மா என்னுடன் சண்டைக்கே வந்துவிடுவார். தன்னுடைய கணவர் அருமையான புத்திசாலி, சுத்த வீரர் என்றெல்லாம் சொல்லி அம்மா என்னை எச்சரிப்பார்.

அவர்களுக்குக் கல்யாணமான புதிதில், அம்மாவை 'அன்பே வா' திரைப்படம் பார்ப்பதற்காக அப்பா அழைத்துப் போயிருக்கிறார். இடைவேளையின்போது, திரையரங்கில் இருந்த ஒரு வாலிபன் அம்மாவைப் பார்த்துச் சிரித்திருக்கிறான். அவன் தன்னுடன் பள்ளிக்கூடத்தில் ஐந்தாம் வகுப்பு வரை — அம்மா அவ்வளவுதான் படித்திருக்கிறார் — ஒன்றாகக் கற்றவன் என்பதால் அம்மாவும் பதிலுக்குப் புன்னகைத்திருக்கிறார். இதைக் கவனித்த அப்பா உடனேயே அம்மாவைத் திரையரங்கை விட்டு வெளியே அழைத்துச் சென்று, நடுவீதியில் வைத்து அம்மாவின் கன்னத்தைப் பொத்தி அறைந்துவிட்டு "யாரடி அவன்?" என்று கேட்டிருக்கிறார். அத்தோடு

முடிந்திருந்தால் இந்த நிகழ்ச்சியை நான் உங்களிடம் சொல்ல வேண்டிய அவசியமேயில்லை. ஆனால், எண்பத்தொரு வயதில் அப்பா இறந்துபோவதற்குச் சில நாட்களுக்கு முன்பாகக் கூட, அம்மாவின் கன்னத்தில் அறைந்துவிட்டு "யாரடி அவன் உன்னைத் தியேட்டரில் பார்த்து இளித்தவன்?" என்று கேட்டிருக்கிறார். தொடர்ந்து அய்ம்பது வருடங்களாக, தோன்றும் போதெல்லாம் அப்பா இந்தக் கேள்வியைக் கேட்டுக்கொண்டே இருந்திருக்கிறார்.

கோணல் புத்தியிருந்தாலும் அப்பா காரியக்காரர் என்பதில் மறுப்பில்லை. புகையிலைத் தரகு வியாபாரத்தில் அவர் யாழ்ப்பாணத்திற்கும் கொழும்புக்குமாக அலைந்து திரிந்து, கொஞ்சம் கொஞ்சமாக எங்களது குடும்பத்தின் பொருளாதார நிலைமையைத் தூக்கி நிறுத்தினார். அவர் தரகு வியாபாரத்தில் சில மோசடிகளையும் செய்வார் எனப் பேச்சுண்டு. சில வழக்குகள் எங்களது வீடு தேடியே வந்துள்ளன. ஊருக்கு நடுவில் ஒரு பெனம் பெரிய வெறுங்காணியை வாங்கி, அதைத் தென்னஞ்சோலையாக்கி, ஒரு வீட்டையும் கட்டியுள்ளார். முதலில் பிறந்து நான்குமே பெண் குழந்தைகள் என்பதால், அவர்களுக்குக் கல்யாணம் செய்து வைப்பதற்காகக் கட்டுச்செட்டாகப் பணத்தைச் சேமித்து வைத்திருந்தார். அப்பாவின் முயற்சியோடு, எனது நான்கு அக்காமாருக்கும் அம்மாவின் அழகும் இயற்கையாகவே கிடைத்திருந்ததால், வெளிநாட்டு மாப்பிள்ளைகள் அக்காக்களைக் கொத்திக்கொண்டு போய்விட்டனர். முதலாவது அக்காவான திலகா பிரான்சுக்குப் போனதும், அவரது ஏற்பாட்டில் இரண்டாவது அக்காவான ரோகிணிக்கு மாப்பிள்ளை அமைந்தது. அக்காவை வழியனுப்பும் கொண்டாட்டத்தில் வீடே திளைத்திருந்த போதுதான், நான் சொல்லாமற்கொள்ளாமல் இயக்கத்திற்கு ஓடிப்போய், கொண்டாட்ட வீட்டை இழவு வீடு போல மாற்றிவிட்டேன். என்னுடைய அந்தச் செயலை அப்பா ஒருபோதும் மன்னிக்கவேயில்லை.

கடைசி அக்காவான வேணி கல்யாணத்திற்காக பிரான்சுக்குக் கிளம்பியபோது, நான் சிறையில் இருந்தேன். வேணி அக்கா விமானம் ஏறுவதற்கு முன்பாக, அம்மாவோடு மகசீன் சிறைக்கு வந்து என்னைப் பார்த்துவிட்டே போனார். அப்போதெல்லாம், என்றாவது ஒருநாள் நான் சிறையிலிருந்து வெளியே வந்துவிடுவேன் என்று நானே நம்பவில்லை. எனக்கு எப்படியும் முப்பது வருடங்கள் சிறைத் தண்டனை கிடைக்கும் என்றுதான் எல்லோரும் சொன்னார்கள். அதுதான் அப்பா கோணல் புத்திக்காரரென்று சொன்னேனே... அவர் ஒரு தடவை கூட என்னைச் சிறையில் வந்து பார்க்கவில்லை. அம்மாதான் ஊரிலிருந்து யாராவது ஒரு உறவினரைத் துணைக்குக் கூட்டிக்கொண்டு, அவ்வப்போது வந்து என்னைப் பார்த்துவிட்டுப் போவார்.

அம்மா தன்னை வருத்தி விரதம் பிடித்து, கோயில் கோயிலாக வைத்த நேர்த்தியாலோ என்னவோ நான் சிறையிலிருந்து ஏழு வருடங்களிலேயே விடுதலையாகிவிட்டேன். நான் வெளியே வந்ததும், பிரான்ஸிலிருந்த நான்கு அக்காமாரும் ஆளுக்கொரு பங்கு பணம் போட்டு, பயண முகவர் மூலம் என்னைப் பிரான்ஸுக்கு அழைத்துக்கொண்டார்கள். நான் இங்கே வந்ததும், அவர்கள் ஒரே குரலில் எனக்கு ஒன்றைச் சொன்னார்கள்:

"தம்பி! நாங்கள் உன்னுடைய வழக்குக்காக ஏழு வருடங்களாகப் பணம் செலவு செய்திருக்கிறோம். இப்போது உன்னை வெளிநாட்டுக்கும் அழைத்துவிட்டோம். அந்தப் பணத்தையெல்லாம் நாங்கள் உன்னிடம் திருப்பிக் கேட்கப் போவதில்லை. ஆனால், இனி அம்மாவையும் அப்பாவையும் கவனித்துக்கொள்வது உன்னுடைய பொறுப்பு."

இயக்கமும் போராட்டமும் கசந்து போய்த்தான், நான் என்னுடைய இருபத்தேழாவது வயதில் பிரான்ஸுக்கு வந்தேன். நான் சிறையிலிருந்த காலத்தில் இயக்கம் என்னை முழுமையாகக் கைவிட்டிருந்தது. என்னுடைய குடும்பமே என்னைக் காப்பாற்றிச் சிறையிலிருந்து மீட்டது. என்னுடைய மிகுதிக் காலத்தைக் குடும்பத்தின் நன்மைக்காகச் செலவழிப்பது என்ற எண்ணத்தோடு, நான் கடுமையாக உழைத்தேன்.

நான் பிரான்ஸுக்கு வந்து அய்ந்து வருடங்களானபோது, பயண முகவர் மூலம் அம்மாவையும் அப்பாவையும் பிரான்ஸுக்கு அழைத்துக் கொள்ளுமளவுக்கு என்னிடம் பணம் சேர்ந்திருந்தது. அம்மாவையும் அப்பாவையும் அழைப்பதில் என்னுடைய அக்காமார்களும் ஆர்வமாக இருந்தார்கள். ஆனால், கோணல் புத்திக்காரரான என்னுடைய அப்பா வெளிநாட்டுக்கு வர மறுத்துவிட்டார். "என்னால் உங்களைப் போல அகதியாக மானம் கெட்டு வாழ முடியாது. வேண்டுமானால் அம்மாவைக் கூப்பிட்டுக்கொள்ளுங்கள்" என்று உறுதியாகச் சொல்லிவிட்டார். அப்பாவைத் தனியே விட்டுவிட்டு அம்மா வரமாட்டார் என்பதை விளக்கத் தேவையில்லை. அவர்களை அழைப்பதற்காகச் சேர்த்து வைத்திருந்த பணத்தில்தான், என்னுடைய மச்சாள் முறையான செவ்வந்தியை இலங்கையிலிருந்து பயண முகவர் மூலம் பிரான்ஸுக்கு வரவழைத்துத் திருமணம் செய்துகொண்டேன். என்னுடைய முழு வாழ்க்கையிலும் நான் செய்த ஒரேயொரு புத்திசாலித்தனமான செயல் அதுதான். கல்யாணங்களின்போது 'இன்பங்களிலும் துன்பங்களிலும் ஒருவரையொருவர் பிரியோம்' எனச் சாட்டுக்கு உறுதிமொழி எடுப்பார்கள். ஆனால், செவ்வந்தி மச்சாள் அந்த உறுதிமொழியை இப்போதுவரை தீவிரமாகக் காப்பாற்றிக்கொண்டிருக்கிறாள்.

அப்பா இறந்தபோது, தூரத்து உறவினர்தான் அப்பாவுக்குக் கொள்ளி வைக்க வேண்டியதாகப் போய்விட்டது. கொள்ளியிட உரித்துள்ள நானும் அக்காக்களும் பிரான்ஸில் அகதி நிலையில் வசிப்பதால், எங்களிடம் இலங்கைக் கடவுச்சீட்டுக் கிடையாது. எங்களுக்கு பிரான்ஸ் அரசாங்கம் வழங்கியிருக்கும் அகதிகளுக்கான கடவுச்சீட்டில் ‹இலங்கைக்குப் பயணம் செய்ய அனுமதியில்லை› என்று குறிப்பிடப்பட்டிருக்கும். அப்பா அய்ந்து பிள்ளைகளைப் பெற்றும் பிள்ளை குட்டி இல்லாதவரைப் போல அநாதையாக இறந்துவிட்டார். அம்மாவுக்கு இப்போது எண்பது வயதாகிவிட்டது. முதுமையின் கனியாகிய நோய்கள் அவரில் பூரணமாகப் படர்ந்திருந்தன. அப்பாவுக்கு ஏற்பட்ட கதிதான் அம்மாவுக்கும் ஏற்படும் என்ற பதற்றத்திலேயே நான் இரவுகளில் அலைபேசியை அணைத்து வைத்துவிட்டுத் தூங்கிக்கொண்டிருந்தேன்.

ஆனால், பகலிலும் எனக்கொரு கெட்ட சேதி வந்தது. சமையலறைப் பானைக்குள் மறைந்திருந்த பாம்பு அம்மாவைத் தீண்டியதால், அவர் யாழ்ப்பாணப் பெரியாஸ்பத்திரியில் சேர்க்கப்பட்டிருக்கிறார் என்று பெரியக்கா எனக்கு அலைபேசியில் சொன்னதும், நான் உடனேயே அம்மாவின் அலைபேசிக்கு அழைத்தேன். அம்மா ஆஸ்பத்திரியிலிருந்து என்னிடம் பேசிய முதல் விஷயமே, தன்னை உடனடியாக பிரான்ஸுக்கு அழைத்துக்கொள்ள வேண்டும் என்பதாக இருந்தது.

அப்பா தவறிப் போன சில நாட்களிலேயே, பிள்ளைகள் நாங்களும் இதுபற்றி யோசிக்கத் தொடங்கியிருந்தோம். ஆனால், அம்மாவை பிரான்ஸுக்கு அழைத்துக்கொள்வதில் பல்வேறு நடைமுறைச் சிக்கல்கள் இருந்ததால் அது யோசனை அளவிலேயே நின்றுவிட்டது. இப்போது அம்மா அவராகவே வாய்விட்டுக் கேட்டுவிட்டார். அந்த நடைமுறைச் சிக்கல்களைப் பற்றிச் சொன்னால் உங்களாலேயே சரிவரப் புரிந்துகொள்ள முடியாதபோது, படிப்பறிவற்ற, உலகமறியாத என்னுடைய அம்மா எப்படிப் புரிந்துகொள்வார் சொல்லுங்கள்!

அகதிகளான நாங்கள் 'ஸ்பொன்ஸர்' செய்து அம்மாவை அழைக்க முடியாது. பயண முகவர் மூலம் அம்மாவைச் சட்டவிரோதமான வழிகளில்தான் பிரான்ஸுக்கு வரவழைக்க முடியும். அதைத் தவிர வேறெந்த வழியும் எங்கள் முன் கிடையவே கிடையாது. ஆனால், இந்த வயதில் அம்மாவை எப்படி ஒரு சட்டவிரோதப் பயணத்திற்குள் நாங்கள் தள்ளிவிட முடியும். அந்தப் பயணத்தில் பல பனிப்பாலைகளையும் குளிராறுகளையும் கால்நடையாகவே கடக்க வேண்டியிருக்கும் அல்லது ஏதாவது ஒரு திருட்டுக் கடவுச்சீட்டிலோ, போலி விசாவிலோ அம்மா ஆகாய மார்க்கமாகப் பயணிக்க வேண்டியிருக்கும். வழியில் ஏதாவது ஒரு விமான நிலையத்தில் அதிகாரிகளிடம் மாட்டிக்கொண்டால் சிறையில்

போட்டுவிடுவார்கள். பெரியக்காவின் கணவர் ஒரு யோசனையைச் சொன்னார். ஒருமுறை சுற்றுலா விசாவுக்கு முயற்சித்துப் பார்க்கலாம். அது கிடைத்துவிட்டால், அம்மா பிரான்சுக்கு வந்ததும் இங்கே அகதியாகப் பதிவு செய்துவிடலாம்.

அம்மாவைப் பார்த்துக்கொள்ளும் பொறுப்பு முழுவதுமாக என்னிடமே கொடுக்கப்பட்டிருந்ததால், நான்தான் வேண்டிய ஏற்பாடுகளைச் செய்தேன். அம்மா ஓரளவு உடல்நலம் தேறியதும், அவருக்குத் தெரிந்த ஒருவரின் உதவியோடு கொழும்புக்குச் சென்று, பிரெஞ்சுத் தூதரகத்தில் சுற்றுலா விசாவுக்கு விண்ணப்பித்தார். நேர்முக விசாரணையில் தூதரக அதிகாரி ஒரேயொரு கேள்விதான் கேட்டாராம்:

"நீங்கள் முதியவராக இருக்கிறீர்கள். உங்களை அலையவைக்க நான் விரும்பவில்லை. உங்களுக்கு மூன்று மாதங்கள் விசா வழங்கிவிடலாம். ஆனால், மூன்று மாதங்கள் முடிந்ததும் நீங்கள் மறுபடியும் இலங்கைக்குத் திரும்பி வருவீர்கள் என்பதற்கு என்ன உத்தரவாதம்?"

நான் இந்தக் கேள்வியை எதிர்பார்த்திருந்தேன். எனவே, நேர்முக விசாரணைக்கு முன்பாகவே, நான் அம்மாவை இது விஷயமாக எச்சரித்திருந்தேன். அம்மா தூதரக அதிகாரியின் கேள்விக்குப் பதிலாக "ஊரில் நிலமும் வீடும் உள்ளன. அவற்றை விட்டுவிட்டு நான் பிரான்ஸிலேயே தங்கிவிடமாட்டேன்" என்றிருக்கிறார்.

அதற்கு அந்த அதிகாரி "யாழ்ப்பாண மாவட்டத்தில் ஏராளமான நிலங்களும் வீடுகளும் கைவிடப்பட்டுக் கிடக்கின்றன. அவற்றின் உரிமையாளர்கள் அய்ரோப்பாவுக்கும் கனடாவுக்கும் சென்றுவிட்டுத் திரும்பி வரவேயில்லை" எனச் சொல்லிவிட்டு, அம்மாவின் விசா விண்ணப்பத்தை நிராகரித்துவிட்டார்.

அந்த நிராகரிப்பு எனக்கு அம்மா மீதுதான் கோபத்தைக் கிளப்பிவிட்டது. பதினைந்து வருடங்களுக்கு முன்பே நான் அழைத்தபோது, அம்மாவும் அப்பாவும் கிளம்பி இங்கே வந்திருந்தால் எவ்வளவு நன்றாக இருந்திருக்கும். சட்டவிரோதப் பயண முகவர் மூலம் பயணம் செய்யுமளவுக்கு அப்போது அம்மாவுக்குத் தெம்பிருந்தது. இங்கே வரும் வழிகளும் அவ்வளவு கடினமாக இருக்கவில்லை. நிறையச்சனங்கள் பயண முகவர்கள் ஏற்பாடு செய்துகொடுத்த போலி விசாக்களோடு கொழும்பில் விமானம் ஏறி, பாரிஸ் விமான நிலையத்தில் இறங்கி அகதித் தஞ்சம் கேட்டார்கள். அது இலங்கையில் போர் உக்கிரமாக நடந்துகொண்டிருந்த காலம் என்பதால், இலங்கையிலிருந்து வரும் அகதிகளைப் பெரிய கெடுபிடிகளில்லாமல் பிரான்ஸ் ஏற்றுக்கொண்டிருந்தது. இப்போதோ

அங்கே போரும் முடிந்துவிட்டது. அம்மாவும் பழுத்து முதுமையடைந்து நோயாளியாகிவிட்டார். ஒருநாளைக்குப் பன்னிரண்டு மாத்திரைகளைச் சாப்பிடுகிறார். பிரான்ஸின் பனிக்குள்ளும் குளிருக்குள்ளும் இன்னும் எத்தனை வருடம்தான் அவர் சீவித்துவிடுவார்? வெட்ட வெட்டத் தழைக்கும் வாழைமரத்தைக் கொண்டுவந்து நட்டால் கூட இந்தக் காலநிலையில் அது செத்துவிடுகிறதே. இலங்கையின் வெயிலும் இயற்கையோடு இணைந்த வாழ்க்கையும் அம்மாவுக்கு அதிக ஆயுளைக் கொடுக்கக்கூடும். இயலாமையால் எனனுள் எழுந்த தாழ்வுணர்ச்சியை விரட்டுவதற்காக, நான் இப்படிக் காரணங்களை வலிந்து தேடிக் கோபப்பட்டுக்கொண்டிருந்தேன்.

ஆனால், பிரான்ஸுக்கு வந்தே தீருவது என்பதில் அம்மா மிக உறுதியாக இருந்தார். அதற்காக அவர் சொன்ன காரணங்களில் ஏதொன்றையும் என்னால் மறுத்துப் பேசிவிடவே முடியாது.

"கவனமாகக் கேள் தம்பி! இந்த ஊர் காடாகி வருடங்களாகிவிட்டன. பாம்பும் பூரானும் விசர் நாய்களும்தான் இங்கே நாட்டாமை. ஊரில் பத்து வீடுகளைத் தவிர எல்லா வீடுகளும் பாழடைந்து கிடக்கின்றன. யுத்தத்தின்போது இங்கிருந்து தப்பிச் சென்றவர்கள் ஊருக்குத் திரும்பி வரவேயில்லை. எங்களுடைய வீட்டைச் சுற்றி அரைக் கிலோமீற்றர் தூரத்திற்கு யாருமேயில்லை. மின்சாரம் இரவில் வராமல் பகலில் மட்டுமே எப்போதாவது வருகிறது. இந்த வீட்டில் நோயாளிக் கிழவியான நான் எப்படித் தனித்திருக்க முடியும்? கிழக்குத் தெருவில் என்னைப் போலவே தனியாக வசித்துவந்த கிழவியின் கழுத்தை நெரித்துக் கொன்றுவிட்டு, கொள்ளையடித்துச் சென்றுவிட்டார்கள். செய்தது கொள்ளையர்களா? ஆவா குறுப்பா? ஆர்மியா? நேவியா? என்று யாருக்குமே தெரியாது. கிழக்குத் தெருவுக்கும் மேற்குத் தெருவுக்கும் பெரிய தூரமா என்ன? எப்போது வேண்டுமானாலும், எனக்கு எது வேண்டுமானாலும் நடக்கலாம்."

"அம்மா... நீங்கள் கொஞ்ச நாட்களுக்குச் சொந்தக்காரர்கள் யாருடைய வீட்டிலாவது போய் இருக்கலாமே?"

"யார் வீட்டுக்குப் போவது? உன்னுடைய அப்பா எல்லோருடனும் பகையைத் தேடி வைத்துவிட்டுத்தானே போயிருக்கிறார். ஆனால் ஒன்று... அவராகச் சண்டையை ஒருபோதும் தொடக்கியதில்லை. சரி... இப்போது நான் போய் யாராவது சொந்தக்காரர்களோடு இருந்தாலும், அவர்கள் என்னை நன்றாக வைத்துப் பார்ப்பார்களா? என்னிடம் காசு பிடுங்கத்தான் பார்ப்பார்கள். தம்பி! இது நீ இருந்த இலங்கையில்லை. எல்லோருமே வெளிநாட்டுப் பணத்தில் மட்டுமே குறியாக இருக்கிறார்கள்."

"இப்போது இங்கே வருவது கொஞ்சம் கஷ்டமாக இருக்கிறது அம்மா. சட்டங்களை இறுக்கிவிட்டார்கள்... உங்களுக்கும் வயதாகிவிட்டது."

"அதெல்லாம் ஒன்றுமில்லை. சென்ற மாதம்தானே செல்லையாவின் பெண்சாதியைப் பிள்ளைகள் கனடாவுக்குக் கூப்பிட்டார்கள். அவள் எனக்கு இரண்டு வயது மூப்பு. மனுசி சக்கர நாற்காலியில்தான் உலாவியது. எனக்கு இன்னும் இரண்டு கால்களிலும் தெம்புள்ளது. நான்தான் தனியாகக் கிணற்றில் தண்ணீர் அள்ளுகிறேன், வளவில் தேங்காய் பொறுக்கி வைக்கிறேன், மழை வெள்ளம் வீட்டுக்குள் ஏறும்போது, நான்தான் தனியாகவே சிரட்டையால் அள்ளி அள்ளித் தண்ணீரை வெளியேற்றுகிறேன். பஸ் பிடித்துப் பத்து மைல்கள் பயணம் செய்து பெரியாஸ்பத்திரிக்குப் போகிறேன். ஆனால், இன்னும் எத்தனை காலத்திற்கு என்னால் இப்படித் தனியாக இருக்க முடியும் தம்பி? எனக்குப் பதினைந்து பேரப் பிள்ளைகள்! ஒருவரது முகத்தைக் கூடத் தொட்டுப் பார்க்காமல் நான் செத்துப்போனால், என்னுடைய உடம்புதான் வேகுமா? எனக்குக் கொள்ளிவைக்க நீ தான் வருவாயா?"

அக்காமார் முழுவதுமாக அம்மாவின் பக்கமே நின்றார்கள்.

"தம்பி! அம்மா இதுவரை எங்களிடம் பணம் அனுப்பு என்று ஒரு ஈரோ கூடக் கேட்டதில்லையே. நாங்களாக அனுப்பும் பணத்தைக்கூட அவர் தாராளமாகச் செலவு செய்து அனுபவிக்காமல், சிக்கனமாகச் சேர்த்துத்தான் வைத்திருக்கிறார். அவருடைய கடைசிக்கால விருப்பத்தை நிறைவேற்றாவிட்டால், நாங்கள் அவருக்குப் பிள்ளைகளாக இருக்கத் தகுதியற்றவர்கள். தம்பி... உன்னிடம் பணம் போதாமலிருக்கிறது என்றால் நாங்களும் தருகிறோம். அம்மா வந்ததும் நீ தான் அவரை வைத்துப் பராமரிக்க நேரிடும் என்று தயங்காதே. நாங்கள் நான்கு பெண் பிள்ளைகள் இருக்க, மருமகளின் பொறுப்பில் அவரை விட்டுவிட மாட்டோம்."

அம்மாவை வரவழைப்பதற்கு நான்தான் ஏதோ முட்டுக்கட்டை போடுகிறேன் என்பது போலவே அக்காமார் பேசியது எனக்கு இன்னும் கோபத்தைக் கூட்டியது. அந்த ஆத்திரத்தில் அன்றைக்கே ஒரு பயண முகவரைத் தேட ஆரம்பித்தேன். என்னுடன் இயற்கை உணவு அங்காடியில் வேலை செய்யும் கைலாசநாதன் உதவிக்கு வந்தார். அவரது நண்பரொருவர் கொழும்பில் பயண முகவராக இருக்கிறார் என்று சொல்லித் தொலைபேசியில் அறிமுகப்படுத்தி வைத்தார். அந்த ஏஜெண்ட் கேட்ட தொகை மிக அதிகம் என்றாலும், நான் ஒப்புக்கொண்டேன். விமானப் பயணம்தான். ஏஜெண்டுக்கு முதலில் பாதிப் பணத்தைச் செலுத்துவதென்றும், அம்மா பிரான்ஸ் வந்து

இறங்கியதும் மீதிப் பணத்தைக் கொடுப்பதென்றும் பேசிக்கொண்டோம். அக்காமாரிடம் செப்புச் சல்லி வாங்கவும் நான் விரும்பவில்லை. என்னுடைய வங்கிக் கணக்கில் இருந்த பணத்தையெல்லாம் வழித்துத் துடைத்துப் பாதித் தொகையை ஏஜெண்டுக்குச் செலுத்தினேன். மீதித் தொகையைக் கட்டுவதற்குச் செவ்வந்தியின் நகைகள் இருக்கின்றன.

பணம் கிடைத்ததும், ஒரே வாரத்தில் அம்மாவை டெல்லிக்கு அழைத்துச் சென்ற ஏஜெண்ட் அங்கிருந்து அம்மாவைப் பாரிஸுக்கு அனுப்ப ஒரு இந்தியக் கடவுச்சீட்டைத் தயார் செய்தான். டெல்லியிலிருந்து பிரான்ஸுக்கு வரும் முதியவர்களால் நிரம்பப்பெற்ற சுற்றுலாக் குழுவுக்கு நடுவில் அம்மாவைத் தந்திரமாகக் கலந்துவிட்டான். இந்தத் தந்திரத்தை மிகப் பழைமையானதும் எளிமையானதுமான மறு தந்திரத்தால் டெல்லி விமான நிலைய அதிகாரிகள் உடைத்துவிட்டார்கள். அவர்கள் அம்மாவிடம் ஒன்று... இரண்டு... மூன்று எனப் பத்துவரை விரல்விட்டு எண்ணிக் காட்டுமாறு கேட்டிருக்கிறார்கள். அம்மாவும் விரல்களை ஒவ்வொன்றாக மடக்கி எண்ணிக் காட்டியிருக்கிறார். இந்தியர்கள் இப்படி எண்ணும்போது, எங்களைப் போல விரல்களை ஒவ்வொன்றாக மடக்காமல், விரல்களை ஒவ்வொன்றாக விரித்தே எண்ணுவார்களாம். எனவே, அம்மா இந்தியரல்ல என்பதை அதிகாரிகள் சுளுவாகக் கண்டுபிடித்துவிட்டார்கள்.

அம்மாவை டெல்லியிலுள்ள குடிவரவுச் சிறைக்கு அனுப்பிவிட்டார்கள் என்ற தகவலை ஏஜெண்ட் தயக்கத்தோடு தொலைபேசியில் என்னிடம் சொன்னபோது, நான் படு தூஷணத்தால் அவனைத் திட்டித் தீர்த்தேன். எண்பது வயது மூதாட்டியொருவர் மொழி தெரியாத நாட்டில் சிறையில் அடைக்கப்பட்டிருப்பதைச் சற்று எண்ணிப் பாருங்கள். உங்களுக்கு என்னைவிட அதிக ஆத்திரம் ஏற்படுகிறதா இல்லையா! அம்மா சிறையிலிருக்கும் செய்தியை நான் அக்காமாரிடம் மறைத்துவிட்டேன். அவர்களால் இந்தச் செய்தியைத் தாங்கவே முடியாது. அவர்களது துக்கமெல்லாம், நான்தான் பயண ஏற்பாட்டில் கவனமின்றித் தவறிழைத்துவிட்டேன் என்பது போல என் மீதே கோபமாகத் திரும்பும்.

என்னுடைய மொத்தக் கோபமும் அந்த முட்டாள் ஏஜெண்டை எனக்கு அறிமுகப்படுத்தி வைத்த கைலாசநாதன் மீது திரும்பியது. அவர் எனக்கு உதவி செய்ய முன்வந்ததால், என்னிடம் தும்பு பறக்க ஏச்சு வாங்க வேண்டிய நிலை ஏற்பட்டுவிட்டது. எனினும், இனிமையான குணமுள்ள அந்த மனிதர் என்னுடைய கவலையையும் கோபத்தையும் புரிந்துகொண்டு, முட்டாள் ஏஜெண்டைப் பாடாகப் படுத்தி, அம்மாவை அய்ந்தே நாட்களில் சிறையிலிருந்து வெளியே கொண்டுவந்துவிட்டார். அம்மா சிறையிலிருந்து வெளியே வந்து,

தொலைபேசியில் என்னிடம் பேசும்போது, நான் உண்மையிலேயே குழறி அழுதுவிட்டேன். முட்டாள் ஏஜெண்ட் மறுபடியும் ஒரு முயற்சியை மும்பை விமான நிலையம் வழியாக எடுப்பதாகச் சொன்னான். "ஒரு மயிரும் வேண்டாம்! அம்மாவைப் பத்திரமாக ஊருக்கு அழைத்துச் சென்றுவிடுங்கள்" என்றேன். அப்படியானால் தனக்குக் கொடுத்த பாதிப் பணத்தைத் திருப்பித் தர முடியாது என்றான். "வேண்டாம்... அது எனக்கு வேண்டாம்! அம்மாவைப் பத்திரமாக இலங்கைக்கு அழைத்துச் சென்றால் போதும்" எனச் சொல்லிவிட்டேன்.

அடுத்த வாரம், அம்மா இலங்கையிலிருந்து தொலைபேசியில் அழைத்துப் பேசினார்.

"தம்பி! இந்தியா வழியாக வருவது கொஞ்சம் கஷ்டம் போலல்லவா இருக்கிறது... இப்போது உக்ரேன் வழியாகத்தான் சனங்கள் பிரான்சுக்கு வருவதாகத் தொலைக்காட்சியில் சொல்கிறார்கள்..."

"அம்மா... அங்கே கடுமையான சண்டை நடந்துகொண்டிருக்கிறது" என்றேன்.

"அது பரவாயில்லைத் தம்பி... நான் பார்க்காத சண்டையா! நீ வீணாகப் பயப்படாதே! நாளைக்கே சாகப்போகிற கிழவியான என்னை அவர்கள் ஒன்றும் செய்யமாட்டார்கள்" என்றார் அம்மா.

அம்மா ஒவ்வொரு நாளுமே எங்கள் எல்லோரையும் வாட்ஸப்பில் கூப்பிட்டுப் பேச்சுக்கொண்டேயிருந்தார். தன்னால் ஒரு நிமிடம் கூட இலங்கையில் இருக்க முடியாது என்று திரும்பத் திரும்பச் சொன்னார். "காசு பணம் இருந்து என்ன பலன்? சாப்பாட்டுச் சாமான்கள் எதுவும் கிடைப்பதில்லையே! சனங்கள் இங்கே பஞ்சத்தில் சாக போகிறார்கள். சீனாக்காரன் கொடுக்கும் அரிசிப் பசையையும் குப்பையில் விளையும் கீரையையும் சாப்பிட்டே இங்கே வாழ வேண்டியிருக்கிறது" என்றார். இதைக் கேட்ட பின்பும் நிம்மதியாக ஒருபிடி சோறு தின்பதற்குப் பிள்ளைகளான எங்களுக்கு எப்படி மனம் வரும்!

எனக்கு அங்காடியில் வேலை ஓடவேயில்லை. அம்மாவைப் பற்றியே யோசித்துக்கொண்டிருந்தேன். நிராசையால் ஏங்கியே என்னுடைய அம்மா அனாதையாகச் செத்துவிடுவாரோ என்றெல்லாம் யோசித்து எனது தலை கொதித்துக்கொண்டிருந்தது. நான் தட்டுத் தடுமாறிக்கொண்டிருப்பதை யூதரான முதலாலி கவனித்துக்கொண்டிருந்தார். என்னைக் கூப்பிட்டு, ஒலிம்ப் அம்மையாரிடமிருந்து அழைப்பு வந்திருப்பதாகச் சொல்லி, அம்மையார் கேட்டிருக்கும் இயற்கை உணவுப் பொருட்களை எடுத்துச் சென்று அவரது வீட்டில் கொடுத்துவிட்டு வருமாறு சொன்னார். நான் பட்டியலிலுள்ள பொருட்களை எடுத்துத் தள்ளுவண்டியில் வைத்துத்

தள்ளியவாறே ஒலிம்ப் அம்மையாரின் வீட்டை நோக்கி நடந்தேன். அங்கே போவதென்றாலே என்னிடம் ஓர் உற்சாகம் ஒட்டிக்கொள்ளும். இப்போது உற்சாகம் ஏற்படவில்லை என்றாலும் மனதிற்குச் சற்று ஆறுதலாகவேயிருந்தது.

நான் இரண்டு வருடங்களுக்கு முன்பாக, இந்த யூதரின் அங்காடியில் வேலைக்குச் சேர்ந்தபோது, என்னுடைய முதல் வேலையே ஒலிம்ப் அம்மையாரின் வீட்டுக்குப் பொருட்களைத் தள்ளுவண்டியில் எடுத்துச் செல்வதாகவே இருந்தது. அவரது வீடு அதிக தூரத்திலில்லை. நான் வேலைக்கு வந்து இறங்கும் ட்ராம் தரிப்பிடத்திற்கு எதிரேயிருந்த சிறிய காணித் துண்டிலேயே அவரது பழைமை வாய்ந்த வீடு இருந்தது.

பிரெஞ்சு - கோர்ஸிகா பெற்றோருக்குப் பிறந்த ஒலிம்ப் அம்மையாருக்குக் கிட்டத்தட்ட என்னுடைய அம்மாவின் வயதுதானிருக்கும். அம்மாவைப் போலவே இவரும் தனிமையிலேயே வசிக்கிறார். சராசரி உயரம் உள்ளவர் என்றாலும், அவரது முதுகில் பெரிதாகக் கூன் விழுந்திருப்பதால் சிறிது குள்ளமாகத் தோற்றமளிப்பார். முகத்தில் இலேசாகத் தாடி மீசை அரும்பியிருக்கும். உச்சந்தலையில் சிறிதளவு வழுக்கையுமுண்டு. ஒலிம்ப் அம்மையார் பெரும்பாலும் வீட்டை விட்டு வெளியே வருவதில்லை. உளவியலில் பட்டப் படிப்புப் படித்தவராம். அவரது வீட்டில் கறுப்பு அட்டை போட்ட தடிமனான புத்தகங்கள் எல்லா இடங்களிலுமே அடுக்கப்பட்டிருக்கும்.

நான் ஒலிம்ப் அம்மையாரின் வீட்டுக்குச் சென்ற முதல் நாளிலேயே, அம்மையார் தன்னுடைய சாம்பல் நிறச் சிறிய கண்கள் ஒளிர என்னைப் பார்த்துவிட்டு, வீட்டினுள்ளே அழைத்து உட்காரவைத்துப் பேசினார்.

"அழகிய இளைய மனிதனே! நீ ஸ்ரீலங்கனா?"

"ஆம்... அம்மா" என்றேன்.

அதன் பின்பு, நான் அங்கே பொருட்களை விநியோகிக்கப் போய்வரும் போதெல்லாம் ஒலிம்ப் அம்மையார் என்னிடம் சிறுகச் சிறுகச் சொல்லியது இவைதான்:

"அதுதான் மகனே! அப்போது இரண்டாம் உலகப் போர் முடிந்து சில வருடங்களே ஆகியிருந்தன. நாஸிப் படையிடமிருந்து பிரான்ஸ் விடுதலை பெற்றுச் செழிக்கத் தொடங்கிய காலம். அப்போதும் எங்களது குடும்பம் இந்த வீட்டில்தான் வசித்தது. என்னுடைய அப்பா போரில் இறந்துபோயிருந்தார். அம்மா முரடனான ஒரு கிரேக்கனைச் சிநேகிதம் செய்துகொண்டார். அப்போது எனக்குப் பதின்மூன்று வயது.

எங்கிருந்து வந்ததெனத் தெரியாத ஒரு இலங்கைக் குடும்பம் இந்த ஊரில் குடியேறியது. அந்தக் குடும்பம் சிங்களக் குடும்பமா, தமிழ்க் குடும்பமா அல்லது கலப்புக் குடும்பமா என்பது கூட எனக்குத் தெரியாது. அந்தக் குடும்பத்தில் என்னுடைய வயதையொத்த ஒரு பையன் இருந்தான். அவன் எங்களுடைய பாடசாலையில்தான் சேர்க்கப்பட்டான். அவனுக்கு ஆரம்பத்தில் ஒரு பிரெஞ்சு வார்த்தை கூடத் தெரியாது. ஆனால், போர்த்துக்கேய மொழியை ஓரளவு பேசுவான். நானும் அதை ஓரளவு புரிந்துகொள்வேன். அவனுடைய பெயர் தோமஸ்.

வெட்க சுபாவமுள்ள அந்தக் கறுப்பு அழகனிடம் நான் சீக்கிரமே காதல் வயப்பட்டேன். அப்போது இந்த ஊர் ஒரு சிறு கிராமம். காடு பூத்துக் கிடக்கும். இப்போது போல் அல்லாமல் நதியில் ஏராளமாக நீர் வரும். புல்வெளிகளில் குதிரைகள் நினானமாக மேய்ந்துகொண்டிருக்கும். நானும் தோமஸும் காடுகளுக்குள்ளும் நதியிலும் விளையாடித் திரிந்தோம். ஒரு வேடிக்கையான விஷயம் சொல்லட்டுமா... தோமஸுக்கு முத்தமிடக் கூடத் தெரிந்திருக்கவில்லை. அதை நான்தான் அவனுக்குக் கற்றுக் கொடுத்தேன்.

எங்களுடைய உறவு அம்மாவுக்குத் தெரிய வந்தபோது, அவர் என்னைக் கடுமையாகக் கண்டித்தார். அவரது காதலனான கிரேக்கன் என்னை முரட்டுத்தனமாக அடித்தான். அப்போதும் நான் தோமஸைச் சந்திப்பதை நிறுத்தவில்லை. ஒருநாள் அந்த இலங்கைக் குடும்பமே இந்த ஊரிலிருந்து திடீரெனக் காணாமல் போய்விட்டது. இரண்டு மாதங்கள் மட்டுமே நீடித்த அந்த உறவை என்னால் எப்போதுமே மறக்க முடியாது. என்றாவது ஒருநாள் நான் இலங்கைக்குச் செல்வேன் என்ற முட்டாள்தனமான எண்ணமொன்று இந்தக் கிழவியின் மனதிற்குள் ஒளிந்து கிடப்பதை நான் உன்னிடம் மறைக்கத் தேவையில்லைத்தானே மகனே!"

ஒலிம்ப் அம்மையாரின் வீட்டில் இலங்கை சம்பந்தமான நூல்கள், படங்கள், சிலைகள், முகமூடிகள், வரைபடங்கள் எல்லாமே இருந்தன. இலங்கையைக் குறித்துப் புத்தகங்கள் வழியாக அவர் ஏராளமாகப் படித்திருந்தார். என்னிடம் பேசுவதால் அவருக்கு மகிழ்ச்சி கிடைக்கிறது எனச் சொல்லிக்கொண்டேயிருப்பார். ஆனால், நான் வேலைக்குத் திரும்பாமல் ஒலிம்ப் அம்மையாரது வீட்டில் மெனக்கெடுவது என்னுடைய முதலாளிக்கு மகிழ்ச்சியைக் கொடுக்கவில்லை.

நான் ஒலிம்ப் அம்மையாரை ஒருநாள் எனது வீட்டுக்கு விருந்துக்கு அழைத்து, வகைவகையான இலங்கை உணவுகளைப் பரிமாறினேன். காரத்தால் அவருக்குக் கண்களில் நீர் கசிந்தபோதும், தட்டில் வைத்த

எதையும் மீதம் வைக்காமல் இரசித்துச் சாப்பிட்டு முடித்தார். அது பிரெஞ்சுக்காரர்களின் வழக்கம்.

"அம்மா... ஒருநாள் உங்களை நான் நிச்சயமாக இலங்கைக்கு அழைத்துச் செல்வேன்" என்று நான் ஒலிம்ப் அம்மையாரிடம் அடிக்கடி சொல்வேன். அவர் சிறு குழந்தையைப் போலப் புன்னகைப்பார். எனக்கே இலங்கைக்குப் போக வழியில்லை என்பது ஒலிம்ப் அம்மையாருக்குத் தெரியாது.

நான் தள்ளுவண்டியோடு ஒலிம்ப் அம்மையாரின் வீட்டுக்குள் நுழைந்ததுமே, அவர் கேட்ட முதல் கேள்வி "ஸ்ரீலங்காவில் உன்னுடைய அம்மா நலமாக இருக்கிறாரா? கொழும்பில் ஜனாதிபதி மாளிகையை மக்கள் கைப்பற்றிவிட்டார்களாமே... நாடு முழுவதும் ஆர்ப்பாட்டம், அடிதடி என்று பத்திரிகையில் படித்தேன். உன்னுடைய கிராமத்தில் பிரச்சினை ஏதும் இல்லையல்லவா?"

நான் உங்களிடம் உண்மையை மட்டுமே சொல்கிறேன்! ஒலிம்ப் அம்மையார் 'பிரச்சினை' என்று சொன்ன அந்த விநாடியில்தான் என்னுடைய உள்ளத்தில் ஓர் எண்ணம் திடீரெனப் பளிச்சிட்டு ஓடியது. அதை ஒலிம்ப் அம்மையாரிடம் சொல்லலாமா வேண்டாமா எனக் கடுமையான மனப் போராட்டம் எனக்குள் நடந்துகொண்டிருந்தபோதே என்னுடைய பரிதாபத்திற்குரிய நாவு பேசிற்று:

"அம்மா உங்களால் எனக்கொரு உதவி செய்ய முடியுமா?"

"சொல்லு மகனே! நிச்சயம் செய்வேன்!"

"இப்போது இலங்கையில் நிலைமை அவ்வளவு சரியில்லை. பஞ்சம் பரவிக்கொண்டு வருகிறது. மருந்துப் பொருட்களும் தட்டுப்பாடு. நோயாளியான என்னுடைய அம்மாவை பிரான்சுக்கு அழைத்து, கொஞ்ச நாட்களுக்கு என்னுடன் வைத்திருக்க விரும்புகிறேன் அம்மா..."

"ஆம்... அதை நீ நிச்சயமாகச் செய்தாக வேண்டும் மகனே. நான் உனக்கு எந்த விதத்தில் உதவ முடியும்?"

"நீங்கள் ஒரு ஸ்பொன்சர் கடிதம் கொடுத்தால், என்னுடைய அம்மாவுக்கு விசா வழங்கிவிடுவார்கள் என்றே நினைக்கிறேன்..."

"அவ்வளவு தானா! உன்னுடைய அம்மா பிரான்சுக்கு வந்துவிட்டார் என்றே வைத்துக்கொள்! அவரைப் பயணத்திற்குத் தயாராகச் சொல். நான் இப்போதே நகரசபை அலுவலகத்திற்குப் போய்த் தேவையான படிவங்களை நிரப்பிக் கொடுத்துவிட்டு, அவர்களிடம்

ஸ்பொன்ஸருக்கான பத்திரத்தைப் பெற்று வந்துவிடுகிறேன். நீ வேலை முடிந்ததும் மாலையில் என்னை வந்து பார்!"

நன்றியுணர்வால் எனக்குப் பேச்சு எழவில்லை. என்னுடைய கண்கள் கலங்கியதைப் பார்த்ததும், குழந்தைச் சிரிப்புடன் எழுந்துவந்து ஒலிம்ப் அம்மையார் என்னைக் கட்டியணைத்துக்கொண்டார்.

நான் வேலையில் இருந்தபோது, அங்காடிக்குத் தொலைபேசியில் அழைத்த ஒலிம்ப் அம்மையார் என்னுடைய அம்மாவின் பெயர், முகவரி, பிறந்த தேதி போன்ற விவரங்களை என்னிடம் கேட்டார். அப்போது ஒலிம்ப் அம்மையார் நகரசபை அலுவலகத்தில் இருந்தார்.

ஆயிரம் கேள்விகள் மனதிற்குள் குத்திமுறிய, நான் மாலையில் ஒலிம்ப் அம்மையாரின் வீட்டுக்குச் சென்றேன். அவர் என்னை அவரது படிப்பு மேசையின் முன்னே உட்காரவைத்துவிட்டு, அழகாக மடித்து வைக்கப்பட்டிருந்த ஐந்து பத்திரங்களை என்னிடம் கொடுத்தார்.

"கேள் மகனே! முதலாவது பத்திரம் உன்னுடைய அம்மாவை நான் விருந்தினர் விசாவில் மூன்று மாதங்கள் பிரான்ஸில் தங்க வைப்பதற்கான நகரசபையின் ஒப்புதல் பத்திரம். இரண்டாவது என்னுடைய வங்கிக் கணக்கு விவரம். மூன்றாவது என்னுடைய பிரெஞ்சுத் தேசிய அடையாள அட்டையின் பிரதி. நான்காவது உன்னுடைய அம்மாவை என்னுடைய விருந்தினராக வருமாறு கேட்டு நான் அவருக்கு அனுப்பும் கடிதம். ஐந்தாவது பத்திரம் உண்மையிலேயே அவசியமற்றது... ஆனால், அதுவே மிக முக்கியமானது என்று நகரசபையில் சொன்னார்கள். மூன்று மாதங்களுக்குள் விருந்தினர் பிரான்ஸிலிருந்து வெளியேறாவிட்டால், உள்துறை அமைச்சு என்மீது சட்ட நடவடிக்கை எடுப்பதற்கு நான் ஒப்புதல் தெரிவிக்கும் பத்திரம். இவற்றை எடுத்துக்கொண்டு போய் உன்னுடைய அம்மா கொழும்பிலிருக்கும் பிரெஞ்சுத் தூதரகத்தில் விண்ணப்பித்தால், நிச்சயமாக விசா கொடுத்துவிடுவார்கள். உன்னுடைய அம்மாவைச் சந்திக்க நான் மிகவும் ஆவலாக இருக்கிறேன். நானே அவரிடம் வருவேன்!"

ஒலிம்ப் அம்மையார் என்னிடம் கொடுத்த ஒவ்வொரு பத்திரத்தின் அடியிலும் நடுங்கும் கையால் ஒலிம்ப் அம்மையார் இட்ட கையெழுத்து இருந்தது.

கிறுக்கலான கையெழுத்து என்றாலும், பிரெஞ்சுக் கையெழுத்திற்கு ஒரு மதிப்பிருக்கத்தான் செய்கிறது இல்லையா! கொழும்பிலிருக்கும் பிரெஞ்சுத் தூதரகத்தில் விண்ணப்பித்துப் பத்து நாட்களுக்குள்ளேயே, அம்மாவுக்கு மூன்று மாதங்களுக்கான விருந்தினர் விசாவைக்

கொடுத்துவிட்டார்கள். இந்தச் செய்தியை அறிந்ததும் என்னுடைய அக்காமார் பூரித்துப்போய், என்னை அலைபேசி வழியே கொஞ்சித் தள்ளிவிட்டார்கள். அதன் பின்பு, அம்மாவை என்னுடைய வீட்டில் நான்தான் வைத்துக்கொள்வேன், நான்தான் வைத்துக்கொள்வேன் என்று அவர்களிடையே கடும் போட்டி தொடங்கிவிட்டது. எப்போதும் போலவே இந்தப் போட்டியிலும் தன்னுடைய விட்டுக்கொடுக்காத பிடிவாதத்தால் என்னுடைய மூன்றாவது அக்காவான மலரே வெற்றிபெற்றார்.

அவர்கள் மகிழ்ச்சியில் தத்தளித்துக்கொண்டிருந்தபோது, என்னுடைய உள்ளம் கொந்தளிப்பில் மூழ்கியிருந்தது. பிரான்ஸுக்கு வரும் அம்மா நிச்சயமாக மூன்று மாதங்களில் இலங்கைக்குத் திரும்பிச் செல்ல வேண்டியிருக்கும். தன்னுடைய ஐந்து பிள்ளைகளையும் பதினைந்து பேரக் குழந்தைகளையும் விட்டு, மறுபடியும் அவர் தனிமையை நோக்கித் திரும்ப வேண்டியிருக்கும். ஆனால், நான் அம்மாவிடம் அதைச் சொல்லத் துணியவில்லை. அது பிரான்ஸுக்கு வரும் அவரது மகிழ்ச்சியில் நிச்சயமாகவே மண்ணையள்ளி எறிந்துவிடும். பிரான்ஸுக்கு வந்ததும், அதைப் பக்குவமாக அவரிடம் எடுத்துச் சொல்லி, அவரைத் தேற்றித் திருப்பி அனுப்பிவிடலாம் என்றே நினைத்தேன். இன்னொன்றும் நடக்கக் கூடும். சீக்கிரமே வரவிருக்கும் கடுங்குளிர் காலத்தாலும், இங்குள்ள அடைத்த அடுக்குமாடிக் குடியிருப்புகளாலும், சமைத்த உணவைக் குளிர்பதனப் பெட்டிக்குள் வைத்திருந்து ஒரு வாரம் வரை உண்ணும் உணவுப் பழக்க வழக்கங்களாலும் அம்மாவே சலிப்புற்று இலங்கைக்குத் திரும்பிச் செல்ல விரும்பலாம். இருபது வருடங்களாக இங்கேயிருக்கும் எனக்கே இலங்கைக்கு எப்போது போகலாம் என மனம் தவித்துக்கொண்டிருக்கிறதே! அம்மா அவ்வாறாக விருப்பப்பட்டு இலங்கைக்குத் திரும்பிச் சென்றால் எல்லாமே மகிழ்ச்சியாக முடிந்துவிடும். பேரக் குழந்தைகளைப் பார்த்த திருப்தியில் ஊர்ச் சுடலையிலேயே அவர் நிம்மதியாக நீறாவார்.

அம்மா பிரான்ஸுக்கு வந்த மூன்றாவது நாளே, நான் ஒலிம்ப் அம்மையாரை அழைத்துக்கொண்டு மலர் அக்காவின் வீட்டுக்குச் சென்றேன். ஒரு 'மிமோசா' பூங்கொத்தோடு வந்த ஒலிம்ப் அம்மையார் அங்கிருந்து கிளம்பும்வரை, என்னுடைய அம்மாவின் கையைப் பற்றிப் பிடித்தபடியே இருந்தார். அப்போது, என்னுடைய நான்கு அக்காக்களுமே அங்கிருந்தனர். அவர்கள் ஆரவாரமாக ஒலிம்ப் அம்மையாரை வரவேற்றாலும், அம்மையார் இந்த நேரத்தில் ஒரு வேண்டப்படாத விருந்தாளி என்பதைப் போலவே தங்களுக்குள் சாடை பேசிக்கொண்டிருந்தார்கள்.

இன்னொரு நாள் அம்மா என்னிடம் சொன்னார்:

"தம்பி! ஊரில் காணியையும் வீட்டையும் கவனித்துப் பார்க்க ஆட்களில்லை. யாராவது அயலவர்கள் கள்ள உறுதி முடித்துக் காணியையும் வீட்டையும் கைப்பற்ற முன்பாக நாங்கள் வீட்டை விற்றுவிட வேண்டும். அதொன்றும் பெரிய பணம் இல்லைத்தான். கைவிடப்பட்டுக் காடாகியிருக்கும் அந்த ஊரில் ஒரு பரப்புக் காணி ஒரு இலட்சத்திற்குக் கூட விலை போகாது. காணியையும் வீட்டையும் ஒரு பாதிரிமார் சபை விலைக்குக் கேட்டுக்கொண்டிருக்கிறது. அதை விற்று முடிப்பதற்கான வேலையை நாங்கள் சீக்கிரமே செய்ய வேண்டும்."

"அம்மா... அது நாங்கள் அய்ந்து பேரும் வளர்ந்த வீடு. எங்களது குடும்பத்திற்கு இலங்கையில் இருக்கும் ஒரே அடையாளம் அந்தக் காணிதான். அது அதுபாட்டுக்கு இருந்துவிட்டுப் போகட்டுமே..."

"இருந்து? நாங்கள் யாருமே அங்கே திரும்பிப் போகப் போவதில்லை. கள்ளர் அனுபவிக்கவா அந்தக் காணியை உன்னுடைய அப்பா தேடி வைத்தார்? விற்கிற வேலையைப் பார் தம்பி."

அம்மாவுக்கு பிரான்ஸ் இவ்வளவு பிடித்துப் போகும் என்று நான் உண்மையிலேயே எதிர்பார்க்கவில்லை. பனியையும் குளிரையும் ஒரு குழந்தையைப் போலல்லவா அவர் அனுபவிக்கிறார். ஒருநாள், நான் மலர் அக்காவின் வீட்டுக்குப் போயிருந்தபோது, அம்மா தரைக் கம்பளத்தின் மீது அமர்ந்திருந்து, பேத்தியிடம் பிரெஞ்சு மொழிப் பாடம் கேட்டுக்கொண்டிருந்தார்.

"அம்மா! தரையில் உட்காராதீர்கள்... குளிர் ஏறிவிடப் போகிறது" என்றேன்.

"சீச்சி... குளிர்தான் என்னுடைய நோய்க்கு நல்ல மருந்தென்று நினைக்கிறேன். இங்கே வந்ததிலிருந்து எனக்குக் காய்ச்சல், தடிமன் கூட வந்ததில்லையே... வாழப் போகும் நாட்டின் பாஷையில் கொஞ்சமாவது தெரிந்து வைத்திருப்பது நல்லதுதானே தம்பி. அதுதான் கொஞ்சம் பிரெஞ்ச் படிக்கத் தொடங்கியிருக்கிறேன். உன்னுடைய அப்பாவுக்குச் சிங்களம் தெரிந்திருந்ததால்தானே கொழும்பு வரைக்கும் போய்க் கெட்டித்தனமாக வியாபாரம் செய்தார்" என்றார் அம்மா.

அம்மா பிரான்ஸுக்கு வந்து இரண்டரை மாதங்கள் கழிந்துவிட்டன. மலர் அக்காவின் வீட்டில் அம்மா தங்கியிருந்தாலும், மற்றைய பிள்ளைகளின் வீடுகளிலும் அவ்வப்போது ஒன்றிரண்டு நாட்கள் தங்கி அம்மா எப்போதுமே ரவுண்ட்ஸில் இருந்தார். நடுவில், அம்மாவை

அழைத்துக்கொண்டு பெரியக்கா குடும்பம் லூர்ட்ஸ் மாதா கோயிலுக்கும் சென்று வந்தது. பாரிஸையும் அதன் புறநகரங்களையும் அம்மா சுற்றியடித்து, எல்லாச் சைவக் கோயில்களுக்கும் போய்வந்துவிட்டார். பேரப் பிள்ளைகளோடு நதிக்கரைக்குச் சென்று விளையாடிவிட்டு வந்து "ச்சா... என்னவொரு சோக்கான நாடு! ஒரு பூச்சியிருக்கா பூரானிருக்கா பாம்பிருக்கா?" என்று வியந்துகொண்டிருந்தார். நடுநடுவே, ஊரிலிருக்கும் காணியையும் வீட்டையும் விற்க வேண்டும் என்று என்னிடம் சொல்லியவாறே இருந்தார்.

அம்மாவின் விசா முடிவதற்கு இன்னும் இரண்டு வாரங்களே உள்ளன. நான் பெரியக்காவைத் தொலைபேசியில் அழைத்துச் சொன்னேன்:

"பெரியக்கா... நீங்கள்தான் அம்மாவிடம் பக்குவமாக எடுத்துச் சொல்ல வேண்டும். அம்மா முப்பதாம் தேதி இலங்கைக்குத் திரும்ப வேண்டும்."

"தம்பி... என்ன விசர்க் கதை கதைக்கிறாய்? படாத பாடுபட்டு அம்மாவை இங்கே கூப்பிட்டுவிட்டு, திருப்பி அனுப்புவதா? அந்த மனுசி இலங்கைக்குப் போய் என்ன செய்யும்? அம்மா உயிரோடு இருக்கப் போவதே இன்னும் ஒன்றோ இரண்டோ வருடங்கள்தான். அவர் இங்கேயே இருக்கட்டும். இனி நீ கஷ்டப்பட வேண்டாம். நானே அம்மாவுக்குத் தேவையானவற்றைச் செய்கிறேன். விசா முடிந்த அடுத்த நாளே, அம்மாவைக் கூட்டிப்போய் பொலிஸில் அகதியாகப் பதிவு செய்துவிடுகிறேன்."

"அக்கா...நான் உங்களுக்கு முதலிலேயே சொல்லியிருக்கிறேன் அல்லவா? அப்படிச் செய்ய முடியாது. அம்மா திரும்பிப் போகாவிட்டால் ஸ்பொன்ஸர் செய்து வரவழைத்த ஒலிம்ப் அம்மையார் சட்டச் சிக்கலில் மாட்டிக்கொள்வார்."

"நல்ல ஒலிம்பும் பிளிம்பும்! அந்தக் கிழவி ஏதாவது பணம் கேட்டால் கொடுத்துவிடலாம். ஆனால், அம்மாவைத் திருப்பி அனுப்ப முடியாது."

"இங்கே பெரியக்கா... இது ஒலிம்ப் அம்மையார் பணத்திற்காகச் செய்த காரியமில்லை. எங்கள் மீதுள்ள அன்பால் செய்தது. நம்பிக்கையால் செய்தது. அவருக்கு எங்களது அம்மாவை விட வயது அதிகம். இந்த வயதில் அவரை நீதிமன்றத்திற்கு அலைய வைக்க முடியுமா? ஒருவேளை அவர் சிறைக்குக் கூடச் செல்ல வேண்டியிருக்கலாம்..."

"பேய்க்கதை கதைக்காதே தம்பி. இங்கே எவ்வளவு சனங்கள் ஸ்பொன்ஸரில் வந்துவிட்டு, இங்கேயே அகதித் தஞ்சம் கேட்டுத்

தங்கிவிடுகிறார்கள். ஏதாவது பிரச்சினை நடந்ததா? நீ பயப்படுவது போல எதுவும் நடக்காது."

"இல்லை பெரியக்கா… என்னால் ஒலிம்ப் அம்மையாருக்கு நம்பிக்கைத் துரோகம் செய்ய முடியாது. அம்மா திரும்பிப் போகத்தான் வேண்டும்!"

நான் மூன்றாவது அக்காவான மலரைத் தொலைபேசியில் அழைத்தேன். அதற்குள் பெரியக்கா மலர் அக்காவை அழைத்து விவரம் சொல்லியிருக்கிறார். மலர் அக்கா தன்னுடைய இயல்புப்படியே எடுத்ததும் என்மீது சீறி விழுந்தார்:

"ஆமோ! அப்படியோ! என்னுடைய அம்மாவை நீ எப்படித் திருப்பி அனுப்புகிறாய் என்று நானும் பார்க்கிறேன். இப்போதே அம்மாவின் பாஸ்போர்ட்டை எடுத்துக் கிழித்து அடுப்பில் போட்டுவிடுகிறேன்" என்று மலர் அக்கா ராங்கி காட்டினார்.

"அது முடியாது மலர் அக்கா… அம்மாவின் பாஸ்போர்ட் என்னிடம்தான் இருக்கிறது."

"உன்னுடைய இயக்கத்துக் குறுக்கு மூளையைக் காட்டிவிட்டாய் தம்பி. உனக்கு அம்மாவை விட அந்த வெள்ளைக்காரக் கிழவி முக்கியமாகப் போய்விட்டாள்தானே! அம்மாவிடம் மட்டும் ஊருக்குத் திரும்பிப் போகவேண்டும் என்று தயவுசெய்து சொல்லிவிடாதே! ஏங்கி இப்போதே செத்துவிடுவார். பழியைச் சுமக்காதே!"

ஆனாலும், நான் கடைசியில் பழியைச் சுமக்கவே நேரிட்டது. ஒரு வாரமாகவே ஒலிம்ப் அம்மையாரிடமிருந்து எங்களது அங்காடிக்கு அழைப்பு ஏதும் வரேயில்லை. ஒருமுறை அவரது வீட்டுக்குச் சென்று பார்க்கவும் எனக்கு மனம் ஏவவில்லை. அம்மாவின் விசா பிரச்சினை என்னைக் கடுமையாகக் குழப்பிக்கொண்டேயிருந்தது. மாலையில் வேலை முடிந்து செல்லும்போது, ஒலிம்ப் அம்மையாரின் வீட்டைக் கவனித்தேன். வெளியே பூட்டுப் போடப்பட்டிருந்தது. கதவின் இடுக்குகளில் விளம்பரப் பத்திரிகைகள் குப்பையாகச் சொருகப்பட்டிருந்தன. ஒவ்வொரு நாளும் நான் இந்த ட்ராம் தரிப்பிடத்திலிருந்து ஒலிம்ப் அம்மையாரின் வீட்டைப் பார்க்கிறேன். இதை எப்படிக் கவனிக்கத் தவறினேன்? என்னையறியாமலேயே ஏதோவொரு கள்ள எண்ணம் என்னுடைய உள்ளத்தில் புகுந்துவிட்டது என்று எனக்குத் தோன்றியதும், வாயில் ஊத்தை எச்சில் ஊறி வந்து. அதை வீதியில் உமிழ்ந்தேன். வீதியைக் கடந்து சென்று, ஒலிம்ப் அம்மையாரின் பக்கத்து வீட்டுக்காரரின் அழைப்பு மணியை

அழுத்தினேன். அந்த இத்தாலியரிடம் எனக்கு ஓரளவு பழக்கமுண்டு. அவருக்கும் நான்தான் பொருட்களை எடுத்து வருபவன்.

ஓலிம்ப் அம்மையார் மூச்சுத் திணறல் பிரச்சினையால் மத்திய மருத்துவமனையில் அனுமதிக்கப்பட்டிருக்கிறார் என்று இத்தாலியர் சொன்னார். நான் ட்ராம் தரிப்பிடத்திற்குத் திரும்பவும் சென்று, எனது வீட்டுக்குச் செல்வதற்கான ட்ராம் வண்டிக்காகக் காத்திருக்கலானேன். என்னுடைய சின்ன மூளைக்குள் கட்டெறும்புகளைப் போல ஆயிரம் எண்ணங்கள் புற்றெடுத்துச் சுற்றிக்கொண்டிருந்தன.

வீட்டுக்குச் செல்லும் வழியில், மத்திய மருத்துமனைத் தரிப்பிடத்தில் ட்ராம் நின்றபோது, என்னுடைய கால்கள் என்னையறியாமலேயே ட்ராம் வண்டியிலிருந்து கீழே இறங்கின. ஏதோ ஒரு கிலோ போதை மருந்தைத் தின்றவனைப் போலத்தான் நான் நடந்து சென்றேன். மருத்துவமனையின் வரவேற்புப் பகுதியிலிருந்த பெண்ணுக்கு முன்னால் நான் தளர்ந்துபோய் நின்றிருந்தபோது, நான் ஆஸ்பத்திரியில் சேர வந்த நோயாளி என்றுகூட அந்தப் பெண் நினைத்திருக்கக் கூடும். அவளிடம் ஓலிம்ப் அம்மையார் அனுமதிக்கப்பட்டிருக்கும் அறை எண்ணை விசாரித்துத் தெரிந்துகொண்டு உள்ளே சென்றேன். லிஃப்டில் கூட ஏறாமல், மாடிப் படிகளில் நடந்தே ஏறிச் சென்றேன். ஓலிம்ப் அம்மையாரின் கண்களைச் சந்திக்கும் தருணத்தை நான் கூடியவரை ஒத்திப்போட்டுக்கொண்டிருக்கிறேன் என்பதுதான் உண்மை.

படுக்கையில் கிடந்த ஓலிம்ப் அம்மையாரின் கண்கள் மூடியே இருந்தன. முகத்தில் மூடியிட்டுப் பிராணவாயு செலுத்தப்பட்டுக்கொண்டிருந்தது. முழங்கால்கள் வரையிருந்த நீல ஆடைக்குள் ஒரு பொம்மை போல ஓலிம்ப் அம்மையார் அசைவற்றுக் கிடந்தார். நான் அங்கிருந்த தலைமைத் தாதியிடம் விசாரித்தபோது "இந்த அம்மையாரின் உடல் நிலை மிகவும் மோசமாகிக்கொண்டே போகிறது... இவரது உடல் நிலை குறித்து எதையும் உறுதியாகச் சொல்லிவிட முடியாது" என்று அவள் இயந்திரம் போல என்னிடம் சொன்னாள். அதுவரை அலைவுற்றுக்கொண்டிருந்த என்னுடைய ஆன்மா மெதுவே தணிவதை உணர்ந்தேன். என்னுடைய நாவில் ஊத்தை எச்சில் கொத்தாகச் சுரந்தது. அதை வாய்க்குள் அடக்கியபடியேதான் நான் வீடுவரை வந்தேன்.

நான் வீட்டுப் படியில் கால் வைக்க முன்பே, என்னுடைய கடைசி அக்கா வேணியிடமிருந்து அலைபேசி அழைப்பு வந்தது. நான் வாய்க்குள் எச்சிலை வைத்துக்கொண்டே பேசினேன்.

"என்னடா தம்பி... நீ உண்மையில் அம்மாவைத் திருப்பி அனுப்பத்தான் போகிறாயா?" என்று வேணி அக்கா கேட்டார்.

"எதையும் உறுதியாகச் சொல்ல முடியாது" என்றேன். நான் சொன்னது வேணி அக்காவுக்குப் புரிந்ததோ தெரியாது.

அடுத்து வந்த நான்கு நாட்களும், நான் தவறாமல் மருத்துவமனைக்குச் சென்று ஒலிம்ப் அம்மையாரின் படுக்கையைக் கவனித்தேன். அவர் கண்களை மூடி அசைவற்றுக் கட்டையாகக் கிடந்தார். ஒவ்வொரு நாளும் குறிப்பிட்ட நேரத்தில் நான் அங்கே செல்வதால், அந்தத் தாதி எனக்குப் பழக்கமாகிவிட்டாள். என்னைத் தவிர வேறு யாருமே ஒலிம்ப் அம்மையாரைப் பார்க்க வருவதில்லை என்று அந்தத் தாதி சொன்னபோது, நான் என்னுடைய அம்மாவை நினைத்துக்கொண்டேன்.

என்னுடைய அம்மா இலங்கைக்குத் திரும்பிப் போகவேயில்லை.

□ வனம் – 2023

கருங்குயில்

தன்னுடைய வீட்டின் மதிற்சுவரில் ஏன் சுற்றுலாப் பயணிகளான வெள்ளைக்காரிகள் விழுந்து புரண்டு முத்தமிடுகிறார்கள் என்பது ரவிசங்கருக்குப் புரியவேயில்லை. மூன்று மாதங்களுக்கு முன்புதான் புதிதாக வெள்ளையடிக்கப்பட்டிருந்த அந்த மதிற்சுவரில், இப்போது எண்ணிப் பார்த்தால் குறைந்தது நூறு லிப்ஸ்டிக் அடையாளங்களாவது இருக்கும். ஒரே நிறத்தில் அந்த அடையாளங்கள் பதிந்திருந்தால் ஒருவேளை அதுவொரு அழகாக இருந்திருக்கக் கூடும். ஆனால் சிவப்பு, ஊதா, பச்சை, கறுப்பு என எல்லா வண்ணங்களிலும் அந்தச் சுவரில் உதட்டு அடையாளங்கள் பதிந்து, குரங்கு அம்மைநோய் வந்தவனின் முகம் போல அந்தச் சுவர் அசிங்கமாக இருந்தது. போதாததுக்குச் சிலர் சிறிய அட்டைகளிலோ, தாள்களிலோ துண்டுச் சீட்டுகளை எழுதி மதிற்சுவரின் மீது வைத்துவிட்டுப் போயிருக்கிறார்கள். இதுபற்றி ரவிசங்கர் தனது எண்பது வயதான தந்தையாரிடம் கேட்டபோது "நான் என்ன செய்வது மகன்? நானும் வரும் வெள்ளைக்காரர்களை முடிந்தவரை துரத்தத்தான் பார்க்கிறேன்... ஆனால், நான் சற்றே கண்ணயரும் நேரத்தில் வந்து அசிங்கப்படுத்திவிட்டுப் போய்விடுகிறார்கள். சிலர் வீட்டுக்குள் உள்ளிடவே முயற்சித்தார்கள். நானும் உன்னுடைய அம்மாவும் கதவை மூடிவிட்டு உள்ளே இருந்துகொள்வோம். எதற்கும் நீ வரட்டும் என்றுதான் காத்திருந்தோம்... கண்டறியாத கொழும்பு" என்று கொஞ்சம் அலட்சியமாகத்தான் கிழவர் பதில் சொன்னார். மகன் இந்த வீட்டுக்குச் சம்பளம் இல்லாத காவல்காரர்களாகத் தன்னையும் கிழவியையும் வைத்திருக்கிறான் என்ற கடுப்பும் அவரது குரலிலிருந்தது.

இலண்டனில் ஏழெட்டு எரிபொருள் நிரப்பு நிலையங்களை வைத்திருக்கும் முதலாளியான ரவிசங்கர் இணையத்தளமொன்றில், கொழும்பு நகரத்தின் வெள்ளவத்தைப் பகுதியில் 42 ஆவது ஒழுங்கையில், 56 ஆவது இலக்க வீடு விற்பனைக்குண்டு என்ற விளம்பரத்தைப் பார்த்துவிட்டுத்தான், இந்த வீட்டை ஆறு மாதங்களுக்கு முன்பு சகாய விலையில் வாங்கினான். அப்போது இந்த வீடு சிதைந்து பாழடைந்துதான் கிடந்தது. இலண்டன் பவுண்ட்ஸ்களாகக் கொட்டியிழுத்து, ரவிசங்கர் இந்த வீட்டைத் திருத்திப் பளிங்கு மாளிகையாக்கிவிட்டான். முன்பக்கத்து மதிற்சுவரையும் செப்பனிட்டு, வெள்ளையடித்து அதில் ஒரு துண்டு சலவைக் கல்லைப் பதித்து 'ரவிவில்லா' என்று பொன்னெழுத்துகளில்

பொறித்தான். புளியங்கூடல் கிராமத்தில் கோயில் குளமென நிம்மதியாக இருந்த பெற்றோரை வற்புறுத்தி அழைத்துவந்து, கொழும்பு வீட்டில் குடிவைத்துவிட்டு இலண்டன் சென்றவன் மூன்று மாதங்கள் கழித்து வீட்டைப் பார்க்கத் திரும்பிவந்தால், அது இந்த நிலையிலிருக்கிறது.

இப்போது 'ரவிவில்லா' என்ற பெயர் பதிக்கப்பட்டிருக்கும் மதிற்சுவரில் தொண்ணூற்றுச் சொச்ச ஆண்டுகளுக்கு முன்பாக, பறக்கும் கருங்குயில் வடிவத்தில் தொங்கிக்கொண்டிருந்த சிறிய பலகைத் துண்டில் மஞ்சள் வர்ணத்தால் பொறிக்கப்பட்டிருந்த பெயருக்கே இத்தனை முத்தங்களும் துண்டுச் சீட்டுகளும் வந்துகொண்டிருக்கின்றன என்பது ரவிசங்கருக்குத் தெரிய வந்தால், அவனுடைய அற்புதமான வியாபார மூளை வேகமாக இயங்கி, வாங்கிய விலையிலும் பத்து மடங்கு விலைக்கு இந்த வீட்டை விற்றுவிடும். இது மகாகவி ஒருவன் 1929 இல் வாடகைக்குக் குடியேறி, இரண்டு வருடங்கள் தங்கியிருந்த வீடு. தன்னுடைய இருபதாவது வயதிலேயே 'இருபது காதல் கவிதைகளும் ஒரு கையறு பாடலும்' என்ற நூலை வெளியிட்டு உலகத்தை மயக்கிய அந்த இளங்கவிஞன் இந்த வீட்டுக்குக் குடி வரும்போது, அவனுக்கு இருபத்தைந்து வயது. கொழும்பிலிருந்த கொன்ஸலேட் அலுவலகத்தில் பிரதிநிதியாக அவனுக்குப் பணி கிடைத்திருந்தது. அவனுடைய மிகப் புகழ்பெற்ற 'Residencia en la tierra' கவிதை நூலின் பெரும்பாலான பகுதிகளை, இந்த வீட்டின் மேற்கு அறையில் இலட்சத்தீவுக் கடலை நோக்கியிருக்கும் சாளரத்திற்கு முன்னே அமர்ந்திருந்துதான் எழுதினான்.

தொங்கும் கருங்குயில் பலகையை அடையாளம் வைத்துத்தான் சம்பங்கி அந்த வீட்டை முதலில் அடையாளம் கண்டுபிடித்தாள். தந்தையார் முத்தான் அவளுக்கு வீட்டு அடையாளத்தை மட்டுமல்லாமல், எல்லாவற்றையுமே திரும்பத் திரும்பச் சொல்லிக்கொடுத்தார். காலையில் முதல் சூரிய வெளிச்சம் வரும்போதே அவள் அங்கே போய்விட வேண்டும். எப்படி அந்த வளவுக்குள் நுழைய வேண்டும்? பறக்கும் கருங்குயிலுக்கு அருகிலிருக்கும் ஒற்றை இரும்புக் கிராதிப் படலையை ஓசைப்படாமல் திறந்து வளவுக்குள் நுழைந்தால், குரோட்டன் செடிகளுக்கு நடுவாக, வீட்டுக்கு இடதுபுறத்தில் ஒற்றையடிப் பாதையிருக்கும். அந்தப் பாதையில் நடந்தால் வீட்டுக்குப் பின்புறத்தில், வீட்டிலிருந்து கொஞ்சத் தூரத்தில் மரப்பலகைகளால் கட்டப்பட்ட கழிவறை தனியாக இருக்கும். அங்கு மலம் கழிக்கும் வட்டத் துளையின் கீழே பொருத்தப்பட்டிருக்கும் இரும்பு வாளியை எடுத்துச் சென்று, நாலெட்டுத் தூரத்திலுள்ள கடலில் மலத்தைக் கொட்ட வேண்டும். கடலிலேயே வாளியைச் சுத்தமாக அலம்பிவிட்டு, மறுபடியும் அந்த வளவுக்குச் சென்று, கழிவறைத் துளையின் கீழே இரும்பு வாளியைச் சரியாகப் பொருத்தி வைத்துவிட வேண்டும்.

இதையெல்லாம் வேகமாகச் செய்ய வேண்டும். கழிவறைக் கதவருகே ஒரு சிறிய வெற்றுப் பால் டப்பா வைக்கப்பட்டிருக்கும். அதற்குள் எப்போதாவது சில சில்லறைக் காசுகள் கூலியாகப் போடப்பட்டிருக்கும். அந்த நாணயங்களைச் சம்பங்கி தொலைத்துவிடாமல், கவனமாகச் சேலைத் தலைப்பில் முடிந்து எடுத்துவர வேண்டும்.

இவ்வளவுக்கும், சம்பங்கி சிறுமியாக இருந்தபோது, தாயார் கந்தம்மாவோடு உதவிக்காக வேலைக்குச் சென்று வந்தவள்தான். ஆனாலும், முத்தான் திரும்பத் திரும்ப அவளுக்குச் சொல்லிக் கொண்டேயிருந்தார்:

"இவற்றில் எதையொன்றையும் நீ மறக்கக் கூடாது! முக்கியமாக அந்த வீட்டிலுள்ள வெள்ளைக்காரத் துரையைக் காண நேர்ந்தால் 'குட் மார்னிங்' என்று சொல்ல வேண்டும். சம்பங்கி எங்கே சொல்லு பார்ப்போம்! குட்... மார்னிங்..." என்று முத்தான் கேட்டபோது 'எனக்குத் தெரியும்' என்பது போலச் சம்பங்கி தலையை மெதுவாக ஆட்டினாளே தவிர வாயைத் திறந்து பேசினாளில்லை. அவள் வாயை அரிதிலும் அரிதாகத்தான் திறந்து பேசுவாள்.

சம்பங்கி பிறக்கும்போதே மந்த புத்திக் குறைபாட்டோடு பிறந்தவள் என்பதைப் பெற்றோர் காலப்போக்கில் தெரிந்துகொண்டாலும், அது ஏதோ தெய்வ சாபமென்று அவர்கள் நினைத்திருந்தார்கள். அவளது புத்தியை ஒருநாள் தெய்வம் திருத்திவிடும் என்று அவர்கள் நம்பிக்கொண்டிருந்தார்கள். கந்தம்மா தெய்வங்களை நோக்கி அரற்றிக்கொண்டேயிருந்தார். சம்பங்கிக்குப் பின்பாகப் பிறந்த மூன்று குழந்தைகளையும் பால் குடி மறக்க முன்பே வாந்திபேதி கொண்டுபோய்விட்டது. தங்கியிருக்கும் தன்னுடைய ஒரே குழந்தைக்குப் புத்தி நேரானால் ஆத்துக்காளியம்மன் கோயிலில் உப்பு, மிளகு எறிவதாகக் கந்தம்மா நேர்த்தி வைத்தார். கொச்சிக்கடை அந்தோனியார் கோயிலுக்குச் சென்று, குட்டி வெள்ளி நாக்கு வாங்கி வாசற்படியில் காணிக்கை வைத்தார். டச்சுக் கால்வாயில் இறங்கி அவரே கொய்த வெண்தாமரை மலர்களை மஹாபோதி விகாரையின் முன்னே வைத்தார்.

இந்தப் பதினேழு வயதுவரை சம்பங்கியின் குறைபாடு நீங்கவில்லை. போதாததுக்கு அவள் வளர வளர அவளோடு சேர்ந்து மறதியும் வளர்ந்துகொண்டிருந்தது. முக்கியமான விஷயங்களைக் கூடச் சடுதியில் மறந்துவிடுகிறாள். அக்கம்பக்கத்தில் அவளை 'அரணை' என்று கேலி செய்வார்கள். இந்த குறைபாடுகளாலேயே அவளுக்கு மாப்பிள்ளை அமைவதும் தள்ளிப் போய்க்கொண்டிருந்தது. முத்தானின் கூட்டாளியான கேசவய்யா, தான் சம்பங்கியை மணம் செய்ய விரும்புவதாகச் சாடைமாடையாக முத்தானிடம் பேச்சுக் கொடுக்காமலில்லை.

மனைவியை இழந்தவரும் முடாக் குடிகாரருமான அந்தக் கிழவருக்குச் சம்பங்கியைக் கட்டிக்கொடுக்க முத்தான் விரும்பவில்லை. ஆரம்பத்தில், மகளைக் குணமாக்குமாறு தெய்வங்களிடம் கெஞ்சியும் அரற்றியும் பேசிக்கொண்டிருந்த தாயார் இப்போது தெய்வங்களைக் கேளாக் கேள்வி கேட்டுத் திட்டத் தொடங்கிவிட்டார். அந்தக் குடிசைக்குள் ஏதாவது பேச்சுச் சத்தம் கேட்டால், அது கந்தம்மா தெய்வத்திடம் ஏசிப் பேசுவதாக மட்டுமேயிருக்கும்.

சம்பங்கிக்கு யாரோடும் பேசப் பிடிக்காது. அவள் எப்போதும் தனிமையில் இருக்கவே விரும்பினாள். அவளுக்கு மாப்பிள்ளை அமையாததைப் பற்றி அவளுக்குத் துளியும் கவலையில்லை. அவளுக்கு இந்த உலகத்திலேயே கடலைத்தான் மிகவும் பிடித்திருந்தது. அவளது அம்மாயி "சிலோனுக்குக் கப்பல் ஏறும் போதுதான் நான் முதல்முறையாகக் கடலைக் கண்டேன்" எனச் சொன்னதைச் சம்பங்கி சிறுவயதில் கேட்டபோது, கடலில்லாமல் எப்படியொரு ஊர் இருக்கக் கூடும் என்றெல்லாம் கவலையோடு யோசித்திருக்கிறாள். அவளுடைய பெரும்பாலான பொழுதுகள் கடற்கரையிலேயே ஒற்றையில் கழியும். கடலில் ஒரு மிகப் பெரிய கப்பல் தரைதட்டி ஒதுங்கிக் கிடக்கிறது. அதை நூறாண்டுகளுக்கு முந்தைய டச்சுக்காரர்களின் போர்க் கப்பல் எனச் சொல்கிறார்கள். அந்தக் கப்பலின்மீது சுருள்வளையமாகவும், கோபுர அமைப்பிலும், சிலவேளைகளில் விரிந்த மலர் இதழ்களின் வடிவிலும் பறவைக் கூட்டம் இறங்கும். அக்கூட்டம் மறுபடியும் மேலேறிப் பறக்கும்போது, இன்னொரு சித்திர வடிமாகிப் பறக்கும். கரிய பறவைக் கூட்டமொன்று யானை வடிவில் எழுந்து பறந்ததைக் கூடச் சம்பங்கி பார்த்திருக்கிறாள். இந்தப் பறவை மாயத்தை அவள் கண்கள் விரியச் சலிப்பில்லாமல் பார்த்துக்கொண்டேயிருப்பாள்.

சம்பங்கி மெல்லத்தான் நடப்பாள். சாப்பிட உட்கார்ந்தால் ஒரு சிரட்டைக் கஞ்சியை ஒரு மணிநேரமாக ஊதி ஊதிக் குடித்துக்கொண்டிருப்பாள். எந்த வேலையையும் மெதுவான அசைவுகளுடன்தான் செய்வாள். அவளிடம் கட்டுவதற்கு ஒரேயொரு சேலைதான் இருந்தது. பொன்னிறக் கரையுடன் கூடிய அந்த நைந்துபோன சிவப்புச் சேலையை கந்தம்மாவுக்கு யாரோ கூலியாகக் கொடுத்திருந்தார்கள். அந்தச் சேலையைச் சம்பங்கி வேப்பங்கொட்டை தூளிட்டு ஒவ்வொரு நாளும் ஒருமணிநேரம் துவைப்பாள். சேலையை விரித்து மணலில் காய வைத்துவிட்டு, அதைச் சுற்றிச் சுற்றி வந்து சரியாகத் துவைத்திருக்கிறாளா எனப் பார்த்துக்கொண்டிருப்பாள். சமையல் பாத்திரம் கழுவுவதானாலும் சாம்பலைப் போட்டுப் பொன்னாகத் துலக்குவாள். அதைக் கையிலெடுத்துக் கண்களுக்கு நேராக வைத்துப்

பார்த்து இரசிப்பாள். மெதுவாகச் செய்தாலும் அவளது வேலை சுத்தமாகவும் திருத்தமாகவுமிருக்கும்.

அவர்களது கடற்கரையோரக் குடியிருப்பு அமைந்திருந்த பம்பலவத்தயில் சுத்திகரிப்புத் தொழிலாளர்கள் மட்டுமே அரசாங்கத்தால் குடியேற்றப்பட்டிருந்தார்கள். கடலிலே கலக்கும் பழைய டச்சுக் கால்வாய்க் கரையில் இருபது குடிசைகள் வரை அமைக்கப்பட்டிருந்தன. தகரக் கூரையால் குடிசையின் மேற்பகுதி அனலாகத் தகித்தால், கீழே தரை சேறும் சகதியுமாயிருக்கும். மழைக்காலமானால் டச்சுக் கால்வாய் நிறைந்து, குடிசைகளுக்குள் வெள்ளம் ஏறிவிடும். இந்தக் குடியிருப்பில் இருந்தவர்கள்தான் அய்ந்து மைல்கள் சுற்றளவுக்குள் இருந்த வீடுகளில் மலம் அள்ளினார்கள். தெருக்களைப் பெருக்கினார்கள். வளர்ப்புப் பிராணிகள் இறந்தால் அவற்றை அகற்றுவதும் இவர்களது வேலையே. ஆண்களும் திருமணமான பெண்களும்தான் இந்த வேலைகளுக்குப் போவார்கள். பருவமடைந்த பெண்களை அனுப்புவதில்லை. ஆனாலும், சம்பங்கி கருங்குயில் வீட்டுக்கு வரவேண்டியிருந்தது.

கொம்பனித் தெருவில், கேசவய்யாவின் வற்புறுத்தலால் அதிகமாகக் குடித்த மதியத்தில் முத்தான் நோயில் விழுந்துவிட்டார். கேசவய்யாவும் நோயில் விழுந்தார். 'கட்டுக்கம்பி' என்று சொல்லப்படும் அந்த வடிசாராயம் வெறுமனே மதுசாரம்தான். அதற்குள் எலுமிச்சம் பழச்சாறைப் பிழிந்து குடிக்கும் வழக்கம் கேசவய்யாவுக்கு உண்டு. குடித்த வடிசாராயத்தில் ஏதோ கோளாறு இருந்திருக்க வேண்டும். முத்தான் மணலில் சாய்ந்துபோனார். அவரது இரத்தம் எல்லாம் சோற்றுக் கஞ்சிபோல வாயாலும் வயிற்றாலும் வெளியேறிக்கொண்டிருந்தது. அவரால் எழுந்து நிற்கவே முடியவில்லை. காலையில், அவர் ஆறு வீடுகளில் மல வாளிகளைச் சுத்தம் செய்து, தலையில் காவிச் செல்லும் தகரவாளியில் மலத்தைச் சேகரித்துக் கடலில் கொட்ட வேண்டும். ஒருநாள் வேலைக்குப் போகாவிட்டாலும் வீட்டுக்காரர்கள் சகிக்கமாட்டார்கள். புதிய ஆளை வேலைக்கு அமர்த்திவிடுவார்கள். இந்த நிலையில்தான், கொள்ளுப்பிட்டியில் முத்தான் வேலை செய்த அய்ந்து வீடுகளிலும் கந்தம்மா வேலைக்குப் போவதாக ஏற்பாடானது. கந்தம்மா அந்த வேலைகளை முடித்துக்கொண்டு, அவர் வேலை செய்யும் கறுவாத் தோட்ட வீடுகளுக்கு ஓட வேண்டும். எதிர்த் திசையில் வெள்ளவத்தையில் எஞ்சியிருக்கும் ஆறாவது வீட்டுக்குச் சம்பங்கி போக வேண்டும். கூலியாகக் கிடைக்கும் சல்லிக் காசுகளில் அரைக் காசு குறைந்தால் கூட அந்தக் குடும்பத்தால் சமாளிக்க முடியாது என்பதுதான் உண்மை.

சம்பங்கி வேலைக்குப் போவதைக் குடியிருப்பில் முடிந்தவரை ஒளிவுமறைவாக வைத்திருக்க வேண்டும் என்று அந்தக் குடும்பம் முடிவெடுத்தது. கன்னியை வேலைக்கு அனுப்புவதை அறிந்தால் அக்கம்பக்கத்திலிருந்து நொட்டைச் சொற்கள் விழும். அவளுக்கு மாப்பிள்ளை அமைவது இன்னும் சிரமமாகிவிடும். தந்தையார் சொல்லிக்கொடுத்த எந்த அடையாளத்தையும் மறந்துவிடக் கூடாதே என்ற பதைபதைப்பில் அன்றிரவு சம்பங்கிக்குத் தூக்கமே வரவில்லை.

அதிகாலையில், வெளிச்சம் வரமுன்பே குடியிருப்பிலிருந்து மெல்ல நழுவிய சம்பங்கி அடையாளங்களை நோக்கிக் கடற்கரையோரமாக மெதுவாக நடந்து சென்றாள். நடக்கும்போது, ஈர மணலில் முடிந்தவரை பாதங்களை ஆழப் பதித்து, மணலை அளைந்து செல்லும் பழக்கம் அவளிடமுண்டு. சம்பங்கி நல்ல உயரமும் மெலிந்த தோற்றமுமுள்ளவள். தேவைக்கு அதிகமாக ஒரு அவுன்ஸ் சதைகூட அவளுடலில் கிடையாது. அவள் தன்னுடைய நீளமான தலைமுடியை உச்சியில் பெரிய கொண்டையாகப் போட்டிருந்ததால் இன்னும் உயரமாகத் தெரிந்தாள். இரண்டு கைகளிலும் செப்பு வளையங்களைப் போட்டிருந்தாள். வாயின் இருபுறங்களிலுமிருந்த அழகிய தெற்றுப் பற்களை மூடியிருந்த தடித்த உதடுகளுக்கு மேலே மூக்கின் இருபுறங்களிலும் அணிந்திருந்த கண்ணாடிக் கற்களாலான சிவப்பு மூக்குத்திகள் அவளின் முகத்தில் சிறு சுடர்களைப் போல ஒளிர்ந்துகொண்டிருக்கும். அந்தக் குடியிருப்பிலேயே சம்பங்கிதான் சிவந்த சருமமும் அழகும் கொண்டவள் என்று கந்தம்மா சொல்லாத நாளில்லை. "அவள் நாவற்பழத்தைத் தின்னும்போது, தொண்டையில் கருஞ்சாறு இறங்குவது உங்களது கண்களுக்குத் தெரியும்" என்பார்.

சம்பங்கியின் குடியிருப்பிலிருந்து கருங்குயில் வீடு அதிக தூரத்திலில்லை. பம்பலவத்தயிலிருந்து கடற்கரையோரமாகவே தெற்காக நடந்து வந்தால், பதினைந்து நிமிடங்களுக்குள் வந்துவிடலாம். ஆனால், சம்பங்கியின் மெதுவான நடைக்கு அரை மணிநேரம் தேவைப்படும். அவள் தயங்கித்தான் நடந்து வந்துகொண்டிருந்தாள். "அந்த வீட்டில் ஒரு சோம்பேறி நாய் இருக்கிறது சம்பங்கி. ஆனால், நீ பூனையைப் பார்த்தே பயப்படுவாய். அந்த நாய் உன்னை முகர்ந்துகூடப் பார்க்காது. அதுபாட்டுக்கு வீட்டு முகப்பில் படுத்துக் கிடக்கும்" என்றுதான் முத்தான் சொல்லியிருந்தார். ஆனாலும், சம்பங்கியின் மனதில் அச்சம் ஓரமாக ஒட்டித்தான் கிடக்கிறது.

முத்தான் சொன்ன அடையாளக் குறிப்புகளை வாயில் திரும்பத் திரும்ப முணுமுணுத்தவாறே சம்பங்கி மெதுவாக நடந்து சென்றாள். தர்மசாந்தி விகாரையைக் கடந்ததும் கடல் தேங்காய் மரமிருந்தது. அந்த

மரத்திற்கு எதிராகக் கிழக்கே செல்லும் மண்பாதையில் சம்பங்கி திரும்பி நடக்கும்போது முற்றாக விடிந்திருந்தது. காடு போலச் செடிகொடிகளும் புதர்களும் மண்டிக்கிடந்த நிலத்தின் நடுவே புதிதாகக் கட்டப்பட்டிருந்த, உயரமான வெண்ணிற வீடு நின்றிருந்தது. மதிற்சுவரில் இரும்புக் கிறாதிப் படலைக்கு வலதுபுறத்தில் கருங்குயில் தொங்கிக்கொண்டிருந்தது. சம்பங்கி அந்தக் கருங்குயிலையே பார்த்தவாறு சில நிமிடங்கள் தயங்கி நின்றுகொண்டிருந்தாள். அந்த வீடு எந்தச் சலனமுமின்றி அமைதியாகக் கிடந்தது. இரும்புக் கிறாதிப் படலைக்குள்ளால் உள்ளே பார்த்தாள். முத்தான் சொன்னது போலவே சோம்பேறி நாய் வீட்டு முகப்பில் சுருண்டு கிடந்தது.

சம்பங்கி மெதுவாக இரும்புக் கிறாதிப் படலையைத் தள்ள, அது ஓசையில்லாமல் திறந்துகொண்டது. முத்தான் சொன்ன குறிப்பு இடது பக்கமா வலது பக்கமா என அவளுக்கு இப்போது மறந்துவிட்டது. படலையைத் தாண்டி வளவுக்குள் அவள் மெதுவாகக் காலடி வைத்தபோது, சுருண்டு கிடந்த நாய் தலையைத் தூக்கிப் பார்க்கவும், இவள் தனது தலையைத் திருப்பிக்கொண்டாள். இடதுபுறத்தில் புதிதாக நாட்டப்பட்டு வளர்ந்துகொண்டிருந்த குரோட்டன் செடிகளிடையே பாதை தெரிந்தது. இவள் அந்தப் பாதையால் நடந்து சென்றாள். வீட்டைச் சுற்றிக்கொண்டு, கழிவறையை நோக்கி ஓசையில்லாமல் சென்றாள். கழிவறையின் கதவு திறந்து கிடந்தது. யௌவன வெள்ளைப் பெண் ஒருத்தி முழு நிர்வாணமாக மலக்குழியின் மீது குந்தியிருந்தாள்.

அதைப் பார்த்ததும் சம்பங்கி உறைந்து அங்கேயே நின்றுகொண்டாள். இப்போது என்ன செய்ய வேண்டும் என்று அவளுக்குத் தெரியவில்லை. தனது கண்களைத் தாழ்த்திக்கொள்வதைத் தவிர அவளால் வேறெதுவும் செய்ய முடியவில்லை. அவளது கால்கள் கட்டைக் கால்கள் போலாகி அசைய மறுத்தன. அந்த வெள்ளைக்காரி நீலக் கண்களால் சம்பங்கியைப் பார்த்தவாறே குந்தியிருந்தாள். அவளது ஒரு கை பின்னால் அசைந்துகொண்டிருந்தது. அவள் திடீரெனத் துள்ளிப் பாய்ந்து ஓவெனக் கூச்சலிட்டபடியே நிர்வாணமாகவே வீட்டை நோக்கி ஓடினாள்.

சம்பங்கிக்கு உண்மையிலேயே மயக்கம் வரும் போலிருந்தது. அந்த வெள்ளைக்காரியின் சிறுநீர் மலக்குழியைச் சுற்றி நுரைத்துக் கிடந்தது. மல வாளியோ மலத்தாலும் சலத்தாலும் கந்தைத் துணித்துண்டுகளாலும் நிறைந்திருந்தது. முத்தான் சொன்ன இடமான கழிவறைப் புறத்தட்டியில் மல வாளியின் மூடி தொங்கிக்கொண்டிருந்தது. சம்பங்கி மல வாளியை இறுக மூடிவிட்டு, அதைத் தூக்கித் தலையில் வைத்துக்கொண்டு அங்கிருந்து வெளியேறிக் கடற்கரையை நோக்கி நடந்தாள். வழியில்

கிடந்த குரும்பட்டியொன்றைக் கால் விரல்களால் பற்றியெடுத்து, காலை இடது கை வரைக்கும் உயர்த்திக் கையில் குரும்பட்டியை எடுத்துக்கொண்டாள். கரையில் இருந்தவாறே மலத்தோடு சேர்த்து வாளியைக் கடலில் கவிழ்த்தாள். அங்கிருந்து சற்று விலகி முழங்காலளவு தண்ணீர்வரை நடந்துசென்று, வாளியைக் குரும்பட்டியால் தேய்த்துத் தேய்த்து, நீரால் அலசிச் சுத்தம் செய்தாள். மறுபடியும் அந்த வீட்டுக்குப் போகவே அவளுக்கு அச்சமாக இருந்தது. அந்த நிர்வாண வெள்ளைக்காரியை ஒரு மோகினிப் பேய் போலத்தான் அவள் கற்பனை செய்தாள். கண்களைத் தாழ்த்திக்கொண்டு மறுபடியும் கருங்குயில் வீட்டை நோக்கிச் சென்று, வாளியை மலக்குழியின் கீழே பொருத்தினாள். அப்போதுதான், கழிவறையின் கதவருகே இருந்த சிறிய டப்பாவைக் கவனித்தாள். இதுவரை அவளுக்கு இது மறந்தே போயிருந்தது. அந்த டப்பாவைத் தூக்கி பார்த்தாள். அது வெறுமையாகவே இருந்தது.

சம்பங்கி பம்பலவத்தவுக்குத் திரும்பி, ஆறச்சோரக் கடலில் குளித்துவிட்டு, ஈரச் சேலையுடன் குடிசைக்குத் திரும்பும்போது, எதிரே வேலை முடிந்து கையில் ஒரு மரவள்ளிக்கிழங்குடன் கந்தம்மாவும் திரும்பி வந்துகொண்டிருந்தார். அவர்களது குடிசையில் காலையுணவு சமைக்கும் வழக்கமில்லை. மதியம் தாய்க்கும் மகளுக்கும் அந்த மரவள்ளிதான் உணவு. நோயாளியான முத்தானுக்கு மட்டும் கொஞ்சம் உப்பிட்ட அரிசிக் கஞ்சி. "அந்த டப்பாவுக்குள் சில்லறை இருந்ததா?" என்று கந்தம்மா கேட்டபோது 'இல்லை' என்பது போலச் சம்பங்கி மெல்லத் தலையசைத்தாள். "நன்றாக ஞாபகப்படுத்திச் சொல்! காசு இருந்ததா?" என்று மறுபடியும் கந்தம்மா கேட்டபோது, மறுபடியும் சம்பங்கி தலையசைத்தாள்.

சம்பங்கி மூன்றாவது நாள் கருங்குயில் வீட்டுக்குச் சென்றபோது, வீட்டுப் படிக்கட்டில் சீன முகமுடைய ஓர் இளம்பெண் சுருட்டுப் பிடித்தபடியே அமைதியாக உட்கார்ந்திருந்து சம்பங்கியையே உற்றுக் கவனிப்பதைப் பார்த்தாள். அந்தப் பெண் வெண்ணிற முழுக்கைச் சட்டைபோட்டு, இடுப்பில் வானவில் போன்றதொரு லுங்கியைக் கட்டியிருந்தாள். சம்பங்கி கண்களைத் தாழ்த்தியவாறே வீட்டுக்குப் பின்புறம் சென்றபோது, சருகுகளை மிதித்துக்கொண்டு அந்தப் பெண்ணும் பின்னாலேயே வருவது தெரிந்தது. சம்பங்கி திரும்பிப் பார்க்காமலேயே கழிவறையை நோக்கிச் சென்றபோது, சருகுகள் மிதிபடும் சத்தம் நின்றுவிட்டது. சம்பங்கி மல வாளியை மூடும்போது, அந்தப் பெண் ஒரு செப்பு நாணயத்தை எடுத்துச் சம்பங்கியின் முன்னால் தரையில் சுண்டிவிட்டாள். சம்பங்கி அதை எடுத்துச் சேலைத் தலைப்பில் முடிந்துவிட்டு, மல வாளியைத் தலையில் வைத்துக்கொண்டு நடந்தாள்.

அடுத்த நாள் சம்பங்கி கருங்குயில் வீட்டுக்குச் சென்றபோது, அந்தப் பெண்ணைக் காணவில்லை.

ஆனால், அடுத்தடுத்த நாட்களில் சம்பங்கி விதவிதமான பெண்களைக் கருங்குயில் வீட்டில் கண்டாள். ஒருநாள், சம்பங்கி உள்ளே நுழையும்போது, வெள்ளைக்காரியும் மலாய்க்காரியும் சிலோன்காரியுமாக மூவர் சிரித்துப் பேசியபடியே, மதுவால் கிறங்கிய கண்களோடு வெளியேறிக் கடற்கரையை நோக்கி நடந்து சென்றார்கள். சம்பங்கி மல வாளியோடு கடற்கரைக்குச் சென்றபோது, அவர்கள் கொக்குகளைப் போல ஒற்றைக்கால்களில் நின்று, கிழக்கு முகம் பார்த்துக் கைகளை உயர்த்திக் கும்பிட்டுக்கொண்டிருந்தார்கள்.

ஒன்பதாவது நாள், கருங்குயில் வீட்டுக்குச் சம்பங்கி சென்றபோது, வீட்டின் முகப்புச் சாளரம் திறந்திருந்தது. உள்ளேயிருந்து வெள்ளைக்கார இளைஞனொருவன் விரிந்த கண்களால் இவளையே பார்த்துக்கொண்டிருந்தான். சம்பங்கி கண்களைத் தாழ்த்தியவாறே கழிப்பறையை நோக்கிச் சென்றாள். அவள் தலையில் மல வாளியுடன் வரும்போது, அவன் வீட்டு வாசற்படியில் கையிலொரு புத்தகத்துடன் உட்கார்ந்திருந்தான். கட்டுடலுடன் வாட்டசாட்டமாக இருந்தவனின் உடம்பில் அரைக் காற்சட்டை மட்டுமே இருந்தது. சம்பங்கி வெற்று வாளியுடன் திரும்பி வரும்போது, அவன் இரும்புக் கிறாதிப் படலையைப் பிடித்துக்கொண்டு வெளியே நின்றவாறே, சம்பங்கியையே புன்னகையுடன் பார்த்துக்கொண்டிருந்தான். சம்பங்கி அருகில் வந்தும், தனது வலது கைச் சுட்டுவிரலால் கருங்குயில் பலகையைத் தொட்டு தொட்டுக் காட்டி ஏதோ சொன்னான். சம்பங்கியோ செய்வதறியாமல் திகைப்பேறி அசையாமல் நின்றுவிட்டாள். 'அந்த வீட்டுத் துரையைப் பார்த்தால் குட் மார்னிங் சொல்ல வேண்டும்' என முத்தான் திரும்பத் திரும்பச் சொல்லிக் கொடுத்திருந்ததைச் சம்பங்கி முற்றாக மறந்துவிட்டாள். வெள்ளைக்காரன் அங்கிருந்து புன்னகையுடன் நகர்ந்து, உரக்கப் பாடியவாறே கடலை நோக்கி நடந்துபோனான்.

அடுத்தநாள், சம்பங்கி கருங்குயில் வீட்டுக்குச் சென்றபோது, அந்த வெள்ளைக்காரன் வீட்டின் பின்புற வாசலில் அரையிருளில் நின்றுகொண்டிருந்தான். அவனது உடலில் முழங்கால் வரைக்கும் தொங்கும் மெல்லிய அங்கியும், முகத்தில் குறும்புப் புன்னகையுமிருந்தன. அந்த அங்கிக்குள்ளிருந்து ஏதோவொரு விநோதமான சத்தம் எழுந்துகொண்டிருந்தது. இதுவரை அப்படியொரு சத்தத்தைச் சம்பங்கி கேட்டதேயில்லை. சம்பங்கி கழிவறையை நெருங்கியபோது, கதவுக்கு அருகிலிருந்த டப்பா சில்லறை நாணயங்களால் நிரம்பியிருந்ததைப்

பார்த்தாள். தன்னுடைய சிவப்புச் சேலைத் தலைப்பில் அந்த நாணயங்களைக் கொட்டி முடிந்துகொண்டாள். அவள் மல வாளியோடு வெளியேறும் வரை, அவன் அங்கேயே நின்றுகொண்டிருந்தான். சம்பங்கி அந்த நாணயங்களை முத்தானின் முன்னே பாயில் வைத்தபோது "வெள்ளைக்காரர்கள் இப்படித்தான்... அவர்களுக்கு நமது வேலை பிடித்துப் போனால் அள்ளித் தருவார்கள்" என்றார் முத்தான்.

அடுத்தநாள், சம்பங்கி கருங்குயில் வீட்டுக்குச் சென்றபோதும் அவன் அந்த இடத்திலேயே நின்றிருந்தான். சம்பங்கி கழிவறைக் கதவருகே சென்றபோது, டப்பாவுக்குள் சில கண்ணாடி வளையல்கள் போடப்பட்டிருப்பதைக் கண்டாள். உடனேயே முழந்தாள்களை மடக்கிக் கழிப்பறைக்கு முன்னால் உட்கார்ந்து, தன்னுடைய இரண்டு கைகளிலும் அந்த வளையல்களை அணிந்துகொண்டாள். பின்பு மல வாளியைத் தூக்கிக்கொண்டு, கண்களைத் தாழ்த்தியவாறே வெளியேறினாள்.

மறுநாளும் அவன் வீட்டின் பின்புறக் கதவு அருகேயே நின்றிருந்தான். அவள் கழிவறையை நோக்கிச் சென்றபோது "ஹே... ஹே" என்று மெதுவாகச் சத்தமெழுப்பினான். சம்பங்கி கண்களை நிமிர்த்தி அவனைப் பார்த்தபோது, அவன் தன்னுடைய வலது கையை முன்னால் நீட்டினான். அந்தக் கையில் பச்சை நிறத்தில் புதிய சேலையொன்று இருந்தது. அவன் புன்னகைத்தவாறே சேலையை ஆட்டிக்காட்டி அருகில் வருமாறு சம்பங்கிக்குச் சைகை செய்தான். சம்பங்கியின் கால்கள் அசைய மறுத்தன. அவன் வாசற்படியில் சேலையை வைத்துவிட்டு, திறந்திருந்த கதவு வழியாக வீட்டுக்குள்ளே போய்விட்டான். சம்பங்கி கண்களைத் தாழ்த்தியவாறே மெதுவாக நடந்துசென்று அந்தச் சேலையை எடுத்துக்கொண்டாள். அவள் சேலையைத் தாயாரிடம் காட்டியபோது "பத்திரமாக வைத்துக்கொள். உன்னுடைய கல்யாணத்திற்குக் கட்டிக்கொள்ளலாம்" என்றார் கந்தம்மா.

அடுத்தநாள், கருங்குயில் வீட்டுக்குச் சென்றபோது, சம்பங்கியின் மனம் நன்றியுணர்வால் ததும்பிக்கொண்டிருந்தது. இவள் கழிவறையை நோக்கிச் சென்றபோது, பின்னால் சருகுகள் மிதிபடும் சத்தம் கேட்டுத் திரும்பிப் பார்த்தாள். இவளுக்கு நெருக்கமாக அந்த வெள்ளைக்கார இளைஞன் நின்றுகொண்டிருந்தான். சம்பங்கியின் கண்களைப் பார்த்தவாறே அவளது வலதுகை மணிக்கட்டை மெல்லப் பற்றினான். சம்பங்கிக்கு உடலில் இரத்தம் வற்றித் தண்ணீராகிவிட்டது. அவள் தனது கையை அவனிடமிருந்து விடுவிக்க முயன்றாள். இப்போது அவனின் பிடி முரட்டுத்தனமாக அழுத்த, சம்பங்கியின் கண்களில் பொட்டென நீர் துளிர்த்து அவளது கன்னங்களில் விழுந்தது. அவன் திறந்திருந்த

பின்வாசல் வழியாக அவளை வீட்டுக்குள் இழுத்துப் போனான். சம்பங்கியின் கால்கள் மரக் கட்டைகளாகிவிட்டன. ஒரு பொம்மையை நகர்த்திச் செல்வதுபோல அவன் சம்பங்கியைக் கொண்டு சென்றான். சம்பங்கி வாயைக் கோணிக்கொண்டு விசும்பினாள். இப்போது அவன் தன்னுடைய வலிமையான கைகளால் சம்பங்கியைத் தூக்கி வீட்டின் நடுவாக இருந்த அகலமான கயிற்றுக் கட்டிலில் கிடத்தினான். அவன் தன்னைக் கொல்லப் போகிறான் என்றுதான் சம்பங்கி நினைத்தாள். சாவைப் பார்க்கப் பயந்து தனது கண்களை இறுக மூடிக்கொண்டாள். அப்போது அவளது பொன்னிறக் கரையிடப்பட்ட சிவப்பு நிறச் சேலை அவளிடமிருந்து உருவப்படுவதை அவள் உணர்ந்தாள். அவளது இரண்டு கைகளும் கீழேயிறங்கி அவளது நிர்வாணத்தைப் பொத்திக்கொண்டன.

அவன் தன்னுடைய கைகளால் முரட்டுத்தனமாகச் சம்பங்கியின் கைகளை விலக்கிப் போட்டான். சம்பங்கியின் மீது அவன் கவிழ்ந்தபோது, சாவுதான் தன்மீது இறங்குகிறது என்றே சம்பங்கி நம்பினாள். இந்த வீட்டுக்கு வேலைக்கு வந்த முதல் நாளன்று கண்ட மோகினிப் பேய் அவளது ஞாபகத்திற்கு வந்தது. அந்தப் பேய்தான் இப்போது ஆணுருவில் இருக்கிறதோ என்ற கொடுமையான அச்சம் அவளுக்குள் பரவியது. அவளால் மூச்சுவிட முடியாதவாறு அவனுடைய கனத்த உடலின் பாரம் அழுத்தியது. அவனிலிருந்து சீறிக்கொண்டு வெளியேறிய மூச்சுக்காற்று அவளது மார்பில் சுட்டது. பேய் கொள்ளிக் கண்களைத் திறந்துள்ளது என அவள் நடுங்கினாள்.

அவனுடைய ஒரு கை அவளது உச்சிக் கொண்டையைப் பற்றியிழுக்க, அடுத்த கை அவளது மூடியிருந்த கண் இமைகளை வலுகட்டாயமாகத் திறக்க முயன்றது. அவளோ எக்காரணத்தாலும் மரணத்தைப் பார்ப்பதில்லை என்ற முடிவோடு மறுபடியும் மறுபடியும் கண்களை மூடிக்கொண்டாள். அவன் அவளிலிருந்து எழுந்து மெதுவாக, மிக மெதுவாகச் சீட்டியொலி எழுப்பினான். பதிலுக்கு இன்னொரு சத்தம் எழுந்தது. அவளது வயிற்றிலிருந்து ஏதோவொன்று சத்தமெழுப்பியவாறே நகர்ந்து கண்களை நோக்கி வந்தது. தன்னுடைய உயிர் கண்களின் வழியாக வெளியேறிக்கொண்டிருப்பதாகச் சம்பங்கி நினைக்கும்போதே அவளது கண்கள் தாமாகத் திறந்துகொண்டன. அவளது முகத்தை ஒரு பிராணி முகர்ந்துகொண்டிருந்தது. அவன் "கிரியா... கிரியா..." என்றழைத்து உத்தரவிட, அந்தக் கீரிப்பிள்ளை அவன் காட்டிய பக்கமெல்லாம் சம்பங்கியின் உடலில் தாவிப் போயிற்று. சம்பங்கி அச்சத்தால் செத்து, பிணம் போல அசையாமல் கிடந்தாள். அதன் பின்பு அவளது கண்கள் மூடவேயில்லை.

கந்தம்மா வேலை முடிந்து வரும்போது, குடிசைக்கு வெளியே முத்தான் உட்கார்ந்திருந்தார். அவர் கந்தம்மாவைப் பார்த்ததும், தனது முகத்தை உள்ளே அடுப்படியை நோக்கித் திருப்பினார். அங்கே சாம்பலுக்குள் தலைவைத்துச் சம்பங்கி சுருண்டு கிடந்தாள். திகைத்துப் போன கந்தம்மா ஓடிப்போய் மண்டியிட்டு உட்கார்ந்து சம்பங்கியின் முகத்தைக் கையால் திருப்பிப் பார்த்தபோது, சம்பங்கியின் கண்கள் அகலத் திறந்தே கிடந்தன. தாயாரைப் பார்த்ததும் சம்பங்கி வாயைத் திறந்து "வலிக்கிறது ஆயி" என்று முனகினாள். "எங்கே வலிக்கிறது?" என்று கந்தம்மா கேட்டபோது, சம்பங்கி அடிவயிற்றைத் தொட்டுக் காட்டினாள். கந்தம்மா நடுங்கும் கைகளால் சம்பங்கியின் சேலையை விலக்கிப் பார்த்தபோது, சம்பங்கியின் பெண்ணுறுப்பிலிருந்து இரத்தம் கசிவதைக் கண்டார்.

மறுநாள் மதியப் பொழுதில் "முத்தான்... முத்தான்" என்று அழைக்கும் சத்தம் கேட்டு, முத்தான் குடிசையிலிருந்து மெதுவாக வெளியே வந்தார். நீண்ட கைகளும் கால்களும் கரிய தோற்றமும் உள்ளதால் 'களு மஹாத்தயா' எனச் சொல்லப்படும் புராம்பி வெளியே நின்றிருந்தான். அவன் கருங்குயில் வீட்டுக்கு மதிய வேளையில் வந்து, சமையலும் வீட்டு வேலைகளும் செய்துவிட்டு மாலையில் திரும்பிச் செல்பவன். அவன்தான் பம்பலவத்தவுக்கு வந்து முத்தானிடம் பேசி, அவரைக் கருங்குயில் வீட்டில் வேலைக்கு அமர்த்தியவன்.

"முத்தான்... காலையில் ஏன் கக்கூஸ் வாளி எடுக்க வரவில்லை? நானா அதை எடுக்க முடியும்?"

"எனக்கு உடம்பு சுகமில்லை களு மஹாத்தயா... நேற்றுத்தான் பாயிலிருந்து எழுந்து கொஞ்சம் நடக்கிறேன்..."

"கொஞ்ச நாளாக வேலைக்கு ஒரு குட்டி வருவதாகத்தானே துரை சொன்னார்..."

"அவளுக்கு நாளை கல்யாணம் நிச்சயமாகியிருக்கிறது களு மஹாத்தயா. புத்தி குறைவான அந்தப் பிள்ளையை நம்முடைய கேசவய்யா தான் மனமிரங்கிக் கல்யாணம் செய்யப் போகிறார்."

புராம்பி திரும்பிச் சென்ற பின்பாக, குடிசைக்கு வெளியே வந்த கந்தம்மா தாழ்வாரத்து மணலில் உட்கார்ந்துகொள்ள, எதிரே முத்தானும் உட்கார்ந்தார். அவருகே முகத்தை நெருக்கமாகக் கொண்டுவந்து மெல்லிய குரலில் கந்தம்மா பேசினார்:

"கல்யாணத்திற்குக் கேசவய்யா கோடித் துணி வாங்கிக் கொடுப்பாரல்லவா? இல்லாவிட்டாலும் பரவாயில்லை... சம்பங்கியிடம் புதிய சேலையிருக்கிறது."

"அந்தப் பறங்கி கொடுத்ததா? அதைக் கொளுத்திப் போடு. அந்தச் சேலையைப் பார்க்கும் போதெல்லாம் அவளது மனம் என்ன பாடுபடும்!"

கந்தம்மா கொஞ்ச நேரம் அமைதியாக இருந்தார். பின்பு தலையை இடதுபுறம் திருப்பிக் குடிசையை ஒருகணம் பார்த்தார். பின்னர் தலையை வலதுபுறம் திருப்பிக் கடலைப் பார்த்தவாறே சொன்னார்:

"கருணையுள்ள கடவுள் என் பெண்ணுக்கு மறதியைக் கொடுத்திருக்கிறான். அவள் சீக்கிரமே எல்லாவற்றையும் மறந்து விடுவாள். காலப்போக்கில் எல்லோருமே எல்லாவற்றையும் மறந்து விடுவார்கள்."

ஆனால், கருங்குயில் வீட்டிலிருந்த வெள்ளைக் கவிஞன் அதை மறக்கவில்லை. அவன் இலங்கையை விட்டுத் தன்னுடைய செல்லப் பிராணியான கிரியாவுடன் வெளியேறியதிலிருந்து, சரியாக நாற்பத்து மூன்று வருடங்களுக்குப் பின்னால் வெளியிடப்பட்ட 'பப்லோ நெரூடா: நினைவுக் குறிப்புகள்' என்ற நானூறு பக்கங்களைக் கொண்ட சுயசரிதை நூலில் ஒரு பக்கத்தைச் சம்பங்கிக்காக ஒதுக்கியிருக்கிறான்.

□ காலம் – 2023

ஆறாங்குழி

இரும்பு மனிதன் எனப் பொருள்படும் 'யக்கடயா' என்ற பெயரால் என்னை ஒரு காலத்தில் இராணுவத்தில் அழைத்தார்கள் என்பதைத் தவிர, என்னைக் குறித்த தனிநபர் தகவல்களை நான் உங்களிடம் சொல்லப் போவதில்லை. இலங்கை வரலாற்றிலேயே நெடுங்காலம் தலைமறைவாக வாழும் மனிதன் நான்தான். முப்பத்து மூன்று வருடங்கள் மறைந்து வாழ்கிறேன். இப்போது நான் வசிக்கும் நாடு இலங்கைக்குத் தெற்குத் திசையில் உள்ளது என்பதோடு என்னுடைய அறிமுகத்தை நிறுத்திக்கொள்கிறேன்.

நான் வசிக்கும் கடற்கரையோரச் சிறு நகரத்தில் வருடம் முழுவதுமே வெயில் உண்டு. மிகப் பெரிய மீன்பிடிக் கப்பலில் வேலை செய்கிறேன். கப்பலோடு சமுத்திரத்திற்குள் இறங்கினால், ஒரு வாரம் முழுவதும் சமுத்திரத்திற்குள்ளேயே இருந்து, தொன் கணக்கில் மீன்களை வாரிக்கொண்டுதான் கரைக்குத் திரும்புவோம். கடுமையான உடலுழைப்பு என்பதால், அறுபதாவது வயதை நெருங்கிக்கொண்டிருந்தாலும் என்னுடைய தேகம் கட்டுக்குலையாமல் இன்னும் இரும்பாகவே இருக்கிறது. கடலிலிருந்து கரையேறிய உடனேயே நேராகச் சாராயக் கடைக்கும், பின்பு தாசி விடுதிக்கும் போய்விடுகிறேன். கண்பார்வையில் ஒரு குறையுமில்லை. ஒரு சிப்பம் வரிச்சூரைக் கருவாட்டைப் பச்சையாகவே சப்பித் தின்னுமளவுக்குப் பற்களும் வலுவாகவேயுள்ளன. கடலில் இருந்தால் சுறாக்களுக்கு நடுவாக நீந்துகிறேன். கரையில் இருக்கும் நாட்களில் இப்போதும் பத்துக் கிலோமீற்றர் தூரம் ஓடுகிறேன். எங்களது கப்பலின் தலைமை மாலுமி "குரங்குக்கு நூறு வயதானாலும் நிலத்தில் நடந்து போகாதாம்" என்பார்.

இப்போது கூட, இவற்றையெல்லாம் நான் உங்களிடம் சொல்ல வேண்டுமா என்ற கேள்வி என்னுள் எழாமலில்லை. இன்றைய காலை வரையிலும் நான் வாயைத் திறப்பதாகவே இல்லை. ஆனால், என்னுடைய முன்னாள் சகாவான லான்ஸ் கோபரல் வீரசிங் தன்னுடைய வாயால் என்னுடைய வாயை அவிழ்த்துவிட்டிருக்கிறான். உண்மையில், நான் இப்போது தெளிவற்ற மனநிலையில் இருக்கிறேன். என்னுடைய மனம் ஆற்றாமையாலும் ஆத்திரத்தாலும் கொந்தளிக்கிறது. முப்பத்து

மூன்று வருடங்களுக்கு முந்தைய இரவின்மீது, இப்போது சிறு வெளிச்சத்தைக் கொளுத்திக் காட்டத்தான் வேண்டியிருக்கிறது.

அன்றைய இரவு, கொழும்பு நகரத்தின் வடபகுதியிலிருந்த முகத்துவாரம் 'ரொக் ஹவுஸ்' இராணுவ முகாமில் நான் அயர்ந்து தூங்கிக்கொண்டிருந்தேன். மூன்று மாதங்களுக்கு முன்புதான் நான் இரண்டாவது நிலை லெப்டினன்டாகத் தரம் உயர்த்தப்பட்டு, ரொக் ஹவுஸ் முகாம் கட்டளை அதிகாரியின் நம்பிக்கைக்குரிய வீரனாக மாறியிருந்தேன். இடப்பட்ட கட்டளையைச் சிறு எச்சமோ, தடயமோ வைக்காமல் கச்சிதமாகச் செய்து முடிப்பவன் என்ற கீர்த்தி எனக்கு இராணுவ வட்டாரங்களிலிருந்தது. உயர் அதிகாரிகளுக்கு என்மீது துளியளவும் சந்தேகம் வந்துவிடக் கூடாது என்ற காரணத்தால், நான் உத்தரவுகளை முழுமையாக நிறைவேற்றுபவனாகவும் ஈவு இரக்கமற்றவனாகவும் கடுமியம் செய்தேன். என்னுடைய முரட்டுக் குணம் அதிகாரிக்குப் பிடித்திருந்தது. 'முட்டும் மாடுதான் உழவுக்கு நல்லது' என்பது அவரது கொள்கையாக இருக்க வேண்டும். என்னுடைய மனதிலோ வேறொரு எண்ணம் கொஞ்ச நாட்களாகவே ஓடிக்கொண்டிருந்தது.

உறக்கத்திலிருந்த என்னுடைய காதுக்குள் "யக்கடயா... யக்கடயா" என்றழைக்கும் குரல் கேட்டது. கண்களை விழித்துப் பார்த்தபோது "உடனடியாகத் தன்னை வந்து பார்க்குமாறு கட்டளை அதிகாரி அழைக்கிறார்" என்று என்னை எழுப்பிய சிப்பாய் துமிந்த சொன்னான். நான் அவசர அவசரமாக எழுந்து முகத்தைக் கழுவிவிட்டுச் சீருடைய அணிந்தேன். உத்தரவு கிடைத்த இரண்டாவது நிமிடத்தில் கட்டளை அதிகாரியின் முன்னே நின்றிருந்தேன்.

அலுவலகத்திற்குள் கட்டளை அதிகாரி புகை பிடித்தவாறே நின்றுகொண்டிருந்தார். உள்ளே நுழைந்த என்னைப் புதிதாகப் பார்ப்பது போல மேலும் கீழுமாகப் பார்த்தார். மூக்குக் கண்ணாடிக்குள்ளிருந்த அவரது கண்கள் என்னுடைய முகத்தையே சில விநாடிகள் உற்றுப் பார்த்தன. ஏதோ விபரீதம் நிகழ்ந்திருக்கிறது அல்லது நிகழப்போகிறது என்று எனக்கு அப்போதே புரிந்துவிட்டது.

"யக்கடயா! உன்னுடைய றிவோல்வரை எடுத்து இங்கே வை" எனச் சொல்லிக்கொண்டே மேசையின் இழுப்பறையை அதிகாரி திறந்தார். விபரீதம் உறுதி என்றே என்னுடைய மனம் சொல்லிற்று. யோசிப்பதற்கு அவகாசம் இல்லை. சுழல் துப்பாக்கியை இடுப்புப்பட்டியில் பிணைக்கப்பட்டிருந்த கோல்ஸரிலிருந்து உருவியெடுத்து இழுப்பறைக்குள் வைத்தேன். அதிகாரி இழுப்பறையை மூடிப் பூட்டி, சாவியை எடுத்துத் தனது காற்சட்டைப் பைக்குள் வைத்துக்கொண்டே

"என்னுடன் வா" எனச் சொல்லிவிட்டு முன்னே நடந்தார். நான் அவரைத் தொடர்ந்தேன்.

முகாமின் முன்னால் நின்றிருந்த பச்சை வண்ண பஜீரோ ஜீப் வண்டியில் ஏறிய அதிகாரி சாரதி இருக்கையில் உட்கார்ந்துகொண்டே, என்னை அவருகே உட்காரச் சொன்னார். இப்படி ஒருபோதும் நடந்ததேயில்லை. நான் கட்டளை அதிகாரியோடு பயணிக்கும் போதெல்லாம் இந்த வண்டியை இராணுவச் சாரதியான பெர்னாண்டோ ஓட்ட, அதிகாரி முன் இருக்கையில் அமர்ந்திருப்பார். நான் அவருக்கு நேர் பின்னே உட்கார்ந்திருப்பேன்.

பஜீரோ வண்டி மாதம்பிட்டிய சந்திவரை சென்று, அங்கிருந்து தெற்கு நோக்கித் திரும்பி வேகமாக ஓடத் தொடங்கியது. மாதம்பிட்டியவிலிருந்து எங்களைப் பின்தொடர்ந்து இன்னொரு இராணுவ வண்டி வந்துகொண்டிருப்பதைக் கவனித்தேன். அப்போது நேரம் அதிகாலை ஒரு மணியை நெருங்கியிருந்தது. தெருவில் வேறெந்த வாகனங்களும் கிடையாது. வண்டியைச் செலுத்தியவாறே ஒற்றைக் கையால் இலாவகமாக சிகரெட்டைக் கொளுத்திக்கொண்ட அதிகாரி என்னிடம் கேட்டார்:

"யக்கடயா... உனக்கு கேர்ள் ஃபிரெண்ட் உண்டா?"

இதைக் கேட்டதும் நான் இருக்கையிலிருந்து நழுவி விழாதது ஆச்சரியம்தான். என்ன தான் இரும்பு உடம்பும் அடங்காத முரட்டுக் குணமும் கொண்டவர்களாக இருந்தாலும், உயிர்ப் பயம் ஏற்பட்டால் செத்த சவமாகிவிடுகிறார்கள் என்பதை நான் நேரிலேயே பார்த்திருக்கிறேன்.

சென்ற வாரத்தில், மட்டக்குளி பாதாளக் குழுவின் தலைவனான மெவின்ய்யாவை இராணுவம் கடத்தி வந்தபோது, அவனைச் சித்திரவதை செய்யும் பொறுப்பைக் கட்டளை அதிகாரி என்னிடமே கொடுத்திருந்தார். என்னுடைய நுணுக்கமான சித்திரவதைக் கலையில் அவருக்கு முழு நம்பிக்கையிருந்தது. நூற்றைம்பது கிலோ எடையுள்ள மெவின்ய்யா முதலில் உயிருக்குப் பயமில்லாதவன் போலத்தான் பாவனை செய்தான். போலியான வீரத்தைத் தன்னுடைய உருளை முகத்தில் ஒட்டி வைத்திருந்தான். நான் என்னுடைய கைகளால் அதை முகத் தோலோடு சேர்த்து உரித்தெடுத்தேன். நான் அவனது தூண் போன்ற வலது கையைப் பிடித்து, என்னுடைய காலை மடக்கி உயர்த்தி, அவனுடைய மணிக்கட்டு எலும்பை என்னுடைய தொடையில் அடித்து முறித்தபோது, அவன் இடது கையால் என்னுடைய காலைப் பற்றிக்கொண்டு, நாய் போல ஊளையிட்டுக் கதறத் தொடங்கிவிட்டான்.

"எனக்கு கேர்ள் ஃபிரெண்ட் இல்லை சேர்" என்றேன். அதிகாரி என்னை ஒருமுறை திரும்பிப் பார்த்துவிட்டு, வண்டியைக் கண்மண் தெரியாத வேகத்தில் ஓட்ட ஆரம்பித்தார். நான் சொன்னதை அவர் நம்புகிறாரா இல்லையா என்பதை அவரது முகத்திலிருந்து என்னால் கண்டுபிடிக்க முடியாமலிருந்தது.

அக்காலத்தில், ஜே.வி.பி. இயக்கம் இலங்கை அரசுக்கு எதிராகத் தன்னுடைய இரண்டாவது ஆயுதப் புரட்சியைத் தீவிரமாக நடத்திக்கொண்டிருந்தது. இராணுவத்திலிருந்த என்னைப் போன்ற பல இளைஞர்களும் அந்த இயக்கத்தால் கவரப்பட்டிருந்தோம். ஏனெனில், அந்த இயக்கம் சொல்வதிலும் பல உண்மைகள் இருக்கத்தானே செய்தன.

உதாரணமாக, ஜனாதிபதி ரணசிங்கே பிரேமதாஸ அப்போது தமிழ்ப் புலிகளுடன் தேன்நிலவு அனுபவித்துக்கொண்டிருந்தார். புலிப் பிரதிநிதிகளை அழைத்து வந்து, கொழும்பின் உயர்ரக நட்சத்திர விடுதிகளில் தங்கவைத்துப் பேச்சுவார்த்தை நடத்திக்கொண்டிருந்தார். இந்தியப் படைகளை எதிர்த்து வன்னிக் காட்டுக்குள் யுத்தம் செய்துகொண்டிருந்த தமிழ்ப் புலிகளுக்கு ஆயுதங்களையும் பணத்தையும் சீமெந்தையும் ஜனாதிபதி அனுப்பிக்கொண்டிருந்தார்.

முன்பாக, பத்து வருடங்களாக நாங்கள் புலிகளுடன் நடத்திய யுத்தத்தில் இராணுவம் நூற்றுக்கணக்கான வீரர்களையும் அதிகாரிகளையும் இழந்திருந்தது. அதையெல்லாம் மறந்துவிட்டு ஜனாதிபதி புலிகளுடன் உறவாடிக்கொண்டிருந்தது இராணுவத்திற்குள் மிகப் பெரிய அதிருப்தியையும் குழப்பத்தையும் உருவாக்கியிருந்தது. இந்த விஷயத்தைக் கையிலெடுத்த ஜே.வி.பி. இயக்கம் இராணுவத்திற்குள் தீவிரப் பிரச்சாரத்தைக் கிளப்பிவிட்டிருந்தது. உண்மையிலேயே ஜே.வி.பி. இயக்கம் ஆழமாக இராணுவத்திற்குள் ஊடுருவிவிட்டது. இராணுவத்திற்குள் ஒரு பகுதியினர் ஜே.வி.பி.க்கு ஆதரவான மனநிலையில் இரகசியமாக உறைந்திருந்தார்கள். புரட்சி அதனுடைய உச்சத்தைத் தொடும்போது, இராணுவத்தின் ஒரு பகுதி வெளிப்படையாகவே ஜே.வி.பி.யுடன் இணைந்துவிடும். பல்வேறு நாட்டுப் புரட்சிகளின் போதும் இதுவே நடந்தது என்றுதான் சார்ஜன்ட் அத்நாயக்க என்னிடம் சொல்லியிருந்தான். அவன் மூலமாகத்தான் நானும் ஜே.வி.பி. அனுதாபியாக மாறத் தொடங்கியிருந்தேன்.

தலைமறைவாக இருந்தவாறே புரட்சியை வழிநடத்திக்கொண்டிருக்கும் ஜே.வி.பி. தலைவர் ரோஹண விஜேவீரவை, நான் என்னுடைய மாணவப் பருவத்தில் நேரிலேயே பார்த்திருக்கிறேன். 1982 இல் எங்களுடைய மலைநகரத்தில் நடைபெற்ற ஜனாதிபதித் தேர்தல்

பிரச்சாரக் கூட்டத்தில் அவர் பேசினார். எப்போதும் போலவே அன்றைக்கும் எங்களது மலையில் மழை தூறிக்கொண்டிருந்தது. நடு மேடையில் நின்று மழையில் நனைந்தபடியே ரோஹண விஜேவீர பேசினார். அவருடைய குரல் அடி வயிற்றிலிருந்து எழுந்து வந்தது.

பொப் மார்லி என்றொரு பாட்டுக்காரன் உண்டல்லவா! கிட்டத்தட்ட அவனையொத்த வசீகரமான முகவெட்டு ரோஹண விஜேவீரவுக்கு வாய்த்திருக்கிறது. ஆனால், மிக மெலிந்த தோற்றமுள்ளவர். அவர் தலையில் அணிந்திருந்த சிறு நட்சத்திரம் பொறிக்கப்பட்டிருந்த சிவப்புநிறக் குல்லாவுக்குக் கீழாக நீளமான அடர்சுருள் தலைமுடி மழையில் கலைந்து அவரது தோள்களில் வழிந்தது. கவர்ச்சிகரமான தாடி வைத்திருந்தார். தடித்த மூக்குக் கண்ணாடிக்குள் அவரது கண்கள் ஒளியை உமிழ்ந்தன. அவருடைய கொந்தளிப்பான பேச்சில் மக்கள் கட்டுண்டு கிடந்தார்கள் என்பது உண்மையே. அழுத்தந் திருத்தமான சொற்களுக்கு நடுவே மூச்சுக் காற்றை ஆழமாக உள்ளிழுத்து, அடுத்த சொல்லை நீண்ட மூச்சோடு வெளியேற்றினார். கையில் எந்தக் குறிப்புகளுமில்லாமலேயே மூன்று - நான்கு மணிநேரம் கூட அவர் தொடர்ச்சியாக உரையாற்றுவார் எனச் சொல்வார்கள். மக்களுக்கு உணவின்மை, வேலையின்மை, விலைவாசி, அமைச்சர்களின் ஊழல், இந்தியப் பெரு முதலாளிகளின் ஆக்கிரமிப்பு, அரசு அதிகாரிகளின் ஆணவம், காவல்துறையின் அடக்குமுறை இவற்றைக் குறித்துத்தான் அவர் பேசினார். தனக்கு வாக்களிக்குமாறு ஒரு தடவை கூட அவர் கேட்கவில்லை. அந்தத் தேர்தலில் அவருக்கு மூன்றாவது இடம்தான் கிடைத்தது. ஒருவேளை அவர் வெற்றிபெற்று ஆட்சிக்கு வந்திருந்தால், நான் இராணுவத்திற்கு வராமல் கூடப் போயிருக்கலாம் அல்லவா! பீட்ரூட் விவசாயத்தைப் பார்த்துக்கொண்டு மலையிலேயே இருந்திருப்பேன்.

இப்போது எங்களது பஜீரோ வண்டி தெமட்டக்கொட புகையிரத நிலையத்தைக் கடந்து முன்னேறிக்கொண்டிருந்தது. கட்டளை அதிகாரி விடாமல் சிகரெட்டுகளைப் புகைத்தவாறே வண்டியை விரட்டிக்கொண்டிருந்தார். இவர் இந்த நள்ளிரவில் என்னை எங்கே அழைத்துப் போகிறார்? என்னுடைய துப்பாக்கியை எதற்காக என்னிடமிருந்து வாங்கி வைத்துக்கொண்டார்? நான் கடத்தப்படுகிறேனா? சார்ஜன்ட் அத்தநாயக்க காணாமற்போன நாளிலிருந்தே என்னிடம் ஒரு அச்சம் இருந்துகொண்டேயிருந்தது.

சார்ஜன்ட் அத்தநாயக்கவுக்கும் ஜே.வி.பி. அமைப்புக்கும் தொடர்பிருப்பதை இராணுவ உயர் அதிகாரிகள் எப்படியோ மோப்பம் பிடித்திருக்க வேண்டும். சார்ஜன்ட் அத்தநாயக்கவைப் போலவே

இராணுவத்திலிருந்து இன்னும் சிலர் காணாமற்போயிருந்தார்கள். அவர்கள் இராணுவத்தைவிட்டு ஓடித் தலைமறைவாகிவிட்டார்கள் என்றொரு கதையை அரசாங்கம் கிளப்பிவிட்டிருந்தது. ஓடியவர்கள் ஜே.வி.பி.யில் இணைந்திருக்கலாம் எனச் சிலர் சொன்னார்கள். நான் இரண்டையுமே நம்பவில்லை. எங்களது றொக் ஹவுஸ் முகாமிலேயே என்னைத் தவிர இன்னும் சில இராணுவ வீரர்கள் ஜே.வி.பி. அனுதாபிகளாக இருந்தார்கள். காணாமற்போனவர்கள் ஜே.வி.பி.யில் இணைந்திருந்தால் எங்களுக்குத் தகவல் கசிந்திருக்கும். தவிரவும் ரோஹண விஜேவீர தன்னுடைய ஆதரவாளர்களை இராணுவத்திலிருந்து வெளியேறச் சொல்லவில்லை. தகுந்த தருணத்திற்காகக் காத்திருக்குமாறே சொல்லியிருந்தார். அந்தத் தருணம் சீக்கிரமே வந்துவிடும் என்றுதான் நான் நம்பியிருந்தேன். அதற்குள் நான் கட்டளை அதிகாரியிடம் மாட்டிக்கொண்டேனா? சார்ஜன்ட் அத்தநாயக்க என்னைக் காட்டிக் கொடுத்துவிட்டானா?

நிச்சயமாகவே ஜே.வி.பி. தனது இலக்கை அதிவிரைவாகவே அடைந்துவிடும். இப்போதே தென்னிலங்கையிலும் வடமத்திய மாகாணத்திலும் மலைநாட்டிலும் பல கிராமங்கள் அவர்களது கட்டுப்பாட்டிலேயே உள்ளன. பல்லாயிரக்கணக்கான இளைஞர்களும் பெண்களும் ஜே.வி.பி.யில் இணைந்தவாறேயிருக்கிறார்கள். கொழும்பில் ஜே.வி.பி. பெரியளவு நடவடிக்கைகளில் ஈடுபடாமல் இருந்தாலும், அவர்களது சொற்கள் நகரத்தின் மீது தீயாகப் படர்ந்திருக்கிறது. இந்தியப் பொருட்களைக் கடைகளில் விற்கக்கூடாது, இந்தியத் திரைப்படங்களைத் தியேட்டர்களில் காண்பிக்கக்கூடாது என்ற அவர்களது ஒரேயொரு எச்சரிக்கைத் துண்டுபிரசுரத்திற்குத் தலைநகரமே பணிந்து கிடக்கிறது.

ஜே.வி.பி.யை ஒருபுறத்திலும் தமிழ்ப் புலிகளை மறுபுறத்திலும் சமாளிக்க முடியாமல்தான், அரசாங்கம் புலிகளுடன் ஒரு தேன்நிலவை ஏற்படுத்திக்கொண்டு, ஜே.வி.பி.யை வேட்டையாடுவதில் முழுக் கவனத்தையும் குவித்துள்ளது. இதைக் கட்டளை அதிகாரியே ஒருமுறை என்னிடம் சொல்லியிருக்கிறார். இப்போது கூட ஒரே தாவலில் இந்த அதிகாரியை மடக்கி, இவரது துப்பாக்கியாலேயே இவரைச் சுட்டுக் கொன்றுவிட்டு, என்னால் தப்பித்துச் செல்ல முடியும். ஆனாலும், நான் சற்றுப் பொறுமையாக இருக்க வேண்டும். ஒருவேளை இவருக்கு என்மீது சந்தேகம் இல்லாமல் கூட இருக்கலாம். எதற்கும் பரிசீலித்துப் பார்த்துவிடுவதே நல்லது எனத் துணிந்துவிட்டேன்.

"சேர்... எனக்கு கேர்ள் ஃப்பிரெண்ட் இருக்கிறாளா என்று கேட்டீர்களே...?"

"இருக்கிறாளா என்ன?"

"உண்மையாகவே இல்லை சேர்..."

"கேர்ள் ஃபிரெண்ட் வைத்திருக்கும் இந்தக் கால இளைஞர்களால் இரகசியத்தைக் காப்பாற்ற முடிவதில்லை யக்கடயா!"

நான் சற்றுத் தளர்வாக உட்கார்ந்தேன். இவருக்கு என்மீது சந்தேகமில்லை. ஒரே விநாடியில் நான் உற்சாகமாகிவிட்டேன். ஏதோ முக்கியமான வேலையாகத்தான் இவர் என்னை அழைத்துப் போகிறார். இவர் எதிர்பார்ப்பதை விடவும் கச்சிதமாக நான் அந்த வேலையைச் செய்து முடிக்க வேண்டும். இவரிடம் அளவுக்கு அதிகமான விசுவாசத்தைக் கொட்ட வேண்டும். புரட்சி வெற்றியடையும் தறுவாயில் நானே இவரைக் கொல்லக்கூடும். எனக்குத்தான் அந்த உரிமையுண்டு. அதுவரை பொறுத்திருப்பதே புத்தி.

பஜீரோ வண்டி பொரளை நகரத்திற்குள் நுழைந்தபோது, நாங்கள் வெலிக்கட சிறைச்சாலையை நோக்கிப் போய்க்கொண்டிருக்கிறோம் என்றுதான் நினைத்துக்கொண்டேன். அங்கே ஏராளமான தமிழ்க் கைதிகள் வைக்கப்பட்டிருக்கிறார்கள். அவர்களில் யாராவது ஒருவனின் கையையோ காலையோ நான் உடைக்க வேண்டியிருக்கலாம். கழுத்தைத் திருகி முறிக்கச் சொன்னாலும் கச்சிதமாகச் செய்துவிட வேண்டியதுதான்.

ஆனால், எங்களது வண்டி வெலிக்கட சிறையையும் கடந்து சென்றது. பின்னால் வந்த இராணுவ வண்டியோ திடீரென இருளுக்குள் மறைந்துவிட்டது. கட்டளை அதிகாரி எங்களது வண்டியின் வேகத்தைக் குறைத்துக்கொண்டார். சில நிமிடங்களிலேயே 'ரோயல் கோல்ஃப்' மைதானத்திற்குள் வண்டி நுழைந்தது. இப்போது எனக்கு மறுபடியும் சந்தேகம் வரக் காரணமிருந்தது. அந்த மைதானத்தின் முகப்பு வாசலில் விளக்குகள் அணைக்கப்பட்டிருக்க, கைகளில் டோர்ச் லைட்டுகளுடன் சில இராணுவ வீரர்கள் நின்றிருந்தார்கள். அவர்களைக் கடந்து சென்ற பஜீரோ வண்டி மைதானத்தின் ஓரமாக ஓடிச் சென்று, ஒரு சிறிய குழியின் முன்னால் நின்றது. இந்த கோல்ஃப் மைதானத்தில் பந்து விழும் பதினெட்டுக் குழிகள் உள்ளன. இது ஆறாவது குழி.

கட்டளை அதிகாரி என்னை கீழே இறங்குமாறு சொல்லிவிட்டு, அவர் வாகனத்தின் உள்ளேயே இருந்துகொண்டார். வாகனத்தின் விளக்குகள் அணைந்ததும் ஆளையாள் தெரியாத கச இருள் எங்களைச் சூழ்ந்தது. என்னைச் சுட்டுக் கொல்லப்போகிறார்கள் என்றே எனக்குத் தோன்றியது. கிளைக்குக் கிளை தாவும் பறவை நனைந்துதான் சாகும். இப்படியே ஓடித் தப்பிவிடலாமா என்று நான் இருளுக்குள் அங்குமிங்கும் பார்த்தபோது, என்னை நோக்கி டோர்ச் லைட் வெளிச்சம் வந்து, என்னுடைய முகத்தில் வட்டம் போட்டது.

கையில் டோர்ச் லைட்டை வைத்திருந்த கட்டளை அதிகாரி "யக்கடயா இப்படி வா" என்று கூப்பிட, நான் வாகனத்தைச் சுற்றிக்கொண்டு அவரருகே சென்றேன். அதிகாரி குரலைத் தாழ்த்தியவாறே என்னிடம் சொன்னார்:

"இப்போது ஒருவனை இங்கே கொண்டுவருவார்கள். அவனுடைய உயிர் போகாமல், நீ அவனுடைய ஒவ்வொரு எலும்பையும் சிதைக்க வேண்டும். அவன் வேதனையைப் பூரணமாக அனுபவிக்க வேண்டும். நீ அவனுக்கு இந்த மைதானத்திலேயே நரகத்தைக் காட்டிவிடு!"

"அவனைப் பேச வைத்து உண்மையைக் கறக்க வேண்டுமா சேர்?"

"வேண்டியதில்லை. நீ அவனது பற்களைப் பிடுங்கிவிடு. இந்த மைதானத்திற்குள் அவன் எவ்வளவு சத்தம் போட்டாலும் யாருக்கும் கேட்கப் போவதில்லை. உன்னுடைய கையில் அவனைப் பதினைந்து நிமிடங்களுக்கு ஒப்படைக்கிறோம். அவனை எண்ணெய் அடிக்கப்பட்ட ஓணானைப் போல அடக்கி எங்களிடம் திருப்பிக்கொடு!"

டோர்ச் லைட்டை என்னுடைய கையில் கொடுத்துவிட்டு, பஜீரோ வண்டியை கிளப்பிக்கொண்டு கட்டளை அதிகாரி புறப்படும்போது, வெளிச்சத்தைப் பரப்பிக்கொண்டு இன்னொரு வண்டி மைதானத்திற்குள் நுழைந்தது. இரண்டு வண்டிகளும் அருகருகாகச் சந்தித்தபோது, ஒரேயொரு நிமிடம் இரண்டு வண்டிகளும் நிறுத்தப்பட்டுப் புறப்பட்டன.

என்னருகே வந்து நின்றதும் ஒரு பச்சை வண்ண பஜீரோ வண்டி தான். எனக்கு முன்பின் அறிமுகமற்ற ஆறு அதிரடிப்படை வீரர்கள் வண்டிக்குள்ளிருந்து துப்பாக்கிகளுடன் குதித்து, ஆறாங்குழியைச் சுற்றிப் பெரிய வட்டமாக நின்றுகொண்டார்கள். நான் அந்த வட்டத்திற்குள் இருந்தேன். வண்டியின் விளக்குகள் அணைக்கப்பட்டதும், அதற்குள்ளிருந்து இன்னும் மூன்று இராணுவ வீரர்கள் இறங்கினார்கள். இவர்களையும் நான் முன்பின் பார்த்ததில்லை. எல்லோருமே இளைஞர்கள்தான். எல்லோருடைய கைகளிலும் ஆளுக்கொரு டோர்ச் லைட் இருந்தது. அவற்றின் வெளிச்சத்தில், அவர்கள் வண்டியின் பின் இருக்கையிலிருந்து ஒரு மனிதனைக் கீழே இறக்கினார்கள்.

அந்த மனிதனின் கண்கள் கறுப்புத் துணியால் கட்டப்பட்டிருந்தன. அந்த மனிதனுக்கு நாற்பதிலிருந்து நாற்பத்தைந்து வயதுக்குள் இருக்கலாம். சதைப்பிடிப்பான உடல்வாகு. தலைமுடியை இராணுவத்தினர் போல ஒட்ட வெட்டியிருந்தான். முகம் முழுமையாகச் சவரம் செய்யப்பட்டிருந்தது. அந்த முகம் ஒரு நாட்டுப்புறச் சிங்கள முகம்

எனப் பார்த்த மாத்திரத்திலேயே தெரிந்தது. கறுப்பு நிறத்தில் நீலக்காற்சட்டையும் தூய வெள்ளையில் முழுக்கைச் சட்டையும் அணிந்திருந்தான். கால்களிலே கறுப்புச் சப்பாத்துகளிருந்தன. கண்டிப்பாக இவனொரு சிறைவாசியாக இருக்க முடியாது. ஒன்றில் இராணுவத்திற்குள் இருந்த உளவாளியாக இருக்க வேண்டும் அல்லது பாதாள் குழுவைச் சேர்ந்த மாஃபியாவாக இருக்க வேண்டும்.

அவனைக் கொண்டுவந்த மூன்று இராணுவ வீரர்களும் அவனை என்முன்னே விட்டுவிட்டுச் சற்று ஓங்கியே நின்றார்கள். மூவரும் அவர்களுக்குள் கூடப் பேசிக்கொள்ளவில்லை. என்னைப் போலவே இவர்களும் வெவ்வேறு முகாம்களிலிருந்து அழைத்து வரப்பட்டவர்களாக இருக்க வேண்டும். அந்த மூன்று பேரையும் என்னோடு வைத்துப் பார்த்தால் எருமையோடு சேர்ந்த பசுமாடுகள் போலிருந்தார்கள். எக்கேடும் கெட்டுப் போகட்டும்! என்னுடைய கட்டளை அதிகாரி எனக்குப் பதினைந்து நிமிடங்களே கொடுத்திருக்கிறார். நான் ஒரு நிமிடத்தைக் கூட வீணடிக்க முடியாது.

நான் அந்த மனிதனுக்கு அருகே சென்று, அவனது உள்ளங்கையைப் பிடித்து, அதில் டோர்ச் வெளிச்சத்தைப் பாய்ச்சி, ஆயுதப் பயிற்சி பெற்றதற்கான அடையாளங்கள் உள்ளனவா என்று சோதனை செய்தேன். அப்போது அந்த மனிதன் கேட்டான்:

"என்னுடைய உள்ளங்கையில் மரணத்தைக் குறிக்கும் ரேகைகள் தெரிகின்றனவா?" அவனுடைய குரல் மிக மென்மையாகவும் நிதானமாகவுமிருந்தது.

என்னவொரு அவமரியாதையான கேலிப் பேச்சு! எல்லாப் பாதாள் குழுச் சண்டியர்களைப் போலவும், இவனும் உயிர்ப் பயம் அற்றவன் போலக் காட்டிக்கொள்ள எத்தனிக்கிறான் என்று நினைத்துக்கொண்டே, இரும்பு உலக்கை போன்ற என்னுடைய கையால் அவனுடைய வாயில் ஓங்கிக் குத்தினேன். நான் கையைத் திருப்பி எடுத்தபோது, அந்த முகத்தில் வாய் இருந்த இடத்தில் ஓர் இரத்தக் குழாய்தான் இருந்தது. அதிலிருந்து பீறிட்ட இரத்தம் என்னுடைய முழங்கைவரை பாய்ந்திருந்தது. எப்படியும் பத்துப் பற்களாவது கழன்றிருக்கும். அவன் ஏதோ சொல்ல முயன்றான். ஆனால், முனகலைத் தவிர வேறெதுவும் வெளியே வரவில்லை. அவனுடைய பற்கள் பதிந்து, அவனது நாக்கு பாம்பு நாக்குப் போல இரண்டாகப் பிளந்திருக்கும்.

இரத்த வாசனையை உணர்ந்ததும் எனக்கு வெறி அதிகரித்துவிட்டது. மற்றைய மூன்று இராணுவ வீரர்களையும் பார்த்து "வாருங்கள்! நொறுக்குங்கள் இவனை" என்று சத்தமிட்டேன். என்னுடைய வெறி,

காய்ச்சலைப் போல அவர்களையும் தொற்றியிருக்க வேண்டும். அவர்களும் அந்த மனிதனைத் தாக்கத் தொடங்கினார்கள். "குண்டியால் கொழுப்பு வடியும் இந்த முதலை யார்?" என்று நான் என்னுடைய சகாக்களிடம் கேட்டேன். "தெரியவில்லை... அதிகாரிகள் எதுவும் சொல்லவில்லை" என்று ஒருவன் பதிலளித்தான்.

நாங்கள் அந்த மனிதனை அவ்வளவு அடித்தும், அவன் மயங்காதது என்னுடைய வெறியை எக்கச்சக்கமாகக் கூட்டியது. அவனிடமிருந்து வரும் முனகல் சத்தம் கடைசிவரை நிற்கவேயில்லை. நண்டின் கிண்ணிகளை முறிப்பதைப் போல, நாங்கள் அவனுடைய இருபது விரல்களையும் முறித்துப் போட்டோம். அவனுடைய உடம்பிலிருந்த அத்தனை எலும்புகளையும் சுள்ளிகளை உடைப்பது போல உடைத்தோம். அவனுடைய கைவிரல் நகங்களை நான் என்னுடைய விரல்களாலேயே பிய்த்துப் போட்டேன். என்மீது இரத்தம் தெறிக்கத் தெறிக்க என்னுடைய வெறியும் கூடிக்கொண்டே போனது. நான் அவனுடைய காற்சட்டையை உள்ளாடையோடு சேர்த்துக் கீழிறக்கிவிட்டு, அவனுடைய இரண்டு விதைகளையும் என்னுடைய உள்ளங்கைகளுக்குள் வைத்து நசுக்கினேன். அவை அழுகிய ரம்புட்டான் பழங்களைப் போல் கூழாகிப் போயின. ஆனால், அவனுடைய முனகல் மட்டும் நிற்பதாக இல்லை. அவன் தன்னுடைய உயிரோடு சேர்த்துக் குரலையும் பிடித்து வைத்திருக்கிறான்.

சரியாகப் பதினைந்து நிமிடங்கள் முடிந்தபோது, இரண்டு வாகனங்கள் வெளிச்சத்தைக் கக்கியவாறே உள்ளே வந்தன. வாகனங்களின் வெளிச்சத்தில் அந்த மனிதன் மல்லாக்கப் படுத்திருந்தான். பச்சை இரத்தத்தில் தோய்ந்து அவனது உடைகள் மினுங்கிக்கொண்டிருந்தன. வாகனங்களிலிருந்து மேஜர் தரத்திலுள்ள ஓர் அதிகாரியோடு இன்னும் பல அதிகாரிகளும் இறங்கினார்கள். அந்த மனிதனை நிற்க வைக்குமாறு எங்களுக்கு உத்தரவிடப்பட்டது. என்னுடன் இருந்த இராணுவ வீரர்களில் இருவர் அந்த மனிதனின் கழுக்கட்டுகளுக்குக் கீழாகத் தங்களது கைகளைக் கொடுத்துத் தோளோடு சேர்த்துப் பற்றிப்பிடித்து அவனைத் தூக்கி, நிறுத்தி வைக்க முயன்றார்கள். அவனது கால்கள் இடுப்போடு ஒடிந்து பூமியிலிருந்து ஓரங்குல உயரத்தில் தொங்கின. அப்போது அந்த மனிதனின் வலது கை அசைந்து, முழங்கால்கள் வரை இறங்கியிருந்த அவனது காற்சட்டையை மேலிழுக்க முயன்றது. ஆனால், அவனால் முடியவில்லை.

பத்து வெளிச்ச வட்டங்கள் அந்த மனிதனின் மீதிருந்தன. அவனின் கண்கட்டை அவிழ்க்குமாறு மேஜர் உத்தரவிட்டார். நான்தான் அவனது கண்களின்மீது கட்டப்பட்டிருந்த கறுப்புத் துணியை விலக்கினேன். அந்த மனிதனின் மூடிக் கிடந்த கண்கள் மெதுவாகத் திறந்துகொண்டன.

மேஜர் தன்னுடைய கையிலிருந்த டோர்ச் லைட்டைத் தனது முகத்தை நோக்கித் திருப்பினார். மேஜரின் முகம் அந்த மனிதனு முகத்திற்கு நேரே இருந்தது. அது எப்படி நிகழ்ந்தது என எனக்கு இன்னும் புரியவேயில்லை. அந்த மனிதனது பிளந்த நாவு எப்படி ஒட்டிக்கொண்டது? அவன் ஒரு குழந்தை பேசுவதைப் போல, நிதானமாக மேஜரிடம் சொன்னான்:

"கடைசியாக நாங்கள் ஒருவரையொருவர் சந்தித்துவிட்டோம்."

"அய்யோ... இந்த மனிதன் பேசுவதை நிறுத்தவே மாட்டானா" என்று புலம்பியபடியே மேஜர் தனக்கு அருகிலிருந்த ஒல்லியான இராணுவ அதிகாரியைப் பார்த்தார். அந்த ஒல்லியானவன் நொடிப்பொழுதில் தன்னுடைய இடுப்புப் பட்டியிலிருந்து கத்தியை உருவினான். அப்போது மேஜரின் கையிலிருந்த வெளிச்ச வட்டம் இரத்தத்தில் தோய்ந்திருந்த மனிதனின் இடுப்புக்குக் கீழே இறங்கியது. ஒரே நொடியில் அந்த மனிதனின் ஆணுறுப்பு அறுக்கப்பட்டு, இரத்தத்தில் ஊறியிருந்த அவனது வாய்க்குள் அது திணிக்கப்பட்டது. மேஜர் தன்னுடைய பிஸ்டலை அவனுடைய வலதுபுற மார்பில் வைத்து நிதானமாகச் சுட்டார். அந்த மனிதனின் உடல் ஒருதடவை உலுங்கிப் போய் நின்றது. அவனது முனகல் அலைந்துபோய் ஆறாங்குழியை நிரப்பிற்று.

ஆறாங்குழியைச் சுற்றியுள்ள தடயங்களை அகற்றவும் சுத்திகரிக்கவுமான பொறுப்பு இரண்டு இராணுவ வீரர்களிடம் மேஜரால் கொடுக்கப்பட்டதும், நாங்கள் அந்த மனிதனது உடலை பஜ்ரோ வண்டியின் பின்புறத்தில் திணித்துக்கொண்டு புறப்பட்டோம். சில நிமிடங்களிலேயே எங்களுடைய வாகனத் தொடரணி பொரளை மயானத்திற்குள் நுழைந்து சென்றது.

என்னை முகாமிலிருந்து அழைத்து வந்திருந்த கட்டளை அதிகாரியின் வாகனம் ஏற்கனவே மயானத்தில் நின்றிருந்தது. கூரை மட்டுமேயிருந்த தகன மண்டபத்தின் முன்பாக வாகனங்கள் நிறுத்தப்பட்டதும், நாங்கள் அந்த மனிதனது உடலை வண்டியிலிருந்து இறக்கிச் சீமெந்து நிலத்தில் கிடத்தினோம். அந்த நிலத்தில் அவனைச் சுற்றி இரத்தம் பெருகிக்கொண்டிருந்தது. அவனது வாயில் திணிக்கப்பட்டிருந்த ஆண்குறியிலிருந்து கருமையாக இரத்தம் வெளியாகி அவனது கடைவாய்களில் கோடாக வழிந்தது. உணர்கொம்புகளும் சிவப்பு நிற இறக்கைகளும் கொண்ட வண்ணத்துப்பூச்சி போன்று அந்த மனிதன் கிடந்தான்.

தகன மண்டபத்தின் எல்லா விளக்குகளும் ஒளிர்ந்துகொண்டிருந்தன. ஆனால், எரிவாயு உலையின் வாசல் இரும்புக் கதவால்

மூடப்பட்டிருந்தது. அந்த இடத்தில் இருபது பேர்வரை நின்றிருந்தோம். அங்கே லான்ஸ் கோப்ரல் வீரசிங்கவைப் பார்த்தேன். அவனது தோளில் எப்போதுமிருக்கும் பெட்டி இப்போதும் தொங்கியது. உள்ளே வீடியோப் படப்பிடிப்புக் கருவிகளை வைத்திருப்பான். அவனும் என்னைப் போலவே ஜே.வி.பி. அனுதாபி என்று சொல்வதைவிட, அவனை ஜே.வி.பி.யின் தீவிர விசுவாசி எனச் சொல்வதே சரியானது. சார்ஜன்ட் அத்தநாயக்கவுடன் சில தடவை எங்களது முகாமுக்கு வந்து போயிருக்கிறான்.

தகன மண்டபத்தில் பணியாற்றும் கிழவனை அப்போதுதான் எங்கிருந்தோ பிடித்துவந்தார்கள். இத்தனை இராணுவ வீரர்களைக் கண்டதுமே அவனது தூக்கம் ஓடிப் போயிருக்கும். வந்த கிழவன் தரையில் கிடந்த உடலைக் கண்டதும், கீழே குனிந்து அந்த உடலை உற்றுப் பார்த்தான். பின்பு நிமிர்ந்து நின்று சொன்னான்:

"இந்தத் தகனமேடை என்னுடைய பொறுப்பில் இருக்கிறது. என்னுடைய கடமையை நான் சரிவரச் செய்ய வேண்டும். குப்பையை எரிப்பது போல ஒரு மனிதனை எரித்துவிட முடியாது."

"அடே... புழுத்த கிழட்டுக் குரங்கே! நீயுமா பேசுகிறாய்" என்றவாறே ஒரு அதிகாரி தன்னுடைய பிஸ்டலைக் கிழவனின் தலையில் வைத்தார். அதற்குப் பின்பு அந்தக் கிழவன் எதுவுமே பேசவில்லை. இடுப்பிலிருந்த சாவியை எடுத்து அதிகாரியின் கையில் கொடுத்தான். எரிவாயு உலையை எப்படி இயக்குவது என்பதையும் விளக்கிச் சொல்லிவிட்டு தரையில் உட்கார்ந்துகொண்டான். அவனது கண்கள் அந்த எரிவாயு உலையின் மீதேயிருந்தன.

உத்தரவு கிடைத்ததும், நானும் இன்னொருவனுமாக வண்ணத்துப்பூச்சி போல் கிடந்த உடலின் கால்களைப் பிடித்துக் கொறகொறவென எரிவாயு உலை வரைக்கும் இழுத்துச் சென்றோம். பின்பு அந்த உடலைத் தூக்கி, பாண் சுடும் போறணையின் வாயைப் போலவேயிருந்த எரிவாயு உலையின் வாசலுக்குள் வீசினோம். என்னுடன் கூட இருந்த நடுக்கம் பிடித்தவன் நோண்டி வேலை செய்துவிட்டான். உடல் இலக்குத் தப்பி வாசற்சுவரில் மோதி வெளியே விழுந்தது. அதனது வாயிலிருந்த ஆண்குறி மட்டும் தெறித்து உலை வாய்க்குள் போய்விட்டது. "நாய்களே! உங்களால் ஒரு வேலையையும் சரியாகச் செய்ய முடியாதா?" என்றொரு சத்தம் எழுந்தது. அது என்னுடைய கட்டளை அதிகாரியின் குரல். நான் ரோஷம் தலைக்கேற என்னருகில் நின்றவனைத் தடுத்து நிறுத்திவிட்டு, என்னுடைய இரண்டு கைகளாலும் அந்த உடலை வாரித் தூக்கினேன். அப்போது என் கைகளிலிருந்த

அந்த மனிதனின் வாயிலிருந்து சத்தமான முணுமுணுப்பு எழுந்தது. அந்த இரவில் அங்கிருந்த அனைவருக்குமே அந்தச் சத்தம் கேட்டது.

எனக்கு அருகே வந்து, அந்த மனிதனின் முகத்தை உற்றுப் பார்த்த தலைமைத் தளபதி "இவன் பேசுவதை நிறுத்தவே போவதில்லை" என்று கிட்டத்தட்டப் புலம்பினார். நான் அந்த மனிதனை உலையின் வாய்க்குள் நிதானமாகத் திணித்தேன்.

உடல் முழுவதுமாக எரிந்து, கைப்பிடி சாம்பலாகும் வரை நாங்கள் சிலர் அங்கேயே நின்றிருந்தோம். எனக்கு சிகரெட் பிடிக்க வேண்டும் போலிருந்தது. லான்ஸ் கோப்ரல் வீரசிங்கவிடம் சென்று 'சிகரெட் இருக்கிறதா' எனக் கேட்டுச் சைகை செய்தேன். அவன் முன்னே செல்ல, நான் அவனைத் தொடர்ந்தேன். சற்றுத் தூரத்தில் நின்றிருந்த பெரிய மரத்தின் மறைவில் நாங்கள் ஒதுங்கியதும், தன்னுடைய தோளில் தொங்கிய வீடியோப் பெட்டியின் பக்கவாட்டிலிருந்த சிறிய பைக்குள்ளிருந்து வீரசிங்க சிகரெட்டுகளையும் லைட்டரையும் எடுத்தான்.

இருவரும் அமைதியாகப் புகைத்துக்கொண்டிருக்கும் போது, வீரசிங்க தலையை உயர்த்தி மேலே பார்த்தவாறே மெதுவாக என்னிடம் கிசுகிசுத்தான்:

"தோழர் ரோஹணவுக்கு இப்படி நிகழும் என நான் எதிர் பார்க்கவேயில்லை..."

"என்ன சொன்னாய் வீரசிங்க... யார்?"

"இப்போது நீ நெருப்புக்குள் திணித்த தோழர் ரோஹண விஜேவீரவைப் பற்றித்தான் சொல்கிறேன்."

நான் மரத்திலிருந்து விலகி, தகன மண்டபத்தைப் பார்த்தேன். கூரையிலிருந்து அடர் புகை எழுந்துகொண்டிருந்தது.

"நீ உண்மையைத்தான் பேசுகிறாயா வீரசிங்க?"

"யக்கடயா... இரண்டு மணி நேரத்திற்கு முன்பு, திம்பிரிகஸ்யாய இராணுவக் கூட்டுச் செயற்பாடு மையத்தில் வைத்துத் தோழர் ரோஹணவின் இறுதியுரையை நான்தான் வீடியோவில் பதிவு செய்தேன்."

அப்போது, என்னுடைய மூளையில் கசிந்த உணர்ச்சிகள் என்னவென்று என்னால் சரியாகச் சொல்ல முடியவில்லை. ஒரு கனத்த முனகலொன்று என்னிடமிருந்து வெளிப்பட்டதோடு எல்லாம் முடிந்து போயிற்று.

வீரசிங்க இன்னும் இரண்டு சிகரெட்டுகளை எடுத்து, ஒன்றை எனக்கும் கொடுத்துவிட்டுச் சொன்னான்:

"நான் அந்த மையத்தின் மாடியிலிருந்த, மூன்று கதவுகளுள்ள பெரியதொரு அறைக்குள் அழைத்துச் செல்லப்பட்டபோது, நாற்காலியில் நிமிர்ந்தும் இலேசான திகைப்போடும் உட்கார்ந்திருந்த மனிதரைச் சூழவரப் பதினைந்து இராணுவ அதிகாரிகள் நின்றிருந்தார்கள். அப்போதுதான் இராணுவப் பொலிஸின் புகைப்படப் பிடிப்பாளர் இந்திரானந்த டி சில்வா தன்னுடைய வேலையை முடித்துக்கொண்டு கிளம்பிக்கொண்டிருந்தார். நான் அவரிடம் மெதுவாக 'யாரிந்த மனிதர்?' என்று கேட்டேன். அதற்கு இந்திரானந்த 'இங்கே கீழ்த்தளத்திலுள்ள அறையொன்றில் எச்.பி. ஹோரத் அடைத்துவைக்கப்பட்டுள்ளார். அவரையும் நான் புகைப்படங்கள் எடுத்தேன். அப்போது ஹோரத் என்னிடம் முணுமுணுப்பாக, இவர்கள் உண்மையிலேயே தோழர் ரோஹணவைப் பிடித்துவிட்டார்களா? என்று கேட்டார். ஹோரத் பாதி இறந்துவிட்டார். அவரது முகம் வீங்கி, உடல் நீலம் பாரித்துள்ளது' என்றார்.

யக்கடயா! சத்தியமாகச் சொல்கிறேன்... இந்திரானந்த இதைச் சொல்லும்போது, நான் முதலில் நம்பவேயில்லை. என்னுடைய அதிகாரி நாற்காலியில் உட்கார்ந்திருந்த மனிதரிடம் சென்று 'விஜேவீர... இன்னும் சில நிமிடங்களில் வீடியோ கமரா தயாராகிவிடும்' என்று ஆங்கிலத்தில் சொன்னார். அப்போது ரோஹண விஜேவீர அமைதியாக, சிங்களத்திலேயே அந்த அதிகாரியிடம் கேட்டார்:

'உங்களுக்கு ரஷ்ய மொழி தெரியுமா?'

அதிகாரி இல்லையெனத் தலையசைத்துக் கோணலாக இளிக்கவே 'என்னுடைய இரண்டாவது மொழி ரஷ்யன்' எனச் சொல்லிவிட்டு, தன்னுடைய ரஷ்யா வாழ்க்கை, அங்கே லுமும்பா பல்கலைக்கழகத்தில் படித்து என்றெல்லாம் ரோஹண பேசிக்கொண்டே போனார். நான் படப்பிடிப்புக்கான ஆயத்தங்களைச் செய்துகொண்டிருந்தாலும், காதுகளை அங்கே நிகழ்ந்துகொண்டிருந்த உரையாடல்களின் மீதே குவித்திருந்தேன். உண்மையில், ரோஹண மட்டும்தான் அங்கே பேசிக்கொண்டிருந்தார். தன்னுடைய கொம்யூனிஸ்ட் கட்சி அனுபவம், ஜே.வி.பி.யை ஆரம்பித்த சூழல், முதலாவது புரட்சியின்போது கைது செய்யப்பட்டு யாழ்ப்பாணக் கோட்டையில் சிறைவைக்கப்பட்டிருந்தது என்றெல்லாம் பேசிக்கொண்டே போனார். அப்போது அறைக்குள் நுழைந்த பொலிஸ் ஜெனரல் வாத்துப் போல நடந்துவந்து ரோஹணவுக்குப் பின்னால்

நின்றுகொண்டு, திடீரென ரோஹணவின் பிடரியைப் பற்றிப் பின்னோக்கி இழுத்தார். தன்னுடைய முகத்தை அண்ணாந்து பொலிஸ் ஜெனரலின் முகத்தைப் பார்த்த ரோஹண விஜேவீர 'இப்படி அற்பமாக நடந்துகொள்ளக் கூடியவர் உங்களைப் போன்ற ஒருவராகத்தான் இருப்பார் என்று நான் எதிர்பார்த்தேன்' என்றார். பொலிஸ் ஜெனரலின் முகம் நாய் மூஞ்சியாகிவிட்டது. நாயை அரசனாக்கினாலும் அது குரைக்காமல் இருக்காது யக்கடயா... இதற்குள் நான் ரோஹணவின் தலைக்குப் பின்னால் திரையைக் கட்டியும், அவருக்கு முன்னாலொரு சிறிய மேசையை வைத்தும், விளக்குகளைப் பொருத்தியும் படப்பிடிப்புக்கான ஏற்பாடுகளைச் செய்து முடித்துத் தயாராகிவிட்டேன். நான் தோழர் ரோஹணவுக்கு முன்னால் கமெராவோடு வந்தபோது, அவர் 'நான் குறைந்தது இரண்டு மணிநேரங்கள் பேச வேண்டியிருக்கும். தொடர்ச்சியாகப் பதிவு செய்ய முடியுமல்லவா?' என்று என்னிடம் கேட்டார்.

ஆனால், அது அப்படி நடக்கவில்லை. பொலிஸ் ஜெனரல் தன்னுடைய சட்டைப் பையிலிருந்து ஒரு காகிதத் துண்டை எடுத்து ரோஹணவின் முன்னால் மேசையில் வைத்துவிட்டு, அதில் எழுதப்பட்டிருப்பதை மட்டுமே வீடியோக் கமெராவின் முன்னால் பேச வேண்டும் என்றார். ரோஹண அந்தத் தாளைத் தொட்டுக்கூடப் பார்க்காமல், கசப்பான புன்னகையுடன் அமைதியாக இருந்தார். அவருகே சென்ற இராணுவத் தலைமைத் தளபதி 'விஜேவீர! உங்களது மனைவியும் அய்ந்து குழந்தைகளும் என்னுடைய கட்டுப்பாட்டில் இருக்கிறார்கள். இந்தத் துண்டுக் காகிதத்தில் எழுதப்பட்டிருக்கும் ஆறு வரிகளையும் பேசப் போவதில்லை என்று நீங்கள் முடிவெடுத்தால், உங்களது மனைவி சித்திராங்கனியின் வயிற்றிலிருக்கும் ஆறாவது குழந்தையும் சேர்த்தே சுட்டுக் கொல்லப்படும்' என்றார். அப்போது ரோஹண என்னை மட்டுமே பார்த்தார். அவர் தன்னுடைய வாழ்நாளில் ஆற்றிய உரைகளில் மிகச் சிறியது அதுதான். எல்லாவிதத்திலும்!"

நான் தகன மேடையை நோக்கி நடந்தபோது, எரிவாயு உலை தணிந்திருந்தது. என்னால் எதையும் சிந்திக்க முடியாதவாறு எனது மண்டை தகித்துப் புகைந்துகொண்டிருந்தது. அதிகாலையில் முகாம் திரும்பி, குளித்துவிட்டுப் படுத்தவன் பிற்பகலில்தான் கண்விழித்தேன். படுக்கையிலிருந்து எழுந்திருக்க மனம் ஏவாமல், மாலை நான்கு மணிவரை கட்டிலிலேயே படுத்திருந்தேன். தலைநகரத்திலிருந்து வெளிவரும் தினப்பத்திரிகைகள் மாலையில் சிறப்புத் தாள்களை வெளியிட்டிருந்தன. என்னுடைய கைக்குக் கிடைத்த 'திவயின' பத்திரிகையில் அரைப் பக்கத்திற்கு ரோஹண விஜேவீரவின் புகைப்படம்

இருந்தது. கீழே இலங்கை பாதுகாப்பு அமைச்சகத்தின் அறிக்கை இவ்வாறு வெளியாகியிருந்தது:

நேற்று, 12.11.1989 பிற்பகலில், கண்டி மாவட்டத்தில் உலப்பெனே தேயிலைத் தோட்டத்து வீட்டில் மறைந்திருந்த ஜே.வி. பி. தலைவர் ரோஹண விஜேவீர விஷேட பாதுகாப்புப் படையினரால் கைது செய்யப்பட்டு, உடனடியாகவே மேலதிக விசாரணைகளுக்காகக் கொழும்புக்கு அழைத்து வரப்பட்டார். விசாரணைகளுக்கு ரோஹண விஜேவீர முழுமையாக ஒத்துழைப்பு வழங்கினார். அவராகவே முன்வந்து வீடியோ மூலமாக ஜே.வி.பி. உறுப்பினர்களுக்கு ஒரு கோரிக்கையையும் முன்வைத்தார். ஆயுதப் போராட்டத்தைக் கைவிட்டு, படையினரிடம் சரணடையுமாறு ஜே.வி.பி. உறுப்பினர்களை ரோஹண விஜேவீர கேட்டுக்கொண்டார். பின்பு கொழும்பிலுள்ள ஜே.வி.பி.யின் மறைவிடத்தைக் காட்டிக்கொடுப்பதற்காக அவர் படையினரை அழைத்துச் சென்றார். அந்த மறைவிடத்தில் ஒளிந்திருந்த ஜே.வி.பி.யின் பொலிட்பீரோ உறுப்பினர் எச்.பி. ஹேரத் படையினரிடம் சரணடைவது போன்று நாடகமாடியப்படியே, திடீரெனத் துப்பாக்கியை எடுத்து ரோஹண விஜேவீரவைச் சுட்டுக் கொன்றார். படையினர் துப்பாக்கிப் பிரயோகம் செய்தபோது, எச்.பி. ஹேரத் கொல்லப்பட்டார். அவசரநிலைச் சட்ட விதிகளின்படி இரு உடல்களும் உடனடியாகவே படையினரால் உரிய முறையில் தகனம் செய்யப்பட்டன.

அந்தப் பத்திரிகைத் தாளைப் பத்திரப்படுத்தி வைத்துக்கொண்டேன். இப்போது என் முன்னால் இரு அபாயங்கள் இருப்பதை நான் உணர்ந்தேன். நான் ஜே.வி.பி.க்கு அனுதாபியாக இருந்தது இராணுவத்தில் சிலருக்காவது தெரியும். அவர்களில் யாராவது ஒருவர் கொடுக்கும் தகவலின் மூலம் நான் கைதுசெய்யப்பட்டுக் காணமலாக்கப்படலாம். எரிவாயு உலைகளை எப்படி இயக்குவது என இப்போது அதிகாரிகள் தெரிந்து வைத்திருக்கிறார்கள்.

இன்னொருபுறத்திலும் எனது உயிருக்கு ஆபத்து உண்டு. நான் ரோஹண விஜேவீரவை அரைகுறை உயிரோடு உலைக்குள் திணித்ததை ஜே.வி.பி. விசுவாசியான லான்ஸ் கோப்ரல் வீரசிங் பார்த்திருக்கிறான். அவன் மூலம் இந்தச் செய்தி ஜே.வி.பி.க்குச் சென்றால், அவர்கள் நிச்சயமாக என்னைப் பழிதீர்ப்பார்கள். ஜே.வி.பி.யின் சாதாரண உறுப்பினரான மனம்பேரி கொலைக்கும் பழிதீர்ப்பதற்காகப் பதினேழு வருடங்கள் காத்திருந்து, இராணுவத் தொண்டர் படையைச் சேர்ந்த ரத்நாயக்கவைக் கொன்றவர்கள் அவர்கள். பள்ளத்தை நோக்கித்தான்

தண்ணீர் ஓடிவரும். பெரிய மனிதர்கள் செய்யும் தவறுகள் கடைசியில் சிறிய மனிதர்கள் மீதே சுமத்தப்படும். நான் நாட்டிலிருந்து தப்பிச் செல்ல முடிவெடுத்தேன். எல்லா வித்தைகளிலும் பெரிய வித்தை தன்னைக் காப்பாற்றிக்கொள்வதுதான்.

எனது அடையாளங்களை அழித்துக்கொண்டு வாழும் இந்த முப்பத்து மூன்று வருடங்களில், அப்படியொன்றும் பெரிய துன்பத்தையெல்லாம் நான் அனுபவித்துவிடவில்லை. இந்த வாழ்க்கை முறைக்கு இணக்கமாகிவிட்டேன். இலங்கையிலிருக்கும் என்னுடைய இளைய சகோதரியிடம் அவ்வப்போது தொலைபேசியில் பேசிக்கொண்டுதான் இருக்கிறேன். ஆரம்பத்தில் சில தடவை என்னைத் தேடி யார் யாரோ வீட்டுக்கு வந்தார்களாம். இப்போது அப்படி எதுவுமில்லை. எல்லோருமே என்னை மறந்துவிட்டார்கள். ஆனால், என்னைப் பற்றி அவர்களுக்கு மறுபடியும் ஞாபகமூட்ட லான்ஸ் கோப்ரல் வீரசிங்க முயற்சிக்கிறான் போலிருக்கிறது.

அன்றைய இரவின் இரகசியம், அதில் நேரடியாகச் சம்பந்தப்பட்ட இருவராலேயே நீண்ட பல வருடங்கள் கழித்து வெளியே கசியவிடப்பட்டது. முதலில் அரைகுறையாக வாயைத் திறந்தவர் மேஜர் ஜெனரல் சரத் முனசிங்கே. அவர் எழுதிய 'ஒரு படைவீரனின் கதை' என்ற நூலில் அன்றைய இரவைப் பற்றிக் குறிப்பிட்டுவிட்டு, தனக்கும் ரோஹண விஜேவீரவின் கொலைக்கும் எந்தத் தொடர்புமில்லை என்று நழுவிவிடுகிறார். தன்னுடைய சேவைக்காக ரண விக்ரம பதக்கம், ரண சூர பதக்கம், உத்தம சேவா பதக்கம் எனப் பல விருதுகளை வாங்கித்தான் சரத் முனசிங்கே இராணுவத்திலிருந்து ஓய்வு பெற்றார். பிற்காலத்தில் நாடாளுமன்ற உறுப்பினராகி, துணைச் சபாநாயகர் பதவிவரை உயர்ந்தார். இரண்டாவதாக வாயைத் திறந்தது இராணுவப் பொலிஸ் பிரிவிலிருந்த இந்திரானந்த டி சில்வா. அவரும் தனக்கு ஒரு பகுதி உண்மைதான் தெரியும் எனச் சொல்லி நல்லபிள்ளைக்கு நடித்திருக்கிறார். அவருக்கு ஜெ.வி.பி. சார்பாகத் தேர்தலில் போட்டியிட வாய்ப்பு வழங்கப்பட்டது.

இப்போது, லான்ஸ் கோப்ரல் வீரசிங்க ஓர் இணையத்தளத்திற்கு வழங்கியிருக்கும் நேர்காணலில், ரோஹண விஜேவீரவின் கொலைக்குத் தான் நேரடிச் சாட்சியென்றும், அந்தப் படுகொலையில் பங்குபற்றிய அனைவரின் பெயர்களையும் தான் விரைவிலேயே முழுமையாக வெளியிடப் போவதாகவும் சொல்லியுள்ளான். முப்பத்து மூன்று வருடங்களாக மூடிவைத்திருந்த அவனுடைய வாயை இப்போது அகலத் திறப்பதால் என்ன நன்மை விளையப் போகிறது என நீங்களே

சொல்லுங்கள் பார்க்கலாம்! ஒருவேளை அவனுக்கும் ஏதாவது ஒரு கட்சியில் பதவி கிடைக்கலாம். எப்படியோ தொலையட்டும்!

ஆனால், லான்ஸ் கோப்ரல் வீரசிங்கவிடம் நான் சொன்னதாக ஒரு தகவலைத் தெரிவித்துவிடுங்கள். என்னுடைய பெயர் உங்களுக்குத் தெரிய வேண்டியதில்லை. 'யக்கடயா' எனச் சொன்னால் வீரசிங்க புரிந்துகொள்வான். அது என்னவென்றால், அவன் என்னுடைய பெயரை எங்காவது வெளிப்படுத்தினால், நான் இலங்கைக்குச் சென்று, அவனது தலையைத் திருகி, அவனை நிச்சயமாகவே கொன்றுவிடுவேன்.

எனக்கு இப்போது நேரமாகிறது. நான் கடலுக்குள் செல்ல வேண்டும். பூமிக்குத் திரும்ப நாட்களாகும்.

□ shobasakthi.com – 2023

சித்திரப்பேழை

'தமிழீழத்தை ஆதரிக்கும் மாவோயிஸ்டுக்கு மணமகள் தேவை' என்று அமரேசன் செய்திருந்த விளம்பரத்தைப் பார்த்துத்தான், முப்பது வருடங்களுக்கு முன்னால் அவரை யசோதா பதிவுத் திருமணம் செய்துகொண்டார். அப்போது அமரேசனுக்கு முப்பத்து நான்கு வயது. யசோதாவுக்கு இருபத்தெட்டு வயது.

சென்ற வருடத்தின் கொடுங்குளிர் காலத்தில், அமரேசன் புற்றுநோயால் மருத்துவமனையில் அனுமதிக்கப்பட்டிருந்தபோது, அவரது தொண்டையில் துளையிட்டுப் புகுத்தப்பட்டிருந்த மெல்லிய குழாய் காரணமாக அவரால் பேச முடியவில்லை. அவர் பேசுவதற்கு முயற்சிக்கவே கூடாது என்றுதான் மருத்துவர்கள் கண்டிப்பாக உத்தரவிட்டிருந்தார்கள். அந்த நிலையிலும் அமரேசனின் முகம் வேதனையால் நெளிந்து விரிய, அவர் சில வார்த்தைகளைத் தட்டுத் தடுமாறி யசோதாவிடம் முனகினார்:

"யசோ... என்னுடைய சாம்பலை கொம்யூனிஸ நாடொன்றின் கடலில் கரைக்க வேண்டும் என்பது என்னுடைய ஆசை."

இவையே உண்மையில் அமரேசனின் இறுதி வார்த்தைகளாக இருந்தன. யசோதா தன்னுடைய சுட்டுவிரலை மென்மையாகக் கணவரின் மெல்லிய உதுகளின்மீது வைத்து மூடியவாறே கணவரின் கண்களைப் பார்த்தார். அப்போது, அமரேசன் சிரமப்பட்டுத் தனது உதடுகளைப் பிரித்துப் புன்னகைத்தார். அந்த வறண்ட உதடுகள் யசோதாவின் விரலை முத்தமிட்டு மூடிக்கொண்டன. இரண்டு நாட்கள் கழித்து அமரேசன் இறந்துபோனார்.

மின் மயானத்தில் அமரேசனின் சிறிய உடலை எரியூட்டிய பின்பாக, ஒரு சித்திரப்பேழைக்குள் பிடி சாம்பலை வைத்து யசோதாவிடம் கொடுத்தார்கள். தீக்கோழி முட்டையின் அளவிலும் வடிவத்திலுமிருந்த அந்தச் சித்திரப்பேழை கறுப்பு நிறத்திலிருந்தது. அதன் தலையிலும் அடிப்பாகத்திலும் வெள்ளிப் பூச்சால் சித்திர வேலைப்பாடுகளிருந்தன. இடைப்பட்ட பகுதியில் வெண்ணிறத்தில் பொட்டுப் பொட்டாகச் சின்னஞ்சிறிய பெகோனியாப் பூக்கள் அங்கொன்றும் இங்கொன்றுமாகப் பொறிக்கப்பட்டிருந்தன.

இப்போது யசோதா அந்தச் சித்திரப்பேழையுடன் வீட்டில் தனித்தே இருக்கிறார். இரண்டு அறைகளும் சிறிய கூடமுள்ள அந்த வீடு ஊரிலிருந்து சற்று ஒதுங்கியிருக்கிறது. அந்த ஊரும்கூட பாரிஸ் நகரத்திலிருந்து தெற்குத் திசையாக அறுபது கிலோமீற்றர் தொலைவில் தனித்துத்தான் இருக்கிறது. பாரிய தொழிற்சாலைகளுக்கும், அங்கு வேலை செய்பவர்களுக்குமாகவே அந்த ஊர் உருவாக்கப்பட்டிருக்கிறது.

சலவைத் தொழிற்சாலையில் வேலை முடிந்து பிற்பகலில் யசோதா வீட்டுக்குத் திரும்பிவிட்டால், இந்தச் சித்திரப்பேழையே அவருக்குத் துணை. அமரேசனின் உருவப்படம் வைக்கப்பட்டிருந்த மேசையிலிருக்கும் பிடி சாம்பல் சித்திரப்பேழையை எடுத்து தனது மடியில் வைத்தவாறே மணிக்கணக்காக யசோதா சாய்மனை நாற்காலியில் உட்கார்ந்திருப்பார். முதுகில் வலியெடுக்கும்போது, சித்திரப்பேழையை ஏந்தியவாறே எழுந்து இரண்டு நிமிடங்கள் வீட்டுக்குள்ளேயே நடந்துவிட்டு, மறுபடியும் சாய்மனை நாற்காலியில் உட்கார்ந்துவிடுவார். சற்றே உடல் பெருத்திருந்த அவரது எடையால் சாய்மனை நாற்காலி தாழ்ந்து போகும். ஐம்பத்தெட்டு வயதில் இயல்பாகவே ஏற்படக்கூடிய உடல் உபாதைகள் யசோதாவுக்கு இருந்தாலும், குறைந்தது இன்னும் ஆறு வருடங்களாவது அவர் சலவைத் தொழிற்சாலையில் இயந்திரங்களோடு இயந்திரமாக உழைக்கத்தான் வேண்டியிருக்கிறது. இந்த வீட்டை வாங்குவதற்காக வங்கியில் பெற்றிருந்த கடன்தொகையில் எஞ்சியிருக்கும் எழுபது மாதங்களுக்கான தவணைத் தொகையை இப்போது அவர் தனித்தே செலுத்த வேண்டியிருக்கிறது.

அவர்களுடைய ஒரேயொரு மகள் மேதினி தன்னுடைய பத்தொன்பதாவது வயதிலேயே வீட்டைவிட்டு வெளியேறி, பாரிஸ் நகரத்தில் நண்பர்களுடன் வசிக்கச் சென்றுவிட்டாள். அவள் ஏதோவொரு பிரச்சினையான இசைக் குழுவில் இருக்கிறாள் என்பது மட்டுமே யசோதாவுக்குத் தெரியும். அந்தக் குழுவிலிருக்கும் எல்லோரும் எப்போதுமே கறுப்பு ஆடைகளையே அணிவார்கள். கால்களில் தடித்த பூட்ஸ்கள் போட்டிருப்பார்கள். உடலில் எங்கெங்கு இடமிருக்கிறதோ அங்கெல்லாம் சித்திரப் பச்சை குத்துவார்கள். பச்சை குத்தியிருக்காத இடங்களில் உலோக வளையங்களை அணிந்திருப்பார்கள். மேதினியும் அப்படித்தானிருந்தாள். நடு நாக்கில் கூட அலகு குத்துவதுபோல ஒரு ஆணியைக் குத்தியிருந்தாள். அவள் எப்படி அந்த ஆணி நாக்கால் பாடுகிறாள் என்பது யசோதாவுக்குப் புரியவேயில்லை.

மேதினி திடீரென ஒருநாள் சொல்லாமல் கொள்ளாமல் பெற்றோரைப் பார்க்க வருவாள். அவளிடமும் வீட்டுச் சாவி ஒன்றிருந்தது. வீட்டுக்கு வந்தால் ஒருநாளுக்கு மேல் தங்கும் வழக்கம் மேதினிக்குக் கிடையாது.

இப்போது, தனிமையை எதிர்கொள்ள முடியாமல் யசோதாவின் உடல் புகைந்து, அது மேதினி மீதான எரிச்சலாக வீட்டுக்குள்ளேயே அலைந்துகொண்டிருக்கிறது.

அமரேசன் இறந்து இரண்டு மாதங்கள் கழித்துத்தான் மேதினி மறுபடியும் ஆடிப்பாடி வீட்டுக்கு வந்தாள். அவளுடைய முதல் கேள்வி "அம்மா! எதற்காகச் சாம்பல் பேழையை வீட்டுக்குள் வைத்திருக்கிறீர்கள்?" என்பதாக இருந்தது.

"நானே உன்னிடம் சொல்ல வேண்டும் என்றிருந்தேன் மேதினி... தன்னுடைய சாம்பலை கொம்யூனிஸ நாடொன்றின் கடலில் கரைக்க வேண்டுமென்று உன்னுடைய அப்பா இறப்பதற்கு முன்னால் என்னிடம் சொல்லியிருக்கிறார்..."

தன்னுடைய உருண்டைக் கண்களை இன்னும் பெரிதாக விரித்து, ஒல்லி உடம்பைக் குலுக்கிக்கொண்டே யசோதாவை வினோதமாகப் பார்த்த மேதினி "அம்மா... கொம்யூனிஸ நாடு என்று எதுவும் இப்போது உலகத்தில் இல்லை" என்றவள் சற்று நிறுத்தி "எப்போதுமே இருந்ததில்லை" என்றாள்.

மேதினி பேசிய தோரணை யசோதாவுக்கு எரிச்சலூட்டியது. மேதினி எப்போதுமே தன்னைப் பற்றிச் சிந்திக்கிறாளே தவிர, பெற்றோரைக் குறித்தோ அவர்களது விருப்பங்களைக் குறித்தோ அவள் என்றுமே அக்கறைப்பட்டதில்லை. யசோதா சற்று ஆத்திரத்துடன் "இல்லாத ஒன்றை உன்னுடைய அப்பா சொல்லியிருக்கமாட்டார் மேதினி" என்றார்.

"அப்பா தன்னுடைய கடைசி நாட்களில் எப்படியிருந்தார் என்பது உங்களுக்குத் தெரியாதா அம்மா? அவர் எல்லா விஷயங்களையும் குழம்பிப் பேசிக்கொண்டிருந்தார். அவரது மூளை அவருக்கு முன்பே செத்துக்கொண்டிருந்தது..."

"வாயை மூடு மேதினி! நீ அடுத்தமுறை வீட்டுக்கு வரும்போது இந்தச் சித்திரப்பேழை இங்கிருக்காது" என்று யசோதா சொல்லிவிட்டுச் சாய்மனை நாற்காலியிலிருந்து எழுந்து, சித்திரப்பேழையுடன் படுக்கையறைக்குள் சென்றுவிட்டார்.

2

அமரேசனோடு வாழ்ந்த முப்பது வருடங்களின் ஒவ்வொரு பகலும் இரவும் ஈரச் சுண்ணாம்புச் சாந்துமீது இயற்கை வண்ணங்களால் வரையப்பட்ட சித்திரம் போன்று யசோதாவின் மனதில் பதிந்திருக்கிறது. வருத்தப்படக் கூடிய ஒரேயொரு தருணம் கூட அவற்றில் இருந்ததில்லை.

அமரேசன் பொய் பேசியோ, கோபப்பட்டோ யசோதா பார்த்ததில்லை. தங்கள் இரண்டு பேருக்குமிடையில் எப்போதாவது அபிப்பிராய பேதம் ஏற்பட்டிருக்கிறதா என்று இப்போது யசோதா மீண்டும் மீண்டும் தனது மூளையைத் திருகி யோசித்துப் பார்த்தாலும், அப்படி எதுவுமே நிகழ்ந்ததில்லை என்பது அவரது மனதை ஆற்றுப்படுத்துகிறது. யசோதாவை முதன்முதலாகச் சந்தித்தபோது அமரேசன் எவ்வாறு மலர்ந்து சிரித்தாரோ, அதே புன்னகை அவர் இறந்துகிடக்கும் போதுகூட அவரது முகத்தில் இருந்ததை யசோதா பார்த்திருக்கிறார். சவப்பெட்டியில் கிடத்தப்பட்டிருந்த அமரேசனுக்கு அறுபத்து நான்கு வயதென்று யாராலும் சொல்லிவிட முடியாதென்றே யசோதா நினைத்துக்கொண்டார். யசோதா முதன்முதலில் அமரேசனைப் பார்த்தபோது, அமரேசன் என்ன தோற்றத்தில் இருந்தாரோ அதே தோற்றத்திலேயே சாகும் போதும் அமரேசன் இருந்தார். அவரது விஷயத்தில் காலம் உறைந்திருந்தது என்றுகூடச் சொல்லலாம்.

அவர்களிடையேயான முதல் சந்திப்பு 1993 ஆம் வருடத்தின் கோடை காலத்தில் நிகழ்ந்தது. அப்போது, இந்த ஊரிலுள்ள தொழிலாளர் விடுதியொன்றில் யசோதா தங்கியிருந்தார். ஞாயிற்றுக்கிழமைகளில் இரயிலைப் பிடித்துப் பாரிஸிலுள்ள தமிழ்க் கடைத்தெருவுக்குப் போய் ஒரு வாரத்திற்குத் தேவையான சமையல் பொருட்களையும் காய்கறிகளையும் வாங்கி வருவார். வீடியோக் கடையில் தவறாமல் ஏழு தமிழ்த் திரைப்பட வீடியோ கஸெட்டுகளை வாடகைக்கு எடுத்துக்கொள்வார். ஒரு நாளைக்கு ஒரு தமிழ்ப்படம். வேலை, சமையல், வீடியோப் படம், தூக்கம், எஞ்சிய வேளைகளில் கண்ணீர் இவற்றைத் தவிர அவருடைய வாழ்க்கையில் வேறெதுவுமே அப்போது இருந்ததில்லை. யாழ்ப்பாணத்திலிருக்கும் குடும்பத்தாருக்குத் தொலைபேசி அழைப்பு எடுத்துப் பேசுவதைக் கூட அவர் விரும்புவதில்லை. அவர்களோடு பேசுவது யசோதாவுக்குச் சித்திரவதையாகவும் பெரும் துக்கமாகவுமிருந்தது.

தமிழ்க் கடைத்தெருவில் சினிமா விளம்பரங்களும் கோயில் விளம்பரங்களும் புலிகள் இயக்கத்தின் சுவரொட்டிகளும் ஒட்டப்பட்டிருக்கும். அவை ஒவ்வொன்றையும் நின்று நிதானித்துப் படித்துச் செல்வது யசோதாவுக்குப் பிடித்தமான பொழுதுபோக்கு. தமிழ்ச் சமூகத்திற்கும் அவருக்குமான தொடர்பு அவ்வளவுதான். அப்படிப் படித்துக்கொண்டிருக்கும் போதுதான், அமரேசனின் 'மணமகள் தேவை' விளம்பரத்தை யசோதா பார்த்தார். அந்த விளம்பரம் உள்ளங்கையளவு வெள்ளைக் காகிதத்தில் பேனாவால் எழுதப்பட்டு, கடைத்தெருவிலிருந்த எல்லா விளக்குக் கம்பங்களிலும் நன்றாகப் பசை போட்டு ஒட்டப்பட்டிருந்தது. பல விளக்குக் கம்பங்களிலிருந்து அந்த

விளம்பரக் காகிதத்தை யாரோ சுரண்டிக் கிழிக்க முயற்சித்திருக்கிறார்கள். ஒரு விளக்குக் கம்பத்தின்மீது வெற்றிலைச் சாறு உமிழப்பட்டிருந்தது.

'தமிழீழத்தை ஆதரிக்கும் மாவோயிஸ்டுக்கு மணமகள் தேவை' என்ற விளம்பரத்தைப் படித்தபோது, உண்மையிலேயே யசோதா 'மாவோயிஸ்ட்' என்பது 'பார்மஸிஸ்ட்', 'ரிசப்ஷனிஸ்ட்' போன்றதொரு வேலையாகத்தான் இருக்க வேண்டும் என்றே எண்ணிக்கொண்டார். மணமகன் 'தமிழீழத்தை ஆதரிப்பவர்' என்று தன்னை அறிவித்திருந்ததும் யசோதாவைக் கவர்ந்திருந்தது. துணிச்சலும் நேர்மையுமுள்ளவராகத்தான் இந்த மணமகன் இருக்கவேண்டும் என்று யசோதா நினைத்துக்கொண்டார். அவர் அங்குமிங்கும் பார்த்துவிட்டு, விளக்குக் கம்பத்தில் ஒட்டப்பட்டிருந்த விளம்பரத்தின் இடது மூலையை மட்டும் பிய்த்தெடுத்துத் தனது கைப்பைக்குள் பத்திரப்படுத்திக்கொண்டார். அந்தத் துண்டில்தான் தொடர்புகொள்ள வேண்டிய மணமகனின் தொலைபேசி இலக்கம் எழுதப்பட்டிருந்தது.

யசோதா நான்கு சகோதரிகளுடனும் ஒரு தம்பியுடனும் பிறந்தவர். அவர்களோடு ஆடியோடி வளர்ந்த யசோதாவை பிரான்ஸில் தனிமை எரித்து அவரது உடலைப் புகைய வைத்தது. வாரம் தவறாமல் யாழ்ப்பாணத்திலிருந்து அவரது தந்தையார் அனுப்பிவைக்கும் கடிதங்களில், யசோதாவை உடனேயே கல்யாணம் செய்யுமாறும் அல்லது இலங்கைக்கே திரும்பி வந்துவிடுமாறும் எழுதப்பட்டிருக்கும். 'எனக்கு விரைவிலேயே திருமணம் நடக்கவிருக்கிறது' என்றுதான் யசோதாவும் பதில் எழுதிக்கொண்டிருக்கிறார். ஆனால், யாரைத் திருமணம் செய்வது, எப்படிச் செய்வது என்பதெல்லாம் யசோதாவுக்குத் தெரியவில்லை. அவருக்கு உற்றார் உறவினரென்று ஒருவர்கூட பிரான்ஸில் இருக்கவில்லை. அவர் வேலை செய்யும் சலவைத் தொழிற்சாலையில் ஒன்றிரண்டு காதல் கோரிக்கைகள் வரத்தான் செய்தன. ஆனால், அவை காதலுக்கான கோரிக்கைகள் மட்டுமே. யசோதாவைக் கல்யாணம் செய்யக் கோரிக்கையாளர்கள் தயாரில்லை. யசோதாவுக்கோ காதலைவிடக் கல்யாணமே முக்கியமானதாக இருந்தது. அதை வைராக்கியம் என்றே சொல்லலாம். சில வருடங்களாகவே அவரது மனதில் பழுக்கக் காய்ச்சிய ஆணியால் அந்த வைராக்கியம் ஆழமாகப் பொறிக்கப்பட்டிருக்கிறது.

யசோதா நிச்சயமாகவே ஒரு அவசரக் குடுக்கை கிடையாது. தீர ஆலோசித்துத்தான் ஒரு முடிவெடுப்பார். முக்கியமாக, தீர ஆலோசிப்பது போலப் பாவனை செய்து மண்டையைக் குழப்பிக்கொண்டு பிரச்சினைகளை ஆறப்போடும் வழக்கம் அவரிடம் கிடையாது. ஐந்து நிமிடங்களுக்குள் அவரால் ஒரு முடிவுக்கு வந்துவிட முடியும். யசோதா கடைத்தெருவிலிருந்து தன்னுடைய அறைக்குத் திரும்பியதும்,

அய்ந்து நிமிடங்கள் கண்களை மூடி யோசித்தார். ஆறாவது நிமிடத்தில் 'மணமகள் தேவை' விளம்பரத்திலிருந்த இலக்கத்திற்குத் தொலைபேசி வளையத்தைச் சுழற்றினார்.

மறுமுனையில் "ஹலோ" என்ற குரல் ஒலிக்கும் தருணத்திற்காக யசோதாவின் காது குவிந்திருந்தபோது "அமரேசன்" என்ற சாந்தமான குரல் கேட்டது.

"வணக்கம், என்னுடைய பெயர் யசோதா இராசையா... நீங்கள் ஒட்டியிருந்த மணமகள் தேவை விளம்பரத்தைப் பார்த்தேன்..."

அய்ந்து நிமிடங்கள் மட்டுமே அவர்கள் உரையாடினார்கள். யசோதா வசிக்கும் ஊரிலுள்ள கோப்பிக் கடையொன்றில் வரும் சனிக்கிழமையன்று இருவரும் சந்தித்து நேரில் பேசுவதாக முடிவானது.

சந்திப்பு நடந்த அன்று அமரேசன் கறுப்பு நிறத்தில் காற்சட்டையும் கருநீல நிறத்தில் முழுக்கை சட்டையும் அணிந்து வந்திருந்தது யசோதாவுக்கு இப்போதும் ஞாபகத்திலிருக்கிறது. அமரேசன் அய்ந்து அடிகள் உயரமேயுள்ள குள்ளமான மனிதர். அவரது உடலும் குழந்தையின் உடல் போலச் சிறிதாகவேயிருந்தது. யசோதாவின் வாட்டசாட்டமான உடல்வாகுக்குச் சுலபமாக அமேரசனைத் தூக்கித் தன்னுடைய இடுப்பில் வைத்துக்கொள்ள முடியும். அமரேசனுக்கு உருண்டைக் கண்கள். தலைமுடி சரியாக வாரப்படாமல் கலைந்து கிடந்தது. அடர்த்தியான மீசை வைத்திருந்தார்.

அமரேசன் அண்ணாந்து யசோதாவின் கண்களைப் பார்த்துக்கொண்டே யசோதாவுடன் கைகுலுக்கி அறிமுகம் செய்துகொண்டது யசோதாவுக்குப் பிடித்திருந்தது. கைகுலுக்கும்போது கண்களைப் பார்ப்பவர்களை யசோதா அரிதாகவே சந்தித்திருக்கிறார். அமரேசன் மிக மென்மையாகவும் சரளமாகவும் உரையாடலை ஆரம்பித்தார். அந்தச் சரளம் யசோதாவையும் தொற்றிக்கொண்டது.

"யசோதா... நான் பிரான்ஸில் பத்து வருடகாலமாக இருக்கிறேன். மெக்கானிக்காக வேலை செய்கிறேன்."

"நான் இங்கே வந்து இரண்டு வருடங்கள்தான். பத்து வருட விசா இருக்கிறது."

"நான் எண்பத்து மூன்றாமாண்டுக் கலவரத்தோடு இலங்கையிலிருந்து கிளம்பி வந்தவன்."

"நான் கல்யாணம் செய்வதற்காக இலங்கையிலிருந்து அனுப்பப்பட்டவள்" என்றார் யசோதா. அமரேசனிடம் எதையுமே மறைத்துப் பேசக்கூடாது என அவர் தீர்க்கமாக முடிவெடுத்திருந்தார்.

3

யசோதாவுக்குப் பின்னாலும் வயதுக்கு வந்த நான்கு பெண் பிள்ளைகள் இருந்ததால், யசோதாவின் தகப்பனார் 'மரம்' இராசையா, யசோதாவுக்குச் சீக்கிரமே மாப்பிள்ளை தேடத் தொடங்கியிருந்தார். அவர் மிகவும் பிடிவாத குணமுள்ள மனிதர். அதனால்தான் அவருக்கு ஊருக்குள் 'மரம்' என்ற பட்டம் கிடைத்திருந்தது. தகப்பனாரை எதிர்த்துப் பெண் பிள்ளைகள் பேசுவது என்ற பேச்சுக்கே அந்தக் குடும்பத்தில் இடமில்லை. சொல்லப்போனால் அவர்கள் தகப்பனாருடன் பேசுவதேயில்லை. அதுதான் அங்கே வழக்கம்.

இரண்டு - மூன்று வருடங்களாகப் பலர் யசோதாவைப் பெண் பார்க்க வந்தும் எதுவுமே சரிவரவில்லை. இவ்வளவுக்கும் 'மரம்' இராசையாவிடம் காசுபணத்துக்கும் சொத்துப்பத்துக்கும் குறைவில்லை. மாப்பிள்ளைக்குப் பார்த்துப் பாராமல் சீதனம் கொடுப்பதற்கு அவர் தயாராகவேயிருந்தார். ஆனால், அதைத்தாண்டியும் யசோதாவின் தோற்றமே எல்லாவற்றுக்கும் குறுக்கே தடையாக நின்றது. காசுபணத்தால் எதையும் சாதித்துவிடலாம் என்று நினைத்திருந்த 'மரம்' இராசையா கூடச் சற்றே தளர்ந்து போனார்.

யசோதாவைப் பெண் பார்த்தவர்களில் சிலர் 'நோயாளிப் பெண்' என்று யசோதாவின் காதுபடவே பேசியிருக்கிறார்கள். இந்த வார்த்தைகளைக் கேட்டுக் கேட்டு யசோதாவின் காதுகள் அவிந்துபோயிருந்தன. அப்போதெல்லாம் யசோதா அழுதுகொண்டிருந்தார். திமிங்கலத்தின் வாந்தி திரண்டு மீனாம்பல் ஆவது போன்று யசோதாவின் கண்ணீர் திரண்டு வைராக்கியமாகியது. 'நான் கல்யாணம் பண்ணிக் குழந்தை பெற்று உங்களுக்கு முன்னே வாழ்ந்து காட்டுவேன்' என்ற அந்த வைராக்கியத்தை நினைத்துக்கொண்டேதான், மேதினியைப் பெற்றெடுக்கும்போது யசோதா பிரசவ வலியைப் பொறுத்துக்கொண்டார். இவ்வளவு மனத்திடமுள்ள பெண்ணைத் தாங்கள் பார்த்ததேயில்லை எனப் பிரசவம் பார்த்த தாதிகள் கூடச் சொன்னார்கள்.

யசோதா பருவமடைந்த பின்பாகத்தான் அவரது உடல் மாறத் தொடங்கியது. முன்தலையிலிருந்து முடிகள் உதிர்ந்து நெற்றி மேலேறியது. பின் கழுத்துத் தோலில் முதலில் விழுந்த சுருக்கம் மெல்ல மெல்ல உடல் முழுவதும் பரவிவிட்டது. அவரது சருமம் வறண்டுபோய், மீன் செதில் போல் சிறிய சிறிய வெள்ளைப் புள்ளிகள் உடலில் பெருகத் தொடங்கின. இந்தக் குறைபாட்டைக் குணப்படுத்த முடியாது என்று யாழ்ப்பாணத்திலுள்ள எல்லா வைத்தியர்களும் கைவிரித்துவிட்டார்கள். கொழும்புக்குப் போயும் பார்த்தார்கள். அங்கேயும் எதுவும் நடக்கவில்லை. ஆனால், அங்கே ஓர் ஆலோசனை

கிடைத்தது. குளிர்ப் பிரதேசத்தில் வாழ்ந்தால் காலப்போக்கில் இந்தக் குறைபாடு மறைந்துவிடும் எனச் சொன்னார்கள். இந்திரா காந்திக்கு இதேபோன்று குறைபாடு ஏற்பட்டபோது, நேரு புத்திசாலித்தனமாக மகளை சுவிற்ஸர்லாந்துக்கு அனுப்பிவைத்தார் என்றொரு தகவலைக் கூட ஒரு மருத்துவர் சொன்னார். இதற்குப் பின்பாகத்தான் யசோதாவின் தகப்பனார் வெளிநாட்டில் மாப்பிள்ளை தேட ஆரம்பித்தார்.

அவ்வாறாகத் தேடிய முதலாவது சம்பந்தமே கைகூடிவிட்டது. மாப்பிள்ளையின் பெயர் சந்திரன். பிரான்ஸில் ஒரு நிறுவனத்தில் மனேஜராக வேலை பார்க்கிறானாம். வெளிநாட்டு மாப்பிள்ளை என்பதால், சம்பந்தி வீட்டார் கொஞ்சம் அதிகமாகவே சீதனப் பணம் கேட்டார்கள். யசோதாவின் தகப்பனார் அதற்கும் சம்மதித்தார். தன்னுடைய மகளின் சருமப் பிரச்சினை குளிர்ப் பிரதேசத்தில் வாழ்ந்தால் சரியாகிவிடும் என்று சம்பந்தி வீட்டாரிடம் விளக்கிச் சொல்லும்போது, ஆதாரத்திற்கு இந்திரா காந்தியின் கதையையும் சேர்த்தே சொன்னார். 'மகளின் புகைப்படத்தை மாப்பிள்ளைக்கு அனுப்பிவிட்டீர்கள்தானே' என்று ஒன்றுக்கு இரண்டு தடவை சம்பந்தியிடம் கேட்டார். யசோதாவின் உடல் தோற்றத்தைக் குறித்துச் சம்பந்தி வீட்டார் பெரிதாக அலட்டிக்கொள்ளவில்லை. மாப்பிள்ளையின் சாதகக் குறிப்போடு யசோதாவின் சாதகக் குறிப்புக் கச்சிதமாகப் பொருந்திப் போனதே அவர்களுக்குப் பெரும் திருப்தியளிப்பதாகச் சொன்னார்கள். நாடு இருக்கும் நிலையில் மாப்பிள்ளை இலங்கைக்கு வருவது சாத்தியமில்லை என்பதால், யசோதாவைப் பயண முகவர் மூலமாக பிரான்ஸுக்கு அனுப்பும் செலவையும் 'மரம்' இராசையாவே ஏற்றுக்கொண்டார்.

கடுமையாகப் பனி கொட்டிக்கொண்டிருந்த ஒரு நாளில்தான், இத்தாலியிலிருந்து இரயிலில் எல்லையைக் கடந்து யசோதா பிரான்ஸுக்குள் நுழைந்தார். பாரிஸ் இரயில் நிலையத்தில் காத்திருந்த சந்திரன் கம்பளி ஆடைகளால் மூடப்பட்டுக் குளிரில் நடுங்கியவாறு இரயிலில் இருந்து இறங்கிய யசோதாவைப் பார்த்ததும் முகத்தில் ஒரு வறண்ட புன்னகையை மட்டுமே காட்டினான். மாப்பிள்ளை கொஞ்சம் கூச்ச சுபாவமுள்ளவர் என்றுதான் மாப்பிள்ளையின் தகப்பனார் சொல்லியிருந்தார். பார்த்த மாத்திரத்திலேயே சந்திரனின் தோற்றம் யசோதாவைக் கவர்ந்துவிட்டது. மிக நாகரிகமாக அவன் உடையணிந்திருந்தான். அவனுடைய நெற்றியில் இடைவிடாது நெளிந்துகொண்டிருந்த யோசனை ரேகைகள் அவனை அறிவாளி போல் காண்பித்தன.

யசோதாவைக் காரில் ஏற்றிக்கொண்டு சந்திரன் இரயில் நிலையத்திலிருந்து புறப்பட்டதிலிருந்து, வீடு வந்து சேரும்வரை இருவரும் மிகச் சில சம்பிரதாய வார்த்தைகளையே பேசிக்கொண்டார்கள்.

"நீங்கள் எங்கே படித்தீர்கள்?" என்று சந்திரன் கேட்டான்.

"ஹொலி ஃபமிலி கொன்வென்ட்."

"இங்கே உங்களுக்கு அண்ணன் தம்பி யாராவது இருக்கிறார்களா?" எனச் சந்திரன் முகத்தைத் திருப்பாமலேயே கேட்டான். யசோதாவின் குடும்ப விவரங்களையெல்லாம் சம்பந்தி வீட்டாருக்கு 'மரம்' இராசையா தெளிவாகவே சொல்லியிருந்தார். சம்பந்தி வீட்டார் தங்களது மகனுக்கு அவற்றைச் சரிவரத் தெரிவிக்கவில்லைப் போலிருக்கிறது என்று யசோதா நினைத்துக்கொண்டார்.

"எனக்கு ஒரேயொரு தம்பி இருந்தான். அவன் இயக்கத்தில் இருந்தவன். கோட்டைச் சண்டையில் வீரச்சாவு" என்று யசோதா சொன்னபோது 'அய்யோ' என்றொரு மெல்லிய சத்தத்தை மட்டுமே எழுப்பிவிட்டுச் சந்திரன் முகத்தைப் பத்துத் தடவை குறுக்குமறுக்காக வேகமாக அசைத்துக்கொண்டான்.

சந்திரன் பேசும் வார்த்தைகளை விட, அவனது முகம் கோணல்மாணலாகிச் சொல்லும் செய்திகளே அதிகமாக இருந்ததை யசோதா கவனித்தார். அவனால் முகத்தை ஒரு விநாடி கூட ஒழுங்காக வைத்திருக்க முடியவில்லை. சந்திரன் தன்னைத் தொட்டுப் பேசுவான் என்று யசோதா எதிர்பார்த்திருந்தார். அவன் தொடும்போது எப்படி நடந்துகொள்ள வேண்டும் எனப் பல நாட்களாக மனதிற்குள் ஒத்திகையும் செய்திருந்தார். ஆனால், சந்திரன் வீதியிலிருந்த தனது பார்வையை யசோதாவின் பக்கம் திருப்பவேயில்லை.

சந்திரனின் வீட்டுக்குள் நுழைந்ததும், யசோதா கம்பளி மேலங்கிகளைக் களைந்தபோது, யசோதாவின் கைகளையும் கழுத்தையும் நெற்றியையும் பாதங்களையும் சந்திரன் உற்றுப் பார்த்தான். "நீங்கள் கை கால் முகத்தைக் கழுவிக்கொண்டு வாருங்கள். அதற்குள் நான் என்னுடைய அப்பாவுக்குத் தொலைபேசி செய்து நீங்கள் வந்து சேர்ந்த செய்தியைத் தெரிவித்துவிடுகிறேன்" என்று சொல்லிக்கொண்டே சந்திரன் குளியலறைக் கதவைத் திறந்துவிட்டான்.

குளியலறைக்குள் நுழைந்து கதவைத் தாழிட்டுவிட்டு, அந்தப் புதினமான குளியலறையை எப்படி உபயோகிப்பது, தண்ணீர் குழாயின் குழிழை எந்தப் பக்கம் திருப்புவது என்றெல்லாம் யசோதா யோசித்துக்கொண்டிருந்தபோது, சந்திரன் குரலை அடக்கிப் பேசும்

மெல்லிய சத்தத்தை அவர் கவனித்தார். ஒரு கட்டத்தில் திடீரெனச் சந்திரன் குரலை உயர்த்திக் கத்தினான்:

"நீங்கள் கொழுத்த சீதனம் வாங்குவதற்காக, ஒரு கொழுத்த எருமைமாட்டையா என்னிடம் அனுப்பி வைப்பீர்கள்? இத்தனை வருடங்களாகக் குளிருக்குள் கிடந்து இரவு பகலாக நான் உழைத்து அனுப்பிய பணம் உங்களுக்குப் போதாதா? உடனேயே சீதனப் பணத்தை இந்தப் பெண்ணின் வீட்டில் கொண்டுபோய்க் கொடுத்துவிடுங்கள். அதுவரை என்னைத் தொலைபேசியில் அழைக்காதீர்கள். இவளைப் பார்க்கவே எனக்குப் பயமாக இருக்கிறது. இவளுடைய தோல் பாம்புத் தோல் போலிருக்கிறது. அந்தச் செத்த தோலிலிருந்து ஒரு கெட்ட நாற்றம் வருவதை காரில் வரும்போதே நான் கவனித்தேன். இப்போது அந்தத் துர்நாற்றம் என்னுடைய வீடு முழுவதும் பரவியிருக்கிறது. இவளுடன் ஒரு விநாடி கூட என்னால் இருக்க முடியாது."

யசோதா தன்னுடைய உதடுகளைக் குவித்து உள்ளங்கையில் ஊதி, உள்ளங்கையை முகர்ந்து பார்த்தார். அவருடைய உடல் சடுதியில் வியர்த்து நடுங்கிக்கொண்டிருந்தது. சட்டெனக் குளியலறைக் கதவைத் திறந்துகொண்டு வெளியே வந்து, கூடத்திலிருந்த நாற்காலியில் உட்கார்ந்தார். அவருக்கு மயக்கம் வருவது போலிருந்தது.

"போகலாம்" என்றவாறு சந்திரன் யசோதாவின் பயணப்பையைத் தூக்கிக்கொண்டான். யசோதாவின் இருதயம் மரத்துப் போயிருந்தது. மூளை மட்டும் அவ்வப்போது விழித்துப் பார்த்தது. இவன் தன்னை இலங்கைக்குத் திருப்பி அனுப்பப் போகிறான் என்று அவரது மூளை சொன்னபோது, அவர் சட்டென நாற்காலியிலிருந்து எழுந்து தரையில் உட்கார்ந்துகொண்டார். இலங்கைக்குத் திரும்பிப் போவதைப் பற்றி நினைக்கும்போதே யசோதாவின் கண்கள் மங்கலடைந்து மேலே சொருகிக்கொண்டன. கல்யாணம் செய்வதற்காகத் தூரதேசம் சென்ற பெண் சில நாட்கள் கழித்துத் தனியாகத் திரும்பி வந்தால், அந்த அவமானத்தைக் குடும்பம் எப்படி எதிர்கொள்ளும்? அயலவர்களின் முகத்தில் எப்படி யசோதாவால் விழிக்க முடியும்? அவருக்கு இனி எப்போதுமே கல்யாணம் நடக்காது.

"போகலாம்" என்று சந்திரன் மறுபடியும் சொன்னான். மெதுவாகத் தலையை நிமிர்த்திய யசோதா சந்திரனைப் பார்த்து "எங்கே?" என்று கேட்டார். "நீங்கள் தங்கப் போகும் இடத்திற்கு" என்று சந்திரன் மெல்லிய குரலில் சொன்னான்.

சற்று நேரம் கழித்து, அகதிகளுக்கு ஆதரவளிக்கும் தொண்டு நிறுவனமொன்றின் வாசலில் யசோதாவை இறக்கிவிட்டுச் சந்திரன்

புறப்பட்டான். அப்போதும் அவன் வறட்சியாகப் புன்னகைத்தது போல யசோதாவுக்குத் தெரிந்தது. எனவே, யசோதாவும் உதடுகளைப் பிரித்துப் பற்களைக் காட்டினார். அதுவொரு வைராக்கியப் புன்னகை போலிருந்தது.

4

"**அ**ந்தக் கொழும்பு மருத்துவர் சொன்னது உண்மையில்லை. குளிர்ப் பிரதேசத்திற்கு வந்தும் என்னுடைய உடல்நிலையில் மாற்றமில்லை" என்று யசோதா சொன்னபோது, அமரேசன் தனது வலது கையை நீட்டி யசோதாவின் இடது கையைப் பற்றினார். சரியாக ஆறு வாரங்கள் கழித்து அவர்கள் பதிவுத் திருமணம் செய்துகொண்டார்கள்.

யசோதா வேலை செய்யும் சலவைத் தொழிற்சாலை மிகப் பெரியது. மருத்துவமனைகள், ஆய்வுகூடங்கள், நட்சத்திரத் தங்குவிடுதிகள் போன்றவற்றுக்கான துணிகளை இங்கே வெளுத்து அனுப்பிவைப்பார்கள். சலவை செய்யும் பிரிவில் யசோதாவுக்கு வேலை. நூறு பேருக்கு மேல் வேலை செய்யும் அந்தத் தொழிற்சாலையில் இயந்திரப் பராமரிப்பாளராக அமரேசனுக்கும் ஒரு வேலை கிடைத்துவிட்டது. தொழிற்சாலைக்கு அருகிலேயே ஒரு சிறிய வீட்டை வாடகைக்கு எடுத்துக் குடியேறினார்கள். அமரேசனின் நூற்றுக்கணக்கான ஆங்கிலப் புத்தகங்களே வீட்டின் பாதி இடத்தை அடைத்துக்கொண்டன. அந்த வீட்டில்தான் மேதினியை யசோதா கருத்தரித்தார்.

ஒரு சனிக்கிழமையன்று, பாரிஸ் நகரத்திற்குச் சென்றிருந்த அமரேசன் திரும்பி வரும்போது முகத்தில் இரத்தக் காயங்களுடன் வந்தார். அவரது இடது கண் வீங்கிப் பொங்கியிருக்க, கீழுதடு கிழிந்திருந்தது. "என்ன நடந்தது?" எனப் பதறிப் போய் யசோதா கேட்டபோது "அரைப் பாஸிஸ்டுகள் என்னைத் தாக்கிவிட்டார்கள்" என்று அமரேசன் முணுமுணுத்தார். அவர் மிகவும் பயந்து போயிருந்தார். அவரது உடல் நடுக்கம் நிற்பதாக இல்லை. இரவு முழுவதும் தூக்கத்திலேயே ஆங்கிலத்தில் புலம்பிக்கொண்டிருந்தார்.

இந்தச் சம்பவத்திற்குப் பிறகு, பாரிஸ் நகரத்திற்குப் போவதென்றாலே அமரேசன் அஞ்சி நடுங்கினார். எப்போதாவது செல்ல நேரிட்டாலும் யசோதாவுடனேயே போவார். யசோதாவின் உடல் மறைவில் நிழல்போல யசோதாவைப் பின்தொடர்வார். யசோதாவோடு ஒரு கோப்பிக் கடையில் உட்கார்ந்து கோப்பி குடிக்கும்போதும் மிரட்சியுடன் சுற்றுமுற்றும் பார்த்தவாறேயிருப்பார்.

5

படுக்கையறைக்குள் சித்திரப்பேழையுடன் உட்கார்ந்திருந்த யசோதாவுக்கு வீட்டுக் கதவு அறைந்து மூடப்படும் சத்தம் கேட்டது. 'என்னிடமுள்ள வைராக்கிய குணத்தில் பாதியாவது மகளிடம் இல்லாமல் போய்விடுமா' என நினைத்துக்கொண்டே கூடத்திற்கு வந்தவர் ஜன்னல் திரையை விலக்கிப் பார்த்தபோது, மேதினி தெருவில் நடந்து போய்க்கொண்டிருப்பது தெரிந்தது. யசோதா மீண்டும் சித்திரப்பேழையுடன் சாய்மனை நாற்காலியில் உட்கார்ந்துகொண்டார். திடீரென ஓர் உந்துதல் ஏற்படக் கைத்தொலைபேசியை எடுத்து, கூகுளில் ‹communist countries today› என்று தட்டிப் பார்த்தார்.

சீனா, கியூபா, லாவோஸ், வியட்நாம் என்று கூகுள் பதிலளித்தது. 'மேதினி வாயைத் திறந்தாலே பொய்' என்று முணுமுணுத்தவாறே, அந்த நான்கு நாடுகளின் பெயர்களையும் கண் வெட்டாமல் யசோதா பார்த்துக்கொண்டிருந்தார். பின்பு அவர் உலக வரைபடத்தை ஆராய்ந்தார். எல்லா நாடுகளுமே பிரான்ஸிலிருந்து மிகத் தொலைவில் இருந்தன. லாவோஸில் கடல் இல்லை. மற்றைய மூன்று நாடுகளின் பெயர்களையும் யசோதா மனதில் பதிய வைத்துக்கொண்டார். இவற்றில் ஏதாவதொரு நாட்டின் கடலில் அமரேசனின் சாம்பலைக் கரைக்க வேண்டும். ஆனால், அவ்வளவு தூரத்திலுள்ள முன்பின் தெரியாத நாடொன்றுக்கு எப்படித் தனியாகப் போவது என்று யசோதா யோசித்துக் கொண்டிருக்கும்போதே மேதினியிடம் உதவி கேட்பதில்லை என்ற வைராக்கியம் அவரது மனதில் உருவாகிவிட்டது. தொட்டதற்கெல்லாம் வைராக்கியம் கொள்ளும் இந்தக் குணம் நல்லதா கெட்டதா என்பது யசோதாவுக்குத் தெரியாது. ஆனால், கசங்கிப் போன மனதோடு தத்தளிப்பதைவிட, வைராக்கியத்தோடு வாழ்வதுதான் அவருக்கு இயல்பாகியிருந்தது.

தன்னுடைய அப்பாவோடு மேதினி நீளநீளமாகப் பல விஷயங்களைப் பற்றியும் உரையாடுகையில், யசோதா அமைதியாக உட்கார்ந்து கேட்டுக்கொண்டிருப்பார். அந்த உரையாடல்களில் 'வாழ்க்கையில் எல்லா விஷயங்களும் தற்செயல்களே' என்று அடிக்கடி மேதினி சொல்வாள். அவ்வாறானதொரு தற்செயல் விரைவிலேயே யசோதாவுக்கும் நிகழ்ந்தது.

அன்றைக்கு யசோதா வேலை முடிந்து வீட்டுக்கு நடந்து வரும்போது, வழியிலுள்ள சிறிய பலசரக்குக் கடைக்குச் சென்றார். அந்தக் கடையைத் தனியொருவராக நடத்திவரும் வெள்ளைக்காரப் பெண்மணியான கரோலினுக்கு அறுபது வயதிருக்கும். யசோதாவுக்கும் அவருக்கும் கிட்டத்தட்ட முப்பது வருடப் பழக்கம். கரோலினுக்கும்

பூனைகளோடுதான் சிநேகம் அதிகம். அவரது கடையில் எப்போதும் குறைந்தது பத்துப் பூனைகளாவது தூங்கிக்கொண்டிருக்கும். கரோலின் அணியும் ஆடைகளிலும் பூனைப் படமிருக்கும். அவர் அணியும் தொப்பியில் பூனைப் படம் பொறிக்கப்பட்டிருக்கும். அன்றைக்குக் கடையின் கதவில் பூனை வடிவத்தில் கத்திரிக்கப்பட்டிருந்த ஒரு துண்டு வெள்ளைக் காகிதம் ஒட்டப்பட்டிருந்தது. அந்தத் துண்டில் 'வரும் முதலாம் தேதியிலிருந்து பத்து நாட்களுக்குக் கடை மூடப்பட்டிருக்கும்' என எழுதப்பட்டிருந்தது.

தனக்குத் தேவையான பொருட்களை எடுத்துக் கூடையில் போட்டவாறே "கரோலின் ஏன் கடையை மூடுகிறாய்?" என்று யசோதா கேட்டார்.

"எனக்கும் ஓய்வும் மகிழ்ச்சியும் வேண்டாமா யசோ... பத்து நாட்கள் விடுமுறையில் போகிறேன். இந்தப் பூனைகளைக் கொண்டுபோய் எனது சகோதரியின் வீட்டில் விட்டுவிட்டு, கியூபாவுக்கு விமானத்தைப் பிடிக்க வேண்டியதுதான்."

"எங்கே கியூபாவுக்கா?" என்று படபடப்புடன் கேட்டார் யசோதா. 'ஆம்' என்று தலையசைத்த கரோலின் நின்ற நிலையிலேயே இடுப்பை நெளித்து ஒரு சிறிய நடனமே ஆடிவிட்டார்.

யசோதா ஐந்து நிமிடங்கள் கடைக்குள்ளேயே சுற்றிச் சுற்றி வந்தார். ஆறாவது நிமிடத்தில் "நானும் உன்னுடன் வரட்டுமா கரோலின்?" என்று கேட்டார்.

இடுங்கியிருந்த தனது நீலக் கண்களை விரித்து யசோதாவை ஆச்சரியத்துடன் பார்த்த கரோலின் "அருமையடி பெண்ணே அருமை! என்னுடன் எலின் டீச்சரும் வரயிருக்கிறார். நீ இதுவரை அங்கே போனதில்லை இல்லையா... எங்களுடன் வா! நாங்கள் உனக்கு அற்புதங்களைக் காட்டித் தருகிறோம்" என்று துள்ளிக் குதிக்காத குறையாகச் சொன்னார்.

எலின் டீச்சரையும் யசோதாவுக்குத் தெரியும். எலினுக்கும் யசோதாவின் வயதுதானிருக்கும். 'கோட் டிவார்' நாட்டைப் பூர்வீகமாக்கொண்ட கறுப்புப் பெண்மணி. மேதினி சிறுமியாக இருந்தபோது, வீட்டுக்கே வந்து மேதினிக்குப் பிரெஞ்சு மொழி கற்பித்தவர். யசோதா சமைக்கும் குத்தரிசிச் சோற்றுக்கும் மீன் குழம்புக்கும் எலின் டீச்சர் பெரும் ரசிகை.

"நீங்கள் கியூபாவில் கடற்கரைக்குப் போவீர்களா கரோலின்?" என்று யசோதா கேட்டபோது "கியூபாவின் நான்கு பக்கமும் கடல்" எனக் கரோலின் மிகையான உற்சாகத்துடன் கைகளை அகல விரித்தார்.

யசோதா வீட்டுக்குத் திரும்பியதும், கரோலின் கொடுத்திருந்த பயண முகவரின் இலக்கத்திற்குத் தொலைபேசியில் அழைத்துப் பேசினார். விமானச் சீட்டு, ஏழு பகலும் ஆறு இரவும் கடற்கரை நட்சத்திர விடுதியறை, மூன்று வேளை உணவு சேர்த்து ஆயிரத்து இருநூறு ஈரோக்கள் கட்டணம் என்று பயண முகவர் சொன்னார். கட்டணத்தைப் பத்து மாதத் தவணைகளில் செலுத்துவது என ஏற்பாடானது.

யசோதா மேசையிலிருந்த சித்திரப்பேழையை எடுத்து இரண்டு கைகளிலும் ஏந்தித் தனது கண்களுக்கு நேராக வைத்துப் பார்த்துக்கொண்டிருந்தார். பின்பு சித்திரப்பேழையை அதற்கான அட்டைப்பெட்டியில் வைத்து மூடினார். வீட்டுக் கதவு திறக்கப்படும் சத்தம் கேட்டது. "Bonjour அம்மா" எனச் சொல்லிக்கொண்டே மேதினி உள்ளே நுழைந்தாள்.

6

பாரிஸிலிருந்து புறப்பட்டிருந்த அந்த விமானம் வடக்கு அத்திலாந்து சமுத்திரத்திற்கு மேலாகப் பறந்து, சாத்தானின் முக்கோணம் எனப்படும் பெர்முடா முக்கோணத்தையும் கடந்து, பத்து மணிநேரத்தில் கியூபாவின் 'ஜோசே மார்த்தி' விமான நிலையத்தில் தரையிறங்கும். விமானம் புறப்படுவதற்கு இரண்டு மணி நேரத்திற்கு முன்பாகவே யசோதாவும் கரோலினும் எலினும் விமான நிலையத்திற்கு வந்துவிட்டார்கள். சற்று நேரம் கழித்து, மேதினி அரக்கப்பரக்க விமான நிலையத்திற்குள் நுழைந்தாள். அவளது தோளில் ஒரு சிறிய பயணப்பை மாட்டப்பட்டிருந்தது.

மேதினி தாயாரைக் கட்டிப்பிடித்துக் கன்னத்தில் முத்தமிட்டாள். அவ்வாறே கரோலினையும் எலியையும் முத்தமிட்டாள். பின்பு தோளிலிருந்து பயணப்பையைக் கழற்றி எடுத்துத் தாயாரிடம் கொடுத்துவிட்டு, அதை கியூபாவுக்கு எடுத்துச் செல்லுமாறு கேட்டுக் கொண்டாள்.

"இந்தப் பைக்குள் என்னயிருக்கிறது மேதினி?"

"சிறுவர்களுக்கான சில ஆடைகள், பேனாக்கள், வண்ணப் பென்ஸில்கள் உள்ளன. அங்கேயுள்ள குழந்தைகளுக்கு இவற்றைக் கொடுங்கள் அம்மா" என்று சொல்லிவிட்டு உடனேயே மேதினி கிளம்பிவிட்டாள். கொஞ்ச நேரம் காத்திருந்து தாயாரை வழியனுப்பி வைக்க அவளுக்குப் பொறுமையில்லை.

விமானத்தில் மூவருக்குமே அருகருகே இருக்கைகள். கரோலின் தன்னுடைய ஜன்னலோர இருக்கையை யசோதாவுக்கு விட்டுக் கொடுத்திருந்தார். யசோதா ஓர் அட்டைப்பெட்டியை இரண்டு

கைகளாலும் பற்றிப் பிடித்து மடியில் பத்திரமாக வைத்திருப்பதைக் கவனித்த கரோலின் 'அது என்ன?' என்று யசோதாவிடம் கேட்கலாமா வேண்டாமா என்று தத்தளித்துக்கொண்டிருப்பது போல யசோதாவுக்குத் தோன்றியது. அவர் கரோலினிடம் "இது எனது கணவரின் சாம்பல். இதைக் கடலில் கரைப்பதற்காகத்தான் நான் கியூபாவுக்கு வருகிறேன்" என்றார்.

புன்னகைத்த கரோலின் "நானும் எலினும் எங்களது சாம்பலைக் கரைப்பதற்காகவே வருகிறோம்" என்றார்.

7

'ஜோசே மார்த்தி' விமான நிலையத்தில் விமானம் தரையிறங்கும்போது, மாலை ஆறு மணியாகிவிட்டது. வெப்பத்தைத் தணிக்கும் ஆடைகளும் ஓலைத் தொப்பிகளும் இரப்பர் செருப்புகளும் அணிந்திருந்த உல்லாசப் பயணிகளால் அந்தச் சிறிய விமான நிலையம் நிரம்பி வழிந்தது. பயண முகவர் ஏற்பாடு செய்திருந்த சொகுசுப் பேருந்து விமான நிலையத்தின் வாசலில் தயாராகக் காத்திருந்தது. அதனுள்ளே ஏறிக்கொண்ட கரோலினும் எலினும் அருகுகாக உட்கார்ந்துகொள்ள, யசோதா இங்கேயும் ஒரு ஜன்னலோர இருக்கையில் அமர்ந்துகொண்டார். அவருக்குப் பக்கத்தில் அழகிய கைத்தடி வைத்திருந்த பிரெஞ்சுக் கிழவர் ஒருவர் உட்கார்ந்துகொண்டார். விமான நிலையத்தின் முற்றத்தில் சே குவேராவின் சிலை கம்பீரமாக நின்றிருந்தது.

அங்கிருந்து இரண்டு மணிநேரப் பயணத் தூரத்திலிருந்த 'வரடேரோ' தீவிலுள்ள நட்சத்திர விடுதியிலேயே இவர்கள் தங்குவதற்கு ஏற்பாடாகியிருந்தது. பேருந்து சென்ற பாதையில் அங்கங்கே மக்கள் கூட்டங் கூட்டமாக நின்றிருந்தார்கள். பாதையோரத்தில் அங்கொன்றும் இங்கொன்றுமாகச் சில பலகை வீடுகள் தென்பட்டன. வழி முழுவதும் சிவப்புப் பதாகைகள் வீதியோரத்தில் வைக்கப்பட்டிருந்தன. அந்தப் பதாகைகளில் நட்சத்திரங்களின் கீழே சே குவேராவும் பிடல் கஸ்ரோவும் ராவுல் கஸ்ரோவும் நடந்துகொண்டிருந்தார்கள். தூரத்தே மலைகளும் சமவெளிகளும் மாறி மாறித் தோன்றிக்கொண்டிருந்தன.

பாலத்தைக் கடந்து வரடேரோ தீவுக்குள் பேருந்து நுழைந்தபோது, அந்த இடம் வழியில் பார்த்த காட்சிகளிலிருந்து வேறுபட்டிருந்தது. தெருவெங்கும் பல வண்ண மின்குமிழ் சரங்கள் ஒளிர்ந்துகொண்டிருந்தன. உயரமான நட்சத்திர விடுதிகள் வரிசையாக இருந்தன. தெருவெங்கும் இருந்த மதுச்சாலைகளில் அமர்ந்து உல்லாசப் பயணிகள் குடித்துக் கொண்டிருந்தார்கள். யசோதா பேருந்திலிருந்து இறங்கியபோது, நான்கு

புறங்களிலுமிருந்த நடன விடுதிகளிலிருந்து மிதந்து வந்த ஸ்பானியத் துள்ளல் பாடல்கள் அவரது செவிகளை அதிரப் பண்ணின.

நட்சத்திர விடுதியில் யசோதாவுக்கு ஒதுக்கப்பட்ட அறை இரண்டாவது மாடியில் கடலைப் பார்த்தவாறிருந்தது. அறையின் பல்கனிக்கு வந்து யசோதா கடலைப் பார்த்தார். மெக்ஸிக்கோ குடாவின் தணிந்த அலைகள் விடுதியை மெல்லத் தழுவுவது போல நளினமாக வந்து திரும்பிச் சென்றன. அப்போது அறையின் அழைப்பு மணி ஒலித்தது. யசோதா அறைக்குள் சென்று கைப்பையைத் துழாவி மூக்குக் கண்ணாடியை எடுத்து அணிந்துகொண்டார். அறைக் கதவிலிருந்த கண்ணாடிக் குமிழின் வழியாக வெளியே பார்த்தார். கரோலினும் எலினும் தங்களை அலங்கரித்துக்கொண்டும் மினுங்கும் ஆடைகளை அணிந்துகொண்டும் வெளியே நின்றிருந்தார்கள்.

8

காலையில் அய்ந்து மணிக்கே யசோதாவுக்கு விழிப்புத் தட்டிவிட்டது. குளித்துவிட்டு வந்தவர் சேலை கட்டிக்கொள்ளத் தொடங்கினார். அவர் கடைசியாகச் சேலை கட்டியது அவர்களுடைய பதிவுத் திருமணத்தின் போதுதான். கியூபா வருவதென்று முடிவானவுடனேயே, இந்தச் சேலையைப் பாரிஸ் தமிழ்க் கடைத்தெருவுக்குச் சென்று யசோதா புதிதாக வாங்கியிருந்தார். கறுப்பு நிறத்தில் மஞ்சள் நிறக் கரையுள்ள அந்தச் சேலையைக் கட்டி முடித்ததும், அட்டைப்பெட்டியிலிருந்து சித்திரப்பேழையை வெளியே எடுத்து மடியில் வைத்துக்கொண்டு அய்ந்து நிமிடங்கள் கட்டிலில் உட்கார்ந்திருந்தார். ஆறாவது நிமிடத்தில் அறையிலிருந்து வெளியே வந்து வெற்றுப் பாதங்களுடன் கடலை நோக்கி நடக்கத் தொடங்கினார்.

கடற்கரையில் சீருடையணிந்திருந்த விடுதிக் காவலாளிகள் இருவர் மட்டுமே நின்றிருந்தார்கள். மற்றப்படிக்குக் கடலும் கரையும் வெறுமையாக இருந்தன. அந்தக் கடல் சலனமின்றிக் கிடந்தது. யசோதா கடல் நீருக்குள் இறங்கி, அவரது முழுங்கால்கள் மூழ்கும் ஆழம்வரை சென்றார். சித்திரப்பேழையின் மூடியைத் திறந்து பேழையைக் கீழே சரித்தார். வெளிர் நீலக் கண்ணாடி போன்றிருந்த நீரில் அமரேசனின் சாம்பல் பூவாகப் பரவிச் சென்றது. யசோதா சட்டெனக் கண்களை மூடிக்கொண்டார். வெற்றுச் சித்திரப்பேழையை இறுக மூடிவிட்டு அதையும் கடல் நீரில் விட்டார். பின்பு கரைக்கு வந்து கடலுக்கு முதுகு காட்டி மணலில் உட்கார்ந்துகொண்டு, அந்த நட்சத்திர விடுதியைப் பார்த்துக்கொண்டிருந்தார். காலையில் கடற்கரையில் சந்திக்கலாம் என்று நேற்றிரவே கரோலினும் எலினும் அவரிடம் சொல்லியிருந்தார்கள்.

அந்த விடுதி கடற்காகத்தின் வடிவத்தில் கட்டப்பட்டிருந்தது. மையக் கட்டடத்திற்கு இருபுறங்களிலும் பெருஞ்சிறகுகள் போன்று வரிசையாக மூன்றடுக்குகளில் ஆடம்பர அறைகள் அமைக்கப்பட்டிருந்தன. மேற்குப் பக்கச் சிறகின் நுனியில் யசோதாவின் அறை இருந்தது. அவரது அறைக்கு எதிரேயே கரோலின், எலின் இருவரின் அறைகளுமிருந்தன. கடற்கரையில் இரண்டு மதுச்சாலை குடில்கள் இருந்தன. ஒரு சாய்ப்புச் சாமான் கடையுமிருந்தது. அவற்றுக்கு நடுவே நீலப் பாம்பு போல ஒரு நீச்சல்குளம் வளைந்து சென்றது.

விடுதிச் சிறகுகளுக்குள் உறங்கிக் கிடந்தவர்கள் நீச்சலுடைகளுடன் கடலை நோக்கி வரத் தொடங்கினார்கள். கிழக்குப் பக்கச் சிறகிலிருந்து வெளிவந்த ஒரு கூட்டம் இளம் பெண்கள் இடுப்பில் மட்டுமே கச்சையணிந்து திறந்த முலைகளுடன் யசோதாவை நோக்கி ஓடிவந்தார்கள். யசோதா மெதுவாகக் கடலை நோக்கித் திரும்பிக்கொண்டார். கடலுக்குள் இப்போது மக்கள் கூட்டங் கூட்டமாகக் கரையை நோக்கி வந்துகொண்டிருந்தார்கள். இந்த மக்கள் எப்படி, எப்போது கடலுக்குள் தோன்றினார்கள் என்று யசோதாவுக்குத் தெரியவில்லை.

அந்த மக்களில் முதியவர்களிலிருந்து குழந்தைகள்வரை இருந்தார்கள். அவர்கள் கறுப்பு, மஞ்சள், வெள்ளை என எல்லா நிறங்களிலுமிருந்தார்கள். ஆனால், அந்த மக்கள் கரையேறவில்லை. கடலுக்குள் நின்றுகொண்டேயிருந்தார்கள். உல்லாசப் பயணிகள் கடலுக்குள் இறங்கியபோது, அவர்களை நோக்கிக் கூட்டமாகச் சென்றார்கள். அப்போது, இடுப்பில் நிர்வாணக் குழந்தையைச் சுமந்திருந்த ஒரு கறுப்புப் பெண் கடலுக்குள் நின்று யசோதாவை நோக்கிக் கையசைத்தார். யசோதாவும் அந்தப் பெண்ணை நோக்கிக் கையசைத்தார். அந்தப் பெண் கடலுக்குள் வருமாறு யசோதாவை நோக்கித் திரும்பத் திரும்பச் சைகை காட்டிப் புன்னகைத்தார். யசோதா எழுந்து நடந்து கடலின் விளிம்புக்குச் சென்றார்.

அந்தக் கறுப்புப் பெண் ஆங்கிலத்தில் "எங்களது நாட்டுக்கு வந்திருக்கும் உங்களுக்கு நல்வரவு அம்மா. நீங்கள் அணிந்திருக்கும் உடை மிக அழகாகவுள்ளது. எனது குழந்தைக்கு ஒரு சட்டை வாங்கத் தயவு செய்து பணம் கொடுங்கள். இவளிடம் ஒரு சட்டை கூடக் கிடையாது" என்றார். அந்தப் பெண்ணைக் காத்திருக்குமாறு சொல்லிவிட்டு, யசோதா விடுதியறையை நோக்கி நடந்தார். மேதினி கொடுத்து அனுப்பிய பயணப்பை அங்கே இருக்கிறது.

யசோதா அந்தப் பயணப்பையை எடுத்துக்கொண்டு வந்து கரையில் வைத்துவிட்டு, கடலுக்குள் நின்றிருந்த அந்தக் கறுப்புப் பெண்ணிடம் கரைக்கு வந்து பையை எடுக்குமாறு சைகை செய்தார். அந்தப்

பெண்ணோ பையை எடுத்துக்கொண்டு கடலுக்குள் வருமாறு பதில் சைகை செய்தார். யசோதா பையைத் தூக்கிக்கொண்டு கடலுக்குள் கால் நனைத்தபோது, அந்தப் பெண் விரைந்து வந்து பையைப் பெற்றுக்கொண்டு "அம்மா... நாங்கள் கரைக்கு வரக் கூடாது" என்றார்.

"ஏன் வரக் கூடாது?" என்று யசோதா ஆச்சரியத்துடன் கேட்டார்.

"அது சட்ட விரோதம். அங்கே பாருங்கள்! அந்தக் காவலாளிகள் என்னையே பார்த்துக்கொண்டிருக்கிறார்கள். என்னுடைய கால் நகம் கரையில் பட்டால் கூட அவர்கள் என்னைத் துரத்தியடிப்பார்கள்" என்று சொல்லிவிட்டு, அந்தப் பெண் பையைத் தலையில் வைத்து ஒரு கையால் பிடித்துக்கொண்டே மறு கையில் குழந்தையுடன் கடலுக்குள் சென்றார்.

உண்மையிலேயே யசோதாவுக்கு எதுவும் புரியவில்லை. கரோலினையும் எலினையும் கடற்கரையில் காணவும் முடியவில்லை. எனவே, யசோதா விடுதியறைக்குச் சென்று மறுபடியும் குளித்துவிட்டு உடை மாற்றிக்கொண்டார். விடுதியின் உணவகப் பகுதிக்குச் சென்று காலையுணவைச் சாப்பிட்டுவிட்டு, மறுபடியும் கடற்கரையில் போய் உட்கார்ந்துகொண்டார். வெயில் ஏற ஏறக் கரையிலும் கடலிலும் மக்கள் தீர்த்தத் திருவிழா போலத் திரண்டிருந்தார்கள். அந்த மக்கள் கூட்டத்திடையே கலந்திருக்க யசோதாவுக்குப் பிடித்திருந்தது.

அப்போது, கரோலினும் எலினும் யசோதாவை நோக்கிக் கைகளை அசைத்தவாறே மணலில் நடந்து வந்தார்கள். இருவருமே நீச்சலுடையில் இருந்தார்கள். அவர்களுடன் இரண்டு இளைஞர்களும் வந்தார்கள். அவர்களும் நீச்சலுடையில் இருந்தார்கள். ஒருவன் கறுப்பு நிறத்தவன். மற்றவன் வெளிர் மஞ்சள் நிறத்தவன். அந்த இளைஞர்கள் சாய்ப்புச் சாமான் கடையை நோக்கிச் செல்ல, கரோலினும் எலினும் மணலில் யசோதாவுக்கு அருகே அமர்ந்துகொண்டார்கள்.

"இரவு நன்றாகத் தூங்கினாயா யசோ?" என்று எலின் விசாரித்தார்.

'ஆம்' என்பது போல் தலையசைத்துவிட்டு "இன்னும் உங்கள் இருவருக்கும் தூக்கம் கலையவில்லைப் போலிருக்கிறதே... எப்போது அறைகளுக்குத் திரும்பினீர்கள்?" என்று யசோதா கேட்டார்.

"நாங்கள் அறைகளுக்குத் திரும்பும்போது, அதிகாலை நான்கு மணியாகிவிட்டது. இந்த அருமையான இளைஞர்களை வைத்துக்கொண்டு தூங்கவா முடியும்? தூங்குவதற்கா நாங்கள் இத்தனை தூரம் வந்திருக்கிறோம்" என்று சொல்லிவிட்டு, கரோலின் தோளிலிருந்த நீளமான துவாயை எடுத்து மணலில் விரித்துவிட்டுக் குப்புறப்

படுத்துக்கொண்டார். எலினும் துண்டை விரித்துவிட்டுக் குப்புறப் படுத்துக்கொண்டார். அப்போது அந்த இளைஞர்கள் இவர்களை நோக்கி ஆளுக்கொரு தைலக் குப்பியுடன் வந்தார்கள். கறுப்பு நிறத்தவன் குதிரை ஏறுவது போன்று கால்களை விரித்து கரோலின் முதுகில் ஏறிப் பட்டும்படாமலும் உட்கார்ந்துகொண்டான். மற்றவன் எலின் முதுகில் ஏறி வாகாக உட்கார்ந்துகொண்டான். அவர்கள் அந்தப் பெண்களின் முதுகுகளில் தைலத்தைத் தேய்த்து உருவிடத் தொடங்கினார்கள். எலினின் முதுகில் இருந்தவன் யசோதாவைப் பார்த்தவாறே ஸ்பானிய மொழியில் எலினிடம் ஏதோ சொன்னான். எலின் சிரமப்பட்டுக் கழுத்தைத் திருப்பி யசோதாவைப் பார்த்து "உனது தோழிக்கும் ஒரு காதலன் தேவையா என்று இவன் கேட்கிறான்" என்றார்.

யசோதா உண்மையிலேயே பதறித்தான் போய்விட்டார். எலின் தனது கையை நீட்டி யசோதாவின் கையைப் பற்றிக்கொண்டார்.

"யசோ! இவர்களை நாங்கள் நேற்றிரவு நடன விடுதியில் கண்டுபிடித்தோம். இவர்கள் அழகானவர்கள் மட்டுமல்ல, இனிமையான குணமும் கொண்டவர்கள். அது இந்தத் தேசத்து ஆண்களுக்கென்றே கடவுள் வழங்கிய கொடை. ஒவ்வொருவரும் கடற்குதிரை போன்றிருக்கிறார்கள்."

"இவர்கள் கியூபர்களா? இவர்கள் இங்கே வருவது சட்ட விரோதம் என்று ஒரு பெண் என்னிடம் சொன்னாரே?"

"ஆம்... இது கொஞ்சம் குழப்பமான விஷயம்தான். இந்தக் கடற்கரை இங்கே நட்சத்திர விடுதிகளை நடத்துபவர்களுக்கு உரிமையானது. கியூபர்களை இங்கே அனுமதிப்பதில்லை. ஆனால், விடுதியில் தங்கியிருக்கும் ஓர் உல்லாசப் பயணி தனது பொறுப்பில் கியூபா நாட்டவர் ஒருவரை இங்கே அழைத்துவரத் தடையில்லை..."

யசோதா விடுதியறையை நோக்கி நடந்தார். நடப்பதெல்லாம் புதிதாகவும் கனவு போலவும் அவருக்கிருந்தது. அடுத்த இரண்டு நாட்களும் சாப்பிடுவதற்கு மட்டுமே அவர் அறையைவிட்டு வெளியே வந்தார். அவருக்குப் பதற்றம் தணிவதாக இல்லை. பிரான்ஸுக்குத் திரும்பிச் செல்லும் நாளுக்காக அவர் ஏங்கினார் என்றும் சொல்ல முடியாது. அங்கிருக்கும் தனது வீடு இருபத்துநான்கு மணிநேரமும் நிசப்தமாகவே இருப்பதை நினைக்கும்போதே அவரது உடல் புகையத் தொடங்கிவிடுகிறது.

9

மூன்றாவது நாள் மாலையில் யசோதாவுக்கு உடலெல்லாம் தகித்து வியர்த்து வடிந்தது. அந்த விசாலமான விடுதியறைக்குள்கூட மூச்சு

முட்டுவதைப் போன்று உணர்ந்தார். தான் சாகப் போகிறேனோ என்றுகூட ஒரு கணம் அவர் சந்தேகப்பட்டார். மெல்ல அறையிலிருந்து வெளியேறி அவர் கடலை நோக்கி நடந்து சென்றபோது, கடலுக்குள் யாருமில்லை. மேற்கே பரிதி கடலுக்குள் முழுவதுமாக மூழ்கிக்கொண்டிருந்தது. கடற்கரையில் சில உல்லாசப் பயணிகள் கூச்சலும் கும்மாளமுமாகக் கைப்பந்து விளையாடிக்கொண்டிருந்தார்கள். அங்கிருந்து விலகி, கடற்கரையோரமாக மேற்குத் திசையில் யசோதா நடந்து போனார். சற்றுத் தூரத்தில் மிகக் குட்டையாக ஒரு தென்னைமரம் நின்றிருந்தது. அதன் தலை முழுவதும் மஞ்சளாகப் பூத்திருந்தது. யசோதா கடலைப் பார்த்தவாறே அந்த மரத்தின் கீழே சாய்ந்து உட்கார்ந்துகொண்டு, கால்களை நீட்டிக்கொண்டார். அப்போதுதான், தன்னுடைய கணுக்கால்களில் புதிதாக ஒரு மாற்றம் ஏற்பட்டிருப்பதை யசோதா கவனித்தார். கணுக்கால்களில் காலுறைகளைப் போன்று வெள்ளை படர்ந்திருந்தது. அவர் தனது கால்களைக் கவனித்துக்கொண்டிருந்தபோது, ஏதோ சத்தம் கேட்டுத் திடுக்கிட்டு நிமிர்ந்து பார்த்தார். கடலுக்குள் ஓர் இளைஞன் நின்றிருந்து "ஹாய் லேடி பொஸ்" என்று பற்கள் தெரியச் சிரித்தான்.

அந்த இளைஞனுக்கு இருபத்தைந்து வயதிருக்கலாம். இடுப்பில் அரைக் காற்சட்டை மட்டுமே அணிந்திருந்தான். ஒல்லியான ஆனால், நேர்த்தியான உடல்வாகு. ஆறடிக்கு மேல் உயரமாக இருந்தான். பிரவுண் நிறச் சருமம். அடர்த்தியான சுருட்டைமுடி. முகம் சுத்தமாக மழிக்கப்பட்டிருந்தது.

யசோதாவும் அவனைப் பார்த்துப் பதிலுக்குப் புன்னகைத்து வைத்தார். இப்போது அந்த இளைஞன் உற்சாகமாக ஓரடி முன்னே எடுத்து வைத்தவாறே "லேடி பொஸ்... நீங்கள் எந்த நாட்டிலிருந்து வந்திருக்கிறீர்கள்?" என்று ஆங்கிலத்தில் சிரித்த வாயாகக் கேட்டான்.

"பிரான்ஸ்" என்று சற்றுச் சத்தமாகவே யசோதா சொன்னார்.

உடனேயே அவன் பிரெஞ்சு மொழியில் யசோதாவிடம் பேசினான். "தனியாகவா வந்திருக்கிறீர்கள் லேடி பொஸ்?"

யசோதா கண்களைச் சுருக்கி அவனைப் பார்த்தார். அந்த இளைஞன் இன்னொரு அடி எடுத்து முன்னே வைத்துவிட்டு "இந்தக் கடற்கரையில் புழங்கினால் எல்லா மொழிகளையும் கற்றுவிடலாம். நான் ஏழெட்டு மொழிகள் பேசுவேன் லேடி பொஸ்" என்றான்.

"நான் லேடி பொஸ் அல்ல. என்னுடைய பெயர் யசோதா அமரேசன்."

"இது அருமையான பெயர் லேடி பொஸ். ஆனால், சற்று நீளமாக இருக்கிறது. எனக்கு உச்சரிக்கக் கஷ்டம். என்னுடைய பெயர்

எட்மண்டோ. கடலுக்குள்ளால் நீண்ட தூரம் வந்திருக்கிறேன். என்னைக் கரைக்கு அழைத்தீர்கள் என்றால் உங்கள் அருகே வந்து பேசுவேன். கடல் குளிர ஆரம்பித்துவிட்டது..."

இப்போது அவன் கடலின் விளிம்புக்கே வந்துவிட்டான். அவனது அடுத்த காலடியைக் கரையில்தான் வைக்க வேண்டும். யசோதா அவசர அவசரமாக எழுந்து விடுதியறையை நோக்கி நடக்கத் தொடங்கினார்.

"லேடி பொஸ்... நடன விடுதிக்குப் போக வேண்டுமென்றால் என்னோடு வாருங்கள். இந்தத் தீவின் மிகச் சிறந்த நடன விடுதிக்கு உங்களை அழைத்துச் செல்கிறேன். நான் தனியாகச் சென்றால் உள்ளே அனுமதிக்கமாட்டார்கள். உங்களோடு வந்தால் இன்றிரவு நானும் சல்ஸா நடனம் ஆடுவேன்..."

அந்தக் குரலுக்கு எந்தப் பதிலும் சொல்லாமலேயே யசோதா அறைக்குத் திரும்பிவிட்டார். அன்று இரவுணவு சாப்பிடக் கூட அவர் அறையை விட்டு வெளியே வரவில்லை. மறுநாளும் உணவை அறைக்கே வரவழைத்துச் சாப்பிட்டார். மாலைவேளையாகி இருள் கவிந்துகொண்டிந்தபோது, அவரது மனதில் திடீரென ஓர் எண்ணம் தோன்ற, பல்கனிக்குச் சென்று கடலைப் பார்த்தார். குட்டைத் தென்னைமரம் மங்கலாகத் தெரிந்தது. சற்றுத் தொலைவில் ஓர் உயரமான உருவம் கடலுக்குள் நடந்து போய் மறைந்தது.

அடுத்த நாள் காலையில் யசோதா வெள்ளை நிறக் கவுனை அணிந்துகொண்டார். வெள்ளைநிற மணிமாலையொன்றைக் கழுத்தில் போட்டுக்கொண்டார். காலணிகளும் வெண்ணிறத்திலேயே இருந்தன.

காலை உணவுக்காக அவர் விடுதியின் உணவகத்திற்குச் சென்றபோது, அங்கே கரோலினையும் அவரது கறுப்புக் காதலனையும் கண்டார். அவர்கள் ஒரு வாய் சாப்பிடுவதாகவும் மறுவாய் முத்தமிடுவதாகவும் காலையிலேயே மயக்கத்திலிருந்தார்கள். யசோதா அவர்களது மயக்கத்தைக் கலைப்பது போல அருகில் சென்று காலை வணக்கம் சொன்னார். போதை கலையாத கண்களால் யசோதாவைப் பார்த்த கரோலின் தங்களுடன் அமர்ந்து உணவருந்துமாறு யசோதாவைக் கேட்டுக்கொண்டார்.

"நாளைக்கு அதிகாலையிலேயே நாங்கள் விமான நிலையத்திற்குக் கிளம்ப வேண்டியிருக்கும் யசோ... எல்லா இடமும் சுற்றிப் பார்த்தாயா? எப்படியிருக்கிறது கியூபா? இது எல்லாமே சொர்க்கம் அல்லவா..."

"நான் எங்கேயும் வெளியே போகவில்லை" என்று யசோதா கொஞ்சம் வெட்கத்துடனேயே சொன்னார்.

"இங்கே வரடேரோவில் உல்லாசப் பயணிகள் மட்டுமே மொய்த்திருக்கிறார்கள். யசோ... நீ கொஞ்சம் வெளியே சென்று மக்களைப் பார்க்க வேண்டாமா? சாந்தா மார்த்தாவுக்குப் போ. இங்கிருந்து பக்கம்தான். அங்கே நீ உண்மையான கியூபாவைப் பார்க்க முடியும்."

'வரடேரோ' ஒட்டகச் சிவிங்கியின் கழுத்துப் போன்ற ஒடுக்கமான தீவு. அந்தத் தீவு உல்லாசப் பயணிகளுக்காக நேர்ந்துவிடப்பட்டிருந்தது. அந்தத் தீவையும் கியூபா பெருநிலத்தையும் ஒரு பாலம் இணைக்கிறது. அந்தப் பாலத்தைக் கடந்ததும் சாந்தா மார்த்தா நகரம் வந்துவிடும்.

விடுதியில் சொல்லி யசோதா ஒரு வாடகைக் காரை ஏற்பாடு செய்துகொண்டார். இதுவரை கியூபாவில் செப்புச் சல்லியைக் கூட யசோதா செலவு செய்திருக்கவில்லை. கொஞ்ச ஈரோக்களை விடுதியில் கொடுத்துப் பெஸோக்களாக மாற்றிக்கொண்டார். சாலையில் வாகனங்களே இல்லை. வாடகை கார் சாலையில் வேகமாக வழுக்கிச் சென்றது. பாலத்தைக் கடந்ததும் காட்சிகள் தலைகீழாக மாறிவிட்டன. சாலைகள் குண்டுங் குழியுமாக வளைந்து நெளிந்து சென்றன. அந்தச் சாலைகளில் நோஞ்சான் குதிரைகள் வண்டிகளை இழுத்துச் சென்றன.

இருபத்தைந்து நிமிடப் பயணத்திற்குப் பின்பு, வாடகைக் கார் 'சாந்தா மார்த்தா' நகரத்திற்குள் நுழைந்தது. நகர மையத்திலிருந்த சதுக்கத்தில் சே குவேரா சிலை கம்பீரமாக நின்றுகொண்டிருந்தது. அங்கேயே யசோதா இறங்கிக்கொண்டார். மதியம் பன்னிரண்டு மணிக்கு அதே இடத்திற்கு வந்து தன்னை ஏற்றிக்கொள்ளுமாறு சாரதியிடம் சொல்லிவிட்டு, யசோதா தெருவோரமாக நடந்து சென்றார்.

அதுவொரு சிறிய நகரம்தான். ஆனால், ஏதோ போரால் பாதிக்கப்பட்ட நகரம் போன்று உடைந்து கிடந்தது. நகரமே புழுதிக் காடாகக் காட்சியளித்தது. அங்கொன்றும் இங்கொன்றுமாக இருந்த சிறிய கடைகளுக்கு முன்பு மக்கள் நீண்ட வரிசைகளில் நின்றுகொண்டிருந்தார்கள். எதிர்ப்பட்ட குறுக்குத் தெருவொன்றுக்குள் புகுந்து யசோதா வேடிக்கை பார்த்தவாறே நடந்தார். அந்தத் தெருவில் குடியிருப்புகள் நெருக்கமாக இருந்தன. வந்த வழியை மனதில் ஞாபகம் வைத்துக்கொண்டே, அடுத்த குறுக்குத் தெருவுக்குள் யசோதா நுழைந்தபோது, எதிரே அந்த உயரமான இளைஞன் எட்மண்டோ வந்துகொண்டிருந்தான். அவன் யசோதாவைக் கண்டதும் கண்களை அகல விரித்துத் தனது வலது கையை உதறிக்கொண்டான். பின்பு "லேடி போஸ்" என்று கூவியபடியே யசோதாவை நோக்கி ஓடிவந்தான். இடுப்பில் அதே அரைக் கால்சட்டைதான் இருந்தது. தலையில் அழகானதொரு தொப்பி அணிந்து, தொப்பியின் நாடாக்களைத் தாடையின் கீழே பூப்போன்று முடிச்சிட்டிருந்தான்.

"லேடி பொஸ்... நீங்கள் சம்மனசு போல் திடீரென என் முன்னே காட்சியளிக்கிறீர்கள். என்னுடைய வீடு இங்கேதான் இருக்கிறது. தயவு செய்து வீட்டுக்கு வந்து ஒரு கோப்பைத் தேநீர் பருகி எங்களை மகிழ்வியுங்கள்" என்று எட்மண்டோ சொல்லிவிட்டு, யசோதாவின் கையைப் பிடித்துக்கொண்டு தெருவில் நடந்தான். யசோதா தன்னுடைய கையை அவனிடமிருந்து விடுவிக்க முயற்சிக்கவில்லை. உண்மையில், அந்த அழைப்பு அவருக்கு மகிழ்ச்சியையே கொடுத்தது.

அழுக்குப் படிந்துகிடந்த இரண்டு மாடிக் கட்டடம் ஒன்றின் முன்னால் எட்மண்டோ நின்று "லேடி பொஸ்... இங்கேதான் முதலாவது மாடியில் எனது வீடிருக்கிறது. மாடிப்படிகளில் வெளிச்சம் கிடையாது. என்னுடைய கையை இறுகப் பற்றிக்கொள்ளுங்கள்" என்றவாறே யசோதாவின் கையை மேலும் அழுத்தமாகப் பற்றினான். யசோதா தட்டுத் தடுமாறித்தான் படியேறிச் சென்றார். ஒவ்வொரு படியிலும் இருளுக்குள் ஆட்கள் உட்கார்ந்திருந்தார்கள்.

ஒரு சிறிய அறை மட்டுமே எட்மண்டோவின் வீடாக இருந்தது. உண்மையில் அதுவொரு இருள் பொந்துதான். அந்தப் பகல் பொழுதிலும் அறை இருண்டு கிடந்தது. அறையின் நடுவே தொங்கிக்கொண்டிருந்த மங்கலான சிறிய மின்குமிழின் கீழே சாய்மனை நாற்காலியில் ஒரு பெண்மணி படுத்துக்கிடந்து பைபிள் படித்துக்கொண்டிருந்தார். உள்ளே நுழைந்த யசோதாவை ஒரு விநாடி பார்த்துவிட்டு, அவர் மறுபடியும் பைபிளில் மூழ்கிப் போனார். அறையின் மூலையிலிருந்த அடுப்பில் எட்மண்டோ கறுப்புத் தேநீர் தயாரித்து யசோதாவுக்குக் கொடுத்தான். யசோதா தேநீரைக் குடித்தவாறே அந்தப் பெண்மணியையே பார்த்துக்கொண்டிருந்தார். தேநீரைக் குடித்து முடித்ததும் யசோதா புறப்படத் தயாரானபோது, அந்தப் பெண்மணி ஸ்பானிய மொழியில் ஏதோ சொன்னார். "லேடி பொஸ்... உங்களது கழுத்திலிருக்கும் மணிமாலை அழகாக இருக்கிறதாம். அதைத் தனக்குக் கொடுக்க முடியுமா என்று அம்மா கேட்கிறார்" என எட்மண்டோ தயக்கத்துடன் யசோதாவிடம் சொன்னான். யசோதா கழுத்திலிருந்த மணிமாலையைக் கழற்றியவாறே சென்று அதை எட்மண்டோவின் அம்மாவுக்கு அணிவித்தார்.

சே குவேரா சிலையை நோக்கி இருவரும் நடந்துகொண்டிருந்தபோது "லேடி பொஸ்... நேற்று மாலை நீங்கள் கடற்கரைக்கு வரவில்லையே" என்று யசோதாவின் காதருகே எட்மண்டோ கிசுகிசுத்தான். யசோதா எதுவும் பேசாமல் நடந்துகொண்டிருந்தார். சே குவேரா சிலையருகே வாடகைக் கார் காத்திருந்தது.

அன்று மாலையில் விடுதியறையின் பல்கனியில் நின்று யசோதா கடலைப் பார்த்தபோது, பரிதி கடலுக்குள் மூழ்கிக்கொண்டிருந்தது. அவர் அங்கேயே நெடுநேரம் நின்றிருந்தார். இருள் முற்றாகக் கவிந்து கடல் அவரது கண் பார்வையிலிருந்து மறைந்தபோது, குளியலறைக்குச் சென்று குளியல் தொட்டியில் படுத்துக்கொண்டு நெடுநேரமாகக் குளித்துக்கொண்டிருந்தார். குளித்து முடித்துவிட்டுத் தொட்டியிலிருந்து அவர் கீழே இறங்கியபோது, எதிரேயிருந்த ஆளுயர நிலைக்கண்ணாடியில் முழு நிர்வாணமாக அவரது உடல் தெரிந்தது. கண்ணாடியில் தோன்றிய அந்தப் பிம்பத்திலிருந்து புகை கசிந்தது.

முற்றாக நரைத்திருந்த தலைமுடி மின்விளக்குகளின் வெளிச்சத்தில் வெள்ளியாக மின்னியது. அவரது தலை சிறிதாகவும் கழுத்து நீளமாகவுமிருந்தது. கழுத்திற்குக் கீழே உடல் அகன்று சென்று வயிற்றுப் பகுதி உப்பியிருந்தது. முழங்கால்களுக்குக் கீழே கால்கள் குச்சிகளாக ஒடுங்கிச் சென்றன. கணுக்காலில் படர்ந்திருந்த வெள்ளைத் திட்டுகள் வெளிச்சத்தில் ஒளிர்ந்தன. உடலில் இருந்த வெண்ணிறப் புள்ளிகள் அவரது கருமையான சருமத்தில் பெகோனியாப் பூக்கள் போன்று தெரிந்தன. தீக்கோழி முட்டை வடிவச் சித்திரப்பேழையைப் போலவே தன்னுடைய உடல் ஆகிவிட்டது என யசோதாவுக்குத் தோன்றியது.

10

ஜோசே மார்த்தி விமான நிலையத்திலிருந்து பாரிஸுக்குக் கிளம்பவிருந்த விமானத்தில், கரோலின் ஜன்னலோர இருக்கையில் அமர்ந்து வெளியே பார்த்துக்கொண்டிருந்தார். அவருக்கு அடுத்தாக எலின் அமர்ந்திருந்தார். அவரது முகம் வாடியிருந்தது. எலினுக்கு அடுத்தாக யசோதா உட்கார்ந்திருந்தார்.

விமானம் மேலேறிப் பறந்தபோது, திடீரென கரோலின் விசும்பி அழத் தொடங்கினார். எலினின் கண்களிலும் நீர் துளிர்த்தது. யசோதா தனது கையை எலினின் தோள்மீது வைத்தார். எலின் சற்றே சாய்ந்து யசோதாவின் காதுக்குள் அரைகுறையாக முணுமுணுத்தார்:

"ஒரு வாரக் காதலோ, ஒரு நாள் காதலோ... பிரிந்து செல்லும்போது இந்தப் பாழாய்ப் போன கண்ணீர் வந்துவிடுகிறது யசோ..."

யசோதா தன்னுடைய முகத்தை அண்ணாந்து விமானத்தின் கூரையைப் பார்த்தார். அழக் கூடாது என்ற வைராக்கியம் நேற்றிரவே அவரது மனதில் உண்டாகிவிட்டது.

□ காலம் - 2024

மரச் சிற்பம்

பாரிஸ் நகரத்தில் இந்த வருடம் நிகழவிருக்கும் ஒலிம்பிக் போட்டிகளைக் குறித்துத் தினப்பத்திரிகையிலிருந்த தலைப்புச் செய்தியை மீறியும் எடுத்த எடுப்பிலேயே இன்னொரு செய்தி எனது கண்களை இழுத்தது. கண்கள் அந்தச் செய்தியை வாசிக்கும்போது, எனக்குக் கிட்டத்தட்டச் சித்தம் கலங்கிவிட்டது என்றே சொல்லலாம். நான் அந்தச் செய்தியை நம்ப முடியாமல் மூன்று தடவை திரும்பத் திரும்ப வாசித்தேன். பிரான்ஸில் இப்போது படு வேகமாக முன்னணிக்கு வந்துகொண்டிருக்கும் தேசியவாதக் கட்சியொன்றின் தலைவர்களில் ஒருவர் இவ்வாறு சொல்லியிருக்கிறார்:

> "எமது தந்தையர் நாடு இப்போது வாழ்வதற்கு அபாயகரமான நிலமாகிவிட்டது. குற்றக் குழுக்களதும் கலகக்காரர்களதும் கரிய பாதங்களுக்குக் கீழே இந்தத் தூய நிலம் அழுந்திக்கொண்டிருக்கிறது. இந்த ஒழுங்கற்றதன்மையிலிருந்து மீள்வதற்கு நமக்கு ஒரேயொரு வழியே உள்ளது. பிரான்ஸின் தனித்த பெருமைக்குரிய, மகத்தான பிரெஞ்சுப் புரட்சியின் சின்னமான மரச் சிற்பத்தை மீண்டும் நாங்கள் பொது முற்றங்களில் நிறுவ வேண்டும்."

பிரெஞ்சு மொழியில் உயிருள்ளவை, உயிரற்றவை எனப் பலவற்றுக்கும் செல்லப் பெயர்கள் அன்றாடப் பேச்சுகளில் சரளமாகப் புழக்கத்திலுண்டு. பொலிஸ்காரனுக்கு 'கோழி' என்பதும் பெண்ணுக்கு 'தெள்ளுப்பூச்சி' என்பதும் ஆண்குறிக்கு 'சேவல்' என்பதும் செல்லப் பெயர்கள். 'மரச் சிற்பம்' என்ற செல்லப் பெயரால் குறிப்பிடப்படுவது கில்லட்டின்.

'லே மிஸரபிள்' நாவலில் விக்டர் ஹியூகோ 'ஒருவர் தனது சொந்தக் கண்களால் கில்லட்டினைப் பார்க்காதவரை, மரண தண்டனை குறித்து அவருக்கு அலட்சியம் இருக்கலாம். ஆனால், அதைப் பார்த்ததும் அதிர்ச்சியால் அவரது மூளை கலங்கிவிடும்' என்று சொல்கிறார். விக்டர் ஹியூகோவை நான் முழுமையாகவே விசுவாசிக்கிறேன். நான் என்னுடைய கண்களால் அந்த மரச் சிற்பத்தைப் பார்த்திருக்கிறேன்.

அது தற்செயலாக நிகழ்ந்ததுதான். பாரிஸ் நகரத்திலுள்ள 'ஒர்ஸே' அருங்காட்சியகத்தில் தஸ்தயேவ்ஸ்கியின் புகழ்பெற்ற தலைப்பைக் கடனாகப் பெற்று 'குற்றமும் தண்டனையும்' என்றொரு கண்காட்சி

நடந்தது. அந்தத் தலைப்பால் கவரப்பட்டுத்தான் நான் கண்காட்சிக்குப் போயிருந்தேன். அங்கேதான் பிரான்ஸில் இருக்கும் கட்டக் கடைசி கில்லட்டினைக் காட்சிக்கு வைத்திருந்தார்கள்.

அந்த மரச் சிற்பம் பதினான்கு அடி உயரமானது. அந்தச் சிற்பத்தின் பீடம் ஏழடி நீளமும் இரண்டடி அகலமுமானது. மரண தண்டனை விதிக்கப்பட்ட மனிதரை அந்தப் பீடத்தில் குப்புறப் படுக்க வைப்பார்கள். கைகளும் கால்களும் உடலோடு சேர்த்துத் தடித்த கயிறுகளால் பிணைக்கப்பட்டிருக்கும். மரச் சிற்பத்தின் ஆசனவாய் போன்று தோற்றமளிக்கும் துளையில் அந்த மனிதரின் கழுத்துப் பகுதி சொருகப்படும். துளைக்கு இந்தப் பக்கம் அவரின் உடலும் அந்தப் பக்கம் தலையும் இருக்கும். அவரது ஆன்மா அப்போது எங்கிருந்திருக்கும்? மரச் சிற்பத்தின் கிரீடம் போல உச்சியில் தொங்கிக்கொண்டிருக்கும் கனமான, கூர்மையான கத்தி விசையுடன் இறக்கப்பட்டதும் தலை முண்டத்திலிருந்து எகிறி விழும். அதை ஏந்துவதற்குக் கீழேயொரு அழுக்குப் பிரம்புக் கூடை வைக்கப்பட்டிருக்கும்.

பிரெஞ்சுப் புரட்சிக் காலத்தில் வடிவமைக்கப்பட்ட எல்லா கில்லட்டின்களும் இந்த வடிவத்திலேயே இருந்ததாகச் சொல்ல முடியாது. புரட்சி நடுவர் மன்றம் நாடு முழுவதுமுள்ள பல்லாயிரக் கணக்கானவர்களுக்கு மரண தண்டனை விதித்துக்கொண்டேயிருந்ததால், சுலபமாகக் கையிலேயே எடுத்துச் சென்று காரியத்தை முடித்துவிட, குட்டியான நடமாடும் கில்லட்டின்கள் கூட அப்போது நூற்றுக்கணக்கில் உருவாக்கப்பட்டன.

ஓர்ஸே அருங்காட்சியகத்திலிருந்து ஏதேதோ குழப்பமான எண்ணங்களுடன் சித்தம் கலங்கியவனாகத்தான் நான் வெளியே வந்தேன். அந்த அருவருக்கத்தக்க இரத்த மரச் சிற்பம் அன்று முழுவதும் என்னுடைய மூளையை விட்டு அகல மறுத்தது. பிரெஞ்சுப் புரட்சிக் காலத்தில் அந்த மரச் சிற்பத்தால் தலை கொய்யப்பட்டவர்கள் எனது தலைக்குள் அருபப் படிமங்களாக, ஒலி எழுப்பாமல் பேசிக்கொண்டே அலைந்தார்கள். பாரிஸ் நகரத்தின் புரட்சிச் சதுக்கத்தில் வரிசையாக நிறுத்தப்பட்டிருந்த மரச் சிற்பங்களை நோக்கி அழைத்துச் செல்லப்படுகையில் அவர்கள் எதைப் பேசியிருப்பார்கள்? என்ன நினைத்திருப்பார்கள்?

பேரரசர் பதினாறாம் லூயி மரச் சிற்பத்தின் ஆசனவாய்க்குள் தனது தலையை நுழைக்கும்போது "நான் எனது எதிரிகளை மன்னிக்கிறேன்" என்று கூறியது உண்மைதானா? மகாராணி மரி அந்துவானெட் மரச் சிற்பத்தில் படுக்க வைக்கப்பட்டு, கழுத்தில் கத்தி பிசிறில்லாமல் இறங்குவதற்காக அவரது நீளமான தலைமுடி பிடரிக்கு மேலாகச் சிரைக்கப்பட்டபோது, அவர் எதை நினைத்திருப்பார்? மகாராணி

தனது எட்டு வயது மகன் லூயி-சார்ள்சை கட்டாயப்படுத்தி அவனோடு செக்ஸ் வைத்துக்கொண்டார் என்று புரட்சி நடுவர் மன்றம் குற்றம் சாட்டியபோது "உங்களுக்கல்ல! இங்கிருக்கும் தாய்மார்களுக்கு நான் சொல்கிறேன்... ஒரு தாய்மீது சுமத்தப்படும் இத்தகைய குற்றச்சாட்டுக்குப் பதிலளிக்க இயற்கை என்னைத் தடுக்கிறது" என்று சொல்லியிருந்தாரே... அந்த இயற்கையைத்தான் அந்தக் கடைசி நிமிடத்தில் அவர் நினைத்திருப்பாரா? புரட்சியின் முக்கிய தலைவர்களான தாந்தோனும், ரொபஸ்பியரும் ஒருவர் பின் ஒருவராக அடுத்த வருடமே புரட்சிச் சதுக்கத்திற்கு அழைத்து வரப்பட்டு இந்த மரச் சிற்பத்தில் படுக்க வைக்கப்பட்டபோது, அவர்கள் எதை நினைத்திருக்கக் கூடும்? அவர்களது தாரக மந்திரமான சுதந்திரம் - சமத்துவம் - சகோதரத்துவம் என்பதைக் கடைசி விநாடியில் அவர்கள் உச்சரித்திருப்பார்களா? புரட்சிச் சதுக்கத்தில் கூடியிருந்த மக்கள் கூட்டம் "துரோகிகளைக் கொல்லுங்கள்" என்று ஆர்ப்பரித்த வார்த்தைகள்தான் அவர்களது காதுகளில் விழுந்த கடைசி வார்த்தைகளா? கில்லட்டின் படுகொலைகளைத் தூண்டிய புரட்சி நாயகர்களில் அதிமுக்கியமானவரான 'மக்கள் தோழன்' மாராவின் இருதயத்தில் சமையல் கத்தியைப் பாய்ச்சிக் கொன்ற இருபத்துநான்கு வயது யுவதி சர்லோத் கோர்தே இந்த மரச் சிற்பத்தை நோக்கி அழைத்துச் செல்லப்படுகையில் என்ன நினைத்திருப்பார்? "நான் எனது கடமையை நிறைவேற்றிவிட்டேன்! இந்த மனிதரின் உத்தரவால் இலட்சக்கணக்கானவர்கள் கில்லட்டினில் கொல்லப்படுவதைத் தடுத்து நிறுத்துவதற்காகவே நான் இவரைக் கொன்றேன்" என்று மாராவின் பிணத்தின் முன்னே நின்று அவர் சொன்ன வார்த்தைகள் அவருடன் கடைசிவரை இருந்து அந்த அழுக்குப் பிரம்புக் கூடையில் தெறித்து விழுந்திருக்குமா?

நான் பத்திரிகையை மேசையில் வீசிவிட்டு, நொறுங்கிவிழும் நிலையிலிருந்த ஜன்னலை மெதுவாகத் திறந்து கடல் காற்றை உள்ளே வரவழைத்தேன். மார்ஸேய் நகரத்தில் கடற்கரையை ஒட்டியிருக்கும் இந்தப் பழைமையான தங்குவிடுதியில்தான் கடந்த ஒரு வாரமாக நான் தங்கியிருக்கிறேன். பாரிஸில் கடுங்குளிரும் பனிப்பொழிவும் ஏற்படும்போது, கொஞ்சம் வெப்பத்தையும் கடலையும் தேடிக்கொண்டு தெற்குப் பிரான்ஸிலுள்ள ஏதாவதொரு கடற்கரை நகரத்திற்கு நான் வந்துவிடுவேன். பழைமையைக் காப்பாற்றுவதில் இந்த விடுதி நிர்வாகம் கடும் கவனத்தைச் செலுத்துகிறது. விடுதியில் தங்குபவர்களுக்குத் தினப்பத்திரிகையை இலவசமாக வழங்கும் கலாசாரத்தை நிறுத்தாத பிரான்ஸின் மிகச் சில தங்குவிடுதிகளில் இதுவுமொன்று. உளுத்துப்போயிருக்கும் அறைக் கதவின் கீழால் இன்று

காலையில் அவர்கள் மடித்துத் தள்ளிவிட்ட சனியன் இப்போது என்னில் தொற்றிக்கொண்டு என்னை மூச்சுத் திணற வைக்கிறது.

அறைக்குள் நுழைந்த காற்று என்னை ஆற்றுப்படுத்துவதற்குப் பதிலாக மேலும் சோர்வுக்குள்ளேயே தள்ளிவிட்டது. எழுதும் மேசையின் முன்னால் அமர்ந்து ஏதாவது எழுதுவதற்கு முயற்சித்தேன். ஒரு எழுத்தைக் கூட என்னால் எழுத முடியவில்லை. நேரம் காலை பத்தரை மணியாகிவிட்டது. கோப்பி ஒன்று குடித்தால் புத்துணர்ச்சியாக இருக்கும் என்ற எண்ணம் தோன்றவே காலணிகளை மாட்டிக்கொண்டு வெளியே புறப்பட்டேன். மறக்காமல் அந்தப் பத்திரிகைச் சனியனைச் சுருட்டிக் கையில் எடுத்துக்கொண்டேன். அந்தப் பத்திரிகைக்காக அனபெல் அம்மையார் காத்திருப்பார்.

அனபெல் அம்மையாரை இந்த நகரத்திற்கு வந்த முதல் நாளே நான் சந்தித்திருந்தேன். நான் இந்த நகரத்திற்கு இரயிலில் வந்திறங்கும்போது, காலை ஒன்பது மணியிருக்கும். மதியம் பன்னிரண்டு மணிக்குத்தான் அறை கொடுப்போம் என்று விடுதி நிர்வாகி சொன்னார். அதுவரை நேரத்தைப் போக்குவதற்காக விடுதிக்கு எதிரேயிருந்த கஃபேக்குச் சென்றேன். தாழ்வாரத்தில் போடப்பட்டிருந்த வட்டமான சிறிய மேசையொன்றைத் தேர்ந்தெடுத்து உட்கார்ந்துகொண்டேன். அதுதான் புகை பிடிப்பதற்கு வசதி. எக்ஸ்பிரஸோ கோப்பி ஒன்றுக்குச் சொல்லிவிட்டு, தெருவை வேடிக்கை பார்ப்பதும் சிகரெட் புகைப்பதுமாக நான் நேரத்தைக் கடத்திக்கொண்டிருந்த போதுதான், அந்த கஃபேயை நோக்கி அனபெல் அம்மையார் மெது மெதுவாக நடந்து வந்தார்.

அவருக்குக் கிட்டத்தட்ட எழுபது வயதிருக்கும் என்றே நினைக்கிறேன். அவரது வெண்ணிறக் கால்களிலும் கைகளிலும் தாடையிலும் பொன்னிறத்தில் பூனை ரோமங்கள் மினுங்கின. முற்றாக நரைத்திருந்த தலையில் அங்கங்கே திட்டுத் திட்டாக முடிகள் உதிர்ந்திருந்தன. அவற்றை மறைப்பதற்காகவோ என்னவோ சிறுமிகள் கட்டும் வண்ண ரிப்பன்கள் சிலவற்றைத் தலையில் குறுக்குமறுக்காகக் கட்டியிருந்தார். அவரது சிறிய சாம்பல் நிறக் கண்களின் கீழே சதை திரண்டு அழுகிய தோடம்பழச் சுளைகளைப் போல் தொங்கின. அனபெல் சராசரிக்கும் குறைவான உயரமுள்ளவர். ஆனால், கனத்த உடல்வாகு. கழுத்தும் கைகளும் கால்களும் பெருத்துக் கிடந்தன. உண்மையில் அவை வீக்கங்களாகத்தான் இருக்க வேண்டும். முழங்கால் வரைக்குமான கவுன் அணிந்திருந்தார். காலுறைகளைச் சுருட்டி விட்டிருந்தார். புடைத்திருந்த ஒரு துணிப் பையைக் கையில் சுமக்க முடியாமல் சுமந்துவந்தார். அவர் ஒரு குடி நோயாளி என்பதைத் தெளிவாக

அடையாளம் காட்டுவதுபோல, அவரது முகம் காற்று நிரப்பப்பட்ட ரோஜா நிற பலூன் போல ஊதியிருந்தது.

அனபெல் எனக்கு அருகிலிருந்த மேசையில் உட்கார்ந்துகொண்டார். அவர் மூச்சிரைக்கும் சத்தம் பெரிய புறாவொன்று குனுகுவதைப் போல எனக்குக் கேட்டது. பரிசாரகர் வந்து "நல்ல நாளாகட்டும் மேடம் அனபெல்! இன்று எப்படியிருக்கிறீர்கள்? நலம்தானே? நான் உங்களுக்கான கோப்பையை எடுத்து வந்திருக்கிறேன்" என்று சொல்லிவிட்டு, மது நிரம்பிய சிறிய கண்ணாடிக் கோப்பையை அனபெலின் மேசையில் வைத்தார். அனபெல் கோப்பையை என் முகத்திற்கு நேரே தூக்கிக் காட்டிவிட்டு, ஒரே மடக்கில் கோப்பையைக் காலி செய்து, வெற்றுக் கோப்பையை மேசையின் ஓரத்தில் வைத்தார். பின்பு தனது துணிப் பைக்குள்ளிருந்து கற்றையாகப் பத்திரிகைகளை எடுத்து மேசையில் பரப்பி வைத்துக்கொண்டு வாசிக்கத் தொடங்கினார்.

எனக்குப் பொழுது போகாமல், அவர் என்ன வாசிக்கிறார் எனக் கண்களை எறிந்து பார்த்தேன். அவர் வாசித்தது எல்லாமே முந்தைய தின, முந்தைய வாரப் பத்திரிகைகளே. நான் அவரைக் கவனிப்பதை அனபெல் எப்படி உணர்ந்தார் என்று தெரியவில்லை... திடீரெனத் தலையை என் பக்கம் திருப்பி "நண்பரே! உங்களை முன்பு இங்கே பார்த்ததாக எனக்கு ஞாபகம் இல்லையே. எங்கிருந்து வந்திருக்கிறீர்கள்?" என்று கேட்டார். அவருடைய குரலில் இரண்டு விஷயங்களை நான் கவனித்தேன். அனபெலின் குரலில் ஆண்தன்மை மிகுந்திருந்தது. அந்தக் குரல் எந்தவித உணர்ச்சியோ பாவமோ இல்லாமல் 'Votre attention, s'il vous plaît' என இரயில் நிலையங்களில் தினமும் ஒலிக்கவிடப்படும் தட்டையான அறிவிப்புப் போலவே ஒலித்தது. அவர் எப்போதுமே இப்படித்தான் பேசினார். எல்லா உணர்ச்சிகளும் — அப்படி ஏதாவது அவரிடமிருந்தால் — ஒரே தொனியில்தான் வெளிவந்தன.

அடுத்தடுத்த நாட்களில் நான் ஒன்றைத் தெரிந்துகொண்டேன். அனபெல் ஒவ்வொரு நாளும் காலை பத்து மணிக்கு அந்த கஃபேக்கு வந்துவிடுகிறார். மாலை ஆறு மணிவரை அங்கேயே ஒரு மேசையில் உட்கார்ந்திருக்கிறார். ஒரு மணிநேரத்திற்கு ஒருமுறை ஒரு கோப்பை மது வரவழைத்துக் குடித்துவிட்டுப் பத்திரிகைகளைப் படித்தவாறிருக்கிறார். அந்தப் பத்திரிகைகளைக் குப்பைத் தொட்டிகளிலும் தெருக்களிலும் அவர் சேகரிக்கிறார். எனக்குத் தங்குவிடுதியில் தள்ளிவிடப்படும் பத்திரிகையை மேலோட்டமாக மேய்ந்துவிட்டு, அனபெலிடம் கொடுப்பதை நான் வழக்கமாக்கிக்கொண்டேன்.

நான் விடுதியின் மாடிப்படிகளில் இறங்கி வரும்போது, மனம் ஆற்றாமல் மாடிப்படியிலேயே உட்கார்ந்து மீண்டும் ஒருமுறை அந்த

மரச் சிற்பச் செய்தியைப் படித்தேன். எத்தனை தடவை படித்தாலும் ஒரே செய்திதான் இருக்கும் என்பதைக் கூடப் புரிந்துகொள்ளாத அளவுக்கு அந்தச் செய்திச் சனியன் என்னுடைய மூளையை மழுங்கடித்துவிட்டது.

நான் கஃபேக்குச் சென்றபோது, தாழ்வாரத்தின் இடது பக்க மூலையிலிருந்த மேசையின் முன்னே அனபெல் பத்திரிகையொன்றை வாசித்தவாறே அமர்ந்திருந்தார். "பொன்ஜூர் மேடம் அனபெல்" எனக் கூறிக்கொண்டே, கையில் எடுத்துச் சென்ற பத்திரிகையை அந்த மேசையில் வைத்துவிட்டு, அவருக்கு எதிரே அமர்ந்துகொண்டேன். இந்த ஒரு வாரத்திற்குள்ளேயே ஒரே மேசையில் அமர்ந்து குடிக்குமளவுக்கு எங்களுக்குள் பழக்கம் ஏற்பட்டுவிட்டது.

என்னிடம் வந்த பரிசாரகர் "ஏன் சோர்வாக இருக்கிறீர்கள்? உடல்நலம் சரியாக இருக்கிறதல்லவா? இந்த உப்புக் காற்று சிலருக்கு ஒத்துவருவதில்லை. உங்களுக்கு கோப்பி எடுத்துவருகிறேன்" எனச் சொல்லிவிட்டுப் போனார். அப்போது அனபெல் வெடிப்புற்றிருந்த தனது மெல்லிய உதடுகளைக் குவித்துக்கொண்டு என்னையே பார்த்துக்கொண்டிருந்தார். பத்திரிகையிலிருந்த மரச் சிற்பச் செய்தியை நான் அனபெலிடம் தொட்டுக் காட்டினேன். அவர் அதைப் படித்து முடிக்கும்போது, அவருக்கான அடுத்த கோப்பை மது வந்துசேர்ந்தது. ஒரே மடக்கில் குடித்துவிட்டு, வாயைக் கைக்குட்டையால் ஒற்றிக்கொண்டிருந்தார்.

நான் பொறுக்க முடியாமல் "நூற்றாண்டுகளுக்கு முன்பு புதைக்கப்பட்ட இரத்த மரச் சிற்பங்களை மீண்டும் தோண்டி எடுத்து இந்தக் காட்டுமிராண்டிகள் பொது முற்றங்களில் நிறுவப் போகிறார்களாம். அதையும் இந்த வெட்கங்கெட்ட பத்திரிகை வெளியிட்டிருக்கிறது" என்றேன். அனபெல் ஏதாவது இரண்டு வார்த்தைகளை — எப்போதும் போல உணர்ச்சியற்ற குரலில் — சொன்னால் கூட என்னுடைய மனது சற்று ஆறுதலடையும் போலிருந்தது.

அனபெல் கைக்குட்டையை மடித்துக்கொண்டே சொன்னார்:

"நூற்றாண்டுகளுக்கு முன்பல்ல. நாற்பத்தேழு வருடங்களுக்கு முன்புவரை மரச் சிற்பம் இயங்கிக்கொண்டேயிருந்தது. அது வெட்டிய கடைசித் தலை இந்த நகரத்தில்தான் புதைக்கப்பட்டிருக்கிறது."

அனபெலுக்குக் காலையிலேயே போதை ஏறிவிட்டது, அதனால்தான் உளறுகிறார் என்றே நான் முதலில் நினைத்தேன். ஆனால், நான் இதுவரை பழகிப் பார்த்ததில் அனபெல் ஒருபோதுமே போதையால் உளறியது கிடையாது. அவர் எப்போதுமே திருத்தமாகவும்

திட்டவட்டமாகவும்தான் பேசுகிறார்... இரயில் நிலைய அறிவிப்புப் போல.

"என்ன சொல்கிறீர்கள்... நாற்பத்தேழு வருடங்களுக்கு முன்பாகவா?" என்று நான் கேட்டேன்.

"10 ஆம் தேதி, செப்டம்பர் 1977, அதிகாலை 4:40 மணி" என்று அதே உணர்ச்சியற்ற குரலில் அனபெல் சொன்னார்.

என்னால் அதை நம்பவே முடியவில்லை. இதை வாசிக்கும் உங்களால் நம்ப முடிகிறதா என்ன?

ஜோன் போல் சார்த்ர், சீமோன் து புவா, மிஷல் ஃபூக்கோ, ரோலோன்ட் பாத், பிரான்ஸுவா த்ருபோ, கொதார்ட் என மாபெரும் சிந்தனையாளர்களும் கலைஞர்களும் அப்போது இங்கே வாழ்ந்துகொண்டிருந்தார்கள். 1977 இல் பிரான்ஸின் அதிபராக இருந்த கிஸ்கார்ட் தன்னுடைய இளம் வயதில், ஹிட்லரின் நாஸிப் படைகளை எதிர்த்துத் தீரமாகப் போராடியவர். இந்த மாமனிதர்கள் எல்லாம் வாழ்ந்த காலத்தில் இரத்த மரச் சிற்பம் எப்படி இயங்கியிருக்க முடியும்?

எனவே, அனபெல் அம்மையார் ஏதோ நினைவுத் தடுமாற்றத்தில் பேசுகிறார் என்றே நான் முடிவெடுத்தேன். ஆனாலும், ஏதோ ஒன்று என்னை உந்தித் தள்ள, அனபெல் அம்மையாரிடம் "யாரின் தலை வெட்டப்பட்டது?" என்றொரு குறுக்குக் கேள்வியைக் கேட்டேன். இப்போது அவரது நினைவுத் தடுமாற்றம் தெளிந்துவிடும்.

"ஹமிடா என்ற இருபத்தேழு வயது மனிதனைத்தான் கொன்றார்கள். அவனது குடும்பப் பெயர் ஜோண்டூபி" என்று அதே உணர்ச்சியற்ற குரலில் அனபெல் சொன்னார்.

அனபெல் சொல்வதை இப்போது நான் எப்படி நம்பாமல் இருக்க முடியும்! கொல்லப்பட்டவரின் குடும்பப் பெயர் முதற்கொண்டு தேதி, நேரத்துடன் சொல்கிறாரே. ஆனாலும், எனது சந்தேகம் முழுவதுமாகத் தீர்ந்ததாகச் சொல்ல முடியாது. ஏனென்றால் பிரெஞ்சு வரலாறு, பிரெஞ்சுப் பண்பாடு போன்றவற்றின் மீதான எனது தீவிர வாசிப்பில் எனக்கு இன்னும் நம்பிக்கையிருந்தது. எனவே, நான் அனபெலிடம் "இதெல்லாம் எப்படி உங்களுக்குத் தெரியும்?" என்று கேட்டேன்.

சற்று நேரம் மவுனமாக இருந்த அனபெல் பரிசாரகரை அழைத்து இன்னொரு கோப்பை மது கேட்டார். மது வந்ததும் ஒரே மடக்கில் குடித்துவிட்டுப் பேசத் தொடங்கினார். அவர் பேசப் பேச நான் அவரை முழுமையாக நம்பத் தொடங்கினேன். நான் எந்தக் குறுக்கீடும்

செய்யாமல், அவர் சொல்வதையே கேட்டுக்கொண்டிருந்தேன். அதே உணர்ச்சியற்ற குரலில் மிகத் தட்டையான பாவங்களோடு அனபெல் சொன்னார்:

"ஹமிடா எங்களது வீட்டு மாடியறையில் சில காலம் தங்கியிருந்தான். எனக்கு அப்போது பதினான்கு அல்லது பதினைந்து வயதிருக்கும். அவன் துனிஷியன். தன்னுடைய பத்தொன்பதாவது வயதில் வேலை தேடி இந்த நகரத்திற்குக் கப்பலில் வந்திறங்கியவன். அவனுக்கு மரங்கள் வெட்டும் தொழிற்சாலையில் வேலை கிடைத்தது. செபஸ்டியனும் அதே தொழிற்சாலையில்தான் வேலை செய்துகொண்டிருந்தார் – செபஸ்டியன் என்பது எனது அப்பா. சிறுவயதிலிருந்தே பெயர் சொல்லித்தான் நான் அவரை அழைப்பேன் – செபஸ்டியனுக்கு ஹமிடாவைப் பிடித்திருந்தது. 'ஹமிடா புத்திசாலிப் பையன், கடுமையான உழைப்பாளி' என்றெல்லாம் அடிக்கடி சொல்வார். இந்தப் பழக்கத்தில்தான் அவன் எங்களது மாடியறையில் வாடகைக்கு குடியேறினான்.

அந்தக் காலத்தில் இந்த நகரத்திலிருந்த இளைஞர்களிலெல்லாம் பேரழகன் ஹமிடாவே என்று யாரைக் கேட்டாலும் சொல்வார்கள். கன்னங்கரேலென்ற சுருட்டை முடி. அகலமான நெற்றி. புன்னகைக்கும் ப்ரவுண் நிறக் கண்கள். கற்சிற்பம் போல் கடைந்தெடுத்த உடல்வாகு. மென்மையாகவும் இனிமையாகவும் பேசி யாரை வேண்டுமானாலும் வசியம் செய்யக்கூடியவன். அவன் எங்கள் வீட்டில் தங்கியிருந்த காலத்தில்தான், அந்த மோசமான விபத்து நடந்தது. தொழிற்சாலையில் வண்டியொன்றின் சக்கரத்திற்கு அடியில் ஹமிடாவின் வலது கால் சிக்கிக்கொண்டது. அவனது வலது கால் தொடைக்குக் கீழே முற்றாகத் துண்டிக்கப்பட்டுவிட்டது என்று செபஸ்டியன் என்னிடம் சொன்னபோது, நான் நாள் முழுவதும் அழுதவாறேயிருந்தேன். ஹமிடா நீண்ட காலம் மருத்துவமனையில் இருந்தான். அங்கே சந்தித்த ஒரு பெண்ணிடம் காதல் வயப்பட்டு, அவளுடனேயே வசிக்கச் சென்றுவிட்டான். அந்தப் பெண்ணைக் கொலை செய்ததற்காகத்தான் அவனைக் கைது செய்தார்கள். அவன் கைதாவதற்கு இரண்டு நாட்களுக்கு முன்பு கூட அவனை வீதியில் தற்செயலாகப் பார்த்தேன். செயற்கைக் கால் அணிந்திருந்தால் கொஞ்சம் தடுமாறித்தான் நடந்தான். 'அதே முகவரியில்தானே வசிக்கிறாய் அனபெல்?' என்று கேட்டான். 'ஆம்' என்று சொல்லிவிட்டு வந்துவிட்டேன். அதுதான் நான் அவனைக் கடைசியாகப் பார்த்தது. அவனுக்கு மரண தண்டனை விதிக்கப்பட்ட நாளன்று செபஸ்டியன் நீதிமன்றத்திற்குச் சென்றிருந்தார். வீட்டுக்குத்

திரும்பி வந்ததும், யாரிடமும் எதுவும் பேசாமல் குடிக்கத் தொடங்கினார். நாள் முழுவதும் குடித்துக்கொண்டேயிருந்தார்…"

நான் பொறுமையிழந்து குறுக்கிட்டேன். "ஆனால், அந்த மனிதனை கில்லட்டினில்தான் வெட்டினார்களா அனபெல்?"

'ஆம்' என்பது போல அனபெல் தலையசைத்தார். நான் கண்களை மூடி, அந்த மனிதன் மரச் சிற்பத்தில் படுக்க வைக்கப்பட்டு வெட்டப்படும் காட்சியைக் கற்பனை செய்ய முயற்சித்தேன். அவனுடைய செயற்கைக் காலை என்ன செய்திருப்பார்கள்? அந்த மனிதனுடைய கடைசி நிமிடம் எதுவாக இருந்தது?

'என்ன யோசிக்கிறாய்?' என்பது போல அனபெல் என்னைப் பார்த்தார். மனதில் இருந்ததைச் சொன்னேன். பின்பு இருவரும் மவுனமாக இருந்தோம். அடுத்த கோப்பை மது வந்ததும், அனபெல் ஒரே மடக்கில் கோப்பையைக் காலி செய்துவிட்டு "நான் அதை உனக்குச் சொல்கிறேன்" என்றார். உணர்ச்சியற்ற அதே வறட்டுக் குரல்!

II

1977 செப்டம்பர் 9 ஆம் தேதியன்று, மரண தண்டனைக் குற்றவாளியின் கருணை மனுவை பிரான்ஸின் அதிபர் கிஸ்கார்ட் நிராகரித்தார். அன்று பிற்பகல் மூன்று மணிக்கு, விசாரணை நீதிபதியான திருமதி. மொனிக் மாபெலிக்குச் சிறைச்சாலைத் தலைவரிடமிருந்து ஒரு தகவல் கிடைத்தது. அடுத்த நாள் விடிகாலையில் திருமதி. மாபெலியின் முன்னிலையில் குற்றவாளியின் தலை மரச் சிற்பத்தின் ஆசனவாய்க்குள் திணிக்கப்படவுள்ளது. மாபெலியைச் சிறைக்கு அழைத்துச் செல்வதற்காக வண்டியொன்று அதிகாலை நான்கு மணிக்கு மாபெலியின் வீட்டுக்கு வரும்.

இந்தத் தகவலைக் கேட்டதும் திருமதி. மாபெலி இலேசாகச் சஞ்சலமடைந்தார். குற்றவாளியின் முகம் அவரது மனதில் தோன்றி அவருக்கு ஒருவிதப் பதற்றத்தைக் கொடுத்தது. தனது மகன் ரெமியை விடக் குற்றவாளி ஒரு வயது மட்டுமே இளையவன் என்ற ஞாபகம் அவரது மூளையில் சிரங்கு போல் பரவிக்கொண்டிருந்தது.

வழக்கு விசாரணைகள் முடிவுற்றுத் தீர்ப்பு வழங்கும் நேரம் வந்தபோது, குற்றவாளியின் வழக்கறிஞரான ஜோன் குடாரோ "மோசமான விபத்தில் தன்னுடைய காலை இழந்ததிலிருந்து ஹமிடா ஜோண்டுபி அதிர்ச்சியால் மனச் சமநிலை குழம்பிப் போய்விட்டார். எனவே, மாண்புமிகு நீதிபதி கருணையுடன் இந்த அங்கவீனரை அணுகிக் குறைந்தபட்சத் தண்டனையே வழங்க வேண்டும்" எனக் கோரியது மீண்டும் இப்போது

நீதிபதி மாபெலியின் காதுகளில் ஒலிக்கிறது. ஆனால், நடக்கவிருக்கும் இரத்தச் சடங்கிலிருந்து மாபெலியால் தப்பிக்கவே முடியாது. நாளை விடிந்ததும் நடைபெறப் போகும் நிகழ்வில் சட்டப்படி அவர் இருந்தே ஆகவேண்டும்.

மாலை ஏழுமணிக்கு, திருமதி. மாபெலி தனது தோழி பஸ்ரியானாவுடன் திரையரங்குக்குச் சென்று திரைப்படமொன்றைப் பார்த்தார். திரைப்படம் முடிந்ததும் பஸ்ரியானாவின் வீட்டுக்குச் சென்றார். தன்னுடைய வீட்டுக்குத் திரும்பிச் செல்வதை நினைத்தாலே அவருக்குப் பதற்றமாகியது. அதிகாலை நான்கு மணிக்கு அவரைச் சிறைச்சாலைக்கு அழைத்துச் செல்ல வாகனம் வரவிருக்கிறது.

"நாங்கள் இன்னொரு திரைப்படம் பார்க்கலாமா?" என்று பஸ்ரியானாவிடம் மாபெலி கேட்டார். தோழிகள் இருவரும் நொறுக்குத் தீனிகளைத் தின்றவாறே தொலைக்காட்சியில் ஒரு படத்தைப் பார்த்தார்கள். அந்தப் படம் முடியும்போது, அதிகாலை ஒரு மணியாகிவிட்டது. மாபெலி சோர்வாகத் தனது வீட்டுக்குப் புறப்பட்டுச் சென்றார். அவர் படுக்கைக்குச் செல்வதற்கு இரண்டு மணியாகிவிட்டது. அவரால் உறங்கவே முடியவில்லை. மூன்றரை மணிக்குக் கட்டிலை விட்டு எழுந்து தயாராகி, உத்தியோக உடைகளை அணிந்துகொண்டார். அன்றைக்குக் கடிகார முள் தலைதெறிக்க ஓடிக்கொண்டிருப்பதாக உணர்ந்தார். சரியாக அதிகாலை நான்கு மணிக்கு அவரது வீட்டுக்குக் கார் வந்தது. மாபெலி காரில் ஏறி அமர்ந்துகொண்டார். காருக்குள் சாரதியோடு ஓர் அதிகாரி முன் இருக்கையில் அமர்ந்திருந்தார். யாரும் யாருடனும் பேசிக்கொள்ளவில்லை. அந்த வாகனம் 'பூமெற்ஸ்' சிறைச்சாலையை நோக்கி விரைந்தது.

மாபெலி சிறைச்சாலையைச் சென்றடைந்தபோது, அவரை எதிர்பார்த்து எல்லோரும் தயாராக நின்றிருந்தார்கள். அங்கே ஓர் அணி உருவானது. அந்த அணியில் மாபெலி, அட்டர்னி ஜெனரல், குற்றவாளியின் வழக்கறிஞர், சிறையதிகாரிகள், காவலர்கள், மரச் சிற்பத்தை இயக்குபவர்கள், மதக் கடமையை நிறைவேற்றி வைக்கும் இமாம் என முப்பது பேர் இருந்தார்கள். அவர்கள் மரச் சிற்பம் வைக்கப்பட்டிருக்கும் பகுதியை நோக்கி ஊர்வலமாக நடந்துபோனார்கள். இந்தச் சடங்கில் கலந்துகொள்பவர்களின் காலடிகள் தரையில் பதியாமலிருக்க பழுப்பு நிறக் கம்பளங்கள் பாதையில் விரிக்கப்பட்டிருந்தன. வழியில் ஒரு மூலையில் நாற்காலியொன்று இருந்தது. அங்கே மாபெலியும் இன்னும் சிலரும் நின்றுவிட, மற்றவர்கள் குற்றவாளியை அழைத்துவரச் சென்றார்கள். அவர்களோடு இமாமும் போனார். "குற்றவாளி படுத்திருக்கிறார்... ஆனால், தூங்கவில்லை" என்று ஓர்

அதிகாரி மாபெலியிடம் தெரிவித்தார். இரண்டு நிமிடங்கள் கழித்து "குற்றவாளி இப்போது மரத்தாலான தனது செயற்கைக் காலைப் பொருத்திக்கொண்டிருக்கிறார்" என்று இன்னொரு அதிகாரி சொன்னார்.

அந்தப் பழுப்பு நிறக் கம்பளங்களில் கால்களை மெதுவாக வைத்துக் குற்றவாளி நடந்துவந்தார். அவரது கைகளில் முன்புறமாக விலங்குகள் மாட்டப்பட்டிருந்தன. மாபெலியைக் கண்டதும் குற்றவாளி மெல்லிய புன்னகையுடன் மாபெலியின் கண்களைப் பார்த்தார். மாபெலி தனது கையிலிருந்த ஆவணங்களைச் சரி பார்ப்பது போலப் பாவனை செய்து கண்களைத் தாழ்த்திக்கொண்டார். மாபெலிக்கு அருகிலிருந்த நாற்காலியில் குற்றவாளி உட்காரவைக்கப்பட்டார்.

குற்றவாளி நிதானமான குரலில் "எனக்கு ஒரு சிகரெட் வேண்டும்" என்றார். ஒரு காவலர் குற்றவாளியின் உதடுகளில் சிகரெட்டைப் பொருத்திப் பற்ற வைத்தார். குற்றவாளி நிதானமாகப் புகையை ஓர் இழுப்பு இழுத்துவிட்டு, விலங்கிடப்பட்ட தனது கையை உயர்த்தி வாயிலிருந்த சிகரெட்டை எடுத்துக்கொண்டே "இந்தக் கைவிலங்கு மிகவும் இறுக்கமாக இருக்கிறது" என்றார். கைவிலங்கைத் தளர்த்திப் பூட்டுவதற்கு ஒரு காவலர் முயற்சித்தார். மரச் சிற்பத்தை இயக்கவிருக்கும் சார்ல் செவாலியரும் அவரது உதவியாளரான இளைஞரும் அப்போது குற்றவாளிக்கு வலதுபுறத்தில் நின்றிருந்தார்கள். கைவிலங்கைத் தளர்த்தும் காவலரின் முயற்சி வெற்றியளிக்காததால், விலங்கை அகற்றிவிட்டுக் குற்றவாளியின் கைகளைக் கயிற்றால் பிணைப்பதற்குத் தீர்மானித்தார்கள். குற்றவாளியின் கைவிலங்கு அகற்றப்பட்டதும், சார்ல் செவாலியர் குற்றவாளியின் தோளைத் தட்டிக்கொடுத்து "பார் தம்பி... இப்போது நீ சுதந்திரமாக இருக்கிறாய்" என்று சொன்னபோது, மாவெலி திடுக்கிட்டுப் போனார். அவர் ஓரக் கண்ணால் குற்றவாளியைப் பார்த்தார். குற்றவாளி எதையோ யோசித்தவாறு அமைதியாக உட்கார்ந்திருந்தார். ஒருவேளை அவர் பிறந்து வளர்ந்த துனிஷியா நாட்டை அவர் நினைத்திருக்கக் கூடும். தன்னுடைய பால்ய வயது ஞாபகங்களை மீட்டிப் பார்த்திருக்கக் கூடும். தான் கடந்துவந்த மெடிட்டரேனியன் கடலை அவர் நினைத்திருக்கக் கூடும். தன்னால் கொல்லப்பட்ட தனது முன்னாள் காதலியைக் கூட அவர் நினைத்திருக்கலாம்.

குற்றவாளியின் கைகள் சில நிமிடங்களுக்குப் பிணைக்கப்படாமல் இருந்தன. அவர் புகைத்துக்கொண்டிருந்த சிகரெட் முற்றாக எரிந்து முடிந்துவிட்டது. குற்றவாளி இன்னொரு சிகரெட் கேட்டபோது, அவருக்கு அது வழங்கப்பட்டது. அவர் இப்போது முடிந்தளவுக்கு மெதுவாகப் புகையை இழுத்தார். இனித் தப்பிக்க முடியாது. அந்த சிகரெட்

முடியும்போது, அவரது வாழ்க்கையும் முடியவிருக்கிறது. நிலைமையின் தீவிரத்தை இப்போதுதான் உணர்ந்தது போல் குற்றவாளியின் முகம் இறுகிக்கொண்டே வந்தது. இந்த சிகரெட் எவ்வளவு நேரத்திற்குத்தான் எரியும் என்று மாபெலி நினைத்துக்கொண்டார்.

குற்றவாளி தனது வழக்கறிஞரைத் தனக்கருகே அழைத்துப் பேசினார். கிசுகிசுப்பான குரல்களிலேயே குற்றவாளியும் வழக்கறிஞரும் பேசிக்கொண்டார்கள். அவர்கள் பேசி முடித்தபோது, குற்றவாளியின் இரண்டாவது சிகரெட்டும் முழுவதுமாக முடிந்திருந்தது. குற்றவாளி அந்த நாற்காலியில் அமர்ந்து கால் மணிநேரம் ஆகிவிட்டது.

அப்போது, இளைஞரான ஒரு காவலர் தனது கைகளில் ஒரு குடுவையோடும் அழகிய கண்ணாடிக் கோப்பையுடனும் வந்து "நீ சிறிது ரம் அருந்த விரும்புகிறாயா?" என்று குற்றவாளியிடம் கேட்டார். 'ஆம்' என்பது போலக் குற்றவாளி மெதுவாகத் தலையசைத்தார். அந்தக் காவலர் கண்ணாடிக் கோப்பையில் பாதியளவுக்கு மதுவை ஊற்றிக் குற்றவாளியிடம் கொடுத்தார். குற்றவாளி மிக மிக மெதுவாக மதுவை உறிஞ்சி மிடறு மிடறாகக் குடித்தார். அவர் மதுவை அனுபவித்துக் குடிப்பது போன்று பாவனை செய்கிறார் என்பது மாபெலிக்குப் புரிந்தது. உண்மையில், குற்றவாளி தான் உயிருடன் இருக்கும் நேரத்தை நீட்டிக்கவே விரும்புகிறார். உயிரோடு இருப்பதற்கு மேலதிகமாக ஒரேயொரு விநாடி கிடைத்தால் கூட, அந்த விநாடியையும் அவர் வாழ்ந்துவிட ஆசைப்படுகிறார் என்பது அங்கிருந்த எல்லோருக்கும் தெளிவாகவே புரிந்தது.

நேரத்தை நீட்டிக்கும் முயற்சியில் குற்றவாளி என்னவெல்லாமோ செய்தார். தனது வழக்கறிஞரிடம் மீண்டும் பேசினார். வழக்கறிஞரிடமிருந்து ஒரு தாளை வாங்கிப் படித்துவிட்டு, அதைச் சுக்குநூறாகக் கிழித்து ஒரு சிறையதிகாரியிடம் கொடுத்து "தயவு செய்து குப்பையில் போடுங்கள்" என்றார். அந்த அதிகாரி குப்பையை வாங்கித் தனது காற்சட்டைப் பைக்குள் திணித்துக்கொண்டார். அந்த அதிகாரியிடம் "சிறையறையில் இருக்கும் என்னுடைய புத்தகங்களை என்ன செய்யப் போகிறீர்கள்?" என்று குற்றவாளி கேட்டார். "சட்டப்படி நடந்துகொள்வோம்" என்றார் அந்த அதிகாரி. அப்போது, குற்றவாளி இமாமைத் தன்னருகில் அழைத்தார். இமாம் அரபு மொழியில் ஏதோ சொல்ல, குற்றவாளியும் ஏதோ சொன்னார். அப்போது மாபெலிக்கு அருகில் நின்றிருந்த அதிகாரி ஒருவர் "தன்னை ஹலால் முறையில் வெட்டுமாறு கேட்கிறானா அவன்" என்று எரிச்சலோடு முணுமுணுத்து மாபெலிக்குத் தெளிவாகவே கேட்டது. மாபெலி சடாரெனத் திரும்பி

அந்த அதிகாரியைப் பார்க்க, அதிகாரி அசட்டுத்தனமான இளிப்புடன் கண்களைத் தாழ்த்திக்கொண்டார்.

கண்ணாடிக் கோப்பையில் இப்போது ஒரு மிடறு மதுதான் எஞ்சியிருக்கிறது. அதைக் குடித்துவிட்டால் தனது வாழ்க்கை முடிந்துவிடும் என்பது குற்றவாளிக்கும் தெரியும். எனவே, குற்றவாளி தனது கடைசி முயற்சியைச் செய்தார். தனக்கு இன்னொரு சிகரெட் கொடுக்குமாறு மிகவும் பணிவாகவும் நிதானமாகவும் கேட்டார். ஒரு காவலர் இன்னொரு சிகரெட்டைக் குற்றவாளிக்கு வழங்க எத்தனித்தபோது, மரச் சிற்பத்தை இயக்கவிருக்கும் சார்ல் செவாலியர் குறுக்கிட்டார். அவர் தனது பொறுமையை இழக்கத் தொடங்கியிருந்தார். "இந்த மனிதனிடம் நாங்கள் ஏற்கனவே மிகவும் அன்பாகவும் கருணையாகவும் அளவுக்கு மிஞ்சிய மனிதாபிமானத்துடனும் நடந்துகொண்டிருக்கிறோம். இப்போது அவற்றுக்கு நாங்கள் முற்றுப்புள்ளி வைக்க வேண்டும்" என்று அவர் சொன்னதும், அட்டர்னி ஜெனரல் தலையிட்டு சிகரெட் வழங்கப்படுவதைத் தடுத்து நிறுத்திவிட்டார். குற்றவாளி பணிவான குரலில் மறுபடியும் கேட்டார்:

"எனது கடைசி சிகரெட்டைத் தாருங்கள்"

அந்தக் குரல் மாபெலியின் இருதயத்தை நன்னியது. குற்றவாளி தெளிவான மனநிலையில் இருக்கிறார் என்பதில் மாபெலிக்கு எந்தச் சந்தேகமுமில்லை. இன்னொரு சிகரெட் புகைப்பதன் மூலம் மரச் சிற்பத்தில் படுப்பதை இரண்டு நிமிடங்கள் தாமதப்படுத்துவதைத் தவிர, தன்னால் வேறெதுவும் செய்துவிட முடியாது என்பது குற்றவாளிக்குத் தெளிவாகப் புரிந்திருக்கிறது. உண்மையில், படுக்கைக்குச் செல்வதைத் தாமதப்படுத்த எல்லா வழிகளையும் பயன்படுத்தும் ஒரு குழந்தையைப் போலத்தான் குற்றவாளியும் கில்லட்டின் படுக்கைக்குச் செல்வதைத் தாமதப்படுத்த எல்லா வழிகளிலும் முயன்றார்.

குற்றவாளி நாற்காலியில் அமர்ந்து இருபது நிமிடங்களாகிவிட்டன. இனியும் தாமதிக்க முடியாது என்பது போல் குற்றவாளியைத் தவிர மற்ற எல்லோருமே ஆளை ஆள் பார்த்துக்கொண்டார்கள். கண்ணாடிக் கோப்பையிலிருந்த கடைசி மிடறு மதுவைக் குடிக்குமாறு ஓர் அதிகாரி குற்றவாளியை ஊக்கப்படுத்தினார். குற்றவாளி அதிகாரியின் கண்களை உற்றுப் பார்த்துவிட்டு, கண்ணாடிக் கோப்பையைக் கவிழ்த்து, கடைசி மிடறு மதுவை நிலத்தில் ஊற்றினார். ஒரு நிமிடம் அங்கே உண்மையான அமைதி நிலவியது. யாரும் எதுவுமே பேசவில்லை. குற்றவாளிக்கு இடதுபுறம் நின்றிருந்த மாபெலிதான் மவுனத்தைக் கலைத்தார். "நேரமாகிறது" என்று சிறையதிகாரியிடம் சொன்னார்.

நாற்காலியில் அமர்ந்திருந்த குற்றவாளியின் தோள்களை இரண்டு காவலர்கள் தங்களது வலுவான கைகளால் பற்றிப்பிடித்து, குற்றவாளியின் உடலைச் சற்றே இடது பக்கமாக மாபெலி நின்றிருந்த திசைக்குத் திருப்பினார்கள். உடனேயே வலது பக்கத்திலிருந்த சார்ல் செவாலியரும் அவரது உதவியாளரும் குற்றவாளியின் கைகளை ஆளுக்கொன்றாகப் பற்றிக் குற்றவாளியின் முதுகுக்குப் பின்புறமாக இழுத்துவைத்துக் கயிற்றால் கட்டத் தொடங்கினார்கள். அப்போது குற்றவாளியின் கண்கள் மாபெலியின் கண்களின் மீதிருந்தன. குற்றவாளியின் கண்களில் தெரிந்தது வேதனையா, இறைஞ்சுதலா, வெறுப்பா, ஆத்திரமா, குற்றவுணர்ச்சியா அல்லது இவை எல்லாமே அந்த ப்ரவுண் நிறக் கண்களில் இருந்தனவா என்பதை மாபெலியால் கண்டுபிடிக்க முடியவில்லை. கைகளைக் கட்டுவதற்குப் பதிலாகக் குற்றவாளியின் கண்களைக் கட்டிவிட்டால், தான் தப்பித்துக்கொள்ளலாம் எனக் குழந்தைத்தனமாகத் திருமதி. மாபெலி நினைத்துக்கொண்டார்.

குற்றவாளியின் கைகள் கட்டப்பட்டதும், சார்ல் செவாலியரின் உதவியாளர் ஒரு கத்தரிக்கோலை எடுத்து, குற்றவாளி அணிந்திருந்த சிறைச் சீருடையின் கழுத்துப் பகுதியை வெட்டத் தொடங்கினார். ஆனால், அவர் கோணல்மாணலாக அந்த நீலநிறச் சீருடையை வெட்டும்போது, கத்தரிக்கோலின் நுனி குற்றவாளியின் கழுத்துப் பகுதியில் குத்தி, ஒரு சொட்டு இரத்தம் சிகப்பு மாணிக்கக் கல் போன்று குற்றவாளியின் பின்கழுத்தில் முகிழ்த்தது. அதைக் கண்டதும் குற்றவாளியைத் தவிர அங்கிருந்த எல்லோருமே பதறிப்போனார்கள். மாபெலி 'அய்யோ' என்று தன்னையறியாமலேயே சத்தம் போட்டுவிட்டார். சார்ல் செவாலியர் பாய்ந்து சென்று உதவியாளரிடமிருந்து கத்தரிக்கோலைப் பிடுங்கிக்கொண்டு "பன்றியே! உன்னால் ஒரு வேலையையும் சரிவரச் செய்ய முடியாதா? என்னுடைய வேலைக்கு உலை வைக்கவா பார்க்கிறாய் பைத்தியகாரப் பயலே" என அடங்கிய குரலில் உதவியாளரைத் திட்டினார். குற்றவாளி அப்போது அசையாமல் இருந்தார். சார்ல் செவாலியர் நீலநிறச் சீருடையின் கழுத்துப் பகுதியை இலாவகமாக வெட்டி எடுத்தார்.

இப்போது, குற்றவாளியை எழுந்து நிற்குமாறு உத்தரவு பிறந்தது. குற்றவாளி மெதுவாக எழுந்து நின்று தலையைக் கவிழ்ந்து பூமியைப் பார்க்கிறார். அவர் இந்தப் பூமியில் எதை விட்டுச் செல்கிறார்? ஒரு மிடறு மதுவா?

நாற்காலிக்கு அருகிலிருந்த ஒற்றைக் கதவு திறக்கப்பட்டது. குற்றவாளியை அழைத்துக்கொண்டு இந்த ஊர்வலம் மரச் சிற்பத்தை நோக்கிச் சென்றது. சிறையின் உள் முற்றத்தில் மரச் சிற்பம் நிமிர்ந்து

நிற்கிறது. குற்றவாளி அதைப் பார்ப்பதைத் தவிர்ப்பதற்காகக் கண்களை ஆகாயத்தை நோக்கி உயர்த்தினார். தனது கடைசிக் காட்சி ஆகாயமாக இருக்க வேண்டும் என்றுகூட அவர் விரும்பியிருக்கலாம். ஆனால், அந்தச் சிறை முற்றத்தில் கறுப்புத் திரை கட்டி ஆகாயம் மறைக்கப்பட்டிருந்தது. ஹெலிகொப்டரிலிருந்து யாராவது மரண தண்டனைக் காட்சியைப் படம் பிடிக்கலாம் என்பதால் ஆகாயத்தை மறைத்துவிட்டார்கள். சிறை முற்றத்தில் நிகழவிருப்பதை ஒரு சிறு பறவையால் கூடக் காண முடியாது.

சார்ல் செவாலியர் ஒரு சிறிய செங்கம்பளத்தை எடுத்துவந்து திருமதி. மாபெலிக்கு முன்னால் தரையில் விரித்தார். குற்றவாளியின் செயற்கைக் காலை சார்ல் செவாலியரின் உதவியாளர் கழற்றி எடுத்தார். இப்போது குற்றவாளி நகரத் தொடங்கினார். கைகள் பின்புறமாக இறுக்கமாகக் கட்டப்பட்டிருந்த நிலையில், அவர் ஒற்றைக் காலால் துள்ளித் துள்ளிச் சென்று மரச் சிற்பப் பீடத்தில் தட்டுத் தடுமாறி ஏறிக் குப்புறப் படுத்துக்கொண்டார். அவர் இன்னொரு சிகரெட்டோ, குடி தண்ணீரோ கேட்டுவிடக் கூடாது என்று மாபெலி கடவுளை வேண்டிக்கொண்டார். எவ்வளவு சீக்கிரம் முடியுமோ அவ்வளவு சீக்கிரம் அங்கிருந்து அகன்றுவிடவே மாபெலி விரும்பினார்.

மரச் சிற்பம் உயிர்த்து அசைந்தபோது, அதன் ஆசனவாயிலிருந்து இரத்தம் பெருக்கெடுத்து வழிந்தது. வேறு வழியில்லை... இப்போது திருமதி. மாபெலி அந்த அழுக்குக் கூடையைப் பார்வையிட்டு, அதனுள்ளே ஒரு தலை இருப்பதை உறுதி செய்ய வேண்டும். சார்ல் செவாலியர் அந்தக் கூடையைத் தூக்கிக்கொண்டு வந்து மாபெலியிடமும் அட்டர்னி ஜெனரலிடமும் காண்பித்தார். பின்பு கூடையிலிருந்து தலையை எடுத்துச் சென்று, செங்கம்பளத்தில் மெதுவாக வைத்தார். அவரின் உதவியாளர் குற்றவாளியின் செயற்கைக் காலை எடுத்துவந்து அந்தத் தலையின் அருகே வைத்தார். ஒரு மனித முகம் காலில் முளைத்திருப்பது போல அது இருந்தது.

III

இதைப் படிக்கும் உங்களாலேயே அனபெல் அம்மையாரின் கடைசி வார்த்தைகளிலிருந்து மீள முடியவில்லையென்றால், இதையெல்லாம் நேரிலே கேட்டுக்கொண்டிருந்த என்னுடைய மனம் என்ன நிலையில் இருந்திருக்கும் என்று சற்றுக் கற்பனை செய்து பாருங்கள். அதேவேளையில், இந்தக் கதையெல்லாம் அனபெல் அம்மையாருக்கு எப்படி இவ்வளவு துல்லியமாகத் தெரிந்திருக்கிறது என்ற குழப்பமும் என்னுள் எழுந்தது. இதுவொரு கற்பனைக் கதையாக

இருந்தால் எவ்வளவு நிம்மதியாக இருக்கும் என்று என்னுடைய மனது தவிக்காமலில்லை. நான் அனபெலிடம் அதைக் கேட்டேவிட்டேன்.

"இதெல்லாம் உங்களுக்கு எப்படித் தெரியும்?"

அனபெல் அதே உணர்ச்சியற்ற குரலில் சொன்னார்:

"நீதிபதி மாபெலி அன்று அதிகாலை 5.10-க்குத் தன்னுடைய வீட்டுக்குத் திரும்பினார். எழுதும் மேசையின் முன்னே உடனேயே உட்கார்ந்து, இரண்டு வெள்ளைத் தாள்களில் இதையெல்லாம் எழுதினார். எழுதிய தாள்களை எடுத்து மடித்து ஒரு கடித உறையினுள் வைத்து மூடி ஒட்டினார். அந்தக் கடித உறையைத் தனது மகன் ரெமியிடம் கொடுத்து, தன்னுடைய மரணத்தின் பின்பாக அதை அரசாங்கத்திடம் ஒப்படைத்துவிடுமாறு சொன்னார். திருமதி. மாபெலி இறந்ததற்குப் பின்பாக, அந்தக் கடித உறை அரசாங்கத்திடம் ஒப்படைக்கப்பட்டது. அதன் பின்பு, எப்படியோ அந்த இரண்டு தாள்களும் ஒரு பத்திரிகையில் பிரசுரமாகின. கலங்கரை விளக்கத்திற்குப் பக்கத்திலுள்ள குப்பைத் தொட்டியிலிருந்து அந்தப் பத்திரிகையை நான் கண்டெடுத்தேன்."

அப்போது திடீரென ஒரு கேள்வி என்னுடைய மனதில் எழுந்தது. உடனடியாகவே அந்தக் கேள்வியை அனபெலிடம் கேட்டேன்:

"தனது மரணத்திற்குப் பின்பு வெளியிடுவதற்காக நீதிபதி மாபெலி எழுதியது போலவே, தனது மரணத்திற்குப் பின்பு வெளியிடுவதற்காகக் குற்றவாளியும் எதையாவது எழுதி யாரிடமாவது கொடுத்து வைத்திருக்கலாமல்லவா?"

அப்போது பரிசாரகர் டதுக் கோப்பையைக் கொண்டுவந்து அனபெலின் முன்னால் வைத்தார். அனபெல் எதுவும் பேசாமல் அந்தக் கோப்பையை எடுத்துப் பொறுமையாக அருந்திக்கொண்டிருந்தார். அவர் அருந்தும் விதத்தைப் பார்த்தால், இந்த ஒரு கோப்பை மதுவைத் தனது எஞ்சிய வாழ்நாள் முழுவதும் அவர் மிடறு மிடறாகக் குடித்துக்கொண்டேயிருப்பார் என்றே எனக்குத் தோன்றியது.

□ இமிழ் – 2024